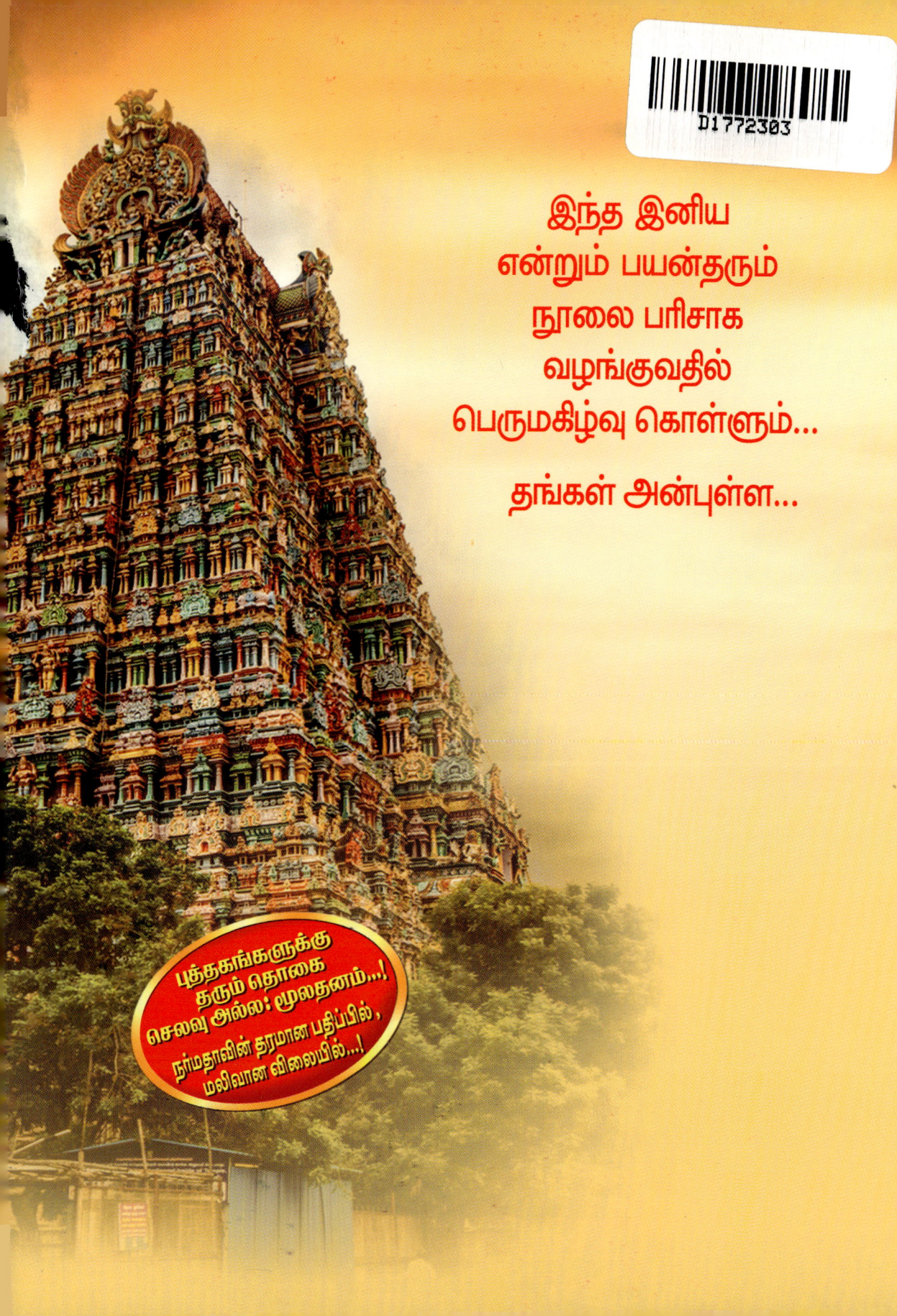

இந்த இனிய
என்றும் பயன்தரும்
நூலை பரிசாக
வழங்குவதில்
பெருமகிழ்வு கொள்ளும்...

தங்கள் அன்புள்ள...

அஷ்டா தச புராணமெனும் பதினெண் புராணங்கள்

அனைத்துத் தகவல்களும் நிறைந்த சுருக்கம்!

இவற்றுடன் 'வாயு புராண'மும் சேர்ந்த பதிப்பு!

பன்மொழிப் புலவர் 'பிரகிருதி'

கீழ்க்கொவளவேடு

கிருஷ்ணமாச்சாரியார்

எம்.ஏ., பி.டி.,

நர்மதா பதிப்பகம்

நல்ல நூல் வெளியீட்டாளர்கள்

10, நானா தெரு, (தி.நகர் தலைமை

அஞ்சலகத்தை ஒட்டிய தெரு), பாண்டிபஜார்,

தியாகராய நகர், சென்னை - 600 017. ☎ 24334397

செல்லிடபேசிகள்: 98402 26661, 98409 32566, 99400 45044

வாசகர்களுக்கு

நல்ல நூல்களுக்காகத் தரப்படும் தொகை செலவல்ல – மூலதனம்! நமது சிறப்பான எதிர்கால வாழ்வுக்காகத் தரப்படும் Investment! ஐம்பது ரூபாய் புத்தகத்தில் ஆயுட்கால வாழ்க்கைக்கான யோசனைகள் நிறைந்திருக்கும்.

- பொழுதுபோக்கு, கேளிக்கைகளுக்காக செலவிடப்படும் தொகையில் சிறு பகுதியையாவது பயன்தரும் புத்தகங்களுக்காக செலவிடுங்கள் – மிகுந்த பயன் பெறுவீர்கள்!

- எங்களது இலவச விலைப்பட்டியலைப் பெற 50 காசு அஞ்சலட்டை மட்டும் எழுதுங்கள். உடன் எங்கள் செலவிலேயே அனுப்பிவைக்கிறோம்.

- தமிழகத்தின் எல்லா பிரபல புத்தகக் கடைகளிலும் நர்மதா நூல்கள் கிடைக்கின்றன. அவர்களிடமிருந்து (தபால் செலவின்றி) பெறலாம். தபாலில் அனுப்புவதற்கான கட்டணம் அதிகமாக உள்ள நிலையில் தங்கள் ஊர் புத்தகக் கடையிலேயே பெறலாம். அவர்கள் நல்ல நூல்கள் விற்க ஆதரவு தரலாம்!

E-mail : sales@narmadhapathipagam.com
Website : www.narmadhapathipagam.com

Pages:640
Price: Rs.750.00

❏Ashtaa Dhasa Puranamenum Pathinen Puranangal - The Eighteen (Mythological) Puranas of Hindu religion - narrated in abridged form - in Tamil by Keezhkovalavedu Krishnamacharyar ❏This Edition : May 2024 ❏Published by R.Janarthanam,Narmadha Pathipagam, Chennai - 600 017 ❏ D.T.P. Execution at :M/s. Muthu Graphics, Chennai - 600 017 ❏ Printed at : M/s.Sekar Offset, Chennai - 600 005 ❏

உட்பொதிவு

1. ஸ்ரீ பிரம்ம புராணம்

1. தோற்றுவாய் 16
2. உலகச் சிருஷ்டி 16
3. தக்ஷன் சந்ததியினர் 17
4. பிருதுவும், பிருத்வியும் 18
5. மன்வந்தரங்கள் 19
6. சூரியனும் சூரிய வம்சமும் 19
7. வைவஸ்வத மனுவின் மக்கள் 19
8. குபலஷ்வன் 20
9. திரிசங்கு 20
10. சகரன் 21
11. சந்திரனும் சந்திர வமிசமும் 22
12. சந்திர வமிச மன்னர்கள் 22
13. பூ மண்டலப் பிரிவுகள் 23
14. கோனாரக் (உத்கல நாடு) 24
15. இந்திரத்யும்னனும் புருஷோத்தம க்ஷேத்திரமும் 25
16. மார்க்கண்டேயரும் புவனேசுவரர் ஆலயமும் 26
17. பலிச் சக்கரவர்த்தியும் உலகளந்தானும் 27
18. கவுதம முனிவரும் கங்கையும் 27
19. கபோத தீர்த்தம் 28
20. கருட தீர்த்தம் 28
21. விசுவாமித்திர தீர்த்தம் 29
22. 'கவுதமி கங்கை' ஜல மகிமை 30
23. நிதிக்கதிபதி குபேரன் 30
24. ஹரிச்சந்திரன் 31
25. விருத்த கவுதமனும் விருத்த சங்கமமும் 32
26. பிப்பலதன் வரலாறு 33
27. நாகேசுவரனும் நாகதீர்த்தமும் 35
28. நான்முகனாகிய பிரமன் 36
29. ஆந்தையும் புறாவும் 36
30. அந்தணன் வேதாவும் வேடன் பில்லாவும் 37
31. தர்மம், தர்மத்தைக் காக்கும் 38
32. கண்டு மகரிஷியும் அப்ஸரஸும் 40
33. ஒரு சண்டாளனும் ஒரு பிரம்மராக்ஷசனும் 40
34. காயத்ரி 41

2. ஸ்ரீ பத்ம புராணம்

1. தோற்றுவாய் 44
2. பதினெண் புராணங்கள் ஸ்ரீ மகா விஷ்ணுவின் உருவம் 44
3. சிவசர்மாவின் கதை 45
4. சோமசர்மாவும் ஸுவ்ரதனும் 46
5. காசியப முனிவர் மகன் பலனும் விரித்திரனும் 47
6. விரித்திரனின் அழிவு 47
7. சுகலை வரலாறு 48
8. பிப்பலன் 52
9. சியவன ரிஷியும் கிளிக்குஞ்சுகளும் 54
10. கந்தர்வ புத்திரிகள் 62
11. விகுந்தலனின் சரிதம் 62
12. ஆலயம் தூய்மை செய்தல் 63
13. ஸ்ரீதரன் செய்த தான பலன் 64
14. லீலாவதியும் ராதாஷ்டமி விரதமும் 65
15. மகாலக்ஷ்மி விரத மகிமை 65
16. தினநாதனும் விசுவாமித்திரரும் 66
17. சித்திரஸேனன் 67
18. பீமனும் விஷ்ணு லோகமும் 67
19. ஹேமாபிரபா விஷ்ணு லோகம் அடைதல் 68
20. மது கைடபர்கள் 69
21. கங்கை ஆறு உற்பத்தியாதல் 69
22. கால கல்பனின் சரிதம் 70

3. ஸ்ரீ விஷ்ணு புராணம்

1. தோற்றுவாய் 74
2. பிரபஞ்சம் தோன்றுதல் 75
3. காலம் 76
4. ஸ்ரீ வராஹ அவதாரம் 76
5. பிரம்மனின் படைப்பு முறை 77
6. வருணாசிரமம் என்னும் வகுப்பு முறை 77
7. மக்கள் பெருகுதல் 78
8. ருத்திர சிருஷ்டி 79
9. அமிர்தம் கடைதலும் பிராட்டியின் தோற்றமும் 80

4

10. பிருகு, மரீசி முதலானோர் வம்ச வரலாறு 80
11. துருவன் கதை 81
12. வேனன் பிருது சக்ரவர்த்தியின் வரலாறு 82
13. பிரசேதனர்கள் வரலாறு 83
14. பிரகலாதன் வரலாறு 83
15. 'தனு' ஆகியோர் வம்ச வரலாறு 85
16. ஜம்புத்வீபம், பாரத வர்ஷம் பரதக்கண்டம் 86
17. பாதாள லோகம் 87
18. பலவகை நரகங்கள் 87
19. மேல் லோகங்களும் கிரகங்களும் 89
20. கால அளவு 90
21. ஜடபரதர் வரலாறு 92
22. ருபு – நிதாகர் வரலாறு 93
23. மன்வந்தரங்கள் 95
24. வேத வியாசர்கள் வரலாறு 97
25. ஸ்ரீ வைஷ்ணவத்தின் பெருமை 98
26. வாழ்க்கையில் நால்வகை தருமங்கள் 99
27. சததனுவின் கதை 102
28. ராஜ வம்ச வர்ணனை 103
29. மாந்தாதாவின் வமிசம் 105
30. இந்திரன், பிரகஸ்பதி, நாரதர் 112
31. யயாதியின் வரலாறு 113
32. அனமித்ர வம்ச வரலாறு 115
33. வசுதேவரின் வமிச வரலாறு 116
34. பலராமன் சாம்பனை மீட்டல் 120
35. குரங்கனைக் கொன்ற கதை 121

4. ஸ்ரீ சிவ புராணம்

1. சிவபெருமான் தோற்றம் 124
2. உலகம் உண்டாதல் 125
3. முருகன் தோற்றம் 127
4. தாரகாசுரன் புதல்வர்கள் பெற்ற வரம் 128
5. மாயபுருஷனின் மாயச் செயல்கள் திருமாலும் மாயபுருஷனும் 128
6. விநாயகர் வரலாறு 129
7. கணபதி கலியாணம் உலகம் அம்மை அப்பனே 131
8. அனுசூயை, அத்திரி, கங்கை 132
9. தேவதாரு வனத்தில் அரி, அரன் 133
10. சிவனார் நீலகண்டனாதல் பாற்கடல் கடைதல் 134
11. மும்மூர்த்திகள் 135
12. உஷையின் காதல் 136
13. பிரத்யும்னன், சும்ப, நிசும்பன் காமதகனம் 137
14. சிவபெருமான் பெற்ற காரணப் பெயர்கள் 137
15. மேன்மை பெற்ற நந்தி தேவர் 139
16. தக்ஷ யாகம் 140
17. திருமால் சக்கராயுதம் பெறுதல் 141
18. பொன்னிற மேனி பார்வதி – பார்வதி இமயத்தில் தவம் 142
19. சந்திரன் பெற்ற சாபங்கள் 143
20. பீமசங்கரர் கற்குடி மகன் பீமன் 144
21. சிவனருள் பெற்ற சுப்பிரியன் 145
22. பக்த பிரகலாதன் 146
23. கைலாய மலையும், இராவணன் தவமும், பெற்ற வரமும் 146
24. அருச்சுனன் பெற்ற சிவனருள் 147
25. ஆணவம் தோற்றது 149
26. கணவன் உயிர் மீட்ட கற்புக்கரசி அசுவபதி மகள் சாவித்திரி 150
27. நாராயணனுக்கு நாரதர் சாபம் நாரதர் பெருமிதம் 152
28. ஆதி சைவர்களின் மகிமை 153
29. ஆவின் பாலுக்குப் பதில் திருப்பாற்கடல் 154
30. ஜலந்தரன் – துளசி – பிருந்தா தேவேந்திரன் தவறு 155
31. வேடன் நளனான வரலாறு 157
32. துர்வாசரும், திரௌபதியும் 157
33. கிருகபதி பெற்ற வரம் 158
34. காசி மாநகர் 159
35. பரமசிவனாரின் பரிவாரங்கள் 160
36. மானசீகமான ஈகை சித்திராதன் 161
37. துலாபார தானம் 162
38. மகாகாளேச்வர ஜோதிலிங்கம் 163
39. சிவபுரம் 164
40. சிவாலயம் எழுப்பினால்... 164
41. மகாசிவராத்திரி மகிமை 165
42. விரதங்கள் 166
43. சிவபெருமானின் பஞ்ச பூத ஸ்தலங்கள் 170

5

5. ஸ்ரீ லிங்க புராணம்

1. பஞ்ச பூதங்களின் தோற்றம் 172
2. கால அளவு 172
3. சிருஷ்டி [படைப்பு] 172
4. அஷ்டாங்க யோகம் 173
5. ஈசனின் ஐவகைத் தோற்றம் 175
6. அரி, அயன் கண்ட ஜோதி 176
7. பகவான் உந்தியில் தோன்றிய பிரமன் 176
8. ருத்திரர் தோற்றம் 177
9. தாருகாவனத்தில் திகம்பர சந்நியாசி 178
10. சுதரிசனன் வரலாறு 179
11. காலனை வென்ற சுவேதன் வரலாறு 180
12. மாயனை வென்ற ததீசி 180
13. சிலாதரும் நந்தியும் 182
14. யுகங்களும், யுக தருமங்களும் 182
15. ஈசனுக்குப் பற்பல உருவங்கள் 183
16. பாசுபத விரதம் 185
17. பஞ்சாக்ஷர மந்திர பெருமை 185
18. சிவனார் சனகாதியர்களுக்கு அருளுதல் 186
19. அனுசரிக்க வேண்டிய ஆசார விதிகள் 188
20. காசியின் சிறப்பு 188
21. கணத் தலைவனாகிய அந்தகன் 189
22. வராகன் சுயரூபம் பெறுதல் 190
23. நரசிம்மர் வெறி அடங்குதல் 190
24. ஜலந்தரன் வரலாறு 190
25. அரிக்குச் சக்கராயுதம் அளித்தல் 191
26. தக்கன் நடத்திய வேள்வியும், அதன் விளைவும் 191
27. மன்மதனை எரித்தல் 192
28. பார்வதி, பரமசிவன் திருமண வைபவம் 192
29. பரமன் பார்வதிக்குக் கூறிய யோகம் 194
30. தேவர் துயர் துடைத்த ஐங்கரன் 194
31. சிவபெருமான் காளியுடன் நடனமாடுதல் 195
32. பாலுக்கு அழுத பாலகன் 195
33. கௌசிகன் செய்த நாம சங்கீர்த்தனம் 196
34. நாரதர் கோட்டானிடம் பாடம் கேட்டல் 196
35. ஸ்ரீமதி, ஸ்ரீவிஷ்ணு திருமணம் 198
36. ஜேஷ்டா தேவி வரலாறு 198
37. சிவ ஷடாக்ஷரி மகிமை 199
38. பஞ்சாக்ஷர ஜபம் 200
39. ஒட்டகமான சனத்குமாரர் 201
40. சிவசக்தி விபூதி 202
41. ஈசன் சான்னித்தியம் 202
42. பஞ்ச பிரும்ம சொரூபம் 203
43. சிவசூரியனைக் கண்ட தேவர்கள் 204
45. தானங்கள் மூலம் சிவப்ரீதி 206

6. ஸ்ரீ கருட புராணம்

1. தோற்றுவாய் 212
2. திருமாலின் அவதாரங்கள் 212
3. படைப்பு [அ] சிருஷ்டி மற்றும் உத்தம மார்க்கம் 214
4. பாம்பு கடிக்கு ப்ராணேச்வர மந்திரம் 215
5. சாலக்கிராமம் 215
6. தான தருமங்கள் விருஷோற்சனப் பலன்கள் 216
7. பிராயச்சித்தம் 218
8. தோஷ பரிகாரங்கள் 218
9. பிரேத ஜன்மம் அடைவதற்கான காரணங்கள் 219
10. பிரேத ஜன்மத்தால் ஏற்படும் துன்பம் 220
11. பிரேத ஜன்மம் நீங்க வழி 220
12. பிறத்தலும் இறத்தலும் 221
13. பாவ புண்ணியங்களை ஆராயும் பன்னிரு சிரவணர்கள் 222
14. ஜீவன் யமலோகம் செல்லுதல் 222
15. ஜீவன் செல்லும் பாதையில்... 223
16. யமபுரியில் யமதர்பார் 224
17. சித்திரகுப்தன் கணக்கும் நரகங்களும் 224
18. புத்திரர்கள் பௌத்திரர்கள் கர்மம் 227
19. சபிண்டீகரணம் 228
20. பப்ருவாகனன் வரலாறு 228
21. எள், தருப்பை ஏன்? 230
22. தானச் சிறப்பும், பலவகை தானங்களும் 230
23. உடலியல் பற்றிய விளக்கங்கள் 231
24. பிரயோபவேசம், தலயாத்திரை, சுவர்க்கம் 232
25. ஆசௌசம், துர்மரணம், குழந்தை பாபங்கள் 233

6

7. ஸ்ரீ நாரத புராணம்

1. தோற்றுவாய் 236
2. நாரதர் புராணம் 236
3. தக்கன் அளித்த சாபம் 237
4. நாரதர் பெற்ற பிரம்ம சாபம் 238
5. ஸ்ரீமதி பரிணயம் நாரதர், பர்வதர் 239
6. சதி அனுசூயா 240
7. மோகினி ருக்மாங்கதன் 241
8. சனி பகவானின் பார்வை 243
9. இராவணன் கயிலாய மலையைப் பெயர்த்தல் 244
10. இராவணன் பெற்ற ஆத்மலிங்கம் 245
11. ஓர் எழுத்தில் சூக்குமம் – கும்பகர்ணன் உளறல் 246
12. வால்மீகி என்ற வேடன் 247
13. வால்மீகி ராமாயணம் இயற்றுதல் 247
14. பாரிஜாத மரமும், மலரும் 248
15. கிருஷ்ணாவதாரத்தில் இராமன் 250
16. பஸ்மாசுரன் பெற்ற வரம் 251
17. சத்வகுண மூர்த்தி – ஸ்ரீமந் நாராயணன் 252
18. விசாலா நதி தீரத்தில் 254
19. தர்மபுத்திரர் கண்ட மாயத்தோற்றம் 255
20. முப்பெரும் தேவியரின் பலப்பரீட்சை 256
21. சித்தி, புத்தி சமேத கணபதி 257
22. இந்திர பதவிக்கு ஆபத்து 258
23. அகலிகை கல்லானாள் 259
24. வேதவியாசரும், புராணங்களும் 260
25. நாரதர் தமயந்தி திருமணம் 262
26. நாரதர் உணர்ந்த மாயை 262
27. சத்சங்க நன்மை 264
28. கோபியரின் உயர்ந்த பக்தி 264
29. சம்சார சூழலில் ஓர் உண்மை பக்தன் 265
30. சுந்தன், உபசுந்தன் வரலாறு 266
31. பீஷ்மர், பரசுராமர் மோதல் 267
32. ஐந்து சபைகளின் வருணனை 267
33. குணகேசி, சுமுகன் திருமணம் 269

8. ஸ்ரீ பாகவத புராணம்

1. தோற்றுவாய் 272
2. புராணம் – ஸ்ரீ பாகவத புராணம் 273
3. பகவானின் அவதார மகிமைகள் 274
4. கண்ணன் கருணை, பீஷ்மர் மறைவு 276
5. கிருஷ்ணன் விடைபெற்று துவாரகை செல்லுதல் 277
6. விதுரன் திருதராஷ்டிரன் முடிவு 277
7. பரீக்ஷித்தின் கதை 279
8. பரீக்ஷித்து பெற்ற சாபம் 280
9. சுகப் பிரம்மம் கூறிய பதில் 281
10. பகவானது அவதாரங்கள் 283
11. விதுரரும் உத்தவரும் 284
12. யக்ஞவராக மூர்த்தி 285
13. ஜயவிஜயர்கள் பெற்ற சாபம் 286
14. கர்த்தமர், ஸ்வாயம்பு மனு 287
15. கபிலர் 288
16. துருவன் கதை 292
17. புரஞ்ஜனன் சரிதம் 292
18. பிரியவிரதர் வரலாறு 293
19. நாபிக்காக மகரிஷிகள் பெற்ற வரம் 294
20. ஜடபரதர் சரித்திரம் 295
21. சித்திரகேது சரிதம் 296
22. பிரகலாதன் சரித்திரம் 298
23. கஜேந்திர மோக்ஷம் 298
24. அம்ருத மதனம், தேவாசுர யுத்தம் 298
25. வாமனாவதாரம் 300
26. பக்த அம்பரீஷன் 303
27. ஸ்ரீ ராம சரிதம் 304
28. சுபத்திரை திருமணம் 305
29. பிருகு முனிவர் கண்ட முடிவு 306
30. நவயோகியர் ஓதிய நல்லறம் 306
31. யது மகாராஜன், அவதூதர் சம்பாஷணை 309
32. ஜனமேஜயன், சர்ப்ப யாகம் 312

ஸ்ரீ கிருஷ்ணாவதாரம்

1. தோற்றுவாய் 316
2. கண்ணன் பிறந்தான் 317
3. கிருஷ்ணனது லீலைகள் 317
4. மலரவன் செய்த மாயம் 318
5. பிரலம்பாசுரன் வதம் 319
6. ரிஷி பத்தினிகள் அளித்த போஜனம் 319
7. கோவர்த்தனகிரி பூஜை 320
8. குழலிசை மயக்கம் – ராஜஸ க்கிரீடை 321

7

9. அரிஷ்டாசுரன், வியோமாசுரன் ஆகியோர் வதம் 322
10. கோபியர் துகில் உரிந்தான் 322
12. அக்ரூரர் கோகுலம் செல்லுதல் 323
13. மதுரையில் ராம கிருஷ்ணர்கள் 324
14. உத்தவன் தூது 326
15. அஸ்தினாபுரத்தில் அக்ரூரர் 327
16. ஜராசந்தனை வென்றது 328
16. காலயவனன் அழிதல் 329
17. முசுகுந்தனுக்கு அருளியது 329
18. பலராமன் கலியாணம் 329
19. ருக்மிணி கல்யாணம் 330
20. இந்திரப் பிரஸ்தத்தில் கிருஷ்ணன் 331
21. பிரத்யும்னனும் மாயாவதியும் சம்பராசுரன் வதமும் 332
22. நரகாசுரன் வதம் 333
23. ருக்மிணி ஊடல் தீர்த்தான் 334
24. நாரதரும் கிருஷ்ணனும் 334
25. பாரிஜாதாபஹரணம் 335
26. தருமரின் ராஜசூய யாகம் 336
27. உஷை பரிணயம் 338
28. பவுண்டரன் மரணம் – காசி தகனம் 340
29. உத்தம நண்பர்கள் கிருஷ்ணரும் குசேலரும் 341
30. சுருதி கீதை 342
31. நிருகனுக்கு அருள்புரிதல் 344
32. பலராமன் தீர்த்த யாத்திரை 345
33. உத்தவர் ஐயம் தெளிதல் 346
34. பகவான் கட்டளை 349
35. இரும்புலக்கை தோற்றம் 350
36. தன்னுடைச் சோதிக்கு எழுந்தருளல் 351

9. ஸ்ரீ அக்னி புராணம்

1. தோற்றுவாய் 356
2. கிருஷ்ணாவதாரம் – குறிப்புகள் 356
3. சுவயம்பு மனுவின் சந்ததி 357
4. காசியபருடைய சந்ததி 357
5. பிரமனிடமிருந்து தோன்றிய படைப்புக்கள் 358
6. தெய்வ ஆராதனை முறை பலன்கள் 358
7. மனிதனுக்கான கர்மாக்கள் 359
8. ஆலயம் எழுப்புதல் 359
9. இறைவன் திருமேனி பிரதிஷ்டை 360
10. கடவுளர் திருமேனி அமைத்தல் 361
11. லிங்கத்தைப் பிரதிஷ்டை செய்தல் 364
12. ஆலயங்களுடன் திருக்குளங்கள் 364
13. நீராடும் விதி முறைகள் 365
14. சப்த த்வீபங்கள் [தீவுகள்] 366
15. தீர்த்த யாத்திரை க்ஷேத்திரங்கள் 366
16. கயாக்ஷேத்திரச் சிறப்பு 367
17. கயாக்ஷேத்திரத்தில் கர்மாக்கள் செய்தல் 368
18. விண்ணில் உள்ளவை 369
19. மன்வந்தரங்கள், மனுக்கள் 370
20. வேதங்கள், வருணாசிரம தர்மங்கள் 370
21. தினமும் செய்ய வேண்டிய கர்மாக்கள் 370
22. தீட்டு காக்கும் முறை 371
23. நீத்தார் கடன் 371
24. வானப் பிரஸ்த ஆசிரமம், சந்நியாச ஆசிரமம் 373
25. பாபங்கள், பிராயச்சித்தம் 374
26. பிராயச்சித்த விரதங்கள் 375
27. விரதங்கள் 376
28. பாபிகளுக்கு நரகத் தண்டனைகள் 382
29. பலவகை தானங்கள் 383
31. கனவு காணுதல் – பலன்கள் 387
32. சகுனங்கள் 388
33. ராஜ தருமம், ராஜ நீதி 389
34. படைகள், படைக்கலன்கள் 390
35. இரத்தின வகைகள் 392
36. தனுர் வேதம் 392
37. அபிஷேக வகைகள், பலன்கள் 393
38. தேக தத்துவம், நோய்க்கு மருந்து தேக தத்துவம் 394
39. கோ மாதா, கோ சாலை 396
40. மகாவிஷ்ணுவின் திருக்கோலங்கள் 396
41. ருத்திராக்ஷ வகைகள் 397

10. கந்த புராணம்

1. புராணத் தோற்றம் 401
2. பார்வதியின் தோற்றமும் தவமும் 401
3. காமதகனம் 402
4. அம்பிகையின் தவமும், ஐயன் தரிசனமும் 403
5. பார்வதி பரிணயம் 404

8

6. கந்தன் திரு அவதாரம் 405
7. நவசக்திகளும் நவ வீரர்களும் 406
8. நான்முகனுக்குப் பிரணவ உபதேசம் 407
9. திருமாலின் புத்திரிகள் 408
10. அரக்கர்கள் தோன்றினர் 408
11. சூரபதுமன், சிங்கமுகன், தாரகாசூரன் – மூவர் தவமும், சிவபெருமான் அளித்த வரமும் 409
12. சூரனின் திக் விஜயம் முடிசூட்டு விழா 410
13. சூரபதுமனின் புதல்வர்கள் 411
14. ஜயந்தன் சிறைப்படல் 413
15. கந்தன் போர் மேல் செல்ல மகேசனிடம் ஆசிபெற்று விடை பெறுதல் 415
16. கிரவுஞ்ச — தாரகாசுர வதம் 416
17. தாரகன் மகன் அசுரேந்திரன் 417
18. சூரபதுமனின் மந்திராலோசனை 417
19. கந்தவேளின் போர் 418
20. சூரபதுமன் மகன் இரணியன் ஓடி ஒளிதல் 421
21. நான்காம் நாள் போர் – அக்கினி முகன், தருமகோபன் மடிதல் 421
22. ஐந்தாம், ஆறாம் நாள் போர் பானுகோபன் வதம் 422
23. 7 முதல் 10 – ஆவது நாள் வரை போர் – சூரபதுமன் வதம் 424
24. தெய்வயானை திருமணம் 425
25. வள்ளித் திருமணம் 426

11. ஸ்ரீ பவிஷ்ய புராணம்

1. முன்னுரை 432
2. சூரியன் சரிதம் 432
3. ஆலயங்கள் அமைத்தல் 434
4. விக்கிரகங்கள் (அ) கடவுளர் பிரதிமைகள் 436
5. சியாமளாவின் கதை 436
6. ஒரு பிசாசின் கதை 437
7. விரதங்களும் அவற்றின் பலன்களும் 437
8. தானமும் தான பலனும் 440
9. வருணாசிரம தருமங்கள் 441
10. கல்கி புராணம் 445
11. கலியுக அரச பரம்பரைகள் 448
13. சாக த்வீபம் 450

12. ஸ்ரீ பிரம வைவர்த்த புராணம்

1. தோற்றுவாய் 454
2. படைப்பு 454
3. பிரமன் படைத்தவை 457
4. மனுவும் சதரூபையும் 457
5. உறவு முறைகள் 458
6. உபவர்ஹனன் 459
7. நாரதர் வரலாறு 460
8. பிரகிருதியின் உருவங்கள் 460
9. வேதவதியும் சீதாதேவியும் 461
10. மூன்று தேவியர் 462
11. கலியுக முடிவும் கல்கி அவதாரமும் 462
12. வசுந்தரா என்னும் புவிமகள் 463
13. கங்காவதாரம் 463
14. துளசி, சங்கசூடன் வரலாறு 464
15. துளசியின் மகிமை 465
16. சாளக் கிராமம் 465
17. சாவித்திரி விரதம் 465
18. லக்ஷ்மி கடாக்ஷம் 467
19. ராதாகிருஷ்ணன் ராதையைப் பூசித்தல் 468
20. துர்க்கையும், துர்க்கை வழிபாடும் 469
21. மற்ற பெண் தெய்வங்கள் 470
22. கணேசர் – கணேச காண்டம் 473
23. ஸ்ரீ கிருஷ்ண ஜன்ம காண்டம் 475
24. நாராயணனும் நாரதனும் 476

13. ஸ்ரீ மார்க்கண்டேய புராணம்

1. தோற்றுவாய் 484
2. ஜைமினியும், பறவைகளும் 485
3. பறவைகள் கூறிய வரலாறு 485
4. முதல் கேள்வி : பாஞ்சாலி ஏன் ஐவரை மணந்தாள்? 486
5. மூன்றாம் கேள்வியும் பதிலும் : அற்ப ஆயுளில் இளம் பாண்டவர்கள் மடிந்தது ஏன்? 487
6. தந்தைக்குத் தனயன் தன் வரலாறு கூறுதல் 488

9

7. அவன் முற்பிறவி வரலாறு 489
8. நரகலோக தண்டனைகள் 489
9. நளாயினி வரலாறு 490
10. கார்த்த வீரியன் வரலாறு 491
11. ரிதத்வஜன் (அ) குவலயாச்சுவன் வரலாறு 493
12. குவலயாச்சுவன் வருத்தம் 495
13. குவலயாச்சுவன் – மதாலசை குடும்பம் 497
14. படைப்புகளின் துவக்கம் 501
15. மந்வந்தரங்கள் வரலாறு 503
16. உத்தம மந்வந்தரம் 505
17. தாமஸ மந்வந்தரம் 507
18. ரைவத மன்வந்தரம் 508
19. சாக்ஷுஷ மந்வந்தரம் 509
20. வைவஸ்வத மந்வந்தரம் 509
21. மாயையின் மகிமை 510
22. மஹிஷாசுரன் கதை 511
23. தேவி சும்ப, நிசும்பர்களை அழித்தல் 512
24. ரௌச்ய மந்வந்தரம் 514
25. பௌத்ய மந்வந்தரம் 514
26. மார்த்தாண்டன் வரலாறு 515
27. சூரியன் கொடுத்த வரம் 516
28. மனு வம்சம், மனு புத்திரர்கள் சந்திர வம்சம் 517
29. நாபாகனும், அவன் மகன் பலந்தனும் 517
30. பலவந்தன் மகன் வத்சந்திரன் 519
31. வத்சந்திரன் வரலாறு 520
32. பலாசுவன் என்னும் வீர புருஷன் 521
33. அவீக்ஷிதன் 522
34. மருத்தன், நரிஷ்யந்தன் தந்தை வேட்டல், மகன் மறுத்தல் 525
35. தமனின் பழிக்குப் பழி 526

14. ஸ்ரீ வாமன புராணம்

1. தோற்றுவாய் 530
2. துந்து அரக்கனும், வாமனனும் 530
3. ஓங்கி உலகளந்தான் 532
4. குருக்ஷேத்திரம் 535
5. சிவ, பார்வதி மக்கள் 536
6. 'தண்டகாரணியம்' பெயர் ஏன்? 536
7. ஸ்தாணு சம்புவும் ஸ்தாணு தீர்த்தமும் 537
8. சுகேசியும் சூரியனும் 538
9. நர நாராயணர் 539
10. மகிஷாசுரனும் காத்தியாயினி தேவியும் 539
11. முரா, முராரி 542
13. நிஷாகரன் 543

15. ஸ்ரீ வராக புராணம்

1. தோற்றுவாய் 546
2. யஜ்ஞ வராகம் 547
3. சிருஷ்டி 548
4. வராக அவதாரம் 549
5. அஷ்வஷிரன் 550
6. ரைவ்யன், வாசு 551
7. சம்யமானனும் வேடன் நிஷ்தூரகனும் 551
8. ரைவ்ய முனிவர் கேட்ட கதை 552
9. விசால மன்னன் 552
10. வாசு மன்னன் 553
11. நாரதரின் முற்பிறவி 553
12. வைஷ்ணவி தேவி 554
13. ருத்ராணி தேவியும் ருரு அரக்கனும் 556
14. நக்ன கபாலிக விரதம் 556
15. சத்தியதபன் 557
16. மன்னன் சுவேதனும், மன்னன் வினிதஷ்வனும் 557
17. விஷ்ணுவைப் பிரீதி செய்தல் 558
18. துர்ஜயனும், சிந்தாமணியும் 559
19. திதிகள் 560
20. கத்ருவும் வினுதையும் 562
21. வெட்ராசுரனும் காயத்திரியும் 563
22. விரதங்கள் 564
23. யுகங்கள் 565
24. விஷ்ணுவின் ஈடு இணையற்ற தன்மை 565
25. தவம், பிராயச்சித்தம் 566
26. மாயை 567
27. தீர்த்தங்கள் 568
28. வடமதுரை 569
29. கைசிக புராணம் 571

10

16. ஸ்ரீ மச்ச புராணம்

1. தோற்றுவாய் 576
2. பகவான் விஷ்ணுவின் மச்சாவதாரம் [முதற்பகுதி] 576
3. கச்ச, தேவயானி வரலாறு 578
4. அகஸ்தியரும் இந்திரனும் 579
5. திரிபுராசுரர்கள் 580
6. பரப்பிரம்மம் காட்டிய வழி 581
7. ராமசர்மா, யவன மன்னனாதல் 582
8. ஸ்ரீ வெங்கடேச்வரரும் அலமேலு மங்கைத் தாயாரும் 584
9. பிரம்மதத்தன் 585
10. வச்சிரங்கன் 587
11. தாரகனின் தவமும், அவன் கொல்லப்படுதலும் 588
12. காளி, கௌரியானாள் 588
13. கட்டட நிர்மாணக்கலை 589

17. ஸ்ரீ கூர்ம புராணம்

1. தோற்றுவாய் 594
2. இந்திரத்யும்மன் 594
3. பாற்கடலைக் கடைய ஆயத்தம் 595
4. பாற்கடலில் தோன்றியவை 596
5. ஆலகால விஷமும், நீலகண்டனும் 596
6. பாற்கடலில் தோன்றியவை பங்கீடு 597
7. கவுதம முனிவர் அனுபவம் 599
8. அந்தகன் என்னும் அரக்கன் 599
9. சப்த சாரஸ்வத தீர்த்தம் மங்கணன் கதை 600
10. ஜயத்துவஜன் 601
11. துர்ஜயனும் ஊர்வசியும் 602
12. கிருஷ்ணனின் தவம் 603
13. சிவனது அவதாரங்கள் 603
14. ஈசுவர கீதை 603
15. சமயச் சடங்குகள் 604
16. பிராயச்சித்தமும் விரதங்களும் 605
17. சீதை ஒரு மாயை 606
18. சிவனும் பிரம்மனும் 606
19. நந்தி தேவரின் வரலாறு 607

18. ஸ்ரீ பிரம்மாண்ட புராணம்

1. தோற்றுவாய் 610
2. சிருஷ்டி 611
3. சதுர் [அ] நான்கு யுகங்கள் 611
4. யோகமும் யோகசாதனையும் 612
5. கெட்ட சகுனங்கள் 612
6. கற்பங்கள் 613
7. வேத வியாசர் 613
8. பிரம்மாவின் படைப்பு 613
9. உருத்திரன் 614
10. முனிவர்களின் தோற்றம் 614
11. நிலப்பரப்பும் அதன் பகுதிகளும் 615
12. ஜம்புத்வீபம் 616
13. கைலாயம் 617
14. பாரத வர்ஷம் 618
15. வான சாஸ்திரம் 618
16. வசுவும் வசுதராவும் 619
17. கலி யுகம் 619
18. யஜ்ஞ வல்கியர் 620
19. சர்வம் சிவமயம் ஜகத் 621
20. தாருகாவன முனிவர்கள் ஈசனை அறிதல் 621
21. வாலியும் இராவணனும் 622
22. பரசுராமன் 623
23. கோகர்ண க்ஷேத்திரம் 624
24. காலம் கூடி வந்தால் 624

19. ஸ்ரீ வாயு புராணம்

1. தோற்றுவாய் 628
2. சிருஷ்டி 628
3. அஷ்டாங்க யோகம் 630
4. சிவனின் எண் பெயர்கள் 630
5. திக்பாலகர்கள், அவர்களது நகரங்கள் 631
6. யாஜ்ஞ வல்கியர் சரிதம் 632
7. தாயின் குணமே மக்களின் குணம் 633
8. பலராமர் திருமணம் 633
9. சோமன் வரலாறு 634
10. வாரணாசி 635
11. ''ரஜி'' இந்திரனாதல் 636
12. துண்டு மாறனும், உதங்க முனிவரும் 637
13. கயாசுரனின் சரிதம் 637
14. கயாசுரன் தலை மீது சிலை 639
15. விஷ்ணு, கயாவில் கதாதர் ஆனார் 640
16. கயா க்ஷேத்திர மகிமை 640

காஞ்சி பரமாச்சார்யரின் அருள் வாக்குகளில் இருந்து :

புராணமும் சரித்திரந்தான் என்றாலும் அது பாப – புண்ணியங்களில் ஜனங்களுக்குப் பாடம் கற்பித்து அவர்களை தர்மத்தில் செலுத்தும்படியான வரலாறுகளை மட்டும் 'ஸெலக்ட்' பண்ணிக் கொடுக்கிறது.

தர்மசாலிகளாக இருந்ததால் அந்த ஜன்மாவிலேயே உயர்வை அடைந்தவர்கள் யாரோ, தர்மத்தை விட்டதால் அந்தப் பிறவியிலேயே கெடுதலை அடைந்தவர்கள் யாரோ, அப்படிப்பட்டவர்களின் கதைகளையே புராணங்கள் பெரும்பாலும் 'ஸெலக்ட்' பண்ணி நமக்குக் கொடுக்கின்றன.

அடுத்த ஜன்மாக்களைச் சொல்லி அதில் பாத்திரங்கள் பாப – புண்ணிய பலன்களை அடைந்ததைச் சொல்லுகின்றன. பாப – புண்ணிய பலன்களில் நம்மைச் சேர்க்காத புராணக் கதை எதுவுமே கிடையாது. ஆகையால், ''நல்லவர்களாக இருந்து நல்ல காரியங்களைச் செய்து நன்மையை அடைந்தவர்களுடைய சரித்திரங்களை நாம் படித்தால் நாமும் அப்படியிருக்க ஒரு தூண்டுகோலாக இருக்கும். கெட்டவர்களாக இருந்து உலக க்ஷேமத்துக்குக் கேடு பண்ணிக்கொண்டு முடிவில் அதைவிடக் கஷ்டம் அடைந்தவர்களுடைய கதைகளைப் படிப்பதால் நாம் அந்த வழியில் போகாமல் லகானை இழுத்த மாதிரி இருக்கும்'' என்பதாகச் சரித்திரப் படிப்புக்குப் பிரயோஜனம் சொல்வதானால், இந்தப் பிரயோஜனத்தை வாஸ்தவத்தில் புராணத்தினால்தான் செய்ய முடிகிறது.

'நல்லது கெட்டவைகளைப் பற்றி நமக்கு ஒருவிதமான பாடமும் கற்பிக்காமல் வெறுமே கால வாரியாக பல ராஜாக்கள் ஆண்டதையும் சண்டை போட்டதையும் சொல்ல வேண்டியதில்லை. நாம் வாழ்க்கையில் எடுத்துக் கொள்ளும்படியான உபதேசம் இல்லாத சரித்திரம் நமக்கு வேண்டாம். ஆத்ம லாபமான சரித்திரங்களையே சொல்வோம்' என்ற அபிப்பிராயத்தோடு புராணங்கள் எழுதப்பட்டிருக்கின்றன.

புராணங்கள் பொய்யா, உருவகமா?

புராணத்தை நம்ப முடியாது என்று சொல்லி அதற்குக் காரணம், 'அதிலே இப்போது நாம் பார்க்கிற யதார்த்த நிலவரங்களுக்கு வேறான விஷயங்கள் இருக்கின்றன' என்கிறார்கள். தேவர்கள் வந்தார்கள், போனார்கள், வரம் கொடுத்தார்கள் என்றால் அதெல்லாம் இந்தக் காலத்தில் நடக்காததால், புரளி என்று தோன்றுகிறது. பெண்ணைக் கல்லாகச் சபித்தார்கள், சூரியனை உதிக்காமல் நிறுத்தி வைத்தார்கள் என்றெல்லாம் பார்த்தால்–இதெல்லாம் நம் சக்தியில் இல்லாத காரியங்களாக இருப்பதால் 'வெறும் புரட்டு' என்று நினைக்கத் தோன்றுகிறது.

இந்தக் காலத்தில் முடியவில்லை, இந்தக் காலத்தில் நடக்கவில்லை என்பதற்காக எந்தக் காலத்திலும் நடக்கவில்லை, நடக்கமுடியாது என்று எப்படிச் சொல்லலாம்? வேத மந்திர சக்தியும், உயர்ந்த தபஸும், யோகாநுஷ்டானமும் பூர்வத்தில் நிறைய இருந்தன என்பதற்கு எந்தப் பழைய புஸ்தகத்தைப் பார்த்தாலும் நிறைய ஆதாரம் இருக்கிறது. இவை இருந்த மட்டும் தேவசக்திகளெல்லாம் இந்த லோகத்தினராலேயே ஸுலபமாக கிரஹிக்கும்படி இருந்திருக்கின்றன. வெளிச்சம் இருந்தால் கூடவே நிழலும் இருக்கும் என்கிற ரீதிப்படி தேவசக்திகளைப் போலவே அஸுர ராக்ஷஸ சக்திகளும் ஸ்தூலமாகத்

தெரிகிற மாதிரி லோகத்தில் இருந்திருக்கிறார்கள். இப்போதும் தேவாஸுர யுத்தம் முதலானவை மநுஷ்யனின் கண்ணுக்குத் தெரியாமல் [நல்லது கெட்டதுகளின் மோதலாக] நடந்துகொண்டேதான் இருக்கிறது. அந்தக் காலத்தவர்களுக்கு இந்த நல்ல சக்திகளையும் கெட்ட சக்திகளையும் தபோ சக்தியால் கண்கொண்டு பார்க்க முடிந்தது. எல்லா விதமான Light waveகளும் Sound waveகளும் [ஒளி, ஒலி அலைகளும்] மநுஷ்யக் கண்ணின் லென்ஸுக்கு அகப்பட்டுவிடாது என்று விஞ்ஞானிகளே சொல்கிறார்கள்.

அதில் சில விஞ்ஞானிகள் இன்னும் ஒருபடி மேலே போய் occult என்கிற இயற்கைக்கு அதீதமான மர்ம சக்திகளைப் பற்றி ஆராய்ச்சி செய்து, 'தேவதைகள் இருக்கின்றன; நல்ல தேவதைகள், துர்த்தேவதைகள் எல்லாம் இருக்கின்றன' என்று எழுதி வைத்திருக்கிறார்கள்.

இப்போதும் அநேக யோகிகள், ஸித்த புருஷர்கள் இருக்கிறார்கள். ஐஸில் கிடந்தாலும் நெருப்பில் கிடந்தாலும் அது அவர்களுடைய சரீரத்தை பாதிப்பதில்லை. மழையை வரப்பண்ணுகிறார்கள்; பெய்கிற மழையை நிறுத்தவும் செய்கிறார்கள். இப்படிப் பலர் அதீந்திரியமான சக்தியோடு இருந்துகொண்டுதான் இருக்கிறார்கள். நமக்குத்தான் எதிலும் நம்பிக்கையில்லை. எல்லாவற்றிலும் ஸம்சயம்! பூர்வ காலத்தில் இப்படிப்பட்ட விசேஷ சக்திகளை தற்காலத்தைவிட ஏராளமானவர்கள் பெற்றிருந்த படியால்தான் புராணங்களைப் பார்த்தால் ஏகப்பட்ட 'மிராகிள்'களை சொல்வதாக இருக்கிறது.

இப்போதுங்கூட அங்கங்கே பத்துப் பன்னிரண்டு அடி நீளமுள்ள மனித எலும்புக் கூடுகள், புராண வர்ணனைப்படியான – தற்போது இல்லாத – பெரிய பெரிய மிருகங்களின் எலும்புக் கூடுகள் அகப்பட்டுக்கொண்டேதான் இருக்கின்றன. இதைப் பார்த்தால் பனை மர, தென்னை மர உயரமுள்ள ராக்ஷஸர்கள், சிங்கம் மாதிரியான உடம்பும் யானை மாதிரியான தும்பிக்கையும் கொண்ட யாளி போன்ற மிருகங்கள் பூர்வத்தில் இருந்திருக்கக் கூடுமென்றே தோன்றுகிறது. காலெலும்பு மாத்திரம் பதினாறு அடி நீளமுள்ள ஒரு மநுஷ்ய எலும்புக்கூடு, யானையைப் போல பத்து மடங்குகள் உள்ள ஒரு மிருகத்தின் எலும்புக்கூடு முதலானதுகளை ஐஸ்பெர்க்கில் ஆர்க்டிக் ரீஜனில் பனிக்கட்டிக்குள்ளிருந்து கண்டுபிடித்திருக்கிறார்கள். இதைப் பெரிய archaeological find [புதை பொருள் கண்டுபிடிப்பு] என்று கூத்தாடினார்கள். ஆர்க்கியாலஜியோடு, ஜியாலஜி [பூ-இயல்] யையும் சேர்த்து, இவை இத்தனை லட்சம் வருஷத்திற்கு முன் இருந்தவை என்கிறார்கள். இதோடு 'மைதாலஜி' [புராண இயல்] யையும் சேர்த்தால் நம்முடைய பழைய கதைகள் நிஜந்தான் என்றாகிவிடும்.

நமக்குத் தெரியாதது, தெரிய முடியாதது எல்லாவற்றுக்கும் பொய்யென்று பெயர் வைத்து விடுவது நியாயமில்லை. புராணத்திலே நம்பமுடியாதது என்று நாம் தள்ளிவிடுகிற ஒன்றே அவ்வப்போது நம் காலத்தில் நடந்துவிடுகிறது. பூர்வ ஜன்மத்தைச் சொல்வது முதலான அதிசயங்கள் இப்போதும் நியூஸ் பேப்பர்களில் வந்துகொண்டேதான் இருக்கின்றன. அதுவும் ஸமீப காலமாக இம்மாதிரி அதிசயச் செய்திகள் அதிகமாக வந்துகொண்டிருக்கின்றன.

■■■

நூல் முகம்

'புராணம்' என்ற சொல்லுக்கு பழமை, பழங்கதை, பழைய வரலாறு, மறைகள் கூறும் செய்திகளை வலியுறுத்திக் காட்டும் கதைகள் என்று விளக்கம் தரலாம்.

வியாசர் வடமொழியில் 'புராண சம்ஹிதை' என்றொரு நூலை இயற்றியதாகவும், அதன் வழி நூலாகத் தோன்றியவையே 'பதினெண் புராணங்கள்' என்றும் ஒரு கருத்து கூறப்படுகிறது.

வியாசர் என்பது ஒரு தனி நபர் பெயரா? அது ஒரு குடும்பப் பெயரா? அல்லது பட்டமா? என்ற ஐயப்பாடும் உள்ளது. மேலும் மன்வந்தரங்கள் பலவற்றில், 28-ஆவது மன்மந்தரத்தில் வாழ்ந்தவரே இந்த வியாசர், இவருடைய இயற்பெயர் கிருஷ்ண துவைபாயனர் என்றும், வேதங்களைத் தொகுத்தவர் என்பதால் வேதவியாசர், அல்லது வியாசவேதர் என்ற பெயர் அவருக்குண்டு என்பதும் அறியலாகிறது. ஒவ்வொரு மன்வந்தரத்தில் ஒவ்வொரு வியாசர் இருந்ததாகவும் ஒரு புராணப் பட்டியல் காட்டுகிறது.

பத்ம புராணத்தில் எந்தெந்த புராணம் எந்தெந்த கல்பத்தில் ஏற்பட்டவை என்றொரு பட்டியல் உள்ளது. மேலும் ஆய்வாளர்கள் "இன்றைய வடிவில் காணப்படும் புராணங்கள் துவக்கத்தில் ஏற்பட்ட நிலையிலிருந்து பல மாறுதல்களைப் பெற்றவை, பொதுவாக தற்போதுள்ள புராணங்கள் கி.பி. 300க்கும், கி.பி. 1000க்கும் இடைப்பட்ட காலத்தில் உருவானவை" என்று கூறுகின்றனர்.

'பதினெண் புராணங்கள்' எனப்படினும் அவை உண்மையில் வாயு புராணத்துடன் 19 என்று ரோமஹர்ஷனர் (அ) லோமஹர்ஷனர் கூற்றாக ஓர் ஆங்கில நூலில் வாயு புராணத்துடன் சேர்த்து 19 பெயர்கள் தரப்பட்டுள்ளன. இந்த ரோமஹர்ஷனர் வியாசரின் சீடர்களில் முதன்மையானவர் என்றும், புராணங்களைக் கூறும் இனத்தவர் என்பதால் சூதர், சூதமுனிவர், சூதபௌராணிகர் என்றும் அழைக்கப்படுகிறார்.

புராணங்கள் சூதமுனிவரால் நைமிசாரணிய முனிவர்களுக்கு உபதேசிக்கப்பட்டுப் பின்னர் சீடர்கள் பலர் மூலம் பரவின என்பர். அவை வடமொழியில் இயற்றப்பட்ட பின் தமிழ், தெலுங்கு, ஆங்கிலம் போன்ற பிற மொழிகளில் பிற்காலத்தில் மொழிபெயர்க்கப்பட்டன.

எனினும் புராணங்கள் முதன்முதலில் தோன்றிய வரலாறு பற்றி அகச்சான்றுகள் சில உள்ளன. எடுத்துக்காட்டுகள் :

1. 'சிவ புராணம்' பிரம்மாவால் நாரதருக்குக் கூறப்பட்டது.
2. 'கூர்ம புராணம்' புலஸ்தியரால் நாரதருக்குக் கூறப்பட்டது.
3. 'கருட புராணத்தை'க் கருடன் காசியபருக்குக் கூறினார்.
4. 'மார்க்கண்டேய புராணம்' மார்க்கண்டேயர் வியாசர் சீடர்களில் ஒருவரான ஜைமினி முனிவருக்குக் கூறியது.
5. 'அக்கினி புராணத்தை' அக்கினி தானே வசிஷ்டருக்குக் கூற அவர் வியாசருக்குக் கூறினார்.
6. 'வராக புராணம்' வராகரே கூறினார்.
7. 'கந்த புராணம்' கந்தனே கூறி அருளினார்.
8. 'வாயு புராணம்' வாயுவாலேயே கூறப்பட்டதாகும்.
9. 'விஷ்ணு புராணம்' மத்ஸ்யாவதார விஷ்ணு, மனுவுக்குக் கூறினார்.

புராணங்கள் அவற்றிற்கான முக்கிய இலக்கணங்களான ஐந்து அங்கங்களைக் கொண்டு விளங்குகின்றன.

1. பேரண்டத்தின் மூலப்படைப்பு, 2. பிரளயமும், அதன்பின் மறுப்படியும் உலகத் தோற்றமும், 3. பலவகை யுகங்கள், 4. சூரிய, சந்திர வமிச வரலாறுகள், 5. மற்ற அரச குலத்தினர்.

இவை ஐந்தையும் விளக்கும் புராணங்களே மகா புராணங்கள் ஆகும். இவையே அன்றி 18 உப புராணங்களும் உள்ளன.

பொதுவாகப் புராணங்கள் அயன், அரி, அரன் என்ற மும்மூர்த்திகளைப் பற்றிய கதைகளைக் கூறுவன. எனினும் பிரம்மாவின் புகழ்பாடுபவை ராஜஸ புராணங்கள். விஷ்ணுவின் புகழ் பாடுபவை சாத்வீக புராணங்கள், மற்றும் பூஜை, விரதங்கள், நீத்தார்கடன், தான, தருமங்கள், யாத்திரைத் தலங்கள் போன்றவற்றை விளக்குபவை சிவபெருமான் புகழ்பாடும் தாமசிக புராணங்கள் என்று வகுக்கப்பட்டுள்ளன.

இத்தகைய சூழ்நிலையில் புராணங்களில் கூறப்படும் செய்திகளிலும் ஆங்காங்கு வேறுபாடுகள் காணப்படுகின்றன. எடுத்துக்காட்டாக கீழே சில காட்டப்பட்டுள்ளன.

1. விஷ்ணு புராணத்தில் ‘ஆயிரம் கொடிய நரகங்கள், இயமனுடைய ஆதீனத்தில் உள்ளதாக’க் கூறப்படுகிறது. அவற்றுள் சிற்சில மட்டும் அக்கினி புராணம், விஷ்ணு புராணம், கருட புராணங்களில் விளக்கப்படுகின்றன.
2. ஏழுலகங்களின் பெயர்களில் பெரும்பாலானவை ஒன்றாக இருப்பினும், ஒன்றிரண்டு மாறுபட்டுள்ளன.
3. ‘துளசி பிருந்தா’ வரலாற்றில் வரும் பிருந்தாவின் கணவன் ஜலந்தரன் என்று சிவ, லிங்க புராணங்களிலும், சங்கசூடன் என்று பிரம்மவைவர்த்த புராணத்திலும் குறிக்கப்பட்டுள்ளன.
4. சுவேதன் வரலாறு மார்க்கண்டேயன் கதை போன்றது.
5. அரிச்சந்திரன் கதையும் மாறுபடுகிறது. கண்ணப்ப நாயனார் போன்ற கதை ஒன்றும் கூறப்பட்டுள்ளது.
6. லக்ஷ்மி பிருகு முனிவர் மகள் என்றும், பாற்கடலில் சந்திரனுடன் தோன்றினாள் என்றும் கூறப்படுகிறது.

இவ்வாறு புராணச் செய்திகளில், கதைகளில் ஆங்காங்கு முரண்பாடுகள் அமைந்துள்ளன.

குற்றம் இருப்பின் நீக்கி, குணம் கொள்வர் கற்றறிந்தோர் என்று கூறி இம் முகவுரையை நிறைவு செய்கிறேன்.

கீழ்க்கொவளவேடு. **கிருஷ்ணமாச்சாரியார்,**
எம்,ஏ.,பி.டி

சென்னை - 600 033.

■■■

ஸ்ரீ பிரம்ம புராணம்

அண்டத்துள் ஸ்ரீ பிரம்மா

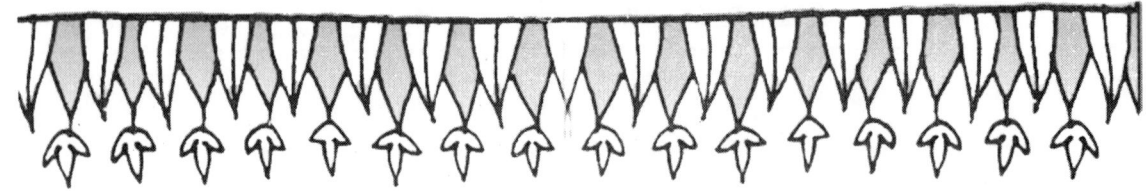

1
ஸ்ரீ பிரம்ம புராணம்

1. தோற்றுவாய்

'புராணங்கள்' என்பவை பண்டைய இலக்கியங்கள் ஆகும். அவை - மகா புராணங்கள் 18, உப புராணங்கள் 18. மகா புராணங்கள் பதினெட்டின் வரிசையில் சிலர் நான்காவது 'வாயு புராணம்' என்றும், சிலர் 'சிவபுராணம்' நான்காவது என்றும் கூறுவர். மகா புராணங்களில் முதலில் தோன்றியது 'பிரம்ம புராணம்' என்பதில் எத்தகைய கருத்து வேறுபாடும் இல்லை. எனவே இதனை 'ஆதிபுராணம்' என்றும் கூறுவர்.

புராண லக்ஷணங்கள் ஐந்து. 1) இந்தப் பேரண்டப் படைப்பு, 2) பிரளயம் மூலம் உலக அழிவும், மறுபடி தோற்றமும், 3) வெவ்வேறு மன்வந்தரங்கள், 4) சூரிய வமிச, சந்திர வமிச வரலாறு, 5) அரச பரம்பரைகள் சரிதம். இந்த ஐந்தும் பிரம்ம புராணத்தில் விவரிக்கப்பட்டுள்ளன.

பொதுவாக எல்லாப் புராணங்களும் அரி, அரன், அயன் என்ற மும்மூர்த்திகளைப் பற்றிக் கூறினும் சிவபுராணங்களில் சிவனை உயர்த்தியும், சிலவற்றில் விஷ்ணுவை உயர்த்தியும் பேசப்பட்டுள்ளன.

பிரம்ம புராணம் ஒரு ராஜசிக புராணம். புராணங்களை வேதவியாசர் எழுதினார் எனப்படுகிறது. இவருக்குக் 'கிருஷ்ண த்வைபாயனர்' என்ற பெயரும் உண்டு. தவிர, கருப்பு நிறத்துடன் தீயில் தோன்றியவர் என்று அந்தச் சொல்லுக்குப் பொருள்.

வேதவியாசர் என்பது தனி ஒருவர் பெயரா? அல்லது ஒரு பீடத்தின் பெயரா என்பது தெரியவில்லை. ஒவ்வொரு மன்வந்தரத்திலும் ஒவ்வொரு வியாசர் இருந்ததாகவும் கூறப்படுகிறது.

மகாபாரதத்தை இயற்றிய பின்னும் மன அமைதி ஏற்படாததால் வியாசர் புராணங்களை எழுத முற்பட்டார் என அறியலாகிறது.

பிரம்ம புராணத்தின் முதல் நூல் கிடைக்கப் பெறவில்லை என்றும், எனவே மகாபாரதம், ஹரிவம்சம், வாயுபுராணம், மார்க்கண்டேய புராணம், விஷ்ணு புராணம் ஆகியவற்றிலிருந்து செய்திகளைத் தொகுத்து தற்போது கிடைத்துள்ள பிரம்ம புராணம் உருவாக்கப்பட்டது என்பர். இது மிகப் பெரியதோ மிகச் சிறியதோ இன்றி நடுத்தரமாக உள்ளது.

2. உலகச் சிருஷ்டி

நைமிசாரணியத்தில் சனகாதி முனிவர்களுக்கு சூதமுனிவர் பிரம்ம புராணத்தைப் பற்றிக் கூறலானார். (வியாசரின் சீடன் ரோமஹர்ஷணர் கூறியதாகவும் சொல்லப்படும்).

எங்கும் நீர் சூழ்ந்திருக்க, பிரம்மனாகிய பகவான் விஷ்ணு யோகதுயில் கொண்டிருந்தார். நீருக்கு 'நர' என்றும், 'அயன' என்றால் 'படுக்கை' என்றும்

பொருள். எனவே விஷ்ணுமூர்த்தி நாராயணன் என்று பெயர் பெற்றார்.

நீரிலிருந்து ஓர் அண்டம் (முட்டை) வெளித்தோன்றியது. அதனுள் பிரம்மா இருந்தார். அவர் 'சுயம்பு' ஆவார். அவர் முட்டையின் இருபகுதியிலிருந்து சுவர்க்கத்தையும், பூமியையும் ஆக்கினார். அவ்விரண்டிலும் ஆகாயம், திக்குகள், காலம், மொழி, உணர்வுகள் உற்பத்தி செய்யப்பட்டன.

பிரம்மாவின் மனதிலிருந்து மரீசி, அத்திரி, ஆங்கிரசர், புலஸ்தியர், புலஹர், கிரது, வசிஷ்டர் என்ற சப்தரிஷிகளைத் தோற்றுவித்தார். பின்னர் ருத்திரனையும், சனத் குமாரரையும் தோற்றுவித்தார்.

மேலும் சில படைப்புகள்

பிரம்மா ஓர் ஆணையும், ஒரு பெண்ணையும் படைத்து அவர்கள் மூலம் மக்கள் பெருக்கத்துக்கு வித்திட்டார். ஆணின் பெயர் **சுவயம்புமனு;** பெண்ணின் பெயர் **சதரூபை.** இவர்களின் புத்திரன் மனு. மனுவிலிருந்து வளர்ந்த மக்கள் 'மானிடர் (அ) மானவர்' எனப்பட்டனர். அத்தம்பதியருக்கு வீரன், பிரியவிரதன், உத்தானபாதன் என்று மூவர் பிறந்தனர்.

உத்தானபாதனின் மகன் துருவன், துருவ நக்ஷத்திரமாக விளங்குகிறார். துருவன் பரம்பரையில் தோன்றிய பிராசீனபர்ஹிக்கு 'பிரசேதனர்கள்' எனப்படும் பதின்மர் பிறந்தனர். அவர்களுக்கு உலக வாழ்க்கையில் விருப்பமின்றித் தவம் செய்யப் புறப்பட்டனர். உலகைப் பராமரிக்க ஆள் இல்லாததால் எங்கும் காடுகள் பெருகி விட்டன.

பிரசேதனர்கள் கோபம் கொண்டு வாயுவையும், அக்கினியையும் தோற்றுவித்துக் காடுகளை அழித்தனர். அப்போது சோமன், ஓர் அழகிய பெண் மரீஷையுடன் பிரசேதனர்களை அணுகி, அவர்கள் கோபத்தைச் சாந்தமாக்கி மரீஷையை மணம் செய்வித்தார். அவர்களுடைய மகனே தக்ஷபிரஜாபதி.

3. தக்ஷன் சந்ததியினர்

தக்ஷனுடைய ஆயிரம் புத்திரர்களை நாரதர் அறவுரை கூறி தவம் செய்ய அனுப்பிவிட்டார். மறுபடியும் தோன்றிய ஆயிரம் பேர்களையும் அவ்வாறே அனுப்பி விட்டார். இவர்கள் ஹர்யக்ஷ்வர்கள், ஷவலஷ்வர்கள் என்பவர்கள் ஆவர்.

தக்ஷனுக்குப் பிறந்த அறுபது பெண்களில் பத்து பேரைத் தருமனுக்கும், பதின்மூன்று பேரைக் காசியப முனிவருக்கும், இருபத்தேழு பெண்களைச் சோமன் எனும் சந்திரனுக்கும், மீதிப் பெண்களை அரிஷ்டநேமி, வாஹுபுத்திரர், ஆங்கீஸர், கிரிஷஷ்வர் ஆகியோருக்கும் மணம் செய்வித்தான். தர்மனுக்கு மணம் செய்வித்த பத்து புத்திரிகளில் அருந்ததியின் மக்கள் உலகிற்கு விஷயமானவர்கள். வாசுவின் மக்கள் வசுக்கள் என்பர். அவர்களில் அனலனின் மகன் குமரன். கிருத்திகைப் பெண்களால் வளர்க்கப்பட்ட குமரன் கார்த்திகேயன் எனப்பட்டான். பிரபசாவின் மகன் விசுவகர்மா; தேவலோகச் சிற்பி.

சாத்யாவின் மக்கள் சாத்திய தேவர்கள்; விஸ்வாவின் மக்கள் விச்வதேவர்கள். சந்திரன் மக்கள் 27 பெண்கள், நக்ஷத்திரங்கள்.

காசியபரின் மனைவியரில் அதிதியின் மக்கள் 'ஆதித்தியர்கள்' ஆவர். திதி மக்கள் தைத்தியர்கள். ஹிரண்யாக்ஷன், ஹிரண்ய கசிபு அவள் புத்திரர்கள். தனுவின் புத்திரர்கள் தானவர்கள். தானவர்கள் வம்சத்தில் பௌலமர்கள், காலகேயர்கள் தோன்றினர்.

அரிஷ்டாவின் புத்திரர்கள் கந்தர்வர்கள். காசாவின் மக்கள் யக்ஷர்கள்.

சுரபிக்கு பசுக்கள், எருமைகள் தோன்றின. வினதாவுக்கு அருணன், கருடன் மக்கள். தாம்ராவின் ஆறு பெண்களுக்கு ஆந்தைகள், கழுகுகள், ராஜாளிகள், காக்கைகள், நீர்ப்பறவைகள், குதிரைகள், ஒட்டகங்கள், கழுதைகள் தோன்றின.

குரோதவஷையின் ஆயிரக்கணக்கான மக்கள் நாகர்கள். இளைக்கு மரம், கொடி, புதர் போன்றவை தோன்றின. கத்ருவின் மக்களாகிய நாகர்களில் அனந்தன், வாசுகி, தக்ஷகன், நஹுஷன் ஆகியோர் முக்கியமானவர். முனிக்கு அப்ரஸஸுகள் தோன்றினர்.

திதி, காசியபரிடம் இந்திரனை வெல்லக்கூடிய ஒரு மகனை அருள வேண்டினாள். குழந்தை கருவுற்ற நாளிலிருந்து நியம நிஷ்டைகளுடன் இருக்க வேண்டும் என்று காசியபர் கூறினார். அதற்குப் பங்கம் ஏற்பட்டால் நினைத்தது நிறைவேறாது என்றார்.

கருவுற்ற திதி ஒருநாள் கால்களைக் கழுவாமல் தூங்கச் செல்ல, இந்திரன் அணு அளவில் அவளது கருவுறையுள் நுழைந்து கருவை வஜ்ராயுதத்தால் ஏழு பகுதிகளாக்கிட, மறுபடியும் அந்த ஒவ்வொன்றும் ஏழாக மொத்தம் நாற்பத்தொன்பது துண்டுகளாயின.

கரு அழ, இந்திரன், 'மா ருத' (அழாதே) என்று கூற அவை மருத்துக்கள் எனப்பட்டன. திதிக்கு விரத பங்கம் ஏற்பட அவள் எண்ணம் ஈடேறவில்லை. மாறாக, அக்குழந்தைகள் அதாவது மருத்துக்கள் இந்திரனுக்கு உதவியாளராயினர்.

(சிருஷ்டியைப் பற்றி எல்லாப் புராணங்களும் கூறும் செய்திகள் ஒன்றே போல் காணப்படுகின்றன.)

4. பிருதுவும், பிருத்வியும்

துருவன் குலத் தோன்றல்களில் அங்கன் தரும நெறியில் நின்று வாழ்ந்தான். அவன் மனைவி மிருதியுவின் மகள் சுனிதை. மிருதியுவி தீய வழி செல்பவள். அவள் மூலம் அங்கனின் மகன் வேனன் தீயநெறிகளைப் பெற்றான். அவன் அதர்மசாலி.

அவன் தொல்லைகள் அதிகமாக, முனிவர்கள் அவனை அழைத்து முறையிட அவன் திருந்தவில்லை; மமதையுடன் நடந்து கொண்டான். எனவே, அவனைப்பற்றி அவனுடைய வலது தொடையைக் கடைய ஓர் அசிங்கமான குள்ள உருவம் தோன்றிற்று. அதைக் கண்ட அத்திரி முனிவர் அதனை ''நிஷித'' (உட்கார்) என்றார். அவன் பெயர் நிஷாதன் என்று ஆயிற்று. அவன் வம்சத்தினர் 'நிஷாதர்கள்' எனப்பட்டனர். அந்தப் பரம்பரையிலேயே துஷாரர்கள், துண்டுரர்கள் தோன்றினர். வேனனின் வலது கரத்தைக் கடைய 'பிருது' தோன்றினான். பின்னர் வேனன் இறந்தான். பிருதுவைச் சுற்றி ஓர் ஒளிவட்டம் காணப்பட்டது. அவன் கைகளில் ஒரு வில்லும், கேடயமும் இருந்தன.

தேவர்களும், முனிவர்களும் அவன் முடிசூட்டு விழாவுக்கு வந்தனர். சோமன், கிரகங்கன், வருணன், குபேரன், அக்னி, தக்ஷன், இந்திரன், பிரகலாதன், யமன், சித்திராதன், வாசுகி, தக்ஷகன், கருடன், ஐராவதம், உச்சச்சிரவம் போன்றோர் அவன் ஆட்சியில் அவனுக்கு உதவினர்.

பிருது நீதி, நெறிமுறை வழியில் தருமம் தவறாமல் ஆண்டு வர அவன் ஆட்சியில் அனைவரும் மகிழ்ந்தனர். பிருதுவைப் பெருமைபடுத்த முனிவர்கள் யாகம் செய்ய, அதிலிருந்து இரண்டு இனங்கள் தோன்றின. அவை சூதர்கள், மகதர்கள் எனப்பட்டனர்.

அவர்கள் பிருதுவின் புகழ்பாடி அவன் சிறப்பைப் பரப்பினர். அதைக் கேட்ட மக்கள் அவனிடம் வந்து இருக்க

இடமும், உண்ண உணவும் கிடைக்க வழி செய்யுமாறு வேண்டினர்.

பிருது கையில் வில்லும், அம்பும் ஏந்தி பூமியைக் கொல்ல எண்ண, பூமி பசு வடிவம் கொண்டு அனைத்துல கிலும் ஓட, அவனும் பின் தொடர்ந் தான். அது கண்ட நிலமாது (பசு படிவ) தான் ஒரு பெண் என்றும், தன்னைக் கொல்வதால் பாவமே மிஞ்சும் என்றும் வேறு வழியில் மக்கள் நன்கு வாழச் செய்யலாம் என்றும் கூறியது.

பின்னர் நிலமாது அதற்கான வழிமுறைகளைக் கூற பிருது அதன்படி செய்யலானான். வில்லினால் நிலத்தைச் சமன்படுத்த அதில் மக்கள் வாழும் இடமும், உண்ண உணவுப் பொருள்கள் பயிர் செய்யவும், அதற்கு உதவியாக மாடுகளும் வளர்ந்து மக்களுக்கு மகிழ்ச்சி ஏற்பட்டது.

இவ்வாறு பிருது செய்த நற்காரியங் களால் நிலம் 'பிருதிவி' எனப்பட்டது.

5. மன்வந்தரங்கள்

மன்வந்தரம் என்பது ஒரு கால வரையறை. யுகங்கள் கிருதயுகம், திரேதாயுகம், துவாபரயுகம், கலியுகம் என நான்கு. இவை நான்கும் முடிவது ஒரு மகாயுகம். சுமார் எழுபத்தொன்று மஹாயுகங்கள் கொண்டது ஒரு மன் வந்தரம். பதினான்கு மன்வந்தரங்கள் கொண்டது ஒரு கல்பம். பிரம்மனின் நாட்களில் ஒன்று கல்பம். ஒரு கல்பம் முடிந்ததும் உலகம் அழியும்.

ஒவ்வொரு மன்வந்தரத்திலும் ஒவ்வொரு மனு ஆண்டு வந்தான். தற்போதைய கல்பத்தில், ஏழாவது மன்வந்தரத்தில் வைவஸ்வதன் மனு ஆவான். ஒவ்வோரு மன்வந்தரத்திலும் வெவ்வேறு சப்தரிஷிகள், இந்திரன்கள் இருந்தனர். தற்போது நடைபெறுவது வைவஸ்வத மன்வந்தரம். இதில் வசிஷ்டர், காசியபர், கௌதமர், பரத்து வாசர், விசுவாமித்திரர், ஜமதக்கினி ஆகியோர் சப்தரிஷிகள் ஆவர். சரித்யர்கள், ருத்திரர்கள், வாசுதேவர்கள், வசுக்கள், மருத்துக்கள், ஆதித்தியர்கள், இரு அசுவினி தேவர்கள் கடவுளர் ஆவர்.

அடுத்து ஏழு மனுக்கள் இருப்பர். அதன்பின் உலகம் அழிந்து விடும். இவர்களில் ஐவர் சவர்ணி மனுக்கள் என்றும், மற்ற இருவர் பௌத்தியர், ரௌச்சியர் எனவும் பெயர் பெறுவர்.

(மேலும் 'மன்வந்தரங்கள்' விவரம் - மார்க்கண்டேய புராணம், விஷ்ணு புராணம் காண்க.)

6. சூரியனும் சூரிய வம்சமும்

காசியபர், அதிதிகளுக்குப் புத்திரன் 'விசுவாச்வனன்'. இவனுக்குச் சூரியன், மார்த்தாண்டன் ஆகிய பெயர்களும் உண்டு. இவனே 'சூரிய பகவான்'. அவ னுக்கு சஞ்ஜனா, சாயா என இரு மனைவியர். சஞ்சனாவுக்கு விசுவஸ்வத மனு, யமன் என்ற புத்திரர்களும் யமுனை என்ற பெண்ணும் உண்டு. சாயாவுக்குப் பிறந்தவர்கள் சவர்ணி மனு.

(இவர்களின் வரலாறு விவரமாக மார்க்கண்டேய புராணத்திலும், விஷ்ணு புராணத்திலும் கூறப்பட்டுள்ளது.)

7. வைவஸ்வத மனுவின் மக்கள்

புத்திரன் இல்லாத வைவஸ்வத மனு ஒரு யாகம் செய்தான். அதன் பயனாக அவனுக்கு இக்ஷ்வாகு, நிருகன், திருஷ்டன், சர்யாதி, நரிஷ்யந்தன், நாபா கன், அரிஷ்டன், கரூஷன், விருஷத்திரன் ஆகிய ஒன்பது புதல்வர்கள் தோன்றினர். மேலும் மனுமித்ரன், வருணன் என்னும் கடவுளர்களை வேண்டி 'இள' என்றும் பெண்ணைப் பெற்றான்.

இள, சந்திரனின் மகனான புதனை, மணந்து புரூரவனைப் பெற்றாள்.

இளை, சுத்யும்னன் என்ற ஆணாக மாறிவிட, அவனுக்கு உத்கலன், கயா, வினதஷ்வா ஆகிய புத்திரர்கள் பிறந்தனர். உத்கலன் ஒரிஸ்ஸாவை ஆண்டான்; கயா, கயாவையும், வினதஷ்வா மேற்குப் பகுதியையும் ஆண்டனர்.

சுத்யும்னன், இளை என்ற பெண்ணாக இருந்ததால் ஆட்சி செய்ய இயலாததால், அவனது பிரதிஷ்டான நகரை அவருக்குப் பின் புரூரவன் பெற்றான். வைவசுவத மனு இறந்த பிறகு அவனுடைய பத்து புத்திரர்களும் உலகைப் பகிர்ந்து கொண்டனர். இக்ஷ்வாகு மையப் பகுதியை ஆண்டு வந்தான்.

இக்ஷ்வாகு தான் செய்யப் போகும் யாகத்திற்குப் புதிதாக இறைச்சி கொண்டுவர அவன் மகன் விகுக்ஷியை அனுப்பினான். ஆனால், விகுக்ஷி பசியின் காரணமாக இறைச்சியை அவனே உண்டுவிட வசிஷ்ட முனிவர், மன்னன் இக்ஷ்வாகுவிடம், விகுக்ஷியை தேசப் பிரக்ஷ்டம் செய்யுமாறு கூறினான். விகுக்ஷி உண்டது ஒரு முயலின் இறைச்சி (சசக). எனவே அவன் 'சசதன்' என்று பெயர் பெற்றான்.

இக்ஷ்வாகு மரணத்திற்குப் பின் தேசப்பிரஷ்டம் செய்யப்பட்ட விகுக்ஷி திரும்பி வந்து நாட்டை ஆண்டான். அதுவே அயோத்தி நாடாகும்.

8. குபலஷ்வன்

விகுக்ஷியின் மகன் காகுஸ்தன். இந்த வமிசத்தின் விரிஹதஷ்யன் மகன், குபலஷ்வன். அவனுக்கு முடி சூட்ட விரும்பினான் தந்தை. அவ்வமயம் அங்கு வந்த உதங்க முனிவர் மன்னனைத் தடுத்து, ஒரு செய்தியைக் கூறினார்.

''துந்து என்றோர் அரக்கன் கடற்கரையில் வசிக்கிறான். அவனது மூச்சுக்காற்றினால் எங்கும் மணல் மேடு குவிந்துள்ளது. அவனைத் தேவர்களாலும் வெல்ல முடியவில்லை. எனவே, நான் என்னுடைய தவ வலிமையை உனக்குத் தருகிறேன். நீ அந்த அரக்கனைக் கொல்ல வேண்டும்'' என்று கூறினார்.

அதற்கு மன்னன் தன் மகன் குபலஷ்வன் அரக்கனைக் கொல்வான் என்று கூறி வனம் சென்றுவிட்டார்.

குபலஷ்வன், தனது நூறு புத்திரர்களுடன் உதங்கனை அழைத்துக் கொண்டு துந்துவை அழிக்கச் சென்றான். துந்துபியின் திரிதஷ்வன், சந்திரஷ்வன், கபிலக்ஷ்வன் என்ற மூன்று மகன்களைத் தவிர மற்றவரைக் கொன்றான். துந்து அரக்கனும் கொல்லப்பட்டான்.

இதனால் குபலக்ஷ்வன், 'துந்து மாறன்' எனப்பட்டான். முனிவனின் ஆசியால் இறந்த மக்கள் மோட்சம் அடைந்தனர்.

9. திரிசங்கு

திரிதஷ்வனுக்குப் பின் ஆண்ட திரியருனி என்ற மன்னன் நீதி நெறி வழுவாமல் தர்மவானாக நாட்டை ஆண்டு வந்தான். ஆனால், அவனது புத்திரன் சத்திய விரதன் அவனுக்கு நேர்மாறாக அதர்மவானாய் இருக்க வசிஷ்டர் அவனைத் தேசப்பிரஷ்டம் செய்யச் செய்தார். சத்தியவிரதன் காட்டில் சண்டாளர்களுடன் வாழ்ந்து வந்தான்.

சில நாட்கள் கழித்து மன்னன் திரியருனி தவம் செய்ய காடு செல்ல, நாட்டை ஆள அரசன் இல்லாததால் நாட்டில் அராஜகம், பஞ்சம் பன்னிரண்டு ஆண்டுகள் தாண்டவமாடின.

அந்நாட்டில் வசித்து வந்த விசுவாமித்திர முனிவர் காட்டில் தவம் செய்து கொண்டிருந்ததால் அவருடைய

மனைவி மக்கள் மிகவும் பாதிக்கப் பட்டனர். அவள் தன் மகனை விற்று தனக்கான உணவைப் பெற அவன் கழுத்தில் கயிறு கட்டி அழைத்துச் சென்று அவனை ஆயிரம் பசுக்களுக்கு விற்றுவிட்டாள். அவன் கழுத்தில் (கால) கயிறு கட்டப்பட்டதால் அவன் 'காலவன்' எனப்பட்டான்.

இஃதறிந்த சத்தியவிரதன், விசுவா மித்திரரின் மனைவி மக்களுக்கு ஏற்பட்ட கதியை அறிந்து காலவனை விடுவித்து அவர்களை ஆதரித்து வந்தான். தன்னைத் தேசப்பிரஷ்டம் செய்யக் காரணமான வசிஷ்டர்மீது கோபம் கொண்ட அவன், அம் முனிவ ருடைய பசுவைக் கொன்று அதன் மாமிசத்தை, விசுவாமித்திரரின் மனைவி மக்களுக்குக் கொடுத்து தானும் உண்டான்.

இதனால் கோபம் கொண்ட வசிஷ்டர் சத்தியவிரதனைச் சபித்தார். அவன் செய்த மூன்று தவறுகளைச் சுட்டிக் காட்டினார். *1)* உன் தகப்பனார் கோபத்துக்கு ஆளானாய், *2)* பசுவைக் கொன்றாய், *3)* பசு இறைச்சியை உண்டாய் என்று கூறி இனி அவன் 'திரிசங்கு' என்ற பெயர் பெறுவான் என்று சபித்தார்.

தவம் முடிந்து திரும்பிய விஸ்வா மித்திரர், சத்தியவிரதன் தன் குடும்பத் துக்குச் செய்த உதவிக்காக மகிழ்ந்து அவனுக்கு என்ன வரம் வேண்டும் என்று கேட்க, திரிசங்கு மானிட உடலுடனேயே சுவர்க்கம் போக விரும்ப, அவ்வாறே விஸ்வா மித்திரர் அருளினார். திரிசங்கு மன்னனாக விஸ்வாமித்திரர் அவருக்கு முக்கிய குருவானார்.

10. சகரன்

திரிசங்குவின் மகன் ஹரிச்சந்திரன். இவர்கள் வம்சத் தோன்றல் பாகு. அவன் இல்லற சுகத்தில் ஈடுபட்டு மகிழ்ந் திருக்க பகைவர்கள் படை எடுத்து வர, அவன், மனைவி யாதவியுடன் காட்டிற்குச் சென்று வசிக்கலானான்.

பாகுவை விரட்டியவர்கள் ஹதயர் களும், தலஜங்கா மன்னர்களும். அவர் களுக்கு சகர்கள், யவனர்கள், பரதர்கள், காம்போஜர்கள், பஹ்லவர்கள் உதவினர்.

காட்டில் மன்னன் பாகு மரிக்க, அவன் மனைவி யாதவி உடன்கட்டை ஏற விரும்பினாள். அவள் கருவுற் றிருந்ததால் அவளை அவுர முனிவர் தடுத்து நிறுத்தி தன் குடிலுக்கு அழைத்துச் சென்று ரக்ஷித்து வந்தார்.

பாகுவின் மற்றொரு மனைவி யாதவிக்கு விஷமூட்டிக் கொல்ல முயன்றாள். ஆனால், விஷம் அவளுக்கு எந்தப் பாதிப்பும் ஏற்படுத்தவில்லை. எனினும் குழந்தை நச்சுடனே பிறக்க அது 'சகரன்' எனப்பட்டது.

அவுர முனிவர் சகரனுக்கு சகல கல்விகளையும், வித்தைகளையும் கற்பித்தார். புனித ஆக்னேய அஸ்தி ரத்தை உபயோகிக்கும் முறையையும் அவன் கற்றான்.

சகரன் பெரியவனானவுடன் தன் தந்தையை விரட்டிய பகைவர்களை ஆக்கினேய அஸ்திரத்தின் உதவியால் வென்று அவர்களைக் கொல்ல யத்தனிக் கையில், வசிஷ்டர் அவர்களை முடி நீக்கிடுதல் போன்றவை செய்து அவமானப்படுத்துமாறும், கொல்ல வேண்டாம் என்றும், அவர்கள் வேதங் களைப் பின்பற்றக்கூடாது என்றும் கூறினார். சகரன் தோற்கடித்த மன்னர்கள் கோனசர்ப்பர்கள், மஹிஷகர்கள், தார்வர்கள், சோழர்கள், கேரளர்கள் ஆகியோர்.

சகர மன்னனுக்கு கேசினி, சுமதி என்று இரண்டு மனைவியர். அவுர

முனிவர் அருளால் கேசினிக்கு ஒரு மகனும், சுமதிக்கு அறுபதினாயிரம் புத்திரர்களும் பிறந்தனர். கேசினியின் மகனின் பெயர் பஞ்சஜனன். சுமதிக்கு ஒரு பூசணிக்காய் தோன்ற அதனுள் ஒரு மாமிச பிண்டம் இருந்தது. அதை ஒரு பெரிய நெய் பானையில் வைத்தனர். அதில் நெய் நிரம்பி இருந்தது. அந்த பிண்டத்திலிருந்து அறுபதாயிரம் மக்கள் பிறந்தனர்.

சகரன் உலகை ஒரு குடைக்கீழ் ஆள திக் விஜய யாத்திரை தொடங்கினான். அதற்காக ஓர் அசுவமேத யாகம் செய்ய யாகக் குதிரையை உலகெங்கும் திரியவிட, அறுபதினாயிரம் மக்களும் அதனைப் பின் தொடர்ந்திட, குதிரை தென்கிழக்குக் கடற்கரையை அடைந்தது. சகர புத்திரர்கள் ஓய்வெடுத்துக் கொண்டிருந்தபோது குதிரை களவாடப் பட்டது.

குதிரையைத் தேடிச் சென்ற அவர்கள் தவம் செய்து கொண்டிருந்த முனிவரைக் கண்டனர். அவர்கள் வருகையால் தவம் கலைந்த முனிவர் அவர்களைக் கோபத்துடன் உற்று நோக்க, அவர்கள் எரிந்து சாம்பலாயினர். அவர்களில் வர்ஹிகேது, சுகேது, தர்மகேது, பஞ்சஜனன் நால்வர் மட்டும் தப்பிப் பிழைத்தனர்.

சாகரத்திலிருந்து யாகக்குதிரை சகரனால் பெறப்பட்டதால் அது 'சாகரம்' எனப்பட்டது.

பஞ்சஜனனின் மகன் அமஷுமனன். அவன் மகன் திலீபன். திலீபன் மகன் பகீரதன் தவம் செய்து கங்கையை உலகுக்குக் கொண்டுவர, வரும் வழியில் சாம்பலான சகர புத்திரர்களைக் காத்து மோக்ஷம் கிடைக்கச் செய்தான். பகீரதனால் புவிக்குக் கொண்டு வரப் பட்ட கங்கை 'பாகீரதி' என்று பெயர் பெற்றது.

பகீரதனின் பின் வந்தோர்களில் ரகு, ரகுவின் மகன் அஜன். அவன் மகன் தசரதன், தசரத குமாரன் ஸ்ரீ ராமச்சந்திரன் அனைவரும் சூரிய வம்சத்தினரே.

(மேலும் விபரங்களுக்கு விஷ்ணு புராணம் காண்க)

11. சந்திரனும் சந்திர வமிசமும்

அத்திரி முனிவரின் மகன் சோமன் (அ) சந்திரன் ஆவான். பிரம்மன் சந்திரனைத் தன் தேரில் ஏற்றிக் கொண்டு உலகை இருபத்தொன்று முறை சுற்றி வந்தார். பிறகு மீதியிருந்த சக்தியிலிருந்து மூலிகைகள் உற்பத்தி ஆயின.

சந்திரன் ஒரு பத்ம ஆண்டு (பல மினியன் ஆண்டுகள்) தவம் செய்ய பிரம்மன் தோன்றி அவனை விதைகள், மூலிகைகள், சமுத்திரங்களுக்கு அதிபதி ஆக்கினான். அதனால் சந்திரன் ஒரு ராஜசூய யாகம் செய்தான். இது அவனுக்குப் புகழ், கீர்த்தி, செல்வம், மரியாதை ஆகியவற்றைக் கொடுத்தது.

இதனால் மமதை கொண்ட சந்திரன், பிரகஸ்பதியின் மனைவியைக் கடத்திட, மற்ற தேவர்கள், அவளை விட்டு விடுமாறு கூற, தேவர்களுக்கும் சந்திரனுக்கும் இடையே கடும் போர் ஏற்பட்டது. பிரகஸ்பதி பக்கம் தேவர்களும், சிவனும் சேர்ந்திட, சந்திரன் பக்கம் அசுரர்களும், சுக்கிராச்சாரியாரும் சேர்ந்திட நடந்த இந்தப் போருக்கு 'தாரகாமய சங்கிராமம்' என்று பெயர்.

இறுதியில் பிரம்மன் இருதரப்பினரையும் சமாதானம் செய்தார். இந்நிலையில் சந்திரனுக்கும், தாராவுக்கும் 'புதன்' பிறந்தான். இந்த புதன் இளையை மணந்தான் என்று முன்பே கூறப் பட்டது.

12. சந்திர வமிச மன்னர்கள்

யயாதி : சந்திர குலத்தில் தோன்றிய வலிமை மிக்க மன்னன் நகுஷன். அவன் விரஜா என்பவளை மணந்து யதி, யயாதி, சம்யாதி, ஆயாதி, வியாதி,

கிருதி என்ற ஆறு புத்திரர்களைப் பெற்றான். நகுஷனுக்குப் பிறகு யயாதி அரசனானான்.

யயாதி சுக்கிராச்சாரியார் மகளான தேவயானையையும், தானவ மன்னன் மகளான சர்மிஷ்டையையும் மணந்தான். தேவயானிக்கு யது, துர்வசு என்று இரண்டு மகன்களும், சர்மிஷ்டைக்கு துருஹ்யு, அனு, பூரு என்ற மூன்று மகன்களும் பிறந்தனர்.

யயாதி பேரும், புகழுடனும் வாழ்ந்து, முதுமை வர தன் ராஜ்யத்தை தன் மக்களுக்குப் பகிர்ந்து கொடுத்தான். அவன் உலகம் முழுவதும் யாத்திரை செய்ய விரும்பினான். எனவே, அவன் யதுவை அழைத்து தன் முதுமையை ஏற்று அவனது இளமையைத் தரவும் வேண்டினான். அவன் மறுத்துவிட கோபம் கொண்ட யயாதி அவனும், அவன் மக்களும் அரசாள மாட்டார்கள் என்று சாபம் தந்தான். அவன் மற்ற புத்திரர்களையும் அவ்வாறே வேண்டிட அனைவரும் மறுக்க அனைவரையும் அவ்விதமே சபித்தான். ஆனால் பூரு மட்டும் தந்தை வேண்டுகோளை ஏற்று, தனது இளமையை யயாதிக்கு கொடுக்க, தந்தை மகனை வாழ்த்தினான். பல ஆண்டுகள் கழித்து யயாதி உலக இச்சையை வெறுத்து தன் இளமையை மறுபடியும் பூருவுக்குக் கொடுத்து முதுமையைப் பெற்றுக் கொண்டான். பின்னர் காட்டுக்குத் தவம் செய்யச் சென்றான்.

(விஷ்ணு புராணத்தில் சுக்கிராச்சாரி யாரின் சாபத்தினால் முதுமை ஏற்பட்ட தாகக் கூறப்படுகிறது.)

பூருவுக்குப் பின் பரதன் என்பவன் நாட்டை ஆண்டதால் நாடு 'பாரத வர்ஷம்' எனப் பெயர் பெற்றது. இந்தக் குலத்தில் தோன்றிய மன்னன் குருவுக்குப் பின் வந்தவர்கள் கௌரவர் கள் எனப்பட்டனர். குருவின் பெயரா லேயே 'குருக்ஷேத்திரம்' அப்பெயரைக் கொண்டது.

துர்வசுவின் சந்ததியில் பாண்டியர், கேரளர், கோலர், சோழர்கள் தோன்றி னர். துருஹ்யனின் குலத்தில் காந்தார மன்னர்கள் தோன்றினர்.

யதுவுக்கு சகஸ்ரதன், பயோதன், குரோஷ்டு, நீலன், அஞ்சிகன் என்று ஐந்து புத்திரர்கள். சகஸ்ரதனின் குலத்தோர் ஹதயர்கள் எனப்பட்டனர். இவர்களில் சிறந்த மன்னன் கார்த்த வீர்யாச்சுனன்.

(கார்த்த வீர்யாச்சுனன் வரலாறு – விஷ்ணு புராணத்தில் காண்க)

குரோஷ்குக்குப் பின் வந்தவர்கள் விருஷ்ணி, அந்தகர் முதலியோர். இதில் விருஷ்ணி குலத் தோன்றலே ஸ்ரீ கிருஷ்ணன் ஆகும்.

13. பூ மண்டலப் பிரிவுகள்

பூமண்டலம் ஏழு தீவுகளாகப் பிரிக்கப்பட்டுள்ளது. அவற்றைச் சுற்றி ஏழு வகையான சமுத்திரங்கள் உள்ளன. ஏழு வகையான பர்வதங்கள் உள்ளன.

பாரத வர்ஷம் எனப்படும் நம் நாடு எட்டுப் பிரிவாக உள்ளது. இந்திரத் தீவு, சுசேருமனத்தீவு, தாம்ரபரணத்தீவு, கபஸ்தி மானத்தீவு, நாகத்தீவு, சௌம்யத் தீவு, காந்தர்வத்தீவு, வாருணத்தீவு என்பவை பாரதம். ஒன்பதாவது பகுதி கடலில் மூழ்கிவிட்டது. பாரத வர்ஷத் தின் கிழக்கில் கிராதர்களும், மேற்கில் யவனர்களும் உள்ளனர்.

பூமிக்கடியில் அதலம், விதலம், நிதலம், சுதலம், தலாதலம், ரஸாதலம், பாதாளம் என்று ஏழு உலகங்கள் உள்ளன. இவற்றில் தைத்தியர்கள், தானவர்கள், நாகர்கள் ஆகியோர் வசிக்கின்றனர். இந்தப் பாதாள லோகங்கள் மிகவும் அழகியவை, இங்கு பொன்னும் பொருளும் குவிந்து கிடக்

கின்றன. இங்கேயும், காடு, பறவைகள் போன்ற ஜீவராசிகளும் நிறைந்துள்ளன என்று நாரதர் கூறினார். பூமண்டலப் பகுதியாக பல நகரங்கள் அமைந்துள்ளன. இதற்கெல்லாம் தலைவன் யமதர்மராஜன். அவரவர் செய்யும் பாவங்களுக்கு ஏற்ப இங்கு ஜீவன் தண்டிக்கப்படுகிறது. பாவப் பிராயச்சித்தம் செய்தவர்களும் புனிதர்களும் நரகங்களுக்குச் செல்லார். ஸ்ரீ கிருஷ்ணனைத் தியானிப்பதே சிறந்த தவமாகும்.

மண்ணிலிருந்து விண் வரை பரவியிருப்பது இப்பூமி. புவர் லோகம் இதில் ஒரு பகுதி. மற்றும் வரிசையாக சூரிய மண்டலம், சந்திர லோகம், புதன், சுக்கிரன், அங்காரகன், குரு, சனி, சப்தரிஷி மண்டலம், துருவ லோகம் என்று பல பிரிவுகள் உள்ளன. கல்ப முடிவில் பூலோகம், புவர் லோகம், சுவர் லோகம் மட்டும் அழியும்.

(விரிவான செய்திகள் - விஷ்ணு புராணம் காண்க)

14. கோனாரக் (உத்கல நாடு)

ஒரிஸ்ஸா (அ) உத்கலப் பகுதியில் வேத சாஸ்திர புராணங்கள் அறிந்த பிராமணர்கள் உள்ளனர். யஜ்ஞ, யாகாதிகள் நடத்தும் திறம்மிக்க பண்டிதர்கள். இங்கு கோனாதித்தியன் எனப்படும் சூரியன் வடிவம் உள்ளது. **அர்க்க, ஆதித்தியா என்பவை சூரியனுடைய பெயர்கள்.** கோனாதித்தியன் என்றாலும் கோனார்க் என்றாலும் ஒன்றையே குறிக்கும்.

கோனாதித்தியன் (அ) சூரியனின் விக்கிரகத்தைப் பார்த்தாலே, தரிசனம் செய்தாலே பாவம் பொடிபடும்.

இதைச் சுற்றியுள்ள மணற் பகுதியில் மரங்கள் செழிப்பாக வளர்கின்றன. சூரியோதயத்தில் இக்கடவுளைத் தரிசிப்பது மிகவும் சிறப்புடையது. கிழக்கு நோக்கி நின்று, எட்டு இதழ்கள் கொண்ட தாமரை மலர், சிவப்பு சந்தனம், தாமரை இதழ்கள் ஆகிய வற்றைப் பரப்பி, அதன்மீது ஒரு தாமரைச் சொம்பில் நெல், எள், நீர், சிவப்புச் சந்தனம், சிவப்பு மலர்கள், தர்ப்பை கொண்டு நிரப்ப வேண்டும். இத்தகைய அமைப்பில் தாமரை இதழ்கள்மீது சூரிய பகவானை எழுந்தருளுமாறு பிரார்த்தனை செய்ய வேண்டும். இவ்வாறு இக்கோயிலிலுள்ள சூரிய தேவனைப் பூஜை செய்தால், ஏழு பிறப்பு வினைகளும், பாவங்களும் நீங்கும். இந்திரன், தத்தன், பர்ஜன்யன், த்வஷ்டன், புஷன், ஆர்யமன், பகன், விவஸ்வனன், விஷ்ணு, அம்ஷுமனன், வருணன், மித்திரன் என்ற பன்னிரண்டும் சூரியனின் வெவ்வேறு உருவங்களே.

சூரியன், இந்திரனாக தேவர்களின் பகைவர்களை அழிக்கிறான். தத்தனாகப் படைக்கிறான். பர்ஜன்னியனாக மழையைப் பொழிவிக்கிறான். த்வஷ்டனாகத் தாவரங்களில் வாழ்கிறான். புஷனாகத் தான்யங்களை உற்பத்தி செய்து வளர்க்கிறான். ஆர்யமனாக காற்றை வீசுகிறான். பகலனாக எல்லா ஜீவராசிகளிலும் குடிகொண்டுள்ளான். விவஸ்வனனே தீயாகி உணவாக்க உதவுகிறான். விஷ்ணுவாக துஷ்ட நிக்கிரகம் செய்கிறான். அம்ஷுமனாகக் காற்றில் உள்ளான். வருணனாக நீரிலும், மித்திரனாக சந்திரனிலும் சமுத்திரத்திலும் உள்ளான்.

மேற்கூறிய பன்னிரண்டு பெயர்களில் பன்னிரண்டு மாதங்களில் பிரகாசிக்கிறான். இந்தப் பன்னிரண்டிலும் கதிர்கள் வெவ்வேறு அணுவில் ஒளிர்கின்றன.

இவையே அன்றி சூரியனுக்கு மேலும் பன்னிரண்டு பெயர்கள் உள்ளன. அவை முறையே ஆதித்தியன்,

சவிதன், சூரியன், மித்திரன், அர்க்கன், பிரபாகரன், மார்த்தாண்டன், பாஸ்கரன், பானு, சித்திரபானு, திவாகரன், ரவி என்பவை.

இந்த பிரம்ம புராணத்தில் சூரியனுடைய அஷ்டோத்திர நாமங்களும் கொடுக்கப்பட்டுள்ளன.

(மேலும் விவரங்கள் - விஷ்ணு புராணம், மார்க்கண்டேய புராணம் காண்க.)

15. இந்திரத்யும்னனும் புருஷோத்தம க்ஷேத்திரமும்

சத்திய யுகத்தில் இந்திரத்யும்னன் என்ற புகழ் பெற்ற மன்னன் இருந்தான். அவன் சத்தியம், நீதி, நெறிமுறையை தவறாது ஆண்டு வந்தான். அவன் ஒரு நல்ல க்ஷேத்திரத்தில் ஸ்ரீ விஷ்ணுவைத் தரிசிக்க நினைத்தான். ஆனால், எந்தத் தலமும் அவனுக்குத் திருப்தி அளிக்கவில்லை.

அந்த மன்னனின் தலைநகரம் அவந்தி மாளவ நாட்டில் இருந்தது. எல்லா வகையிலும் அந்த நகரம் சிறப்பு வாய்ந்து விளங்கியது. அழகு, இயற்கை, எழில், கோட்டை, யாவும் பெற்றிருந்தது.

அந்நகரில் **மகாகாலன்** என்ற சிவன் கோயில் கீர்த்தி வாய்ந்தது. மகாகாலனைத் தரிசித்தால் ஆயிரம் அசுவமேத யாகம் செய்த பலன் கிட்டும்.

அவந்தி நகரில் **ஷிர்பா நதி** ஓடுகிறது. அதன் கரைகளில் விஷ்ணுவுக்கு கோவிந்தசாமி ஆலயம், விக்கிரமஸ்வாமி ஆலயம் என இரண்டு ஆலயங்கள் இருந்தன.

இவ்வளவு இருந்தும் அவை மன்னனுக்கு மனத் திருப்தி தரவில்லை. எனவே, அவன் ஸ்ரீ விஷ்ணுக்குப் புதியதாக ஓர் ஆலய நிர்மாணம் செய்யத்தக்க இடத்தைத் தேடினான். இவ்வாறு தேடிய அவன் இறுதியில் தெற்கிலுள்ள லவண சமுத்திரக் கரையை அடைந்தான்.

ஆங்கோர் இடத்தில் பூக்களும், பழங்களும் நிறைந்து, பலவிதப் பறவைகளும் நிறைந்த ஓரிடத்தைத் தேர்ந்தெடுத்தான். அதுதான் தற்போது பூரி என்று புகழ்பெற்ற புருஷோத்தம க்ஷேத்திரம்.

இந்தத் தலம் ஒரு முக்கிய தீர்த்தமாகும். ஆனால் அதைப் பற்றிய விவரங்கள் மறைந்து கிடந்தன. இந்த இடத்தில் முன்பொரு விஷ்ணு கோயில் புகழ் பெற்று விளங்கியது. அந்த விஷ்ணு மூர்த்தியைத் தரிசித்தவர் எல்லாப் பாவங்களும் நீங்கிப் புனிதராயினர். இதனால் அங்கு எந்தப் பாவியையும் தண்டிக்க முடியாத யமதர்மன் பகவானிடம் முறையிட விக்கிரகம் மணலில் புதையுண்டு போயிற்று.

இந்த இடம் இந்திரத்யும்னனுக்கு மிகவும் பிடித்துவிட்டது. இதன் அருகில் மஹாநதி ஓடிக் கொண்டிருந்தது. ஒரு முகூர்த்த நாளில் ஆலய நிர்மாணத்துக்கான அடிக்கல் நாட்டப்பட்டது.

இச்செய்தியைப் பற்றி கலிங்க, உத்கல, கோசல நாட்டு மக்களுக்கும் தெரிவித்து ஆலயத்துக்கான கற்களை வேண்டினான். விந்திய மலைகளிலிருந்து கற்கள் படகுகளிலும், தேர்களிலும் வந்து சேர்ந்தன. மற்ற நாட்டு மன்னர்களும் ஆலய நிர்மாணச் செய்தியை அறிந்து ஒன்று கூடினர். அவர்களிடம் மன்னன் தான் மிகக் கடினமான இரண்டு பணிகளை மேற்கொண்டிருப்பதாகவும், அவர்களது உதவியால் அவை நிறைவு பெறும் என்ற நம்பிக்கையையும் விண்ணப்பித்தான்.

ஜம்புத்வீபத்திலிருந்து வேதசாஸ்திர விற்பன்னர்கள் வந்தனர். சிறப்பாக யாகசாலை நிர்மாணம் செய்யப்பட்டு

யாகம் நல்ல முறையில் நடந்தேறியது. இனி விக்கிரக உருவாக்கம் பற்றித் தன் கவனத்தைச் செலுத்திய மன்னன் ஒரு கனவு கண்டான். அதில் மகாவிஷ்ணு தோன்றி ''கவலை வேண்டாம். சூரியோ தயத்தில் சமுத்திரக்கரைக்குச் செல். அங்கு நன்கு வளர்ந்த ஒரு மரம் பாதி நீரிலும், பாதி மணலிலுமாக ஓங்கி வளர்ந்திருக்கும். அதை வெட்டி எடுத்து அதைக் கொண்டு பிரதிமைகளை உருவாக்கு'' என்றார்.

மரம் இரண்டு துண்டாக வெட்டப் படும்போது அங்கே விஷ்ணுவும், விச்வ கர்மாவும் இரண்டு அந்தணர் வடிவில் தோன்றினர்.

அவர்கள் மரத்தை ஏன் வெட்டினாய் என்று கேட்க, மன்னன் கனவில் விஷ்ணு இட்ட ஆணையைப் பற்றி விளக்கி னான்.

அப்போது அந்தணர் வடிவில் இருந்த விஷ்ணு அது நல்ல காரியம் என்று சிலாகித்து, மேலும் தன் அருகிலுள்ள அந்தணச் சிறந்த சிற்பி விக்கிரகம் அமைத்துக் கொடுப்பார் என்று கூறினார்.

அந்த அந்தணச் சிற்பி உதவியால் மூன்று பிரதிமைகள் உருவாகின. ஒன்று, வெள்ளை நிறத்தில் உருவான பலதேவர் எனப்படும் பலராமர் விக்கிரகம். கண்கள் மட்டும் சிவப்பாக அமைந்தன. நீலவர்ண உடை, தலை மீது பாம்புப் படம், கையில் கதைகளுடன் ஏற்பட்டது.

இரண்டாவது, ஸ்ரீ கிருஷ்ணனின் பிரதிமை. நீல நிறம். தாமரைக் கண்கள், மஞ்சள் உடை, கையில் சக்கராயுதத் துடன் உருவாயிற்று.

மூன்றாவது, கிருஷ்ணனின் சகோதரி சுபத்திரையின் பிரதிமை. பொன்னா லான பட்டாடையுடன் தோன்றியது.

கண நேரத்தில் பிரதிமைகள் உரு வானது கண்ட மன்னன் பிரத்யும்னன் அந்தணர்களின் கால்களில் வணங்கி ''நீங்கள் உண்மையில் அந்தணர்கள் அல்லர். நீங்கள் யார்?'' என்று வின வினான்.

உடனே இருவரும் விஷ்ணு, விசுவ கர்மாவாகத் தோன்ற மன்னன் மெய் மறந்து நின்றான். மகாவிஷ்ணு இந்திரத் யும்னனை ஆசீர்வதித்தார். ''நெடுங் காலம் நாட்டை ஆண்டு பரமபதத்தை அடைவாய்'' என்று கூறி மறைந்தார்.

ஒரு நன்முகூர்த்த நாளில் மூன்று விக்கிரகங்களும் ஆலயத்தில் பிரதிஷ்டை செய்யப்பட்டன.

16. மார்க்கண்டேயரும் புவனேசுவரர் ஆலயமும்

முன்காலத்தில் மார்க்கண்டேயர் என்ற முனிவர் கடும் தவம் செய்து வந்தார். எங்கும் நீரும் அந்தகாரமும் சூழ்ந்தன. உலகெங்கும் தீ பரவியது. மார்க்கண்டேயரையும் தீ பாதிக்க அவர் ஓர் ஆலமரத்தைக் கண்டார். அதன் அடியில் அமர்ந்து தொடர்ந்து விஷ்ணுவை நோக்கித் தவம் செய்ய லானார். ஜலத்தின்மீது பள்ளி கொண் டிருந்த விஷ்ணு பகவான் மார்க்கண்டே யனிடம், ''அச்சம் வேண்டாம். என்னுடைய பக்தனாகிய உன்னைக் காப்பாற்றுவேன்'' என்றார்.

தன்னுடன் பேசியது யார்? என்ற வியப்பில் ஆழ்ந்திருந்தபோது ஆலமரம் நீரில் மிதக்க அதனடியில் கிளைகளின் மீது ஒரு தங்கப் படுக்கையில் ஒரு சிறுவன் படுத்திருப்பதைக் கண்டார். அச்சிறுவன் விஷ்ணு என்பதை அவர் அறியவில்லை.

அப்போது அச்சிறுவன், ''நீ களைப் படைந்திருக்கிறாய். என்னுடைய உடலில் சேர்ந்து ஓய்வு கொள்'' என்றான்.

அந்தச் சிறுவன் உடலில் பிரவேசித்த மார்க்கண்டேயர் அங்கு இந்தப் பேரண்டத்தின் சகல பகுதிகளையும் கண்டார். என்ன செய்வதென்று தோன்றாமல் திகைத்து அச்சிறுவனி லிருந்து வெளிப்போந்து விஷ்ணுவைப் பிரார்த்திக்க அவர் முன் மகாவிஷ்ணு தோன்றி ''வேண்டிய வரத்தைக் கேள்'' என்றார்.

அப்போது முனிவர் ''புருஷோத்தம க்ஷேத்திரத்தில் அரியும், சிவனும் ஒன்றே என்று காட்ட ஒரு சிவாலயம் எழுப்ப விரும்புகிறேன். அதற்கு அருள் புரிய வேண்டும்'' என வேண்டினான்.

பகவான் விஷ்ணு, கோரிய வரத்தை அருள, மார்க்கண்டேயர் புவனேச்வரர் ஆலயத்தை நிர்மாணித்தார்.

17. பலிச் சக்கரவர்த்தியும் உலகளந்தானும்

இது வாமன அவதாரம் பற்றிய பகுதி. பல புராணங்களில் கூறப்பட்டுள்ளது.

இதில், ஓங்கி உலகளந்தான் மூன்றா வது அடியை பலியின் சிரசில் அல்ல, முதுகில் வைத்ததாகக் கூறப்பட்டுள்ளது.

(மற்றும் இங்கு கங்கோற்பத்தி பற்றிய செய்தி)

ஓங்கி உலகளந்தான் பாதம் விண்ணை அளந்தபோது பிரம்மன் கமண்டலத்தி லிருந்த புனித நீரால் பாதத்தை நீராட்ட அந்நீர் மலைகள் மீது தெளிக்கப்பட்டு நாலாபுறமும் பாய மேற்கில் சிந்திய நீர் பிரம்மன் கமண்டலத்தையே திரும்பி வந்து அடைந்தது. கிழக்கில் சென்ற நீரைத் தேவர்களும், முனிவர்களும் சேகரித்தனர். தெற்கில் பாய்ந்த நீர் சிவனின் சடாமுடியில் இறங்கியது. அதுவே **'கங்கை நதி'** ஆகும்.

18. கவுதம முனிவரும் கங்கையும்

சிவனை மணம் புரிந்த பார்வதி, அவர் கங்கை மீது ஆசையாய் இருப்பது குறித்து வருத்தமுற்று கங்கையை அகற்ற பலவாறு முயன்றும் வெற்றி கொள்ள இயலவில்லை.

அந்த நிலையில் தொடர்ந்து பதினான்கு ஆண்டுகள் பஞ்சம் தாண் டவமாயிற்று. அவ்வமயம் கௌதம முனிவரின் ஆசிரமம் மட்டும் பஞ்சத் தால் பாதிக்கப்படாமல் செழிப்பாகவே விளங்கியது. எனவே எல்லா முனிவர் களும் கவுதமர் ஆசிரமத்தை அடைய, அவர்களை வரவேற்றார் கவுதமர்.

இதற்கிடையில் தாயின் வருத்தத்தை அறிந்த கணேசரும் கவுதமர் ஆசிரமத்தை அடைந்தார். பார்வதிக்கு ஜயா என்றொரு தோழி. கணேசர், அவளிடம் ஒரு பசுவாக மாறி கவுதமர் வயலில் மேயும்படி கூற, அவ்வாறே நிகழ்ந்தது. பசு மேய்வதைக் கண்ட கவுதமர் ஒரு தர்ப்பைப் புல்லைக் கொண்டு அதை விரட்ட, பசு துயரக் குரல் எழுப்பி கீழே வீழ்ந்து இறந்தது. இவ்வாறு பசுஹத்யை நடந்த ஆசிரமத்தில் இருக்க இஷ்டம் இன்றி முனிவர்கள் அகன்றனர்.

அவர்களைத் தடுக்க கவுதமர் முயன்றார். மேலும், தான் என்ன பிராயச் சித்தம் செய்ய வேண்டும் என்று கூறுமாறு வேண்டினார்.

அப்போது கணேசர், ''சிவபெருமான் சடையிலுள்ள கங்கையை இறக்கி கீழே ஓடச் செய்து, அந்நீர் இறந்த பசுவின் உடலை அடைந்தால் பாவம் அகலும்'' என்று சொன்னார். கணேசரின் திட்டத்தை அனைவரும் ஆமோதித் தனர். கவுதமரும் அதை ஒப்புக் கொண்டார். கவுதமர் கைலாயம் சென்று சிவனைக் குறித்துத் தவம் செய்ய, மகிழ்ச்சியுற்ற சிவபெருமான் வேண்டும் வரம் கேட்குமாறு கூற, கவுதமரின் வேண்டுதலின்படி அவரும் கங்கையை இறக்கிவிட்டார். இவ்வாறு கவுதமர் கங்கையை புவிக்குக் கொண்டு வந்ததால் **'கௌதமி கங்கை'** என்ற பெயர் ஏற்பட்டது.

விண்ணில் கங்கைக்கு நான்கு உப நதிகளும், பூமியில் ஏழு கிளை நதிகளும், பாதாளத்தில் நான்கும் உள்ளன என்று கூறப்படுகிறது.

19. கபோத தீர்த்தம்

கபோதம் என்றால் புறா. இரண்டு புறாக்களின் ஞாபகார்த்தமாக ஏற்பட்ட கபோத தீர்த்த வரலாற்றினைப் பார்ப்போம்.

பிரம்மகிரி என்ற மலையில் ஒரு கொடிய வேடன் இருந்தான். அவன் பறவைகள், மிருகங்களை மட்டுமன்றி பிராமணர்களையும், முனிவர்களையும் துன்புறுத்தி வந்தான்.

ஒருநாள் வேட்டை ஆடிக்கொண்டே காட்டில் வெகுதூரம் சென்றுவிட்டான் வேடன். அவனிடம் பிடிபட்ட சில புறாக்களும், பறவைகளும் இருந்தன. இருள் சூழ்ந்தது. மழையும் பெய்ய ஆரம்பித்தது. வேடனுக்குப் பசியும், தாகமும் அதிகரித்தது.

அவன் ஒரு மரத்தை அடைந்து ஒரு கிளையில் அமர்ந்து இரவைக் கழிக்க முடிவு செய்தான். ஆனால், அவன் மனமோ மனைவி, மக்களை எண்ணி வருத்தமுற்றது.

அந்த மரத்தில் பல நாட்களாக ஒரு பெண் புறாவும், ஆண் புறாவும் வாழ்ந்து வந்தன. அவற்றில் பெண் புறா வேடனால் பிடிக்கப்பட்டு கூண்டில் அடைப்பட்டு வேடனிடம் இருந்தது. இதனை அறியாத ஆண்புறா தன் மனைவியை எண்ணி வருந்தியது.

வேடன் நல்ல உறக்கத்தில் இருந்தான். அவனிடமிருந்த பெண் புறா, ஆண் புறாவின் செவிகளில் விழும்படியும், ஆண் புறா பெண் புறாவின் காதுகளில் விழும்படியும் பேசத் தொடங்கின.

வேடன் உறங்குவதால் பெண் புறாவை விடுவிப்பதாக ஆண் புறா கூற பெண் புறா அதை மறுத்தது. மேலும், ஒன்று ஒன்றை அழித்து உயிர் வாழ்வது உலக இயற்கை. எனவே அந்த எண்ணத்தை விடுத்து விருந்தினனான வேடனை எண்ணி அவனுக்கு உதவுவது தமது கடன் என்று கூறிற்று.

உடனே ஆண் புறா வேடனின் குளிரை நீக்கச் சுள்ளிகளையும், சருகு களையும் கொண்டு தீ மூட்டியது. பின்னர் அது தீயில் விழுந்து இறந்தது. பெண் புறாவும் தானும் தீயில் விழுந்து உணவாக விரும்புவதாக கூறி தீயில் குதித்தது. இவற்றை உணர்ந்த அந்த வேடன் மனம் மாறினான். அவன் அன்று முதல் வேட்டையாடுவதை நிறுத்தியதுடன் இதுவரையில் செய்த கொலைகளுக்காக வருந்தி, தான் இனி செய்ய வேண்டுவது யாது? எனச் சிந்தித்தான்.

புறாக்களின் தியாகத்தைக் கண்டு விண்ணிலிருந்து வந்த விமானத்தில் புறாக்கள் ஏறி நல்லுலகை அடைந்தன.

அப்போது அப்புறாக்கள் "கவுதம கங்கையில் பதினைந்து நாட்கள் நீராடினால் பாவங்கள் மன்னிக்கப்படும்" என்று வேடனிடம் கூறின.

இவ்வாறு புறாக்கள் தியாகம் செய்ய தீயில் விழுந்த இடம் 'கபோத தீர்த்தம்' என்ற பெயரைத் தாங்கி நிற்கிறது.

20. கருட தீர்த்தம்

பெரிய நாகமாகிய அனந்தனின் மகன் மணிநாகன் என்பான். பாம்புகளின் பகைவன் கருடன். எனவே பாம்புகள் கருடனிடம் அச்சம் கொண்டிருந்தன.

மணிநாகன் சிவனை வேண்டி கருடனால் தனக்கு அபாயம் ஏற்படாத வாறு வரம் பெற்று அச்சமற்று திரிந்து வந்தது. கருடனால் மணிநாகனைக் கொல்ல முடியாது எனினும் அவனைப்

பிடித்துச் சிறையில் வைத்தது. சிவ பெருமான் நந்தியிடம் மணிநாகனுக்கு என்ன ஆயிற்று. அதைக் காண வில்லையே என்று கேட்டார்.

அதற்கு நந்தி ''மணிநாகனைக் கருடன் சிறை வைத்திருக்கிறது'' என்றார்.

உடனே, நந்தியை விஷ்ணுவை நோக்கித் தவம் செய்யுமாறு சொல்ல, நந்தியின் தவத்தை மெச்சி தோன்றிய விஷ்ணுவிடம் நந்தி, கருடனது பிடியி லிருந்து மணிநாகனை விடுவிக்குமாறு வேண்டிட, விஷ்ணுவும் கருடனிடம் உடனே மணிநாகனை விடுவிக்கச் செய்தார்.

இதனால் கோபம் கொண்ட கருடன் விஷ்ணுவிடம், ''எல்லோரும் தன் தொண்டர்களுக்கு உதவி செய்கின்றனர், பரிசு அளிக்கின்றனர். ஆனால் நீங்களோ நானே பெற்ற ஒன்றையும் விட்டுவிடச் செய்கிறீர்கள். இது என்ன நியாயம்'' என்று கேட்டது.

அப்போது விஷ்ணு ''நீ சொன்னது சரிதான். என்னைச் சுமந்ததால் நீ இளைத்து பலவீனம் அடைந்து விட்டாய். உன்னுடய சக்தி, திறமை, சாமர்த்தியத்தால்தான் நான் அரக்கர் களை வெல்ல முடிந்தது. உனக்கு மிக்க பலம் உள்ளது. இதோ இந்த எனது சிறு விரலைத் தாங்கி உன் வலிமையை நீ நிரூபி'' என்று கூறி, தன் சிறு விரலைக் கருடன் தலையில் வைத்து அழுத்த கருடன் நசுங்கியது. அதனால் வெட்க முற்று, தன் தவறுக்காக வருந்தி தன்னைக் காத்திடுமாறு சரணடைந்தது.

விஷ்ணு நந்தியிடம், கருடனைச் சிவபெருமானிடம் அழைத்துச் செல்லு மாறு கூறி, கருடனுக்கு சிவபெருமான் அருள் புரிவார் என்று சொல்ல, கருடன் மணிநாகனை விடுதலை செய்து விட்டு பரமசிவனைச் சென்று தரிசித்தது.

சிவபெருமான் கருடனை 'கௌதமி கங்கையில்' தீர்த்தமாடி முன் போல் மாறிட அருள் புரிந்தார். அவ்வாறே கருடன் நீராடி முன்னைவிட பலமும், வேகமும் பெற்றது.

கருடன் நீராடிய அவ்விடம் 'கருட தீர்த்தம்' எனப்படுகிறது.

21. விசுவாமித்திர தீர்த்தம்

முன்னொரு காலத்தில் கோர பஞ்சம் தலைவிரித்தாடியது. விஸ்வாமித்திர முனிவர், மனைவி, மக்கள் மற்றும் சீடர்களுடன் 'கவுதமி கங்கை' கரைக்கு வந்தடைந்தார். அவர்கள் உணவைத் தேடி அலைகையில் ஓர் இறந்த நாயின் உடல் மட்டும் காணப்பட்டது. அதன் இறைச்சியைத் தூய்மை செய்து கடவு ளுக்கும், முனிவர்களுக்கும், மூதாதையர் களுக்கும் படைக்குமாறு கூறினார்.

அப்போது கழுகு வடிவில் அங்கு வந்த இந்திரன் அந்த மாமிசக் கலயத்தைத் திருடிச் சென்றார். இதை அறிந்த முனிவர் அவருக்குச் சாபம் அளிக்க எண்ணியபோது, இந்திரன் அந்தப் பாத்திரத்திலுள்ள இறைச்சியை அமிர்தமாக மாற்றிக் கொண்டுவந்து கொடுக்க, முனிவர் அதை ஏற்க மறுத்தார்.

''உலகில் எல்லோரும் உணவின்றி தவிக்கையில் தனக்கு அமிர்தம் வேண் டாம் என்றும், அத்தகைய சூழ்நிலை யில் நாயினிறைச்சியை உட்கொள்வது தவறாகாது. மேலும் அதை இறைவ னுக்குப் படைப்பது பாவம் ஆகாது'' என்றார்.

மழைக்குக் கடவுளாகிய இந்திரன், முனிவர் நாய் இறைச்சியை உண்ணாமல் செய்ய ஒரே வழி மழையே என்று எண்ணி மழை பொழியச் செய்ய பஞ்சம் பறந்தோடியது. அப்போது விசுவா மித்திரர் அமிர்தத்தை ஏற்றுக் கொண்டார்.

இந்த நிகழ்ச்சி நடந்த இடம் 'விசுவாமித்திர தீர்த்தம்' எனப் பெயர் பெற்றது.

22. 'கவுதமி கங்கை' ஜல மகிமை

சுவேதன் என்னும் பிராமணர் ஒரு சிவ பக்தர். கௌதம முனிவரின் நண்பர். கவுதமி கங்கை நதிக்கரையில் ஆசிரமம் அமைத்து வாழ்ந்த வந்த அவர் மரணம் அடைந்தார். அவரை யமனிடம் அழைத்துச் செல்ல வந்த யம தூதர்களால் அவரது ஆசிரமத்தில் நுழையக்கூட முடியவில்லை.

அவர்கள் திரும்பி வராததைக் கண்ட சித்திரகுப்தன் அது குறித்து யமனிடம் கூற, யமன் தனது தோழனாகிய மிருத்யுவை அனுப்பி வைத்தான். மிருத்யு, ஆசிரம வாயிலிலேயே நின்று கொண்டிருந்த யமதூதர்களை அணுகி கேட்க, சுவேதனின் உடலை சிவ பெருமான் காத்துக் கொண்டிருப்பதாகக் கூறினார்கள்.

சிவகணங்களில் ஒருவர், யமதூதர் களையும், மிருத்யுவையும் பார்த்து அவர்களுக்கு என்ன வேண்டும். ஏன் அங்கு நிற்கிறார்கள் என்று கேட்க, மிருத்யு சுவேதனின் ஆயுள் முடிந்து விட்டது. அவரை யமபுரிக்கு அழைத்துச் செல்ல வந்திருப்பதாகக் கூறினான். சுவேதனின் உடல் மீது மிருத்யு பாசக் கயிறை வீச சிவகணம் மிருத்யுவைத் தடியால் அடித்துக் கொன்றான்.

செய்தி கேட்ட யமதர்மன் மிகவும் கோபம் கொண்டு தன் பரிவாரங்களுடன் சுவேதனின் வீட்டைத் தாக்கினான். சிவபெருமான் பக்கத்தில் கணேசர், நந்தி, கார்த்திகேயன் முதலியோர் யமனுடன் போர் தொடுத்தனர். கடும் போர் நடந்தது. கார்த்திகேயனால் யமன் கொல்லப்பட்டான்.

இந்தப் பிரச்சினையை ஒரு முடிவுக்குக் கொண்டு வர தேவர்கள் கூடினர். யமன் தன்னுடைய கடமையைச் செய்தான். ஆனால், சிவபக்தர்களை யமன் யமபுரிக்கு அழைத்துச் செல்லக் கூடாது. அவர்கள் நேராகச் சுவர்க்கம் செல்ல வேண்டும் என்றார். அந்த நிபந்தனை எல்லோராலும் ஏற்றுக்கொள்ளப்பட்டது.

'கௌதமி கங்கை' ஜலத்தை நந்தி கொண்டு வந்து யமன் மீதும், மற்றும் போரில் இறந்தவர்கள் மீதும் தெளிக்க அவர்கள் உயிர் பெற்றனர்.

23. நிதிக்கதிபதி குபேரன்

விச்ரவ முனிவருக்கு இரண்டு மனைவியர். மூத்தவள் மகன் குபேரன். இளையவள் ஓர் அரக்கி. அவளுக்கு இராவணன், கும்பகருணன், விபீஷணன் என்று மூன்று மகன்கள்.

இலங்கையைப் பேரும், புகழுடன் குபேரன் ஆண்டு வந்தான். இது அவனுடைய சிற்றன்னைக்குப் பொறுக்கவில்லை. அதைப் பற்றி தன் புத்திரர்களிடம் கூறி, அவர்களும் புகழ்பெற ஆவன செய்யுமாறு கூற, அவர்கள் கானகம் சென்று பிரம்மனை நோக்கிக் கடுந்தவம் புரிந்து வலிமை பெற்று நாடாள வரம் வேண்ட பிரம்மனும் அவர்கள் விரும்பியபடி வரம் அளித்தார்.

இவ்வாறு வலிமை பெற்ற இராவணன், கும்பகருணன் ஆகியோர் குபேரனை எதிர்த்து தோற்கடித்தனர். அவனை இலங்கையை விட்டு விரட்டினர். குபேரனுடைய புஷ்பக விமானத்தையும் கைப்பற்றினர். குபேரனுக்கு யாரேனும் அடைக்கலம் கொடுத்தால் அவனைக் கொல்வதாக அறிவிக்க யாரும் அவனுக்கு அடைக் கலம் அளிக்க முன்வரவில்லை.

குபேரன் தன் பாட்டனாராகிய புலஸ்தியரின் அறிவுரையை வேண்டி னான். புலஸ்தியர் குபேரனை 'கவுதமி

கங்கை'க் கரையை அடைந்து சிவனைக் குறித்துத் தவம் செய்யுமாறு கூறினார். குபேரன் கவுதமி கங்கைக் கரையில் சிவனை நினைத்து தவம் செய்ய சிவபெருமான் தோன்றி, குபேரனை நிதிக்கதிபதியாக்கி ஆசிர்வதித்தார்.

இவ்வாறு குபேரன் செல்வத்துக்குக் கடவுள் ஆனான்.

24. ஹரிச்சந்திரன்

(சத்திய அரிச்சந்திரன் கதையிலிருந்து இது மாறுபட்டது.)

இக்ஷ்வாகு குலத் தோன்றல் ராஜா ஹரிச்சந்திரனுக்கு புத்திரப் பேறு ஏற்படவில்லை. நாரதரும், பர்வதரும் அவனுக்குப் புத்திரன் இல்லாவிட்டால் அவர் நரகம் செல்ல நேரிடும் என்றனர். அதற்கான வழியை அவன் முனிவர்களிடம் கேட்க, அவர்கள் 'கவுதமி கங்கை'க் கரையை அடைந்து வருணனைக் குறித்து பிரார்த்திக்கும் படியும், அதனால் மகப்பேறு ஏற்படும் என்றும் அறிவுரை கூறினர்.

வருணன் தோன்றி அவனுக்கு ஒரு மகன் பிறப்பான் என்றும், ஆனால் அவனை வருணனைக் குறித்த யாகத்தில் பலி கொடுக்க வேண்டும் என்று கூற, ஹரிச்சந்திரன் சம்மதிக்க அவனுக்கு ஓர் ஆண் குழந்தை பிறந்து ரோஹிதன் என்ற பெயரில் வளர்ந்து வந்தது.

சில நாட்களில் வருணன் தோன்றி யாகத்தைப் பற்றி நினைவூட்ட அவனுக்குப் பத்து நாட்கள் ஆகட்டும். அதுவரையில் தூயவனாகான் என்று கூறி வருணனை அனுப்பிவிட்டான். பன்னிரண்டு நாட்கள் கழித்து வருணன் வர குழந்தைக்குப் பல் முளைக்கட்டும் என்றான். ஏழாண்டுகள் கழித்து மறுபடியும் வருணன் வந்து கேட்க, அவனுக்குப் பால் பற்களே உள்ளன, உண்மை பற்கள் வளரட்டும் என்றான். அடுத்து வருணன் வந்தபோது அந்தப் பாலகன் க்ஷத்திரியக் குலத்தோன்றல். அவன் அங்கே சாத்திர வித்தைகள் கற்று முழு க்ஷத்திரியன் ஆகட்டும் என்றான் மன்னன். பதினாறு வயதில் அவனுக்குப் பட்டாபிஷேகம் செய்வித்தான் மன்னன்.

அவ்வமயம் வந்த வருணன் முன் மன்னனும், இளவரசன் ரோஹிதனும் உரையாடினர். அப்போது மன்னன் பேசுவதற்கு முன்பே ரோஹிதன் வருணனிடம், தான் விஷ்ணுவைக் குறித்த ஒரு யாகம் செய்ய முடிவு செய்திருப்பதாகவும், அதைச் செய்ய அனுமதிக்குமாறும், அதன்பின் விரும்பியவண்ணம் செய்யலாம் என்று கூறினான்.

ரோஹிதன் கானகம் சென்றான். அவ்வமயம் அவன் தந்தை வயிற்று நோயால் அவதியுறுவதாகவும் செய்தி எட்டியது.

காட்டில் ரோஹிதன் அஜிகர்த்தா என்னும் ஓர் ஏழை முனிவரை அவரது மனைவி, மற்றும் மூன்று புத்திரர்களுடன் வறுமையில், உண்ண உணவின்றித் தவிப்பதைக் கண்டான்.

அவன் முனிவரிடம் ஒரு யாக பலிக்காக அவருடைய புதல்வர்களில் ஒருவரைத் தருமாறும் அதற்கு ஈடாக ஆயிரம் பசுக்களும், ஆயிரம் பொற்காசுகளும், ஆயிரம் ஆடைகளும், நிறைய செல்வமும் அளிப்பதாகக் கூறினான் ரோஹிதன்.

முனிவர் தனது நடுமகனாகிய ஷுனஷேபனைக் கொடுக்க, ரோஹிதன் அவனைத் தந்தையிடம் அழைத்து வந்தான். அப்போது ஹரிச்சந்திரன் ''மன்னன் பிராமணர்களை ரக்ஷிக்க வேண்டியவன். எனவே அவனை முனிவரிடம் திருப்பிக் கொண்டு போய் விட்டுவிடு'' என்று ஆணை யிட்டான்.

அப்போது ஓர் அசரீரி வாக்கு கேட்டது. ''யாரும் பலி ஆக வேண்டிய

தில்லை ஷுனஷேபனைக் கவுதமி கங்கைக் கரைக்கு அழைத்துச் சென்று வருணனை முன்னிட்டு யாகம் நடக்கட்டும். அது மிகச் சிறந்த புண்ணிய நதி. அதன் கரையில் செய்யப்படும் யாகத்திற்குப் பலி தேவையில்லை'' என்றது.

ஹரிச்சந்திரன் அவ்வாறே செய்ய வருணனும் திருப்தி அடைந்தான். விசுவாமித்திர முனிவர் ஷுனஷேபனைத் தன் மகனாகத் தத்தெடுத்துக் கொண்டார்.

25. விருத்த கவுதமனும் விருத்த சங்கமமும்

கௌதம முனிவருக்கு விருத்த கவுதமன் என்றொரு மகன் இருந்தான். அவன் ஒரு மூக்கறையன். எனவே அவன் குருகுலம் செல்லவில்லை. கற்கவுமில்லை. எனினும் எப்போதும் சில மந்திரங்களை உச்சரித்த வண்ணம் இருந்தான்.

இளமை அடைந்த அவன் உலகைச் சுற்றிவரக் கிளம்பினான். மூக்கறையன் என்பதால் அவனுக்குத் திருமணம் ஆகவில்லை. சுற்றுப்பயணம் கிளம்பிய அவன் 'ஷிதகிரி'யை அடைந்தான். அங்கு ஓர் அழகிய குகையைக் கண்டு அதனை இருப்பிடமாக்கிக் கொள்ள உள்ளே நுழைந்தான். அதனுள் ஓர் ஆச்சரியத்தைக் கண்டான்.

அதனுள் வயது முதிர்ச்சியால் மிகவும் மெலிந்த ஒரு முதியவளைக் கண்டு அவளுடைய பாதங்களைத் தொட முயற்சிக்கையில் அம்முதியவள், அவன் அவளுடைய குரு என்றும், அதனால் தன்னை வணங்கக் கூடாது என்றும் தடுத்தாள்.

அப்போது முனிபுத்திரன் வியப்புற்று அது எவ்வாறு சாத்தியமாகும், தானோ வயதில் சிறியவன் என்று கூறி மூதாட்டியை வினவ, அவள் தன் வரலாற்றைக் கூறினாள்.

மூதாட்டியின் வரலாறு

ரிதத்வஜன் என்றொரு இளவரசன் இருந்தான். அவன் ஓர் அழகிய வலிமை வாய்ந்த இளைஞன். அர்ஷ்டிஷேனனின் மகன். அவன் வனத்தில் வேட்டையாடித் திரிய அந்தக் குகைக்கருகில் ஓர் அப்சர மங்கையைக் கண்டான். அவள் பெயர் சுஷ்யமை. இருவரும் திருமணம் செய்து கொள்ள அவர்களுக்கு ஒரு பெண் குழந்தையும் பிறந்தது. இந்நிலையில் அந்த இளவரசன் ஊர் திரும்ப நேர்ந்தது. அப்போது சுஷ்யமை அந்தப் பெண் குழந்தையிடம் அவள் குகையை விட்டு வரக்கூடாது என்றும், குகையில் அவள் முதல் முதல் சந்திக்கும் ஆணே அவளுக்குக் கணவனாவான் என்றும் கூறிச் சென்று விட்டாள். அந்தப் பெண் குழந்தையே இந்த வயது முதிர்ந்த மூதாட்டி. ரிதத்வஜனும் அவன் மகனும் நெடுங்காலம் நாடாண்டனர். இத்தனை ஆண்டுகளாகத் தான் அங்கிருப்பதாகக் கூறினாள் மூதாட்டி.

முதன்முதலில் தான் கண்ட ஆண் விருத்த கௌதமனே என்றும், அவனே அவள் கணவன் என்றும், ஒரு பெண்ணுக்கு அவள் கணவன் குரு அல்லவா என்றும் சொன்னாள்.

அப்போது அவன், அதெப்படி சாத்தியமாகும். நீயோ மூதாட்டி. நானோ உனக்குக் குழந்தை போல என்று மறுக்க, அவளோ, அவன் தன்னை மணஞ்செய்து கொள்ளாவிடில் தற்கொலை செய்து கொள்வதாகக் கூறினாள். அப்போது அவன் தான் அசிங்கமானவனென்றும் தான் கல்விமானாயும், அழகனாயுமானால் அவளை மணப்பதாகவும் கூறினான்.

அதற்கு அம்மூதாட்டி, தான் சரசுவதியைக் குறித்துத் தவம் ஆற்றித் திருப்தி செய்திருப்பதால் அவள் அவனைக் கல்விமான் ஆக்குவாள் என்றும், வருணனிடம் வேண்டியுள்ள

தால் வருணன் அவனை அழகனாக்கி விடுவான் என்றும் கூறினாள்.

உடனே விருத்த கவுதமன் கல்விமானாகவும், பேரழகனாகவும் மாறி, அவளை மணந்து சுகமாக வாழ்ந்து வந்தான்.

பல முனிவர்கள் அவர்கள் ஆசிரமத்துக்கு வந்தனர். அவர்களில் சிறந்த கல்விமான்களாகிய வசிஷ்டரும், வாமதேவரும் இருந்தனர். அவர்களுடன் சில இளம் சீடர்களும் இருந்தனர். அவர்கள் இந்தத் தம்பதியரைக் கண்டு எள்ளி நகையாடினர்.

அவர்கள் அந்த ஆண் யார் என்று மூதாட்டியிடம் கேட்டனர். இதனால் இருவரும் வெட்கமடைந்தனர். அவர்கள் அகஸ்திய முனிவரை நாடி அவருடைய அறிவுரையை வேண்டினர்.

முனிவர் அவர்களிடம் 'கவுதம கங்கை'யின் சிறப்பை எடுத்துக் கூறி அங்கு சென்று அதில் நீராடினால் கோரிக்கைகள் நிறைவேறும் என்று சொன்னார்.

அவ்வாறே அவர்கள் தீர்த்தமாடி அரியையும், அரனையும் வழிபட்டனர். கிழவி அழகிய குமரியானாள். இத்தகைய அதிசய நிகழ்ச்சி நடந்த இடம் 'விருத்த சங்கமம்' என்று அழைக்கப்படுகிறது.

26. பிப்பலதன் வரலாறு

பல்லாண்டுகளுக்கு முன்பு ததீசி என்ற முனிவரும், அவரது மனைவி லோப முத்திரையும் வாழ்ந்து வந்தனர். புனித நதி கங்கைக்கருகில் ததீசி ஆசிரமம் இருந்தது. அத்தம்பதியருடன் லோப முத்திரையின் சகோதரி கபஸ்தினியும் இருந்து வந்தாள். அவருடைய தவ வலிமையை அறிந்த தானவர்களும், தைத்தியர்களும் அவரது ஆசிரமத்தில் நுழையவே அஞ்சினர். ஒரு சமயம் தேவாசுரப் போரில் அசுரர்களை வென்ற தேவர்கள் ததீசி முனிவருக்குத் தமது மரியாதையையும் வணக்கத்தையும் செலுத்த அவருடைய ஆசிரமத்திற்கு வந்தனர். முனிவர் அவர்களுடைய நலன்கள் பற்றி விசாரித்தார்.

அப்போது தேவர்கள், அசுரர்கள் தோற்று ஓடிவிட்டதால் இனி தமது ஆயுதங்களுக்கு பாதுகாவலாக ஓரிடத்தைத் தேடி வந்த தேவர்கள், அவற்றை முனிவர் ஆசிரமத்தில் வைக்க விரும்பி அவரை வேண்டினர். முனிவர் சம்மதம் தெரிவிக்கவே, தேவர்கள் அவற்றை ஆசிரமத்தில் வைத்து விட்டுச் சென்றனர்.

அது கண்ட லோபமுத்திரை, ''பற்றற்ற முனிவர், மற்றவர் பொருள்களைத் தன்னிடத்தில் வைத்துக் கொள்வது சரியல்ல. அந்த ஆயுதங்களுக்கு ஏதேனும் நேர்ந்தால் என்ன செய்வது? தேவர்கள் நம்மைக் குறை கூற மாட்டார்களா?'' என்றாள்.

''நான் அதை எண்ணிப் பார்க்கவில்லை. எனினும் வாக்குக் கொடுத்த பின் அதிலிருந்து பின்வாங்க முடியாது'' என்றார் முனிவர்.

பல்லாண்டுகள் கழிய ஆயுதங்கள் மறைய ஆரம்பிக்க, என்ன செய்வதென்றறியாத முனிவர் அவற்றை புனித நீரில் தூய்மை செய்ய, அவை தமது சக்தியை இழந்துவிட்டன. அந்த நீரைத் ததீசி முனிவர் குடித்துவிட்டார்.

பின்னர் தேவர்கள் அவர்கள் ஆயுதங்களைப் பெற வந்து முனிவரைக் கேட்டனர். ''மறுபடியும் அசுரர்கள் வலிமை பெற்றுள்ளனர்'' என்றனர்.

முனிவர் அவர்களிடம் நடந்ததைக் கூறி அவை வலிமை இழந்துவிட்டதாலும், கழுவின நீரை அவர் பருகி விட்டதாலும், தான் தனது தவவலிமையால் உயிரை விடுவதாகவும், தன்னுடைய எலும்புகளிலிருந்து சிறந்த ஆயுதங்கள் உருவாகும் என்றார்.

ததீசி முனிவர் மரிக்க, தேவர்கள் விசுவகர்மாவிடம் முனிவர் எலும்பி லிருந்து ஆயுதங்களை உருவாக்க வேண்டினர். அப்படித் தயாரான ஆயுதங்களில் வஜ்ராயுதம் தலை சிறந்தது. இவ்வளவு நடைபெறும்போது லோபமுத்திரை அங்கில்லை. முனிவர் உடலுடன் அவள் உடன்கட்டை ஏற விரும்பினாள். ஆனால் அவள் கருவுற் றிருந்ததால் 'சதி' தடைப்பட்டது. குழந்தை பிறந்தவுடன் அதை ஒரு பிப்பல மரத்திடம் (அத்திமரம்) வளர்க்க விட்டுவிட்டாள்.

பிப்பலதன்

பிப்பல மரத்தினால் வளர்க்கப்பட்ட அவன் 'பிப்பலதன்' எனப்பட்டான். அம்மரம் பிப்பலதனுக்கு அமிர்தம் கேட்டு, சந்திரனைவேண்டிட, சந்திரன் கொடுக்க பிப்பலதன் அதிக பலம் பெற்றான்.

பிப்பலதன் தன் பெற்றோர்களின் மரணம் பற்றிய விவரங்களைக் கேட்டு பழிவாங்க நினைத்தான். பிப்பல மரம் அவனைச் சந்திரனிடம் அழைத்துச் செல்ல, சந்திரன் நல்லுரை வழங்கி னான். சந்திரன் பிப்பலதனிடம் அவன் சிறியன் என்றும், அவன் கல்வி கற்க வேண்டும், அஸ்திர சாஸ்திர வித்தை களைக் கற்க வேண்டும் என்றும் தண்ட காரணியத்துக்குச் செல்லுமாறும், அங்கு 'கௌதம கங்கை' பாய்கிறது என்றும், அங்குச் சென்று சிவனைக் குறித்து தவம் செய்தால் அவனுடைய கோரிக்கை நிறைவேறும்'' என்றும் அறிவுரை வழங் கினான்.

அவ்வாறே பிப்பலதன் தவம் செய்ய சிவ்பெருமான் தோன்றி, 'என்ன வரம் வேண்டும்' என்று கேட்க, 'தேவர்களை நான் அழிக்க வரம் தர வேண்டும்' என்று கேட்டான்.

அப்போது சிவபெருமான் தன் நெற்றியில் உள்ள கண்ணை அவன் என்று பார்க்கிறானோ அன்று அவன் கோரிக்கை நிறைவேறும் என்றார்.

நெடுநாட்களாகியும் சிவபெரு மானைக் காணவோ, அவரது நெற்றிக் கண்ணைக் காணவோ இயலாததால் மறுபடியும் சிவனைக் குறித்துக் கடுந் தவம் செய்ய சிவனது நெற்றிக் கண்ணைக் காண அதிலிருந்து ஒரு பூதம் தோன்றியது. அது பிப்பலதனிடம் என்ன வேண்டும் என்று கேட்க, பிப்பலதன் தன் பகைவர்களாகிய தேவர்களை அழிக்கு மாறு ஆணை இட்டான். உடனே அது பிப்பலதனையே எதிர்த்தது.

அதற்குப் பிப்பலதன் என்ன காரணம் என்று கேட்க, அவன் உடலும் தேவர்க ளாலேயே உண்டாகியது. எனவே உன்னையும் நான் கொல்வேன் என்றது. தன்னைக் காத்துக் கொள்ள பிப்பலதன் சிவனிடம் ஓடினான். சிவபெருமான் ஓர் இடத்தைப் பிப்பலதனுக்காகக் குறிப் பிட்டு அதில் அவன் வசிக்க வழி ஏற்படுத்தினார். அவ்விடத்தில் பூதம் செல்ல முடியவில்லை. இதற்கிடையில் தேவர்கள் சிவபெருமானிடம் சென்று தங்களைக் காப்பாற்ற வேண்டினர்.

பிப்பலதனுக்கு அறிவுரை

சிவபெருமான் பிப்பலதனிடம் கோபத்தை அடக்கிக் கொள்ளுமாறும், தேவர்களைக் கொல்வதால் அவனு டைய பெற்றோர்கள் திரும்பிவரப் போவதில்லை என்றும் கூறி சாந்தி அடையச் சொன்னார்.

ஆனால், பிப்பலதன் தன் பெற்றோர் களை ஒரு முறை பார்க்க விரும்பினான். அப்போது விண்ணிலிருந்து ஒரு விமானம் வந்தது. அதில் ததீசி முனி வரும், லோபமுத்திரையும் இருந்தனர். அவர்கள் பிப்பலதனை ஆசீர்வதித்து, திருமணம் செய்து கொண்டு குழந்தை கள் பெற்று இல்லறம் நடத்துமாறு அறிவுரை கூறினர்.

அந்தப் பூதம் ஒரு உபநதியாகி கங்கையுடன் இணைந்தது.

27. நாகேசுவரனும் நாகதீர்த்தமும்

பிரதிஷ்டானபுரம் என்ற நகரில் சூரேஸ்வரன் என்னும் ஓர் அரசன் ஆண்டு வந்தான். ஒருநாள் பிரார்த்தனைக்குப் பிறகு அவன் மனைவிக்கு ஒரு குழந்தை பிறந்தது. அது ஒரு பாம்பாக இருப்பதைக் கண்டு மன்னனும், அவள் மனைவியும் துயரக் கடலில் ஆழ்ந்தனர். எனவே, அக்குழந்தையை யாருக்கும் தெரியாமல் இரகசியமாய் வளர்த்து வந்தனர். சில மாதங்களில் இளவரசனாகிய அந்தப் பாம்பு ஒரு மனிதக் குழந்தையைப் போல பேச ஆரம்பித்தது. அதற்கு வேதங்களைக் கற்பிக்க ஏற்பாடு செய்ய அதுவும் கற்று முடித்தது. அப்போது அந்த நாகக்குழந்தை தனக்குத் திருமணம் செய்து வைக்குமாறும், தனக்கொரு புத்திரன் இல்லாவிடில் நரகமே வாய்க்கும் என்றும் அந்த நாகம் கூறிற்று.

இதைக் கேட்டு வியப்புற்ற மன்னன் எந்த இளவரசி பாம்பை மணக்கச் சம்மதிப்பாள் என்று கேட்டான். அதற்கு அது அதெல்லாம் தெரியாது தனக்குத் திருமணம் செய்து வைக்காவிடில் தற்கொலை செய்து கொள்வதாக கூறிற்று. அதற்கு எத்தனையோ வழி முறைகள் உள்ளன. ஓர் இளவரசியைக் கடத்தி வந்து மணம் செய்விக்கலாம் என்றது.

செய்வதறியாமல் மன்னன் அமைச்சர்களிடம், இளவரசன் தக்க வயது அடைந்து கல்வி கேள்விகளில் சிறந்துள்ளான். தைரியசாலிகளில் அவனுக்கு இணை யாரும் இல்லை. அவனுக்குத் திருமணம் செய்வித்து தான் வனம் சென்று தவம் செய்யப் போவதாகக் கூறினான்.

ஆனால், நாகேசுவரன் ஒரு பாம்பு என்ற விஷயம் அமைச்சர்களுக்குத் தெரியாது. சூரசேனனுக்கு அறிவுமிக்க, மூத்த அமைச்சர் ஒருவர் இருந்தார். அவர் நாட்டின் கிழக்கில் விஜயன் என்றொரு மன்னன் ஆண்டு வருகிறான் என்றும், அவனுக்கு எட்டு புத்திரர்களும், போகவதி என்ற ஒரு புத்திரியும் இருக்கிறாள், அவள் சிறந்த அழகி. அவள் நாகேசுவரனுக்குத் தக்க மனைவி ஆவாள் என்றார்.

அந்த அமைச்சர் மன்னன் விஜயனிடம் தூதாக அனுப்பப்பட்டார். ஓர் இளவரசி ஒருவனை நேரில் பார்த்துத் தான் விவாகம் செய்து கொள்ள வேண்டும் என்பதில்லை. அவள், வாளுக்கோ (அ) எந்த ஆயுதத்துக்கோ மாலையிட்டு மணம் செய்து கொள்ளலாம்.

அமைச்சர் மன்னன் விஜயனிடம் சில முக்கிய காரணங்களால் இளவரசன் நேரில் வரமுடியாத சூழ்நிலை. எனவே இளவரசன் வாளுக்கு மாலையிட்டு மணம் செய்யலாம் என்று கூற, மன்னனும் அதற்கு இசைந்தான். எனவே, இளவரசியுடன் அனைவரும் பிரதிஷ்டானபுரம் வந்தடைந்தனர்.

அப்போது நாகேசுவரனின் தாயார் ஒரு பணிப்பெண்ணை அனுப்பி மணமகள் இளவரசியிடம் அவள் கணவன் ஒரு பாம்பு என்று கூறி, அதற்கு அவளுடைய பிரதிக்கிரியை எப்படி இருக்கிறது என்று அறிய முற்பட்டாள்.

அவ்வாறே பணிப்பெண் சென்று இளவரசியிடம் கூற, இளவரசி அது தான் செய்த பாக்கியம், பெண்கள் சாதாரணமாக ஆண்களை மணப்பர். தான் முற்பிறவியில் செய்த நல்வினைப் பயனால் நாக தேவதையை மணக்கிறேன் என்று கூறினாள்.

இவ்வாறு இளவரசி கூற, அவளை நாகேசுவரன் முன் கொண்டுவர போகவதியைக் கண்டவுடன் நாகேசு

வரனுக்கு முற்பிறவி ஞாபகம் வந்தது. தான் முன் ஜன்மத்தில் சிவனுடன் தோழனாக இருந்ததும், அப்போது போகவதி தன் மனைவியாக இருந்ததும் நினைவுக்கு வந்தது.

ஒரு சமயம் பரமன் பார்வதியிடம் ஒரு தமாஷ் செய்ய அங்கிருந்த அவனும் சிரிக்க, சிவனார் அவனை ஒரு மனிதனுக்குக் குழந்தையாக, பாம்பு வடிவில் பிறக்கச் சாபமிட்டார். அதே சமயம் போகவதிக்கும் தன் முற்பிறவி செய்திகள் நினைவுக்கு வந்தன. இருவரும் கௌதம கங்கை ஆற்றை அடைந்து புனித நீராடினர். நாகேசுவரன் ஓர் அழகிய ஆண் வடிவம் பெற்றான். இருவரும் மகிழ்ச்சியுடன் வாழ்ந்தனர்.

அவன் தந்தை சூரசேனன் மரித்த பிறகு நாகேசுவரன் அரசாட்சி செய்து இறுதியில் கைலையை அடைந்து சிவ சந்திதியைப் பெற்றான். அந்த ஆற்றங் கரையில் இருவரும் ஓர் சிவாலயம் எழுப்பினர். அவ்விடத்தின் பெயர் 'நாகதீர்த்தம்' ஆகும்.

28. நான்முகனாகிய பிரமன்

ஒரு சமயம் நடந்த தேவாசுரப் போரில், தேவர்கள் பிரம்மனின் அறிவுரையைக் கேட்க வர, அவர் அவர்ளுடன் சிவபெருமானைத் தரிசித்தார்.

சிவனார் தேவர்களுக்கு உதவியாகப் போரில் கலந்துகொண்டு அசுரர்களை சுமேரு மலையிலிருந்தும், சொர்க்கத்திலிருந்தும் விரட்டி அடிக்க அவருக்கு உடலில் அதிக வியர்வை ஏற்பட, வேர்வைத் துளிகள் விழுந்த இடத்திலெல்லாம் தோன்றிய பூதங்களும் சிவபெருமானுக்கு உதவியாக நின்றன. அவை 'மாத்ரிகள்' எனப்பட்டன. அவை அரக்கர்களைப் பாதாளத்திற்குத் துரத்திச் சென்று கொல்லுகையில், பிரம்மனும் மற்ற தேவர்களும் கவுதமி கங்கை ஆற்றங்கரையில் காத்திருந்தனர். அந்த இடமே 'பிரதிஷ்டான புரம்' என்றானது.

அரக்கர்களைக் கொன்று விட்டு பூமிக்கு வந்த மாத்ரிகள் கவுதம கங்கைக் கரையில் வசித்தனர். அங்குள்ளது 'மாத்ரி தீர்த்தம்.'

பூர்வம் பிரம்மனுக்கும் ஐந்து தலைகள் இருந்தன. ஐந்தாவது தலை கழுதை வடிவில் இருந்தது. அரக்கர்கள் பாதாளத்துக்கு ஓட, இந்தக் கழுதைத் தலை அரக்கர்களை நோக்கி ''ஏன் ஓடுகிறீர்கள். திரும்பி வாருங்கள். நானும் உங்களுக்காக தேவர்களுடன் போர் செய்கிறேன்'' என்றது. தேவர்களுக்கு உதவியாக பிரம்மன் போரில் ஈடுபட அவரது கழுதை தலை மட்டும் அரக்கர்களுக்கு உதவ முற்பட்டது கண்டு தேவர்கள் விஷ்ணுவிடம் சென்று, பிரம்மனின் கழுதை தலை எல்லோரையும் குழப்பத்தில் ஆழ்த்துவதாகக் கூறி அதை நீக்கிவிட வேண்டினர்.

''நீக்குவது எளிது என்றாலும், அது புவியில் விழுந்தால் உலகையே அழித்து விடும். எனவே அதற்கான வழி காண சிவபிரானைப் பிரார்த்தியுங்கள்'' என்றார் விஷ்ணு.

புவியும், கடலும் பிரம்மனது கழுதைத் தலையை ஏற்க முடியாத நிலையில் என்ன செய்யலாம் என்று எண்ணி இறுதியில் சிவனே அத் தலையை ஏற்பதாக முடிவாயிற்று. பிரம்மனது தலையைச் சிவபெருமான் கொய்த இடம் 'ருத்ர தீர்த்தம்' எனப்படுகிறது.

இதனால் பிரம்மன் நான்கு முகங்களுடன் சதுர்முகன் (அ) நான்முகன் எனப் பெயர் பெற்றார். கௌதம கங்கைக் கரையில் பிரம்மனது கோயில் உள்ள இடம் 'பிரம்ம தீர்த்தம்' எனப்படுகிறது. இங்கு பிரம்மதரிசனம் செய்வதன் மூலம் ஒரு பிராமணனைக் கொன்ற பாவத்துக்கு நிவாரணம் பெறலாம்.

29. ஆந்தையும் புறாவும்

கவுதமி கங்கை ஆற்றங்கரையில் யமனின் பேரனான அனுஹ்ரதன் என்ற

புறாவும், அதன் மனைவி ஹேதியும் வசித்து வந்தன.

கொஞ்சம் தூரத்தில் அக்னி குலத்தைச் சார்ந்த உலூகன் என்ற ஆந்தையும், அதன் மனைவி உலூகியும் வசித்து வந்தன.

ஆந்தையும், புறாக்களும் பகைவர்கள். புறாக்கள் தங்களுக்குத் தேவையான ஆயுதங்களை யமனிடமிருந்தும், ஆந்தைகள் தமக்கு வேண்டுவனவற்றை அக்னியிடமிருந்தும் பெற்று அடிக்கடி போர் செய்தவண்ணம் இருந்தன. அதனால் எல்லாம் எரிந்து போகக்கூடிய அபாயம் ஏற்பட யமனும், அக்கினி தேவனும் ஆந்தைகளையும், புறாக்களையும் தமக்குள் உள்ள விரோதத்தை மறந்து நண்பர்களாக வாழுமாறு அறிவுரை கூறினர்.

அந்தப் புறாக்கள் வசித்த இடம் 'யமதீர்த்தம்' என்றும், ஆந்தைகள் வசித்த இடம் 'அக்னி தீர்த்தம்' என்றும் பெயர் பெற்றன.

30. அந்தணன் வேதாவும் வேடன் பில்லாவும்

வேதா என்ற பெயருடைய அந்தணர் பிற்பகல் வரை தினமும் சிவபூஜை செய்து விட்டு பிற்பகலில் அருகிலுள்ள கிராமங்களில் யாசகம் செய்வது வழக்கம்.

பில்லா என்ற பேர் கொண்ட வேடன் பிற்பகலில் காட்டுக்குள் வேட்டைக்குச் செல்வது வழக்கம். வேட்டை முடிந்தவுடன் பில்லா அங்குள்ள சிவலிங்கத்திற்குத் தான் கொண்டு வந்த இறைச்சியை நிவேதனம் செய்வது வழக்கம். அப்போது அவன் சிவலிங்கத்தின் மீதிருந்த பூக்கள், வில்வ இலைகள் போன்றவற்றை அகற்றுவான். பில்லாவின் பக்தியில் மகிழும் சிவபெருமான் தினமும் பிற்பகலில் அவன் வருகைக்காக காத்திருப்பார்.

இவ்வாறு நடைபெற்று வர வேதனும், வேடனும் ஒருவரை ஒருவர் சந்தித்ததே இல்லை. ஆனால், அங்கு அன்றாடம் ஏற்படும் மாறுதல்களைக் கவனித்து வந்தனர். அந்தணர் யாசகத்துக்குச் செல்லும்போது, வேடன் நிகழ்ச்சிகள் நடைபெறுவதால் யாரால், எது நிகழ்கிறதென்று அந்தணருக்குப் புரியவில்லை. எனவே, ஒருநாள் அந்தணர் யாசகத்துக்குப் போகாமல் அங்கு நடப்பவற்றை மறைந்திருந்து கண்டார். அவ்வமயம் சிவபெருமான் தோன்றி பில்லாவிடம் அன்று ஏன் தாமதமாயிற்று என்றும், மிகவும் களைத்திருக்கிறாயே என்றும், அவனுக்காகத் தான் காத்திருப்பதாகவும் கூறினார். பூசை முடிந்து பில்லா சென்றவுடன் அந்தணர் எம்பெருமானை அணுகி, ''கொடிய, தீய வேடுவனுக்குக் காட்சி அளித்தீர், நான் இத்தனை ஆண்டுகள் பூஜையாகிய தவமேற்றுச் செய்து வருகிறேன். எனக்குக் காட்சி தரவில்லை. ஏன் இந்த ஓரவஞ்சனை. பாறாங்கல் கொண்டு இந்த லிங்கத்தை உடைக்கிறேன்'' என்று கூறினார்.

''தேவைப்பட்டால் செய்யவும். எனினும், நாளை வரை பொறுத்திருந்து பார்'' என்று அசரீரி வாக்குக் கேட்டது.

அடுத்த நாள் அந்தணர் பூசைக்கு வந்தபோது லிங்கத்தின் மீது ரத்தத்தைக் கண்டு, அதை அகற்றி இடத்தைத் தூய்மை செய்து தன் பூசையை முடித்தார். பின்னர் அங்கேயே மறைந்திருந்தார்.

சிறிது நேரம் கழித்து பில்லாவும் வந்து, லிங்கத்தின் மீதுள்ள இரத்தத் துளிகளைக் கண்டு, தானே அதற்கு பொறுப்பேற்று ஒரு கூரிய அம்பால் தன் உடலைப் பல இடங்களில் தானே தண்டனையாகக் குத்திக் கொண்டான்.

வேதன், வேடன் இருவர் முன்பும் எம்பெருமான் தோன்றி அந்தணர்

வேதனுக்கும், வேடன் பில்லாவுக்கும் உள்ள வேறு பாட்டை வெளிப்படுத்தினார். அந்தணர் வேதன் தனக்கு அன்பான பூஜையும், நைவேத்தியமும் அளித்ததாகவும், ஆனால், வேடன் பில்லா தன்னையே இறைவனுக்கு அளித்து விட்டதாகவும் கூறினார். அதுவே பூஜை, புனஸ்காரங்களுக்கும், ஆத்மார்த்த உண்மையான பக்திக்கும் உள்ள வேறுபாடு என்றார்.

பில்லா சிவனை ஆராதித்து வழிபட்ட இடம் 'பில்லா தீர்த்தம்' ஆகும்.

(இது காளத்தி மலையில் லிங்கத்தைப் பூசித்த சிவகோசரியார், கண்ணப்ப நாயனார் கதையைப் போல் உள்ளது)

31. தர்மம், தர்மத்தைக் காக்கும்

பௌவனம் என்ற நகரில் கௌதமன் என்னும் ஓர் அந்தணன் வசித்து வந்தான். அவனுக்கு வைசிய குலத்தைச் சார்ந்த மணிகுண்டலன் என்ற நண்பன் இருந்தான். கௌதமனின் தாயார் அவனுக்கு அதர்ம வழிகளைக் கூறி வந்தாள். அதனால் அவன் நண்பனிடம், இருவரும் அயல்நாடு சென்று வாணிகம் செய்து நிறைய லாபம் சம்பாதிக்கலாம் என்று கூறினான்.

ஆனால், மணிகுண்டலன் தன் தந்தையிடம் போதுமான அளவு பணம் இருப்பதால் மேலும் செல்வம் தேடும் அவசியம் இல்லை என்றான்.

அதற்கு கவுதமன், நண்பனிடம் அவனுக்கு வருங்காலம் பற்றியும் வாழ்வில் முன்னேறுவது பற்றியும் அக்கறை இல்லை என்றும், ஒரு வெற்றியுள்ள மனிதன் தன் தந்தையின் பொருள் கொண்டு வாழமாட்டான். ஆனால், அவனுடைய அதிருஷ்டத்தை அவனே தேடிக் கொள்வான் என்றும் கூறினான்.

கவுதமனின் வார்த்தை சரியே என மணிகுண்டலன் எண்ணினான். நண்பன் தனக்கு மோசம் செய்வதை அவன் உணரவில்லை.

மணிகுண்டலன் தேவையான மூல தனத்துடன் வர, கவுதமனும், மணிகுண்டலனும் தங்கள் பயணத்தை மேற்கொண்டனர்.

வழியில் கவுதமன் சொன்னான், ''நல்ல தர்மநெறியில் நடப்பவர்கள் எப்படியெல்லாம் அவதிப்படுகின்றனர். அவர்களுக்கு செல்வமோ, மகிழ்ச்சியோ ஏற்படுவது இல்லை. எனவே தருமம், நியாயம் என்பது எல்லாம் வீணானவையே'' என்றான்.

அதற்கு மணிகுண்டலன், ''தரும நெறியில் நிற்பதே மகிழ்ச்சியை அளிக்கிறது. வறுமை, துயரம் என்பனவெல்லாம் தவிர்க்க முடியாதவை'' என்று கூறி மறுத்தான்.

இருவரும் அவரவர் போக்கிலேயே நின்றதால் யார் சொல்வது சரி என்று நிச்சயிக்க இயலவில்லை. இதற்காகப் பணயம் வைத்தனர். மற்றவர்களிடம் கேட்டு யார் சொல்வது சரி எனப்படுகிறதோ அவருக்கு மற்றவருடைய பணம் உரித்தாகும் என்று முடிவெடுத்து அவ்வாறே கேட்க, அனைவருமே 'தீயவரே வாழ்கின்றனர். நல்லவர் துன்பமடைகின்றனர்' என்று கூற, மணிகுண்டலன் தன்னிடமிருந்த பொருளை எல்லாம் கவுதமனிடம் கொடுத்துவிட வேண்டியதாயிற்று. எனினும், மணிகுண்டலன் தருமத்தையே சிலாகித்துப் பேசினான். கவுதமன், ''மணிகுண்டலன் ஒரு கழுதை. அவன் பொருளைத் தன்னிடமிழந்தும் தருமமே சிறந்ததென்று கூறுவது விந்தை'' என்றான்.

அப்போது மணிகுண்டலன், ''எப்போதும் இறுதியில் வெல்வது தர்மமே. கவுதமன் பெற்ற வெற்றி ஒரு மாயை'' என்றான்.

மற்றொரு முறை அவர்கள் பந்தயம் வைத்துக் கொண்டு வேறு சிலரிடம் அவர்களது அபிப்பிராயத்தைக் கேட்டனர். இதில் தோற்பவர் தன் இரு கைகளையும் இழப்பதாக முடிவெடுத்தனர். மறுபடியும் பெரும்பாலோர் கவுதமன் கூற்றே சரியென்று கூற, மணிகுண்டலனின் இரு கரங்களும் வெட்டப்பட்டன.

அப்போது கவுதமன் மணிகுண்டலன் போக்கைக் குறை கூற, அவன் தருமமே முக்கியமானது. தேவையானது. அது தன் பக்கம் இருப்பதாகக் கூறினான்.

இதனால் மிக்க கோபம் கொண்ட கவுதமன், மேலும் மேலும் மணி குண்டலன் தர்மத்தைப் புகழ்ந்தால் அவன் தலையை வெட்டிவிடுவதாகக் கூறினான். ஆனால் மணிகுண்டலன் சிறிதும் அசைந்து கொடுக்கவில்லை.

மறுபடியும் ஒரு பந்தயம் வைக்க, அதிலும் கவுதமன் கூற்றே சரி என மற்றோர் ஒப்புக்கொள்ள கவுதமன், மணிகுண்டலன் கண்களைப் பிடுங்கி விட்டு அவன் அப்படியே சாகட்டும் என்று எண்ணி வழியிலேயே விட்டுச் சென்றான்.

கவுதமி கங்கைக் கரையில் தன் விதியை நொந்து கொண்டு மணி குண்டலன் விழுந்து கிடந்தான். இரவு வந்தது. எங்கும் இருள் சூழ்ந்தது.

அங்கே விஷ்ணுவின் சிலை ஒன்று இருந்தது. தினந்தோறும் இரவில் விபீஷ்ணனின் மகன் அங்கு விஷ்ணு பூசை செய்ய வருவது வழக்கம். அவன் கண்களை இழந்து பரிதவிக்கும் மணிகுண்டலனின் கதையைக் கேட்டு தந்தையிடம் தெரிவித்தான். அப்போது விபீஷணன், லக்ஷ்மணனைக் காப்பாற்ற சஞ்சீவி மலையைக் கொண்டு வந்த போது அந்த இடத்தில் 'விஷல்யகரணி' என்ற மூலிகைச் செடி விழுந்து வளர்ந்ததாகவும், அதனைப் பயன்படுத்தி மணிகுண்டலனுக்குச் சிகிச்சை செய்து காப்பாற்றலாம் என்றும் கூறினார். அந்தச் செடி இப்போது அங்கு மரமாக வளர்ந்து இருந்தது. அதன் கிளை ஒன்றை வெட்டி மணிகுண்டலன்மீது வைக்க, அவன் கண்களும், கைகளும் வலுப் பெற்று எழுந்தான். இவ்வாறு மணி குண்டலனுக்குச் சிகிச்சை செய்தபின் விபீஷ்ணன், மகனுடன் இலங்கை சென்றான்.

இவ்வாறு தர்மநெறி நின்ற மணி குண்டலன் பயணத்தைத் தொடர்ந்து மஹாராஜன் என்பவரால் ஆளப்படும் மஹாபுரத்தை அடைந்தான். அந்த மன்னனுக்குப் புத்திரன் இல்லை. ஆனால், ஒரு குருட்டுப் புத்திரி மட்டும் இருந்தாள். அவளைக் குணப்படுத்து பவனே தன் மாப்பிள்ளை ஆவான் என்றும், தனக்குப் பின் நாட்டை ஆள்வான் என்றும் அறிவித்திருந்தான். இப்போது விஷல்யகரணி மூலிகை யைப் பற்றி அறிந்திருந்த மணி குண்டலன் அவளைக் குணப்படுத்தி, அவளையே மணந்து அந்த மஹா புரத்துக்கு மன்னன் ஆனான்.

பல ஆண்டுகள் கழிய, ஒரு நாள் சேவகர்கள் கவுதமன் இழைத்த குற்றத்திற்காக அவனை இழுத்து வந்து மன்னனின் முன் நிறுத்தினர். அப்போது கவுதமன் செல்லாக் காசுகூட இல்லாமல் பிச்சைக்காரனைவிட மோசமான நிலையில் இருந்தான்.

கவுதமனைக் கண்ட மணிகுண்டலன் அவனை மன்னித்து தன் செல்வத்தை அவனுடன் பகிர்ந்து கொண்டான்.

எனவே 'தர்மம் தலைகாக்கும்' என்பது போல் தர்மநெறி நின்றார்க்குத் தர்மம் எல்லா வகையிலும் துணை புரியும். இப்படிப்பட்ட பல நிகழ்ச்சிகள் நடந்த இடங்கள் கவுதமி கங்கைக் கரையில் உள்ளன.

32. கண்டு மகரிஷியும் அப்ஸரஸும்

கவுதம கங்கைக் கரையில் ஓர் அழகிய ஆசிரமத்தில் கண்டு முனிவர் வாழ்ந்து வந்தார். அவர் வெயில், மழை, குளிர், காற்று என்று பாராமல் நெடுங்காலம் தவமியற்றி வந்தார். அவர் தவத்தால் தன் இந்திர பதவிக்கு ஆபத்து ஏற்படும் என அஞ்சிய இந்திரன் அவர் தவத்தைக் கெடுக்க பிரேமலோசனை என்ற அப்சர ஸ்திரீயை அனுப்பினான். அவள் ஆடிப் பாடி தன் இனிய குரலால் முனிவரின் தவத்துக்குப் பங்கம் விளைவிக்க முயன்றாள். அவளின் இனிய குரலை யும், அழகையும் கண்ட முனிவர் அவளை மணந்தார். பல ஆண்டுகள் இன்பத்தில் திளைத்த அவர் ஒரு நாள் ஆசிரமத்தை விட்டு வெளியே செல்ல முற்பட பிரேமலோசனை அவர் எங்கு செல்கிறார் என்று கேட்க, முனிவர் மாலை ஆனதால் சாயங்கால வந்த னைக்குப் புறப்படுவதாகக் கூறினார்.

பிரேமலோசனையுடன் பல நாட்கள் கழிந்ததை அறியாத முனிவர் ஒரு பகல் முடிந்து சாயங்காலம் வந்ததென்று எண்ணிக் கூறினார்.

பிரேமலோசனை தான் காலை வந்தது என்பது பல ஆண்டுகளுக்கு முந்திய காலை என்றும் அன்றிலிருந்து நூற்றுக் கணக்கான ஆண்டுகள் கழிந்துவிட்டன என்றும் கூறினாள்.

உண்மையை அறிந்த முனிவர் தன் தவத்தை அவள் கெடுத்து விட்டதாக வும், எனினும் மனைவியாக இருந்ததால் அவளைச் சபிப்பதில்லை என்றும், அவள் தேவலோகம் செல்லலாம் என்று, கூறி விடை கொடுத்து அனுப்பிவிட்டு, தான் பிராயச்சித்தத்தை மேற்கொண் டார்.

கண்டு முனிவர் புருஷோத்தம க்ஷேத்திரத்தை அடைந்து தவம் புரிய விஷ்ணுவால் ஆசீர்வதிக்கப்பட்டார்.

கண்டு, பிரேமலோசனைக்கு மரீஷை என்றொரு மகள் பிறந்தாள்.

தற்போதுள்ள கோதாவரி ஆறே கவுதம கங்கை எனத் தெரிகிறது.

(மேலும் பல வரலாறுகள், நிகழ்ச்சி கள் இப்புராணத்தில் உள்ளன. விரிவஞ்சி சில மட்டும் கொடுக்கப் பட்டுள்ளன.)

(அடுத்து, மற்ற புராணங்களைப் போலவே வர்ணாசிரம தர்மம் பற்றி இந்தப் புராணமும் கூறுகிறது. இதனை மற்ற புராணங்களிலிருந்தே அறிந்து கொள்ளலாம் எனவே அது தவிர்க்கப் பட்டுள்ளது.)

33. ஒரு சண்டாளனும் ஒரு பிரம்மராக்ஷசனும்

நாடு கடத்தப்பட்டவனை (அல்லது) சமூகத்தால் நிராகரிக்கப்பட்டவனை சண்டாளன் என்பர். அவந்தி நகரின் புறப்பகுதியில் ஒரு சண்டாளன் வசித்து வந்தான். ஆனால், அவன் ஒரு சிறந்த விஷ்ணு பக்தன். ஒவ்வொரு ஏகாதசி அன்றும் உபவாசம் இருந்து, இரவில் விஷ்ணு ஆலயம் சென்று திருமால் புகழ்பாடுவது அவன் வழக்கம்.

அவந்தி நகருக்கருகில் ‘ஷிப்ரா’ என்னும் ஓர் ஆறு ஓடுகிறது. ஓர் ஏகாதசி திதி அன்று சண்டாளன் ஆற்றங்கரையில் பூசைக்கான மலர்களைச் சேகரிக்கச் சென்றான். ஆற்றங்கரையில் ஒரு பெரிய மரம் இருந்தது. அதில் ஒரு பிரம்ம ராக்ஷசன் வசித்து வந்தது. சண்டா ளனைப் பார்த்ததும் அது அவனைக் கபளீகரம் செய்ய எண்ணியது.

‘‘நான் விஷ்ணு பூசைக்குச் செல்ல வேண்டியிருப்பதால் இன்றிரவு என்னை விட்டுவிடு’’ என்று கூறினான். அதற்கு பிரம்மராக்ஷசன் பத்து நாட்களாக உணவின்றிக் கடும் பட்டினியாக இருப்பதால் உன்னை விடமாட்டேன் என்றது. அப்போது சண்டாளன்,

இப்போது தன்னைப் போக விடும் படியும், பூஜை முடிந்தவுடன் தானே வந்து சேர்வதாகவும் உறுதி அளித்தான்.

சண்டாளன் விடுபட்டுச் சென்று இரவெல்லாம் விஷ்ணு பூஜை, பக்திப் பாடல்கள் எல்லாம் முடித்து காலையில் தான் கூறியவாறே பிரம்மராக்ஷசனிடம் வந்து சேர்ந்தான்.

''என்னால் நம்பமுடியவில்லை. வியப்பாக உள்ளது. நீ சண்டாளனாக இருக்க முடியாது. ஓர் அந்தணனே'' என்று கூறி பிரம்மராக்ஷசன் சண்டாள னிடம் சில கேள்விகள் கேட்டது.

பிரம்மராக்ஷசன் : இரவெல்லாம் என்ன செய்தாய்?

சண்டாளன் : விஷ்ணு ஆலயத்தின் முன் நின்று விஷ்ணுவின் புகழ் பாடல் களைப் பாடிக் கொண் டிருந்தேன்.

பிரம்மராக்ஷசன் : எத்தனை காலமாக இவ்வாறு செய்கிறாய்?

சண்டாளன் : இருபத்தைந்து ஆண்டு காலமாக.

இவ்வாறு கூறிய பதில்களைக் கேட்டு பிரம்மராக்ஷசன் சண்டாளனிடம் ''நிறைய புண்ணியத்தைச் சம்பாதித் திருப்பீர்கள். நான் ஒரு பாவி. எனக்கு ஓர் இரவு புண்ணியத்தைத் தாருங்கள்'' என்று கேட்டது.

அதற்குச் சண்டாளன், ''புண்ணியம் என்னுடையது. நான் அதைத் தர மாட்டேன். என் உடலை எடுத்துக் கொள்'' என்றான்.

''சரி குறைந்த பட்சம் இரண்டு மணி நேர புண்ணியத்தையாவது கொடு'' என்று வேண்டிற்று. அப்போது சண்டாளன், ''என்னால் புண்ணியத்தைத் தரமுடியாது. அது சரி, உன்னுடைய பாவம் தான் என்ன?'' என்று சண்டாளன் கேட்டான்.

அப்போது பிரம்மராக்ஷசன் தன் வரலாற்றைக் கூறியது. ''என் பெயர் சோம சர்மா. நான் தேவசர்மா என்ற அந்தணரின் மகன். ஆனால், நான் தீய நடத்தையில் வாழ்ந்தேன். உபநயனம் ஆகாத ஒரு பிராமணன் யாகங்கள் செய்யத் தகுதியில்லாதவன், அப்படி யான நான் ஒரு யாகத்தை நடத்தி விட்டேன். அதன் பயனாய் இப் பிறவியில் நான் பிரம்ம ராக்ஷசனாய் பிறந்துள்ளேன்'' என்றது. அது கேட்டு மனம் இரங்கிய சண்டாளன் தன் புண்ணியத்தில் ஒரு பகுதியை பிரம்ம ராக்ஷசனுக்கு அளித்தான். பிரம்ம ராக்ஷசன் மகிழ்ச்சியுற்று தன் நன்றியைத் தெரிவித்து ஒரு புனிதத் தீர்த்தத்தை அடைந்து தவமியற்றி விடுதலை பெற்றான்.

அதன்பின் சண்டாளன் தீர்த்த யாத்திரையாக பல இடங்களுக்குச் செல்ல ஓரிடத்தில் அவனுக்கு அவன் முற்பிறவி நினைவுக்கு வந்தது.

அவன் முற்பிறவியில் சகல சாஸ்திர, வேதப் பண்டிதனாக இருந்தான். யாசகம் எடுத்து உணவு உண்டான். இந்நிலை யில் ஒருநாள், சில திருடர்கள் பசுக் களைத் திருடி ஓட்டிவர அவற்றின் குளம்பு தூசி உணவில் விழ அவன் வெறுத்து யாசகம் பெற்ற உணவை வீசி எறிந்தான். அவ்வாறு அவ்வுணவை எறிந்ததால் சண்டாளனாகப் பிறந்தான்.

இந்தப் பாவத்திற்காகத் தவமியற்ற, அவன் மன்னிக்கப்பட்டான்.

34. காயத்ரி

காயத்ரி ஏற்பட்ட விவரத்தை முனிவர் கூறலானார்.

மூலப்பிரம்மம் தன் நாபியிலிருந்து பிரம்மனைத் தோற்றுவித்தார். அவருக்குப் பிரணவ ஒலி கேட்டது. அவ்வொலியைக் கேட்ட பிறகு அவருடைய நான்கு முகங்களிலிருந்தும்

24 எழுத்துக்கள் தோன்றின. அந்த இருபத்து நான்கு எழுத்துக்களும் 'பீஜாக்ஷரம்' எனப்படும். அதுவே காயத்ரி மஹாமந்திரம் எனப்படும்.

அதன் பிறகு அவர் முகத்திலிருந்து நான்கு வேதங்கள் தோன்றின. எனவே காயத்ரி மந்திரம் வேதங்களுக்குத் தாயாகும். அதனை ஜபிப்பவர்கள் பிரம்ம விதியைப் பெறுவர்.

யோகம் : யோகம் என்பது ஆத்மாவைப் பரமாத்மாவுடன் (அ) பரப்பிரம்மத்துடன் இணைப்பது. யோகம் செய்யப் புகுபவர் வேதத்தையும், புராணங்களையும் கற்க வேண்டும். சாத்விக உணவுண்டு இனிய பிரதேசத்தில் பழக வேண்டும்.

புலன்களை அடக்கி சரியான ஆசனங்களைப் பயின்று, மூக்கின் நுனியின் மீது திருஷ்டி வைத்துப் பயிலவேண்டும். பற்றற்ற நிலை வேண்டும்.

சரியான முறையில் யோகம் செய்தால் எல்லா உயிர்களிலும் ஒரே பரமாத்மா இருக்கிறார் என்று அறியலாம், ஜீவராசிகளைத் தனித்தனியே காண்பது ஒரு மாயத் தோற்றமே. எல்லாவற்றிலும் ஒரே பரமாத்மாதான் இருக்கிறார்.

■■■

ஸ்ரீ பத்ம புராணம்

ஸ்ரீலக்ஷ்மி நாராயணன்

2

ஸ்ரீ பத்ம புராணம்

1. தோற்றுவாய்

வேத வியாசர் எழுதிய பதினெண் புராணங்களில் இரண்டாவது பத்ம புராணம். வேத வியாசரின் இயற்பெயர் அது இல்லை என்றும், அது அவருக்கு அளித்த 'விருது' என்றும் கூறப்படுகிறது.

ஸ்ரீ பத்ம புராணம் ஒரு சாத்துவிக புராணம். விஷ்ணு புராணம், நாரத புராணம், பாகவத புராணம், கருட புராணம், வராக புராணம் ஆகியவையும் சாத்துவிகப் புராணங்களே.

பிரமனின் ஒரு நாள் என்பது ஒரு கல்பமாகும். பிரமனின் ஒருநாள் முடிவில் இந்தப் பேரண்டம் அழிவுற்றது. எங்கும் இருள் சூழ்ந்தது. அடுத்த நாள் காலையில் உலகம் புதிதாகத் தோற்றுவிக்கப்பட்டது. ஒவ்வொரு கல்பத்திலும் ஒவ்வொரு புராணம் இயற்றப்பட்டது. அந்தப் பட்டியலைக் கீழே காண்க.

2. பதினெண் புராணங்கள்– ஸ்ரீ மகா விஷ்ணுவின் உருவம்

1. பிரம புராணம் - பிரம கல்பம்
2. பத்ம புராணம் - பத்ம கல்பம்
3. விஷ்ணு புராணம் - வராக கல்பம்
4. சிவ புராணம் - ச்வேத கல்பம்
5. பாகவத புராணம் - சாரசுவத கல்பம்
6. நாரத புராணம் - வ்ரிஹத் கல்பம்
7. மார்க்கண்டேய புராணம் - ச்வேத வராக கல்பம்
8. அக்னி புராணம் - ஈசான கல்பம்
9. பவிஷ்ய புராணம் - அகோர கல்பம்
10. பிரமவைவர்த புராணம் - ரசுந்த்ர கல்பம்
11. லிங்க புராணம் - கல்பந்த கல்பம்
12. வராஹ புராணம் - மனுகல்பம்
13. ஸகந்த புராணம் - தத்புருஷ கல்பம்
14. வாமன புராணம் - சிவகல்பம்
15. கூர்ம புராணம் - லக்ஷ்மி கல்பம்
16. மத்ஸ்ய புராணம் - கல்பாதி கல்பம்
17. கருட புராணம் - கருட கல்பம்.
18. பிரமாண்டபுராணம் - பவிஷ்ய கல்பம்

வேத வியாசர் புராண சம்ஹிதை என்றொரு நூல் எழுதினார் என்றும் இதை அவர் தன் சிஷ்யர் லோமஹர்ஷனுக்கு (அ) ரோம ஹர்ஷனுக்கு உரைத்ததாகவும், அது பின்னர் வாய் மொழியாகவே வழிவழியாக வந்ததெனவும் கூறப்படுகிறது.

எனவே, முதல் நூலுக்கும் தற்போது கிடைத்துள்ளவற்றிற்கும் பாட பேதங்கள் (அ) வேறுபாடுகள் இருப்பது இயற்கை என்பதை கற்போர் உணர வேண்டும்.

3. சிவசர்மாவின் கதை

மேற்குக் கடற்கரையில் துவாரவதி (அ) துவாரகையில் சிவசர்மா என்றொரு அந்தணர் சகல சாஸ்திரங்கள், வேதங்கள், யாகங்கள் ஆகியவற்றைக் கற்றவராக இருந்தார். அவருக்கு யஜ்ஞ சர்மா, வேத சர்மா, தர்ம சர்மா, விஷ்ணு சர்மா, சோம சர்மா என்று ஐந்து புதல்வர்கள் இருந்தனர். அவர்களும் வேத சாஸ்திர விற்பன்னர்களாய், சகல சாஸ்திரப் பண்டிதர்களாய், தந்தை சொல் மிக்க மந்திரமில்லை என்றவாறு விளங்கினர். ஆனால், அவர்கள் எந்த அளவுக்குத் தன்னிடம் பயபக்தி உடையவர்களாய் இருக்கிறார்கள் என்று அவர்களைச் சோதித்துப் பார்க்க விரும்பினார் சிவசர்மா.

சகல வேதங்களையும் உணர்ந்த சிவசர்மாவுக்கு பலவகை மந்திர தந்திரங்களும் தெரிந்திருந்தது. அவர் தன் மனைவி இறந்து கிடப்பதாக ஒரு மாயத்தைத் தோற்றுவித்துத் தன் பெரிய மகனான யஜ்ஞ சர்மாவிடம் அந்த உடலை வாள் கொண்டு துண்டு துண்டுகளாக்கி வீசி எறியுமாறு கூற, அவனும் அவ்வாறே செய்தான். அவன் தந்தையிடம் பக்தியுள்ளவனென சிவசர்மா முடிவு செய்தார்.

அடுத்து, ஓர் அழகிய மங்கையை உருவாக்கி, இரண்டாவது மகன் வேத சர்மாவிடம் அவளைத் தன்னை மணக்குமாறு ஏற்பாடு செய்யச் சொன்னார். முதலில் அவள் மறுத்து தந்தைக்குப் பதில் மகன் வேதசர்மாவை மணப்பதாகக் கூற, அவன் தந்தையை மட்டுமே மணக்க வேண்டும் என்றான். அப்போது அவள் வேதசர்மாவிடம், அவன் தன் தலையை வெட்டி அவளுக்கு வெகுமதியாகத் தந்தால் தந்தையை மணப்பதாகக் கூறினாள். அவனும் அவ்வாறே செய்ய அந்த மகனும் தன்னிடம் பக்தி உள்ளவனே என நிச்சயித்தான்.

சிவசர்மா, வேதசர்மாவின் தலையைக் கொய்து மூன்றாவது மகன் தர்மசர்மாவிடம் கொடுக்க, அவன் தர்ம தேவதையைப் பிரார்த்தித்து வேத சர்மா உயிருடன் எழுமாறு வரம் பெற்றான். வேதசர்மாவும், தர்மசர்மாவும் தந்தையை வணங்கினர். எனவே மூன்றாவது மகனும் தன்னிடம் பக்தி உள்ளவனே என்று சிவசர்மா எண்ணினார்.

பின்னர், நான்காவது மகன் விஷ்ணு சர்மாவைச் சோதிக்க, அவனிடம் தான் ஒரு அழகியை மணக்க விரும்புவதால் தேவலோகம் சென்று இந்திரனிடமிருந்து அமிர்தம் பெற்று தனக்குக் கொடுத்தால், முதுமையும் நோயும் நீங்கும் என்று கூற, அவனும் தேவலோகம் சென்றான். ஆனால், இந்திரன் மேனகை என்னும் தேவலோக மாது, மற்றும் பூதங்கள், பேய்களை அனுப்பி விஷ்ணுசர்மாவை திசைதிருப்ப முயன்றார். எதிலும் தன் உறுதி மாறாமலிருந்த அவன் நிலையை மெச்சி, அவனுக்கு அமுதம் கொடுக்க, அவனும் தந்தைக்கு அமுதம் கொண்டு வந்து கொடுத்தான். மகிழ்ச்சியுற்ற சிவசர்மா அந்த மகனும் தந்தையிடம் உண்மையான பக்தி உள்ளவனே என்று உறுதியாக நம்பினான்.

அதனால், சிவசர்மா மாயையால் நிகழ்த்தியவற்றை மறைத்துத் தன் மனைவியை மீண்டும் உயிருடன் பிள்ளைகளுக்கெதிரே வரவழைத்து, அவர்களிடம் அவர்களை சோதித்துப் பார்த்ததை எடுத்துக்கூறி அவர்களுடைய தந்தை பக்தியை மெச்சி தனது சக்தியினால் அந்த நால்வரையும் விஷ்ணுலோகத்துக்கு அனுப்பி வைத்தார். எனவே, கடைசி மகன் சோமசர்மா புவியிலேயே இருந்தான்.

சிவசர்மா தன் மகன் சோமசர்மாவிடம் தானும், மனைவியும் க்ஷேத்திராடனம் செல்வதாகவும் திரும்பி வரும்

வரையில் அமுதத்தைப் பத்திரமாக வைத்திருந்து திரும்பி வந்தவுடன் கொடுக்குமாறும் கூறி தீர்த்தயாத்திரை சென்றான்.

சில நாட்கள் கழித்து சிவசர்மாவும், அவன் மனைவியும் தொழுநோயாளிகள் வடிவில் வீடு திரும்பினர். மகன் சோமசர்மா அவர்களை அன்புடன் வரவேற்று அவர்களுக்கு மனம் கோணாமல் சிகிச்சை செய்து வந்தான். சிவசர்மா அமிர்த கலசத்தில் இருந்து அமுதத்தை மாயமாகச் செய்து, தன் மகனிடம் அமுத கலசத்தைக் கொண்டு வருமாறும், அதன் மூலம் அவர்கள் நோயிலிருந்து விடுதலை பெற முடியும் என்று கூறினான். ஆனால் சோமசர்மா சென்று பார்த்தபோது கலசம் காலியாக இருந்தது. அவன் தந்தை மீதுள்ள பக்தியின் மகிமையால் கலசம் அமுதத்தால் நிறையும்படிச் செய்து அதைக் கொண்டு வந்து கொடுத்தான். சிவசர்மா அவன் பக்தியை மெச்சி, தானும், தன் மனைவியுடன் விஷ்ணுலோகம் அடைந்தான். பின்னர் சோமசர்மா தவம் செய்ய வனம் சென்றான். அவன் தவத்தைக் கெடுக்க அரக்கர்கள் முனைந்தனர். அவர்களைக் கண்ட அவன் அச்சத்தினால் மரணம் அடைந்தான். அரக்கர் அச்சத்தால் இறந்த அவன் மறுபிறவியில் அரக்கர் குலத்தில் பிறந்தான். ஆனால், அவன் செய்த புண்ணியத்தால் விஷ்ணு பக்தனாகத் தோன்றினான். அவனே ஹிரண்யகசிபுவின் மகனான பிரகலாதன்.

4. சோமசர்மாவும் ஸுவ்ரதனும்

ரேவா ஆற்றங்கரையில், வாமன தீர்த்தம் என்ற இடத்தில் சோமசர்மா என்பவர் தன் மனைவி சுமனாவுடன் வசித்து வந்தார். அவர்கள் வறியவர்களாயும், புத்திரப் பேறு இல்லாதவர்களாகவும் துயரத்தில் வாழ்ந்து வந்தனர்.

இது குறித்து வசிஷ்டரை அடைந்து தன் துயரத்தை வெளிப்படுத்தி அதற்கான காரணத்தையும் வேண்டினர். அப்போது வசிஷ்டர் அவன் முற்பிறவி வரலாற்றைக் கூறினார்.

''நீ முற்பிறவியில் விவசாயத்தில் ஈடுபட்டு நல்ல வருமானம் ஈட்டியும், புனித யாத்திரை மேற்கொள்ளவில்லை. யாருக்கும் தானம் அளித்ததில்லை. சாஸ்திரங்களை அறியவும் இல்லை. அதனால் ஏழை யாகப் பிறந்திருக்கிறாய்'' என்றார்.

''ஆனால், இப்பிறவியில் எப்படி அந்தணனாகப் பிறந்தேன்'' என்று கேட்க, ''வசிஷ்டர் முற்பிறவியில் செய்த சில நற்காரியங்களே அதற்குக் காரணம்'' என்றுகூறி அவற்றை விவரித்தார்.

''முற்பிறவியில் நான்காவது வருணத்தில் பிறந்திருந்தாலும் ஓர் படித்த விஷ்ணு பக்தராகிய அந்தணர் உனது இல்லத்தை நாடி வந்தார். அந்த கௌரவ விருந்தினரை வரவேற்று உபசரித்தாய்.

அந்த நாள் வளர்பிறை ஏகாதசி திதி. அன்று அந்த விருந்தினர் விரதம் அனுஷ்டித்தனர். அதைக் கண்டு நீயும் அனுஷ்டித்தாய். அதுவே இப்பிறவியில் பிராமணனாகப் பிறக்கக் காரணமாயிற்று'' என்றார்.

பின்னர் வசிஷ்டர், சோமசர்மாவிடம் இனி என்ன செய்ய வேண்டும் என்று அறிவுரை புகன்றார். ''விஷ்ணுவைப் பூசித்து, பிரார்த்தனை செய்தால் புத்திரப் பேறு கிட்டும்'' என்றார்.

சோமசர்மா மனைவி சுமனாவுடன் ரேவா ஆற்றங்கரையில் கபில சங்கமம் என்ற இடத்தை அடைந்து விஷ்ணுவைக் குறித்து மந்திரம் உச்சரித்துத் தவம் இருந்தான். அவ்வாறு இருக்கையில் பேய், பிசாசு, பூதம், பாம்புகள், காட்டு மிருகங்களால் தொல்லைகள்

ஏற்பட்டன. எதைப்பற்றியும் கவலை கொள்ளாமல் விஷ்ணுவைப் பிரார்த்தித்து வர, விஷ்ணு அவர்கள் முன் தோன்றி வேண்டிய வரத்தைக் கேட்கு மாறு கூறினார்.

அப்போது சோமசர்மா தனது ஏழ்மை நீங்கவும், ஒரு புத்திரன் பிறக்கவும், அவனும், அந்த மகனும் என்றும் இடையறாத விஷ்ணு பக்தி உடைய வராக இருக்குமாறும் வரம் அருளுமாறு வேண்ட, அவ்வாறே அளித்து பகவான் மறைந்தார்.

அவர்களுக்குப் பிறந்த குழந்தை 'ஸுவ்ரதன்' எனப்பட்டான்.

ஸுவ்ரதன்

பல ஆண்டுகளுக்கு முன் விதிஷர வில், ரித்வஜா என்ற மன்னன் ஆண்டு வந்தான். அவனுடைய மகன் வாலி. வாலியின் புத்திரன் ருக்மாங்கதன்.

ருக்மாங்கதன் சந்தியாவலி தம்பதி யருக்கு தர்மாங்கதன் என்ற மகன் பிறந்தான். அவன் சிறந்த விஷ்ணு பக்தனாக வாழ்ந்து விஷ்ணு லோகத்தை அடைந்தான். அவன் பல யுகங்கள் சொர்க்கத்தில் இருந்து பின்னர் ஸுவ்ரதனாகப் பிறந்தான்.

சிறு வயதிலிருந்தே ஸுவ்ரதன் சிறந்த விஷ்ணு பக்தனாக இருந்து வந்தான். பெரியவனான பிறகு நர்மதைக் கரையில் உள்ள வைடூரிய மலைக்குச் சென்று நூறு ஆண்டுகள் விஷ்ணுவை நோக்கித் தவம் செய்தான்.

அவனும், அவனுடைய பெற்றோர் களும் விஷ்ணுலோகம் சென்று நீண்ட காலம் வாழுமாறு விஷ்ணு வரம் தந்தருளினார்.

5. காசியப முனிவர் மகன் பலனும் விரித்திரனும்

காசியப முனிவரின் மனைவி அதிதி; அவர்களுடைய மக்கள் ஆதித்தியர்கள். காசியபருக்குத் திதி என்றொரு மனைவி யும் உண்டு. அவர்களுடைய மக்கள் தைத்தியர்கள் (அரக்கர்கள்).

தேவர்கள், அசுரர்களைக் கொன்றனர். திதியின் மக்கள் மரணத்துக்கு விஷ்ணு முக்கிய காரணமானார்.

அப்போது திதி, முனிவரை அணுகி தன் மக்கள் கொல்லப்படுவதாகவும், பலமும், சக்தியும் வாய்ந்த, தனக்கு மகிழ்ச்சி அளிக்கும் மகன் ஒருவனை அருளுமாறு வேண்டினாள். அந்த வேண்டுகோளின்படி பலன் (பலம் மிக்கவன்) என்ற மகன் திதிக்குப் பிறந்தான்.

காசியப முனிவர் பலனுக்குச் சகல வித்தைகளையும் கற்பித்தார். அவன் தாயார் மகனிடம் தேவர்களைப் பழிக்குப் பழி வாங்குமாறும், குறிப்பாக விஷ்ணுவைக் கொல்ல வேண்டும் என்றும் கூறினாள்.

இவற்றைச் செய்வதற்கு முன் தவம் செய்து சக்தி பெற பலன் சிந்து நதிக் கரைக்குச் சென்றான்.

இந்நிலையில் அதிதி, தேவேந்திர னிடம், பலன் தவம் செய்ய சென்றிருப்ப தாகவும், அவன் பலம் பெற்று வந்தால் வெல்ல முடியாது என்றும், எனவே உடனே ஏதாவது செய்ய வேண்டும் என்றும் கூறினாள்.

பலன் தவம் செய்து கொண்டிருக்கும் போது தேவேந்திரன் அவனைத் தனது வச்சிராயுதத்தால் கொன்று விட்டான்.

இவ்வாறு திதியின் பழிவாங்கும் திட்டம் முறியடிக்கப்பட்டது.

6. விரித்திரனின் அழிவு

அத்துடன் திதி நிறுத்தவில்லை. காசியபரிடம் சென்று தியானத்தில் இருந்த தன் மகன் பலனை, இந்திரன் வஞ்சகமாகக் கொன்றதைக் கூறி, அதற்கு

ஏதாவது செய்ய வேண்டும் என்று கேட்டாள்.

அதற்குக் காசியபர் இந்திரன் செய்தது தவறு என்று அவன் மீது கோபம் கொண்டார். மேலும், இந்திரனைக் கொல்ல ஒரு மகனைத் தோற்றுவிக்கிறேன் என்றுகூறி, அவர் தலையிலிருந்து ஒரு முடி எடுத்து எறிந்து அதிலிருந்து விரித்திரன் என்னும் ஒரு கோபமான மகனைத் தோற்றுவித்தார். அவன் இருள் போன்ற கரியவனாய், மஞ்சள் நிறக் கண்களையும் பெற்றிருந்தான். அவன் ஒரு வாளும், கேடயமும் வைத்திருந்தான்.

விரித்திரன் காசியபரிடம் தன்னை ஏன் படைத்தார் என்றும், என்ன செய்ய வேண்டும் என்றும் கேட்டான்.

இந்திரனைக் கொன்று விரித்திரனே தேவேந்திரனாக ஆகும்படி சொன்னார். அவன் போர் வித்தைகளைக் கற்க ஆரம்பித்தான். இந்திரனைக் கொல்லப் போவதாகச் செய்தி இந்திரனை அடைய, அவன் சப்தரிஷிகளை அனுப்பி சமாதானம் பேசுமாறு கூறினார். அவர்கள் விரித்திரனிடம், இந்திரன் அவனுடன் நட்பு கொள்ள விரும்புவதாகவும் தன் ராஜ்ஜியத்தில் பாதி கொடுப்பதாகவும் கூறினர்.

ரிஷிகளிடம் "இந்திரன் பேச்சை எப்படி நம்புவது?" என்று விரித்திரன் கேட்டான். அதற்கு ரிஷிகள் "அவர் தன் வார்த்தையைக் காப்பாற்றாவிடின் ஓர் அந்தணனைக் கொன்ற பாபம் அவரைச் சூழும்" என்றனர்.

பின்னர் சப்தரிஷிகள் விரித்திரனுக்கும், இந்திரனுக்கும் சமாதானம் செய்வித்தனர். பாதி ராஜ்யமும் பங்கிடப்பட்டது. இருப்பினும், இந்திரன் விரித்திரனைக் கொல்ல தக்க சமயத்துக்காகக் காத்திருந்தார்.

நந்தனகானனம் என்ற ஓர் அழகிய நந்தவனத்திற்கு ஒரு சமயம் விரித்திரன் சென்றிருந்தான். அதை அறிந்த இந்திரன் ரம்பை என்னும் அப்சர மங்கையை அனுப்பி அவனை வசீகரிக்கச் செய்தார். அவள் அழகில் ஆசை கொண்ட விரித்திரன் அவளைத் தன்னை மணந்து கொள்ள வேண்டினான். அதற்கு அவள் தான் எதைச் சொன்னாலும் செய்ய வேண்டும் என்று அவனிடம் சத்தியம் வாங்கிக் கொண்டாள்.

ஒரு நாள் ரம்பை அவனை மது அருந்தச் சொன்னாள். அவன் தான் ஒரு பிராமணன். மது அருந்துவது பாவம் என்றான். ரம்பை அவனை மேலும் வற்புறுத்த அவன் நன்றாகக் குடித்து மயக்கம் அடைந்தான். அத்தருணம் அங்கு இந்திரன் சென்று விரித்திரனைக் கொன்றார்.

நிபந்தனைப்படி இந்திரனை பிரம்ம ஹத்தி தோஷம் பற்றிக் கொண்டது. விரித்திரனைக் கொன்றதால் இந்திரன் 'விரித்திரக்னன்' என்ற பெயர் பெற்றார்.

அடுத்து, திதி மற்றொரு மகனைப் பெற முயன்றாள். அதிலும் தோல்வியே. அவள் வயிற்றில் தோன்றிய மருத்துக்கள் தேவர்களுடைய நட்பினர் ஆயினர். (இதன் விவரம் காண்க - மார்க்கண்டேய புராணம்)

(சுனிதை, அங்கன், வேனன், பிருது ஆகியவற்றை - பாகவத புராணத்தில் காண்க)

7. சுகலை வரலாறு

கங்கைக் கரையில், வாரணாசியில் கிரிகலன் என்றொரு வைசியனிருந்தான். மனைவி சுகலையுடன் வாழ்ந்து வந்தான். அவள் சாஸ்திரங்கள் அறிந்த உத்தம பத்தினி. கிரிகலன், புண்ணிய தீர்த்தங்களுக்கு யாத்திரை செல்வதால் புண்ணியம் சேரும் என்று கேள்விப்பட்டுச் செல்ல முற்பட்டான்.

அவன் மனைவி சுகலையும் உடன் வர ஏற்பாடுகள் செய்ய, அவன் அதற்குச்

சம்மதிக்காமல், அவள் கோயிலுக்குச் சென்றிருந்த சமயம் அவளுக்குத் தெரியாமலேயே யாத்திரை சென்றுவிட்டான்.

தன்னை ஏமாற்றி விட்டுத் தன் கணவன் யாத்திரை சென்றது குறித்துப் பெரும் துயரம் கொண்ட சுகலை அன்று முதல் பாய், படுக்கை நீக்கித் தரையில் உறங்கினாள். ஒரு வேளையே சுவை யற்ற உணவை உண்டாள்.

அவளை அவளுடைய நண்பர்கள் அவன் தீர்த்த யாத்திரை முடிந்து விரைவில் திரும்புவான் என்றும் அவள் உடலை வருத்தி விரதங்கள் இருக்கக் கூடாது என்றும் கூறினர். ஆனால் அதற்கு அவள், ''சாஸ்திரப்படி கணவன் மனைவி இருவரும் சேர்ந்தே யாத்திரை செய்ய வேண்டும் என்பதை யாரும் உணர்வதில்லை'' என்றாள்.

சுதேவாவின் கதை

சுதேவா கதை மூலம் இதை விளக்கு கிறேன் என்று அந்தக் கதையைக் கூறத் தொடங்கினாள்.

''அயோத்தியில் வேதங்களையும், அந்தணர்களையும் பூசிக்கும் இஷ்வாகு மன்னன் இருந்தான். காசி மன்னன் வேதராஜனின் மகள் சுதேவா, இஷ்வாகு மன்னனை மணந்து வாழ்ந்து வந்தாள்.

ஒருநாள் இஷ்வாகு மனைவியுடன் வேட்டைக்குச் சென்று சிங்கம், காட்டுப் பன்றிகள், குதிரைகள், எருமைகள் ஆகியவற்றை வேட்டையாடினார்.

ஒரு பன்றிக் குடும்பம் காட்டில் இருந்தது. மன்னன் வேட்டையை அறிந்த பெண் பன்றி, ஆண் பன்றியிடம் வேட்டைக்குப் பயந்து ஓடிவிடலாம் என்றது. அதற்கு ஆண் பன்றி சாதாரண வேட்டைக்காரர்கள் பாவிகள். ஆனால் இஷ்வாகு புண்ணியவான். அவனை எதிர்த்து வெற்றி கொண்டால் அழியாப் புகழ் கிடைக்கும். இல்லை இறந்தால் மோட்சம் கிடைக்கும். மேலும் தான் முன் செய்த பாபங்களாலேயே இந்தப் பன்றி வடிவில் பிறந்ததாகவும், இஷ்வாகு கையில் இறந்தால் சொர்க்கம் கிடைக்கும் என்றும், அப்படி மரித்தால் குடும்பத்தைக் காப்பாற்று என்றும் பெண் பன்றியிடம் கூறியது.

அதற்குப் பெண் பன்றி, குடும்பத் தலைவனாகிய ஆண் பன்றியே குடும்பத்தைக் காத்திட வேண்டும் என்றும், அது இறந்தால் பெண் பன்றி தானும் இறந்து விடுவேன் என்றும் கூறி மறுபடியும் ஓடித் தப்பிக்கவே கூறியது.

அதற்கு ஆண் பன்றி, தான் அப்படி ஓடுவது தவறு. ஓடும் கோழைகள் குறிப்பாக நரகத்தை அடைவர் என்றது. பின்னர் பெண் பன்றி தன் மகனிடம், தானும், கணவரும் இஷ்வாகுவின் வேட்டைக்குச் செல்வதாகவும், குழந்தைகளைப் பாதுகாப்பது அதன் கடன் என்றும் கூறிற்று. இளம் பன்றிகள் அதற்குச் சம்மதிக்கவில்லை. பெற்றோ ரைப் பிரிந்து இருந்தால் மகாரௌத்திர நரகத்தை அடைவோம் என்றன.

எனவே, அவை ஒரே கூட்டமாகச் சென்று ஒரு குன்றில் காத்துக் கிடந்தன. அவற்றைக் கண்ட இஷ்வாகு படை யினர் அவற்றைப் பிடிக்க முயல்கையில் ஆண் பன்றி தன் கொம்பால் சேனா வீரர்கள் பலரைக் கொன்றது. அதைக் கண்டு இஷ்வாகு அதனை நெருங்க அது அவன் குதிரையை எதிர்த்திட மன்னன் கீழே விழுந்தான். உடனே அவன் கதையால் அடிக்க ஆண் பன்றி இறந்து விட்டது.

அப்போது அந்தப் பெண் பன்றி இளம் பன்றிகளை ஓடிப் போகுமாறு கூறி வேட்டைக்கு வந்தவர்களை எதிர்க்கத் தயாராகியது. மூன்று இளம் பன்றிகளும் ஓடிவிட மூத்த பன்றியும், தாய்ப் பன்றியும் எதிர்க்கத் தயாராயின.

மன்னன் மூத்த பன்றியைக் கொன்றான். ஆனால், பெண் பன்றியைக் கொல்லாமல் விட்டான்.

ராணி சுதேவா ஏன் பெண் பன்றியைக் கொல்லவில்லை என்று கேட்க 'பெண்ணைக் கொல்வது பாவம்' என்று இஷ்வாகு கூறினான்.

மன்னன் ஆட்களில் ஜார்ஜ்ஹன் என்ற ஒழுக்கமற்றவன் பெண் பன்றியை வாளால் வெட்ட, அது இரத்த வெள்ளத்தில் வீழ்ந்தது. ஆனால் இறக்கவில்லை.

அதைக் கண்டு இரக்கம் கொண்ட இராணி சுதேவா அந்தப் பெண் பன்றியின் வாயில் தண்ணீர் ஊற்றி, குருதியைத் துடைத்தாள். அப்பன்றி இராணிக்கு நன்றி கூறி, தன் பாபங்கள் நீங்கின என்றும், ராணி ஓர் அதிருஷ்டசாலி என்றும் கூறிற்று.

பன்றி பேசியதைக் கேட்டு ராணி வியப்பில் ஆழ்ந்தாள். அந்தப் பன்றி யார்? அவள் கணவன் யார்? என்றும் அவற்றின் கதையைக் கூறுமாறும் கேட்டாள்.

ஆண் பன்றி கதை

''எனது கணவர் ரங்கவித்தியாதரன் என்ற கந்தர்வன். அவன் ஒரு சிறந்த பாடகன். ஒரு நாள் சுமேரு மலையில் பாடிக் கொண்டிருக்கையில், அங்கு தவம் செய்து கொண்டிருந்த புலஸ்தியர் என்னும் முனிவர் அவருடைய தவத்தைப் பாடல் கெடுப்பதாகக் கூறி, அவ்விடத்தை விட்டு அகன்று செல்லுமாறு கூறினார். ஆனால், அதற்குச் சம்மதிக்காத கந்தர்வன் அந்த இடம் அவனுக்கும் சொந்தமானது என்றும், உண்மைத் தவசிகள் எந்தத் தடை பற்றியும் கவலை கொள்ளாமல் தவம் செய்வர் என்றும் கூற, புலஸ்தியர் கோபத்தை அடக்கிக் கொண்டு வேறிடத்திற்குச் சென்று விட்டதை அறிந்தான். கந்தர்வன் மறுபடியும் முனிவர் இருக்குமிடத்தைப் பன்றி வடிவில் அடைந்து தொல்லை கொடுத்தான். முதலில் பன்றி அறியாமல் செய்வதாக எண்ணிய முனிவர், கந்தர்வன் அந்த வடிவில் வந்து வேண்டுமென்றே உபத்திரவம் செய்தது கண்டு உண்மை யிலேயே பன்றி ஆகுமாறு சபித்தார்.

இது குறித்து என்ன செய்வது என்று அறியாத கந்தர்வன் இந்திரனிடம் சென்று முறையிட இந்திரன் முனிவர் சாபத்தை மாற்ற முடியாதென்றும், இஷ்வாகு மன்னனால் கொல்லப்படும் போது மறுபடியும் கந்தர்வன் வடிவம் பெறுவாய் என்றும் கூறி அருளினார்.''

இவ்வாறு ஆண் பன்றியின் வரலாற்றைக் கூறியபின் பெண் பன்றி தன் வரலாற்றைக் கூறத் தொடங்கியது.

பெண் பன்றி கதை

''ஸ்ரீபுரத்தில் வசுதத்தர் என்ற அந்தணன் தன் மகள் சுதேவா என்பவளுடன் வாழ்ந்து வந்தான். அவளை மணம் பேசப் பலர் வந்தும் அவன் அதற்குச் சம்மதிக்கவில்லை. ஒருநாள் அவர் மனைவி அது பற்றி கேட்க அவன் வீட்டு மாப்பிள்ளை யாக இருக்கக்கூடிய ஓர் அந்தணனுக்கே அவளை மணம் செய்து வைக்க விரும்புவதாகக் கூறினான்.

கடைசியில் சிவசர்மா என்ற, பெற்றோர்கள் இல்லாத அந்தணனுக்குத் தன் மகளைத் திருமணம் செய்து வைத்தான். வசுதத்தரால் செல்லமாக வளர்க்கப்பட்ட சுதேவா தான் பணக்காரி என்றும், தன் கணவன் ஏழை என்றும் அவனை மதிக்காமல் கேவலமாக நடத்த, அவன் ஒரு நாள் யாருக்கும் தெரியாமல் சென்று விட்டான்.

இதனால் கோபமடைந்த வசுதத்தர், பெண்ணை வீட்டை விட்டு வெளியே தள்ளி, அவளது தாயாரிடம் குழந்தையை ஐந்து வயது வரையில் பெற்றோர்

செல்லமாக வளர்க்க வேண்டும் என்றும், எட்டு வயது வரையில் பெற்றோரிடம் வாழ வேண்டும் என்றும், பின்னர் திருமணம் ஆனதும் கணவனுடன் வாழ வேண்டும் என்றும், அதன் பிறகு தகப்பனார் வீட்டில் இருக்கக்கூடாது என்றும் பெரியோர் கூறுவர் என்றும் கூறி உக்கிரசேனன் கதையைக் கூறினான்.

உக்கிரசேனன் வரலாறு

மதுரை நகரில் உக்கிரசேனன் என்ற மன்னன் ஆண்டு வந்தான். விதர்ப்ப நாட்டு மன்னன் சத்தியகேது தன் மகள் பத்மாவதியை உக்கிரசேனனுக்கு மணம் செய்வித்தான். உக்கிரசேனன் மனைவி பத்மாவதியை மிகவும் நேசித்தான். ஆனால், அவள் செல்வச் செருக்கால் கணவனிடம் அந்த அளவு அன்பைக் காட்டவில்லை. இந்நிலையில் சத்திய கேது உக்கிரசேனரிடம் பெண்ணை அனுப்பி வைக்குமாறு சொல்ல, இஷ்ட மில்லாமல் அவளை உக்கிரசேனன் அனுப்பி வைத்தான். செருக்குற்ற பத்மாவதி மறுபடியும் உக்கிரசேன னிடம் செல்ல விருப்பப்படவில்லை.

சத்தியகேதுவின் நகருக்கு அருகில் ஒரு மலை இருக்கிறது. அங்கு ஒரு நாள் சென்ற பத்மாவதி நிதிக்கதிபதி குபேரன் நண்பனாகிய கோவலனைச் சந்தித்தாள். அவன், உக்கிரசேனன் மனைவி பத்மாவதி என்பதையும் அவள் தன்னை மணக்கமாட்டாள் என்றும் எண்ணி னான். எனவே, அவன் உக்கிரசேனன் வடிவில் அணுகி தன் பாடலின் மூலம் அவளைக் கவர்ந்திட இருவரும் சுகித்திருந்தனர்.

சில நாட்களில் அவன் உக்கிரசேனன் அல்ல என்பதை உணர்ந்த பத்மாவதி அவன் நடத்தைப் பற்றிக் குறைகூற அவன் அவள் அழகில் ஈடுபட்டு அவளை அடைந்ததாகவும் அவள் கணவனைப் பிரிந்து இருந்ததே அதற்குக் காரணம் என்றான்.

இவ்வாறு மோசம் போன பத்மாவதி உக்கிரசேனரிடம் சென்று அவனுடன் வாழ்ந்து வருகையில் அவளுக்கு ஓர் குழந்தை பிறந்தது. கோவலனால் ஏற்பட்ட விளைவு. அவன்தான் கிருஷ்ணனால் கொல்லப்பட்டவன்.

இந்தக் கதையைக் கேட்ட வசுதத் தனின் மனைவி, தன் மகள் சுதேவா வைக் கணவன் வீட்டுக்குத் திருப்பி அனுப்பினாள். கணவனால் கைவிடப் பட்ட அவளை அனைவரும் வெறுத் தனர்.

மீண்டும் பெண் பன்றி

பல ராஜ்ஜியங்களில் அலைந்து திரிந்த சுதேவா செளராஷ்டிராவில் உள்ள வனஷ்தலாவை அடைந்தாள். அவள் கையில் ஓர் கலயம் ஏந்தி வீடு வீடாகப் பிச்சை எடுத்தாள்.

அப்போது ஒரு வீட்டில் அவ்வீட்டுத் தலைவன் தன் மனைவி மங்கலாவை அழைத்து, ''யாரோ உணவு கேட்டு வந்தி ருக்கிறார்கள். அவருக்கு உணவளி'' என்று கூறினான்.

மங்கலா சுதேவாக்கு இனிய உணவு பண்டங்களை அளித்து, அவள் யார்? ஏன் இந்த அவல நிலை? என்று விசாரித்தாள்.

இரண்டாவது முறை, அவ்வில்லத் தலைவன் குரலைக் கேட்ட சுதேவா, அவர் தன் கணவர்தான் என்பதை அறிந்து வெட்கத்தால் தலைகுனிந்து நின்றாள்.

அது குறித்து மங்கலா தன் கணவரிடம் கேட்க, அவர் அவள் வசுதத்தனின் மகளும், தன் மனைவியுமான சுதேவா என்று கூறி, அவள் தன்னைத் தேடியே வந்திருக்கலாம் என்றும், அவளை நன்கு நடத்து என்றும் கூறினான்.

இது கேட்ட சுதேவா வியப்புற்றாள். கணவன் சொல்லும், மங்கலா அவளை நடத்திய விதமும் உணர்ந்த அவள் மிக்க வருத்தத்துடன் உயிரை விட்டாள்.

அவள் இறந்தவுடன் யமதூதர்கள் அவளை அழைத்துச் செல்ல, அவள் செய்த பாவங்களுக்கேற்ப பல நரக வேதனைகளை அனுபவிக்க நேர்ந்தது. பின்னர் அவள் பல பிறவிகள், பூச்சி விலங்குகளாகத் தோன்றி, மறுபடியும் ஒரு பெண் பிறவியாகப் பிறந்தாள்'' என்று பெண் பன்றி தன் கதையைக் கூறி முடித்து தான் நற்கதி அடைய உதவுமாறு வேண்ட, இராணி தான் ஓராண்டில் பெற்ற புண்ணியங்களை அளிப்பதாகக் கூற, பன்றி ஓர் அழகிய தேவதை வடிவம் பெற்றது. விண்ணிலிருந்து வந்த விமானத்தில் ஏறி சொர்க்கம் அடைந்தது.

மீண்டும் சுகலை

தன் கணவன் தனக்குத் தெரியாமல் யாத்திரை சென்றது பற்றி வருந்திய சுகலை, விரதம் இருந்து உடலை வருத்தி கணவனை எதிர்நோக்கி வாழ்ந்திருந்த வாழ்க்கையை எல்லோரும் புகழ்ந்து பேசினர். தேவேந்திரனும் அவளைப் பற்றிக் கேட்டு வியப்புற்று அவளைச் சோதிக்க வர, சுகலை அவனுக்கு உண்மையான மனைவியின் கடமைகளை விளக்கினாள்.

இந்நிலையில் சுகலையின் கணவன் கிரிகலன் வீடு திரும்பினான். அவன் ஓர் அசரீரி ஒலி கேட்டான். அது ''அவன் செய்த யாத்திரையால் ஒரு பலனும் இல்லை. பதி விரதையான பத்தினி இன்றி செய்த யாத்திரை புண்ணியம் தராது. உண்மையான மனைவி உள்ள இல்லம் புனிதத் தலங்களை விட உயர்ந்தது, சிறந்தது'' என்று கூறியது.

வீட்டிற்கு விரைந்தான் கிரிகலன். கணவனைக் கண்ட மனைவி அவனைத் தழுவிக் கொண்டாள். அப்போது அங்கே வந்த இந்திரன் அவளைத் தன்னை மணக்குமாறு சோதித்துப் பார்த்ததாகக் கூறி, அவள் உத்தமி என்றும் மகிழ்ந்து அவன் அவர்களுக்கு என்ன வரம் வேண்டும் என்று கேட்க, அவர்கள் தரும நெறியிலிருந்து நழுவாமலிருக்குமாறும், கடவுளிடமும், ரிஷிகளிடமும் பக்தியுடன் இருக்குமாறும் வரம் வேண்டினர்.

அந்த வரத்தைப் பெற்றனர் அத்தம்பதியர். அவ்விடம் 'நரி தீர்த்தம்' எனப்படுகிறது.

8. பிப்பலன்

காசியப முனிவருக்குப் பிப்பலன் என்றொரு மகன் இருந்தான். எந்தக் காரணத்தாலும் தடைபடாமல் ஓராயிரம் ஆண்டு அவன் தவம் தொடர்ந்தது. கடவுளர்கள் அவன் மீது பூமாரி பொழிந்து வேண்டிய வரம் யாது என்று கேட்க, அவன் உலகிலுள்ள அனைத்தும் தன் சொல்லுக்குக் கீழ்ப்படிய வேண்டும் என்று கேட்க, அவ்வாறே வரம் பெற்றான்.

இதனால் பெருமகிழ்ச்சி கொண்ட அவன், ஒரு குட்டையின் அருகில் அமர்ந்து பெருமிதம் அடைந்திருக்கையில் ஒரு கொக்கு அவன் முன் தோன்றி அவன் மூவாயிரம் ஆண்டுகளை வீணாக்கிவிட்டான் என்று குறை கூறியது. அது கேட்ட அவன் வியப்புற்று, ''மும்மூர்த்திகளில் யார் நீ'' என்று அதனிடம் கேட்டான். அதற்குக் கொக்கு, தன்னைப் பற்றிச் சுகர்மனிடம் சென்று கேட்குமாறு கூறிற்று.

சுகர்மன்

குந்தலன் என்ற அந்தணனின் மகன் சுகர்மன். அவன் தன் வாழ்நாளில் அவனுடைய பெற்றோர்களுக்குத் தொண்டு ஆற்றுவதையே முக்கிய குறிக்கோளாகக் கொண்டு வாழ்ந்து வந்தான். சுகர்மன், பிப்பலனை இனிய முகத்துடன் வரவேற்று, உபசரித்தான். பின்னர் அவனைப் பற்றிய விவரங்களையும், கொக்கைப் பற்றியும் அதன் சொல் கேட்டு பிப்பலன் வந்திருப்பது பற்றியும்

அறிந்தான். அந்தக் கொக்கு யாரென்று கேட்க, சுகர்மன் அது 'பிரம்மம்' என்று விடை அளித்தான்.

"உலகில் அனைத்தையும் அவனால் கட்டுப்படுத்த முடியுமா?" என்று பிப்பலன் சுகர்மனைக் கேட்டான். "நீயே பார்த்து அறி" என்று சுகர்மன் கூறினான்.

அவன் தேவர்களைத் தன் முன் வருமாறு அழைக்க, இந்திராதி தேவர்கள் அவன் முன் தோன்றி, எதற்காக அழைத்தாய் என்று வினவினர். அப்போது சுகர்மன் தன் சக்தியைப் பற்றி பிப்பலன் தெரிந்து கொள்ளவே அவ்வாறு அழைத்ததாகக் கூறினான். தேவர்கள் அவனுடைய பெற்றோர்களின் பக்தியை வாழ்த்திச் சென்றனர்.

சுகர்மன் தான் பெற்றோர்களுக்குச் செய்யும் தொண்டே தனது சக்திக்குக் காரணம். தான் எந்தவிதமான தவமும் செய்யவில்லை. மந்திரங்கள் உச்சரிக்கவில்லை. யாகங்கள், தீர்த்த யாத்திரை எதுவும் செய்ததில்லை என்றும் அவை அனைத்தையும்விட பெற்றோர்க்குச் செய்யும் சேவையே உயர்ந்தது என்றும், வேதங்கள் கற்றும் தாய் தந்தையருக்குச் சேவை செய்யாவிட்டால் என்ன பயன்? என்றும் கேட்டான்.

இதுவே நான் உபதேசம் செய்யக் கூடியது என்று கூறி யயாதியின் வரலாற்றைக் கூறினான்.

சந்திரகுல மன்னன் மகன் யயாதி. அவனுக்கு நான்கு புத்திரர்கள். தேவயானி, சர்மிஷ்டை என்று இரண்டு மனைவியர். அவன் பல காலம் அற நெறியில் நின்று நாட்டை ஆண்டுவர, அவன் புகழ் தேவருலகத்தை எட்டியது.

தேவேந்திரன் தன் சாரதி மாலதியை அனுப்பி யயாதியை தேவலோகத்திற்கு அழைத்துவரச் சொன்னான். தான் இளைஞன் என்றும் தேவலோகம் வரவேண்டிய அவசியமில்லை என்றும் கூறி தன் நாட்டு மக்களை எல்லாம் தரும நெறியில் ஒழுகுமாறும், விஷ்ணுவிடம், பக்தி கொண்டிருக்குமாறும் கூறினான்.

யயாதியின் தரும நெறியால் புவியே சொர்க்கமாகியது. யயாதியின் தரும நெறிக்குப் பங்கம் விளைவிக்க காதல் தெய்வம் கந்தர்ப்பன் அனுப்பப் பட்டான். இதனால் யயாதி மனம் மாற ஆரம்பித்தது. அவனும் முதுமை அடைந்தான்.

ஒரு சமயம் அவன் காட்டில் ஒரு மானை வேட்டைக்காகத் துரத்தி வந்தான். அங்கொரு அழகிய நீர் நிலையில் ஒரு பெரிய தாமரை மலரையும் அதன் மீது ஓர் அழகியையும் கண்டு அவள் மீது மோகம் கொண்டு அவளை மணக்க விரும்பினான்.

அவள் தன் பெயர் அஷ்ருவிந்தமதி என்றும், ரதியின் மகள் என்றும் ஓர் ஆணழகனையே மணக்க விரும்புவதாகவும் யயாதி முதியோன் ஆனதால் மணக்க முடியாது என்றும், அவன் இளமை பெற்று வந்தால் அவனை மணக்கத் தடையில்லை என்றும் கூறினாள்.

நாடு திரும்பிய யயாதி தன் நான்கு மகன்களில் ஒவ்வொருவரையும் தனக்கு அவர்தம் இளமையை அளித்து முதுமையை ஏற்குமாறு வேண்ட, மறுத்த மகன்களுக்கு அரசு இல்லை என்று சபிக்க பூரு என்ற மகன் மட்டும் மகிழ்வுடன் தன் இளமையை நல்கினான்.

இளமை பெற்ற யயாதி, கானகத்தில் கண்ட அழகியை அணுகிட அவள் அவனை மணக்க, இரண்டு நிபந்தனைகளை விதித்தாள். ஒன்று, அவன் மணந் திருக்கும் இரு மனைவியரையும் விட்டு விட வேண்டும், இரண்டாவது, தான் சொல்லும் எதையும் தட்டாமல் செய்ய வேண்டும் என்றாள்.

யயாதி அவற்றிற்குச் சம்மதம் தெரிவித்து அவளை மணந்தான். பல காலம் குடும்ப வாழ்க்கைக்குப் பிறகு அவள் யயாதியிடம் உலக இன்பம் அனுபவித்தது போதும் என்றும், சொர்க்கம் இருவரும் செல்ல வேண்டும் என்று கூற யயாதி பூருவுக்கு அவன் இளமையைத் திருப்பித் தந்து அரசனாக்கினான். பூருவை ஆசிர்வதித்து யயாதி மனைவியுடன் சொர்க்கத்தை அடைந்தான்.

''புத்திரன் என்றால் பூரு மாதிரி இருக்க வேண்டும். பெற்றோர்கள் தொண்டுக்கு வேறு இணை இல்லை'' என்று சுகர்மன் பிப்பலனுக்கு எடுத்துரைத்தான்.

தாய் தந்தையர்களுக்குச் செய்யும் சேவையே சிறந்த புண்ணியம் என்று அறிய வேண்டும்.

9. சியவன ரிஷியும் கிளிக்குஞ்சுகளும்

பிருகு முனிவரின் வழிவந்தவர் சியவன ரிஷி என்பவர். யாத்திரை செய்வதன் மூலமே சிறந்த அறிவைப் பெறமுடியும் என்ற உறுதி கொண்ட அவர் நர்மதை, சரசுவதி, கோதாவரி நதிக்கரைகளில் உள்ள தீர்த்தங்களுக்கு யாத்திரை சென்று கடைசியில் நர்மதை ஆற்றின் தென் கரையில் உள்ள அமர கண்டகாவை அடைந்தார். யாத்திரையினால் களைப்பு அடைந்த அவர் ஓர் ஆலமரத்தின் கீழ் அமர்ந்து ஓய்வெடுத்தார்.

அந்த மரத்தின்மீது கற்ற கிளி ஒன்று வசித்து வந்தது. அதன் பெயர் குஞ்சலா. அதற்கு மனைவியும், உஜ்வலா, சமுஜ்வலா, விஜ்வலா, கபிஞ்ஜ்லா என்ற நான்கு மகன்களும் இருந்தனர்.

அந்த கிளிக்குஞ்சுகள் தினமும் காலையில் வெளியில் சென்று மாலையில் திரும்பியதும் வெளியில் அவை கண்டவற்றையும், கேட்டவற்றையும் கூறுமாறு சொல்வது வழக்கம். அந்த மரத்தின் அடியில் தான் சியவனர் ஓய்வெடுத்தார்.

உஜ்வலா சொன்னது

அன்று மாலை திரும்பி வந்த முதல் கிளிக்குஞ்சு உஜ்வலா கூறிய செய்தி, ''பிளக்ஷ தீவுக்கு உணவு தேடிச் சென்றதாகவும், அந்த இயற்கை எழில் நிறைந்த பகுதியை திவோதாசன் என்ற மன்னன் ஆண்டு வந்தான். அவனுக்கு திவ்யாதேவி என்ற அழகிய புத்திரி உண்டு.

திருமண வயது வந்த அவளை மன்னன் ரூப நாட்டு மன்னன் சித்திர சேனனுக்குத் திருமணம் முடிக்க எண்ணி நிச்சயதார்த்தம் செய்தான். ஆனால் திருமணத்திற்கு முன்பே அந்த சித்திர சேனன் இறந்து விட்டான்.

திருமணம் நடைபெறாததால் அவளை வேறொருவருக்கு மணம் முடிக்கலாம் என்று அமைச்சர்கள் கூறினர். அடுத்து ரூபசேனனுக்கு நிச்சய தார்த்தம் நடத்த, திருமணத்துக்கு முன் அவனும் இறந்து விட்டான்.

இவ்வாறு இருபத்தோரு தரம் நிகழ்ந்தது. எனவே, மன்னன் மகளுக்கு சுயம்வரம் ஏற்பாடு செய்தான். அப்போது அதற்கு வந்தவர்கள் ஒருவரோடொருவர் சண்டையிட்டுக் கொண்டு அனைவரும் இறந்தனர்.

எனவே, அவள் திருமணம் நடைபெறவில்லை. அவள் தவம் செய்ய காட்டுக்குச் சென்றாள் என்று கூறி அவள் திருமணம் நடைபெறாதது ஏன் என்று கேட்க அதுபற்றிக் கூற ஆரம்பித்தது குஞ்சலக் கிளி.

திவ்ய தேவியின் முற்பிறவி

வாரணாசி என்னும் புனித நகரில் தரும நெறியுடன் சுதீரன் என்ற வைசியன் வாழ்ந்து வந்தான். அவன் மனைவி சித்திராவிடம் அன்பு பூண்டு

அனுசரணை உள்ள கணவனாக இருந்தான்.

ஆனால், சித்திரா தீயகுணம் படைத்த வள். கணவனுக்குக் கீழ்ப்படியாமலும், யாகங்கள் செய்வது பிடிக்காமலும் இருந்ததுடன் ஊர் வம்பு பேசியும், கணவன் மீது குற்றம் சாற்றியும் இருந்து வர, சுதீரன் வெறுப்பு கொண்டு வேறொரு பெண்ணை மணந்து கொண்டான்.

சித்திரா கள்ளர்கள், கொள்ளையர்கள் ஆகியோர்களுடன் கூடி தீயசெயல் களைச் செய்து வந்தாள். அவள் இறந்த வுடன் யமபுரத்தில் தண்டனைகள் அனுபவித்துப் பின்னர் திவ்யதேவி யாகப் பிறந்தாள். முற்பிறவியில் தன் செயல்களால் மற்ற குடும்பங்களை வாழவிடாமல் செய்ததால் இப்பிறவி யில் அவளுக்குக் குடும்ப வாழ்க்கை ஏற்படவில்லை.

ஆனால், அவள் எப்படி அரச குமாரியாகப் பிறந்தாள் என்று குஞ்சு கேட்க கிளி, ''முற்பிறவியில் ஒரு நாள் சன்னியாசி சுதீரின் வீட்டுக்கு வர அவரை வரவேற்று நன்கு உபசரித்தாள். அந்தப் புண்ணிய பலனால் தான் இளவரசியாய் பிறந்தாள்'' என்றது.

கடைசியாக ஒரு கேள்வியைக் கேட்ட குஞ்சுக்குக் கிளி சொல்லிற்று :

கேள்வி : அப்படியானால் அவள் தற்போதுள்ள கணவனை எப்படி அடைய முடியும்? பாவப் பிராயச்சித்த மாக எப்படித் தவம் செய்ய வேண்டும்?

பதில் : 'இடைவிடாது விஷ்ணுவைப் பிரார்த்தனை செய்து, அவரது நாம சங்கீர்த்தனம் செய்தும், விஷ்ணுவுக்கான விரதங்களை அனுஷ்டித்தும் புண்ணியத் தைச் சம்பாதிக்கலாம்' என்றது கிளி.

மறுநாள் உஜ்வலா இளவரசியைக் கண்டு அதன் தகப்பனார் கூறியவற்றைச் சொல்ல அவள் நான்கு ஆண்டுகள் அவ்வாறே செய்ய அவளுடைய எல்லாப் பாவங்களும் நீங்கின.

சமுஜ்வலா சொன்னது

தந்தை கிளி குஞ்சலாவிடம், இரண்டவது கிளிக்குஞ்சு சமுஜ்வலா தான் கண்டவற்றைக் கூறலாயிற்று.

''நான் உணவு தேட எப்போதும் இமயமலை பகுதிக்குச் செல்வது வழக் கம். அங்கு ஒரு பள்ளத்தாக்கு உள்ளது. அவ்விடம் கிளிகளும், அப்சரஸுகளும் அடிக்கடி வருவதுண்டு. மானசரோவரம் ஏரியும் அங்குதான் உள்ளது. நான் கண்டதைக் கேட்டதை அப்படியே கூறுகிறேன். நான் ஏரிக்கரையில் இருந்த போது அங்குப் பல அன்னப் பறவைகள் வந்தன. அவை கருப்பு, வெள்ளை, நீலம் எனப் பல நிறங்களில் இருந்தன.

அவற்றைப் பின்பற்றி அங்கு நான்கு பெண்மணிகள் வந்தனர். அவர்கள் பற்கள் நீண்டும், ஊசி போன்ற முடியும் கொண்டு கோரமாகக் காட்சி அளித்தனர்.

கருப்பு நிற அன்னப் பறவைகள் ஏரியில் நீராடி எழுந்தன. உள்ளிருந்து ஒரு பெரிய அன்னம், மேலும் மூன்று அன்னங்களும் வெளிவந்தன. உடனே அவை பறந்து சென்றன.

ஆனால், மற்ற அன்னப் பறவைகள் அங்கேயே பறந்து கொண்டிருந்தன. குரூரவடிவப் பெண்களும் அங்கேயே சுற்றிச் சுற்றிப் பயங்கரமாகச் சிரித்தனர்.

அவ்வமயம் அங்கொரு வேட்டைக் காரன் வந்தடைந்தான். சிறிது நேரத்தில் அவன் மனைவியும் வந்து சேர்ந்தாள். ஆனால், அவளுக்கு அவள் கணவனை அடையாளம் கண்டு கொள்ள முடிய வில்லை.

சாதாரணமாக வேட்டைக்காரன் கருப்பாக, குரூர வடிவத்துடன் இருப்பது வழக்கம். ஆனால் தற்போது அவன் அழகாக ஒளியுடன் கூடியவனாக

விளங்கினான். அவனுக்கு மாறுதல் ஏதும் இல்லாத மனைவியை அறிய முடிந்தது. ஆனால் அவளால் கணவனைத் தெரிந்துகொள்ள முடிய வில்லை.

இந்நிலையில் வேடன் அவளை அணுகி, ''என்னைத் தெரியவில்லையா? எனக்குப் பசிக்கிறது, உணவு கொடு என்று கேட்டான்'' அதற்கு அவள், ''நீ யார்? என் கணவர் கருப்பாக இருப்பார். நீயோ இளமையாக, அழகாகக் காணப் படுகிறாய். நீ எப்படி என் கணவன் ஆவாய்?'' என்று கேட்டாள்.

அப்போது வேட்டைக்காரன், ''நான் வேட்டையாடிக் களைத்து போய் 'நர்மதைச் சங்கமம்' என்ற தீர்த்தத்தில் நீராடினேன். அது நர்மதை, ரேவா என்ற ஆறுகளின் கூடல். அதில் நீராடி எழுந்தவுடன் என் தோற்றம் அதிசயமாக மாறிவிட்டது. நீ வா உன்னையும் அங்கு அழைத்துச் செல்கிறேன்'' என்றான்.

அவர்கள் 'நர்மதை சங்கமம்' தீர்த்தத்திற்குச் செல்ல, அன்னப் பறவை களும், நான்கு கோரப் பெண்மணிகளும் பின் சென்றனர்.

அங்கு நீராடிய வேட்டைக்காரனின் மனைவி தேவதை போல் தோற்ற மளித்தாள். மானசரோவரத்தில் இருந்து வந்த கருப்பு அன்னங்கள் வெள்ளைப் பறவைகளாக மாறின. மற்ற கருப்பு அன்னங்களும் வெள்ளை நிறம் பெற்றன. அந்த நான்கு கொடிய வடிவம் கொண்ட பெண்மணிகள் மட்டும் கீழே விழுந்து இறந்தனர்.

இது குறித்து விளக்குமாறு தந்தை குஞ்சலாவிடம் கிளிக்குஞ்சு வேண்டி யது.

குப்ஜ தீர்த்தம், நர்மதை, ரேவா சங்கமம்

ஒரு சமயம் இந்திரனைக் காண நாரதர் தேவலோகம் சென்றார். அப்போது இந்திரன் அவரை எங்கெல்லாம் சென்று வருகிறார் என்று கேட்க எல்லாத் தீர்த்தங்களுக்கும் சென்று வருகிறேன் என்று முனிவர் கூற, புண்ணிய தீர்த்தங்களில் மிகவும் சிறந்தது எது? என்று கேட்க நாரதர் எல்லா தீர்த்தங்களும் சிறந்தவையே என்றார்.

அது கேட்ட இந்திரன் எல்லாத் தீர்த்தங்களையும் உடனே வரும்படி அழைத்தார். கங்கை முதல் வசுபுத்ரிகா வரை எல்லா நதிகளும் வந்து சேர்ந்தன.

இந்த நதிக்கரைகளில் பிரயாகை, புஷ்கரம், வாரணாசி, மதுரா என்று பல புண்ணிய நகரங்கள் உள்ளன.

தீர்த்தங்கள் இந்திரனிடம் தம்மை அழைத்த காரணம் என்னவென்று கேட்டன. அதற்கு இந்திரன் பசுவதை, பெண் வதை, கணவனைப் பிரிந்து வாழ்தல், மது அருந்துதல், பொன் திருடல், ஆசானைக் குறை கூறுதல், விக்கிரக நிக்கிரகம், தீயிடல், போர்க் களத்தைவிட்டு ஓடுதல் போன்ற பல கொடிய பாவங்கள் உள்ளன. அத்தகைய பாவங்களைப் போக்கக்கூடிய தீர்த்தம் எது? என்று கேட்க, அவை ''அவற்றிற் கேற்ற சக்தியோ, புனிதத்தன்மையோ எங்களிடம் இல்லை என்றும் ஆனால் பிரயாகை, புஷ்கரம் அர்க்கிய தீர்த்தம், வாரணாசி ஆகியவை ஐயமின்றி மிகச் சிறந்தவை ஆகும்'' என்றும் விடை அளித்தன.

தீர்த்தங்கள் பற்றிய சரிதம்

பாஞ்சால நாட்டில் விதுரன் என்றொரு க்ஷத்திரியன் இருந்தான். அவன் 'பிராமணக் கொலை' போன்ற கொடிய பாவங்களைச் செய்தான். அவன் பல தீர்த்தங்கள் சென்றும் பாவம் ஒழியவில்லை.

இவ்வாறு யாத்திரை சென்ற அவன் மாளவ நாட்டை அடைந்தான். அங்கு தன் ஆசானைக் கொன்ற சந்திர சர்மன்

என்ற ஓர் அந்தணன் இருந்தான். அவனும் தன் பாவம் தொலைய பல தீர்த்தங்களுக்குச் சென்றான். ஆனால் பலன் இல்லை.

அடுத்து விதுரனும், சந்திரசர்மாவும் ஒன்றாகப் பயணம் செய்தார்கள். வழியில் அவர்கள் தான் மணக்கக் கூடாத ஒருத்தியை மணந்த வேதசர்மா என்ற பிராமணனைக் கண்டனர். அவனும் தன் பாவம் தீர மேற்படி இருவருடன் கலந்து மூவருமாக தீர்த்த யாத்திரை சென்றனர்.

அவர்கள் வழியில் ஒரு குடிகார னாகிய வஞ்சுலன் என்ற வைசியனைச் சந்தித்தனர். அவனும் தன் பாவம் தீராததால் வருத்தமுற்றிருந்தான். இப்போது நால்வரும் ஒன்றாகக் கூடி ஒரு முனிவரை நாடி தங்கள் பாவம் தீர வழி கூறுமாறு வேண்டினர்.

அப்போது முனிவர் அவர்களைப் பிரயாகை, புஷ்கரம், அர்க்கிய தீர்த்தம், வாரணாசி ஆகிய இடங்களுக்குப் புனித யாத்திரை மேற்கொண்டால் அவர்கள் பாவம் தொலையும் என்று அறிவுரை கூறினார். அவ்வாறே அந்த நால்வரும் அந்த நான்கு தீர்த்தங்களில் நீராடியும் பாவம் தொலையவில்லை. மாறாக, அவர்களின் கொடிய பாவங்களால் அந்தத் தீர்த்தங்கள் மாசடைந்தன. அவை நான்கும், நான்கு கரிய அன்னப் பறவைகளாக மாறி அந்த நான்கு பாவிகளையும் பின் தொடர்ந்தன. அவர்கள் தொடர்ந்து சென்று நீராடிய தீர்த்தங்களும் மாசுபட்டு கரும் அன்னப் பறவைகளாக மாறின. மாசுபடாத தீர்த்தங்கள் வெள்ளை அன்னப் பறவை களாக மாறி அவர்களைப் பின் தொடர்ந்தன. ஆக மொத்தம் அறுபத்து நான்கு தீர்த்தங்கள் 64 அன்னங்களாக மாறி ஒரு குழுவாகப் பறந்து சென்றன.

அந்த நால்வரும், பறவைகளும் மானசரோவரை அடைய, பாவிகள் அக்குளத்தில் நீராட, அந்த ஏரி மாசுபட்டு மிகப் பெரிய கரிய அன்னப் பறவை ஆயிற்று. கடைசியில் அவை அனைத் தும் நர்மதை, ரேவா ஆற்றுக் கூடலான 'நர்மதை சங்கமம்' அடைந்தன.

அந்தத் தீர்த்தத்தில் நான்கு பாவிகளும் நீராட அவர்கள் பாவங்கள் தொலைந் தன. அதே தீர்த்தத்தில் கருப்பு நிற அன்னங்கள் நீராடி வெளிவர அவை வெள்ளைநிறப் பறவைகளாகி மாசு நீங்கின.

அந்த நான்கு பாவிகளின் பாவங்கள் தான் கொடிய பெண் உருவங்கள். நர்மதை சங்கமத் தீர்த்தத்தில் நீராடி அந்த நால்வரின் பாவங்கள் தொலைந்து விட்டதால் அந்தப் பாவங்களின் உருவங்களான பெண்கள் கீழே வீழ்ந்து மடிந்தன. எனவே பிரயாகை, புஷ்கரம், அர்க்கிய தீர்த்தம், வாரணாசி சிறந்த புகழ் பெற்ற திருத்தலங்கள், யாத்திரைத் தலங்கள் ஆனாலும் இவற்றை எல்லாம் விட நர்மதை, ரேவா கூடலான 'குப்ஜ தீர்த்தம்' மிகச் சிறந்ததாகும்.

விஜ்வலா என்ற மூன்றாவது கிளிக்குஞ்சு சொன்னது

விஜ்வலா எப்போதும் சுமேரு மலைப் பகுதியில் உள்ள பூக்கள், கனிகள் நிறைந்த ஆனந்த கானகத்துக்குச் செல்வது வழக்கம். அங்கு அப்சரசு களும், கந்தர்வர்களும் கேளிக்கைக்காக வருவது உண்டு. அடிக்கடி அங்கு விண்ணிலிருந்து விமானங்கள் வருவ தும், போவதுமாக இருக்கும். அங்குள்ள அழகிய ஏரியில் தாமரை மலர்களும், அன்னப் பறவைகளும் காணப்படும்.

ஒருநாள் விஜ்வலா ஒரு விமானத்தைக் கண்டது. அதிலிருந்து ஓர் அதிசய தம்பதியர் இறங்கி ஏரியில் நீராடி ஒரு ஜதை வாள் எடுத்துக் கொண்டு ஏரிக் கருகில் கிடந்த ஆண், பெண் இரண்டு பிணங்களில் ஆண், ஆண் பிணத்திலிருந் தும், பெண், பெண் பிணத்திலிருந்தும்

மாமிசத்தை வெட்டி எடுத்து உண்டனர். பிணங்களும், அந்த தம்பதியரும் ஒரே மாதிரியாகவே தோற்றமுடையவரா யிருந்தனர்.

இவ்வாறு இவர்கள் செயல்புரியும் போது அங்கு வந்து சேர்ந்த இரண்டு அழகிகள் அவர்களைக் கண்டு சிரித்தனர். அதே சமயம் இரண்டு அழகற்ற பெண்மணிகளும் அங்கு வந்து தங்களுக்கும் நரமாமிசம் தரும்படி வேண்டினர்.

விமானத் தம்பதியர் இருவரும் வயிறு நிரம்பியவுடன், நீர் அருந்தி விட்டு விமானத்தில் ஏறிச் சென்று விட்டனர். மற்ற நான்கு பெண்மணிகளும் அகன்றனர். எல்லோரும் சென்ற பிறகு பிணங்களின் வெட்டப்பட்ட மாமிசம் பகுதி நிறைந்து முழு வடிவம் ஏற்பட் டது. இவ்வாறு தினமும் நடப்பதாகக் கூறியது விஜ்வலா.

அதுபற்றிய விவரங்களைத் தந்தை கிளியிடம் கேட்டது. அப்போது தந்தை கிளி குஞ்ஜலா 'சுவாஹு' என்பவள் கதையைக் கூறியது.

சுவாஹுவின் கதை

"சோழ நாட்டில் அழகிய, சிறந்த தருமவானான சுவாஹு என்ற மன்னன் இருந்தான். 'தார்க்ஷ்யி' என்பவள் அவள் மனைவி.

சுவாஹு பல யாகங்கள் செய்தான். எனினும், அவனது குரு ஜைமுனி அவற்றால் திருப்தி அடையாமல், தனக்குத் தானங்கள் அளிக்குமாறும் அவையே அழியாப் புண்ணியம் அளிக்கும் என்றும் கூறினார். அரசன் 'அந்தப் புண்ணியத்தால் தனக்கு என்ன லாபம்' என்று கேட்க, அற்கு குரு 'அது உனக்கு மோக்ஷம் நல்கும்' என அவன், 'நான் மோக்ஷம் (அ) சொர்க்கத்தில் எப்போதுமே இருக்கமுடியுமா?' என்று கேட்டான். அப்போது குரு 'ஜைமுனி

புண்ணியங்கள் இருக்கும் வரையில் அதாவது முழுவதும் செலவழியும் வரையில் இருக்கலாம். பின்னர் மறுபடியும் பூமியில் பிறக்க வேண்டும்' என்றார்.

அதற்கு மன்னன் 'நிலையற்ற அந்த மோக்ஷம் எனக்குத் தேவையில்லை நான் விஷ்ணுவைப் பிரார்த்தித்து, அவர் அருளால் விஷ்ணு லோகத்தில் நிலை யாக இருப்பேன். சொர்க்கத்தைவிட அதுவே சிறந்தது' என்றான்.

அரசனும், அரசியும் விஷ்ணுவைக் குறித்துக் கடுந்தவம் இயற்றி விஷ்ணு லோகத்தை அடைந்தனர். அது ஓர் அதிசய உலகம். எனினும், இருவரும் விஷ்ணுவைத் தரிசிக்க முடியவில்லை. மேலும் பசி, தாகம் ஆகியவற்றால் அவர்கள் அவதியுற்றனர். அச்சமயம் அங்கு வாமதேவர் என்ற முனிவரைக் கண்டனர்.

அவரிடம் தங்கள் நிலையைக் கூறி வருந்தினர். அப்போது முனிவர் 'நீங்கள் இருவரும் சிறந்த விஷ்ணு பக்தர்கள் என்பதில் எள்ளளவும் ஐயமில்லை. ஆனால் எந்தவிதமான தானங்களும் செய்யவில்லை. குறிப்பாக தான தருமங் களில் சிறந்த அன்னதானம், தீர்த்த தானம் செய்ததில்லை. எனவே உங்க ளுக்கு அவை இங்கே கிடைக்க வில்லை' என்றார்.

'இதற்கு நாங்கள் செய்ய வேண்டிய பிராயச்சித்தம்தான் என்ன?' என்று அவர்கள் கேட்க, 'வாமதேவர் உங்கள் இருவரின் பிணங்கள் பூமியில் உள்ள இடத்திற்குச் செல்லுங்கள். அந்தப் பிரேத வடிவங்கள் அழுகிப்போகாமல் அப்படியே இருக்கின்றன. அவற்றி லுள்ள மாமிசத்தை வெட்டி உண்டு வாருங்கள். யாரேனும் ஒருவர் விஷ்ணு வுக்கான பிரார்த்தனையைப் பாடக் கேட்கும் நாளே தங்களுக்கு விமோசன நாள் ஆகும்' என்றார்.

எனவே, தேவலோக தம்பதியர்-சோழமன்னனும், ராணி தார்க்ஷ்யியும் அவர்களைப் பார்த்துச் சிரித்தது ''ஞானமும், சிரத்தையும் (நம்பிக்கை). அவர்கள் தானம் கொடுக்கத் தவறிய தம்பதியரைக் கண்டு நகைத்தனர். உண்ண மாமிசம் கேட்ட கோரமான பெண்மணிகள், பசியும், தாகமும்'' ஆகும்.

அப்போது அவர்களுடைய விமோசனம் என்ன ஆயிற்று என்று கேட்ட விஜ்வலா, விஷ்ணுவுக்கான பிரார்த்தனையைத் தனக்குக் கற்பிக்குமாறும் தான் அதை அவர்களுக்குக் கூறி மோக்ஷத்திற்கு வழிவகுப்பதாகவும் கூற, அவர்கள் பகவான் விஷ்ணுவைப் பிரார்த்தித்து பாவம் நீங்கப் பெற்றனர்.

நான்காவது கிளிக்குஞ்சான கபிஞ்ஜலா சொன்ன கதை:

அசோக சுந்தரி, நஹுஷன் கதை

அழும் பெண்ணும் சிவபூசை செய்யும் முனிவரும்

கங்கை ஆறும் மற்றும் பல ஆறுகளும் பாயும் கைலாய மலைக்குக் கபிஞ்ஜலா செல்வது வழக்கம். அங்கு ஒரு மிகப் பெரிய ஏரி இருந்தது. அதன் கரையில் ஒரு பெரிய பாறை இருந்தது. அதன் மீது ஒரு பெண்மணி உட்கார்ந்து கொண்டு அழுத வண்ணம் இருந்தாள். ஏரியில் விழுந்த அவளது கண்ணீர்த் துளிகள் ஒவ்வொன்றும் ஒரு நறுமணமிக்க தாமரை மலராயின.

அந்த ஏரிக்கரையில் ஒரு சிவாலயம் இருந்தது. அதில் தினமும் ஒரு முனிவர் வந்து பூசித்து வந்தார். அவர் உலர்ந்த சருகுகளையே உண்டு வந்ததால் எலும்பும் தோலுமாய்க் காட்சி அளித்தார். மேற்கூறிய பெண்ணின் கண்ணீரால் தோன்றிய தாமரை மலர்களைச் சேகரித்துப் பரமனுக்கு அர்ப்பணித்துப் பின்னர் ஆடியும், பரமன் மீது பக்திப் பாடல்களைப் பாடியும் முடித்து, அங்கேயே உட்கார்ந்து கத்தி அழலானார் என்று தந்தைக் கிளி குஞ்ஜலாவிடம், கபிஞ்ஜலா கூறி, அழுது கொண்டிருக்கும் அப்பெண்மணி பற்றியும், மற்றும் சிவபூஜை செய்து வரும் முனிவரைப் பற்றியும் கேட்டது.

சிவபெருமானும் பார்வதியும்

ஒரு நாள் கைலாயத்தில் பார்வதியும், சிவனும் 'நந்தன கானகம்' என்னும் நந்தவனத்துக்குச் சென்றனர். அது ஓர் அழகிய இடம். அங்கு மிகவும் உயர்ந்த ஒரு மரத்தைக் கண்ட அம்மை, ஐயனிடம் அதுபற்றிக் கேட்க, பரமன் அது 'கற்பக விருக்ஷம்' என்றும், வேண்டுவார் வேண்டியதை அளிக்க வல்லது என்றும் கூறினார். பார்வதி அதனைச் சோதித்து அறிய விரும்பி ஓர் அழகிய பெண்மணி வேண்டும் என்று நினைக்க அவ்வாறே ஓர் அழகி தோன்றி, தன்னைத் தோற்றுவித்தது ஏன்? தனக்கு என்ன கட்டளை? என்று கேட்டாள்.

தான் சோதனையாகவே அவளை உண்டாக்கியதாகக் கூறி, அவளுக்கு அசோக சுந்தரி என்று பெயரிட்டாள். மேலும் சந்திர வமிசத்தில் தோன்றிய 'நஹுஷன்' என்பவன் அவள் கணவனாவான் என்றும் கூறினாள் பார்வதி. நந்தன கானகத்தில் அசோக சுந்தரி வசித்து வரலானாள்.

ஹுண்டா

விப்ரசித்தி என்னும் அசுரனின் மகன் ஹுண்டா. அன்றாடம் நந்தன கானகம் சென்று வந்த அவன் அங்கு அசோக சுந்தரியைக் கண்டு அவள் மீது மோகம் கொண்டு அவளிடம் தன்னை மணந்து கொள்ளுமாறு கேட்க, அவள் மன்னன் நஹுஷன் தான் தன் கணவன் ஆவான். அவனைத் தவிர வேறு யாரையும் மணக்க மாட்டேன் என்று இவ்வாறு

பார்வதி கூறிய செய்தியைக் கூறினாள் அவள்.

ஹூண்டா அரக்கர்க்குள்ள மாயச்சக்தியால் ஒரு பெண் போல் உருவெடுத்து அசோக சுந்தரியின் முன் தோன்றி கதறி அழ அவள் அழுகைக்குக் காரணம் கேட்ட அசோக சுந்தரியிடம் தன் கணவன் ஹூண்டாவால் கொல்லப்பட்டான் என்றும், ஹூண்டாவை அழிக்கத் தான் தவம் செய்யப் போவதாகவும் அசோக சுந்தரியையும் தன்னுடன் ஆசிரமத்துக்கு வருமாறும் அழைத்தாள். அவளும் அவள் மீது இரக்கம் கொண்டு செல்ல அவள் அரக்கனாக உருமாறி அவளைப் பலாத்காரம் செய்ய முனைந்தான். அவனை அசோக சுந்தரி எதிர்த்து கோபம் கொண்டு, தான் தவம் செய்து நஹூஷன் அவனைக் கொல்லுமாறு செய்வதாகச் சூளுரைத்தாள்.

மன்னன் ஆயுவும், இராணி இந்துமதியும் குழந்தை வேண்டித் தவம் இயற்றினர். அவர்கள் தவத்தை மெச்சிய தத்தாத்திரேயர் அவர்களுக்கு மிகவும் சக்தி வாய்ந்த, தருமநெறி தவறாத ஒரு மகன் பிறப்பான் என்று வரமளித்தார்.

இதனை அறிந்த ஹூண்டா குழந்தையைக் கடத்திக் கொண்டு வந்து தன் சமையல்காரனிடம் கொடுத்து அதனைக் கொன்று தனக்கு உணவாய் படைக்கும்படி ஆணையிட்டான். ஆனால் சமையற்காரன் குழந்தை மீது கருணை கொண்டு அதனை வசிஷ்டரின் ஆசிரமத்தில் விட்டுவிட்டான். அதற்குப் பதில் ஒரு முயலைக் கொன்று அது குழந்தைக் கறி என அசுரனை ஏமாற்றி விட்டான்.

குழந்தையைக் கண்ட வசிஷ்டர் அதனை வளர்க்கலானார். (ஹுஷா என்றால் அச்சம்; நஹுஷா என்றால் அச்சமின்மை) முனிவர் குழந்தைக்கு நஹுஷன் என்றும் பெயரிட்டுச் சகல கலைகளையும் கற்பித்தார். அவன் தக்க வயது அடைந்தவுடன் முனிவர் அவன் பிறப்பைப் பற்றிக்கூறி, ஹூண்டாவைக் கொல்லவும், அசோக சுந்தரியை மணக்கவுமே அவன் பிறந்திருக்கிறான் என்று கூறினார்.

ஹூண்டாவுடன் போர் செய்ய நஹுஷன் செல்ல தேவர்கள் அவனுக்குச் சகல ஆயுதங்களையும் அளித்து உதவியாக இருந்தனர். கடுமையான போருக்குப்பின் நஹுஷன், ஹூண்டா என்ற அந்த அரக்கனைக் கொன்று அசோக சுந்தரியை மணந்தான். இவர்களுக்கு யயாதி என்ற ஒரு மகன் பிறந்தான்.

அடுத்து தந்தைக் கிளி குஞ்சலா அழுது கொண்டிருந்த பெண்மணி பற்றியும், சிவபூசை செய்து வந்த முனிவர் பற்றியும் கூற ஆரம்பித்தது.

ஹூண்டாவின் மகன் விஹுந்தன் தன் தந்தை கொல்லப்பட்டதால் நஹுஷனைக் கொல்லத் தவம் செய்யலானான். இதனால் அச்சம் எய்திய தேவர்கள் விஷ்ணுவை நாடித் தங்களைக் காத்திட வேண்டினர். அதற்கு விஷ்ணு அவர்களை அச்சமின்றிச் செல்லுமாறு கூறி, ஓர் அழகிய பெண் வடிவில் நந்தன கானகத்தில் இருக்க அந்த மாயப் பெண்ணைக் கண்டு மோகம் கொண்ட விஹுந்தன் தன்னை மணம் செய்து கொள்ளுமாறு அப்பெண்ணிடம் வேண்டினான்.

நிபந்தனையுடன் அப்பெண்மணி அவனுடைய வேண்டுகோளை ஏற்றாள். நிபந்தனை ''ஏழு கோடி காமோத பூக்களைக் கொண்டு சிவபெருமானைப் பூசித்து, அம்மலர்களைக் கொண்டு மாலை செய்து கொடுத்தால் மணம் புரிந்து கொள்வதாகக் கூறினாள்.''

விஹுந்தன் எவ்வளவு முயன்றும் காமோத மலர்கள் கிடைக்க வில்லை. எனவே அவன் அதற்காகச் சுக்கிராச்சாரி

யாரின் உதவியை நாடினான். சுக்கி ராச்சியார் விஹுந்தனிடம் காமோத மலர் என்பது மரத்திலிருந்து கிடைப்ப தில்லை. காமோதா என்றொரு பெண் சிரித்தால் அதிலிருந்து மஞ்சள் நிற நறுமணப் பூக்கள் மலர்கின்றன. அதைக் கொண்டு ஒருவன் சிவபெருமானைப் பூசித்தால் அவன் நினைத்தது நடக்கும்; கோரியது கிடைக்கும். ஆனால், அவள் அழும்போது அக்கண்ணீரில் இருந்து தோன்றும் மலர்கள் மணமின்றிச் சிவந்த நிறத்தில் இருக்கும். இவற்றைத் தொடவே கூடாது என்று கூறினார்.

அந்தக் காமோதா என்பவள் யார்? அவள் எங்கிருக்கிறாள்? என்று அரக்கன் கேட்க, அவள் கங்கைக் கரையில் காணப்படுவாள் என்றும், அவள் சமுத்திரத்தைக் கடைந்தபோது பிறந்தாள் என்றும் கூறினார்.

விஹுந்தன், காமோதாவைச் சந்திப் பதைத் தடுக்க தேவர்கள், காமோதாவை அழ வைத்து அந்தக் கண்ணீர் மலர் களைக் கொண்டே விஹுந்தனை அழிக்கத் திட்டமிட்டனர்.

அதற்காக நாரதரை காமோதாவிடம் அனுப்பினர். நாரதர் விஹுந்தனைக் கண்டு அவன் காமோதா இருக்குமிடம் செல்லவேண்டாம் என்றும், மலர்கள் கங்கை நீரில் மிதந்து வருவதாகவும் அவற்றைப் பயன்படுத்துமாறும் கூறி னார்.

பின்னர் நாரதர் சூழ்ச்சி செய்து காமோதாவை அழும்படிச் செய்தார். பகவான் விஷ்ணு பூமியில் அவதாரம் எடுக்கப் போகிறார் என்று கூற அவள் வருத்தமுற்று அழ ஆரம்பித்து அழுது கொண்டே இருந்தாள். இந்தச் சூழ்ச்சியை அறியாத விஹுந்தன் அந்தக் கண்ணீரால் தோன்றிய மணமற்ற மலர்களை எடுத்து சிவபூஜை செய்து வரலானான்.

இதனால் கோபமுற்ற பார்வதி வாளால் விஹுந்தனைக் கொன்றாள்.

இதைக் கேட்டு கபிஞ்ஜலா தன் வினாவுக்கு விடையைப் பெற்றது.

கிளி குஞ்ஜலன் வரலாறு

சியவன முனிவர் கிளியும், அதன் மகன்களும் பேசியவற்றை எல்லாம் கேட்டுத் தந்தைக் கிளியிடம் ''நீ எப்படி எல்லா விஷயங்களையும் அறிந் துள்ளாய்?'' என்று வினவினார். அதற்குக் கிளி குஞ்ஜலன் தன் வரலாற்றைக் கூறத் தொடங்கியது.

''வித்யாதரன் என்றொரு பிராமணன் இருந்தான். அவனுக்கு வாசு சர்மா, நாம சர்மா, தர்ம சர்மா என்று மூன்று புத்திரர்கள் இருந்தனர். அவர்களில் முதல் இருவர் தந்தை வழியில் வேத சாஸ்திரங்கள் பயின்று தர்மநெறியில் நின்றனர். ஆனால், தர்மசர்மா மட்டும் ஏதும் கற்காமல் சோம்பேறியாய் சுற்றி வந்தான். நாட்கள் செல்லச் செல்ல எல்லோரும் தன்னை வெறுப்பதைக் கண்டு தர்மசர்மா தக்கதோர் ஆசானை அணுகி நல்ல கல்விமானானான்.

ஒரு சமயம், ஒரு வேடன் ஒரு கிளிக் குஞ்சைத் தர்மசர்மாவிடம் கொண்டு வர, அதைப் பெற்ற பிராமணர் அக் கிளியின்மீது அன்பு, பாசம் பொழிந்திட லானார். அதை ஒரு பூனை கொன்றுவிட அவன் அடைந்த துயரத் துக்கு அளவே இல்லை. கிளியின் நினைவாகவே இறந்த தர்மசர்மா அடுத்த பிறவியில் கிளியாகவே பிறந்தான்.

அந்தக் கிளி நானேதான்'' என்று கூறி முடித்தது குஞ்ஜலன்.

(பத்ம புராணத்திலும் நில வரலாறு, பல்வகை தீர்த்தங்கள் என்று பல புராணங்களில் வரும் செய்திகள் உள்ளன. பல புராணங்களில் வரும் செய்திகளே என்பதால் அவை விலக்கப் பட்டன)

10. கந்தர்வ புத்திரிகள்

தேவலோக பாடகர்களாகிய கந்தர்வர்களில் ஐந்து பேர்கள், ஒவ்வொருவரும் ஒவ்வொரு மகளைப் பெற்றிருந்தனர்.

சுகசங்கீதி என்ற கந்தர்வனின் மகள் பிரமோகினி, சுசீலனின் மகள் சுசீலை; ஸ்வரவேதியின் மகள் சுஸ்வரா; சந்திர காந்தனின் மகள் சுதாரை; சுப்ரபனின் மகள் சந்திரிகை. இந்த ஐந்து பேர்களும் சிறந்த அழகிகள். நல்ல சினேகிதிகள்.

வைசாக (வைகாசி) மாதத்தில் ஐந்து சினேகிதிகளும் பார்வதி தேவியைப் பூசை செய்ய முடிவு செய்தனர். அவர்கள் வனத்தில் பூக்கள் சேகரிக்கச் சென்றனர். அங்கொரு ஏரி இருந்தது. அவர்கள் அதில் நீராடி தாமரை மலர்களைச் சேகரித்தனர். களி மண்ணால் பார்வதி பிரதிமை செய்து அதனைப் பூசிக்கத் தொடங்கினர்.

வேதநிதி என்ற முனிவரின் மகன் தீர்த்தப்ரவரனும் ஒரு முனிவர். ஐந்து பெண்களும் பார்வதி தேவியைப் பூசை செய்து கொண்டிருக்கையில் தீர்த்தப்ரவரன் அங்கு வந்தான். அவன் அழகில் ஈடுபட்டு அந்த ஐந்து பெண்களும் அவனிடம் தங்களை மணந்துகொள்ளுமாறு வேண்டினர்.

தீர்த்தப்ரவரன் தான் தவம் செய்யப் போவதாகவும், அதனால் திருமணம் செய்து கொள்ள முடியாதெனவும் மறுத்தான். அந்தப் பெண்கள் அவனை மேலும் மேலும் வற்புறுத்த அவன் மாயமாக மறைந்துவிட, அவர்கள் வருத்தத்துடன் வீடு திரும்பினர்.

மறுநாளும் அந்தக் கந்தர்வ பெண்கள் அவனை வற்புறுத்த, அவன் கோபம் கொண்டு அவர்களைப் பெண் பிசாசுகளாக மாறுமாறு சபித்தான்.

தாங்கள் தங்கள் காதலை வெளிப்படுத்தியதைத் தவிர வேறு ஏதும் தவறிழைக்காத போது தங்களைச் சபித்த முனிவரை அவர்களும் ஆண் பிசாசாகச் சபித்தனர்.

இவ்வாறு ஏற்பட்ட அந்த ஆறு பிசாசுகளும் அங்கு திரிந்து வந்தன. உணவின்றி அலைந்து திரிந்தன.

பல ஆண்டுகள் கழிந்தன. ஒரு நாள் லோமஷர் என்ற முனிவர் அப்பகுதிக்கு வந்தார். அவரைக் கண்டவுடன் அவரைக் கொன்று தின்ன பிசாசுகள் அவர் மீது பாய்ந்தன. அவரின் தவ வலிமையால் அவரைப் பிசாசுகளால் ஒன்றும் செய்ய முடியவில்லை. எனவே அவை அவர் காலில் விழுந்து அவரைப் பிரார்த்தித்தன.

"நாங்கள் இந்த வடிவிலிருந்து விடுதலை பெற வழிகாட்டுங்கள்" என்று வேண்டின. அப்போது லோமஷர் "ரேவா என்ற புனித ஆற்று நீரில் நீராடுங்கள்" என்று கூறினார்.

அவ்வாறே அவை செய்து தம் சுய உருவை அடைந்தன. புனித ரேவா ஆற்று நீரின் மகிமை அவ்வளவு சிறப்பு வாய்ந்தது.

11. விகுந்தலனின் சரிதம்

சத்திய யுகத்தில் ஹேமகுந்தலன் என்னும் ஒரு வைசியன் இருந்தான். அவன் தர்மவான். பிராமண பக்தன். அவன் கோடிக்கணக்காகப் பொருள் ஈட்டினான். தன் வாழ்நாளின் இறுதிக் கட்டத்தை அடைந்ததை அறிந்து தன் சொத்தில் ஆறில் ஒரு பங்கை, ஆலயம் கட்டுதல், குளம் வெட்டுதல், மரம் நடுதல் போன்றவற்றிற்குச் செலவு செய்து, மேலும் பெருந்தொகையை தானங்களுக்காகச் செலவிட்டுப் புண்ணியம் சேர்க்கலானான்.

இவ்வாறு செலவழித்த பின் அவன் மீதிச் சொத்தை தன் இரு மகன்களாகிய ஸ்ரீ குந்தலனுக்கும், விகுந்தலனுக்கும் பிரித்துக் கொடுத்துவிட்டு, தவம் செய்ய கானகம் சென்றுவிட்டான்.

இளைஞர்களாக இருந்த வைசியனின் புத்திரர்கள் மனம் போனபடி வாழ்ந்து, தீய நண்பர்களுடன் கூடி பணத்தின் அருமை தெரியாமல் செலவழித்து, கடைசியில் வறியவர் ஆயினர். நண்பர்களும் விலகிவிட்டனர். வறுமையின் காரணமாக உணவுக்காக காட்டுக்கு வேட்டையாடச் சென்றனர். வேட்டையாடி வந்த அவர்களில் ஸ்ரீ குந்தலனை ஒரு புலி கொன்றது. விகுந்தலனைப் பாம்பு கடிக்க அவனும் இறந்தான்.

அவர்களை யமகிங்கரர்கள் யமன் முன் கொண்டு நிறுத்த, யமன் ஸ்ரீ குந்தலனை கொடிய நரகத்துக்கும், விகுந்தலனை சொர்க்கத்துக்கும் அனுப்புமாறு கூறினான். அது கண்ட விகுந்தலன் யம கிங்கரர்களிடம் ''நாங்கள் இருவரும் ஒரே குலம். ஒரே பெற்றோர் வயிற்றில் பிறந்த சகோதரர்கள். இருவருமே தவறான காரியங்களைச் செய்தோம். இருவருமே எதிர்பாராத விதமாக விபத்தால் இறந்தோம். ஏன் அவருக்கு நரகம், எனக்கு சொர்க்கம்?'' என்று வியப்புடன் கேட்டான்.

அப்போது யமதூதர்கள், ''உண்மைதான். ஆனால், ஒன்றை நீ மறந்து விட்டாய். உனக்கு ஒரு பிராமண நண்பன் இருந்தான். அந்த ஸ்வாமித்திரனுடன் ஒருநாள் யமுனைக் கரையிலுள்ள 'பாபபிராண ஷணா' என்னும் தீர்த்தத்தில் இருவரும் நீராடினீர்கள். அதனால் உன்னுடைய பாவங்கள் மன்னிக்கப் பட்டுவிட்டன. உன் சகோதரன் புனித நீராடவில்லை. அதனால் அவனுக்கு நரகம்'' என்றனர்.

''இதை ஒத்துக்கொள்ள முடியாது. என் சகோதரனைக் காத்திட ஏதேனும் வழியிருக்கிறதா?'' எனக் கேட்க, யமதூதர்கள் எட்டுப் பிறவிகளுக்கு முற்பட்ட பிறவியில் விகுந்தலன் புண்ணியம் சேர்த்து வைத்திருப்பதைச் சுட்டிக்காட்டி, ''அதனை நீ உன் சகோதரனுக்கு மாற்றினால் அவன் நரகத்திலிருந்து விடுபடுவான்'' என்றனர்.

''எனக்கு ஞாபகம் இல்லை. அது என்ன புண்ணியம்?'' என்று விகுந்தலன் கேட்டான். அதற்கு யமதூதன் சொன்னான்,

''எண் பிறவிகளுக்கு முன் நீ வாழ்ந்த நகருக்கு சகுனி என்ற அந்தணரின் ஒன்பது புத்திரர்களில் நிர்மோகன், தியானகஸ்தன், ஜிதகாமன், குணாதிகன் என்ற நால்வர் முனிவர்களாகி யாசகத்திற்கு வந்தனர். அவர்களுக்கு அந்தணனாக இருந்த நீ உண்ண உணவு, இருக்க இடம் தந்து உபசரித்தாய். அதுவே நீ செய்த புண்ணியம். அதனை உன் சகோதரனுக்கு மாற்றிவிட்டால் அவனும் சொர்க்கம் அடைவான்.''

விகுந்தலன் மனமுவந்து அவ்வாறே செய்திட, ஸ்ரீ குந்தலன் நரகத்திலிருந்து விடுதலை பெற்றான். அதனால் சகோதரர்கள் இருவரும் ஒன்றாகச் சொர்க்கம் சென்றனர்.

இதுதான் விகுந்தலனின் அபூர்வ சரிதம்.

12. ஆலயம் தூய்மை செய்தல்

துவாபர யுகத்தில் தண்டகன் என்றொரு திருடன் இருந்தான். அவன் மிகவும் கொடியவன். அந்தணர்தம் சொத்தை அபகரித்தான். நண்பர்களுக்குத் துரோகம் செய்தான். புலால் உண்டான். மது அருந்தி வந்தான்.

ஒரு சமயம் அவன் ஒரு விஷ்ணு ஆலயத்திற்குள் திருடச் சென்றான். அவன் காலில் மண்ணும், தூசியும் இருந்ததால் அவற்றை வாயிற்படியில் துடைத்தான். இதன் மூலம் அந்த வாயிற்படி இவன் கால் தோய்த்த இடத்தில் தூய்மையானது.

விக்கிரகத்தில் ஒன்றும் பயனில்லை என்று பெருமானின் நகைகள், வெள்ளி, பொன் பாத்திரங்களை ஒரு மூட்டை யாகக் கட்டி வெளியேறுகையில் சில பொருள்கள் கீழே விழ, அந்தச் சப்தம் கேட்டு காவல்காரர்கள் அவனைப் பிடிக்க ஓடி வந்தனர். அவன் தப்பி ஓடினான். வழியில் ஒரு பாம்பின் மீது கால் வைக்க அது அவனைக் கடிக்க அவன் மரித்தான். அவனை யமதூதர்கள் யமன்முன் கொண்டு வந்து நிறுத்திட சித்திரகுப்தன் அவனுடைய பாவ புண்ணியங்களை எடுத்துரைத்தான்.

''இவன் ஒரு திருடன். உலகில் என்னென்ன அக்கிரமங்கள் உண்டோ, அத்தனையும் செய்தவன். எனினும், ஒரே ஒரு புண்ணியம் செய்துள்ளான். அவன் விஷ்ணு ஆலயப் படியைத் தூய்மை செய்தான். அது மற்ற பாவங் களை நீக்கிவிட்டது.''

அது கேட்ட யமன் தன் இருக்கையை விட்டு இறங்கி வந்து தண்டகனை வணங்கினான். அவனை நரகில் தள்ளக் கூடாது. அவன் செல்ல வேண்டியது விஷ்ணுலோகம் என்று அங்கு அனுப்பி வைத்தான்.

விஷ்ணு ஆலயம் தூய்மை செய்தல் சாலச் சிறந்தது.

ஓர் எலி செய்த புண்ணியச் செயல்

திரேதா யுகத்தில் வைகுந்தன் என்றொரு பிராமணன் இருந்தான். அவன் ஒரு விஷ்ணு பக்தன். ஒருநாள் அவன் விஷ்ணு ஆலயத்தில் விளக்கு ஏற்றி விட்டு வீட்டுக்குச் சென்றான்.

நெய் ஊற்றி விளக்கை ஏற்றியதால், அதன் மணம் ஓர் எலியை ஈர்த்தது. அது விளக்குத்திரியைக் கடிக்க ஆரம்பித்தது. அந்த அசைவினால் விளக்கு நன்கு பிரகாசிக்கத் தொடங்கியது. அதனால் பெருமான் விக்கிரகமும் ஒளிர்ந்தது. அந்த எலி ஒரு பாம்பினால் இறந்தது. அதனை யமதூதர்கள் கயிறு கட்டி இழுத்துச் செல்ல முற்பட்டபோது விஷ்ணு தூதர்கள் அங்கு வந்து அவர் களைத் தடுத்து, ''விஷ்ணு பக்தர்களை யமதூதர்கள் நெருங்கக்கூடாது என்று தெரியாதா. இது விஷ்ணுவின் விக்கி ரகத்தைக் சாந்தி அடையச் செய்தது. எனவே அது விஷ்ணு பக்தனாயிற்று. அதன் பாவங்கள் விலகிவிட்டன. அது எங்களுடன் விஷ்ணுலோகம் அடையும்'' என்று கூறி அந்த எலியை விஷ்ணு லோகம் எடுத்துச் சென்றனர். அங்குப் பல காலம் இருந்து அது ஒரு இளவரசியாக உலகில் பிறந்தது.

விஷ்ணு பிரதிமை ஒளிரச் செய்த அது பெற்ற பேறு சிறந்ததாயிற்று.

13. ஸ்ரீதரன் செய்த தான பலன்

திரேதா யுகத்தில் ஸ்ரீதரன் என்றொரு மன்னன் ஹேமாபிரபாவதி என்னும் தன் மனைவியுடன் வாழ்ந்து வந்தான். அவர்கள் வாழ்க்கை நன்றாக இருப் பினும் அவர்கள் புத்திரபாக்கியம் இல்லாதிருந்தனர்.

ஒரு நாள் ஸ்ரீதரன், வேதவியாசர் என்ற முனிவரைத் தரிசித்தான். அவரிடம் தன் குறையை கூறி தனக்கு ஏன் புத்திரப் பேறு இல்லை என்று கேட்டான். அப்போது முனிவர் அவனது முற்பிறவி வரலாற்றை எடுத்துரைத்தார்.

ஸ்ரீதரன் முற்பிறவியில் சந்திரன் என்ற பெயரில் இருந்த ஓர் அந்தணன். இராணி ஹேமாபிரபாவதி சந்திரன் மனைவி சங்கரி. இருவரும் ஒரு நாள் பயணம் செய்து கொண்டிருந்தபோது வழியில் ஒரு சிறுவன் ஒரு குட்டை நீரில் முழுகிப் போவதைக் கண்டும், அவசர நிமித்த மாக அவனைக் காப்பாற்றாமல் சென்று விட்டனர்.

அந்தப் பாவத்தினால் இப்பிறவியில் மகப்பேறில்லை என்றார் முனிவர். இதற்கு வழியொன்றும் இல்லையா

என்று மன்னன் கேட்க, வேதவியாசர் ''பிராமணர்களுக்குப் பூசணிக்காய், ஆடை தானம் கொடு. பசுவும், பொன்னும் தானம் அளி. புராணங்களைக் கேள். அதன்மூலம் புத்திரப்பேறு ஏற்படும்'' என்றார்.

ஸ்ரீதரனும் ஹேமாபிரபாவதியும் அவ்வாறே பிராமணர்களுக்குத் தானங்கள் செய்தனர். அதனால் அவர்களுக்கு ஓர் அழகிய புத்திரன் பிறந்தான்.

தானம் பலனளிக்காமல் போகாது.

14. லீலாவதியும் ராதாஷ்டமி விரதமும்

முன்னொரு காலத்தில் லீலாவதி என்றொரு தீயவள் இருந்தாள். அவளுக்கு நற்காரியங்களில் நாட்டம் ஏதுமில்லை.

ஒருநாள் அவள் ஓர் ஆலயத்தின் அருகில் செல்லுகையில் அங்கு எல்லோரும் ராதாஷ்டமி விரதத்தை அனுஷ்டித்துக் கொண்டிருந்தனர். ராதையின் உருவத்துக்கு, பூ, பழம், சாம்பிராணி, வஸ்திரம் எல்லாம் படைத்திருந்தனர். சிலர் ஆடிக்கொண்டும், சிலர் பாடிக் கொண்டும், சிலர் மந்திரங்களை உச்சரித்துக் கொண்டும் இருந்தனர்.

அவர்கள் என்ன செய்கிறார்கள் என்று கேட்ட லீலாவதிக்கு அவர்கள் ''இன்று பாத்ர மாத, சுக்கில பக்ஷ அஷ்டமி திதி. ராதையின் பிறந்தநாள். எங்கள் பாவங்கள் தொலைய நாங்கள் 'ராதாஷ்டமி விரதம்' அனுஷ்டித்துக் கொண்டிருக்கிறோம்'' என்றனர்.

''நானும் இந்த விரதத்தை அனுஷ்டிக்கிறேன்'' என்று கூறிய அவள் பாம்பு கடித்து இறந்து விட்டாள். அப்போது யமதூதர்கள் அவளை இழுத்துச் செல்ல முற்பட, விஷ்ணு தூதர்கள் ''லீலாவதி ராதாஷ்டமி விரதம் அனுஷ்டித்ததால் அவள் பாவங்கள் நீங்கின'' என்றனர். அவள் நேரே விஷ்ணு லோகம் அடைந்தாள்.

ராதாஷ்டமி விரதம் அத்தகைய பெருமை பெற்றது.

கோலோகத்தில் (அ) விஷ்ணு லோகத்தில் கிருஷ்ணனின் உடலில் இடது புறத்தில் இருந்து தோன்றிய ராதை அங்கு அவர் வலப்புறத்தில் அமர்ந்திருக்கிறாள். ஸ்ரீ கிருஷ்ணன் அவதரித்த போது ராதையும் பிறந்தாள். விருஷபானு என்பவர் அவளது தந்தை, கலாவதி அவளுடைய தாயார். அவளை அயன கோஷர் என்பவர் மணந்தார்.

இந்தியாவில் நாட்டுப்புறப்பாடலாக ராதாகிருஷ்ணர்களின் அன்பு வெளிப்படுத்தப்படுகிறது. பத்ம புராணத்தில் மட்டுமே இது பற்றி பேசப்பட்டுள்ளது.

15. மகாலக்ஷ்மி விரத மகிமை

துவாபர யுகத்தில் சௌராஷ்டிராவில் 'பாத்ரச்ரவன்' என்றொரு அரசனும், அவன் மனைவி சுரதிசந்திரிகாவும் வாழ்ந்து வந்தனர். அரசன் வேத சாஸ்திரப் பண்டிதன். அத்தம்பதியருக்கு 'சியாமபாலா' என்றொரு மகள் இருந்தாள்.

சியாமபாலா வெளியே சென்றிருந்த போது மகாலக்ஷ்மி அந்த அரண்மனைக்கு ஒரு கிழவி வடிவில் வந்து வாயிற் காவலனிடம் தான் சுரதி சந்திரிகாவைக் காண வேண்டும் என்று கூற, அவன் ஏன்? எதற்கு? என்று கேட்க, மகாலக்ஷ்மி (கிழவி) தன் பெயர் கமலா என்றும், தனது கணவர் புவனேசன் என்றும், தான் துவாரவதியில் வசிப்பதாகவும் ராணியிடம் அவளுடைய முற்பிறவி வரலாற்றை நினைவு கூற வேண்டுவதாகவும் கூறினாள்.

('கமலம்' என்பது தாமரை. அதில் இருப்பவள் கமலா (அ) லக்ஷ்மி. புவனேசன் என்றால் உலகத் தலைவன் (அ) கடவுள். துவாரவதி என்பது துவாரகை)

காவலாளியிடம் லக்ஷ்மியாகிய கிழவி கூறிய கதை - :

''சுரதி சந்திரிகா முற்பிறவியில் வைசிய குடும்பத்தில் பிறந்தாள். அவள் கணவனிடம் சண்டை போட்டுவிட்டு விலகிச் சென்றாள். அவளை லக்ஷ்மி தேவி சந்தித்து 'மகாலக்ஷ்மி விரதம்' அனுஷ்டிக்குமாறு அறிவுரை வழங்க, அவளும் அவ்வாறே செய்து வந்ததன் பயனாக விஷ்ணுலோகம் அடைந்து, அங்கு நெடுங்காலம் இருந்தாள். அவளே இப்போது சுரதி சந்திரிகாவாகப் பிறந்திருப்பவள்.

இதைப்பற்றி ராணியிடம் நினை வூட்டவே வந்தேன். அவள் தற்போது செழிப்பாக, மமதை கொண்டு விளங்கு கிறாள். ''அவள் மகாலக்ஷ்மி விரதம் செய்யாதிருப்பது துரதிருஷ்டம் ஆகும்'' என்று கூறினாள்.

''அது என்ன விரதம்? அதை எப்பொழுது செய்யவேண்டும்?'' என்று காவலாளி கேட்டான்.

''அவ்விரதம் மார்கழி மாதத்தில் கொண்டாடப்படும். அரிசிப் பொங்கல் அமுதை, கற்பூரத்துடன் விஷ்ணுவுக்கும், லக்ஷ்மிக்கும் நைவேத்தியம் செய்ய வேண்டும். நான்கு நாட்க்ள் தொடர்ச்சி யாக லக்ஷ்மியைப் பூசிக்க வேண்டும். கோதுமை, தயிர், பழம், பூக்கள் தேவிக்குப் படைக்கவேண்டும்'' என்றாள்.

அது கேட்ட காவலாளி இராணியிடம் கூறிவருவதாகச் சொன்னான். இராணி அக்கிழவியை லக்ஷ்மி என்று அறியாம லும், பிராமண ஸ்திரீ கொடுத்த அறிவுரையை ஏற்காமலும் அக் கிழவியை அடித்து விரட்டினாள்.

அப்பிராமண ஸ்திரீ அவ்விடத்தை விட்டு கிளம்பியபோது இளவரசி சியாமபாலாவைக் கண்டாள். அக்கிழவி அழுவதைக் கண்டு, அக்கிழவியை விசாரித்து நடந்ததை அறிந்து கொண்டாள். தான் அவ்விரதத்தைச் செய்வதாகக் கூறினாள்.

சில ஆண்டுகள் கழித்து சியாம பாலாவை, மன்னன் சித்தேஸ்வரனின் மகன் மாலாதரனுக்குத் திருமணம் செய்து வைத்தனர்.

சியாமபாலா கணவன் வீட்டுக்குச் சென்றவுடன் பாத்ரச்ரவன், சுரதி சந்திரிகா வீட்டை விட்டு மகாலக்ஷ்மியும் சென்று விட அவர்கள் நடுத்தெருவுக்கு வந்து விட்டனர். சோற்றுக்கின்றி திண்டாடினர்.

பாத்ரச்ரவன் தன் மகளைக் காண அவள் இல்லம் செல்ல, தந்தையின் நிலை அறிந்து அவள் திகிலடைந்தாள். தந்தைக்கு உணவளித்து நிறைய பணம் கொடுத்து அனுப்பினாள். ஆனால், அவள் தந்தை வீட்டிற்குள் நுழைந்த உடனே அவன் பெற்ற செல்வங்க ளெல்லாம் கரியாகிவிட்டன.

அடுத்து சுரதி சந்திரிகா மகளைப் பார்க்கச் சென்றாள். அந்த சமயம் லக்ஷ்மி விரதம் அனுஷ்டிக்க வேண்டிய நேரம். தாயும், மகளும் சேர்ந்து மகாலக்ஷ்மி விரதம் செய்து முடித்தனர். அதன் பலனாய் சுரதி சந்திரிகா தன் வீட்டிற்கு வர அவளுடைய வீட்டுச் செல்வம் எல்லாம் வந்து சேர்ந்தன.

மகாலக்ஷ்மி விரதத்தின் மகிமையே மகிமை!

16. தினநாதனும் விசுவாமித்திரரும்

துவாபர யுகத்தில் தினநாதன் என்ற வலிமைமிக்க ஓர் அரசன் இருந்தான். அவனுக்குப் புத்திரப்பேறு இல்லாத தால் காலவ முனிவரை வணங்கி தான் மகப்பேறு பெற என்ன செய்ய வேண்டும் என்று கேட்டான்.

முனிவர், ''ஒரு யாகம் செய்து அதில் எல்லா வகையிலும் சிறந்த ஒருவரை

நரபலி கொடுத்தால் குழந்தை கட்டாயம் பிறக்கும்'' என்றார்.

தசபுரம் என்ற கிராமத்தில் கிருஷ்ண தேவன் என்ற பிராமணன் தன் மனைவி சுசீலையுடனும், மூன்று பிள்ளைகளு டனும் வாழ்ந்து வந்தான். தினநாதன் யாகபலிக்கு ஆள் தேடி வந்தவன், கிருஷ்ண தேவனையும், சுசீலையும் சந்தித்து அவர்கள் மகன்களில் ஒருவனை யாக பலிக்கு அளிக்குமாறு பிரார்த்தித் தான். அவர்கள் மூத்தவனையும், இளையவனையும் கொடுக்க மறுத்த தால் நடுமகனைச் சேவகர்கள் அழைத்துச் சென்றனர். அரசன் பிராமண னுக்குப் பொன்னும் பொருளும் கொடுத்தான்.

அந்த மகனைப் பிரிந்த துக்கத்தில் அத்தம்பதியர் அழுதழுது கண் குருடா யினர். ராஜதூதர்கள் வழியில் விசுவா மித்திரரின் ஆசிரமத்தைக் கடந்து செல்கையில், அவர்களை விசுவா மித்திரர் மறித்து, ''யார் இந்த பிராமணச் சிறுவன்? அவனை எங்கே அழைத்துச் செல்கிறீர்கள்?'' என்று கேட்க, அவர்கள் நடந்தவற்றை எல்லாம் கூறினர். அது கேட்ட விசுவாமித்திரர் சிறுவனை விட்டு விட்டு தன்னை யாகபசுவாக அழைத்துச் செல்லுமாறு கூற, அவர்கள் அதை ஏற்கவில்லை. எனவே அவரும் அவர் களுடன் சென்றார்.

விசுவாமித்திரர் அந்த யாகத்தைத் தானே நடத்தித் தருவதாகவும், நரபலி (அ) யாகபசு தேவையில்லை என்றும், கட்டாயம் மன்னனுக்குப் புத்திர பாக்கியம் ஏற்படும் என்றும் கூறி, நரபலி இன்றியே யாகம் நடத்தித் தந்தார்.

மன்னன் பிராமண புத்திரனை அவனது பெற்றோர்களிடம் ஒப்ப டைக்க, பையன் திரும்பி வந்த மகிழ்ச்சி யில் அவர்கள் இழந்த கண்களைத் திரும்பவும் பெற்றனர்.

உண்மையிலேயே விசுவாமித்திரர் ஓர் உயர்ந்த ரிஷியாவார்.

17. சித்திரஸேனன்

கிருஷ்ணாஷ்டமி விரதம் ஒவ்வோர் ஆண்டும் ஸ்ரீகிருஷ்ண ஜனன நாளாகிய பாத்ர பதமாதம், கிருஷ்ண பட்சம், அஷ்டமி திதியன்று அனுஷ்டிக்கப் படுகிறது.

சித்திரசேனன் என்ற மன்னன் தரும நெறிகளிலிருந்து விலகி, தீயவர்களுடன் சேர்ந்து தீய செயல்களைச் செய்து வந்தான்.

ஒருநாள் வேட்டைக்குச் சென்ற அவன் ஒரு புலியைத் தொடர்ந்து சென்றவன் யமுனை ஆற்றங்கரையை அடைந்தான். அன்று ஜன்மாஷ்டமி தினமாகையால் அப்சரசுகள் ஒன்றுகூடி அங்கு கிருஷ்ணாஷ்டமி விரதத்தை அஷ்டித்து ஸ்ரீ கிருஷ்ணன் பிறந்தநாளைக் கொண்டாடினர். அதைக் கண்ட சித்திரசேனன் தானும் அவ்விரதத்தைக் கைக் கொள்ள விரும்பினான்.

அவ்வாறே கிருஷ்ணாஷ்டமி விர தத்தை அனுஷ்டித்து அவன் புண்ணியம் சம்பாதித்தான். அதனால் அவன் மரித்த பிறகு அவன் பாவங்கள் நீங்கிட நேராக விஷ்ணுலோகத்தை அடைந்தான்.

கிருஷ்ணாஷ்டமியை ஜன்மாஷ்டமி என்றும் கிருஷ்ண ஜயந்தி என்றும் கூறுவர்.

18. பீமனும் விஷ்ணு லோகமும்

அனேக ஆண்டுகளுக்கு முன்பு துவாபர யுகத்தில் பீமன் என்ற பெயருடைய நான்காம் வருணத்தினன் இருந்தான். அவன் செய்த பாபங்கள் எண்ணற்றவை.

ஒருநாள் அவன் ஒரு பிராமணர் வீட்டில் கொள்ளையடிக்க எண்ணிச் சென்று யாசகம் கேட்டான். அந்த வீட்டில் அந்த அந்தணரைத் தவிர வேறு

யாரும் இல்லாததால் அவர் அவனிடம் அவன் உணவை அவனே சமைத்துக் கொள்ளுமாறு கூறினார்.

அப்போது பீமன் தனக்கும் யாரும் இல்லை என்று கூறி, அவ்வீட்டிலேயே தங்கியிருந்து அந்தப் பிராமணனுக்குத் தொண்டு செய்வதாகக் கூறி அங்கேயே தங்கினான்.

இவ்வாறு அந்த வீட்டில் இடம் பிடித்த பீமன் அந்தணருக்குச் சிறு சிறு சேவைகள் புரியலானான். தினமும் உணவு தயாரித்து அளித்தான். அவர் பாதங்களைக் கழுவினான். இதன் மூலம் புண்ணியம் சம்பாதித்தான்.

ஒருநாள் இரவு வேறொரு திருடன் அந்த அந்தணர் வீட்டிற்கு வந்து கொள்ளை அடித்தான். அதனைத் தடுக்க பீமன் அவனுடன் சண்டையிட அந்தக் கொள்ளையன் வாள்வீசி பீமன் தலையைத் துண்டித்தான்.

பீமன் இறந்தவுடன் விஷ்ணு தூதர்கள் தோன்றி அவனை விஷ்ணு லோகத்துக்கு அழைத்துச் சென்றனர்.

நல்லவரோடு இணங்கி இருப்பது நன்றே.

19. ஹேமாபிரபா விஷ்ணு லோகம் அடைதல்

காஞ்சன் நகரில் வல்லபன் என்பவன் தன் மனைவி ஹேமபிரபாவுடன் வாழ்ந்து வந்தான். அவன் செல்வமுடன் செழிப்பாக வாழ்ந்து வந்த போதிலும் கணவர் - மனைவி இடையே அடிக்கடி சண்டை ஏற்பட ஒரு சமயம் அவன் மனைவியை அடித்து விட்டான். அதனால் அவள் மிகவும் மனம் வருந்தி அன்று முழுவதும் உணவும், நீரும் உட்கொள்ளாமல் உபவாசம் இருந்தாள். அன்று ஏகாதசி தெரிந்தோ தெரியா மலோ அவள் ஏகாதசி விரதம் இருந்து விட்டாள். அதன் மூலம் அந்த விரதபலன் அவளுக்குப் புண்ணியம் சேர்த்தது. அவள் இறந்தபோது அவளை எமதூதர் அணுக, விஷ்ணு தூதர்கள் அவர்களைத் தடுத்து அவளை விஷ்ணு லோகத்திற்கு அழைத்துச் சென்றனர். இது ஏகாதசி விரத மகிமை அல்லவா!

இம்மாதிரி பல நிகழ்ச்சிகள் பற்றி விவரிக்கிறது பத்ம புராணம்

1) திரேதா யுகத்தில் சுதர்சனன் என்ற பிராமணன் வருணாசிரம தருமம் தவறி வாழ்ந்ததால் அடுத்த பிறவியில் பன்றியாகவும், அதை அடுத்து காகமாக வும் தோன்றினான். காகமாக இருந்த போது விஷ்ணு, திருமஞ்சனம் செய்த நீரை அது உட்கொண்டது. அந்தப் புண்ணிய பலனாக சுதர்சனன் மோட்சம் அடைந்தான்.

2) திரேதா யுகத்தில் சௌராஷ்டிரா வில் சங்கரன் என்பவன் தன் மனைவி காளிப்பிரியாவுடன் வாழ்ந்து வந்தான். அவள் கணவனை விரும்பாமல் அவன் எப்போது மடிவான் என்று காத்துக் கிடந்தாள். ஒருநாள் அவளே தன் கணவரைக் கொன்றுவிட்டு வேறொரு நகரத்திற்குச் சென்றுவிட்டாள்.

அங்கு அவளுக்கு விஷ்ணு பக்தர் களுடன் தொடர்பு ஏற்பட்டது. அதனால் பல விரதங்களை அவள் அனுஷ்டிக்க அவள் பாவங்கள் நீங்கிட, புண்ணியவதி யாகி நேராக விஷ்ணுலோகம் அடைந் தாள்.

3) துவாபர யுகத்தில் வாழ்ந்த ஆதித்தியன் என்ற அந்தணன் துளசிச் செடிகளுக்குத் தினமும் நீரூற்றி வளர்த்து வந்தான். அந்த ஊரிலேயே ஒரு சண்டாளன் வாழ்ந்து வந்தான். ஒருநாள் நீர் வேட்கை அடைந்த அவன் துளசிப் பாத்தியில் இருந்த துளசி நீரை எடுத்து அருந்தினான். இதனால் புண்ணிய மடைந்தான். அவன் அஸ்மந்தனன் என்ற வேடனால் கொல்லப்பட்டான்.

அவன் இறந்தவுடன் துளசிதீர்த்த மகிமையால் பாவங்கள் நீங்கி அவன் விஷ்ணுலோகம் அடைந்தான்.

4) திரேதா யுகத்தில் வாழ்ந்த தண்டகரன் என்பவன் மது, மாது, புலால் உண்ணல் மற்றும் வேதங்களைத் தூஷணை செய்தல் போன்ற பாவங்களைச் செய்ததால் அவன் உற்றார், உறவினர், நண்பர்கள் அவனை வெறுத்து ஒதுக்கினர். மேலும் காட்டில் அவன் வழிப்பறிக் கொள்ளை செய்தும் வந்தான். ஒருநாள் அவன் விஷ்ணு பக்தர்களாகிய பிராமணர்களைத் தற்செயலாகச் சந்தித்தான். அவர்கள் அவனுக்குச் சில விரதங்கள் பற்றிக் கூறி அனுஷ்டிக்குமாறு அறிவுரை கூறினர்.

அவனும் அவ்வாறே விஷ்ணுவுக்குப் பிரியமான விரதங்களை அனுஷ்டித்து பாவங்கள் நீங்கப் பெற்று நல்லுலகம் அடைந்தான்.

20. மது கைடபர்கள்

எங்கும் நீர்மயம். மகாவிஷ்ணுவின் யோகதுயில். தன் நாபியிலிருந்து ஒரு கமலத்தைத் தோற்றுவித்தார். பிரமன் உலகையும், அதிலுள்ள ஜீவராசிகளையும் படைக்க முற்பட்டார்.

அப்போது சாதுக்களிலிருந்து மது கைடபர்கள் என்ற இரண்டு அரக்கர்கள் தோன்றினர். அவர்கள் சகல லோகங்களில் வசிப்பவர்களையும் நடுங்குமாறு அக்கிரமங்கள் செய்து வரலாயினர். பிரம்மனையே எதிர்க்க முற்பட, அவர் ஸ்ரீவிஷ்ணுவிடம் சென்று முறையிட்டார். பலகாலம் போர் செய்தும் ஸ்ரீ விஷ்ணு அவர்களை வெல்ல முடியவில்லை. எனவே, திருமால் மாய உபாயம் செய்து அவர்கள் மனதில் மோகத்தை உண்டாக்கினார்.

அந்த மோகத்தில் மூழ்கிய அவர்கள் விஷ்ணுவை நோக்கி ''உன்னுடைய யோகத்திறன் கண்டு மெச்சினோம். வேண்டும் வரம் கேள்'' என்றனர். உடனே விஷ்ணு, ''நீங்கள் இருவரும் என் கையால் மரணமடையும் வரம் வேண்டும்'' என்றார்.

அப்போது எங்கும் நீர் சூழ்ந்திருந்ததால், அவர்கள் ''நீரில்லா இடத்திலானால் உம் எண்ணம் நிறைவேறும்'' என்றனர். உடனே விஷ்ணு அவர்களைத் தொடை மீது அமர்த்திச் சக்கரத்தால் அவ்விருவர் தலைகளையும் அறுத்தார். இவ்வாறு மது கைடபர்கள் அழிந்தனர்.

21. கங்கை ஆறு உற்பத்தியாதல்

சூதர் கங்கோற்பத்தி பற்றி முனிவர்களுக்குக் கூறினார்.

'கங்கை நதி' விஷ்ணு பாதத்தில் தோன்றி 'விஷ்ணு பதி' என்று பெயர் பெற்றது.

சகர சக்கரவர்த்தி அஸ்வமேத யாகத்தை முன்னிட்டு ஒரு குதிரையைத் தன் புத்திரர்கள் ஆயிரம் பேர்களுடன் உலகைச் சுற்றி வர ஏற்பாடு செய்தான். பல நாடுகளைக் கடந்து சென்றது அசுவம். சகரச் சக்கரவர்த்தி யாக வெற்றியினைக் கண்டு அஞ்சி, இந்திரன் யாகக்குதிரையை யாரும் அறியாமல் கபிலர் ஆசிரமத்தில் கட்டி வைத்தார். கபிலர் தவம் செய்து கொண்டிருந்ததால் அவர் ஒன்றும் அறியார்.

பின்னர் சகரப் புத்திரர்கள் பாதாள உலகம் சென்று கபிலரையும், குதிரையையும் கண்டு கபிலர் கபடநாடகம் ஆடுவதாக எண்ணி அவர் தவத்தைக் கெடுக்க முயல அவர் கோபத்துடன் அவர்களை நோக்க அவர்கள் அனைவரும் எரிந்து சாம்பல் ஆயினர்.

சில காலத்திற்குப் பின், பகீரதன் பிறந்து தவம் செய்து கங்கையை உலகுக்குக் கொண்டுவர முயற்சித்தான். பிரமனை நோக்கியும், பின்னர் அவர் சொல்படி மகாதேவனைக் குறித்தும்

தவம் செய்ய சிவபெருமான் தோன்றிட பகீரதன் கபிலரால் சாம்பலாகிய சகர புத்திரர்கள் மோக்ஷம் பெற வழி காண விரும்புவதாகக் கூற, அவர்கள் மீது கங்கை பிரவகித்தால் அவர்கள் உய்வர் என்று கூறினார் சிவபெருமான்.

அதை அறிந்த பகீரதன் கங்கையை நோக்கி தவம் செய்தான். அவள் தோன்றி என்ன வேண்டுமென்று கேட்க, மூதாதையர் சாம்பல்மீது பாய்ந்து அவர்களை மோக்ஷமடையச் செய்யுமாறு வேண்டிட, கங்காதேவி தான் மேலுலகிலிருந்து புவியில் இறங்கும் போது தன்னைத் தாங்க வல்லவர் ஒருவர் தேவை என்றும், இல்லாவிட்டால் பூமியைத் துளைத்து பாதாளம் சென்று விடுவேன் என்று கூறி, அதற்கு வல்லவர் சிவபெருமான் ஒருவரே என்றும், அவர் உதவியை நாடுமாறும் கூறினாள்.

பகீரதன் மறுபடியும் சிவபெருமானை வேண்டி உதவுமாறு கேட்டான். அவரும் கங்கையை வருமாறு வேண்டு என கங்கை ஆவிர்ப்பவித்து வந்தாள். பரமன் அவளைத் தாங்கி நின்றார். பின்னர் கொஞ்சம், கொஞ்சமாக பூமியில் விட கங்கை பாதாளத்தில் கபிலரால் மரணமடைந்து சாம்பலாகியுள்ள இடத்தில் பெருக்கெடுத்து ஓட அவர்கள் புனிதம் பெற்று மோக்ஷம் அடைந்தனர்.

எனவே, கங்கையை நினைத்து அதில் நீராடினாலும், அந்த நீர் காற்று மேலே பட்டாலும் புண்ணியங்கள் பெற்று புண்ணியலோகம் அடைவர்.

22. கால கல்பனின் சரிதம்

முன்னொரு காலத்தில் மதுரை நகரில் சோமசேகர சர்மா என்ற ஒரு பிராமணர் விசாலாக்ஷி என்ற தன் மனைவியுடன் வசித்து வந்தார். அவர்கள் இருவரும் புனித தீர்த்த யாத்திரை புறப்பட்டனர்.

அவர்கள் கங்கை ஆற்றை அடைந்து கங்காஸ்நானம் செய்து, கங்கை நீரைக் கலசத்தில் நிரப்பிக் கொண்டு அதனை துளசி தளத்தின் நடுவில் வைத்துக் கொண்டு கால்நடையாக வந்து கொண்டிருந்தனர். அவருக்கெதிரில் மேல் நாட்டிலிருந்து வந்த வர்த்தகன் ஒருவன் சாக்குகளுடன் வந்து கொண்டிருந்தான்.

அவன் தனது இரட்டை மாட்டு வண்டியில், காலகல்பன் என்பவன் வண்டி ஓட்ட அம்மாடுகளில் ஒன்று கிழட்டு மாடாகவும், மற்றது பல முடையதாகவும் இருந்தது.

காலகல்பன் அந்தக் கிழட்டு மாட்டைத் திருப்பித் திருப்பி அடித்து ஓட்ட அதற்குள் வண்டியும் உடைந்து அதன் மேல்பட அது கீழே விழுந்தது. பின்னர் ஒருவாறு தெளிந்து தன் கூரிய கொம்புகளால் காலகல்பனைப் பல முறை குத்திட அவன் மூர்ச்சித்து விழுந்து இறுதியில் மரணாவஸ்தையில் இருந்தான்.

அப்போது அவ்வழியில் வந்து கொண்டிருந்த சோமசேகர சர்மா அவனுடைய நிலையைக் கண்டு பரிதாபப் பட்டார். அவன் வாயில் கங்கை நீரை ஊற்றினார். ஸ்ரீஹரியைப் பூஜித்து துளசிதளத்தையும், கங்கை நீரையும் அவன் உடலில் தெளித்தார். துளசியை உடல்மீது வைத்துவிட்டுத் தன் வழியே சென்றார். அந்த காலகல்பன் அந்த இடத்திலேயே உயிரை விட்டான்.

பின்னர் சோமசேகர சர்மா வழியில் சிலர் நன்கு உதைபட்டு, அடிபட்டு நடக்க முடியாமல் அவதிபட்டுக் கொண்டிருந்ததைக் கண்டு அவர்களை விசாரிக்க அவர்கள் தாங்கள் யமதூதர்கள் என்றும், அவர்களுக்கும் விஷ்ணு தூதர்களுக்கும் இடையே ஏற்பட்ட சண்டையே இதற்குக் காரணம் என்றனர்.

காலகல்பன் உயிரைக் கொண்டு போக வந்த எங்களைத் தடுத்து விஷ்ணு தூதர்கள் அவன் பாவி அல்ல என்றும்,

புண்ணியாத்துமா என்றும் எந்தப் பாபமும் அவனுக்குத் தெரியா தென்றும் மரணா வஸ்த்தையிலிருந்த போது கங்கை நீரும், துளசியும் அருந்தினான் என்றும், அவன் உடல்மீது துளசிகளை வைத்துக் கொண்டான் என்றும், நாராயண நாமஸ்மரணம் கேட்டான் என்றும் கூறி காலகல்பனை வைகுண்டத்திற்கு அழைத்துச் சென்றனர் என்றும் கூறினர்.

அது கேட்ட சோமசேகர சர்மா கங்கையின் மகிமை, துளசியின் பவித்ரம், அந்திம காலத்தில் நாராயண நாம ஸ்மரணம் ஆகியவற்றின் பலனைக் கண்களுக்கு எதிரிலேயே அறிந்தார்.

திருமால் உடற்கூறும், புராணங்களும்

1.	ஸ்ரீ பிரம்ம புராணம்	–	தலை
2.	ஸ்ரீ பத்ம புராணம்	-	இதயம்
3.	ஸ்ரீ விஷ்ணு புராணம்	–	வலது கை
4.	ஸ்ரீ சிவ புராணம்	–	இடது கை
5.	ஸ்ரீ பாகவத புராணம்	–	தொடைகள்
6.	ஸ்ரீ நாரத புராணம்	–	நாபி
7.	ஸ்ரீ மார்க்கண்டேய புராணம்	–	வலது பாதம்
8.	ஸ்ரீ அக்னி புராணம்	–	இடது பாதம்
9.	ஸ்ரீ பவிஷ்ய புராணம்	–	வலது முழங்கால்
10.	ஸ்ரீ பிரம்மவைவர்த்த புராணம்	–	இடது முழங்கால்
11.	ஸ்ரீ லிங்க புராணம்	–	வலது
12.	ஸ்ரீ வராக புராணம்	–	இடது
13.	ஸ்ரீ கந்த புராணம்	–	உடல் ரோமம்
14.	ஸ்ரீ வாமன புராணம்	–	தோல்
15.	ஸ்ரீ கூர்ம புராணம்	–	முதுகு
16.	ஸ்ரீ மத்ஸ்ய (மச்ச) புராணம்	–	உடற்கொழுப்பு
17.	ஸ்ரீ கருட புராணம்	–	எலும்பில் உள்ள ஊன்
18.	பிரம்மாண்ட புராணம்	–	எலும்புகள்

இவ்வாறு புராணங்கள் அனைத்தும் திருமால் உருவிலே அறியப்படுவதால் இவற்றைப் படிப்பதால் புண்ணியம் சேரும்!

■■■

ஸ்ரீ விஷ்ணு புராணம்

பாற்கடலில் ஸ்ரீ பரந்தாமன்

3

ஸ்ரீ விஷ்ணு புராணம்

1. தோற்றுவாய்

பதினெண் புராணங்களில் மிகச் சிறப்பு பெற்றது ஸ்ரீ விஷ்ணு புராணம். இதனை ஸ்ரீ ஆளவந்தார், ஸ்ரீ வேதாந்த தேசிகர் போன்ற பெரியோர்கள், 'புராண ரத்னம்' என்று கூறி சிறப்பித்துள்ளது எவ்வளவு பொருத்தமானது என்பதை இதனைப் படிப்பவர்கள் உணர்வர்.

சித், அசித், ஈச்வரன் என்ற தத்துவங்கள் விஷ்ணு புராணத்தில் நன்கு விளக்கப் பட்டுள்ளன. இது ஒரு சாத்விக புராணம். இதில் ஆறு அம்சங்களும் ஒவ்வொன்றிலும் பல அத்தியாயங்களும் உள்ளன.

இப்புராணத்தின் முதல் சுலோகத்தில் ஒருவன், ''உண்மைப் பொருளை அறிய உத்தம ஆசாரியனை நாடிச் செல்ல வேண்டும்'' என்ற அறிவுரை தரப் பட்டுள்ளது.

இப்புராணத்தில் கீழ்க்கண்ட அற்புதச் செய்திகள் தரப்பட்டுள்ளன. குறிப்பாக முன்பு உலகம் இருந்தது எவ்வாறு, திரும்பவும் எப்படி ஏற்படும், உலகம் தோன்றுவதற்கான மூலப் பொருள் எது? பிரளய முடிவில் என்ன ஆகிறது? மறுபடியும் எவ்வாறு தோன்றுகிறது? மற்றும் தேவர்களின் தோற்றம், சூரியன், பஞ்ச பூதங்கள் பற்றிய தெளிவு, மனுக் களின் காலம், கல்ப விகல்பங்கள், நான்கு யுகங்கள், யுக தர்மங்கள், ரிஷிகள், அக்கால அரசர்கள், வர்ணா சிரம தர்மங்கள் ஆகியவை அவை.

ஒரு சமயம் மைத்ரேய முனிவர் பராசர முனிவரை வணங்கி, ''நான் விஷ்ணு புராணம் கேட்க விரும்பு கிறேன். அருள் புரிவீராக'' என்று வேண்டி நின்றார்.

அப்போது, பெரியோரின் அருள் பெற்றதால் சிறப்பான ஞானம் பெற்ற மைத்ரேயர் தன்னிடம் விண்ணப்பம் செய்ததற்கேற்ப பராசரர் கூறலானார்.

ஒரு சமயம் வசிஷ்டருக்கும், விசுவா மித்திரருக்கும் ஏற்பட்ட கலகத்தின் காரணமாக விசுவாமித்திரர் அரக்கர் களின் உதவியால் வசிஷ்டரின் புத்திரர்கள் நூறு பேரைக் கொன்றார். அவர்களில் சக்தி என்பவரும் ஒருவர். சக்தியின் மனைவி அப்போது கருவுற் றிருந்தாள். புத்திர சோகத்தினால் பாதிக்கப்பட்ட வசிஷ்டர் சக்தியின் மனைவியாகிய 'அத்ருச்யந்தீ' யின் இருப்பிடம் சென்று அவளுக்கு ஆறுதல் கூறினார். அவளுடைய புத்திரரே பராசரர்.

பராசரர் வளர்ந்து வருகையில் தன் தந்தையின் மரணம் பற்றி கேள்விப் பட்டு மிக்க கோபம் கொண்டு அரக்கர் களை வேருடன் அழிக்க ஒரு யாகம் செய்ய, அதில் அரக்கர் பலர் மாண்டு போயினர். இது கண்ட வசிஷ்டர் அவருக்கு 'கோபம் பாபம்' என்று கூறி, மேலும் சில அறிவுரைகள், அறவுரைகள் கூறிட பராசரர் யாகத்தை நிறுத்தினார்.

அவ்வமயம் அங்கு வந்த பிரம்ம புத்திரரான புலஸ்தியரை வசிஷ்டர்

உபசரித்தார். அப்போது அவர் பராசரரின் குரு பக்திக்கு மெச்சி, அவரது பொறுமையைப் பாராட்டி, புராண ஸம்ஹிதையை இயற்றும் சக்தி அடையும் வரம் அளித்தார். மற்றும் பிரவிருத்தி, நிவர்த்தி அதாவது முயற்சி, நீக்கம் என்ற இரு செய்கைகளிலும் அவரது புத்தி நிலைத்து, ஐயமற்று விளங்கவும் ஆசீர்வதித்தார். அதே சமயம் பராசரரின் பாட்டனாரான வசிஷ்டரும் புலஸ்தியர் கூறிய யாவும் சித்தி அடைய வாழ்த்தினார்.

இப்போது மைத்ரேயரின் மனதில் தோன்றிய முக்கிய கேள்விகளுக்கான விளக்கம் பெறப்பட்டது.

ஆதி அந்தம் இல்லாதவர் ஸ்ரீ விஷ்ணு. எங்கும் வியாபித்திருப்பவர். உலகிலுள்ள அனைத்தும் அவருடைய உருவமே அன்றி வேறில்லை. எனவே உலகமே அவர். அவரே உலகம் என்று மைத்ரேயருக்குப் பராசரர் கூறி விளக்கினார்.

2. பிரபஞ்சம் தோன்றுதல்

மைத்திரேயரின் வினாக்களுக்கு முதலில் சுருக்கமாய் விடையளித்த பராசரர் இனி அவற்றை விவரிக்கலானார். முதலில் ஸ்ரீ விஷ்ணுவைப் பல வகையாகத் துதிக்கலானார்.

ஸ்ரீ விஷ்ணு, ஹிரண்ய கர்ப்பராக இருந்து படைக்கிறார். ஹரியாய் காக்கிறார். சங்கர வடிவில் அழித்தல் செய்பவரும் அவரே. வழிபடுவோர்க்கு விடுதலை அளிப்பவரும் அவரே. எல்லாவற்றிற்கும் மூலகாரணமாய் அவற்றுள்ளே அந்தர்யாமியாய் இருந்து கல்யாண குணங்களால் புருஷோத்தமர் என அழைக்கப்படுபவர் அவர். கரும வசத்தால் பிறப்பு இறப்பின்றி உள்ள அவரை தக்ஷப் பிரஜாபதி முதலியோரும் வணங்குகின்றனர்.

பரமாத்மாவாய், சேதனா சேதனுங்களுக்கெல்லாம் தானே ஆதாரமாய், ஆனால், தனக்கு வேறெதுவும் ஆதாரமற்றவராய், தன்னிடத்திலே தான் இருப்பவர் ஸ்ரீ விஷ்ணு. ஷட்குண சொரூபத்துடன் விளங்குபவர். ஸ்ரீ வாசுதேவர் எனப்படுபவர். சகல லோகங்களையும் சரீரமாகக் கொண்டு ‘புருஷ’ ரூபமாயும், கால ரூபமாயும் இருக்கிற பரப்பிரமம் ஆவார். உலகில் அனைத்தும் அவராலேயே தாங்கப்பட்டும், ஆளப்பட்டும் இருப்பதால் அவருக்காக அவை சொரூபமாகும். ச்ருஷ்டி, ஸ்திதி, ஸம்ஹாரம் ஆகியவை அவருடைய அலகிலா விளையாட்டாகும்.

பிரளய காலத்தில் எல்லாம் அழிந்திட மூலப் பிரகிருதி மட்டும் சமஷ்டி புருஷரூபமாக இருந்தது. பிரகிருதியும் பரமாத்மாவிடத்தில் வயப்பட்டதனால் அந்தப் பிரளயம், ‘பிராகிருதப் பிரளயம்’ எனப்பட்டது.

பிரளயத்துக்குப் பின் பரப்பிரம்மமும், பரமாத்மாவும் ஜகன்மயனும், சர்வக்ஞனும், சர்வபூதேச்வரனும், சர்வாத் மகனும், பரமேச்வரனுமான ஸ்ரீஹரி தன்னிச்சையாகவே லீலார்த்தமாகப் பிரகிருதி, புருஷர்களிடத்தில் பிரவேசித்து சலனம் ஏற்படுத்துகிறாள்.

அதன் காரணமாக ஆகாசாதி ஐம் பூதங்களும், அவற்றின் அன்னியோன்னிய சையுக்தமாய் சாத்வீக, ராஜஸ, தாமஸ குணங்களும் ஐக்கியமாகின.

பஞ்ச பூதங்களிலிருந்து தோன்றிய அண்டம் வளர்ந்து பெரிதாயிற்று. அப்போது விஷ்ணுவே சதுர்முகனாய்த் தோன்றி உலகைப் படைத்தார். அவரே பல யுகங்களில் திவ்விய அவதாரங்கள் கொண்டு பிரளய காலத்தில் ருத்திர ரூபியாகிறார். அப்பொழுது அதி பயங்கரனாய் உலகை உண்டு பாம் பணையில் சயனித்து யோகு துயில் கொள்கிறார்.

அப்படிப்பட்ட ஸ்ரீ விஷ்ணு பகவானே எல்லா விதத்திலும் உபாசிக்கத்தக்கவன்.

3. காலம்

காலம் என்னும் தத்துவம் ஆதியந்தம் இல்லாது தொடர்ந்து நடைபெறுவதாகும். ஒருவருடைய வாழ்நாளை வரையறுப்பவர் நான்முகனே.

கால அளவு மனுஷ்யமானம், தேவமானம், பிரம்மமானம் என்று மூன்று வகைப்படும்.

கண் இமைக்கும் நேரம் நிமிடம். பதினைந்து நிமிடங்கள் ஒரு காஷ்டை. முப்பது காஷ்டைகள் ஒரு கலை. முப்பது கலைகள் ஒரு முகூர்த்தம். முப்பது முகூர்த்தங்கள் ஒரு 'இராப்பகல்' இரவும் பகலும் சேர்ந்தது ஒரு நாள். பதினைந்து நாட்கள் ஒரு பக்ஷம். இரண்டு பக்ஷங்கள் ஒரு மாதம். ஆறு மாதங்கள் ஓர் அயனம். இரண்டு அயனங்கள் ஓர் ஆண்டு. இதுவே மனிதர்களின் கால அளவாகிய 'மனுஷ்ய மானம்'.

தேவர்களுக்கு உத்தராயணம் பகல், தக்ஷிணாயனம் இரவு. எனவே மனிதர்களுக்கு ஓர் ஆண்டு என்பது தேவர்களுக்கு ஒரு வருடம். தேவ வருடங்கள் 12,000 கொண்டது ஒரு சதுர் யுகம்.

கிருத யுகம் 400 தேவமானங்களும், த்ரேதா யுகம் மூவாயிரம் தேவராண்டுகளும், த்வாபர யுகம் 2000 மும் கலியுகம் ஓராயிரம் தேவ வருஷங்களும் கொண்டதாகும்.

மேற்கூறியவாறு ஏற்படும் 100 சதுர் யுகங்கள் பிரம்மாவுக்கு ஒரு பகல். 2000 சதுர் யுகங்கள் கொண்டது பிரம்மா வின் ஒரு நாள் ஆகும்.

இப்போது நடப்பது வராக கல்பம் எனப்படும்.

4. ஸ்ரீ வராஹ அவதாரம்

ஸ்ரீ விஷ்ணு வராக ரூபியாய் இந்தக் கல்பத்தில் அவதாரம் எடுத்ததால் இது 'வராஹ கல்பம்' எனப்படுகிறது. இந்த வராக கல்பப் படைப்பைப் பற்றிப் பராசரர் கூறலானார்.

இரவெல்லாம் யோகதுயில் கொண்ட பெருமாள் நித்திரை தெளிந்து சதுர்முகன் மற்றும் மூவுலகங்களையும் படைக்கத் திருவுள்ளம் கொண்டான்.

நாராயணன் என்ற திருநாமமுடைய ஸ்ரீ விஷ்ணு, நீர் மீது தாமரை இலை ஒன்று மிதக்கக் கண்டு, மூழ்கியுள்ள பூமியை மேலே எடுத்தார். இவ்வாறு எழுந்தருளிய பூமி தேவி எம்பெருமானை வணங்கித் துதித்தாள். யாவருக்கும் ஆத்ம பூதனான ஸ்ரீ ஹரிக்கு தெண்டன் இட்டு வெகுவாய் துதி செய்து வேண்டினாள்.

பூமியைத் தரிப்பவளான ஸ்ரீயப்பதி வராக வடிவுக்கு ஏற்றதான சாமவேத மயமான 'இர்குர்' சப்தத்தினாலே பூதேவி செய்த தோத்திரத்திற்குத் திருவுள்ளம் உகந்த மகாவராக ரூபம் கொண்டு தனது கொம்பு நுனியாலே பூமியை உயர எடுத்து, பாதாளத்திலிருந்து எழுந்தருளினார். அவருடைய சுவாச, நிசுவாச வேகத்தால் மக்கள் தள்ளப்பட்டு ஒதுங்கினர். அவர் தனது திவ்விய திருமேனியை உதறியருளும் அளவில் நடுவே காணப்பட்ட ஸனத்குமார யோகிகள் பக்தியுடன் அவரை வணங்கித் துதித்தனர்.

''யாவற்றிலும் அந்தர்யாமியாக இருக்கும் ஸ்வாமி! சகல உலகங்களுக்கும் இருப்பிடமானவனே! யாராலும் அறியமுடியாத மகிமையை உடையவனே! இந்தப் பூமியை உத்தரித்து சுகத்தினைக் கொடுத்து அருள் புரிவீராக''. இத்துதிகளால் மகிழ்ந்த ஸ்ரீ வராகப் பெருமான் பூமியைப் பழைய

படியே நீரின் மீது நிறுத்தி அருள் புரிந்தார்.

மேலும் ஸ்ரீஹரி பூதேவியின் பிரார்த் தனையின்படி உலகில் எல்லாவற்றை யும் முன் போலவே படைத்தருளினான். இவ்வாறு ஸ்ரீ வராக மாகி உலகைத் தோற்றுவித்த வரலாற்றை

'ஏனாகி உலகிடந்து அன்று
இருநிலனும், பெருவிசும்பும்
தாளாய பெருமான்'

என்ற பெரிய திருமொழிப் பாசுரத்தில் காண்க.

(இதன் விரிவை வராஹ புராணத்தில் காண்க.)

5. பிரம்மனின் படைப்பு முறை

நாராயணனால் ஏவப்பட்ட பிரமன் தமஸ், மோகம், மகா மோகம், தாமிரம், அந்த தாமிஸ்ரம் ஆகிய வேறுபாடு களின்படி ஏற்பட்ட ஸ்ருஷ்டி தமோ குணம் நிறைந்து விளங்கியது. இதில் மரம், புதர், கொடி, புல், பூண்டு ஆகியவை 1) தாவர சிருஷ்டியாகும். இதுவே முக்கிய ஸர்க்கம்.

அடுத்து, பிரமன் உடலின் இரு பக்கங் களிலிருந்து மிருகங்கள் தோன்றின. அவை இரட்டைக் குளம்புள்ள ஆடு, மாடு போன்ற ஒன்பது வகை. ஒற்றைக் குளம்புள்ள குதிரை போன்ற ஆறுவகை, புலி, பூனை போன்ற ஐந்து நகங்கள் கொண்டவை பதின்மூன்று வகை என இருபத்தெட்டு வகைகள் இதில் அடங்கும். இவை 2) திர்யக் சிருஷ்டி ஆகும்.

பின்னர், பிரம்மாவின் உடலின் மேல் புறத்திலிருந்து தேவர்கள், உடலின் நடுப் பகுதியிலிருந்து மனிதர்கள் என்று பிரமனின் படைப்பு வளர்ந்தது.

இவற்றில் ஸத்வ குணம் மிக்க தேவர்கள் படைப்பு 3) தேவ சிருஷ்டி. ஞானம் நிறைந்து தமோ குணம் மிக்கது மனிதர்களின் படைப்பு. 4) மனுஷ்ய சிருஷ்டியாகும்.

இந்த சிருஷ்டிக்கு அடுத்து 5) அநுக்ரஹ சிருஷ்டி. இறுதியில் ஸனக, ஸநந்தன, ஸநந்குமார, ருத்ராதிகளையும் படைத்தான் பிரமன். இது 6) கௌமார சிருஷ்டியாகும்.

இவ்வாறு பிரமன் ஆறு வகையான சிருஷ்டிகள் தோற்றுவித்தார் என்பர்.

இவ்விதமாகப் பிரம்மா எம்பெரு மானால் தூண்டப்பட்டு பிரபஞ்சங்களை அதனதன் கர்மங்களின்படி படைத்தார்.

இப்படியே ஒவ்வொரு கல்பத்திலும் படைப்புகள் படைக்கப்பட்டு சிருஷ்டி கள் நடைபெற்று வரும்.

6. வருணாசிரமம் என்னும் வகுப்பு முறை

மனிதர்களுடைய குணாதிசயங் களைப் பற்றியும் வருணாசிரமங்கள். அவற்றின் ஆசார வேறுபாடுகள் பற்றியும் அறிந்துகொள்ள விரும்பிய மைத்திரேயருக்குப் பராசரர் பின் வருமாறு கூறலானார் :

பிரம்மன் மனிதர்களைப் படைக்கும் போது அவரது முகத்திலிருந்து சத்வ குணமுடைய அந்தணர்கள் தோன்றினர். அவரது மார்பிலிருந்து ராஜச குண முடைய க்ஷத்திரியர்கள் தோன்றினர். தொடைகளிலிருந்து ராஜஸ குணமும் தாமஸ குணமும் சேர்ந்த வைசியர்கள் தோன்றினர். பாதங்களிலிருந்து தமோ குணமுடைய சூத்திரர்கள் தோன்றினர்.

இந்த நால்வகை வருணத்தார்களும் யாகங்களுக்கு முக்கியமானவர்கள். எல்லோரையுமே யாகங்களுக்குரிய செயல்களைச் செய்யும்படி பிரம்மா நியமித்தார்.

யாகங்களால் தேவதைகள் திருப்தி அடைந்து காலாகாலத்தில் மழை பெய்து மக்களை மகிழ்ச்சி அடையச் செய்தனர்.

மனித மேம்பாட்டுக்குக் காரணமான யாகங்கள் முக்கியமாக மக்களால் செய்யப்பட்டன.

வேத சாஸ்திரங்களில் சொல்லியுள்ள வாறு நடந்து ஒழுக்கத்துடன் இருந்து சன்மார்க்கத்தில் நடக்கிற சத்புருஷர்கள் சொர்க்க சுகத்தையும்,மோக்ஷ ஆனந் தத்தையும் தம் மனிதப் பிறவியிலேயே பெறுவர்.

மேலும், சாஸ்திரங்களில் நம்பிக்கை கொண்டு இருப்பர். அதனால் ஆசார சீலர்களாய், விநயம் உள்ளவராய், இதயத் தூய்மை உள்ளவராய், சத் தருமங்களைச் செய்வதன் மூலம், காமம், குரோதம், லோபம் அற்றவராய், தமது தூய இதயத்தில் பகவானைத் தியானம் செய்து, ஞானம் பெற்று நற்கதி அடைந்து வந்தனர்.

அதன் பின்னர் வந்த யுகங்களில் முறையே இவற்றின் நல்ல அம்சங்கள் குறையக் குறைய தீய சக்திகள் பெற்றவ ரால், க்ஷீணித்து வரலாயின.

பிழைப்பதற்காக விவசாயம் செய்ய ஆரம்பித்தனர். வெவ்வேறு வகையான தானியங்களைப் பயிரிட்டனர். அவை யாவும் யக்ஞ, யாகாதிகளுக்கும், மக்கள் முன்னேற்றத்துக்கும் அடிகோலின.

மக்கள் நற்தருமங்களைக் கொஞ்சம் கொஞ்சமாகக் கைவிட்டு துராத்மாக் களாய், துராசாரமுடையவர்களாய், தீய புத்தி உள்ளவர்களானார்கள்.

பிராம்மணர்களுக்குப் பிரசாபத்திய லோகமும், க்ஷத்திரியர்களுக்கு இந்திர லோகத்தையும், வைசியர்களுக்கு மருத்துக்கள் லோகத்தையும், சூத்திரர் களுக்கு கந்தர்வ லோகத்தையும், மற்றும் வெவ்வேறு இனத்தவர்களுக்கு வெவ் வேறு லோகத்தையும் தோற்றுவித்தார்.

அவ்வாறே வேத நிந்தனை, யாகங் களை அழித்தல் போன்றவற்றில் ஈடுபடும் தீயோருக்கு தாமிஸ்வரம், அந்தாமிஸ்வரம், ரௌரவம், மகா ரௌவம், அசிபத்ரவனம், கால சூத்தி ரம், அவீசிகம் ஆகிய நரகங்களும் ஏற்பட்டன.

கொடிய நரகங்களுக்கு அஞ்சுபவர் நற்கர்மாக்களைச் செய்து நற்கதி பெற வேண்டும் என்று பாராசரர் மைத்ரேய ருக்குக் கூறினார்.

7. மக்கள் பெருகுதல்

அடுத்து மனுஷ்ய சிருஷ்டியைப் பற்றிப் பராசரர் கூறலானார்.

சதுர்முகன் மக்கள் பெருக்கத்துக்கு தனக்கு உதவியாக இருக்க 'நவப்ரஜா பதிகள்' என்ற ஒன்பது பேர்களைப் படைத்தார். அவர்கள் முறையே பிருகு, புலத்தியர், புலஹர், கிரது, அங்கிரஸர், மரீசி, தக்ஷர், அத்திரி, வசிஷ்டர் எனப்படுவர்.

இதற்கு முன்பே பிரம்மன் சிருஷ்டி செய்த ஸனக, ஸனந்தன, ஸனத்குமார, ஸநத்ஸுஜாதர்கள் என்ற நான்கு புத்திரர்களை மனதால் தோற்றுவித்தார்.

அவர்கள் பற்றற்றவராய் இருந்து, பகவத் பக்தியே மிகுந்து ப்ரஜா ஸ்ருஷ்டியைச் செய்யவில்லை.

அதனால் கோபம் கொண்ட பிரம்மன், பயங்கர சொரூபியாகி விளங்க, அவர் நெற்றியிலிருந்து 'அர்த்த நாரி'யாகிய ருத்திரன் தோன்றினார். அவரின் உடலை ஆண், பெண் என்று பிரிக்குமாறு கூறி பிரம்மன் மறைந்தார்.

இதன் மூலமாக உலகில் மக்களைப் பெருக்குவது எளிதென எண்ணி தன் உடலிலிருந்து 'ஸவயம்புமனு' என்பவரைப் படைத்தான். தன் மனைவியின் அம்சமாக 'சதரூபை' என்ற பெண்ணை யும் படைத்தான்.

மேற்படி இருவரும் கூடி 'ப்ரிய விரதன், உத்தானபாதன்' என்ற இரண்டு

பிள்ளைகளும், பிரஸூதி, ஆஹூதி என்ற இரண்டு பெண்களும் பிறந்தனர். மேலும், இவர்களுக்கும் குழந்தைகள் பிறந்து வளர மேலும் மேலும் மக்கள் பெருக்கம் ஏற்பட்டது.

இவ்வாறு மக்கள் கூட்டம் பெருகிட, தக்ஷன் முதலியோர் நித்திய சர்க்கத் திற்கும், வியாதி முதலியவை நித்திய பிரளயங்களுக்கும் காரணமாயின. எனினும், இம்மூவகை உருவங்களிலும் மதுசூதனனான விஷ்ணுவே நின்று மூவகைக் காரியங்களையும் நடத்தித் தருகிறார்.

பிரளயங்கள்

பிரம்மாவின் தின முடிவில் எங்கும் நீர் நிறைந்திட, பகவான் அதில் சயனத் திருக்க ஏற்படும் பிரளயம் ''நைமித்திக பிரளயம்' ஆகும்.

பிரம்மாவின் ஆயுள் முடியும்போது உலகம் அழிந்துவிட பூதங்கள் அனைத் தும் பிரகிருதியில் ஒடுங்குவது 'பிராக்ருத பிரளயம்' ஆகும்.

யோகியானவன் எல்லாவற்றிலும் பற்று நீங்கி பரமாத்மாவிடம் சாயுச் சியத்தை அடைவது 'ஆத்யந்தகப் பிரளயம்' ஆகும்.

நூர்வித பூதங்களும் தத்தமது, ஆயுள் முடிவில் மரணமடைவது 'நித்தியப் பிரளயம்' எனப்படும். இவ்வாறு பிரளயங்கள் நான்கு வகைப்படும்.

ஜகத் காரணனான பகவான் ஸ்ரீ விஷ்ணு சர்வபூத சரீரங்களிலேயும் இருந்துகொண்டு படைத்தல், காத்தல், அழித்தல் நடத்துவிக்கிறான். இம்மூன் றும், சத்வகுணம், ராஜஸ குணம், தாமச குணம் என்னும் மூன்றினால் உண்டானவை. இவற்றிற்கு உட்படா மல் இருப்பவன் மறுபடியும் பிறவாமல் பேரானந்த நிலையை அடைகிறான்.

8. ருத்திர சிருஷ்டி

கல்பாதி காலத்திலே பிரம்மன் தனக்குச் சமமான புத்திரனைப் பற்றிச் சிந்தித்துக் கொண்டிருக்கையில், அவர் மடியில் ஓர் ஆண் மகவு தோன்றியது. அது அழுதுகொண்டே இருந்த காரணத் தால் 'ருத்ரன்' என்று பெயரிட அழுகை நின்றது. அக்குழந்தை மேலும் மேலும் அழுதிட பிரம்மன் அதற்குச் சர்வன், ஈசானன், பசுபதி, பீமன், உக்கிரன், மகாதேவன் என்ற பெயர்களைச் சூட்டி அப்பெயர்களுடைய ருத்திரமூர்த்தி களுக்கு வெவ்வேறு இடங்களையும், பத்தினிகளையும், புத்திரர்களையும் கொடுத்தார்.

இவர்களுக்கு சுவர்ச்சலை, உஷை, சுகேசி, சிவை, சுவாகை, திசை, தீட்சை, ரோகிணி என்போர் பத்தினிகளாயினர். சூரியன், ஜலம், பூமி, அக்னி, வாயு, ஆகாயம், தீட்சித பிராமணன், சந்திரன் ஆகியன இடங்களாயின. இவர்க ளுடைய பிள்ளைகள் சனி, சுக்கிரன், அங்காரகன், மனோஜலன், கந்தன், சொர்க்கன், சந்தானன், புதன் ஆகியோர்.

அஷ்டமூர்த்தியாகிய ருத்திரன் தக்ஷனின் புத்திரியான சசிதேவியை விவாகம் செய்து கொண்டார். அந்தச் சசிதேவி தன் தந்தையின் கோபத்தால் தானும் கோபித்துச் சரீரத்தை விட்டு விட்டாள். பிறகு அவள் இமவானின் மகளாகி உமாதேவியாய் பிறந்து பரமேச்வரனை மணந்தாள்.

பிருகு முனிவர், கியாதியிடம், தாதா, விதாதா என்ற பிள்ளைகளையும் ஸ்ரீமன் நாராயணனின் பத்தினியான ஸ்ரீதேவி யையும் பெற்றார். ஸ்ரீதேவியே மணமகள்; ஸ்ரீவிஷ்ணுவே மணமகன்; தேவதைகளில், மனிதர்களில், திரியக்கு களில் மற்றப் பொருள்களிலுள்ள ஆண் தன்மையான பெயரை உடையனவெல் லாம் ஸ்ரீஹரியே; பெண் பாலானவை எல்லாம் ஸ்ரீதேவி, இவ்விருவரும்

ஒன்றே. அவர்களே அனைத்திலும் வியாபித்திருக்கின்றனர். அனைத்தும் அவர்களது விபூதியாகவே இருக்கின் றன.

9. அமிர்தம் கடைதலும் பிராட்டியின் தோற்றமும்

ஒரு சமயம் துர்வாசன், தன் எதிரில் ஐராவதத்தில் மீது அமர்ந்து பவனி வந்த தேவேந்திரனிடம் மலர் மாலையைக் கொடுக்க அவர் மகாலட்சுமியின் வாசஸ்தலமான யானையின் சிரசில் அம்மலர் மாலையைச் சூட்டிட, அது மாலையை எடுத்துக் காலால் மிதித்திட கோபம் கொண்ட முனிவர் இந்திர னுக்குச் சாபம் தந்தார்.

அதனால் தன் அரசு மற்ற செல்வங் களை எல்லாம் இழந்த இந்திரன், அசுரர்களால் தீங்கிழைக்கப்பட்டார்.

தேவர்கள், பிரமனுடன் திருப்பாற் கடலின் வடகரையில் சென்று விஷ்ணுவை நோக்கித் துதி செய்தனர்.

அப்போது ஸ்ரீ விஷ்ணு பஞ்சாயுதங் களுடன் அவர்களுக்குத் தரிசனம் தந்தார். அரக்கர்களால் அலைக்கழிக்கப்பட்ட தேவர்கள் சரணடைந்து அருள் புரிய வேண்டிட பகவான் அருள்புரிந்து கூறினார்.

திருப்பாற்கடலில் சகல ஓஷதிகளை யும் போட்டு, மந்தர மலையை மத்தாகவும், வாசுகியை நாணாகவும் கொண்டு, சர்ப்பத்தின் வாலைத் தேவர் களும், அசுரர்கள் தலையையும் பற்றிக் கடையும்படி கூற, அவ்வாறு கடையும் போது ஏற்பட்ட அமுதத்தைப் பெருமாள் பகிர்ந்தளிக்கவும் உள்ளங் கொண்டார்.

ஆனால், அமுதம் கடையும்போது மலை உள்ளே மூழ்கத் தொடங்கிட, ஸ்ரீ விஷ்ணு கூர்மாவதாரம் கொண்டு அதனைத் தாங்கிட அமுதம் கிடைத்தது. அப்போது பெருமான் மோகினியாகத் தோன்றி அமுதத்தைத் தேவர்களே அடையும்படி செய்ய, தேவர்கள் பலம் பெற்று அசுரர்களைப் பாதாளத்துக்குத் துரத்தினர். இதனால் தேவேந்திரன் தான் இழந்த செல்வங்களைப் பெற்றார்.

கடலில் தோன்றியவற்றுள் ஸ்ரீ தேவியைப் பெருமான் கொண்டார். ஆலகால விஷத்தைச் சிவபெருமான் உண்டார். இவ்வாறு பிருகுவின் புத்திரியும், பாற்கடலில் தோன்றியவளு மான ஸ்ரீ லக்ஷ்மி எம்பெருமான் வக்ஷஸ் தலத்தில் இடம் பெற்று எல்லோர்க்கும் அருள்புரிந்து வருகிறாள்.

அனைத்தையும் பெற்ற இந்திரன் பிராட்டியைப் பலவாறாகத் துதித்து மகிழ்வித்து வரங்களைப் பெற்றான்.

பெருமாள் அவதாரம், எடுக்கும் போதெல்லாம் பிராட்டியும் அவதரித்து பெருமாளுக்கு உற்ற துணையாகி அடியார்களுக்கு அருள்புரிந்து வாழ் விக்கிறாள் என்பது கண்கூடு.

(விரிவாக கூர்மபுராணத்தில் காண்க)

10. பிருகு, மரீசி முதலானோர் வம்ச வரலாறு

மைத்திரேயரின் வேண்டுகோளுக்கு இணங்க, பராசரர் பிருகு, மரீசி முதலா னோர் வம்ச வரலாற்றினைக் கூற லுற்றார்.

பிருகுவின் பத்தினி கியாதிக்கு மகாலக்ஷ்மி என்ற பெண்ணும், தாதா, விதாதா என்ற இரண்டு புத்திரர்களும் பிறந்தனர். தாதா, விதாதா என்ற இருவரும் மேருவின் புத்திரிகளாகிய ஆயதி, நியதி ஆகியோரை மணந்தனர்.

தாதா - ஆயதி இருவர்க்கும் பிராணன் என்பவன் பிறந்தான். பிராணனுக்கு த்யுதிமான், ஆஜாவான் என்ற இருவர் பிறந்தனர். விதாதா, நியதி தம்பதியருக்கு மிருகண்டுவும், மிருகண்டுவுக்கு

மார்க்கண்டேயனும், அவனுக்கு வேத சிரஸ் என்பவனும் பிறந்தனர். இவ்வாறு பிருகு வமிசம் பரவிற்று.

தக்ஷனுடைய இருபத்து நான்கு பெண்களும், சிரத்தை முதலிய பதின் மூவர் தர்மனுக்கு பத்தினிகளாகி அவர்கள் சந்ததி மேலும் வளரலாயிற்று. ருத்திரபத்தினி ஸதீ தக்ஷனுடைய கோபத் தினால் இறக்க அவளுக்கு வமிசம் இல்லை.

மரீசியின் மனைவி ஸம்பூதிக்கு பௌர்ணமாஸன் பிறந்தான். அவனுக்கு விரஜஸ், பர்வதன் ஆகிய இரு குமாரர் கள் பிறந்தனர். இவ்வாறே அவர்க ளுடைய பரம்பரையும் வளரலாயிற்று.

ஆங்கீரஸின் மனைவி ஸ்ம்ருதி, ஸிநீவாலி, குகை, ராருஅனுமதி என்ற நான்கு பெண்களைப் பெற்றாள்.

அத்திரியின் பத்தினி அநஸூயை சோமன், துர்வாசன், தத்தாத்ரேயர் ஆகிய பிள்ளைகளைப் பெற்றாள். (சோமன் சந்திரன்)

புலஸ்த்யருடைய மனைவி பிரீதி 'தத்தோத்ரி' என்ற மகளைப் பெற்றாள்.

புலஹருடைய பத்தினி க்ஷமை, கர்தமன், அர்வரீவாள், ஸஹிஷ்ணு ஆகிய மூன்று பிள்ளைகளைப் பெற் றாள்.

கிரது என்பவரின் மனைவி விஸந்ததி 'வாலக்கில்யர்' முதலிய அறுபதி னாயிரம் பிள்ளைகளைப் பெற்றாள். அவர்கள் அனைவரும் ஊர்த்துவ ரேதஸ்ஸூக்கள்.

வசிஷ்டர் பத்தினி ஊர்ஜைக்கு ரஜஸ், காத்ரன், ஊர்த்வ பாஹு, ஸவனன், அநகன், ஸூதபன், சுக்கிரன் என ஏழு பிள்ளைகள் பிறந்தனர். பிரம்மாவின் மூத்த மகன் அக்கினியின் பத்தினி ஸ்வாஹா தேவி பாகவன், பவமான வன், சுசி எனும் மூன்று பிள்ளைகளைப் பெற்றெடுத்தாள்.

இந்த மூவருக்கும், ஒவ்வொருவருக் கும் பதினைந்தாக மொத்தம் நாற்பத் தைந்து மக்கள் பிறந்தனர்.

இந்த விதமாக பிருகு, மரீசி முதலா னோர் வமிசம் வளர்ந்து வரலாயிற்று.

11. துருவன் கதை

மனுவின் இரண்டு பிள்ளைகளில் ஒருவன் உத்தானபாதன். உத்தானபாத னுக்கு ஸூருசி, ஸூநீதி என்ற இரண்டு மனைவியர். ஸூருசியிடம் உத்தான பாதனுக்குப் பிரியம் அதிகம். ஸூருசி யின் மகன் உத்தமன். ஸூநீதியின் மகன் துருவன்.

ஒருநாள் துருவன், ஸூருசியின் பிள்ளை உத்தமன் தந்தையின் மடிமீது அமர்ந்திருந்ததையும் தந்தை அவனைக் கொஞ்சி விளையாடுவதையும் கண்டு தானும் தந்தை மடியில் உட்காரச் சென்றான்.

ஆனால் ஸூருசி அவனைத் தடுத்து, தந்தை மடியில் ஏற, அவன் ஸூருசி வயிற்றில் பிறந்திருக்க வேண்டும் என்று கூறினாள்.

அதனால் மிகவும் துன்பம் கொண்ட துருவன் தன் தாய் ஸூநீதியிடம் முறை யிட்டு அழுதான். ஸூநீதி மகனைப் பார்த்து "எல்லோருக்கும் தந்தை நாராயணன்தான். உனது துக்கத்தை அந்த லக்ஷ்மீ நாராயணனே போக்க வல்லவன். அவனை நோக்கித் தவம் செய்வாய்" என்று அறிவுரை கூறினாள்.

உடனே தவம் செய்ய துருவன் காட்டிற்குச் சென்றான். வழியில் தவம் செய்து கொண்டிருந்த ஸப்த ரிஷிகளைத் தரிசித்தான். பிறகு ரிஷிகள் உபதேசப்படி த்வதாசாக்ஷர மந்திரத்தை ஜபித்துத் தவம் புரிந்தான்.

"ஓம் நமோ பகவதே வாசுதேவாய" என்பதே அது.

அவன் தவத்தைக் கண்டு தேவர்கள் அஞ்சி அவன் தவத்தைப் பல மாயங்கள் புரிந்து கலைக்க முற்பட்டனர். ஆனால் துருவனோ நாராயண ஜபம் செய்து கொண்டு, திருமால் சரணார விந்தங்களி லேயே லயித்து இருந்தான்.

அச்சம் கொண்ட தேவர்கள் ஸ்ரீமந் நாராயணனிடம் முறையிட்டனர். அப்போது திருமால் ''துருவன் விரும்பு வதை நிறைவேற்றுகிறேன். நீங்கள் எந்தக் கவலையும் இன்றிச் செல்லுங் கள்'' என்றார்.

பின்னர் துருவன் தவத்தை மெச்சி அவன் முன் தோன்றி அவனுக்கு நல் வரங்கள் ஈந்தார். ''நீ என்னருளால் கல்ப காலம் வரையில் மூவுலகங்களுக்கும் மேம்பட்ட நிலையில் துருவ நட்சத்திரம் என்னும் பேருடன் புகழ் பெற்று விளங்குவாய். மற்றும் உன்னுடைய தாயாரும் உன் அருகிலேயே நக்ஷத்ரமாகி நித்யவாசம் செய்வாள்'' என்று அருளி னார் பகவான்.

இவ்வாறு துருவன் ஜகந்நாதன் அருளால் உலகில் மிக உயர்ந்த பதவியைப் பெற்று இன்றும் விளங்கு கிறார்.

12. வேனன் பிருது சக்ரவர்த்தியின் வரலாறு

துருவனின் வமிசத்தில் தோன்றிய அங்கன் என்பவன் மிருத்யுவின் மகள் ஸுநீதை என்பவளை மணந்தான். அவர்களுக்கு வேனன் என்றொரு புத்திரன் பிறந்தான். அவன் தக்க வயதில் அரசனானான். அவன் துஷ்டனாகவே தோன்றி, வளர்ந்து, துஷ்ட அரசனாகவே இருந்து நாத்திகக் கொள்கையை நிலை நாட்டினான். அவன் யாக, தான, ஹோமங்கள் செய்ய யாரையும் அனு மதிக்கவில்லை.

இத்தகைய வேனனை மகரிஷிகள் தர்ப்பத்தையே ஆயுதமாகப் பயன் படுத்திக் கொன்றனர். பின்னர் அவர்கள் வேனனுடைய துடையைக் கடைய ஒரு கரிய, குறிய, கோரமுகம் கொண்ட ஒருவன் தோன்றினான்.

அவன் தான் என்ன செய்ய வேண்டும் என்று வேண்ட, ஒன்றும் செய்ய வேண்டாம். உட்கார் - அதாவது 'நிஷித' என்றனர். அவன் நிஷாதன் எனப்பட் டான். அவனது பரம்பரையில் தோன்றிய வேடுவர்கள் 'நிஷாதர்' எனப்படு கின்றனர்.

இந்த நிஷாதனால் வேனன் பாவம் நீங்கியது. பின் அவன் புனித உடலில் வலக்கையை கடையத் தோன்றினவன் 'பிருது' ஆவான்.

இப்படிப் பிறந்து வளர்ந்த பிருது வுக்குப் பட்டாபிஷேகம் செய்வித்தனர். அவன் வலக்கையில் சக்கர ரேகை காணப்பட்டது. மன்னனான பிருது விதிமுறை வழுவாமல் அரசாண்டு வந்தான். மகரிஷிகளின் சொற்படி ஸூத, மாகதர்கள் பிருதுவின் நற்குணங்களை எல்லாம் கூறி துதி செய்திட அவன் அவ்வாறே செயலாற்றி வந்தான்.

வேனன் ஆட்சியில் மெலிவுற்ற மக்கள் பிருதுவை அணுகி உணவின்றி அவதியுறுவதைக் கூறித் தங்களுக்கு வாழ்வளிக்கும் ஓஷதிகளைத் தர வேண்டினர்.

மக்கள்மீது இரக்கம் கொண்ட மன்னன் பூமியின் மீது கோபம் கொள்ள, அவள் பசு உருவம் கொண்டு - பிருது விடம், தன்னிடம் ஒரு கன்றுக் குட்டியைக் கொண்டு வந்தால் தான் ஓஷதிகளைப் பால் வடிவில் கறப்ப தாகக் கூற, பிருதுவும் ஸ்வாயம்புவ மனுவைக் கன்றாக்கி, தன் கையையே பாத்திரமாகக் கொண்டு மக்களுக்கான ஓஷதிகளை அளித்து பெரிதும் நன்மை புரிந்தான்.

இவ்வாறு பிருதுவினால் பூமிதேவி மிகவும் சிறந்து விளங்கினாள். மக்களை மகிழ்வித்த பிருதுவும் சிறந்த சக்கர வர்த்தியாக விளங்கினான்.

13. பிரசேதனர்கள் வரலாறு

பிருது சக்கரவர்த்தி வமிசத்தில் தோன்றிய 'பிராசீனபர்ஹி' என்பவன், ஸமுத்திரனுடைய மகளாகிய ஸ்வர்ணாவை மணந்து பத்துப் பிள்ளை களைப் பெற்றாள். அவர்கள் பிரசேத னர்கள் எனப்பட்டனர். தந்தையாகிய பிராசீன பர்ஹி அவர்களை மக்கள் உற்பத்தி செய்யுமாறு கூறினார். அத்தகைய ஆற்றலைப் பெற விஷ்ணுவை நோக்கி தவம்புரியுமாறு ஆணையிட்டார். இவர்கள் அவ்வாறே பல்லாண்டு காலம் தவம் புரிய திருமால் இவர்களுக்குச் சேவை தந்து வேண்டிய வரமளித்து மறைந்தார்.

தவம் முடிந்து திரும்பி வந்த பிரசேதனர்கள் எங்கும் நிறைந்திருந்த மரங்கள் உலகை மூடிட, மக்கள் அழிவையும் கண்டு வெகுண்டு அவர்கள் மரங்களை அழித்து மக்களைக் காக்க முற்பட்டனர்.

அப்போது மரங்களுக்கு அதிபனான சோமன் (சந்திரன்) பிரசேதனர்களை அடைந்து கீழ்க்கண்டவாறு முறை இட்டான்.

சோமன் அவர்களிடம் மாரீஷை என்ற பெண்ணை அறிமுகப்படுத்தி அவளைப் பதின்மரும் மணம் செய்து கொள்ளு மாறு வேண்டினான். மேலும் அவள் மாதர்குல மாணிக்கம். அவளிடம் பிறக்கப்போகும் 'தக்ஷன்' பிரஜாபதியாகி பிரஜா விருத்தியை - அதாவது மக்கள் பெருக்கத்தைச் செய்யப் போகிறான் என்றான் ஸோமன். மேலும் மாரீஷை, கண்டு முனிவர், தேவலோக மாது பிரமலோசை தம்பதிகளுக்குப் பிறந்த வள் என்று அவள் முழு வரலாற்றினைக் கூறினார். மேலும் ஸோமன் மரங்களின் மகளாய்ப் பிறந்த மாரீஷை ஓர் அரச குமாரனை மணந்து புத்திரப் பேறின்றியே விதவையாக அவள் திருமாலை நோக்கித் தவம் புரிய, அவரும் அவள் முன்தோன்றி அடுத்த பிறவியில் புகழ்பெற்ற பதின்மர் அவளுக்குப் பதிகள் ஆவர் என்றும், அவள் விரும்பியவாறே நற்குணங்கள் நிறைந்த மகாத்மா ஒருவன் புத்திர னாவான். அவனுடைய வமிசத் தினரே உலகெங்கும் நிரம்புவர் என்று கூறி மறைந்தார்.

அதன்பிறகு பதின்மரும் அவளை மணந்தனர். இதன்மூலம் மரங்கள் அழியாமல் பிழைத்தன. இவர்கள் மூலம் தோன்றிய தக்ஷப்பிரஜாபதியால் மக்கள் பெருக்கமும் ஏற்பட்டது.

14. பிரகலாதன் வரலாறு

தக்ஷன் பெண்கள் பதின்மூன்று பேரும் காசியபரை மணந்தனர்.

ஏழாவது வைவஸ்வத மந்வந்தரத்தில் அவர்களில் ஒருத்தியான அதிதிக்கு விஷ்ணு, இந்திரன், அர்யமா, தாதா, த்வஷ்டா, பூஷா, விவஸ்வான், ஸவிதா, மித்ரன், வருணன், அம்சு, பகன் எனும் பெயர் கொண்ட த்வாதச ஆதித்தியர்கள் பிறந்து விளங்கினர்.

காசியபரின் பதின்மூன்று பத்தினி களில் அதிதிக்கு அடுத்து திதி என்பவள் முக்கியமானவள். அவளுக்கு ஹிரண்ய கசிபு, ஹிரண்யாக்ஷன் என இரண்டு பிள்ளைகளும், ஸிம்ஹிதா என்ற பெண்ணும் பிறந்தனர். ஹிரண்யா க்ஷனை வராக அவதாரம் எடுத்து திருமால் அழித்தார்.

ஹிரண்யகசிபுக்கு பிறந்த நான்கு புதல்வர்களில் பிரஹ்லாதன் என்பவன் மகாத்மா. பகவத் பக்தி மிக்கவன். ஹிரண்யகசிபு பலமுறை கொல்ல முயற்சித்தும், அவன் நாராயணன் அருளால் தப்பிப் பிழைத்தான்.

ஹிரண்யகசிபு பெருந்தவம் இயற்றி, பல வரங்களைப் பெற்று, இந்திராதி தேவர்களை அடக்கித் தானே இறைவன் என்று கூறிக் கொண்டு, மூவுலகங்களையும் வென்று செருக்குற்றான். எல்லோரையும் ''ஹிரண் யாய நம:'' என்று கூறும்படி கட்டளை இட்டு களிப்பில் வாழ்நாட்களைக் கழித்து வந்தான்.

இவ்வாறு மிகவும் கொடியோனாகிய அவனுக்கு பக்தி மார்க்கத்திற்கு வித்திட்ட பிரகலாதன் என்ற ஒரு புதல்வன் பிறந்தான். பள்ளிப் பருவம் அடைந்த அவனைத் தந்தை குரு குலத்தில் கல்வி கற்க அனுப்பி வைத்தான்.

ஒரு சமயம் பிரகலாதன் தன் குருவுடன் தந்தையிடம் வர ஹிரண்ய கசிபு அவனை அவன் கற்றது, பெற்றது குறித்து வினாவ அவனும் அவன் மனதில் உள்ள கருத்தைக் கூறலுற்றான். ''எப்போதுமே ஆனந்த சொரூபமாய் விளங்கும் ஸ்ரீ விஷ்ணுவான அச்சுதனுக்குத் தண்டம் சமர்ப்பிக்கிறேன்'' என்றான். கடுங்கோபம் கொண்ட ஹிரண்யகசிபு அது பற்றி ஆசிரியர்களை வினவ, அவர்கள் ''தாங்கள் உபதேசித்தப்படி கற்கவில்லை'' என்று தம் குறையைக் கூறினர்.

அப்போது பிரகலாதன் ''சர்வ பூதங்களின் இதயத்தில் குடிகொண்டு இருக்கும் ஸ்ரீமந் நாராயணனே மக்களுக்கு அறிவு ஊட்டுபவன். அவனை பற்றி வேறு யார் கற்பிப்பவர்'' என்றான்.

அதற்கு ஹிரண்யகசிபு ''யோகீஸ்வரனாகத் தான் இருக்க வேறு பரமேசுவரன் இல்லை'' என்று கூறி மறுபடியும் குருகுலத்துக்கு அனுப்பி வைத்து, சில நாட்கள் கழித்து ஒருநாள் திரும்பவும் பிரகலாதனை வரவழைத்து ஒரு சுலோகம் கூறுமாறு பணிக்க பிரகலாதனும் தந்தையை நோக்கி, ''விஷ்ணு பகவானிடமிருந்தே பிரகிருதி, புருஷன் இரண்டும் வெளிப்படுகின்றன. அண்ட சராசரங்களும் அவனிடமிருந்தே தோன்றுகின்றன. அனைத்துக்கும் அவனே காரணம். அவன் அருள்தான் நமக்கு வேண்டும்'' என்றான்.

இந்த வார்த்தைகள் செவியில் பட்டவுடனே ஹிரண்யகசிபு கடுங்கோபம் கொண்டு அங்கிருந்த அரக்கர்களிடம் பிரகலாதனைச் சித்திரவதை செய்து கொல்லுமாறு ஆணையிட்டான்.

தன்னைக் கொல்ல வந்த அசுரர்களைக் கண்டு சிறிதும் அச்சமின்றி பிரகலாதன் அவர்களிடம் எங்கும் உள்ள ஸ்ரீஹரி அவர்களிலும், அந்த ஆயுதங்களிலும் இருப்பதால் தனக்கு எப்படிப் பட்ட துன்பமும் ஏற்படாது எனக் கூறி அடக்கமாக இருந்தான்.

அடுத்து ஹிரணியன் பலவகை சாம, தான, பேத, தண்டப் பிரயோகங்கள் செய்து அவனை மாற்றிட முனைந்தான். எதற்கும் அசைந்து கொடுக்கவில்லை அந்த சத்புத்திரன் பிரகலாதன்.

பின்னர் தக்ஷகன் முதலிய கொடிய விஷ சர்ப்பங்களைக் கொண்டு கடிக்க வைத்தும், திக்கஜங்களைக் கொண்டு தாக்கியும், அக்கினியில் கொளுத்தச் சொல்லியும் அவனை அவை ஒன்றும் செய்யவில்லை. மாறாக, ஹரிநாம சங்கீர்த்தனம் செய்துகொண்டே சுகமாக இருந்தான்.

அடுத்து, ஹிரணியகசிபு சுக்கிராச்சாரியாரின் புத்திரர்களான சண்டாமர்களிடம் பிரகலாதனை ஒப்புவித்து அவனைத் திருத்தும்படி கூறினான். அவர்களும் பல வகையில் முயன்று தோற்றனர். மாறாக பிரகலாதன் அவர்களுக்கும் ''ஸ்ரீமன் நாராயணன் ஒருவனே எல்லோரையும் சம்சாரத்திலிருந்து விடுவிப்பவன். எனவே ஸ்ரீ விஷ்ணுவையே நினையுங்கள்'' என்று கூறினான். மேலும், ஹரி நாமஸ்மரணத்தால் பேரானந்தம் பெற முயலுமாறு அறிவுரை கூறினான்.

இதை அறிந்த ஹிரண்யகசிபு பிரகலாதனுக்கு உணவில் விஷம் கலந்து கொடுக்கச் செய்தான். அடுத்து சண்டாமர்கள் ஒரு பூதத்தை உண்டாக்கிச் சிறுவனைக் கொல்ல ஏவினர். ஆனால், பூதம் பிரகலாதனை ஒன்றும் செய்ய முடியாமல் தன்னை சிருஷ்டித்து ஏவினவர்களையே தாக்கியது. அப்போது பிரகலாதன் பகவானிடம் குருமார் களைக் காக்குமாறு வேண்டிட, அவர்கள் பிழைத்தது மற்று மின்றி நல்ல மனம் பெற்று பிரகலாதனை வாழ்த்தினர்.

இறுதியில், வேறு வழியின்றி ஹிரண்யகசிபு தன் மகனின் அற்புதங்களுக்கான காரணத்தைக் கேட்க, அவன் அந்தர்யாமியான பகவான் அடியேன் மனத்தில் இருப்பதால்தான் அத்தகைய பிரபாவம் பெற்றதாகக் கூறினான்.

மறுபடியும் ஹிரணியகசிபு பாலகனை மலையிலிருந்து உருட்டியும், கல்லைக் கட்டி கடலில் வீசியும் அவன் சாகவில்லை.

வெறுப்பும் கோபமும் கொண்ட ஹிரண்யகசிபு தன் மகனை நோக்கி ''உன் விஷ்ணு இந்தத் தூணில் இருப்பானோ?'' என்று கேட்க பிரகலாதன் ''தூணிலும் இருப்பார்; துரும்பிலும் இருப்பார்'' என்றிட மிக்கக் கோபத்துடன் அசுரன் அந்தத் தூணை எட்டி உதைக்க பகவான் நரசிம்மனாக வெளிப்போந்து, அசுரன் பெற்ற வரங்களுக்குப் பங்கம் ஏற்படாதவாறு அவனைத் தன் மடியில் கிடத்தி வாளுக்கிரையாக்கி சங்கரித்து அருளினார்.

பிரகலாதன் ஸ்ரீ நரசிம்மரை வணங்கி சாந்தம் கொள்ளுமாறு வேண்டினான். மேலும் தனக்கு அருள் புரிந்தவாறே, அபசாரம் செய்த தனது தகப்பனாரையும் பாபம் நீக்கி அனுக்கிரகிக்க வேண்டி சரணாகதி செய்தான்.

பெருமாளும் அவன் கேட்ட வரங்களைத் தந்தருளி மறைந்தார். பிரகலாதன் முடி சூடி, நல்லாட்சி புரிந்து கடைசியில் மோக்ஷம் அடைந்தான்.

15. 'தனு' ஆகியோர் வம்ச வரலாறு

காசியபரின் மனைவியர் பதின்மூவருள் 'அதிதி', 'திதி' பற்றி கூறப்பட்டது. அடுத்து 'தனு' என்பவளுக்கு த்விமூர்த்தி, சம்பரன் முதலிய நூறு புதல்வர்கள் பிறந்தனர். இவர்கள் அனைவரும் தானவ சிரேஷ்டராக விளங்கி தமது வமிசத்தை விருத்தி செய்தனர். இவர்கள் குலத்தில்தான் 'நிவாத கவசர்கள்' என்ற தைத்யர்கள் தோன்றினர்.

காசியபரின் மற்றொரு மனைவியாகிய 'தாமரை' என்பவளுக்குப் பிறந்தவர் ஆறு பெண்கள். அவர்களில் சுகீ கோட்டான்களையும், காக்கைகளையும்; ச்யேனி என்பவள் பருந்துகளையும்; பாஸீ என்பவள் செம்போத்துக்களையும், க்ருதிரகா என்பவள் கழுகுகளையும், சுசீ என்பவள் நீர்ப்பறவைகளையும், ஸுக்ரீவி என்பவள் குதிரை, ஒட்டகம், கழுதை ஆகியவற்றையும் பெற்றனர்.

தற்போது உலகில் காணப்படும் பிறவிகள் அனைத்தும் முற்காலத்தில் காசியபரிடமிருந்தே தோன்றியவையாகும்.

அடுத்து மற்றொரு மனைவியாகிய 'வினதைக்குக்' கருடன், அருணன் என்ற இரண்டு பிள்ளைகள் தோன்றினர். இவர்களுள் கருடன் புள்ளரசு ஆவான். சர்ப்பங்களே இவனது உணவு.

அடுத்த மனைவி ஸுரஸை என்பவளும் கத்ரு என்பவளும் ஆயிரக்கணக்கான சர்ப்பங்களைப் பெற்றனர்.

'குரோதவசை' என்பவளுக்கு அரக்கர்களும், சர்ப்பங்களும், நிலம், நீர்

இரண்டிலும் வாழ்பவையும் பல வகைப் பறவைகளும் பிறந்தன.

'சுரபி' என்பவள் பசுக்கள், எருமை களையும், 'கஷா' என்பவள் யக்ஷராக்ஷசர் களையும் 'முனி' என்பவள் அப்சரஸ்ஸு களையும் பெற்றனர்.

இத்தகைய சிருஷ்டி சுவாரோசிஷ மன்வந்தரத்தில் நடைபெற்றதாக மைத்ரேயர் கூறினார்.

வைவஸ்வத மன்வந்தரம்

வைவஸ்வத மந்வந்திரத்தில் நான் முகன் தலைமையில் வருணன் பெரிய யாகம் ஒன்று செய்ய முற்பட, பிரம்மன் அதில் கலந்து கொண்டிருப்பதால் ஸப்த ரிஷிகளைக் கூப்பிட்டு தேவ தானவர் களைச் சிருஷ்டிக்கச் செய்தான்.

திதியின் புதல்வர்கள் தேவர்களால் இறந்துவிட திதி, காசியபருக்குப் பணிவிடை செய்து இந்திரனைக் கொல்லவல்ல புதல்வனை வேண்டிட, முனிவர் நூறாண்டு காலம் விஷ்ணுவைத் தியானம் செய்த, மன அமைதியோடு தூய்மையாய் கர்ப்பத்தைத் தரிக்க வேண்டும் என்றார்.

மருத்துக்கள்

அவ்வாறே கருவுற்ற திதிக்குப் பணிவிடை செய்து அவள் கருவைக் கலைக்க இந்திரன் முயன்று வெற்றி பெற்றார். திதி காலைக் கழுவாமல் தூய்மை அற்றவளாக, உறங்கிட இந்திரன் அவள் வயிற்றில் நுழைந்து அக்கருவை நாற்பத்தொன்பது துண்டு களாக வெட்டிட அவை குழந்தைகளாய் பிறந்தன. அவை பயங்கரமாக அழுதிட 'அழாதீர்' என்று இந்திரன் கூறினான். அதாவது 'மா ரோதீ' என்றார். அதனால் அக்குழந்தைகள் மருத்துக்கள் எனப் பெயர் பெற்று தாயின் சொற்படி (இந்திரனின் தோழமையை) கொண்டு அவனுக்கு உதவி வந்தனர்.

2-ஆவது அம்சம்
16. ஜம்புத்வீபம், பாரத வர்ஷம் பரதக்கண்டம்

ஸ்வாயம்பு மனுவின் புத்திரனான பிரியவரதன் கர்தம பிரஜாபதியின் புத்திரியை மணம் புரிந்து கொள்ள அவர்களுக்கு இரண்டு பெண்களும், பத்துப் பிள்ளைகளும் பிறந்தனர். இவர்களுள் மேதா, அக்கினி பாஹு, புத்ரன் ஆகிய மூவரின் பற்றற்ற நிலையைக் கண்ட தந்தை இந்தப் பூமியை ஏழு த்வீபங்களாகப் பிரித்து ஏழு குமாரர்களுக்கும் கொடுத்தான்.

அவற்றுள் ஜம்புத்வீபத்தை ஆக்கினீத்திரன் பெற்றான். அவனுக்கு ஒன்பது புத்திரர்கள் பிறந்தனர். அவன் ஜம்புத்வீபத்தை ஒன்பது பிரிவுகளாக (அ) வர்ஷங்களாகப் பிரித்து தன் புத்திரர்களுக்குக் கொடுத்தான். இவற்றுள் இமயத்திற்குத் தென்புலம் உள்ளது 'பாரத வர்ஷம்' ஆகும்.

'ஹிமம்' என்ற பெயருடைய பாரத வர்ஷத்து அரசனாகிய நாபி என்பவன் 'பரதனைப்' பிள்ளையாகப் பெற்றான். அந்தப் பரதனால் ஆளப்பட்ட இப்பகுதி 'பாரத வர்ஷம்' எனப் பெயர் பெற்றது.

த்வீபங்களில் சிறந்தது ஜம்புத்வீபம். அதனுள் பாரத வர்ஷம் மிகவும் சிறந்தது. அதனுள் பாரத கண்டம் மிகமிகச் சிறந்தது. நற்செயல்களைச் செய் வதற்குப் பாங்காக இருப்பது இது. இந்தக் கண்டத்தில் புண்ணியம் செய்த வர்களே மனிதராகப் பிறப்பர். சொர்க்கம், மோக்ஷம் இவற்றைப் பெறு வதற்கான சாதனைகளுக்கு ஏற்ற இடம் இந்தப் பரதக் கண்டம்.

தேவர்களாலும் கொண்டாடப்படு கிறது இந்தப் பரத கண்டம். இவ்வாறு இந்தப் பூமி ஏழு த்வீபங்களாலும் ஏழு கடல்களாலும் சூழப்பட்டது. இவை சமமான அளவுடையவை. எல்லா

வற்றையும் பூமிதேவியே பெற்றெடுத்துப் பாதுகாத்து வருகிறாள். எல்லாவற்றுக்கும் ஆதாரமாக இருப்பவளும் இவளே.

ஏழு த்வீபங்களாவன :- ஜம்பூ, பிலக்ஷம், சால்மலம், குசம், கிரௌஞ்சம், சாகம், புஷ்கரம் என்பவை அவை.

17. பாதாள லோகம்

பூமிக்குக் கீழே, அதலம், விதலம், நிதலம், சுபஸ்திமத், மஹாதலம், ஸுதலம், பாதாளம் என்று ஏழு உலகங்கள் ஒன்றன் மேல் ஒன்றாய்த் தட்டுகள் போல் அமைந்துள்ளன.

ஒரு சமயம் நாரதமுனிவர் பாதாளத்திலிருந்து சொர்க்கத்திற்கு வந்து தேவ சபையில் இந்திரனிடம் பாதாள லோகம் பற்றி விரித்துரைத்தார். அது நாகரிக நிலையில் மிகச் சிறந்தது. சொர்க்கத்தைக் காட்டிலும் அழகுடையது. விரக்தி அடைந்தவர்கள்கூட அதனை விரும்புவர். அங்கு இனிய மங்கல ஒலிகள், ஆடல், பாடல் போன்ற போகப் பொருள்கள் உள்ளன. இங்கு, தைத்ய, தானவ, நாக ஜாதியர் வசிக்கின்றனர்.

இந்தப் பாதாள லோகத்திற்கு நெடுந் தொலைவில் ஆதிசேஷன் இருக்கிறார். அவர் விஷ்ணுவின் திருமேனியாய் விளங்குகிறார். ஆயிரம் தலைகள் கொண்டவர் அவர். மலை போன்ற உடல் கொண்ட திருவரையில் நீலப்பட்டாடை உடுத்தியும், வெண்மையான முத்து மாலைகளை அணிந்தும் விளங்குகிறார்.

இரு புறங்களிலும் சாந்தி தேவியினாலும், வாருணீ தேவியினாலும் உபாசிக்கப்படுகிறார். இவர் எல்லா பூமண்டலங்களையும் தாங்கிக் கொண்டு பாதாளத்தின் அடியில் இருக்கிறார். அவருடைய ஆற்றலை அறிந்தவர் யாருமிலர்.

அவர் கொட்டாவி விடும்போது மலை, காடு, கடல் கொண்டு நிலம் நடுக்கம் பெறுகிறது.

இவ்வாறு பற்பல லோகங்களைத் தாங்கும் பூமியை ஆதிசேஷன் தாங்குகிறார்.

18. பலவகை நரகங்கள்

பாப பலன்களை அனுபவிக்கும் இடம் நரகங்களாம். அவை பலவகை. ரௌரவம், ஸுகரம், ரோதம், தாலம், விசஸநம், மஹாஜ்வாலம், தப்த கும்பம், லவணம், விலோஹிதம், ருதிராம்பஸ், வைதரணி, க்ருமிசம், க்ருமிபோஜனம், அஸிபத்ரவனம், க்ருஷ்ணம், மிகக் கொடிய லாலாபக்ஷம், பூயவஹம், அக்னி ஜ்வாலம், அதச்சிரஸ், ஸந்தம்சம். க்ருஷ்ணஸுத்ரம், தமஸ், அவீசி, ச்வபோஜனம், அப்ரதிஷ்டம் முதலியன. மேலும் பல கொடிய நரகங்களும் உண்டு.

நரகங்கள் யமனின் ஆளுகைக்கு உட்பட்டவை. இவை அக்கினி பயம், ஆயுத பயம் கொண்டு பாவிகளைத் தண்டிக்கின்றன.

பொய் சாட்சி கூறுபவர்கள் 'ரௌரவம்' என்ற நரகத்தில் 'குரு' என்னும் மிருகத்தினால் கடிக்கச் செய்து துன்புறுத்தப்படுவர்.

கருச்சிதைவு செய்பவர்கள் 'ரோதம்' என்னும் நரகத்தில் தூண்கள் போல் அசையாமல் புதைக்கப்படுவர்.

குடிகாரர்களை திருடர்களை 'ஸுகரம்' என்ற நரகத்தில் பன்றிகளை விட்டுக் கடிக்கச் செய்வர்.

கொலையாளிகள், குரு, பத்தினி, உடன் பிறந்தாரைக் கூடிக் களித்தவர் 'தப்தகும்பம்' என்னும் நரகில் கொதிக்கும் எண்ணெயில் இட்டும், பழுக்கக் காய்ச்சிய செப்புப் பாவையை தழுவச் செய்தும் தண்டிக்கப்படுவர்.

அடைக்கலம் புக்கவரைக் கைவிட்டோர் 'தப்தலோஹம்' என்ற உலகில் காய்ச்சிய எண்ணெயில் தள்ளப்பட்டுத் துன்புறுவர்.

பெரியோர்களை அவமதிப்போர் 'மஹாஜ்வாலம்' என்ற நரகில் தள்ளப்பட்டு நெருப்பில் வீழ்த்தி வாட்டப்படுவர்.

வேதநிந்தனை செய்வோர், கூடாதவருடன் உறவு கொள்வோர் 'லவண' நரகத்தில் உடல் வெட்டப்பட்டு காய்ச்சிய உப்பில் வாட்டப்படுவர்.

உலக ஒப்புரவை அழிப்போர் 'விலோஹித' என்னும் நரகில் ரத்தம் உறியப்பட்டு துன்புறுத்தப்படுவர்.

பரதூஷணை செய்வோரை 'கிருமிபட்ச' நரகில் புழு, பூச்சிகளை உண்ணச் செய்வர்.

பில்லி, சூனியம் செய்வோர் 'கிருமிசம்' நரகில் கிருமிகள் மீது படுக்க வைத்துத் துன்புறுத்தப்படுவர்.

விருந்தினர் இருக்க தான் மட்டும் உண்பவன் 'லாலாபக்ஷ' நரகில் எச்சிலை உணவாகக் கொடுக்க உண்ண வேண்டும்.

மரணங்கள், ஆயுதங்களைச் செய்வோர் 'விசஸநம்' என்ற நரகில் கைவாள் கொண்டு அறுக்கப்படுவர்.

கண்டவரிடம் கைநீட்டிப் பிழைப்போர் 'அதோமுகம்' என்ற நரகத்தை அடைவர்.

கூடி இருந்து உண்ணாதவர் 'பூபயவஹம்' என்னும் நரகில் துர்கந்தம் வீசும் இடத்தில் அவதிப்படச் செய்வர்.

மிருகங்கள், பறவைகளைக் கொஞ்சி வளர்ப்பவர் போன்றோரும் மேற்கூறிய 'பூயவஹம்' என்னும் நரகத்தையே அடைவர்.

தீவைத்துக் கொளுத்துவோர் போன்றோர் 'ருதிராம்பஸ்' என்ற நரகில் வீழ்ந்து உழல்வர்.

யாகத்தை அழிப்பவன், ஊரை அழிப்பவன் ஆகியோர் ரத்தம் நிறைந்த 'வைதாணி ஆறு' உடைய நரகில் வீழ்வர்.

எல்லைகளை ஏமாற்றிப் பிழைப்பவர்கள் இரும்பு முட்கள் மீது நடக்கச் செய்து துன்புறுத்தப்படும் 'க்ருஷ்ணம்' நரகில் வீழ்வர்.

மரங்களை வெட்டுவோர் கத்தி எனும் இலைகளை உடைய மரங்கள் நிறைந்த காடுகள் நிறைந்த 'அஸிபத்ரவனம்' என்ற நரகில் அவதியுறுவர்.

தன்னுடைய தர்மங்களை அனுஷ்டிக்காமல் தவறுவோர் 'ஸந்தம்சம்' என்ற நரகில் ஸந்தம்சினீ என்ற இடுக்கியினால் நாக்கைப் பிடுங்கித் துன்புறுத்தப்படுவர்.

தனயனிடம் தத்துவோபதேசம் பெறுவோர் 'ஸ்வபோஜனம்' என்னும் நாய் மாமிசம் உண்ணப்படும் நரகை அடைவர்.

இவ்வாறு பல தவறான கர்மாக்களைச் செய்வோர் பற்பல நரகங்களை அடைவர் என்றாலும் அவர்களும் தமது பழிச் செயல்களுக்கு வருந்தி, தமது நரக அனுபவத்தினால் தூய்மை பெற்று படிப்படியே மோட்சம் என்னும் பேரானந்தம் பெறுவது சாத்தியமே ஆகும்.

அவ்வாறே புண்ணியம் செய்தவர்களும் சொர்க்க சுகம் முடிந்ததும் நரகவாசம் அடைகின்றனர்.

பாவம் செய்தவர் அதை அறிந்து பச்சாத்தாபப் பட்டால் அந்தப் பாவம் அகலும். அதற்கு ஸ்ரீ க்ருஷ்ணானுஸ்மரணம், நாம ஸங்கீர்த்தனம் ஆகியவை பாவத்தைப் போக்குவதல்லாமல் மோக்ஷத்தையும் கொடுக்கின்றன.

எனவே கிருஷ்ணாநு ஸ்மரணம் மோக்ஷம் அளிக்கும். அதைச் செய்யாத வனுக்கு நரகமே கிடைக்கும்.

19. மேல் லோகங்களும் கிரகங்களும்

அடுத்து, மேல் உலகங்கள் பற்றிக் கூறுமாறு கேட்ட மைத்ரேயருக்குப் பராசரர் கூறுகிறார்.

சூரிய, சந்திரர்களால் ஒளி பெற்று, கடல், ஆறு, மலை ஆகியவை கொண்ட பாகம் பிருதிவீ (அ) பூலோகம் என்று அழைக்கப்படுகிறது.

இந்தப் பூமியின் பரப்பளவு தூரம் மேலே உள்ளது. 'புவர் லோகம்'. பூமிக்கு மேல் லக்ஷம் போஜனை தூரத்தில் சூரிய மண்டலம் உள்ளது. அதற்கு மேல் அதே அளவு தூரத்தில் சந்திர மண்டலம், அதே போல் அதற்கு மேலே நக்ஷத்ர மண்டலம். அதற்கு மேல் புதன், அதற்குமேல் சுக்கிர மண்டலம், அதற்குமேல் அங்காரக மண்டலம், பிருஹஸ்பதி மண்டலம், சனி மண்டலம் ஆகியவை உள்ளன. அவற்றிற்கு மேல் சப்தரிஷி மண்டலம், துருவ மண்டலம் உள்ளன. இவை 'சுவர் லோகம்' எனப் படும்.

இவற்றிற்குமேல் 'மஹர்லோகம்', அதற்குமேல் 'ஜனலோகம்', அதற்கு மேல் 'தபோலோகம்' உள்ளது. இதற்கு மேல் பிரம்மாவின் 'சத்தியலோகம்' உள்ளது.

ஆக, மேலே ஏழு உலகங்களையும், கீழே ஏழு லோகங்களையும் கொண்டது 'பிரஹ்மாண்டம்' ஆகும்.

பகவான் விஷ்ணு தன் சொரூபத்தில் எவ்வித மாறுபாடும் இன்றி உலகிற்குக் காரணம் ஆகிறான். அதாவது, தன் சரீரமாகிய ப்ரக்ருதியைக் கொண்டு உலகைப் படைக்கிறான். அந்த விஷ்ணுவே பரப்ரஹ்மம் ஆகும்.

சூரியன் அவனது ரதம்

சூரியனுடைய தேருக்கு ஒற்றைச் சக்கரமே உள்ளது. சக்கரத்தில் 'மஹாக்ஷம்' என்னும் அச்சு உள்ளது. இந்தச் சக்கரம் 'ஸம்வத்ஸரம்' எனப் படும் காலச்சக்கர சொரூபமாக உள்ளது. முற்பகல், நண்பகல், பிற்பகல் மூன்றும் அச்சாகிய இருசைக் கோக்கும் இடம்.

ஸம்வத்ஸரம், பரிவத்ஸரம், இடா வஸ்த்ரம், அநுவஸ்தரம், இத்வத்ஸரம் ஆகிய ஐவகை வருஷங்கள் அந்தச் சக்கரத்தின் ஆரக் கால்கள் ஆகும். ருதுக்கள் ஆறும் வட்டக் கால்கள். காயத்திரீ, ப்ருஹதீ, உஷ்ணிக், ஜகதீ, திருஷ்டுப், அநுஷ்டுப், பங்க்தி ஆகிய ஸப்த சந்தஸ்ஸுகள் ஏழு குதிரை களாகும். துருவனை ஆதாரமாகக் கொண்ட சிறிய அச்சு. தேரின் பெரிய அச்சுடன் இணைக்கப் பட்டுள்ளது.

சூரியனே 'தேவயான மார்க்கம்'. அது அர்ச்சிராதி மார்க்கம் எனவும் சொல்லப்படும். புண்ணிய கர்மாக்கள் செய்பவர் சொர்க்கம் செல்லப் பயன்படும் வழி 'பித்ருயாணம்' என்றும் 'தூமாதி மார்க்கம்' என்றும் அழைக்கப் படும்.

சூரியனில் ஒரு போதும் வெப்பமும், ஒளியும் குறைவதில்லை. ஆனால், காலையிலும், மாலையிலும் குறைந் துள்ளது போல் காணப்படுவது வெகு தூரத்தில் இருப்பதாலேதான். உண்மை நிலையல்ல அது.

இரவு, பகல் நேரங்களில் மாறுதல்

புஷ்கர த்வீபத்தின் மையப் பிரதேசத் தில் சூரியன் முப்பதில் ஒரு பாகத்தை அடையும்போது முஹுர்த்த காலம் ஏற்படுகிறது. ஆகவே, சூரிய கதியைக் கொண்டு முப்பதில் ஒரு பாகம் ஒரு முஹுர்த்த காலம் என்று கணக்கிடப் பட்டுள்ளது.

சூரியன் தக்ஷிணாயன காலத்தில் பன்னிரண்டு முஹூர்த்த கால அளவில் பதின்மூன்றரை நக்ஷத்திரங்களைக் கடந்து மிகப் பெரிய பூமியைக் கடக்கிறான். இரவு காலத்தை பதினெட்டு முஹூர்த்த காலத்தில் கடக்கிறான். அதனால் பகற்பொழுது குறைந்தும், இரவுப்பகுதி நீண்டும் தோன்றுகிறது.

உத்தராயண காலத்தில் சூரியனுடைய கதி வேறு விதமாக அதாவது, நேர் மாறாக அமைகிறது.

சூரியன் கடக்கும் மார்க்கம் ஒரே அளவு உடையது எனினும் உத்தராயண, தக்ஷிணாயன காலங்களில் ராசி மண்டலங்களை சூரியன் கடக்கும் வகையிலால் இரவு பகல்களில் ஏற்றத் தாழ்வு உண்டாகிறது.

சூரியன் விஷ்ணுவின் அமிசமானவன். அந்த ஒளிமயமான சூரியனுக்குள் நிர்விகாரமான பிரம்மம் இருக்கிறது. அதுவே பிரணவத்தின் பொருளாகப் பொருந்தி நிற்கிறது. எனவே, பிரணவம் என்னும் பிரம்மம்தான் சூரியனை இயக்குகிறது.

20. கால அளவு

பதினைந்து நிமிஷங்கள் ஒரு காஷ்டை. முப்பது காஷ்டைகள் ஒரு கலை. முப்பது கலை ஒரு முஹூர்த்தம். முப்பது முஹூர்த்தங்கள் கொண்டது இரவு பகல் ஒருநாள். பதினைந்தாம் முஹூர்த்தம் ஸந்தியா ஆகும்.

சூரியன் உதித்து மூன்று முஹூர்த்த காலம் 'பிராதக் காலம்' ஆகும். அடுத்து மூன்று முஹூர்த்த காலம் 'ஸங்கவம்'. அதன் பின் மூன்று முஹூர்த்தம் 'மத்யாஹ்நம்'. அதற்கு மேல் மூன்று முஹூர்த்தம் வரை 'அபராஹணம்'. அதன் பிறகு மூன்று முஹூர்த்தம் வரை 'ஸாயாஹ்நம்' என்றும் பெயர் பெறும். 15 நாட்கள் 1 பக்ஷம். இரண்டு பக்ஷம் 1 மாதம். 2 மாதங்கள் 1 ருது. 3 ருதுக்கள் 1 அயனம். 2 அயனங்கள் 1 ஆண்டு என்ற கால அளவு சூர்ய கதியினால் கணக்கிடப்பட்டவை.

மேலும், வருஷம் சாந்த்ர மானம், ஸாவன மாதம், சௌரமானம், நக்ஷத்திர மானம் என நான்கு வகைப்படும். இப்படி வகுக்கப்பட்டுள்ள வருஷங்கள் ஐந்து கூடி யுகம் ஆகும். இவற்றுள் முதல் வருஷம் 'ஸம்வத்ஸரம்', இரண்டாவது 'பரிவத்ஸரம்', மூன்றாவது 'இடாவத்ஸரம்', நான்காவது 'அநுவத்ஸரம்', ஐந்தாவது 'இத்வத்ஸரம்' என்றும் பெயர்.

சிம்சுமார சக்கரம்

மேலுலகத்தில் நக்ஷத்திரங்களின் கூட்டம் 'சிம்சுமாரம்' என்னும் உடும்பு போன்ற பிராணி உருவத்தில் உள்ளது. இவ்வுருவம் பகவான் ஸ்ரீநாராயணனுடையது.

அந்த உருவத்திற்கு ஆதாரமாக பகவான் அதன் இதயப் பகுதியில் இருக்கிறார். எனவே, பகவான் சிம்சுமாரத்துக்கு ஆதாரம். சிம்சுமாரம் துருவனுக்கு ஆதாரம். துருவன் சூரியனுக்கு ஆதாரம். அந்தச் சூரியனே தேவாசுர, மனுஷ்யர்கள் அடங்கிய அனைத்து லோகங்களுக்கும் ஆதாரம்.

வான் சிறப்பு

சூரிய வெப்பத்தினால் கடல் நீர் மேகமாகி குளிர்ச்சி அடைந்து மழையாகப் பெய்கிறது என்பது எல்லோரும் அறிந்த விஷயம்.

நக்ஷத்திரங்களில் அசுவினி, கிருத்திகை முதலிய ஒற்றைப்படை நக்ஷத்திரங்கள் 'விஷம' நக்ஷத்திரங்கள் எனப்படும். மற்ற இரட்டைப்படை நக்ஷத்திரங்கள், பரணி, ரோகிணி போன்றவை சம நக்ஷத்திரங்கள்.

விஷம நக்ஷத்திரங்களில் சூரியன் இருக்கும்போது மேகமின்றி வெய்யிலு

டன் கூடிய நிலையில் பெய்யும் மழை திக்கஜங்களால் ஏற்படுவது. அது ஆகாச கங்கையினுடையது ஆகும்.

இரட்டைப்பட நக்ஷத்திரங்களில் சூரியன் இருக்கும்போது பொழியும் மழை ஆகாய கங்கையிலிருந்து சூரிய னால் எடுத்து விடப்படுவது ஆகும்.

எனவேதான் மழை நீர் புனித நீர். அதில் நனைதல் புண்ணிய ஸ்நாந மாகும்.

சூரியகதி, சூரிய நாராயணன்

சூரியன் ஸஞ்சரிக்கும் உத்தராயண, தக்ஷிணாயனங்களின் நடுவில் உள்ள ஆகாயத்தின் அளவு *183* கிராந்தி வட்ட மாகும். இதில் சூரியன் உத்தராயணத் தில் ஏறி தக்ஷிணாயனத்தில் இறங்கிச் செல்கிறான் என்றும், எனவே *366* கதிகள் ஆகின்றன என்றும், அதன்படி சூரியன் ஒரு வருஷத்தைக் கழிக்கிறான் என்றும் அறிக.

சூரியனுடைய தேர் ஆதித்தியர்கள் எனப்படும் தேவர்கள், ரிஷிகள், கந்தர் வர்கள், அப்சரசுகள், யக்ஷர்கள், ஸர்ப்பங்கள், ராக்ஷசர்கள் ஆகியோர் களால் அதிஷ்டானம் செய்யப்பட்டிருக் கிறது.

ஒவ்வொரு மாதத்திலும் இதனைச் செலுத்துபவர் வெவ்வேறாக இருப்பர். பன்னிரண்டு மாதங்களிலும் ஒவ்வொரு மாதத்திற்கும் வெவ்வேறு எழுவர் சூரியனது தேரில் உலகை ஒளிப்படுத்த வருகின்றனர். இவர்கள் அனைவரும் ஸ்ரீ விஷ்ணுவின் சக்தியினால் போஷிக்கப் படுபவர்களாவர்.

ஸ்ரீ விஷ்ணுவின் சக்தி ரிக், யஜுர், சாமம் என்ற மூன்று வடிவாக உள்ளது. ப்ரஹ்மா, விஷ்ணு ருத்திரர் ஆகிய மூவரும் விஷ்ணு சக்தியே. இம் மூவகைச் சக்திகளும் ஸ்ரீ விஷ்ணுவின் ஸாத்விக சக்திகள் ஆவர். இந்தச் சக்திகள் எழுவர்க்கும் பொது வானாலும் சூரியனிடமே அதிகமாக அமைந் துள்ளது. இப்படி சூரியனுக்குள் பிரவே சித்து சூரிய அந்தர்யாமியாக விளங்கும் சூரிய நாராயணனே வேதங்களால் துதிக்கப்படுவர்.

சந்திரனும் அவனது தேரும்

சந்திரனுடைய தேருக்கு மூன்று சக்கரங்கள். தேரின் இடப்புறத்திலும், வலப்புறத்திலும் பத்து வெண்ணிறக் குதிரைகள் கட்டப்பட்டுள்ளன. துருவனை ஆதாரமாகக் கொண்டு விரைவாகச் செல்லும் இந்தத் தேரினால் தான் இந்திரன் நாகவீதி முதலியவற்றில் உள்ள நக்ஷத்திரங்களைக் கடந்து செல்கிறான். சந்திரனுக்கும் உதயாதி காலங்களில் கிரணங்கள் குறைவதும் நிறைவதும் உண்டு.

சந்திரனது கலைகள்

சந்திரனது கலைகள் பதினாறு ஆகும். அவற்றுள் பதினைந்து கலைகளை தேவர்கள் பருகி வருகின்றனர். கடைசி ஒரு கலையுடன் நிற்கும் சந்திரனைச் சூரியன் 'ஸுஷும்னை' என்ற நாடி யினால் தேவர்கள் பானம் பண்ணும், முறையில் வளர்க்கிறான். பதினைந்து நாட்களில் முழுமை பெறச் செய்கிறான். இவ்வாறு முழுமை பெற்ற பூர்ண சந்திரனிடத்தில் உள்ள அமுதத்தினைத் தான் தேவர்கள் பருகிக் களிக்கின்றனர்.

ஸூரிய கிரணங்கள் பலவற்றிற்கும் வெவ்வேறு பெயர்கள் உண்டு. அவற்றுள் ஒன்று 'ஸுஹும் நா' மற்றும் 'அமா' என்ற பெயருடைய இரண்டும் உண்டு. கடைசியில் இரண்டே கலை களுடன் எஞ்சி நிற்கும் சந்திரன் சூரிய னுடைய 'அமா' என்ற கிரணத்தில் வசிக்கிறான். இவ்வாறு சந்திரன் 'அமா'வில் வசிப்பதால் அன்று 'அமாவாஸ்யா' எனப்படுகிறது.

அன்று சந்திரன் செடி, கொடிகளில் வாசம் செய்வதாகவும், அதனால்

அமாவாசை அன்று செடி கொடிகளை அழிப்பவன் 'பிரம்மஹத்யா' தோஷத்தை அடைகிறான். அதனால் தான் அமாவாசை அன்று துளசி கூட பறிக்கக்கூடாது.

புதனது ரதம்

சந்திரன் மகனாகிய புதனது தேர் வாயு வினாலும், அக்கினியினாலும் ஆனது. இதில் கபில வர்ணமுடைய குதிரைகள் எட்டு கட்டப்பட்டுள்ளன.

சுக்கிரனது தேர் - மிகப் பெரியது. பொன்னிறமான இத்தேரில் எட்டு குதிரைகள் கட்டப்பட்டுள்ளன.

அங்காரகனுடைய தேர் பத்மராக வடிவத்தில் சிவந்த எட்டுக் குதிரைகள் பூட்டப்பட்டது.

பிருஹஸ்பதி (அ) குரு பகவான் தேரிலும் பொன்னிற எட்டுக் குதிரைகள் கட்டப்பட்டுள்ளன. வியாழ பகவான் இதில் ஏறி ஒவ்வோர் ஆண்டும் ஒவ்வொரு ராசியில் இருக்கிறார்.

சனி பகவானது தேரில் சித்திரவர்ணம் கொண்ட எட்டுக் குதிரைகள் உள்ளன.

ராகுவின் தேர் வெண்ணிறம் கொண்டது. இதில் உள்ள எட்டு குதிரைகளும் வண்டின் நிறம் கொண்டவை.

கேதுவின் குதிரைகள் வைக்கோல் புகையின் நிறம் உடையவை.

21. ஜடபரதர் வரலாறு

மகாத்மாவான பரதர் என்ற அரசர் விஷ்ணு பக்தர். அவர் அரசை விடுத்து ஸாளக்ராம க்ஷேத்திரத்தில் தவம் செய்து தனியே வந்தார். ஒரு நாள் பற்றற்ற அவர் ஆற்றில் நீராடச் சென்றார்.

அச்சமயம் ஒரு பெண் மான் நீர் அருந்த அங்கு வந்தது. அது அதன் குட்டியை ஈனும் நிலையில் இருந்தது. அப்போது அங்கு வந்த ஒரு சிங்கம் மானைக் கண்டு கர்ச்சனை செய்தது.

அது கேட்டு நடுங்கிய பெண் மான் நதியின் கரையை நோக்கித் தாவிற்று. அந்தக் கரையில் ஏறியபோது அதன் கரு ஆற்றில் விழுந்துவிட வெள்ளத்தில் அடித்து வந்த அந்தக் குட்டியைப் பரதர் பரிவுடன் எடுத்தார். ஆனால், தாய் மான் மரித்துவிட்டது.

அந்த மான்குட்டியை எடுத்து வந்து பாசத்துடன் வளர்த்து வந்தார் பரதர். அது அருகில் இருந்தபோது மிக்க மகிழ்ச்சி அடைந்த அவர் தூரத்தில் மேயச் சென்றால் திரும்பிவரும் வரை வருத்த முற்றிருப்பார்.

பல நாட்கள் இவ்வாறு கழிந்தன. மரணப்படுக்கையில் படுத்திருந்த அவர் அந்த மான்குட்டியைப் பார்த்துக் கொண்டே உயிரை விட்டார்.

இப்படி மான் மீது பற்றுக் கொண்ட பரதர் அதன் காரணமாக ஜம்பூமார்க்கம் என்ற கங்கைக் கரையில் மானாகப் பிறந்தார். எனினும், முற்பிறவி எண்ணம் வந்து இப்போதுள்ள நிலையை எண்ணி மானாகப் பிறக்க இருந்த கர்மங்களைக் கழித்தார். சாளக் கிராமத்தை அடைந்து அங்கேயே மரணம் அடைந்தார்.

அடுத்து அவர் அந்தணர் குலத்தில் பிறந்தார். பிறக்கும்போதே சிறந்த ஞானியான அவரை மக்கள் பித்தனாக பேயனாக எண்ணி வெறுத்தனர்.

அப்போது அவர் ஜடராகத் திரிந்ததால் அவர் 'ஜட பரதர்' ஆனார். அவர் உயிர் வாழ - உணவு தேவைக்காக வேலை செய்து சோறு பெற்று உண்டு வந்தார்.

ஒரு சமயம் சௌவீர மன்னனின் சாரதி ஒருவன் காளிக்கு நரபலி அளிக்க எண்ணியவன் ஜடபரதரை அலங்கரித்து காளிமுன் கொண்டு நிறுத்தி வெட்ட முனைந்தான். பக்தனுக்கு நடக்க இருந்ததை நிறுத்தி, காளி அந்தச் சாரதி கையிலிருந்த கத்தியால் அவனை

அறுத்து வீழ்த்தி, பெருகிய ரத்தத்தைக் பருகி மகிழ்ந்தாள். ஜடபரதரும் மீண்டார்.

ஒரு சமயம் ஸௌவீர மன்னன் பல்லக்கில் வந்து கொண்டிருந்தான். பல்லக்குத் தூக்குவோரில் ஒருவராக ஜடபரதரும் இருந்தார். தன் பாபம் தொலைய பல்லக்கைச் சுமந்தார்.

அப்போது பல்லக்கு நிலையில்லாமல் தடுமாற கோபம் கொண்ட மன்னன் புதிய ஆளான ஜடபரதரைக் கண்டு, ''பருத்திருக்கும் உன்னால் இந்த ஆயாசத்தைப் பொறுக்க முடியவில்லையா?'' என்று வெகுண்டு கூறினார்.

அது கேட்ட ஜடபரதர் ''நான் பருத்தவனும் அல்ல. பல்லக்கைச் சுமக்கவும் இல்லை. அதனால் எனக்கு வருத்தமோ அசதியோ இல்லை'' என்றான்.

மன்னனுக்கு ஒன்றும் புரியவில்லை. அப்போது ஜடபரதர், ''நான் என்னும் எனது ஆன்மா பல்லக்கை சுமக்கவில்லை. உடல்தான் சுமக்கிறது. அதுபோல உங்கள் ஆன்மா சுமக்கப்படவில்லை. உடலே சுமக்கப்பட்டது'' என்று விளக்கினார்.

விஷயம் புரிந்துவிட்டதால் மன்னன் பல்லக்கிலிருந்து கீழே குதித்து ஜடபரதர் திருவடிகளில் விழுந்து தன்னை மன்னித்து அருள் புரிய வேண்டினான்.

''ஆத்மாக்களுக்குத் தேவன், மனிதன் என்ற வேறுபாடு கர்மாக்களால் உண்டாகிறது. கர்ம சம்பந்தம் நீங்கியதும் வேற்றுமை நீங்கிவிட பரமார்த்தமாக இருப்பது ஆத்ம வஸ்து ஒன்றே'' என்ற ஜடபரதர் போதனையைக் கேட்ட ஸௌவீர மன்னன் மௌனியாகி சிந்திக்கத் தொடங்கினான்.

அப்போது ஜடபரதர் 'ஆத்மாக்களுள் பரஸ்பர உருவத்தில் வேற்றுமை கிடையாது' என்பதை மேலும் விளக்க ருபு-நிதாகர் சரித்திரத்தைக் கூறலானான்.

22. ருபு - நிதாகர் வரலாறு

ருபு என்பவர் பிரம்மாவின் புத்திரர். இவர் பிறவியிலேயே தத்வஞானம் பெற்றிருந்தார். இவருடைய சிஷ்யரே நிதாகர். நிதாகருக்கு ருபு எல்லாக் கலைகளையும் கற்பித்தார். எனினும், ஆத்ம அத்வைத ஞானம் மட்டும் நிதாகருக்கு ஏற்படவில்லை.

முதல் சந்திப்பு

தேவிகா நதிக்கரையில் உள்ள நகரத்தில் நிதாகர் வேத விஹித கர்மாக்களைச் செய்து கொண்டு வாழ்ந்து வரும்போது ஒருநாள் குரு ருபு, சிஷ்யர் நிதாகரைக் காணச் செய்தார். அவ்வமயம் நிதாகர் பகவதாராதனம் முடித்து, வாசலில் யாரேனும் அதிதி வருகிறார்களா என்று எதிர்பார்த்து நின்றார்.

அப்போது அங்கு வந்த குருவை நிதாகர் அடையாளம் கண்டு கொள்ளவில்லை. எனினும், ஓர் உயர்ந்த பிராமணர் அதிதியாகக் கிடைத்திருப்பது பற்றி மகிழ்ந்து அவரை முகமன் கூறி வரவேற்று தனது இல்லத்திலேயே அமுதுண்ண வேண்டினார்.

அதற்கு ருபு, தான் உண்ண உயர்ந்த அமுது தேவை. தேன்குழல், பாயஸம், மோர்க்குழம்பு ஆகியவை தர வேண்டும் என்றிட, நிதாகரும் அவ்வாறே அவற்றைத் தயார் செய்யுமாறு தன் மனைவியிடம் கூற அவரும் உணவை நன்கு தயார் செய்து பரிமாறிட, ருபுவும் அவற்றை விரும்பி உண்டார்.

உண்டு முடிந்த பிறகு நிதாகர் அவரை நோக்கி ''பசி, தாகம் நீங்கிற்றா? திருப்தியாயிற்றா?'' என்றும் அவர் மனக்கலக்கம் நீங்கிற்றா? அவர் யார்? எங்கிருந்து வருகிறார்? எங்கு செல்கிறார்? என்று கூறுமாறும் வினவினார்.

அப்போது ருபு ''பசி, தாகம் உள்ளவர்க்கே உண்டவுடன் அவை நீங்கி திருப்தி ஏற்படும். எனக்குப் பசி, தாகம்,

இல்லாததால் திருப்தி உண்டாக வழியில்லை'' என்றார்.

மேலும் பிருதிவி சம்பந்தமாக தாது வயிற்றில் அக்கினியால் அழிக்கப் படுகையில் பசியும், அந்த அக்கினியால் நீர்வற்றிப் போவதால் தாகமும் ஏற்படும். இவை சரீர தர்மம். எனவே இவை தனக்கில்லை என்றார் அவர். எனவே பசி, தாகம், திருப்தி என்பது எப்போதும் இல்லை என்றார்.

அடுத்து மனத்தெளிவும், சந்துஷ்டியும் சித்தத்தின் குணங்களாகும். அது குறித்து சித்தத்தைத் தான் கேட்கவேண்டும். ஆகையால் இவற்றிற்கும் ஆன்மாவுக்கும் சம்பந்தமே இல்லை.

பின்னர், அவர் இருப்பிடம் எது? எங்கிருந்து வருகிறீர்? எங்கே செல்கிறீர்? என்ற கேள்விகள் பொருந்தாதவை.

புருஷன் தேவ, மனுஷ்யாதி சகல சரீரங்களிலேயும் இருக்கத் தக்கவனாய், சகல அசேதனங்களிலேயும் வியாபிக்கத் தக்கவனாய், ஆகாயம் போல் எதனுடனும் ஒட்டாமல் இருக்கிறாள். எனவே, இந்தக் கடைசி கேள்விகளுக்கும் பொருள் இல்லை.

''ஆகவே, இந்த உடல் நான் அன்று. அதுபோல் நீயும் அன்று. ஆன்மாவுக்குப் பசி, தாகம் கிடையாது. எனவே உணவில் விருப்பு, வெறுப்பும் கிடையாது. அது உடல்நிலையைப் பற்றியதே ஆகும்.

எனவே மனதை வேற்றுமையிலிருந்து நீக்கி, வேற்றுமைகள் கர்மாக்களாலே வந்தவை. ஆன்ம சொரூபத்தில் கிடையாது என்ற சமத்துவ ஞானம் வந்தால் அதுவே முக்திக்குக் காரணம்'' என்று ருபு கூறி முடிக்க, நிதாகர் அவர் திருவடிகளில் விழுந்து அவர் யார் என்று வினவி, அவர் தனது குரு ருபுவே என்று அறிந்து வணங்கிப் பூசித்தார் நிதாகர். குருவும் அவரிடம் விடைபெற்றுச் சென்றார்.

இரண்டாம் சந்திப்பு

பல ஆண்டுகள் கழித்து ருபு அதே சிஷ்யனை நினைத்துத் திரும்பவும் அவ்வூர் வந்தடைந்தார்.

அப்போது அரசன் தன் பரிவாரங்களுடன் பட்டணப் பிரவேசம் செய்து கொண்டிருந்தான். நிதாகர் காட்டிலிருந்து சமித்து, தருப்பைகளுடன் தீட்டுப் படுவோம் என்று ஒதுங்கி நின்றார். பசியுடன் தனியே நிற்கும் அவரிடம் ருபு நெருங்கி வணங்கினார்.

அவ்வாறு நிதாகர் ஒதுங்கி இருப்பது கண்டு ருபு காரணம் கேட்க, அரசர் பட்டணப் பிரவேசம் பற்றி நிதாகர் கூறிட, ருபு அந்தக் கும்பலில் அரசன் யார்? மக்கள் யார்? என்று வினவினார்.

அதற்கு நிதாகர், யானை மேல் சவாரி செய்து வருபவரே மன்னன் என்றார். அதைக் கேட்டு வேற்றுமை காணாதவராக ருபு, ''இரண்டு பொருள்களைக் காட்டி ஒன்று யானை என்றும், மற்றொன்று அரசன் என்றும் கூறுவதால் தனக்கு இரண்டிற்கும் வேறுபாடு தெரியவில்லை'' என்றார்.

அடுத்து கீழே இருப்பது யானை, மேலே இருப்பது அரசர் என்றிட ருபு, மேல், கீழ் என்பதன் பொருள் என்ன? என்று வினவினார்.

அப்போது நிதாகர் திடீரென்று ருபுவின் தோள்களில் ஏறிக்கொண்டு, யானை மீது அரசன் போல தான் அவர் மீது ஏறிக் கொண்டிருப்பதாகவும், யானை அரசனைச் சுமப்பது போல அவர் தன்னைக் கீழே இருந்து சுமப்பதாகவும் விளக்கினார். மேலும், தான் செய்த குற்றத்தை மன்னித்து விட நிதாகர் வேண்டினார்.

அப்போது ருபு அறியாதவர் போல் ''முதலில் நீர் யார்? நான் யார்? என்பதை அறியவில்லையே?'' என்று விளக்குமாறு ருபு, நிதாகரைக் கேட்டார்.

''இப்படி இவர் எல்லா ஆத்மாக்களையும் ஞானாகாரங்களாய் காண்பதால்தான் தமக்கும், பிறர்க்கும் வேற்றுமை தெரிவதில்லை. ஆத்மாக்கள் அனைத்தும் ஞானாகாரங்களே என்று அத்வைத ஞானத்தினால் பண்பட்ட உள்ளம் உடையவர் ருபு என்ற மஹான் ஒருவரே என்றும் உணர்ந்து, ''என் ஆசார்யரான ருபுவே என்னை அனுக்கிரகிப்பதற்கு இங்கு வந்துள்ளதாக நம்புகிறேன்'' என்று கூறினார் நிதாகர். ருபுவின் திருவடிகளில் விழுந்து விண்ணப்பித்தார்.

இவ்வாறு ஜடபரதர் சௌவீர மன்னனுக்கு அத்வைதத்தை உபதேசித்து வருகையில் ருபு - நிதாகர் கதையை முடிக்கிறார்.

அரசன் சுத்த ஞானியானான். ஜடபரதரும் முற்பிறவி நினைவால் ஞானயோகம் அடைந்து அந்தப் பிறவியிலேயே மோட்சமடைந்தார் என்று பராசரர் கூறி முடித்தார்.

மூன்றாவது அமிசம்
23. மன்வந்தரங்கள்

'மன்வந்தரம்' என்பது பிரம்மாவின் பகற்காலம் எனக் கணக்கிடப்பட்ட ஆயிரம் சதுர்யுகங்களில் பதினான்கில் ஒரு பாகம். எழுபத்தொரு சதுர்யுகங்களும் அதற்கு மேல் கொஞ்சம் காலம் மன்வந்தரம் ஆகும்.

இதற்கு முன் ஆறு மன்வந்தரங்கள் கடந்து போயின. அவற்றிற்கு முறையே ஸ்வாயம்பு, ஸ்வோரோசிஷன், உத்தமன், தாமஸன், ரைவதன், சாக்ஷுஷன் ஆகியவர்கள் அதிபர்களாவர்.

வைவஸ்வத மன்வந்தரம்

இப்பொழுது நடைபெறும் ஏழாவது மன்வந்தரத்துக்கு சூரியனின் புதல்வனான சிரார்த்த தேவன் விவஸ்வான் அதிபதி. எனவே இது 'வைவஸ்வத மந்வந்தரம்' எனப்படுகிறது.

இதில் ஆதித்தியர்கள், வசுக்கள், ருத்திரர்கள் தேவர்கள் ஆவர். வசிஷ்டர், காசியபர், அத்திரி, ஜமதக்கினி, கௌதமர், விசுவாமித்திரர், பரத்துவாஜர் ஆகியோர் சப்தரிஷிகள் ஆவர்.

புரந்தரன் என்பவன் தேவேந்திரன் ஆவான். இக்ஷ்வாகு, நிருகன், திருஷ்டன், சர்யாதி, நரிஷ்யந்தன், நாபாகன், அரிஷ்டன், க்ருஷன், விருஷத்ரன ஆகிய ஒன்பதின்மரும் இந்த மனுவின் புத்திரர்கள் ஆவர்.

மேலே கூறப்பட்ட ஏழு மன்வந்தரங்களிலும் விஷ்ணு சக்திதான் யஜ்ஞும், அஜிதன், ஸத்யன், ஹரி, தேவவரன், வைகுண்டன், எனும் ஆறு மன்வந்தரங்களிலும் அவதாரம் எடுத்தவர். ஏழாவது வைவஸ்வத மன்வந்தரத்தில் வாமனனாக அவதாரம் செய்து மகாபலியிடம் மூன்றடி யாசித்தவன். எனவே, இந்த ஏழு அவதாரங்களினால் மனுக்களும் மக்களும் காப்பாற்றப்பட்டனர்.

அடுத்து வரும் மன்வந்தரங்கள்

எட்டாவது மன்வந்தரத்தைப் பற்றிக் கூறத் தொடங்கிய பராசரன் அதனுடன் தொடர்புடைய ஒரு வரலாற்றைக் கூறுகிறார்.

சூரியனுக்கு 'சம்ஞா' என்பவள் மனைவி. அவள் விசுவகர்மாவின் மகள். அவளுக்குப் பிறந்தவர்கள் சிரார்த்த தேவன் என்ற மனுவும், யமதர்மராஜனும், யமுனா என்ற நதியும் ஆவர்.

கணவனின் தேஜஸ்ஸைப் பொறாத சமிக்ஞை தன் நிழல் போன்ற சாயா தேவியை உண்டாக்கித் தன் கணவனுக்குப் பணிவிடை செய்யுமாறு பணித்துத் தவம் செய்யக் கானகம் சென்றுவிட்டாள்.

சூரியன் சாயாதேவியை தன் மனைவியாகக் கொண்டு பழகிட அவளிடத்தில் சனி பகவான், மற்றொரு மனு, தபதி என்ற பெண் ஆகிய மூவரைப் பெற்றெடுத்தான்.

ஒரு நாள் யமன் சாயாதேவியை தாயாகக் கருதி, உதைக்கப் போகும் போது அவள் அவன் கால்கள் அறுந்து விழுமாறு சபிக்க யமனும், சூரியனும் அவள் 'சம்ஞா' அல்ல என்று அறிந்தனர்.

அப்போது சூரியன் அவளை யார் என்று வினவ, உண்மை வெளிப் பட்டது. உடனே சூரியன் யோகத் திருஷ்டியால் சம்ஞா உத்தர குருக்ஷேத்தி ரத்தில் பெண் குதிரை வடிவத்துடன் தவம் செய்வதை அறிந்து ஆண் குதிரை வடிவில் அவளிடம் சேர, அவளுக்கு அவளிடம் தேவர்களும், ரேவந்தனும் பிறந்தனர்.

சூரியனின் தேஜஸ்ஸைப் பொறுக்க முடியாமல் 'சம்ஞா' படும் அவதியைக் கண்ட அவள் தந்தை விசுவகர்மா சூரிய மண்டலத்தைச் சாணைச் சக்கரத்தில் ஏற்ற அதில் எட்டில் ஒரு பாகம் பூமியில் விழ, அதனைச் சக்கராயுதமாகக் கொண்டு விசுவகர்மா மகாவிஷ்ணு வுக்குக் கொடுத்தான். அவ்வாறே சிவனுக்குத் திரிசூலத்தையும், குபேர னுக்கு விமானத்தையும், சுப்பிரமணிய னுக்கு வேலாயுதத்தையும் இந்த தேஜோ பாகத்தைக் கொண்டே செய்து கொடுத்தான்.

சூரியனுக்குச் சம்ஞா தேவியினிடத் தில் பிறந்த சிரார்த்த தேவனை ஒத்திருந்தமையால் 'ஸாவர்ணி' என்ற பெயர் பெற்றவனும், சூரியனுக்குச் சாயாவிடம் பிறந்தவனுமான ஸாவர்ணியை மனுவாகக் கொண்டது எட்டாவது மன்வந்தரம். இது 'ஸாவர் ணிக மன்வந்தரம்' என்று வழங்க லாயிற்று.

இந்த மன்வந்தரத்தில் ஸுதபர், அமிதாபர், முக்யர் என்போர் தேவர்கள். தீப்திமான், காலவர், ராமன், கிருபர், அசுவத்தாமா, வியாசர், ரிசிய சிருங்கர் ஆகிய எழுவர் சப்த ரிஷிகள் ஆவர். மகாபலிச் சக்கரவர்த்தி இந்திரன் ஆவான்.

ஒன்பதாவது மன்வந்தரம்

இதில் தக்ஷஸாவர்ணி என்பவர் மனு ஆவார். வாரர் மரீசி கர்ப்பர், ஸுதர் மாக்கள் தேவர்கள் ஆவர். அத்புதன் என்பவன் தேவேந்திரன் ஆவான். ஸவநன், த்யுதிமான், ஹவ்யன், வஸு, மேதாதிதி, ஜ்யோதிஷ் மான், ஸத்யன் என்போர் ஸப்த ரிஷிகளாவர்.

பத்தாவது மன்வந்தரம்

இதில் ப்ரஹ்ம ஸாவர்ணி மனுவாக இருப்பார். ஸுதாமாக்கள் வீருதர்கள் கணதேவர்கள். சக்தி வாய்ந்த சாந்தி என்பவன் இந்திரன் ஆவான். ஹவிஷ் மான், ஸுக்ருதன், ஸத்யன், தபோ மூர்த்தி, நாபாகன், பிரதிமௌஜஸ், ஸத்யகேது ஆகியோர் சப்தரிஷிகள் ஆவார்.

பதினோராவது மன்வந்தரம்

'தர்மஸாவர்ணிகர்' இந்த மன்வந்தரத் தில் மனு ஆவார். 'வ்ருஷா' என்பவன் இந்திரன். விஹங்கமர், காமகமர், நிர்வாணம், ருசிகன் என்ப வர்கள் கணதேவர்கள். நிக்கரன், அக்னி தேஜஸ், வபுஷ்மான், க்ருணி, ஆருணி, ஹவிஷ் மான், அனகர் ஆகியோர் சப்த ரிஷிகள்.

பன்னிரண்டாவது மன்வந்தரம்

ருத்ரபுத்ரனாகிய 'ருத்ரஸாவர்ணி' என்பவர் மனு. ருதுதாமா என்பவன் இந்திரன். ஹரிதர், ரோஹிதர், ஸுமநஸ்ஸுக்கள், ஸுகர்மர், ஸுராபர் என்பவர்கள் கணதேவர்கள். தபஸ்வீ, ஸுதபஸ், தபோமூர்த்தி, தபோரதி, தபோத்ருதி, தபோத்யுதி, தபோதனன் ஆகிய எழுவர் சப்த ரிஷிகள்.

பதின்மூன்றாவது மன்வந்த்ரம்

இம்மன்வந்தரத்தின் மனு 'ரௌச்யன்' என்பவர் ஸுத்ராமர். ஸுதர்மர், ஸுகர்மர் கணதேவர்களாவர். மஹாவீர் யம் உடைய திவஸ்பதி என்பவன் இந்திரன் ஆவான். நிர்மோஹன்,

தத்வதர்சி, நிஷ்ப்ரகம்ப்யன், ந்ருத் ஸுகன், த்ருதிமான், அவ்யயன், ஸுதபஸ் என்போர் சப்த ரிஷிகள்.

பதினான்காவது மன்வந்த்ரம்

இதில் மனு 'பௌமன்' ஆவான். சுசி என்பவன் இந்திரன். சாக்ஷுஷர், பவித்திரர், கனிஷ்டர், ப்ராஜிதர், வாசாவ்ருத்தர் ஆகிய ஐந்து வகை கணதேவர்கள். அக்னிபாஹு, சுசி, சுக்ரன், மாகதன், ஆக்னீத்ரன். யுக்தன், ததாஜிதன் ஆகியோர் சப்தரிஷிகள்.

மனுக்கள், அரசர்கள், தேவர்கள், இந்திரன், சப்தரிஷிகள் ஆகிய அனைவரும் உலகைக் காக்கும் ஸ்ரீ விஷ்ணுவின் ஸாத்விகாம்சம் ஆவர்.

எம்பெருமான் பல்வேறு வடிவங்களை எடுத்து உலகை ஆக்கி, காத்து, அழித்தல் புரிகிறான். சர்வ பூதங்களும் இவனுக்குச் சரீரங்கள். இவனுக்குச் சரீரமாகாமல், இவனைக் காட்டிலும் வேறு பொருள் ஒன்றுமே கிடையாது.

இவ்வாறு பராசரர் மன்வந்தரங்கள் வரலாற்றினை மைத்ரேயருக்குச் சொல்லி முடித்தார்.

24. வேத வியாசர்கள் வரலாறு

'வேத வ்யாஸ' என்றால் 'வேதத்தைப் பிரிப்பவன்' என்று பொருள். வேதத்தைப் பிரித்தல் காரணமாக ஏற்பட்ட பதவிப் பெயர் இது.

வைவஸ்வத மன்வந்தரத்தில் மகரிஷிகளால் வேதம் இருபத்தெட்டு முறை பிரிக்கப்பட்டது. எனவே, இதுவரையில் இருபத்தெட்டு வேத வியாசர்கள் இருந்துள்ளனர்.

முதல் த்வாபரத்தில் 'ப்ரஹ்மா' வேதங்களை வகுத்து முதல் வேத வியாசரானார். இரண்டாவது மனு. அடுத்து சுக்கிராச்சாரியார், பிருஹஸ்பதி, ஸுர்யன், யமன், தேவேந்திரன், வசிஷ்டர், ஸாரஸ்வதர், த்ருதாமா, த்ரிவ்ருஷா, பரத்வாஜர், அந்தரிக்ஷர், தர்மீ, த்ரையாருணி, தநஞ்ஜயன், க்ருதஞ்ஜயன், ஸஞ்ஜயர் என்போர் வேத வியாசரானார்கள்.

அதன் பின்னர் ஆறு த்வாபரங்களில் பரத்வாஜர், கௌதமர், உத்தமர், வேனன், ஸோமசுஷ்மாயனர். ப்ருகு வமிசத்தில் தோன்றிய ருக்ஷர் ஆகியோர் வேதவியாசர்களாயினர். 25-ஆவது த்வாபர யுகத்தில் 'சக்தி', 26-இல் பராசரர், 27-இல் ஜாதகர்ணர், 28-இல் பராசரரின் புத்திரர் கிருஷ்ணத்வைபாயனன் என வியாசர்கள் 28 பேர். அடுத்து வர உள்ள த்வாபர யுகத்தில் துரோணரின் புத்திரன் அசுவத்தாமா வேதவியாசர் ஆவார்.

பிரணவமும் அதன் பெருமையும்

'ஓம்' என்னும் பிரணவம் ஓரெழுத்து ॐ வடிவமாகும். பூ:, புவ: ஸுவ: என்ற வ்யாஹ்ருதிகளும், ரிக், யஜுர், ஸாம, அதர்வண என்ற நான்கு வேதங்களும் இந்தப் பிரணவத்தில் நிறைபெற்று உள்ளதால் இதுவே 'ப்ரஹ்ம'மாகும். பரமாத்மாவான வாஸுதேவனுக்கு இது சொரூபமாக விளங்குகிறது. (அ+உ+ம=ஓம்)

பிரம்மாவினால் அத்யயநம் செய்யப் பெற்ற வேதத்தினால்தான் பத்து வகை யக்ஞங்களின் அவயவங்களும் ஏற்பட்டன.

ஒன்றாயிருந்த வேதம் ரிக், யஜுர், ஸாமம், அதர்வணம் என்று வியாசரால் நான்கு பிரிவாக்கப்பட்டது. அதற்குப் பின் ஒவ்வொரு வேதமும் பலவகையாகப் பிரிக்கப்பட்டன.

புராணங்கள் பிரஹ்மாவிடமிருந்தே தோன்றின என்றாலும் அவற்றை வியாசரே 18 புராணங்களாக ஆக்கித் தந்தருளினார்.

இவை பிரம்ம புராணம் முதல் ப்ரஹ்மாண்ட புராணம் வரை 18 ஆகும்.

தொழிலில் பொருள் ஈட்டி, பித்ருக்களை அர்ச்சித்து, யாகம் செய்து, விருந்தினரை உபசரித்து, வாழும் நன்மக்களை ஈன்று இல்லறத்தை நல்லறமாக நடத்தி வரவேண்டும்.

வானப்பிரஸ்த தருமம்

வயது முதிர்ந்த பிறகு செய்ய வேண்டிய சடங்குகளை எல்லாம் செய்து முடித்த கிருகஸ்தன், தனது பத்தினியைத் தனது புத்திரர்களிடம் ஒப்புவித்தோ (அ) அவளையும் தன்னுடன் அழைத்துக் கொண்டோ வனத்திற்குச் செல்ல வேண்டும். அங்கு பற்றற்றவனாக இருந்து, கிடைக்கும் காய், கனி, கிழங்குகளை உண்டு, மூன்று வேளையும் நீராடி, தேவாராதனை, ஓமங்கள் செய்து, விருந்தினரை உபசரித்து, தான் உண்ணும் உணவைக் கொண்டு பூதங்களுக்குப் பலி கொடுத்து வாழ்வதே வானப் பிரஸ்தனுக்குச் சிறந்த தர்மங்களாகும்.

புருஷனுக்குச் செய்ய வேண்டிய கிரியைகள்

அடுத்து, புருஷனுக்குச் செய்ய வேண்டிய பொதுவான பதினாறு கிரியைகள் பற்றி ஔர்வர் ரிஷி ஸகரமகாராஜனுக்கு எடுத்து உரைத்தவற்றை பராசரர் மைத்ரேயருக்குக் கூறி அருள்கிறார்.

ஒரு குழந்தை பிறப்பதற்குமுன் தந்தை கர்ப்பாதானம் பும்ஸவநம், ஸீமந்தம், உபநயனம் ஆகியவற்றையும், பிறந்த பிறகு ஜாதகர்மம், நாமகரணம், அடுத்து உபநிஷ்க்ரமணம், அன்ன ப்ராசனம், சௌளம், உபநயனம் ஈறாக உள்ள சடங்குகளைச் செய்து குருவிடம் ஒப்புவிக்க வேண்டும்.

திருமணம் என்பது ப்ராஹ்மம், தைவம், ஆர்ஷம், ப்ராஜாபத்தியம், ஆஸுரம், காந்தர்வம், ராக்ஷசம், பைசாசம் என்று எட்டு வகையாகும்.

ஸதாசாரங்கள் என்னும் நல்லொழுக்கம்

காலைக் கடன்கள் முடித்தல், நண்பகலில் காம்யதர்ப்பணம் செய்தல், விருந்தோம்புதல், அன்ன சுத்தி செய்து உண்ணல். உணவு கொண்ட பிறகு ஆசனத்தில் அமர்ந்து சாந்தமாக இஷ்ட தேவதைகளைத் தியானம் செய்ய வேண்டும். பிறகு ஸ்திரமான மனதுடன் மாலை சந்த்யாவந்தனம் ஆகிய கடன்களை ஆற்றவேண்டும். இரவிலும் அதிதி பூஜை செய்து; பிறகு கை கால்கள் அலம்பிக் கொண்டு படுக்கச் செல்ல வேண்டும். உள்ளம், உரை, செயல் (அ) மனம், வாக்கு, காயம் என மும்மலச் சுத்தியொடு பிராணிகளுக்கு இம்மையிலும் மறுமையிலும் நன்மை தருபவையே செய்து நல்லொழுக்கம் பூண்டு இருத்தல் மிகவும் அவசியமாகும்.

சிரார்த்த வகைகள்

ஸகர மகாராஜாவுக்கு ஔர்வ மஹர்ஷி சிரார்த்த வகைகள் பற்றி விளக்குகிறார்.

நாந்தீ சிரார்த்தம்

இதனால் நாந்தீமுகர்களான பித்ருக்கள் திருப்தி அடைகின்றனர். இதனைத் திருமணம், கிரகப் பிரவேசம், நாமகரணம், சௌளம், ஸீமந்தம், உபநயனம் போன்ற சுப கார்யங்களைச் செய்யும் போதும், மற்றும் அயல்நாடு சென்று திரும்பி வந்த மகன் போன்ற முகங்களைப் பார்க்கும் போதும், நாந்தீ ச்ரார்த்தத்தைச் செய்ய வேண்டும்.

இறந்தபின் செய்யவேண்டிய சிரார்த்தங்கள் பற்றி விவரிக்கப்படுகிறது. இறந்த பின் பிரேதத்திற்குச் செய்ய வேண்டிய கர்மாக்கள் அடுத்து ஸஞ்சயனம் (பால்) அன்று செய்ய வேண்டிய கிரியை. அடுத்து ஒன்பதாம் நாள் வரை செய்ய வேண்டியவை. அடுத்து பத்தாம் நாள், பதினோராம்

நாள், பன்னிரண்டாம் நாட்களில் செய்ய வேண்டிய சிரார்த்தங்கள், அதன்பின் ஆண்டுதோறும் செய்ய வேண்டிய சிரார்த்தங்கள் பற்றி கூறுகிறார்.

இத்தகைய கர்மாக்களைச் செய்ய வேண்டிய கர்த்தாக்கள் பற்றி விவரங் களைக் கூறுகிறார்.

சிரத்தையுடன் செய்யப்படுவதே சிரார்த்தம். அது சிரத்தையுடன் செய்தால் அதனால் உலகமே மகிழ்கிறது.

அடுத்து, எந்தெந்த காலங்களில் எந்தெந்த சிரார்த்தங்கள் செய்யப்படும்? அவற்றால் ஏற்படும் பலா பலன்கள் யாவை? என்பன பற்றி எடுத்துரைக் கிறார்.

இப்பகுதியில் இதற்குமேல் விளக்கப் படுபவை அனைத்தும் அந்தணர்களுக் காகவே சொல்லப்படுபவையாக உள்ளன.

உலகில் ஆடையின்றித் திகம் பரனாகத் திரிபவனை நக்குனன் என்பர். அந்தணர்களுக்கு மறையாக இருக்கும் வேதங்களை விட்டவனை நக்குனன் என்று சாஸ்திரம் கூறுகிறது.

வசிஷ்டர் பீஷ்மருக்கு அருளியதைக் கூறுகிறார் முனிவர்.

ஜைன மதம்

ஒரு சமயம் தேவாசுரர்களுக்குப் பல்லாண்டு காலம் போர் நடக்க, அதில் தேவர்கள் தோற்கடிக்கப்பட்டனர். அவர்கள் விஷ்ணுவிடம் சென்று அசுரர் களை அழித்துத் தேவர்களைக் காப்பாற்றுமாறு வேண்டினர். மேலும் அசுரர்கள் தங்கள் வர்ணாசிரம தருமங் களை விடாமல் ஆதரத்துடன் நடத்தி வருவதால் அவர்களை வெல்வது அரிதாக உள்ளது என்றும், எனவே அதற்கான உபாயத்தை அருளுமாறும் வேண்டினர்.

அப்போது எம்பெருமான் ஒரு மாயா மோஹனை உண்டாக்கி, தேவர்களிடம் மாயாமோஹன் அசுரர்களை மயக்கி விடுவான். அதனால் அவர்கள் வேத மார்க்கத்திலிருந்து விலகுவர். நீங்கள் அவர்களை வெல்லலாம் என்றும் கூறினார்.

அவ்வாறே மாயமோஹன் திகம்பர னாய் அசுரத் தலைவர்களிடம் மயக்க உரைகள் கூறி அவர்கள் மனதை எல்லாம் மாற்றி வேத மார்க்கத்தை விட்டு விலகும்படிச் செய்தான்.

அப்படி மாயாமோஹன் கூறும்போது அந்தத் தர்மத்துக்கு தகுந்தவர் ஆவீர் என்று கூறியதால் மாயாமோஹன் 'அர்ஹன்' என்றும் அந்த மதம் 'ஆர்ஹதர் மதம்' என்று பெயர் பெற்று பின்னர் ஜைன மதமாயிற்று. இந்தப் புதிய மதத்தை நாளடைவில் பலர் தழுவினர்.

பௌத்த மதம்

மேற்படி மாறுதல் நடத்திய பின்பும் அந்த மாயாமோஹன் தன் கை வரிசையை மேலும் சில அசுரர்களிடம் காட்டி, அவர்கள் மனங்களையும் மாற்றி விட்டான். இதனால் மாறிய இவர்களும் வைதிக மதத்தை விட்டு விலகினர்.

'புத்யத, புத்யத்வம்' என்று உபதேசித்ததால் உபதேசித்தவனை 'புத்தன்' என்றும், அவன் உபதேசித்த மதம் 'புத்த மதம்' என்றும் பெயர் பெற்றது.

இவ்வாறு மாயாமோஹன் உபதேசத் தைக் கேட்டு அசுரர்கள் வேதத்தை விரும்பாது ஒழிக்க, தேவர்கள் அவர் களுடன் போர் புரிந்து வென்றனர்.

வேதமார்க்கத்தை இழந்ததே இவர்கள் தோல்விக்குக் காரணமாகியது. தேவர்கள் வெற்றி அடைந்தனர். தமக் குரிய வர்ணாசிரம தரமங்களைக் கைவிட்டு இழிந்த கர்மாக்களில் ஈடுபட் டோர் அனைவருமே 'நக்குனர்கள்' ஆவர்.

ககுஸ்தன்

சசாதனுடைய புத்திரன் புரஞ்ஜயன் என்பவன் ககுஸ்தன் என்ற பெயருடன் அரசாண்டான்.

ஒரு சமயம் தேவர்கள், அசுரர்களுடன் நேர்ந்த போரில் தமக்குதவ விஷ்ணு விடம் வேண்டினர். விஷ்ணு, ''புரஞ்ஜயன் சரீரத்தில் அமிசத்தினால் அவதரித்து அசுரர்களை அழிப்பேன். எனவே, உங்களுக்கு உதவி செய்ய புரஞ்ஜயனிடம் வேண்டிக் கொள்ளுங் கள்'' என்றிட தேவர்களும் புரஞ்ஜயனை அணுகினர்.

அதற்குப் புரஞ்ஜயன், ''இந்திரன் வாகனமானால் அவன் மீதேறிப் போர் செய்து அசுரர்களை வெல்வேன்'' என்று கூறிட இந்திரனும் சம்மதித்து எருதுவாக மாற, மன்னன் அவன்மீது, அதாவது எருதின் ககுத்தின் (கொண்டை)யின் மீது இருந்து போர் செய்து வென்றான். எனவே புரஞ்ஜயனுக்கு 'ககுஸ்தன்' என்ற பெயர் உண்டாயிற்று.

மாந்தாதா

ககுஸ்தன் வமிசத் தோன்றல் யுவனாச்வன். அவனுக்கு புத்திர பாக் கியம் இன்மையால் மகரிஷிகள் ஒரு புத்திர காமேஷ்டி யாகம் செய்து ஜபிக்கப்பட்ட தூயநீர் நிறைந்த கலசத்தை யாகவேதியின் நடுவே வைத்து உறங்கிவிட்டனர். அந்தத் தீர்த்தத்தை யுவனாச்வனின் மனைவி உட்கொள்வதற்காக வைக்கப்பட்டது.

ஆனால், அந்த இரவில் யுவனாச் வனுக்கு நீர் வேட்கை அதிகமாக அவன் அந்தக் கலச நீரின் விவரம் தெரியாமல் குடித்துவிட, அவன் வயிற்றில் கரு வளர, அந்தக் குழந்தை தன் வலக் கட்டை விரலால் அவன் வயிற்றைக் கிழித்துக் கொண்டு வெளிவர அவன் மாண்டு விட்டான். அதற்கு பாலூட்ட இந்திரன் தன் பவித்திர விரலை குழந்தையின் வாயில் வைக்க அதிலிருந்து பெருகிய அமிருதத்தைப் பருகி குழந்தை வளர்ந்து 'மாந்தாதா' என்ற பெயரில் உலகை ஆட்சி புரிந்தது.

முனிவர் ஸௌபரி கதை

சசிபிந்து என்பவரின் பெண் இந்துமதியை மாந்தாதா மணந்து கொண்டு புருகுஸ்தன், அம்பரீஷன், முசுகுந்தன் என்ற மூன்று பிள்ளைகளை யும் பல பெண்களையும் பெற்றெடுத் தான்.

ரிக்வேதமறிந்த சௌபரி என்ற முனிவர் நீரில் பன்னிரண்டு ஆண்டு காலம் தவம் செய்து வந்தார். அப்போது ஆங்கொரு மிகப்பெரிய மீன் அதன் குழந்தை, குட்டிகளுடன் விளையாடி மகிழ்வது கண்டு தானும் அவ்வாறு இல்லறத்தில் மகிழ்ச்சி கொள்ள விழைந்தார். அவர் தவத்தைவிட்டு வெளிவந்து, மாந்தாதாவை அணுகி அவருடைய பெண்களில் ஒருத்தியை தனக்குத் திருமணம் செய்து கொடுக்க வேண்டினார்.

இந்த இக்கட்டான நிலையில் உபாயம் ஒன்றை அறிந்த மன்னன் சுயம்வர மூலமே பெண்கள் திருமணம் நடப்பதைச் சுட்டிக்காட்ட, முனிவர் தன்னை அந்தப்புரத்தில் விடுமாறும், அவன் பெண்களில் யார் அவரை மணக்க விரும்புகிறாளோ அவளைக் கொடுக்க வும், அப்படி யாருமே விரும்பவில்லை யாயின் தான் அம்முயற்சியை விட்டு வெளியேறுவதாகவும் கூறினான். எனவே, முனிவரை அந்தப்புரம் அழைத்துச் செல்லுமாறு சேவகனிடம் கூறினான் மன்னன்.

முனிவரோ தன் உருவை ஓர் அழகிய இளைஞனாக மாற்றிக் கொள்ள, அரச குமாரிகள் அனைவருமே அவரை விரும்ப மாந்தாதா தன் புத்திரிகள் அனைவரையும் முனிவருக்குத் திருமணம் செய்து வைத்தான்.

பெண்கள் அனைவரையும் முனிவர் ஸௌபரி மிகவும் மகிழ்ச்சியுடன் வைத்து இருந்தார். ஒவ்வொருவரும் தன்னிடமே இவர் லயித்திருப்பதாகவும், ஆகவே, மற்ற சகோதரிகள் வருத்தமுற்றிருப்பதாகவும் எண்ணி மற்றவர்களுக்காக வருந்தினர். ஒரு சமயம் மாந்தாதா அங்கு வந்து புத்திரிகள் மிகவும் மகிழ்ச்சியுடன் இல்லறம் நடத்தி வருவது கண்டு மகிழ்ந்தார். முனிவரை வெகுவாகப் பூசித்துப் போற்றினான்.

நாளடைவில் முனிவர் குழந்தைகள் பெற்று இல்லறத்தில் மிகவும் லயித்து வாழ்ந்து வருகையில், ஒரு நாள் மீன்களால் தான் மாறியது பற்றிச் சிந்தித்து இறுதியில் எல்லாவற்றையும் துறந்து பத்தினிகளுடன் கானகம் சென்று வானப்பிரத்தம் அனுஷ்டித்து எம்பெருமானை ஆராதித்து விஷ்ணுவிடமே மனம் லயித்து மோக்ஷம் எய்தினார்.

29. மாந்தாதாவின் வமிசம்

மாந்தாதாவின் பிள்ளைகள் மூவரில் அம்பரீஷனுக்கு, யுவநாச்வனும், அவனுக்கு ஹரிதனும் பிறந்தனர். ஹரிதனால் அங்கிரஸ் ஸுக்கள் 'ஹாரிதர்கள்' ஆயினர்.

காச்யபருடைய பத்தினி முனிக்குப் பிறந்தவர்கள் 'மௌனேயர்' எனப் பட்டனர். இவர்கள் பாதாளத்தில் இருந்தனர். இவர்கள் நாகர்களை வென்று ஆட்சியைக் கைப்பற்றிட, நாகர்கள் விஷ்ணுவிடம் கந்தவர்களால் (மௌனேயர்) உண்டான பயத்தை நீக்குமாறு வேண்டினர்.

அப்போது எம் பெருமான் தான் மாந்தாதாவின் மகனான புருகுஷனில் அனுபிரவேசித்து கந்தவர்களை அழிப்பதாகக் கூறினார். நாகர்கள் தமது உடன் பிறந்தாளாகிய நர்மதையை புருகுஸ்தனுக்கு மனைவி ஆக்கி அவனை பாதாள லோகத்துக்கு வரவழைத்தனர். அங்கு வந்த அவன் பகவானின் தேஜஸ்ஸால் போஷிக்கப் பட்டு பலம் பெற்று கந்தவர்களுடன் போரிட்டு அவர்களை வென்று தன் இருப்பிடம் அடைந்தான்.

நாகர்கள் நர்மதைக்கு ஒரு வரம் அருளினர். ''நர்மதா தேவியே, உன்னைக் காலையிலும், மாலையிலும் நமஸ்கரிக்கின்றேன். என்னைப் பாம்பின் விஷத்திலிருந்து காப்பாற்று'' என்று சொன்னால் அவர்களைப் பாம்பு அண்டாது. அதன் விஷமும் ஒன்றும் செய்யாது. வடமொழியில் இந்தக் கருத்துள்ள சுலோகம் ''நர்மதாயை நம: ப்ராத: நர்மதாயை நமோ நிசி: நமோஸ்து நர்மதே துப்யம் த்ராஹி மாம் விஷஸர்பத:'' மற்றும் புருகுத்ஸனின் சந்ததி விளங்க வரம் தந்தனர்.

இந்த புருகுஸ்தன், நர்மதை பரம்பரையில் வந்தவனே ஸத்யவ்ரதன் என்பவன். இவனே திரிசங்கு என்ற பெயரைப் பெற்று, பிறகு சண்டாளனாகவும் மாறினான்.

திரிசங்குவின் கதை

ஸத்யவ்ரதனுக்குத் திரிசங்கு என்ற பெயர் வரக் காரணமான செய்தி 'ஹரிவம்சத்தில்' விவரிக்கப்பட்டுள்ளது.

இவன் மணக்கோலத்திலிருந்த ஒரு பிராமணப் பெண்ணை அபகரிக்க, கோபம் கொண்ட இவன் தந்தை இவனைச் சண்டாளனாகச் சபித்தான். வசிஷ்டரின் ஓமத்துக்குப் பயன்படும் பசுவைக் கொன்றுவிட்டான். மாமிஸத்தை உண்ணும்போது ப்ரோக்ஷிக்காமலே உண்டு விட்டான். இந்த மூன்று குற்றங்களால் அவன் 'திரிசங்கு' (சங்கு - துக்கம்) எனப் பெயர் பெற்றான்.

இந்தத் திரிசங்கு காலத்தில் பன்னிரண்டு ஆண்டுகள் கடும்பஞ்சம்

வைத்திருந்த நரமாமிசத்தை குரு பக்தியினால் கொடுத்தான்.

அதை வாங்கிப் பார்த்து நரமாமிசம் என்றறிந்த அவர், ஸௌதாசனை 'நரமாமிசம் சாப்பிடுபவனாகு' எனச் சபித்தார்.

பின்னர் ராக்ஷசப் புலியின் செயலை அறிந்து, அரசனிடம் தன் சாபம் பன்னிரண்டு ஆண்டு காலமே என்றும் அதன் பின் மன்னன் சுயரூபம் பெறுவானென்றும் சாபவிமோசனம் அளித்தார்.

கல்மாஷ பாதன்

'குற்றமற்ற தான் ஏன் சாபத்தை ஏற்க வேண்டும்' என்று எண்ணி ஸௌதாஸன் வசிஷ்டருக்குச் சாபம் தர எண்ணி கைகளில் நீர் முகந்து கொண்டான். அவ்வமயம் அவன் பத்தினி மதயநிதீ குலகுருவைச் சபித்தல் தகாது என்று கூறி தடுத்தாள்.

எனினும், மந்திரித்து எடுத்த நீரை என்ன செய்வதென்று அறியாமல் தன் காலிலேயே விட்டுக் கொள்ள அவன் கால் வெளுப்பும், கறுப்பும் கலந்த நிறம் பெற்றது. இந்த வர்ணத்தின் பெயர் 'கல்மாஷம்'. எனவே அவன் கல்மாஷ பாதன் ஆனான்.

அவன் பெற்ற மற்றொரு சாபம்

வசிஷ்டரின் சாபத்தின்படி ஸௌதாஸன் காட்டில் அலைந்து திரிந்து மனிதர்களைத் தின்று வந்தான். இப்படி அலைகையில் ஒரு சமயம் மனைவியுடன் சேர்ந்திருந்த முனிவரைக் கண்டான். அவர்கள் பயந்து ஓடுகையில் முனிவரைப் பிடித்துக் கொண்டான். அப்போது அம் முனிவரின் பத்தினி அவனிடம் தான் சேர்க்கையின் சுகத்தை அடையாமலிருக்கும்போதே தன் கணவரைக் கொல்வது பாபம் என்று கூறி, அவரை விட்டுவிட வேண்டினாள். ஆனால், அவரைக் கொன்றுவிட்டான். இதனால் வருத்தமும் கோபமும் கொண்ட முனி பத்தினி தன் பர்த்தாவைக் கொன்று தன்னை வீணாக்கியமையால் அவனும் காமபோகம் அடைய முயலும்போது மரணமடைவான் என்று சாபம் தந்து தீயில் வீழ்ந்து உயிரைவிட்டாள்.

ஸௌதாஸன் நிலை

வசிஷ்டர் சாபம் பன்னிரண்டு ஆண்டுகளில் முடிந்தது. பின்னர் ஒரு நாள் அவன் காமம் கொண்டு மனைவியான மதயநித்யை நிர்பந்திக்க அவள் முனிபத்தினியின் சாபத்தை நினைவூட்டித் தடுத்தாள். அதிலிருந்து அவன் காமத்தை அறவே விட்டிருந்தான்.

அஸ்மகன், நாரீகவசன்

இதனால் சந்ததி இல்லாத ஸௌதாஸன் தனக்குப் புத்திரன் வேண்டும் என்று வசிஷ்டரைப் பிரார்த்தித்தான். அவர் அரசன் உத்தரவின் பேரில் அவளுக்குக் கர்ப்பம் உண்டாக அநுக்ரகம் செய்ய அவளும் கருவுற்றாள். கர்ப்பம் ஏழாண்டு அளவும் வெளிப்படாததால் அவள் கல் கொண்டு இடித்துக் கொள்ள குழந்தை பிறந்தது. அதற்கு 'அஸ்மகன்' என்று பெயர் வைத்தனர். (அஸ்மா - கல்)

அஸ்மகன் மகன் மூலகன். அவன் காலத்தில்தான் பரசுராமன் அரசர்களை அழித்து வந்தார். மூலகனும் அரசன் ஆனதால் அவனை அழிக்க வரும்போது பெண்கள் பலர் அவனைச் சூழ்ந்து கொண்டு மறைத்திட - அவன் காப்பாற்றப்பட்டான். பெண்களால் காப்பாற்றப்பட்டதால் 'நாரீ கவசன்' எனப் பெயர் பெற்றான்.

கட்வாங்கன்

மூலகனுக்குப் பிறகு அந்த வமிசங்களில் வந்தவர்களில் கட்வாங்கன் ஒருவன். அவன் ஒரு சமயம் தேவாசுர யுத்தத்தில் தேவர்கள் பக்கம் இருந்து வெற்றியைப் பெற்றளித்தான். மன

மகிழ்ச்சியுற்ற தேவர்கள் அவனை வேண்டிய வரங்களைப் பெறுமாறு சொன்னார்கள். அப்போது அவன் முதலில் தன் ஆயுள் காலத்தை அறிந்து கூறுமாறு வேண்ட, அவர்களும் ஆராய்ந்து பார்த்து 'ஒரு முஹுர்த்த காலம்தான் ஆயுள்' என்றனர்.

அவன் உடனே பூவுலகடைந்து எம்பெருமானிடத்தில் ஆத்மார்ப்பணம் செய்து கொண்டான். முடிவில் லயம் என்ற மோஹ ஸுகத்தைப் பெற்றான்.

இவ்வாறு கட்வாங்கன் ஒரு முகூர்த்த கால அளவில் ஞானத்தையும், சத்தியத் தையும் கொண்டு மூவுலகையும் தாண்டி மோக்ஷத்தை அடைந்தான்.

இராமாயண தசரதன்

கட்வாங்கன் மகன் தீர்க்க பாஹு. அவன் மகன் ரகு. ரகுவின் மகன் அஜன். அஜனின் மகனாகிய தசரதனுக்கே ராம, லக்ஷ்மண, பரத, சத்துருக்னன் ஆகியோர் புத்திரர்களாகப் பிறந்து, இராமன் வனவாசம் சென்றது. பரதன் அக்காலத் தில் பாதுகையைக் கொண்டு நாடாண் டது. சீதையை இராவணன் அபகரித்துச் சென்றது. பின்னர் இராமன் சுக்கிரீவ னுடன் நட்பு கொண்டு, அனுமாரின் உதவியால் சீதையின் நிலை அறிந்து, இராவணனைக் கொன்று, அயோத்தி திரும்பி பட்டாபிஷேகம் செய்து கொண்டதான இராமாயண தசரதன் இவனே.

ராமவம்சம்

இராமனுக்கு லவ, குசர்; லக்ஷ்மண னுக்கு அங்கதன், சந்திர கேது; பரத னுக்குத் தக்ஷகன் புஷ்கலன்; சத்ருக்ன னுக்கு ஸுபாஹு, ஸுரசேனன் ஆகியோர் பிள்ளைகளாகப் பிறக்க இராமவம்சம் வளர்ந்து பெருகலாயிற்று.

இந்த வம்சத்திலே வந்த பிருஹத்ப வன் என்பவன் மகாபாரதப் போரிலே அபிமன்யுவால் கொல்லப்பட்டான்.

இவ்வாறு சூரிய வம்சம் பற்றி பராசரர் மைத்ரேயருக்கு விவரித்தார்.

நிமிவம்சம்

இக்ஷ்வாகுவின் புத்திரன் நிமி என்பவன் ஸத்ர யாகம் செய்ய நினைத்து வசிஷ்டரை ஹோதாவாக இருக்குமாறு வேண்டிக் கொண்டான். அதற்கு முன்பே இந்திரன் ஒரு யாகத்திற்கு வசிஷ்டரை ருத்வித்தாக இருக்க வேண்டியுள்ளதால் அதை முடித்துவிட்டு வந்து நிமி யாகத்தில் பங்கு கொள்வதாகக் கூறி விட்டு இந்திரனுடைய யாகத்துக்குச் சென்றுவிட்டார்.

நிமியோ வசிஷ்டரிடம் கூறாமலே கௌதமர் முதலிய ரிஷிகளின் மூலம் யாகத்தை நடத்தினான். இந்திரனின் யாகம் முடிந்ததும் வசிஷ்டர் விரைந்து வந்து யாகம் நடப்பதைக் கண்டு தூங்கிக் கொண்டிருந்த நிமியை விதேஹன் (உடல் அற்றவனாக) ஆகச் சபித்தார். நிமி இதனால் கோபம் கொண்டு குருவையும் உடல் அற்றவர் ஆகுமாறு சபித்தான்.

நிமி சாபப் பலனாகத் தன் சரீரத்தை விட்டுவிட்டான். மித்ரா வருணர் என்பவர்கள் ஊர்வசியைக் கண்டு காமம் கொள்ள வசிஷ்டர் அவர்களிடமிருந்து வேறு சரீரம் பெற்றார்.

நிமியினுடைய உடல் பாதுகாப்பாக தைலம் பூசி வைக்கப்பட்டிருந்தது. அவிர்ப்பாகம் வாங்க வந்த தேவர் களிடம் ருத்வித்துக்கள் யஜமானனுககாக வரம் வேண்டினர்.

நிமி தேவர்களிடம் தனக்கு இம்மாதிரி சரீரத்தில் விருப்பமில்லை என்றும் எல்லோருடைய கண்களிலும் வசிக்க விரும்புமாறும் வேண்டி அவ்வாறே நிமியை மக்களின் கண்களிலே இருக்குமாறு செய்தனர். அதனால்தான் சகல பூதங்களும் கண்களை இமைக் கின்றன.

தாயும் மகளும் கருவுறுதல்

சில நாட்கள் செல்ல ரிசீகர் ஸத்யவதிக்கு ஒரு ஸத்புத்தின் வேண்டி சருவைச் செய்து மனைவிக்குக் கொடுத் தார். (சரு - ஒரு வகை மந்த்ர அன்னம்). ஸத்யவதியின் தாயாரும் அவ்வாறே ஒரு சருவை வேண்டினாள்.

பிரஹ்ம தேஜஸ்ஸுடன் கூடிய பிள்ளைக்காக மனைவிக்கும், க்ஷத்திரிய குணங்கள் கொண்ட பிள்ளைக்காக அவள் தாய்க்கும் சருகு தந்தான். ஆனால் தாயும்,மகளும் சேர்ந்து சருகை மாற்றிக் கொண்டனர்.

இதை அறிந்த ரிசீகர் கோபமுற்றார். அப்போது ஸத்யவதி மன்னிக்குமாறு வேண்டியதோடு ரிசீகர் வேண்டியபடி ஆவதற்காக அருள்புரிய வேண்டினாள்.

நாளடைவில் ஸத்யவதிக்கு ஜமதக் கினியும், அவள் தாய்க்கு விசுவாமித் திரனும் பிறந்தனர்.

ஜமதக்கினி ரேணுகையை மணந்து விஷ்ணுவின் அமிசமாகிய பரசுராம னைப் பெற்றெடுத்தான்.

நஹுஷன், தன்வந்திரி

புரூரவஸின் மூத்த குமாரன் ஆயுசு ராகுவின் மகளை மணந்து நகுஷன், க்ஷத்திர விருத்தன், ரம்பன், ரஜி, அனேனசு ஆகிய ஐவரைப் பெற்றாள். அவர்கள் பரம்பரையில் தீர்க்க பஸ்ஸுக்கு தன்வந்திரி பிறந்தார். எண் வகைப்பட்ட வைத்திய சாத்திரங்களை யும் நன்றாகச் செய்யுமாறும், ஹவிர்ப் பாகத்தை யாகங்களில் பெறவும் எம் பெருமான் இவருக்கு அருள் புரிந்தார்.

இவர்கள் வழிவந்தோர் எல்லோரும் காசி அரசர்கள் ஆயினர்.

30. இந்திரன், பிரகஸ்பதி, நாரதர்

ரஜி என்பவனுக்கு ஐநூறு பிள்ளை கள். ஒரு சமயம் தேவர்களுக்கும் அசுரர்களுக்கும் போர் மூள இரு தரப்பினரும் ரஜியின் உதவியை நாடினர். ஏனெனில் ரஜி இருக்கும் பக்கமே வெற்றி கிடைக்கும்.

போரில் வெற்றி பெற்ற பிறகு ரஜி, தானே இந்திரனாகச் சம்மதித்தால், உதவுவதாகக் கூறினான்.

அசுரர்கள் அதை ஏற்கவில்லை.

ஆனால், தேவர்கள் அதை ஏற்றுப் போரில் வெற்றியும் கண்டனர். ரஜி இந்திரன் ஆனான்.

பின்னர் தேவேந்திரன் ரஜியிடம் அவர் தங்களைக் காத்ததால் தந்தைக்கும் சமமாவார் என்றும், அப்படிப்பட்ட வரின் புத்திரன் தான் இந்திரனாக இருந்தால் அது அவருக்குப் பெருமை என்றும் கூறி, அருள வேண்டிட, அவரும் அதற்குச் சம்மதித்தார். இந்திரன் முன் போலவே தன் பதவியைப் பெற்று ஆண்டு வந்தான்.

நாரதர் செயல்

ரஜியின் மறைவுக்குப்பின் நாரதன் அவரது பிள்ளைகளிடம் சென்று அவர்களும் இந்திரனும் பங்காளிகள். எனவே, அவனிடம் பங்கு கேட்குமாறு கூறினார். ஆனால், அவர்கள் கூற்றை இந்திரன் ஒப்புக் கொள்ளாததால் அவர்கள் இந்திர பதவியைக் கைப்பற் றினர். இந்திரன் ஓடி ஒளிந்தான்.

இந்திரனும், பிரகஸ்பதியும்

இந்திரன் தன் குரு பிரஹஸ்பதியிடம், தான் ஹவிஸ்ஸின்றித் தவிப்பதாகவும் புரோடாசம் (யாகஅடை) அளவாவது அளித்து அருள வேண்டினார். பிரஹஸ்பதியும் மனம் கனிந்து ரஜியின் புத்திரர்கள் புத்தி மாறாட்டம் பெறவும், இந்திரனுக்குத் தேஜஸ் வளரவும் அபிசார ஹோமம் செய்ய, இந்திரன் அவர்களை வென்று தன் ஆட்சியைப் பெற்றான்.

31. யயாதியின் வரலாறு

நஹுஷனின் ஆறு புத்திரர்களில் யயாதி மன்னனானான். யயாதி வ்ருஷபர்வா என்பவன் பெண்ணாகிய சர்மிஷ்டையைத் தான் ஏற்கனவே மணந்த சுக்கிராச்சாரியாரின் மகளாகிய தேவயானிக்குப் பணிவிடை செய்வதற்காக மணந்தான். எனினும் நாளடைவில் சர்மிஷ்டையையும் மனைவியாகக் கொண்டு பிள்ளைகளைப் பெற்றான்.

இதனால் கோபம் கொண்ட சுக்கிராச்சாரியார் அவனைக் கிழவனாகும்படி சபித்தார். அப்போது யயாதி தன்னை மன்னித்தருளுமாறு சுக்கிராச்சாரியாரை வேண்டிட, அவரும் மனமிரங்கி கிழத்தன்மையை ஒரு யுவனுக்கு வழங்கி யௌவனம் பெறலாம் என்று அருள் பாலித்தார்.

யயாதி தன் கிழத்தன்மையைப் பெற்று யௌவனம் தருமாறு தமது குமாரர்களை வேண்ட அவர்கள் யாரும் இசையாததால் அவர்களைச் சபித்து விட்டான்.

ஆனால், சர்மிஷ்டையின் மகனான பூரு தந்தைக்குக் கை கொடுத்து உதவினான். இதனால் மகிழ்ச்சியுற்று யயாதி பல்லாண்டு காமங்களை அனுபவித்து, இறுதியில் ஆசையை ஒழித்து பிரஹ்மத்திடம் அன்பு செலுத்தி பற்றற்று இருக்க உறுதி பூண்டு பூருவிடம் தன் யௌவனத்தை அளித்து கிழத்தன்மையைத் திரும்பவும் பெற்றுக் கொண்டான்.

பின்னர் பூருவை தன் நாட்டிற்கு அதிபதியாக்கி தவம் செய்யக் காட்டிற்குச் சென்றான்.

கார்த்த வீர்யார்ஜுனன்

யயாதியின் யது (அ) யாதவ வம்சத்தில் தோன்றியவர்களில் க்ருத வீர்யன் என்பவனுக்கு அர்ஜுனன் என்பவன் பிறந்தான். அவன் தத்தாத்திரேயரிடம் வரங்கள் பெற்று மிக்க புகழுடன் விளங்கி வந்தான்.

இவன் ஒரு சமயம் மாஹிஷ்மதி நகரத்தில் நர்மதை ஆற்றில் தன் மனைவிமார்களுடன் ஜலக்ரீடையில் களித்திருந்த சமயம் திக்விஜயமாக வந்த ராவணன் இவனை வெல்ல முயன்றான். ஆனால், கார்த்தவீரியன் இராவணனை வென்று சிறையிட்டான். இராவணனும் அவன் உத்திரவு பெறும் வரையில் சிறைவாசம் செய்தான்.

இப்படி இராவணனை வென்ற கார்த்தவீரியார்ஜுனனைப் பகவான் அமிசமாகத் தோன்றிய பரசுராமன் கொன்றான்.

இந்த வமிசத்தில் தோன்றிய வ்ருஷ்ணிவின் வமிசத் தோன்றல்கள் 'வ்ருஷ்ணிகள்' என்றும் அழைக்கப் பட்டனர். இவர்கள் 'மது' என்பவன் காரணமாக 'மதுக்கள்' என்றும் யது காரணமாக யாதவர்கள் என்றும் பெயர் பெற்றனர்.

ஜ்யாமகன்

யது குலத் தோன்றல்களில் ஜ்யாமகன் என்பவன் மனைவிக்கு வசப்பட்டவன். அவன் மனைவி ஸைப்யை என்பாள்.

இவன், தான் போரில் வெற்றி பெற்றுத் திரும்பியபோது அழைத்து வந்த பெண்ணைத் தன் மகனுக்குக் கட்டி வைத்தான்.

இந்த வம்சத்தில் ஸத்வனிடமிருந்து ஸாந்வதர்கள் உண்டாயினர். ஜ்யாமக ஸந்திதி வளர்ந்தது.

ஸ்யமந்தக மணி

மேற்படி வமிசத்தில் தோன்றிய ஸதிராஜித் ஒரு சமயம் கடற்கரையில் நின்றுகொண்டு சூரியனைத் துதித்தான். சூரியன் அவன் முன் தோன்றிட அவரது கழுத்தில் இருந்த ஸ்யமந்தக மணியின்

காரணமாக ஸதிராஜித்துக்குச் சூரியன் உருவம் புலப்படவில்லை. அப்போது சூரியன் மணியை மறைத்து ஸதிராஜித் முன் உண்மை உருவத்தில் தோன்றி வேண்டிய வரம் கேள் என்று கூற, அவன் ஸ்யமந்தக மணியையே கேட்டுப் பெற்றான்.

ஒரு சமயம் ஸதிராஜித் இந்த மணியை அணிந்து கொண்டு த்வாரகை சென்றான். எல்லாரும் கிருஷ்ணனிடம் சென்று அவனைத் தரிசிக்க சூரியன் வருவதாகக் கூறினர். வந்தவர் ஸதிராஜித் என்பதைக் கிருஷ்ணன் அறிவான்.

கிருஷ்ணன் ரத்தினத்தை கேட்பார் என்று பயந்த அவன் மணியை தன் உடன்பிறந்த ப்ரசேதனுக்குக் கொடுத்து விட்டான். அதை அணிந்து வேட்டைக்குச் சென்ற அவன் சகோதரன் சிங்கத்தால் கொல்லப்பட, அது மணியைக் கவ்விச் சென்றது. அச்சிங் கத்தைக் கொன்று ஜாம்பவான் அதைப் பறித்துக் கொண்டு தன் குகைக்குச் சென்றுவிட்டான்.

ஜாம்பவதி

கிருஷ்ணனே ப்ரசேதனைக் கொன்று மணியை எடுத்திருப்பார் என்ற லோக அபவாதம் ஏற்பட, கிருஷ்ணன் யாதவ சேனையுடன் கானகம் சென்று, மணி ஜாம்பவானிடம் இருப்பது அறிந்து, அந்த குகைக்குச் சென்று ஜாம்பவா னிடம் போர் புரிந்து வெற்றி பெற்றார். ஜாம்பவான் தன் மகளாகிய ஜாம்ப வதியைக் கிருஷ்ணனுக்கு மணம் செய் வித்து மணியையும் கன்யா தானமாக அளித்தான்.

பின்னர் கிருஷ்ணன் மணியுடன், ஜாம்பவதியையும் அழைத்துக் கொண்டு த்வாரகை வர எல்லோரும் மணி பற்றிய முழு உண்மையையும் அறிந்தனர்.

சத்தியபாமா

மணியைப் பெற்றுக் கொண்டு ஸதிராஜித் வீணாகக் கிருஷ்ணன் மேல் பழி கூறியதற்கு வருந்தினான். அதற்குப் பிராயச்சித்தமாக தன் மகளான சத்திய பாமாவைக் கிருஷ்ணனுக்குத் திருமணம் செய்து வைத்தான்.

ஏற்கனவே ஸத்தியபாமாவைத் தங்களுக்கு மணம் செய்து தருமாறு அக்ரூரன், க்ருதவர்மா, சததந்வா கேட்டி ருக்க கிருஷ்ணனுக்குத் திருமணம் செய்து கொடுத்தது குறித்துக் கோபம் கொண்டு ஸதிராஜித்தைக் கொல்வதற்கு ஏற்ற காலத்தையும் நோக்கி இருந்தனர்.

இந்தச் சமயத்தில் பாண்டவர்கள் அரக்கு மாளிகையில் எரிந்து மாண்ட செய்தி வர, கிருஷ்ணன் துக்கம் விசாரிக்க வாரணாவதம் செல்ல, சததந்வா ஸதிராஜித் தூங்கிக் கொண் டிருக்கும்போது அவனைக் கொன்று மணியை அபகரித்தான்.

ஸதிராஜித் மரணம் அறிந்த சத்திய பாமா வேண்டியபடி கிருஷ்ணன் சததந்வாவைக் கொல்ல புறப்பட்டார்.

அவர் துவாரகை அடைந்து தமையனான பலதேவருடன் தேர் ஏறி சததந்வாவைத் தேடிப் பின் தொடர்ந் தனர்.

அப்போது அவன் தனக்கு உதவ க்ருதவர்மன், அக்ரூரர் ஆகியோரை துணை வேண்ட இருவரும் கிருஷ்ண, பலராமர் வலிமைக்கு அஞ்சி மறைந் தனர். கடைசியில் சததந்வா அக்ரூரரிடம் ஸ்யமந்தக மணியைக் கொடுத்து காத்துத் தருமாறு வேண்டினான். ஆனால், அக்ரூரர் சததந்வாவிடம் அவன் மரண நிலையும் இந்தச் செய்தியை யாரிடமும் சொல்வதில்லை என்றும் உறுதியளித் தால் சம்மதிப்பதாகக் கூற, அவனும் அவ்வாறே சத்தியம் செய்து மணியை அக்ரூரரிடம் கொடுத்து குதிரை ஏறி ஓடிவிட்டான்.

ஆனால், குதிரை வழியில் இறந்து விட சததந்வா தொடர்ந்து ஓடினான்.

கிருஷ்ணன் சக்கராயுதத்தை ஏவி அவன் தலையை அறுத்து அவனிடம் தேட மணி அகப்படவில்லை.

இதைக் கூறக்கேட்ட பலராமன் அதை நம்பவில்லை. எனவே கிருஷ்ணன் துவாரகை செல்ல, பலராமன் அவனைப் பிரிந்து விதேஹம் சேர்ந்து வசிக்கும் போதுதான் அங்குத் துரியோதனன் வந்து அவரிடம் யுத்தப் பயிற்சி பெற்றான்.

சில ஆண்டுகள் கழித்து பப்ரு, உக்கிரசேனன் ஆகிய யாதவர்கள் விதேகம் சென்று பலராமரிடம் உண்மையைக் கூறி துவாரகைக்கு அழைத்து வந்தனர்.

இதன் பின்னர் கிருஷ்ணனைச் சார்ந்த யாதவர்களுக்கும் அக்ரூரரைச் சார்ந்த போஜர்களுக்கும் பகையின் காரண மாகப் போர் மூள அக்ரூரர் யாதவர்களிட மிருந்துத் தப்பிப் பிழைக்க எப்போதும் யாகத்தில் தீக்ஷை பூண்டார். ஆனால் துவாரகை செழிப்பாக இருந்தது.

இதற்கிடையில் ஸத்வதனின் கொள்ளுப் பேரனான சத்ருக்னனை போஜர்கள் கொன்றுவிடப் பகை அதிக மாயிற்று.

அதனால் அக்ரூரர் துவாரகையை விட்டு வெளியேற துவாரகையில் வளங்கள் குறைந்து தொல்லைகள் ஏற்பட்டன.

இதற்கான காரணத்தைக் கிருஷ்ணன், பலராமன் ஆகியோர் ஆலோசனை செய்ய அங்கிருந்த அந்தகன் என்ற முதுகிழவன் அக்ரூரனின் பிறப்பையும் வரலாற்றையும் எடுத்துரைக்க அக்ரூரர் மறுபடியும் துவாரகைக்கு அழைத்து வரப்பட்டார். அவரிடம் இருந்த மணியின் மகிமையால் மழை பெய்து வளங்கள் பெருகின.

எனினும், உண்மை நிலை அறிய ஒரு நாள் கிருஷ்ணன் யாதவர்களைத் தன் அரண்மனையில் கூட்டிப் பேசிக் கொண்டு இருக்கும்போது நடுவில் அக்ரூரரிடம், அவரிடம் ஸ்யமந்தமணி இருப்பதைத் தான் அறிவதாகக் கூறி அதனை அவரிடமே வைத்துக் கொண்டி ருக்கும்படியும், அதன் நன்மையை எல்லோரும் பெறுவர் என்றும் கூறி மேலும் தன் மீது பலராமனுக்கு இருக்கும் ஐயப்பாடு நீங்கிட அதனைக் காட்டுமாறு கேட்டுக் கொண்டார்.

இவ்வாறு கிருஷ்ணன் நியமிக்க அக்ரூரன் நடந்த விவரத்தைக் கூறி அதைக் காட்டி அது யாருக்குரியதோ எடுத்துக்கொள்ளலாம் என்றார். இதைக் கிருஷ்ணன், பலராமன், சத்தியபாமா ஆகிய மூவரும் பெறுவது சரியில்லை என்று தக்க காரணங்கள் கூறி, அக்ரூரரே அதைத் தரித்திருக்குமாறு சொல்லி முடித்தார் கிருஷ்ணன்.

32. அனமித்ர வம்ச வரலாறு

அனமித்ர வமிசத்தில் சுவகல்பன் என்பவனுக்குக் காந்தினி என்பவளிடம் அக்ரூரன் பிறந்தான். ஆஹுகன் என்பவனுக்குத் தேவகன், உக்கிரசேனன் என்ற இரு பிள்ளைகள் பிறந்தனர். தேவகனுக்கு தேவகி, அவளுடன் மேலும் ஆறு பெண்கள் பிறந்தனர். அவர்களை வசுதேவன் மணம் புரிந்தான். உக்கிரசேனனுக்கு கம்சன் முதலானோர் பிறந்தனர். சூரன் என்பவன் மாரிஷை என்பவளை மணந்து வசுதேவன் முதலான பத்துப் பிள்ளைகளைப் பெற்றாள்.

இந்த வசுதேவனிடத்தில்தான் பகவான் ஸ்ரீகிருஷ்ணனாக அவதாரம் செய்தார்.

சூரனுக்கு குந்தி என்றொரு நண்பன். குந்திக்குக் குழந்தைகள் இல்லாததால் சூரன் தன் மகள் பிருதையைப் புத்திரியாகத் தானம் கொடுத்தார். இவ்வாறு குந்தியின் மகளாக வளர்ந்த பிருதை பாண்டுவை மணந்தாள்.

இந்தப் பிருதை எனும் குந்தியின் புதல்வர்களே கர்ணன், தருமன், பீமன், அருச்சுனன் ஆகியோர். குந்தியின் சக்களத்தியான மாத்ரிக்கு நாஸத்யன், தஸ்ரன் ஆகிய தேவர்களால் நகுலன், சகதேவன் என்ற இரண்டு பிள்ளைகள் பிறந்தனர். இவ்வாறு தோன்றிய பாண்டு புத்திரர்களே பாண்டவர்கள்.

வசுதேவனின் சகோதரி ச்ருத்தேவை கரூசதேச மன்னன் விருத்ததர்மாவை மணந்து தந்தவக்கிரனைப் பெற்றாள்.

மற்றொரு சகோதரியான ச்ருதச்வரஸ் என்பவளைச் சேதிநாட்டு மன்னன் தமகோஷன் மணந்து சிசுபாலனைப் பெற்றான்.

சிசுபாலன் பகைமையும் வதமும்

முன்பு ஹிரண்யகசிபு, இராவணன் என்று தோன்றியவனே சிசுபாலனாக தோன்றினான்.

இவன் பல பிறவிகளில் வளர்க்கப் பட்ட பகையுடன் கூடிய மனம் கொண்டவன். இந்தப் பகைமையின் காரணமாக இவன் உண்ணும் போதும், உறங்கும் போதும், உட்காரும் போதும் பகவான் திருமேனி தவிர வேறொன்றி லும் அவன் மனம் நாட்டம் கொள்ள வில்லை. எனவே, பகவான் அவனைக் கொல்ல சக்கராயுதத்தை ஏந்த அதன் கிரணங்களால் பகைமை அற்று விளங்கும் பகவத் சொரூபத்தையே கண்டதனால் அவன் கொல்லப்பட்ட வுடன் அவனிடத்திலேயே லயம் அடைந்து மோக்ஷம் பெற்றான்.

33. வசுதேவரின் வமிச வரலாறு

தேவகி, வசுதேவரின் புத்திரனாக பகவான் அவதரித்தான். பகவான் கிருஷ்ணனுக்கு பத்தினிகள் பலர் என்றாலும் அவர்களுள் ருக்மிணி, ஸத்யபாமா, ஜாம்பவதி, சாருஹாசினி முதலிய எட்டுப் பத்தினிகள் முக்கிய மாக விளங்கினர்.

கிருஷ்ணனின் புத்திரர்களில் ப்ரத்யும் னன், சாருதேஷ்ணன், சாம்பன் என்ற பதின்மூவர் முக்கியமானவர்கள். ருக்மிணியின் மகன் ப்ரத்யும்னன், ருக்மியின் புத்திரி ருக்மவதியை மணந்து 'அநிருத்தன்' என்பவனைப் பெற்றான்.

இப்படி யதுகுல வமிசத்தில் தோன்றிய யாதவர்கள் எண்ணில் அடங்கார் என்கிறார் பராசரர்.

துர்வசு வம்சம்

தேவயானியின் பிள்ளைகள் இருவரில் யது வமிச வரலாறு முன்பு கூறிட, இப்போது துர்வசுவின் வம்சம் பற்றிக் கூறுகிறார்.

துர்வசு வமிசத்தில் தோன்றிய மருத்தனுக்குச் சந்ததி இல்லாமல் போக பூரு வமிசத்தைச் சார்ந்த துஷ்யந் தனையே தனக்கும் புத்திரனாகக் கொண்டான்.

த்ருஹ்யனின் வமிசம்

யயாதி, சர்மிஷ்டை மகன் த்ருஹ்யன் வமிசத்தில் பிறந்தவர்களில் சததர்மன் என்பவன் யயாதியின் சாபப்படி மிலேச்சர்களுக்கு அதிபதியாக வாழ்ந்து வந்தான்.

அநு வமிசம்

அநு வமிசத்தில் பிறந்த ரோமபாதன் என்னும் பெயருடைய சித்ரரதன் தசரதனுக்கு உற்ற நண்பனாக இருந்தான். இவனுக்கு தசரதன் தன் பெண் சாந்தாவை அளிக்க இவர்கள் வமிசம் பெருகலாயிற்று.

இந்த வமிசத்தில் பிறந்த ஜயத்ரன் என்பவன் பிராம்மண ஸ்திரீயிடம் ஒரு க்ஷத்திரியனுக்குப் பிறந்த பெண்ணை மணக்க அதாவது ஸூத பெண்ணை மணக்க அதிலிருந்து ஸூத ஜாதி தோன்றியது.

இந்த வமிசத் தோன்றலான அதிரன்தான், குந்திதேவி சூரியன் மூலம்

பெற்றெடுத்து, பேழையில் வைத்து கங்கையில் விட்ட குழந்தையைக் கண்டெடுத்து, அக்குழந்தைக்கு கர்ணன் என்று பெயரிட்டு தேரோட்டி மகனாக வளர்த்து வந்தான்.

பூரு வம்ச வரலாறு

பூரு மகாராஜனின் மகன் ஜனமேஜயன் மூலம் அந்த வமிசம் வளர்ச்சி அடைந்தது. அதில் வந்த அப்பிரத்தரன் என்பவனுக்குக் கண்வர் பிறந்தார். இவருக்கு மேதாநிதி என்பவர் பிறந்தார். இவர் முதலாக கண்வ வமிசத்தைச் சார்ந்தவர்கள் பிராம்ம ணர்கள் ஆயினர்.

பரத சரித்திரம்

அப்ரதிரனுக்கு ஐலீநன் என்றொரு மற்றொரு மகன் இருந்தான். அவனுடைய நான்கு புத்திரர்களில் துஷ்யந்தன் மகனே பரதன் ஆவான்.

இந்தப் பரதன் சகுந்தலையின் மகன். சகுந்தலையை கண்வ மகரிஷி வளர்த்து வர அவளை துஷ்யந்தன் காந்தர்வ விவாகம் கொள்ள பரதன் பிறந்தான்.

ஆனால், துர்வாசரின் சாபத்தால் துஷ்யந்தன் அவளை மறந்து குழந்தை யுடன் சென்றவளை நிராகரித்தான்.

பின்னர் உண்மை அறிந்து (சாபம் நீங்கிட) சகுந்தலையைப் பரதனுடன் ஏற்றுக் கொண்டான்.

பரத்வாஜர் வரலாறு

பரதனுக்கு மூன்று மனைவியர். அவர்களுக்குப் பிறந்த குழந்தைகள் பெற்றோர்களை ஒத்து இல்லாததால் அக்குழந்தைகளை அவர்கள் கொன்று விட்டனர்.

இதனால் வருத்தமுற்ற பரதன் மருத்துக்களை நோக்கி ஒரு புத்திர னுக்காக ஸோம யாகம் செய்தான்.

பிருகஸ்பதிக்கு, உசத்யன் என்றொரு சகோதரன். அவன் மனைவி மமதை கருவுற்றிருந்த நிலையில், அவளைக் கண்டு காமுற்ற பிரகஸ்பதி அவளைப் புணர்ந்து வீர்யத்தை விட்டான்.

ஏற்கனவே அவள் வயிற்றில் வளர்ந்து வந்த சிசு பிருஹஸ்பதியின் வீர்யத்தை வெளியில் தள்ள அது கீழே விழுந்தது. இதனால் பிரகஸ்பதி அதனைச் சபிக்க அது குருடாகியது.

கீழே விழுந்த வீரியத்திலிருந்து ஒரு குழந்தை வெளிப்பட அதனை யார் வளர்ப்பது என்ற பிரச்சினை எழ தாயும், பிரகஸ்பதியும் அதனைக் கைவிட்டனர். (பர + த்வாஜம் = பரத்வாஜம். த்வாஜம் - இருவருக்குப் பிறந்த குழந்தை. பர - காப்பாற்று) இருவருக்கும் பிறந்த இக்குழந்தை 'பரத்வாசர்' என்ற பெயர் பெற்றது. இந்த 'பரத்வாசர்' என்ற குழந்தையைத்தான் மருத்துக்கள் குழந்தை வேண்டி யாகம் செய்த பரதனுக்குத் தந்தனர். பரதனுடைய சந்ததி வீணான பிறகு பிறந்தமையால் இதற்கு 'விததன்' என்ற பெயரும் உண்டாயிற்று.

பரத்வாஜர் வமிசத்தில் தோன்றிய 'ஹஸ்தி' என்பவன்தான் ஹஸ்தினா புரத்தை உண்டாக்கினான். இவனுக்குப் பின் வந்தவர்களுள் ஸமரன் என்பவன் 'கம்பிலயர்' நகரத்துக்கு அதிபதியாக விளங்கினான். இவனுக்கு பாரஸன், ஸுபாரன், ஸதச்வன் என்ற மூவர் பிறந்தனர்.

சுகப்பிரம்மம்

வியாசருக்கு அரணிக் கட்டையி லிருந்து அக்கினி பகவான் போல் தோன்றியவர் சுகமகரிஷி. சுகமகரிஷி யின் பெண் கீர்த்தியை அனுஹர் என்பவர் மணந்தார்.

இவர்கள் வமிசத் தோன்றல்கள் பௌரவ வமிசத்தவர் ஆவர்.

கிருபியின் வரலாறு

முத்கலனிடமிருந்து மௌத்கல்யர் தோன்றினார். முத்கலன் மகன் ஹர்யச்வனுக்கு திவோதாசன் என்பவனும் அஹல்யை என்ற பெண்ணும் பிறந்தனர். அஹல்யையை சரத்வதர் என்ற கௌதமருக்கு மணம் செய்து கொடுத்தான். இவர்களுடைய மகன் சதாநந்தர். இவர் மகன் சத்யஸ்ருதி ஊர்வசியைக் காண இவரிடமிருந்து வீர்யம் வெளிப்பட்டு நாணற்கட்டையில் விழுந்து இரண்டாகப் பிரிய ஒரு பெண்ணும், பிள்ளையும் வெளிப்பட்டனர். அப்பொழுது அங்கு வேட்டையாட வந்த சந்தனு கிருபையுடன் இந்தக் குழந்தைகளை எடுத்துக் கொண்டதால் ஆண் குழந்தை கிருபன் என்றும், பெண் குழந்தை கிருபி என்றும் பெயர் பெற்றன.

இந்தக் கிருபி துரோணாச்சாரியாருக்கு மனைவியாகி அசுவத்தாமனைப் பெற்றெடுத்தாள்.

திவோதாசநன் பரம்பரையில் துருவதன் பிறந்தான். அவனுக்கு திருஷ்டத்யும்னனும், அவனுக்குக் குருவும் பிறந்தனர். இந்தக் குருதான் குருக்ஷேத்திரத்தை நிர்மாணித்தான்.

இவர்கள் வமிசத்தில் தோன்றிய பிருஹத்ரதனுக்கு ஜராசந்தன் பிறந்தான். இவன் இரண்டு பிளவாகப் பிறக்க ஜரா என்னும் அரக்கியால் சேர்க்கப்பட்டதால் 'ஜராஸந்தன்' என்ற பெயர் பெற்றான்.

இவ்வாறு மாகதர் அரசர்களைப் பற்றி பராசரர் விவரித்துக் கூறினார்.

சந்தனுவின் சரித்திரம்

குருவின் ஜஹ்னு வழிவந்தவர்களில் ப்ரதீபனுக்கு தேவாபி, சந்தனு, பாஹ்வீகன் என்று மூன்று புத்திரர்களில் மூத்தவன் தேவாபி பால்யத்திலேயே காட்டிற்குச் சென்றுவிட சந்தனு அரசனானான்.

சந்தனு நெறிமுறை தவறாமல் நாட்டை ஆண்டு வந்தான். எனினும், பன்னிரண்டு ஆண்டுகள் மழையின்றி மக்கள் வருந்திட, அவன் அந்தணர்களை அழைத்து பஞ்சத்திற்கான காரணத்தை ஆராய அவர்கள் மூத்தவன் தேவாபி இருக்க சந்தனு அரசாட்சி புரிவது தவறு என்றனர்.

அது கேட்டு சந்தனு அந்தணர்களுடன் அடவி சென்று தேவாபியை அழைத்து வர முயன்றான். அதற்குள் அச்மராவி என்னும் மந்திரி, நாத்திகர் சிலரை அனுப்பி தேவாபியின் மனதை நாத்திகத்துக்கு திருப்பிவிட, அவனைத் தேடி வந்த அந்தணர்கள் தேவாபியை ஆட்சி செய்ய அழைக்க அவனது நாத்திக வாதத்தைக் கண்டு அவனை விடுத்து, சந்தனுவே ஆளத்தகுந்தவன் என்று தொடர்ந்து நாட்டை ஆளுமாறு கூறினர்.

சந்தனுவுக்குப் பிறகு

சந்தனுவுக்குக் கங்கை மூலம் பீஷ்மரும், ஸத்யவதி மூலம் சித்திராங்கதன், விசித்திர வீரியன் ஆகிய இருவரும் பிறந்தனர். அவர்களுள் சித்ராங்கதன் கந்தர்வனால் கொல்லப் பட்டான்.

அவன் தம்பி விசித்திர வீரியன் காசிராஜன் மகள்களான அம்பை, அம்பாலிகை ஆகியோரை மணந்து சுகபோகத்தில் மூழ்கி அதனால் நோயுற்று மாண்டான்.

இந்நிலையில் பராசரரின் மகனான வியாசர், அன்னை சத்தியவதியின் கட்டளைப்படி அம்பை, அம்பாலிகை களிடம் திருதராஷ்டிரன், பாண்டு என இரண்டு பேரையும், வேலைக்காரியிடம் (தாசி) விதுரனையும் உண்டாக்கினார். திருதராஷ்டிரன் காந்தாரியை மணந்து துரியோதனன், துச்சாதனன் போன்ற நூறு பிள்ளைகளைப் பெற்றான்.

பாண்டுவின் மனைவி குந்தி துர்வாசன் அளித்த வரத்தின்படி சூரியன்

மூலம் கர்ணனையும், யமன் மூலம் யுதிஷ்டிரனையும், வாயு மூலம் பீமனையும், இந்திரன் மூலம் அர்ச்சுன னையும் பெற்றாள். மற்றொரு மனைவி மாத்ரியும் அதே மந்திரத்தைப் பிரயோகித்து அஸ்வினி தேவர்களிட மிருந்து நகுல, சகாதேவர்களைப் பெற்றாள்.

இவர்களில் கர்ணன் தவிர மற்ற ஐந்து பேர்களும் பஞ்சபாண்டவர்கள் என அழைக்கப்பட்டனர். ஐவருக்கும் பத்தினியாகிய திரௌபதி யுதிஷ்டிரர் மூலம் பிரதிவிந்த்யனையும், பீமசேனனி டம் ச்ருதஸேனனையும், அருச்சுனனிட மிருந்து ச்ருதகீர்த்தியையும் நகுலனிட மிருந்து சதாநீகன் என்பவனையும் ஸகாதேவனிடம் ச்ருத கர்மாவையும் பெற்றாள்.

யுதிஷ்டிரனின் மற்றொரு மனைவி யௌதேயீ மூலம் தேவகனும், பீமசேனன், இடும்பாவுக்கு கடோத்க ஜனும், காசீ மூலம் ஸர்வகனும் பிறந்தனர். சகாதேவனுக்கு விஜயா மூலம் ஸுஹோத்ரனும், நகுலன் மனைவி ரேணுமதி மூலம் நிரமிதரனும் பிறந்தனர். அர்ச்சுனன் மனைவிமார் பலருக்கும் பல பிள்ளைகள் பிறந்தனர். அவர்களுடன் அருச்சுனன் உலூபி என்பவள் மூலம் இராவானையும் பெற்றான்.

கண்ணன் அருள்

அருச்சுனனுக்கு சுபத்திரை மூலம் அபிமன்யு பிறந்தான். இவனுக்கு உத்தரை என்ற மனைவியிடத்தில் பரீக்ஷித் பிறந்தான்.

இந்த பரீக்ஷித் மஹாராஜன் ராஜ்யத்தை ஆண்ட காலத்தில் தான் இந்தப் புராணத் தைப் பராசரன் மைத்ரேயருக்குக் கூறி னார்.

அடுத்துப் பராசரர் பாண்டவ வமிசத் தில் பிறக்க உள்ளவர்கள் பற்றி மைத்ரேயரிடம் கூறலுற்றார்.

பரீக்ஷித்தின் மகன் ஜனமேஜயனுக்கு சதாநீசன் என்பவன் பிறப்பான். அவன் யாக்ஞ்ய வல்கியரிடமிருந்து வேதங் களையும் கிருபாச்சாரியரிடமிருந்து அஸ்திரங்களையும் பெற்று விளங்கி மோக்ஷத்தைப் பெறுவான்.

இவனுக்கு அசுவமேத தத்தனும், அவனுக்கு அதிஸீமக்ருஷ்ணனும் அவனுக்கு நிசந்துவும் பிறப்பர். இந்த நிசந்துவின் காலத்தில் ஹஸ்தினாபுரம் கங்கையினால் அழிந்து போகும். கடைசியில் இவன் கௌசாம்பி நகரில் வசிப்பான்.

இத்தகைய பாண்டு வமிசம் மேலும் பல மன்னர்களையும், புத்திர பௌத்தி ராதியர்களையும் கண்டு க்ஷேமகன் என்பவனோடு கலியுகத்தில் முடிவடை யும்.

இக்ஷ்வாகு வமிசத்தினர்

இக்ஷ்வாகு வமிசத் தோன்றல் ப்ருஹத் பலன் என்பவன் பாரதப் போரில் அபிமன்யுவினால் கொல்லப்பட்டு இறப்பான்.

அவனுக்குப் பிறகு அவனது வமிசத்தில் பலர் தோன்றிட அந்த வமிசம் ஸுமித்ரனுடன் கலியுகத்தில் முடிவு அடையும்.

மாகத வமிசம்

இந்த வமிசத்தில் தோன்றியவனே புஜபல பராக்கிரமம் மிகுந்த ஜராசந்தன். இந்த வமிசம் நிபுஞ்ஜயன் என்பவ னுடன் முடியும். இவர்கள் ப்ருஹத்ரத வமிசத்தைச் சார்ந்த மன்னர்கள்.

க்ஷத்திரியாகளுக்குப் பின் ஆண்டோர்

ரிபுஞ்ஜயனுக்கு முனிகன் என்பவன் மந்திரி. இவன் மன்னனைக் கொன்று தன் மகன் ப்ரத்யோதனுக்குப் பட்டா பிஷேகம் செய்து வைப்பான். இவனுக்குப் பிறகு இவனது குடும்பத் தினர் சுமார் எண்ணூற்று முப்பத்தெட்டு ஆண்டுகள் அரசாள்வர்.

பிறகு சிசுநாபன், காகவர்ணன் என்று வரிசையாக மஹாநந்தி வரையில் உள்ளவர்கள் முந்நூற்று அறுபத்திரண்டு காலம் அரசாட்சி புரிவர்.

இன்னொரு பரசுராமன்

மகாநந்தி என்பவன் தாழ்குலப் பெண் ஒருத்தியை மணந்து நந்தன் என்பவனைப் பெறுவான். இவன் புஜபல பராக்கிரமும் பேராசையும் கொண்டு பரசுராமனைப் போலவே அரசர்கள் அனைவரையும் அழிக்கப் போகிறான். இவ்வாறு இவனால் க்ஷத்திரிய வமிசம் முழுவதும் அழிய நான்காம் வருணத்தினரே அடுத்து அரசாளப் போகிறார்கள் என்று முனிவர் கூறினார். மகாபத்மன் என்னும் நந்தனும், அவனது எட்டுப் பிள்ளைகளும் சுமார் நூறாண்டு காலம் ஆட்சிபுரிய இவர்கள் ஒன்பதின்மரையும் சாணக்கியன் என்னும் அந்தணன் அழிப்பான். இவன் கௌடில்யன், வாத்ஸ்யாயன், விஷ்ணுகுப்தன் என்னும் பேர்களும் கொண்டவன்.

நந்தனுக்கு மற்றொரு மனைவியாகிய மூரா என்பவளுக்குச் சந்திரகுப்தன் என்ற மகன் பிறந்து நாட்டை ஆள்வான். அவனுக்குப் பிறகு அரசாண்ட அவ்வமிசத்தினர் மௌரியர்கள் ஆவர். இவர்கள் நூற்று முப்பத்தேழு ஆண்டுகள் ஆட்சிபுரிவர்.

சுங்கர்கள்

மௌரியர்களுள் கடைசி மன்னனாகிய ப்ருஹத்ரதன் என்பவனை அவன் சேனாதிபதி புஷ்யமித்திரன் கொன்றுவிட்டு நாட்டைக் கைப்பற்ற இவனும் இவன் பின் வந்தோரும் சுங்கர்கள் எனப்படுவர். இவர்கள் நூற்றுப் பன்னிரண்டு ஆண்டுகள் அரசு புரிவர்.

அடுத்து கண்வர்கள், ஆந்திரர்கள் நாட்டை ஆளுவர். அதன் பின்னர் மிலேச்சர்கள், வேளாளர்கள் நாடாள்வர். நாள்தோறும் தர்மம் குறைந்து, அதர்மம் ஓங்கிட உலகமே அழியப் போகிறது.

உலகம் அழிவதற்கு முன் பற்பல விபரீதப் போர்கள் மக்களிடையே உண்டாகும். அதனால் ச்ருதி, ஸ்ம்ருதிகளில் சொல்லியுள்ள அனைத்து தர்மமும் அழியும்.

கல்கி அவதாரம்

இத்தகைய நிலையில் பகவான் அவதரிப்பார். சம்பலம் என்ற கிராமத்தில் விஷ்ணு யசஸ் என்பவனுக்குப் புத்திரனாக கல்கியாகப் பிறப்பார். இந்தக் கல்கி உலகம் அனைத்தையும் தம்முடைய தர்மங்களில் நிலைக்கச் செய்வார்.

34. பலராமன் சாம்பனை மீட்டல்

அஸ்தினாபுரத்தில் துரியோதனன் குமாரிக்கு சுயம்வரம் எற்பாடு நடந்தது. அவளை ஜாம்பவதியின் மகன் சாம்பன் பலாத்காரமாகத் தூக்கிச் சென்றான். அதனால் துரியோதனன், கர்ணன் ஆகியோருடன், சாம்பன் போர் புரிய நேர்ந்தது. போரில் சாம்பன் தோற்றுவிட அவனைச் சிறையில் அடைத்தனர்.

இதனால் யாதவர்கள், கிருஷ்ணனுடன் போருக்குப் புறப்பட, பலராமர் அவர்களைத் தடுத்து தான் ஒருவனே சென்று சாம்பனை மீட்டு வருவதாகக் கூறி புறப்பட்டார். புறப்பட்டவர் ஊர் செல்லாமல் வழியில் ஒரு தோட்டத்தில் தங்கி இருந்தார். இதையறிந்த துரியோதனாதியர் அவரைத் தோட்டத்தில் சந்தித்து பூசித்தனர்.

அப்போது பலபத்திரர் என்னும் பலராமன் தான் உக்கிரசேனன் ஆணைப்படி சாம்பனை அழைத்துச் செல்ல வந்திருப்பதாகவும் எனவே உடனே சாம்பனை விடுதலை செய்யுமாறும் கூறினார். அப்போது பீஷ்மர், துரியோதனன், கர்ணன் ஆகியோர் துஷ்ட காரியம் செய்த சாம்பனை விடுதலை செய்யமுடியாது என்றனர்.

இதனாலும், உக்கிரசேனர் மற்றும் யாதவர்களை இழிவாய் பேசியதாலும் கோபம் கொண்ட பலராமர் இப்போதே கௌரவப் பூண்டு இல்லாமல் செய்வதாகக் கூறி, தனது உழுப்படைக் கீழே அமைந்திருக்கும் ஆயுதத்தை எடுத்து கௌரவர் கோட்டை மதில் மேல் கட்டியிருக்கும் அவகங்கத்தில் மாட்டி இழுத்தார். அந்த நகர் முழுவதும் அசைந்து நடுங்க துரியோதனாதியர் மனம் கலங்கி பலராமரிடம் ஓடி வந்தனர்.

அவர்கள் பலராமரிடம், ''கோபத்தை அடக்கி இரக்கம் காட்டுக; பொறுத் தருள்க! இதோ உங்கள் சாம்பனை அவன் பத்தினியுடன் அழைத்து வந்து உம்மிடம் ஒப்படைத்து விட்டோம். அபசாரத்தை மன்னித் தருள்க'' என்று முறையிட, பலராமரும் பொறுத்த தாகவும், அச்சம் வேண்டாம் என்றும் கூறி அபயம் அளித்தார். கலப்பையை அவகங்கத்திலிருந்து விலக்கினார்.

அதனால்தான் அஸ்தினாபுரம் இன்றும் கொஞ்சம் சாய்ந்து காணப்படுகிறது. கவுரவர்கள் சாம்பனை அலங்கரித்து மருமகனுக்குரிய மரியாதைகளைச் செய்து சீதனங்களோடு தங்கள் பெண்ணையும் சேர்த்து பலராமர் பின் அனுப்பி வைத்தனர்.

35. குரங்கனைக் கொன்ற கதை

குரங்கனைக் கொன்றதால் பலராமனிடம் மற்றொரு மகிமை தெரிய வருகிறது.

துவிதன் நரகாசுரனுடைய நண்பன். அவன் ஒரு வானர சிரேஷ்டன். இந்திரன் ஏவலாலேயே கிருஷ்ணன் நரகாசுரனைக் கொன்றான் என்ற எண்ணத்தோடு அவன் தேவர்களையும் மனிதர்களையும் இம்சிக்க ஆரம்பித்தான். அவன் பயிர்களைப் பாழாக்கினான்; யாகங்களைக் கெடுத்து வந்தான்.

அக்காலத்தில் ஒருநாள் பலராமன் தன் மனைவியருடன் ரைவதம் என்ற மலையிலுள்ள வனத்தில் களிப்போடு உல்லாசமாக இருந்தான்.

அவ்வமயம் அங்கு வந்த வானர வீரன் துவிதன், எல்லோர்க்கும் தொல்லை கொடுத்து வந்தான்.

பலராமனின் தேவிமார்க்கு எதிரில் நின்று நகைப்பதும், குதிப்பதும், மது கலயங்களைக் கவிழ்ப்பதுவும், எறிவது மாகப் பலவித வானர சேஷ்டைகளைச் செய்து வந்தான். பலராமர் அவனை விரட்டினார். எனினும் அவன் துஷ்டச் செயல்களை நிறுத்தவில்லை. இருவருக்கும் பலமானப் போர் நடைபெற அந்த முரடன் பலராமன் மார்பில் அறைந்தான். உடனே கோபம் கொண்ட பலராமர் அதிக கோபத்துடன் தன் முஷ்டியால் குரங்கன் தலையில் இடிக்க துவிதன் உதிரம் கக்கிக் கொண்டு உயிர் துறந்து வீழ்ந்தான்.

அந்தக் குரங்கன் வீழ்ந்தபோது அவனுடைய உடல் பூமியில் பட்டவுடன் பூமி பல பிளவுகளாய் பிளந்தது.

தேவர்கள் பூமழை பொழிந்தனர். பலராமனிடம் வந்து ''நீர் ஒரு நற்காரியம் செய்தீர். அவன் அசுரர்களுக்கு உபகாரமும் தேவர்களுக்கு அபகாரமும் செய்து வர உலகம் துன்புற்றது. அவன் உம்மால் நாசமடைந்தான்.''

இவ்வாறு ஞானவானான பூமியைத் தாங்கக் கூடிய ஆதிசேஷனின் திருவவதாரமான பலபத்திரன் என்னும் பலராமனின் திவ்வியச் சரித்திரங்கள் பற்பல.

■■■

ஸ்ரீ சிவ புராணம்

ஸ்ரீ சிவனார் குடும்பம்

4

ஸ்ரீ சிவ புராணம்

1. சிவபெருமான் தோற்றம்

நைமிசாரண்ய முனிவர்களுக்கு, சூதமா முனிவர் சிவபெருமான் வரலாற்றையும், மகிமைகளையும் பற்றிக் கூறிய செய்திகளைக் கொண்டதே ‘சிவபுராணம்’ எனப்படும். வியாச பகவான் ஆக்கிய பதினெண் புராணங்களில் இதுவும் ஒன்று. இவையே முன்பு நாரத முனிவர் பிரும்மாவிடம் கேட்ட செய்திகள்.

முதல் இருவர்

சிவபெருமான் யாவுமாகவும், சிறந்ததாகவும் விளங்கும் பிரம்மம், ஞானத்தையும், விஞ்ஞானத்தையும் வழங்கியது. பிரம்மத்துக்கு ஏற்பட்ட இச்சை ‘பிருகிருதி’ என்றும் ‘மூலகாரணம்’ என்றும் கூறுவர்.

பிரகிருதி என்ற மாயாதேவி எந்த பிரம்மத்தினிடமிருந்து எந்தக் காலத்தில் தோன்றினாளோ அதிலிருந்தே அவள் கணவனும் தோன்றினான். அவர்கள் இருவரையும் தவம் செய்யுமாறு ஓர் அசரீரி கூறியது. அவ்வாறே நெடுங் காலம் தவம் செய்து விழித்தபோது அவர்கள் உடலிலிருந்து நீர் பெருக்குகள் உண்டாகி உலகெங்கும் வியாபித்தன. அந்த நீர் பிரமரூபமாக மாறியது. இருவரும் நீரின் மீது சயனம் கொண்டனர். நீரில் சயனம் செய்ததால் அந்த ஆடவனுக்கு நாராயணன் என்ற திருப்பெயர் உண்டாயிற்று. அந்த இருவரே முதல் தோற்றம் எனலாம்.

பிரம்மா

முதலில் பரமாத்மா தத்துவங்கள், அவற்றிலிருந்து பஞ்சபூதங்கள் ஐம் பொறிகள், மனம், புத்தி, சித்தம் தோன்றின.

இருபத்து நான்கு தத்துவங்களைத் தன்னுள் கொண்டு, நீரில் யோகதுயில் கொள்ளும் நாராயணன் நாபியிலிருந்து அதி உன்னத தாமரை மலர் ஒன்று தோன்ற அதனுள் பிரம்மன் தோன்றினான். தாமரையில் அடியையும், முடியையும் காண முயன்று மூர்ச்சித்தான். ‘தவம் செய்’ என்றொரு அசரீரி எழுந்தது. பன்னிரண்டு ஆண்டுகள் தவத்திற்குப் பிறகு ஐம்படைகளைக் கைகளில் ஏந்திய நாராயணன் காட்சி அளித்தார். நான் அவர் மாயையின் வயப்பட்டேன்.

அரி, அயன் கண்ட ஜோதி

‘நீ யார்?’ என்று அவரைக் கேட்க அவர் ‘‘நானே உலக காரணன் நாரணன் என்றார். அப்பொழுது உன்னை உண்டாக்கியது யார்? என்று இருவரும் வாதத்தில் இறங்க பிரச்சினையைத் தீர்ப்பதற்காக, ஞானத்தை ஊட்டுவதற்காக எங்கள் இருவருக்கும் நடுவே ஓர் அற்புத ஜோதிலிங்கம் தோன்றிற்று. அப்போது அரி, அயனிடம் ஜோதி லிங்கம் தோன்றியது குறித்தும் அதன் அடி, முடி அறியவும் எண்ணி அயன் அன்னப் பறவையாகி முடியைக் காண விண் பக்கம் செல்லவும், அரி வெண் வராக வடிவு கொண்டு அடியைக் காண

பாதாளம் சென்றும் தேடினர். அன்று முதல் அயன் 'அம்சராசன்' எனப் பட்டான். ஸ்வேதவராக கல்பம் தோன்றியது.

சோதியின் அடிமுடி காணாமல் களைப்புற்று சிந்தித்து, மாயையில் வல்ல நாராயணனும், வித்தையில் வல்ல அயனும் அந்த சோதிலிங்கத்தை வணங்க வேண்டும் என்றால் அத்தகைய மாயை அந்த லிங்கத்திற்குரிய பகவானின் மாயையே அல்லவா!

ஜோதிலிங்கம்

ஜோதி லிங்கத்தைப் பல்லாண்டு காலம் வணங்க ஒளியுடன் கூடிய ஆனந்தமயமான 'ஓம்' என்ற நாத வடிவம் உண்டாயிற்று. அது பற்றி நாராயணன் யோசித்துவிட்டு அதற்கு வணக்கம் கூறிவிட்டு, அந்த லிங்கத்தின் தென்பக்கம் முதலாவது 'அ'காரமும், வடபால் 'உ'காரமும், இடையில் 'ம' காரமும், உயரத்தில் 'ஓம்' என்பதன் நாதச் சிறப்பையும் கண்டார்.

அந்த 'ஓம்' மீது படிகம் போன்ற காந்தி உடைய பரம்பொருளை வணங்கி 'சஞ்சலங்களை அகற்றிக் கருணை புரிய' அயனும், அரியும் வேண்டினர். அப்போது சிவபெருமான் பிரம்மனுக்கு படைப்புத் தொழில், திருமாலுக்குக் காக்கும் தொழில், உருத்திரனுக்கு அழிக்கும் தொழில் என்று வரம் அளித்தார். இதுவே தேவ சம்பந்தம் கொண்ட 'பிரகிருதி' என்று கூறுவர்.

மூவர், முத்தொழில்

மேலும், பிரகிருதியில் பிரமாணி பேருள்ள சக்தி பிரம்மாவையும், இலக்குமி என்னும் சக்தி திருமாலையும், காளி உருத்திரனையும் அடைய அந்த மூன்று சுப சக்திகளுடன் மும்மூர்த்திகளும் முத்தொழில்களில் ஈடுபட்டனர்.

அடுத்துத் திருமால் சிவனை வணங்கி தத்துவ உபதேசம் செய்தருள வேண்டினார். சிவபெருமான் பரதத்துவமாயும், பிராண வடிவமாயும், மங்களகரமாயும் உள்ள நாதவடிவை உபதேசித்தார். இவ்வாறு நாத வடிவைப் பெற்ற திருமால் பரத்துதவத்தை அறிந்து, நாத உருவைத் தரிசித்து, மந்திர வழிகள் அடங்கிய உண்மை, அதனைக் கடைபிடிக்கும் வழிமுறை அறிந்து ஐந்து மந்திரங்களை அடைந்து அம்மந்திரங்களை ஓதினார்.

மேலும், பிரம்மா நாரதரிடம் மந்திரங்கள் ஓதும் திருமால் முன் சிவன் காட்சி அளித்தார். சுவாசமூலம் சிவன் திருமாலுக்கு அளித்த வேதத்தைப் பிரம்மனுக்குத் திருமாலும் அவ்வாறே கொடுத்தார் என்று கூறினார். மேலும் திருமால் சிவபெருமானிடம் அவரை எப்படி தியானிக்க வேண்டும், அவரை மனிதன் அடைவது எப்படி? மேலும், பாவம் அகற்றும் சிவதத்துவ ஞானத்தை உபதேசிக்கும்படி வேண்டினார்.

முதல் சிவ பக்தர்கள்

அப்போது சிவனார் காட்சியளிப்பதாக எண்ணி லிங்கத்தை வழிபட்டு வந்தால் மனமகிழ்ச்சி கொண்டு சகல பலன்களையும் மேன்மைகளையும் அளிப்பதாகக் கூறினார். மேலும் அவர் மும்மூர்த்திகளையும் மனிதர் தோன்றவும், புவி உலக நன்மைக்கும், உலக மாந்தர் அவரை வழிபடவும், இடைவிடாதப் பேரன்புடன் வழிபாடு செய்யுமாறும் கூறி மறைந்தார்.

2. உலகம் உண்டாதல்

உலகத்துக்குப் பிதாமகனான பிரம்மா திருமாலைப் பணிந்து அவரால் ஞானம் பெற்றுப் படைப்புத் தொழிலைச் செய்யலானார். திருமால் அங்கிருந்து மறைந்தார்.

பிரம்மதேவர் நீரில் அஞ்சலி ரூபமாகத் தமது வீரியத்தை வெளியிட இருபத்து நான்கு தத்துவங்களோடு அண்டம் தோன்றியது.

ஒளிமயமாக இருந்த அண்டம் திடப் பொருளாக உருவாக, பிரம்மன் திருமாலைக் குறித்துத் தவம் செய்ய, அரி, அவர் முன் தோன்ற, படைப்புத் திடப் பொருளாகிவிட, அதற்கு திருமால் பிராணவாயு வடிவில் உயிரூட்ட வேண்டுமென்று வேண்டினார் பிரம்மா.

அரியின் உதவி

அப்போது திருமால் ஆயிரம் தலையும், ஆயிரம் காலும் கொண்ட பேருருவம் வகித்து அண்டத்தைப் படைத்தார். அரி அண்டத்தில் நுழைந்ததும், இருபத்து நான்கு தத்துவங்களை உடைய அண்டம், பாதாளம் முதல் சத்தியலோகம் வரையில் உயிர் உடையதாயிற்று. அதில் திருமால் ஒளியாகத் திகழ்ந்தார்.

பின்னர் பிரம்மா தன் மனத்தால் சில பிள்ளைகளை தோற்றுவிக்க அவர்கள் சுக்கிலம் இன்றி இருந்தனர். மேலும் படைக்கப்பட்ட சிலர் விரகிதர்களாக இருந்தனர். இதனால் பிரம்மா சொல்லொணாத் துயரமும், கோபமும் கொண்டு அழுதார்.

உருத்திரர் அருள்

அங்கு அப்போது சிவாம்சமான உருத்திரர் தோன்றி பிரம்மாவின் துயரைத் தான் அகற்றுவதாகவும், படைப்புத் தொழிலில் இடையூறு ஏற்படாத வண்ணம் செய்வதாகக் கூறி திருக்கைலாயத்தில் உள்ள சிவசந்நிதியை அடைந்தார்.

அடுத்து பிரம்மா சப்த ரிஷிகளைப் படைத்தார். தனது மடியில் இருந்து நாரதர் தோன்றிடச் செய்தார். மற்றும் தனது நிழலிலிருந்து கர்த்த முனிவர், பெருவிரலில் இருந்து தக்ஷப் பிரஜாபதி, இருவரையும் உற்பத்திச் செய்தார். மொத்தம் பத்து மானச புத்திரர்கள் தோன்றினர். பிருகு முனிவரிடம் மரீசியும், மரீசியிடம் காசிபரும் தோன்றினர்.

காசிப முனிவர் சந்ததி

தட்சப் பிரஜாபதி தனது அறுபது பெண்களில் பதின்மூன்று பேரைக் காசிப முனிவருக்குத் திருமணம் செய்து வைக்க அவர்கள் மூலம் பலதேவர்கள், அசுரர்கள் தோன்றினர். மரம், பறவை, ஊர்வன, மலை, செடி, கொடிகள் ஆகியவையும் தட்சனின் பெண்களிடமே தோன்றின. இவ்வாறு காசிப முனிவரின் சந்ததியால் இந்த உலகம் விருத்தி அடைந்தது.

தக்ஷன் மகள்

தட்சன் தன் மகள் சக்தியை சிவபெருமானுக்கு மணம் செய்வித்தார். அவளே பவானி, மகாகாளி எனப் படுவாள். இவளே மற்றோர் பிறவியில் மலையரசன் மகளாய் பிறந்து பார்வதி என்ற திருநாமத்துடன் சிவனைப் பதியாக அடைந்தாள்.

தக்ஷனின் ஆணவம்

ஒரு சமயம் தக்ஷனுக்கும், சிவனுக்கும் இடையே மன வேறுபாடு ஏற்பட, தக்ஷன் மிக்க ஆணவம் கொண்டு தன் மகளையும், சிவபெருமானையும் வரவேற்காமலே ஒரு யாகம் செய்ய, அது பற்றி கேள்விப்பட்டு தக்ஷன் மகள் தாட்சாயணி அந்த யாகத்திற்கு வந்தாள்.

அவளைத் தன் மகள் என்றும் கருதாத தக்ஷன் அவளையும், சிவனையும் அவமதித்துப் பேசிட அவமானத்தால் தாக்ஷாயணி தன் தேகத்தை நீத்தாள். செய்தி அறிந்த சிவன் வீரபத்திரனை அனுப்ப வேள்வி அழிக்கப்பட்டதுடன் தக்ஷனும் அழிக்கப்பட்டான். எனினும்

சிவபெருமான் தன் கருணையால் தக்ஷணையும் உயிர்ப்பித்தார்.

பார்வதி பரிணயம்

தாட்சாயணி அடுத்து இமவான் மகளாகப் பிறந்த சிவனை நோக்கித் தவம் புரிந்து பார்வதி என்ற நாமத்துடன் சிவபெருமானை மணந்தாள். (பார்வதி பரிணயம் - கந்த புராணத்தில் காண்க)

பார்வதி பரிணயம் நடைபெற வேண்டி மன்மதனைத் தேவர்கள், சிவனுக்கு காம மயக்கத்தை தூண்டி விட, சிவன் நெற்றிக் கண்ணால் அவனை நோக்க, அவன் எரிந்து சாம்பலாக, தன்னையே நினைத்து தவம் செய்து வந்த பார்வதியைச் சிவ பெருமான் மணந்தார்.

ஆனால் எரிக்கப்பட்ட காமன் கிருஷ்ணன், ருக்மிணி புதல்வனாக பிரத்யும்னன் என்ற பெயரில் தோன்றி, ரதிதேவி இருந்த சம்பராசுரன் தலைநகர் அடைந்து அவனைக் கொன்று ரதிதேவியை அடைந்தான்.

தாரகன்

மாயவித்தையில் வல்ல மாயனாகிய தாரன் என்ற அசுரனின் மகன் தாரகன். அவன் பிரம்மனை நோக்கி அகோரத் தவம் செய்தான். அவன் சிரத்தில் தோன்றிய ஒளி தேவலோகத்தைச் சுட்டெரிக்கலாயிற்று. இது தாரகன் என்ற அசுரனால் ஏற்பட்டதை அறிந்த இந்திரன் பிரம்மனிடம் முறையிட அவர் தாரகன் முன் தோன்றி அவன் வேண்டிய இரண்டு வரங்களையும் அளித்தார். ஒன்று, பிரம்மன் படைப்பில் உள்ள எவரையும் விட அவனுக்கு வலிமை வாய்க்க வேண்டும். இரண்டு, இவனது வீரியத்தால் தோன்றும் புத்திரன் சேனாதிபதியாகித் தன்மீது அம்பு எய்தாலே தனக்கு மரணம் உண்டாக வேண்டும் என்பது. இவ்வாறு வரம் பெற்ற தாரகன் தன் ஊரான சோணித புரம் அடைந்தான்.

அவனுக்கு அசுரர்களின் அரசனாக முடி சூட்டப்பட்டது. அவன் கொடுங் கோல் ஆட்சியில் அனைவரும் கொடுமை படுத்தப்பட்டனர்.

சிவபாலனாலேயே அவனுக்கு மரணம் என்பதால் பார்வதி பரிணயம் நடத்த மன்மதன் பலியாக்கப்பட்டான்.

3. முருகன் தோற்றம்

தாரகனால் பெரும் துயர் அடைந்த தேவர்கள் அக்கினிதேவனை ஒரு புறா வடிவில் சிவபெருமானிடம் செல்லப் பணிக்க, அவன் சிவபெருமான் லீலையில் இருந்தபோது அந்தப்புர அறையில் செல்ல, சிவன் அந்தப் புறாவே தனது வீரியத்தைத் தாங்க வீரியத்தை விட்டார். அதன் வீரிய வெப்பத்தைத் தாங்க முடியாத புறா அதனைக் கங்கையில் விட, அதைக் கங்கை தருப்பப் புல்லில் விட அந்தச் சிவ வீரியத்திலிருந்து பேரழகன், சகலமேன்மை தரவல்ல முருகன் தோன்றினார்.

அவ்வமயம் அங்கு நீராட வந்த கார்த்திகைப் பெண்கள் அறுவரும் அக்குழந்தைக்கு உரிமை கொண்டாட முருகன் ஆறுமுகங்களைக் கொண்டு ஆறு பெண்களிடமும் பால் குடித்ததால் ஆறுமுகன் என்றும் கார்த்திகேயன் என்றும் பெயர் பெற்றான்.

தாரகாசுரன் வதம்

இந்தச் செய்திகளை நாரதர் மூலம் அறிந்த தேவர்கள் சிவபெருமானைத் தரிசித்து, அவருடைய கட்டளைப்படி முருகனைத் தேவசேனாதிபதியாகக் கொண்டு தாரகாசுரன்மீது படை யெடுத்து, பத்து நாட்கள் போர் செய்தனர். முருகன் தாரகாசுரனைக் கொன்றார். இந்தப் போர் சோணிய புரத்தில் நடந்தது.

தாரகனை வென்ற சுப்பிரமணிய ரோடு தேவர்களும் முனிவர்களும் சிவ

சந்நிதியை அடைந்து துதி செய்து வணங்கினர். அப்போது மனமகிழ்ச்சி பெற்ற சிவபெருமான் எப்போது துயர் நேரிடினும் தன்னைத் துதிக்குமாறும், தான் அவர்களைக் காத்திடுவதாகவும் கூறினார்.

தேவர்களும் முனிவர்களும் விடை பெற்றுச் சென்றனர். சிவபூஜை செய்து மனக்குறை ஏதுமின்றி வாழ்ந்து வந்தனர்.

4. தாரகாசுரன் புதல்வர்கள் பெற்ற வரம்

வித்யுன்மாலி, தாரகாட்சன், கமலாட்சன் ஆகிய மூவரும் கடுந்தவம் இயற்றி, பிரமனிடம் வரம் வேண்டினர். தாங்கள் எந்த உயிராலும் கொல்லப்படக் கூடாது என்று கேட்க பிரம்மன் அதை அளிக்க முடியாதெனக் கூற அவர்கள், ''நாங்கள் எண்ணிய இடம் செல்ல பொன், வெள்ளி, இரும்பாலான மூன்று பறக்கும் பட்டணங்களும், அவை ஆயிரம் ஆண்டுகளுக்கு சேர வேண்டும். அவ்வாறு ஒன்று சேரும் பொழுது ஒரே அம்பால் முப்புரங்களை யும் அழிக்க வல்லவன் ஒருவனால் மட்டும் மடியவேண்டும்'' என்று வரம் கேட்டுப் பெற்றனர்.

அதன்படி பிரம்மா மயனிடம் கூற அவன் பொன்னகரைத் தாரகாட்சனனுக் கும், வெள்ளி நகரைக் கமலாட்சனனுக் கும், இரும்பு நகரை வித்யுன் மாலினிக்கும் அளித்தான். இவற்றுள் பொன் நகரைச் சொர்க்கத்திலும், இரசத புரியை மத்தியத்திலும், ஆகாய புரியைப் பூமியிலும் சஞ்சரிக்கத் தக்க இயந்திர சூத்திரம் நிர்மாணிக்க அவர்கள் தத்தம் பறக்கும் திரிபுரங்களுடன் சேர்ந்தார்கள்.

திரிபுரர்கள் அசுரர்கள் எனினும் வேத சாஸ்திரங்கள் முப்புரங்களிலும் பூரண மாக விளங்கின. அவர்கள் நினைத்த போதெல்லாம் புரங்கள் இடப்பெயர்ச்சி ஆகும்போது கோடிக்கணக்கான உயிரினங்கள் மாண்டு மடிந்தன. இதனால் தாங்கொணாத் துயரடைந்த தேவர்களும், ரிஷிகளும், பிரம்மாவை அணுகி தமது கவலைகளைக் கூறி முறையிட்டனர்.

அப்போது பிரம்மன் தன்னால் வரமளிக்கப்பட்ட அரக்கர்களைத் தானே அழிப்பது முறையல்ல என்று கூறி, சிவன் உதவியை நாடுமாறு ஆலோசனை கூறினார். சிவபெருமான் அவர்கள் அசுரர்கள் ஆயினும் புண்ணிய சீலர்கள் அதனால் அவர்களைச் சங்காரம் செய்ய இயலாது என்று கூறி அவர்களைத் திருமாலைக் கண்டு தான் கூறியவாறு சொல்லி முறையிடச் சொன்னார்.

அவர்கள் முறையீட்டைக் கேட்ட திருமால், சிவபெருமானைத் தொழுது யாகங்கள் செய்தால் மந்திர மகிமை யினாலேயே அவர்கள் இறப்பர் என்று கூறியதுடன், சிவமூல மந்திரத்தை உபதேசித்து இலட்சலிங்க அர்ச்சனை செய்வித்தார். திரிபுராதிகள் சிவபூஜை, ஒழுக்க நெறியை மறக்க மாயா சக்தியால் தான் எதுவும் செய்யமுடியும். அதற்கான உபாயம் தேட திருமால் சிந்தனையில் ஆழ்ந்திருந்தார்.

5. மாயபுருஷனின் மாயச் செயல்கள் திருமாலும் மாயபுருஷனும்

திருமால் தன்னிடமிருந்து ஒரு மாய புருஷனை உருவாக்கி, அவனுக்குக் கீழ்க்கண்டவாறு கட்டளை இட்டார். ''நீ பல சக்திகளையும், மாயங்களையும் என்னிடமே பெற்றுத், திரிபுரம் சென்று உன் மாயா சக்தியால் அந்த மூன்று அசுரர்களையும் மயக்கி, அவர்களுக்கு நான் கூறிய சாஸ்திரங்களைக் கற்பித்து, அவர்களுடைய ஆசாரங்கள், நெறிகளை உன் வலிமையால் அகற்றி திரிபுரம் நாசமாகும்படி செய்யவேண்டும்'' என்று கூறினார்.

''மேலும், ''அவர்கள் உன் வயப்பட்டு உனது சாஸ்திரங்களைப் மோகித்த பிறகு, உனது சீடர்களும் மோகித்த பிறகு அவற்றைப் பரப்பிவிடு'' என்றும் கூறினர். மாயா ரூபி பூஜ்யன், ருஷி, பதி, ஆசாரியன் என்ற சீடர்களைப் படைத்து, வித்தைகளைக் கற்பித்து பண்டிதர்க ளாக்கி திருமாலிடம் அழைத்துச் செல்ல அவர்களை ஆசீர்வதித்து மாயரூபனிடம் ஒப்படைத்து ஆசிர்வதிக்க அவர்கள் ஐவரும் திரிபுரத்திற்கு அருகில் உள்ள வனத்தை அடைந்து மயக்கும் மாய வித்தைகளைப் புரியலாயினர்.

இவர்கள் மதத்தில் பல அசுரர்கள் சேர்ந்தனர். ஐவர்களுடன் சேர்ந்து கொள்ளுமாறு நாரதரையும் அனுப்பி வைத்தார் திருமால். அறுவரும் அசுரர்கள் பட்டணத்தில் புகுந்தனர்.

நாரதர் வித்யுன்மாலியைக் கண்டு மாயரூபியை அறிமுகப்படுத்திவிட நாரதரின் கூற்றைக் கேட்ட அவன் தானும் உபதேசம் பெற விரும்பினான். உடனே மாயரூபி அவனுக்கு சில மந்திரங்களை உபதேசித்து அவன் நகர மக்களையும் தீட்சை செய்து அம் மதத்தைப் பின்பற்ற ஆணையிட்டான்.

திரிபுர நிலை

மாயரூபி திரிபுரம் முழுவதும் ஒழுக்க நெறிகளை மீறி நடக்கச் செய்தான். திருமாலின் ஆணைப்படி அங்கு மூதேவி குடியேறினாள். பிரும்மாவின் ஆணைப்படி தனலட்சுமியும் நீங்கி னாள். மாயரூபியும், நாரதரும் அந்நகர மக்களை மாயையால் மயக்கினர்.

திருமால் சிவபெருமானிடம் நிகழ்ந்த வற்றைக் கூறி, திரிபுரர்கள் தவநெறியை விட்டு விட்டதையும் கூறிட, சிவபெரு மான் அதர்ம வழிக்கு மாறின அசுரர் களின் திரிபுரங்களை இனி சங்காரம் செய்வதாகக் கூறி மறைந்தார்.

திருமால் தேவர்களைச் சிவபூஜை செய்யுமாறு கூறி, அதற்கான விதிமுறை களையும் விளக்கிக் கூறினர். தேவர் களின் முன் சிவபெருமான் தோன்றி திரிபுரத்தை அழிப்பதாகக் கூறி, விசுவகர்மனை அழைத்து தேர், வில், பாணங்களைத் தயாரிக்குமாறு கூறினார்.

திரிபுரம் எரிதல்

சிவபெருமான், பார்வதி இருவரும் தேரில் ஏறி புறப்பட நாராயணரும் அதனைச் சுமக்கிறார். இமயவர்களும் திரிபுரம் நோக்கிச் சென்றனர். சிவ பெருமான் வில்லை வளைத்தார். திரிபுரங்கள் ஒன்று சேர்ந்தன. தேவர் களும் சிவபெருமானைத் துதித்தனர். அதுவே தக்க தருணம் என்று பிரம்மா, சிவபெருமானிடம் கூறி பாணத்தை எய்யும்படி பிரார்த்தித்தார்.

சிவபெருமான் அஸ்திரத்தை விட அது திரிபுரம் அடைந்து நாசம் செய்து விட்டு உடனே சிவனாரிடமே வந்து சேர்ந்து விட்டது.

நன்றி நவிலல்

தேவர்கள் வந்து சிவபெருமானை நன்றியுடன் வணங்கினர். அப்போது பிரும்மதேவர், ''தங்களிடம் பிரியாத அன்பும், சாரதித் தொழிலும் நிலைபெற அருள வேண்டும்'' என்றார். அப்போது சிவபெருமான் அவர்களுக்கு என்ன வரம் வேண்டும் என்று வினவினார்.

அதற்கு தேவர்கள், தங்களுக்குத் துன்பம் நேரும் போதெல்லாம் காட்சி அளித்து அவற்றை நீக்கி அருளுமாறு வேண்டிட, சிவனாரும் அவ்வாறே ஆகுக என்று கூற, தேவர்கள் தமது இருப்பிடத்தை அடைந்தனர்.

6. விநாயகர் வரலாறு

திருக்கைலையில் ஒருநாள் பார்வதி தேவி தோழிகளான ஜயை, விஜயை களுடன் விளையாடிக் கொண்டிருந்தார். இடையில் விஜயை பார்வதியிடம் சிவபெருமானிடம் கணங்கள் இருப்பது

போல் அன்னைக்கும் ஒரு சேவகன் அவசியம் என்று கூறினாள்.

உடனே பார்வதி, சிவபெருமானைத் தியானித்து ஒரு கணனை உருவாக்கினார். அந்த கணன் யானை முகம், நான்கு தோள்கள், மூன்று கண்கள், மங்கள ரூபம் உடையவராய் வெண்ணிற ஆடை, உடுத்தி சர்வ வியாபியாய் விளங்கினார்.

அவனுக்கு உயிர் தந்து தன் அனுமதி இல்லாமல் யாரையும் உள்ளே விட வேண்டாம் எனக் கூறி காவலாக நிறுத்தி, அவனைத் தீர்க்க ஆயுளுடன் இருப்பான் என்று ஆசீர்வதித்தார் அன்னை பார்வதி.

உடனே கணன் தாயினை ஆணையிடுமாறு கேட்க, அவனைத் துவார பாலகனாக இருக்குமாறு ஒரு தண்டத்தைக் கொடுத்து அன்போடு முத்தமிட்டு அந்தப்புரம் சென்றார். அன்று முதல் கணதேவர் திருவாயில் காவல் புரிந்தார்.

நீராடும் அன்னைக்கு, மகன் காவல்

ஒருநாள் உமாதேவி, தோழியருடன் நீராடும் வேளையில் சிவபெருமான் அந்தப்புரத்தில் நுழைய முயன்றார். வாயிலில் நின்ற கணநாதர் அவரை அனுமதிக்காமல் தண்டத்தைக் கையில் எடுத்துக் கொண்டார்.

தான் சிவன் என்று கூறிட, சிவனானாலும் அனுமதிக்க மாட்டேன் என்று கூறித் தடுத்தார். இதனால் கோபம் கொண்ட சிவனார், பிரதம கணங்களை அழைத்து அந்தக் காவலாள் துடுக்குத் தனத்தைப் பாருங்கள் என்றிட, அவர்கள் விநாயகரை நோக்கி, ''நீ யார்? ஏன் இங்கு வந்தாய்? உன் வேலை என்ன?'' என்று கேட்க, விநாயகர் அவர்களிடம் ''யார் நீங்க? உங்களுடக்கு இங்கே என்ன வேலை!'' என்று கேட்டு அவர்களைப் போய் விடுமாறு விரட்டினார். மீண்டும் மீண்டும் சிவகணங்கள் எவ்வளவோ மிரட்டியும் கணநாதர் அவ்விடம் விட்டு நகரவில்லை.

பார்வதி தேவியின் அன்பு கிடைத்த கணபதி, தான் பார்வதியின் மைந்தன் என்றும், எதிராளிகளாகிய அவர்கள் சிவகணங்கள் என்று கூறி அவரவர் கடமையை அவரவர் செய்ய வேண்டும் என்று கூறினார். இதனால் சிவகணங்களுக்கும், கணபதிக்கும் கலவரம் மூண்டிட கணபதியின் தாக்குதலைத் தாங்க முடியாமல் அனைவரும் ஓடினர்.

இதனை அறிந்த நாரதர், பிரும்மா, தேவேந்திரன் ஆகியோர் அங்கு வந்தனர். அவர்கள் மூலம் போரை நிறுத்த முயற்சி நடந்தது. போர் பரவாத இடம் இல்லை.

கணநாதருடன் போர்

பார்வதி இரண்டு சக்திகளை உண்டாக்கி கணபதியின் உதவிக்கு அனுப்ப தேவர்களும், பிரதம கணங்களும் தோற்று ஓடினர். அது கண்ட சுப்பிரமணியர் கணபதியைப் போல் வல்லவனை அதுவரைக் கண்டதில்லை என்றும், அவனைச் சிவனாரே சென்று அடக்க வேண்டும் என்றும் கூறினார்.

அப்போது நாரதர், ''அவன் கொல்லத் தகுந்தவன் அல்ல. அவன் பாலகன். தன்னந் தனியனாய்த் தாயின் கட்டளையை நிறைவேற்றுகிறான். அவனுடன் நட்பு கொள்வதே சிறந்தது'' என்று கூறினார்.

நாரதர் பேச்சைச் சிவனார் ஏற்காமல் போருக்கு விரைய, திருமால் வந்து கணநாதனை மோகப்படுத்த, கணபதி திருமாலை நோக்கி இரும்புலக்கையால் தாக்க முயல, சிவனார் சூலத்தால் தடுத்துத் தாக்க, சூலாயுதம் கை நழுவியது. கணபதியின் வல்லமையை

சிவபெருமான் புரிந்து கொண்டார். அப்போது திருமாலிடம், தோற்றம், அழகு இவற்றில் இச்சிறுவனுக்கு நிகரானவர் இல்லை என்றார். கணபதி அரியின் சக்கரத்தைத் தூளாக்கினார். திருமாலுக்கும், கணபதிக்கும் மல்யுத்தம் நடைபெற சிவபெருமான் கணபதியின் பின் பக்கமாகச் சென்று பாசத்தால் இறுக்கி பூமியில் வீழ்த்தினார்.

நாரதர் பார்வதியிடம் விரைந்து சென்று செய்தியைக் கூறினார். பார்வதி ஆயிரம் சக்திகளை உண்டாக்கி அனை வரையும் அழைத்து பிரளயம் ஏற்பட ஆணை பிறப்பித்தாள். கடுமையான போர் நடந்தது.

பார்வதி தேவி கருணையினால் மட்டுமே நடந்தது என்று எண்ணும் போது, ஒரு சக்தி சிவனார் இடுப்பில் ஓங்கி அடிக்க அவர் எதையும் கேட்க முடியாமல் சக்தி இழந்தார்.

இது கண்டு நாரதர் சில முனிவர் களுடன் பார்வதியிடம் சென்று வணங்கிப் பிரார்த்தித்தார். உமா தேவியோ ''கணபதி மூர்ச்சை தெளியும் வரை பிரளயம் நிற்காது'' என்றாள். மேலும், ''கணபதி அனைவராலும் வணங்கப்படுபவனாய், முதற் கடவுளாய் எண்ணப்பட்டால் அன்றி சங்காரம் நிற்காது, நலம் கிடைக்காது'' என்று கூறி அனுப்பி விட்டாள்.

போரின் முடிவு

இச்செய்தி அறிந்த சிவபெருமான் அவ்வமயம் அனைவருக்கும் சேமம் உண்டாவதே முக்கியம். எனவே பார்வதியின் விருப்பப்படி நடப்பதே நன்மை தரும் என்றார்.

உடனே சிவபெருமான் சஞ்சீவ கரணம் முதலிய மூலிகைகள் நிறைந்த துரோணாசலத்தை வரவழைக்க அக்காற்றின் பயனால் அனைவரும் உயிர் பெற்றெழுந்தனர். மூர்ச்சித்துக் கிடந்த கணபதியைச் சிவனார் திருக் கையால் தடவ அவரும் மூர்ச்சை தெளிந்து எழுந்தார்.

தேவர்களும், நாரதரும் மூர்ச்சை தெளிந்த கணபதியைக் கண்டு மகிழ்ந்து மும்மூர்த்திகளிடம் பார்வதி தேவியார் கேட்பதைச் செய்யவேண்டும் என்றனர். அப்போது பிரம்மாதி தேவர்கள் கணனுக்குப் பூரணத்தன்மை வேத மந்திர சம்பந்தத்தால் உண்டாக்கினர். அவருக்குப் பட்டாபிஷேகம் செய்வித்து பார்வதியிடம் அழைத்துச் சென்றனர். அவள் கணனைத் தழுவி கடமைக்காகப் போராடிய அவன் யாவராலும் முன்ன தாக வணங்கத்தக்கவன் ஆகுக என்றாள். போர் நிற்க, சிவபார்வதி ஒன்றினர். சிவனார் கணபதி தன் பிள்ளை என்று கூற, அவரும் தந்தையிடம் மன்னிக்கு மாறு வேண்டினார்.

விநாயகர் வழிபாடு

சிவபெருமான், ''அனைவராலும் கணேசன் வணங்கப்படவேண்டும். அவனை வணங்குவோர்க்கு காரிய சித்தி நிச்சயம். வினை தீர்க்கும் சகல கணங்களுக்கும் தலைவனாகத் துதிக்கத் தக்கவனாக வேண்டும்'' என்று வாழ்த்தினார். எல்லோரும் விநாயகரை வணங்கினர்.

மேலும், சிவனார் சந்திரோதய வேளையில் இரவு முதற் சாமத்தில் பார்வதி தேவி விநாயகரைப் பெற்றதால், அந்தி நேரத்தில் அவரைத் துதித்தல் உத்தமத்திலும் உத்தமம்'' என்று அருளினார். உலகம் மகிழ்ச்சி உற்றது.

7. கணபதி கலியாணம்

உலகம் அம்மை அப்பனே

விநாயகர், முருகன் இருவரில் யாருக்கு முதலில் திருமணம் என்பதை நிர்ணயிக்க, சிவனார் ''உலகை இருவரில் யார் முன்னதாகச் சுற்றி

வருகிறாரோ அவனுக்கே முதலில் திருமணம்'' என, சுப்பிரமணியர் விரைந்து போனார். ஆனால், கணநாதரோ சிறிது சிந்தித்து பார்வதி, பரமேஸ்வரர்களை அமரச் செய்து ஏழுமுறை சுற்றி வலம் வந்து வணங்கி நின்றார்.

உலகைச் சுற்றுதல்

சிவனும் பார்வதியும் கணபதியைச் சீக்கிரம் உலகைச் சுற்றி வரக் கூறினர். அப்போது விநாயகர் தாய் தந்தையரை வலம் வந்தால் உலகை வலம் வந்ததாகப் பொருள் என்று வேதங்கள் கூறுகின்றன. நான் உங்களிருவரையும் ஏழு முறை வலம் வந்ததால் முதலில் உலகைச் சுற்றி வந்துவிட்டேன். எனக்கு முதலில் திருமணம் செய்விப்பதே நியதி.

பார்வதி, பரமசிவன் கணநாதனின் அறிவை மெச்சி அவன் கூறிய உண்மையை ஏற்று திருமண ஏற்பாடுகளில் முனைந்தனர்.

திருமணம்

விசுவரூபனின் புதல்விகளாகிய சித்தி, புத்தி என்ற இரு கன்னியர்களை தேவமுறைப்படி விநாயகருக்கு மணம் முடித்து வைத்தனர். அந்நேரம் உலகைச் சுற்றி முடித்து முருகன் வந்து சேர்ந்தான். நடந்தவற்றை அறிந்து கோபம் கொண்டான்.

குமார பிரம்மச்சாரி

பரமனும் பார்வதியும் கூறிய எதுவும் அவர் காதில் ஏற்கவில்லை. தனது விஷயத்தில் கபடம் செய்தவர்களிடம் அங்கு இருக்கக் கூடாது என்று கூறி 'கிரௌஞ்ச மலை' சென்று நின்று விட்டார். அது முதல் அவர் 'குமார பிரம்மச்சாரி' என அழைக்கப்பட்டார்.

முருகன் பிரிவைத் தாங்காத சிவபெருமான் 'மல்லிகார்ச்சுனன்' என்ற பெயரில் ஜோதிலிங்க வடிவில் அங்கு வசித்தார். பார்வதியும் உடன் அமைந்து காட்சியளிக்கிறார். அங்கிருந்து ஆறுமுகன் வெளியேற முயற்சிக்கையில் தேவர்கள் அவரையும் அங்கேயே இருக்கும்படி வேண்டிட அவரும் மூன்று யோசனைத் தொலைவில் தங்கினார்.

8. அனுசூயை, அத்திரி, கங்கை

''பிரபஞ்சம் முழுவதும் ஆன்மாக்களுக்கு அருள் புரியவே சிவபெருமான் லிங்க வடிவில் விளங்குகிறார். லிங்கார்ச்சனை செய்தால் சகல பயன்களும் கிடைக்கும்'' என்று சூத பௌராணிகர் கூறி விளக்கினார்.

அத்திரி, அனுசூயை தவம்

ஒரு சமயம் அத்திரி முனிவர், தன் மனைவி அனுசூயையுடன் தென் திசையில் காமதம் என்ற வனத்தில் தவம் செய்து வந்தார். அங்கு வறட்சி தாண்டவமாடியதால் இந்தத் தம்பதியர் தவிர மற்ற அனைவரும் அந்த இடத்தை விட்டு அகன்று விட்டனர்.

அங்கு பார்த்திவ லிங்கப் பிரதிஷ்டை செய்து வழிபட்டு வந்தாள் அனுசூயை. முனிவர் தியானத்தின் காரணமாக வறட்சி பற்றி எதுவும் அறியாமல் இருந்தார்.

தேவர்களும், முனிவர்களும் இந்தத் தம்பதியர் தவத்தையும், பூசையையும் கண்டு புகழ்ந்து போற்றிச் சென்றனர். மற்றும் அங்கு வந்த சிவனும், கங்கையும் அனுசூயையை மெச்சி வரம் தர எண்ணினர். ஆனால், கணவர் தவம் முடியும் வரையில் சிவபூஜையிலேயே இருக்க வேண்டும் என்ற மன உறுதியுடன் விரதம் கொண்டாள்.

கங்கை காட்சி தரல்

பல ஆண்டுகள் கழித்து தவம் கலைந்த முனிவர், அனுசூயையைப்

பார்த்து ''விரைவில் நீர் கொண்டு வா'' என பணித்தார். அவள் எங்கெல்லாம் திரிந்தும் நீர் கிடைக்காத நிலையில் கங்காதேவி அவள் முன் தோன்றினாள்.

அவள் அனுசூயையிடம் வேண்டுவன கேள் என்றாள். அதற்கு அவள் கணவருக்காக தண்ணீர் கேட்டாள். அப்போது கங்கை ஒரு சிறு குழி தோண்டினால் நீர் கொடுப்பேன் என்றதும், அனுசூயை குழிதோண்ட குழியில் இருந்து பெருகிய நீரை வியப்புடன் கமண்டத்தில் முகந்து கொண்டாள். கணவர் தவம் செய்யும் வரை அங்கேயே இருக்க வேண்டினாள்.

அப்போது கங்கை, அனுசூயை முனிவனுக்கு செய்த பணிவிடையின் ஒரு மாத பலனைக் கொடுத்தால் இருப்பதாகக் கூறினாள். நீரை கணவனுக்கு அனுசூயை கொடுக்க, அவர் குடித்துவிட்டு நீர் சிறப்பாக உள்ளதே என்றும், ஏது அது? என்றும் கேட்க நிகழ்ந்ததைக் கூறினாள். அந்தக் கற்புக்கரசி, முனிவரை அழைத்துக் கொண்டு கங்கை இருக்குமிடம் வந்து சேர்ந்தாள்.

அப்போது அத்திரி முனிவர் கங்கையில் நீராடும் பேறு பெற்றதற்காக கங்கையைத் துதித்தார். மேலும் கங்கையை அங்கேயே இருக்குமாறு இருவரும் வேண்டிட, கங்கை அனுசூயையிடம், ''முனிவரையும், லிங்கத்தையும் வழிபட்டதால் கிடைத்த பயனில் ஒரு வருடப் பலனைத் தரவேண்டும்'' என்றாள்.

அத்திரீசுவரர்

அப்போது லிங்கத்திலிருந்து சிவபெருமான் தோன்றி அனுசூயையிடம் தன் மகிழ்ச்சியைத் தெரிவித்து வரம் வேண்டுமாறு கூறினார். அவரை அத்திரி முனிவரும் அனுசூயையும் வணங்கி வழிப்பட்டு ''எப்போதும் அங்கேயே இருந்து உலகிற்கு நன்மைகள் புரிய வேண்டும்'' என்று பிரார்த்தித்தனர்.

அன்று முதல் சிவபெருமான் அங்கு 'அத்திரீசுவரர்' என்ற பெயரில் அனைவருக்கும் அருள் பாலிக்கிறார். கங்கை, பார்வதி இருவரும் அங்கே இருக்கின்றனர்.

இச்செய்திகளைக் கேட்ட முனிவர்கள் அதுவே தவத்திற்கு ஏற்ற இடம் என்று அங்கேயே தங்கிவிட்டனர்.

9. தேவதாரு வனத்தில் அரி, அரன்

ஒரு சமயம் தேவதாரு வனத்தில் இருந்த முனிவர்கள் 'யாகமே சிறந்தது. அதைவிட கடவுள் இல்லை. தங்கள் மனைவியரின் கற்பே சிறந்தது' என்று மயங்கி இருந்தனர்.

திகம்பரனும் மோகினியும்

அவர்கள் மயக்கத்தைத் தெளிவிக்க சிவபெருமான் ஓர் அழகிய நிர்வாண முனிவராயும், திருமால் மோகினியாகவும் இணைந்து இருவரும் அவ்வனத்தை அடைந்தனர்.

சிவனார் முனிவர்களின் இல்லங்கள் தோறும் சென்று யாசிக்க, முனிவர்களின் மனைவியர் அவர் மீது மையல் கொண்டு மயங்கினர்.

தவமே உயிராக எண்ணிய முனிவர்கள் இருந்த இடத்தில் திருமால் மோகினி வடிவில் வீணை மீட்டிப் பாடிவர முனிவர்கள் அவள் மீது மோகம் கொண்டு அவளைப் பின் தொடர்ந்தனர்.

தங்கள் மனைவியர் திகம்பரராக வந்த சிவனைப் பின் தொடர்ந்து செல்ல, கோபம் கொண்ட முனிவர்கள் அவரை யார்? என்று கேட்க அவர் தான் ஒரு தவ முனிவன் என்றும் தன் மனைவியுடன் அங்குத் தவம் செய்ய வந்திருப்பதாகவும் கூறினார். இதனால் கோபம் கொண்ட

முனிவர்கள் சிவபெருமானைச் சபிக்க அச்சாபம் அவரை அண்டவில்லை.

வசிஷ்டர் பூஜை

பின்னர் சிவதிகம்பர தவசி, மோகினி யுடன் வசிஷ்டர் ஆசிரமத்தை அடைய, வசிட்டர் மனைவியோடு அவர்களைப் பூசை செய்ய அதனை ஏற்று பின் சிவபெருமான் திருக்கயிலையை அடைந்தார்.

10. சிவனார் நீலகண்டனாதல்

பாற்கடல் கடைதல்

ஒரு சமயம் தேவாசுரர்கள் இணைந்து மந்திர மலையை மத்தாக்கி சந்திரனை அடைத்தூணாக்கி, வாசுகியை நாணாகக் கொண்டு பாற்கடலை அமுதம் பெறக் கடைந்தனர். அப்போது மலை நீரில் மூழ்க, ஸ்ரீ விஷ்ணு கூர்மாவதாரம் எடுத்துத் தாங்கிட. கடலிலிருந்து பல பொருள்கள் வெளிவந்தன. அவற்றுள் ஒன்று 'ஆலகால விஷம்' ஆகும்.

ஆலகால விஷம்

நாணாகி இருந்த வாசுகி சர்ப்பம் களைத்து, பதைத்து, தனது நா துடி துடிக்க விடத்தைக் கக்கியது. அதனால் தேவர்களைக் காக்கத் திருமால் ஆலகாலத்தை எதிர்கொள்ள அவர் கருமையானார்.

பிரம்மாதி தேவர்கள் ஆலகால விடத்திலிருந்து தம்மைக் காத்திடுமாறு கைலாயபதியை வேண்டிட, அவர் உமையை நோக்க அவளும் உதவுமாறு வேண்டினாள்.

நீலகண்டர்

அப்போது ஆலகால விடத்தை சிவபெருமான் உட்கொள்ள அது கண்டத்தளவு செல்ல அதனைக் கண்டத்திலேயே தரித்தருளுமாறு தேவர்கள் வேண்டிட அவரும் விடத்தை கண்டத்திலேயே நிறுத்திவிட அவர் நீலகண்டர், மணிகண்டர், சீகண்டர் என்ற பெயர் களைப் பெற்றார்.

பாற்கடலில் மேலும் தோன்றிய பொருள்களில் காமதேனு பாரிசாதம், உச்சைச்சிரவசு (குதிரை) ஆகியவற்றைத் தேவேந்திரன் எடுத்துக் கொண்டான். கவுத்துவ மணியையும், இலக்குமி யையும் திருமால் பெற்றார். தன்வந்திரியை அனைவரும் பெற்றனர்.

மோகினி

பின்னர் கிடைத்த அமுதத்தைக் கையிலே எடுத்துக்கொண்டு திருமால் மோகினியாக உருப்பெற்று தன் மாயை யினால் அசுரர்களை ஏமாற்றி தேவர் களுக்கே அமுதத்தைப் பகிர்ந்தளித்தார்.

இதனால் கோபம் கொண்ட அசுரர்கள் அமரர்களுடன் போர் செய்ய, ஓடி ஒளிந்த அசுரரைத் தேடி திருமால் சக்கரம் ஏந்தி பாதாள லோகம் அடைந்தார். அங்கு அழகிய மங்கையரைக் கண்டு மோகித்து காம லீலைகளில் ஈடுபட்டு போகித்ததன் மூலம் பல வீரப் புதல்வர்களைப் பெற்றார்.

பாதாள அழகிகள்

இந்நிலையில் பிரம்மன் சிவபெரு மானிடம், திருமால் கடமையை மறந்து மோக லீலையில் இருப்பதைக் கூறி அவரைத் திருத்துமாறு வேண்டிட, சிவனார் காளை உருவம் எடுத்துப் பாதாளம் அடைந்து திருமாலின் புத்திரர்களுடன் போர் செய்து அழிக்க, திருமால் வந்தது சிவனார் என்று அறிந்து அவரிடம் மன்னிப்பு கோரினார். அடுத்துத் திருமாலிடம் சிவனார் தீய வழியினர் பாதாளத்தில் இருப்பதால் திருமாலின் சக்கராயுதம் அங்கேயே இருக்கட்டும் என்று கூறி அதற்கு நிகரான மற்றொரு சக்கராயுதத்தை அருளினார்.

திருமால் அங்கிருந்து விலகி தமது பதவியை அடைந்தார். திருமாலிட

மிருந்து பாதாள லோக அழகிகளைப் பற்றி அறிந்து அவர்களுடன் கலவி செய்ய தேவர்கள் விரைய, சிவபெருமான் பாதாளம் செல்வோர் உடனே ஒழியுமாறு சாபமிட்டார். அதனால் தேவர்கள் திரும்பிவிட்டனர்.

ஒருநாள் சிவபெருமான் கவலையுற்றிருக்க, உமாதேவி அவரின் வருத்தத்திற்குக் காரணம் கேட்க, அவர் பாதாளத்தில் உள்ள அழகிகளைப் பற்றி சிந்திப்பதாக கூறினார். அப்போது சிவனார் அனுமதி பெற்று உமாதேவி பாதாளம் சென்று, அந்த அழகிகளிடம், கணவன் இன்றி அவர்கள் அழகினால் பயனில்லை என்று கூறினாள். மேலும், அங்கே தவப்புதல்வர்களிடம் வந்து நல்வாழ்வு வாழுமாறு அறிவுரை கூறினாள்.

11. மும்மூர்த்திகள்

சிவனை லிங்க வடிவிலும், பிற தெய்வங்களை விக்கிரக வடிவிலும் உலகினர் பூசை செய்வதன் காரணத்தை சூத முனிவர் விவரித்தார்.

முன்பொரு சமயம் தாவரங்கள் யாவும் நலிவுற்று பூமி எங்கும் தண்ணீரால் மூடப்பட்டது. அந்த நீரில் பிரம்மா, திருமால், ருத்திரர் மூவரும் தோன்றினர். பெரிய வாயு தோன்றி நீரை உலர்த்தியது. அப்போது பாதாளத்திலிருந்து காலாக்கினி ருத்திரர் தோன்றி நீரை உலர்த்தி யாருமறியாமல் பாதாளத்தை அடைந்தார்.

இவ்வாறு நீர் உலர்வதும், ஏழு மேகங்கள் தோன்றி மழை பொழிந்து நீர் மயமாக்குவதும் மாறி மாறி நடந்த வண்ணம் இருந்தது. அப்போது நான்முகனும், திருமாலும், ருத்திர மூர்த்தியை வணங்கி உலகங்களைப் படைக்க வேண்டும் என்று கூறினர். 'அவ்வாறே ஆகட்டும்' என்று கூறி ருத்திரர் மறைந்தார்.

அடுத்து திருமால் பிரம்மாவை படைப்புகளில் முயலுமாறும் அதற்கான ஆற்றலைத் தருவதாகவும் கூறினார். பிரம்மா படைப்புத் தொழிலைத் தொடங்கி மானுடர், பசு, பக்ஷி, தாவரங்கள் ஆகியவற்றைப் படைத்தார்.

நீரில் மூழ்கிய ருத்திரர் படைப்புத் தொழில் செய்ய மீண்டும் எழுந்தபோது பிரபஞ்சம் படைக்கப்பட்டிருப்பதைக் கண்டு, முக ஒளியை விட அது பிரம்மாவின் படைப்புகளை எல்லாம் அழித்தது. அப்போது பிரம்மா அவரிடம் சரணம் புக, பிரம்மனுக்கு என்ன வரம் வேண்டும் என கேட்டார்.

பிரம்மா அவர் படைத்த பிரபஞ்சம் முன்பு போலவே இருக்க வேண்டும் என்று வேண்ட, ருத்திரர் தன் முகத்தில் தோன்றிய ஒளியை எங்கு ஒடுக்கலாம் என்று கேட்க, பிரும்மா பிரபஞ்சத்துக்கு உதவியாக உள்ள சூரியனிடம் ஒளியை வைத்து விட்டு அவரே சூரியனிடமிருந்து படைப்பு செய்து எல்லோராலும் துதிக்கப்பட்டு கற்பாந் தத்தில் அவரே அழிக்குமாறும் கூறினார்.

ருத்திரர் புன்னகை புரிந்து லிங்க வடிவில் தன்னை வழிபட்டாலன்றி பிரம்மனுக்கு படைப்பாற்றல் கை கூடாது என்றார். உடனே ஒளிமயமான லிங்க வடிவில் தோன்ற அரியும், அயனும் அடி, முடி காண முயல்கையில் ஓர் அசரீரி கூறியது. ''ஒளி லிங்கத்தை வழிபடுவோர் நான்கு பேறுகளையும், அட்டமாசித்திகளையும், அனைத்துலகத்திலும் சஞ்சரிக்கும் ஆற்றலையும், முத்தொழில்களைச் செய்யும் தகுதியையும் பெறுவார்கள். இந்த லிங்கத்தை அர்ச்சித்து நீங்கள் நினைத்ததை அடைவீர்களாக''.

அரியும், அயனும், அடி, முடி தேடுவதை விடுத்து லிங்கத்தைப் பல காலம் வழிபட மகாதேவர் தோன்றி திருமாலுக்கு எல்லோராலும் துதிக்கப்

படுபவராய், வல்லமை உள்ளவராக வரம் தந்தார். பிரம்மனுக்கு அழியாத படைப்புச் சக்தியை அருளினார்.

12. உஷையின் காதல்

ஒருநாள் சோணிதபுரியை அடுத்த நதிக்கரையில் பரமன் இருந்தார். அவர் நந்திதேவரை இரகசியமாக அழைத்து பார்வதியை அழைத்து வர ஆணை யிட்டார். நேரம் ஆகியும் பார்வதி வராததால் மீண்டும் நந்தியை அனுப்ப, பார்வதி தோழிகள் ஐவரை அனுப்பி தான் விரைவில் வருவதாகக் கூறுமாறு நந்தியிடம் கூறினாள்.

இந்நிலையில் அங்கிருந்து அப்சரசு களில் ஒருத்தியான சித்திரரேகை, அப்சரசுகளில் ஒருவரை நந்திகேசுவர வடிவமும், மற்றவர்கள் பார்வதியின் தோழிகளாகவும் வடிவெடுக்குமாறு கூற ஊர்வசி நந்தி தேவராகவும், மற்றவர்கள் பல்வேறு வடிவங்களும் சித்திரரேகை பார்வதி வடிவும் கொண்டு சிவனாரிடம் செல்ல, பார்வதி வடிவு கொண்ட சித்திரரேகையைத் தன் அருகில் அமர வைத்தார். மற்ற வேடதாரிகள் ஆடியும், பாடியும் மகிழ்ந்தனர். (இந்தக் கபட நாடகம் பற்றி சிவபெருமான் அறிவார். மேலும் ஸ்ரீ விஷ்ணு, ஸ்ரீ பாகவதம், ஸ்ரீ லிங்கபுராணம் ஆகிய வற்றைப் பார்க்க).

இத்தகைய நாடகம் ஒன்று அரங்கேற்றம் ஏறியுள்ளபோது உண்மை யான பார்வதி சகல அலங்காரங்களுடன் பிருங்கி முனிவர், நந்தி போன்ற பிரதம கணங்களால் துதிக்கப்பட்டு வான் வழியே சிவனார் இருக்குமிடம் வந்தார். அங்கு நடைபெற்றுக் கொண்டிருக்கும் கபட நாடகத்தை அறிந்து புன்னகை பூத்தாள் பார்வதி தேவி. அப்போது நடித்தவர்கள் சுயரூபம் பெற்றுத் தங்கள் பணிகளில் ஈடுபட்டனர்.

உஷையின் கனவுக் காதலன்

வாணாசுரன் எல்லையற்ற வரங்கள் பெற்று தனக்கு நிகர் யாருமில்லை என்று கூற, சிவபெருமான் ''விரைவில் போர் மூளும். அதில் அவன் தோல்வி அடைவான்'' என்றார்.

வைகாசியில் குறிப்பிட்ட நாளில் சர்வ அலங்காரங்களுடன் திருமாலை வணங்கி உஷை படுத்திருந்தாள். அப்போது கண்ணபிரான் பேரன் அநிருத்தன் பார்வதியின் லோகமாயை யால் அனுப்பப்பட்டு சோணிதபுரம் அடைந்து உஷையைக் கனவில் கூடிக்களித்து மீண்டும் துவாரகை அடைந்தான். உஷை கணவனைக் காணாமல் உயிரை விடப் போவதாகக் கூறி மயங்கி வீழ்ந்தாள்.

அப்போது தோழி சித்திரலேகை உஷையின் மூர்ச்சையைத் தெளிவித்து நடந்த விவரங்கள் கூறி ஒரு வாரத்தில் அநிருத்தனைக் கொண்டு வருவதாகக் கூறிப் புறப்பட்டாள். அநிருத்தனை மஞ்சத்துடன் கொண்டு வந்து உஷை யிடம் சேர்த்தாள். அந்தப்புரத்தில் ஓர் ஆடவனைக் கண்ட காவலர்கள் வாணாசுரனிடம் அது பற்றித் தெரிவிக்க, அந்த ஆடவனைப் பிடித்து சிறையி லடைக்குமாறு அமைச்சர் குபாண் டனிடம் கூற, அவனும் அவ்வாறே செய்ய வாணன் அவனைச் சிரச்சேதம் செய்ய ஆணையிட்டான். சிறந்த வீரனான அநிருத்தனிடம் அமைச்சர் மன்னனை வணங்கினால் விடுதலை பெற்று உயிர் பிழைப்பான் என்று கூற, அவன் மறுக்க, பார்வதி தேவி கருமலை போன்ற வடிவில் வந்து அநிருத்தனை விடுவித்து உஷையுடன் சேர்த்துவிட்டு மறைந்தாள்.

உஷா பரிணயம்

இவற்றை எல்லாம் நாரதன் மூலம் அறிந்த கிருஷ்ணன் சேனைகளுடன் சென்று அசுரர்களை வென்றார். வாணன் தலையைக் கொய்ய நினைக்கையில் சிவபெருமான் அவனைத் தடுத்து நிறுத்த அநிருத்தன், உஷை திருமணம் நடந்தேறியது.

சிவபெருமான் பாணாசுரனுக்கு அவன் கேட்டபடி திருமால் ஆராதனை இருக்கவும், சோணிதபுரி அரசிற்கு அநிருத்தனது புதல்வன் அரசனாகவும் வேண்டும் என்று வரம் அளித்தார்.

பாணன் மகள் உஷையின் புத்திரன் விசுவஜித் கண்ணன் விருப்பப்படி அரசனானான்.

13. பிரத்யும்னன், சும்ப, நிசும்பன் காமதகனம்

இமயவன் மகள் உமாதேவி, தவத்திலிருக்கும் சிவபெருமானை மணக்க சிவபெருமான் மீது மன்மதன் பாணங்களை ஏவிட, கண் விழித்த ஈசன் மன்மதனை நெற்றிக் கண்ணால் எரித்திட, இரதிதேவி மன்மதனை மன்னித்து உயிருடன் அளிக்க வேண்டினாள்.

மாயாவதி

அப்போது சிவபெருமான், துவாபர யுக முடிவில் இரதி மயன் மகளாய் பிறந்து மாயாவதி என்ற பெயரில் வளர்ந்து வர, கிருஷ்ணனின் மகன் பிரத்யும்னன் என்ற பெயரில் பிறந்திருக்கும் மன்மதன், அவளைக் கொண்டு செல்லும் சும்பனைக் கொன்று மாயாவதி (இரதி)யை மனைவியாகக் கொள்வான் என்று வரமளித்தார்.

ஈசனார் கூறியபடி இரதி, மயன் மகளாகி மாயாவதி என்ற பெயரில் வளர்ந்து வர அவளைச் சம்பரன் திருமணம் புரிய எண்ணித் தன் நகரம் கொண்டு சென்றான். சம்பரன் பிரத்யும்னனையும் கொண்டு போய் மாயையிடம் கொடுத்து வளர்க்கச் செய்தாள். பின்னர் பிரத்யும்னனுக்கும், சம்பரனுக்கும் நடந்த போரில் சம்பரன் மாண்டான். பிரத்யும்னன் சிவப்பிரசாதப் படி 'சம்பராரி' என்ற பெயரில் அவளுடன் துவாரகையில் அரசாண்டு வந்தான்.

பிரத்யும்னன், மாயாவதி

ஒருநாள் உத்தியான வனத்தில் பிரத்யும்னன், மாயாவதியுடன் தனித்து இருக்கும்போது சும்பன் அவளைப் பிடித்துச் சென்று நிசும்பனிடம் விட்டு பசுவைப் பட்சணம் செய் என்றான். நிசும்பன் அந்த இரையை வான்வழியே எடுத்துச் செல்லும்போது இறை அருளால் பிரத்யும்னன் வாயு வசத்தால் சும்பன் பட்டணத்தில் உள்ள மலை உச்சியில் விழுந்து மூர்ச்சை அடைந்தான். மூர்ச்சை தெளிந்த அவன் சும்பன் மகள் லட்சுமியைக் காந்தர்வ மணம் புரிந்தான்.

சும்ப, நிசும்பன் அழிவு

இஃதறிந்த சும்பன், மகள் மருமகன் இருவரையும் கூண்டில் அடைத்து அசுரசேனை கொண்டு காத்து வந்தான். பிரத்யும்னன் நாகங்கள் கொண்டு கடிக்கப்பட பார்வதி நாகணவாய் வடிவில் கூண்டைத் தூளாக்கினார்.

இதனை அறிந்த சும்பன், நிசும்பன் இருவரும் துர்க்கையிடம் போரிட வந்தவர்கள் அவள் அழகில் ஈடுபட்டு மதி மயங்கி அவளை அடைய விரும்பிய அவர்களிடம் துர்க்கை வல்லவனுக்கேதான் என்று கூற இருவரும் தமக்குள் சண்டையிட்டு மடிந்தனர். பிரத்யும்னன் மாயாவதி இருவரையும் துவாரகையில் சேர்த்து விட்டு மறைந்தாள் துர்க்காதேவி.

பிரத்யும்னன் மனைவி இலக்குமியின் மகன் விசுவக்சேனன் சம்பர நகருக்கும், மற்றொரு மனைவி மாயாவதியின் மகன் மயன் சம்பரபுரத்திக்கும் அரசர்களாகி வாழ்ந்து வந்தனர்.

14. சிவபெருமான் பெற்ற காரணப் பெயர்கள்

ஒரு சமயம் சிவபெருமானும் பார்வதியும் தனித்து உரையாடிக் கொண்டிருந்தனர். அப்போது பார்வதி சிவனிடம்

நிலா, கங்கை, விபூதி போன்றவற்றின் வரலாறு கேட்டாள்.

சந்திரசேகரன்

தக்கன் வேள்விக்குப் பிறகு, உமா அர்த்தநாரியிடமிருந்து விலகி விட ஐயன் அவள் நினைவாகவே எங்கும் அலைந்து திரிய மூவுலகினரும் தன் ஒளி தாங்காமல் சிரமப்படுவதை உணர்ந்து தேவர்கள் மந்திர மலையருகில் கூடினர். தேவர்கள் வெப்பத்தின் காரணத்தையும், அதைத் தணிக்க செய்யும் உபாயத்தையும் பற்றி வினவினர். அப்போது பிரம்மா, ''சிவபெருமான் ஒளியால் மூவுலகும் எரிகின்றன. குளுமையான கிரணங்களை உடைய சந்திரனை, சிவபெருமான் சிரசில் எப்போதும் இருக்கச் செய்யின் வெப்பத்தின் பாதகம் இருக்காது'' என்றார்.

நீலகண்டன்

தேவர்கள் வேண்டுகோளை சந்திரன் ஏற்றான். அதற்கு முன்பே ஆலகால நஞ்சையும் கொண்டு வந்திருந்தனர். அது கும்பங்களால் சிவனை ஆராதனை செய்து சந்திரனைச் சூட வேண்டிட, எம்பெருமான் சிவன் தனது தலையில் சூடி சந்திரசேகரன், சந்திரசூடன் என்ற பெயர்களைப் பெற்றார். ஆலகால நஞ்சை உண்டு கழுத்து நீலமானதால் 'நீலகண்டன்' என்ற பெயர் ஏற்பட்டது. அதனால் சிவனார் மிகவும் மனத் திருப்தி அடைந்தார்.

விபூதி வரலாறு

அடுத்து பார்வதி, இறைவன் திருநீறு பூசி, பூதங்களுடன் கூடி, சுடுகாட்டில் கூத்தாடிக் கொண்டு விபூதி மீது அதிகப் பற்றுக் கொண்டிருப்பதன் காரணம் பற்றிக் கேட்டாள். அதற்குப் பரமன் கீழ்க்கண்டவாறு கூறினார் :

பிருகு வம்சத்தில் தோன்றிய ஓர் அந்தணர் இருந்தார். அவர் நீண்ட காலம் தவம் புரிந்தார். மெய்மறந்து சஞ்சரிப்பவர். ஒரு நாள் அவர் தர்ப்பையைக் கொய்யும்போது அவர் கையில் இரத்தம் சிந்திட அவர் உவந்து ஆனந்தக் கூத்தாடினர். அவர் அகந்தையால் குதிப்பதாகக் கூற, அவர் சிறிதும் பொருட்படுத்தவில்லை. அப்போது பரமன் வேதியன் கையைப் பற்றி அறுபட்ட விரலை அகற்ற அதிலிருந்து பால் வழிந்தது. சிறிது நேரம் கழித்து அதிலிருந்து திருநீறு கொட்டியது. இதைக் கண்ட வேதியர் சிவனைப் பணிந்து தன்னை யார் என்று உணர்த்துமாறு வேண்டினார்.

அப்போது சிவன் அவருக்குச் சுய வடிவில் காட்சி அளித்து, பல வரங்களும் அளித்து இரத்தம் நீங்கிட விபூதியை உண்டாக்கியதைக் கூறி அவரை மேருவில் வசித்து வீடுபேறு பெறவும் வரமளித்தார் சிவன். மேலும் சிவனார் பார்வதியுடன் விபூதியின் பெருமையைப் பற்றி விளக்கிக் கூறினார்.

விபூதியின் பெருமை

சிவபெருமானுக்கு விபூதிமீது மிக அதிக விருப்பம். விபூதியை உடம்பில் பூசிக் கொள்வது புண்ணிய தீர்த்தங்களில் நீராடுவதை விடச் சிறந்தது. பிரம்மா விபூதி தாரணத்தாலேயே படைப்புத் தொழிலைச் செய்கிறார். திருமாலும் விபூதி தரித்துக் கொண்டு அவரை வணங்குகிறார். தேவர்களும் விபூதி தாரணத்தால் பாவங்களைப் போக்கிச் சித்தியடைந்து இருக்கின்றனர். திருநீறு பூசியோர் உத்தம பிறவி பெற்று மோக்ஷம் அடைந்துள்ளனர். திருநீறு பூசியவர்கள் பிசாசு, இராட்சசர், யட்சர், கிரகங்களுக்கு அஞ்சமாட்டார். அவர்கள் நெற்றிக்கண்ணும் மான், மழுவும் பெற்று கைலையில் வாழ்வர்.

விபூதியின் எடை

''பிரம்மா ஒரு தராசில் சொர்க்கம் முதலிய உலகங்களையும் மற்றொன்றில்

விபூதியையும் வைத்து நிறுக்க, விபூதியே மேலானது என்று மதித்தான். ஐவகை ஸ்நாநங்களில் கங்கையின் ஸ்நாநத்தை விட இது சிறந்தது. அதற்கு நிகரான தவமில்லை. தூய்மையற்ற நிலை, பிணி, வெறிபிடித்தோர் விபூதி யின் மகிமையால் புனிதராவார். இத்தகைய நலங்களுக்காகவே விபூதி உண்டாக்கப்பட்டுள்ளது'' என்றார் சிவபெருமான்.

சுடுகாடு எலும்பு மாலை

அடுத்து, பார்வதி பெருமானிடம் அவர் மயானத்தில் யானைத்தோல், புலித்தோல், எலும்பு மாலைகள் அணிந்து பித்தனைப் போல் ஆடுவது ஏன்? சுடுகாட்டின் மீது ஏன் அவ்வளவு விருப்பம் என்றும் கேட்டாள்.

அதற்குச் சிவபெருமான் மகிழ்ச்சி யுடன் விடை அளித்தார்.

சுடலை ஆடி

உலக உயிரினங்களுக்கு நான்கு வகை பிரளயங்கள் நடக்கின்றன. ஐம்பூதங் களில் ஒன்றால் யாவையும் அழியுமாறு நான் ஒருவனே நின்று செய்வேன். அப்போது நீ ஒருத்தி மட்டும் என் அருகில் இருக்க, நீ தாளம் போட நான் நடனம் செய்வேன். இவ்வாறு சுடுகாடு முழுதும் சுற்றி நடனமாடுவதால் நான் 'சுடலை ஆடி' எனப் பெயர் பெற்றேன்.

மயான நடனம்

ஒரு காலத்தில் சிவனார் சுடுகாட்டில் கணங்களுடன் நடனமாடிக் கொண்டு இருக்கையில், திருமால் அது கண்டு மகிழ்ந்து கணங்கள் அவருக்குப் பணிவிடை செய்து கொண்டிருப்பதே நன்று என்றார். அப்போது திருமால் மேலும் கூறினார், ''சிவபெருமான் பாவங்களை நீக்கி அருள்கிறார். பூதங்கள், பிசாசுகளை அழ வைக்கிறார். உலக காரியங்களை நடத்துவதால் 'காலன்' எனப்படுகிறார். பிரளய காலத்தில் அனைத்தையும் தன்னுள் அடக்கும் வல்லமையால் 'சர்வன்' ஆனார். காமபீஜங்களைக் கொண்டே படைப்புக் காலத்தில் முக்குணங்களை யும் உலகங்களையும் படைத்ததால் 'பவன்' எனப்படுகிறார். உக்கிரமான யாகங்களால் திருப்தி அடைவதால் 'உக்கிரன்' எனப்படுகிறார். அனைத்துப் படைப்பிற்கும் கர்த்தாவாகவும், பூஜ்ய னாகவும், மகத்திற்கு மகத்தாயும் விளங்குவதால் 'மகாதேவன்' எனப்படு கிறார். இவ்வாறு முத்தொழில் புரியும் அவர் சுடுகாட்டில் கூத்தாடிக் கொண்டி ருக்கவேண்டும்'' என்று வேண்டினார். எனவே சிவபெருமான் மயானத்தையே தனது உறைவிடம் ஆக்கிக் கொண்டார்.

சிவத்துதி பலன்

சிவபிரான் பார்வதியிடம், ''நான் காலரூபி; நீ காளராத்திரி. என் வடிவை நீ அறிவாய். உன் ரூபத்தை நான் அறிவேன். நீயும் நாராயணனும் சமமான வர்கள். நீயும் நானும் சமம். யாவும் நானேயாக விளங்குகிறேன். புண்ணியத் தலங்களை விட எனக்கு மயானத்தின் மீது விருப்பம். என் நாமங்களைத் துதிப்பவர்களுக்கு புண்ணிய தீர்த்த யாத்திரை பலன்களை நான் தருவேன்'' என்று கூறினார்.

15. மேன்மை பெற்ற நந்தி தேவர்

நந்திதேவருக்கு மகுடாபிஷேகம் செய்யும்படி சிவபெருமான் இந்திராதி தேவர்களை வரவழைத்தார். அப்போது சிவபெருமான் நந்திதேவருக்கு ஒரு தேவ கன்னியை மணமகளாகத் தேர்வு செய்யுமாறு தேவர்களிடம் கூறினார்.

நந்திதேவர் திருமணம்

மருத்தின் மகளாகிய சுயசை என்ற பெண்ணை நந்தி தேவர்க்கு மண மகளாகத் தேர்வு செய்தனர். பிரம்மா புரோகிதராக, கந்தவர்கள் இசைப் போராக, நாரதர், பர்வதர் ஆகியோர் இசைக்கருவிகளை வாசிப்போராக,

அப்சரப் பெண்டிர் நடனமாட நந்தி தேவர், சுயசை திருமணம், அதி விமரிசையாக நடந்தேறியது. மண மக்கள் உமா, மகேச்வரர்களை வணங்கி வாழ்த்துப் பெற்றனர்.

இறைவி, இறைவன் கொடுத்த வரம்

அப்போது சிவபெருமான் நந்தி, சுயசை இருவரையும் வேண்டும் வரம் கேட்குமாறு கூறினார். அப்போது நந்திதேவர் இறைவன் ஈசன்பால் நீங்காத பக்தியும், நந்தியின் தந்தை கிலாத முனிவருக்கு திருவருளும் செய்தருள வேண்டினார்.

சிவபெருமான் அவ்வாறே அருள் பாலித்தார். மேலும் நந்தி சிறந்த சிவபக்தன் என்றும், யோகி என்றும் சிறந்த வில்லாளன் என்றும், வழி பாட்டுக்கான முதல்வன் என்றும் கூறி தன்னுடனேயே இருக்கும்படி அருளி னார். நந்தியின் தந்தை கணநாதர்களில் ஒருவராக அருளினார். அந்த மலையை நந்திதேவருக்கு அருளினார்.

இறைவியிடம் நீங்காத பக்தியை அருளுமாறு வரம் கேட்டுப் பெற்றார் நந்திதேவர். இறைவி நந்தி மனைவி சுயசையிடம் அவளைத் தன்னுடனே இருக்குமாறும், முக்கண்களுடன் திகழ் வாயாக என்றும் வரம் அளித்தாள். மேலும், சுயசை ஞானம் கொண்டு இறைவியிடமும், கணவரிடத்தும் பக்தி கொண்டு வாழுமாறும் வரம் அருளி னாள் பார்வதி.

நந்தி தேவர் பெற்ற பேறு

அப்போது சிவபெருமான், பிரம்மா - திருமால் இருவரிடமும் ''நந்தியும் என் புத்திரனே; அவனுக்கு கணாபத்தியம் அளிக்கிறேன். அவன் எனது துவார பாலகன். அவன் கட்டளையை ஏற்று நடப்பீர்களாக!'' என்று கூறினார்.

நந்திதேவர் கணங்களிடம், அவர் களுக்குத் தன்னிடம் விருப்பமும் அவருக்கு உருத்திர கணங்களிடம் விருப்பமும் இருப்பதாக என்று கூறினார்.

உருத்திர கணங்கள் நந்திதேவரிடம், ''எங்களுக்கெல்லாம் நீங்களே தலைவர். எங்கள் தலைவருக்கும் தலைவராகத் திகழ்வீர். எல்லாச் செல்வமும் தர வல்லவர் நீங்கள். தேவர்களின் பிரபுவும் நீங்களே'' என்று கூறித் துதித்தார்கள்.

நந்திதேவர் உருத்திர கணங்களிடம், சிவபெருமான் அருளாலும், அனை வரின் கோரிக்கைபடியும் தான் நலமாக இருக்கவேண்டும் என்றும், எந்தக் குறைபாடும் இன்றி அனை வரையும் காப்பதாகவும் கூறினார்.

நந்திதேவர் அனைவரிடமும் விடை பெற்றார். சிவன், பார்வதி கயிலையை அடைந்தனர். நந்திதேவர் சிவ பெருமான் திருக்கோயிலின் வாயிலில் சிவசந்நிதிக்கும், அந்த மலைக்கும் அதிகாரியாகப் பொற்பிரம்பும், கத்தியும் கரங்களில் ஏந்தி விளங்கும் பாக்கியத் தில் அமர்ந்தார்.

16. தக்ஷ யாகம்

ஒரு சமயம் இந்திராதி தேவர்களுடன் தக்ஷன் தன் மகள் தாக்ஷாயணியையும், சிவனாரையும் காணச் சென்றார். அப்போது பார்வதி தனக்குத் தனி மரியாதை தரவில்லை என்று எண்ணின தக்ஷன் அய்யனையும், அம்மையையும் அவமானப்படுத்த எண்ணி அவர்களை அழைக்காமலேயே ஒரு யாகம் நடத்தி னான். தாய் வீட்டுப் பாசத்தில் தாக்ஷாயணி அந்த யாகத்திற்குப் புறப் பட்டுச் சென்றாள். அப்போது சிவ பெருமான் அங்கு சென்று அவமானப் பட வேண்டாம் என்று கூறியும் சசிதேவி கேட்கவில்லை.

அங்கு தக்ஷன் தன்னை மதிக்க வில்லை என்றும், மகாதேவனை இழிவு படுத்தினான் என்றும் ஆத்திரம் கொண்ட

பார்வதி தக்ஷனிடம் அவன் குருத்துரோகி என்றும், மகாதேவன் கோபத்துக்கு இரையாகி தக்க தண்டனை அனுபவிப்பான் என்றும் சபித்தாள்.

இதனை அறிந்த சிவபெருமான் தக்ஷன் மீது கோபம் கொண்டு அவனை மானிடனாகப் பிறக்கவும், அவன் காரியங்கள் அனைத்தும் தோல்வி, அடையட்டும் என்றும் சபித்தார்.

தக்ஷன் சிவபெருமான் சாபப்படி பிரேசேதசு என்பவனின் புத்திரனாகப் பிறந்தான். அவன் மோட்சத்தை உத்தேசித்து அசுவமேத யாகம் செய்தான். அதற்கு சிவபெருமான் தவிர மற்ற பிரம்மாதி தேவர்கள் அனைவரும் வந்தார்கள். இதனால் கோபம் கொண்ட மரீசி முனிவர் முதன்மையானவர் இன்றி நடத்தப்படும் அந்த யாகத்தால் பயன் எதுமில்லை என்று கூறித் தன் இடம் சென்றார்.

இதனை அறிந்த எம்பெருமான், பார்வதியின் வேண்டுகோளின்படி வீரபத்திரரையும், பார்வதி காளியையும் படைத்து யாகத்தை அழித்திட அனுப்பி வைத்தார்.

வீரபத்திரர், காளியுடன் கணங்கள் பின்தொடர யாக சாலையை அடைந்திட சங்கங்களும், துந்துபிகளும் முழங்கின. யாகசாலையில் இருந்தோர் அச்சமுற்று ஓடினர். அப்போது தக்ஷனிடம் வீரபத்திரர் தாம் சிவபெருமானின் பிள்ளைகள் என்றும் தமக்குச் சேரவேண்டிய அவிர் பாகத்தைக் கொடுக்குமாறு கேட்க, தக்ஷன் மறுக்க, இருவருக்கும் கடுமையான போர் நிகழ்ந்தது. அதில் வீரபத்திரர் தக்ஷன் தலையைக் கொய்தார்.

வீரபத்திரரின் சாரதியாக வந்திருந்த பிரம்மா மனம் கசிந்து வீரபத்திரரிடம் சிவநிந்தனை புரிந்த தக்ஷன் குற்றத்தைப் பொறுத்தருள வேண்டினார். அப்போது மகாதேவன் தோன்றி அனைவரையும் உயிர்ப்பித்து தக்ஷனையும் எழுப்பி ஒரு கணநாதனாக்கினார்.

(தக்ஷன் பற்றி மேலும் கந்தபுராணம், விஷ்ணுபுராணம் காண்க)

17. திருமால் சக்கராயுதம் பெறுதல்

ஒரு சமயம், அரக்கர்களின் கொடுமை களைத் தாங்க முடியாத தேவர்கள், காக்கும் கடவுளாகிய திருமாலிடம் சரணடைந்தனர். அப்போது திருமால் சிவனருளால் அவர்களின் துன்பங் களைப் போக்குவதாகக் கூறி அனுப்பினார்.

திருமால் கைலாய மலைக்குச் சென்று கடுந்தவம் புரியலானார். நீண்டகாலம் தவமிருந்தும் சிவபெருமான் காட்சி தரவில்லை. அதனால் திருமால் சிவபெருமானின் ஆயிர நாமங்களைக் கூறி ஆயிரம் தாமரை மலர்களால் அருச்சித்தார்.

கடைசியில் ஒரு மலர் குறைவாகியது. அப்போது திருமால் தனது கண்மலரைப் பறிக்கத் தொடங்கியபோது சிவபெருமான் காட்சி அளித்தார்.

பார்வதி தேவியாருடன் காட்சி அளித்த சிவபெருமானைத் திருமால் வணங்கி நின்றார். அப்போது சிவ பெருமான், "திருமாலுக்கு, உலக நன்மைக்காகவும், தேவகாரியத்துக் காகவும் உருவாக்கப்பட்ட மேன்மை தரவல்ல 'சுதர்சனம்' என்ற சக்கரா யுதத்தை அளித்தார். ''ஆயிரம் திருநாமங் களை ஓதி சிறந்த விரதம் உடைய நீ அதனை அறியவும், போர்க்களத்தில் கண்டவுடனேயே தேவர்களின் துயரை நீக்கவும் வல்லது'' என்று கூறி சிவ பெருமான் சக்கரம், அவரது வடிவம், ஆயிரம் நாமம் ஆகியவற்றைக் கொடுத் தருளினார்.

சிவனார் தந்த வரம்

அப்போது திருமால் மிக்க மகிழ்ச்சியுடன், தான் துன்ப நாசத்திற்காகத் தியானிப்பதற்கும், துதிப்பதற்கும், தரிசிப்பதற்கும், தகுதியாக இருப்பது எது என்று கேட்டார். அது கேட்ட சிவபெருமான், ''திருமாலே! என்னுடைய ரூபமே, சகல துக்கங்களும் நீங்கத் தியானங்களுக்குத் தகுந்தது என் திருநாமங்களே துதிக்கத் தக்கவை. என் பிரசாதமாகிய சுதர்சனமே தரிசிக்கத் தக்கது. இந்தச் சரிதம் அறிந்தோருக்குத் துன்பமே இல்லை'' என்று கூறி, ஆனந்த மயமாய்த் திருமாலைத் தழுவி, வேண்டும் வரம் யாது எனக் கேட்டார்.

திருமால், சிவபெருமானிடம் மாறாத பக்தி வேண்டும் என்று வரம் கேட்டார். மகிழ்ந்த சிவபெருமான் அரியிடம், தன்னிடம் திடபக்தி ஏற்படும் என்றும், திருமால் தேவர்களுக்குத் தேவனாக ஆகவேண்டும் என்றும் உலகை ஆளும் சக்தியை அளிப்பதாகவும், அரியைத் துதிப்போர் பாவங்கள் தொலையும் என்றும் கூறி மறைந்தார்.

18. பொன்னிற மேனி பார்வதி - பார்வதி இமயத்தில் தவம்

ஒருநாள் பார்வதியைக் கருநிறம் உடையவள் என்று சிவபெருமான் கேலி செய்ய, தானொரு பொன்னிற தேகம் அடைய வேண்டுவதாகக் கூறி, அவரை வலம் வந்து வணங்கி, விடைபெற்றுத் தவம்புரிய இமயமலையை அடைந்தார். ஆங்கோர் ஏரிக்கரையில் ஒரு லிங்கப் பிரதிஷ்டை செய்து முறைப்படி பூஜை செய்து தவம் புரியலானார். அங்கே அருகில் ஒரு வேங்கைப்புலி கைகால் விளங்காமல் இருக்க, அதனை அன்னை கருணையுடன் நோக்க, அது நலம் பெற்று தனக்கருள் புரிந்தவர் அன்னை பார்வதியே என அறிந்து மகிழ்ச்சியுற்றது.

சும்ப, நிசும்பர்கள்

சும்ப, நிசும்பர்கள் என்ற அரக்கர்கள் பிரம்மனை நோக்கித் தவம் புரிந்து, ''மரணமற்ற வாழ்வு வேண்டும் அல்லது உமாவின் தேகத்திலிருந்து தோன்றும் கன்னியால் இறக்க வேண்டும்'' என்று பிரம்மனிடம் வரம் பெற்றனர்.

வரம் பெற்று ஆணவம் கொண்ட சும்ப, நிசும்பர் இந்திரனை வென்று தேவர்களைத் துன்புறுத்த, பிரம்மாதி தேவர்கள் சிவபெருமானிடம் முறையிட்டனர். பிரம்மாதி தேவர்கள் இமயம் அடைந்து பார்வதியை வணங்கினர். அவள் தவத்தின் காரணத்தை கேட்டறிந்த பிரம்மன் பார்வதிதேவியிடம், ''உங்கள் சரீரத்திலிருந்து நீங்கி, பொன்னுருவை அடைந்து, முன்பிருந்த உருவால் ஒரு கன்னிகையைப் படைத்து தேவர்களைக் கொடுமை செய்யும் சும்ப, நிசம்பர்களை ஒழித்து தேவர்களின் துயரத்தைப் போக்கி அருள வேண்டும்'' என்று வேண்டினர்.

உடனே உமாதேவி, பொன் மலை போன்ற பேருருவை அடைந்தாள். அவள் வீழ்த்திய கரிய உருவம் துர்க்கா தேவியாக மாறி தேவிமுன் வணங்கிப் பணிந்து நின்றது. அப்போது பார்வதி துர்க்கையிடம், ''பிரும்மாவின் கட்டளைப்படி நடந்து தீய அசுரர்களை வதம் செய்து தேவர்களுக்கு நன்மை செய்'' என ஆணை இட்டாள்.

இந்த துர்க்கைதான் பிரத்யும்னன் அவன் மனைவி மாயாவதிகளுக்காக சும்ப, நிசும்பன்களை அவர்களுக்குள்ளேயே போரிடச் செய்து அழித்தவள். (அதிகாரம் 13 காண்க) இந்தப் போருக்குத் துர்க்கை புலியின்மீது ஏறிச் சென்றாள்.

சோம நந்தி

பார்வதி பிரம்மனிடம் தன்னால் நோய் நீக்கப்பட்ட புலியைப் பற்றிக்

கூற, பிரம்மா அது புலி அல்ல, புலி உருவில் உள்ள அசுரன் என்று கூறி கொடியவனுக்கு அருள் செய்ததாகக் கூறினார்.

அதற்குப் பார்வதி, அசுரனும் தமது படைப்புதானே என்று கூற, பிரம்மா அன்னையின் பாவிகளை மன்னிக்கும் பெருந்தன்மை கண்டு அன்னை கிருபை இருந்தால் புலியைக் கடைத்தேற்று மாறுக் கூறி விடைபெற்றுச் சென்றார்.

பார்வதி பொன்னிற மேனியுடன், புலி பின்தொடர மந்திர மலையை அடைந்திட சிவபெருமானும் மற்றவர்களும் மகிழ்ச்சி அடைந்தனர்.

தேவி சிவ சந்நிதிக்குள் நுழைந்து சிவபெருமானைப் பணிந்து எழுந்தாள். அப்போது மகாதேவர் உமாதேவியுடன், ''நமக்குள் கோபம் கொள்ளலாமா? நாம் மாறுபட்டால் உலகமே அழிந்து விடும். உலக நன்மை நீயின்றி என்னால் மட்டும் முடியாது. உன் கோபமும் நன்மையாயிற்று'' என்றார். அது கேட்டு மகிழ்ந்த பார்வதி துர்க்கையைப் பற்றியும், சும்ப நிசும்பர்கள் வதம் பற்றியும் கூறினாள். அடுத்து, பார்வதியின் வேண்டுகோளை ஏற்றுப் புலியைக் கணநாதராக 'சோமநந்தி' என்ற பெயரில் காவல் காக்கப் பணித்தார் அய்யன்.

19. சந்திரன் பெற்ற சாபங்கள்

நட்சத்திரங்கள் இருபத்தேழையும் தக்ஷன் தன்னுடைய புத்திரிகளாகப் பெற்றான். அவன் அவர்களை சந்திரனுக்குத் திருமணம் செய்து வைத்தான். அவர்கள் இல்லற வாழ்க்கை இனிதே இருந்தது. ஆனால், நாள் செல்லச் செல்ல சந்திரன் ரோகிணியிடம் அதிகம் அன்பு காட்டி மற்றவர்களை வெறுக்க, அவர்கள் தங்கள் தந்தையாகிய தக்ஷனிடம் இதுபற்றி முறையிட, கோபம் கொண்ட தக்ஷன் சந்திரனது கலைகள் படிப்படியாக தேய்ந்து விடுமாறு சாபம் கொடுத்தான்.

தக்ஷன் சாபம்

இதனால் சந்திரன் கலைகள் தேய ஆரம்பிக்க, அவன் மிகவும் வருந்தி தேவர்களிடம் முறையிட, பிரும்மா தக்ஷன் செய்தது கண்டிக்கத்தக்கது என்று கூற, சந்திரன் செய்த குருத்துரோகம் பற்றிக் கூறினார்.

குரு துரோகம்

ஒரு சமயம் சந்திரன் பிரகஸ்பதியிடம் குருகுலவாசம் செய்யும்போது குரு பத்தினி தாரை மீது மோகம் கொண்டு அவளைத் தன்னுடன் அழைத்துச் செல்ல, அவள் கருவுற்றாள். இந்நிலையில் தேவர்கள் சந்திரனின் தந்தை அத்திரியிடம் அனைத்தையும் கூற, அனைவரின் அறிவுரைப்படி சந்திரன் கேட்டு, அவளைப் பிரகஸ்பதி இல்லத்தில் சேர்த்தான்.

ஆனால், பிரகஸ்பதி அவள் கர்ப்பம் நீங்கிய பிறகு ஏற்றுக் கொள்வதாகச் சொன்னார். மேலும், அவர் தாரையிடம் அவள் கருவுக்குக் காரணம் யார்? என, அவள் சந்திரன் என்று கூற, அவர் குழந்தை பிறந்தவுடன் அதனைச் சந்திரனிடமே ஒப்படைத்து விட்டு வருமாறு பணித்தார். அப்போது சந்திரன் புண்ணியத் தலமாகிய பிரபாசத்திற்குப் போய் மிருத்யுஞ்சய மந்திரத்தில் சிவனை ஆராதித்தால் சிவபெருமான் அவனது தேக நலிவை நீக்குவார் என்று பிரம்மா கூறி முடித்தார்.

அவ்வாறே சந்திரன் தேவர்கள் உதவியுடன் பிரபாசத் தலத்தில் லிங்கம் பிரதிஷ்டை செய்து சிவவழிபாடு மிருத்யுஞ்ச மந்திரத்தால் செய்து வர எம்பெருமான் தோன்றி, அவனுக்கு என்ன வரம் வேண்டும் என்று கேட்டார்.

சந்திரன் அவரிடம் தன் உடல் நலிவைப் போக்கித் தன் குற்றங்களைப் பொறுத்தருளுமாறு வேண்டினான். அதற்குச் சிவனார் வேதியர் சாபம்

தப்புவதற்கில்லை. எனவே, ஒரு திங்களில் பாதி நாட்கள் (15) கலைகள் குறையவும், மீதிப் பாதி நாட்கள் வளரவும் வழி செய்வதாகக் கூறினார்.

சோமேசுவரர்

தேவர்கள் வேண்டுகோளின்படி சிவபெருமான் பிரபாச தலத்தில் 'சோமேசுவரர்' என்ற பெயரில் எழுந்து அருளினார். தேவர்கள் அங்கு அமைத்த தீர்த்தம் 'சந்திரகுண்டம்' என்று பெயர் பெற்றது. சந்திரனுக்கும் தாரைக்கும் பிறந்தவன் 'புதன்' ஆவான்.

20. பீமசங்கரர்
கற்குடி மகன் பீமன்

பீமன் என்றொரு மன்னன் இருந்தான். அவன் தாயார் கற்குடி என்பவள். ஒரு நாள் பீமன் தாயிடம் தன் தந்தை யார்? எங்கிருக்கிறார்? எனக் கேட்டான். அவன் தாய் கற்குடி, அவனது தந்தை கும்பகர்ணன் (இராவணன் தம்பி) என்றாள். மேலும் அவள் முதல் கணவர் விராடர் என்றும், விராடர், கும்பகர்ணன், இராவணன் முதலானோர் ஸ்ரீராமனால் கொல்லப்பட்டதையும் கூறினாள். மேலும் தனது தந்தையான கற்கடனும், தாய் புஷ்கனியும் ஒரு மகாமுனிவரை உண்பதற்கு முயல்கையில் யோகாக்கினியால் எரிக்கப் பட்டனர் என்றும் கூறினாள்.

பீமன் தவம்

இதனால் கோபம் கொண்ட பீமன் இராமனைக் கொல்வதற்கான பலம் பெற பிரம்மனை நோக்கி கோர தவம் செய்தான். பிரம்மன் தோன்றி அவன் கேட்டபடி அவனுக்கு அபரிமிதமான பலமாகிய வரம் தந்தார். பீமன் தனது அன்னையிடம் தான் பலம் பெற்றதைக் கூறி தேவர்களுக்குத் துன்பம் விளைவிக்கக் கிளம்பினான்.

தேவர்கள் முறையீடு

பீமன் காலரூபம் என்ற நாட்டு மன்னனான பிரியதர்மனைச் சிறையில் அடைத்து நாட்டைக் கைப்பற்றினான். பல நாடுகளை வென்று தேவர்களின் மீது போரிடத் தொடங்கினான். தேவர்கள் ஓடிச் சென்று சிவபெரு மானிடம் முறையிட சிவபூஜையில் ஈடுபட்டனர். அதன் பயனாய் எம்பெருமான் தோன்றி அவர்கள் முறையீட்டைக் கேட்டு 'பீமன் அழிவு காலம் நெருங்கிவிட்டது. அவன் விரைவில் அழிவான்' எனக் கூறி மறைந்தார்.

பிரியதர்மனின் சிவபூஜை

பீமனால் சிறைப்பட்ட பிரிய தர்மனும், அவன் மனைவியும் தொடர்ந்து சிவபூஜை செய்து வந்தனர். அதற்கான லிங்கத்தை மண்ணால் அமைத்தனர். இச்செய்தியை அறிந்த பீமன் சிவபூஜை செய்து கொண்டிருந்த மன்னனை அடைந்து, "உன் ஆண்டவன் என்ன செய்வான் பார்ப்போம்" என்று கூறி உடைவாளால் வெட்ட ஓங்கினான். அப்போது சிவலிங்கத்திலிருந்து சிவ பெருமான் வெளிப் போந்து நாக பாசத்தைப் பீமன்மீது ஏவ அவனது வாள் தவிடு பொடியாகியது. எம்பெருமான் பீமனைப் பார்த்து "ஓடி விடு. என் பக்தனுக்கு கேடு நினைத்தால் நீ அழிவாய்'' என்றார்.

பீமனின் அழிவு

ஆனால் அசுரனாகிய பீமன் தனது படைகளுடன் சிவகணங்களை எதிர்க்க பயங்கர போர் மூண்டது. அப்போது நாரதர், "இந்த அசுரனை ஒழிக்க இத்தனை பெரிய போர் தேவையா?'' என்று கூற, எம்பெருமான் கடுங்கோபத் துடன் பார்க்க, பீமனும் அவன் படைகளும் எரிந்து சாம்பலாயினர். பிரியதர்மன் மறுபடியும் மன்ன

னானான். அவன் பூஜை செய்த சிவலிங்கத்தில் இறைவன் 'பீமசங்கரர்' என்ற பெயரில் விளங்குகிறார்.

21. சிவனருள் பெற்ற சுப்பிரியன்

தேவகிரி மலையருகில் ஓர் ஊரில் சுதன்மன் என்றொரு பிராம்மணன் தன் மனைவி சுதேகையுடன் வாழ்ந்து வந்தார். அவர்கள் சிவபெருமான் மீது மிக்க ஈடுபாடு கொண்டு தினமும் தவறாமல் பெருமாளைப் பூசை செய்து வந்தனர். ஆனால், அவர்களுக்கு புத்திர பாக்கியம் இன்றி வருத்தம் கொண்டனர். ஒருநாள் ஒரு வீட்டில் நடந்த நிகழ்ச்சியில் பங்கு கொண்டிருக்கையில் ஒரு பெண், சுதேகையை மலடி என்று கூறி இழிவு படுத்தினாள். இதனைப் பொறாத அவள், தன் கணவரிடம் "இனி நான் உயிருடன் இருப்பதைவிட மரிப்பதே மேல்" என்று விரக்தியுடன் பேசினாள். அப்போது சுதன்மன் இறைவனிடமே கூறுவோம் என்று இரண்டு மலர்கள் சந்நிதானத்தில் சமர்ப்பித்து கண்ணை மூடிக்கொண்டு ஒன்றை எடுக்க 'பிள்ளை இல்லை' என்றே தெரியவந்தது.

குசுமையை மணத்தல்

இதனால் மனமுடைந்த சுதேகை தன் கணவனை வற்புறுத்தி அவளது சகோதரன் மகள் குசுமையைத் திருமணம் செய்துவைத்தாள். குசுமை யும் தினமும் 108 சிவலிங்கங்கள் மண்ணால் செய்து பூசித்துப் பின்னர் அவற்றை அருகில் உள்ள தடாகத்தில் சேர்த்து வந்தாள். லிங்கங்களின் எண்ணிக்கை லட்சத்தை எட்ட எம்பெருமான் அருளால் குசுமை கருவுற்று ஆண் மகனை ஈன்றாள்.

ஆண் மகவு தோன்றுதல்

சுப்பிரியன் என்று பெயரிட்டு வளர்த்து வந்த அவனுக்குத் தக்க வயதில் திருமணமும் நடந்தது. சுதேகை இவற்றை எல்லாம் கண்டு பொறாமை யும், ஆத்திரமும் கொண்டு ஒரு நாள் சுப்பிரியன், மனைவியுடன் உறங்கிக் கொண்டிருக்கையில் சுப்பிரியனை அரக்கத்தனமாகக் கொன்று விட்டு பல துண்டுகளாக்கி சிவலிங்கங்களை சேர்க்கும் தடாகத்தில் எறிந்துவிட்டு ஒன்றும் அறியாதவள் போல் இருந்தாள்.

சுப்பிரியன் கொலை

சுப்பிரியன் மனைவி கணவனைக் காணாமல், அவன் படுத்த இடத்தில் உள்ள இரத்தக் கறைகளைக் கண்டு சுதேகையிடம் கூறிக் கதறினாள். அப்போது சிவ பூஜையில் ஈடுபட்டிருந்த சுதன்மன், குசுமை செய்தியை அறிந்து சிவனாரே தமக்குக் குழந்தை பாக்கியம் அளித்தார். அவனை பாதுகாப்பதும் அவர் பொறுப்பு என்று எண்ணினான்.

சுப்பிரியன் உயிர்த்தெழல்

குசுமை வழக்கம் போல் பூஜை செய்து லிங்கங்களைத் தடாகத்தில் சேர்த்துவிட்டுத் திரும்புகையில் 'அம்மா' என்று குரல் கேட்க, சுப்பிரியன் தடாகத்திலிருந்து வந்து தாயைத் தழுவி நிகழ்ந்ததைக் கூறி, சிவபூஜை மகிமையால் உயிர் பெற்றதையும் கூறி முடித்தான்.

குசுமையின் பண்பு

அப்போது சிவனார் தோன்றி தன்னை வழிபாடு செய்த அவளுக்கு இன்னல் வராது என்றும், பாதகம் புரிந்த சுதேகை தண்டனை பெற்றாகவேண்டும் என்று சூலாயுதத்தைக் கையில் எடுக்க, அவர்கள் சுதேகையை மன்னித்தருள வேண்ட சிவபெருமான் அவர்கள் பண்பை மெச்சி வேண்டும் வரம் கேட்குமாறு சொல்ல, அவர்கள் "அய்யன் தரிசனம் அளித்த கோலத்தி லேயே அந்தப் புனித இடத்தில் எழுந்தருளி இருக்குமாறு வேண்டிட அவர் 'குச்ரேசர்' என்ற பெயரில் அங்கே எழுந்தருளி இருந்தார்.

சுப்பிரியனுடன் குசுமை வருவதைக் கண்ட சுதேகை அதிர்ச்சி அடைந்தாள். குசுமை நடந்தவற்றைக் கூறிட சிவபெருமானின் அருட்கடாட்சத்தை எண்ணி என்றும் சிவபக்தியுடன் வாழ்ந்து வந்தனர்.

22. பக்த பிரகலாதன்

(இவன் வரலாறு விரிவாக ராமாயணம், பாகவதபுராணம், விஷ்ணு புராணங்களில் காண்க)

முன்னுரை

பிருகு முனிவர் சாபத்தின்படி, விஷ்ணு அருளியபடி துவாரபாலகர்கள் ஜயன், விஜயன் ஆகிய இருவரும் மூன்று பிறவிகள் அரக்கர்களாகப் பிறந்து திருமாலை எதிர்த்து, உயிர்நீத்து அவருடன் ஐக்கியமாயினர்.

ஒன்றில் அவர்கள் இரணியாட்சன், இரணிய கசிபு என்று தோன்றினர். இரணியாட்சனைத் திருமால் வராகவதாரம் எடுத்து அழித்தார்.

நரசிம்மாவதாரம்

இரணிய கசிபுவுக்கு பிரகலாதன் பிறந்து, சிறந்த பக்தனாகி, தந்தை கூறியவாறு தந்தையையே கடவுளாக ஏற்காததால் கோபம் கொண்ட இரணியன், பிரகலாதனை பலமுறைக் கொல்ல, அனைத்திலும் உயிருடன் மீள, கோபம் கொண்ட இரணியன் எதிரில் உள்ள கம்பத்தைக் காட்டி, "இதில் கடவுள் இருக்கிறானா?" என்று கேட்டு தூணை தகர்க்க, அதிலிருந்து திருமால் நரசிங்க அவதாரம் எடுத்து அவனை அழித்தார். எனினும் அவர் கோபம் தணியவில்லை.

பிரகலாதன் பக்தி

பின்னர், தேவர்களின் வேண்டுகோளின்படி பிரகலாதன் அவரைச் சாந்தமடையுமாறு பிரார்த்திக்க அவர் மனம் நெகிழ்ந்து அவனை வாழ்த்தினார். அடுத்து விநாயகர் அவர் கோபம் தணிக்க வாகனத்தை விரைவுபடுத்த அது இடறியதால் கணபதி கீழே விழுந்தார். அதுகண்ட அனைவரும் நரசிங்கமூர்த்தியும் சிரித்து விட்டார். எனினும், அவரது சினம் கொடுமை தணியவில்லை.

அப்போது தேவர்கள் நரசிம்மத்தின் உக்கிரம் தணிக்க சிவனாரிடம் வேண்டிட, அவர் நரசிங்கமூர்த்தியிடம் சென்று "நீ இரணியனையும், அசுரர்களையும் கொன்று உலகிற்கு நன்மை செய்தாய் அல்லவா!" என்று வினவ அவர் 'ஜய ஜய சங்கரா' என்று கூறிக்கொண்டே சிவபிரானை வலம் வந்து அவரில் ஐக்கியமானார்.

எல்லோரும் பக்த பிரகலாதனைப் போற்றிப் புகழ்ந்தனர்.

23. கைலாய மலையும், இராவணன் தவமும், பெற்ற வரமும்

இராவணன் சிவபெருமானைக் குறித்து கோர தவம் செய்தான். அய்யன் காட்சி தராததால் தலையைத் துண்டிக்க வாளை உருவ சிவனார் தோன்றினார். அப்போது அவன், "மகாதேவா பகைவருக்குப் பணியாத வலிமையைத் தருவீர்; வெட்டிய தலைகள் மீண்டும் உண்டாக அருள் புரிவீர்" என்று வேண்டிட அய்யன் அவ்வாறே வரமளித்து மறைந்தார். இதனால் தேவர்கள் மிகவும் அஞ்சினர்.

நாரதரிடம் கூறிய செய்தி

தேவர்கள் நாரத முனிவரை வணங்கி இராவணன் பெற்ற வலிமையைக் கூறி என்ன செய்வது என்று கேட்க, தான் ஓர் உபாயம் செய்வதாகக் கூறி நாரதர் நேரே இராவணனிடம் சென்றார்.

அவரிடம் இராவணன் சிவவழிபாடு செய்து, அவர் அருளால் பெரும் வல்லமை பெற்றிருப்பதாகக் கூறி மகிழ்ந்தான். மேலும் தான் தலைகளை ஓமம் செய்து உயிரைவிடத் துணிந்ததால்

சிவபெருமான் காட்சி தந்து வரம் அருளியதாகக் கூறினார். பின்னர் அந்த இடத்தில் கோயில் கொள்ள வேண்டிட அவரும் அங்கே 'ஸத்திய நாதேசுரர்' என்ற பெயரில் எழுந்தருளி உள்ள தாகவும் கூறினார்.

நாரதர் புன்சிரிப்போடு ''சிவன் கொடுத்த வரம் உண்மையானதுதானா என்று சோதித்துப் பார். ஏனென்றால் அவர் நஞ்சை உண்டு தன்னை மறந்தவர்'' என்றார். மேலும் அவர், இராவணனிடம் வரத்தைச் சோதித்துப் பார்க்க கைலாய மலையைக் கைகளால் தூக்கவேண்டும். தடையின்றி எடுத்து விட்டால் வரம் கைகூடியதென்று அறியலாம் என்றார்.

இராவணன் கைலையை அசைத்தல்

நாரதர் கூற்றை உண்மை என்று நம்பிய இராவணன் தன் கரங்களால் மலையை அசைத்து எடுத்தான். மலை மீதிருந்த அனைத்தும் நிலைகுலைந்து வீழ்ந்தன. அப்போது சிவபெருமான் என்ன என்று சிந்திக்க, பார்வதி, ''தரக் கூடாத வரத்தை இராவணனுக்கு நீங்கள் அளித்ததால், அவனது வல்லமை கொடுத்த உங்களையே பதம் பார்க்கிறது'' என்றாள்.

இதனால் கோபம் கொண்ட சிவபெருமான், ''ஒரு வீரன் வந்து உன்னை அழிப்பான்'' என்று இராவணனுக்குச் சாபம் அளித்தார். அவ்வமயம் அங்கு வந்த நாரதர் மகிழ்ச்சி அடைந்தார்.

இராவணன் முடிவு

ஆனால், இராவணன் கைலாய மலையைப் பழையபடி வைத்து விட்டுச் சிவபெருமான் தனக்குத் தந்த வரம் கைகூடியது என்று கர்வத்துடன் சென்றான்.

பின்னர் திருமால் தசரத குமாரனாக 'இராமன்' என்ற பெயரில் அவதரித்து இராவணனை வதம் செய்தார்.

24. அருச்சுனன் பெற்ற சிவனருள்

பாண்டவர்கள் துவைத வனத்தில் இருந்தபோது சூரியன் அளித்த அக்ஷய பாத்திரத்தின் மூலம் குறைவின்றி உணவைப் பெற்று வாழ்ந்து வந்தனர். இதை அறிந்த துரியோதனன், துர்வாச முனிவரைப் பாண்டவர்கள் இருக்கு மிடம் சென்று விருந்தினராக இருக்கு மாறு கூறினான்.

ஆயிரக்கணக்கான சீடர்களுடன் துர்வாசர் துவைத வனத்தை அடைந்தார். தருமர் ஓடி வந்து அவரை வரவேற்று உபசரித்தார். அப்போது முனிவர் அவருக்கும், அவருடன் இருப்போர்க் கும் உணவளிக்க வேண்டினார். பின்னர், அவர்கள் நீராடச் சென்றுவிட்டனர்.

அட்சய பாத்திரம்

பாண்டவர்களிடம் உள்ள அட்சய பாத்திரத்தை ஒருமுறை உபயோகித்துக் கழுவிவிட்டால், திரும்பவும் அடுத்த வேளைக்குத் தான் அதில் உணவு கிடைக்கும். முனிவர் வருவதற்குச் சற்று முன்புதான் அவர்கள் உண்டு பாத்தி ரத்தைக் கழுவிவிட்டனர். இந்நிலையில் முனிவர்க்கும், மற்றவர்களுக்கும் உணவு அளிப்பது எவ்வாறு என்று தருமர் குழம்பினார்.

கிருஷ்ணன் காப்பாற்றினார்

பாஞ்சாலி கிருஷ்ணனைத் துதிக்க, கிருஷ்ணன் வந்தார். அவரிடம் தருமன் தனது இக்கட்டான நிலையை எடுத்துக் கூற, கண்ணன் அஞ்சவேண்டாம் என்று அபயமளித்து, பாஞ்சாலியிடம் பாத்திரத் தில் ஒட்டியிருக்கக் கூடிய ஒரு சோற்றுப் பருக்கையாவது தேடி எடுத்து வருமாறு பணித்தார். திரௌபதியும் பருக்கை எடுத்து வர, கண்ணன் அதனை வாயில் போட்டு மென்று விழுங்கினார்.

துர்வாசர் பட்டபாடு

அதே வேளையில் நீராடிக் கொண்டி ருந்த துர்வாசருக்கும், அவரது

சீடர்களுக்கும் வயிற்றுப் போக்கு ஏற்பட்டது. நீராடி விட்டு வந்த முனிவர் தருமரிடம் வயிற்றுக் கோளாறு பற்றிக் கூறி மற்றொரு சமயம் வருவதாகக் கூறிச் சென்று விட்டார்.

தக்கநேரத்தில் பிரச்சினையைத் தீர்த்து வைத்து துர்வாசரிடமிருந்து தங்களைக் காப்பாற்றிய கிருஷ்ணனின் பாதங்களைத் தொட்டு வணங்கினார் தருமர்.

வில்வேசுரர்

கண்ணன் துவாரகையில் இருந்த போது உபமன்யு முனிவர் அவருக்குச் சிவபூஜையை உபதேசித்தார். கிருஷ்ணன் வடுககிரியில் ஏழுமாத காலம் சிவதீட்சை பெற்று பெருமானை வழிபட்டார். சிவபெருமான் காட்சி அளித்து தீயவர்களை அழிக்கும் சக்தி தந்தார். எனவே, கிருஷ்ணன் பாண்டவர்களைச் சிவவழிபாடு செய்ய அறிவுரை தந்தார். அங்குள்ள சிவன் 'வில்வேசுரர்' எனப்படுகிறார்.

வியாசர் அறிவுரை

ஒரு சமயம் பாண்டவர்களின் இருப்பிடத்திற்கு வியாசர் வர, தருமர் அவரைச் சிறப்பான முறையில் வரவேற்று உபசரிக்க முடியாததைக் கூறி வருத்தமுற, முனிவர் வருந்தவேண்டாம் என்று ஆறுதல் கூறினார். மேலும் துரியோதனனின் கொடுமைகளைத் தடுக்காத திருதராஷ்டிரனைப் பற்றிக் கூறி, ''அதர்மம் வெல்வது போல் காணப்படினும் இறுதியில் தர்மமே வெல்லும். கைலாய நாதர் ஒருபோதும் கைவிட மாட்டார்'' என்றுகூறி சிவ வழிபாட்டை வலியுறுத் தினார்.

வியாசர் உபதேசம்

மேலும், வியாசர் அருச்சுனனுக்கு இந்திர மந்திரத்தையும், மற்றும் சிவ பூஜை செய்வதற்கான மந்திரத்தையும், வழிபாட்டு முறையையும் உபதேசித்தார். மேலும், வழிபாட்டிற்கு இடையூறுகள் ஏற்பட்டாலும் மனம் தளராது இந்திரனைத் திருப்திபடுத்தி சிவ வழிபாட்டைத் தொடங்குமாறும் அறிவுறுத்தினார். மற்றும் பிறர் கண்களுக்குத் தோன்றாமல் இருக்க ஒரு மந்திரத்தையும் அருச்சுனனுக்கு உபதேசித்தார்.

அருச்சுனன், தருமரையும், வியாசரையும் வணங்கித் தவம் புரிய இந்திர சீல மலைக்குச் சென்று இந்திரனை வணங்கி, பஞ்ச சூத்திரத்தின்படி மண்ணால் சிவலிங்கம் அமைத்து சிவபூஜை செய்யலானார்.

நாளாக ஆக அவரின் தவம் கடுமையாக, யோகாக்கினி புறப்பட்டு தேவலோகத்தை எட்ட இந்திரன் முதியவர் வேடத்தில் அருச்சுனன் தவம் செய்யும் இடத்தை அடைந்தார்.

முதியவனாக இந்திரன்

இந்திரன் அருச்சுனனைப் பார்த்து ''நீ யார்? யாரை எண்ணித் தவம் புரிகிறாய்? ஏன் இந்த வயதில் தவம்?'' என்று கேட்டு, ''இந்திரனைக் குறித்துத் தவம் செய்தால் போதுமே'' என்றான்.

அருச்சுனன் ''முதியவரே, என் தவம் சிவ தரிசனத்துக்காக. தவத்திற்கு இடையூறு இல்லாமல் செல்லுங்கள்'' என்று கூறினான்.

அப்போது இந்திரன் அருச்சுனனுக்கு தன் சுய உருவைக் காட்டி, ''கவலைப் பட வேண்டாம், எண்ணிய எண்ணம் யாவும் இடையூறின்றி நிறைவேறும்'' என்று கூறிச் சென்றான்.

அரக்கன் மூகன்

இந்நிலையில், துரியோதனன் அருச்சுனன் தவத்தைக் கெடுக்க 'மூகன்' என்ற அசுரனை ஏவினான். இதை அறிந்த இந்திரன் அருச்சுனன் தவம் நிறைவேற அருள்புரியுமாறு சிவனாரை வேண்டினார்.

சிவனார் இந்திரனிடம் "அது எனது பொறுப்பு" என்று கூறி, வேடுவன் வடிவில் அருச்சுனன் தவம் செய்யும் இடத்திற்கு வந்தார். அவ்விடத்திற்கு வந்த அசுரன் 'மூகன்' பன்றி வடிவில் அங்கு அட்டகாசம் செய்ய, அருச்சுனன் உடனே வில்லில் நாணேற்றி ஓர் அம்பினை எய்ய அது பன்றியின் நாசியில் நுழைந்து வால் வழியே வெளிவந்து அம்புறாத் துணியை அடைந்தது.

மூகன் அழிவு, அருச்சுனன் வாதம்

அதே சமயம் அங்கு வந்த சிவ பெருமானும், பன்றியின்மீது அம்பு எய்ய, அது அதன் வால் புறத்தில் நுழைந்து பன்றியின் மூக்கின் வழியே வெளியேற பன்றி கீழே விழுந்து இறந்தது. அதன் அருகில் இருந்த சிவபாணத்தை எடுக்க வந்த சிவகணனை அருச்சுனன் "நீ யார்? எங்கு வந்தாய்?" என்று கேட்க, அவன் தன் தலைவர் எய்த அம்பை எடுத்துச்செல்ல வந்ததாகக் கூற, அருச்சுனன் பன்றியைத் தானே வீழ்த்தியதாகக் கூறினான். அம்பை எடுக்க அவன் அனுமதிக்க வில்லை.

அப்போது அருச்சுனன் "நான் க்ஷத்திரியன், அம்பு எனக்குத்தான் உரியது" என்றான். "அப்போது சிவகணன் அருச்சுனனிடம் "இந்த அம்பு வேண்டுமா? இதைவிடச் சக்தி வாய்ந்த ஆயுதங்கள் வேண்டுமா? எங்கள் தலைவர் தருவார்" என்று கூற அருச்சுனன் கோபம் கொண்டார்.

பின்னர் அருச்சுனன் ஈசனிடம், தன்னை அவன் தலைவன் வென்று அம்பை எடுத்துச் செல்லுமாறு கூறினான். பிறகு கணன் அவன் தலைவர் பெருமைகளைப் பற்றிக் கூறியும் அருச்சுனன் மனம் கலங்கவில்லை. தான் ஒரு க்ஷத்திரியன் என்றும் எதற்கும் அஞ்சுவதில்லை என்றும் கூறினான்.

வேடுவனுடன் போர்

சிவகணங்களோடு வந்த சிவன் அருச்சுனனுடன் போர் செய்தார். அப்போது அருச்சுனனுக்கு அருள் புரிய வேண்டிய தருணம் சமீபித்தது. சிவபெருமான் களைத்தவர் போல் நடிக்க, அருச்சுனன் வேடுவன் யார்? என்று அறியாததால் தன் காண்டீபத்தை எடுத்து வேடுவன் தலையில் அடித்தான். அந்த அடி இறைவனுக்கு மட்டுமின்றி அனைத்து ஜீவராசிகளின் மீதும், அருச்சுனன் மீதும்கூட விழுந்தது. இதனால் அதிர்ச்சி அடைந்த அருச்சுனன் எதிரில், வேடன் மறைய சிவபெருமான் காட்சி அளித்தார்.

அருச்சுனன் பெற்ற சிவனருள்

அப்போது அருச்சுனன் சிவபெரு மானை வணங்கி, தான் அறியாமல் செய்த பெரும்பிழையைப் பொறுத்து மன்னித்து அருளுமாறு மனமுருகப் பிரார்த்தித்தான். எம்பெருமான் "அருச்சுனா கவலை வேண்டாம். நீ என் பரம பக்தன். வேண்டும் வரம் கேள்" என்றார்.

அருச்சுனன் பலமுறை சிவபிரானை வேத மந்திரங்களால் வழிபாடு செய்ய, அவர் மகிழ்ந்து அவனுக்கு 'பாசுபதாஸ் திரத்தை' அளித்தார். மேலும் "எப்போதும் கிருஷ்ணன் உதவி உனக்கு கிடைக்கும். என் அம்சமே கிருஷ்ணன்" என்று கூறி மறைய, அருச்சுனன் தருமனிடம் வந்து விவரங்களைக் கூறினான்.

25. ஆணவம் தோற்றது

தேவாசுரர் போரில் தங்கள் தங்கள் பெருமையைக் கூறிக்கொண்டு தேவர்கள் ஆணவம் கொண்டனர். அப்போது அவர்கள் முன் ஒரு யட்சம் தோன்ற, அது யார்? என்று தேவர்கள் கேட்க, முதலில் அவர்கள் யார், யார் என்று கூறுமாறு யட்சம் சொல்லியது.

யட்சம் எறிந்த தர்ப்பை

அவரவர் மிக்க அகந்தையுடன் தம் தம் பெருமையைப் பேசி முடித்தனர். அப்போது யட்சன் ஒரு தர்ப்பையைத் தரையில் போட்டு அதனை எடுத்துப் பார்க்குமாறு கூறியது.

வருணன் மழை பொழிந்தும், அக்கினி தீ உமிழ்ந்தும், வாயு புயலாக வீசியும் தர்ப்பை அசையவில்லை. 'அதனை எடுக்க முடியாதா' என்று அலட்சியமாக எண்ணின தேவர்களின் ஆணவம் அகன்றது.

அவர்கள் நந்திதேவரை அணுகி தர்ப்பையின் இரகசியம் பற்றிக் கேட்க, சிவபெருமானே யட்சமாகத் தோன்றி அவர்களுக்குப் பாடம் புகட்டினார். தேவர்கள் தங்கள் ஆணவத்துக்காக வெட்கப்பட்டு ஈசனாரிடம் மன்னிப்பு வேண்டினர்.

26. கணவன் உயிர் மீட்ட கற்புக்கரசி அசுவபதி மகள் சாவித்திரி

மந்திர தேசத்தரசன் அசுவபதி. நீண்ட காலமாக குழந்தை இல்லாத அவன் சரசுவதி தேவியின் வரத்தால் அவன் மனைவி மாளவி ஒரு பெண் குழந்தையைப் பெற்றாள். அவளுக்குச் சாவித்திரி என்று பெயரிட்டு வளர்த்து வந்தான். திருமண வயதடைந்த அவளுக்குத் திருமணம் செய்து வைக்க விழைந்தான் மன்னன்.

நாரதர் அவன் அரசவைக்கு வர, அவரை வரவேற்று உபசரித்தான் மன்னன் அசுவபதி. பெண்ணின் விவாகம் பற்றிய தனது கவலையை மன்னன் வெளியிட, நாரதர் அவள் விருப்பப்படியே செய்யலாமே என்றார்.

அரசன் தன் மகளைத் தனியே கூப்பிட்டு விசாரிக்க, சாவித்திரி தான் சால்வ நாட்டு மன்னனைக் கணவனாக அடைய விரும்புவதாகக் கூறினாள். அது கேட்ட நாரதர் அதிர்ச்சி அடைந்தார்.

அவர் அசுவபதியிடம், "சாவித்திரியின் விருப்பம் வேடிக்கையானது, வேதனை தருவது" என்றார். மேலும், "அந்த சத்தியவான் ஆயுள் ஓராண்டு காலமே உள்ளது. அவனுக்கு நாடில்லை. அவன் தன்னுடைய குருட்டுப் பெற்றோர்களுடன் காட்டில் வசிக்கிறான்" என்றார்.

அப்போது மன்னன் அசுவபதி வேறு இளவரசனைப் பார்க்கலாமே என்று சொல்ல, சாவித்திரி, "சத்தியவானைத் தவிர வேறொருவருக்கும் என் மனதில் இடமில்லை" என்று திட்டவட்டமாகக் கூறிவிட்டாள். அவளது மன உறுதியை மாற்ற முடியாது என்று அறிந்த நாரதர் அவள் விருப்பப்படியே சத்தியவானுக்கு மணம் முடிக்குமாறு கூறினார். மன்னன் அசுவபதி, மனைவி மாளவி, மகள் சாவித்திரியுடன், சத்தியவானும் அவர் பெற்றோர்களும் இருக்கும் நீரத வனத்திற்குச் சென்றான்.

சாவித்திரி சத்தியவான் திருமணம்

வந்திருப்பது மந்திர நாட்டு மன்னன் அசுவபதி என்றறிந்த சத்தியவானின் தந்தை அவரை வரவேற்று உபசரித்தான். மன்னன் நிகழ்ந்தவற்றை எல்லாம் கூறி, சத்தியவானையே மணப்பதென்ற மகள் சாவித்திரியின் இறுதியான முடிவை எடுத்துக் கூறினான்.

சாவித்திரி - சத்தியவான் திருமணம் நடந்தேறியபின் அவள் அரண்மனை வாழ்வைத் துறந்து கணவன், அவன் பெற்றோர் உள்ள நீரத வனத்திற்கே வந்திருந்து அனைவருக்கும் பணிவிடை செய்து வந்தாள்.

சத்தியவான் மரணம்

ஒரு நாள் கணவனும் மனைவியும் காட்டில் கனி பறித்து வரும்போது, சத்தியவான் களைப்பாக இருப்பதாகக் கூறி, ஒரு மரத்தடியில் இருவரும் ஓய்வெடுக்க, அவன் சாவித்திரி மடியில் சாய்ந்து படுக்க அவன் உயிர் பிரிந்தது.

வாடாமலர் மாலையுடன் தண்டம், பாசக்கயிறுடன் வந்த யமதருமராஜன் சத்தியவானின் உயிரைக் கவர்ந்து கொண்டு புறப்பட, சாவித்திரி கணவன் உடலைக் கீழே கிடத்தி விட்டு எழுந்து ''தருமராஜா'' என்று அழைத்தாள். பின்னர் சாவித்திரிக்கும் யமதர்மனுக்கும் இடையே கீழ்க்கண்டவாறு விவாதம் நடந்தது.

சாவித்திரி யமதருமன் சம்வாதம்:

''என் கணவன் உயிரை ஏன் கவர்ந்து செல்கிறீர்!'' என்று சாவித்திரி கேட்டாள். ''அவன் ஆயுட்காலம் முடிந்து விட்டது. அவன் தருமவான். எனவே, நானே வந்து அவனை அழைத்துச் செல்கிறேன்'' என்றான் யமதருமன். ''என் மீது கருணை காட்டி, என் கணவனை என்னிடமே விட்டுவிடு'' என்று சாவித்திரி யமதருமனிடம் கெஞ்சிக் கேட்டாள்.

யமதருமன், ''சத்தியவானின் பூலோக வாழ்வு முடிந்துவிட்டது. அவன் இனி இங்கு இருக்கமுடியாது'' என்றான்.

''கற்புடைய பெண்கள் கணவனைப் பிரிந்திருக்க மாட்டார்கள். அவரில்லாமல் ஒரு கணமும் உயிர்தரிக்க முடியாது'' என்று உறுதிபடக் கூறினாள். ''என்னையும் அவருடன் சேர்த்து அழைத்துச் செல்'' என்றாள்.

''அது முடியாது'' என்று யமதருமன் கூறிவிட்டுக் கிளம்ப, பின் தொடர்ந்து, ''தருமப் பிரபுவே! எனது ஐயப்பாட்டிற்குத் தயவு செய்து விளக்கம் அளியுங்கள்'' என்று கேட்டாள். யமதர்மன், ''சந்தேகம் என்ன'' என்று கேட்க, அவள் ''மேலோரின் தரிசனம் பெற்றவர்களுக்கு துன்பம் இல்லை என்று வேதங்கள் கூறுகின்றன. அந்த வாக்கு பொய்யா?'' என்று கேட்டாள். யமதர்மனுக்குப் புரியவில்லை. எனினும், ''வேத வாக்கு பொய்க்காது'' என்றான் அவன். ''என் விஷயத்தில் அது பொய்த்துவிடும்'' என்றாள் அவள். யமதர்மன் ''அதெப்படி'' என்று கேட்க, சாவித்திரி ''புண்ணிய தேவனாகிய உங்கள் தரிசனம் கிட்டியும் நான் விதவையாகும் நிலை ஏன்? இது வேதவாக்கைப் பொய்யாக்கி விடுமே'' என்றாள்.

யமன் அளித்த வரங்கள்

அதற்கு யமதர்மன், அவள் கற்பில் சிறந்தவள் ஆனதால் அவனது தரிசனம் கிடைத்தது என்றும், கணவன் உயிரைத் தவிர வேறு எதைக் கேட்டாலும் தருவதாகவும் கூறினான்.

அப்போது அவள், தனது மாமனார் இழந்த நாட்டையும் கண் பார்வையையும் அளித்தருள வேண்டிட, யமதருமன் அவ்வரத்தை அருளினான். அத்துடன் அவளைத் திரும்பிச் செல்லுமாறு சொல்ல, அவள் தனக்கு மற்றுமொரு வரம் தரவேண்டிட, அது யாதென்று யமதர்மன் கேட்க, அவள் தனது தந்தைக்கு ஆண் வாரிசு இல்லை என்றும், ஓர் ஆண்பிள்ளை பிறக்க அருள் புரியுமாறும் வரம் கேட்டாள்.

யமதருமன், ''ஒன்றென்ன நூறு குழந்தைகள் பிறக்கட்டும். அவர்கள் சீரும் சிறப்புமாக இருக்கட்டும்'' என்று வரம் தந்தான்.

அடுத்த வரத்தையும் அருளுமாறு சாவித்திரி வேண்டிட, யமதர்மனும் ''கேள், தருகிறேன்'' என்றார்.

கடைசி வரமாக சாவித்திரி கேட்டது ''நான் கற்புநெறி வழுவாமல் குழந்தைகள் பெற்று மகிழ்ச்சியாக வாழ அருள் புரிய வேண்டும்'' என்றாள். இவ்வாறு சாவித்திரி சாமர்த்தியமாகத் தன்னை மடக்கித் தான் நினைத்ததை நிறைவேற்றுவது கண்டு வியப்பும், மகிழ்ச்சியும் அடைந்தான். கற்புக்கரசியான அவள் யமனை வென்றிட, யமதர்மன்,

''சத்தியவான் உயிர்பெற்று எழுவான். என்றும் கணவன், மனைவி இருவரும் நீண்ட காலம் எல்லா நலமும் பெற்று வாழ்வீர்கள் '' என்று கூறி சத்தியவானின் உயிரை விட்டு விட்டுச் சென்றான்.

மணாளனை மீட்ட மங்கை

யமனை வணங்கி, நன்றி கூறிவிட்டு, சத்தியவான் இருக்கும் மரத்தடியில் வந்து அவனை எழுப்பி, மாமனார், மாமியார்களையும் அழைத்துக் கொண்டு நாட்டையும் பெற்று நலமுடன் வாழ்ந்து வந்தாள்.

27. நாராயணனுக்கு நாரதர் சாபம்

நாரதர் பெருமிதம்

ஒரு சமயம் நாரதர் சிவபெருமானைக் குறித்து! நீண்ட காலம் தவம் செய்தார். அவர் தவத்தைக் கலைக்க இந்திரன் தேவ கன்னியரை அனுப்பினார். ஆனால், அவர் முயற்சி எதுவும் பலிக்க வில்லை. நாரதர் சிவனைத் தியானித்து, மனதை ஒருமுகப்படுத்தி தவம் செய்ததே இதற்குக் காரணம். அவருக்குச் சிவபெருமான் காட்சி அளித்து வேண்டிய வரத்தை அளித்தார்.

தனது தவத்தை இந்திரன் கலைக்க கன்னியரை அனுப்ப அம்முயற்சி தோல்வி அடைந்தது அறிந்த நாரதர் தான் காம மாயையை வென்றுவிட்டதாகப் பெருமை கொண்டார்.

நாரதர் அகம்பாவம்

பிரும்மாவிடம் நாரதர் தான் அடைந்த பெருமிதம் பற்றி விவரிக்க பிரும்மா நாரதர் காமனை வெல்வதற்கு உதவியவர் சிவனாரே என்று கூறிட, நாரதர் அதை ஏற்கவில்லை.

அதேபோல் திருமாலிடம் கூறிட, அவரும் நாரதர் காமம் வென்றதற்குக் காரணம் சிவபெருமான் கருணையே என்றார்.

இதில் நாரதர் மனதில் 'தான்' என்ற ஆணவம் இருந்தது தெரிய வந்தது. எனவே, அவர் மனதை மாற்றி உணர வைக்க திருமால் எண்ணினார். அதற்கேற்ற சமயம் வந்தது.

நாரதர் சலனம்

ஸ்ரீபுரத்தில் அம்பரீஷ மன்னன் தன் மகள் ஸ்ரீமதியின் திருமணத்தை முன்னிட்டு ஒரு சுயம்வரம் ஏற்பாடு செய்திருந்தான். அதுபற்றித் திருமால் நாரதரிடம் கூற, உடனே நாரதர் அங்கு சென்றார்.

ஸ்ரீபுரத்தில் அரசன் மகள் ஸ்ரீமதியைக் கண்டதும் நாரதர் மனதில் சலனம் ஏற்பட்டது. அது திருமாலின் உபாயம். அவளை விவாஹமடைய மன்னனிடம் சென்று கேட்டார்.

ஹரிமுக வரம்

மன்னன், ''ஸ்ரீமதி ஹரியையே மணப்பதாகப் பிடிவாதம் பிடிக்கிறாள்,'' என்றான். உடனே நாரதர் வைகுந்தம் அடைந்து திருமாலிடம் ஒரு வரம் கேட்டார். ''நான் நினைக்கும்போது யார் என்னைக் கண்டாலும் என் முகம் ஹரியின் முகமாகத் தோன்றும் வரம் வேண்டும்'' என்றார். அது எதற்கு என்று திருமால் கேட்க, ''பூவுலகில் அவசர வேலை. அதை முடித்துவிட்டு வந்து கூறுகிறேன்'' என்றுகூறிச் சென்றார். நாராயணன் மனதில் சிரித்தான்!

நாரதர் ஏமாற்றம்

நாரதர் மன்னனை அணுகி ஸ்ரீமதி தனக்குக் கட்டாயம் மாலையிடுவாள் என்று கூறி, அவளை அழைத்துவர வேண்ட, அவளும் வந்தாள். அப்போது நாரதர் தம் முகம் ஹரிமுகம் ஆக நினைத்தார். (ஹரி - திருமால், குரங்கு) நாரதர் பெற்ற வரத்தின்படி அவர் முகம் ஹரி - அதாவது குரங்காகத் தோன்ற ஸ்ரீமதி அலறியடித்துக் கொண்டு ஓடிவிட்டாள்.

நாரதர் தன் முகத்தைக் கண்ணாடியில் பார்த்து அதிர்ச்சி அடைந்தார். உண்மை விளங்கியது. நாராயணன் மீது கடுங் கோபத்துடன் வைகுந்தம் அடைந்தார். வைகுந்தத்தில் ஸ்ரீமதி மணக் கோலத்தில் நாராயணன் மடி மீது அமர்ந்திருப்பதைக் கண்டு ஆத்திரம் கொண்டு திருமாலுக்குச் சாபம் கொடுத்தார். ''நாராயணா! என்னை நீ ஏமாற்றிவிட்டாய். இந்தப் பாவம் உன்னைச் சும்மா விடாது. நீயும் பூமியில் மனிதனாகப் பிறக்க, உன் மனைவியை ஒருவன் கடத்துவான். அப்போது வானரங்களின் உதவியை நாடுவாய்.''

நாரதரின் சாபத்தை மகிழ்ச்சியுடன் ஏற்றுக் கொண்டார் திருமால். பூலோகத்தில் தனக்குக் கடமைகள் உள்ளன. அவற்றை நிறைவேற்றுவதற்கு அவர் தந்த சாபம் பயன்படும் என்றார். (இராமாவதாரத்தில்)

மேலும், முற்றும் துறந்த முனிவருக்கு ஏன் இப்படி ஒரு சபலம் ஏற்பட்டது. காமனை வென்ற அவர் அப்படி காமத்திற்கு அடிமையாகலாமா? என்று கேட்க, நாரதன் தன் ஆணவம் நீக்க பகவான் செய்த திருவிளையாடலே என உணர்ந்து வெட்கித் தலை குனிந்தார்.

28. ஆதி சைவர்களின் மகிமை

கௌசிகர், காசிபர், பரத்வாஜர், அத்திரி, கௌதமர் ஆகிய ஐவரும் சதாசிவனின் பஞ்ச முகங்களால் தீட்சை பெற்றவர்கள். இவர்கள் குலத் தோன்றல்களே 'ஆதிசைவர்கள்.' ஆதி சைவர்களில் ஏழு பிரிவினர் உண்டு. அவர்கள் அநாதி சைவர், ஆதி சைவர், மகான சைவர், அநு சைவர், அவாந்தர சைவர், பிரவர சைவர், அந்ய சைவர் எனப்படுவோர்.

சிவபெருமானே அநாதி சைவர். சிவத்வசர் ஆதி சைவர், க்ஷத்திரியர் மகான சைவர்; அவாந்தர சைவர் நான்காம் வருணத்தார், சவர்ணாம்பஷ்ட மத்யஸ்த குலாலர பிரவர சைவர்; மற்றவர்கள் அந்ய சைவர்.

ஆதிசைவர் சிவனாரின் ஊர்த்துவ முகத்தினின்று தோன்றியவர்கள். அவர்கள் வேதியர்கள். சதாசிவ மூர்த்தியிடமே தீட்சை பெற்றவர்கள்.

ததீசி முனிவர்

ததீசி என்றொரு ஆதிசைவர் இருந்தார். அவருக்கு ஒரு மகன். இருவரும் சிவபக்தியுடன் விளங்கினார். மகனுக்குத் தக்க வயதில் திருமணம் செய்வித்தார். மகனும் மனைவியிடம் பிரேமை கொண்டிருந்தான்.

ஒரு சமயம் ததீசி வெளியூர் செல்ல, மகனைத் தினமும் தவறாமல் நியமப்படி சிவபூசையைச் செய்யுமாறு கூறிச் சென்றான்.

ததீசி மகன் சிவபூஜை

அவ்வமயம் சிவராத்திரி வந்தது. ததீசியின் மகன் உபவாசம் இருந்து லிங்கத்துக்கு அபிஷேகம் செய்து வந்தான். மூன்று காலபூஜை முடிந்து நான்காம் கால பூஜைக்கு ஏற்பாடுகள் நடக்கும்போது அவன் மனைவியின் மீது மோகத்தால் மனச் சஞ்சலத்துடன் பூஜையை முடித்தான்.

அதனால் கோபம் கொண்ட ஈசன் அவனுக்குச் சித்தம் பேதலிக்கச் செய்து விட்டார். ஊர் திரும்பிய ததீசி முனிவர் தன் மகனுக்கு பைத்தியம் பிடித்ததற்கான காரணத்தை அறிந்து, மகன் செய்த தவறுக்குத் தக்க பரிகாரம் செய்ய விரும்பினார். இதற்கிடையில் மருமகளும் இறந்து விட்டாள்.

ததீசியின் வருத்தம்

அன்றாடம் முனிவரும், அவர் மனைவியும் சிவ, பார்வதி பூசைகளைச் செய்து வந்தனர். அவர்கள் பூசையால் மனம் இளகிய பார்வதி தோன்றி,

முனிவர் மகன் செய்த தவறை மன்னிக்கு மாறு இறைவனிடம் வேண்டிக் கொள்வதாகக் கூறினாள். சிவனாரும் பார்வதி வேண்டுகோளை ஏற்றார்.

பரிகாரம்

ததீசியின் மகனை நெய்யில் குளிப்பாட்டி, யஜ்ஞோபவிதம் தரித்து சிவகாயத்திரியையும், சிவபஞ்சாட் சரியையும் உபதேசம் பெற்றுக் கொள்ளச் செய்தார்.

வரம்

இவ்வாறு பதினாறுமுறை துதித்தபின் அவன் மன்னிக்கப்பட்டுப் புத்தித் தெளிவு பெற்றான். இறைவன் அவர்களுக்கு மேலும் பல வரங்களை நல்கி, ''ஆதி சைவரை எவன் வழி படுகிறானோ அவன் சிவபெருமானைத் தரிசித்து பலனை அடைவான்'' என்று அனுக்கிரகித்தார்.

பத்திரனின் அன்னக் கொடி

கேசுவர நகரத்திலிருந்து பத்திரன் என்பவன் ஆட்சி புரிந்து வந்தான். அவன் மாறாத சிவபக்தி கொண்டு தினமும் ஆயிரம் வேதியருக்கு அன்னம் அளித்து வந்தான். இறைவன் அவன் முன் தோன்றி, ''பத்திரனே! இந்தக் கொடியை அன்ன சத்திரசாலையின் உச்சியில் தினமும் காலையில் ஏற்றி வை. உண்மையான அடியார் வரும் போது தினமும் ஏற்றி வைக்கும் இக்கொடி கீழே விழும்'' என்றார்.

ஒரு நாள் பத்திரனிடம் ஆதிசைவ வேதியன் ஒருவன் வந்தான். அவனுக்கு அன்னம் அளித்த உடனே கொடி கீழே விழுந்தது. அரசன் வியப்புற்று அந்த வேதியனுக்கு மிக்க மரியாதை செய்ய, மற்றவர்கள் அதை ஆட்சேபித்தனர். அவர்கள் ''அந்த ஆதிசைவன் கீழானவன். நாங்கள் அன்னம் பெற்ற பிறகு தான் அவன் பெற வேண்டும். அவன் முன்னதாகப் பெற்றதால்தான் கொடி விழுந்தது'' என்றனர்.

ஆதிசைவர் மகிமை

அடுத்த நாள் மன்னன் மற்றவர் களுக்கு முதலில் அன்னம் அளித்து ஆதி சைவனுக்குக் கடைசியில் அன்னம் அளித்தான். அவன் அன்னம் பெற்றதும் கொடி கீழே விழ மற்ற வேதியர்கள் ஆதிசைவனின் மகிமையை உணர்ந்தனர்.

29. ஆவின் பாலுக்குப் பதில் திருப்பாற்கடல்

வியாக்கிரபாதர் என்ற முனிவரின் மனைவி வசிஷ்ட முனிவரின் சகோதரி. வெகுநாட்கள் குழந்தை இல்லாத அவர்களுக்கு சிவபெருமான் அருளால் ஓர் ஆண் குழந்தை பிறக்க, அதற்கு 'உபமன்யு' என்று பெயர் வைத்து வளர்த்து வந்தனர்.

சில நாட்கள் கழித்து தாயும், சேயும் வியாக்கிரபாதர் ஆசிரமத்துக்குத் திரும்பி வந்தனர். அங்கு பசு இல்லாததால் குழந்தை ஆவின் பாலுக்கு அழுதது. எவ்வளவு சமாதானம் செய்தும் குழந்தை வேறெந்த பாலையும் ஏற்கவில்லை. மேலும் அச்சேய் ஆவின் பால் கிடைக்கா விட்டால் என்ன? நான் திருப்பாற் கடலையே பெற்று விடுவேன் என்றது. தாய் சிவமந்திரம் உபதேசித்து திருநீறு கொடுத்து அனுப்பினாள்.

உபமன்யு தவம்

உபமன்யு சிவபெருமானைக் குறித்து வனத்தில் தவம் செய்யலானான். அப்பகுதியில் பேய் உருவில் திரிந்து கொண்டிருந்த மரீசி முனிவரின் புத்திரர்கள் சாபம் நீங்கி மானிட உருவைப் பெற்றனர். அதனால் மகிழ்ச்சி அடைந்த அவர்கள் உபமன்யுவின் தவம் ஈடேற வாழ்த்திச் சென்றனர்.

உபமன்யுவைச் சோதிக்க சிவனார் இந்திரன் வடிவில் வந்து, ''யாரை

நோக்கித் தவம் செய்கிறாய்'' என்று கேட்க, ''சிவபெருமானை நோக்கி'' என்று கூற ''அவரே ஆண்டி. இடமின்றி சுடுகாட்டில் திரிகிறார் அவர் என்ன தரப் போகிறார்? வேறு யாராவது தேவரைக் குறித்து தவம் செய்யலாமே'' என்றான்.

பாற்கடல் பெறல்

இதனால் உபமன்யு கடும் கோபம் கொண்டு மகாதேவரை நிந்தித்து அவரைத் தண்டிக்கப் போவதாகக் கூறி அவர் மீது அஸ்திரம் ஏவி திருநீற்றையும் வாரி இறைத்தான். அங்கு நந்தி தேவர் தோன்றி அஸ்திரத்தைத் தடுக்க உண்மை அறிந்த உபமன்யு தீயில் மூழ்கி உயிர்விடத் துணிய, பார்வதி பரமேசுவரர் காட்சி அளித்து பாற்கடலையே இருப்பிடமாக அளித்தார். இந்த உபமன்யுவிடம்தான் பிற்காலத்தில் கண்ணன் உபதேசம் பெற்று, சிவ வழிபாடு ஆற்றி, சாம்பன் என்ற மகனைப் பெற்றார்.

30. ஜலந்தரன் - துளசி - பிருந்தா தேவேந்திரன் தவறு

ஒரு சமயம் இந்திரன் சிவபெரு மானைச் சந்திக்க கைலாய மலைக்குச் சென்றார். திகம்பரனாகக் காட்சி தரும் ஈசனாரை அவரால் அடையாளம் காண முடியாததால் அவரை யார்? என்று கேட்டார். மும்முறை கேட்டும் பதில் ஏதும் இல்லாததால் தனது வச்சிரா யுதத்தை சிவனார் மீது வீசிட, அவர் இந்திரனை உக்கிரமாக நோக்க, இந்திரன் சாம்பலானார்.

இதனை அறிந்த தேவகுரு பிரகஸ்பதி ஓடோடி வந்து, ''கருணைக் கடலே! இந்திரன் செய்த தவறை மன்னித்து உயிர் பெற்று எழுந்திடக் கருணை காட்ட வேண்டும். உங்கள் கோபத்தைக் கடலில் தூக்கி எறிய வேண்டும்'' என்று வேண்டினார்.

ஜலந்தரன் தோற்றம்

பிரகஸ்பதியின் வேண்டுகோளை ஏற்ற சிவபெருமான் இந்திரனை உயிர்ப்பித்து தனது கோபத்தைக் கடலில் எறிந்தார். அது மிகப் பயங்கரமான ராக்ஷசக் குழந்தையாகி மூவுலகும் கேட்கும் அளவுக்கு அழுதது. அந்த அழுகையைக் கேட்டு பிரம்மா கடலுக்கு வர, சமுத்திர ராஜன் அக்குழந்தையை நான்முகன் மடியில் கிடத்தி பெயர் சூட்டி ஆசீர்வதிக்க வேண்டினான். அக்குழந்தை எழுந்து நான் முகன் கழுத்தைப் பிடித்துக் கொள்ள நான்முகன் திணறினார். கண்களில் நீர் தழும்பியது. எனவே, குழந்தைக்கு 'ஜலந்தரன்' என்று பெயர் சூட்டினார் பிரம்மன். மேலும் அக்குழந்தைக்குச் ''சிவபெருமானால் மட்டுமே மரணம் ஏற்படும்'' என்று வரம் கொடுத்துச் சென்றார்.

ஜலந்தரன் திருமணம், திக் விஜயம்

ஜலந்தரன், காலநேமியின் மகள் பிருந்தையைத் திருமணம் செய்து கொண்டான். அவள் ஒரு கற்புக்கரசி. கடலில் தோன்றிய அமிர்தம், கற்பக விருட்சம் ஆகிய அனைத்தும் தனக்கே சொந்தம் என்றும், அவற்றைத் திருப்பித் தருமாறும் இந்திரனிடம் கூற, இரு தரப்பினரும் போர் செய்ய, இந்திரனுக்கு உதவ எண்ணிய திருமாலை மகாலட்சுமி தடுத்து, கடலில் தோன்றிய ஜலந்தரன் தனக்கு உடன் பிறந்தவன் என்று கூறி தடுத்தாள்.

ஜலந்திரனிடம் திருமால் அவன் வலிமை கண்டு மகிழ்வதாகக் கூறி 'வேண்டும் வரம் கேள்' என்று சொன்னார். திருமால் கபடம் அறிந்த அசுரன் அவரைப் பாற்கடலிலேயே பள்ளி கொண்டிருக்க வேண்டும் என்று வரம் கேட்டார். தேவர்கள் நாரதர் உதவியை நாட அவர் சிவபெரு மானிடம் சென்று முறையிட்டார்.

அப்போது ஈசனார் நாரதரிடம் ஜலந்தரனுக்குத் தன் மீது கோபம் உண்டாகும்படி செய்யுமாறும் மீதியை தான் பார்த்துக் கொள்வதாகவும் கூறினார்.

நாரதர் சூழ்ச்சி

ஜலந்தரனை அடைந்த நாரதர் அவனிடம் எல்லாச் செல்வங்களுடன், உமா ரத்தினம் அவனிடம் இருந்தால் அவனது பெருமைக்கு ஈடு இணை ஏது? என்று புகழ்ந்தார். உடனே அசுரன் பார்வதியைத் தன்னிடம் ஒப்படைத்து விட்டால் எவ்விதத் தீங்கும் செய்வ தில்லை என்று தூது அனுப்பினான்.

போரில் சுக்கிரன்

சிவபெருமானுக்கும், ஜலந்தரனுக் கும் கடும் போர் நடக்க, அசுர குரு சுக்கிராச்சியார் இறந்தவர்களை உயிர்ப் பித்தார். எனவே, அவரை வசப்படுத்த சிவபெருமான் ஓர் அழகியை அனுப்ப அவள் மாயையால் சுக்கிரனைத் தனது தொடைகளின் இடுக்கில் வைத்துக் கொண்டு சென்றுவிட்டாள்.

மீண்டும் போர் நிலவ ஜலந்தரன் ஒரு மோகினியை சிவனாரை மயக்க அனுப்பி வைத்தான். அந்த நேரத்தில் அவன் கைலைக்குச் சென்று பார்வதியைக் கைப்பற்ற நினைக்கையில் அவள் மறைந்துவிட்டாள்.

திருமால் செய்த மாயம்

திருமால் மாயையின் உதவியால் ஜலந்தரன் மனைவி நித்திரையில் ஆழ்ந்திருந்தபோது தீய கனவு தோன்றச் செய்தார். அது பற்றி கவலை கொண்ட அவள், அதற்குப் பரிகாரம் அறியச் செல்கையில் வழியில் திருமால் முனிவர் வடிவில் தோன்றினார். பிருந்தை அவரை வணங்குகையில் மாயையால் இரு அரக்கர்கள் தோன்றி அவளைத் தூக்கிச் செல்ல முயல்கையில் அவள் தன்னைக் காப்பாற்றும்படி வேண்ட

திருமால் தான் காப்பாற்றுவதாகக் கூறி அவர்களைச் சுட்டெரித்தார். அதனால் முனிவரிடம் மரியாதை கொண்ட அவள் போரில் தன் கணவன் நிலை என்ன என்று யோக சக்தியால் கண்டு கூற வேண்டினாள்.

கற்புக்குப் பங்கம்

இதோ உன் கண்முன் காட்டுகிறேன் என்றார் அவர். அப்போது வெட்டுண்டு இறந்து போன ஜலந்தரனுடைய உடலை இரண்டு வானரங்கள் கொண்டு வந்து போட்டன. அதைக் கண்டு பிருந்தை கதறி அழுதாள். அவள் முனிவரிடம் கணவன் உடலை உயிர்ப்பித்துத் தரவேண்டினாள். திருமால் ஜலந்தரன் உடலில் புகுந்து உயிர் கொண்டு அவளைக் கூடிட அவளுடைய கற்புக்குப் பங்கம் ஏற்பட்டது.

அதை அறிந்த பிருந்தை அதிர்ச்சி அடைந்து கதறி அழுதாள். திரு மாலுக்குச் சாபம் அளித்தாள்.

அவர் மனிதனாகப் பிறந்து, மனைவியை அரக்கர்களிடம் பறி கொடுத்து உதவிக்குக் குரங்குகளையே நாடவேண்டும் என்றாள். மேலும் அவள் தன் களங்கத்தை நீக்கத் தீக்குளித்து உயிர் விட்டாள். திருமால் 'பிருந்தே' என்று அலறிக் கொண்டே அவளது சாம்பலில் விழுந்து புரண்டார்.

துளசி பிருந்தா

அப்போது பார்வதி தேவி அங்குத் தோன்றித் திருமாலின் துக்கத்தைப் போக்க பிருந்தையின் சாம்பலைத் துளசி ஆக்கினாள். அந்தத் துளசியை அணிந்து திருமால் பித்தம் தெளிந்தார்.

மோகினியின் மாயவலையில் சிவனார் சிக்கவில்லை. அவர் மாயையை அறிந்து அசுரனிடம் போரிட் டார். அவர் தன் கட்டை விரலால் தரையில் ஒரு சக்கரம் எழுதி அதனை

எடுக்குமாறு ஜலந்தரனிடம் கூற அவனால் முடியவில்லை. சிவ பெருமான் அதனை அநாயாசமாக எடுத்து அசுரன் மீது எறிந்தார். அந்த இடத்திலேயே அவன் இறந்து விழுந்தான்.

தேவர்கள் மகிழ்ச்சி கொண்டு சிவனார்மீது மலர்மாரி பொழிந்தனர்.

31. வேடன் நளனான வரலாறு

அற்புதம் என்ற மலையில் ஆகுகன் என்ற வேடன், அவன் மனைவி ஆகுகியுடன் வாழ்ந்து வந்தான். அம் மலைக்கருகில் ஒரு சிவாலயம். இந்தத் தம்பதியர் அக்கோயிலுக்குத் தினமும் செல்வர். கணவன் கோயிலுக்குள்ளும், மனைவி வெளியே இருந்தும் வழிபாடு செய்வர்.

ஒரு நாள் மாலை ஒரு யோகி அந்தச் சிவாலயத்துக்கு வந்து அங்குச் சிறிது நேரம் தங்கி இருந்தபோது ஆகுகி அவரைக் கண்டாள். வணங்கி அன்று இரவு அவள் இல்லத்தில் தங்கிச் செல்லலாம் என்று கூற அவர் மௌனம் சாதித்தார்.

அதே சமயம் அங்கு வந்த வேடன் ஆகுகனும் அவ்வாறே வேண்டினான். அப்போது யோகி இரவு தங்குவதற்கு மட்டும் இடம் கொடுத்தால் போதும் என்றார். அப்படியே ஆகட்டும் என்றான் வேடன்.

அப்போது வேடன் தன் மனைவியிடம் யோகியார் குடிசைக்குள் உறங்கட்டும். நாமிருவரும் வெளியே இருப்போம் என்று கூறினான். இதனைக் கேட்ட யோகி பெண்பிள்ளை இரவில் வெளியே தங்குவது சரியல்ல என்றார்.

இறுதியில் முனிவரும், மனைவியும் உள்ளே தங்கச் செய்து வேடன் வெளியில் காவல் இருந்தான். அவ்வமயம் அங்கு வந்த ஒரு பெரிய புலி வேடனைக் கொன்று தின்று விட்டது.

காலையில் இது பற்றி அறிந்த முனிவர் பெரிதும் வருந்தினார். அப்போது ஆகுதி அவள் கணவர் அந்தணருக்கு உதவி செய்து தனது உயிரை விட்டதால் மோட்சம் அடைவார் என்று மகிழ்ந்தாள். அவனைத் தொடர்ந்து தானும் உயிர்த் துறக்கத் துறவியின் அனுமதியை வேண்டினாள்.

அடுத்து கணவன் உடலுக்குத் தீமூட்டி அதில் தானும் தீக்குளிக்க முற்படுகையில், சிவனார் காட்சி தந்து அவளைத் தடுத்து, அவள் அடுத்து விதர்ப்ப நாட்டு மன்னன் மகள் தமயந்தியாய்ப் பிறப்பாள் என்றும், அவள் கணவன் நிடத நாட்டு மன்னன் நளனாய்ப் பிறப்பான் என்றும் கூறி சிவயோகியார் அன்னப் பறவையாய் இருவருக்கும் மணம் முடித்து வைப்பார். அவர்களுக்கு அடுத்த பிறவி ஏதும் இல்லை. மோட்சம் கிடைக்கும் என்று வரமளித்தார்.

அவ்வாறே மூவரும் நளன், தமயந்தி, அன்னப்பறவையாகினர். அடுத்த பிறவியில். அந்த இடத்தில் சிவபெருமான் 'அசுவேசுவரர்' என்ற பெயரில் கோயில் கொண்டு திகழ்கிறார்.

32. துர்வாசரும், திரௌபதியும்

ஒரு சமயம் அத்ரி முனிவர் பிள்ளைப் பேறு வேண்டி சிவபெருமானைக் குறித்து தவம் செய்ய மும்மூர்த்திகளும் ஒன்றாகக் கூடிவந்து காட்சி அளித்தனர். ''சிவனை மட்டுமே நான் வேண்டிட மும்மூர்த்திகளும் வந்துள்ளீர்களே'' என்று கேட்டார்.

அப்போது மும்மூர்த்திகளும் ''நாங்கள் மூவரும் ஒருவரே. எங்கள் மூவரின் அம்சமாக தங்களுக்கு மூன்று புத்திரர்கள் பிறப்பர்'' என்று கூறினர். அதன்படி, அரன் அருளால் துர்வாசரும், அரியின் அருளால் தத்தாத்திரேயரும், பிரும்மாவின் அருளால் சந்திரனும் அத்ரி முனிவரின் பிள்ளைகளாகப் பிறந்தனர்.

அருகம்புல்லால் நீர் அருந்தியதால் துர்வாசர் என அழைக்கப்பட்டார். இவர் சாபம் கொடுக்கக் கொடுக்க தவம் பெருகும்.

ஒரு சமயம் துர்வாசர் நீராடிக் கொண்டிருக்கையில் நீரின் வேகத்தால் அவரது ஆடை இழுத்து செல்லப் பட்டது.

இதை அறிந்த திரௌபதி தன் பட்டு உடையில் ஒரு பகுதியைக் கிழித்து நீரில் பிரவாகத்தில் விட அதனை அணிந்து துர்வாசர் கரையேறினார். தக்க சமயத்தில் உதவிய திரௌபதியைப் போற்றிப் புகழ்ந்தார். மேலும் அவளுக்கொரு இக்கட்டான நிலையில் அவள் மானம் காக்க வஸ்திரம் ஆயிரம் ஆயிரமாய் வளரும் என வரமளித்தார்.

(திரௌபதியின் வஸ்திராபரணத்தின் போது இந்த வரம் வெகுவாக உதவியது)

33. கிருகபதி பெற்ற வரம்

நர்மதா நதிக்கரையில் சாண்டில்ய குலத்தில் பிறந்த வேதியர் விச்வநாதன். அவர் மனைவி சட்சீகமதி. தன் மீது ஈடில்லா பக்தியுடன் தன் மகிமைகளைச் சுலோகங்களால் துதித்த விஸ்வநாதன் மீது உவகை கொண்ட சிவனார் அவருக்குத் தரிசனம் தந்து தானே அவளுக்கு மகனாகப் பிறப்பதாகக் கூறினார்.

நாரதர் கூறுவது

அவ்வாறே அந்தத் தம்பதியருக்கு ஓர் ஆண் குழந்தை பிறந்தது. அதற்குக் கிருகபதி என்று பெயரிட்டு வளர்த்து வந்தனர். ஒருநாள் நாரத முனிவர் விச்வநாதனிடம் வருகை புரிய நாரதரை வணங்கி தன் மகனை ஆசீர்வதிக்குமாறு வேண்டிட நாரதர் மனம் வாடியது. இதனால் அதிர்ச்சி அடைந்த அந்த வேதியர் அதற்கான காரணத்தைக் கேட்க நாரதர், ''அந்தப் பையன் ஆறு ஆண்டுகளே உயிருடன் இருப்பான், இடி மின்னலில் தாக்குண்டு இறப்பான்'' என்றார்.

அப்போது வேதியர் சிவபெருமானே தனக்குப் பிறந்திருப்பதாகக் கூறிட, நாரதர், ''அந்தக் காசி விசுவநாதரையே நம்பு. அவர் உனக்குக் கருணை புரிவார்'' என்று கூறிவிட்டுச் சென்றார்.

இந்த விவரம் அறிந்த கிருகபதி தந்தையிடம், ''காசி விசுவநாதரின் கருணையால் அவர் அருள் பெற்று நீண்ட நாள் வாழ்வேன்'' என்று கூறிவிட்டு தந்தையின் அனுமதி பெற்று காசிக்குப் புறப்பட்டுச் சென்றான்.

கிருகபதி தவம்

காசியில் ஒரு சிவலிங்கத்தைப் பிரதிஷ்டை செய்து சிவபெருமானைக் குறித்துக் கடுந்தவம் மேற்கொண்டான். அவனுக்கு அருள் செய்ய நினைத்த பரமன் அதற்கு முன் அவனைச் சோதிக்க எண்ணினார்.

கிருகபதி முன் இந்திரன் போல் தோன்றிட, அவன் தான் சிவபெருமானைக் குறிந்தே தவம் செய்வதாகவும், தனக்கு வேண்டும் வரத்தை இந்திரனால் அளிக்க முடியாது என்றும் கூறி தவத்தைத் தொடர்ந்தான் கிருகபதி.

இந்திரன் தானே வந்து கேட்டும் அவனுக்கு அகந்தை என்று கூறி வஜ்ராயுதத்தால் அழித்து விடுவேன் என, கிருகபதி தான் ஒரு சிவபக்தன் என்றும் தன்னை வஜ்ராயுதம் ஒன்றும் செய்யாது என்றும் கூறினான். அவன் மன உறுதிக்கு மகிழ்ந்த சிவபெருமான், உமையுடன் ரிஷப வாகனத்தின்மீது காட்சி தந்தருளினார். கிருகபதி அவரை வலம் வந்து வணங்கித் துதித்தான்.

சிவன் பிரத்தியட்சம்

அப்போது சிவபெருமான், ''உன் தவத்தை நான் மெச்சினேன். நீ அழிவின்றி என் உடம்பான அக்கினி யாய்த் திகழ்வாய். மற்றும் தேவேந்திர

னுக்கும், எம தர்மனுக்கும் இடையே உள்ள திக்குக்குத் தலைவனாக இருப்பாய். சிவனடியார்கள் உன்னை கிருகபதி என்று காரிகபத்தியில் வழிபடுவர்'' என்றருளி மறைந்தார்.

34. காசி மாநகர்

முக்தி தரும் நகரங்கள் ஏழினுள் காசி மாநகர் ஒன்று. ஒரு சமயம் சிவபெருமான் பார்வதி தேவியிடம் காசி க்ஷேத்திர மகிமையை விளக்கிக் கூறினார். ''காசி எனக்கு மிகவும் விருப்ப மானது. அனைத்து உயிர்களுக்கும், எல்லாக் காலத்திலும் மோட்சம் தர எளிதாக உள்ளது. எனது சிவலோகத்தை அடைய விரும்பி சிவயோகப் பயிற்சி செய்து, புலன்களை அடக்கிய புண்ணிய வான்கள் இங்கு உள்ளனர்.

காசியில் இறந்தால் முக்தி

''என்மீது தீராத பக்தி உடையவனும், நீயும் எனக்கு ஒன்றே. அத்தகைய பக்தனின் தரிசனத்தை நானும் திருமாலும் பிரம்மனும் பிற தேவர்களும் விரும்புவோம். காசியில் இறந்தவர்கள் நிச்சயம் மோட்சம் அடைவார்கள். உயர்குண சிவஞானியர்கள், எண்ணற் றோர் இங்கு இருப்பதால், இந்தத் தலம் எனக்கு அனைத்திலும் சிறந்தது.

காசி தலச்சிறப்பு, தீர்த்தச் சிறப்பு, மூர்த்தி மகிமை கொண்டது. இத்தலத் தில் என்னை நோக்கித் தவம் செய்வோர் அநேகர் உள்ளனர். எனவே மற்ற தலங்களைவிட இந்த நகரத்தில் உயர் பதவி எளிதாகக் கிடைக்கிறது.

தேவர்கள் அனைவரும் என்னை உபாசனை செய்து கொண்டே இருக் கிறார்கள். ஐம்புலன்கள் வழியே மனம் செலுத்துபவனாயினும் இத்தலத்தில் மாண்டவன் மீண்டும் பிறவி எடுக்க மாட்டான்.

இத்தலத்தில் பிரும்மாவால் பிரதிஷ்டை செய்யப்பட்ட கோப்- பிரேட்சகம் கைலாயத்திற்கு இணை யானதால் இதனை தரிசித்தவர்கள் நற்கதி அடைவர்.

இங்குள்ள கபிலாகரதம் என்ற தவத்தில் வழிபட்டாலும் பாபம் நீங்கி சிவலோகம் அடைவர். பிரம்மன் இதனை என் சொரூபமாகப் படைத் தான். நீயும் அப்படியே பார்.

இங்கு பிரம்மா என்னைப் பிரதிஷ்டை செய்து வழிபட எண்ணும் போது திருமால் லிங்கத்தைத் தானே வாங்கிப் பிரதிஷ்டை செய்து முறையாக அர்ச்சனை செய்து முடித்தார். அதைப் பற்றி பிரம்மா கேள்வி கேட்க திருமால், ''யான் சிவபக்தி மிக்கவன். நான் செய்தாலும் அது உன் பெயராலேயே விளங்கும்'' என்றார். அதனாலும் நான் இங்கு இருக்கிறேன்.

வியாக்கிரேசுவரர்

ஓர் அசுரேசன் பெரும்புலி வடிவில் அமரர்களைத் துன்புறுத்த அந்த அசுரேசனைக் கொன்று அவனுக்கு மோட்சம் அளித்து தேவர்களுக்காக அவர்கள் வேண்டியவாறு ''இங்கு, 'வியாக்கிரேசுவரன்' என்ற பெயரில் எழுந்தருளி இருக்கிறேன்''. இங்குள்ள 'சயிலேசுவர்' லிங்கம் பர்வதராஜன் பிரதிஷ்டை செய்த சிவலிங்கமாகும்.

சங்கமேசுவரர்

வருணா, அசி என்ற இரண்டு ஆறுகள் கலக்கும் இடம் இது. எனவே 'வாரணாசி' என்று பெயர் ஏற்பட்டது. இந்த இரண்டும் சங்கமம் ஆகும் இடத்தில் உள்ள பிரம்மாவால் பிரதிஷ்டை செய்யப்பட்டதற்கு 'சங்க மேசுவரன்' என்று பெயர்.

இங்கு மத்தியமேசுவரர், கிருத்தி வாகேசுவரர், சுக்கிரரேசுவரர் என்ற பெயர்களில் சிவலிங்கங்கள் தேவர் களால் உருவாக்கப்பட்டுள்ளவற்றை பார்...''

இத்தனையும் கேட்டறிந்த பார்வதி, ''காசியில் இறந்தோர் எத்தகையவ ராயினும் அவர்க்கு மோட்சம் என்பது வியப்பாயுள்ளது'' என்றாள்.

பாவம் செய்தவன்

''பாவம் செய்தவன் அதனை அனுபவித்தே தீரவேண்டும். பாவம் செய்தவன் இங்கே மடிந்தால் சில பிறவிகளை எடுத்துத் தம் பாவங்களைக் கழித்த பிறகு மோட்சம் அடைவான்.''

நற்கருமங்கள்

நற்கருமங்கள் மூன்று வகைப்படும். 1) காசி என்னும் பஞ்சக் குரோச க்ஷேத்திரம் போன்ற புண்ணிய பூமியில் வலம் வந்து, தியான பூஜைகளால் வருவன. 2) கர்ம நிவாரணப்படிப் பிராயச்சித்தங்களைச் செய்து பாவங் களை ஒழித்தல். 3) சர்வ கர்மங்களும் நீங்குவதற்காக என்னிடமே தன் கிரியைகளை எல்லாம் சமர்ப்பித்து, என்னைச் சேவித்துக் கொண்டு இந்த க்ஷேத்திரத்திலேயே வாசம் செய்வது. இவற்றால் பாவம் நீங்கும்.

மூன்று கர்மங்கள்

முன் பிறவியின் செய்தவை சஞ்சிதம். அவ்வினையால் மறுபிறவி அடைந்து அனுபவிக்கும் சுப, அசுப கர்மம் ஆகாமியம். இந்த ஆகாமியம் உடலால் அனுபவிக்கப்படும்போது பிராரத்துவம்.

ஆக, கர்மாக்கள் சஞ்சிதம், ஆகாமியம், பிராரத்துவம் என்று மூவகைப்படும். பாவ கருமங்கள் காசியில் தான் நலிவடைகின்றன.

காசியில் இறந்தவனுக்கு பிராரத்துவ கர்மம் ஒழியும். ஒருவர் இறக்கும்போது அவனது மனமானது செயலுக்கு ஏற்ப அமையும். அக்கர்மத்துக்கான பாவங்கள் மூன்றும் காசியை அடைந்தபோதே கால் ஒடிந்து பின் தொடரக் கூடாதவை ஆகின்றன.

காசியில் பிறந்தவனுக்கு மறுபிறவி இல்லை. பிரயாகையில் இறந்தாலும் மோட்ச காமியாக இருப்பானாகில் அங்கேயே முக்தியும் கைகூடும்'' என்று சிவபெருமான் பார்வதியிடம் கூற அவள் மிக்க மகிழ்ச்சி அடைந்தாள்.

35. பரமசிவனாரின் பரிவாரங்கள்

ஒரு காலத்தில் கண்ணபிரானிடம் உபமன்யு முனிவர் வந்தார். அவரை உபசரித்த கண்ணபிரான் அவரை, நாள் தோறும் யாரை வழிபட்டு அர்ச்சனை செய்கிறார் என்று கூற வேண்டினர்.

அதற்கு முனிவர், ''பூர்வத்தின் மிகுதி யான தவத்தை நீண்ட காலம் புரிய சிவபெருமான் காட்சி அளித்து அருள் செய்தார். அனைத்தையும் அழிக்கக் கூடிய, வெல்ல முடியாத சூலாயுதத்தை அவர் புறத்தில் கண்டேன். அவர் அருளால் மாந்தாதா என்ற மன்னன் அதைப் பெற்று அரசர்கள் யாவரையும் வென்று அசுவமேத யாகமும் புரிந்திருக் கிறான்.

இலவணாசுரன் சிவனருளால் அதனை அடைந்து தனது இல்லத்தில் வைத்துக் கொண்டு கர்வம் மிகுந்து சத்துருக்னன் என்ற அரசனைப் போருக் கழைத்து, அவனாலேயே இறந்தான். ஒளி பொருந்திய சூலாயுதம் அவர் கைக்குப் போகாமல் சிவபெரு மானிடமே போய்ச் சேர்ந்தது.

சிவனார் பரிவாரங்கள்

அடுத்து சிவபெருமானின் மற்றொரு புரத்தில் கூரிய பாம்புகளால் அலங் கரிக்கப்பட்ட பரசு என்னும் மழுவாயு தம், இதன் உதவியால் எழுபத்து மூன்று முறை க்ஷத்திரிய குலத்தை அழித்தான் பரசுராமன்.

மற்றும் ''சிவனாரிடம் சுதர்சனம் என்ற சக்கரம், வச்சிராயுதம், சக்தி ஆயுதம், தூணீரம், கட்கம், பாசம், அங்குசம், கதை முதலிய திக்குப்

பாலகர்களின் ஆயுதங்களும் கண்டேன்'' என்கிறார் உபமன்யு முனிவர்.

இவ்வாறு சிவபெருமான் திட பக்தியைச் சோதிக்க வேண்டி பயங்கர கோர உருவமாகக் காட்சி அளிக்கிறார்.

மற்றும் அவர் வலப்புறத்தில் பிரும்மா, இடப்புறத்தில் திருமால், பார்வதியின் அருகில் முருகன், விநாயகர், நந்தி தேவர்களைக் கண்டேன்.

இவற்றையெல்லாம் கண்ட உபமன்யு வைப் பார்த்து சிவனார், ''நான் இவ்வளவு பயங்கரமாகத் தரிசனம் தந்தும் உன் மனம் சலனமடைய வில்லை. நீ நன்றாகச் சோதிக்கப் பட்டவன். மிகுந்த பக்தி கொண்ட நீ விரும்பும் வரத்தைக் கேள்'' என்றார்.

அப்போது முனிவர், ''நீங்காத பக்தி இருக்க அருள் புரிவீராக. அந்தப் பக்தி யால் முக்கால ஞானமும் பெருகும். நானும் எனது குலத்தாரும் குறைவின்றி உணவு பெற்றுப் புசிக்க வரமருள்வீர். மேலும், எனது ஆசிரமத்தில் தாங்கள் எப்போதும் தரிசனம் தந்தருள வேண்டும்'' என்று வேண்டினார்.

சிவனார் அருளிய வரம், ''உன்னை விட்டு நரை, திரை, மூப்பு விலகட்டும். ஒழுக்கம், உருவம், குணம், செல்வம் பெருகட்டும். பால் விரும்பிய உனக்குப் பாற்கடலையே தந்தேன். நீ விரும்பும் போது அது உன்னை அடையும். விரும்பும் பொருள்களும் அவ்வாறே. பாற்கடலே அமுதம். எனவே, அதைப் பருகுவதால் உன் குலத்தாருடன் நீடூழி வாழ்வாய். வமிசம் பெருகும். எப்போதும் என் தரிசனம் உன் ஆசிரமத் தில் கிடைக்கும்.

இவ்வாறு சிவபெருமான் தரிசனத் தால் அவர் அளித்த வரங்களினால் எல்லாம் பெற்றேன் என்று முனிவர் கண்ணபிரானுக்குக் கூறினார்.

36. மானசீகமான ஈகை சித்திராதன்

பூவுலகில் சித்திராதன் என்ற ஒரு மன்னன் இந்திரனையும் வென்று சிறப்பாக, மேன்மையுடன் வாழ்ந்து வந்தான். அப்புகழையும், மேன்மை யையும் அடுத்த பிறவியிலும் அடையும் வழி பற்றி வசிட்டரிடம் கேட்டான்.

தன் கீர்த்திக்குக் காரணம் முற்பிறவி யின் பயனே. நான் முற்பிறவியில் செய்த புண்ணிய செயல்களைக் கூறுமாறு வேண்டினான். வசிட்டரும் தன் தவ வலிமையால் மன்னனின் முற்பிறவி பற்றி அறிந்து கீழ்க்கண்டவாறு கூறினார்.

''மன்னா! நீ முற்பிறவியில் அவந்தி யில் எளிய குலத்தில் பிறந்தாய். நாட்டில் பசியும், பஞ்சமும் தாண்டவமாடின. மன்னன் தர்மபாலன் என்பவர் ஈகையில் சிறந்தவராக இருந்தும் அவரிடம் செல்ல வில்லை. காட்டிலேயும் நிலைமை சரியில்லை. காய், கனி கிடைக்க வில்லை. எனவே விறகு வெட்டி கட்டிச் சுமந்து விற்க முயன்றும் அது விலை போக வில்லை.

ஹோமமும் தியானமும்

இந்நிலையில் நகரில் ஒரு வைசியர் வீட்டில் ஹோமம் நடந்து கொண்டி ருந்தது. அன்று மாசி பௌர்ணமி. சந்திரக் கிரகணம். ஹோம முடிவில் வைசியர் நூறு பொற்காசுகளைப் பூதானப் பிரதியாகக் கொடுத்ததைக் கண்டாய்.

ஈகைக்கான கவலை

அத்தகைய நன்னாளில் ஈகை செய்து பயனடைய முடியவில்லையே என்று கவலைப்பட்டாய். மனத்தளவில் ஈகை செய்ய நினைத்ததால் இப்பிறவியில் குறையின்றி மகிழ்ச்சியுடன் வாழ்கிறாய். மானசீக ஈகைக்கே இந்தப் பலன் கிடைத்தால் உண்மை தானத்தால் எத்தனை உயர்வு கிடைக்கும் எனவே

பூதானம் செய்து வருவாயாக'' என்று வசிட்ட முனிவர் கூறினார்.

37. துலாபார தானம்

'துலாபாரம்' தானங்களில் சிறந்தது என்பர். குருவாயூரப்பனுக்கு எடைக்கு எடை பொன், வெள்ளி, பழங்கள், காய்கறிகள் என்று தானம் செய்ய வேண்டி பக்தர்கள் அளிப்பது இன்றும் நடைபெற்று வருகிறது. இதைச் செய்வது எவ்வாறு?

துலாபாரம்

ஒரு தராசில் ஒரு தட்டில் பொருள்களை வைத்து மறுதட்டில் தான் ஏறி நின்று தனது பாவங்கள் நீங்கித் தானம் நிறைவுற மனதில் பிரார்த்தனை செய்து கொள்ள வேண்டும். அப்படிச் செய்தால் பாவங்கள் அந்நொடியிலேயே நீங்கிவிடும் என்பர்.

முந்நாள் பூஜை

ஒரு நாள் முழுவதும் உபவாசம் இருக்க வேண்டும். தேவர்களுக்குப் பூஜை செய்யவேண்டும். கிரக தேவதை, இஷ்ட தேவதைகளுக்கும் வழிபாடு நடத்த வேண்டும். அடுத்து இரண்டு யாகசாலைகள் அமைத்து, கணபதியையும், முருகனையும் ஆவாகனம் செய்து சிவபெருமான் குறித்து பூஜைகள் செய்து தனது வழிபாட்டை ஏற்றருளுமாறு பிரார்த்திக்க வேண்டும். அதன் பின்னரே 'துலாபுருஷ தானம்' செய்ய வேண்டும்.

பாதகச் செயல்கள் புரிந்தவர்களும் இந்தத் 'தானத்தை'ச் செய்வதன் மூலம் தங்கள் பாவங்களிலிருந்து விடுபடலாம்.

இருமுறை துலாபார தானம் செய்பவன் சிவகணங்களில் ஒருவன் ஆகிறான். மும்முறை செய்பவன் சிவபுண்ணியத்தை அடைவான்.

பவுர்ணமி, புத்தாண்டு, மற்றும் கிரகண புண்ணிய காலங்களில் இத்தானம் செய்தால் மிகச் சிறப்பான பலன்களை அடையலாம்.

பரசுராமர் க்ஷத்திரிய வம்சத்தை இருபத்தி ஒரு தலைமுறை பூண்டோடு அழித்ததால் எற்பட்ட பாவம் தீர இத்தானம் செய்தார்.

ஜமத்கினி பரசுராமர்

நிதிச முனிவரின் மகனான ஜமத்கினியின் மகனே பரசுராமர். கைகய வமிசத்தில் தோன்றிய மன்னன் கார்த்தவீரியன். அவன் முனிவர் அருளால் அக்கினியையே ஆடையாக இருக்கும் வித்தையைப் பெற்றான்.

அதனால் கர்வம் கொண்ட கார்த்தவீரியன் கொடுமைகள் புரியலானான். ஒரு சமயம் ஆபஸ்தம்ப முனிவரின் ஆசிரமத்தைக் கொளுத்த முயல்கையில் முனிவர் கோபம் கொண்டு, ''விரைவில் அவன் பரசுராமனால் சிரம் அறுக்கப் பட்டு அழிந்து போவான்'' என்று சாபமிட்டார்.

கார்த்தவீரியன் காமதேனு

ஒரு சமயம் அந்தக் கார்த்தவீரியன் ஜமதக்கினி முனிவர் ஆசிரமத்துக்குச் செல்ல அவர் காமதேனுவின் உதவியால் அவனை வரவேற்று உபசரித்தார். அவன் காமதேனுவைக் கைப்பற்ற முயல, ஜமதக்கினி முனிவர் தடுக்க, அக்கினி அஸ்திரத்தால் அவரை நெருங்க முடியாமல் செய்து காமதேனுவைக் கவர்ந்து சென்றான். இஃதறிந்த முனிவரின் மகன் பரசுராமன் அவனது ஆயிரம் கரங்களையும் வெட்டி காமதேனுவை மீட்டார்.

பரசுராமன் சபதம்

ஒரு சமயம் பரசுராமன் தவம் செய்து கொண்டிருக்கையில், அவன் மகன்களைக் காமதேனுவைக் கைப்பற்றி வரச்சொன்னான். அவர்கள் ஜமதக்கினியைக் கொன்றுவிட்டு காம

தேனுவை ஓட்டிச் சென்றனர். இதை அறிந்த பரசுராமன் கடும் கோபம் கொண்டு தனது தந்தையைக் கொன்ற க்ஷத்திரிய வம்சத்தையே அடியோடு அழிக்கச் சபதம் கொண்டு கார்த்த வீரியனையும், அவனுடைய குமாரர் களையும் கொன்றார். அரசாட்சிகளை வேதியர்களுக்குத் தந்துவிட்டு மீண்டும் தவம் புரியச் சென்றார் பரசுராமர்.

பாவம் நீங்கிப் புனிதமடைதல்

இவ்வாறு இருபத்தோரு தலைமுறை களை அழித்தார். தான் புனிதமடைய சிவனைக் குறித்துத் தவம் செய்ய ஈசன் காட்சி அளித்து 'துலாபுருஷ தானம்' செய்யுமாறு கூற, பரசுராமன் முறைப் படி செய்து பாவம் நீங்கப் பெற்றுப் புனிதனானார். துலாபாரப் பலன் பெற துலாபாரப் பொருட்களைப் பலருக்குப் பங்கிட வேண்டும் என்பது நியதி.

38. மகாகாளேச்வர ஜோதிலிங்கம்

அவந்திகாபுரி என்ற ஊர் சிப்பிரா நதிக்கரையில் உள்ளது. அங்கு வேதப் பிரியன் என்றொரு வேதியன் இருந்தான். அவனுக்கு தேவப்பிரியன், தேவன், சுவிரதன், தர்மவாதி என்ற நான்கு பிள்ளைகள் இருந்தனர். தந்தையும் மகன்களும் காலம் தவறாமல் சிவபூஜை செய்து தர்ம நெறியைப் போதித்து வந்தனர்.

தைத்யமன்னன் தூசனன்

அவ்வமயம் இரத்தினமாலா என்ற மலையில் தூசனன் என்ற தைத்திய அரசன் இருந்தான். அவன் பிரம்மனிடம் வரம் பெற்று, அகந்தை கொண்டு அதர்மச் செயல்களில் ஈடுபட்டு வந்தான். அவன் வேதியர்களிடம் சிவ வழிபாடுகளை எல்லாம் தவிர்த்து விட்டு அவன் சொற்படி கேட்க வேண்டும் என்று கட்டளையிட்டான். வேதியர்கள் அவந்தி நகரை அடைந்து அங்குள்ள வேதியர்களிடம் தங்கள் துன்பத்தை முறையிட, அசுரர்களின் கொடுமை களில் இருந்து காக்குமாறு சிவபெரு மானை வேண்டி பார்த்திவ லிங்கார்ச்சனை செய்து கொண்டு தியானத்தில் ஈடுபடுமாறு கூறினர்.

அப்போது தூசனன் அமைச்சர் களுடன் வந்து அந்த வேதியர்களைக் கட்டி வைத்து அடிக்குமாறு கூறினான்.

வேதியர்கள் சிவலிங்கார்ச்சனை செய்யப் பார்த்திவம் எடுத்த இடம் பெரும் குளமாக இருந்தது. அதிலிருந்து உக்கிர சொரூபமான மகாகாளேச்வரர் தோன்றி இன்னல்கள் கொடுத்தவர் மீது கோபம் கொள்ள அசுரர்கள் சாம்ப லானார்கள்.

மேலும், எம்பெருமான் வேதியர் களிடம் அஞ்சாமல் தொடர்ந்து தவத்தில் ஈடுபடுமாறும், அவர்களுக்குத் தேவை யான வரங்களைக் கேட்குமாறும் கூறினார்.

அப்போது வேதியர்கள் தமக்கு முக்தியருளி பாதுகாப்பாக அங்கு எழுந்தருளி இருக்க வேண்டும் என்று வேண்டினர். பரமசிவனார் அந்தக் குளத்திலேயே பிரசன்ன மூர்த்தியாக எழுந்தருளியிருந்து வேதியர்களுக்கு முக்தியும் அளித்தார். அங்கு எம்பெருமான் 'மகாகாளேச்வரர்' என்ற பெயரில் புகழ் பெற்று விளங்குகிறார்.

நாரதரும் விந்தனும்

ஒரு சமயம் நாரத முனிவர் கோகர்ண க்ஷேத்திரத்துக்கு வந்தார். அவர் விந்தனிடம் எல்லாம் இருந்தும் மேரு அதனைவிடப் பெரியதாகவும், தேவர் களால் போற்றப்பட்டு அவர்களை வாழத் தக்கதாகவும் உள்ளது என்றார். இதனைக் கேட்ட விந்தன் சிவ ஆராதனை செய்து மேருவை வெல்ல மன உறுதி கொண்டு ஓங்கார ரூபமான இயந்திரம் ஒன்றை இயற்ற பார்த்திவ லிங்க பூஜையை அங்கேயே அமர்ந்து

இடைவிடாமல் ஆறு மாதம் பூஜை செய்தான்.

விந்தன் பெற்ற வரம்

சிவபெருமான் காட்சி தர, விந்தன் அவரிடம் எல்லோரையும் விட உயர்வாக வளர்வதற்கான சக்தியை வேண்டினான். அதற்குச் சிவபெருமான் அவ்வாறே அளித்ததாகவும், ஆனால், இறுமாப்பு அடைந்தால் அந்தப் பேருருவம் தன்னடியாரால் சிறிதாகும் என்றும் எச்சரித்தார். மேலும், விந்தனுக்கு வரமளித்ததன் வடிவமாக அங்கே தேவர்களின் வேண்டுகோளின் படி எழுந்தருளினார்.

அவ்விடத்தில் ஓங்கார யந்திரத்தில் சிவலிங்க தீர்த்தம் ஒன்றும், பார்த்திவ லிங்கம் ஒன்றும் திகழ்கின்றன. அந்த லிங்கங்களை வழிபடுவோர் பிறவிப் பிணி நீங்கிப் பேரின்பம் அடைவர்.

39. சிவபுரம்

சிவலோகத்தில் பிரும்மா, யோக சித்தரான கபிலர் முதலிய முனிவர்களெல்லாம் சிவயோகத்தைச் சிறப்பாகச் செய்து, முக்குணங்களை ஒழித்து, பற்றற்று, சிவபெருமானிடத்தில் மனம் லயித்து வாழ்கிறார்கள். பரமாத்மாவான சர்வேசுவரன் அங்கு தரிசனம் தந்து கொண்டிருப்பார். அவரிடம் பொறுமை, வாய்மை, துணிவு, தவம், வலிமை, சங்கரத்துவம் ஆகியவை நித்தியமாக இருக்கும்.

எம்பெருமான், பரமனும், பரம சொரூபியும் பிரகிருதி சம்பந்தமான மனதிற்கு ஒளி ஊட்டுபவராக இருப்பார். அவர் எங்கும் இருப்பவர். அனைத்திற்கும் தலைமையானவர்.

பிரச்சினைத் தொடர்பாகத் தனது அன்பர்களுக்குத் தரத்தக்க மண்டலத்திற்கு விக்கிரரூபியாக இருக்கும் பெருமானே நாதன்.

அவரிடமிருந்து தோன்றிய வைணவி என்னும் பிரகிருதியால் தோன்றிய நகரம் பிரம்ம லோகம். அதற்கு எதிரில் விக்ரகேசுவரருக்கு இருப்பிடம்.

இந்த ஞானிகள் சேவிக்க மிகப்பெரிய சிவமண்டலம் ஒன்று உண்டு. சிவபெருமானுக்கு உறைவிடமாகிய இராசதானி நகரம் சர்வமங்களத்துடன் விளங்கும். நல்ல மனமும், இடைவிடாத பக்தியும் கொண்டு சிவயோகத்தையே செய்தவர்கள் மட்டும் அங்கு எப்பொழுதும் மகிழ்ச்சியாக இருப்பர். அங்குள்ள மகாமண்டபத்தில் பூதங்களும், தத்துவங்களும் பரிகாரம் செய்திட சிவபெருமான் தன் தேவியுடன் அங்கே வாசம் செய்கிறார்.

மற்ற தேவமாதர்கள் சர்வலோக மாதாவான பார்வதிக்குப் பணிவிடை செய்து மகிழ்ந்தார்கள். அனைத்துக் கணங்களும் எப்போதும் அங்குப் பணிவிடை செய்து கொண்டிருப்பர். எம்பிரான் அருகில் நந்திதேவர் கரத்தில் சுரிகையும், பொற்பிரம்பும் ஏந்தித் திகழ்வார்.

அந்தச் சிவபுரத்தில் இரத்தினமயத் தளம் கொண்ட அழகிய ரதமானது விக்ர கேசனுக்கு விருப்பமாக அமைந்துள்ளது.

40. சிவாலயம் எழுப்பினால்...

சிவாலயம் எழுப்புவதால் ஒருவன் பெறக்கூடிய மேன்மையைப் பற்றிச் சூதமுனிவர் நைமிசாரணிய முனிவர்களுக்குக் கூறலானார்.

1) சிவாலயம் எழுப்புபவன் தினமும் பெருமானை வழிபாடு செய்தால் உண்டாகும் சிறப்பை அடைகிறான்.

2) அவன் குலத்தில் வாழ்ந்த நூறு தலைமுறையினர் சிவலோகம் செல்வர்.

3) சிவாலயம் எழுப்பவேண்டும் என்று மனதால் நினைத்தாலே ஏழு பிறவிகளிலும் செய்த பாவங்களிலிருந்து விடுபடுவான்.

4) ஆலயம் கட்டி முடித்தால் அதிலுள்ள கற்கள் ஒவ்வொன்றிற்கும் ஒவ்வோர் ஆயிரம் ஆண்டுகள் சிவ லோகத்தில் இருக்கும் பேறு பெறுவர்.

5) சிவலிங்கத்தை உருவாக்குபவர் சிவலோகத்தில் அறுபதினாயிரம் ஆண்டுகள் இருப்பார். அவனது தோன்றல்களும் சிவலோகத்தை அடையும் புண்ணியம் பெறுவர்.

6) சிவாலயத் தொண்டுகளில் ஈடுபடு வோரை எமன் நெருங்கக் கூடாதென்று சிவபெருமான் எச்சரித்து உள்ளார். அவர்கள் தலைமுறையினரைக் கூட எமதூதர்கள் நெருங்க மாட்டார்கள்.

7) சிவாலயத்தில் உரிய பொருள் களால் அபிஷேகம் செய்து வழி படுபவன் ஆயிரம் பசுக்களைத் தானம் செய்த பலனைப் பெறுவான்.

8) கிருஷ்ணபக்ஷ சதுர்த்தசியில் சிவ லிங்கத்துக்கு நெய் அபிஷேகம் செய்தால் சர்வ பாவங்களும் விலகும்.

9) பௌர்ணமி, அமாவாசைகளிலும் சிவலிங்கத்திற்கு அபிஷேக, ஆராதனை கள் செய்வோர்க்கும் அத்தகைய பலனே கிடைக்கும்.

10) பிரதோஷ காலங்களில் நெய்யபி ஷேகம் செய்தால் அது தெரிந்தோ, தெரியாமலோ செய்த பாவங்களை நிர்மூலமாக்கும்.

11) பசும்பாலால் அபிஷேகம் செய் தால் சிவலோகமடைந்து என்றும் மகிழ்ச்சியாக இருப்பர்.

12) நவக்கிரகங்களும் அவனுக்கு அருள் புரியும்.

13) சிவபெருமானை மனதிற்குகந்த மலர்களால் அர்ச்சனை செய்யலாம். உலர்ந்த வில்வமும் அர்ச்சனைக்கு உரியதே. ஆனால், தாழம்பூ அர்ச்ச னைக்கு ஆகாது.

14) மலர்களுக்குப் பதில் பிருங்கராச பத்திரம், அருகம்புல் போன்றவற்றால் அர்ச்சனை செய்யலாம்.

15) புண்ணியக் காலங்களில் சிவபெரு மானை வழிபடுவோர் தினசரி வழி பாட்டிலும் ஆயிரம் பங்கு அதிகமான பலன் களைப் பெறுவர்.

41. மகாசிவராத்திரி மகிமை

ஒவ்வொரு மாதமும் சிவராத்திரி வந்தாலும் மாசியில் வரும் சிவராத்திரி மகா சிவராத்திரியாகும். அது மிக்க மேன்மை உடையது.

அன்று சிவராத்திரி, குருத்ரூரன் என்ற வேடன் வில், அம்புகளுடன் காட்டில் வேட்டைக்குச் சென்றான். ஒரு மிருகமும் கிடைக்காததால் வெறும் கையுடன் வீடு திரும்ப மனமின்றி ஆங்கோர் குளத்தைக் கண்டு நீர் பருகினான். குடுவையில் நீர் நிரப்பிக் கொண்டு ஒரு வில்வ மரத்தில் ஏறிப் பதுங்கி இருந்து மிருக வேட்டைக்கு ஆயத்தமாக இருந்தான்.

முதல் ஜாமத்தில் ஒரு பெண் மான் நீர் அருந்த வந்தது. அதற்குக் குறி வைத்தான். அந்த அசைவினால் குடுவை நீர் தளும்பி, மரத்தினடியில் இருந்த சிவலிங்கத்தின் மீது விழுந்தது. கிளை அசைந்ததால் வில்வ இலைகள் சிலவும் லிங்கத்தின்மீது விழுந்தன.

கிளை அசைவு ஒலியால் வேடனைக் கண்ட பெண் மான், ''நீ என்ன செய்யப் போகிறாய்?'' என்று வேடனைக் கேட்க, அவன் தானும், தன் குடும்பத்தாரும் உணவின்றிக் கிடப்பதைக் கூறி ''உன்னைக் கொன்று, கொண்டு செல்லப் போகிறேன்'' என்றான்.

அப்போது அப் பெண்மான் அவர்கள் பசிபோக்க அது உதவினால் அதற்குப் புண்ணியமே. ஆத்ம திருப்தியும் கூட. எனினும், தன் குட்டிகளுக்குப் பாதுகாவலாக ஒரு பெண்மானை தன்

கணவனுக்கு மனைவியாக்கி உடனே திரும்பி வருவதாகவும் கூறி அதுவரையில் அவகாசம் தருமாறு வேண்டியது. இதனைக் கேட்ட வேடன் அந்த மானின் வார்த்தை களை நம்பாமல் சிரிக்க, மான் மேலும் கூறிற்று.

''என்னை நம்பு. நான் பொய் சொல்லமாட்டேன். நான் சத்தியம் தவறினால் சிவத்துரோகி, குருத்துரோகி போன்றோர் அடையும் பாவத்தைப் பெறுவேன்'' என்றது.

இப்போது மானின் வார்த்தைகளை நம்பிய வேடன் அதனைப் போக விட்டான்.

இரண்டாம் ஜாமத்திலும் நீர் தெளித்தல், வில்வம் உதிர்த்தல், வேடன் குறி ஆகியவை நிகழ அப்போது அங்கே முதலிலே வந்து சென்ற பெண்மானின் சகோதரி வந்தது. அதுவும் தன் குட்டிகளைப் பாதுகாக்க கணவனிடம் (ஆண்மான்) கூறிவிட்டு வருவதாகக் கூறிச் சென்றது.

மூன்றாம் ஜாமத்தில், முன் வந்த இரண்டு பெண்மான்களின் கணவனான ஆண் மான் வந்தது. அது வேடனிடம் தக்க காரணங்களைக் காட்டி தனக்கு அவகாசம் வேண்டியது. ஆனால் வேடன் பெண்மான்களைப் போல் இதையும் விட்டுவிட முதலில் ஒப்ப வில்லை. பின் ஆண்மான் சில தத்துவங் களைக் கூறி, சொல் தவறினால் பெரும் பாவம் வந்து சேரும் என்று கூறி விரைவில் வருவதாகச் சொல்லிச் சென்றது.

இப்போது அந்த மூன்று மான்களும் தங்களது குட்டிகளை பாதுகாக்கும்படி வேறொரு மானிடம் விட்டுவிட்டு வேடன் இருக்குமிடம் வந்தன. அப்போது மூன்று ஜாமங்கள் முடிந்து நான்காவது ஜாமம் வந்து விட்டது.

மூன்று மான்களும் தன்னிடம் வருவது கண்டு வேடன் மகிழ்ச்சி உற்றான். அப்போது குடுவையிலிருந்து நீரும், கிளையிலிருந்து வில்வ தனங் களும் சிவலிங்கத்தின்மீது விழுந்தன.

அன்று சிவராத்திரி ஆனதாலும் அவன் உணவின்றி இரவு முழுவதும் விழித் திருந்து தன்னை அறியாமலேயே சிவலிங்கப் பூஜை செய்ததாலும் அதற் குரிய பலனாக அவன் நற்புத்தி பெற்றான்.

அந்த மிருகங்களின் வாய்மையை மெச்சிப் பாராட்டியதுடன் அவற்றின் முன், தான் நேர்மையாக வாழவேண்டும் என்று உறுதி பூண்டான். வில்லை ஒடித்து எறிந்தான். மான்களைத் தான் கொல்லப் போவதில்லை என்று கூறி அவற்றை திரும்பிச் சென்று குட்டி களைக் காக்குமாறு கூறினான்.

அப்போது சிவபெருமான் தோன்றி, அவனை வாழ்த்தி, அவன் பெயர் குகன் என்று கூறி, அவன் கலைமானின் தோழமையால் மேன்மையுறுவான் என்று ஆசீர்வதித்து மறைந்தார்.

42. விரதங்கள்

முக்தி அளிக்கத்தக்கவை நான்கு. அவை சிவார்ச்சனை, உருத்திர பாரா யணம், சோமவாரம், பிரதோஷம் ஆகிய மூன்றுநாள் உபதேசம், காசித் தலத்தில் மரணம் ஆகியவை. இந்த நான்கிலும் சிறந்தது சிவராத்திரி விரதம் என்று திருமாலிடம் சிவபெருமான் கூறியதாகச் சூதமுனிவர் கூறினார்.

மாசி மாதத்தில் கிருஷ்ணபக்ஷ சதுர்த்தசி அர்த்தராத்திரியே மகா சிவராத்திரி ஆகும். அன்றிரவு பதினான்கு நாழிகைப் போது கோடி பிரம்ம ஹத்திகளையும் போக்கக் கூடிய பலன் கொண்டது.

அன்று அதிகாலையில் எழுந்து, கடன்களை முடித்துக் கொண்டு

சிவாலயம் சென்று இறைவனை வழிபட்டு சிவராத்திரி விரதம் மேற் கொண்டுள்ளதாகவும், விரதம் நன்முறை யில் நிறைவேற இறைவனிடம் அருள் புரியுமாறும் வேண்டிக் கொள்ள வேண்டும்.

மாலையில் நீராடி, தூய ஆடை உடுத்தி, மும்முறை ஆசமனம் செய்து, பெருமானைத் தியானித்து, பூஜையைத் தொடங்க வேண்டும். நான்கு ஜாமங் களிலும் நான்கு சிவலிங்கங்களை மண்ணால் செய்து வழிபாடு நடத்த வேண்டும். வேதியர்களைக் கொண்டு மந்திரம் சொல்லி பூஜையை நிறைவு செய்ய வேண்டும். பால், தயிர், தேன், நெய், சர்க்கரை ஆகியவை கொண்டு அபிஷேகம் செய்யவேண்டும்.

அதன்பின் உலர்ந்த தூய துணியால் லிங்கத்தைத் துடைத்து சந்தனம், குங்குமம் சாத்தி அட்சதை முதலிய வற்றைச் சமர்ப்பிக்க வேண்டும். இவ்வாறு நான்கு ஜாமங்களிலும் தனித்தனியே பூஜை செய்யவேண்டும்.

முதல் ஜாமத்தில் அரிசி, இரண்டில் கோதுமை, மூன்றில் கோதுமை, நான்காம் ஜாமத்தில் அரிசி, உளுந்து, பயறு, தினை என்று ஏழுவகையான அட்சதைகளைச் சமர்ப்பிக்கவேண்டும். முதல் ஜாமத்தில் சதபத்திரம், தாமரை, கரவீரம் மலர்களாலும்; இரண்டில் தாமரை, வில்வத்தாலும்; மூன்றில் ஆத்தி, அருகு போன்றவற்றாலும்; நான்காம் ஜாமத்தில் மணம் கமழும் மலர்களாலும் அர்ச்சனை செய்ய வேண்டும்.

அதேபோல், முதல் ஜாமத்தில் சுத்த அன்னம், கறிகாய்; இரண்டில் லட்டு போன்ற இனிப்பு; மூன்றில் நெய் கலந்த பலகாரம், பாயசம்; நான்காம் ஜாமத்தில் கோதுமை பலகாரம் நிவேதனம் செய்ய வேண்டும்.

பழங்களில் முதல் ஜாமத்தில் வில்வப்பழம், இரண்டில் பலாப்பழம், மூன்றில் மாதுளை, நான்கில் எல்லாப் பழங்களும் சமர்ப்பிக்க வேண்டும். ஒவ்வொரு ஜாம வழிபாடு முடிந்ததும் வேதியர்களுக்குத் தட்சணை ஆகியவை கொடுத்து உபசரிக்கவேண்டும். இயன்ற வரை தானமும் செய்யவேண்டும். சிவநாம பஜனை, சிவபெருமான் புண்ணிய கதைகளைக் கேட்டு நேரத்தைக் கழிக்கவேண்டும்.

பொழுது விடிந்ததும், நீராடி நித்தியக் கடமைகளை முடித்து, சிவாலயம் சென்று பரமனை வழிபட வேண்டும். அது முதல் ஒவ்வொரு மாதமும், சிவராத்திரி அன்று விரதம் இருந்து, பூஜை செய்து அடுத்து வரும் சிவராத்திரி அன்று விரதத்தை உத்தியாபனம் செய்து நிறைவு செய்ய வேண்டும்.

விரதம் முடிவு ஆகும் நாளில் அலங்கார மண்டபம் அமைத்து அதில் பார்வதி பரமேசுவரனைப் பிரதிஷ்டை செய்து வழிபாடு செய்தல் வேண்டும்.

ஹோமம் வளர்த்து, முதலில் நவக்கிரக சாந்திக்கான ஹோமம் செய்து, நெய், பாயசம் கொண்டு ருத்திர மந்திரம் சொல்லி ஹோமம் செய்ய வேண்டும்.

நிறைவில் பொன்னால் சிவனும், வெள்ளியில் பார்வதியுடைய பிரதிமை களைச் செய்து வேதியருக்குத் தானம் செய்ய வேண்டும். குறைந்தபட்சம் பன்னிரண்டு பேருக்கு வேதிய போஜனம், கோதானம் அன்ன தானம் செய்ய வேண்டும்.

மறுநாள் அமாவாசை பிண்டப் பிரதானம் செய்து வேதியர்களுக்குத் தானம் அளிக்கவேண்டும். பதினைந்து நாட்களில் இதன் பலன் கிடைக்கும்.

சதுர்த்தசி விரதம்

ஜம்பு என்ற தீவின் மன்னன் சதாநிகன். அன்றாடம் தன்னை நாடி

வந்தவர்களுக்குப் பொன்னும், ஆடையும், பொருளும் தானம் கொடுத்தான்.

அவன் மகன் தந்தையைப் போல் புகழ் பெற்றவன் என்றாலும் தானம் செய்வதில் விருப்பமின்றி வாழ்ந்தான்.

மன்னரின் தானத்தாலேயே வாழ்ந்து வந்த வேதியர்கள் அவனிடம் முறையிட்டுக் கேட்டனர். அப்போது அந்த மன்னனின் மகன் தற்போது அரசனான அவன் ''என் தந்தை தினமும் தான தருமங்களைச் செய்து வந்தவர். தற்போது எங்கே, எவ்வாறு வாழ்கிறார் என்று கூறமுடியுமா?'' என்று கேட்க பதில் அளிக்க முடியாத வேதியர்கள் ஏமாற்றத்துடன் திரும்பினான்.

ஒருநாள் சூரியன் வேதியர் வேடத்தில் அங்கு தோன்றி வேதியர்களின் துக்கத்துக்குக் காரணம் கேட்க, அவர்கள் கூறியதைக் கேட்டுச் சிரித்தான். மேலும், வேதியர்களுக்கு அறிவுரை வழங்கினான்.

''தானத்தை விரும்பாமல் நித்திய கர்மாக்களைச் செய்பவனே சிறந்தவன். அவனை அறிந்து வழிபட்டால் நீங்கள் சகல நன்மைகளைப் பெறுவீர்கள்'' என்றான்.

இதனைக் கேட்ட வேதியர்கள் உண்மை நியதியை உணர்ந்தனர். அவர்கள் பார்க்கவ முனிவரை வலம் வந்து தங்கள் குறையைக் கூறித் தமக்கு உதவ வேண்டினர். அப்போது பார்க்கவன், கவலையை விட்டு, கடமைகளைச் செய்துவருமாறும் தன் தவவலிமையால் முன்னாள் மன்னன் பற்றிய விவரங்களை அறிந்து வருவதாகவும் கூறினார்.

அங்கு நிகழ்ந்ததைக் கவனித்த சூரியன் வேதியர் வடிவில், பார்க்கவ முனிவரின் முன்பாக தோன்றி அவர் காரியத்தில் வழிகாட்டுவதாகக் கூறினார். அப்போது அவ்விருவர்களின் எதிரில் ஓர் அந்தணன் வந்தார். இவர்களை மேலே செல்ல முடியாமல் தடுத்து, தனக்குத் தர வேண்டியதைத் தந்தால் மேலே செல்ல அனுமதிப்பதாகக் கூறினார்..

பார்க்கவர் அவரிடம் தனக்கு எப்போது என்ன கொடுத்தான் என்றும் தான் என்ன தரவேண்டும் என்றும் கேட்டார்.

அதற்கு அந்த அந்தணர், தான் முற்பிறவியில் புராணப் பிரசாரம் செய்தபோது கேட்க வந்த பார்க்கவர் ஒன்றும் கொடுக்கவில்லை. மேலும், கேட்டபோது வீட்டிற்குச் சென்று கொண்டு வருவதாகச் சென்றவர் வரவில்லை என்றார்.

அப்போது பார்க்கவர் பூலோகத்தில் நடந்ததை அங்குச் சென்று தீர்த்துக் கொள்ளலாம் என்று கூற அந்தணர் சம்மதிக்காமல் பார்க்கவரின் புண்ணியத்தில் பாதியைக் கொடுத்தால் செல்ல அனுமதிப்பதாகக் கூறினான். மாறுவேடத்தில் இருந்த சூரியன் மத்தியஸ்தம் செய்து ஆறில் ஒரு பங்கு தரச் செய்தான்.

அடுத்து, கொஞ்ச தூரம் செல்லுகையில் ஒரு யாதவன் எதிர்ப்பட்டு ஆவினம் மேய்த்தற்கான கூலி பாக்கியைக் கொடுக்குமாறு முனிவரைக் கேட்டான். மற்றொரு ஆறில் ஒரு பங்கு தவத்தை அவனுக்குக் கொடுக்கச் செய்தான் சூரியன். அடுத்துச் சாலியன் ஒருவன் பயணத்தைத் தடுத்து ஆடை வாங்கியதில் ஏற்பட்ட பாக்கியைக் கொடுக்குமாறு கேட்க, சூரியன் பார்க்கவரிடம் இவ்வாறு பாக்கிவைப்பது, பெரும் பாவம் என்று கூறி, முனிவரின் புண்ணியம் அனைத்தையும் தரச் செய்து அந்தச் சாலியனைத் திருப்திப்படுத்தினான்.

தான் பெற்றிட்ட புண்ணியம் முழுவதையும் இழந்த பார்க்கவரால் நடக்க

முடியவில்லை. அங்கேயே அவர் நின்று விட அவரைச் சூரியன் கையைப் பிடித்து யமலோகத்துக்கு அழைத்துச் சென்றான்.

வழியில் சதாநீகராசனை எமகிங்கரர்கள் பாத்திரத்தில் போட்டுக் கொதிக்க வைத்துக் கொண்டிருந்தனர். அரசன் படும் பாட்டைக் கண்டு பார்க்கவர் பெரிதும் வேதனை பட்டார். வேதியர்களுக்குப் பற்பல தானங்கள் செய்த, புண்ணியங்கள் பல செய்த மன்னனுக்கா இந்தத் தண்டனை என்று கேட்டார்.

அப்போது மன்னன் கண்ணீர் விட்டு தான் தான தருமங்கள் செய்தது உண்மை என்றாலும், அப்பொருட்கள் யாவும் குடிமக்களை வருத்திப் பெற்றவை. எனவே தன் மகனிடம் கூறி அவன் அத்துன்பத்திலிருந்து விடுபடக் கூறுமாறு முனிவரிடம் வேண்டினார்.

"அற்ப காரியங்களில் ஆசைகொண்டு இன்னல் அடைவோர் அதிலிருந்து மீளவும், ஈகை செய்தவர்களை கடை தேறச் செய்வதுமான விரதம் இருப்பின் அது பற்றிக் கூறுங்கள்" என்று பார்க்கவ முனிவர் சூரியனை வேண்டினார்.

அப்போது சூரியன், முனிவர் கேட்ட படி பயன் தரும் விரதம் ஒன்றுள்ளது என்று அதன் விவரங்களைக் கூறினான். அதுவே சதுர்த்தசி விரதம்

சதுர்த்தசி விரதம்

"பரமசிவனாருக்கு மிகவும் விருப்பமான சித்திரையில் வரும் சதுர்த்தசி அன்று தீபதானம் செய்வது தேவர்களுக்கு விருப்பம் தரும். அன்று விரதம் இருந்து பரமனைத் தொழுது பின் தீபதானம் செய்யவேண்டும்" என்று கூற, முனிவர் உடனே பூலோகத்திற்குப் பயணமானார். அங்கு வேதியர்களைக் கண்டு மன்னன் படும் துன்பத்தையும், அது நீங்க செய்ய வேண்டிய உபாயத்தையும் கூறிவிட்டு, உடனே மன்னனிடம் சென்று விவரத்தைக் கூறினார்.

செய்தியைக் கேட்ட மன்னன் அருகிலுள்ள புண்ணிய க்ஷேத்திரத்தை அடைந்தான். அங்கோர் பெரிய குளம் உருவாக்கி சிவனைத் தியானித்து சதுர்த்தசி விரதம் இருந்து வேதியர்களுக்கும் பண்டிதர்களுக்கும் பசுக்களையும் தீபங்களையும் தானமாக வழங்கினான். அதனால் நரகத்தில் துன்பம் அனுபவித்து வந்த சதாநீக மன்னன் அதிலிருந்து விடுபட்டு சொர்க்கம் அடைந்து மகிழ்ந்திருந்தான்.

அஷ்டமி விரதங்கள்

1) சித்திரை மாத அஷ்டமியில் வால் கோதுமை உணவை உண்டு விரதம் இருந்தால் அநேக தான தருமங்கள் செய்த புண்ணியம் கிடைக்கும்.

வைகாசியில் தூயநீர்
ஆனியில் கோமியம்
ஆடியில் பழங்கள்
ஆவணியில் உப்பு நீர்
புரட்டாசியில் தயிர்
ஐப்பசியில் வெந்நீர்
கார்த்திகையில் தேன்

மட்டுமே உண்டு சிவபெருமானை வழிபாடு செய்பவர்கள், செய்த பாவங்கள் அனைத்திலிருந்தும் விடுபட்டு மோட்சம் அடைவர்.

2) ஒவ்வொரு மாதமும் அஷ்டமியில் உபவாசமிருந்து சிவனை வழிபட்டு வருபவன் சகல மேன்மைகளையும் அடைவான்.

3) மார்கழி மாதம் கிருஷ்ண பட்சத்து அஷ்டமியில் கோமியம் பருகி, உபவாசம் இருந்து, மறுநாள் பாரணை செய்பவன் சகல பாவங்களும் நீங்கி வீடுபேறு பெறுவான்.

4) தை மாத அஷ்டமியில் ஆவின் நெய் அருந்தி உபவாசம் இருந்து வழிபடுபவன் பிரம்மஹத்தி போன்ற பாவங்களிலிருந்து விடுபடுவான்.

5) மாசி மாதத்தில் பசும்பாலில் பாயசம் செய்து நிவேதனம் செய்து விரதம் இருப்பவர் சொர்க்கலோக வாழ்வு பெறுவர்.

6) பங்குனி மாதம் எள்ளால் பொடி உண்டு விரதமிருந்தால் நற்கதி கிடைக்கும்.

சித்திரையில் வரும் அஷ்டமி சதா சிவாஷ்டமி, ஆனியில் வருவது பாகபதாஷ்டமி, ஆடியில் வருவது நீலகண்ட அஷ்டமி, ஆவணியில் வருவது ஸ்தானு அஷ்டமி, புரட்டாசியில் வருவது சம்புகஷ்டமி, ஐப்பசியில் வருவது ஈசுவராஷ்டமி, கார்த்திகையில் வருவது ருத்திராஷ்டமி, மார்கழியில் வருவது சங்கராஷ்டமி, தையில் வருவது தேவ தேவாஷ்டமி, மாசியில் வருவது மகேசுவராஷ்டமி, பங்குனியில் வருவது திரியம்பகாஷ்டமி என கூறப்படும்.

தக்ஷிணாமூர்த்தி சந்நிதியில் பரமனைத் தரிசித்து, விரதமிருந்து, அந்தணர்களுக்கு உணவு படைத்து, மறுநாள் பாரணை செய்தல் வேண்டும். இவ்வாறு பன்னிரண்டு அஷ்டமிகளிலும் விரதம் இருந்து பரமனை வழிபடுவோர் மோட்சம் அடைவர்.

பரமனைத் தரிசிக்கும்போது பாதாதி கேசமாக அங்கங்களை முறைப்படி பூஜை செய்ய வேண்டும். அவ்வாறு செய்கிறவர்கள் ஊனமேதுமின்றி சுந்தர வடிவில் செல்வச் சிறப்புடன் வாழ்வார்கள்.

43. சிவபெருமானின் பஞ்ச பூத ஸ்தலங்கள்

பிருத்வி (நிலம்) க்ஷேத்திரம்

கச்சி மாநகர் (அ) காஞ்சி, காஞ்சிபுரம் எனப் பெயர்களைப் பெற்றது. முக்தி தரும் நகர் ஏழினுள் சிறந்தது. இங்குள்ள மாபெரும் ஏகாம்பரநாதர், கைலாச நாதர், காமாட்சி அம்மன் கோயில்கள் பிரசித்தி பெற்றவை.

அப்பு (நீர்) க்ஷேத்திரம்

திரு ஆனைக்கா. ஜம்புகேசுவரம். மூல லிங்கத்தின் அடியில் எப்போதும் நீர் ஊறும். யானை, சிலந்தி முக்தி பெற்ற தலம்.

தேயு (தீ) திருவண்ணாமலை

திருவண்ணாமலை. கார்த்திகைத் தீபவிழா மிகப் பிரசித்தம். திருமாலும் பிரம்மனும் அடிமுடி காணாமல் தவித்த ஜோதிலிங்கத்தலம்.

வாயு (காற்று) க்ஷேத்திரம்

சிலந்தி, பாம்பு, யானை, முக்தி பெற்றன. தற்போது ஆந்திராவில் உள்ள ஸ்ரீ காளஹஸ்தி.

ஆகாய க்ஷேத்திரம்

சிதம்பரம் - பொன்னம்பலம் - நடராஜர் ஆலயம். வெற்றிடத்தையே பூசிக்கின்றனர். சிதம்பர ரகசியத்தைத் தெரிந்து கொள்ளுங்கள்.

■■■

ஸ்ரீ லிங்க புராணம்

ஸ்ரீ சிவலிங்கம்

5

ஸ்ரீ லிங்க புராணம்

தோற்றுவாய்

சூதர், நைமிசாரண்யத்து முனிவர்களுக்கு லிங்க புராணத்தை விவரிக்கலானார்.

''லிங்க வழிபாட்டின் மேன்மையைக் கூறும் இந்த லிங்க புராணம் வியாசர் எழுதிய பதினெட்டுப் புராணங்களில் பதினொன்றாவது புராணம் ஆகும். இதைப் பக்தியுடன் கேட்பவர் பன்னெடுங்காலம் சிவலோகத்தில் மகிழ்ந்து இருப்பர்'' என்றார்.

1. பஞ்ச பூதங்களின் தோற்றம்

பேரொளியாய் விளங்கும் ஜோதி சொரூபம் சிவம். அந்த ஜோதி லிங்கத்திலிருந்து அனைத்துலகுக்கும், ஆதாரமானதும், வேதங்கள் கொண்டாடுவதுமான லிங்கம் உண்டாயிற்று.

தமக்கென வித்து ஏதுமின்றி, அனைத்து உயிருக்கும் தானே வித்தாகி பிறந்திருக்கும் அப்பெருமானின் ஏவலாய் மாயையிடம் இருந்து மகத் தத்துவம் உண்டாயிற்று. அதனிடமிருந்து முக்குணங்களோடு கூடிய அகங்காரம் உண்டானது.

தாமசம் எனப்பட்ட அகங்காரத்தினிடமிருந்து ஒலி எழுந்தது. பேரொலியிடமிருந்து ஆகாயமும், அதிலிருந்து காற்றும், காற்றிலிருந்து நெருப்பும், நெருப்பிலிருந்து நீரும், நீரிலிருந்து நிலமும் உண்டாயின.

வைகாரிகம் எனப்பட்ட அகங்காரத்தினிடமிருந்து இந்திரியங்களுக்கு அதிஷ்டான தெய்வம் உண்டாயிற்று.

தைஜசம் என்னும் அகங்காரத்தினிடமிருந்து ஞானேந்திரியங்கள் ஐந்தும், கர்மேந்திரியங்கள் ஐந்தும், மனமும் உண்டாயின.

தத்துவங்கள் ஓர் அண்டமாகி பிரளய நீரில் மிதந்து கொண்டிருக்கையில் அதற்கு உயிர் உண்டாகி அதில் பிரம்மன் தோன்றுவார். அவரே அயன், அரி, அரன் என்று படைத்தல், காத்தல், அழித்தல் என்ற காரியங்களுக்கேற்ப அழைக்கப் படுகின்றார்.

பிரம்மாண்டத்தினிடையே பதினான்கு லோகங்களும் அடங்கி உள்ளன. அகங்காரத்தை மகத்தத்துவம் சூழ்ந்திருக்கும். அதனைப் பிரகிருதி புருஷன் தன்னிடம் லயம் கொண்டிருப்பான்.

பிரளயத்தின் முடிவில் மூவரும் ஒன்றாக ஐக்கியமாகிவிடுவர்.

2. கால அளவு

இதில் பிரம்மனின் பகல், இரவு, பற்றி, நான்கு யுகங்கள், யுகச் சந்திகள் பற்றி விளக்குவது, மனிதர்களின் கால அளவுகளும் தேவர்களுக்கான கால அளவுகளும் விவரிக்கப்படுவதே கால அளவு (அ) காலப் பரிமாணம் எனப்படுகிறது. (இது விஷ்ணு புராணத்தில் விவரிக்கப் பட்டுள்ளது).

3. சிருஷ்டி (படைப்பு)

அனைத்துக்கும் எட்டாது விளங்கும் அந்தப் பரம்பொருளுக்குத் தோற்றமோ அளவோ கிடையாது. அனைத்தும் அதனிடமிருந்து உண்டாகி, அதனையே அடைகின்றன.

திருமால் பாம்பணையில் துயில் கொள்ளுகையில் நான்கு லோகங்களும் பிரளய வெள்ளத்தில் அழிந்து விட்டன. அதைக் கண்டு அவர் பன்றியாக உருவெடுத்து (வராக அவதாரம்) நீரில் மூழ்கி அவற்றை மீட்டு வந்து முன் போல் அமைத்து சிருஷ்டிகளைத் தொடங்கலானார்.

பிரமன் சிருஷ்டியைத் தொடங்கி தாமச சிருஷ்டிகள் எனப்பட்ட ஐந்து வகை சிருஷ்டிகள் அவரிடமிருந்து தோன்றின. அவை தமசு, மோகம், மகாமோகம், தாமிஸ்ரம், அந்ததாமிஸ்ரம் ஆகும்.

அடுத்து, பசு முதலான விலங்குகள், தேவர்கள், மனிதர்கள், பூதம், பேய் முதலான சிருஷ்டிகள் தோன்றின.

பின்னர், பிரமனிடமிருந்து சனகர், சனந்தனர், சனத்சுஜாதர், சனத்குமாரர், ருத்திரர் தோன்றினர். அவர்கள் சிருஷ்டித் தொழிலில் ஈடுபடாமல் மகேசுவரனிடம் மனத்தைச் செலுத்தி அவனது தியானத்தில் ஈடுபட்டனர்.

அடுத்து, பிரமன், புலஸ்தியர், கிருது, பிருகு, அத்திரி, மரீசி, புலகர், தக்கன் வசிஷ்டர், ஆங்கிரசு, தருமர் ஆகிய பத்துப் பேரைத் தோற்றுவித்தார்.

அவர்கள் மூலம் உலகிலே சிருஷ்டியைப் பரப்ப சுவாயம்பு மனு என்ற ஆணையும், சதரூபை என்னும் பெண்ணையும் பிரமன் படைத்தார்.

இவ்வாறு சிருஷ்டி பெருகலாயிற்று.

தக்கன் மகள் சசியை வையகம் அனைத்துக்கும் ஆதிகாரணனான ஈசன் மணந்தார். ஈசன் அனேக ருத்திரரைத் தோற்றுவித்தார். உலகம் முழுவதும் அவர்கள் நிறைந்தனர். சம்சார பந்தத்தில் சிக்காது, சிறப்பின்றி ருத்திரர்களை ஈசன் படைத்ததைக் கண்டு பிரமன் அவரிடம் அவ்வகை சிருஷ்டி உலகுக்கு ஏற்றதல்ல என்று கூற, ஈசன், நீ குறிப்பிடும் சிருஷ்டிகள் எமக்கு ஏற்றதல்ல; அவற்றை நீயே படைப்பாயாக என்று பிரம்மனிடம் தெரிவித்தார்.

நான்முகன் மாயையைக் கொண்டு சிருஷ்டிகளை வகுத்தார். ருத்திரன் தாம் படைத்த சிருஷ்டிகளை யோகத்தால் உலகை விட்டு மறையச் செய்தார்.

4. அஷ்டாங்க யோகம்

ஈசன் திருவருளால் தெளிந்த ஞானத்தைப் பெற்று, அதனால் யோகத்தைக் கடைப்பிடித்தால் பிறவாப் பேரின்பமாகிய முக்தி கிட்டும். ஈசன் சனகாதி முனிவர்களுக்கு கூறிய யோக சாரம் ஜனகர், அத்திரி, வியாசர் முதலியோரால் உலகில் பிரசித்தமாயிற்று.

1) பற்றின்றி இருத்தல் இயமம். இது உண்மை பேசுவதாலும் ஒழுக்கம் வழுவாமையாலும் பற்றற்ற தன்மையாலும் ஏற்படும்.

மனம், வாக்கு, காயம் இம் மூன்றாலும் பெண்களைத் தீண்டாது இருப்பது பிரம்மச்சரிய நெறி, தூய்மையாக இல்லறத்தை நடத்துவதும் பிரம்மச்சரிய நெறியைச் சேர்ந்ததே.

வானப்பிரஸ்த ஆசிரமம் கடைபிடிப்போர் முற்றும் துறந்த சந்நியாசிகள், மனைவியருடன் காட்டில் உறைவர்.

2) பற்றற்று இருக்குமாறு உள்ளத்தைக் கட்டுப்பாட்டில் கொண்டு வருவது நியமம். இதன் மூலம் சவுசம், தவம், மகிழ்ச்சி, ஜபம், சிவ பிரணிதானம் ஆகியவற்றை அடையலாம்.

ஆசையின்மை என்ற மண்ணால், ஞான நீரில் உள்ளத்தை நீராட்டித் தூய்மை செய்தல் அகச்சவுசம் எனப்படும். புனித நீராடி, திருநீறு அணிதல் புறச்சவுசமாகும்.

தவம் என்பது சாந்திராயண விரதம் அனுஷ்டிப்பதாகும். அதாவது,

வளர்பிறை அமாவாசை அன்று உபவாசம் இருந்து மறுநாள் முதல் நாள் ஒரு கவளம், இரண்டாம் நாள் இரண்டு கவளம் என்று கூட்டிக் கொண்டே சென்று பௌர்ணமி அன்று மறுபடியும் உபவாசம் இருக்கவேண்டும். பின்னர் தேய்பிறையில் நாளொன்றுக்கு ஒரு கவளமாக குறைத்துக்கொண்டே வந்து அமாவாசை தினம் திரும்பவும் உபவாசம் இருக்கவேண்டும்.

மறைநெறிகளில் நின்று ஆசிரம நிலைகளுக்கு ஏற்ப இருப்பது மகிழ்ச்சி ஆகும். ஈசனைத் தியானித்தல் சிவப் பிரணிதானம் ஆகும்.

3) **ஆசனம் :** யோக நிலைக்கான அங்கங்களில் ஆசனமும் ஒன்று. அது பத்மாசனம் போன்ற பல. அவற்றில் ஒன்றைக் கடைப்பிடிக்க வேண்டும்.

4) **பிராணாயாமம் :** ஏதேனும் ஒரு பொருத்தமான ஆசனத்தில் அமர்ந்து பிராணாயாமம் செய்ய வேண்டும். அது மூன்று வகை. பிராணாயாமம் செய்யும் போது வியர்வை தோன்றினால் அதமம், மனதில் சஞ்சலம் இருந்தால் மத்திமம், சிந்தையில் மகிழ்ச்சி ஏற்படின் உத்தமம். ரேதஸ் மேல் நோக்கி எழும் மந்திரம் ஜபித்துப் பிராணாயாமம் செய்வது சகற்பம் என்றும், இன்றி செய்வது விகற்பம் என்றும் பெயர் பெறும்.

நம் உடலில் பத்து வித வாயுக்கள் உள்ளன.

1) உயிருக்கு அத்தியாவசியமானதால் இதயத்தில் தங்குவது பிராணவாயு. *2)* கீழ்நோக்கிப் பிரிவது அபானவாயு. *3)* உடலெங்கும் நிறைந்து இரத்த ஓட்டம், சீரணமான உணவு உடலில் பரவ உதவுவது வியானவாயு. *4)* உறுப்புகளின் சந்திகளில் தங்குவது உதானவாயு. *5)* உடலைச் சமனப்படுத்துவது சமன வாயு. *6)* விக்கல், கக்கல் ஏற்படக் காரணமானது கூர்ம வாயு. *7)* தும்மலை உண்டாக்குவது கிரிகா வாயு. *8)* கொட்டாவிக்கு உதவுவது தேவதத்தவாயு. *9)* உடலை வீங்கச் செய்வது தனஞ்செய வாயு. *10)* நாகன் வாயு - பாடுதல், கண் சிமிட்டல், மயிர்க்கூச்சலுக்கு உதவுவது.

இந்தப் பத்து வித வாயுக்களையும் கட்டுப்பாட்டில் வைத்துக் கொள்ளல் மிகவும் அவசியம்.

5) **பிரத்தியாகாரம் :** இச்சைகளினால் பாதிக்கப்படும் ஐம்புலன்களைத் தடுத்து நிறுத்துவது இது.

6) புலன்களை அடக்கி மனதில் தெளிவை ஏற்படுத்தி ஒரு நிலையில் நிறுத்துவது தாரணை.

7) ஆதியந்தமில்லாப் பரம்பொருளை மனக்கண்முன் நிறுத்தி நிலைப்பது தியானம் ஆகும்.

8) ஈசனைத் தியானித்து மனம் உருகி மெய் மறந்த நிலையில் இருப்பது 'சமாதி' ஆகும். இந்த எட்டும் யோக அங்கங்கள் ஆகும்.

யோகம் கடைப்பிடிக்கும்போது பல இடையூறுகள் ஏற்படும். அவை நோய், சிரத்தையின்மை, பிரமாதம், ஐயுறல், விஷயங்களில் இச்சை, துன்பம், அப்பிரதிஷ்டை, பிராநிதி தரிசனம் என்று கூறப்படும் ஆதிதெய்வீகம், ஆதிபௌதிகம், ஆத்யாத்மிக துக்கங்கள் என்பன.

இவையே அன்றி குறிப்பாக உணரக் கூடிய உபசருக்கம் ஆறு உள்ளன. அவை முறையே பிரதிபை, தேவதரிசனம், சிரவணம், வார்த்தை, சுவாதம், ரசனை ஆகும்.

மேலும் பஞ்சபூதத்தின் குணங்கள், பிரமத்தின் குணங்கள் என்று பல குணங்களும் விளக்கப்பட்டன.

யோகியானவன் தன் முயற்சிக்கு ஏற்படும் இடையூறுகளை நன்குணர்ந்து

அவற்றை விலக்கி, எம்பெருமான் திருவடிகளைச் சேவித்தால் அவர் அருளைப் பெற்று முக்தி அடைவான்.

யோகத்தைக் கடைப்பிடித்து ஈசன் அருள் பெறலாம். அதுமட்டுமின்றி நல்லறத்தைக் கடைப்பிடித்து அவ்வழி நின்றோர்க்கும் ஈசன் அருள் கிட்டும்.

ஒரு சமயம் பார்வதி சிவபெரு மானிடம், எந்த வழியில் வழிபட்டால அவரது அருள் கிடைக்கும் என்று கேட்டார்.

ஒரு சமயம் பிரம்மனிடம் தான் கூறியதைப் பார்வதிக்கு எடுத்துரைத்தார். ''மகாமேரு முதல் மங்கையர் வரை எவராக இருந்தாலும் உள்ளம் கனிந்து உருகி என்னிடம் செலுத்தும் அன்புக்கு நான் அருள் செய்வேன்'' என்றார்.

5. ஈசனின் ஐவகைத் தோற்றம்

1) சுவாத லோகித கற்பத்தில் பிரமன் ஈசனைத் தொழுது தியானிக்கும் போது, ஈசன் அவர் முன் அழகிய இளம் பாலகனாய்த் தோன்றினார். இது 'சத்தியோசாதம்' என்னும் தோற்றம்.

2) படைப்புக் கடவுள் பிரம்மன், ஈசன் திருவடிகளில் அர்ச்சித்து வேதங்களால் துதித்தார். அப்போது ஈசன் திருமேனியி லிருந்து நான்கு முனிவர்கள் தோன்ற இத் தோற்றத்தை மனதில் தியானித்து ஈசனை வழிபடுவோர் சிவலோகம் அடைவர்.

முப்பதாவது இரத்த கற்பத்தில் பிரமன் ஈசனைத் தியானித்தபோது சடையில் பாம்பணிந்து, கரங்களில் மானும், மழுவும் ஏந்தி ஈசன் தோன் றினார். இத்தோற்றம் 'வாமதேவம்' எனப்படும்.

3) அப்போது பந்த பாசம் அறுத்த, தெளிந்த ஞானம் பெற்ற நால்வர் ஈசனிடம் தோன்றி உலகம் உய்ய தருமம் கடைப்பிடித்தும், மற்றவர்களுக்கு உணர்த்தியும் பல்லாண்டுகள் வாழ்ந்து ஈசன் திருவடிகளை அடைந்தனர்.

இத்திருவுருவைத் தியானித்து வணங்கி வழிபடுவோர் பிறப்பிறப்பு நீங்கி செஞ்சடையோன் தாள் சேர்வர்.

பீதகற்பத்தில் நான்முகனுக்கு, எம் பெருமான் சடையில் இளம் மதி அணிந்து தோன்றினார். இத்தோற்றம் 'தத்புருஷம்' எனப்படும்.

ஆனந்தம் கொண்டு பிரமன் பரமனைப் பூசித்து வேதங்களால் துதித்தார். இதனால் மகிழ்ச்சி அடைந்த ஈசனார் அழகிய காயத்திரியை உண்டாக்கி அவருக்கு அளித்தார்.

உத்தமமான காயத்திரியைப் பக்தி யுடன் ஆராதிப்பவர்களுக்கு நரகவாசம் இல்லை. கைலாச வாசம் தேடி வரும். ஈசன் திருமேனியிலிருந்து தோன்றிய நால்வர் நரகவாசமளிக்கும் கர்மாக்களை நீக்கி பஞ்சாக்ஷரத்தை உணர்ந்து ஜபித்து முதலில் ஈசன் திருவடியில் சேர்ந்தனர். இத் தத் புருஷனைத் தியானித்து அவரடித் தாமரையை வழிபடுவோர் பிறவிக்கடல் நீந்தி கயிலையை அடைவர்.

4) நீல கற்பத்தில் முக்கண்ணன் நெருப்பும், வாளும் கைகளில் ஏந்தி கரியரூபத்துடன் தோன்றினார். இது 'அகோரரூபம்'. மிக்க ஆனந்தத்துடன் பிரமன் அகோர வடிவில் ஈசனைப் பூசிக்க ஐயன் மனமகிழ்ந்து வேண்டுவன கேள் என்றிட பிரமன் ஐயனிடம் என்றும் குன்றாத அன்பைத் தர பிரார்த்தித்தார்.

அப்போது சிவனார் யாராலும் யாகம் செய்யும் அந்தணரைத் தடுத்து நிறுத்த முடியாதென்று உரைத்தார். சிவமந்திரத்தை லட்சம் முறை உச்சரித் தோர் பாபங்கள் நீங்கி கைலாசத்தில் வீற்றிருப்பர் என்று அருள்பாலித்து மறைந்தார்.

5) விஸ்வரூப கற்பத்தில் மலரயன் சிவனாரைத் தியானித்தபோது ஈசன் சடையில் பிறைச்சந்திரன், நெற்றிக்கண்,

கோரைப் பற்கள் கொண்டு இருபுறம் இரு மாதர்களுடன் தோன்றினார்.

அப்போது பிரமன் சிவனாரின் இருபுறம் இருக்கும் மாதர்கள் யாவர் என்று வினவ, ஒருத்தி தேவர்களை ஈன்ற அன்னை, மற்றவள் வெள்ளைத் தாமரையில் வீற்றிருக்கும் வாணி என்று கூறினார்.

இவ்வாறு இப்பகுதியில் பரமனின் ஐவகைத் தோற்றம் விளக்கப்பட்டுள்ளன.

6. அரி, அயன் கண்ட ஜோதி

பிரகிருதித் தத்துவமே ஒளிப் பிழம்பாய் லிங்கமாய் மாறியது. திங்கள் முடிசூடி, நஞ்சுண்ட முக்கண்ணனே அந்த லிங்கமாகி நின்றான்.

பிரளய வெள்ளத்தில் ஆதிசேஷன்மீது நாராயணன் யோக துயில் கொண்டு இருந்தான். நித்திரை கலைந்து எழுந்த பிரமன் உலகை மீண்டும் படைக்க எண்ணுகையில் பிரளய நீரில் மாதவனைக் கண்டார்.

நாராயணன் தானே சகல உலகங்களையும் தோற்றுவிப்பவன் என்றான். ஈரேழு புவனங்களையும் அனைத்து உயிர்களையும் படைப்பவன் நானே என்றான் பிரம்மன். இருவரில் யார் பெரியவன் என்ற போட்டி துவங்கி சண்டையாக மாறியது.

அவ்வமயம் அங்கே அவர்கள் எதிரில் ஓர் ஒளி தோன்றியது. அதன் அடிமுடி காணப்படாததால் அது என்ன என்று இருவரும் வியப்பில் ஆழ்ந்தனர். அதன் முடியைக் காண அன்னப்பறவை வடிவில் பிரம்மன் புறப்பட, அடியைக் காண வராக வடிவில் நாராயணன் புறப்பட்டான். இருவரும் முடி, அடிகாண முடியாமல் களைத்துத் திரும்பி வந்து ஒருவரை ஒருவர் சந்தித்தனர். அவர்கள் அகந்தை அகன்றது. இருவரும் கைகூப்பி அனற்பிழம்பாக, ஜோதி லிங்கமாக நிற்கும் அப்பொருளை வணங்கினர்.

அண்டம் கிடுகிடு என நடுங்குமாறு பேரொலி ஒன்று கேட்டது. அப்போது ஈசானம், தத்புருஷம், அகோரம், வாமதேவம், சத்தியோசாதம் என்ற ஐந்து முகங்களுடன் சடையில் பிறைச் சந்திரன் கைகளில் மான் மழுவேந்தி எம்பெருமான் தரிசனம் அளித்தார். இருவரும் வணங்கினர்.

அவர்கள் அப்பொருளைப் பலவாறு போற்றி சிரம்தாழ்த்தி, கரம்கூப்பி, ரோமாஞ்சனம் பெற்றவராய் வணங்கினர்.

மகிழ்ச்சி அடைந்த ஈசனார் தன் வலப்புரத்தில் தோன்றியவன் மலரோன் என்றும், இடப்புறத்தில் தோன்றியவன் திருமால் என்றும் கூறி இருவரும் தம் மக்களாகிய முருகன், கணபதிக்கு ஒப்பானவர்கள் என்றுரைத்து வேண்டுவதைக் கேட்குமாறு பணித்தார்.

நான்முகன் அவருடைய அருளைப் பெற்ற தனக்கு வேறென்ன வேண்டும் என்று கூறி சிவனாரிடம் என்றும் குறையாத பக்தி அருள் செய்யுமாறு வேண்டினார். அவ்வாறே என்று அருள் பாலித்தார் பரமன்.

மாதவனிடம் பத்ம கற்பத்தில் நான்முகன் அவருக்குப் புத்திரனாக உந்திக் கமலத்தில் தோன்றுவான் என்று அருளினார்.

அன்று முதல் ஈசனார் லிங்க வடிவில் அடியவர்களுக்கு அருள்பாலித்து வருகிறார்.

7. பகவான் உந்தியில் தோன்றிய பிரமன்

மாதவன் உந்தித் தோன்றல் மலரோன் பிரம்மனாவான். மாதவனுக்கும், மலரோனுக்கும் ஏற்பட்ட போட்டி பற்றி முன் பகுதியில் கண்டோம் அல்லவா!

அப்போது திருமால் பிரமனிடம், உலகைப் படைப்பவன் அவன் என்றால், ஈரேழு உலகங்களையும் அவன் உதிரத்தில் காட்டமுடியுமா என்று கேட்டு பிரமன் வாய்வழிச் சென்று அவன் வயிற்றில் சகல புவனங் களையும் கண்டு திருப்தி பெற்றவனாய் வெளிவந்தான்.

அப்போது பிரமன் திருமாலிடம் ஐயம் தீர்ந்ததா என்று கேட்டு, அவர் வயிற்றிலும் அனைத்து லோகங்களை யும் காட்ட முடியுமா என்று கேட்க, திருமால் அதற்கு ஒப்பி அவர் வாய் வழியாகச் செல்ல அனுமதித்தார்.

நான்முகன் நாராயணன் வயிற்றை அடைந்து அங்கே சகல புவனங்களை யும் கண்டான். பின்னர் திரும்ப எண்ணி மேல் நோக்கிப் புறப்பட, அஃதறிந்த மாதவன் அவர் வெளிப்படாதிருக்க வழியில்லாது செய்து விட்டார். வெளியில் செல்லும் வழியை அடைய முடியாமல் சுற்றிச் சுற்றிக் களைத்து விட்டார் பிரமன்.

அப்போது மாதவன் தொப்புள் குழியிலிருந்து தாமரை மலரின் தண்டைக் கண்டார். தன் உடலை அணுவாக்கிக் கொண்டு தண்டின் வழியே மேலே ஏறி வந்தார். மேலே வந்ததும் மொட்டின் மீது வெளிப்பட்டு மலர் மேல் அமர்ந்தார்.

அப்போது அங்கே சூலம் ஏந்தி சிவபெருமான் தோன்றினார். ஆனால் அவரை அடையாளம் தெரியாமல் பிரம்மன், ''நான் வெளிவர முடியாமல் வழிகளை மறைத்தது மட்டுமின்றி புதிய தோற்றுத்துடன் நிற்கிறாயா நீ'' என்று திருமாலைக் கேட்பதாக எண்ணி ஈசனிடம் கேட்டார்.

அது கேட்டுத் திருமால் பிரம்மனிடம் அவன் பெருமையை அறிய தானே வழிகளை அடைத்ததாகவும், அவனைத் தன் மகனாகக் கமலத்தில் இருத்திக் கொள்ளவே அவ்வாறு செய்ததாகவும் மாலவன், மலரவனிடம் கூறினான்.

அப்பொழுது தன் எதிரில் இருக்கும் அப்புருஷன் யார்? என்று பிரமன் கேட்க, நாராயணன் 'இவருக்கு நிகர் இவரே! இவரைத் தவிர வேறு தலைவன் இல்லை. சகல ஜீவராசிகளுக்கும் இவரே உயிராக விளங்குகிறார்'' என்றார். மாயையால் சூழப்பட்ட பிரம்மனால் ஈசனை உணர முடியவில்லை.

ஒவ்வொரு கற்பத்திலும், பிரம்மன் மாயையால் மயங்கி அலைய, ஈசன் அவர் மயக்கம் தீர அழற்சுடராகத் தோன்றி அருளுகிறார். ''இனியாவது ஈசனை உணர்ந்து அவரைத் தொழுது அருள் பெறுவாய்'' என்று மாதவன் பிரம்மனுக்கு அறிவுரை வழங்கினார்.

இருவரும் பக்தியோடு ஈசனைத் துதித்துப் போற்றினர்.

8. ருத்திரர் தோற்றம்

பிரமன் தவம் மேற்கொண்டு தன் படைப்புத் தொழிலைத் தொடங்க, கொடிய நஞ்சுடை பாம்புகள் தோன்றின. அதனால் வேதனைப்பட்ட அயன் உயிரை விட, பிரமனின் ஆவி பதினோரு ருத்திரராகியது. அழுது கொண்டே தோன்றியதால் அவர்கள் ருத்திரர் எனப்பட்டனர்.

ஈசன் தோன்றி பிரமனை உயிர்ப் பித்தார். எழுந்த பிரமன் சிவபெரு மானைத் துதிக்க ஒவ்வொரு சமயமும் ஒவ்வோர் உருவில் பரமன் காணப் பட்டான்.

சத்தியோசாதம், வாமதேவம், தத்புருஷம், அகோரம், விஸ்வரூபம் என்ற வடிவங்களில் தோன்றியதுடன் காயத்திரியையும் தோற்றுவித்தார்.

பரமன் பிரமனிடம் ''துவாபர யுகத்தில் வியாசர் தோன்றி வேதங்

களைப் பகுத்தளிப்பார். என்னிடம் தோன்றிய நால்வர் ஞானத்தை அனைவருக்கும் உணர்த்துவதோடு அவர்களும் சிறந்த ஞானம் பெற்று கைலையங்கிரியை அடைவர். இந்திரனும், திருமாலும், நீயும் லிங்கபூசை செய்து கிடைத்தற்கரிய பேறு பெறுவீர்களாக'' என்று கூறி மறைந்தார்.

இவ்வுடலைப் புனிதம் ஆக்குபவை, ஆற்றில் நீராடல், அக்கினிப் பிரவேசம், மந்திரங்களை உணர்ந்து நடத்தல் ஆகும்.

நீராடும்போது வருணனையும், சிவனையும் பக்தியுடன் தியானிக்க வேண்டும்.

தருப்பை, பலாச இலை, (அ) நறுமண மலரை நீரில் தோய்த்து சிரசில் தெளித்துக் கொள்ள வேண்டும். அதே போல கைகளில் நீர் ஏந்தி மந்திரம் ஜபித்து மும்முறை அர்க்கியம் விட வேண்டும். ஆயிரத்தெட்டு முறை காயத்திரி ஜபிக்க வேண்டும். பின்னர் முனிவர்களுக்கு, தேவர்களுக்கு பித்ருக்களுக்குத் தர்ப்பணம் செய்ய வேண்டும்.

ஆசமனம் செய்து சுத்தாசனத்தில் அமரவேண்டும். பட்டு, மான்தோல், கம்பளி ஆகியவற்றின்மீது அமரலாம். தர்ப்பையின்மீது அமர்தல் சிறப்புடையது.

பவித்திரம் அணிந்து வலது முழங்கால் மீது இடது கையின் மீது வலதுகையை வைத்து பிரம்ம யஜ்ஞம் செய்ய வேண்டும். பிரணவத்தை உச்சரித்து நெற்றி, கைகள், மார்பு, வயிறு தோள்களிலும் கழுத்துகளிலும் விபூதியைப் பக்தியுடன் தரித்துக் கொள்ள வேண்டும்.

•

பிராணாயாமம் செய்து உடலைப் புனிதமாக்க வேண்டும். விநாயகரையும், முருகனையும் பிம்பத்தில் ஆவாகனம் செய்து உமா மகேசுவரனைத் தியானித்து வாசம் கொண்ட நீரால் மந்திர ஜபத்துடன் அபிஷேகம் செய்ய வேண்டும்.

அடுத்து ஆடை ஆபரணங்களை அணிவித்து, தூய மலர் கொண்டு அர்ச்சித்து, தூப, தீப நைவேத்தியங்களால் ஆராதித்துக் கற்பூரம் காட்டித் தரிசிக்க வேண்டும்.

பரப்பிரம்மம் இருபத்தாறாம் தத்துவம்

அப்பிரம்மத்தை நாடும் உயிர் இருபத்தைந்தாம் தத்துவம். அவ்வியத்தம் இருபத்திநான்காம் தத்துவம். மகத்தத்துவம், அலங்காரம், பஞ்ச தன்மாத்திரைகள் ஐந்து, ஞானேந்திரியங்கள் ஐந்து, கர்மேந்திரியங்கள் ஐந்து, மனம், பஞ்சபூதங்கள் ஆகிய இருபத்திரண்டும் சேர்ந்து இருபத்து மூன்று தத்துவங்களாகும்.

இருபத்தாறாம் தத்துவமாய் நின்ற தனி முதலே கர்த்தா. அவரிடமிருந்து தோன்றிய மூவரும் இவ்வுலகை நடத்திச் செல்கின்றனர்.

9. தாருகாவனத்தில் திகம்பர சந்நியாசி

தாருகாவனத்தில் இருந்து முனிவர்களுக்கு உண்மையை உணர்த்த எண்ணி சிவபெருமான் புறப்பட்டார்.

திகம்பரராய், சிறந்த அழகனாய், கையில் ஓடு ஏந்தி பிக்ஷாடனாராய் புறப்பட்டார் ஈசன். அவரைக் கண்ட ரிஷி பத்தினிகள் தம் சுய அறிவின்றி, ஈசன் வசத்தினராகி அவரைப் பின் தொடர அனைவருடனும் முனிவர்கள் இருந்த யாக சாலைக்கு அருகில் வந்தார் ஈசன்.

இந்நிலையில் முனிவர்கள் சினம் கொண்டு யாரோ ஒரு காமுகனை தன் பத்தினிகள் பின் தொடர்ந்து வந்திருப்பதைக் கண்டு நிலைகுலைந்தனர். அவர்கள் அந்த திகம்பர சன்னியாசியைச் சபித்தனர். ஆனால், அவர்களுடைய சாபம் பலனற்றுப் போகவே திகைப்

படைந்தனரே அல்லாமல், வந்தவர் பரமன் என்பதை அறிந்து கொள்ள வில்லை. அப்போது சன்னியாசி திடீரென்று மறைந்துவிட்டார்.

சன்னியாசி மறைந்தவுடன் கொடுந் துன்பங்கள் முனிவர்களைப் பற்றிக் கொண்டன. செய்வதறியாது அவர்கள் உதவிக்காக பிரமனை நாடினர். நிகழ்ந்தது அனைத்தையும் அறிந்த பிரமன் முனிவர்களிடம் கீழ்க்கண்ட வாறு கூறினார். ''நீங்கள் பெரும் தவறு இழைத்துவிட்டீர்கள். முக்கியமாக அனைத்துக்கும் மேலான பரம்பொருள் ஒன்று இருப்பதை ஏற்கவில்லை. அதனை உணர்த்துவதற்கே எம்பெரு மான் உங்களிடையே வந்தார். அவரை நீங்கள் அறிந்து கொள்ளவில்லை. சாபமும் கொடுத்தீர்கள். அந்த அபசாரமே வெப்ப நோயால் உங்களைத் துன்புறுத்துகிறது'' என்றார்.

''ஈசனிடம் பக்தி உள்ளவன், அதிதியாக வரின், அவனை ஈசனாகவே எண்ணி உபசரிக்கவேண்டும் என்ற மறைகள் கூற்றை நீங்கள் அறிய வில்லை. அதிதியை உபசரித்து அழியாப் பேரின்பம் பெற்ற சுதரிசனன் வரலாற்றைக் கேளுங்கள்'' என்று அந்த வரலாற்றைக் கூறினார் பிரமன்.

10. சுதரிசனன் வரலாறு

உத்தம குலத்தில் பிறந்த அந்தணன் சுதரிசனனும், கற்பிற் சிறந்த மனைவி யும், அன்றாடம் தன் இல்லத்திற்கு வரும் அதிதிகள் மனம் கோணாமல் அவர்களுக்கு உணவிட்டு, மகிழ்வித்து அனுப்பி வந்தனர்.

ஒருநாள் ஓர் அதிதி வந்தார். அவரையும் எல்லா வகையிலும் உபசரித்து உணவூட்டினர். இடையில் சுதரிசனன் ஓர் அவசர வேலையாக வெளியே செல்ல வேண்டியிருந்ததால் மனைவியிடம் அதிதி மனம் கோணாமல் அவரை உபசரிக்குமாறு கூறிவிட்டுச் சென்றான்.

உணவருந்திய அதிதி அவளிடம் தனக்கு உடல் சுகமும் அளிக்கும்படி கேட்டான். அவள் பதைபதைத்து விட்டாள். கற்புக்குப் பங்கம் வரும், அல்லது அதிதிக்கு உபசாரக் குறைவு ஏற்படும் என்று எண்ணி செய்வதறி யாமல் தவித்துக் கொண்டிருந்தபோது சுதரிசனன் வீடு திரும்பினான்.

அதிதிக்கு எல்லாச் சௌகரியமும் கிடைத்ததா? பூரண திருப்தியா? என்று கேட்க மனைவி பதைபதைத்திருக்க, அதிதி ''அந்தணர் மனைவி அறுசுவை உண்டியுடன், உடலுக்குச் சுகம் அளித்து திருப்தி கொடுத்தாள்'' என்று கூறினார்.

அப்போது அந்தணன் சினமோ, வெறுப்போ கொள்ளாமல், தன் மனைவியை அவர் அனுபவித்து விட்டதால் அவள் அதிதியின் சொத்து என்று கூறி, அவளையும் உடன் அழைத்துச் செல்லுமாறு வேண்டினான்.

அப்போது அந்த அதிதி மறைந்து விட்டார். அங்கே அவர்களுக்குச் சிவபெருமான் காட்சி தந்து, ''தான் அவர் மனைவியைத் தீண்டவும் இல்லை. அவள் கற்புக்கரசி. புனிதமான வள். பிறவிப் பெரும் துயரினின்று நீங்கள் இருவரும் விடுபட்டு என்னிடம் வந்து சேர்வீராக'' என்று அருள் பாலித்தார்.

இவ்வாறு அதிதி பூஜையின் மேன்மையைப் பிரமன் தாருகாவனத்து முனிவர்களுக்கு எடுத்துரைத்தார்.

மேலும், அம்முனிவர்கள் இறைவன் திருவடிகளிலேயே சரண் புக, அவரை வழிபடின், அவர் அருளால், முனிவர் களின் துன்பங்கள் நீங்கும் என்று அறிவுறுத்தினார்.

அடுத்து, பிரமன் அவர்களுக்குத் துறவின் தன்மையை எடுத்துக்

கூறியதுடன் துறவிகள் மட்டுமின்றி மற்றோரும் ஈசன் பேரருளுக்குப் பாத்திரமானவர்களே. தாம் செய்யும் கர்மாக்களை அந்தப் பெருமானுக்கே அர்ப்பணித்து, அனைத்திலும் ஈசனைக் காண்பவர் முக்தி அடைவர் என்றார்.

11. காலனை வென்ற சுவேதன் வரலாறு

சுவேதன் என்ற மறையோன் தன் வாழ்நாள் மிகக்குறைவே என்று அறிந்து ஈசன்தாள் பற்றி, சிவலிங்கம் ஒன்றைப் பிரதிஷ்டை செய்து பக்தியுடன் வழிபட்டு வந்தான். எந்த நேரமும், அவன் செயல் நினைப்பு அனைத்தும் ஈசனைப் பற்றியதாகவே இருந்தது.

அவன் ஆயுள் முடியும் நேரம் காலனே நேரில் வந்தான். காலனைக் கண்டு அவன் சிறிதும் அஞ்சவில்லை. மேலும் ஈசன் திருவடிகளைப் பற்றினார்க்கு யாராலும், எவ்விதமும் துன்பம் நேராது என்று காலனிடம் சொன்னான். உன்னால் எனக்கு என்ன பயம் என்றான்.

அதைக் கேட்ட காலன் கடுஞ்சினம் கொண்டு பாசக்கயிற்றை சுவேதன் மீது வீசினான். கயிறு இறுகத் தொடங்கியது. ஆனால் சுவேதன் என்னைக் காப்பது நீயே அல்லவா? என்று எண்ணியவாறு தான் பூஜித்து வந்த லிங்கத்தைக் கட்டிப் பிடித்துக் கொண்டான்.

அடுத்த கணம் லிங்கத்திலிருந்து தோன்றிய பரமன் கோபத்துடன் காலனை உற்று நோக்க அவன் வாகனத்திலிருந்து கீழே விழுந்து உயிர் நீத்தான்.

பரமன் சுவேதனுக்கு அழியா வாழ்வைக் கொடுத்து தம் கணங்களில் ஒருவனாக இருக்க அருள் செய்தார். உயிரற்றுக் கிடந்த யமனை எழுப்பி அவனிருப்பிடம் அனுப்பி வைத்தார்.

சுவேதன் வரலாற்றைக் கூறிய பிரமன் முனிவர்களிடம், ''ஈசனைத் தியானித்து அவரைப் பக்தியுடன் ஆராதித்து வாருங்கள். சிவலிங்கம் ஒன்றை அமைத்து அதில் ஈசனைத் தியானித்து மலர் கொண்டு அர்ச்சித்து வழிபடுங்கள். உங்கள் அன்புக்கு ஈசன் கட்டுண்டு அருள் புரிவான்'' என்றார்.

அவ்வாறே முனிவர்கள் பக்தியுடன் பூசிக்க திருப்தி அடைந்த ஈசன் அவர்களுக்கு அருள்புரிய முன் தோன்றிய அதே திகம்பர சந்நியாசி கோலத்தில் தாருகாவனம் வந்து சேர்ந்தார்.

இம்முறை முனிவர்கள் ஈசனை அன்புடன் வரவேற்றனர். வணங்கினர். முனி பத்தினிகளும் அவர்களுடன் ஈசனை வழிபட்டனர். மேலும் அவர்கள் ஈசனை நோக்கி, ''நாங்கள் செய்த அபசாரங்களை மன்னித்து, அடியார்களாகிய எங்களிடம் அளவற்ற அன்பு பூண்டு, பக்தியுடன் நாங்கள் அளிக்கும் உபசாரங்களை மனமுவந்து ஏற்று அருளவேண்டும்'' என்று வேண்டினர்.

அப்போது ஈசனின் திகம்பர வடிவம் மறைந்து, கைகளில் மானும், மழுவும் ஏந்தி உமாதேவியுடன் காட்சி அளித்தார். முனிவர்கள் பரமானந்தக் கடலில் மூழ்கினர். நெஞ்சம் உருக ஈசனைப் பக்தியுடன் துதித்து வணங்கினர்.

சுவேதன் வரலாறு, மார்க்கண்டேயன் வரலாறு போன்றது. மேலும், விரிஞ்சன் முதலான தேவர்கள் பாசுபத விரதத்தை ஆற்றியே அழியா உயர் பதத்தை அடைந்தனர். ஆகவே நீங்களும் அவ்விரதத்தைப் பக்தியுடன் கடைப் பிடியுங்கள் என்று கூறி மறைந்தார் ஈசன்.

முனிவர்களும் பக்தியுடன் பாசுபத விரதத்தைக் கடைப்பிடித்து வல்வினைகள் தொலையப் பெற்றனர்.

12. மாயனை வென்ற ததீசி

சனத் குமாரர் நந்தியை வணங்கி, ''ஐயனே, ததீசி முனிவர் மாயனை வென்ற, தாங்கள் கூற்றினைக் கடந்த

வரலாற்றினை அன்பு கூர்ந்து சொல்ல வேண்டும்'' என்று வேண்டினார்.

ஒரு சமயம் பிரமன் தூங்கியபோது எழுந்த தும்மலிலிந்து சுபன் தோன்றி னான். அவன் இந்திரன் அருளால் வச்சிராயுதம் பெற்றும் மக்கள் நலம் காக்கும் மன்னனாகத் திகழ்ந்தான்.

மன்னனும், ததீசியும், ஒருநாள் பேசிக் கொண்டிருந்தபோது யார் பெரியவர் என்ற போட்டி எண்ணம் தோன்ற ஒவ்வொருவரும் தானே பெரியவன் என்று வாதித்தனர். மன்னவர்களை அண்டியே மறையோர் வாழ்கிறார் என்று கூற, ததீசி முனிவருக்குக் கோபம் வந்தது. அவர் 'அந்தணனே பெரியவர். எம்மை நீங்கள் பூஜிக்க வேண்டும்' என்று கூறி அரசன் தலையில் ஓங்கி அறைந்தார். மன்னன் மிக்க கோபத் துடன் வஜ்ஜிராயுதத்தை எடுத்து ததீசி மார்பிலே அடிக்க, அவர் ரத்தம் கக்கி துடிதுடித்து மயங்கி விழுந்தார். நினைவு திரும்பியதும் முனிவர் அரண்மனையை விட்டு வெளியேறினார்.

ததீசி சுக்கிராச்சாரியாரை நோக்கித் தவம் இயற்ற அவர் தோன்றினார். அவரிடம் நிகழ்ந்ததை எல்லாம் கூறி, அரசரின் வஜ்ஜிராயுதத்தால் ஊறு நேர்வதற்கு முன் இருந்த உடலைப் பெற வேண்டினார்.

அப்போது சுக்கிரர் தனக்கு அச்சக்தி இல்லை என்றும் பரமனை வழிபட்டு கோரியதைப் பெறுமாறும் அறிவுறுத்தி னார். ததீசி முனிவர் சிவனை வழிபட, அவர் தோன்றி என்ன வேண்டும் என்று கேட்க முனிவர் வஜ்ஜிராயுதத்தால் ஊறு நேரா தேகத்தை அருள வேண்டினார். அவ்வாறே ஈசனார் வரம் அருள ததீசி அரசனுடைய அரண்மனைக்கு வந்தார்.

வந்தவர் மன்னனிடம் இப்போது உன் பலத்தைக் காட்டு என்று கூற, மன்னன் மறுபடியும் முனிவரை வஜ்ஜிரா யுதத்தால் தாக்க, வஜ்ஜிராயுதம் பொடிப் பொடியாகி விட்டது. முனிவர் கேலியாகச் சிரித்து விட்டுச் சென்றார்.

மன்னன் திருமாலைக் குறித்து தவமியற்ற, அவரும் அவன் முன் தோன்றினார். மன்னன் நிகழ்ந்தவற்றைக் கூறி ததீசியின் உடலைச் சேதிக்க ஒரு ஆயுதம் வேண்ட, ஈசனார் திருவருள் பெற்ற முனிவரைப் பணிய வைப்பது எப்படி முடியும். எனினும் தானே அந்தணனாக அங்கு வருவதாகக் கூறினார்.

இவ்வாறு தோன்றிய திருமாலைப் பார்த்து முனிவர், ''பரந்தாமா அன்பனுக்கு அருள் புரிய ஏன் இந்த வேடம்?'' என்று கேட்க, என திருமால் சுய உருவில் தோன்றி முனிவரிடம் ''வேணியன் அருள் பெற்றவரால் ஆகாதது உண்டோ! மன்னன் சுபன் என் பக்தன். அவனுடன் நட்புடன் இருக்க வேண்டுகிறேன்'' என்றார். ததீசி அதை ஏற்கவில்லை.

தான் நேரில் வந்து கேட்டும் ஏற்காத முனிவர் மீது கோபம் கொண்ட திருமால், அவர்மீது சக்கராயுதத்தை வீச, முனிவர் ஈசனைத் தியானித்து நின்றார். சக்கரம் முனிவரை மும்முரம் வலம் வந்து திருமாலிடமே திரும்பியது.

அப்போது முனிவர், ''இந்தச் சக்கரம் நீலகண்டன் தந்ததல்லவா! அது அவர் பக்தருக்குத் துன்பம் தருமா?'' என்று கேட்டார்.

இப்போரில் மாதவனுக்கு உதவ வந்து தேவர்கள் தோற்று ஓடினர். தன்னந் தனியனாய் நின்ற மாதவன் மாயையால் முனிவரைக் குழப்ப, ஈசன் தந்த ஞானக்கண் மூலம் முனிவர் எதையும் நன்கு காணமுடிந்தது.

இவ்வாறு ததீசி முனிவரை வெல்ல முடியாமல் விஷ்ணு மயங்கி இருக்கை யில் அங்கே பிரமன், சிவன் தோன்றி

இருவரையும் கோபம் நீங்கி சார்ந்த மடையுமாறு வேண்டினார்.

திருமால் ததீசியிடம் அவர் தவத்துக்குத் தலை வணங்குவதாகக் கூறி பாற்கடல் திரும்பினார். அது கண்ட சுபன் பாற்கடல் சென்று மாதவனிடம் தன் நிலைமை என்ன என்று கேட்க திருமால் விரோதம் நீக்கி நட்பு பெறுமாறு கூற, மன்னன் ததீசியை வணங்கித் தான் செய்த குற்றத்தைப் பொறுத்தருள வேண்டினான். முனிவரும் முன்போல் அவனிடம் நட்பு கொண்டிருந்தார்.

அடுத்து, நந்தி காலனைக் கடந்த விவரத்தைக் கூறலானார்.

13. சிலாதரும் நந்தியும்

சிலாதர் என்ற முனிவர் இந்திரனைக் குறித்துத் தவம் செய்ய, இந்திரன் தோன்ற, இறவாப் புதல்வன் ஒருவனை வேண்டினான். அதற்கு இந்திரன், பிரமனே பரார்த்தம் இரண்டும் கடந்த பின் இறப்பை அடைவதால் அத்தகைய புதல்வனைக் கோருவது சாத்தியமாகாது என்றான்.

பின்னர் சிலாதர் சிவனை வேண்டிப் பல்லாண்டுகள் தவம் செய்ய அவர் உடம்பிலுள்ள எலும்புகள் தவிர மற்றவை எல்லாம் அரிக்கப்பட்டன. அந்நிலையில் ஈசன் அவர் முன் தோன்றி அவர் உடலை முன் போல் ஆக்கி அவர் வேண்டுதலுக்கு இணங்க, தானே அவருடைய மகனாக நந்தி என்ற பெயரில் தோன்றுவதாகக் கூறி மறைந்தார்.

அடுத்து சிலாதன் ஒரு யாகம் செய்ய, அதிலிருந்து நந்தி தோன்றினார். அவருக்கு மூன்று கண்கள், நான்கு கரங்கள் இருந்தன. ஒரு கையில் சூலம், மற்றொன்றில் கதையும் இருந்தன. வைரக் கவசம் இருந்தது. அப்போது கந்தவர்கள் பாடினர். தேவலோக நடனமாதர்கள் நடனமாடினர்.

நந்தியை சிலாதர் வீட்டிற்குள் எடுத்துச் செல்ல, அவர் சாதாரண மானிடக் குழந்தையாக மாறிவிட்டார். ஏழாண்டு வயதிலேயே அவர் சகல வேதங்களையும், சாஸ்திரங்களையும் கற்றுத் தேர்ந்தான்.

மித்திரர், வருணர் எனும் இரு தேவர்கள் சிலாதரைக் காண வந்தனர். 'நந்தியின் உடலில் எல்லா சுப லக்ஷணங்களும் காணப்படுகின்றன. எனினும் எட்டு வயதுக்குள்ளாகவே இறந்துவிடுவான்' என்றனர்.

இது கேட்ட சிலாதர் வருந்தி அழ, அதைக் காணச் சகியாத நந்தி சிவ பெருமானைப் பிரார்த்திக்கலானார். அப்போது சிவபெருமான் நந்தியின் முன் தோன்றி ''நந்திக்கு மரணமே இல்லை. எப்போதும் சிவனார் அருகிலேயே அவர் இருப்பார்'' என்று கூறி, தன் கழுத்திலிருந்து ஒரு கழுத்தணியை எடுத்து நந்தியின் கழுத்தில் அணிவித்தார். உடனே நந்தி ஒரு தெய்வ வடிவம் பெற்றார். பத்துக் கரங்கள், மூன்று கண்களுடன் தோன்றிய அவரைப் பார்வதி தன் மகனாக ஏற்றாள்.

அன்று முதல் அவர் கணநாதராக சிவத்தொண்டு செய்து வந்தார்.

14. யுகங்களும், யுக தருமங்களும்

கிருத யுகம், திரேதா யுகம், துவாபர யுகம், கலி யுகம் என்று யுகங்கள் நான்கு.

கிருத யுகத்தில் மக்கள் ஈசன் திருவடியை எப்போதும் துதி செய்த வண்ணம் இருப்பர். தரும தேவதைக்கு நான்கு கால்கள் இருக்கும். அனைவருக்கும் வாழ்நாள் ஒரே அளவில் இருக்கும். வருண பேதங்கள் இன்றி, மக்கள் மகிழ்ச்சியோடு இருப்பர். ஆசிரம வேறுபாடுகள் இல்லை. ஞானம் தெளிந்தவர்களாய் பரமன் அருளுக்குப் பாத்திரர்களாக இருப்பர். எங்கும் எல்லாம் இன்பமயம். மக்கள் சாத்துவிக

குணம் உடையவர்களாய் பொறாமை, பொச்சரவு முதலியன இன்றி எல்லா உலகுக்கும் செல்லலாம்.

திரேதா யுகத்தில் சிறந்த யாகங்கள் புரிவர். தரும தேவதை ஒரு காலை இழந்து மூன்று கால்களுடன் இருக்கும். மழை பொழியும். மரம், செடி, கொடிகள் நன்கு வளர்ந்து காய், கனிகள் குறைவின்றிக் கிடைக்கும். மக்கள் சினமுற்று சண்டையிடுவர். மக்கள் பொன், பொருள், ஆடைகள் அறுசுவை ஆகியவற்றில் விருப்பம் கொண்டிருப்பர். இளம் கன்னியர்களுடன் கூடி, இன்பமாக வசதியுள்ள வாழ்வு வாழ்வர். மன்னர்கள் நாட்டைப் பெருக்க போர் புரிவர். எளியோரை, வலியோர் வாட்டுவர். சில அரசர்கள் தரும நெறியில் நின்று உயர் பதம் அடைவர்.

துவாபர யுகத்தில் மக்களுக்கு கோபம், போட்டி மனப்பான்மை, சண்டை சச்சரவு இருக்கும். இந்த யுகத்தில் தரும தேவதை இரண்டு கால்களை இழந்து இரண்டு கால்களிலேயே நிற்கும். இந்த யுகத்தில் பாபம், புண்ணியம் வேறுபாடு புரியாமல் குழம்பிய மனத்துடன் மக்கள் தவிப்பர். சரியான தரும நெறியை அறிவதில் மனம் குழம்பி இருக்கும். வியாசர் வேதங்களைப் பாகுபடுத்தி நான்காக வகுப்பார். புராணங்களும் இயற்றுவார்.

கலி யுகத்தில் மெய்ஞ்ஞானம் விளங்கத் தானம் புரிவர். தரும தேவதை இந்த யுகத்தில் மூன்று கால்களையும் இழந்து ஒற்றைக் காலிலே இருக்கும். அதர்மம் தலைதூக்கி பொய்ம்மை, கொடுமை, இழப்பு, களவு, வஞ்சனை, கொலை, கொள்ளை ஆகியவை தழைத்திருக்கும். அந்தணர், அரசர், வணிகர் பல வகை இன்னல்களுக்கு ஆளாவர். ஒழுக்கம் தவறி நடப்பர். மன்னர்கள் (அ) ஆட்சியாளர்கள் பொன்னும், பொருளும் சேர்ப்பதிலேயே கண்ணும் கருத்துமாய் இருப்பர். அந்தணர்கள் வேதம், வேள்வி பின்பற்றாமல் போக வாழ்வு வாழ்வர். வணிகர் பேராசை கொண்டு அதர்ம வழிகளில் செல்வர். வேடதாரிகள் மிகுதியாக இருப்பர். பெண்களிடம் ஒழுக்கக் குறைவு காணப் படும்.

கிருத யுகத்தில் ஓராண்டு தவம் செய்து பலன் பெறுவர். திரேதா யுகத்தில் மூன்றே மாதங்களில் அத்தகைய பலனைப் பெறலாம். துவாபர யுகத்தில் ஒரே மாதத்தில் பெறலாம். கலி யுகத்தில் இறைவனிடம் பக்தி செலுத்தி, தூய உள்ளத்துடன் பூசனை புரிந்து ஒரே நாளில் அருளும், மேற்படி பலனும் பெறுவர். ஈசன் திருவடிகளில் சரண் புகுந்து அவரே அனைத்தும் எனக் கொள்பவர் வீடுபேறு பெறுவர்.

15. ஈசனுக்குப் பற்பல உருவங்கள்

'ஒரு நாமம் ஓருருவம் ஒன்று
மில்லார்க்கு ஆயிரம்
திருநாமம் பாடிநாம் தெள்ளேணம்
கொட்டாமோ'

– மாணிக்கவாசகர்

ஆதியும் அந்தமும் இல்லா அரும் பெருட்சோதி. பிரணவ வடிவன், ஞானச் சொரூபன் ஆகிய ஈசனுக்கு அவரவர் செய்யும் கருமம், அவரவர் இச்சைக் கேற்ப விளங்கிடும் பற்பல உருவங் களைக் காண்போம்.

1) ''ஈசனின் தலை சுவர்க்கம்; ஆகாயம் தொப்புள்; சூரியன் சந்திரன், அக்கினி - முக்கண்கள்; திக்குகள் செவி; பாதாளம் திருவடி, விண்மீன்கள், முத்துக்களாலான ஒரு மணி மாலை, விண்ணவர்கள் புயங்கள், அலை கடல்கள் ஆடை, ஞானம் ஒளி; மேகங் கள் ஜடாபாரங்கள்; வாயு - மூச்சு; பிரகிருதியே தேவி'' என்று இயற்கை வடிவில் ஈசனைக் காண்பர்.

அவர் முகத்திலிருந்து அந்தணர், தோள்களிலிருந்து இந்திரன், உபேந் திரன்; தொடையிலிருந்து வணிகர்கள், மற்றவர் பாதங்களிலிருந்து தோன்றினர். விருப்புடன் சிவபெருமான் சில உருவங் களைத் தாங்கினார்.

2) தியானத்தின் மூலம் உயர்ந்தோர் தம் சிந்தையில் கண்டு, ஒளிமயமான அப்பெருமானை வழிபட்டு 'குழகனே அருளாம்' என்று வந்தனை செய்வர். அந்த லிங்கம் 'வாயிகலிங்கம்' ஆகும்.

3) பரமன் உமாதேவியோடும், முருக னுடனும், பிறை அணிந்தவனாக காணப் படுவது 'சோமாஸ்கந்த மூர்த்தி' ஆகும்.

4) திரிசூலம் தாங்கி நான்கு கரங்கள், மூன்று கண்கள், ஏக பாதத்துடன் விளங்குபவர் 'ஏக பாதமூர்த்தி' எனப் படுபவர்.

5) இரு முகம், ஏழு புயம், மூன்று பாதங்கள் கொண்ட வடிவம் 'யஞ்ஞ தேவன்'

6) உமா மகேசுவரராக ரிஷபா மூர்த்தியாகத் தோன்றுவது ஓர் உருவம்.

7) நந்தியுடன், சிவகணங்கள் பரமனைப் பணிந்து வணங்கிடும் உருவம் கண் கொள்ளாக் காட்சி ஆகும்.

8) ஒரு கையில் உடுக்கை, மற்றொன் றில் தீ, தூக்கிய பாதம், ஒரு கை தொங்க, மற்றொன்று அபயகரமாக நடனமாடும் உருவம் 'நடராஜர்' ஆகும்.

9 - 12) மேலும், ஈசன் கொண்ட பஞ்சத் தோற்றங்கள் வாமதேவம், தத்புருஷம், அகோரரூபம் ஆகியவை (அத்தியாயம் 6 காண்க).

13) இடுப்பில் சிங்கத்தின் தோல், புயங்களில் பொன்னகைகள், மார்பில் சங்குமணி ஆரம், ஜடையிலே பிறைமதி, கையில் குருதியுடன் கூடிய கபாலம் கொண்ட உரு ஒன்று.

14) அபயக்கரம், வரதஹஸ்தம், சூலமேந்திய கரம், தாமரைக் கொண்ட கரம் என்று நான்கு கைகளுடன் உள்ள உருவம்.

15) நெற்றிக்கண் தீ கக்க, மண்டை யோட்டு மாலை அணிந்து, அயன், அரி, அரவம் கையில் பற்றி சுடுகாட்டில் வெண்ணீறு பூசி ஆடும் நடன உருவம்.

16) ஜலந்தரனைக் கால் கட்டை விரலால் பூமியில் வட்டம் எழுதி, அச்சக்கரத்தால் அவன் உயிர் வாங்கி ஜலந்தாரசுர வதமூர்த்தி வடிவம்.

17) கூரிய சூலம் தாங்கி, தேவியை அணைத்து, லிங்கத்திலிருந்து தோன்றி காலனை அழித்த 'கால சம்ஹார மூர்த்தி' உருவம்.

18) தேவர்கள் அமைத்த தேரிலே இருந்து முப்புரங்களைச் சிரிப்பினால் எரித்துச் சாம்பலாக்கிய 'திரிபுர தகனமூர்த்தி' உருவம்.

19) வேலவனை இடது தொடையில் அமர்த்தி அருள் புரியும் குகானுக் கிரகமூர்த்தி.

20) அவ்வாறே விநாயகரை சுமந் திருக்க காணப்படும் 'விநாயக அனுக்கிரக மூர்த்தி'

21) சப்த மாதர்களுக்கு அனுக்கிரகம் செய்த 'சப்த கன்னியர் அனுக்கிரக மூர்த்தி'

23) காளியாகிய துர்க்கைக்கு அருள் புரியும் 'துர்க்கானுக்கிரக மூர்த்தி' மற்றும் ஜோதிலிங்க மூர்த்தி, தக்ஷிணாமூர்த்தி, பைரவ மூர்த்தி போன்றவைகளே அன்றி ஈசன் விளையாட்டாக கொண்ட கோலங்கள் எதையும் வடிவுற அமைத்து வழிபடுவோர் எம்பெருமான் பேரரு ளுக்குப் பாத்திரராகி வினைகள் நீங்கப் பெற்று என்றென்றும் அவன் திருவடி நிழலிலே வாழ்ந்திருக்கும் பேறு பெறுவர்.

16. பாசுபத விரதம்

நந்திகேச்வரர் சனத் குமாரருக்கு உபதேசித்த பாசுபத விரதம் பற்றி சூதர் முனிவர்களுக்கு விவரிக்கலானார்.

பிரமாதி தேவர்கள் கைலயங்கிரி வாசனை கைகூப்பித் தொழுது பசுபாசம் அகன்றிட அருள்புரியுமாறு பிரார்த்திக்க ஈசன் பாசுபத விரதத்தை அனுஷ்டிக்குமாறு கூற அவர்களும் அந்த விரதத்தை அனுஷ்டித்து பசுத்தன்மை நீங்கப் பெற்றனர்.

பாசுபத விரதம் என்பது ஆயிரம் அசுவமேத யாகம் செய்த பலனைத் தரக்கூடியது.

சித்திரைத் திங்களில் படிக லிங்கத்தில் ஈசனை ஆவாகனம் செய்து, அபிஷேகம் செய்து, அலங்கரித்து பொற்றாமரை நடுவில் வைத்து நறுமண மலர்கள் கொண்டு அர்ச்சித்து, தூப தீப நைவேத்ய உபசாரங்கள் செய்து, இறைவன் நாமத்தை உளமுருக ஜபித்து வணங்க வேண்டும். தென் திசையில் அகில், மேற்கில் மனோசிலை, வடக்கில் சந்தனம், கிழக்கில் அரிதாரம் ஆகியவற்றை பீடத்தின் அருகில் வைத்து ஈசனை ஆராதிக்க வேண்டும்.

வைகாசியில் வைர லிங்கத்தை வைத்தும், ஆனியில் மரகத லிங்கம், ஆடியில் முத்துலிங்கம், ஆவணியில் நீலலிங்கம், புரட்டாசியில் மரகத லிங்கம், ஐப்பசியில் கோமேதக லிங்கம், கார்த்திகையில் பவள லிங்கம், மார்கழியில் வைடூர்ய லிங்கம், தையில் புஷ்பராக லிங்கம், மாசியில் சூரிய காந்தத்தால் ஆன லிங்கம், பங்குனியில் பளிங்குக் கல்லினால் ஆன லிங்கம் என்று வைத்து பரமனைத் தொழ வேண்டும். ரத்தினங்களுக்குப் பதிலாக பொன், வெள்ளி, செம்பினால் ஆகிய லிங்கங்களையும் பூஜிக்கலாம்.

இவ்வாறு பன்னிரண்டு மாதங்களும் நன்கு பூசை செய்து, அந்தணர்களுக்கு உணவு முதலிய உபசாரங்கள் செய்து அவர்களை ஈசன் வடிவாக எண்ணி அர்ச்சித்து வணங்கி லிங்கங்களைத் தானம் செய்யவேண்டும். பூஜித்த லிங்கங்களைச் சிவாலயத்தில் சேர்க்கலாம். பின்னர் வியபோகன தோத்திரத்தால் சிவனைத் துதிக்கவேண்டும். அவ்வாறு செய்பவர்கள் பசுபாசம் நீங்கி சிவலோகம் அடைவர்.

'நம: சிவாய சுத்தாய நிர்மலாய
யசஸ்விநே:
துஷ்டாந்தகாய ஸர்வாய பவாய
பரமாதிமநே'

என்று தொடங்கும் துதி 'வியபோகன' ஸ்தோத்திரம் ஆகும்.

உமா மகேசுவர விரதம் : அஷ்டமி, சதுர்த்தசி ஆகிய நாட்களில் உபவாசமிருந்து ஓராண்டு விரதம் இயற்றிய பின் பொன்னாலோ, வெள்ளியாலோ லிங்கத்தை அழகுடன் செய்து உமையுடன் பிரதிஷ்டித்து ''என் வினை தீர்த்தருள்வாய்'' என்று பிரார்த்தித்து மேள தாளங்களுடன் லிங்கத்தைச் சிவாலயத்துக்கு எடுத்துச் சென்று மறையோர்க்குப் பொருள்களுடன் தானம் செய்ய வேண்டும்.

பசும் பொன்னால் அமைந்த லிங்கத்துடன் ரிஷபமும், சூலமும் அமைத்து ஓராண்டு வழிபடுவோர் சிவலோகப் பிராப்தி அடைவர். இந்த உமாமகேசுவர விரதத்தை ஆண் பெண் இருபாலாரும் பக்தியுடன் கடைபிடிக்கலாம். ஈசன் திருவருளை வேண்டி அனுஷ்டிக்கும் விரதத்தின் முடிவில் பஞ்சாக்ஷரத்தை பக்தியுடன் பூஜிக்க வேண்டும்.

17. பஞ்சாக்ஷர மந்திர பெருமை

ஒரு சமயம் தேவி ஈசனிடம் பஞ்சாக்ஷர மந்திரத்தின் பெருமையைப் பற்றிக் கேட்க, ஈசன் ஐந்தெழுத்தின் மகிமை குறித்து பார்வதி தேவிக்கு விவரித்தார்.

பரமன் கூறியதாவது: "சிருஷ்டிக்காகத் தோற்றுவிக்கப்பட்ட பிரமன் படைக்கும் சக்தி அடைய என் அருள் வேண்டி என்னைத் துதி செய்ய, வேதங்களும் போற்றி வணங்கும் பஞ்சாக்ஷரத்தை (திரு ஐந்தெழுத்தை) அவனுக்கு என் ஐந்து முகங்களாலும் உபதேசம் செய்ய, பிரமன் சகல ஞானமும் பெற்று படைக்கத் தொடங்க அவனிடமிருந்து தசப் பிரம்மாக்கள் தோன்றினர்.

அவர்கள் இல்லற பந்தம் பற்றாதிருப் பதற்காக தவம் செய்ய நான் அவர்கள் முன் தோன்றி யோகத்தையும், ஐந்தெழுத்தையும் உபதேசித்தேன். அவர்கள் அதனை வையகம் முழுவதும் பரப்பினர்.

வேதத்தின் சாரமாகவும், விவரிக்க முடியாத உட்பொருளை உடையதும், முக்தியும் அளிக்க வல்லதாக பஞ்சாக்ஷரத்தை ஜபித்தவர் பிறவித் துன்பம் நீங்கப் பெறுவர்" என்றார் பரமன்.

ஜபிக்கும் முறை

ஈசனை நன்கு உணர்ந்து, அவர் திரு உருவைத் தெளிவுற மனத்திலேயே சிந்தித்து, அவர் அருள் ஒன்றையே வேண்டி உருகி ஐந்தெழுத்தை ஜபிக்க வேண்டும்.

திருவைந்தெழுந்தை குரு முகமாக உபதேசம் பெற வேண்டும். நாளொன் றுக்கு எத்தனை என்று சங்கல்பித்துக் கொண்டு விரதம் எடுத்து, இரவு மட்டும் உணவு கொண்டு ஆற்றங்கரை, சமுத்திர தீரம், சிவாலயம் ஏதாவது ஓரிடத்தில் உடல், உள்ளம் தூய்மையோடு இறைவனை வணங்கி வல்வினைகள் நீங்கிடப் பிரார்த்தனை கொண்டு ஜபிக்க வேண்டும்.

தினமும் ஜபிப்பதாயின் பகல் உணவுக்கு முன் ஜபிக்க வேண்டும்.

எண்ணிக்கையை விரலினால், விரல் ரேகையால் (அ) மணிகளைக் கொண்ட ஜபமாலையால் எண்ண வேண்டும்.

ஜபமாலை, பவளமணி மாலை, ஸ்படிக மாலை, முத்து மாலை, ருத்ராக்ஷ மாலை ஏதாவதொன்றைப் பயன் படுத்தலாம்.

ஈசன் திருவடிகளை மனத்தில் சிந்தித்து ஜபிப்பதே உத்தமமான பலன்களைத் தரவல்லது.

திருவைந்தெழுத்தை ஜபிப்பவர்கள் தூயவராக இருத்தல் வேண்டும். பஞ்சமாபாதகங்கள் பற்றிய எண்ணமே கூடாது. ஈசன் திருவடிகளைத் தியா னித்து சிறிதளவே உணவு உட்கொள்ள வேண்டும். பட்டை விரித்து, அல்லது பலகையின் மீது அமர்ந்து ஜபம் செய்ய வேண்டும். ஆசாரியனே இறைவன். இறைவனே ஆசாரியன். மந்திரமே இறைவன். ஆகவே குருவைப் பணிந்து அவர் ஆசி பெற்று ஜபத்தைத் தொடங்க வேண்டும்.

தெளிந்த உள்ளத்தில் ஈசன் திரு உருவைத் தியானித்து, மலரடி வணங்கி, அருள் வேண்டிப் பிரார்த்தித்து, அமைதியான மலைக்குகையில் அமர்ந்து புலனடக்கத்தோடு பத்துலக்ஷம் முறை பஞ்சாக்ஷரம் ஜபிப்பவர்கள், வல்வினைகள் பொடிபட இறைவன் திருவடி நிழலில் சேர்வர்.

18. சிவனார் சனகாதியர்களுக்கு அருளுதல்

ஒரு சமயம் சனகாதி முனிவர்கள் பரமேச்வரனை அணுகி அவர்களுக்கு அருள் புரிய வேண்டினர்.

அப்பொழுது பரமன் அவர்களுக்கு அருளியது,

"ஜீவன் உற்பிசம், சுவேதசம், சராயுசம், அண்டசம் எனப்படும் நால் வகைப் பிறப்புகளுக்குள் உட்படுகிறது.

ஷட்கோசம் எனப்படும் உதிரம், தோல், தசை, எலும்பு, மூளை, நிணம் எனும் ஆறினோடு ஜீவன் அன்னை வயிற்றில் தோன்றி இறக்கும் வரையில் துன்பமே அடைகிறது.

வித்தையானது பரம வித்தை, பரவித்தை என இருவகை. நான்மறைகளைக் கற்று அவற்றால் பெறுவது பரமவித்தை. அறிவினால் உணரப்படுவது பரவித்தை ஆகும்.

மேலும், நிறம், குணம், மாசுமறுவற்று, உறுப்புகள் ஏதுமின்றி கருத்துக்கு எட்டாதது, தன்னைத் தவிர வேறு பொருள் இல்லாத பரம்பொருளை அறிவது பரவித்தை.

பரம் என்றும் பரமன் என்றும் சொல்லப்படும் பரம்பொருள் ஒன்றே. முத்தொழில் புரிவதும் அதுவே. அழியும் உலகப் பொருள்களைத் தவிர வேறொன்று உண்டு என்று உள்ளத்தில் தியானித்து அதனில் மனத்தைச் செலுத்தினோர் இன்புற்றிருப்பர்.

கர்மேந்திரியங்கள், ஞானேந்திரியங்கள் சித்தம், புத்தி, மகம், அகங்காரம் ஆகியவற்றை உடைய ஆத்மா ஜீவாத்மா எனப்படும். பதினான்கு இந்திரியமும், பதினான்கு வாயுக்களும் கொண்ட மனித உடலில் எழுபத்திரண்டாயிரம் நாடிகள் உள்ளன.

அன்னத்தின் மயமான கோசம் பூதான்மா, பிராணமய கோசம் இந்திரியான்மா, மனோமய கோசமானது கால ஆன்மா, ஆனந்த மய கோசம் முறையே உரைக்கப்படாமல் நின்றது விஷயான்மா. இவ்வாறு கற்றறிந்தோர் தெரிந்து உணர்வார்கள்.

தெளிந்த ஞானமுள்ள குருவைப் பணிந்து, அவரருள் பெற்றுக் கருமங்கள் யாவும் முடித்துச் சுத்த நெறியில் இருப்போமானால் ஈசனைக் காண முடியும். உயர் ஞானம் பெற்றார் இருவினைகள் ஒழிந்து போகின்றன. எனவே, பிறவாப் பேரின்ப முக்தியை அடைய விரும்புவோர் முதலில் தெளிந்த ஞானத்தைப் பெறுவதையே முயற்சிக்க வேண்டும். தெளிந்த ஞானமுடையவனுக்கு வேறு உடல் வராது முக்தியே சித்திக்கும்.

ஞானம் பெறாது முக்தி அடைய முடியாது. ஞானத்தைச் சிறந்த தியானத்தால் மட்டுமே பெற இயலும்.

உந்திக்கு மேல் பன்னிரண்டு அங்குலத்தின் முடிவில் மென்மையான தாமரை இருப்பதாகத் தியானிப்பது ஞானத்தின் முதல் அங்கம் அணிமா முதலிய எண் வகை சித்திகள் அத்தாமரைக்கு இதழ்களாகும். அம்மலரின் மீது அனைத்துக்கும் ஆதியாய் தனியாய் தெளிந்த பரஞ்சுடராய் ஈசன் உலவுவதாகச் சிந்திக்க வேண்டும்.

அவ்விதமே உச்சியிலும், ஞான ஒளியாய் நினைவிற்கு எட்டாப் பரம்பொருளாய் விளங்கும் ஈசனைத் தெளிவுடன் கண்டு அப்பொருளின் திவ்ய வடிவில் தன்னையே மறந்து தன்னையும் ஈசனாகவே காண்பவர் கிடைத்தற்கரிய பேரின்ப வீட்டை அடைவர்.

பூமிக்குச் சர்வன், புனலுக்குப் பவன், அக்கினிக்கு ருத்திரன், காற்றுக்கு உக்கிரன், ஆகாயத்தில் பீமன், சூரிய மண்டலத்துக்கு மகாதேவன், சந்திர மண்டலத்துக்கு ஈசானன், பரமேச்வரன் ஆன்மாவுக்கெல்லாம் பசுபதியாகவும், அஷ்ட மூர்த்தியாகவும் விளங்குகிறார்.

நல்ல காரியங்களைச் செய்வதன் மூலம் ஞானம் வரும். ஞானம் வந்ததும் அறிவு தெளிவுறும். அடுத்து, பரம வைராக்கியம் ஏற்படும். அதனால் யோகம் சித்திக்கும். யோகத்தின் மூலம் அழியாத பேரின்ப வாழ்வைப் பெறலாம்.

ஞானம், தியானம் இவற்றை அனுஷ்டிக்கும் ஆன்மாவுக்கு பந்தம் நீங்கிவிடும். மாயையை அறிந்தோன் பற்றற்று தன்னைக் காத்துக் கொள்வான். தேவி வித்தை என்றும், க்ருதி, ஸ்ம்ருதி, சிஷ்டி என்றும், ஞானசக்தி, க்ரியா சக்தி என்றும் கூறப்படுகிறாள். என்னுடன் உள்ள தேவி என் உடலின் ஒரு பகுதியே ஆவாள். இந்தச் சராசரங்களில் நிலவும் உலகங்கள் அனைத்தும் மாயாவிகாரமே.

இவ்விதம் சொன்ன பரமன் பார்வதியின் முகம் நோக்க, ஈசன் திருவுள்ளத்தை அறிந்த தேவி அன்று பகலிலேயே சனகாதியருக்கு மாயையை அகற்றி பிறவாப் பேரின்ப வீட்டை அடைய அருள் புரிந்தாள்.

19. அனுசரிக்க வேண்டிய ஆசார விதிகள்

எண் வகை சித்திகள். 1) அணுவைப் போலாகும் சக்தி 'அணிமா'. 2) பஞ்செ்ன இலேசாக இருத்தல் 'லகிமா'. 3) பருத்தல் 'மகிமா'. 4) நினைத்த இடம் செல்லும் சக்தி 'பிராத்தி'. 5) யாவையும் உணர்ந்திடும் சக்தி 'பிராகாமியம்'. 6) அனைத்திலும் ஆணை செலுத்திடும் சக்தி 'ஈசத்துவம்'. 7) நினைத்த உருவை எடுத்தல் 'வாசித்துவம்'. 8) பிறப்பொடு இறப்பு நீக்கல் 'சாயுச்சியம்.'

இந்த எண்வகை சித்திகள் பெற்றவர் அழியாப் பரம்பொருளாய், மூவர்க்கும் முதலாய் பரஞ்சுடராய் விளங்கும் இறைவனை உணர்ந்து சமாதியிலிருந்து முக்தி பெறுவர். சித்திகளைப் பெறாதவர்களும்கூட ஈசனை நன்குணர்ந்து அவரைத் தம் மனத்திலே இருத்தி தியானத்தால் முக்தி அடைவர்.

பிறவிப் பெருங்கடலிலிருந்து கரையேறி பிறப்பிறப்பு அற்ற பேரின்ப வாழ்வு பெற ஜோதிப் பிழம்பான சுடரொளியின் மலரடிகளைச் சேவித்தல் வேண்டும்.

பிரம்மச்சாரி சிறந்த குருவை அடைந்து உபதேசம் பெற்று, இயம நியமங்களை குறைவற ஆற்ற நன்னெறியில் பிரம்மச்சரிய வாழ்வைக் கடைப்பிடிக்க பிரம்மச்சாரி பிக்ஷை பெற்றே உணவு உட்கொள்ள வேண்டும். முற்றும் துறந்தவர்களைக் கண்டால், மும்முறை வலம் வந்து வணங்க வேண்டும். தண்டம், கமண்டலம், குடை, செருப்பு, மான் தோல் ஆகியவற்றைப் பெற்றிருக்க வேண்டும்.

வசிக்கும் கிரகத்தில் தரையைப் பசுஞ்சாணத்தால் மெழுகித் தூய்மையாக்க வேண்டும்.

வேதியருக்குப் பத்து நாட்களும், வேந்தருக்குப் பன்னிரண்டு நாட்களும் வைசியருக்குப் பதினைந்து நாட்களும், பின்னவருக்கு முப்பது நாட்களும் தீட்டு உண்டாம். மங்கையர் தீட்டான நான்காம் நாள் விடியற்காலையில் நீராடி சூரிய தரிசனம் செய்து பால் (அ) பஞ்சகவ்யம் உட்கொள்ள வேண்டும்.

நீராடிய 4, 6, 8, 10, 12, 14, 16 நாட்களில் கணவனுடன் கூடினால் புதல்வரையும், மற்ற நாட்களில் கூடினால் பெண் குழந்தையும் பெறுவர்.

துறவிகள் இடம் தேடிவரும் உணவை உட்கொள்ளவேண்டும். எதிலும் ஆசை கொள்ளக் கூடாது.

துர் நிமித்தங்களையும், கனவுகளையும் கண்டவர் வடதிசை சென்று, பஞ்சகவ்வியத்தில் ஒன்றை உட்கொண்டு, பிரணவம் ஓதி, பரமனைத் தியானித்து வேண்டினால் தோஷம் நீங்கி மரணம் அடைய மாட்டார்.

20. காசியின் சிறப்பு

காசியின் மகிமை ஏராளம். கடல் சூழ்ந்த இவ்வுலகத்தில் காசியே முக்தி தரும் நகராம். இத்தலத்தில் ஈசன் என்றும் நீங்காது உறைவதால் இதற்கு

'அவிமுக்தேச்வரம்' என்ற பெயர் உண்டு.

முனிவர் அவ்வியன் காசியில் பரமனை வழிபட்டு வீடுபேறு பெற்றார். குபேரன் நவநிதிகளைப் பெற்றான். சம்வர்த்தன் என்பவன் இங்கு ஈசனை வழிபட்டு பரமன் திருவடிகளை நீங்காத வாழ்வு பெற்றான்.

இங்குதான் வியாசர் இறைவனின் திருவடிகளைப் பெற்றார். மாயோன், நான்முகன், அக்கினி, சூரியன், சந்திரன், இந்திரன் ஆகியோரும் இந்தக் காசியில் பரமனை வழிபட்டு அவர் திரு வருளைப் பெற்றனர்.

காமதேனு காசியில் ஈசனை லிங்க வடிவில் ஆராதித்துப் பேறு பெற்றது அந்த இடம் 'கோப்பிந்ரேக்கம்' ஆகும். அந்த லிங்கத்தின் பெயர் 'கோப்பி யேச்சுவரர்' ஆகும்.

பிரம்மன் கபிலாகாரம் என்ற குளக்கரையில் லிங்கப் பிரதிஷ்டை செய்து வழிபட்டார். அதன் பெயர் 'ரிஷபத்து வாசன்'. மற்றொரு லிங்கத்தை பத்திரோதயம் என்ற தடாகக் கரையில் பிரதிஷ்டை செய்ய, அதனை மாதவன் வழிபட்டான். அது 'அரணிய சர்ப்யேசு வரர்' எனப்படும். மற்றொரு லிங்கம் பிரம்மன் வழிபட்டது. 'இச்சுவலினேச்சு வரர்' எனப்படுகிறது.

பர்வதராஜனால் காசியில் வழிபாடு செய்யப்பட்ட லிங்கம் 'சைலேச்சுவரர்' ஆகும். மற்றொரு லிங்கம் பிரம்மனால் பிரதிஷ்டை செய்யப்பட்டு அசுரர்களா லும், அமரர்களாலும் வழிபாடு பெறப் பட்டது. அது 'மத்திமேசர்' ஆகும். சுக்கிராச்சாரியாரால் அமைக்கப்பட்டது 'சுக்கி ரேசுவரர்' ஆகும். இத்தலத்தில் உயிர் விடும் மனிதனே அன்றி மற்ற எந்த ஜீவராசியும் முக்தி அடையும்.

பிரளய காலத்திலும் அழியாது விளங்கும் இத்தலம் 'அவிமுக்தம்' என்ற பெயர் பெற்று விளங்குகிறது.

இவ்வாறு காசியின் சிறப்பைத் தேவிக்கு விளக்கிய ஈசன் அவிமுக்தீசுவர லிங்கத்தில் மறைந்தார்.

எனவே, கற்றோர்கள் தங்கள் அந்திமக் காலத்தை உணர்ந்து, காசிக்குச் சென்று, தங்கி, கங்கையில் நீராடி பிரணவம் ஜபித்து, ஈசன் திருவடிகளை, ஒரு கணமும் மறவாது தியானித்து, ஆவி நீத்து பிறவாப் பேரின்ப வீட்டை அடைவர்.

21. கணத் தலைவனாகிய அந்தகன்

'சிவனைத் தவிர வேறு எவராலும் வெற்றி கொள்ள முடியாத பராக்கிரமம் வேண்டும்' என அந்தகாசுரன் பிரம்ம னிடம் வரம் வேண்டினான். அவன் இரணியாக்ஷனின் மகன். அவன் திக் விஜயம் புறப்பட்டு உலகை வென்று பின் விண்ணுலகை முற்றுகையிட்டான்.

தேவர்கள் திருமாலிடம் உதவிக்காகச் செல்ல வைகுந்தத்தை முற்றுகை யிட்டான் அசுரன். ஈசனால் மட்டுமே அவனுக்கு மரணம் என்று வரம் பெற்ற வனானதால் எல்லோரும் ஈசனிடம் முறையிட, பரமன் அவர்களுக்கு அபயம் அளித்தார்.

அங்கு வந்த அந்தகாசுரன் சிவனை வணங்கி, தேவர்களை விட்டு செல்லும் படி விடும்படி கேட்டான். சிரித்தார் சிவபெருமான். தேவர்களை விட்டுச் செல்லுமாறு அந்தகனிடம் கூற, அவன் ஈசனையே எதிர்த்தான்.

அதனால் அளவில்லாக் கோபம் கொண்ட பரமன், அசுரர்களை அழித் தார். அந்தகாசுரனைச் சூலத்தால் குத்தி உயரத் தூக்கி நிறுத்தினார். அந்தகன் உடலிலிருந்து குருதி பாய அவன் ஆணவம் அழிந்தது. ஈசன் கைப்பட்ட தால் அவன் பாபங்கள் தொலைந்தன. அவனிடம் சத்வகுணம் மிகுந்திட, அவன் இருகரம் கூப்பி ஈசனைத் தொழுதான். சரணம் அடைந்த

அவனுக்கு அபயம் அளித்து ரக்ஷிக்குமாறு வேண்டினான் அந்தகாசுரன்.

அந்தகனைச் சூலத்திலிருந்து இறக்கிவிட அவன் ஈசனை வலம் வந்து வணங்க, ஈசன் கரம் பட்டு அவன் பொன் மேனி பெற்று புனிதனாக, அவனைக் கணங்களுக்குத் தலைவனாக்கினார் பெருமான்.

22. வராகன் சுயரூபம் பெறுதல்

இரணியாக்ஷன் வராஹ வடிவில் வந்த பரந்தாமனை எதிர்த்துப் போரிட, வராஹாவதாரம் எடுத்த திருமால் அசுரன் மீது பாய்ந்து அவனைக் கீழே தள்ளி, அவன் மார்பில் ஏறி கூரிய கோரைப் பற்களால் அவன் மார்பைப் பிளந்து இரத்தத்துடன், ஆவியையும் குடித்து, அவன் பதுக்கி வைத்திருந்த பூமியை மீட்டுத் தம் கொம்புகளில் தாங்கியவாறு வெளிப்பட்டார்.

அது கண்டு தேவர்களும், நிலமாதும் மகிழ்ச்சி பெற்றனர். அரக்கனைக் கொன்ற பின்னும் அரியின் கோபம் தணியவில்லை. அதனால் அச்சமுற்ற தேவர்கள் பரமேச்வரனிடம் முறையிட ஈசன் மாதவனை நெருங்கி அவருடைய கடைவாய் கொம்புகளில் ஒன்றைப் பற்றி உடைத்தார்.

அப்போது பன்றி வடிவில் இருந்த பரந்தாமன் சுயரூபம் பெற்று ஈசனைத் துதி செய்து வணங்கினார்.

(முழு வரலாறு - வராக புராணம், விஷ்ணு புராணங்களில் காண்க).

23. நரசிம்மர் வெறி அடங்குதல்

பக்த பிரகலாதன் தந்தையாகிய இரணியகசிபுவிடம், ஸ்ரீமந் நாராயணனிடம் விரோதம் பாராட்ட வேண்டாம் என்றும் அழிவைத் தடுக்க அவரிடம் பக்தி கொள்ளுமாறும் வேண்டினார்.

அப்போது இரணியகசிபு, ''இப்போது அந்த நாராயணன் வந்து உன்னைக் காப்பாற்றட்டும்'' என்று கூறி ஆங்கோர் கம்பத்தை உதைக்க, அதிலிருந்து திருமால் நரசிம்ம வடிவில் தோன்றி இரணியகசிபுவைக் கொன்றார்.

தேவர்கள் ஸ்ரீமந் நாராயணனைத் துதி செய்து சாந்தமடையுமாறு வேண்டினர். லக்ஷ்மியும் பிரகலாதனும் பிரார்த்தித்தனர். இரணியன் மார்பைப் பிளந்து குருதியுடன் ஆவியையும் குடித்த அச்சுதன் வெறி அடங்காதது குறித்து விண்ணப்பித்து அவரைச் சாந்தமுறச் செய்யுமாறு பரமனிடம் வேண்டினர்.

ஈசன் சரபம் என்ற பறவை வடிவுடன் நரசிம்மன் முன் வர சரபமும், நரசிம்மமும் மோதினர். முடிவில் நரசிம்மர் களைத்துவிட ஈசன் அவரது தோலைக் கிழித்து உரித்துத் தன் மேல் போர்த்திக் கொண்டார். நரசிம்மரின் வெறி அடங்கியது. அவர் சாந்தமடைந்தார். (பக்த பிரகலாதன் - முழு வரலாறு விஷ்ணு புராணம், பாகவத புராணம் காண்க)

24. ஜலந்தரன் வரலாறு

(ஜலந்தரன் - சிவபுராணம், லிங்க புராணம் - இரண்டிலும் இருப்பினும் ஒன்றுக்கொன்று முடிவில் மாறுபடுகின்றன. சிவபுராணக்கதை வைணவ புராணங்களில் உள்ளது போல் உள்ளது.)

ஜலத்திலிருந்து தோன்றிய அசுரன் ஜலந்தரன் எனப்பட்டான். அவன் பரமனை நோக்கித் தவம் செய்து தேவர்களால் தன்னை வெல்ல முடியாதவாறு வரம் பெற்றான்.

அளவற்ற பராக்கிரமத்தைப் பெற்ற ஜலந்தரன் வரங்கள் பெற்றவுடன் அகந்தை கொண்டு திக்விஜயம் புறப்பட்டான். இந்திரனை ஓடச் செய்து தேவர்களை வென்றான். அடுத்து அக்கினி, இயமன், நிருதி, வாயு, குபேரன் ஆகியோர்களை வென்று தன் வயப்படுத்திக் கொண்டதுடன்

வைகுந்தம் சென்றிட, திருமால் கருடன் மீதேறி அவனுடன் போர் செய்தார். ஆனால், அசுரனை ஈசன் ஒருவனாலேயே அழிக்க முடியும் என்றறிந்து மாயையால் இருளைத் தோற்றுவித்து அந்த மாயையில் மறைந்து விட்டார்.

அடுத்து, அவன் பார்வை கயிலாயத்தின்மீது பட சிவனாரையும் எதிர்க்க முற்பட்டான். அப்போது சிவபெருமான், ''ஜலந்தரா, நீ சொன்னது அனைத்தும் சரியாக இருக்கலாம். ஆனால், நான் கண்கூடாகக் காணவில்லை'' என்று கூறித் தன் கால் கட்டை விரலால் பரமேச்வரன் பூமியில் ஒரு சக்கரம் வரைந்து அசுரனிடம் அதை எடுத்துத் தலை மீது வைத்து அவன் பிரதாபத்தை நிரூபிக்குமாறு சொன்னார்.

அவன் மிகவும் ஏளனமுடன் இலகுவில் வட்டத்தைப் பெயர்த்து விட்டான். ஆனால், அதை மேலே உயர்த்துவது அவனுக்கு மிகவும் சிரமமாக இருந்தது. மிகவும் முயற்சி செய்து அதனைக் கழுத்துக்கு நேராகக் கொண்டு வர, அது சக்கராயுதமாக மாறி அவன் கழுத்தைத் துண்டித்தது. அசுரன் உடல் பூமியில் சரிந்தது. அவனுடைய மனைவியர் அங்கு வந்து அவன் உடலை எடுத்து வைத்துக் கொண்டு புலம்பினர்.

அப்போது சிவனார் அவர்களிடம், 'ஜலந்தரன் என் கையால் இறந்ததால் உத்தம லோகத்தை அடைந்துள்ளான்' என்று கூறி அவனுடைய மனைவியர்களையும் அவனுடன் சென்று மகிழ்ந்திருக்குமாறு கூறி அருளினார்.

25. அரிக்குச் சக்கராயுதம் அளித்தல்

(இந்த வரலாறும் சிவபுராணம், லிங்க புராணம் - இரண்டிலும் உள்ளதே. சிறு வேறுபாடு மட்டும் காணப்படுகிறது)

ஜலந்தரன் மரணத்துக்குப் பின் அவனுடைய புதல்வர்கள் தேவர்களுக்குத் தொல்லைகள் தர முற்பட்டனர். தேவர்கள் திருமாலிடம் சென்று முறையிட்டனர். அப்போது பரந்தாமன் ''சிறிது காலம் பொறுத்திருங்கள். நான் ஈசனைக் குறித்துத் தவம் செய்து ஜலந்தரனைக் கொன்ற சக்கராயுதத்தை அவரிடமிருந்து பெற்று வருகிறேன்'' என்றார்.

திருமால் ஒரு சிவலிங்கத்தைப் பிரதிஷ்டை செய்து, ஆயிரத்தெட்டு மலர்களால் அர்ச்சனை செய்ய முற்பட்டார். முடிவில் ஒரு மலர் ஈசனால் மறைக்கப்பட்டு விட்டதால் குறைந்தது. அப்போது அரி தன் கண் மலரை எடுத்து ஈசன் திருநாமம் கூறி அர்ச்சனையை முடித்தார்.

அப்போது சிவனார் தோன்றி அவர் பக்தியை மெச்சி, தன் மகிழ்ச்சியைத் தெரிவித்ததுடன் வேண்டும் வரம் கேட்குமாறு கூறினார்.

அப்போது திருமால், ''மறுபடியும் அசுரர்கள் தேவர்களைத் துன்புறுத்தி வருவதால் ஜலந்தரனை அழித்த சக்கராயுதத்தை அளித்து, அதன் மூலம் தேவ சத்ருக்களை ஒழிக்கும் வலிமையை அருள் புரியுங்கள்'' என்று வேண்டினார்.

ஈசனும் அவ்வாறே சக்ராயுதத்தை அளித்து ஆசி கூறினார். மேலும், தனக்காக அர்ப்பணித்த கண் மலரையும் திரும்பி அளித்தார்.

ஈசன் அளித்த சக்கராயுதத்தால் மாதவன் அசுரர்களை வென்று தேவர்களின் துன்பங்களை நீக்கி அருளினான்.

26. தக்கன் நடத்திய வேள்வியும், அதன் விளைவும்

(தக்ஷன் வேள்வி பற்றி - கந்த புராணம், சிவபுராணம், விஷ்ணு புராணம் ஆகியவற்றிலும் கூறப்பட்டுள்ளது.)

தக்கன் தன் மகள் சதியை ஈசனுக்குத் திருமணம் செய்து வைத்தான். தக்கன்

மகள் என்பதால் தேவி தாட்சாயிணி என்றும் அழைக்கப்பட்டாள்.

தக்ஷபிரஜாபதியை இந்திராதி தேவர்கள் வணங்குவதால் மருமகனாகிய ஈசன் தன்னை வணங்கி கௌரவிப்பதில்லை என்று அவன் ஆணவத்தின் காரணமாக ஈசன் மீது பகை கொண்டான்.

தக்கன் மாபெரும் யாகம் ஒன்று நடத்தினான். பிரமாதி தேவர்கள் எல்லார்க்கும் அழைப்பு அனுப்பி, ஈசனுக்கு மட்டும் அனுப்பவில்லை.

எனினும், தாட்சாயிணி அழைப்பில்லாமலே யாகத்திற்கு வர அவளைக் கவுரவிக்கவில்லை. மேலும், ஈசனைப் பற்றியும் அவதூறாகப் பேசினான். அவமதிப்புக்கு உள்ளான தாட்சாயிணி அக்கினியில் உடலைத் துறந்துவிட்டு இமவான், மேனை தம்பதிகளின் வேண்டுதலுக்கேற்ப அவர்களுக்குப் புத்திரியாக அவதரித்தாள்.

இதனால் மிகவும் கோபம் கொண்ட பரமசிவன் வீரபத்திரனைத் தோற்றுவித்து, உடனே புறப்பட்டுச் சென்று தக்கன் வேள்வியை அழித்து, அவனைத் தண்டித்து திரும்புமாறு ஆணையிட்டார்.

வீரபத்திரன் தக்கன் யாக சாலையை அடைந்து அங்கிருந்தாரை எல்லாம் விரட்டி அழித்து, கடைசியில் தக்கன் தலையைப் பற்றி இழுத்து, அவன் தலையைச் சீவி நிலத்திலே எறிந்தான்.

இந்த நிலையில் பிரமன் தோன்றி தேவர்களைத் தக்கபடி தண்டித்தாகி விட்டது. யாகம் அழிக்கப்பட்டது. இனி சாந்தம் கொண்டு ஈசனிடம் திரும்புமாறு பிரார்த்தித்தான். மேலும், தேவர்களை மன்னிக்குமாறும் வேண்டிக் கொண்டார் பிரமன். தேவர்களும் அவ்வாறே சிவனாரை அணுகி தங்களை மன்னிக்குமாறு வேண்டிக் கொள்ள, அவரும் இறந்தவர்களை எல்லாம் உயிர்ப்பித்து மன்னித்தருளினார்.

தக்கனும் சிவபெருமானை வலம் வந்து நெஞ்சம் உருக பிரார்த்திக்க, அவனை மன்னித்து கணங்களின் தலைவனாக்கினார்.

27. மன்மதனை எரித்தல்

(இந்நிகழ்ச்சி விவரங்கள் கந்த புராணம், சிவபுராணங்களிலும் உள்ளது)

இமவான் மகளாய் பிறந்த பார்வதி சிவபெருமானை நோக்கித் தவம் இருந்தாள். ஈசன் சனகாதியருக்கு யோகம் உபதேசிக்க நிஷ்டையில் இருந்தார். இவர்கள் இருவர் மீதும் மலர்பாணம் தொடுத்து முருகன் அவதாரத்திற்கு வழிகோல தேவர்கள் மன்மதனை வற்புறுத்தி அனுப்பினர். அவனும் சிவனார் மீது மலர்க்கணைகள் தொடுக்க, கண் விழித்துப் பார்த்த முக்கண்ணனின் நெற்றிக் கண்ணால் மன்மதன் எரிந்து சாம்பலாகினான். அப்போது மன்மதனின் மனைவி ரதி, காமன் மீது எந்தத் தவறும் இல்லை என்று கூறி அவனை உயிர்ப்பித்து தனக்களிக்குமாறு வேண்டினாள். சிவ பெருமான் கருணை கொண்டு ரதியிடம், காமன் அவள் கண்ணுக்கு மட்டும் தெரிவானென்றும், கிருஷ்ணனுக்கு மகனாகப் பிறந்து அனைவரும் அறிய உடல் பெறுவான்' என்றும் அருள் புரிந்தார்.

28. பார்வதி, பரமசிவன் திருமண வைபவம்

(கந்தபுராணம், சிவபுராணம் ஆகிய வற்றிலும் காண்க)

நிஷ்டை கலைந்து எழுந்த ஈசன் ஒரு முதிய அந்தணர் வடிவில் பார்வதி முன் தோன்ற, உமையும் அவரை யார் என்று அறிந்து உபசரித்து, தன் விருப்பப்படி திருமணம் நிறைவேற அருள் புரிய வேண்டினாள்.

மகிழ்ச்சியுற்ற மகேசுவரன் சுய உருவை காட்டி அவ்வாறே ஆகும் என்று கூறி மறைந்தார்.

நடந்தவற்றை எல்லாம் பார்வதி இமவானிடம் தெரிவித்தாள். அடுத்து இருதரப்பிலும் திருமண ஏற்பாடுகள் நடைபெறலாயின.

குறிப்பிட்ட நாளில் எல்லோரும் பரமன் வருகையை நோக்கிக் காத்திருந்தனர். உமாதேவி புனித நீராடி புத்தாடை அணிந்து, ஆபரணங்கள் தரித்து அற்புத கோலத்துடன் தந்தையின் அருகில் வந்து அமர்ந்தாள்.

அப்போது ஓர் அதிசயம் நிகழ்ந்தது. திடீரென்று பார்வதியின் மடியில் ஒரு குழந்தை அமர்ந்திருப்பதை அனைவரும் கண்டனர்.

இந்திரன் அது ஓர் அசுரனோ என எண்ணி அதன் மீது வஜ்ஜிராயுதத்தை ஓங்க, அவன் கை அசைவற்றுப் போயிற்று. மற்றவர்களும் வெகுண்டு எழுந்தனர்.

நான்முகன் எல்லோரையும் அமைதிப்படுத்தி குழந்தையை நெருங்கி போற்றி வழிபட்டார். இறைவனே குழந்தையாக வந்திருக்கிறார். அவரைப் பணிந்து தொழுது அருளைப் பெறுங்கள் என்று கூறினார்.

இறைவன் ஜோதியாக தன் சுய உருவைக் காட்டிட, இமவானும், மேனையும் அவரை வலம் வந்து வணங்கி தமது புத்திரி உமையை மனமுவந்து திருமணம் செய்து கொள்ளுமாறு பிரார்த்தித்தனர்.

பிரமனும் ஈசனை அணுகி அவரை வணங்கி தேவியின் திருக்கரம் பற்றி அனைவரையும் மகிழ்விக்குமாறு வேண்டினார்.

அப்போது பரமன், பிரம்மனிடம், விசுவகர்மாவைக் கொண்டு மாளிகைகளை நிர்மாணிக்கச் செய்யுமாறு கூறினார்.

திருமண முகூர்த்த நேரம் நெருங்கிட, சர்வ அலங்கார பூஷிதராய் ஈசன் உமையவள் திருக்கரத்தைப் பற்றக் காத்திருந்தார். அவருடைய மணக் கோலத்தைக் கண்டு முனிவர்களும், மற்றவர்களும் மகிழ்வுற்றனர்.

உமாதேவியாரும் புனித நீரால் நீராட்டப்பட்டு, ஆடை அணிகலன்கள் அணிவிக்கப்பட்டு லக்ஷ்மி, சரசுவதி, இந்திராணி ஆகியோர் தேவியைத் தாங்கிவர திருமண மண்டபத்தை அடைந்தாள் பார்வதி.

அப்போது அயன், விஷ்ணுவிடம் அவரது உடன்பிறந்தாளைச் சிவபெருமானுக்கு அனைவரும் மகிழ்ந்திட அளிக்குமாறு கூறினார்.

உடனே மாதவன், பரமன் தாள் பணிந்து வணங்கி, அவரது பாதங்களை கைகளால் பற்றிக் கண்களில் ஒற்றிக் கொண்டு, கங்கை நீரால் கழுவி, நறுமலர்கள் கொண்டு பக்தியுடன் அர்ச்சித்தார். பின்னர் திருமால் ஈசனிடம், "தங்களையே பதியாக அடைய அல்லும் பகலும் தேவி தியானித்து வருகிறாள். அவளை மனமுவந்து ஏற்றருள் புரியவேண்டும்" என்று வேண்டினார்.

பிரமன் ஈசனை நெருங்கி அவர் அனுமதி பெற்று, ஹோம காரியங்களைத் தொடங்கினார். பரமன் தேவியுடன் ஹோம குண்டத்தின் முன் அமர்ந்து எங்கும் ஆனந்தம் பொங்கிட மங்கள நாணைத் தேவிக்கு அணிவித்தார்.

திருமணம் முடிந்த பின் ஈசன் உமையுடன் புறப்பட்டுக் காசியை அடைந்தார். அங்கே இமவான் லிங்கப் பிரதிஷ்டை செய்து ஈசன் உருவைத் தியானித்து வழிபட்டு மேனையுடன் மேலான உயர் பதத்தை அடைந்தான்.

'நம: பார்வதி பதயே, ஹரஹர மகாதேவ'

29. பரமன் பார்வதிக்குக் கூறிய யோகம்

தேவி கேட்டுக் கொண்டபடி ஈசன் கயிலையில் ஒருநாள் அவருக்கு யோகம் பற்றி எடுத்துரைத்தார்.

யோகம் ஐந்து வகைப்படும்.

1) இறைவனைத் தியானித்து அரு மறை மந்திரங்களை ஜபிப்பது 'மந்திர யோகம்' ஆகும்.

2) தூய மனதுடன் ரேசகம், பூரகம் செய்து கும்பத்தில் ஆன்மாவை நிறுத்துவது 'பரிச யோகம்' எனப்படும்.

3) உலகில் அனைத்தையும் மறந்து, உள்ளத்தை ஒருநிலைப்படுத்தி, உள்ளத்தில் இறைவனைக் காண்பது 'பாவ யோகம்' ஆகும்.

4) உலகம் வேறு, தான் வேறு என்ற பேதமின்றி உள்ளும் புறமும் தன்னையே காண்பது 'ஞான யோகம்' ஆகும்.

5) சோதியாய், நிர்மலமாய், ஆனந்த மயமாய், பழுதில்லாததாய், ஆதியாய் உறையும் பொருளை அறிவது 'மகா யோகம்' எனப்படும்.

மகாயோகத்தை அடைந்தவர், அஷ்டமா சித்திகள் பெறுவர். யோகத்தில் அமருபவர்கள் முதலில் அயனையும், அரியையும் பக்தியுடன் தியானித்து வணங்கி பின்னரே மகேசுவரனைப் பற்றுதல் நினைக்க வேண்டும். இவ்வாறு தான் பெற்ற உபதேசத்தைச் சனத்குமாரர், வியாசருக்குத் தெரிவிக்க, அதனை அவரிடமிருந்து சூதர் அறிந்து கொண்டார்.

இவ்வாறாக, நைமிசாரணியத்து முனிவர்கள் உள்ளம் மகிழ ஈசன் மகிமையை எடுத்துக் கூறிய சூதர் சிவபெருமான் மலரடிகளைத் தலை தாழ்த்தி வணங்கினார். முனிவர்களும், மகிழ்ச்சியுடன் சென்னி மேல் கைகூப்பி நான்மறைகளால் துதித்தனர். அவ்வமயம், அங்குப் பேரொளி ஒன்று தோன்றியது. அதனிடயே மலரோன் மலர்ந்த முகத்தோடு முனிவர்களுக்குத் தரிசனம் தந்தார். ''லிங்க புராணத்தைச் சொன்னவரும், கேட்டவரும், கேட்கச் செய்தவரும் சிவலோகத்தை அடைவர்'' என அருளினார்.

இப்புராணத்தைப் படிப்பவரும், கேட்பவரும், கொடும் பாவங்கள் நீங்கப் பெற்றவராய் சிவலோக வாழ்வைப் பெற்றுப் பேரின்பம் எய்துவர்.

30. தேவர் துயர் துடைத்த ஐங்கரன்

ஒருநாள் ஈசன் உமையுடன் இருக்கும் போது தேவர்கள் அவர்களை அடைந்து வணங்கி தானவர்களால் தாம் படும் வேதனைகளைப் பற்றிக் கூறி, அவர்கள் தொடங்கும் எக்காரியமும் நிறைவேறாமல் இருக்க ஓர் உத்தம புருஷனைத் தோற்றுவிக்கப் பிரார்த்தித்தனர்.

ஈசன் அவர்களை அனுக்கிரகிப்பதாகக் கூறி அருள் செய்தார். தேவியுடன் அருகில் இருந்த உத்தியானவனத்திற்குச் சென்று ஐங்கரனைத் தோற்றுவிப்போம் என்றார். இருவரும் யானைகளாக மாறி ஓடியாடி மகிழ, அங்கே அப்போதே வேழ முகத்தோன் தோன்றினான்.

குமாரனைக் கண்டு உச்சி முகந்து மகிழ்ந்தனர். தேவி குழந்தையை மடியில் வைத்து அன்பு செய்ய வேழ முகத்தோன் கீழே இறங்கிக் கைகொட்டி நடனம் புரியலானார்.

அப்போது பரமன் அவனை அருகழைத்து, ''நீ என் கணங்களுக்கு எல்லாம் தலைவனாகி, 'கணபதி' என்ற பெயர் பெறுவாய். நீ மகிழ்ச்சியுடன் நடனம் புரிவதால் 'நர்த்தன கணபதி என்று பெயர் பெறுவாய். அனைவரும்

ஸ்ரீ லிங்க புராணம் 195

உனக்கே முதல் பூஜை செய்ய வேண்டும். உன் அருள் பெற்ற காரியம் இனிது நிறைவேறும். உன்னைப் பூசிக்காமல் செய்தால் தடைகள் (அ) விக்கினங்கள் ஏற்படும். அதனால் உனக்கு 'விக்கினேச்வரன்' என்று பெயர். தானவர்கள் கெட அவர்களின் காரியங்களைத் தடை செய்து தேவர்களைக் காத்திடுவாயாக. அதற்கான சக்தியை உனக்கு அளித்தேன்'' என்று கூறி விநாயகரை ஆசீர்வதித்தார் பெருமான். ஈசன் ஐங்கரனுக்கு அளித்த கவுரவங்களைத் தேவி அங்கீகரித்தாள். இந்திராதி தேவர்கள் வேழ முகத்தானை வேண்டித் துதித்தனர். அவர்கள் செய்த துதிகளால் மனம் மகிழ்ந்த ஐங்கரனார் அவர்களுக்கு அருள் புரிவதாகக் கூறி அபயம் அளித்தார். அதனால் அசுரர்கள் கொட்டம் குறைந்து, அவர்கள் செய்வன தடை செய்யப்பட்டன.

31. சிவபெருமான் காளியுடன் நடனமாடுதல்

தாருகன் என்னும் அசுரன் பிரமனிடம் தனக்குப் பெண்ணாலேயே மரணம் என்ற வரம் பெற்றான்.

அவன் தேவர்களைப் பல அல்லல்களுக்கு உள்ளாக்கினான். ஆனால், பெண்கள் இருக்குமிடம் செல்வதில்லை. அவனால் நேரிடும் துன்பங்களைத் தாங்க முடியாத தேவர்கள் பரமனிடம் முறையிட்டனர்.

அப்போது ஈசன் தாருகனுக்கு ஒரு பெண்ணாலேயே மரணம் என்பதால் தேவியைப் பிரார்த்திக்குமாறு அறிவுரை தந்தார்.

அருகிலிருந்து உமாதேவியைத் தேவர்கள் பலவாறு துதிசெய்து மகிழ்வித்தனர். அதனால் தேவி தன் அம்சத்தை ஈசன் உடலில் செலுத்த, அவள் உள்ளம் அறிந்த பரமன், நீலகண்ட விஷத்தில் இருந்து தேவியின் அம்சத்தைக் கொண்டு காலகண்டியைத் தோற்றுவித்தார்.

தோன்றிய காலகண்டி உமாமகேச்வரரை வணங்கி தனக்கு இடும் பணி யாது என்று வினவ, தாருகனைக் கொன்று திரும்புமாறு பணித்தாள் பார்வதிதேவி.

உக்கிரமான காலகண்டி ஈசனைத் தியானித்து, பூதப் பிரேத பிசாசுகளை பயங்கர ஆயுதங்களுடன் தோற்றுவித்து அவர்கள் பின் தொடர தாரகன் இருக்கும் இடத்தை அடைந்து அவனுடன் போரிட்டு அவனைக் கொன்றாள். மற்ற அசுரர்களும் அழிக்கப்பட்டனர்.

இந்தப் போரினால் காளி வெறி கொண்டு அலைய, அவளைச் சாந்தப் படுத்துமாறு அனைவரும் ஈசனையே வேண்டினர்.

ஈசன் ஒரு பாலகனாகி 'ஓ'வென அழ, குழந்தையைக் கண்ட காலகண்டி மனம் இரக்கம் கொண்டு புன்சிரிப்புடன் குழந்தையை வாரி எடுத்துக் கொஞ்சி பால் கொடுக்க, அப்பாலகன் பாலுடன் அக்காளியிடம் கோபத்தையும் பருகி விட அவள் சாந்தம் கொண்டாள்.

ஈசனிடம் வந்த காளியின் கோபம் எட்டு க்ஷேத்திர பாலகர்களாக உருவெடுத்தது. காளியை மகிழ்விக்க ஈசன் நடனமாடினார். குழந்தையின் நடனம் கண்ட காளியும், கைகொட்டிக் குழந்தையுடன் நடனமாட, மற்ற பூத, பிரேத, பிசாசுகளும் ஆடின. அன்று முதல் காளியால் உலகில் எத்தகைய தீமையும் நேராதிருக்க சிவபெருமான் மாலையில் காளியுடன் நடனமாடுகிறார்.

32. பாலுக்கு அழுத பாலகன்

பாலகன் உபமன்யுவுக்குப் பாலுக்காக அவனருகில் பரமன் பாற்கடலையே வரவழைத்தார்.

(இந்த உபமன்யு வரலாறு சிவ புராணத்தில் விளக்கப்பட்டுள்ள.து)

33. கௌசிகன் செய்த நாம சங்கீர்த்தனம்

கௌசிகன் என்னும் ஓர் அந்தணன் சாமகானம் பண்ணுவதில் சமர்த்தன். அவன் ஊர் ஊராய் சென்று பகவானைத் துதித்து அவன் நாமத்தை இடைவிடாது ஜபித்து வந்தான்.

ஒரு சமயம் அவன் ஒரு விஷ்ணுத் தலத்தை அடைந்தான். அவன் கானத்தால், உள்ளம் பக்தியால் நிரம்பி வழிந்த பத்மன் என்பவன் கௌசிகனையும், அவனது குடும்பத்தினரையும் தன் கிருகத்திலேயே இருக்கச் செய்து அவனுக்குச் சீடனாகி அனைவருக்கும் அன்னமிட்டு வந்தான்.

அவன் கானத்தில் பத்மனைப் போல் உள்ளம் பறிகொடுத்த மாலவன் என்ற வைசியன் பஜனைக்குத் தீபம் ஏற்றி கைங்கரியம் செய்து வந்தான். கௌசிகன் புகழ் அருகிலிருந்த ஊர்களிலும் பரவி கலிங்க ராஜனுடைய காதுகளுக்கும் எட்டியது. அவன் கௌசிகனைத் தரிசிக்க வந்தான். அரசனை வரவேற்று உபசரித்தான் கௌசிகன்.

ஆனால், அரசன் தன்னைப் புகழ்ந்து பாட வேண்டும் என்று கூறியதால் மனவேதனைப்பட்டான் கௌசிகன். இறைவனைத் தவிர வேறு எவரையும் புகழ்ந்து பாடுவதில்லை என்று கூற அரசன் சினம் கொண்டான். மன்னனின் நிர்ப்பந்தம் அதிகமாக வேறுவழியின்றி கௌசிகன் தன் நாக்கைத் துண்டித்துக் கொண்டான்.

சிறிது காலம் சென்றபின் கௌசிகன், அவனது சிஷ்யர்கள், கால கதி அடைந்து வைகுந்த வாசம் பெற்றனர். பத்மன் குபேர பதவியைப் பெற்றான். தீப கைங்கரியம் செய்த மாயவன் வைகுந்தத்தில் தீபம் ஏற்றும் பணியைப் பெற்றான்.

இவ்வாறு கைங்கரியம் புரிபவர்களை மாதவன் தம் இருப்பிடம் அழைத்துக் கொண்டு அருள் செய்கிறார்.

34. நாரதர் கோட்டானிடம் பாடம் கேட்டல்

வைகுந்தத்தில் மாதவன் தும்புருவை அருகில் அமர்த்தி, அவரைப் பாடச் சொல்லிக் கேட்டுக் கொண்டிருந்தார். அந்தப் பெருமையைத் தானும் பெற நாரதர் ஈசனைக் குறித்துத் தவம் செய்தார்.

தவத்தின் இடையில் ஓர் அசரீரி நாரதரிடம், ''மானசோத்திர பர்வதத்தில் உள்ள 'கானபிந்து' என்னும் கோட்டானிடம் பாடம் கேட்டு மனோபீஷ்டம் நிறைவேறப் பெறுவாய்'' என்றது.

பலநாள் திரிந்து கடைசியில் கானபிந்துவைக் கண்டுபிடித்தார் நாரதர். அந்தக் கோட்டான் நாரதரைப் பார்த்து ''தாங்கள் யார்? இங்கு வந்த காரணம் யாது''? என்று கேட்க, நாரதர் நடந்ததைக் கூறி அருள்புரியுமாறு வேண்டினார்.

கானவிந்து மகிழ்ச்சியுற்று, அவருக்குச் சிறந்த ஞானத்தை உண்டாகச் செய்வதாகக் கூறியது.

அப்போது நாரதர் கானவிந்துவிடம் மகாஞானியான அவர் கூகை உடல் பெற்றிருக்கும் காரணத்தைக் கூற வேண்டினார்.

கூகை கூறிய சுயசரிதை

புவனேசுவரன் என்றொரு அரசன் இருந்தான். அவன் ஆயிரக்கணக்கான வாஜ்பேய யாகம், அசுவமேத யாகம் ஆகியவற்றுடன் அந்தணர்களுக்குப் பொன்னும் பொருளும் தானம் செய்தான். எனினும் அவன் ஒரு தவறான காரியத்தைச் செய்தான்.

பகவானை அடிபணிந்து பாடிடும் பக்தர்களை அழைத்துத் தன் புகழ்

பாடும்படி கட்டாயப்படுத்தி இம்சைகள் பல புரிந்தான்.

ஒரு நாள் ஆற்றங்கரையில் ஹரிமித்திரர் என்றொரு பக்தர் மாதவனை வழிபட்டு, அவரைக் குறித்து மெய்யுருகிப் பாடிக் கொண்டிருக்கையில், மன்னன் புவனேசுவரனுடைய வீரர்கள் அங்குத் தோன்றி, அவரை மன்னன் புவனேசுவரன் முன் கொண்டு நிறுத்தினர். அவன் அவரை அடித்து, அவன் பொருள்களைப் பிடுங்கிக் கொண்டு நாட்டை விட்டு விரட்டி விட்டான். ஆனால் ஹரிமித்திரர் அனைத்தும் அச்சுதன் செயலென்று நாட்டை விட்டு வெளியேறினார்.

சில காலத்தில் புவனேசுவரன் வானுலகை அடைய, அவனைத் தரும ராஜன் முன்பு கொண்டு நிறுத்தினர். அவனுக்குப் பயங்கர பசி. அத்தகைய துன்பத்திற்கு தான் ஆளான காரணத்தைத் தருமராஜனிடம் கேட்டான்.

"ஹரிமித்திரர் என்ற விஷ்ணு பக்தரை இம்சைக்கு ஆளாக்கிய பாபமே காரணம்" என்று தருமராஜன் கூற "இந்தப் பசியைப் போக்க என்ன செய்யவேண்டும்" என்று கேட்டான் புவனேசுவரன்.

அதற்குத் தருமராஜன், "பூலோகத்தில் அரிய கோட்டானாகப் பிறந்து, முன்னர் எடுத்திருந்த அரச உடலையே தின்று, பசி ஆற்றிக் கொள்ள வேண்டும். இந்த மன்வந்தரம் முழுவதும் அவ்வாறே இருந்து முடிவில் மானிடராகப் பிறப்பாய்" என்றான் தர்மராஜன்.

மேலும், "தண்டனையை அனுபவித்து வரும்போது ஒருநாள் விண்ணுலகம் செல்லும் ஹரிமித்திரரைக் கண்டு என் நிலையை எடுத்துக் கூறி மன்னிக்கு மாறு வேண்டினேன். மற்றும் நான் இழைத்த கொடுமைகளுக்குப் பிராயச் சித்தமாக கானம் செய்து இல்வாழ்க்கையை முடிக்க விரும்புவதாகத் தெரிவித்து எனக்கு சங்கீதத்தைக் கற்பிக்கும்படி மன்றாடினேன். அவரும் இரக்கம் கொண்டு சங்கீதம் போதித்தார். பல ஆண்டுகள் அவரிடம் சங்கீதம் கற்றுத் தேர்ந்தேன். கந்தர்வர்கள் என்னிடம் வந்து சங்கீதம் கற்றுச் சென்றனர். முற்பிறவியில் செய்த தீவினைகளுக்குப் பிராயச்சித்தமாக நான் இப்போது காலம் முழுவதும் இறைவனைக் குறித்து கானம் செய்வதிலேயே கழித்து வருகிறேன்" என்றது.

நாரதர், கானவிந்துவிடம் சங்கீதம் பயின்றார். முடிவில் "குருதக்ஷிணையாக என்ன எதிர்பார்க்கிறாய்?" என்று கேட்டார்.

அப்போது கூகை "இந்த மன்வந்தரத்தின் முடிவில் பிரம்மன் பதவிக்காலம் முடிந்து இரவிலே ஓய்வு எடுத்து மீண்டும் சிருஷ்டியைத் தொடங்கும் போது எனக்கு உத்தமப் பிறவி வாய்க்கவேண்டும். இதையே நான் விரும்புகிறேன்" என்று கூறியது.

"அடுத்த மன்வந்தரத்தில் அவர் கருடனாகப் பிறவி எடுப்பீர்கள்" என்று அருள் செய்து புறப்பட்டார் நாரதர். மாதவனை அடைந்து தாள் பணிந்து வணங்கினார். நாரதர் உள்ளத்தை உணர்ந்த மாதவன் நாரதரிடம் "நீ இன்னும் சங்கீதத்தில் முழுத்தேர்ச்சி அடையவில்லை. துவாபர யுகத்தில் நான் கிருஷ்ணவதாரம் எடுக்கும்போது என்னை அடைந்து சங்கீதத்தில் முற்றிலும் தேர்ந்தவனாய் தும்புருவுக்குச் சமானமாக விளங்கலாம்" என்றார்.

அவ்வாறே நாரதர் துவாரகைக்கு வர, கிருஷ்ணனும் அவரை வரவேற்று ஜாம்பவதியிடம் ஒரு பருவம் சங்கீதம் கற்றுக் கொள்ளுமாறு சொன்னார். அவ்வாறே பயிற்சி பெற்று கிருஷ்ணனிடம் வந்து யாழினில் இசைத்துக் காட்டினார். கண்ணன் மகிழ்ந்து மற்ற

ஏழு மனைவியரிடமும் அவ்வாறே கானம் கற்குமாறு அனுப்பினார். அவ்வாறே ஒவ்வொருவரிடமும் ஒரு பருவம் கற்றுப் பயிற்சி முடிந்து கிருஷ்ணனிடம் வந்து தன் புலமையைக் காட்டினார். அதுமுதல் நாரதர் தும்புருவுக்குச் சமானமாக கௌரவிக்கப் பட்டார்.

வைகுந்தத்தில் திருமால் சிவபூஜை செய்யும்போது நாரதரை அழைத்துப் பாடச் சொல்லித் தாம் மகிழ்வதோடு ஈசனையும் மகிழச் செய்தார்.

35. ஸ்ரீமதி, ஸ்ரீவிஷ்ணு திருமணம்

திரிசங்கு என்ற மன்னன், மனைவி தர்மவதியுடன் வாழ்ந்து வந்தான். தர்மவதி தினமும் விஷ்ணு ஆலயம் சென்று அங்குத் தங்கி விரதம் இருந்து வர அவர்களுக்கு ஒரு மைந்தன் பிறந்தான். அவனுக்கு அம்பரீஷன் எனப் பெயரிட்டு கண்ணும் கருத்துமாக வளர்த்து வந்தான்.

அம்பரீஷன் வளர்ந்து வருகையில் அச்சுதன் பக்தனாக விளங்கினான். அவனுக்குத் திருமணமாகி ஒரு பெண் குழந்தை பிறந்தது. அவளை 'ஸ்ரீமதி' என்று பெயரிட்டு வளர்த்து வந்தான்.

அவள் மணப்பருவம் அடைந்து ஸ்ரீமந் நாராயணனையே திருமணம் செய்து கொள்ள விரும்பினாள். ஆனால், நாரதரும் பர்வதரும் போட்டி போட்டுக் கொண்டு அவளை மணக்க விரும்பி அம்பரீஷனை நாட அவர்களின் முகங்கள் அவர்கள் திருமாலிடம் பெற்ற வரத்தின்படி குரங்காகக் காட்சி அளித்தன.

காலையில் மாலையை வைத்துக் கொண்டு வந்த அவர்கள் இருவருக்கும் நடுவே தோன்றிய ஸ்ரீ ஹரிக்கு மாலையிட்டு மணந்தாள்.

முனிவர்கள் திருமாலுக்குச் சாபம் கொடுத்தனர். அதன்படி திருமால் இராமவதார காலத்தில் சீதையை இராவணன் தூக்கிச் செல்ல அனுமார், சுக்கிரீவன் ஆகிய குரங்குகளின் உதவியால் சீதையை மீட்டு அயோத்தி திரும்பினார்.

(இதன் விவரம் சிவபுராணத்திலும் சொல்லப்பட்டுள்ளது)

36. ஜேஷ்டா தேவி வரலாறு

தேவர்களும், அசுரர்களும் அமிர்தத்துக்காகப் பாற்கடலைக் கடைந்தபோது ஆலகால விஷத்துடன் ஒரு கன்னிகையும் தோன்றினாள். அவள் பெயர் ஜேஷ்டாதேவி. (மூதேவி)

அப்போது பாற்கடலில் தோன்றி, பலவற்றையும் பலர் விரும்பி எடுத்துக் கொண்டனர். ஆனால், ஜேஷ்டா தேவியை யாரும் விரும்பவில்லை. ஏற்கவில்லை. அவளைத் துரத்தினர்.

இந்நிலையில் தேவர்கள் பிரபன் என்ற ஒருவனைப் படைத்து அவனுக்கு ஆசைவார்த்தைகள் கூறி ஜேஷ்டையை மணக்கச் செய்தனர். பிரபன் ஜேஷ்டையை மணந்து அவளை அழைத்துக் கொண்டு நல்லவர்கள் வாழும் ஊர்களுக்குச் சென்றான். ஆனால் ஜேஷ்டாதேவிக்கு அவன் தங்குமிடங்களில் தங்கமுடியாது இருந்தது. எனவே, லக்ஷ்மி, நாராயணன் திருமணத்தால் பொறாமை கொண்ட இவள் கணவனை அவன் செல்லும் இடங்களில் எல்லாம் தங்கச் செய்யாமல் கிளப்பிக் கொண்டு வந்தாள்.

இதனால் கோபம் கொண்ட பிரபன் அவள் செய்கைக்கான காரணத்தைக் கேட்டாள். அப்போது அவள் நல்லவர்கள் இருக்கும் இடங்களிலும், யாகம் முதலிய நல்ல காரியங்கள் நடைபெறும் இடங் களிலும், தான் இருக்க முடியாதென்பதை அவனுக்கு விளக்கினாள். அப்போதுதான் அவள் சுயரூபம் அவனுக்குத் தெரிய வந்தது. எனவே

அவளிடமிருந்து தன்னைக் கழற்றிக் கொள்ள விரும்பினான். அதற்காக அவன் ஒரு யுக்தி செய்தான்.

அவளிடம் அவளைப் பற்றி இப்போது தான் நன்கு தெரிந்து கொண்டதாகக் கூறி, அவர்கள் தங்குவதற்கு ஓர் இடத்தைக் கண்டு வருவதாகக் கூறி அவளை ஒரு குளக்கரையில் காத்துக் கிடக்கச் செய்து அவளைத் தனியே விட்டு விட்டுப் புறப்பட்டான்.

அப்போது அவள் தன் ஆகாரத்துக்கு வழிசெய்யுமாறு கேட்டாள். அவன் பூஜை செய்யாதவர்களுடைய பொருள் எல்லாம் அவளைச் சேர்ந்ததே என்று கூறி விடை பெற்றுச் சென்றான்.

நெடுநேரம் ஆகியும் அவன் திரும்பி வராதது கண்டு கணவரைத் தேடிப் புறப்பட்டாள் ஜேஷ்டாதேவி. வழியில் ஸ்ரீதேவியும், ஸ்ரீ விஷ்ணுவும் ஆனந்தமாக உரையாடிக் கொண்டிருப்பதைக் கண்டு 'ஓ' வென அழுதுகொண்டே மாதவன் கால்களில் விழுந்தாள்.

நிகழ்ந்ததை எல்லாம் எடுத்துக் கூறி கதறி அழுதாள் அவள். அவளுக்குத் திருமால் ஆறுதல் கூறி, அவள் கணவன் திரும்பி வரும் வரை ஓர் நிரந்தர இடத்தைக் காட்டினார். யாரொருவன் அவரைப் பூஜித்து, ஆனால் ஈசனை நிந்தனை செய்வானோ அவன் வீட்டில் அவள் தாராளமாக வாசம் செய்யலாம் என்றும், அவன் பொருள்களைப் புசித்து பசி ஆறி வரலாம் என்றும் கூறி சமாதானப்படுத்தினார்.

திருமால் கூறிய வண்ணம் தனக்கொரு இடத்தைத் தேடிச் சென்றாள் ஜேஷ்டா தேவி. இன்னமும் தன் கணவனைத் தேடி அலைந்து கொண்டு தான் இருக்கிறாள்.

அப்போது முனிவர்கள் ஜேஷ்டியை தன்னிடம் நெருங்கவிடாது இருக்க என்ன வழியைக் கடைப்பிடிக்க வேண்டும் என்று சூதரைக் கேட்டனர். அப்போது சூதர் சொன்ன பதிலைக் கேளுங்கள்.

"மாதவனுடைய அரிய திருநாமமான அஷ்டாக்ஷரியை எவன் ஒருவன் பக்தியுடன் ஜபித்து வருகிறானோ அவனிடம் ஜேஷ்டை ஒரு போதும் நெருங்க மாட்டாள். அந்த இடத்தில் லக்ஷ்மிவாசம் செய்கின்றாள் என ஒதுங்கிச் சென்று விடுவாள்.

37. சிவ ஷடாக்ஷரி மகிமை

'நமசிவாய' என்பது பஞ்சாட்சரம் (அ) திருவைந்தெழுத்து. அத்துடன் 'ஓம்' என்ற பிரணவத்தைச் சேர்த்தால் அது ஷடாக்ஷரி (அ) ஆறெழுத்து ஆகும். அதாவது 'ஓம் நம சிவாய' 'ம்' ஒற்றெழுத்து கணக்கில் வராது. (ஓம் - 1 ந - 2, ம - 3, சி - 4, வா - 5, ய - 6)

வினயன் என்ற அந்தணனுக்கு ஓர் ஆண் மகன் பிறக்க, அவனை 'ஐதரேயன்' என்று பெயர் வைத்து வளர்த்து வந்தான். அவனைக் குருகுல வாசத்துக்குக் கல்வி கற்க அனுப்பி வைத்தான். ஆனால் அவனுக்குக் கல்வியில் சிறிதும் நாட்டம் இல்லை. ஆனால், அவனுக்குச் சிவ பக்தி ஏற்பட்டு அவன் திரு ஆறெழுத்தை மனத்துக்குள்ளாலேயே ஜபித்து வந்தான்.

மகன் கல்வி கற்காமல் மூடனாகத் திரிவது கண்டு பொறாத வினயன், மகன் ஐதரேயனையும், அவனுக்குப் பரிந்து பேசிய தன் மனைவியையும் வீட்டை விட்டுத் துரத்தினான்.

ஐதரேயன் தாயாருடன் ஊர் ஊராக அலைந்தான். தாயாருக்கு மூடனான மகனுடன் சுற்றுவதில் வெறுப்பு ஏற்பட்டு, ஒருநாள் "மகனே, நீ இவ்வாறு சுற்றுவது சரியல்ல. உன்னால் எனக்கு வேதனையே அதிகரிக்கிது.

உன்னை விட்டுச் செல்ல பாசம் இடம் கொடுக்கவில்லை. எங்கேயாவது ஆறு (அ) குளத்தில் விழுந்து இறந்து விடுவதுதான் ஒரே வழி'' என்று கூறி அழுதாள்.

தாயின் கண்ணீர் ஐதரேயன் மனத்தில் சலனத்தை உண்டாக்கியது. உடனே அவன், ''அம்மா, உன் விருப்பப்படியே கல்வி கற்றுத் தேர்ச்சி பெற்றவனாக விளங்குவேன்'' என்று கூறி வேதியர் யாகம் செய்யும் இடத்தை அடைந்தான்.

அவ்வமயம் வேதங்கள் ஓதி யாகம் செய்து கொண்டிருந்த அவர்களுக்குத் திடீரென்று மேலே சொல்ல நா எழாமல் தவித்தனர். அவர்களைச் சமீபித்த ஐதரேயன் தனக்குத் தெரிந்த ஒரே மந்திரமான சிவஷடாக்ஷரியை அவர்கள் காதுகளில் விழுமாறு ஜபித்தான்.

அம்மந்திரம் அந்தணர்கள் காதினில் விழுந்த உடனே, மாயை அகன்றது. அவர்கள் மேலும் வேதத்தைத் தொடர்ந்து யாகத்தைச் செய்து முடித்தனர். அவன் கூறிய திருமந்திரத்திலேயே, தடைப்பட்ட காரியம் பூர்த்தி அடைந்தது. அவ்வேதியர்கள் அகம் மகிழ்ந்து அவனைத் தொழுது கொண்டாடினர். மேலும் அவன் வாக்கிலிருந்து வெளிப்பட்ட மந்திரத்தால்தான் தடை நீங்கி யாகம் பூர்த்தியாகியது என்று கூறி ஐதரேயனைப் பாராட்டி யாகம் முடிவடையும் வரையில் அவனைத் தங்களுடனேயே நிறுத்திக் கொண்டனர்.

நல்லவர் சகவாசத்தால் வேத மந்திரங்களுடைய உச்சாடனங்களையும் கேட்கப் பெற்றதால் ஐதரேயனுக்கு சகல சாஸ்திரங்களும் தாமே புரிந்தன. அவன் புலமையைக் கண்டு அனைவரும் அவனைப் பாராட்டி வணங்கினர்.

மகிழ்ச்சி பெற்ற தாயுடன் பலகாலம் வாழ்ந்திருந்து முடிவில் அவளையும் தன்னுடன் அழைத்துக் கொண்டு ஐதரேயன் வைகுந்தம் அடைந்தான்.

எவரொருவர் ஷடாக்ஷரியை ஜபிக்கின்றாரோ அவருக்கு மாதவனுடைய அருள் கிட்டி வைகுந்த வாசமும் கிட்டும்.

38. பஞ்சாக்ஷர ஜபம்

அஷ்டாக்ஷரி, ஷடாக்ஷரி பஞ்சாக்ஷரி ஆகிய சிவநாமங்களில் பஞ்சாக்ஷரியே மிகச் சிறந்ததாகும். 'திரு ஐந்தெழுத்து'. பஞ்சாக்ஷரியை ஜபிப்பதால் அந்தணரைக் கொன்ற பாவம் நீங்கி விடும். அரியும், அயனும் பஞ்சாக்ஷரத்தையே போற்றிக் கொண்டாடுகின்றனர்.

ஒரு சமயம் மாதவன் மேகமாகி ஈசனைச் சுமக்க அவர் உடல் இளைத்து விட்டது. ஈசனைக் குறித்துத் தவம் செய்ய பரமன் அருளால் திருமால் உடல் அதற்கு முன் இருந்ததைவிட மிகவும் வலுப்பெற்றது. அந்தக் கற்பம் 'மேகவாகன கற்பம்' எனப்பட்டது.

அந்தக் கற்பத்தில் துவாபர யுகத்தில் துண்டுமூகன் என்றொரு அந்தணர், மனைவி விசாலையுடன் வாழ்ந்து வந்தான். அத்தம்பதியருக்கு ஓர் ஆண் மகவு பிறந்தது. அப்போது அவர் இல்லத்திற்கு வந்திருந்த மித்திரர், வருணர் என்ற இருவரும் குழந்தையின் முகத்தைப் பார்த்து அவன் பிறந்த நேரம் தீயமுகூர்த்தம் ஆனதால் கெடுதல் விளையும் என்று கூறிச் சென்றனர். எனவே அவர்கள் மகிழ்ச்சி துயரமாயிற்று.

ஒரு நாள் வசிஷ்டமுனிவர் அங்கு வந்தார். அவர் குழந்தை பிறந்த நேரம் குருபார்வை இருப்பதால், கொடிய கொலையே அவன் செய்தாலும் அப்பாவம் அவனைப் பற்றாது என்றார். புராணப்படல நேரத்தில் துண்டுமூகன் தீதுறு சொற்கள் பேசியதால் அவர்கள் குமாரன் பெற்றோர்க்கு வருத்தம் தரக்கூடிய முகூர்த்தத்தில் பிறந்தான் என்றார்.

அந்தப் பாலகனுக்கு அத்தம்பதியர் உரிய காலத்தில் உபநயனமும், மற்றும்

நற்குலப் பெண் ஒருத்தியைத் திருமணமும் செய்து வைத்தனர்.

திருமணத்துக்குப் பின் அவன் காமம், கள்ளுண்டல், கொலை என்று தவறான வழிகளில் நடக்கலானான். பெற்றோர்களின் புத்திமதி அவனை மாற்றவில்லை. ஒருநாள் அவன் மதுமயக்கத்தால் மனைவி, பெற்றோர் ஆகியோரை வாள் கொண்டு வெட்டி வீழ்த்தினான்.

இந்தச் செய்தி மன்னன் காதில் விழ அவன் இவனை பிரஷ்டம் செய்து விட்டான். அவனும் பல இடங்களில் அலைந்து திரிந்து கடைசியில் காசி அடைந்து கங்கையில் நீராடினான். அவன் நீராடி வருகையில் ஆங்கொரு வேதியரின் புராண படலத்தைக் கேட்டான். கங்காஸ்நானமும், புராணம் கேட்டதும் அவனது தீயபுத்தி அகன்றது. அப்பிறவியில் மட்டுமல்ல, முற்பிறவிகளிலும் அவன் செய்து வந்த பாபங்கள் விலகிட அவன் ஈசனைப் பக்தியுடன் ஆராதிக்கலானான்.

தினமும் கங்கையில் நீராடி ஈசனை வழிபட்டு தான் செய்த பாபங்களை நீக்குமாறு சிவனிடம் முறையிட்டான். கருணாகரனான எம்பெருமான் அவனுக்குப் பஞ்சாக்ஷரத்தை உபதேசித்து ஜபித்து வருமாறு அருள்புரிய அவனும் தவறாமல் பக்தியுடன் பஞ்சாக்ஷரம் ஜபித்ததுடன் மறைகளையும் குறையின்றிக் கற்றுப் பாசுபத விரதம் இருந்தான்.

இறுதியில் இவ்வுலக வாழ்வை நீத்துக் கைலாயத்தை அடைந்தான். அவன்பால் அன்பு கொண்ட ஈசன் அவனை கணங்களுக்குத் தலைவனாக இருக்கும் பேற்றினை அளித்தார்.

அனைத்தும் திருஐந்தெழுத்தின் மகிமையே அன்றோ!

39. ஒட்டகமான சனத்குமாரர்

ஒரு நாள் சனத்குமாரர் சிவத்தியானத்தில் ஆழ்ந்திருந்தார். அப்போது ஈசன், உமையோடும் கணங்களோடும், நந்தி முன் செல்ல அவ்வழியே சென்று கொண்டு இருந்தார்.

இதனால் சனத்குமாரன் யோக நிலை கலைந்தது. மனம் ஐம்புலன்கள் சலனம் பெற்றன. அவர் கண் விழிக்காமல் தியானத்திலிருந்தார். பரமன் அருகில் சென்றும் அவரை வணங்கவில்லை.

உமாதேவியார் ஈசனிடம் அவன் அருகிலிருப்பதை விட்டு விட்டு எங்கோ தேடுகிறார் சனத்குமாரர் என்றாள். கோபம் அடைந்த நந்திகேசுவரர் ஒட்டகத்தைப் போல் ஈசனை வணங்காதிருக்கும் இவன் ஒட்டகமாக மாறட்டும் என்று சபித்தார்.

கண்களைத் திறந்து பார்த்த சனத்குமாரர் தான் ஒட்டகமாயிருப்பதை உணர்ந்து தந்தையாகிய பிரம்மனை அடைந்து முறையிட்டார். பிரம்மன் ஞானதிருஷ்டியால் நடந்ததை அறிந்து, ஈசனைப் பக்தியோடு தியானிக்க அவர் முன் தோன்றிய பரமனிடம் சனத்குமாரர் சிவ தியானத்தில் இருந்தாரே அன்றி தவறிழைக்கவில்லை. அவன் மீண்டும் சுய உருபெற அருளுமாறு வேண்டினார்.

அப்போது பரமன் தன் பக்தன் நந்தியின் சாப பலன் இது. எனவே அவரிடமே அருள் பெற உபாசிக்குமாறு கூறினார்.

அவ்வாறே சனத்குமாரர் நந்தியை உபாசித்து வழிபட அவரும் மன மகிழ்ந்து சனத்குமாரருக்கு சுய உரு பெற அருளினார்.

சுய உருபெற்ற சனத்குமாரர் ஈசனைப் பணிந்து தொழ கயிலைக்குச் சென்றார். அங்கே அவர் ஓர் அற்புதக் காட்சியைக் கண்டார்.

உலகனைத்தும் பசுவாகி, மாயையாகிய கயிற்றால், பதியாகிய பரமனுடன் பிணைக்கப்பட்டிருப்பதைக் கண்டார். அதன் பொருளை நந்தி அவருக்கு உரைக்க அவர் வியாசருக்கு அதனை உபதேசித்தார்.

40. சிவசக்தி விபூதி

ஒவ்வோர் ஆணும் பெண்ணும் சிவசக்தி வடிவேயாகும். பரம்பொருள் சிவன் - மாயை பார்வதி; ஆதி புருஷன் - சிவன்; பிரகிருதி - உமை; பெண்ணே கௌரி, பொருள் - இறைவன்; சொல்-அம்மை; பகல் - பரமன், இரவு - தேவி; யஜ்ஞமே - சிவன்; யாகதக்ஷிணை - கௌரி.

கடல் - வேணியன், கரை - உமாதேவி, ருத்திரன் - ஈசன், அவன் ஒளி - கௌரி, வாயு - சிவன், அவன் மனைவி - மனோரமா தேவி, வருணன் - கைலாசநாதன், அவர் மனைவி நித்தி - அம்மை, சூரியன் - பரமன், அவன் மனைவி - சுவர்க்கலை உமையாள், இறைவன் - சந்திரன், சதிதேவி - ரோகிணி.

இவ்வாறு ஆண் சொரூபம் அனைத்தும் ஈசனே. பெண் பாலர் அனைவரும் தேவியின் திருவுருவம், பிரபஞ்சத்தில் அனைத்தும் இறைவன் - இறைவி சொரூபம். தன் முதலாக விளங்கும் ஈசனே எங்கும் வியாபித்து இருக்கிறார். எனவே உமா மகேசுவரனைப் பார்வதி பரமேச்வரனை சேர்த்தே வழிபட வேண்டும். அதுவே உய்யும் வகை யாகும்.

எனவே, ஈசனைத் தனியாக வழிபடுவது தக்க பலனைத் தராது. அர்த்த நாரியாக வழிபட வேண்டும்.

41. ஈசன் சான்னித்தியம்

ஈசன் இல்லாத இடம் ஏது? 'அவன் தூணிலும் இருப்பான்; துரும்பிலும் இருப்பான்' என்றான் பிரகலாதன். எனவே அனைத்திலும் ஈசன் சான்னித்தியம் உள்ளது . இருப்பினும் ஆகாயம், வாயு, அக்கினி, நீர், பூமி, சூரியன், சந்திரன், யாகம் செய்பவர் என்னும் எட்டிலும் ஈசன் அஷ்ட மூர்த்திகளாய் உறைகின்றார்.

1) வெப்பத்தைக் கொடுத்து ஒளியைப் பரப்பும் சூரியன் சிவசொரூபமே. சூரியனுடைய கதிர்களில் அமுதம் மழையையும் சந்திரன் பனியையும், சுக்கிலம் வெய்யிலையும், சுழுமுனை சந்திரனுக்கு ஒளியையும், அரிகேசம் பிரகாசத்தையும் அளிக்கின்றன.

மேலும், விசுவகர்மா எனும் கதிர்கள் புதனுக்கு ஒளியையும், சத்துவிகம் - செவ்வாய்க்கும், சருவாவசு - வியாழனுக்கும், விச்சு - சுக்கிரனுக்கும் ஒளியைத் தருகின்றன.

2) தேவியின் அமிசமான சந்திரன் தனது கலைகளுடன் விண்ணவரையும், தென் புலத்தாரையும் அமுதத்தால் நிறைவிக்கிறார்.

3) யாகம் செய்யும் வேதியர்கள் இறை அமிசமாய் விளங்கி யாகத்தையும், மற்ற கர்மாக்களையும் செய்து வானவருக்கும் மற்றோர்க்கும் உணவு அளிக்கின்றனர்.

4) நீர் உடலின் உள்ளும் புறமும் இருந்து வளர்ச்சிக்கு உதவுகிறது. பித்ருக்களுக்கும் தேவர்களுக்கும் உணவைப் பெற்றுத் தருகிறது.

6) காற்று அதாவது வாயு எங்கும் பரந்திருந்து, உடலில் உள்ளும் புறமும் இருந்து இயங்குகின்றது.

7 - 8) மேற்படி நீர் நிறைந்த சாகரமும், தீயும், காற்றும், நிறைந்த ஆகாயமும் வெளியில் பூமியும் தங்குகின்றன.

1) பவன் என்பது பூமியின் சொரூபமாய் விளங்கும் ஈசனின் மூர்த்தம் தரும்.

2) சர்வன் என்பது நீருருவாகி உலகெலாம் பரந்து மருவும் ஈசன் மூர்த்தம்.

3) பசுபதி என்பது தீயாகி அனைத்தையும் எரித்துச் சாம்பலாக்கும் மூர்த்தம்.

4) ஈசானன் என்பது வாயு சொரூபமான ஈசன் மூர்த்தம்.

5) பீமன் என்பது ஆகாய சொரூபமாக விளங்கும் இறைவன் மூர்த்தம்.

6) ருத்திரன் என்பது சூரியன் சொரூபமாக விளங்கும் மூர்த்தம்.

7) மகாதேவன் என்பது சந்திரனாய் விளங்கும் ஈசுவரமூர்த்தம்.

8) உக்கிரன் என்பது வானவருக்கும் தென்புலத்தார்க்கும் உணவளிக்கும் - யாகம் செய்யும் மறைவராக விளங்கும் ஈசுவா மூர்த்தம்.

1) வாயு மனைவி சிவை. அவள் யுரோசவானைப் பெற்றாள்.

2) பீமன் மனைவி திக்கு - அவள் சக்கரனைப் பெற்றாள்.

3) ருத்திரன் (அ) சூரியன் மனைவி சுவர்ச்சலை. அவனது மகன் சனீஸ்வரன்.

4) மகாதேவன் (சந்திரன்) மனைவி ரோகிணி. அவனது மகன் புதன்.

5) அந்தணன் அமிசம் உக்கிரன் மனைவி தீக்ஷாபத்தினி - அவள் மகன் சந்திரன்.

6) பவன் (பூமி) உயிர்களுக்குத் திண்மையான தேகத்தைத் தருகின்றார். பவன் மனைவி மகாதேவி - சுக்கிரனை ஈன்றாள்.

7) சர்வன் பத்தினி விகோசி - அங்காரகனை ஈன்றாள்.

இவ்வாறு அனைத்து உயிர்களுக்கும் ஆதாரமாக இறைவன் விளங்குவதால் அவரது திருஉருவை பக்தியுடன் மனத்திலே தியானித்து வழிபட்டு அவர் அருளைப் பெற பாடுபடவேண்டும் என்று நந்திகேசுவரர் சனத்குமாரருக்கு அஷ்ட மூர்த்திகளின் மகிமையை எடுத்துக் கூறினார்.

42. பஞ்ச பிரும்ம சொரூபம்

நந்திகேசுவரர் அடுத்து பஞ்சபிரும்ம ஸ்வரூபம் பற்றி விளக்கலானார். ''முத்தொழில் புரிய அருளும் அம்மையை இடமாகக் கொண்ட உமாபதி பஞ்ச பிரும்ம மாய் தோற்றம் கொண்டு இவ்வையகத்தில் நிறைந்திருக்கின்றார்.

1] **ஈசான பிரும்மம் :** சகல உயிர்களிலும் ஆன்மாவாக இருந்து கர்மாக்களின் பலன்களை அனுபவிப்பவராக விளங்குவது.

2] **தத்புருஷ பிரும்மம் :** இச்சை கொள்ளும் வகையில் ஆன்மாவை மறைக்கும் பிரகிருதியாகிய ஈசன் சொரூபம் இது.

3] **அகோர பிரும்மம் :** புத்தி வடிவிலே தேகத்தில் உறையும் ஈசன் சொரூபம் இது.

4] **வாமதேவ பிரும்மம் :** அகங்கார வடிவமாக இருப்பது.

5] **சத்யோஜாத பிரும்மம் :** மனம்.

செவி இந்திரியம் - ஈசன் ; 'த்வக்' தோல் இந்திரியம் - தத்புருஷன்; கண் இந்திரியம் - அகோரன்; நாக்கு இந்திரியம் - வாமதேவன்.

வாக்கு - ஈசானன்; கைகள் - தத்புருஷன்; பாதம் - வாமதேவன்; குய்ய இந்திரியம் - சத்தியோ ஜாதர்.

இவ்வாறு நம் தேகத்திலே ஈசன் பரம்பிரம்ம சொரூபியாக ஞானேந்திரியமாக விளங்கும் பஞ்சபிரும்மமான இறைவன் கர்மேந்திரங்கள் ஐந்திலும் அவ்வாறே திகழ்கிறார். அழியாது உரையும் பரப்பிரம்மம் ஆன்மாவே.

சப்த தன் மாத்திரையை ஈசானர் தோற்றுவிக்க அதிலிருந்து ஆகாயம் உண்டாகிறது.

ஸ்பரிச தன் மாத்திரையை தத்புருஷன் உண்டாக்க, அதிலிருந்து காற்று தோன்று கிறது.

ரூப தன் மாத்திரையை அகோரன் ஏற்படுத்த அதிலிருந்து நெருப்பு உண்டாகும்.

ரச தன் மாத்திரையை வாமதேவன் படைக்க நீர் உண்டாகியது.

சத்தியோஜதன் தந்த தன் மாத்திரையைப், படைத்து அதிலிருந்து ஆழிசூழ் உலகை உண்டாக்கினார்.

ஆகாய ரூபமாய் விளங்கும் ஈசானனே சர்வ வியாபியான 'பரமாத்மா' ஆகும். ஒளி உருவாகி இனிது விளங்கும் தத்புருஷனே 'ஜீவாத்மா' ஆகும். அழலுருவாகி உறையும் அகோரனை உடம்பாக மறைநூல் வல்லுநர் கொள்வர்.

கடல்நீர் உருவாகும் வாமதேவனை 'ஜீவாத்மா' என்பர். மண்ணின் வடிவாய் விளங்கும் சத்தியோஜதன் விரிந்து நின்ற எதையும் தன்னருளால் தரித்திடுவார்.

இவ்விதமாக இருபத்தைந்து தத்துவங் களிலும் பஞ்ச பிரும்ம சொரூபியாய் விளங்கும் பரம்பொருளைச் சரண டைந்து தியானித்து பக்தியுடன் மலர்கள் முதலியவற்றைக் கொண்டு அர்ச்சித்து வழிபடவேண்டும்.

1] **சதசறப்தி :** சத்தாகி, அசத்தாகி அவற்றின் பதியாகி உறைபவன் அவன்.

2] **அவியக்தன் :** வடிவற்று இருப் பவன். அவனை நன்குணர்ந்த முனிவர் கள் அவியக்தர் எனப்படுவர்.

3) இருபத்து நான்கு தத்துவங்கள் க்ஷேத்ரம் என்றும் அவற்றை இருப்பிட மாகக் கொண்டு விளங்கும் ஈசனை க்ஷேத்திரக்ஞன் என்றும் கூறுவர்.

அறிவாம் உயர்நித வித்தையாய், பிராநிதியாகும்; அவித்யையாய், உறை செய்கின்ற தாதாவாய், விதாதாவாய் அவற்றைக் கடந்து அழியாத முதல்வ னாகி உறைபவன் பரமேச்வரனே அன்றி வேறில்லை.''

இவ்வாறு ஈசன் பெருமையை நந்திகேசுவரர் சனத்குமாரருக்கு எடுத்துக் கூறினார்.

43. சிவசூரியனைக் கண்ட தேவர்கள்

இறைவன் க்ஷேத்ரக்ஞன். அவன் பிரகிருதியுடன் சேர்ந்து காணப்படும் ரூபம் வியக்தம். அதுவே காலம். எனவே பரமன் காலரூபி எனப்படுகிறான். ஆகையால், க்ஷேத்ரக்ஞன் புருஷன்; பிரகிருதி பிரதானம்.

புருஷன் அகிலத்தைப் படைக்கும் போது ஹிரண்யகர்ப்பர் எனப்படுவார். பரிபாலிக்கும்போது தத்புருஷர் ஆவார். அண்ட பேரண்டங்களையே உருவாகக் கொள்ளும்போது விராட்புருஷன் ஆவார்.

ஞானிகள் உள்ளத்து உறையும் இறைவனை அந்தர்யாமி என்பர். எந்தத் தத்துவத்தையும் கடந்து விளங்கும் போது 'பரன்' என்பர். பரமாத்மாவை பரமான்மா என்றும் குறிப்பிடுவர்.

ஒளிக்கதிர்கள் சூரியனிடமிருந்து தோன்றுகின்றன. அதேபோல் உலகில் எல்லாம் ஈசனிடமிருந்தே தோன்று கின்றன.

பிரம்மன் சோம யாகம் இயற்றினார். அவ்வமயம் சிவனாரை அனைவரும் ருத்திர ஜபத்தால் உள்ளம் உருகித் துதித் தார்கள். அதனால் மகிழ்ச்சி அடைந்த ஈசன், கோடி சூரியப் பிரகாசத்தோடு தோன்றினார். ஆனால் அவர்களால் பரமனை அறிய முடியாமல், அவரை யார் என்று கேட்டனர்.

அப்போது ஈசன் நகைத்து தானே அழியாப் பரம்பொருள் என்றும், அனைத்தும் தன் சொரூபம் என்றும் கூறி மறைந்துவிட்டார்.

தங்கள் துரதிருஷ்டத்தை எண்ணி வருத்தமுற்ற அவர்கள் சிவபெருமானை மனமுருகப் பிரார்த்தித்து வணங்கினர். அப்போது அங்கு ஒரு பேரொளி கோடி சூரிய பிரகாசத்தோடு விளங்க, ஒளி மண்டலத்திலே நான்கு முகங்கள் பன்னிரண்டு கரங்கள் கொண்டு தேவியுடன் காட்சி அளிக்கும் ''சிவ சூரியனைக்'' கண்டனர்.

மேற்குத் திசையில் வெண்ணிற சத்வோஜாத முகம். வடக்கில் சிவந்த வாமதேவன் முகம்; கிழக்கில் பொன்னிற தத்புருஷ முகம் என விளங்கிய ஈசனைக் கண்டனர். மேலும், நான்கு முகங்கள் கொண்ட பாஸ்கரன் வலப் புறத்தில் விளங்க, நான்கு முகங்களும் ஒளிதிகழ் பானு பின்புறம், கதிர் ஒளி வீசும் நான்குமுக ஆதித்தன் இடப்புறம் கொண்டு நெடுங்கதிர் விரிக்கும் நான்கு முகங்கள் கொண்ட ரவியைக் கண்டனர்.

மேலும், கிழக்கில் வித்தாரை என்னும் சக்தி, தெற்கில் சுதாரை, மேற்கில் போதினி, வடக்கில் அப்பி யாயினி, பீடத்திலே தீக்ஷை என்ற சக்தி, மின்னென ஒளிரும் சூக்ஷ்மை என்ற சக்தி, தழல் அனைய முகத்தோடு ஒளிரும் சேவை என்ற சக்தி ஆகியோ ருடன் சிவசூரியன் அமர்ந்திருக்கும் கோலத்தைக் கண்டனர்.

மேலும் பவளமேனி வீழுதி, பனி மலர் தாமரைமேனி விமலை, கோங்க மலர் மேனி குவளை விழி அமோகை எனும் சக்தி, தவளநகை வித்துதை சக்தி சூழ்ந்திருக்கக் கண்டனர்.

பொன் மேனியாள் பத்திரையும், பால்வண்ண மேனியாள் நான்கு முக சர்வதோமுகி மற்றும் கிரகங்கள் சூழ தேவியுடன் ஈசனைக் கண்ட தேவர்கள் அவரைப் பலவாறு துதித்து வணங்கி னர்.

அவரை வேதியர், அரசர், வணிகர் ஆகிய மூவர்ணத்தாரும் பூசை செய்யத் தக்கவரே என்று கூறி சிவசூரியன் மறைந்து விட்டார்.

44. குருவை இழந்த தேவர்கள்

'குருவில்லா வித்தை பாழ்' என்பது ஒரு முதுமொழி. தேவர்களுக்கு குரு வியாழ பகவான் (அ) பிரகஸ்பதி ஆவார்.

ஒரு சமயம் தேவகுரு பிரகஸ்பதி இந்திரனைக காணவந்தார். இந்திராணி யிடம் அப்போது பேசிக் கொண்டிருந்த இந்திரன் அவரை வரவேற்று, மரியாதை செய்யவில்லை இதனால் கோபம் கொண்ட அவர் மறைந்துவிட்டார்.

இச்செய்தி அறிந்த அசுரர்கள் தேவர்களைத் தாக்கிட, இந்திரன் பிரமனைச் சரண் அடைந்து உதவிட வேண்ட, பிரமன் குரு சென்ற காரணத்தைக் கூறி உடனடியாக ஒரு குருவைத் தேவர்கள் முதலில் பெற வேண்டும் என்றார். பிரமனின் ஆலோசனைப்படி இந்திரன் சகல கலைகள் கற்றறிந்த துவஷ்டாவின் குமாரன் விசுவரூபனை வேண்டிட அவனும் தேவர்களுக்குக் குருவானான்.

தேவர்களுக்குக் குருவான விசுவ ரூபனுக்கு அசுரர் மீதும் அன்பு உண்டு. அவன் ஒரு யாகத்தைத் தொடங்கி தேவர்களுக்குச் சமமாக அசுரர்களுக்கும் அவிர்ப்பாகம் ஒதுக்கினான். அதை வெறுத்து, எதிர்த்தான் இந்திரன். ஆனால், விசுவரூபன் தன்னை கட்டுப் படுத்த முடியாதென்று கூறி விட்டான்.

இதனால் கடும் கோபம் கொண்ட இந்திரன் விசுவரூபனுடைய மூன்று தலைகளையும் துண்டித்து ஓமகுண்டத் தில் தள்ளினான்.

இதனால் விசுவரூபனின் தந்தை துவஷ்டா இந்திரனைப் பழி வாங்க ஒரு புருஷனைத் தோற்றுவிக்க அபிசார

ஹோமம் செய்தான். அதிலிருந்து தோன்றிய விருத்திராசுரன் இந்திரனை அழிக்க எண்ணி அவன் மீது போர் தொடுக்க இருவருக்கும் கடுமையான போர் நடந்தது. போரில் தோற்று ஓடிய இந்திரன் பிரம்மனுடன் முறையிட அவர் செய்வதற்கு ஒன்றும் இல்லை என்று கைவிரித்துவிட்டார். எனினும், ''ததீசி முனிவரின் முதுகெலும்பை எடுத்து ஆயுதமாக்கி வஜ்ஜிரமந்திரத்தால் உருவேற்றி அதைக் கொண்டு விருத்திரா சுரனைச் சம்ஹரிப்பாயாக'' என்றார்.

இந்திரன் பூலோகம் சென்று ததீசி முனிவர் பாதங்களில் பணிந்து வேண்டிட, அவரும் மகிழ்ந்து தன் உயிரை யோகாக்கினியில் தியாகம் செய்திட, அவர் முதுகு எலும்பை எடுத்து ஆயுதமாக்கி அதனைப் பூசித்து, இறைவனைத் தியானித்து விருத்திரா சுரனுடன் போர் செய்து அவனைக் கொன்றான்.

அசுரபயம் நீங்கிய இந்திரன் இறைவன் திருவருளைப் போற்றிக் கொண்டாடினான். பிரகஸ்பதி இருக்கும் இடம் அடைந்து அவரை வணங்கி தன் அபசாரத்தை மன்னித்து முன் போல் குருவாக இருந்து அருள் புரிய வேண்டினான். பிரகஸ்பதியும் கோபம் தணிந்து மறுபடியும் தேவர்கள் குருவானார்.

சூரியன் வச்சிர மந்திரத்தை ஜபித்து, தினமும் தன் பாதையில் குறுக்கிடும் அரக்கர்களை ஒழித்து பொன்னொளி வீசுகின்றான். வஜ்ஜிர மந்திரத்தைப் பக்தியோடு ஜபிப்பவர் பகை யாவும் ஒழிந்து மகிழ்ச்சியுடன் வாழ்வர்.

45. தானங்கள் மூலம் சிவப்ரீதி

தூய உள்ளத்தோடு சிவனை வழிபட்டு தானம் செய்வோர்க்கு அவர் அருள் கிட்டும். பரமனுக்குப் பிரீதியாக மன்னன் அளிக்கவேண்டிய தானங்கள் பதினாறு ஆகும். விவரம் அறியவும்.

1] **இரணிய அசுவ தானம் :** நூற்றெட்டு (அ) ஆயிரத்தெட்டு கழஞ்சுப் பொன்னால் அழகிய குதிரை செய்து, அதற்கு வெள்ளியால் முகபடா மும், கால்குளம்புகளுக்குப் பட்டயமும் கட்டி மலர் மாலைகளால் அலங்கரித்து ஒரு மண்டபத்தின் நடுவே உள்ள மேடையில் வைத்து முறைப்படி அர்ச்சித்து பூஜை செய்து, ஒழுக்கமான அந்தணனை வருவித்து ஆசனத்தில் இருத்தி சகல உபசாரங்களும் செய்து பூஜித்து வழிபட்டு வணங்கி பொன் குதிரையுடன் ஐந்து கழஞ்சு பொன் தக்ஷிணையும் சேர்த்துத் தர வேண்டும்.

2] **இரணிய கர்ப்பதானம் :** மண்டபம் அமைத்து அதன் நடுவில் ஆயிரம் கழஞ்சுப் பொன்னாலான கலசத்தை அமைத்து, அதன்மீது ஐநூறு கழஞ்சுப் பொன்னாலான மூடியை அமைக்க வேண்டும். உளுந்தைக் கீழே பரப்பி அதன் மீது கலசத்தை வைத்து, அதனை அரி, அயன், அரன், உமையாகவும், இருபத்து நான்கு தத்துவங்களாலும் நினைத்து, இருபத்தாறாவது தத்துவமாக அதன் மூடியை எண்ணி கலசத்தில் பஞ்ச கவ்வியம் விட்டு மூடிவிடவேண்டும்.

பின்னர், ஓமகுண்டத்தில் பஞ்சப் பிரம்ம மந்திரத்தால் ஓமம் செய்து தக்காரைக் கொண்டு விருப்புடன் செய்ய வேண்டும். தன்னை இருபத்தைந்தாம் தத்துவமாய் விளங்கும் புருஷனாய் நினைத்து கலசத்தைத் தொட்டு கிழக்கு நோக்கி அமர்ந்து சிவகாயத்திரியை ஜபிக்க வேண்டும்.

மறுநாள் காலை புனித நீராடி புரோகிதரைக் கொண்டு அக்கலசத் துக்குக் கர்ப்பாதானம், சீமந்தம் செய்வித்து, அதன் வலப்புறம் அத்திப் பழச்சாறைப் பிழிந்திட வேண்டும்.

அந்தணர்களுக்கு அறுசுவை உண்டி அளிக்கவேண்டும். முப்பது கழஞ்சுப் பொன்னால் செய்யப்பட்ட பாவையை

யும், நூறு கழஞ்சுப் பொன்னும் புரோகிதருக்கு அளிக்க வேண்டும். மற்றவர்களுக்குப் பத்துக் கழஞ்சு பொன் தக்ஷிணை அளிக்கவேண்டும்.

3] **இரணிய கன்னிகா தானம் :** அரசன் ஒரு சிறந்த மறைகுலத்தில் பிறந்த பெண்ணைத் தன் பெண்ணாக பாவித்து, மறைகள் கற்றுத் தேர்ந்த உத்தம வேதியர் குல பிரம்மச்சாரிக்கு கன்னிகாதானம் செய்துவிக்க வேண்டும். பெண்ணுக்கும், பிள்ளைக்குமான துணி, மணி, நகை அனைத்தையும் அளித்து அக்கினி சாட்சியாகத் திருமணம் செய்வித்து, அந்த நூதன தம்பதியர் எக்குறையும் இன்றி மனமொத்து நல்லதோர் புதிய வாழ்க்கை தொடங்கி நடத்த வேண்டிய தேவையான பொருள்களைக் கொடுத் திட வேண்டும்.

4] **இரணிய ரிஷபதானம் :** ஆயிரம் (அ) ஐந்நூறு (அ) நூறு கழஞ்சு பொன்னில் ஒரு ரிஷபம் செய்து, கொம்புகளுக்கு வெள்ளிக் கவசம், வாலில் முத்துக்கள், கழுத்தில் பதும ராகம், உடலில் கோமேதகம் ஆகிய வற்றை ஒளி சிந்தப் பதித்து மண்டபத் தின் நடுவில் வைத்துப் பூஜை செய்ய வேண்டும். ஈசனைப் பூஜித்து, ரிஷபத்தைத் தக்ஷிணையோடு மறைய வருக்குத் தானம் செய்ய வேண்டும்.

5] **கணபதி தானம் :** நூறு கழஞ்சு பொன்னாலான கணபதியை அழகாகச் செய்து மண்டபத்தின் நடுவில் பீடத்தில் வைத்து உள்ளம் கனிந்து பூஜை செய்ய வேண்டும். ஈசனையும், அஷ்டதிக் பாலர்களையும் அந்தந்த திக்கிலே அமைத்து வணங்கி அர்ச்சனை செய்து வழிபாடு செய்ய வேண்டும். அடியேன் வல்வினைகளை எல்லாம் தீர்த்தருள் வாய் என்று பிரார்த்திக்க வேண்டும்.

எட்டு குண்டங்களில் ஓமம் செய்து, ஏழு மறையவர்களுக்கு அவர்கள் மனைவியருடன் பூஜை செய்து, ஆபரணங்கள் செய்து திருப்திபடுத்த வேண்டும். கணபதி பிரதிமையைத் தக்ஷிணையுடன் புரோகிதருக்கு தானம் செய்ய வேண்டும்.

6] **கற்பக விருக்ஷ தானம் :** நூறு கழஞ்சு பொன்னால் ஒரு கற்பக தருவைச் செய்து அதன் கிளைகளில் கோமேதகம், நீலம் போன்ற ஒளி மணிகளைப் புதைக்க வேண்டும். தளிர்கள் பவழத்தாலும், முனைகள் மரகதத்தாலும், மலர்கள் புஷ்பராகத் தாலும், கனிகள் பதுமராகத் தாலும் அழகுற அமைத்து, பட்டாடை களால் அலங்கரித்து மண்டபத்தின் நடுவே பிரதிஷ்டை செய்து ஓமம் வளர்த்து முறைப்படி சிவலிங்கத்தைப் பூசை செய்ய வேண்டும்.

அந்தக் கற்பகத் தருவை சிவப்பிரீதி யாக ஆலயத்தில் சேர்ப்பிக்கலாம் அல்லது கற்றறிந்த மறையவருக்குத் தானமாக அளிக்கலாம்.

தானத்துக்குப் பின் சிவலிங்கத்துக்கு ஆயிரம் குடம் பாலாபிஷேகம் செய்து பிராமண போஜனம் செய்விக்க வேண்டும்.

7] **சொர்ண கஜதானம் :** ஆயிரம் (அ) ஐநூறு கழஞ்சாலான யானை ஒன்றைச் செய்து மண்டபத்தின் நடுவில் வைத்துப் பூசை செய்ய வேண்டும். பின்னர் உமா மகேச்வரனைப் பூஜை செய்து அந்தச் சொர்ண கஜத்தை ஒரு சிவாலயத்திற்கு அளிக்க வேண்டும். இன்றேல் நான்மறை உணர்ந்த வேதியருக்குத் தானம் கொடுக்கலாம்.

மீண்டும் இறைவனைப் பூஜித்து மறையவர்களுக்கு சமாராதனை நடத்த வேண்டும்.

8] **சொர்ண தேனு தானம் :** ஆயிரம், ஐநூறு, இருநூற்றைம்பது, நூற்றுஒன்று என (சக்திக்கேற்றவாறு) உபயோகித்து ஒரு பசு பொன்னால் அமைக்க

வேண்டும். கொம்புகளில் பதுமராகம், குளம்புகளில் வைரங்கள், புருவ நடுவில் முத்து, காலில் வைடூரியம், பற்களில் புஷ்பராகம் ஆகியவை அலங்காரமாய் பதித்திடல் வேண்டும். அதன் அளவில் பத்தில் ஒரு பங்கு உடைய கன்று ஒன்றும் செய்து அதனருகில் வைக்க வேண்டும்.

பின்னர் மண்டபத்தின் நடுவில் பீடத்தில் தேனுவையும், கன்றையும் வைத்து ஆடை, அணிகலன்களால் அலங்கரித்து, தூபதீப நைவேத்தியங் களுடன் பூஜை ஓமத்துடன் செய்து இறைவனை வணங்கித் தியானித்து அந்தப் பசு, கன்று இரண்டையும் மறைவழி தவறாது நடக்கும் வேதி யருக்கு முப்பது கழஞ்சுப் பொன் தக்ஷிணையுடன் அளிக்க வேண்டும்.

9] **சொர்ணபூமி தானம் :** அரசு, வில்வம், பலாசு, கருங்காலி எனப்படும் மரங்களில் ஒன்றால் மண்டபம் அமைத்து, ஆயிரம் கழஞ்சுப் பொன் னால் ஒரு சதுரம் ஏற்படுத்தி, அதன் நடுவில் மேரு பர்வதம், ஏழுகடல், ஏழு தீவுகள் உள்ள மலைகளையும், கண்டங் களையும் அமைத்து விதிப்படி பூசை செய்ய வேண்டும்.

பூஜை முடித்து பூமியின் அளவில் ஏழில் ஒரு பங்கு சொர்ணத்துடன் எள்ளையும் தானமாக புரோகிதருக்கு அளிக்கவேண்டும்.

10] **திக்குபாலகர் தானம் :** எட்டு குண்டங்களுடன் ஒரு மண்டபம் அமைக்கவேண்டும். வேதியர் எட்டுப் பேரை திக்குபாலகர்களாக நினைத்துப் பூஜை செய்ய வேண்டும். அவர்களுக்கு நடுவே ஈசனை லிங்கத்தில் ஆவாகனம் செய்து பூசை புரிய வேண்டும். திக்குப் பாலகர்களுடைய மந்திரத்தால் ஓமம் விதிப்படி செய்யவேண்டும். ஒவ்வொரு வருக்கும் பத்துக் கழஞ்சு பொன்னால் ஆன விமானமும், பத்துக் கழஞ்சு தக்ஷிணையும் கொடுத்து மறையவர் களை கவுரவிக்க வேண்டும். தங்கள் வெவ்வினைகள் நீங்கிட பிரார்த்தித்துக் கொள்ளவேண்டும். மறுபடியும் சிவ பூஜை செய்து அந்தணர்களுக்கு அமுது அளிக்க வேண்டும்.

11] **திலபத்ம தானம் :** இதில் எள்ளும் தாமரையும் இருப்பதால் இந்தத் தானம் இப்பெயர் பெற்றது.

தூய இடத்தில் பசுஞ்சாணத்தால் மெழுகி, வெள்ளைப் பட்டை விரித்து அதன் மீது மூன்று கல அளவு எள்ளைக் குவிக்க வேண்டும். அதன் நடுவே மூன்று கழஞ்சு பொன்னால் உமையின் பிரதிமையைச் செய்து பிரதிஷ்டிக்க வேண்டும்.

பிறகு உமாமகேச்வரரை முறைப்படி பூஜை செய்து அந்தணருக்கு எள்ளுடன் பொற்றாமரையையும், உமையவள் பிரதிமையையும், தக்ஷணையுடன் தானம் செய்யவேண்டும்.

12] **திலபர்வத தானம் :** திலம் - எள்; பர்வதம் - மலை. எள்ளை மலை போல் குவித்து வைத்துப் பூசைக்குப் பின் தானம் செய்வதால் இதற்கு இப்பெயர் வந்தது.

பத்து சாண் அளவு தண்டம் மண்டப நடுவில் ஏற்பாடு செய்து அது முற்றிலும் மறையுமாறும், அதற்கு மேலும், அதற்குக் குறைவாகவும் எள்ளைக் குவித்து, அதன் மீது யந்தரம் வரைந்து, புத்தாடையால் மூடி தும்பைப் பூ வைத்து அதன் மீது ஈசன் பள்ளி கொள்வதாக எண்ணி ருத்திரரைப் பிரதிஷ்டை செய்து பக்தியுடன் பூஜை செய்யவேண்டும்.

பின்னர் மறையோருக்கும், புரோகித ருக்கும் தக்ஷிணை வழங்கி திலபர்வத தானம் தரவேண்டும்.

13] **துலாபுருஷ தானம் :** பூஜை, ஜபம் ஆகியவை அனைத்தும் பூர்ணகுதியோடு

முடிவு பெற்ற பிறகு வேதியர்கள் மறைகள் கொண்டு ஆசீர்வதிக்க, வாத்தியங்கள் முழங்க, சர்வ அலங்காரங் களுடன் கிழக்கு முகமாக ஒரு தட்டிலே மன்னன் அமர வேண்டும். மற்றொரு தட்டில் மன்னன் எடைக்குப் பொன்னை வைத்து அதனை அந்தணர்களுக்குத் தானமாக வழங்க வேண்டும். புரோகித ருக்கு நூறு கழஞ்சு பொன்னும், மறையவர்களுக்குத் தலா பத்துக் கழஞ்சு பொன்னும் கொடுத்து கவுரவிக்க வேண்டும். சிறைக் கைதிகளை விடுவிக்க வேண்டும்.

14] **லக்ஷ்மி தானம் :** ஆயிரம், ஐநூறு (அ) நூற்றி எட்டு கழஞ்சில் லக்ஷ்மியின் திருஉருவம் செய்து மண்டபத்தில் பீடம் மீது அமர்த்தி முறைப்படி பூசனை புரிய வேண்டும்.

திருமகளுக்குத் தெற்கில் திருமாலை ஆவாகனம் செய்து இருவரையும் பூஜை செய்ய வேண்டும். பின்னர் அப்பிரதி மையை அன்புடன் கையில் தாங்கி, அதில் இருபதில் ஒரு பங்கு பொன் சேர்த்து நான்மறைகள் கற்றுணர்ந்து அறவழி பிழையாது நடக்கும் அந்தண ருக்குத் தானம் செய்ய வேண்டும்.

15] **பசுக்கள் ஆயிரம் தானம் :** ஆயிரம் பசுக்களைக் கன்றுடன் கொண்டு வந்து கொம்பு, முகம், கழுத்துக்கு நூற்றொரு கழஞ்சுப் பொன்னால் அணிகள் செய்து அணிவிக்க வேண்டும். கால்களில் குளம்புகளுக்கு வெள்ளியில் பட்டை கட்டி மாலைகளால் அலங்கரித்து, அவற்றை விதிப்படி பூஜை செய்து பசு ஒன்றுக்குப் பத்துக் கழஞ்சு பொன் தக்ஷிணையோடு ஆயிரம் வேதியர் களுக்குத் தானம் செய்யவேண்டும்.

16] **விஷ்ணு பிம்ப தானம் :** எல்லாத் தானங்களிலும் உயர்ந்தது இதுவாகும். இதில் ஆயிரம் கழஞ்சு பொன்னால் மாதவன் பிம்பம் செய்து, ஈசனைத் தியானித்து மாதவனை அர்ச்சித்து, ஓமம் செய்து மறைகள் உணர்ந்த மறை யோனுக்கு அந்தப் பிம்பத்தைத் தக்ஷிணையுடன் தானம் செய்ய வேண்டும்.

■■■

ஸ்ரீ கருட புராணம்

ஸ்ரீ கருடாருடத் திருமால்

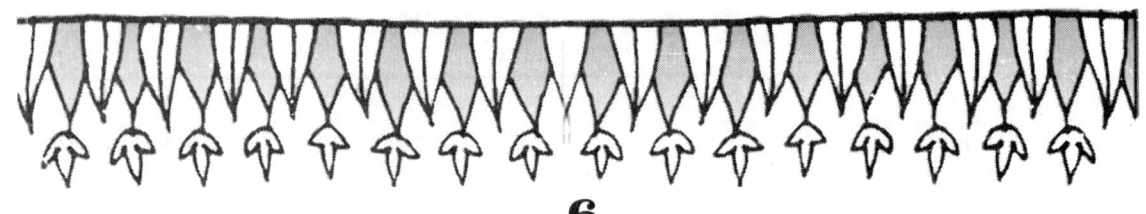

6
ஸ்ரீ கருட புராணம்

1. தோற்றுவாய்

இப்பூவுலகில் தவம் செய்வதற்குச் சிறந்த இடம் நைமிசாரணியம். அங்கிருக்கும் சவுனகாதி முனிவர்களைத் தரிசிக்க சூதமா முனிவர் வந்தார். அவரை முனிவர்கள் வரவேற்று உபசரித்து வணங்கினர்.

நால்வகை புருஷார்த்தங்களையும் அளிக்கவல்ல விஷ்ணு சம்பந்தப்பட்ட சாத்வீக புராணத்தைச் சொல்லுமாறு வேண்டினர். ஸ்ரீமந் நாராயணனை முன்பொரு சமயம் பெரிய திருவடி எனப்படும் கருடாழ்வான் பணிந்து உலக நன்மையைக் கருதி ஒரு கேள்வியைக் கேட்க, பகவான் அதற்குத் தக்க விடையளித்தார்.

அவ்வாறு திருமால் கருடனுக்குக் கூறியதையே உங்களுக்குக் கூறுகிறேன் என்று கூறி கருட புராணத்தைக் கூற ஆரம்பித்தார்.

கருடபுராணம் அளவில் பெரியதோ, சிறியதோ அல்லாமல் நடுத்தரமானது. இது பூர்வ காண்டம், உத்தர காண்டம் என்று இருபெரும் பகுதிகளைக் கொண்டது. பல அத்தியாயங்களையும் கொண்டது. ஒவ்வொரு பகுதியிலும் முற்பகுதி பெரியது, பிற்பகுதி சிறியது.

உலகில் ஜீவன்களின் பிறப்பு, இறப்புக்குக் காரணம் என்ன? ஏன் பிரேத ஜன்மம் அடைகிறது? நரகம், சொர்க்கம் அடைவோர் யார்? ஏன்? நற்கதி கிடைப்பதற்கான வழி யாது? என்றெல்லாம் கேட்க, திருமால் புன்னகையுடன் விடை தரலானார்.

"பிறந்தவன் இறப்பது நிச்சயம் என்பதை உணர வேண்டும். நமனுக்குப் பயந்து நல்ல தருமங்களை ஆற்றி அறநெறிப்படி வாழவேண்டும். வருணாசிரம தருமப்படி - அதாவது அவரவர் குல மரபுப்படி வழுவாது நடப்போர் போகம், யோகம் ஒருங்கே பெற்று நீடூழி வாழ்ந்து இறுதியில் தமக்குரிய உலகை அடைவர். பற்றற்றவர்களாய், அறிஞர்களாகி பகவானைத் தியானித்து நல் வழியில் நற்பேறு பெற முயற்சி செய்ய வேண்டும்" என்று திருமால் திருவாய் மலர்ந்தருளினார்.

இத்தகைய அவர் ஆக்கிய வாழ்வே ஆனந்த வாழ்வாகும்.

2. திருமாலின் அவதாரங்கள்

காசியப முனிவருக்குக் கருடனே இப்புராணத்தைக் கூறினார். நான் வியாசரிடமிருந்து இதனைக் கேட்டேன் என்று மேலும் கூறலானார்.

முதலில் மஹாவிஷ்ணுவின் இருபத்து இரண்டு அவதாரங்களைப் பார்ப்போம்.

1) முதன் முதலில் குமாரன் வடிவில் தோன்றி பிரம்மச்சரியத்தை அனுஷ்டித்து தவம் செய்தார்.

2) பூவுலகை மீட்க வராக அவதாரம் எடுத்தார்.

3) பலவகைத் தந்திரங்களை உலகில் பரப்ப தேவரிஷியாய்த் தோன்றினார்.

4) நரநாராயணனாய் அவதரித்தார். (நரன், ஆவேசாவதாரம், நாராயணன் - அம்சாவதாரம்)

5) கபிலராக அவதரித்து சாங்கிய யோகத்தைத் தனது சீடர் அசூரிக்குக் கற்பித்தார்.

6) அத்திரி, அனுசூயை தம்பதிகளுக்கு மகனான தத்தாத்திரேயர் அவதாரம்.

7) சுவயம்பு மன்வந்ரத்தில் ருசி, ஆகுதியோருக்கு மகனாகத் தோன்றி பல யாகங்களைச் செய்தார்.

8) அடுத்து நபி, மேரு புத்திரனால் உருக்கிரமன் என்ற பெயரில் அவதரித்தது பற்றற்ற நிலையில் இருந்து அனைவர்க்கும் வாழ்வின் நன்னெறிகளைப் போதித்தார்.

9) பிருது என்ற பெயரில் தோன்றி பூவுலகத்திற்குத் தானியங்களையும், மூலிகைகளையும் வழங்கினார்.

10) மச்சாவதாரம் எடுத்து பிரளயத்திலிருந்து வைவஸ்வத மனுவைக் காத்தருளினார். வேதங்களையும் ரக்ஷித்தார்.

11) தேவாசுரர்கள் அமிர்தம் பெறப் பாற்கடலைக் கடைய வாசுகியை நாணாக்கி, மந்தர மலையை மத்தாக்கி கடையும்போது மலை உள்ளே அழுந்திட, அதனை ஆமை வடிவில் நிலைப்படுத்திய கூர்மாவதாரம்.

12) அடுத்து உலகில் மருத்துவம் பரப்ப எடுத்த தன்வந்திரி அவதாரம்.

13) அசுரர்களை ஏமாற்றி தேவர்களே அமுதம் பெறுமாறு பங்கிட எடுத்த அழகிய, கவர்ச்சியான மோஹினி அவதாரம்.

14) இரணியனைக் கொன்று, பக்தன் பிரகலாதனுக்கு அருளிட எடுத்த நரசிம்மாவதாரம்.

15) மகாபலிச் சக்கரவர்த்தியின் கர்வம் அடக்கி அருள மூன்றடி மண் கேட்க எடுத்த வாமனாவதாரம் (திருவிக்கிரமா அவதாரம்)

16) தந்தையாகிய ஜமதக்கினியைக் கொன்ற கார்த்தவீர்யார்ஜுனனையும், இருபத்தோரு தலைமுறை மன்னர்களையும் அழிக்கத் தோன்றிய பரசுராமர் அவதாரம்.

17) பராசரர், சத்தியவதி இருவருக்கும் மகனாகத் தோன்றிய வேத வியாசர்.

18) நாரதராக அவதரித்து தேவர்களுக்கு வாழ்க்கை முறை தத்துவங்களை உபதேசித்தது.

19) இராமாயணக் காவியத் தலைவனாக விளங்கிய இராமாவதாரம்.

20) கோகுலத்தில் கிருஷ்ணனாக அவதரித்து கம்சன், சிசுபாலன் தந்த - வக்கிரர்களை அழித்துப் பாண்டவர்க்கு உதவுதல், கீதோபதேசம் முதலியன.

21) புத்த மதத்தைத் தோற்றுவிக்க புத்தராகத் தோன்றினார் திருமால்.

22) அடுத்து கல்கி அவதாரம் எடுக்கப் போவதும் அவரே.

(சனகர், பலராமன் அவதாரமும் அவரே என்று சிலர் கூறுவர்) அத்துடன் கஜேந்திரனுக்கு அருளத் தோன்றியது. வாலகில்யரிஷி (விராட் ஸ்வரூபமாய் விளங்குவது எல்லாம் அவனது அவதாரமே என்பர்.)

புராணத் தோற்றம் பற்றிய வேறுவிதமான வரலாறு

நாரதர், தட்சன், பிருகு முதலிய ரிஷிகள் பிரம்மலோகம் செல்ல அவர்களுக்குப் பிரம்மன் உபதேசம் செய்தார்.

பறவைகளின் அரசனாகிய கருடன் தவமியற்றி விஷ்ணுவைத் திருப்தி செய்ய, அவனுக்கு என்ன வரம் வேண்டும் என்று பகவான் கேட்க, கருடன் தான் பெருமானின் வாகனமாக வேண்டும் வரம் கேட்டான். மேலும் பாம்புகள் தன்னைக் கண்டு

அச்சமுறவேண்டும் என்றும், புராணம் இயற்றும் ஆற்றல் வேண்டும் என்று கேட்டுப் பெற்றான்.

இவ்வாறாக கருடன் இப்புராணத்தை விஷ்ணுவிடம் கேட்டு, பின்னர் பிரம்மனுக்குக் கூறினார். பிரம்மனிடம் இருந்து வியாசரும், அவர் மூலம் மற்றோரும் அறிந்தனர்.

3. படைப்பு (அ) சிருஷ்டி மற்றும் உத்தம மார்க்கம்

எங்கும் பிரம்மம் இருந்தது. எங்கும் நீர் சூழ்ந்திருந்தது. திடீரென்று ஒரு பொன் முட்டை (அண்டம்) தோன்றியது. அதனுள்ளிருந்து விஷ்ணு வெளியே வந்து நான்முகனைத் தோற்றுவிக்க, பிரம்மன் படைப்புத் தொழிலைத் துவங்கினார். படைக்க பிரமன், காக்க விஷ்ணு, அழிக்க சிவன் என்று ஆயிற்று. இந்த மூன்று வடிவமும் பிரம்மமே ஆகும்.

பிரம்மா முதலில் தேவர், அசுரர், மித்ருக்கள், மானவர்களைத் தோற்றுவித்தார். மற்றும் ராக்ஷசர்களும், யக்ஷர்களும், கந்தர்வர்களும் சிருஷ்டிக்கப் பட்டனர்.

பிரம்மன் முடியிலிருந்து பாம்புகள், மார்பிலிருந்து செம்மறி ஆடுகள், வாயிலிருந்து வெள்ளாடுகள், வயிற்றிலிருந்து பசுக்கள், பாதங்களிலிருந்து குதிரைகள், யானைகள், கழுதைகள், ஒட்டகங்கள் தோன்றின. உடலில் உள்ள உரோமங்களிலிருந்து மூலிகைகள் உண்டாயின. அவர் வாயிலிருந்து அந்தணர்கள், புஜங்களிலிருந்து க்ஷத்திரியர்கள், தொடைகளிலிருந்து வைசியர்கள், பாதத்திலிருந்து சூத்திரர்கள் தோன்றினர்.

விஷ்ணு கருடனுக்குக் கூறிய செய்திகள் : உலகில் உள்ள எண்பத்து நான்கு லக்ஷ யோனி பேதங்களில் இருபத்தோரு லட்சம் முட்டையிலிருந்து தோன்றும் அண்ட சங்கள், செடி, கொடி போன்ற இருபத்தோரு லட்சம் உற்பிச வகையைச் சார்ந்தவை. அடுத்து இருபத்தோரு லட்சம் சராயுச வகையைச் சார்ந்தவை. அதாவது கருப்பையிலிருந்து வெளி வருபவை. கொசு போன்ற வியர்வையிலிருந்து தோன்றுபவை இருபத்தோரு லட்சங்கள் சுவேதசம் எனப்படும்.

சிறந்த மானிடப் பிறவி

அனைத்திலும் மானிடப் பிறவியே சிறந்தது. எல்லா உயிர்களுக்கும் உணவு, உறக்கம், அச்சம், புணர்ச்சி ஆகியன உரியவை. ஞானம் மனிதனுக்கு மட்டும் உரித்தானது.

கிருஷ்ணசாரம் என்ற கருப்பு நிற மானிகள் வசிக்கும் இடம் புண்ணிய பூமி. அதில் முப்பத்து முக்கோடி தேவர்கள் இருப்பர். அந்தப் பூமியும் தேவர்களையும், முனிவர்களையும், பிதுர்க்களையும் பூசிப்பவர்களுக்கு மிக்க நன்மை உண்டாகும்.

பூதம், பிரேதம், பைசாசங்களுக்கு ஆவியுருவம் மட்டுமுண்டு. தேகம் பெற்ற ஜீவர்கள் சிறப்புடையவர்கள். மானிடர்களில் பிராமணர்கள் சிறப்புடையர். அவர்களில் பிரம்ம ஞானம் உடையவர்கள் அதிகச் சிறப்புடையவர்கள் ஆவர்.

சுவர்க்க மோட்சம் அடைய மானிடப் பிறவியே காரணமாகிறது. மண், பெண், பொன் ஆசை கொண்டவன், அதர்மம் புரிபவன், சுயநலக்காரனாகி தீவினைகளைச் செய்பவன் ஆகியோர் நரகத்தை அடைகின்றனர்.

எனவே கல்வியும், வித்தையும் கற்றவனும் ஞானத்தைப் பெற வேண்டும். ஞானேந்திரியங்கள் நாசமடைய உதவுகின்றன.

உத்தம மார்க்கம்

ஒருவன் செய்த பாவ புண்ணியங்களே ஒருவனுடன் மரணத்துக்குப் பின்னும் செல்லும். எனவே, தான தர்மங்களைப் பக்தி சிரத்தையோடு செய்பவன் பெரும் நன்மையை அடைகிறான். ஆகையால், உள்ளத் தூய்மையோடு, பக்தியுடன் தானதர்மங்கள் செய்வதும், முக்திக்குச் சாதனமான பரம பக்தி 'பிரபத்தி மார்க்கம்' எனப்படும். அதுவே உத்தமமானதென்று பகவான் கருடனுக்குக் கூறுகிறார்.

பிரார்த்தனை

மனித வாழ்வில் பிரார்த்தனை ஒரு முக்கிய அங்கம் வகிக்கிறது. கருட புராணம் சூரியன், லக்ஷ்மி, விஷ்ணு பிரார்த்தனை களுக்கான நல்வழியைக் காட்டுகிறது.

ஸ்ரீ விஷ்ணுமூர்த்தி உன்னைப் பிரார்த்திக்கிறேன். எனது கிழக்குப் பகுதியை உனது சுதரிசனச் சக்கரத்தாலும், தெற்கை கௌமுத்தி கதையாலும், மேற்கை சௌனந்தஹலா என்னும் கலப்பையாலும் காத்திடு. ஹே கமலக்கண்ணா, உன்னையே நான் சரணடைந்தேன். வடக்குப் பகுதியை உனது சதான முசலத்தால் காத்திரு.

ஹே விஷ்ணு! உன்னைத் துதி செய்கிறேன். உனது கத்தியையும் கேடயத்தையும் கொண்டு ஈசானப் பகுதியை (வடகிழக்கு) காத்திடு.

அசுரர்களின் பகைவனே! எனது கோரிக்கையை நிறைவேற்று. எனக்கு வாயவ்ய (வடமேற்குப்) பகுதியை உனது பாஞ்சசன்னயம் என்னும் சங்காலும், 'அனுத்வேத' என்ற தாமரை மலராலும் காக்க. சந்திரஹாச வாளால் தென்கிழக்கைக் காத்திரு. நான் உன்னை வணங்குகிறேன்.

உனது ஸ்ரீவத்சம் என்னும் கழுத்தணி கொண்டு தென்மேற்குப் பகுதியைக் காத்திடுவாயாக. நீ மறைந்துள்ளாய். கருடவாகனனுடன் எழுந்தருளி அடியேனைக் காத்திடுக. நான் உன்னையே சரணடைந்தேன். சிறந்த பிரார்த்தனை ஸ்ரீ விஷ்ணு சகஸ்ரநாம பாராயணம் ஆகும்.

இந்தப் பாராயணம் செய்யும் அந்தணர்கள் எம்பெருமான் சன்னிதியில் வாழ்வர்; க்ஷத்திரியர்கள் போரில் வெற்றி அடைவர். வைசியர்கள் செல்வம் பெறுவர். மற்றவர்கள் மகிழ்ச்சியுடன் வாழ்வர்.

4. பாம்பு கடிக்கு ப்ராணேச்வர மந்திரம்

இது பாம்பு கடிக்குப் பயன்படும் மந்திரம். பாம்பு கடித்த இடத்தை அனுசரித்து அதன் கொடுமையை அறியலாம். ஆற்றில் பாம்பு கடி நிகழ்ந்தால் பிழைப்பது கடினம். மயான பூமியில், பாம்புப் புற்றில், மலைமீதில், கிணற்றில், மரப்பொந்தில் பாம்புகடி ஏற்பட்டால், கடியில் மூன்று பல் அடையாளம் இருந்தால் கடிபட்டவன் இறந்து விடுவான். அக்குள், இடுப்பு, தொண்டை, நெற்றி, காது, வயிறு, வாய், புஜம், முதுகு ஆகியவற்றில் கடித்தால் காப்பாற்றுவது கடினம். படைவீரனும் பிச்சைக்காரனும் பாம்பு கடிக்கப் பட்டால் இறப்பதற்கு அறிகுறி. மற்ற பாம்பு கடிகளுக்கு நிவாரணம் பெற பிராணேஸ்வர மந்திரம் உதவும். அஷ்ட தள தாமரை மலரில் மந்திரத்தின் ஒவ்வொன்றிலும் ஒவ்வொரு சொல்லை எழுத வேண்டும். அதைப் பாம்பு கடித்த ஆள் மீது வைத்து நீராட்ட வேண்டும். சிறிது நெய்யைக் குடிக்க வைக்கவும். உண்மையில் மந்திரத்தைச் செபித்து, அதேசமயம் சர்க்கரைக் கட்டிகளை வீட்டில் சிதறச் செய்யின் பாம்புகள் அந்த வீட்டை விட்டகலும்.

5. சாலக்கிராமம்

விஷ்ணுவின் பிரதி, சாலக்கிராமம் ஆகும். அது ஒருவகைக் கல்லால் ஆனது.

கண்டகி ஆற்றங்கரையில் விஷ்ணு கல்லாகுமாறு சபிக்கப்பட்டார் என்று 'பிரம்ம வைவர்த்த புராணம்' கூறுகிறது.

பலவகை சாலக்கிராமங்கள் பற்றி கருடபுராணம் கூறுகிறது. எல்லா சாலக் கிராம கற்களும் புனிதமானவையே. ஒரு சாலக்கிராமத்தைத் தொட்டால் முற் பிறப்பில் செய்யப்பட்ட பாவங்களும் தீரும்.

1) கேசவ சாலக்கிராமம் என்பது சங்கு, சக்கர, கதை, தாமரைக் குறிகள் காணப்படுவது. இவை கூறப்பட்ட வரிசையில் இருக்க வேண்டும்.

2) மாதவ சாலக்கிராமத்தில் சங்கு, சக்கரம், பத்ம, கதை வரிசையில் இருக்கும்.

3) நாராயண சாலக்கிராமத்தில் பத்மம், கதை, சக்கரம், சங்கு என்ற வரிசை இருக்கும்.

4) கோவிந்த சாலக்கிராமத்தில் கதை, பத்மம், சங்கு, சக்கரம் என்ற வரிசை இருக்கும்.

5) விஷ்ணு சாலக்கிராமத்தில் பத்மம், சங்கு, சக்கரம், கதை என்ற வரிசை இருக்கும்.

6) மதுசூதன சாலக்கிராமத்தில் சங்கு, பத்மம், கதை, சக்கரம் என்ற வரிசை இருக்கும்.

7) திரிவிக்கிரம சாலக்கிராமத்தில் கதை, சக்கரம், சங்கு, பத்மம் என்று வரிசை இருக்கும்.

8) வாமன வடிவில் சக்கரம், கதை, பத்மம், சங்கம் என்ற வரிசையிலும்

9) ஸ்ரீதரன் வடிவில் சக்கரம், பத்மம், சங்கம், கதை என்ற வரிசையிலும்

10) ஹ்ருஷிகேசன் அமைப்பில் பத்மம், கதை, சங்கு, சக்கரம் என்ற வரிசையிலும்

11) பத்மநாபன் அமைப்பில் பத்மம், சக்கரம், கதை, சங்கு என்ற வரிசையிலும்

12) தாமோதரன் வடிவில் சங்கு, சக்கர, கதை, பத்மம், என்று வரிசை யிலும்

13) வாசுதேவன் வடிவில் சக்கரம், சங்கு, கதை, பத்மம் என்ற வரிசையிலும்

14) சங்கர்ஷனில் சங்கு, பத்மம், சக்கரம், கதை என்ற வரிசையிலும்

15) பிரத்யும்னனில் சங்கு, கதை, பத்மம், சக்கரம் என்ற வரிசையிலும்

16) அநிருத்தன் அமைப்பில் கதை, சங்கு, பத்மம், சக்கரம் என்ற வரிசை யிலும்

17) புருஷோத்தமன் அமைப்பில் பத்மம், சங்கு, கதை, சக்கரம் என்ற வரிசையிலும்

18) அதோக்ஷஜ வடிவில் கதை, சங்கு, சக்கரம், பத்மம் என்ற வரிசையிலும்

19) நரசிம்மன் உருவில் பத்மம், கதை, சங்கு, சக்கரம் என்ற வரிசையிலும்

20) அச்சுதன் அமைப்பில் பத்மம், சக்கரம், சங்கு, கதை என்ற வரிசையிலும்

21) ஜனார்த்தனன் வடிவில் சங்கு, சக்கரம், பத்மம், கதை என்ற வரிசை யிலும்

22) உபேந்திரனில் கதை, சக்கரம், பத்மம், சங்கு என்ற வரிசையிலும்.

23) ஹரி அமைப்பில் சக்கரம், பத்மம், கதை, சங்கு என்ற வரிசையிலும்

24) ஸ்ரீ கிருஷ்ணனில் கதை, பத்மம், சக்கரம், சங்கு என்ற வரிசையிலும் அமைந்திருக்கும்.

6. தான தருமங்கள் விருஷோற்சனப் பலன்கள்

ஒருவன் தனது மரண காலத்திற்கு முன்பே கோதானம் முதலிய தானங்

களைச் செய்வது நல்லது. பாத்திரம் அறிந்து தானம் செய்ய வேண்டும். தான இடமும் நல் க்ஷேத்திரமாக இருக்க வேண்டும். இத்தனையும் கூடியிருக்க ஒருவன் அகத்தூய்மையோடு இருந்தால் ஒரு கோடிப் பயனைத் தரும்.

எனவே, உத்தமப் பயனடைய, கோதானம் ஆகியவற்றை வேத சாஸ் திரங்களை ஓதி, உணர்ந்த செந்தண்மை பூண்ட அந்தணனான உத்தமனுக்கே கொடுக்கவேண்டும். ஒரு பசுவை ஒருவனுக்கே தானம் கொடுக்க வேண்டும்.

சாதுக்களிடம் நல்ல பொருள்களைப் பக்தி சிரத்தையோடு தானம் செய்பவன் அப்பிறவியிலாவது, மறு பிறவியி லாவது அதற்குரிய பலனைச் சந்தேக மின்றி அடைவான். சொற்ப அள வுடைய தான தர்மம் ஆனாலும் வாழுங் காலத்திலேயே தானமளிப்பவன் செல்வனாகி பலனை அடைந்து விடுவான்.

அன்னதானம், கோதானம் முதலிய வற்றைத் தன் கையாலேயே செய்து விட்டால் மரணத்துக்குப் பின் பசி தாகம் அடையாமல் நல்லுலகைச் சேர்ந்து சுகிப்பான்.

விருஷோற்சனம் என்ற புண்ணிய கர்மத்தின் மகிமையால் உத்தம காலத்தில், உத்தம தலத்தில், உத்தம பிராமணனுக்கு தானம் கொடுத்தால் அதன் பலன் நிச்சயம் கைகூடும். யாகம் செய்வதையும், கோதானம் முதலிய சிறந்த தானங்களைச் செய்வதையும் விட விருஷோற்சவம் செய்வது மிகவும் முக்கியமான, உத்தமமான நற்கரும மாகும். எனவே, ஒரு மனிதன் நற்கதி அடைவதற்கு முதற்காரணமாக அமைவது விருஷோற்சனமே. இந்த விருஷோற்சனம் சிறந்தவனைக் குறித்துச் செய்யப்பட்டால் உடனடியாக ஏகோதிஷ்ட சிரார்த்தத்தையும் செய்து விடவேண்டும். விருஷோற்சனம் செய்யாவிட்டால் பிரேத ஜன்மம் பற்றாமல் விடாது.

காமிய விருஷோற்சன சர்க்கம்

முன்பு கூறிய நாட்களில் ஒரு நாள் தல சுத்தி செய்த பிறகு அக்கினிப் பிரதிஷ்டை செய்து ஒரே நிறமாக உள்ள காளைக் கன்று ஒன்றையும், அதற்குச் சிறிதான கிடாரி கன்று ஒன்றையும் மஞ்சள் நீராட்டி ஆடை ஆபரணங்களால் அலங்காரம் செய்து, அவற்றின் வாலில் தர்ப்பணம் செய்துவிடுத்து, நாந்தி சிரார்த்தம் செய்து ஒரு பக்ஷம் பதினைந்து நாட்கள் வரையில் பிரா மணர்களுக்குப் போஜனம் செய்வித்து வெள்ளி, திலம், உதகக் கும்பம், ஆடைகள் ஆகியவற்றை தானம் செய்தால் நூற்றொரு தலைமுறையில் உள்ளவர்களும் சுவர்க்கத்தை அடைவர். இதற்கு 'காமிய விருஷோற்சன சர்க்கம்' என்று பெயர்.

பகவான் மேலும் தான தரும விசேஷங்களையும், விருஷோற்சனம் பற்றியும் கூறுகிறார்.

ஒருவன் மரித்த பதினொன்றாம் நாளிலாவது சோடச சிரார்த்தத்தைச் சபிண்டி கரணத்துக்கு முன்னதாகவே செய்து ததியாராதனம் செய்து பல தானமும் கொடுக்கவேண்டும். பருத்தி ஆடையின் மீது செம்பினால் வட்டில் செய்து வைத்து அதில் சாளக்கிராமம் வைத்து, ஆடை முதலியவற்றால் அலங்கரித்து ஆராதனை செய்து நற்பிராமணனுக்கு அதையும் தானமாகக் கொடுக்க வேண்டும். வைதரணி நதியைக் கடக்க, கரும்பினால் ஓடம் செய்து வெண்பட்டினால் அதனைச் சுற்றி நெய் நிரம்பிய வெண்கலப் பாத்திரத்தை அதனுள் வைத்து ஸ்ரீமந் நாராயணனை அர்ச்சித்து அந்த ஓடத்தை பிராமணனுக்கு தானமாகக் கொடுக்க வேண்டும்.

சக்தியை அனுசரித்துப் பொருள் கொடுத்துத் தில தானமும், சய்யா தானமும் செய்ய வேண்டும்.

மரித்தவரைக் குறித்து கிரியைகளைச் செய்யும் போது அந்தணர்களுக்குப் பூரி (தட்சிணை) கொடுப்பவன் தான் வேண்டிய நல்லவற்றை எல்லாம் அடைந்து மகிழ்வான். அவன் பிரேத ஜன்மத்தை அடைய மாட்டான். புண்ணியலோகம் அவனுக்குக் கிட்டும்.

தானங்கள் நான்கு வகைப்படும். அவையாவன :

1) பலனை எதிர்பாராமல் ஓர் உத்தம அந்தணர்க்குச் செய்யும் தானம் 'நித்திய தானம்' எனப்படும்.

2) தீமை நீங்க (அ) தவமாகக் கொடுக்கும் தானம் 'நைமித்திக தானம்' எனப்படும்.

3) புத்திர சந்தானம், வெற்றி, தனம் வேண்டிச் செய்வது 'காம்ய தானம்'

4) பகவானைத் திருப்தி படுத்துவதற்காகவே கொடுக்கப்படும் தானம் 'விமல தானம்' ஆகும்.

7. பிராயச்சித்தம்

ஒருவன் தான் செய்த பாவங்களுக்குப் பரிகாரம் செய்வதே பிராயச்சித்தம் எனப்படும்.

ஓர் அந்தணனைக் கொல்வதே மிகப் பெரிய பாவம் ஆகும். இந்தப் பாவத்தைச் செய்தவன் இலைகள், சருகுகள், உலர்ந்த புல் போன்றவற்றால் ஒரு குடிசை அமைத்து அதில் பன்னிரண்டு ஆண்டுகள் வசிக்க வேண்டும். (அ) சாகும் வரை உண்ணாவிரதம் இருக்க வேண்டும். (அ) மலையிலிருந்து கீழே குதித்துத் தற்கொலை செய்து கொள்ள வேண்டும். தீக்குளித்தல் (அ) நீரில் மூழ்கி இறத்தலும் பிராயச்சித்தமாகும்.

சில சமயம் பிராமணப் பண்டிதர்களுக்கு உணவளித்தல் போன்ற சாதாரண தண்டனைகளும் உண்டு.

கங்கை, யமுனை, சரசுவதி- சந்திக்கும் 'திரிவேணி சங்கமம்' ஒரு புனித தீர்த்தத் தலமாகும். ஒருவன் மூன்று இரவு, மூன்று பகல் இதில் நீராடி உபவாசம் இருப்பதாலும் மேற்கூறிய பாவத்துக்குப் பரிகாரம் (அ) பிராயச்சித்தம் ஆகும்.

தங்கத்தைத் திருடும் ஒரு பிராமணனை மன்னன் கதையால் அடித்து, பன்னிரண்டு ஆண்டுகள் குடிசையில் வாழ்வது ஒரு பரிகாரம் ஆகும்.

ஒரு குடிகாரனுக்கு உரிய பிராயச்சித்தமாக சூடான ஒயினைக் குடித்தலும், அத்துடன் பால், நெய், (அ) கோமியம் குடித்தல்.

ஒரு புனித தீர்த்தத்தில் ஒருவன் மரணமடைந்தால் அவனுடைய பாவங்களுக்கு அதுவே பரிகாரம் ஆகும்.

கணவன் செய்த எல்லா பாவங்களும், அவனுடைய மனைவி கணவனுடன் உடன்கட்டை ஏறுவதால் பரிகாரமாகி விடும். மொத்தத்தில் கற்புடைய மனைவி பாவம் எதுவும் செய்ய மாட்டாள்.

8. தோஷ பரிகாரங்கள்

பிரேத ஜன்மம் பெற்றவன் தன்னவர் கனவில் தோன்றினாலும், துன்பங்களைச் செய்தாலும் அது பற்றி பெரியோர்களிடம் தெரிவித்து அவர்கள் காட்டும் தர்மவிதிகளில் சித்தம் வைத்துத் தென்னை, மா, சண்பகம், அரசு ஆகிய மரங்களை வைத்துப் பயிர் செய்யலாம். நந்தவனம் அமைக்கலாம். பசுக்களுக்கு மேய்ச்சல் நிலம் அமைக்கலாம். அந்தணர்களுக்குப் பூதானம் செய்யலாம். நீர் நிலைகள் ஏற்படுத்தலாம். பகவத் கைங்கரியம், பாகவத

கைங்கரியம் செய்யலாம். புனித நதிகளில் நீராடி தான, தருமங்கள் செய்யலாம்.

தோஷ காரணமாக எதிலும் நாட்டம் இல்லாமல் போனாலும் ஊக்கமுடன் முயன்று அந்தந்த தர்மங்களைச் செய்து இன்பம் அடையலாம். இவ்வாறு செய்வதால் பிரேத ஜன்மத்தின் பிரேத சரீரம் நீங்கிவிடும். அவன் குலம் விளங்க ஒரு புத்திரன் உண்டாகவும் செய்வான்.

பிரேத ஜன்ம தோஷத்தால் ஏற்படும் துன்பங்கள் தொலைய பெரியோர்களின் அறவுரையை, அறிவுரையை நம்பி ஏற்க வேண்டும். ஸ்நானம், ஜபதபம், ஹோமம், தானம் முதலியவற்றால் பாவநிவாரணம் அடைந்து நாராயண பலி செய்ய வேண்டும்.

புண்ணிய காலங்களில் புண்ணியத் தலங்களில் பித்ருக்களைக் குறித்து தானதர்மங்களைச் செய்தால், பூத, பிரேத, பைசாசங்களால் தொல்லையோ, துன்பமோ ஏற்படாது.

மாதா, பிதா, குரு ஆகியோரைப் பூசிப்பது ஒருவர்க்குத் தலையாய கடமையாகும். தாய், தந்தை மரித்த பின், அவர்களைக் குறித்துச் செய்யப்படும் தான தர்மங்களின் பயனை அவனே அடைகிறான்.

9. பிரேத ஜன்மம் அடைவதற்கான காரணங்கள்

ஒருவன் பிரேத ஜன்மம் அடைவதற் கான பல காரணங்கள் சொல்லப்பட் டுள்ளன. அவற்றைக் கீழே காண்க.

பூர்வ ஜன்மத்தில் மகாபாவம் செய்தவனே பிரேத ஜன்மம் அடை வான்.

1) நீர்நிலைகள் ஏற்படுத்துதல், தண்ணீர்ப்பந்தல் வைத்தல். சத்திரம், தேவாலயம் கட்டுதல் போன்ற தருமத்தை ஒருவன் செய்திட, அவன் மரித்தவுடன் அவன் குலத்தில் பிறப்பவன் அவற்றை விற்றுவிட்டால் பிரேத ஜன்மம் பெறுவான்.

2) தருமத்தைச் செய்தவனே விற்றா லும் பிரேத ஜன்மம் பெறுவான்.

3) பிறருக்குரிமையான பூமியை அபகரித்தவன் பெறுவான்.

4) அடிபட்டு, இடிபட்டு, இடி தாக்கி, தீக்குளித்து, தூக்கிட்டுக் கொண்டு, விஷம் உண்டு, மாடு முட்டி இறந்த வர்கள், சம்ஸ்காரம் செய்வதற்கு நாதி யற்றவன், திருடனால் மரித்தவன், அயலூரில் இறந்தவன், பெற்றோர்க்குச் சிரார்த்தம் செய்யாது மரணமடைந்தவன் ஆகியோர் பிரேத ஜன்மத்தை அடைவர்.

5) ஒருவனுடைய அந்திமக் கிரியை களை அந்தச் சாதியிலுள்ளவரே செய்ய வேண்டும். வேறு ஒருவர் செய்தால் பிரேத ஜன்மமடைவர்.

6) மலையிலிருந்தோ, கட்டிலில் படுத்து உள்ளவாறோ, இறை நாமம் உச்சரிக்காமல் உயிர்விட்டவன், ரஜஸ் வாலை பெண், சண்டாளன் ஆகியோரைத் தீண்டிவிட்டு சூதகத் தீட்டோடு இறந்தவன் பிரேத ஜன்மத்தை அடைவான்.

7) தாய், மனைவி, பெண், மருமகள் முதலியோரின் சரீர தோஷத்தைப் பார்க்காமலேயே, பிறர் சொல் கேட்டு ஜாதிப்பிரஷ்டம் செய்தவன், மனச் சாட்சிக்கு விரோதமாகத் தீர்ப்பு வழங்கியவன், அந்தணர், பசுக்களைக் கொல்பவன், இமிசிப்பவன், மதுபானம் அருந்துவோர், குருபத்தினியைக் கெடுத்தவன், வெண் பட்டு, சொர்ணம் திருடியவன் பிரேத ஜன்மம் அடைவர்.

பிரேத ஜன்மம் அடைந்தோர் எப்போதும் கொடிய பாலைவனங்களில் சஞ்சரித்து வருந்துவர்.

10. பிரேத ஜன்மத்தால் ஏற்படும் துன்பம்

பிறனில் விழைபவன், பிறர் பொருளைக் கவர்பவன், காற்று வடிவ பிரேத ரூபத்தைப் பெற்று, பசி, தாகத்தோடு வருந்தி யமனுடைய காவலையும் மீறி, எங்கும் அலைந்து திரிவான். அவன் தன் குடும்பத்தில் உள்ளவர்களையும், உறவினர்களையும் துன்பப்படுத்துவான். பிதுர்க்களின் தினத்தில் வீட்டிற்கு வரும் பிதுர்க்களை உள்ளே போக விடாமல் தடுத்து நிறுத்துவான். அவர்களுக்குத் தரும் அவிசுகளை வாங்கிப் புசிப்பான். தன்னுடைய புத்திரனுக்கும் சந்ததி இல்லாமல் செய்வான். பலவித நோய்களை உண்டாக்குவான்.

அவன் தான் சார்ந்த குலத்தையே பீடிப்பான். தீய குணம் உடையோர்க்கு அவன் அதிகம் துன்பங்கள் விளை விப்பான்.

பாவங்கள் செய்தல், ஆண் வாரிசு பிறவாதிருத்தல், பிறந்து பிறந்து இறத்தல், குடும்பத்தில் ஒற்றுமை யின்மை, பசுக்களைக் காப்பாற்ற இயலாமை, நண்பருடன் விரோதம், உபவாசம் தடைபடல், நற்காரியங்கள் செய்ய முடியாமல் வாழ்நாள் வீணாதல், தாய் தந்தையரை இகழ்தல், அயலாரைக் கொல்ல முயற்சித்தல், அதர்மங் களையே நினைத்தல், பொருள்கள் அழிவு, களவு, மனைவியுடன் வாழ முடியாமை, சண்டை, சச்சரவு ஆகிய அனைத்தும் பிரேத ஜன்மம் அடைந்தவ னாலேயே நிகழ்வதாகும்.

தான தர்மங்கள் செய்வோர், ஹரி நாம சங்கீர்த்தனம் செய்வோர், சிரார்த் தங்களைச் செய்வோர், புனிதத் தல யாத்திரை மேற்கொள்வோர் போன் றோர்க்கு பிரேத ஜன்மம் அடைந்தவ னால் ஒரு துன்பமும் நேராது.

பிரேத ஜன்மம் அடைந்தவன் பயங்கரமான முகத்தோடும், வாள் போன்ற பற்களோடும் தன் குலத்தோர் கனவில் தோன்றி ''ஐயையோ! என்னைக் காப்பாற்றுவதற்கு ஒருவரும் இல்லையா? நான் பசி, தாகத்தினால் அவதிப்படுகிறேனே, என் பிரேத ஜன்மம் நீங்கவில்லையே'' எனக் கதறுவான்.

இவ்வாறு எந்தக் குலத்தில் பிரேத ஜன்ம தோஷம் நேரிட்டிருக்கிறதோ அந்தக் குலத்தில் துயரமும் துன்பங் களும் சூழ்ந்து கொண்டே இருக்கும்.

11. பிரேத ஜன்மம் நீங்க வழி

அடுத்து, பகவான் கருடனை நோக்கி பிரேத ஜன்மம் தொலைய என்ன செய்ய வேண்டும் என்று விளக்கலானார்.

பிரேத ஜன்மம் நீங்க விரும்பும் ஒவ்வொருவரும் தான் இறப்பதற்கு முன்பே தனது கையாலேயே 'விருஷோற் சர்க்கம்' செய்யவேண்டும். உயிருடன் இருக்கும்போதோ, இறந்த பிறகோ இது செய்யப்பட்டால் அவனுக்குப் பிரேத ஜன்மம் வருவ தில்லை. இதைத் தவிர வேறு எந்த கர்மாவினாலும் இதைத் தடுக்க முடியாது.

இதனை ஒருவன் இறந்த பதினொன் றாம் நாளன்று செய்ய வேண்டும். அப்படிச் செய்யப்படின் அவன் பெரி யோர்கள் அடையும் உலகை அடை வான். முக்தி தரும் நகரம் ஏழினுள் ஒன்றில் இறந்தவனும் நல்லுலகை அடைவான். இந்தக் கர்மாவைப் புத்திரன், மனைவி, பெண் வயிற்றுப் பிள்ளை, (அ) பெண் செய்யலாம். புத்திரன் இருந்தால் அவன் மட்டுமே செய்ய வேண்டும்.

பிள்ளை இல்லாமல் இறந்தவன் நரகத்தையே அடைவான். எனவே, எத்தகைய அரிய கர்மாவைச் செய்தாகி

லும் ஆண்மகன் ஒருவனைப் பெற்றுக் கொள்ள வேண்டும். நல்வினை செய்யாதவன், புத்திரன் இருந்தும் கிருத்தியங்கள் செய்யாமல் விட்டால், இரவு பகலாக, பசி, தாகத்தோடு அலைந்து திரிந்து பின்னர் பலவகைப் பிறவிகள் எடுத்து மீண்டும் மனிதரில் கடை ஜாதியில் பிறப்பான். எனவே, ஒருவன் நல்லுலகை அடைவதற்குரிய நல்வினைகளைச் செய்யத் தெரிந்தவன் நற்கர்மங்களைச் செய்யக் கடவன் என்று பகவான் கருடனுக்குக் கூறினார்.

12. பிறத்தலும் இறத்தலும்

ஒருவன் மரிக்கும் காலத்தில் அவன் ஜீவனைக் கவர்வதற்காகவே காலன் (அ) இயமன் நியமிக்கப்பட்டிருக்கிறான். உலகில் வாழ்கின்ற ஜீவர்கள் அவரவர் செய்யும் தோஷங்களால் ஆயுள் குறைந்து மரிக்கின்றனர். பாவ காரியங் களைச் செய்பவர்கள் யமலோகத்தில் எப்போதும் நரகத்தில் உழல்வார்கள். அறநெறிகளிலிருந்து நழுவி வாழ்பவர் கள் யமலோகத்தில் வேதனைப்படு கிறார்கள். தேவாராதனை செய்யாத தினம் மஹான்களையும், நல்லவை ஆற்றுவாரையும் வழிபடாமை, சாஸ்திரம் உணராத நாள் வீணேயாம்.

எந்த ஜீவனுக்கும் அதன் உடல் நிலையானதில்லை. அது கர்ம வினை யினால் உண்டானது என்றறிந்து மீண்டும் பிறவாமலிருக்க நற்கருமங்கள் ஆற்றவேண்டும். அழியும் உடல் மீது ஆசை வைக்காமல் பகவத், பாகவத, ஆசாரிய கைங்கரியங்களைச் செய்ய வேண்டும். பிறப்பினால் ஏற்படும் துன்பம், மற்றும் கர்மாதிகளை எண்ணி ஜீவனானவன் நல்லொழுக்கத்துடனும், நற்பண்பு களுடனும் வாழவேண்டும்.

பூர்வ ஜன்ம புண்ணியத்தால் உறுதி யானதை உண்பவன் நிரதிசய இன்ப வீடாகிய பரமபதத்தை அடைகிறான். பூர்வ ஜன்மத்தில் நன்னெறியில் வாழ்ந்து, தான தர்மங்களைச் செய்து வந்த சேனன் தன் மனைவி மக்களோடு நெடுங்காலம் சுகமாக வாழ்ந்து இறுதி யில் நல்லுலகை அடைகிறான்.

கருவுற்ற ஆறு மாதத்தில் கரு கரைந்து ஒரு திங்களில் விழுந்தால் ஒரு நாளும், இரண்டானால் இரண்டு நாட்களும், மூன்றானால் மூன்று நாட்களும், நான்கானால் நான்கு நாட்களும், ஐந்தாயின் ஐந்து நாட்களும், ஆறானால் ஆறு நாட்களும் கருவுற்ற தாய்க்கு மட்டும் சூதகத் தீட்டு உண்டு. தந்தைக்குத் தீட்டு இல்லை. செய்ய வேண்டிய கர்மாவும் ஒன்றும் இல்லை.

கரு அழியாமல் குழந்தை பிறந்து; மூன்று வயதுக்குள் இறந்துவிட்டால் அதை உத்தேசித்து ஊர் குழந்தை களுக்குப் பால் சோறும், தயிர் சோறும் கொடுக்க வேண்டும். மூன்று முதல் ஐந்து வயதுக்குள் மரித்தாலும் அவ்வாறே பாலர்களுக்கு அன்னம் கொடுக்க வேண்டும். பிறந்த குழந்தை இறந்தாலும் தீர்த்தம், பால், பாயாசம் கொடுக்கலாம். புனரபி ஜனனம், புனரபி மரணம் என்பதை உணர்ந்து மறுபிறவி இல்லாமல் மீள தான தர்மங்களைச் செய்யாமல் வாழ்நாளை வீண் நாளாக்கி னால் ஒருநாளில் ஒரு வேளை கூடப் பசியார - உண்ண வழியில்லா வறியோ னுக்கு மகனாகப் பிறந்து வருத்தமுற்று மடிந்து மீண்டும் பிறப்பான்.

அடுத்த பிறவியில் அரசனாக வேண்டும், சகலகலா நிபுணன் ஆக வேண்டும் என்றெண்ணாமல் பிறவியே இல்லாமல் இருப்பதற்கான காரியங் களைச் செய்ய வேண்டும். புனித நீராடி தூய்மை அடையலாம். உண்மை பேசுதல், கீழ்ப்படிதல், இன்சொல் போன்றவை கொண்டு சகல சாஸ்திர சம்பன்னனாக வேண்டும். தனக்குள்ள வருவாய்க்கேற்ப தானதருமங்கள் செய்து வாழ வேண்டும்.

13. பாவ புண்ணியங்களை ஆராயும் பன்னிரு சிரவணர்கள்

சிருஷ்டி தொடங்கி நடைபெற்று வரும்போது எல்லோரும் அவரவர் தொழிலைச் செய்யத் துவங்கினர்.

யமனது சங்கடம்

ஆற்றல் மிக்க யமதர்மராஜன் ஜைமினி நகரில் அரியாசனத்தில் அமர்ந்து ஜீவர் களின் பாவபுண்ணியங் கள் பற்றி ஆராயத் தொடங்கினான். ஆனால், சேதனர்கள் செய்யும் பாவ புண்ணியங்களை அவனால் அறிந்து கொள்ள இயலவில்லை.

யமன் நான்முகனை அடைந்து பாவ புண்ணியங்களை அறிந்து கொண்டு, அதற்குத் தக நடக்கவும் தனக்கு அருள் புரியுமாறு வேண்டினான்.

சிரவணர்கள் தோற்றம்

அதைக் கேட்ட பிரம்மன் ஒரு தர்ப்பைப் புல்லைக் கொண்டு நீண்ட கண்கள், அழகு, அகக்கண் கொண்டு புண்ணிய பாவங்களை அறிந்து இயம னுக்கு உதவ பன்னிருவரைத் தோற்று வித்தார். அவர்களே பன்னிரண்டு சிரவணர்கள். இயமன் அவர்களுடன் தென்புலம் அடைந்து சேதனர்களின் பாவபுண்ணியங்களை அறிந்து அதற் கேற்ப காத்தும், தண்டனை அளித்தும் வரலானான்.

உலகில் ஒரு ஜீவனின் இறுதிக்காலம் முடிந்தவுடன் அங்குஷ்ட அளவில் வாயு வடிவிலான ஜீவனை யமகிங்கரர்கள் யமபுரிக்கு அழைத்துச் செல்வர். தர்மவான்கள் கர்ம மார்க்கமாகவே வைவஸ்வத நகரம் என்னும் யமபுரிக்கு அழைத்துச் செல்லப்படுவர்.

சான்றோர்க்குப் பொன், பொருள் வழங்கியோர் விமானங்களில் ஏறிச் செல்வர். பெரியோர்கள் விரும்பிய வற்றை விரும்பியவாறே அளித்தவர்கள் குதிரை மீதேறிச் செல்வர். வீடுபேற்றை விரும்பி வேத சாஸ்திர புராணங்களை அறிந்த பக்தர்கள் தேவ விமானம் ஏறி தேவருலகம் செல்வர்.

இவற்றில் சேராத பாவிகள் கால் களால் நடந்தே செல்வர். அவ்வழியில் கூர்மையான இலைகள் கொண்ட செடி, கொடிகளும், வறுத்துக் கொட்டிய மணல்களும் நிறைந்திருக்கும்.

அவ்வழியில் போகும் போது மிகவும் வருத்தம் ஏற்படும். ஜீவன் வாழும்போது சிரவணரைப் பூசித்து இருந்தால் அவர்கள் அந்த ஜீவனின் பாவங்களைப் பொருட் படுத்தாமல், புண்ணியங்களை மட்டுமே யமனிடம் சொல்வார்கள். சிரவணரைப் பூசிப்பவர்களுக்குப் பாவம் செய்ய மனமே இடம் தராது. பன்னிரண்டு கலசங்களில் நீர் நிரப்பி, அன்னம் தயாரித்து அக்கலசங்களைச் சிரவணர்களாகவே எண்ணி அந்தணர்க்குத் தானம் செய்ய வேண்டும். அந்த ஜீவன்களுக்குச் சிரவணர்கள் யமலோகத்தில் எல்லா நன்மைகளையும் செய்வர்.

14. ஜீவன் யமலோகம் செல்லுதல்

மானிடர் உலகத்துக்கும் யமபுரிக்கும் இடையில் எண்பத்தாறாயிரம் காதம் இடைவெளி உள்ளது. யமதர்ம ராஜன் ஒவ்வொருவர் ஆயுட்காலம் முடிந்ததும் ஜீவனைப் பிடித்து வரும்படி யம தூதர்கள் மூவகையினரை அனுப்பி வைப்பான். அந்த யமகிங்கரர்கள் ஜீவனைப் பாசத்தால் கட்டிப்பிடித்து காற்றின் உருவமான தேகத்தில் அடைத்து யமலோகம் கொண்டு செல்வர்.

அங்கு யமனுக்கு எதிரில் ஆவியுருவச் சீவர்களை அவிழ்த்து நிறுத்தி அவர்கள் ஆணைப்படி நடக்கச் சித்தமாக இருப்பதாகக் கூறுவர்.

அப்போது கூற்றுவன் யமகிங்கரர்களிடம் அச்சீவன்களை மீண்டும் கொண்டு போய் அவர்கள் வீட்டிலேயே விட்டு விட்டு பன்னிரண்டு நாட்கள் கழித்த பிறகு, முறைப்படி மீண்டும் கொண்டு வருமாறு ஆணையிடுவான். இதனால்தான் இறந்தவன் உடலை உடனே எரிப்பதோ, புதைப்பதோ கூடாது. யமகிங்கரர்களால் அவிழ்த்து விடப்பட்ட வாயு வடிவுடைய ஜீவன் சுடுகாட்டில் தன் சிதைக்குப் பத்து முழ உயரத்தில் ஆவி வடிவில் நின்று திரும்பவும் புகமுடியாதவாறு தீப்பற்றி எரியும் உடலைப்பார்த்து ஓலமிட்டு அழும்.

புண்ணியம் செய்த ஜீவன் இவ்வுடல் எரிந்து ஒழிந்ததே நல்லது என்று மகிழ்ச்சி அடையும். தேகம் முழுவதும் எரிந்து சாம்பலான உடனே ஜீவனுக்குப் பிண்டத்தாலான சரீரம் உண்டாகும்.

இறந்தவனின் புத்திரன் முதல் நாள் போடும் பிண்டத்தால் சிரசும், இரண்டாம் நாள் கழுத்தும் தோள்களும், மூன்றாம் நாள் மார்பும், நான்காம் நாள் வயிறும், ஐந்தாம் நாள் உந்தியும், ஆறாம் நாள் பிருஷ்டமும், ஏழாம் நாள் குய்யமும், எட்டாம் நாள் தொடைகளும், ஒன்பதாம் நாள் கால்களும், பத்தாம் நாள் சரீரம் முழுவதும் உண்டாகும்.

ஜீவன் உடலை விட்டுப் பிரியும் முன்பேயே உள்ளே நுழையாமல் வாசலிலேயே நின்று கதறிக்கொண்டு நிற்கும். பிண்ட உருவைப் பெற்ற பதினொன்றாம் நாளிலும், பன்னிரண்டாம் நாளிலும் புத்திரனால் பிராமண முகமாய் கொடுக்கப்பட்டவற்றை உண்டு பதின்மூன்றாம் நாளன்று மறுபடியும் யமகிங்கரர்கள் இழுத்துச் செல்ல திரும்பித் திரும்பிப் பார்த்துக் கொண்டே யமலோகத்தை அடையும்.

பயங்கரமான பாதையில் வாள் போன்ற இலைகள் கொண்ட செடி கொடிகள், வறுத்த மணல் இருக்கும் வழியில் செல்ல வேண்டும். இவ்வழியில் செல்லும் ஜீவன் படும் துன்பம் சொல்லத் தரமன்று.

சர்வேசுரன் ஒருவன் உண்டென்றும் சுவர்க்கம், நரகம் அடைய நன்னெறி, தீய நெறி உண்டென்றும், பிறப்புக்கு அப்பால் உள்ள வாழ்வுக்கு இதமானவற்றைச் சொல்லுபவர்களோடு முரண்பட்டு சாதுக்களை ஏசித்திருந்தேனே, அவற்றின் பயனை இப்போது உணர்கிறேன் என்றும் ஏகாதசியில் உபவாசம் இருக்கவில்லை. நற்செயல், நல்வினை ஏதும் செய்யவில்லை, என்றெல்லாம் கூறிப் புலம்பும் ஜீவனை யமகிங்கரர்கள் யமபுரிக்கு அழைத்துச் செல்வர்.

15. ஜீவன் செல்லும் பாதையில்...

யம தூதர்களால் பாசக்கயிற்றால் பிணைக்கப்பட்டு அவர்களிடம் உதைப் பட்டுச் செல்லும் ஜீவன் தான் மனைவி மக்களுடன் உலகில் வாழ்ந்த காலத்தில் அடைந்த இன்பத்தை எண்ணி எண்ணி துன்பமுறும். தான் செய்த தவறுகளை, அதர்ம காரியங்களை நினைத்துக் கண்ணீர் வடிக்கும். தன்னால், தன் பொருளால் சுகத்தை அனுபவித்த மனைவி மக்கள் எவரும் தற்போது கூட வரவில்லையே. மற்றவர்கள் வயிறெரிய பொருள் சேர்த்தோம். இப்போது நம் வயிறு பற்றி எரிகிறதே என்று அலறித் துடிக்கும்.

அப்போது யமதூதர்கள் அவன் கன்னத்தில் அறைந்து மனைவி மக்களே நித்தியம் என்று அறம் செய்யாமல் நடத்திய அதர்ம வாழ்க்கை என்ன ஆயிற்று? நீ செய்த புண்ணிய பாவமே உனக்கு இவ்வுலகில் இன்பம், (அ) துன்பத்தைத் தரவல்லது. பிறர் பொருளை அபகரித்தல் போன்ற அதர்மங்களை செய்யாமல் தர்மம் செய்து

வாழ்ந்திருந்தால் இப்போது இக்கேடு வராதல்லவா? என்று பலவாறு இடித்துக் கூறி, பாசத்தால் நையப்புடைத்து முசலத்தால் புடைபுடை என்று புடைப்பார்கள்.

சேதனன் காற்று நிறைந்த வழியில் கடும் புலிகள் நிறைந்த பாதையில் யமகிங்கரர்களுடன் சென்று ஓரிடத்தில் தங்கி, புதல்வனால் இருபத்தெட்டாம் நாளில் செய்யப்படும் ஊனமாச சிரார்த்த பிண்டத்தை உண்டு, முப்பதாம் நாளன்று யாமியம் என்ற நகரத்தை அடைவான். அங்குப் பிரேதக் கூட்டங்கள் இருக்கும். மற்றும் பத்திரை என்ற நதியும், வட விருக்ஷமும் உள்ளன.

சிறிது நேரச் சிரம பரிகாரத்துக்காக யமகிங்கரர்களுக்கு அஞ்சி அவ்யாமியம் என்ற நகரில் தங்கி, இரண்டாவது மாசிய பிண்டத்தை உண்டு, தொடர்ந்து யம கிங்கரர்களால் ஆரணியத்தின் வழியே இழுத்துச் செல்லப்பட்டு துன்புற்று, திரைபக்ஷக மாமிச பிண்டத்தை வேண்டி அரசன் சங்கமனின் கௌரி நகரைச் சார்ந்து மூன்றாம் மாசிக பிண்டத்தைப் புசித்து அப்பால் சென்று வழியில் கடுங்குளிரால் வருந்துவான்.

யமகிங்கரர்கள் எறியும் கல் மழையால் வருத்தமுற்று குரூரன் என்ற அரசனின் குரூரபுரம் அடைந்து ஐந்தாவது பிண்டத்தைப் பெறுவான். அடுத்து கிரௌஞ்சம் என்ற ஊரை அடைந்து ஆறாவது மாசிகப் பிண்டத்தை உண்பான். அங்கு அரை முகூர்த்த காலம் சிரமபரிகாரம் செய்து கொண்டு பயங்கரப் பாதையில் செல்கையில் பூவுலக வாழ்வை எண்ணி புலம்ப, யம கிங்கரர்கள் அந்த வாய் மீதே புடைப்பார்கள்.

அடுத்து இரத்தம், சீழ், சிறுநீர், மலங்கள் நிறைந்த வைதாரணி ஆறு வரும். கோதானம் செய்திருந்தால் அது வந்து படகோட்டிகள் அருகில் உன்னை நதிக்கு அப்புறம் சேர உதவும். கோதானம் செய்யாதவர் அந்த ஆற்றில் நெடுங்காலம் மூழ்கித் தவிக்க வேண்டும். எனவே பாரதத்தில் பிறந்து வாழும் ஒவ்வொரு ஜீவனும் வைதரணி கோதானம் செய்ய வேண்டும். அல்லது அவன் மரித்த பிறகு அவனுடைய புத்திரனாவது செய்ய வேண்டும்.

அடுத்த நமனுக்கு இளையோனான விசித்திரனது நகரை அடைந்து ஊனஷானி மாசிகப் பிண்டத்தை உண்டு, பிறகு அவ்விடம் விட்டுப் புறப் படுகையில், ஏழாம் மாதம் பிண்டத்தை உண்ணும்போது பிசாசுகள் தோன்றி நம்பினவரைக் கெடுத்த ஜீவன் அந்த அன்னத்தை உண்ணத் தகுதியற்றவன் என்று கூறி பலவந்தமாக பறித்துக் கொண்டு போகும்.

ஈத்துவக்கும் இன்பம் பெறாத ஜீவன், தன் புத்திரனால் அவனுக்காகக் கொடுக் கப்படும் மாசிகப் பிண்டம் அவனுக்குச் சேராமல் பைசாசங்களைச் சேரும் 'சாக்காடு' நிச்சயம் என்று உணராமல் பிறர் பசிதீர அன்னதானம் செய்யாமல் வாழ்ந்த நான் படுந்தொல்லையை யாரிடம் சொல்வேன்? என்று துயருறும்.

மானிடப் பிறவி அடைந்த ஜீவன் தான, தரும, பூசை முதலியவற்றால் புண்ணியங்களைச் சேர்க்கவேண்டும். அப்பிறவியில் செய்யப்படும் நல் வினைத் தீவினைப் பயன்களையே அது அடையும்.

ஜீவன் உதககும்பதானம் செய்திருப் பின் அந்த உதக கும்ப நீரைப்பருகி தாகவிடாய் தீர்ந்து ஏழாம் மாதத்தில் மீண்டும் பயணத்தைத் தொடரும்.

யமபுரிக்கான பாதையில் பாதி தூரம் கடந்து விட்டதால் அவனுக்குரியவர் பூவுலகில் அப்போது அன்னதானம் செய்யவேண்டும்.

பிறகு பக்குவப்பதம் என்ற நகரில் எட்டாவது மாசிகப் பிண்டத்தையும்,

துக்கதம் என்ற ஊரில் ஒன்பதாவது மாத பிண்டத்தையும், நாதாக்கிராந்தம் என்ற நகரில் பத்தாம் மாசிக பிண்டத்தையும் உண்பான்.

அதபதம் என்ற ஊரை அடைந்து பதினொன்றாம் மாத பிண்டத்தை உண்டு, அடுத்த சீதாபரம் என்ற ஊரை அடைந்து சீதத்தால் வருந்தி, பன்னிரண்டாம் மாத வருஷாப்தி பிண்டத்தை உண்டு, அடுத்து வைவஸ்வத பட்டணம் சேரும் முன்பே ஊனாப்திக பிண்டத்தை உண்டு யமபுரியாகிய அப்பட்டணத்தை ஜீவன் அடையும்.

பன்னிரண்டு சிரவணர்கள் அங்குதான் இருப்பர். ஜீவன்கள் அந்தப் பன்னிரெண்டு சிரவணர்களையும் ஆராதித்தால், அவர்கள் ஜீவன் செய்த புண்ணியங்களை மட்டும் யமனுக்கு எடுத்துரைப்பர். எனவே அந்தப் பன்னிரு சிரவணர்களை ஆராதித்தல் மறுமையில் நன்மை பயக்கும். இவ்வாறு ஜீவன் செல்லும் பாதையில் அது பரிதவிக்கும் நிலைகள் கூறப்பட்டன.

16. யமபுரியில் யமதர்பார்

அங்குஷ்ட பரிமாணமுள்ள ஜீவன் கர்ம சரீரம் பெற்று வன்னி மரத்தை விட்டு யம கிங்கரர்களுடன் சித்திர குப்தனது பட்டணத்தின் வழியாக யமபுரிக்குச் செல்லும்.

யமபட்டணம் புண்ணியம் செய்தோர்க்கு மிகவும் அழகாகக் காணப்படும்.

இறந்தவனைக் குறித்துச் செய்யும் இரும்பு ஊன்றுகோல், உப்பு, பருத்தி, எள்ளுடன் பாத்திரம் ஆகியவற்றை தானம் செய்வதால் யமபுரியிலுள்ள யமபரிகாரர் கள் மகிழ்ந்து காலதாமதம் செய்யாமல் ஜீவன் வந்திருப்பதை யமதர்மனுக்குத் தெரிவிப்பார்கள்.

எப்போதும் யமதர்மன் அருகிலேயே இருப்பவன் 'தர்மத்துவஜன்'. புவியில் இறந்தவனைக் குறித்துக் கோதுமை, கடலை, மொச்சை, எள், கொள்ளு, பயறு ஆகிய ஏழு வகைத் தானியங்களைப் பாத்திரங்களில் வைத்துத் தானம் செய்தால் அவன் திருப்தியடைந்து 'இந்த ஜீவன் நல்லவன், புண்ணியம் செய்த புனிதன்' என்று விண்ணப்பம் செய்வான்.

பாவம் செய்தவனுக்கு யமனும், யமதூதர்களும் யாவரும் அஞ்சத்தக்க பயங்கர ரூபத்தோடு தோற்றமளிப்பர். அதைக் கண்டு பாவி பயங்கரமாக ஓலமிடுவான்.

புண்ணியம் செய்த ஜீவன் யமன் முன் தோன்றினால், அவன் புண்ணியம் செய்தவனாகையால் சூரிய மண்டலம் வழியாக பிரம்மலோகம் சேரத்தக்கவன். ஆகையால் அவனுக்கு யமன், தன் ஆசனத்திலிருந்து எழுந்து மரியாதை செய்வான். யமகிங்கரர்களும் அணி வகுத்து நிற்பர். புண்ணியம் செய்தவன் யம தூதர்களால் துன்புறுத்தப்படாமல் யமன் முன் சென்று தேவனாக மாறி தேவருலகம் செல்வான்.

பாவம் செய்தவனை யமகிங்கரர்கள் யமதர்மராஜன் கட்டளைப்படி நரகத்தில் விழுந்து கிருமி, புழு போன்ற ஜன்மத்தை அடைவான். அந்த ஜீவனும் மிதமாகப் புண்ணியம் செய்திருந்தால் முன்பு போல் மானிடப் பிறவியைப் பெறும்.

17. சித்திரகுப்தன் கணக்கும் நரகங்களும்

யமலோகக் கணக்கன் சித்திரகுப்தன், ஜீவனின் பாப புண்ணியங்களைச், சிரவணர்கள் மூலம் அறிந்து, யமதர்மராஜனுக்கு அறிவித்து, அவன் ஆணைப்படி யம கிங்கரர்களைக் கொண்டு அவர்களுக்கான தண்டனைகளை அவ்வப்போது நிறைவேற்றுவான்.

ஜீவன், வாக்கால் செய்த பாவ புண்ணியங்களை வாக்காலும், உடலால்

செய்தவற்றை உடலாலும், மனத்தால் செய்தவற்றை மனத்தாலும் அனுபவிக்க வேண்டியிருக்கும்.

வேத, சாஸ்திர, புராணம் கற்ற பண்டிதன் வாக்குத் திறமையால் வெற்றி அடைவான். புனித நீராடியவர்கள், பாகவதர்கள், பௌராணிகர்கள் போன்றோர், மற்ற புண்ணிய செயல்கள் புரிந்தோர் இணக்கமான சரீரத்தைத் தனக்கு இசைவாகப் பெற்று மகிழ்வர். உலக நன்மையைக் கருதி நற்காரியங்கள் செய்தவர்கள் எப்போதும் மகிழ்ச்சி யுடன் இருப்பர்.

குடை, மரவடி, தண்டம், வஸ்திரம், மோதிரம், உதககும்பம், தாமரைச் சொம்பு, அரிசி ஆகியவற்றைச் சத்பிரா மணர்களுக்கு அளித்தல் வேண்டும். ஜீவன் யமபுரிக்குச் செல்லும்போது குடைதானம் குளிர்ந்த நிழலில், அழைத்துச் செல்லப்படும். மரவடி தானம் குதிரைபோல் ஏறிச் செல்ல உதவும்.

நரகங்கள் நான்கு லட்சங்கள். அவற்றில் முக்கியமானவை இருபத் தெட்டாகும்.

1) பிறன் பொருள் கொள்ளை அடிப் போர்க்கு 'தாமிஸிர நரகம்.'

2) கணவன் (அ) மனைவியை வஞ்சித்து வாழ்வோர்க்கு 'அநித்தாமிஸ்ர நரகம்.'

3) சுயநலக்காரர்களும், பிறர் குடும் பங்களை அழிப்பவர்களும் அடைவது 'ரௌரவ நரகம்.'

4) குரு என்னும் அகோரமான்கள் பாவிகளைத் துன்புறுத்தும் நரகம் 'மஹா ரௌரவம்.'

5) தன் சுவைக்காக உயிர்க்கொலை, சித்திரவதை செய்வோர்க்கு 'கும்பீ பாகம்.'

6) பெற்றோர், மற்ற பெரியோர் களைத் துன்புறுத்துவோர்க்கு 'கால சூத்திரம்.'

7) தெய்வ நிந்தனை, தன் தர்மத்தை விடுத்தோர்க்கு 'அசிபத்திரம்.'

8) கொடியர், அநீதியாளர், அக்கிரமக் காரர்களுக்குப் 'பன்றி முகம்.'

9) துரோகம், கொலை, சித்திரவதைச் செய்வோர்க்கான நரகம் 'அந்த கூபம்.'

10) நல்லொழுக்கம் நீக்கி, கிருமிகள் போல் பிறரைத் துளைப்போர்க்கானது 'கிருமிபோஜனம்.'

11) பிறர் பொருளை அபகரிப்போர், பலாத்காரம் செய்வோர்க்கு 'அக்கினி குண்டம்.'

12) கூடா ஒழுக்கம் கொண்ட மோக வெறியர்களுக்கு 'வஜ்ர கண்டகம்.'

13) தரங்கெட்டு எல்லோருடனும் பழகித் திரியும் மோகாந்தகாரப் பாவிகள் பெறும் நரகம் 'சான்மலி.'

14) அதிகார வெறி, கபட வேஷம், நயவஞ்சகம் செய்யும் அதர்மிகளுக்கு 'வைதரணி.'

15) ஒழுங்கின்றி இழிமகளைக் கூடி லட்சியமின்றி விலங்குகளைப் போல் திரிவோர்க்கான நரகம் 'பூபோதம்.'

16) பிராணிகளைத் துன்புறுத்தல், கொல்லுதல் செய்வோர்க்கு 'பிராணி ரோதம்.'

17) டம்பத்திற்காக யாகம் புரியும் பித்தலாட்டக்காரர்களுக்கு 'விசஸனம்.'

18) இல்லாளை விபரீத இச்சைக்கு வற்புறுத்துவோர்க்கானது 'லாலா பக்ஷம்.'

19) தீ வைத்தல், சூறையாடல், விஷ மூட்டல், குடிகளைக் கொல்வோர்க்கு 'சாரமேயாதனம்.'

20) பொய்ச் சாட்சி கூறுவோர், அகம்பாவம் கொண்டோர்க்கானது 'அவீசி.'

21) மது, போதைப் பொருள், குடியுள்ள குடிகேடர்களுக்கு 'பரிபாதளம்.'

22) 'தானே பெரியோன்' எனப் பறைசாற்றிப் பிறரை மதியாதவர்க்கு 'க்ஷாரகர்த்தமம்.'

23) நரமேதயாகம், நரமாமிசம் உண்ணல், பிராணிகள் வதை ஆகியவற்றுக்கு 'ரக்ஷோணம்.'

24) தற்கொலை, நயவஞ்சகக் கொலை, நம்பிக்கைத் துரோகம் செய்த பாவிகளுக்கு 'சூலரோதம்.'

25) தீமை புரிந்த தீயோர், துரோகிகளுக்கானது 'தந்த சூகம்.'

26) உயிர்க்கொலை செய்வோர்க்கு 'வடாரோதம்.'

27) விருந்தினரை வெறுத்தோர், சுயநல வாதிகளுக்கானது 'பர்வாவர்த்தகைம்.'

28) செல்வம், செல்வாக்கால் கர்வம், அநியாயமாகப் பொருள் ஈட்டல், பதுக்கி வைத்தல் போன்றவை செய்வோர்க்கு 'சூசி முகம்.'

உதக கும்பதானத்தால் யமதூதர்கள் திருப்தி அடைவர். மாசிகம், வருஷாப்திகம் முதலியவற்றால் ஜீவனும், யம கிங்கரர்களும் திருப்தி அடைவர்.

(விஷ்ணு புராணம் காண்க)

18. புத்திரர்கள் பௌத்திரர்கள் கர்மம்

குழந்தை பிறந்த ஆறு மாதங்கள் வரை சிசு, மூன்று வயது வரையில் பாலகன், ஆறு வயது வரையில் குமரன், ஒன்பது வயது வரையில் பவுண்டகன் எனப் படும். பதினாறு வயது வரையில் கைசோரன் எனப்படுவான்.

மரித்தவன் பாலகனாயினும், இளைஞனாயினும், விருத்தனாயினும் உதக கும்ப தானத்தை அவசியம் செய்ய வேண்டும்.

மூன்று வயதுக்குள் இறக்கும் குழந்தையைப் புதைக்க வேண்டும். 24 ஆவது மாதம் முடிந்து 25ஆவது மாதம் பிறந்தவுடன் இறக்கும் குழந்தைகளை எரிக்கவேண்டும். ஐந்து வயது முடிந்து பூணூல் அணிந்திருந்தாலும், இல்லாவிட்டாலும் இறந்தவனுக்குப் பத்து நாட்களுக்கும் பிண்டம் போட வேண்டும். 5 முதல் 12, (அ) 12 நிரம்பியவர் மரித்தால் விருஷோற்சனம் செய்ய வேண்டும். ஆனால், சபிண்டீகரணம் செய்யலாகாது.

புத்திரனுக்குத் தந்தையும், தந்தைக்குப் புத்திரனும் கர்மம் செய்ய வேண்டும். பூணூலை இடது பக்கம் தரித்துக் கொண்டு தருப்பையுடன் ஏகோதிஷ்டம் போன்ற சிரார்த்தங்களைச் செய்தால் மரித்தவன் மறு ஜன்மத்தில் நல்ல குலத்தில் பிறந்து தீர்க்காயுளுடன் வாழ்வான். நல்ல புத்திரனையும் பெறுவான்.

பெரும்பாலான பிள்ளைகள் தந்தையைப் போன்ற உருவமும் அறிவும் ஒழுக்கமும் உடையவர்களாக விளங்குகின்றனர். தந்தைக்கு அமைந்துள்ள சிறப்பான அமிசங்களில் ஏதேனும் ஒன்று தனயனுக்கும் பொருந்தும்.

ஒருவன் தனக்குத் தனது இல்லாள் வயிற்றில் பிறந்த பிள்ளையின் முகத்தைக் கண்ணால் பார்த்துவிட்டால் அந்த ஜன்மத்தில் 'புத்' என்னும் நரகத்தை ஆன்மாவில் காணமாட்டான். மணம் புரிந்துகொண்ட ஒருவன் ஒருத்திக்கே புத்திரன் பிறந்தால் அவன் குலத்தில் பிதிர்த் தேவர்கள் எல்லாம் மிக்க மகிழ்ச்சி அடைவர்.

தந்தைக்கு ஈமக்கடன்களைத் தலைச்சனே அதாவது முதல் மகனே

செய்யக் கடமைப்பட்டவன் ஆவான். மற்ற புத்திரர்கள் இருந்தால் அவர்கள் தகப்பனுக்கு சிவகர்மங்களையும், சிரார்த்தாதிகளைச் செய்யக் கடவராவர்.

ஒருவன் தனக்குப் பௌத்திரன் பிறந்து அவனை எடுத்துப் பார்த்த பிறகே மரித்தால் நல்லுலகை அடைவான். கொள்ளுப் பேரனைப் பார்த்தவன் அதைவிட நல்லுலகை அடைவான்.

பெண்ணுக்கு விலை கொடாமல் கன்னிகாதானம் செய்து கொடுக்க அவளை மணம் புரிந்து, புத்திரனைப் பெற்றால், அந்தப் புத்திரன், காமக் கிழத்தியின் மகன் ஆண்டுதோறும் சிரார்த்தம் செய்யலாம், தானங்கள் செய்யலாம்.

சற்புத்திரர்கள் தீர்த்தயாத்திரைச் செய்யலாம். அன்னரூபமாயும், ஆம ரூபமாயும், ஹிரண்ய ரூபமாயும் சிரார்த்தம் செய்யலாம்.

19. சபிண்டீகரணம்

உலக வாழ்வை விட்டு, உடலையும் விட்டு மாண்டவனுக்கு வருஷம் முடியும் வரை சகலமும் சாஸ்திரப்படிச் செய்து, சபிண்டீகரணமும் செய்து அவன் குலத்தில் முன்னமே மாண்டவருடைய பிண்டத்தோடு இறந்தவனுக்குரிய பிண்டத்தையும் சேர்த்தல் வேண்டும். அவ்வாறு செய்தால் இறந்தவன் பிரேதத்துவம் நீங்கி பிதுர்த் தேவர்களோடு சேர்ந்து கொள்வான். இறந்த பன்னிரண்டாம் நாள், மூன்றாவது பக்ஷம், ஆறாவது மாதத்திலும் சபிண்டீகரணம் செய்யலாம். சபிண்டீகரணம் செய்யும் வரையிலும் மரித்தவன் பிரேத தத்துவத்துடனேயே இருப்பான்.

புத்திரன் இல்லாவிட்டால் இறந்தவனுடைய கனிஷ்டனாயினும், ஜேஷ்டனாயினும், அவர்களில் ஒருவனுடைய புத்திரனாயினும் கர்மம் செய்ய வேண்டும். இல்லாவிட்டால் தாயாதி செய்யலாம். ஒருவரும் இல்லாவிட்டால் புரோகிதனே இறந்தவனுக்குரிய கர்மங்களைச் செய்யலாம்.

ஓராண்டு வரையிலும் ஒருவனே கர்மம் செய்ய வேண்டும். நித்திய சிரார்த்தத்தோடு ஒரு குடத்தில் ஜலம் நிரப்பி உதக கும்பதானம் செய்ய வேண்டும். கர்மங்களைத் தவறாமல் செய்தால் இறந்தவன் விமானம் ஏறி நல்லுலகடைவான்.

கணவன் நல்லவனாயினும், தீயவனாயினும், அறிஞனாயினும், அறிவிலி ஆயினும், உயிரோடிருக்கும் போதும் இறந்த பிறகும் கணவனே கண்கண்ட தெய்வம் என்று பக்தி செய்து கற்பொழுக்கத்தில் நிலை நிற்பவளே உத்தமியாகும்.

தெய்வ வழிபாடு, அதிதி ஆராதனை, விரத, அனுஷ்டானங்கள் முதலியவற்றை கணவன் செய்வானாகில், அவன் மனைவியும் அவனுக்கு அனுகூலமாக யாவையும் செய்ய வேண்டும். அத்தகைய கற்புக்கரசி இறந்த பிறகு உயர் குலத்தில் பிறந்து உத்தமனான ஒருவனைத் தனது கணவனாக அடைந்து, நன்மக்களும் பெற்று குலவிருத்தி செய்து தந்தைக்கும், கணவனுக்கும் புகழை உண்டாக்கி, சுமங்கலியாகவே மரித்து உத்தம லோகத்தை அடைவாள்.

20. பப்ருவாகனன் வரலாறு

பிரேத ஜன்மம் அடைந்த ஒருவர் வரலாற்றினை பகவான் கருடனுக்குக் கூறினார்.

திரேதாயுகத்தில் பப்ரு வாகனன் என்று ஓர் அரசன் இருந்தான். அவன் அஹோதயம் என்ற நகரத்திலிருந்து நீதி, தர்மம், நியமம் தவறாமல் உலகை ஆண்டு வந்தான்.

அவன் தன் படை வீரர்களுடன் வேட்டையாடச் சென்றான். அவன்

பார்வையில் ஒரு புள்ளி மான் காணப்பட்டது. அதன் மீது இரண்டு, மூன்று தரம் அம்பெய்தினான். அதனால், அதன் உடலில் காயம் ஏற்பட்டும் அது தப்பி ஓடிவிட்டது.

அதைத் தொடர்ந்து, பலவிடங்களில் தேடிச் சென்ற அரசன் தனியனாகி, சோர்ந்து ஒரு தாமரைப் பொய்கையைக் கண்டு நீராடித், தண்புனல் பருகிக் களைப்பு நீங்கினான். குளக்கரையி லிருந்த ஆலமரத்தின் அடியில் பரிஜனங் களின் வருகைக்காகக் காத்திருந்தான். அந்தி மங்கி இருட்டிவிட்டது.

அப்போது பிரேதம், பல பிரேதங்க ளோடு இங்குமங்கும் ஓடி, பசி தாகத் தோடு வருந்துவதையும் கண்டான். அதைக் கண்ட அரசன் அச்சமும், அதிர்ச்சியும், வியப்பும் கொண்டான். அப்போது அந்த பிரேத ஜன்மம் அரசனிடம் வந்து ''அரசே, உன்னை நான் காணப்பெற்றதால் இந்தப் பிரேத ஜன்மம் நீங்கி நற்கதி அடைவேன் என்று நம்புகிறேன்'' எனக் கூறியது. அப்போது பப்ருவாகன மன்னன் அந்தப் பிரேத ஜன்மத்தைப் பார்தது அதன் வரலாறு பற்றிக் கேட்க, அது கீழ்க்கண்டவாறு கூறிற்று :

''நான் வைதிக நகரில் வைசிய குலத்தில் பிறந்தேன். என் பெயர் தேவன். நான் திருமணம் செய்து கொண்டு சுகமாய் வாழ்ந்து வந்தேன். வாழ்நாள் முழுவதும் தேவாராதனை, விரத அனுஷ்டானம், பிராம்மண வழிபாடு, தேவாலய கைங்கரியம், அனாதைகள் ரக்ஷணை போன்ற நன்மை களையே செய்து வந்தேன்... எனக்கொரு புத்திரனோ, உறவினரோ இல்லை. யாருமே கர்மம் செய்யவில்லை. எனவே இந்தப் பிரேத ஜன்மத்துடன் நான் மரித்த நாளிலிருந்து நெடுங்காலமாக வருந்து கிறேன்.

''அரசே, நீ குடிமக்களின் காவலன், உறவினன். மரித்து பிரேத ஜன்மத்துடன் இருக்கும் எனக்கு நீயே எல்லாக் கர்மங்களையும் செய்யவேண்டும். என்னிடம் உள்ள இந்தச் சிறந்த மாணிக்கத்தை உனக்குக் காணிக்கையாக அளிக்கிறேன்'' என்று கூறி மாணிக் கத்தைக் கொடுத்தது. அப்போது கர்ம காரியங்களை எவ்வாறு செய்ய வேண்டும் என்று கேட்டான் மன்னன்.

பிரேதம் சொல்லியது, ''நாராயண பலி சகிதனாய், ஸ்ரீமந் நாராயணன் மங்கள விக்கிரகம் ஒன்று செய்து, சங்கு, சக்கர, பீதாம்பரங்களைக் கொண்டு அலங்கரித்து, கீழ்த்திசையில் ஸ்ரீதரனை யும், தெற்கில் மகாசூரனையும், மேற்கில் வாமனனையும், வடக்கில் கதாதரனையும் நடுவில் அயன், அரனுடன் ஸ்ரீ விஷ்ணுவையும் நிலை நிறுத்தி ஆராதனை செய்து, வலம் வந்து வணங்கி, அக்கினியில் ஹோமம் செய்து, மீண்டும் நீராடி விருஷோர் சர்க்கம் செய்து பதின்மூன்று பிராமணர் களுக்கு குடை, மாரடி, மோதிரம், பலகை, வஸ்திரம், பொன் முதலிய வற்றை வழங்கி பிருஷ்டான்ன போஜனம் செய்வித்துச் சய்யாதானம், கடகதானம் ஆகியவை கொடுத்தால் பிரேத ஜன்மத்திலிருந்து விடுபட முடியும்'' என்றது.

அவ்வமயம் அவனது பரிவாரங்கள், அங்கு வர அது மறைந்துவிட்டது. அரசன் தன் நகரடைந்து பிரேத ஜன்மத்தைக் குறித்து அதற்குரிய கர்மங் களையும், தர்மங்களையும் முறைப் படிச் செய்து முடிக்க, அந்தப் பிரேத ஜன்மம். ஆவிப்பிறவி நீங்கி நல்லுலகை அடைந்தது.

பிரேத ஜன்மம் நீங்க வேறென் னென்ன செய்யலாம் என்பதைப் பகவான் கருடனுக்கு விளக்கினார்.

எண்ணெய் நிறைந்த குடத்தைப் பெரியோர்களுக்குத் தானம் கொடுத்தால் சகல பாபங்களும் நீங்கி பிரேத ஜன்மம்

தொலையும். அவன் இன்பமுடன் மீளாவுலகை அடைவான்.

பொன்னாலான குடங்களில் பாலும், நெய்யும் நிரப்பி திக்குபாலகரையும், அஜ சங்கரரையும், ஸ்ரீ ஹரியையும் ஆராதனை செய்து அக்குடங்களைப் பிராமண உத்தமர்களுக்குத் தானம் கொடுப்பது மிக்க சிறப்புடையதாகும்.

21. எள், தருப்பை ஏன்?

கருமங்களைச் செய்வதற்கு முன் குறிப்பிட்ட இடத்தை திருவலகால் துடைத்துத் தூய்மை செய்து கோமியத்தால் மெழுக வேண்டும். அவ்வாறு தூய்மையான இடத்தில் கருமம் செய்யத் துவங்கினால் தேவர்கள் அங்கு வந்து அக்கருமங்களை நிறைவேறச் செய்வார்கள்.

இல்லாவிடில் அவ்விடத்தை அசுரரும், பூதங்களும், பிரேதங்களும், பைசாசங்களும் கருமங்களைத் தடுத்து நிறுத்தி விடுவதுடன், இறந்தவன் நரகத்தை அடைய நேரிடும்.

'எள்' மிகவும் தூய்மையான ஒரு தானியம். கருப்பு எள், வெள்ளை எள் எதுவானாலும் தானத்துடன் கொடுத்தால் அதிகப் பயன் உண்டாகும். சிரார்த்த காலத்தில் கருப்பு எள்ளைச் சேர்த்தால் பிதுர்த் தேவர்கள் மிகவும் திருப்தியடைவார்கள்.

தர்ப்பைப் புல் ஆகாயத்தினின்று தோன்றியது. அதன் ஒரு முனையில் பிரம்மனும், மற்றொன்றில் சிவனும், நடுவில் விஷ்ணுவும் வாசம் செய்கின்றனர். பிராமணர்க்கும், மந்திரத்திற்கும், தர்ப்பைக்கும், அக்கினிக்கும், திருத்துழாய்க்கும் நிர்மாலிய தோஷமில்லை.

ஏகாதசி விரதம், துளசி, பகவத் கீதை, பசு, பிராம்மண பக்தி, ஸ்ரீஹரியின் சரணமும் சம்சார சாகரத்தைக் கடக்க வேண்டியவருக்கு நல்ல தெப்பமாகும்.

இறக்கும் நிலையை அடைந்தவன் கோமயத்தில் மெழுகப்பட்ட தலத்தில், சூரைப்புல்லைப் (தருப்பையை) பரப்பி, அதன் மேல் எள்ளை இரைத்து, அதன்மீது சயனித்து தருப்பை, திருத்துழாய் கையிலேந்தி பகவன் நாமாவை வாயாரப் புகழ்ந்த வண்ணம் மரிப்பவன் அயன், அரியாதியர்க்கும் அரிய நிரதிசய இன்பவீடாகிய பரமபதம் அடைவான்.

உயிர் நீங்கும் முன்பே திருத்துழாயோடு தனது நல்லுலக வாழ்வைக் கருதி தானங்களைச் செய்துவிட வேண்டும். உப்பு தானம் மிகவும் சிறந்ததாகும். அது விஷ்ணு லோகத்தில் உண்டானது. உப்பு தானம் செய்து மரித்தவன் சொர்க்க லோகத்தை அடைவான்.

22. தானச் சிறப்பும், பலவகை தானங்களும்

உயிர் பிரிதல்

உயிரானது மனித உடலை விட்டு நங்கும் போது கண், நாசி (அ) உரோமக் கால்கள் வழியே நீங்குகிறது. ஞானிகளுக்குக் கபாலம் வெடித்து நீங்கும். பாவிகளுக்கு அபான வழியாக நீங்கும்.

மறுபிறவி

காமக் குரோதர்கள், கர்மேந்திரியங்கள், ஞானேந்திரியங்கள் உயிர் நீங்கும் போது அவையனைத்தும் மனத்தோடு ஒன்றாகும்.

சேதனனானவன் தனது கர்மத்தாலேயே மறுபிறவி அடைகிறான்.

மாயையோடு கூடிய தேகம் எல்லாப் பிராணிகளுக்கும் உரியதாகும். சமஸ்த லோகங்களுக்கும் உரிய சம்ஸ்த தேவர்களும் தேகத்திலேயே இருக்கிறார்கள்.

1. அனைத்துத் தானங்களிலும் சிறந்தது பருத்தி தானம். அதுவே மகாதானம் ஆகும். பூணூலுக்கும்,

மானங்காக்கும் ஆடைக்கும் பருத்தியே பயனுடையது. ஆதலால் அதுவே சிறப்புடைத்து. மேலும் பருத்தி தானம் செய்தால், வாழ்நாள் முடியும்போது சிவலோக வாசம் பிராப்தியாகும். மேலும், இத்தானத்தால் மாமுனிவர் களும், பிரம்ம, ருத்திர, இந்திராதி தேவர்களும் திருப்தி அடைவர். இத்தானம் செய்தவன் மீண்டும் பிறந்து யாவரும் புகழ நெடுங்காலம் வாழ்ந்து சொர்க்கமடைவான்.

2) திலதானம், கோதானம், புவி தானம் சொர்ணதானம், தானிய தானம், ஆகியவை - பாபங்கள் அனைத்தையும் விலக்கிவிடும். இவற்றை உத்தம பிரா மணர்களுக்கே தானமாக அளிக்க வேண்டும்.

(தானங்கள் செய்வதற்குச் சிறந்த காலம் ஜீவன் மரிக்கும் காலமே. கிரகண புண்ணிய காலத்திலும் கொடுக்கலாம்)

3) ஒருவன் மரிக்கும்போது திலம், இரும்பு, லவணம், பருத்தி, தானியம், பொன், பூமி, பசு ஆகியவற்றைத் தானம் செய்வது மிகவும் சிறந்ததாகும்.

எள், இரும்பு தானத்தால் யமன் மகிழ்ச்சி அடைவான். லவண தானம் யமபயம் நீக்கும். தானிய தானம் கூற்றுவன். அவன் தூதர்களுக்கு மகிழ்ச்சி தரும். சொர்ண தானம், கோதானம் பாவத்தை அழிக்கும்.

மரணமடைபவன் பகவானைத் தியானித்து, அவன் நாமம் உச்சரித்தால் அவன் நிரதிசய வீடாகிய வைகுந்தம் அடைவான்.

யமன் ஆயுதங்களாகிய கூடாரம், முசலம், சூரிகை, தண்டம் யாவும் இரும்பால் ஆனவையே. எனவே இரும்புதானம் யமனை மகிழ்விக்கும். அந்தக் கிரகத்தில் யமதூதர்கள் கால் வைக்க அஞ்சுவர்.

''சர்வம் விஷ்ணுமயம் ஜகத்'' ஐம்பூதங்கள், தானப் பொருள்கள், இந்திராதி தேவர்கள் யாவும் பகவான் விஷ்ணுவே. கொடுப்பவனும், எடுப்ப வனும் அந்த பகவானே. ஒருவன் புத்தியைப் பாவபுண்ணியங்களில் நாடச் செய்வதும் அந்த விஷ்ணுவே.

23. உடலியல் பற்றிய விளக்கங்கள்

ஒரு சமயம் இந்திரனைப் பிடித்த பிரம்மஹத்தி தோஷம் பெண்களிடம் போய்ச் சேர்ந்தது.

மாதவிலக்கான மங்கை நான்கு நாட்கள் வரையில் குடிமனைக்குப் புறம்பே இருக்கவேண்டும். அவளைப் பிறர் பார்க்கக் கூடாது. முதல் நாளன்று சண்டாள ஸ்திரீயைப் போலும், இரண்டாம் நாள் பிரமஹத்தி செய்தவள் போலவும், மூன்றாம் நாள் ஒலிப்பான் போலவும் காணப்படுவாள். நான் காவது நாள் ஸ்நானத்திற்குப் பிறகு சிறிது தூய்மை அடைவாள் போலவும் காணப்படுவாள். ஐந்தாம் நாள் சுத்தி யடைந்து குடும்பக் காரியங்களைக் கவனிக்கும் தகுதி பெறுவாள்.

6 முதல் 18 நாள் வரை, ஏழு இரட்டை நாளில் அவளோடு கூடி மகிழ்ந்தால் ஆண் குழந்தை பிறக்கும். அந்தக் குழந்தை குணவானாக, தனவானாக, துர்மிஷ்டனாக, விஷ்ணு பக்தி உடையவ னாக இருப்பான்.

ரஜஸ்வாலை ஆன ஐந்தாம் நாள் பாயசம் போன்ற மதுர பதார்த்தங் களையே உண்ண வேண்டும். தம்பதியர் சந்தனம், புஷ்பம், தாம்பூலம் கொண்டு குளிர்ந்த மெய்யினராய் மனதில் மோக முடையவராய் கூடி மகிழ வேண்டும். அவ்வமயம் சுக்கில, சுரோணிதக் கலப்பால் ஸ்திரீ வயிற்றில் கரு ஏற்படும். சுக்கிலம் அதிகமானால் ஆண் குழந்தையும், சுரோணிதம் அதிக மானால் பெண் குழந்தையும் பிறக்கும்.

புணர்ந்த ஐந்தாவது நாள் கருவறை யில் ஒரு குமிழியுண்டாகும். பதினான்கு நாட்களில் தசைகளும், இருபதாவது நாளில் மேலும் தசை அதிகமாகும். 'இருபத்தைந்தாவது நாளில் புஷ்டி அடையும். ஒரு மாதத்தில் பஞ்சபூத சேர்க்கை உண்டாகும். 2-ஆவது மாதத்தில் தோல், 3-ஆம் மாதத்தில் நரம்புகள் உண்டாகும். 4-ஆம் மாதத்தில் மயிர் புறவடிவம் ஏற்படும். 5-இல் காது, மூக்கு, மார்பு தோன்றும். ஆறில் சிரம், கழுத்து, பற்கள் உண்டாகும். 7-இல் பாலின் குறி தோன்றும். 8-இல் அனைத்து அவயவங்களுடன் ஜீவன் பிரவேசிக்கும். 9-இல் சுழிமுனை நாடி மூலம் பூர்வ ஜன்ம கர்மம் அறியும். பத்தில் குழந்தை பிறக்கும். பஞ்ச பூதாத்மகமாகிய உடல், பஞ்சேந்திரியங் களை அடைந்து இடை, பிங்கலை, சுழிமுனை என்ற மூன்று முக்கிய நாடிகளும், காந்தாரி, கஜசிம்மஹி, பூழை, அச்சு, அலாபு, குரு, விசாகினி என்ற ஏழுநாடிகளும் உடலில் முக்கிய மானவை பெற்று தசவித வாயுக்கள் சேர்ந்துள்ளது. இந்தச் சரீரம். சுக்கிலம், எலும்பு, நீர், ரோமம், இரத்தம் ஆகிய ஆறு கோசங்கள் கொண்டது. உண்ணு கின்ற உணவின் சாரம் உடலில் பரப்புவது வாயு இவ்வாறு அண்டத் திலுள்ளவையெல்லாம் பிண்டத்திலு முண்டு. பிண்டத்திலுள்ளவை எல்லாம் மனித உடலில் உள்ளன.

மனித உடலில் பதினான்கு உலகங் கள். சப்த குலாசலங்கள், தீவுகள், நவக்கிரகங்கள் இருக்கின்றன. ஒருவன் ஆயுள் அவனுடைய பூர்வ ஜன்ம கர்மானுசாரத்தை அனுசரித்து கருவி லுள்ள போதே பிரமன் நிச்சயித்து விடுகிறான்.

எனவே தீர்க்க ஆயுளும், உயர்ந்த வித்தையும், யோகமும், மற்ற யாவும் மறு ஜன்மத்திலாவது ஒருங்கே பெற்றிட ஜீவன் நற்கர்மங்களைச் செய்யவேண்டு மென்று சாஸ்திரங்கள் கூறுகின்றன.

24. பிரயோபவேசம், தலயாத்திரை, சுவர்க்கம்

ஒருவன் ஆகார வியவஹாரம் ஒன்றும் செய்யாமல் நியமத்தோடு தர்ப்பாசயனம் செய்து பகவானையே தியானித்துக் கொண்டு மரித்தால் அவன் வைகுந்தம் அடைவான். எனவே 'பிரயோபவேசம்' பகவானுக்கு உகந்ததாகும். பிரயோப வேசம் செய்த நாட்கள் ஒவ்வொன்றுக் கும் ஒரு வேள்வி செய்த பலன் கிடைக் கும். அவன் உலகியலின் உண்மையை யும், வாழ்வியலின் இரகசியத்தையும், தெய்வீக இயலின் மெய்ம்மையையும், உணர்ந்து இனி உயிர் வாழ்க்கை வேண்டியதில்லை என்று, இனி மரித்து விடுவோம் எனத் துணிந்து அதை நல்ல முறையில் பிரயோபவேசம் செய்து நல்லுலகை அடைவான்.

தலயாத்திரை

வீடு, மனைவி, மக்களை நெடுங் காலம் பிரிந்து, நெடுந்தூரம் தீர்த்த யாத்திரை செய்ய வேண்டும் என்ற வைராக்கியத்துடன் யாத்திரை செய்பவ னுக்குப் பிரம்மாதி தேவர்களெல்லாம் வேண்டியவற்றைக் கொடுக்கிறார்கள். அப்படிச் செய்யும் ஒருவன் வழியில் மரித்தால் அவன் சுவர்க்கம் பெறுவான்.

மரண காலம் நெருங்கி விட்டதை உணர்ந்து, ஒருவன், விஷ்ணு க்ஷேத்திரம் ஒன்றில் மரிக்க எண்ணி யாத்திரை செய்ய நடந்தால், அவன் நடக்கும் அடி ஒன்றுக்கு ஒரு பசுவைத் தானம் செய்த பயனை அடைவான். தம்மவர்க்கு உதவி, அன்னியருக்கு உதவி செய்வதை விட தன் பெற்றோர்க்கு, உடன்பிறந் தோர்க்கு வேண்டியவற்றைக் கொடுப் பது சிறப்புடைத்து. தந்தைக்குக் கொடுத்தல் உத்தம பிராமணனுக்குக் கொடுத்த தான புண்ணியத்தை விட நூறு மடங்கு கிடைக்கும். தாய்க்குக் கொடுத் தால் ஆயிரம் மடங்கு அதிகம். உடன் பிறந்த ஆண், பெண்களுக்குக் கொடுத்த லும் அளவற்ற புண்ணியம் தரும்.

நல்ல ஒழுக்கத்திலும், நன்னெறியிலும் ஒழுகி, உயிரினங்களிருந்து உற்ற சமயத்தில் உதவி, பூதானம் செய்பவனைக் கண்டு புவிமகள் மகிழ்ச்சி அடைவாள். பூதானம் செய்தவனும், புனலில் மூழ்கியவனும், பஞ்சாக்கினி நடுவில் இருந்து தவம் செய்தவனும், வேள்விகளைச் செய்தவனும், போரில் புறமுதுகிடாமல் முன்னேறியவனும் இகத்திலும், பரத்திலும் இன்பம் அடைவான்.

சுவர்க்கம் அடைதல்

அயோத்தி, காஞ்சி, மதுரை, மாயா, காசி, அவந்தி, துவாரகா ஆகிய ஏழில் ஒன்றில் மரித்தால் நிரதிசய இன்ப வீடடைவான். சந்நியாசம் பெற்றவன், விஷ்ணு பக்தி செய்பவன், ஸ்ரீராம, கிருஷ்ண நாம உச்சாடனம் செய்வோர், அவ்வாறு செய்து கொண்டே இருக்கையில் மரித்தால் பேரின்ப வீடு அடைவர். திருத்துழாய் பயிரிட்டவன், அதற்கு நீர் பாய்ச்சியவன் நல்லுலகடைவான். ஆபத்திலுள்ள பசு, பிராமணன், குழந்தைகளைத் தன்னுயிரைக் பணயம் வைத்த காப்பாற்றுபவன் தேவர்கள் எதிர் கொள்ள சுவர்க்கம் அடைவான். ஸ்ரீரங்கம், காசி, குருக்ஷேத்திரம், பிருகு க்ஷேத்திரம், பிரபாசதீர்த்தம், காஞ்சி, புஷ்கரம், பூதேஸ்வரம் ஆகிய புனித நகரங்களில் மாண்டவன் மோட்சமடைவான். வேத சாஸ்திரங்களை உணர்ந்தவர், கன்னிகை, பூமி, கிருகம், பசு, திலம், யானை, தானம் கொடுத்தோர், கிணறு, நடைவாவி, குளம், தேவாலயம் புதுப்பித்தோர் இவற்றைத் தோற்றுவித்தோரைக் காட்டிலும் அதிக புண்ணியம் பெற்று விண்ணுலகடைவர்.

25. ஆசௌசம், துர்மரணம், குழந்தை பாபங்கள்

பிராமணனுக்குப் புத்திரன் பிறந்தாலும், பிராமணன் இறந்தாலும், தாயாதிகளுக்கு பத்து நாள் வரையில் தீட்டு (ஆசௌசம்) உண்டு.

ஆசௌசமுடையவர்கள் ஓமங்கள், தேவ ஆராதனை செய்யக்கூடாது. அந்த நாட்களில் அவர்கள் வீட்டில் யாரும் உணவருந்தக் கூடாது. அகால மரணம், அயல்நாட்டில் மரணம், மிருகங்களால் மரணம் ஆகியவற்றிற்கு உடனே கருமம் செய்யக்கூடாது. கிரியைகள் துவங்கப்படுகிற அன்று முதலே ஆசௌசம் உண்டாகும். ஒருவன் இறந்த செய்தி கேட்டவுடன் ஸ்நானம் செய்துவிட வேண்டும்.

திருமணக்கோலம் கொண்டிருக்கும் காலத்திலும், யாகஞ்செய்யும் காலத்திலும், உற்சவம் செய்ய கங்கணம் பூண்டிருக்கும் காலத்திலும் ஆசௌசம் இல்லை.

ஓர் ஆசௌசம் நேர்ந்த காலத்தில் இடையிலே வேறொரு ஆசௌசம் வந்தால் முன்னதாக வந்ததுடன் பின்னர் வந்த ஆசௌசமும் தாயத்தார்க்கு நிவர்த்தியாகும்.

பசு, பிராமணர், மங்கையரைப் பாதுகாக்கும் விஷயத்திலும், யுத்த பூமியிலும், ஒருவன் தன் உயிரை இழந்தால் அவனைச் சேர்ந்தவர்களுக்கு ஒருநாள் மட்டுமே ஆசௌசம் உண்டு.

துர் மரணம் அடைந்தால்!

முந்நூற்று அறுபது பலாச இலைகளின் காம்புகளால் மரித்தவனது உடலைப் போல் ஒரு பிரதிமை செய்ய வேண்டும்.

சிரசுக்கு நாற்பது, கழுத்துக்குப் பத்து, மார்புக்கு இருபது, வயிற்றுக்கு இருபது, தொடைகளுக்கு நூறு, இமைக்கு இருபது. இரு கரங்களுக்கு நூறு, முழந்தாள்களுக்கு முப்பது, இனக்குறிக்கு நாலு, விருஷணங்களுக்கு ஆறு, கால்களுக்குப் பத்தும் வைத்து; மறுபடியும் சிரசுக்குத் தேங்காய், முகத்துக்குப் பஞ்சரத்தினம், நாவுக்கு வாழைப்பழம், மூக்கிற்கு எள்ளுப் பூவும், காதுக்கு

எள்ளும், நரம்புக்குத் தாமரைத் தண்டும், தசைக்கு அன்னமும், இரத்தத்திற்குத் தேனும், மயிர்களுக்குச் சவுரியும், தோலுக்கு மான்தோலும், ஸ்தனப் பிரதேசத்திற்குக் குன்றிமணியும், நாபிக்குத் தாமரைப் பூவும், விருஷணர்களுக்குப் பனங்காயும், வைத்து சந்தன புஷ்பங்களால் அலங்கரித்து சாஸ்திர முறைப்படிக் கிருத்தியங்கள் செய்தால் துர்மரணம் அடைந்தவன் நற்கதி அடைவான்.

குழந்தைகளின் பாபங்கள்

நான்கு முதல் பன்னிரண்டு வயது வரை குழந்தைகள் செய்கிற பாபங்கள் அவர்களுடைய பெற்றோரையே சேரும். பெற்றோர்கள் இல்லை எனில் காப்பாளர்களைச் சேரும். அத்தகைய பாபங்களுக்காக அவர்கள் பிராயச்சித்தம் செய்து கொள்ள வேண்டும். அவர்கள் செய்யும் பாவம் குழந்தைகளுக்குச் சேராது.

∎∎∎

ஸ்ரீ நாரத புராணம்

ஸ்ரீ நாரதர் (மேலே) வேடன், வால்மீகி (கீழே)

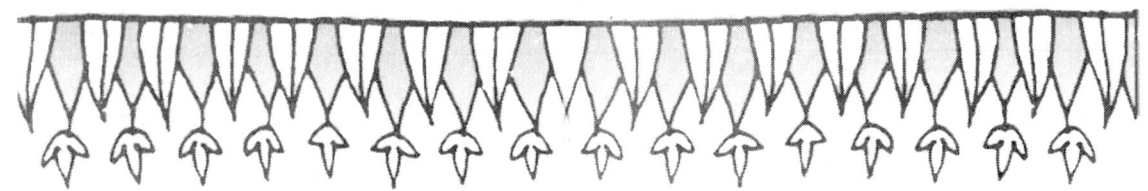

7

ஸ்ரீ நாரத புராணம்

1. தோற்றுவாய்

ஒரு சமயம் நாரதர் சனத்குமாரருக்குக் கூறிய நாரத புராணத்தைச் சூதர் மற்ற முனிவர்களுக்குக் கூறலானார்.

சனத்குமாரர் நாரதரிடம் அவர் திரிலோக சஞ்சாரி என்றும் விஷ்ணு பக்தரென்றும் கூறி விஷ்ணுவின் மகிமை களைக் கூறுமாறும், தியானம் வெற்றி பெற ஆற்ற வேண்டிய வழிமுறை களையும் கேட்டனர். அப்போது பகவா னைத் தியானித்து நாரதர் கூறலுற்றார்,

''பரப்பிரம்மமாகிய பகவான் அயன், அரி, அரன் என்ற மூன்று வடிவில் முறையே ஆக்கல், காத்தல், அழித்தல் ஆகிய காரியங்களைச் செய்கிறார். பிரம்மம் என்பது பேரண்டமே என்பர்.

இறைவனின் பெண் வடிவம் சக்தி. அது வித்யா சக்தி, அவித்யா சக்தி இருவகை. இந்த சக்தியே அரியின் லக்ஷ்மியும், பிரம்மனின் சரஸ்வதியும், ஈசனின் பார்வதியும் ஆவர்.

உலகம் நிலம், நீர், தீ, காற்று, ஆகாயம் என்ற ஐம்பூதங்களால் ஆனது. இந்தப் பேரண்டம் ஈரேழு பதினான்கு உலகங் களைக் கொண்டது.

இந்தப் பூமி ஏழு த்வீபங்களாக உள்ளது. அவை ஜம்புத்வீபம், ப்ள க்ஷத்வீபம், சல்மல த்வீபம், குசத்வீபம், கிரௌஞ்ச த்வீபம், சாகத்வீபம் மற்றும் புஷ்கரத்வீபம். இதில் நாமிருப்பது ஜம்புத்வீபம்.

இந்த பூமியில் ஏழு சமுத்திரங்கள் உள்ளன. அவை - இலவணம், இக்ஷு, சுள், சர்பத், த்தி, நெய், ஜல சமுத்திரங்கள் ஆகும்.

மேற்கூறிய ஜம்புத்வீபத்தில் பரத கண்டம் உள்ளது. இதுவே நாம் கூறும் பரதகண்டம் என்பர். இதைச் சுற்றிலும் இலவண சமுத்திரம் (அ) உப்பு நீர்க்கடல் உள்ளது. வடக்கில் இமயமலைத் தொடர் உள்ளது. இங்கு கர்மங்கள் செய்யப்படு வதால் இது கர்மகண்டம் எனப்படும். ஒருவர் செய்யும் கர்மா (அ) காரியம் பலன்களை அளிப்பதால் இது 'போகபூமி' என்றும் அழைக்கப்படும்.

பலனை எதிர்பாராமல் செய்யப்படும் காரியம் (அ) கர்மத்தை நிஷ்காமகாரியம் என்பர். இதைத்தான் மனிதன் செய்கி றான். இறைவன் முடிக்கிறான் என்பர். இது ஒரு சாத்துவிக புராணம்.

2. நாரதர் புராணம்

நாரதர் ஒரு கல்பத்தில் முற்பிறப்பில் பணிப்பெண் மகனாகப் பிறந்திருந்தார். அவர் தாயுடன் வசித்து வந்த கிராமத் திற்குச் சந்நியாசிகள் சாதுர்மாஸ்ய விரதம் கடைப்பிடிக்க வந்தனர்.

சாதுர்மாஸ்ய விரதம்

மழைக்கால நான்கு மாதங்களில் துறவிகள் அலைந்து திரிவதைவிட்டு ஒரே இடத்தில் தங்குவர். ஏனெனில் அக்காலத்தில் அமைதியாகத் தங்கத் தேவையான உணவைப் பெற முடியாது.

மற்றும் தாவரங்கள், உயிரினங்கள் பெருமளவில் இருக்கும். ஆதலால் அவற்றிற்கு துன்பம் நேரக்கூடாது என்பதற்காகத் துறவிகள் தமது பரிவ்ராஜக சஞ்சார வாழ்க்கையை விட்டு மழை முடியும் வரை தங்குவர். இதுவே சாதுர்மாஸ்ய விரதமாகும். அவ்வமயம் பெருமளவில் ஆன்மீக நடவடிக்கை களை மேற்கொள்வர்.

அப்படி இருந்த துறவிகளுக்குச் சேவை செய்து வந்த நாரதர் அவர்களின் ஆசியையும், ஆன்மீகக் கல்வியையும் கற்று அப்படியே சகல சாஸ்திரங் களையும், ஞானத்தையும் அடைந்தார்.

ஒருநாள் நாரதரின் தாயார் பாம்பு கடித்து இறக்க, அவர் உலக வாழ்க் கையை வெறுத்து ஒரு மரத்தின் அடியில் அமர்ந்து பகவானைத் தியானித்துத் தவம் செய்து வந்தார். அவ்வமயம் தியானத்தில் நாராயணன் தோன்றி மறைய அது அவருக்கு விளக்க முடியாத பேரின் பத்தை அளித்தது. மேலும் ஓர் அசரீரி ஒலித்தது.

''சத்சங்கத்தினால் உனக்கு என் தரிசனம் கிடைத்தது. என் மீதுள்ள உன் பக்தியை அடுத்த பிறவியில் வளர்த்து ஞானம் அளிக்க நீ பூரண நிலையடை வாய்'' என்றது.

இந்த உடல் அழிய வாழ்வின் இறுதியில் நாரதர் பிரும்மாவின் மூச்சில் கலந்து இதயத்தில் நுழைந்தார். மறு கல்பத்தில் பிரும்மாவின் மூச்சுக்காற் றுடன் படைப்பின்போது மரீசி போன்ற ஒன்பது முனிவர்களுடன் மானசப் புத்திரனாகத் தோன்றினார் நாரதர்.

இவ்வாறு தோன்றியது முதல் நாரதர் நாராயணச் சிந்தையிலேயே இருந்து வந்தார். அப்போது தட்சன் பிரஜாபதி யாக இருந்து உலகை விரிவாக்க மும்முறை ஆயிரம், ஆயிரமாகப் பேர்களைத் தோற்றுவித்து அவர்களைச் சம்சாரத்தில் ஈடுபட்டு மக்களைப் பெருக்கச் சொன்னார். மும்முறையும் அவர்களை நாரதர் ஆன்மீக வழியில் திருப்பிவிட்டார்.

3. தக்கன் அளித்த சாபம்

இத்தகைய நாரதர் செய்கையை அறிந்த தட்சப்பிரஜாபதி இனி நாரதர் ஒரே இடத்தில் ஒரு முகூர்த்த காலத் துக்குமேல் தங்கமுடியாமல் போகும் என்றும், அப்படித் தங்கினால் தலை வெடித்து விடும் என்றும் சாபம் அளித்தார். அதனால்தான் நாரதர் திரிலோக சஞ்சாரியானார்.

நாரதர் என்ற சொல்லுக்கு அழியா மையை அழிப்பவர் என்று பொருள். தேவர்கள், அசுரர்கள் என்ற இரு கூட்டத் தினரின் மரியாதையைப் பெற்றவர் நாரதர் ஒருவரே. இவர் ஸ்ரீமந் நாராயணனை கைங்கரியம் செய்து கொண்டு, வீணை ஏந்தி சிரஞ்சீவியாக இயங்கி வருகிறார். அவர் பக்தர்களுக்கு நாராயண பக்தியை உபதேசிக்கிறார்.

பாண்டவர்கள் தான் பாரதப் போரில் வெற்றி பெறுவர் என்று திருதராட்டிர னிடம் கூறினார். அதற்குக் காரணம் நரநாராயணர்களே அர்ச்சுனன், கிருஷ்ண னாக அவதரித்துள்ளனர் என்றார்.

நாரதர் தத்துவம் யாது?

''பிரம்மா படைக்கும் அகங்காரம்; அவர் மகனாகிய நாரதர் அனைத்தையும் உணரும் மனம். மனம் நிலையின்றி முக்காலங்களிலும் விழிப்பு, கனவு, தூக்கம் என எங்கும் திரிகிறது. கலகங்கள் சிக்க வைப்பதுவும் அதுவே. நன்மையில் முடிப்பதுவும் அதுவே. எல்லாச் சிக்கல்களுக்கும் நாரதர் என்ற மனமே காரணம். பற்றுக்கும், பற்றற்ற நிலைக்கும் காரணம் மனமே''

நாராயணரின் மூன்றாவது அவதாரமே நாரதர் என்பர்.

(தக்கன் மக்களை மாற்றிய விவரம் வேறு சில புராணங்களிலும் கூறப்பட்டுள்ளது)

4. நாரதர் பெற்ற பிரம்ம சாபம்

பிரம்மா தன் படைப்புத் தொழிலுக்கு உதவியாக இருக்க சனகர், சனந்தர், சனாதனர், சனத்குமாரர் ஆகியோரைத் தோற்றுவித்தார். ஆனால், அவர்கள் சிவபெருமானை நோக்கி தவமியற்ற பரமன் தோன்றி வரம் என்ன வேண்டும் என்று கேட்க, அவர்கள் மெய்ப் பொருளை உபதேசித்து ஞானம் பெற அருள் புரியுமாறு வேண்டினர். அதனை ஏற்ற சிவபெருமான் கல்லால மரத்தின் கீழ் தக்ஷிணாமூர்த்தியாய் அமர்ந்து குருவாகி உபதேசிக்க அவர்கள் தவத்தில் ஈடுபட்டனர்.

இதனால் ஏமாற்றம் அடைந்த பிரம்மன் நாரதர், தட்சன், வசிஷ்டர், பிருகு, இருது, புலஸ்தியர், ஆங்கிரசு, அத்திரி, மரீசி ஆகிய புதல்வர்களைத் தோற்றுவித்தார். நாரதர் தவிர மற்றவர்கள் தந்தைக்குத் துணையாக படைப்புத் தொழிலில் ஈடுபட்டனர்.

இதனால் பிரம்மன் நாரதரை அழைத்து மற்றவர்களைப் போல் நடந்து கொள்ளுமாறு கூற, நாரதர் தன் மனம் மோக்ஷம் பெற விரும்புகிறது என்றும், அதற்காக பிரம்மச்சரிய விரதம் அனுஷ்டிக்கும் முறையை உபதேசிக்க வேண்டும் என வேண்டவும் கோபம் கொண்ட பிரம்மன் நாரதரைக் கீழ்க் கண்டவாறு சபித்தார்.

''நீ மேற்கொள்ள எண்ணும் பிரம்மச்சரிய விரதம் அழிந்து குடும்பஸ்தனாக பிறந்து பல சிக்கல்களுக்கு ஆளாகி தவிக்கக் கடவாய்'' என்றார். நாரதர் வருத்தமுற்று தான் தவறு ஏதும் செய்யவில்லை என்று கூற, பிரம்மன் தன் எண்ணத்துக்கு மாறாக இருப்பதே தவறு என்றார். ''நீ கந்தர்வ குலத்தில் பிறந்து பல பெண்களை மணந்து அவதிப்படுவாய்'' என்றார்.

அடுத்து நாரதர், ''அதற்குப் பிறகாவது சாபவிமோசனம் கிடைக்குமா?'' என்று கேட்க, மேலும் ''கந்தர்வனாக இருக்கும் போது ஒரு முனிவர் சாபம் பெற்று தாழ் குலத்தில் மானிடனாகப் பிறப்பாய் அதன் பிறகே சாபவிமோசனம்'' என்றும் கூறினார்.

இவ்வாறு தந்தையாகிய பிரம்மனிடம் நாரதர் சாபம் பெற்றார்.

கந்தர்வன் நாரதர்

கந்தர்வர்களில் உபன் என்னும் இசை மேதையின் மகனாகப் பிறந்தார் நாரதர். அவர் பெயர் உபவருக்கன் ஆகும்.

உபவருக்கன், மகதி என்னும் யாழ் கொண்டு பாடும் பேராற்றல் பெற்று இசைமேதையாக இருந்தார். அவரது இசைத்திறனை அறிந்த பல முனிவர்கள் அவரைத் தமது யாகசாலைகளுக்கு அழைத்தனர்.

ஒரு சமயம் பிரமசிரேஷ்டர் என்ற முனிவரிடமிருந்து அழைப்பு வர, நாரதர் அங்கு சென்று யாழை மீட்டி சாமவேத கானத்தை இசைத்தார். அங்கு ஓர் அழகிய பெண் அவர் இசையில் மயங்க, நாரதரும் அவளைக் கண்டு மயங்க, இசையில் தடுமாற்றம் ஏற்பட்டது. இதனால் முனிவர் கோபம் கொண்டு ஈனகுலத்தில் மானிடனாகப் பிறக்குமாறு சாபமிட்டனர்.

(இந்தப் பிறப்பில் நாரதன் சித்திராதன் என்ற கந்தர்வனின் ஐம்பது பெண்களை மணந்தான் என்றும், ஒரு சமயம் ரம்பையைக் கண்டு அவளை மானசீகமாகக் கட்டித் தழுவியதாக எண்ண கீழ்ச்சாதியில் பிறக்கும் சாபம் பெற்றான் என்றும் ஒரு வரலாறு உண்டு).

மானிடன் நாரதர்

முனிவரின் சாபம் பெற்ற நாரதன் யோகத்தில் அமர்ந்து உயிரை விட்டான். கன்யாகுப்ஜம் என்ற நாட்டில் தருமியன் என்பவன் தன் மனைவி கலாவதியுடன் வாழ்ந்து வர அவர்களுக்கு உபவருக்கன் மகனாகப் பிறந்தான். அவன் பிறந்ததும் நாட்டில் பெருமழை பெய்து செழித்தது. இவ்வாறு நீரை அளித்ததால் அவனுக்கு நாரதர் என்று பெயர் சூட்டினர்.

ஒரு சமயம் சில முனிவர்கள் அவர்கள் வீட்டுக்கு வர, அவர்களை அன்போடு வரவேற்று உணவளித்து உபசரித்தனர் நாரதனின் பெற்றோர். முனிவர்கள் நாரதருக்கு ராதாகிருஷ்ண மந்திரத்தை உபதேசித்தனர்.

பெற்றோர்கள் மறைவுக்குப்பின் நாரதர் காட்டில் ஓர் அரச மரத்தினடியில் அமர்ந்து ராதாகிருஷ்ண ஜபம் செய்ய பகவான் தரிசனம் தந்தார். கண்களைத் திறப்பதற்குள் "நாரதா! இப்பிறவியில் நீ இந்தக் காட்சியைக் காணமுடியாது. அடுத்த பிறவியில் உன் எண்ணம் ஈடேறும்" என்று கூறி மறைந்துவிட்டார்.

நாரதர் சுய உருபெறல்

நாரதர் மனம் தெளிந்து யோகத்தில் அமர்ந்து உயிர்விட்டார். தற்போது சாபம் நீங்கி சுய உருவை அடைந்த நாரதர் சத்தியலோகம் சென்று தன் தந்தையை வணங்கிப் பின்னர் கைலாயம் சென்று பரமேஸ்வரனை வலம் வந்து வணங்கி மோட்சம் பெறுவதற்கான வழியை வேண்டி நின்றார்.

பரமன் பிரம்மச்சரிய விரதத்தின் கஷ்ட நஷ்டங்களை எடுத்துக் கூறினார், "மனதையும் ஐம்புலன்களையும் அடக்க வேண்டும். இன்சொல் பேசி அறவழி யில் ஒழுக வேண்டும். பகவானுக்கு நிவேதனம் செய்த உணவையே உண்ண வேண்டும். இறைவனைச் சதாகாலமும் நினைத்து அவன் நாமத்தை உச்சரித்துக் கொண்டிருக்க வேண்டும்" என்றார்.

பின்னர் நாரதர் பதரிகாசிரமம் சென்று நாராயண ரிஷியைத் தரிசித்தார். அவர் நாரதனைப் பூலோகம் சென்று சிருஞ்சியர் என்பவரின் மகள் சுவர்ண கிரீயை மணந்து வாழ்வைத் தொடங்கு மாறு கூறினார். அவ்வாறே நாரதரும் தன் வாழ்க்கையை சுவர்ண கிரீயை மணந்து வாழ்ந்து வந்தார்.

ஒரு நாள் அவருடைய சகோதரர் சனத்குமாரர் அங்கு வந்து, அவருக்கு நாராயண தாரக மந்திரத்தை ஓதினார். இதனால் பற்றற்ற நிலையை அடைந்த நாரதர் கானகம் சென்று கடுமையாகத் தவம் இருந்தார். அப்போது அவருக்கு விஷ்ணு காட்சி அளித்தார். வேண்டும் வரம் கேட்குமாறு அருளிட நாரதர் "திருமாலை இனிய பாடல்களால் பாடித் துதிக்க வேண்டும் என்று வரம் கேட்டார். மேலும், "அதற்கேற்ப இசைப் பயிற்சி பெற வழிகாட்ட வேண்டும்" என்று வேண்டிட, பகவான் பூலோகத்தில் மானசரஸ் ஏரிக்கரையில் உள்ள கோட்டா னிடம் சென்று இசைப்பயிற்சி பெறுமாறு கூறி அருளினார்.

(நாரதர் கோட்டானிடம் பாடம் கேட்ட வரலாறு - லிங்க புராணம் காண்க)

5. ஸ்ரீமதி பரிணயம்
நாரதர், பர்வதர்

நாரதர், பர்வதர் இருவரும் அம்பரீஷன் மகள் ஸ்ரீமதியை மணம் புரிய வேண்டினர். அதற்காக விஷ்ணு வின் உதவியை நாடி "ஸ்ரீமதி காணும் போது 'அரி' முகமாகக் காட்சி அளிக்க வேண்டும்" என்று வேண்டினர். சுயம் வரத்தின்போது இருவரும், குரங்கு முகத்துடன் காணப்பட அவர்கள் இடையே தோன்றிய ஸ்ரீ விஷ்ணுவுக்கு மாலை அணிவித்தாள் ஸ்ரீமதி.

கோபம் கொண்ட முனிவர்கள் அம்பரீஷனை இருள் மூடச் சாபம் அளிக்க, அவன் பயந்து விஷ்ணு சக்கரத்தைச் சரணடைய அது அவனைக் காப்பாற்றியது. (முழு விவரம் - சிவ புராணம், லிங்க புராணம் காண்க)

6. சதி அனுசூயா

நாரதர் ஒரு நாள் முப்பெரும் தேவியர்களாகிய அலைமகள், கலைமகள், மலைமகள் மூவரையும் தரிசிக்க தேவலோகம் சென்றார். அங்கு மூவரும் ஒரேயிடத்தில் உரையாடிக் கொண்டு இருந்தனர். அங்கு வந்தடைந்த நாரதரை மூவரும் வரவேற்று, "எங்கிருந்து வருகிறீர்? என்ன சேதி" என்று கேட்டனர். அப்போது நாரதர், பூவுலகில் உள்ள அத்திரி முனிவரின் மனைவி அனுசூயைப் பற்றியும், அவளது கற்பைப் பற்றியும் அனைவரும் புகழ்வதாகக் கூறிப் பெருமைபட்டார்.

அதற்கு முப்பெரும் தேவியர், "அனைவரும் புகழுமளவிற்கு அவளிடம் என்ன பெருமை இருக்கிறது" என்று கேட்டனர். அதற்கு நாரதர் தன் கையிலிருந்த இரும்புக் கடலையைக் காட்டி, "இதனை உங்களால் வறுத்துக் கொடுக்க முடியுமா?" என்று கேட்டார்.

"இரும்புக் கடலையை யாராலும் வறுத்துத் தரமுடியாது. நீங்கள் கூறும் கற்புக்கரசி அனுசூயையாலும் கூடத்தான்" என்றனர்.

நாரதர், "அனுசூயையிடம் கொடுத் திருந்தால் அந்தக் கற்புக்கரசி இந்நேரம் இதை வறுத்துக் கொடுத்திருப்பாள்" என்று கூறிக்கொண்டே பூலோகம் சென்றார். இரும்புக்கடலையை அனுசூயையிடம் கொடுத்து வறுத்து கொடுக்கச் சொல்ல, அவளும் தன் கற்புத் திறனால் முனிவரை மனதில் தியானித்து வறுத்துக் கொடுத்தாள். உடனே நாரதர் மூன்று தேவியரிடம் அதைக் காட்டி, அனுசூயையின் கற்புத்திறனை ஒப்புக் கொள்ளுமாறு கூறினார்.

ஆனால், அவர்களுக்கு அனுசூயை மேல் அசூயைதான் ஏற்பட்டது. மேலும் அவளைச் சோதிக்க விரும்பினர். அதை அறிந்த நாரதர் "இனி நான் அவளிடம் செல்லமாட்டேன். வேறு யாரையாவது அனுப்புங்கள். நான் சொல்வதை நீங்கள் நம்பமாட்டீர்கள். உங்கள் கணவன்மார்களாகிய அயன், அரி, அரன், ஆகிய மூவரையும் அனுப்பி வையுங்கள்" என்றார்.

உடனே மூன்று தேவியரும் தத்தம் கணவர்களை நினைக்க, அவர்கள் வந்து சேர்ந்தவுடன் அவர்களிடம், "அத்திரி முனிவரின் மனைவி அனுசூயையின் கற்புப் பற்றி நாரதர் பாராட்டுவதோடு மூவுலகிலும் பறைசாற்றி வருகிறார். அவள் உண்மையில் கற்புக்கரசிதானா என்று அறிந்து வாருங்கள்" என்று கூறி அனுப்பினர்.

மும்மூர்த்திகளும் பதறிப் போய் "இவ்விஷப் பரீட்சை எதற்கு, இதனால் விபரீத விளைவுகள் ஏற்படக்கூடும்" என்று தடுத்தும் பலனில்லை.

உடனே வேறுவழியின்றி மும்மூர்த்தி களும் நாரதரையும் உடன் அழைத்துக் கொண்டு அத்திரி முனிவரின் ஆசிரமத் தின் அருகில் வந்தனர். மூவரும் முனிவர் களாக உருமாறி ஆசிரமத்தில் நுழைந்தனர்.

நாரதரிடம் மேற்கொண்டு நடக்க வேண்டியதைக் கவனிக்க, அவரை வெளியிலேயே இருக்கச் சொன்னார்கள்.

முனிவர்களாக வந்த மும்மூர்த்தி களையும் கற்புக்கரசி வரவேற்று, கணவர் வெளியே சென்றிருப்பதாகவும், இருப்பி னும் அவர்களுக்கு உணவு படைப்ப தாகவும் அதனை ஏற்றுக்கொண்டு ஆசி கூறுமாறும் வேண்டினாள்.

இலை போட்டு மூவரையும் வந்து அமர வேண்டினாள். ''உணவு கொள்ளத் தயக்கம் என்ன? என் கணவர் வந்த பின்தான் பசி ஆறுவீர்களா?'' என்று கேட்க அவர்கள் அவளிடம் ''ஒரு நிபந்தனை'' என்றனர். அதாவது அவர்கள் விரதப்படி ''பிறந்த மேனியாய் உணவு பரிமாறப் படவேண்டும்'' என்றனர்.

அவள் சிறிதும் மனம் கோணாமல் அவர்கள் முகத்தை உற்று நோக்கித் தன்னுள் கணவரை எண்ணி இதில் ஏதோ சூழ்ச்சி என அறிந்து அவர்கள் கோரிய படியே உணவைப் பரிமாறுவதாக ஒப்புக் கொண்டாள்.

மூவரும் இலையில் அமர்ந்தவுடன் அவள் உள்ளே சென்று தன் கணவனை மனதில் பிரார்த்திக்க, வந்திருப்பவர்கள் மும்மூர்த்திகள் என்று தெரிந்து கொண்டாள். மேலும், ''இம்மூவரும் குழந்தைகள் ஆகவேண்டும்'' என்று கணவனை நெஞ்சில் துதித்தாள். அவர்கள்மீது நீர் தெளிக்க மூவரும் குழந்தைகளாக மாறிவிட்டனர்.

வெகுநேரமானதால் நாரதர் உள்ளே என்ன நடக்கிறதென்று எட்டிப் பார்த்தார். மூன்று குழந்தைகள் தவழ்ந்து விளையாடுவதைக் கண்டு அதிர்ச்சி அடைந்து, தேவலோகம் சென்று மூன்று தேவிகளையும் கண்டு நடந்த நிகழ்ச்சியை எடுத்துக் கூறினார்.

உடனே அவர்களும் நாரதரை அழைத்துக் கொண்டு பூவுலகில் அத்திரி முனிவர் ஆசிரமத்தை அடைந்து, தமது கணவர்கள் குழந்தைகளாக விளையாடிக் கொண்டிருப்பதைக் கண்டு மனம் பதை பதைத்தனர்.

வந்தவர்கள் யாரென்று தெரிந்து கொண்ட கற்புக்கரசி அனுசூயை அவர் களை மகிழ்ச்சியுடன் வரவேற்றாள். அனுசூயையிடம் அவர்கள் கற்பை ஒப்புக் கொள்வதாகக் கூறி, மும்மூர்த்தி களைத் திருப்பித் தருமாறு வேண்டினர். அனுசூயையும் கணவரை மனதில் நினைத்துத் திரும்பவும் குழந்தைகள் மீது நீர் தெளிக்க அங்கே மும்மூர்த்திகளும் சுய உருவில் நின்றனர்.

அவர்கள் தங்கள் அம்சமாக தத்தாத்தி ரேயரை அளித்து மறைந்தனர்.

7. மோகினி ருக்மாங்கதன்

விதேச நாட்டை ருக்மாங்கதன் ஆண்டு வந்தான். அவனது மனைவி சந்தியா வனி. மகன் தர்மாங்கதன்.

இவர்கள் சிறந்த விஷ்ணு பக்தர்கள். ஏகாதசி விரதத்தைத் தவறாமல் அனுஷ் டித்து வந்தனர். மேலும் மன்னன் இவ்விரதத்தின் மகிமையை மக்களுக் கும் எடுத்துக் கூறி அவர்களையும் அவ்வாறு செய்வித்தான்.

எட்டு வயது முதல் எண்பத்தைந்து வயதுக்குட்பட்ட ஆண் பெண் அனைவரும் அனுஷ்டிக்குமாறு மன்னன் ஆணை பிறப்பித்திருந்தான். தசமி அன்று ஒருவேளை அன்னம் உட்கொண்டு, ஏகாதசி அன்று உபவாசமிருந்து துவாதசி அன்று பகவானைப் பிரார்த்தித்து பாராயணம் செய்வர்.

எல்லா மாதங்களிலும் ஏகாதசி விரதம் இருந்தாலும், மார்கழி மாதம் வரும் 'வைகுண்ட ஏகாதசி' மிகவும் சிறப் புடையது. இது முக்கியமாக விஷ்ணு பக்தர்களால் அனுஷ்டிக்கப்படும் முக்கிய விரதமாகும்.

விதேச நாட்டு அரசரும், அவர் குடும்பத்தினரும் மட்டுமின்றி அந்நாட்டு மக்களும் அதன் பயனைக் கருதி ஏகாதசி விரதமிருந்து பாவம் நீங்கி சொர்க்கத்தை அடைந்தனர். ஒருவர்கூட நரகத்துக்குச் செல்வதில்லை.

இது யமதர்மனுக்கு ஒரு சோதனையாக இருந்தது. ஒருநாள் நாரதர் அங்கு வர யமன், ''எல்லோரும் சொர்க்கம் சென்றுவிட நரகம் காலியாக உள்ளது. அதனால் தனக்கு வேலையில்லை'' என்று கூறி வருந்தினார்.

இருவரும் சத்தியலோகம் சென்று பிரம்மனிடம் முறையிட, அவர் தன் மாய சக்தியால் மோகினி என்ற பெண்ணைப் படைத்து, அவளிடம், ''பூலோகம் சென்று ருக்மாங்கதனை மயக்கி, மணம் செய்து கொண்டு அவன் ஏகாதசி விரதத்துக்குப் பங்கம் ஏற்படுத்து'' என்று பணித்தார். அவளும் அவ்வாறே செய்வதாகக் கூறி பூலோகம் சென்றாள்.

ஒருநாள் காட்டில் வேட்டையாடிக் களைத்த ருக்மாங்கதன் வாமதேவர் என்ற முனிவரின் ஆசிரமத்தில் தங்கி இளைப் பாறிக் கொண்டிருந்தான். அப்போது மோகினி அந்த ஆசிரமத்துக்குச் சற்று தூரத்தில் இருந்து பாடிக் கொண்டி ருந்தாள். அவளுடைய கானத்தில் மயங்கிய மன்னனைக் கண்டு மோகினி யும் மயங்கினாள். இருவரும் கந்தர்வ மணம் செய்து கொண்டனர். இருவரும் அரண்மனை அடைந்தபோது மன்னர் மனைவியும், மகனும் மோகினியை ஏற்றுக் கொண்டனர்.

சில மாதங்கள் கழித்து மார்கழி மாத வைகுண்ட ஏகாதசி வந்தது. ருக்மாங் கதன் மோகினியிடம் ஏகாதசி விரதம் பற்றிக் கூறி அவளையும் விரதமிருந்து மேலான நிலை அடையுமாறு அறிவுறுத் தினான்.

ஆனால், அவள் அதனை விரும்பாமல் விரதம் என்பதும் தவம் என்பதும் முற்றும் துறந்த முனிவர்களுக்கே அன்றி மன்னர்களுக்குக் கிடையாது. அதனால் தன்னை விட்டு எங்கும் போகாமலிருக்கு மாறு கூறினாள். ருக்மாங்கதன் மோகினி யின் மீதிருந்த மயக்கத்தின் காரணமாக அவள் மாளிகையிலேயே இருந்து வந்தான்.

எனினும், தசமி நடுஇரவில் எழுந்து ஏகாதசி விரதம் பற்றிய எண்ணத்துடன் மோகினியையும் எழுப்பினான். தன்னைத் தடுக்க வேண்டாம் என்றும் விரதத்திலிருந்து தவற முடியாதென்றும் கூறிவிட்டான். தான் விரதத்தைக் கைவிடமுடியாதென்று கண்டிப்பாகக் கூறினான்.

அப்போது மோகினி கோபம் கொண்டு தன்மீது உண்மையான ஆசையிருந்தால் மன்னன் விரதம் இருக்கக் கூடாது என்றும் , தன் பேச்சை மீறி நடந்தால் தன்னை இழக்க நேரிடும் என்றும் எச்சரித்தாள்.

தன் ஆணைக்கு மன்னன் கட்டுப் படாததை அறிந்த மோகினி அங்கிருந்து புறப்பட எத்தனித்தாள். மகாராணியும் இளவரசியும் செய்தி அறிந்து அங்கு வந்து ஏகாதசி மகிமை பற்றி அவளிடம் கூற, மோகினி அத்தனை சிறப்புடைய தென்றால் தான் சொல்வதுபோல் செய்யுமாறு கூறினாள்.

''மகன் தர்மாங்கதனை இரு துண்டாக்கி, விரத மகிமையால் அவனை உயிர்ப்பிக்க வேண்டும். அப்படிச் செய்ய முடியாது என்றால் மன்னன் விரதம் இருக்கக் கூடாது'' என்றாள்.

ருக்மாங்கதன் அதற்குச் சம்மதிக்க வில்லை. ஆனால், ராணி பிள்ளையைக் கொடுக்க ஒப்புதல் அளித்தாள். தர்மாங்கதன் தனக்கு அது பெரிய பாக்கியம் என்று பலிக்குத் தயாரானான்.

மேலும், தர்மாங்கதன் தந்தையிடம் ''இத்தனை காலம் விரதமிருந்து வருகிறீர்களே. அது வீண் போகாது. தயக்கம் வேண்டாம், வெட்டுங்கள்'' என்று தயாரானான்.

ருக்மாங்கதன் மகாவிஷ்ணுவை மனதில் தியானித்து வணங்கி, வாளெடுத்து ஓங்கினான். அப்போது பேரொளியுடன் சங்கு சக்கரதாரியாக மகாவிஷ்ணு தோன்றினார். வாள் மலர் மாலையாகித் தர்மாங்கதன் கழுத்தில் விழுந்தது.

அப்போது பகவான் கூறினார், "ருக்மாங்கதா! உன் பக்தியின் சிறப்பைக் கண்டு மெச்சினேன். நீ பலகாலம் ஆட்சி புரிந்து மனைவி மக்களோடு என் பதம் அடைவாய்" என்று கூறி மறைந்தார்.

அங்கு வந்த நாரதர் எமதர்மனிடம், "ஏகாதசி விரதத்தின் சிறப்பு அத்தன்மையது. விரதமிருப்பவர்கள் அதன் நற் பலனை அனுபவிக்கட்டும். நீ வருந்தாமல் உன் வேலையைக் கவனி" என்று கூறி மகிழ்வித்தார்.

8. சனி பகவானின் பார்வை

ஒரு நாள் நாரதர் கயிலாயம் சென்றார். அங்கு தேவர்கள் எல்லாம் வல்ல இறைவனைப் பார்த்தபடி அமர்ந்திருந்தனர். ஆனால் சனி பகவான் மட்டும் பகவானுக்கு முதுகைக் காட்டிய வண்ணம் உட்கார்ந்து இருந்தார்.

இதன் காரணத்தை அறிய நாரதர், தக்க சமயம் பார்த்து பார்வதி தேவியிடம் சென்று, இது பற்றிக் கூறி விளக்கம் கேட்டார்.

ஆனால் தேவியோ "ஈசனைக் கேட்டுக் கூறுகிறேன். நாளை வந்து தெரிந்து கொள்ளுங்கள்" என்றாள். அவ்வாறே ஈசனிடம் இதுபற்றி தேவி கேட்க, ஈசன் "அவர் அப்படித்தான் அமரவேண்டும்" என்றார். "அது நம்மை அவமதிப்பது போல் இருக்கிறது. எல்லோரையும் போல் அவரும் நம்மைப் பார்த்தே அமரட்டும்" என்றாள் தேவி ஈசனிடம்.

மறுநாள் சபையில் சனி எல்லோரையும் போல ஈசனைப் பார்த்தபடி அமர்ந்திருந்தார். அதைப் பார்த்த பார்வதியின் மீது சனி பகவானின் பார்வையும் பட்டது. பிறகு பார்வதி தன் ஆசனத்தில் அமரச் சென்றாள். அங்கே இரண்டு ஆசனங்களில் சிவனும், பிரமனும் ஐந்து தலைகளுடன் அமர்ந்திருந்தனர். யார் சிவன் என்று அறிய முடியவில்லை. பின்னர் தன்னுள் சிவனைத் தியானித்தாள். இதனை உணர்ந்த சிவபெருமான் சனி பகவானைத் திரும்பி அமரும்படிக் கூற அவரும் திரும்பி அமர்ந்தார். உடனே பார்வதிக்கு இருந்த குழப்பமும் நீங்கியது.

"சிவபெருமான் தன் தேவியிடம், சனியின் பார்வை பொல்லாதது. நமக்கே இந்நிலை என்றால் மற்றவர்களைப் பற்றிக் கூறுவானேன். அதனால்தான் சனியை முகத்தைக் காட்டாமல் திரும்பி உட்காரும்படிக் கூறினேன்" என்றார். பார்வதியும் சமாதானமடைந்தாள்.

மறுபடியும் நாரதர் பார்வதியைக் காண வர, பார்வதி விடை பகன்றாள். ஆனால் நாரதர் தன்னால் தானே ஏற்பட்டது என்று கூறி தன்னை மன்னிக்கக் கோரினார். மேலும் சனி பகவானின் பார்வை பற்றித் தெளிவாக தெரிந்து கொண்டதாகக் கூறினார்.

இலங்கை வேந்தன் இராவணன் சிவபெருமானைக் குறித்துத் தவம் செய்து, வரங்கள் பெற்று, தேவர்களையும் நவக்கிரகங்களையும் கூட அடக்கி, தனக்கு ஏவல் செய்யச் செய்தான்.

அவனது அரியாசனத்தில் ஒன்பது படிக்கட்டுகளிலும் ஒரு கிரகம் வீதம் கவிழ்ந்து படுக்கவைத்திருந்தான். அவற்றின் முதுகின் மீது கால் வைத்து அரியாசனம் ஏறிவந்தான்.

இதனால் நாரதர் மனம் நொந்து இந்த அவல நிலைக்கு ஒரு வழி காண

எண்ணினார். அடுத்த முறை இராவணனைக் காணச் செல்லும்போது அவனிடம் அங்குப் படிகளாக படுத்திருப்பவர்கள் யார் என்று கேட்டு அவர்கள் நவக்கிரகங்கள் என்று தெரிந்து கொண்டு அவர்களில் கவிழ்ந்து படுத்திருப்பவர்களில் சனியைக் காட்டி ''அது யார்?'' என்று கேட்டார். அப்போது அந்தப் படியில் படுத்திருந்த சனி பகவான் மெல்லத் தலையைத் தூக்கினான்.

மேலும் நாரதர் இராவணனிடம், ''அவனது இழிநிலை அவனுக்குத் தெரியவில்லை. எனவே, அவனை மட்டும் மேல் நோக்கிப் படுக்கச் சொல்லி, அவன் மார்பில் காலை வைத்து அழுத்தி ஏறிச் செல். அப்போதுதான் அவனுக்குப் புத்தி வரும். அவன் கர்வம் அடங்கும்'' என்றார் .

அதுதான் சரியான தண்டனை என்று மகிழ்ச்சியுடன் இராவணன் சனியனை மல்லாந்து படுக்கச் சொன்னான்.

அப்போதே அந்த சனீஸ்வரனுடைய பார்வை இராவணன் மீதுபட அவனுக்கு அழிவு காலம் தொடங்கியது. இவ்வாறு சனியின் முழுப்பார்வை இராவணன் மீது விழ அவன் அழிந்து போனான்.

மேலும் பல புராண நாயகர்கள் சனி பார்வையால் பாதிக்கப்பட்டனர்.

கிருஷ்ணன் மீது சனி பார்வை

1. ஒரு சமயம் ஸ்ரீ கிருஷ்ணன் பாமா, ருக்மணியுடன் அமர்ந்திருக்க சனி பகவான் உள்ளே நுழைந்தார். பகவானும் அவரை வரவேற்றார்.

அப்போது சனி ''மன்னிக்க வேண்டும். நாளை முதல் தங்களுக்குச் சனி தசை ஆரம்பமாகின்றது'' என்று கூற, சரி என்று கூறி சனியை வழி அனுப்பினார் கிருஷ்ண பரமாத்மா.

இரண்டு நாள் கழித்துச் சனி மறுபடியும் ''சவுக்கியம்தானே'' என்று கேட்டுக் கொண்டு வர, பகவான் கேலியாக ''உன்னுடைய தசை ஆரம்பமாகி விட்டதா?'' என்று கேட்டார்.

அதற்குச் சனி கூறினான், ''நேற்றே தங்களைப் பற்றிக் கொண்டேனே. உலக ரட்சகராகிய தாங்கள் கேவலம் ஒரு பிள்ளைப் பூச்சியாக மாறி சாக்கடையில் போய் ஒளிந்து கொண்டீரே, அது போதாதா, இன்னுமா துன்புறுத்த வேண்டும்'' என்று அனுதாபத்துடன் கூறிவிட்டு அவ்விடம் விட்டகன்றான் சனி பகவான்.

(சனி பொல்லாதவன், வந்தனை செய்தால் மனமிரங்கி அருள் செய்வான். ஐஸ்வர்யங்களையும் தருவான்).

2) இராமபிரான் பதினான்கு ஆண்டுகள் வனவாசம் செய்தார்.

3) பாண்டவர்கள் பன்னிராண்டு ஆண்டுகள் வனவாசமும், ஓராண்டு அஞ்ஞான வாசமும் அனுபவித்தனர்.

சனி தசையின் போதுதான் நளன் புஷ்கரனுடன் சூதாடித் தோற்று நாட்டை இழந்தான்.

அரிச்சந்திரன் மனைவி மகனை விற்று சுடுகாட்டில் வெட்டியானாக இருந்ததும் சனி தசையில்தான்.

சோதிடர்கள் சனியின் பார்வை கொடூரமானது என்கின்றனர். எனினும் பொங்கு சனி, மங்கு சனி, தங்கு சனி என்று மூன்று வகையில் சனியினால் ஏற்படும் பலன் பற்றியும் கூறப்படுகிறது.

9. இராவணன் கயிலாய மலையைப் பெயர்த்தல்

ஒரு சமயம் இராவணன் சிவபெருமானை நோக்கிக் கடுந்தவம் செய்தான்.

ஓமகுண்டம் வளர்த்து அதில் தன் ஒன்பது தலையையும் ஒவ்வொன்றாகக் கொய்து போட்டான். பத்தாவது தலையையும் வெட்ட முயலும்போது சிவன் தோன்றி அவனுக்கு அவன் கேட்ட வரத்தை அளித்தார். அதன்படி இராவணனை மூவுலகிலும் யாவராலும் வெல்ல முடியாது. அவன் தோள்கள் மலை களுக்குச் சமமாயிருக்கும்.

இனி தன்னை யாராலும் வெல்ல முடியாது என்ற ஆணவத்துடன் இருந்த போது, அவ்விடம் வந்த நாரதர், செய்தியை யறிந்து அவன் ஆணவத்தை அடக்க ஓர் உபாயம் செய்தார். அவர் இராவணனிடம், உன்னுடைய தோள் களுக்கு மலையை அசைக்கும் வலிமை உண்டா என்று சோதித்துப் பார்க்க வேண்டாமா?'' என்றதும் அவன் அவர் சொன்னதை கேட்டுச் சிரித்து அதற்கான வழியையும் கூறும்படி நாரத முனிவ ரிடமே கேட்டான். அப்போது நாரதர், 'பெரிய மலையான கயிலையையே அசைத்துப் பார்க்கலாமே'' என்று யோசனை கூற, இராவணன் கயிலையை நோக்கிப் புறப்பட்டான். மலையின் அடிவாரத்தை அடைந்ததும் இருபது கைகளையும் பூமியில் வைத்துக் கைலயங்கிரியைப் பெயர்க்க முனைந் தான். உச்சியில் அமர்ந்திருந்த பார்வதி அஞ்சி பரமசிவனை அணைத்துக் கொண்டாள்.

ஞானப் பார்வையால் எம்பெருமான் நடப்பதென்ன என்று அறிந்து கொண் டார். ''இராவணன் ஆணவத்தால் அறிவை இழந்து என்னிடமே நான் அளித்த வரத்தைச் சோதித்துப் பார்க்கி றான். பார் அவன் கதியை'' என்று தேவியிடம் கூறியவாறே கால் கட்டை விரலை அழுத்த மலை அசைவு நீங்கி நேராக நின்று விட்டது.

மலையின் அடியில் இராவணன் கைகள் சிக்கிக் கொள்ள அவன் சக்தி வீணாகி ஆணவம் அழிந்தது. இராவணன் கண் கலங்கினான். அப்போது அங்கு வந்த நாரதரிடம் தன் அவல நிலையைக் கூறி, அதிலிருந்து மீளும் வழியைக் கூறுமாறு வேண்ட, பின்னர் நாரதர் வீணையை மீட்டி சாமவேதத்தை இசை யுடன் பாட, அந்த உருக்கமான இனிய இசையில் மயங்கிய சிவபெரு மான் அழுத்தியிருந்த கட்டை விரலை நகர்த்த இராவணன் கைகள் விடுபட ஈசன் அவன் முன்பு தோன்றினார்.

''இலங்கை வேந்தே! என்னிடமே உன் ஆணவத்தைக் காட்டத் துணிந்தாய். போர்க் களத்தில் உனது பத்துத் தலைகளையும் அறுத்துத் தள்ளி உன்னை வதைக்கப் போகும் புருஷன் அவதரிப் பான்'' என்று கூறி மறைந்தார்.

அவ்வாறே இராமாவதாரத்தில் இராமன் இராவணனைக் கொன்றான்.

10. இராவணன் பெற்ற ஆத்மலிங்கம்

சிவபக்தனான இராவணனன் சிவனிடம் இருந்து ஆத்மலிங்கத்தைப் பெற்று இலங்கையில் வைத்துவிட்டால் தன்னை யாரும் எதுவும் செய்யமுடியா தென்று எண்ணி அவன் சிவனைக் குறித்துக் கொடூர தவம் செய்தான்.

தேவர்கள் இதை எப்படியாவது தடுத்து நிறுத்த எண்ணி நாரதரிடம் கூற, அனைவரும் கூடித் திருமாலிடம் இதைத் தெரிவித்தனர்.

இராவணன் தவத்தால் மனம் குளிர்ந்த ஈசன், இராவணன் முன் தோன்றி, ''என்ன வேண்டும்?'' என்று கேட்க, அவன் விஷ்ணு மாயையால் மனம் மாறி பார்வதியைத் தனக்குக் கொடுக்குமாறு கேட்டு பெற்று, தேவி பின் தொடர அவன் இலங்கை நோக்கி பயண மானான்.

நடுவில் நாரதர் ஒன்றும் அறியாதவர் போல் பார்வதியின் செயலுக்குக்

காரணம் கேட்க, அவளும் நிகழ்ந்த வற்றைக் கூறினாள். அப்போது நாரதர் இராவணன் ஆத்மலிங்கத்திற்காகத் தவம் புரிந்தான். விஷ்ணு மாயையால் பார்வதியைக் கேட்டு பெற்றதாகக் கூற, பார்வதியும் கோபம் கொண்டு ''ஸ்ரீ ஹரி மனிதனாகப் புவியில் பிறக்கும்போது அவன் மனைவியையும் இதே இராவணன் தூக்கிச் செல்வான்'' என்று சபித்தாள். அதனைப் பயன்படுத்திக் கொண்டார்.

இலங்கை சென்ற பின் மாயை விலக இராவணன் பார்வதி தேவியை விடு வித்து அனுப்பி வைத்தார்.

மறுபடியும் தவம் ஆற்றி, சிவனிடம் ஆத்மலிங்கத்தைப் பெற்றுப் புறப்பட்டு விட்டான் இலங்கைக்கு.

இப்போது தேவர்கள், நாரதருடன் கூடி தங்களுக்கு உதவ விநாயரை வேண்டினர். அவரும் சரி என்று ஒப்புதல் அளித்து விட்டார்.

இரண்டு கைகளிலும் ஆத்ம லிங்கத்தை ஏந்திச் சென்ற இராவணன் மாத்யாஹ்னிகம் செய்ய வேண்டி வந்தது. எனவே ஆத்ம லிங்கத்தை யாரிடமாவது கொடுத்து வைத்து மத்தியான கர்மாவை முடித்துவிட்டு மீண்டும் பெற்றுக் கொள்ளலாம் என்று யாரேனும் கிடைப் பார்களா என்று சுற்றும் முற்றும் பார்த்தான்.

அங்கே ஓர் ஆட்டிடையன் காணப்பட அவனிடம் ஆத்மலிங்கத்தைக் கொடுத்து, அதனைக் கீழே வைக்காமல் தான் திரும்பி வந்தவுடன் கொடுக்குமாறு கூறிச் சென்றான்.

ஆத்மலிங்கத்தை அளித்தபோதே ஈசன் லிங்கத்தை எங்கும் கீழே வைக்கக் கூடாதென்றும், அப்படி வைத்து விட்டால் திரும்பவும் எடுக்க முடியா தென்றும் கூறியிருந்தார்.

இப்போது ஆட்டிடையன் இராவண னிடம் ''நான் மும்முறை அழைப்பேன். அதற்குள் வராவிட்டால் கீழே வைத்துச் சென்று விடுவேன்'' என்ற நிபந்தனை யுடன் லிங்கத்தை எற்றுக் கொண்டான், ஆட்டிடையனாகத் தோன்றிய கணபதி.

ஆட்டிடையன் மும்முறை கூவி அழைத்தும் இராவணன் வராததால் நிபந்தனையின்படி ஆத்மலிங்கத்தைக் கீழே வைத்துவிட்டான்.

இராவணன் மோசம் போனான். லிங்கம் அங்கேயே நிலைத்துவிட்டது. அந்த இடமே இன்று 'கோகர்ணம்' எனப் படுகிறது.

11. ஓர் எழுத்தில் சூக்குமம் - கும்பகர்ணன் உளறல்

சப்த ரிஷிகளின் சாபத்தால் உலகில், திருமாலின் துவாரபாலகர்களாகிய ஜயன், விஜயன் இருவரும் மூன்று பிறவிகள் எடுத்தனர். அவர்கள் எடுத்த ஜனனங்கள் *1)* இரணியாக்ஷன், இரணிய கசிபு *2)* இராவணன், கும்பகர்ணன் *3)* சிசுபாலன், தந்தவக்கிரன்.

கும்பகர்ணன் இராவணனைப் போலவே தவம் புரிந்து வரங்கள் பெற விரும்பினான். அவன் பிரம்ம தேவரைக் குறித்துத் தவம் செய்ய பிரமன் அவன் முன் தோன்றி, ''என்ன வரம் வேண்டும்'' என்று கேட்டார்.

கும்ப கர்ணன் மனதில் 'நித்யத்வம்' (அதாவது அழிவின்றி நிலைத்து நிற்பது) என்று கேட்க எண்ணினான். ஆனால் நாரதரின் சூழ்ச்சியால் நா பிறழ்ந்து 'நித்ரத்வம்' என்று கேட்டான். (அதாவது தூங்கிக்கொண்டே இருத்தல். இந்த 'நித்யத்வம்' என்ற வார்த்தையைச் சொல்லிக் கொடுத்தவர் நாரதர்)

அதிலிருந்து கும்பகர்ணன் எப்போதும் தூங்கிக் கொண்டிருக்க, அது ஆறுமாத மாகக் குறைந்தது.

எனவே, அரக்கர்களின் தவறுகளைத் திருத்தி அவர்களுக்கு எதிராகவும், தேவர்களுக்கு உதவியாகவும் அவ்வப்போது நாரதரே உதவி வந்தார்.

12. வால்மீகி என்ற வேடன்

ஒரு சமயம் நாரதர் ஒரு காட்டு வழியே வந்து கொண்டிருந்தார். அப்போது ஒரு முரட்டு வேடன் அவரை வழிமறித்து அவரிடமுள்ள பணம், பொருள் ஆகிய வற்றைக் கொடுத்துவிடுமாறு மிரட்டினான்.

நாரதர் தான் திரிலோக சஞ்சாரி, பிரம்மச்சாரி. தன்னிடம் உள்ளது வீணை ஒன்றுதான் என்று கூற, வேடன் அவரை நம்பி விடுவதாக இல்லை.

நாரதர் அவனை எவ்வாறு மடக்கலாம் என்று யோசித்தார். வேடனிடம் மெது வாய் பேச்சு கொடுத்தார். அவன் யார்? அவன் எத்தனை நாட்களாகக் கொள்ளை அடிக்கிறான்? ஏன்? மற்றும் அவன் கொலை செய்வதும் உண்டா? என்றெல்லாம் கேள்வி மேல் கேள்வி கேட்டார்.

வேடனும் சளைக்காமல் பதில் கூறினான். "வேட்டையில் மிருகங்கள், பறவைகள் கிடைக்காதபோது வழிப் போக்கர்களிடம் கொள்ளை அடிப்பதாகவும், பொருள் கொடுக்காமல் வம்பு செய்தால் சில சமயம் கொலை செய்வதும் உண்டு" என்றான்.

அப்போது "இத்தனையும் பாவச் செயல்கள் - இவற்றை ஏன் செய்கிறாய்?" என்று கேட்க, வேடன் தன் மனைவி, மக்களுக்காகவே இக்காரியங்களைச் செய்வதாகக் கூறினான்.

"அப்படியானால் இப்பாவச் செயல் களில் அவர்களுக்கும் பங்கு உண்டு அல்லவா!" என்று கேட்ட நாரதர்க்கு "அவர்களும் ஏற்றுத்தானே ஆக வேண்டும்" என்று கூற நாரதர், "அதனை நீ சொன்னால் போதாது. மனைவி மக்களிடம் கேட்டு அவர்கள் என்ன சொல்கிறார்கள் என்பதை அறிந்து வா" என்று கூற, அவனும் வீடு சேர்ந்தான்.

அப்போது வேடன் மனைவி, "என்னையும், மக்களையும் காப்பாற்ற வேண்டியது உன் கடமை. அது பாவத்தினால் வந்தது என்றால் அதன் பலாபலன் களை நீயே அனுபவிக்க வேண்டும்" என்று கூறினாள்.

இதைக் கேட்டு அதிர்ச்சியுற்ற வேடன் நாரதரிடம், திரும்பி வந்து நடந்த வற்றைக் கூற, நாரதர், "வேடா, பாவத் தின் பலாபலன்களை அவரவர்தான் அனுபவிக்க வேண்டும். எனவே, யாருக் காகவும் பாவம் செய்யக் கூடாது. செய்தால் பாதிப்பு செய்தவருக்கே" என்று கூறி அவன் கண்களைத் திறந்து விட்டார்.

பின்னர் நாரதன் வேடனிடம், "ராம நாமத்தை உச்சரித்து வந்தால் பாவம் விலகி எல்லா நலனும் உண்டாகும்" என்றார்.

வேடன் அவரை விடுவித்து அவர் சொல்லியபடி அருகிருந்த மாமரத்தின் அடியில் அமர்ந்து கண் மூடியபடி பல காலம் ராமநாமத்தை ஜபித்து வந்தான். அவன் மீது புற்று மூடியது. அந்தப் புற்றிலிருந்து ராமநாம ஜபப் பலனாக அவன் 'வால்மீகி ரிஷி' ஆனான்.

(வல்மீகம் - புற்று, எனவே 'வால்மீகி' என்று பெயர்)

13. வால்மீகி ராமாயணம் இயற்றுதல்

'வல்மீகம்' என்ற புற்றிலிருந்து வெளிவந்த வால்மீகி முனிவர் சிறந்த ரிஷியானார். அவருடைய மனம் ஒரு நாள் அமைதி இழந்து கிடந்தது. உலகில் மக்களின் அவல நிலையினால் அவர் பாதிக்கப்பட்டார்.

அவ்வமயம் நாரதர் அவர் முன் தோன்ற, முனிவர் நாரதரை மகிழ்ச்சியுடன் வரவேற்றார். எனினும் அவர் அகத்தின் வேதனையை முகத்தில் கண்ட நாரதர், அதற்கான காரணம் என்ன என்று கேட்டார். வால்மீகி தன் மனவேதனையை விவரித்தார்.

அப்போது நாரதர், ''உலகில் குண நலன்கள் ஒருங்கே அமைந்த ஒரு புருஷன் இருக்கிறான். அவனே தசரத குமாரன் இராமன்'' என்றார். வால்மீகி அந்த இராமனின் வரலாற்றைக் கூறுமாறு வேண்டிட, நாரதர் இராமன் கதைச் சுருக்கத்தைக் கூறி வால்மீகியை மகிழ்வித்தார்.

நாரதர் வால்மீகியிடம் இராமர் வரலாற்றை ஒரு காவியமாகப் பாடுமாறு கூறிச் சென்றார். அதுவே இராமாயணம் என்னும் காவியம். அதனைப் பாடிய வால்மீகியே 'ஆதி கவி' எனப்படுகிறார்.

இராமாயணத் தோற்றம்

ஒருநாள் வால்மீகி தமசாநதியில் நீராடச் சென்றார். அங்கு மரக்கிளையில் இரண்டு கிரௌஞ்சப் பறவைகள் கொஞ்சி குலாவி மகிழ்ந்து இருந்தன. அச்சமயம் அங்கு வந்த ஒரு வேடன் அவற்றின் மீது அம்பு எய்ய அது ஆண் பறவை மீது தைக்க, அது துடிதுடித்துக் கீழே விழுந்து இறந்தது. பெண் பறவை ஆண் பறவையின் பிரிவைத் தாங்காது கூவிக் கொண்டிருந்தது.

அந்த வேடன் மீது கோபம் கொண்ட வால்மீகி அவனைக் கடுஞ்சொற்களால் தூற்றினார். அச்சொற்கள் ஓர் இனிமையானக் கவிதையாக வெளிப்பட்டது.

அச்சமயம் அங்கு பிரம்மதேவர் தோன்றிட முனிவர் அவரை வணங்கினார். அப்போது பிரமன், ''வால்மீகி, தாங்கள் வேடனைச் சாடி கூறியவை அனைத்தும் ஒரு சுலோகம். அதைத் தொடர்ந்து இராமாயணத்தைப் பாடி முடியுங்கள்'' என்று ஆசி கூறி மறைந்தார்.

வால்மீகி இராமாயணத்தைப் பாடி முடித்தார்.

14. பாரிஜாத மரமும், மலரும்

ஒரு சமயம் தேவலோகம் சென்றிருந்த நாரதருக்கு தேவேந்திரன் ஒரு பாரிஜாத மலரைக் கொடுக்க, அதை அவர் எடுத்து வந்து கிருஷ்ணனிடம் தர, அதனைக் கிருஷ்ணன் தன் கையாலேயே ருக்மிணிக்குத் தலையில் சூட்டினார்.

அடுத்து சத்தியபாமையின் இல்லம் சேர்ந்த நாரதர் பாமாவிடம் நடந்தவற்றைக் கூறி அவள் மனதில் அசூயையை உண்டாக்கினார்.

சற்று நேரம் கழித்து பாமாவின் இல்லம் வந்த கிருஷ்ணனை பாமா தக்க முறையில் வரவேற்காமல் அழுத வண்ணம் கோபமாகப் படுத்திருந்தாள். அவளைச் சமாதானப்படுத்தி எழுப்பி காரணத்தை அறிந்துகொண்டு பாமாவின் இல்லத்திற்கு பாரிஜாத மரத்தையை கொண்டு வந்து தருவதாக வாக்களித்தார்.

நரகாசூரன் வதத்திற்குப் பின் இந்திரனுக்கு உதவிய கிருஷ்ணன் இந்திரனிடம் பாரிஜாத மரத்தைக் கேட்டுப் பெற்றுவர நாரதரை அனுப்ப, அவன் மறுத்திட இந்திரனுக்கும் கிருஷ்ணனுக்கும் மரத்துக்காக போர் நிகழ்ந்தது. காசிப முனிவர் அறிவுரைப்படி பாரிஜாத மரத்தைத் துவாரகைக்கு அனுப்பி வைத்தான் இந்திரன்.

மரம் பாமாவிற்குக் கிடைத்தது பற்றி மனமகிழ்ந்த அவள் மலர்கள் அருகே ருக்மிணி வீட்டில் குவிவது பற்றி திரும்பவும் கோபம் கொண்டாள். ருக்மிணிமீது பொறாமையும் ஏற்பட்டது.

மறுநாள் கிருஷ்ணன் பாமாவுடன் ருக்மிணியின் வீட்டிற்குச் சென்றார். ருக்மிணி அகமகிழ்ந்து வரவேற்றாள். ருக்மிணி உள்ளே சென்று தொடுத்து வைத்திருந்த பாரிஜாத மலர் மாலையை எடுத்து வந்து கிருஷ்ணனுக்குச் சூட்டி மகிழ்ந்தாள்.

அப்போது கிருஷ்ணன் ருக்மிணியிடம் ''எல்லா மலர்களையும் எனக்கே சூட்டிவிட்டாயே? உனக்கு எங்கே?'' என்று கேட்டார்.

அதற்கு ருக்மிணி ''என்னையே பகவானுக்கு அர்ப்பணித்துவிட்ட பிறகு எனக்கென்று வேறு எதற்கு? பகவான் மகிழ்ச்சியே எனக்கு நிறைவைத் தருகிறது'' என்றாள்.

இதைக் கேட்டு சத்தியபாமா வெட்கித் தலை குனிந்தாள். பாமா மலரைத் தானே சூடி மகிழ நினைத்தாள். மலர் கிடைப்பது அரிதாயிற்று. அதனை பகவானுக்கே அர்ப்பித்தாள் ருக்மிணி. எனவே தான் முயற்சி இல்லாமலேயே மலர் ருக்மிணிக்குக் கிடைத்தது. பாமா முயன்றும் அவளால் பெற முடிய வில்லை.

அப்போது சத்தியபாமா தன்னை மன்னித்து விடுமாறு வேண்டி கிருஷ்ணன் பாதங்களில் விழுந்து வணங்கினாள். பாமாவின் மனத்தில் இருந்த துவேஷம் நீங்கியது பற்றி மகிழ்ச்சியைத் தெரிவித்தார் கண்ணன். அன்று முதல் தன் வீட்டில் விழும் பாரிஜாத மலர்களைப் பறித்து ருக்மிணிக்குக் கொடுத்து வந்தாள்.

ஒருநாள் நாரதர் சத்தியபாமாவின் இல்லத்திற்கு வர பாமா அவரை வரவேற்று, வணங்கி கண்ணனின் அன்பு காரணமாக பாரிஜாத மரம் கிடைத்தது என்று கூறி மலர்களைக் கொண்டு அவர் பாதங்களில் அர்ச்சித்தாள்.

அப்போது நாரதர் பாமாவை பாக்கியவதி என்றும் அவள் முற்பிறவி யில் செய்த புண்ணியத்தினால் கிருஷ்ணனைப் பெற்று இருப்பதாகவும் கூறினார். பாமா முற்பிறவியில் கார்த்திகை ஏகாதசி விரதம் இருந்து, துளசிச் செடியை வைத்து வளர்த்து வழிபட்டு வந்ததன் பலனாகவே இப் பிறவியில் பகவானை அடைந்திருப்ப தாகவும் கூறினார். பாரிஜாத மரமும் அதனாலேயே கிடைத்தது. கணவன் அன்பு நிலைத்திருக்க துலாபாரம் போட்டுத் தானம் செய்வாயாக என்று நாரதர் பாமாவுக்கு அறிவுறுத்தினார்.

அப்போது பாமா அந்தத் துலாபார தான விவரம் பற்றி கேட்க, நாரதர் அது பற்றி விவரித்தார்.

''கிருஷ்ணனை ஒரு தராசுத் தட்டில் அமர்த்தி அவர் எடைக்குப் பொன் வைத்து அதனைத் தானம் செய்தால் அப்படிச் செய்பவரை விட்டுப் பிரியாமல் கிருஷ்ணன் இருப்பார்'' என்று கூற, சத்தியபாமா அதற்கான முயற்சியில் ஈடுபட்டாள். மேலும் அந்தத் தானத்தைப் பெறும் தகுதி நாரதருக்கே உண்டு என்றும், அதனை ஏற்க வேண்டும் எனவும் பிரார்த்தித்தாள். இதில் நாரதர் சூழ்ச்சியை அவள் அறியவில்லை.

குறிப்பிட்ட நாளில் தராசுத் தட்டில் பகவானை அமர வைத்து, அவர் எடைக்கு பொன்னை மற்றொரு தட்டில் வைக்குமாறு தனது பணிப்பெண்களுக்கு ஆணை இட்டாள். அவள் மனதில் கிருஷ்ணன் எடைக்கு மேல் பொருள் இருப்பதாகக் கர்வம் இருந்தது.

அப்போது நாரதர் சூழ்ச்சியால் எவ்வளவு பொன்னை வைத்தும் கிருஷ்ணன் எடைக்கு அவை சரியாக இல்லை. என்ன செய்வதென்று அறியாமல் விழிக்க, மற்ற கிருஷ்ண பத்தினிகள் அவளையும், அவள்

துலாபாரம் செய்ய முற்பட்டதையும் பற்றி ஏசலாயினர். கடைசியில் ருக்மிணி யால் ஏதாவது செய்ய முடியுமா என்று எல்லோரும் எண்ணி சத்திய பாமாவை ருக்மிணியிடம் சென்று வேண்டிக் கொள்ளுமாறு சொல்ல வேறு வழியின்றி சத்தியபாமா ருக்மிணியைப் பிரார்த்தித் தாள்.

உடனே ருக்மிணி அங்கு வந்து தட்டில் உள்ள பொருள்களை எல்லாம் அகற்று மாறு கூறி கிருஷ்ணனை முழு மனதுடன் தியானித்து அவன் அருள் வேண்டி துளசி தளங்களை அத்தட்டில் வைக்க தட்டிரண்டும் சமமாயிற்று.

தவறை உணர்ந்த பாமா தலை குனிந்தாள். அப்போது நாரதர், ''எந்தப் பக்தையின் பக்தியினாலும், செயலி னாலும் துலாபாரம் நிறைவேறியதோ அவருக்கே கிருஷ்ணன் சொந்தம்'' என்றார்.

15. கிருஷ்ணாவதாரத்தில் இராமன்

ஒரு சமயம் நாரதர் துவாரகைக்குக் சென்றார். ''நாராயணா நாராயணா'' என்று உச்சரித்தபடி, கிருஷ்ணன் மாளிகைக்குள் நுழைந்தார். ஏதோ சிந்தனையில் ஆழ்ந்திருந்த கிருஷ்ணன் நாரதரை வரவேற்றார். நாரதர் கிருஷ்ணனிடம் அவர் மனதில் உள்ள சிந்தனையைப் பற்றிக் கேட்க, கிருஷ்ணன் அண்ணன் பலராமன், சத்தியபாமா இருவரைப் பற்றியதே என்றார். மேலும் பலராமன் தன்னை யாராலும் வெல்லமுடியாதென்றும், சத்தியபாமா தனக்கு மிஞ்சிய இளமை, அழகு உடையவர் யாருமில்லை என்றும் கர்வம் கொண்டுள்ளனர். மேலும் கருட னுடைய கொட்டத்தையும் அடக்க வேண்டும் என்றார். அதற்காக உங்கள் ஒத்துழைப்புத் தேவை என்றார் கிருஷ்ணன். ''பரந்தாமா, ஆணையிடுங் கள். காத்திருக்கிறேன்'' என்றார் நாரதர்.

பகவான் சொன்னார், ''நான் முன்னம் அனுமனிடம் துவாபர யுகத்தில் கிருஷ்ண வதாரத்திலும் அவனுக்கு இராமனாகக் காட்சி தருவதாக வாக்களித்துள்ளேன். அதை நிறைவேற்ற உன் உதவி தேவை'' என்று கூறி, உடனே கருடனை அழைத்து வரச் சொன்னார்.

நாரதர் கருடனுடன் வர, கருடனிடம் கிருஷ்ணன், ''வைனதேயா! இவ்வூர் எல்லையில் ஒரு குரங்கு வந்துள்ளது. அதன் தொல்லை தாங்க முடியவில்லை. நீ சென்று அதனைப் பிடித்து வா'' என்றார்.

கருடன், ''ஒரு குரங்கைப் பிடிக்க நான் செல்ல வேண்டுமா?'' என்று சிறிது மமதையுடன் கேட்க, ''வீரர்கள் சென்று அதைப் பிடிக்க முடியாமல் திரும்பி விட்டதால்தான் உன்னை அனுப்பு கிறேன்'' என்றார் கிருஷ்ணன். பின்னர் நாரதரிடம், கருடனை அந்தக் குரங்கிடம் கூட்டிச் சென்று வாரும்'' என்றார்.

கருடன் அனுமாரிடம் சென்று வீரவசனம் பேசி, ராமநாம ஜபத்தில் இருந்த அவனைப் பற்ற முயற்சிக்கை யில் அனுமார் கருடன் கன்னத்தில் ஓர் அறை விட அவன் மூர்ச்சித்து விழுந் தான். கருடன் சிறிது நேரம் கழித்து மெது வாக எழுந்துத் திரும்பிப் பார்க்காமல் கிருஷ்ணனிடம் வந்து சரணாகதி செய்தான்.

அப்போது கிருஷ்ணன் ''கருடா! பயப்படாதே! நீ சென்று 'இராமன் பட்டாபிஷேகக் காட்சி தருகிறார். உங்களை அழைத்து வருமாறு சொன்னார்' என்று கூறி அழைத்து வா'' என்றார். ''அய்யோ திரும்பவும் நான் சென்று மற்றொரு அறை வாங்கினால் என் உயிர் போய்விடும்'' என, ''அனுமார் உன்னை ஒன்றும் செய்யமாட்டார்'' என்றார்.

ஏற்கெனவே பலராமர் சேனையுடன் சென்று அனுமான் முன் நிற்க முடியாமல் தோற்று வந்தவர், அனுமார் வருகிறார் என்றறிந்து மிகுந்த அச்சம் கொண்டு கிருஷ்ணனிடம் தெரிவிக்க, கிருஷ்ணன் தான் அளிக்கப்போகும் இராமவதார காட்சி பற்றிக் கூறி அவரை லக்ஷ்மணனாக மாற்றினார். பலராமனில் 'பல' நீக்குமாறு கூறினான் அனுமான்.

இனி சீதைக்கு ஏற்பாடு செய்ய நாரதரிடம் சொல்லி அனுப்பினார். அவர் சத்தியபாமாவிடம் சென்று அவளை சீதையாக வருமாறு கூறிட அவள் தன்னை மிக்க அழகியாக, பட்டத்து ராணியாகப் புறப்பட்டு வந்தாள். அதைக் கண்ட கிருஷ்ணன், 'இராமன் சீதையை இந்த அலங்காரத்திலா கண்டான்' என்று கூற, அவள் வெட்கி திரும்பவும் அசோக வனத்துச் சீதையாக அலங்கோலமாக வந்தாள். இதைக் கண்டும் அதிருப்தியைக் காட்டி கிருஷ்ணன் நாரதரிடம் ருக்மிணியைச் சீதையாக வரச்சொல்லி நாரதரை அனுப்ப, அவள் நாரதரிடம் தான் இருந்த நிலையிலேயே புறப்பட்டாள். மேலும் பகவானே தன்னை எப்படி வேண்டுமோ அப்படிச் செய்யட்டும் என்றாள்.

ருக்மிணி வந்தவுடன் அவளைச் சீதையாக்கி, பலராமனை லக்ஷ்மணனாக்கி, தான் இராமனாக மாறி அனுமானுக்கு இராமவதாரக் காட்சி தந்தார் பகவான்.

இதற்குள் அனுமார் இச்செய்தி அறிந்து கருடனையும் நாரதரையும் தன் தோள் மீது சுமந்து கொண்டு வேகமாய் வந்து இராமர் காட்சியைக் கண்டு மகிழ்ச்சி உற்றார்.

இதன் மூலம் கிருஷ்ணர் கருடன், பலராமன் ஆகிய இருவருடைய பலவான் என்ற ஆணவத்தையும், சத்திய பாமாவின் கர்வத்தையும் அடக்கினார். பாமாவும் ருக்மிணியை சீதையாகக் கண்டு மகிழ்ந்தாள்.

16. பஸ்மாசுரன் பெற்ற வரம்

சகன் என்ற அசுரனின் மகன் பஸ்மாசுரன். முனிவர்களுக்கும் தேவர்களுக்கும் பலவித தொல்லைகள் கொடுத்து வந்தான்.

ஒருநாள் நாரதர் தேவலோகம் செல்ல அங்கு தேவர்கள் நாரதரை வணங்கி பஸ்மாசுரன் அழிவுக்கு ஓர் உபாயம் செய்ய வேண்டினர். அவர்களிடம் 'அஞ்சாதீர்கள்' என்று கூறி பஸ்மாசுரனைக் காண வந்தார். பஸ்மாசுரன் நாரதரை வரவேற்று உபசரித்தான்.

அப்போது நாரதர் அசுரனிடம் "உன் முன்னோர்களைப் போல் கவுரமாய் வாழ ஈசனைக் குறித்துத் தவம் செய்து வரங்கள் பெறு" என்று அறிவுரை கூறினார்.

அப்போது பஸ்மாசுரன் "யாரை நோக்கித் தவம் இருப்பது, என்ன வரம் கேட்பது?" என்று நாரதரையே கேட்டான்.

அதற்கு நாரதர் "சிவபெருமானை நோக்கித் தவமிருந்து, 'நீ யார் தலையில் கை வைத்தாலும் அவர்கள் சாம்பலாகும் படி' வரம் பெற வேண்டும்" என்றார்.

உடனே பஸ்மாசுரன் சிவனைக் குறித்துக் கடுந்தவம் செய்ய, சிவ பெருமான் அவன் முன்தோன்றி அவன் கேட்டவாறே அவன் யார் தலையில் கை வைத்தாலும் அவர்கள் எரிந்து சாம்பலாவார்கள் என்று வரம் அளித்தார்.

அப்போது பஸ்மாசுரன், ஈசன் கொடுத்த வரத்தை அவரது தலையிலேயே கை வைத்துச் சோதனை செய்ய முனைந்தான். உடனே சிவபெருமான் அவனுக்குப் பயந்து ஓட, அவன்

அவரைப் பின்தொடர்ந்தான். ஈசன் தப்பித்துக் கொள்ள ஐவேலங் காட்டினுள் மறைந்து கொண்டார். அவர் கொடுத்த வரம் பலிக்கும் என்ற நம்பிக்கையுடன் தன் இருப்பிடம் திரும்பினான்.

இஃதறிந்த நாரதர் வைகுந்தம் சென்று நடந்ததைக் கூறிச் சிவனாரைக் காப்பாற்ற வேண்டினார். பரந்தாமன் சம்மதித்து, மோகினியாக உருவெடுத்து பஸ்மாசுரன் இருக்குமிடம் வந்து சேர, அவன் மோகினியின் அழகில் மயங்கி அவளை அடைய விரும்பினான்.

மோகினியும் அதற்குச் சம்மதித்து அவனை நீரில் மூழ்கித் தூய்மையாக வருமாறு கூற அவன் தன் கையை நீராடும்போது தலை மீது அறியாமலே வைத்துக் கொள்ள எரிந்து சாம்பலானான்.

சில புராணங்களில் பஸ்மாசுரன் மோகினியுடன் நடனமாட மோகினி தன் தலை மீது கை கொண்டு செல்ல, அவனும் அவ்வாறே செய்து எரிந்து சாம்பலானான் என்றும் சொல்லப் படுகிறது.

பின்னர் மோகினி வடிவில் இருந்த நாராயணன் ஈசன் ஒளிந்திருந்த ஐவேல மரத்திற்கு வந்து நடந்ததைக் கூற, ஈசன் வெளியே வந்தவர் மோகினியின் அழகில் மயங்கி தன்னை இழந்து கட்டித் தழுவ அதன் பலனாய் ஹரிஹர புத்திரனான ஐயப்பன் தோன்றினான்.

17. சத்வகுண மூர்த்தி - ஸ்ரீமந் நாராயணன்

ஒரு சமயம் முனிவர்கள் ஒன்று கூடி காசியப முனிவரின் தலைமையில் பெரிய வேள்வி ஒன்றை நடத்திக் கொண்டு இருந்தனர். அவ்வமயம் அங்கு வந்த நாரதர் வேள்வியின் சிறப்பைக் கண்டு பாராட்டிப் பேசினார். ஆனால், இடையிலே ஓர் ஐயப்பாட்டை எழுப்பினார் அவர். அத்தகைய சிறப்பான வேள்வியில் அவிர்ப்பாகத்தை யாருக்குக் கொடுக்கப் போகிறார்கள் என்று கேட்க, காசியப முனிவர் மும்மூர்த்திகளில் ஒருவருக்கு என்றார். அந்த ஒருவர் யார் என்பதை முடிவு செய்து விட்டீர்களா என்று கேட்க, "சத்வகுணம் உடைய வர்க்கே அவிர்ப்பாகம்" என்றார்.

இப்போது மூவரில் சத்வகுணமுடையவர் யார் என்று முடிவு செய்ய ஆலோசித்து அதனை அறிந்து வரக் கூடியவர் பிருகுமுனிவரே என்று கூற, அதை அறிய புறப்பட்டார் பிருகு முனிவர்.

அவர் முதலில் பிரம்மனின் சத்ய லோகம் சென்றார். அங்கு பிரம்மன் சாவித்திரி, காயத்திரி, சரசுவதி மற்றும் தேவர்களுக்கு உபதேசம் செய்து கொண்டிருந்தார். பிருகு வந்ததை அவர் கவனிக்கவில்லை. பிருகு சிறிது நேரம் அங்கே ஆசனத்தில் அமர்ந்திருந்தும் பிரம்மன் தன்னைக் கண்டு கொள்ளாதது குறித்து கோபம் கொண்டு, "பூலோகத்தில் பிரம்மனுக்கு எங்கும் கோயில்கள் இல்லாமல் போகும் என்றும், அவரை யாரும் தனியாகப் பூசிக்க மாட்டார்கள்" என்றும் சாபம் கொடுத்து விட்டுக் கயிலாயம் சென்றார் முனிவர்.

பிருகு கைலாயம் சென்றபோது சிவபெருமான் பார்வதி மகிழ்ச்சியுடன் உரையாடிக் கொண்டிருந்தனர். எனவே பிருகு வந்ததை அறியவில்லை. எனினும் பார்வதி கவனித்துவிட்டு எழுந்து சிவனிடம் முனிவர் வருகையைக் குறிப்பால் உணர்த்தினாள். அப்போது பரமன் தவத்தில் சிறந்த அவருக்கு நடைமுறை தெரியவில்லை என்றும், தம்பதிகள் உரையாடிக் கொண்டிருக்கும் போது முன்னறிவிப்பின்றி வந்தது சரியில்லை என்றும் குறை கூறினார்.

இதனால் கோபமுற்ற பிருகு முனிவர் ''பரமனுக்கு உருவ வழிபாடு இருக்காது மக்கள் லிங்கத்தையே பூசிப்பர்'' என்று சாபமிட்டு வெளியேறினார்.

கடைசியாக பிருகு முனிவர் ஸ்ரீமந் நாராயணனின் வைகுந்தம் சென்றார். அங்கு பகவான் லக்ஷ்மியுடன் தனிமையில் இருந்தார்.

இங்கும் அவர் வரவு உடனே நிகழவில்லை. எனவே கோபமுடன் ''பரந்தாமா'' என்று உரக்கக் குரல் கொடுத்தார். குரல் கேட்டவுடன் மகாலக்ஷ்மி அவர் பக்கம் திரும்பிப் பார்க்க, திருமாலும் கண் விழித்துப் பார்த்தார். தன்னை வேண்டும் என்றே பரந்தாமன் உதாசீனம் செய்தார் என்று எண்ணி முனிவர் மாதவன் அருகில் சென்று அவர் மார்பில் உதைத்தார். உடனே லக்ஷ்மி கோபம் கொண்டாள். பகவான் முனிவருக்குச் சாபம் கொடுப்பார் என்று எண்ணினாள்.

ஆனால் ஸ்ரீமந் நாராயணன் பதறியவாறே எழுந்து பிருகுவின் திருவடிகளைப் பற்றி ''இவை வலித்திருக்குமே'' என்று கூறி அவர் பாதத்தில் இருந்த ஒற்றைக் கண்ணைத் தோண்டி எடுத்துத் தூர எறிந்து விட்டார். (பிருகுவின் ஆணவத்துக்கு அந்த கண்ணே காரணமாகும்) இதனால் முனிவர் கோபம் தணிந்தது; ஆணவம் அழிந்தது.

பின்னர் முனிவர் தான் வந்த காரணத்தையும் சத்யலோகம், கயிலாயம் இரண்டிலும் என்ன நடந்தது என்பனவற்றையும் கூறி அவரே மும்மூர்த்திகளில் சிறந்தவர்; சத்வ குணமுடையவர் என்று கூறித் தன்னை மன்னிக்குமாறு வேண்டினார்.

பின்னர் முனிவர்கள் வேள்வி செய்து கொண்டிருந்த யாக சாலைக்கு வந்து நடந்தவற்றை விளக்க எல்லோரும் ஏகமனதாக ஸ்ரீமந் நாராயணனே சத்வகுணம் உள்ளவர் என்று ஏகமனதாக முடிவெடுத்து அவருக்கே அவிர்ப்பாகம் அளிக்கப்பட்டது.

தான் நிவாசம் கொண்டிருந்த பகவானின் மார்பில் பிருகு உதைக்க, உதைத்த பிருகுவைச் சபிக்காமல் வாழ்த்தி அனுப்பியது பொறாமல் கோபம் கொண்ட மகாலக்ஷ்மி வைகுந்தத்தை விட்டுப் பூலோகம் வந்து தவம் புரியலானாள். வைகுந்தம் வெறிச்சோடியது. திருமால் திருமகளைத் தேடி பூலோகம் வந்தார். அதன் விளைவாக ஏற்பட்டதே திருப்பதி மலை - திருப்பதி. இங்கே ஸ்ரீநிவாசர் இருந்து கொண்டு காட்சி தருகிறார். அது பூலோக வைகுந்தம் என்றழைக்கப்படுகிறது.

ஸ்ரீ லட்சுமி நாராயணனே ஸ்ரீநிவாசன் ஆவார்.

தும்புருவும் வேங்கடமும்

நாரதரின் தோழர் தும்புரு. அவரும் வீணை மீட்டி பகவானைக் குறித்து இசை பாடி மகிழ்பவர். ஒருநாள் தும்புருவும், நாரதரும் பாடிக்கொண்டே மகிழ்ந்து உரையாடிக் கொண்டிருந்தனர்.

அப்போது நாரதர் தும்புருவின் வீணையில் நவரத்தினங்கள் பதிக்கப்பட்டு ஒளி வீசுவதைக் கண்டு அது பற்றிய விவரத்தைக் கேட்டார். அப்போது தும்புரு தான் தேவந்திரன் சபையில் அவன் புகழை வீணையில் இசைத்துப் பாடியதால் மனமகிழ்ந்த தேவராஜன் மணிகளை இழைத்துக் கொடுத்தான் என்றார்.

இவ்வாறு பரிசில் பெற இந்திரனைப் பாடியது தவறு என்றும் பரந்தாமனைத் தவிர பரிசிலுக்காகப் பாடியதால் அவருக்கு தேவலோகம் உகந்ததல்ல என்றும், பூமியே ஏற்றதென்றும் கூறி பூமியில் விழுமாறு சபிக்க, அவர் மிகவும்

வருத்தமுற்று வானிலிருந்து பூமியில் வந்து விழுந்தார். அவர் விழுந்த இடம் கோனேரிக் கரையில் ஸ்ரீநிவாசன் வாசம் செய்யும் இடம்.

தும்புரு கோனேரித் தீர்த்தத்தில் நீராடி ஸ்ரீமந் நாராயணனைத் தியானித்துத் தவம் செய்ய, ஸ்ரீநிவாசன் பங்குனி மாதம் பூரட்டாதி நாள் அன்று தரிசனம் தந்தார். அப்போது தும்புரு தன் தவறையும், தான் பூலோகம் வந்த விவரத்தையும், நாரதர் சாபத்தையும் கூறி அதனைப் போக்கி அருள வேண்டினார்.

கோனேரியில் தீர்த்தமாடித் தன்னைத் தியானித்ததால் அவர் பாவம் அகன்றது என்றும், அவர் இனி தடையின்றி தேவ லோகம் செல்லலாம் என்றும் அருளினார்.

அகஸ்தியரின் ஆசி

அவ்வமயம் அங்கு அகஸ்தியர் வர தும்புரு அவரை வணங்கி அங்கு தான் வந்த விவரம் கூறினார். அப்போது அகஸ்தியர் பகவானின் கல்யாண குணங்களை எடுத்துரைத்து அவரைத் தவிர வேறெவரையும் வீணை மீட்டி பாட வேண்டாம் என்று கூறினார்.

தும்புரு பகவானைத் தியானித்த வண்ணம் எழும்பி வானுலகை அடைந்தார். நாரதரைக் கண்டு பகவானுடைய ஆயிரத்தெட்டு நாமங்களையும் இசை அமைத்துப் பாடினார். நாரதரும் அவர் பெற்ற பேற்றினுக்கு மகிழ்ந்து, அவரைப் பாராட்டிப் பரவசமடைந்தார்.

அன்று முதல் இசை வல்லுநர்களாக தும்புரு, நாரதர் இருவரையும் சேர்த்தே கூறலாயினர். அவர்கள் திரிலோக சஞ்சாரிகள். தேவகானத்தில் திளைத்தவர்கள்.

18. விசாலா நதி தீரத்தில்

சுவாயம்பு மனுவின் மகன் பிரியவிரதன். அவன் தன் ஏழு புத்திரர்களுக்கும் ஏழு தீவுகளையும் பிரித்துக் கொடுத்துவிட்டு விசாலா நதி தீரம் அடைந்து பரந்தாமனைக் குறித்துத் தவம் செய்யலானான்.

ஒரு நாள் நாரதர் அங்கு வர அவரை வணங்கி வரவேற்று உபசரித்தான். திரிலோக சஞ்சாரியாகிய அவரிடம் ஏதேனும் அதிசயம் இருப்பின் கூறுமாறு வேண்டினான்.

நாரதர் தான் கண்ட ஓர் அற்புதக் காட்சி பற்றிக் கூறலானார். 'ஸ்வேததீவம் தன்னில் ஒரு குளக்கரையில் ஓர் அழகியைக் கண்டேன். அவள் மவுனமாயிருக்க நான் அவளை உற்று நோக்க நான் என்னையே மறந்துவிட்டேன். கற்றவையும் மறந்து விட்டன.

பின்னர் மனம் தெளிவுற்று அவளை வணங்க அவளுடைய இதயத்தில் ஒரு தெய்வப் புருஷனையும், அந்தப் புருஷனின் இதயத்தில் இரண்டாவது தெய்வப் புருஷனையும் கண்டேன். இதனால் அதிசயம் அடைந்த நான் அவளை வணங்கி, அவள் யார் என்றும், அவள் மனத்தில் தோன்றும் இரண்டு தெய்வப் புருஷர்கள் யார்? என்றும் கேட்டேன்.

அப்போது அவள் சாவித்திரி என்றும் அவளை அறிந்து கொள்ளாமையால் சகல சாஸ்திரங்களையும் நான் மறந்து விட்டதையும் எடுத்துக் காட்டினாள். ''சகல கலைகளுக்கும் நானே அன்னை. என் மனத்தில் தோன்றும் மகாபுருஷர் ரிக் வேதம். அவர் மனத்தில் இருப்பவர் யஜுர்வேதம். அவர் மனத்தில் காண்பவர் சாமவேதம். ஸ்ரீமந் நாராயணன் ரிக்வேதத்தை ஓதி எல்லாப் பாவங்களையும் நீக்குகிறார். பிரம்மன் யஜுர்

வேதத்தைக் கொண்டு எல்லாக் கர்மாக் களையும் செய்கிறார். சாமவேதியான பரமசிவனைத் தியானித்தால் எல்லாப் பாபங்களும் அழிந்து போகும். இக்குளத்தில் மூழ்கி எழுந்தால் நீ கற்ற சகல வித்தைகளும் உன்னை மீண்டும் வந்தடையும்'' என்றார்.

நாரதர் சாவித்திரியைப் பணிந்து குளத்தில் நீராட அவருடைய குறைகள் நீங்கின. அவர் முற்பிறவி வரலாறுகளை அறிந்தார். மும்மூர்த்தி மயமான விஷ்ணுவை 'பிர்மபாரமயம்' என்ற துதியால் வழிபட்டு, பரந்தாமன் தரிசனம் பெற்று, தேவ மயமாக சரீரத்தைப் பெற்றார் - என்ற வரலாறுகளைப் பிரிய விரதனுக்குக் கூறினார்.

19. தர்மபுத்திரர் கண்ட மாயத்தோற்றம்

கிருஷ்ணன் தன் சோதிக்கு எழுந் தருளிய பிறகு பாண்டவர்களுக்கு உலக வாழ்க்கை வெறுத்துவிட, அபிமன் யுவின் மகனாகிய பரீக்ஷித்துக்குப் பட்டம் கட்டிவிட்டு, திரௌபதியுடன் தீர்த்த யாத்திரை செய்து கடைசியில் இமய மலையை அடைந்தனர்.

தருமரும், அவருடன் சென்ற நாய் ஒன்றும் தவிர மற்றவர் ஒருவர் பின் ஒருவராக விழுந்து உயிர் இழந்தனர். அப்போது அங்கு தோன்றிய தேவேந் திரன் அவருடைய தம்பிகளும், மனைவி யும், சொர்க்கம் அடைந்தனர் என்றும், அவர் செய்த புண்ணிய பலனாய் உடலோடு சுவர்க்கம் செல்லப் போகிறீர் கள் என்றும் கூறி விமானத்தில் ஏறுமாறு கூறினான்.

தருமர் விமானத்தில் ஏறப் போனார். நாயும் அவருடன் ஏற வந்தது. இந்திரன் நாயைத் தடுத்தான். அப்போது தருமர் நாயை அனுமதிக்காவிடில் அதை விட்டுச் செல்வது சரியில்லை என்றார். இந்திரன் வியப்புற்றான். உடனே நாய் மறைந்து விட்டது. அங்கே எமதர்மராஜன் நின்றான். விமானம் ஏறி தருமர் சொர்க்கம் சென்றார். அங்கு அவர் கண்ட காட்சி அவருக்கு வியப்பை அளித்தது.

சொர்க்கலோகத்தில் துரியோதனன் ஓர் ஆசனத்தில் அமர்ந்திருந்தான். அவன் முகம் பிரகாசமாய் இருந்தது. அவனைச் சுற்றி வீரலட்சுமியும், தேவர்களும் நின்றிருந்தனர். ஒரு மகாபாபியாகக் கருதப்பட்ட துரியோதனனை அந்நிலை யில் கண்ட தருமன் அங்கே இருக்க மாட்டேன் என்று கூறித் தன் தம்பி மார்கள் இருக்கும் இடத்திற்கு அழைத்துச் செல்லுமாறு கூறினார்.

நாரதர் தருமருக்குச் சமாதானம் சொன்னார். ''சுவர்க்கத்தில் விரோதம், பொறாமை, கோபம் ஆகியவை கிடையாது. அவை பூலோகத்துடன் சரி; மேலும் துரியோதனன் க்ஷத்திரிய தருமத்தைக் கடைப்பிடித்தான். இந்தப் பதவி கிடைத்தது'' என்றார்.

தருமருக்கு இது பொருத்தமாகத் தெரியவில்லை. தேவர்கள் தருமரை அவர் தம்பியர் இருக்கும் இடத்துக்கு அழைத்துச் சென்றனர். தருமர் அங்கு அவலக் காட்சியைக் கண்டார். இருண்ட பாதை, இரத்தம், மாமிசம், எலும்புக ளுடன், துர்நாற்றம் வீசியது. அவர் தேவதூதனை நிறுத்தி திரும்பிவிட நினைத்தார்.

தரும நந்தனா போக வேண்டாம் என்று தீனக்குரல்கள் வேண்டின. திகைத்து நின்றார் தருமர். ''நீங்கள் யார்? ஏன் இந்தத் துன்பத்தில் கஷ்டப்படு கிறீர்கள்!'' என்று கேட்டார் தருமர். அப்போது கர்ணன், பீமன், அருச்சுனன், நகுலன், சகாதேவன், திரௌபதி ஆகியோர் குரல் கேட்டது.

அப்போது தருமர் பாவி துரியோதனன் இன்பம் அனுபவிக்கிறான். உத்தமத்

தம்பியர் வேதனைப் படுகிறார்கள். இதென்ன சோதனை என்று வருத்த முற்றார். தான் அங்கேயே தங்கிவிடுவ தாகக் கூறினார்.

எல்லாம் ஒரு முகூர்த்த காலத்தில் நடந்து விட்டன. உடனே எல்லாம் மாறிவிட்டன. எமதருமன், தருமனிடம் அவர் பார்த்தது அனைத்தும் மாயத் தோற்றம் என்று விளக்கினார். இந்திரன் தருமனுக்குத் தம்பியர் மீதிருக்கும் அன்பைப் பாராட்டினான்.

பூவுலகில் அரசு பதவி பெற்று மக்களைப் பரிபாலித்தவர்கள் ஒரு முகூர்த்த காலம் நரகத்தை அவசியம் பார்க்க வேண்டும். எனவேதான் இந்த ஏற்பாடு என்று எமதர்மன் விளக்கினான்.

அப்போது தருமர் நாரதரிடம் தான் அப்போதுதான் உண்மையை உணர்ந்த தாகவும், தன்னை மன்னித்து விடுமாறும் வேண்டினார்.

அவர் மனித உடல் நீங்கிப் பேரொளி யொடு தேவசரீரம் பெற்றார்.

20. முப்பெரும் தேவியரின் பலப்பரீட்சை

அயன், அரி, அரன் ஆகிய மும்மூர்த்தி களின் மனைவியர் சரசுவதி, லக்ஷ்மி, பார்வதி. இந்த முப்பெரும் தேவியர் களுள் ஒருநாள் யார் உயர்ந்தவர்? யாரால் மக்கள் வாழ்கின்றனர்? யார் மிகமிக முக்கியம் ஆனவர்? என்கிற விஷயத்தில் போட்டி ஏற்பட்டது.

சத்தியலோகம் சென்றிருந்த நாரதரிடம் கலைமகள் 'கல்வியே மிகவும் முக்கியம். மற்றபடி செல்வமோ, வீரமோ இல்லா விட்டாலும் கற்றோனே சிறந்தவன்' என்று கூற 'ஆமாம் தாங்கள் சொல்வதே சரி' என்று அங்கிருந்து நழுவினார் நாரதர்.

அடுத்து வைகுந்தம் சென்ற நாரதரிடம் லக்ஷ்மி 'செல்வம் இல்லாமல் கல்வி மட்டுமே போதுமா ஒருவனுக்கு?' என்று கேட்டார். அதற்கு நாரதர் 'கல்வி மட்டும் போதாது, செல்வமும் இருந்தால்தான் பரிமளிக்கும்' என்று கூறி மழுப்பினார்.

பின்னர் கைலாயம் அடைந்த நாரதரிடம் மலைமகள், கல்வியும், செல்வமும் இருந்தால் மட்டும் போதுமா? வீரமின்றேல் என்ன பயன்? எனவே வீரமே ஒருவனுக்கு அவசியம்' என்று கூறினாள். அதற்கு நாரதர் 'கல்வியும், செல்வமும் இருந்தாலும் அவற்றைக் காப்பாற்றிக்கொள்ள வீரம் தேவை' என்று கூறித் தப்பித்துக் கொண்டார்.

ஒருநாள் முப்பெரும் தேவிகளும் சந்தித்தனர். அப்போது சரசுவதி 'ஒரு முட்டாளைக் கொண்டு கல்வியே அவசியம் என்று நிரூபித்துக் காட்டு கிறேன்' என்றார். அதற்கு லக்ஷ்மி 'நானும் ஒருவரைக் கொண்டு செல்வமே சிறந்த தென்பதைக் காட்டுகிறேன்' என்றாள். பார்வதியும் 'கல்வியும், செல்வமும் இல்லாத ஒருவன் மூலம் வீரமே மேலானது என்று காட்டுகிறேன்' என்றாள். இவ்வாறு மூவரும் சபதம் செய்து அதை நிரூபிக்க முனைந்தனர்.

கலைமகள் பூலோகத்துக்கு வந்து எழுத்தறிவில்லா மாட்டிடையன் நாவை நீட்டச் செய்து எழுத்தாணியால் எழுதி அவனைச் சிறந்த கவிஞர் ஆக்கினாள்.

அலைமகள் பூலோகத்திற்கு வந்தாள். அந்த நாட்டு மன்னன் சந்ததியின்றி இறந்து போக ஊரார் பட்டத்து யானை யிடம் ஒரு பூமாலையைக் கொடுத்து பின் தொடர்ந்து வர அது அலைமகளின் அருளால் ஓர் ஏழை பெண்மணி கழுத்தில் போட அந்த ஏழைப் பெண்ணை மக்கள் முடிசூட்டி அரசி ஆக்கிவிட்டனர். அவள் கலைமகளால் கவிஞனாக்கப்பட்ட

வனைத் தன் ஆஸ்தான கவிஞன் ஆக்கிக் கொண்டாள்.

மலைமகளும் பூவுலகடைந்து ஒரு கோழையை வீரனாக்கினாள். அவனும் அந்த நாட்டு சேனாபதியாகி தன் நாட்டின் மீது படை எடுத்து வந்த மாற்றான் படையை வென்று வெற்றி முழக்கம் செய்தான்.

அரசி கவிஞனைத் தன் புகழ் பாடுமாறு கூற, அவன் தான் நரஸ்துதி செய்யமுடியாது என்று மறுத்து விட்டான். அதனால் அவன் சிறையில் அடைக்கப் பட்டான். அப்போதும் கவிஞன் அரசியிடம் அவள் திடீர் அரசியானவள். அவள் செல்வம் நிலைக்காது. ஆனால், தன் கல்விச் செல்வம் அழியாது என்று அரசியை இகழ்ந்தும், தன்னைப் புகழ்ந்தும் கூறினான்.

இதனால் கோபம் கொண்ட வீரன் அரசியிடம், ஆணை அளித்தால் கவிஞனை யானைக் காலால் இடறச் செய்து கொன்று விடுகிறேன் என்றான். அப்போது அரசி தனக்கு அறிவுரை வழங்க சேனாபதிக்கு அதிகாரம் இல்லை என்றும் தனக்கு அடங்கியே அவன் நடக்க வேண்டும் என்றும் கூற தன் வீரத்தால் படைகளைத் தனது கட்டுப் பாட்டில் வைத்திருந்த அவன் அரசியை யும் சிறை வைத்துவிட்டான். தானே மன்னனாக முடிசூட்டிக் கொண்டான். கவிஞனை யானையின் காலால் இடற விட்டுக் கொல்ல முயன்றான்.

கவிஞனோ சேனாபதி அரசிக்குத் துரோகம் விளைவித்து அவளைச் சிறை செய்தது பற்றி கூறி புரட்சியை உண்டாக் கினான். இவ்வாறு அரசி, கவிஞன், வீரன் மூவரின் ஆணவத்தால் மக்கள் அவதி யுற்றனர்.

நாரதர் மூன்று தேவியரிடமும் சென்று அவர்கள் சபதத்தால் மக்கள் அவதி யுறுவதை எடுத்துக்காட்டி இதனால் யார் உயர்ந்தவர் என்று கூற முடியாமல் போய் விடும் என்று கூற, அவர்கள் நாரதரையே திரும்பவும் யார் உயர்ந்தவர் என்று கூறுமாறு சொன்னார்கள்.

அப்போது நாரதர், ''ஒவ்வொருவருக் கும் கல்வியும் வேண்டும், செல்வமும் வேண்டும், வீரமும் வேண்டும். எனவே மூன்றுமே சிறந்ததுதான். அவர்கள் மூவருமே சமமானவர்கள்தான்'' என்று கூறி விளக்க முப்பெருந்தேவியரின் ஆணவம் மறைந்தது. தமக்குள் ஏற்பட்ட போட்டியையும், பகைமையையும் மறந்து சமாதானமடைந்தனர்.

இதனால் உலகில் ஒவ்வொருவருக்கும் கல்வி, செல்வம், வீரம் மூன்றும் அவசியம் என்பதை உணர்த்தினர்.

21. சித்தி, புத்தி சமேத கணபதி

முன்பு முருகனை மதியாமல் சிறைப்பட்ட எண்ணம் பிரமனுக்கு தோன்றியது. அவருக்கு அவருடைய படைப்புத் பொருள்கள் தாறுமாறாயின. உடனே பிரமன் முருகனுக்கு மூத்தோ னாகிய விநாயகனைத் தான் வணங்காத தவறு குறித்து வருத்தமுற்று அவர் கணபதியைத் தியானிக்க, அவர் முன் விநாயகர் காட்சி அளித்தார்.

அப்போது விநாயகர், ''என்னை வணங்காததால் ஏற்பட்ட நிலை அது'' என்று கூறி, அவர் தவத்துக்கு மெச்சி பிரமனுக்கு கிரியா சக்தியையும், ஞான சக்தியையும் அருளினார்.

இதனால் நான்முகனின் படைப்புத் தொழில் செம்மையாக நடைபெற்றது. இரு சக்திகளும் சித்தி, புத்தி என்ற பெயரில் பிரமனது இரண்டு பெண்களாக வளர்ந்தனர். அவர்கள் திருமணப் பருவம் அடைய, அவர்களை அவர்களின் விருப்பப்படி கணநாதனுக்கே திருமணம் செய்து வைக்க பிரமன் உளங்கொண்டார்.

ஒருநாள் நாரதர் தந்தையைக் காண வந்தவர் சித்தி, புத்திகளைக் கண்டு செய்தி அறிந்து அவர்கள் கோரியபடி திருமண ஏற்பாட்டிற்காக கைலாயம் சென்று விநாயகரை வணங்கி சித்தி புத்தி களுடைய கோரிக்கையையும், பிரம் மனின் விருப்பத்தையும் கூறி, அவர் களை மனம் உவந்து ஏற்றுக் கொள்ளு மாறு பிரமன் வேண்டியதாகக் கூறினார். விநாயகரும் தன் உள்ளக்கிடக்கையை வெளிப்படுத்தி ஒப்புதல் தந்தார்.

நாரதர் சத்தியலோகம் சென்று தந்தை யிடமும், சித்தி, புத்தியிடமும் விநாயகர் சம்மதத்தைக் கூற, பிரமதேவன் பெரு மகிழ்ச்சியுற்று, கைலாயம் சென்று சிவபெருமான், பார்வதியிடம் தன் புத்திரிகளான சித்தி, புத்திகளைக் கணபதிக்குத் திருமணம் செய்து கொள்ளுமாறு வேண்டிட அம்மையும் அப்பனும் அதனை ஏற்றனர்.

விசுவகர்மா திருமண மண்டபம் அமைத்திட, கற்பகத் தருவும், காமதேனு வும் வாரி வழங்கினர்.

அம்மையப்பருடன் கணநாதர் வந்து சேர்ந்தார். அவர்களை அரியும், அயனும் எதிர்கொண்டு அழைத்துச் சென்று அமரச் செய்தனர். பிரமன் சித்தி, புத்தி இருவரையும் விநாயகருக்குக் கன்னிகா தானம் செய்து கொடுத்தார். திருமணம் இனிதே நடந்தது. அரி, அயன், அலை மகள், கலைமகள் மற்றும் இந்திராதி தேவர்கள் வாழ்த்திட அது ஒரு கண் கொள்ளாக் காட்சியாக அமைந்தது.

22. இந்திர பதவிக்கு ஆபத்து

தேவேந்திரன் பதவி நிலையானதல்ல. அடிக்கடி அதற்குப் போட்டி வருவ துண்டு.

ஒரு சமயம் விகுதி என்னும் பூலோக மன்னனால் இந்திர பதவிக்கு போட்டி ஏற்பட்டது.

விகுதி என்னும் பூவுலக மன்னன் தொண்ணூற்று ஒன்பது அசுவமேத யாகங்கள் முடித்து நூறாவது செய்ய முற்பட்டான். அது முடிந்துவிட்டால் அவன் இந்திர பதவியைப் பெற்று விடுவான். இதனால் பெரிதும் வருத்தம் கொண்டான் இந்திரன். தன் பதவிக்கு ஆபத்து என உணர்ந்தான்.

ஒரு நாள் தேவ சபைக்கு நாரதர் வந்தார். அவர் இந்திரனின் வாட்டமுற்ற முகத்திற்குக் காரணம் கேட்க, அவன் விகுதி செய்யப்போகும் நூறாவது அசுவமேத யாகம் குறித்துக் கூறி, தன் பதவி பறிபோகும் நிலைமையைச் சொல்லி அதைத் தடுத்து நிறுத்த நாரதரின் உதவியை நாடினான். நாரதரும் ஆவன செய்வதாகக் கூறி பூலோகம் வந்து, விகுதி யாகம் செய்யும் இடத்திற்குப் புறப்பட்டார்.

நாரதர் ஓர் அந்தண பிரம்மச்சாரி வடிவில் விகுதியை யாக சாலையில் சந்தித்தார். மன்னன் விகுதியும் அவரை வணங்கி, வரவேற்று உபசரித்தான். அவன் அவரிடம் தான் நூறாவது அசுவமேதம் செய்வதாகவும் அவருக்கு வேண்டியதைக் கேட்டுப் பெற்றுக் கொள்ளுமாறும் சொன்னான்.

அப்போது அந்த மாய அந்தணர், ஒருவர் தனக்குத் தேவையானதை மட்டுமே யாசகமாகக் கேட்பார். அதற்கு நிபந்தனை ஏதும் இல்லை. அதனால்தான் எதனைக் கேட்டாலும் கொடுப்பதாக உறுதி அளித்தால்தான் கேட்பதாகவும் இல்லா விடில் கேட்காமலே செல்வதாக வும் கூறினார்.

எதைக் கேட்டாலும் தடையின்றி தருவதாக வாக்களித்தான் மன்னன். அப்போது அந்த பிரம்மச்சாரி தான் திருமணம் புரிந்து இல்லற வாழ்க்கை நடத்த விரும்புவதால் அவன் நாட்டில் உள்ள ஒரு பெண்ணையே தானமாகக்

கேட்பதாகக் கூறினார். அதற்கு மன்னன் அவள் யாராக இருந்தாலும், எங்கிருந் தாலும் அழைத்து வந்து திருமணம் செய்விப்பதாகக் கூறினான்.

அப்போது அந்த அந்தண பிரம்மச்சாரி மன்னனின் பட்டமகிஷியே அவள் என்றார். மன்னன் அதிர்ச்சியுற்றான். அவன் அவள் வயதானவள் என்றும், கைப்பிடித்த அவளைக் காக்கும் கடமை தனக்கு இருப்பதாகவும் கூறினான். பட்டத்தரசியைத் தானமாகக் கொடுத்து விட்டால் யாகம் பூர்த்தியாகாது. எனவே, அந்த பிரம்மச்சாரி யாகத்தைக் கெடுக்கவே வந்திருக்கிறார் என்பதை அறிந்தான் மன்னன். அவர் நிச்சயித் திருப்பதாகவும், தருமத்தை மீறி யாகத்தைக் கெடுத்துக் கொள்வதை விட அவருடைய சாபத்தை ஏற்கத் தயாராகி விட்டான் மன்னன் விகுதி. மேலும் வந்திருப்பவர் உண்மையில் அந்தணர் இல்லை என்று உணர்ந்து, ''தாங்கள் யார்? யாகத்துக்குத் தடையாக வந்ததேன்?'' என்று கேட்டான். அப்போது அந்தணர், சுயமான நாரதர் வடிவில் தோன்றினார். அவர் ''விகுதி மன்னா, கவலைப்படாதே. அடுத்த பிறவியில் நீ அசுரனாகப் பிறந்து இந்திரப் பதவியைவிட உயர்வான பதவியை அடைவாய். என்றும் இப்போது இந்திர பதவி கிடைக்க வில்லையே என்று வருத்தப்பட வேண்டாம்'' என்று வாழ்த்திவிட்டு, இந்திர லோகம் சென்று தேவேந்திர னிடம் செய்தியைச் சொல்லி மகிழ் வித்தார்.

23. அகலிகை கல்லானாள்

கௌதம முனிவர் மனைவி அகலிகை. சிறந்த அழகி. கற்புக்கரசி.

தேவலோகம் சென்ற நாரதர் இந்திர னிடம் அகலிகை என்னும் அழகியைப் பற்றி வருணித்தார். இதனால் மதி மயங்கிய இந்திரன் அவளை அடைய ஒரு சூழ்ச்சி செய்தான்.

முனிவர்கள் விடியற்காலையில் ஆற்றுக்குச் சென்று நீராடி ஜபதபங்கள் செய்வது வழக்கம். இதை அறிந்திருந்த இந்திரன் அந்த நேரத்தில் அகலிகையை அடைய எண்ணினான்.

கவுதமர் ஆசிரமத்தை அடைந்த இந்திரன் நடு ஜாமத்தில் சேவலைப் போலக் கூவி கௌதமரை ஏமாறச் செய்தான். அது அதிகாலை என்று எண்ணிய கௌதமர் ஜபதபங்களை முடிப்பதற்கான ஏற்பாடுகளுடன் ஆற்றுக்கு நீராடச் சென்றார்.

அவ்வமயம் இந்திரன், கவுதமர் வடிவில் ஆசிரமத்தில் நுழைந்தான். தன் வேலைகளைச் செய்து கொண்டிருந்த அகலிகை கௌதமர் திரும்பி வந்து விட்டதாக எண்ணினாள். அப்போது கவுதமர் வடிவில் இருந்த இந்திரன், ''இன்னும் விடியவில்லை. ஏதோ பறவையின் ஒலியைச் சேவல் கூவியதாக எண்ணினேன்'' என்று கூறி அவளை அருகில் வருமாறு அழைத்தான். அருகில் கட்டிலில் அமர்ந்த அகலிகையுடன் சேர்ந்து இன்பம் துய்த்தான்.

இந்நிலையில் ஆற்றங்கரை சென்ற கௌதமர், ஏதோ தவறு நேர்ந்து விட்டி ருப்பதாகக் குழப்பத்துடன் ஆசிரமத் துக்குத் திரும்பி வந்து கதவைத் தட்டினார். அக்குரலைக் கேட்டு அதிர்ச்சி யடைந்த அகலிகை திகைப்படைந்து நடுக்குற்றாள். ஏதோ விபரீதம் நடந்திருப் பதை உணர்ந்தாள். இந்திரன் சுயஉருவில் தோன்றி அவள் காலில் விழுந்து கும்பிட்டான். தன்னை மன்னித்து விடுமாறு வேண்டினான்.

கதவைத் திறந்த அகலிகை தலைவிரி கோலமாக முனிவர் காலில் விழுந்து வணங்கி தன் புனிதத்தன்மையை

இந்திரனால் இழந்ததாகக் கூறித் தன்னை மன்னிக்குமாறு பிரார்த்தித்தாள்.

ஞானதிருஷ்டியால் நிகழ்ந்தது அனைத்தையும் அறிந்த கௌதமர், பூனை உருவில் தப்பிக்க முயன்ற இந்திரனைக் கோபமாக அழைத்தார். அவர் கோபத்துக்கு அஞ்சிய இந்திரன் சுய உருவில் தலை குனிந்து நின்றான்.

எனினும் கோபம் அடங்காத முனிவர் அவன் ''உன் உடம்பெல்லாம் பெண் குறியாகட்டும்'' என்றும் ''வெளியில் தலைகாட்ட முடியாமல் அவதிப்படு'' என்றும் சபித்தார்.

அகலிகையை நோக்கிக் கணவனுக்கும், அயலானுக்கும் வேறுபாடு அறியாத அவள் உடம்பு கல்லாகுமாறு சபித்தார் முனிவர். அகலிகை தெரியாமல் செய்த பாவத்துக்கு விமோசனம் அளிக்குமாறு வேண்டினாள். அப்போது முனிவர் ''ஸ்ரீமந் நாராயணன் ராமனாக அவதரித்து விசுவாமித்திரருடைய யாகத்தை நிறைவேற்ற கானகத்துக்கு வருவார். அந்த ராமர் பாதம் பட்டு சாபம் நீங்கி சுய உருவைப் பெறுவாய்'' என்று கூறிவிட்டு வெளியேறினார் முனிவர்.

சாபத்தின் காரணமாக இந்திரன் மறைந்து வாழ வேண்டிய அவலநிலை உண்டாயிற்று. இந்திரனுக்காகத் தேவர்கள் கௌதம முனிவரிடம் சென்று மன்னிப்புக் கோரினர். முனிவர் ''இந்திரன் பிரகஸ்பதியிடம் சென்று விநாயகப் பெருமானுடைய ஷடாட்சர மந்திரத்தை உபதேசம் பெற்று ஜபிக்கட்டும்'' என்று கூறினார்.

இந்திரன் பிரகஸ்பதியிடம் சென்று விநாயகப் பெருமானின் ஷடாட்சர மந்திர உபதேசம் பெற்று ஜபித்து அவர் அருளால் அவன் உடலில் இருந்த பெண்குறிகள் கண்களாக மாறிக் காட்சி அளித்தன.

எனவே அவனுக்கு ஆயிரம் கண்ணுடையான் என்ற பெயர் ஏற்பட்டது.

24. வேதவியாசரும், புராணங்களும்

பராசரர் மகன் வியாசன் ஒரு சமயம் தனது ஆசிரமத்தில் அமர்ந்திருக்கையில் ஒரு காட்சியைக் கண்டார். இரண்டு பறவைகள் தம் குஞ்சுகளுக்கு உணவூட்டி மகிழ்வதைக் கண்ட அவர் தனக்கும் புத்திரப் பேறு தேவை என உணர்ந்தார்.

எனவே நாரதர் கூறிய அறிவுரைப்படி 'வாக்பீஜம்' என்னும் மந்திரத்தால் பராசக்தியை உபாசனை செய்ய ஈசன் தோன்றிட வியாசர் ஒரு சத்புத்திரனை அருள வேண்டினான். ஈசனும் அவ்வாறே ஆகட்டும் என்று கூறி மறைந்தார்.

ஒருநாள் அவர் அரணி குடைந்து கொண்டிருக்கும்போது (தீ தோற்றுவித்தல்) 'கிருதாசி' என்ற தேவமாது கிளி உருவில் அவர் முன் தோன்ற அதன் அழகு அவர் உள்ளத்தைக் கவர தேஜஸ் வெளிப்பட்டது. அதிலிருந்து 'சுகர்' தோன்றினார். (சுகம் - கிளி) எனவே சுகர் என்று பெயர் பெற்றார் வியாசரின் புத்திரன்.

பலவாறாகப் பிரிந்து கிடந்த வேதங்களை ஒன்றாக்கி வகைப்படுத்தி நான்கு வேதங்களாக்கினார். அதனால் அவருக்கு 'வேத வியாசர்' என்ற பெயர் ஏற்பட்டது. வேத சாரங்களை எல்லோரும் எளிதில் புரிந்து கொள்ளுமாறு பல புராணங்களையும் வியாசர் இயற்றினார்.

இருப்பினும் அவர் மனதில் ஏதோ ஒரு குறை இருப்பதாக நாரதரிடம் கூறினார். அப்போது நாரதர் பகவான் வாசுதேவனுடைய மகிமையை இதுவரை விளக்கவில்லை என்றும் அக்குறையை நிவர்த்தி செய்யுமாறும் கூறினார்.

இப்போது வியாசர் மனதில் அமைதி ஏற்பட்டது. அவர் சரசுவதி நதியில்

நீராடி, பகவானைத் தியானித்து அவரது கிருஷ்ணாவதாரத்தை விரிவாகக் கூறும் பாகவத புராணத்தை இயற்றினார்.

வேதங்கள் தருமசாஸ்திரங்களைக் கூறும் பகுதி கர்ம காண்டம் என்றும், உபாசனா பகுதி உபாசனா காண்டம் என்றும் பெயர்பெறும். உபாசனா காண்டத்தை விளக்குவதே புராணங்களும், ராமாயணம், மகாபாரதம் என்னும் இதிகாசங்களும் ஆகும். புராணங்கள் பதினெட்டு மற்றும் பதினெட்டு உப புராணங்களும் தோன்றின.

கடவுளைக் காண விரும்பும் பக்தன் உள்ளத்தில் அன்பும் சத்தியமும் நிலை பெற்றிருக்க வேண்டும். பிறருக்கு உதவுவதே உயரிய தத்துவம். இது பற்றிய விவரங்களைப் பாரதத்தின் பழமையான இலக்கியங்களாகிய புராணங்கள் எடுத்துக் காட்டுகின்றன. இவை பதினெண் புராணங்கள். வட மொழியில் ஆனவை.

பிரமமாம் புராணம் **பற்பம்** பீடுசால் **வைண வஞ்சீர்**
மருவுபேர் சைவ மென்றே வழங்குறா **லிலிங்க** நீர்சூழ்
தரைசொல் **காருடநல்** வண்மை தயங்கிய **நார தீயம்**
பரம**பா கவத** மண்ணோர் பகர்தரு **மாக்கி நேயம்**
காசறு **காந்த** மின்பங் கலந்துறு **பவுடி கம்**பார்
பேசிய புகழ்சேர் கின்ற **பிரமகை வத்த** நன்னூல்
மாசறு **மார்க்கண் டேயம் வாமனம் வராக மச்சம்**
தேசுறு **கூர்மஞ்** சீலந் திகழ்பிர **மாண்ட மா**மால்

1. பிரம்மம்
2. பத்மம்
3. வைணவம் [விஷ்ணு]
4. சைவம் [சிவ]
5. லிங்கம்
6. காருடம் [கருட]
7. நாரதீயம் [நாரதர்]
8. பாகவதம்
9. ஆக்கினேயம் [அக்னி]
10. காந்தம் [கந்த]
11. பவுடிகம்
12. பிரமகைவர்த்தம்
13. மார்க்கண்டேயம்
14. வாமனம்
15. வராகம்
16. மச்சம்
17. கூர்மம்
18. பிரமாண்டம்

மேலும், பதினெட்டு உப புராணங்களும் இயற்றப்பட்டன. அவை :

1. சரத்குமாரியம்
2. நாரசிம்மம்
3. நந்தியம்
4. சிவரகசியம்
5. தௌர்வாசம்
6. நாரதீயம்
7. கபிலம்
8. மானவம்
9. வருணம்
10. தேவி பாகவதம்
11. வசிஷ்டம்
12. கல்கி
13. காணபதம்
14. ஹம்சம்
15. சாம்பம்
16. ஸௌரம்
17. பராசரம்
18. பார்க்தவம்

பதினெண் புராணங்களில் சிவ புராணத்துக்குப் பதிலாக வாயுபுராணம் சேர்த்துக் கூறுவர்.

புராணம் என்பது வேதத்தின் பூதக் கண்ணாடி.

வேதத்தில் சொல்லப்படுபவை ஏவலில், அதாவது கட்டளையாக இருக்

கும். ஆனால் அதையே புராணங்கள் கதைகள் மூலம் எளியமுறையில் எடுத்துக் காட்டுகின்றன. சத்யம்வத (வேதம்) உண்மை பேசு - அரிச்சந்திர புராணம்; பித்ருதேவோ பவ - தந்தையைத் தெய்வமாகக் கொள். (வேதம் இராமாயணம் படித்தால் இது நன்கு விளங்குகிறது. எனவே வேதக் கருத்துக்களை பெரிதாக்கி எளியமுறை யில் காட்டும் பூதக்கண்ணாடி புராணங் கள் ஆகும்.)

25. நாரதர் தமயந்தி திருமணம்

நாரத முனிவரும், பர்வத முனிவரும் நெருங்கிப நண்பர்கள்; திரிலோக சஞ்சாரிகள். இருவரும் செய்து கொண்ட ஒப்பந்தப்படி எந்தக் காரியத்தையும், ஒருவர் மற்றவருடன் கலந்தே செய்ய வேண்டும். இரகசியம் கூடாது.

இருவரும் மன்னன் சஞ்சயன் மாளிகையை அடைந்தனர். இருவரையும் மன்னன் அன்புடன் வரவேற்று உபசரித்தான். மேலும் தன் அரண்மனையிலேயே சில காலம் தங்கியிருந்து இறைவழிபாடு செய்யுமாறு கேட்டுக் கொண்டான். அதனால் இருவரும் மன்னன் வேண்டுகோளின்படி அங்கு தங்கினர்.

மன்னன் சஞ்சயன் மகள் திருமண வயதை அடைந்திருந்தாள். அவள் இருவருக்கும் பணிவிடை செய்து வந்தாள். அவளுக்கு இசையில் பற்று அதிகம் என்பதால் நாரதர் இன்னிசையில் மயங்கி அவரிடம் தன் மனதைப் பறிகொடுத்தாள்.

இதனைக் கண்ட பர்வதர் பொறாமை அடைந்தார். நாரதர் ஒப்பந்தத்தை மீறியதாக அவர் மீது கோபம் கொண்டு அவர் முகம் குரங்கு முகமாக மாறிடுமாறு சாபம் கொடுத்தார். இதனால் கோபம் கொண்ட நாரதரும் ''பர்வதருக்குச் சொர்க்கலோகத்தில் இடம் இல்லாமல் போகட்டும்'' என்று சாபம் அளித்தார்.

அப்போது நாரதர் தமயந்தி தன்னை விரும்புகிறாள் என்று அறிந்த அவர், அவளை நாரதர் விரும்புகிறாரா என்று விசாரிக்காமல் தடை செய்து, சாபமிட்டதை சுட்டிக்காட்ட பர்வத முனிவர் தான் செய்த தவறை உணர்ந்தார்.

நாரதர் முகம் குரங்காகிவிட்டால் அவர் அதிகமாக வெளியில் காணப்படவில்லை. தமயந்தியை நேருக்கு நேர் பார்க்காமலும் இருந்தார்.

மன்னன், தமயந்திக்கு ஓர் இளவரசனை மணம் முடித்து வைக்க எண்ணிட, தமயந்தி நாரதரைத் தவிர வேறு யாரையும் மணக்கமாட்டேன் என்றாள். அவர் குரங்கு முகத்தைக் காட்டி அவர் வேண்டாம் என்று கூற தமயந்தி தான் அவர் முக அழகை விரும்பவில்லை என்றும், அவர் இசைநயத்தையே விரும்புவதால், அவரையே திருமணம் செய்விக்குமாறும் வேண்டினாள்.

உண்மையை உணர்ந்த பர்வத முனிவர் தன் சாபத்தைத் திருப்பிப் பெற, நாரதர் முகம் பழைய நிலையை அடைய தமயந்தி - நாரதர் திருமண வாழ்க்கை இனிதே அமைந்தது. நாரதரும் பர்வதருக்குக் கொடுத்த சாபத்தை திரும்பப் பெற்றார். இனி அவருக்குச் சொர்க்க லோகம் செல்லத் தடையில்லை என்றார்.

26. நாரதர் உணர்ந்த மாயை

ஒரு சமயம் மகாவிஷ்ணு ஆதிசேஷன் மீது உறங்கிக் கொண்டிருக்க அருகில் லக்ஷ்மி அமர்ந்திருந்தாள். அவ்வமயம் 'நாராயண நாராயண' என்று உச்சரித்துக் கொண்டே நாரதர் உள்ளே நுழைய, அவர் குரலைக் கேட்டதும் லக்ஷ்மி சட்டென்று எழுந்து உள்ளே செல்ல, இதுவரையில் அப்படி நடவாததால் திருமகளின் செய்கை நாரதருக்கு வியப்பாகவும், வேதனையாகவும் இருந்தது.

உடனே திரும்பி விடலாமா என்று நினைக்க, பரந்தாமன் கண் விழித்து நாரதரைத் தாராளமாக உள்ளே வருமாறு அழைத்தார்.

ஆனால் அவர் தயங்கினார். அப்போது திருமால் ''என்ன கேட்க விரும்பு கிறீர்கள். தயக்கமின்றி கேளுங்கள்'' என்று கூறினார் பரந்தாமன்.

அப்போது நாரதர் ''நான் வந்தபோது திருமகள் சட்டென்று உள்ளே சென்றது ஏன் என்றுதான் புரியவில்லை'' என்றார்.

பகவான், ''மணமான பெண்கள் வேறு ஆடவருக்குமுன் கணவன் அருகில் இருப்பது முறையல்ல என்று எண்ணி லக்ஷ்மி உள்ளே சென்றாள்'' என்றார்.

அதற்கு நாரதர், ''பிரம்மச்சாரியான என்னைக் கண்டுமா'' என்று கூற, பகவான் நாரதரை வெளியே அழைத்து வந்து அவர் பிரம்மச்சாரி என்று சொன்னது புரியவில்லை என்று கூற, நாரதன் அதிர்ச்சியுற்று அதில் பகவா னுக்கும் சந்தேகம் வந்துவிட்டதா என்று கேட்டார்.

அப்போது பரந்தாமன் தமயந்தி மாளிகையில் பர்வதர் சாபத்தால் குரங்கு முகம் பெற்றதையும், அதன்பின் தமயந்தியைத் திருமணம் செய்து கொண்டதையும் நினைவூட்டினார். அதற்கு முன்பே ஸ்ரீமதியை மணக்க விரும்ப வில்லையா, எனது கிருஷ்ணா வதார காலத்தில் கோபியர்களின் அழகில் மயங்கி விரும்பவில்லையா? என்று கேட்டார். மேலும் அரன், அயன் மற்றும் பிரம்மாதி தேவர்கள், ஏன் நீயும் நானும்கூட மாயைக்குக் கட்டுப்பட்ட வரே என்றார்.

அப்போது நாரதர் மாயையை யாராலும் வெல்ல முடியாதா? அதைப் பற்றித் தான் அறிய விரும்புவதாகவும் பகவானிடம் சொன்னார். பகவானும் அதற்குச் சம்மதித்து அவரை அழைத்துக் கொண்டு பூலோகத்துக்கு வந்தார். அங்கிருந்த குளக்கரையில் தான் உட்கார்ந்திருப்பதாகவும், நாரதரை குளத்தில் நீராடி வருமாறும் கூறினார். நாரதர் வீணையைப் பரந்தாமனிடம் கழற்றிக் கொடுத்துவிட்டு நீரில் நீராடிப் பார்க்க கரையில் பரந்தாமனைக் காணவில்லை. தானும் பெண்ணாக மாறியிருப்பது தெரிந்தது.

பெண்ணான நாரதர் தான் யார்? எங்கிருந்து வந்தோம்? என்று தெரியா மல் நின்றிட, அங்கு நீர் அருந்த வந்த அந்நாட்டு மன்னன் அந்த அழகிய பெண்ணைக் கண்டு அவளை மணக்க விரும்புவதாகக் கூறி அவள் சம்மதத்தைக் கேட்க, அவள் மவுனமாக இருக்க, அவளை நாட்டிற்கு அழைத்துச் சென்று திருமணம் புரிந்து, அவளோடு நெடு நாட்கள் வாழ்ந்து வந்தான். அவர் களுக்குப் பல குழந்தைகள் பிறந்தனர். அவர்களும் வளர்ந்து திருமணம் ஆக மன்னனுக்குப் பேரக் குழந்தைகளைப் பெற்றனர்.

இந்நிலையில் அடுத்த நாட்டு மன்னன் படையெடுத்து வந்து போர் செய்ய, மன்னனும் அவர் குடும்பத்தினர் அனை வரும் கொல்லப்பட்டனர். மன்னனும் அவன் மனைவி மட்டுமே மீதமிருந் தனர்.

அவ்வமயம் அங்கு வந்த ஒரு முனிவர் பிறப்பு, இறப்பு உலகில் இயற்கை யானது. அதற்காக துக்கப்படுவதை விடுத்து குளத்தில் மூழ்கி இறந்தவர் களுக்கான கர்மங்களைச் செய்யுமாறும் கூறினார்.

அவ்வாறே அவர்கள் மூழ்கி எழ நாரதர் சுய உருவு பெற்றார். அது கண்டு மன்னன் திடுக்கிட்டான். தன் மனைவி எங்கே என்று புலம்ப, முனிவர் அவள் பிரிந்து விட்டாள் என்றும், மன்னன் முதுமை அடைந்து விட்டதால் அவளை மறந்து மனத்தை ஒருநிலைப்படுத்தி தவம் புரிந்து முக்தி அடைவாய் என்றார்.

மன்னனும் அவர் சொல்லைக் கேட்டு தெளிவுற்று தவம் செய்யச் சென்றான். நாரதர் குளத்திலிருந்து கரை ஏறி வந்தார். அங்கு முனிவர் காணப்படவில்லை. பரந்தாமன் நாரதரின் வீணையைக் கையில் வைத்துக் கொண்டிருந்தார்.

அப்போது பரந்தாமன், ''நாரதா வீணையை வாங்கிக் கொள். இப்போது மாயை என்றால் என்னவென்று புரிந்து கொண்டிருப்பாயே'' என்றார்.

நாரதர் மனதில் அவர் பெண்ணானது முதல் நடந்த நிகழ்வுகள் அனைத்தும் தோன்றி மறைந்தன. ஆனால், ''நான் பெண்ணாக இருந்தபோது நான் யாரென்று அறிந்து கொள்ளாமல் இருந்ததே? அது ஏன்'' என்று பகவானைக் கேட்டார்.

பரந்தாமன் சிரித்துக்கொண்டே ''அதுதான் மாயை. நீ பெண்ணாக இருந்த போது மாயையால் ஆட்கொள்ளப் பட்டிருந்தாய். அதனால் தான் முற்பிறவி யின் நினைவு ஒன்றும் தெரியாமல் இருந்தது. அந்த மாயையைதான் யாராலும் வெல்ல முடியாது'' என்று புரிய வைத்தார்.

27. சத்சங்க நன்மை

சத்சங்கத்தால் ஏற்படும் நன்மைகள் பற்றி நாரதர் கேட்க, பகவான் நாரா யணன் அதுபற்றி விளக்கினார்.

சத் சங்க நன்மையைப் பற்றி அந்த ஊர்க் கோடியில் உள்ள பேயிடம் கேட்டு அறியுமாறு பகவான் கூற, நாரதரும் அவ்வாறே சென்று பேயை அழைக்க அது பதில் தந்தது. அதனிடம் சத் சங்க நன்மையைப் பற்றி நாரதர் கேட்டார்.

பேய், அதே காட்டில் உள்ள புலியிடம் கேட்குமாறு கூறி மறைந்தது. அவ்வாறே புலியிடம் வினவ, புலி அருகிலுள்ள கிராமத்தில் இருக்கும் பசுங்கன்றை கேட்டுத் தெரிந்து கொள்ளுமாறு கூறி உயிர்விட்டது.

அடுத்து நாரதர் பசுங்கன்றை அணுகிக் கேட்க, அது உடனே இறந்து விழுந்தது. அப்போது ஓர் அசரீரி குரல் ஒலித்தது.

''இந்தக் கிராமத்தில் உள்ள அந்தணர் குழந்தையிடம் சென்று கேளுங்கள்'' என்றது.

அவ்வாறே சென்று குழந்தையைக் கண்டு, அவர் அதனிடம் கேள்வி கேட்கத் தயங்கினார். ஏதாவது அசம்பாவிதம் ஏற்படும் என்று.

அவர் தயக்கம் கண்ட குழந்தை அவரைப் பார்த்துச் சிரிக்கத் தொடங்கி யது. ''சத்சங்கத்தால் (அ) சாதுக்கள் என்னும் நல்லவர்களால் என்ன நன்மை ஏற்படும் என்பதல்லவா உமது கேள்வி? நான் சொல்கிறேன் கேளுங்கள். நான் முதலில் மர உச்சியில் பேயாய் இருந்தேன். நீங்கள் பேசியதால் எனக்கு புண்ணியம் கிட்ட பேய்ப்பிறப்பு மாறி புலியாகப் பிறந்தேன். அதனாலேயே நான் புலியிலிருந்து பசுங்கன்றானேன். மறுபடியும் தங்கள் தொடர்பால் அதாவது சாதுவான உங்கள் சங்கத்தால் பிராமணரின் குழந்தையாகப் பிறந்தேன். இப்போது உங்கள் தொடர்பால் அதிகப் புண்ணியம் பெற்று பிறந்த உடனேயே பேசமுடிந்தது'' என்றது அக்குழந்தை. மேலும் ''சத்சங்கத்தால் நன்மை பெற்று தற்போது சொர்க்கம் போய்க் கொண்டி ருக்கிறேன்'' என்றது. அவர் கண் எதிரிலேயே குழந்தை இறந்து சொர்க்கம் சென்றது.

இதன்மூலம் ஆன்மீகத்தில் உள்ள சாதுக்களின் தொடர்பால் ஏற்படும் நன்மையை, அதன் பெருமையை நாரதர் அறிந்தார்.

28. கோபியரின் உயர்ந்த பக்தி

ஒரு நாள் நாரதர் திருமாலைக் காணச் சென்றார். அங்கே விஷ்ணு தலை வலியால் அவதிப்பட்டுக் கொண்டி ருந்தார். மகாலக்ஷ்மி அவருக்குப்

பணிவிடை செய்து கொண்டிருந்தாள். நாரதர் லக்ஷ்மியிடம் பரந்தாமனுக்கு என்ன ஆயிற்றென்று கேட்க, அவள் பரந்தாமன் தலைவலியால் அவதிப் படுகிறார் என்றாள். பகவானுக்கே தலைவலி என்றால் எந்த மூலிகையைக் கொண்டு அதைத் தீர்ப்பது என்று புரியாமல் குழப்பமடைந்தார்.

அப்போது விஷ்ணு கண்விழித்து, தன்மீது உண்மையான பக்தி செலுத்தும் பக்தனின் பாதத் துகளே தன் தலை வலிக்கு மருந்து என்று கூறினார்.

நாரதர் தானே சிறந்த பக்தன் என்றாலும் எப்படித் தன் பாதத் துகளை அவர் நெற்றியில் பூசுவது என்று பின் வாங்க வேறு ஏதாவது வழி பார்த்து வர அவர் அனுப்பப்பட்டார்.

உலகெங்கும் அலைந்து திரிந்து கடைசியில் யமுனை நதிக்கரைக்கு வர அங்கே கோபியர்களைக் கண்டார். அவர்கள் பகவான் உடல்நலம் பற்றி விசாரிக்க, நாரதர் வருத்தத்துடன் அவருக்குப் பயங்கர தலைவலி என்றும், சிறந்த திருமால் பக்தனின் பாதத் துகளைப் பற்றாகப் போட்டால்தான் தீரும் என்றார்.

உடனே கோபியர்களும், "எவ்வளவு பாத துகள்கள் வேண்டுமோ தருகிறோம். எடுத்துச் செல்லுங்கள்" என்று கூறி அவர்கள் கால்களைக் கல்லில் தேய்த்து பாத துகளைச் சேர்த்து நாரதரிடம் கொடுக்க அவரும் அதை எடுத்துச் சென்று இறைவனது தலைவலியைக் குணமாக்கினார்".

பாந்தாமன் நாரதரிடம், "தக்க தருணத்தில் தலைவலி நிவாரண மருந்தைக் கொண்டு வந்தாய்" என்று கூற, நாரதர், "அந்தக் கோபியர்கள் தன்னைவிட சிறந்த பக்தர்களா" என்று திருமாலிடம் கேட்டார்.

அப்போது பரந்தாமன், "கோபியர்கள் என்னையே தங்களுள் ஐக்கியமாக்கிக் கொண்டுள்ளனர். நான் வேறு, அவர்கள் வேறாக எண்ணிக் கூட பார்ப்பதில்லை. அவர்கள் என் மீது கொண்டுள்ள அன்பு, பக்தி அவ்வளவு உயர்ந்ததாகும்'' என்று கூற நாரதர் தானே சிறந்த நாராயண பக்தன் என்று எண்ணி ஆணவம் கொண்டிருந்ததை நீக்கவே பகவான் இத்தகைய நாடகத்தை நடத்தினான் எனத் தெரிந்து கொண்டார்.

29. சம்சார சூழலில் ஓர் உண்மை பக்தன்

ஒருநாள் நாரதர் வைகுந்தம் சென்ற போது நாராயணன் உறக்கத்தில் இருந்தார். திருமகள் அருகிலிருந்தாள். நாராயணன் சயனித்திருப்பதால் தான் பிறகு வருவதாகக் கூறி நாரதர் கிளம்ப, திருமகள் திருமாலிடம் "தங்கள் பக்தன் வந்துள்ளார்" என்று கூற, "நாரதரா!" என்று அலட்சியமாகக் கூறினார்.

இதனால் அதிர்ச்சியடைந்த நாரதர், தான் அவர் உண்மையான பக்தன் இல்லையா என்று கேட்க, பகவான் நாமத்தை பலமுறை உச்சரிப்பதால் மட்டும் ஒருவன் சிறந்த பக்தன் ஆக முடியாது என்றும், பூலோகத்தில் வேறொரு சிறந்த பக்தன் இருக்கிறான் என்றும் கூற, அவனைத் தேடிப் புறப்பட்ட நாரதர் பூலோகம் அடைந்து அவனைப் பார்த்தான்.

அவன் ஒரு சக்கரதாரி. சக்கரத்தின் உதவியால் மண்பாண்டம் செய்து பிழைப்பை நடத்தி குடும்பத்தைக் காப்பாற்றி வருகிறவன். அவன் துயில் நீங்கி எழுந்திருக்கும் போதும், இரவில் உறங்கப் போகும்போதும் மும்மலத் தூய்மையோடு பகவானை நினைத்த வண்ணம் தன் பணியை ஆற்றிவந்தான்.

அவனைக் கண்டு வியப்பெய்திய நாரதர் ஒரு நாளைக்கு இருமுறை மட்டுமே நினைப்பவன் உண்மை பக்தனா? என்று எண்ணி வைகுந்தம் அடைந்தார்.

நாரதர் தன்னைப் பற்றியே பெருமை யாகப் பேசிட பகவான் அவருக்கு ஒரு சோதனை வைத்தார். ஒரு கிண்ணத்தில் நிறைய எண்ணெய் நிரப்பி, அதனைச் சிறிதும் சிந்தாமல் மூவுலகையும் ஒருமுறை சுற்றி வருமாறு பணித்தார். அவ்வாறே நாரதரும் சென்றார். முதலில் பகவானை நினைந்து புறப்பட்டாலும், மூவுலகைச் சுற்றிவரும் வரையில் அந்தக் கிண்ணத்தின் எண்ணெய் சிந்தாமலிருக்க அதன் மீதே கவனம் வைத்து பரந் தாமனை மறந்தார்.

திரும்பி வந்த நாரதரிடம் பகவான் நாரதர் சமர்த்தர் என்றும், எண்ணெய் சிந்தாமல் வந்து விட்டதற்காகப் பாராட் டினார். பின் அந்தச் சமயத்தில் எல்லாம் தன்னை மறந்திருக்க மாட்டார் என்று சிலாகித்துக் கூறிட, நாரதர் வெட்கி தலை குனிந்தார்.

அப்போது பகவான், "இந்தச் சிறு பணிக்கே என் நினைவு இல்லை என்றால் குயவன் நாள் முழுவதும் தன் பணியில் என் பெயரை உச்சரிக்க முடியாமல் அதிகாலையிலும், இரவிலும் மட்டும் மறவாமல் என்னை உள்ளத்தில் நினைக்கிறான் என்றால் அவன் எனக்கு உகந்த பக்தனல்லவா!" என்று கூறினார். நாரதரும் அதனை ஒப்புக் கொண்டார்.

30. சுந்தன், உபசுந்தன் வரலாறு

வில் போட்டியில் வென்று பாஞ்சாலி யுடன் திரும்பிய அருச்சுனன் குந்தியிடம் தான் கனியுடன் (கன்னி) வந்திருப்பதாகக் கூற அவனது தாயார், பாண்டவர்கள் ஐவரையும் சமமாகப் பங்கிட்டுக் கொள்ள பணித்தாள்.

உண்மை தெரிந்த குந்தியும், பாண்ட வர்களும் வருத்தமுற வியாசர் போன்றோர் பாஞ்சாலி முற்பிறவியில் பெற்ற சாபம் என்று சமாதானம் கூற, பாஞ்சாலி பாண்டவர் ஐவருக்கும் மனைவியானாள்.

அவ்வமயம் அங்கு வந்த நாரதர், தன்னை வணங்கிய திரௌபதியையும் பாண்டவர்களையும் வாழ்த்தி, திரௌ பதியின் காரணமாக ஐவருக்குள் சண்டை ஏற்படாமல் ஓர் ஏற்பாடு செய்து கொள்ளுமாறு அறிவுரை கூறினார். அது சமயம் சுந்தன், உபசுந்தன் என்ற சகோதரர்களின் வரலாற்றைக் கூறினார்.

சுந்தன், உபசுந்தன் என்ற சகோதரர்கள் ஒற்றுமையாக வாழ்ந்து வந்தனர். அந்தச் சகோதரர்கள் பிரம்மனை நோக்கி தவமிருந்து சகல வித்தைகளையும் அறிந்து, நினைத்த உருவம் எடுக்க வல்லவராக வரம் பெற்றனர். மேலும் அசையும், அசையாப் பொருள்களாலும் மரணமில்லா வரமும் பெற்றனர்.

அவர்கள் தேவர்களையும் ரிஷிகளை யும் துன்புறுத்தி வந்தனர். இப்படி அந்த அசுரர்கள் தங்களை அடக்க ஆளின்றி குருக்ஷேத்திரத்தில் இருந்து மூவுலகையும் ஆண்டு வந்தனர்.

இந்நிலையில் பிரும்மா விசுவகர்மா விடம் யாரும் ஆசைப்படுமாறு மயக்கும் பெண் ஒருத்தியைப் படைக்கச் செய்தார். அவள் நினைத்த வடிவம் எடுக்கக் கூடியவளாகவும் இருந்தாள். அவளுக்கு திலோத்தமை என்று பெயர் இட்டார். அப்போது பிரம்மா அவளை சுந்தன், உபசுந்தன் இருவரையும் மயக்கி உனக்காக அவர்கள் இருவரும் சண்டை யிட்டு மடியும்படிச் செய்யுமாறு திலோத் தமைக்கு ஆணையிட்டார் பிரமன்.

விந்திய மலைச் சாரலில் சுந்தனும் உபசுந்தனும் மதுவருந்தி, பெண்களுடன் விளையாடிக் கொண்டிருந்தனர். அங்கு அவர்கள் எதிரில் திலோத்தமை திரிய மதி மயங்கிய வெறி கொண்ட சகோதரர்கள் இருவரும் வாக்குவாதம் செய்து, சச்சரவு தொடங்கி இருவரும் ஒருவரை ஒருவர் அடித்துக் கொண்டு மாண்டனர்.

எனவே, திரௌபதி ஒவ்வொரு வருடனும் ஓராண்டு வசிக்கவேண்டும். ஒருவரோடு வாழும் போது இன்னொரு வர் கண்டால் ஓராண்டு பிரம்மச்சாரியாக காட்டில் வசிக்க வேண்டும் என்று பாண்டவர்களுக்குள் ஓர் உடன்படிக்கை செய்து கொள்ளுமாறு கூறினார்.

31. பீஷ்மர், பரசுராமர் மோதல்

விசித்திர வீரியன் சந்தனு - சத்தியவதி தம்பதிகளின் மகன். மன்னன் அவனுக்கு மணம் முடித்து வைக்க பீஷ்மர் காசி ராஜனின் கன்னிகையர் மூவராகிய அம்பை, அம்பிகை, அம்பாலிகை என்ற மூவரைக் கவர்ந்து வந்தார்.

இதில் அம்பை சால்வ மன்னனைக் காதலித்தாள். பீஷ்மர் அவளை சால்வ னிடமே அனுப்பி வைக்க, சால்வன் பிறரால் கடத்திச் செல்லப்பட்ட அம்பையை ஏற்க மறுத்து திருப்பி அனுப்பி விட்டான்.

திரும்பி வந்த அம்பை பீஷ்மரிடம் தன்னை மணந்து கொள்ளுமாறு வற்புறுத்தினாள். பீஷ்மர் தன் பிரம்மச் சரிய விரதத்தைக் கூறி மறுத்துவிட்டார். இதனால் கோபம் கொண்ட அம்பை பீஷ்மரின் குருவான பரசுராமரைச் சரணடைந்து தன்னைப் பீஷ்மர் மணந்து கொள்ள வேண்டும். இல்லையேல் பீஷ்மரைப் பரசுராமர் கொல்ல வேண்டும் என்று வேண்டினாள்.

பீஷ்மர் முடிவாக மறுக்கவே அவருக் கும், பரசுராமருக்கும் பயங்கரப் போர் மூண்டது. அனைவரும் பரசுராம ரிடம், ''போர்த் தொழில் பிராமணனுக்கு வேண்டாம்'' என்று தடுத்தனர். பீஷ்ம ரிடம் ''குருவான பரசுராமரிடம் போர் வேண்டாம். போர்க்களத்தில் பிராமண னுக்கு மரியாதை செய்'' என்றனர்.

ஒரு நாள் பீஷ்மர் கனவில், வசுக்களில் மூவர் அந்தணர் வடிவில் தோன்றி உபதேசித்த 'பிரஸ்வாப அஸ்திரத்தை' வேறு வழியின்றி பரசுராமர் மீது ஏவ எட்டாவது 'வசு' வின் பிறவியான பீஷ்மர் எண்ணினார்.

உடனே அங்கு வந்த நாரதர் பீஷ்மரிடம் ப்ரஸ்வாப அஸ்திரத்தைக் குருவும், பிராமணோத்தமருமான பரசு ராமர்மீது விடாதே. அவரை அவமதிக் காதே என்று கூறினார். கனவில் தோன்றிய மூவரும் ஆகாயத்திலிருந்து பீஷ்மரிடம் அவ்வாறே கூறினர். பீஷ்ம ரால் விடப்பட்ட அஸ்திரம் திரும்பி அழைக்கப்பட்டதைப் பரசுராமரும் கண்டார்.

நாரதர் பரசுராமரிடம் போரிலிருந்து விலகி சமாதானம் செய்து கொள்ளு மாறும் கூறினார். மேலும் அவரால் பீஷ்மரையோ, பீஷ்மரால் அவரையோ, கொல்ல முடியாது என்றும் கூறினார் நாரதர்.

அஸ்திரத்தை உபதேசித்தவர்களும் பீஷ்மரைக் குருவிடம் சென்று சமா தானம் செய்து கொண்டு உலகத்திற்கு நன்மை புரியுமாறு அறிவுரை பகன்றார். பின்னர் பரசுராமர் நாரதர் முன்னிலை யில் அம்பையை அழைத்துப் பீஷ்மரை வெல்லமுடியவில்லை என்றார்.

பீஷ்மரை எதிர்த்துப் போரிடுபவரும் இல்லை, பரசுராமருக்கு இணையான போர்க்கலை ஆசிரியரும் இல்லை எனக்கூறி அவர்களுக்குள் நாரதர் சமாதானம் செய்து வைத்தார்.

32. ஐந்து சபைகளின் வருணனை

யுதிஷ்டிரர் நார்ரதருக்குத் தமது சபையைக் காட்ட, அவரது சபைக்கு சமமான ஐந்து சபைகளைப் பற்றி நாரதர் வருணித்தார்.

1. இந்திர சபை

சூரிய ஒளிக்கு ஒப்பானது இந்திர சபை. சிறந்த சிற்ப வேலைகளுடன் கூடியது. சுகங்களை, நன்மைகளைத்

தரக்கூடியது. மனத்திற்கு இனிமை யானது.

முடியில் கிரீடத்துடன், தூய ஆடை அணிந்து இந்திரன் அமர்ந்து இருக்கி றான். சசி என்னும் இந்திராணி அவன் அருகில் அமர்ந்திருக்கிறாள். தேவலோக வாசிகளில் சிறந்தோர் தத்தம் மனைவி யருடன் இந்திரனை வணங்குகின்றனர்.

நாரதர், தும்புரு ஆகிய முனிவர்கள் தேவசபையில் உள்ளனர். தேவ வடிவ தீர்த்தங்களும், ஓஷதிகளும், அறம், பொருள், இன்பங்களும் அங்கே உண்டு.

மற்றும் கார்ஹபத்தியம், அஹவநீயம், தக்ஷிணம், நிர்மந்த்யம், வைத்யுதம், சூரம், ஸம்வர்த்தம், லௌகிகம், ஜாடரம், விஷ்கம், க்ரவ்யாத் ஷேமவான், வைஷ்ணவம், தஸ்யுமான், பலதம், சாந்தம், புஷ்டம், விபாவசூ, ஜோதிஷ் மான், பரதம், பத்ரம், ஸ்விஷ்டக்ருத், வசூமான், க்ரது, ஸோமம், பித்ருமான், அஸ்கீரஸ் ஆகிய இருபத்தேழு அக்னியும் அங்கே உண்டு.

மற்றும் அப்ரஸஸுக்கள், வித்தியாதரர், கந்தர்வர்கள் இருந்து இந்திரனை மகிழ்விக்கின்றனர். பிரும்மாவின் கட்டளைப்படி சப்தரிஷிகளும் அங்கு வந்து போகின்றனர். அந்த இந்திரச் சபைக்கு 'புஷ்கரமாலினி' என்று பெயர்.

2. எமசபை

நாரதர் அடுத்து யமசபையைப் பற்றி விவரித்தார். முதுமை, சோர்வு போன்ற எத்தகைய கெடுதலும் இல்லாதது.

தேவர் மனிதர்க்கான போகங்களும், ஐவகை உணவும், வாசமலர் மரங்களும் எக்காலமும் இங்கே உண்டு. ராஜரிஷி களும், பிரம்ம ரிஷிகளும் இங்கே உண்டு.

யமனை வழிபடுவோர் இங்கு உள்ளனர். அச்சபையில் எங்கும் ஒலியும், ஒளியும், மணமும் நிறைந்துள்ளன.

3) வருண சபை

வருண சபையைப் பற்றி நாரதர் அடுத்து விவரிக்கிறார். இதுவும் யம சபையைப் போலவே பெரியது. இச் சபையை நீருள் விசுவகர்மா நிர்மாணித் தார். இங்கு இனிய குரலையுடைய பறவைகளும், அவை வாழும் சோலை களும் உள்ளன. இங்கே காய்ச்சல், நோய் இல்லை.

வருணனின் மனைவி கௌரி என்னும் வாணி, வருணனுடன் சபையில் அமர்ந்து இருக்கிறாள்.

ஆதித்தியர்கள் வருணனை வழிபடு கின்றனர். நாகர்கள் படமெடுத்து ஆடுகின்றனர். அஷ்டவசுக்களும், கபில முனியும் அங்கே உள்ளனர். கருடனும் தமது பரிவாரத்துடன் அச்சபையில் உள்ளார். வாலி, பலி போன்றோரும், சுக்கிரீவன், நரகாசுரன் போன்ற அசுரர் களும் உள்ளனர்.

கடல்கள், புண்ணிய நதிகள், மலைகள் நீர் வாழ் உயிரினங்கள் வருணனை வணங்குகின்றன. கந்தர்வர்கள், அப்சரசு கள் போற்றுகின்றனர். வருணனது அமைச்சர் சுநாபனும் குடும்பத்துடன் வந்து வருணனைத் துதிக்கின்றான்.

4. குபேரன் சபை

குபேரன் சபை சந்திர ஒளி போல குளுமையானது. வெண்மையானது. மின்னல் கொடியென ஆகாயத்தில் பறப்பது போல் இருக்கிறது. அழகிய குபேரன் குண்டலங்களுடன் ரத்தி என்ற மனைவியுடன் ஆசனத்தில் அமர்ந்திருக் கிறான்.

அவனது சித்திரரதம் என்னும் சோலையில் மந்தரம் என்னும் கற்பக மரங்களும், அலகம் என்ற ஓடையும் உள்ளன.

அப்சரஸ்ஸுகள், கந்தர்வர், யக்ஷர்கள், ரிஷிகள், லக்ஷ்மிதேவி ஆகியோர் அங்கு உள்ளனர்.

சங்கரரும், பூத கணங்களும் குபேரனிடம் தோழர்களாக இருப்பர். விபீஷணனும், நந்திகேசுவரர் முதலிய சிவகணங்கள், வெள்ளை ரிஷபம் இங்குண்டு. சிவபெருமான் பரிவாரத்துடன் சபைக்கு வரும்போது குபேரன் அவரைத் துதிக்கிறான்.

இமயம், விந்தியம், கைலாயம், மகேந்திரம் போன்ற தெய்வீக மலைகளும் தனாதிபதியான குபேரனை வணங்குகின்றன.

நவநிதிகளில் சங்கநிதியும் பதும நிதியும் குபேரனை வணங்குகின்றன. இந்தக் குபேர சபை வானில் பறக்கக் கூடியது.

5. பிரம்ம சபை

இதுவரை சொல்லப்பட்ட சபைகளை விட அதிகச் சிறப்பு வாய்ந்தது. முன்னொரு நாள் சூரியதேவன் பிரம்ம சபையைப் பார்த்துவிட்டு என்னிடம் கூறினார்.

ஆயிரம் ஆண்டுகள் பெரும் விரத தவமிருந்தவர்களே இச்சபையைக் காண முடியும். இது பலவித தெய்வீகப் பொருளால் தூண்களின்றிப் பரந்த ஆகாயம் போல் மேல் பகுதி உடையது. அதிசயமான சுகமுள்ள சபை. பிரம்மா உலகைப் படைத்த வண்ணம் உள்ளார். தக்ஷன் போன்ற பதினாறு பிரஜாபதிகளும், சிவரிஷிகளும் இவரை அடுத்துள்ளனர்.

மூலப்ரக்ருதி, மனம், ஐம்பூதங்கள், வித்தைகள், ஐம்புலன்களின் விஷயங்களுடன் இங்குள்ளது.

அகஸ்தியர், மார்க்கண்டேயர், ஜமத்கினி போன்ற ரிஷிகள் அவரை வணங்கிக் கொண்டுள்ளனர்.

உலகிலுள்ள கலைகள், திறமைகள், மனச்சக்திகள் இங்குண்டு. இவற்றிற்கு இங்கே உடலுண்டு. தேவப் பெண்களும் உள்ளனர்.

அசுரர், நரகர், கருடர் ஆகியோரும் பிரம்மாவுடன் இருக்கின்றனர்.

நித்திய பிரம்மச்சாரிகளும், சந்ததியுள்ள ரிஷிகளும், சுப்பிரமணியனும் இங்கே உள்ளனர்.

எல்லா ஞானமுடைய பிரம்மதேவர் அனைவரையும் தக்கபடி கவனித்து எண்ணங்களை நிறைவேற்றி மகிழ்வு செய்கிறார்.

பிரம்ம சபை எல்லாச் சபைகளிலும் உயர்ந்தது.

பூவுலகில் தருமன் சபையே சிறந்ததென்று நாரதர் கூறி முடித்தார்.

33. குணகேசி, சுமுகன் திருமணம்

இந்திரனின் சாரதி மாதலியின் ஒரே பெண் குணகேசி. நல்ல அழகி. மாதலி தன் மனைவி சுதர்மாவுடன் குணகேசியின் திருமணம் பற்றி பேசினார். வழியில் நாரதரைச் சந்தித்து பெண்ணுக்கு மாப்பிள்ளை தேடுவது பற்றி கூற இருவரும் வருணனைக் காண தேவலோகம் சென்றனர்.

அதன்பின் இருவரும் நாகலோகம், ஹிரண்யபுரம், ஐராவதம் சென்று யோகவதி நகரை அடைய அங்கே மாதலிக்குச் சுமுகன் என்ற நாகனைப் பிடித்துவிட்டது. சுமுகன் ஐராவதனின் குலம்; அவனுடைய தந்தை சிகரன். அவனைக் கருடன் கொன்று விட்டான் என்று சுமுகன் பற்றிய விவரங்களைக் நாரதர் கூறினார்.

பிறகு ஆர்யகனிடம் சென்று அவனது பேரனுக்கு மாதலி மகள் குணகேசியை மனைவியாக ஆக்கிக் கொள்ளும்படிக் கூறினர். அப்போது சுமுகனைத் தின்று விட கருடன் சபதம் செய்திருக்கிறான் என்பதை நாரதருக்கு ஆர்யகன் நினைவு கூறினான். அதைக் கேட்டதும் சுமுகனைக் காக்கும் பொருட்டு நாரதர், மாதலி, ஆர்யகன் ஆகிய மூவரும் இந்திரனிடம் சென்றனர்.

நாரதர் விஷ்ணுவிடமும் இதைக் கூற விஷ்ணு சுமுகனுக்கு அமுதம் கொடுத்து காக்கச் சொன்னார். ஆனால், இந்திரன் அமுதம் கொடுக்காமலேயே அவனுக்கு ஆயுளைக் கொடுத்தான். சுமுகன், குணகேசி திருமணம் இனிதே நடந்தேறியது.

இதனை அறிந்த கருடன் இந்திரனிடம் தான் சுமுகனைக் கொன்று தன் குடும்பத்தைக் காக்க நினைத்திருந்ததாகவும், அதனைக் கெடுத்து விட்டதாகவும் இரைந்தான்.

அதைக் கண்டு பயம் கொண்ட சுமுகன் நாகவடிவெடுத்து விஷ்ணுவின் திருவடிகளைக் சுற்றிக் கொண்டான்.

விஷ்ணுவிடம் சென்று கருடன், தான் அவரைச் சுமப்பவன் என்றும், தேவாசுரப் போரில் பெரும் பங்கு ஆற்றியவன் என்றும் ஆணவத்துடன் கூறினான்.

அப்படியானால் தன் கை ஒன்றைத் தாங்குமாறு விஷ்ணு அவன் மீது வைக்க அவனுக்குப் பாரம் தாங்காததால் உடல் நைந்து, இறக்கை உதிர்ந்து சோர்வு ஏற்பட்டது. அதனால் கீழே விழுந்து, விஷ்ணுவைத் தொழுது சுமுகனை விட்டு விட்டுப் பறந்தான்.

இவ்வாறு சுமுகன் - குணகேசி திருமணம் நடந்தேறியது.

■■■

ஸ்ரீ பாகவத புராணம்

ஸ்ரீ அனந்த சயனன்

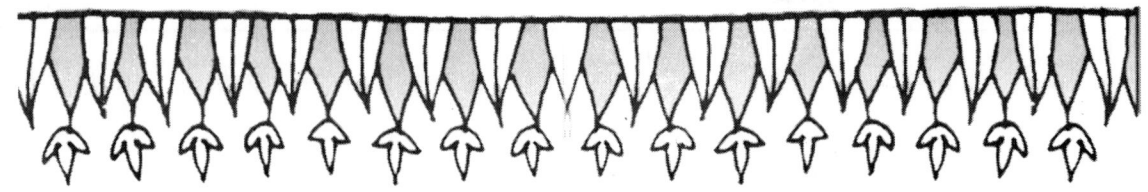

8

ஸ்ரீ பாகவத புராணம்

1. தோற்றுவாய்

ஸ்ரீ சுக முனிவரால் பரீக்ஷித்து மகா ராஜனுக்குச் சொல்லப்பட்ட பகவானு டைய சரித்திரம் ஸ்ரீமத் பாகவத புராணம். இது மக்களின் மனத்திலே பக்தியை வளர்த்து, மன அமைதியை யும், சித்த சுத்தியையும் தரவல்லது. பகவானுடைய சொரூபமே பாகவதம். அதைக் கேட்பதினாலும், படிப்பதினா லும் மோக்ஷ சுகத்தை அடையலாம். ஸ்ரீமத் பாகவதத்தை ஸப்தாகமாக ஏழு நாட்களில் சிரத்தையுடன் முறைப்படி கேட்டால் சகல மங்களங்களும் சித்திக்கும்.

ஒரு சமயம் நான்கு மகரிஷிகள் சத்சங்கம் செய்ய ஒன்று கூடினர். அப்போது தற்செயலாக அங்கு நாரத முனிவர் வந்தார். அவர் உற்சாகமின்றி இருப்பதற்கான காரணத்தை அந்த முனிவர்கள் கேட்டனர்.

நாரதர் சொன்னார், ''பூலோகத்தில் எங்கு சென்றாலும் கலிமகா புருஷ னுடைய ஆதிக்கமே பரவியிருப்பதைக் கண்டேன்.

கடைசியாக யமுனை ஆற்றங்கரை யில் ஓர் இளமங்கை இரண்டு வயோதிகர் களுடன் சோர்வாக அமர்ந்திருந்தாள். அவள் பக்தி தேவி என்றும், அந்த இரண்டு கிழவர்களும் ஞானம், வைராக் கியம் என்ற பெயரை உடையவர்கள் என்றும் அருகிலிருந்த மூன்று பெண்கள் கங்கை, யமுனை முதலிய நதிகளின் தேவதைகள் என்றும் அறிந்தேன்.

அவள் மேலும் அந்தப் புண்ணிய பூமியான பிருந்தாவனத்தை அடைந்த உடனே புத்துயிர் பெற்று, யுவதியாக மாறியதாகவும், ஆனால் அவளுடைய புத்திரர்களான ஞானமும், வைராக் கியமும் பலஹீனர்களாகவே உள்ளனர் என்றும், அதன் காரணம் அறியாமல் அவள் தவிப்பதாகவும் கூறினாள்.

அப்போது நான் (நாரதர்) அவளிடம் ''ஸ்ரீ கிருஷ்ண சரணார விந்தங்களைத் தியானம் செய்தால் துக்கம் நீங்கி க்ஷேமத்தை அடைவாய்'' என்று கூறி னார். இந்தக் கலியுகத்தில் பக்தியே மோக்ஷசாதனம் என்று அறிவுரை கூறினேன்.

அடுத்து பக்தி தேவியின் வேண்டு கோளின்படி, ஞானம், வைராக்கியம் இருவரையும் தட்டி எழுப்பி அவர் களுடைய செவிகளில் கீதா வாக்கியங் களையும், உபநிஷத் மந்திரங்களையும் உபதேசித்தேன்.

அப்போது ஓர் அசரீரி என்னிடம் ஒரு சத்கர்மா எப்படி புரிய வேண்டும் என்பதைச் சில சாதுக்கள் கூறுவர் என்று சொல்லியது.

''நான் பதரீ வனத்துக்கு ச் சென்று தவம் ஆற்றி வருகையில் தாங்கள் என்னைக் கண்டீர்கள்'' அவர்கள் நாரதரிடம் ''யோகம், தவம், யஜ்ஞம் ஆகியவற்றை

விடச் சிறந்தது 'ஞான யக்ஞம்'. இதுவே 'சத்கர்மம்' ஆகும். பாகவத ஞான யக்ஞ விசேஷத்தால் ஒவ்வொரு வீட்டிலும் பக்தியானவள், ஞான வைராக்கியங்களுடன் பிரேமரசத்தை நிரப்பிக் கொண்டு விளையாடிக் கொண்டு இருப்பாள்' என்று கூறினர்.

அப்போது நாரதர் பக்தி, ஞானம், வைராக்கியம் ஆகியோர்க்கு நன்மை செய்ய 'ஞான யக்ஞம்' செய்கிறேன். அதற்குத் தகுதியான இடம் கங்கா நதிக்கரையில் உள்ள 'ஆனந்த வனம்' என்று அறிந்து, அங்கு சேர்ந்து ஞான யக்ஞத்தைச் செய்தார். எல்லோரும் அங்கு வந்து சேர்ந்தனர்.

அப்போது சனத்குமாரர்கள் நாரதரைப் பார்த்து பாகவதத்தின் பெருமையை எடுத்துக் கூறினர். பாகவதச் சிரவணத்தாலே ஸ்ரீ விஷ்ணு நம் உள்ளத்தில் ஆவிர்பாகம் ஆகிறார்.

புண்ணிய கிரந்தமான பாகவதம் பன்னிரண்டு ஸ்கந்தங்களும், பதினெண்ணாயிரம் சுலோகங்களும் கொண்ட உன்னத புராணம். துளசி, துவாதசி திதி, காமதேனு ஆகியவற்றிற்கும், ஸ்ரீ மகா விஷ்ணுவுக்கும், பாகவத புராணத்திற்கும், வாசுதேவரின் மந்திரத்துக்கும் எவ்வித பேதமும் கிடையாது.

இதை எவனொருவன் ஆயுளின் கடைசி தறுவாயில் கேட்கின்றானோ, அவனுக்கு கோவிந்தன் பிரீதியோடு வைகுண்ட வாசத்தை அளிக்கின்றான். பாபாத்மாக்களும் இந்தக் கலியுகத்தில் ஸப்தாஹ யக்ஞத்தினாலேயே பரிசுத்தம் அடைந்து விடுகின்றனர். எல்லோரும் ஸ்ரீ ஹரியை ஸ்தோத்திரம் செய்தனர்.

அவ்வமயம் பக்திதேவி, இளமையும், புஷ்டியும் நிறைந்த தன் குமாரர்களுடன் அங்கு தோன்றி ஹரிநாம சங்கீர்த்தனம் செய்ய ஆரம்பித்தாள்.

2. புராணம் - ஸ்ரீ பாகவத புராணம்

சகல மங்களங்களையும் அளிக்கக் கூடியதான, லீலா வைபவங்கள் நிறைந்த பகவானுடைய அவதாரக் கதைகளைக் கேட்க நாங்கள் மிக்க ஆவலுடன் இருக்கின்றோம். அந்தப் புண்ணியமான திவ்ய சரித்திரத்தை எங்களுக்குச் சொல்ல வேண்டும். பகவானுடைய லீலா விநோதங்களைக் கேட்பதற்காகவே 'சத்யோகம்' செய்வதைக் காரணமாகக் கொண்டு நாங்கள் இங்கு தங்கி இருக்கிறோம். தர்மத்தின் காவலனான கிருஷ்ண பகவான் தன் திருநாட்டுக்குப் புறப்பட்டுச் சென்றபிறகு தர்ம தேவதையரைச் சரணமாக அடைந்தது. அந்தத் தர்மமானது யாரால் ரக்ஷிக்கப் பட்டது? கலியில் தோஷங்களினால் மனத் தூய்மையை இழந்த மனித சமூகத்தை பகவத் கதாம்ருதம் என்ற பாணத்தினால் பரிசுத்தப் படுத்துங்கள் என்று வேண்டிய சனகாதி முனிவர்களுக்குச் சூதமா முனிவர் கூறத் தொடங்கினார்.

''ஸ்ரீமந் நாராயணனையும், புருஷ ச்ரேஷ்டரரான நரனையும், சரசுவதியையும், ஸ்ரீ வியாச பகவானையும் வணங்கி வெற்றியை அளிக்கும் இந்தப் புராணத்தைக் கூறுகிறேன்.

பகவானுடைய அருட்கடாக்ஷம் உங்களுக்குப் பூரணமாக கிடைக்கட்டும். ஸ்ரீ ஹரியை ஆராதித்துப் பக்தி செய்வதே மனித குலத்தின் முக்கியமான தர்மமாகும். ஸ்ரீ வாசுதேவனிடத்தில் மனதைச் செலுத்தி, பக்தி யோகத்தைச் செய்வதினாலேயே உண்மையான ஞானமும், வைராக்கியமும் ஏற்பட்டு விடும். அதனால் பகவான் மகிழ்ச்சி அடைகிறான்.

அறிவில் சிறந்த பெரியோர்கள் ஜீவாத்மாவுக்கும், பரமாத்மாவுக்கும் வேறுபாடில்லை என்பதை உணர்ந்து, தமது உள்ளக் கோயிலிலே பரமாத் மாவைக் கண்டு ஆனந்த பரவசம் அடை கின்றனர்.

சர்வ வியாபியாக விளங்குகின்ற ஸ்ரீ ஹரியே எல்லா தெய்வங்களுக்கும் மேலானவர். முழு கலையுடன் ஒளிர்கின்ற ஸ்ரீ கிருஷ்ணாவதாரமே மிகச் சிறந்தது. அவருடைய லீலா வைபவங்களையும், அவதாரக் கதையையும் கேட்கிறவன் இன்ப வெள்ளத்தில் திளைப்பான். அவரை அடைவதற்கு அவரே காரணமாவார். ஸ்ரீ கிருஷ்ண பகவானை உபாசிப்பவர்கள் ஸத்வ குணமும், சாந்தியும் அடைந்து ஆனந்தமாக வாழ்கின்றனர்'' என்று சூதமா முனிவர் கூறினார்.

3. பகவானின் அவதார மகிமைகள்

சூதமாமுனிவர் பகவானின் அவதார மகிமைகளை முனிவர்களுக்குக் கூறலானார்.

''ஆதியில் பகவான் உலகைச் சிருஷ்டி செய்ய எண்ணி உடனே பதினாறு கலைகள் கொண்ட புருஷ ரூபத்தைக் கொண்டார். அந்த விராட் புருஷனின் உடலிலிருந்தே தேவர்கள், மனிதர்கள் தோன்றினர். உலகம் விரிவடைந்தது. அவர் சொரூபம் அழிவற்றது. ஸத்வ குணம் நிறைந்தது. மகிமை பொருந்தியது. அவருடைய அமிசத்தினாலேயே தேவதைகள், பசு, பக்ஷிகள், பிராணி வர்க்கங்கள் தோன்றின. அந்த ஆதி நாராயண சொரூபமே சகல அவதாரங்களுக்கும் மூல காரணமாயிற்று.

ஸ்ரீ ஹரி எடுத்த அவதாரங்கள் எண்ணில் அடங்கா. ஆனால் அவற்றுள் இருபத்து நான்கு மிக்க மகிமை பெற்றவை. அசுரர்களால் உலகத்திற்குத் துன்பம் உண்டாகும் போது அவர்களை அடக்கி நன்மக்களைக் காப்பதற்காகவே பகவான் பலவித உருவங்களில் தோன்றுகிறார்.

தர்மம், ஞானம் ஆகியவற்றுடன் ஸ்ரீ கிருஷ்ணன் தனது திவ்யலோகத்துக்குச் சென்ற பிறகு உலகினர் அஞ்ஞானத்தில் சிக்கி ஞான சூனியர்களாய் கஷ்டப் பட்டுக் கொண்டிருக்கையில் இந்தப் பாகவத புராணம் உதயமாகி ஒளிவீசத் தொடங்கியது.

துவாபர யுக முடிவில் வியாசர் பராசர முனிவரின் மகனாக அவதரித்தார். மகா விஷ்ணுவின் கலாவதாரமாகத் திகழ்ந்த அவர் வேதங்களை வகுத்தார். இதிகாச புராணங்களை இயற்றினார். எனினும், அவருக்குத் திருப்தியும், மன அமைதியும் ஏற்படவில்லை.

இத்தகைய சிந்தையுடன் ஸரஸ்வதி நதிக்கரையில் அமர்ந்து வருந்திக் கொண்டிருக்கும்போது நாரத முனிவர் வந்தார். அவரிடம் வியாசர் தன் மனக் குறையைக் கூறி அதனை நிவர்த்திக்க வேண்டினார்.

அப்போது நாரதர், ''உலகத்திற்கு க்ஷேமம் தரும் பகவானுடைய புனிதமான குண வைபவங்களை நீர் பாடவில்லை. ஸ்ரீ ஹரியின் குணங்களை வர்ணிக்கும் நூல்களையே சாதுக்கள் விரும்புவர். அனந்தனின் திவ்ய நாமங்களின் மகிமையைக் கூறும் நூலே மக்கள் பாபங்களைப் போக்கக் கூடியது. ஹரியின் குணங்களைப் பாடி, கேட்பதிலேயே சாதுக்கள் மகிழ்ச்சி அடைகின்றனர். ஆகவே 'ஸ்ரீ ஹரியின் குணங்களைப் பாடுங்கள்; பக்தியின் பெருமையைக் கூறுங்கள். சமாதியில் அமர்ந்து பகவானுடைய லீலைகளைத் தியானித்து எழுதுங்கள்; பரமானந்தம் பெறுவீர். உலக நன்மை ஏற்படும்; பந்தங்களிலிருந்து விடுபட்டு அமைதியைப் பெறுவீர்'' என்றார் நாரதர்.

மேலும், ''எவன் ஒருவன் தனது ஸ்வதர்மத்தையும் விட்டு பகவானுடைய சரணகமலங்களில் பக்தியுடன் சேவித்து வருகிறானோ அவன் அதன் பயனை அடைவதற்கு முன்பே மரணமடைந்தாலும் அவனுக்கு நற்பேறே கிட்டும்'' என்றார்.

எடுத்துக்காட்டாக, தனது பூர்வ ஜன்ம வரலாற்றைக் கூறினார். அவர் முற் பிறவியில் வேதவித்துக்களிடம் வேலைக் காரியின் மகனாகத் தோன்றினதாகவும், அவர்களுக்குப் பக்தி சிரத்தையுடன் அவர் பணிவிடை செய்து வந்ததாகவும், அதனால் அவர்களிடம் பிரம்ம வித்தையை உபதேசம் பெற்றதாகவும், தான் எதையும் பகவதார்ப்பணமாகவே செய்து வந்ததாகவும் அதனால் பக்தி, ஞானம் வளர்ந்ததாகவும் கூறினார்.

தாயார் இறந்தபோது அவ்விடம் விட்டு வடக்கே புறப்பட்டுச் செல்ல பசி தாகத்தினால் சோர்வு ஏற்பட்டது. ஆங்குள்ள நதியில் நீராடி நீரருந்தி அரச மரத்தினடியில் அமர்ந்து உபதேச மந்திரத்தை ஜபித்து இதயத்திலே பரமாத்மாவைத் தியானித்து வந்ததாக வும் முனிவர் கூறினார்.

அப்போது அவர் உள்ளக் கோயிலில் பகவான் ஆவிர்பவித்து, மறைந்துவிட தான் மிகவும் வருத்தமடைந்ததாகவும் அப்போது அசரீரி வாக்கு இப்பிறவியில் தன்னைக் காண தகுதி ஏற்படவில்லை என்றார்.

ஸ்ரீ கிருஷ்ணனிடமே உள்ளத்தை இருத்தி, பற்றின்றி இருந்ததால் சித்த சுத்தி ஏற்பட்டது. பஞ்சபூத சரீரம் விழுந்துவிட புண்ணிய பார்ஷத சரீரம் கிடைத்தது என்றார்.

பல யுகங்கள் கழிந்த பிறகு உலக சிருஷ்டி ஏற்பட அப்போது பிரம்ம புத்திரனாகப் பிறந்ததாகக் கூறினார். பிறகு நாரதர் சென்றுவிட்டார்.

பின்னர் வியாசர் தியானத்தில் ஆழ்ந்து பரமபுருஷனாகிய ஸ்ரீ கிருஷ்ணனிடம் இணையற்ற பக்தியைத் தரக்கூடிய பாகவத கிரந்தத்தை இயற்றினார்.

அநீதியின் உருவமாகிய கௌரவர் களும், நீதிக்கு இருப்பிடமாகிய பாண்ட வர்களும் வாழ்ந்த கால வரலாறே 'மகாபாரதம்'. இதை எழுதியவரும் வியாசரே. பாரதப் போரில் இரு தரப் பினிலும் பலர் போர்க்களத்தில் அடிபட்டு வீர சுவர்க்கம் அடைந்தனர். அப்போது துரோணாச்சாரியாரின் மகன் அசுவத்தாமன் திரௌபதியின் புத்திரர் களை, தூங்கிக் கொண்டிருக்கும் போது குரூரமாகக் கொன்றுவிட்டான்.

இதைக் கண்டு தாயான திரௌபதி கதறி அழுது பரிதவித்துப் போனாள். அருச்சுனன் கோபம் கொண்டு அசுவத் தாமன் தலையைக் கொண்டு வருவதாகக் கூறி அசுவத்தாமனைப் பின் தொடர்ந் தான்.

பயந்து ஓடிக் கொண்டிருந்த அசுவத் தாமன் பிரம்மாஸ்திரத்தைப் பிரயோகித் தான். அருச்சுனனும் அதையே பிரயோ கிக்க இரண்டும் பயங்கரமாக மோதிக் கொண்டன. பிறகு கிருஷ்ணனின் ஆணைப்படி அருச்சுனன் பிரம்ம அஸ்திரத்தை தன்னிடமே இழுத்துக் கொண்டான்.

பிறகு அசுவத்தாமாவைப் பிடித்துக் கட்டி, யாக பசுவைப் போல் இழுத்து வந்தான். அப்போது கிருஷ்ணன் அருச் சுனனிடம் 'அவனுக்குத் தயவு காட்டாதே' என்றார்.

பிறகு அருச்சுனனும், கிருஷ்ணனும் திரௌபதியிடம் சென்று அசுவத் தாமாவை தண்டிக்கப் போவதாகக் கூற, திரௌபதி மனமிரங்கி குரு புத்திரனான அசுவத்தாமாவை வணங்கி, அருச்சுன னிடம் அவனை விட்டு விடுமாறு வேண்டினாள்.

அப்போது அருச்சுனன் அசுவத் தாமனுடைய சிகையை அறுத்து, தலையிலுள்ள சிரோரத்தினத்தையும் அபகரித்தான். பின்னர், அவனை கட்ட விழ்த்து விட்டு கூடாரத்திலிருந்து விரட்டி விட்டான்.

போரில் உற்றார், உறவினர்களை இழந்து வருந்தும் திருதராஷ்டிரன்,

காந்தாரி, தர்மபுத்திரர் அவரது சகோதரர்களையும், குந்தி தேவியையும் ஆறுதல் மொழிகளைக் கூறிச் சமாதானம் செய்தார் கிருஷ்ணன்.

அப்போது 'கிருஷ்ணா, காப்பாற்று' என்று கூவிக் கொண்டே அபிமன்யுவின் மனைவி உத்திரை கிருஷ்ணனிடம் ஓடிவர கிருஷ்ணன் நடந்தது அறிந்து அசுவத்தாமன் ஏவிய அஸ்திரத்திலிருந்து உத்தரையின் சிசுவைக் காப்பாற்றினார்.

4. கண்ணன் கருணை, பீஷ்மர் மறைவு

உறவினர் பலரும் பாரதப் போரில் மடிந்து போனதை எண்ணி மிகவும் மனம் வருந்தினார் யுதிஷ்டிரர் எனப்படும் தருமபுத்திரன். வியாசமுனிவரும் கிருஷ்ண பகவானும் பலவிதமாக ஆறுதல் கூறியும் யுதிஷ்டிரர் மனம் தெளிவடையவில்லை.

இவ்வாறு மக்களுக்குத் துரோகம் செய்துவிட்டதாகக் கூறி வருத்தப்பட்டுக் கொண்டிருந்த யுதிஷ்டிரர் குருக்ஷேத்திரத்தில் விழுந்து கிடந்த பிதாமகர் பீஷ்மரைக் காணச் சென்றார் கிருஷ்ணனுடன்.

அப்போது பீஷ்மரைக் காண அனைவரும் கூடி இருந்தனர். பீஷ்மர் எல்லோரையும் அன்புடன் வரவேற்றார். ஸ்ரீ கிருஷ்ண பரமாத்மாவை இதய பீடத்தில் அமரச் செய்து பக்தியுடன் வணங்கிப் பூஜித்தார்.

பிறகு பாண்டவர்களையும், குந்தியையும் நோக்கி 'சிறு குழந்தைகளான உங்களை வைத்துக் கொண்டு இளவயதுள்ள குந்தி தேவி மிகவும் கஷ்டங்களை அனுபவித்து விட்டாள். தர்மன் அறனாகவும், வீரன் பீமனும், வில்லில் சிறந்த விசயனும், உற்ற துணையாக ஸ்ரீ கிருஷ்ணனே இருந்தும் வரும் விபத்துக்களைத் தடுக்க இயலாமல் போய் விட்டது.

இந்தக் கிருஷ்ணனுடைய எண்ணத்தை யாராலும் அறிய முடியாது. எனவே, யுதிஷ்டிரா! மனம் வருந்தாதே, எல்லாம் தெய்வச் செயல் என எண்ணி, மனதைத் திடப்படுத்திக் கொண்டு பிரஜைகளை ரக்ஷித்து, ஆட்சி புரிந்து பரதகுல சிரேஷ்டனாக விளங்குவாயாக.

பிறகு எல்லோருக்கும் கிருஷ்ணனைப் பற்றிக் கூறுகிறார் பீஷ்மர், ''ஸ்ரீ கிருஷ்ணன் சாக்ஷாத் பரமாத்மாவே; ஆதி நாராயண மூர்த்தி. இணையற்ற பெருமைகள் கொண்ட இவரை உற்ற நண்பனாக, சாரதியாக, மதிமந்திரியாகக் கொண்டு பழகி வந்தீர்கள். இடையறாத பக்தி பூண்டவர்களிடம், அளவில்லாதக் கருணை உடையவர். உயிரை இழக்கும் தருணத்திலும் எனக்கு திவ்ய தரிசனம் தர இங்கு வந்திருக்கிறார்'' அவருடைய கிருபையே கிருபை.

பகவானுடைய நினைவிலேயே ஆழ்ந்து மரணமடைபவன் சகல பாபங்களிலிருந்தும் விடுபடுகிறான். சிவந்த தாமரை நயனங்களில் கருணை பொங்க, புன் சிரிப்பினால் ஒளிரும், மலர்ந்த முகத்துடன் விளங்கும் தேவதேவனைத் தியானத்திற்கு உகந்த சகல சதுர்புஜங்களுடன் என் எதிரில் தரிசன அளிக்க வேண்டுமென்று பிரார்த்திக் கிறேன்'' என்றார் பீஷ்மன்.

தர்மபுத்திரர் கேட்டுக் கொண்டபடி சகல தரும சாஸ்திரங்களையும் நீதிகளையும் எடுத்துக் கூறினார். பீஷ்மர் எதிர் பார்த்த உத்தராயண புண்ணியகாலம் வந்தது. அவர் மனத்தை பகவானிடம் நிலைநாட்டி கண்களை மூடாமலே தியானம் செய்தார். பீதாம்பர தாரியாய், சதுர்புஜ மூர்த்தியாய் காட்சி அளிக்கும் அந்த ஆதி புருஷனாகிய ஸ்ரீ கிருஷ்ண பரமாத்மாவை கண்ணிமைக்காமல் தியானம் செய்த வண்ணம் இருந்தார்.

எல்லாக் கஷ்டங்களும் மறைய இந்திரியங்களெல்லாம் வெளிநாட்ட

மற்று பகவானிடமே லயித்தன. சரீரத்தை விடப் போகின்ற அச்சமயத்தில் அவர் ஸ்ரீ கிருஷ்ணனைப் பலவிதமாக துதி செய்ய லானார்.

பிறகு மெல்ல மெல்ல மூச்சை அடக்கி, மௌனமாகி மனதைக் கிருஷ்ணனிடமே ஒன்றுபடச் செய்து கண்களை மூடி பரம்பொருளிடத்திலே ஐக்கியமாகி விட்டார்.

மறைந்த மகானுக்கு தருமபுத்திரர் உத்தரகிரியைகளைச் செய்தார்.

கிருஷ்ண பரமாத்மாவுடன் அஸ்தினாபுரம் வந்த யுதிஷ்டிரர் பெரிய தகப்பனாருக்கும் காந்தாரிக்கும் விஷயத்தைத் தெரிவித்து ஆறுதல் கூறினார். திருதராஷ்டிரனிடமும் அனுமதி பெற்றுத் தர்மநீதி தவறாமல் அரசாட்சி செய்து வந்தார். தருமபுத்திரர் ஆட்சியில் எங்கும் அமைதியும், ஆனந்தமும் சுபிக்ஷமும் நிரம்பி இருந்தன.

5. கிருஷ்ணன் விடைபெற்று துவாரகை செல்லுதல்

ஸ்ரீ கிருஷ்ணன் சில நாட்கள் அஸ்தினாபுரத்தில் தங்கி சுபத்திரையை அன்புடன் ஆதரித்து சந்தோஷப்படுத்தினார். மற்றவர்கள் சோகத்தை நிவர்த்தி செய்தார். பிறகு அவர் துவாரகைக்குப் புறப்பட்டார். எல்லோரும் அவர் பிரிவைத் தாங்காமல் வருந்தினர்.

வாத்யங்கள் முழங்க பயணம் தொடங்கிய ஸ்ரீ கிருஷ்ணனை விட்டுப் பிரிய மனமின்றி வெகுதூரம் தொடர்ந்து வந்த பாண்டவர்களையும், மற்றவர்களையும் சமாதானம் கூறி விடை கொடுத்தனுப்பினார்.

பிறகு தேரேறி உத்தவர், சாத்யகி ஆகியோருடன், துவாரகை அடைய அப்போது தனது திவ்யமான சங்கை ஊதினார். துவாரகை மக்கள் திரண்டு காணிக்கைகளுடன் வந்து ஸ்ரீ கிருஷ்ணனை உற்சாகத்துடன் வரவேற்றுத் துதித்தனர். கிருஷ்ணர் எல்லோருக்கும் மரியாதை செலுத்தினார்.

பின்னர் அரண்மனை சென்று, தேவகி முதலான மாதாக்களையும், வாசுதேவரையும் பணிவுடன் நமஸ்கரிக்க, அவர்கள் ஆனந்தக் கண்ணீருடன் ஆசீர்வதித்தனர்.

6. விதுரன் திருதராஷ்டிரன் முடிவு

சூத முனிவர் சௌனகாதி முனிவர்களுக்கு மேலும் கூறலானார், தீர்த்த யாத்திரைக்குச் சென்றிருந்த விதுரர் அஸ்தினாபுரம் வரும் வழியில் மைத்ரேயரைச் சந்தித்து ஆத்ம தத்துவத்தைக் கேட்டு அறிந்து சிறந்த ஞானத்தைப் பெற்று ஸ்ரீ கிருஷ்ணன்மீது நிர்மலமான பக்தியும், அமைதியும் பெற்றார்.

நீண்ட நாட்களாய் பிரிந்திருந்த சிறிய தகப்பனார் விதுரரைக் கண்ட யுதிஷ்டிரர் அன்புக் கண்ணீர் பெருக்கினார்.

பிறகு விதுரருக்குப் போஜனம் செய்வித்து யோகக்ஷேமங்களை விசாரித்தார். அப்போது விதுரர் தருமனுக்கு எல்லாவற்றையும் கூறினார். ஆனால், யதுகுலத்துக்கு நேர்ந்த கஷ்டத்தை மட்டும் கூறவில்லை. பிறகு தனது தமையனாருக்கு ஞானமார்க்கம் பற்றி எடுத்துக் கூறியவராக காலம் கடத்தி வருகையில் மரணகாலம் நெருங்குவதை அறிந்து தமையனிடம் பின்வருமாறு கூறினார் :

காலதேவனின் சக்தியை வெல்ல முடியாதல்லவா. விரைவிலேயே வீட்டை விட்டுப் புறப்படவேண்டும். அதற்காக இந்த வயதில் பிறரை அண்டி வாழவேண்டும். எவர்களுக்காகப் பல கொடியச் செயல்களைச் செய்தீரோ அவர்கள் வீட்டிலேயே வாழலாமா? வீட்டைக் காக்கும் நாய்க்குச் சோறிடுவதைப் போல பீமன் உமக்கு அன்னம் இடுகிறான்.

எவ்வளவுதான் உயிர்மீது ஆசை வைத்தாலும் சரீரம் காலக்கிரமத்தில் அழியும். எவன் ஆசைகளை விட்டுப் பற்றின்றி வைராக்கிய மனதுடன், வீட்டை விட்டு வெளியேறி யாரும் அறியாமல் சரீரத்தை விடுகிறானோ அவனே தீரபுருஷன்.

எவன் ஸ்ரீ ஹரியின் சரணங்களையே தியானித்து வீட்டை விட்டுத் துறவியாக புறப்பட்டுச் செல்கிறானோ அவனே உத்தமன். எனவே உடனே யாருக்கும் தெரிவிக்காமல் வடக்கு திக்கில் செல்லுங்கள் என்றார். உடனே திருதராஷ்டிரன், காந்தாரி பின் தொடர விதுரர் வழிகாட்ட வீட்டைத் துறந்து, இமயமலைக்குச் சென்றுவிட்டார்.

தருமர் வழக்கப்படி பெற்றோர்களை வணங்க வந்தவர், மாளிகையில் யாரும் இல்லாதது பற்றி சஞ்ஜயரைக் கேட்க, அவரும் தன்னை ஏமாற்றிவிட்டு அவர்கள் எங்கு சென்றார்களோ தெரிய வில்லை என்றார்.

அப்போது அங்கே வந்த நாரத முனிவர் ''வீணாக வருந்த வேண்டாம்; எல்லாம் பகவான் கட்டளைப்படியே நடக்கும். பஞ்ச பூத சரீரத்தினால் ஆன எவரையும் காப்பாற்ற முடியாது'' என்று கூறி திருதராஷ்டிரர் குடும்பத்துடன் இமயமலை சென்றதைக் கூறினார்.

தருமன் மனம் தெளிந்து சோகத்தை விட்டார்.

தருமர் முதலானோர் வீடு பேறு

சில நாட்கள் கழிந்த பின் தருமர், உற்றார் உறவினர் க்ஷேம லாபங்களை அறிந்து வர அருச்சுனனைத் துவாரகைக்கு அனுப்பினார். அஸ்தினாபுரத்தில் பல அபசகுனங்கள் தோன்றின.

பல மாதங்களிலும் அருச்சுனன் திரும்பி வராததால் பீமசேனனைத் துவாரகைக்குச் சென்று வருமாறு கூறினார். மேலும் நாரதர் கூறியபடி பகவான் தனது லீலாவதாரமான சரீரத்தை விட்டு விடும் காலம் வந்து விட்டதோ என்று கவலையுற்றான்.

அவ்வமயம் துவாரகையிலிருந்து திரும்பி வந்த அருச்சுனன் யுதிஷ்டிரரை வணங்கிக் கண்ணீர் மல்க நிற்பது கண்டு பயந்தார். எல்லோரும் நலந்தானே என்று விசாரித்தார்.

அப்போது அருச்சுனன் நா தழுதழுக்க, ''ஸ்ரீ ஹரி உற்ற பந்துவாக இருந்தும் என்னை வஞ்சித்து விட்டார். என்னுடைய தேஜஸ் வீர்யம் எல்லாம் அபகரிக்கப் பட்டுவிட்டது. நான் சக்தி அற்றவன் ஆகிவிட்டேன். அவருடன் வாழ்ந்த வாழ்வை நினைக்கும்போது நெஞ்சம் துடிக்கின்றது. துவாரகா நகரமே சூன்யமாகி விட்டது. நமக்குக் கோவிந்த னுடைய நாமஸ்மரணமே தான் துணை. அதுவே நமது துன்பங்களை நீக்கக் கூடியது'' என்று ஆற்றாமையுடன் கூறினான்.

பின்னர் கீதோபதேசங்களை நினைவு கூர்ந்து ஞானம் பெற்றான். குணாதீத நிலையைப் பெற்ற அவன் ஜீவன் முக்தனானான். குந்தியும் அவன் சொற் களைக் கேட்டு சம்சார சூழலிலிருந்து விடுபட்டாள்.

சக்கரவர்த்தியாகிய தருமபுத்திரன், குணசாலியும், வணக்கமுடையவனு மாகிய பேரனுக்குப் பட்டாபிஷேகம் செய்வித்து மதுரா நகரில் சூரசேன நாட்டிற்கு வஜ்ரனை அரசனாக்கினார்.

பின்னர் அகங்கார, மமகாரங்களை விட்டு மோகமின்றி எல்லாப் பந்தங் களையும் துறந்து வீட்டை விட்டுப் புறப்பட்டுச் சென்றார். அரண்மனையை விட்டு வெளியேறினார்.

சகோதரர்களும் மற்றவர்களும் அவரைப் பின் தொடர்ந்தனர். திரௌபதி யும் வாசுதேவனையே சரணாக அடைந்து, ஏகாந்தபக்தியில் ஈடுபட்டு அவரையே அடைந்தாள்.

இவ்வாறு பகவானுடைய பிரியமான பக்தர்களான பாண்டவர்களுடைய மகா பிரயாணத்தைப் பற்றி பாகவதம் கூறுகிறது.

7. பரீக்ஷித்தின் கதை

உத்தரையின் பிரார்த்தனையை ஏற்று பகவான் ஸ்ரீ கிருஷ்ணன் அவள் கருவை அழிக்க அசுவத்தாமனால் ஏவப்பட்ட பிரம்மாஸ்திரத்தின் உக்கிரத்தை, அங்குஷ்ட பிரமாணமுடன் - சிசுவின் அருகிலே நெருங்கவிடாமல் இருந்து ரக்ஷித்து வந்தார். பிறகு ஒரு சுபலக்கினத்தில் ஓர் ஆண்குழந்தை உத்தரைக்குப் பிறந்தது. அதுவே பரீக்ஷித்து ஆகும்.

ஸ்ரீ மகாவிஷ்ணுவால் ரக்ஷிக்கப்பட்டு பிறந்த அந்தக் குழந்தைக்கு 'விஷ்ணுராதன்' என்று பெயர் வைத்தனர். அக்குழந்தை தாயின் கருவில் கண்ட திவ்ய சொரூபி யார் என்று பரீட்சை செய்துகொண்டு, இடைவிடாமல் அப்பகவானையே சிந்தித்ததாலும் விஷ்ணுராதனுக்கு 'பரீக்ஷித்' என்று பெயர் ஏற்பட்டது.

பரீக்ஷித், உத்தரன் பெண்ணாகிய இராவதியை மணந்து, தர்மநீதி தவறாமல் ஆண்டு வந்தான். அவனுக்கு ஜனமேஜயன் முதலான நான்கு குமாரர்கள் பிறந்தனர்.

ஒரு சமயம் பரீக்ஷித் திக்விஜயம் செய்து வருகையில் பாண்டவர்களின், ஸ்ரீ கிருஷ்ணனின் கீர்த்தி ஆகியவற்றைப் பற்றி மக்கள் சிலாகித்துப் பேசுவதைக் கேட்டு மிக்க மகிழ்ச்சியுற்றான்.

இதனால் பரீக்ஷித்தின் உள்ளத்தில் கிருஷ்ணபக்தி பெருக்கெடுத்தது. பக்திப் பரவசமடைந்த அவன் மனம் ஸ்ரீ கிருஷ்ணரின் சரணார விந்தங்களையே தியானிக்கத் தொடங்கியது.

தேச சஞ்சாரம் செய்து வந்தபோது பரீக்ஷித்து ஒரு பசுவும், ரிஷபமும் மிக்க தீனமாக நிற்பதையும், ஒரு முரட்டு மனிதன் அவற்றை அடித்து இம்சிப்பதையும் கண்டான். அதைக் கண்ட பரீக்ஷித் கோபம் மிக்கவனாக அதட்டிக் கேட்கலானான்.

''துஷ்டனே நீ யார்? என் ஆட்சியில் இந்தக் கொடுமையான செயலைப் புரிந்த உன்னைத் தண்டிக்கப் போகிறேன். துஷ்டர்களைச் சிக்ஷித்து, சாதுக்களை ரக்ஷிப்பதும் அரசனது கடமையே''.

பிறகு ரிஷபத்தை நோக்கி, ''ஒற்றைக் காலில் நிற்கும் நீர் தேவதைகளில் யார்? மற்றப் பாதங்களை வெட்டியது யார்?'' என்று கேட்க, அது கூறியது: ''துன்பங்களுக்குக் காரணம் பல வகையாகச் சொல்லப்படுவதால் அறிவில் சிறந்த தாங்களே அதை ஆராய்ந்து தெரிந்து கொள்ளுங்கள்'' என்றது.

அரசன் சிந்தித்து ரிஷபத்தை நோக்கி, ''நீர் தருமதேவதை. நீர் சத்தியம், தயை, தவம், ஆச்சாரம் என்னும் நான்கு பாதங்களுடன் கிருதயுகத்தில் சஞ்சரித்து வந்தீர் அல்லவா. கர்வம், மதம், பேராசை ஆகிய அம்சங்களினால் மூன்று கால்களை இழந்துவிட்டீர். சத்தியம் என்னும் ஒரே காலில் இப்போது நிற்கிறீர். அதையும் அசத்தியமே உருவான கலிபுருஷன் வெட்டப்பார்க்கிறான்'' என்றார்.

''பொறுமையே உருவான பூதேவியே பசுவாக வந்திருக்கிறாள். பகவானுடைய சரண ஸ்பரீசத்தால் மகிழ்ச்சி அடைந்திருந்த அவள் இப்போது கண்ணீர் மல்கி நிற்கின்றாள்'' என்று கூறி அருகிலுள்ள வேடதாரியைக் கொல்ல உடைவாளைக் கையில் எடுத்தான் பரீக்ஷித்து.

அதுகண்ட முரட்டு கலி மனிதன் பரீக்ஷித்தின் காலில் விழுந்து வணங்கினான். அப்போது பரீக்ஷித்து அருச்சுனன் புகழைப் பாதுகாத்து வரும் நான் சரணமடைந்த வரைக் கொல்வதில்லை.

''நீ கலகம், பொய், திருட்டு, கபடம் ஆகிய தீயகுணங்கள் நிறைந்தவன். எனவே சத்தியம், தர்மம் நிறைந்த இந்த பிரம்மாவர்த்தத்தில் வசிக்கக்கூடாது'' என்று ஆணையிட அவன் தான் நிலையாக இருப்பதற்கான இடம் ஒன்று குறிப்பிட வேண்டினான்.

அதற்கு பரீக்ஷித்து சூதாட்டம், மதுபானம், விபச்சாரம், கொலை முதலிய அதர்மங்கள் நடக்கும் இடத்திற்குச் சென்று வசிக்குமாறு கூறினார். மேலும் சில இடங்களைக் கலி வேண்டிட பரீக்ஷித்து பொய், காமம், மதம், விரோதம், கோபம் ஆகிய ஐந்து இடங்களையும் குறிப்பிட்டார்.

பரீக்ஷித்தின் ஆட்சி

இவ்வாறு கலியை விரட்டிய பிறகு அரசன் தயை, தவம், ஆச்சாரம் ஆகியவற்றை வளர்த்து தர்மதேவைதையாகிய ரிஷபத்தின் மூன்று கால்களையும் வளரச் செய்தார். பூதேவியாகிய பசுவைச் சமாதானம் செய்து புஷ்டியுடன் விளங்கச் செய்தார்.

இவ்வாறு அபிமன்யுவின் புத்திரரான பரீக்ஷித்து தர்மத்தையும் பூமியையும் நன்றாகப் பாதுகாத்துப் புகழுடன் அஸ்தினாபுரத்தில் அரசாட்சி செய்து வந்தார்.

கலியினால் அனுகூலம்

பாவங்களைச் செய்த பிறகே அதன் பலனை அனுபவிக்க நேரிடுகின்றது. நற்செயல்களையே நினைத்து பாவங்களிலிருந்து விலகி வாழ்வதே நல்லது என்று அறிதல் கலியிலுள்ள சிறந்த அனுகூலம் ஆகும். அவன் தைரியமுள்ளவர்களிடம் நெருங்க மாட்டான்.

8. பரீக்ஷித்து பெற்ற சாபம்

ஒரு சமயம் மன்னன் பரீக்ஷித்து வேட்டையாடச் சென்றான். காட்டில் களைப்புற்ற அவர் அருகிலிருந்த ஆசிரமத்தில் நுழைந்தான். அங்கு மெய்மறந்து தவமியற்றி வந்த சமீக முனிவரைக் கண்டான். அவர் உண்மையில் நிஷ்டையிலிருக்கிறாரா என்று அறிய புறத்தே கிடந்த பாம்பை வில்லால் எடுத்து அவர் கழுத்தில் போட்டுவிட்டு தன் நகரத்தை அடைந்தான்.

ஆசிரமம் அடைந்த சமீக முனிவரின் புத்திரன் தந்தை நிஷ்டையிலிருப்பதையும், அவர் கழுத்தில் ஓர் உயிரற்ற பாம்பு கிடப்பதையும் கொண்டு கோபம் கொண்ட அவன் கண்கள் சிவக்க கௌசீக நதியில் இறங்கி ஆசமனம் செய்து ''தந்தையை அவமதித்த அரசன் இன்றையிலிருந்து ஏழாவது நாளில் என்னால் தூண்டப்பட்ட தக்ஷகன் என்ற கொடிய சர்ப்பம் தீண்டி இறக்கட்டும்'' எனச் சாபமிட்டான். பிறகு பாம்புடை கழுத்தைக் கண்டு துக்கத்துடன் கதறி அழுதான்.

சப்தம் கேட்டுக் கண் விழித்த சமீக முனிவர் பாம்பை எடுத்து எறிந்துவிட்டு, தனது புத்திரன் மூலம் நிகழ்ந்தவற்றை எல்லாம் அறிந்து புத்திரனைக் கொண்டாடாமல், அரசர் வந்தபோது உபசரியாமல் இருந்ததற்கும், தன் புத்திரன் அவருக்கு இட்ட சாபத்திற்காகவும் மிக்க வருத்தமுற்றார். மன்னனுக்காகப் பச்சாதாபப்பட்டார். அரசன் செய்த தவறை மறந்தும் விட்டார்.

மன்னன் பரீக்ஷித்து தன் பிழைக்காக வருந்தி, தவறு செய்த அவனுக்கு ஏற்படக்கூடிய விபத்தைப் பற்றியும் அவனது ராஜ்யம், செல்வம் எல்லாம் அழிந்து விடும் என்றும் எண்ணிச் சிந்தித்தான். மேலும் ரிஷி சாபம் தனக்கு அனுகூலமானதே. உலகில் பற்று கொண்டு உழலும் தனக்கு விரக்தி ஏற்பட தக்ஷகன் விஷச்சுவாலை தேவையே. அந்த அக்கினியால் தனது பாபங்கள் தொலையும் என எண்ணி மகிழ்ச்சியுற்றான்.

பின்னர் இகபரசுகங்கள் அநித்யம். எனவே அவற்றிலிருந்து விடுபட்டு ஸ்ரீ கிருஷ்ண சரணங்களைத் தியானித்துக் கொண்டே, கங்கைக் கரையில் பிராயோபவேசம் செய்ய நிச்சயித்தான் பரீக்ஷித்து.

புறப்படும் நேரத்தில் அத்திரி, வசிஷ்டர், ப்ருகு, ஆங்கீரசர், பரத்வாஜர், தேவலர், மைத்ரேயர், நாரதர் ஆகிய ரிஷிகள் அங்கு வந்தனர். அவர்களைத் தக்க வகையில் உபசரித்து கீழ்க்கண்ட வாறு கூறினான்.

தங்கள் தரிசம் கிடைத்தது என் பாக்கியம். வைராக்கியம் ஏற்படவே பிராம்மண சாபத்தைப் பகவான் அருளினார். தங்களையும், கங்காதேவி யையும் வணங்குகிறேன். தக்ஷகன் என்னைக் கடிக்கட்டும்.

முனிவர்களிடம் ஹரிநாம கீர்த்தனை செய்யுமாறும், தனக்கு எப்பிறவியிலும் கிருஷ்ண பக்தி குறையாமல் இருக்கவும் பிரார்த்தித்தான்.

அரசை புத்திரன் ஜனமேஜயனிடம் ஒப்படைத்து கங்கைங்க் கரையில் வடக்கு நோக்கி தர்ப்பாசனத்தில் அமர்ந்தான்.

அப்போது அங்கு வியாசரின் புத்திரர் சுகப்பிரம்ம ரிஷி வந்தார்.

சியாமள வர்ண மேனியுடன், புன்சிரிப்பு தவழ ஸ்ரீ மகாவிஷ்ணுவைப் போல் ஒளிரும் சுகப்பிரம்மத்தை எல்லோரும் எழுந்து வரவேற்று ஆசனத்தில் இருக்கச் செய்தனர்.

பின்னர் பரீக்ஷித் அவரை நோக்கி, ஆத்ம சொரூபியான அவர் அதிதியாக வந்து அனைவரையும் தூய்மையாக்கி விட்டதாகக் கூறினான். மரண சமயத்தில் அவர் தரிசனம் கிடைத்தது கிருஷ்ணன் அருளால்தான் என்றான்.

மேலும் பரீக்ஷித்து அவரைத் தனக்கு குருவாக இருந்து அந்த மரணத்தரு வாயில் உபதேசம் செய்ய வேண்டினான். ''மரணத்தருவாயில் இருப்பவன் எதைச் செய்ய வேண்டும்? எதை நினைக்க வேண்டும்? எதைக் கேட்க வேண்டும்? எதை ஜபிக்க வேண்டும்? யாரை பஜனை செய்து உபாசனை செய்ய வேண்டும்? என்றும் செய்யத் தகாதவை பற்றியும் கூறி அருளுக'' சுகப்பிரம்மத் தினிடம் வேண்டிக் கொண்டான்.

மிக்க மகிழ்ச்சி கொண்ட அவரும் பதில் கூறலானார் என்று சூத பௌ ரானிகர் சனகாதி ரிஷிகளுக்குக் கூறினார்.

[இத்துடன் முதல் ஸ்கந்தம் முடிவுற இரண்டாவது ஸ்கந்தம் சுகப்பிரம்மத்தின் பதிலுடன் ஆரம்பிக்கிறது.]

9. சுகப் பிரம்மம் கூறிய பதில்

பரீக்ஷித்திற்கு சுகதேவர் மகிழ்ச்சி யுடன் பதில் கூறலானார். பரதகுல சிரேஷ்டனே! மோக்ஷத்தை விரும்புகிற வன் ஸ்ரீ கிருஷ்ண சரித்திரத்தையே சிரவணம் செய்து, அவரது லீலை களையே கானம் செய்து, அவரது நினைவிலேயே ஆழ்ந்திருந்தால் மரண காலத்தில் ஸ்ரீமந் நாராயணனுடைய நினைவு கட்டாயம் ஏற்படும். இதுவே பிறவிப்பயன். இது மிக்க இன்பத்தையும் அளிப்பது.

ஸ்ரீமத் பாகவத புராணம் வேதத்திற்குச் சமமானது. புருஷோத்தமனிடத்திலே சிறந்த பக்தியுள்ள உமக்கு நான் இதை அளிக்கிறேன். பகவத் சரித்திரத்தில் ஈடுபாடு கொண்டவர்க்கு வெகு விரைவில் முகுந்தனிடத்தில் இணை யற்ற பக்தி ஏற்படும்.

கர்வாங்கன் என்ற ராஜரிஷி ஒரு முகூர்த்த காலமே ஆயுள் பாக்கி இருந்த நிலையில் ஆசைகளைத் துறந்து, சர்வ சங்க பரித்யாகம் செய்து, ஸ்ரீ ஹரியின்

சரணங்களையே தியானித்து அச்சமற்ற நிலையை - சாயுஜ்ய பதவியை அடைந்தான்.

சுகப்பிரம்மம் மேலும் கூறினார்,

''உமக்கோ ஆயுள் இன்னும் ஏழு நாட்கள் உள்ளன. சரீர உறவுகளில் உள்ள பற்றுதலை வைராக்கியம் கொண்டு அகற்றி விடவேண்டும். பிறகு புண்ணிய தீர்த்தங்களில் நீராடி, தூய்மையான ஏகாந்த இடத்தில், ஆசனத்தில் அமர்ந்து பிராணாயாமத்தினால் மனத்தை அடக்கி, புனிதமான பிரணவ மந்திரத்தை இடைவிடாது மானசீகமாக ஜபம் செய்ய வேண்டும். மனதை பகவானுடைய மங்களச் சொரூபத்தில் நிலைபெறச் செய்ய வேண்டும். அதனால் ஏற்படும் நிர்மலமான ஆனந்தமே ஸ்ரீமந் நாராயணனுடைய பரமபதம்.

திடமான தாரணையால் ரஜோகுணத்தால் ஏற்படும் மனக்கலக்கம், தபோ குணத்தால் மோகம் உண்டாகும். அவற்றை திடமான தாரணையால் விலக்கவேண்டும்'' என்றார்.

''தாரணையை எங்கு, எப்படிச் செய்ய வேண்டும்'' என்று பரீக்ஷித்து கேட்டார்.

''சுகமான இருக்கையில் அமர்ந்து, புலன்களை அடக்கி, பற்று நீக்கி, சுவாசத்தை ஒழுங்காக்கி, பகவானின் ஸ்தூல வடிவத்தில் மனதைச் செலுத்தித் தாரணை செய்ய வேண்டும். இந்தப் பிரபஞ்சமே பகவானுடைய விராட்ஸ்வரூபம். எல்லாமே அதனுள் அடக்கம். ஏழு ஆவரணங்களை உடைய பிரம்மாண்ட கோசமான இந்தச் சரீரத்திலே விராட் புருஷனாக விளங்குகின்ற பகவானே தாரணைக்கு உரியவர்.

சத்ய சொரூபியாகவும், ஆனந்த நிதியாகவும் விளங்கும், அந்தப் பரம்பொருளே தியானத்துக்கு உகந்த வஸ்து. அந்தத் திவ்ய வடிவத்தையே பூஜிக்க வேண்டும். மற்ற ஆசைகளை விட்டு விட வேண்டும்.

ஸ்ரீ ஹரியையே இடைவிடாமல் பூஜிக்க வேண்டும். அவரே சகல மங்களங்களையும் தரவல்லவர். தமது இதயாகாசத்திலே வசிக்கின்றவரான சங்க, சக்ர, கதா, பத்மபாணியாக விளங்கும் சதுர்புஜ மூர்த்தியாகிய பரம புருஷனையே இடைவிடாமல் தாரணை செய்து தியானிக்கின்றனர்.''

இவ்வாறு சுகமுனிவரால் கூறப்பட்ட பகவானுடைய மகிமைகளைக் கேட்டதும், பரீக்ஷித்து மகாராஜன் அனைத்தையும் துறந்து பகவான் வசுதேவரிடத்திலேயே மனதைச் செலுத்தினார்.

பின்னர், சுகமுனிவரை நமஸ்கரித்து தன் அஞ்ஞானம் விலகி விட்டதென்று கூறி, பகவான் தனது மாயாசக்தியினால் இப்பிரபஞ்சத்தை எவ்வாறு சிருஷ்டி செய்கிறார் என்பதை அறிய விரும்பி அதைச் சொல்ல வேண்டி முனிவரை வேண்டினான்.

அப்போது பரீக்ஷித்தை நோக்கி சுகமுனிவர், ''ஸ்ரீஹரியானவர் ஸ்வயம்புவான பிரம்மதேவருக்கு உபதேசித்ததை அவர் நாரதருக்கு உபதேசித்தார். அவ்வாறு அவர் உபதேசித்தவற்றையே நான் உமக்குக் கூறுகிறேன்'' என்று சுக முனிவர் கூற ஆரம்பித்தார்.

நாரத முனிவர் பிரம்ம தேவனிடம் ஆத்ம தத்துவத்தைத் தனக்கு உபதேசித்தருள வேண்டினார். மேலும், அவரே சிருஷ்டி கர்த்தாவாக இருந்தும், அவரைக் காட்டிலும் வேறாக உள்ள ஈசுவரர் யார்? என்று கேட்டார்.

அதற்குப் பிரம்மதேவர் ''என்னைக் காட்டிலும் மேலானவர், சகல புவனங்களுக்கும் ஆதாரமாயிருப்பவர் ஒருவர் இருக்கிறார். இவ்வுலகம் முழுவதுமே பரவாசுதேவனுடைய சக்தியினாலேயே விளங்கிக் கொண்டிருக்கின்றது. இந்த அண்ட சராசரங்கள் யாவும் அவருடைய திவ்ய விபூதிகளேயாகும். சக பிரபஞ்ச

சிருஷ்டிகளுக்கும் காரண கர்த்தாவாக விளங்குகின்ற ஸ்ரீ வாசுதேவரைத் தியானிப்போமாக.

அளவற்ற மகிமை வாய்ந்த பகவானின் லீலா விநோதங்களை உனக்குக் கூறுகிறேன்'' என்று நாரதரிடம் பிரம்ம தேவன் கூற ஆரம்பித்தார். அவர் ''பகவானுடைய அவதாரங்கள் கணக்கிடலங்கா. சில முக்கிய அவதாரங்களைக் கூறுகிறேன்'' என்றார்.

10. பகவானது அவதாரங்கள்

1) ஆதியில் யக்ஞவராக மூர்த்தியாக அவதரித்து ஹிரண்யாக்ஷனை கூரிய பற்களால் குத்திக் கிழித்து வதம் செய்தார். இது வராகவதாரம்.

2) ருசி, ஆஹூதி என்ற தம்பதிகளுக்கு கயக்ஞன் என்ற புத்திரனாக அவதரித்து தேவதைகளைத் தோற்றுவித்து அவர்களுடைய துயர்துடைத்து 'ஹரி' என்றழைக்கப்பட்டார். இது யக்ஞாவதாரம்.

3) கபிலராக அவதரித்து, தாயாரான தேவஹூதிக்குப் பிற்காலத்தில் பிரம்ம வித்தையை உபதேசித்து, முக்குண தோஷங்களிலிருந்து விடுவித்து கபிலருடைய உருவத்தில் லயித்து முக்தி அடையச் செய்தார். இது கபிலாவதாரம்.

4) அத்ரி மகரிஷிக்குப் புத்திரனாகத் தோன்றிய தத்தாத்திரேய அவதாரம்.

5) பிரம்மன் பலவகை உலகங்களைச் சிருஷ்டி செய்யத் தவம் செய்தபோது திருப்தி அடைந்த பகவான் ஸனத்குமாரர், ஸனக, ஸந்தன, ஸனத் சுஜாத என்ற பெயருடன் நால்வராகத் தோன்றி மகரிஷிகளுக்கு ஆத்ம வித்தையை மீண்டும் உபதேசித்தார். இது குமாரவதாரம்.

6) தக்ஷகுமாரியான மூர்த்தி என்பவளுக்கு நர, நாராயண சொரூபியாக அவதரித்து, இந்திரியங்களை ஜபிப்பது எப்படி என்பதை எடுத்துக் காட்டினார். இது நரநாராயண அவதாரம்.

7) வேனன் என்ற மன்னன் கீழான கதியை அடைந்தபோது ரிஷிகள் வேண்டுகோளுக்கு இணங்கி, அவனுக்குப் புத்திரனாய்ப் பிறந்து அவனை நரகத்திலிருந்து விடுவித்து, பிருகு சக்கரவர்த்தியாக, பூமியைப் பசுவாகச் செய்து சகல வஸ்துக்களையும் கறந்து உலகை ரக்ஷித்தார். இது பிருகு அவதாரம்.

8) நாபி என்ற அரசனுக்கு மகனாகப் பிறந்து, முற்றும் துறந்த முனிவராக, ஆத்ம சொரூபத்திலே ஆழ்ந்து சஞ்சரித்தது ரிஷபாவதாரம்.

9) ஒரு சமயம் நான் செய்த யாகத்தில் பொன்னிறமான மேனியுடன் யக்ஞ சொரூபியாக, வேத மூர்த்தியாக பகவான் விளங்கினார். அவருடைய மூச்சுக்காற்றிலிருந்தே வேதங்களும் தோன்றின. இது ஹயக்ரீவாவதாரம்.

10) பிரளய காலத்தில் மறைந்த வேதங்களை மீட்க பகவான் மீனாகத் தோன்றியது மத்ஸ்யாவதாரம்.

11) தேவாசுரர்கள் அமிருதத்துக்காகப் பாற்கடலைக் கடைந்தபோது மத்தான மந்தரமலையை முதுகிலே தாங்கிட எடுத்ததோர் அவதாரமே கூர்மாவதாரம்.

12) தேவர்களுடைய துன்பத்தை நீக்கவும், பக்த பிரகலாதனைக் காக்கவும் ஹிரண்யகசிபைக் கொல்லத் தூணிலிருந்து தோன்றியது நரசிம்மாவதாரம்.

13) அதிதி தேவிக்குப் புத்திரனாகப் பிறந்து மகாபலிச் சக்கரவர்த்திக்கு அனுக்கிரகம் செய்ய வாமனனாகத் தோன்றி மூன்றடி மண்ணை யாசித்தது வாமன அவதாரம்.

14) பகவான் மக்களின் நோய்களைத் தீர்க்க ஆயுர்வேதமென்னும் வைத்திய சாஸ்திரத்தை அளித்தது தன்வந்திரி அவதாரம்.

15) ஜமதக்னி முனிவரின் திருமகனாய்த் தோன்றி, பரசுவைக் கையிலேந்தி

பிராம்மணத்வேஷிகளான அரசர்களை அழித்த அவதாரம் பரசுராமாவதாரம்.

16) இஷ்வாகு குலத்தில் தசரத குமாரனாகத் தோன்றி இராவணாதியரை அழித்ததோர் அவதாரம் ராமாவதாரம்.

17) கம்சன், சிசுபாலன், ஜராசந்தன் போன்ற அசுர அரக்கர்களைக் கொன்று பூமியை ரக்ஷித்த அவதாரம் பலராம, கிருஷ்ணாவதாரம்.

18) கல்கியாக அவதரித்து கலியை அடக்குவார். அந்த அவதாரம் கல்கி அவதாரம்.

19) துருவனுக்குத் துருவபதம் அளித்தது, கஜேந்திரனுக்கு மோக்ஷம் தந்தது போன்ற அற்புதங்களை நிகழ்த்தியவர் ஸ்ரீ மகாவிஷ்ணு.

இவ்வாறு பகவானால் பிரம்மாவுக்கு உபதேசித்ததும், அவர் நாரதர்க்கு உபதேசம் செய்ததுமான பாகவத புராணத்தை முனிவர் பரீக்ஷித்துக்குக் கூறி அருளினார்.

அப்போது பரீக்ஷித்து ''மிக்க பாக்கியம் உள்ளவரே! நான் உயிரை விடும்போது எனது மனம் சர்வாத்மாவாகிய ஸ்ரீ கிருஷ்ணனிடத்திலேயே ஒன்றி இருக்குமாறு உபதேசியுங்கள்'' என்று பரீக்ஷித்து சூதமுனிவரிடம் பிரார்த்தித்தான்.

(இரண்டாவது ஸ்கந்தம் முடிவு பெற்றது.)

11. விதுரரும் உத்தவரும்

பாண்டவர் தூதராகச் சென்ற கிருஷ்ணன், துரியோதனன் மாளிகையை அடையாமல், அழையாதபோதும் விதுரர் இல்லம் சென்றார். அந்தப் புனித கிரகத்தை விட்டு விட்டு விதுரர் கானம் செல்ல வழியில் மைத்ரேயரைச் சந்தித்து ஆத்ம ஞானம் பெற்றார்.

கண்ணுடன் அறிவும் குருடாக இருந்த திருதராஷ்டிரன் பாண்டவர்களை அரக்கு மாளிகையில் இட்டு அக்னி ஊட்டியது. திரௌபதியை நடுச்சபையில் துகில் உரித்து அவமானம் செய்தது. பிறகு, பாண்டவர்களில் தருமராஜன் சூதாட்டத்தில் அனைத்தையும் இழக்க, அவர்கள் பன்னிரண்டு ஆண்டு வனவாசமும், ஓராண்டு அஞ்ஞாத வாசமும் செய்ய நேரிட்டது. பின்னரும் தூது சென்ற கிருஷ்ணனை அவமதித்து ராஜ்யபாகம் கொடுக்காதது போன்ற அநீதிகளைக் கண்டு நீதிகளை எடுத்துரைத்தார். அவையே 'விதுர நீதி' என்று விளங்குவது.

இந்த நீதி உரைகள் செவிடன் காதில் சங்கு ஊதியது போல் ஆயிற்று. மேலும், இதனால் கோபம் கொண்ட துரியோதனாதியர் ஆத்திரம் கொண்டு அவரைத் துரத்துமாறு கூச்சலிட, அவர் மிகவும் நிதானமாக, தன் கை வில்லையும், அம்பையும் அரண்மனை வாசலிலே வைத்துவிட்டுத் தீர்த்தயாத்திரை சென்றார்.

பல திவ்ய க்ஷேத்திரங்களைத் தரிசித்து, ஸ்ரீ விஷ்ணுவுக்குப் பிரீதியான விரதங்களை அனுஷ்டித்து சஞ்சரித்துக் கொண்டிருந்த அவர் கடைசியில் பிரபாச தீர்த்தக்கரையை அடைந்தபோது குருக்ஷேத்திரப் போரில் கௌரவர் குலநாசம், பாண்டவர் வெற்றி கேட்டு வருந்தினார்.

பின்னர், மேலும் பல இடங்களுக்குச் சென்று யமுனை நதிக்கரையை அடைந்த அவர் அங்குச் சிறந்த உத்தவ முனிவரைச் சந்தித்து யாதவர்கள் நலம் பற்றி விசாரித்தார்.

உடனே கிருஷ்ணபக்தியில் திளைத்து இருந்த அவர், அந்த ஆனந்த நிலையிலிருந்து மனித உலகிற்கு வந்து கண்ணீர் விட்டுக் கதறினார்.

கிருஷ்ணன் மறைவையும், வெற்றி பெற்றும் பாண்டவர் உற்சாகமற்றிருப்பதையும் எடுத்துரைத்தார். யாதவர்கள்

பகவானின் மகிமைகளை அறிய வில்லை. தரிசனம் செய்தது போதும் என்று திருப்தி அடையாமல் இருக்கும் போதே நம்மைப் பிரிந்து போய் விட்டார். அவருடைய லீலைகளை நினைத்தால் உள்ளம் உருகுகின்றது. சிசுபாலன், கம்சன் போன்றோரை விளையாட்டாகத் தண்டித்தார்.

அந்த பகவான் சாந்தீபினி முனிவ ரிடம் குருகுலத்தில் கற்றார். குரு தக்ஷிணையாக மரணம் அடைந்த குரு புத்திரனை உயிர் பெறச் செய்து சமர்ப்பித்த மாயாஜாலம் எவ்வளவு சிறந்தது. தேவி ருக்மிணியை மணந்தது, நரகாசுரனை வதைத்தது, எட்டு பட்ட மகிஷிகளை மணந்து வர்ணாசிரம தருமங்களைத் தவறாமல் அனுஷ்டித்தது ஆகியவற்றை எண்ணி பிரமித்தார்.

குருக்ஷேத்திரப் போரில் அருச்சுன னுக்குச் சாரதியாகி கீதோபதேசம் செய்த கபடநாடக சூத்திரதாரியை நினைவு கூர்ந்தார். பூபாரத்தைக் குறைக்க யாதவ குலமே அழியவேண்டுமெனத் தீர்மானித் தார்.

ஒரு சமயம் துவாரகையில் யதுகுமாரர் களும், போஜர்களும் விளையாடிக் கொண்டிருந்த உற்சாகத்தில் பிராமணர் களைக் கேலி செய்து அவமதிக்க அவர்கள் சபித்தனர். அதன் காரணமாக யாதவர்கள் மதுவினால் அறிவிழந்து, பரஸ்பர துவேஷத்தாலும், கலகத்தாலும் ஒருவரை ஒருவர் அடித்துக் கொண்டு இறந்தனர்.

அதே சமயம் பகவானும் சரஸ்வதி நதி தீரத்தில் ஆசமனம் செய்து ஒரு அரச மரத்தினடியில் தனியாக அமர்ந்திருந்து மாயாசக்தியால் யாதவர் அழிவை அறிந்தும் மௌனமாக இருந்தவர் என்னை பதரிகாசிரமம் செல்லுமாறு பணித்தார். தனியே அவரை விட்டுச் செல்ல மனமில்லாமல் அங்கேயே நின்றேன்.

அப்போது இடது தொடை மேலே, வலது பாதத்தை வைத்துச் சாய்ந்தபடியே, அன்னபானம் துறந்து, புன்னகை வதனத்துடன் ஆனந்த சொரூபியாகக் காட்சி அளித்தார். அது கண்டு மெய் மறந்த நிலையில் நான் இருக்கையில், மைத்ரேயர் அங்கு வந்தார். இருவரையும் பகவான் அனுக்கிரகித்து பின் வருமாறு கூறினார் :

உத்தவ, உன் எண்ணத்தை நான் அறி வேன். உன் ஆசைப்படி இவ்வுலகத்தை விட்டுச் செல்லுகின்ற என்னை ஏகாந்தத் தில் தரிசனம் செய்யும் பாக்கியத்தைப் பெற்றாய்.

முன் கல்பத்தில் பிரம்மனுக்கு எனது மகிமைகளை எடுத்துக் கூறினேன். அதுவே 'பாகவதம்'. அதனை எனக்கு உபதேசம் செய்தார்.

அப்போது கண்ணீருடன் உத்தவர், கிருஷ்ணனின் பாதகமலங்களைத் தொட்டு, 'கண்ணா! உமது சரணார விந்தங்களைப் பூஜிப்பவர்களுக்குக் கிடைக்காதது எது? எனக்கு புருஷார்த்தங் களில் ஆசை இல்லை. உமது சரண சேவையே போதுமானது, என்றும், ஆத்ம ஞானநீதியைப் பெற்று வந்திருப்ப தாகக் கூறினேன். அவர் கட்டளைப்படி பதரிகா சிரமம் சென்று கொண்டிருப்ப தாக உத்தவர் கூறினார்.

அப்போது விதுரர், ''பகவான் அருளிய ஆத்ம தத்துவ ரகசியத்தை உபதேசிக்க வேண்டிட, அதனை உமக்குச் சொல்லும்படியாக மைத்ரேய ரிடம் பகவான் கூறியுள்ளார். எனவே அவரைக் கேட்டுத் தெரிந்து கொள்ளுங் கள்'' என்று கூறி உத்தவர் பதரிகாசிரமம் நோக்கி புறப்பட்டார்.

12. யக்ஞவராக மூர்த்தி

சிறந்த ஞானியும், பகவத் குணங் களிலேயே ஆழ்ந்திருப்பவருமான மைத்ரேயரை, விதுரர் கங்கத் துவாரத் திற்குச் சென்று வணங்கினார்.

அவரிடம் விதுரர், எதைச் செய்வதால் சாந்தியும், அகமும் உண்டாகுமோ அதைக் கூறியருளுமாறு வேண்டினார். புண்ணியகீர்த்தி வாய்ந்த ஸ்ரீ ஹரியினுடைய திவ்ய சரிதாம்ருத ஸாரத்தை வழங்குங்கள் என்றார்.

அப்போது மைத்ரேயர் விதுரரைப் புண்ணியவான் என்றும் பகவான் அருளைப் பெற்றவர் என்றும், அதனாலேயே உமக்கு ஞானோபதேசம் செய்யும் படி பகவான் எனக்கு ஆணையிட்டுள்ளார் என்றும் கூறினார்.

பகவானுடைய யோக மாயா சக்தியினால், உண்டாகிய விராட் சிருஷ்டியின் ரகசியங்களையும் பிரம்ம தேவரின் உற்பத்தியையும் அவரால் செய்யப்பட்ட சிருஷ்டி விசேஷங்களையும் கால சொரூபியாகிய பகவானின் மகிமைகளையும், காலத்தின் பிரிவுகளையும் ஸ்வாயம்பு மனுவின் பிறப்பையும் விரிவாக உரைத்தார்.

ஸ்ரீ கிருஷ்ண பகவானின் அருட் கடாட்சத்தினாலும், இடைவிடாத பத்தி யோகத்தினாலும் துயரங்கள் மெள்ள மெள்ள விலகிவிடுகின்றன.

பின்னர் மைத்ரேயர் விதுரர் கேட்டுக் கொண்டதற்கு இணங்க பிரம்ம புத்திரர் ஸ்வாயம்பு மனுவின் சரித்திரத்தைச் கூறுகிறார் :

ஸ்வாயம்பு மனு, தன் மனைவியாகிய சமரூபையுடன் பிரம்ம தேவரை வணங்கி என்ன செய்ய வேண்டுமென்று கேட்க, அவர் தர்ம நீதி தவறாமல் மக்களைப் பாதுகாத்து வருவாயாக. இது தனக்குச் செய்யும் பணிவிடை. மேலும் யக்ஞங்களால் ஸ்ரீ ஹரியை ஆராதிப்பதால் பகவான் ஹிருஷிகேசர் சந்தோஷமடைகிறார் என்றார்.

அப்போது ஸ்வாயம்பு மனு, தனக்கும் பிரஜைகளுக்கும் தங்குவதற்கு இடம் இல்லை. பூமி கடலில் மூழ்கிக் கிடக்கிறது. அதனை உயரக் கொண்டு வருவது எப்படி என்று கேட்டார்.

அது கேட்ட பிரம்மன் பகவானைத் தியானிக்க அவருடைய மூக்குத் துவாரத்திலிருந்து கட்டை விரல் அளவு பன்றிக் குட்டி தோன்றி குதித்து, அடுத்த கணமே யானை அளவு வளர்ந்து விட்டது. இது என்ன அதிசயப் பிராணி என்று பிரம்மன் யோசிக்க, மலை போன்ற சரீரத்துடன், வராக வடிவில் பகவான் கர்ஜிக்க ரிஷிகள் மகிழ்ந்தனர். உடனே அந்த வராக ரூபி கடலில் குதித்து, பாதாளம் வரை சென்று, அங்கே மறைந்து கிடந்த பூமியைத் தன்னிரு கொம்புகளால் தூக்கி எடுத்துக் கொண்டு வெளிக்கிளம்பினார்.

அதைக் கண்ட திதியின் மகன் ஹிரண்யாக்ஷன் கதாயுதத்துடன் பகவானை நோக்கி ஓடி வந்தான். அந்த அசுரனை வராக ரூபியான விஷ்ணு விளையாட்டாகவே கொன்றார்.

அப்போது ரிஷிகளால் துதி செய்யப் பட்ட பகவான் பூமியை நீரில் மிதக்கச் செய்து விட்டு மறைந்தார். (இது வராக அவதாரம்)

13. ஜயவிஜயர்கள் பெற்ற சாபம்

மேலும், விதுரர்க்கு மைத்ரேயர் கூறினார் :

பிரம்ம குமாரர்கள் சனகாதி முனிவர்கள் நால்வரும் பகவானைத் தரிசிக்க வைகுண்டம் சென்றனர். பகவானுடைய குண வைபவங்களையே ஆனந்தமாக கானம் செய்கின்ற மகான்களே அங்குச் செல்ல முடியும்.

முனிவர் நால்வரும் வைகுண்டத்தில் கிரீட குண்டலங்களையும், பலவகை ஆபரணங்களையும், வன மாலையும் அணிந்து, கதாயுதத்தைக் கையிலேந்தி நின்கின்ற இரு துவாரபாலகர்களைக் கண்டனர். அவர்கள் முனிவர்களைக் கைப்பிரம்பினால் தடுத்து நிறுத்தினர்.

அவ்வாறு தடுத்தவர்கள் மீது கோபம் கொண்டு, ''பாபிகளான காமம், குரோதம், லோபம் என்ற மூன்று சத்துருக்களாலும் ஆக்ரமிக்கப்பட்டுள்ள பூலோகத்திற்குச் செல்லக் கடவீர்'' எனச் சபித்தனர்.

உடனே, துவார பாலகர்கள் முனிவர்களின் பாதங்களில் விழுந்து மன்னிக்க வேண்டினர். அவ்வமயம் அங்கு பகவான் ஸ்ரீ தேவியுடன் சனகாதி முனிவர்களுக்குக் காட்சி அளித்தார்.

முனிவர்கள் பரமானந்தம் அடைந்து எம்பெருமானைத் தரிசித்தனர். மற்றும் துவார பாலகர்களாகிய ஜய விஜயர்களைச் சபித்ததற்காக மன்னிப்பு வேண்டினர்.

அப்போது பெருமான், ''ஜயவிஜயர்கள் எனது பார்ஷதர்களே என்றாலும் தண்டனைக்கு உரியவர்களே. உங்களை அவமதித்ததை நான் பொறுக்க மாட்டேன். எனவே, அவர்கள் தண்டனையை அனுபவிக்கட்டும்'' என்றார்.

அப்போது பகவான், ''இந்தச் சாபம் தன்னாலேயே ஏற்படுத்தப்பட்டது. இவர்கள் அசுரப் பிறவியை அடைந்து, என்னைத் துவேஷித்து, விரோத பாவத்தால் என்னையே நினைப்பதாகின்ற யோகத்தைச் செய்து மறுபடியும் என்னையே வந்தடைவர்'' என்றார்.

பின்னர் சனத்குமாரர்கள் பகவானை வலம் வந்து வணங்கி, விடை பெற்று ஸ்ரீஹரியின் குணகீர்த்தனங்களைச் ஸ்மரணம் செய்துகொண்டே சென்றனர்.

பகவான் ஜய விஜயர்களை நோக்கி, ''முனிவர்களை அவமதித்ததின் பலனை அனுபவித்து, மறுபிறவியில் துவேஷ புத்தியால் என்னையே நினைத்து சீக்கிரமாகவே என்னை வந்து அடைவீர்கள்'' என்று கூறினார்.

ஜயவிஜயர்கள் காசியபர், திதி தம்பதியருக்கு ஹிரண்யாக்ஷன், ஹிரண்யகசிபு என்று பிறந்து பகவானால் முறையே வராக அவதாரம், நரசிம்ம அவதாரங்களில் கொல்லப்பட்டு வைகுண்டம் அடைந்தனர்.

14. கர்த்தமர், ஸ்வாயம்பு மனு

ஸ்வாயம்பு மனுவுக்கு சதரூபை என்பவளிடம் பிரியவிரதன், உத்தான பாதன் என்ற இரண்டு புதல்வர்களும், ஆஹூதி, தேவஹூதி, பிரசூதி என்ற மூன்று பெண்களும் தோன்றினர். ஆஹூதி ருசியையும், தேவஹூதி கர்த்தம ப்ரஜாபதியையும், பிரசூதியை தக்ஷரும் மணந்தனர்.

பிரம்ம தேவன் கர்த்தமரைப் பார்த்து, ''பிரஜைகளைச் சிருஷ்டி செய்'' என்று ஆணையிட்டார். கர்த்தமர் சரசுவதி நதிக்கரையில் ஸ்ரீமந் நாராயணரைக் குறித்து நெடுங்காலம் தவம் செய்ய, ஸ்ரீ ஹரி காட்சி அளிக்க, கர்த்தமர் அவரைச் சாஷ்டாங்கமாக நமஸ்கரித்தார்.

அப்போது பகவான் கர்த்தமரை அனுக்கிரகித்துக் கூறினார், ''ஸ்வாயம்பு மனு, மனைவியுடன் இங்கு வருவார். அவர் மகள் தேவஹூதியை மணந்து தரும பத்தினியான அவளுடன் இல்லற தர்மத்தை நடத்தி தூய உள்ளத்துடன் எல்லாவற்றையும் எனக்கே சமர்ப்பணம் செய்து முடிவில் என்னை வந்து அடைவாய்'' என்றார்.

மேலும் தேவஹூதியிடம், ''நானே அம்சாவதாரமான கபிலராக அவதரித்து தத்துவ ஸாங்கியத்தை உபதேசிக்கப் போகிறேன்'' என்று கூறி பகவான் மறைந்து விட்டார்.

அவ்வாறே மனுவும், சதரூபையும், தேவஹூதியுடன் வந்து மகரிஷியிடம் செய்தி கூற, முனிவர், இவளுக்குச் சந்தானம் ஏற்படும் வரையில் இல்லறத்தில் இருப்பதாகவும், பின்னர் பரமஹம்ச சந்நியாச தர்மத்தை அனுஷ்டிக்க விரும்புவ தாகவும் கூறினார்.

மனு தனது நகரத்துக்குச் சென்று தரும நெறியில் சுகங்கள் அனுபவித்து ஆட்சி செய்து வந்தார்.

ஸ்ரீ வாசுதேவருடைய நினைவிலேயே வாழ்நாட்களை ஆனந்தமாகவும், சார முள்ளதாகவும் கழித்து வந்தார். பகவான் நினைவிலேயே ஒன்றிக் கிடந்த அவருக்கு, மூவகையான தாபங்களும் நீங்கி விட்டன. இதுவே அரச சிரேஷ்ட ராகிய ஸ்வாயம்பு மனுவின் வரலாறு.

அடுத்து தேவஹூதியின் குணநலங் கள், வரலாறு ஆகியவற்றை மைத்ரேயர் கூறலானார் :

கர்த்தமரும், அவர் மனைவி தேவஹூதியும்

தேவஹூதி தன் கொழுநனான கர்த்த மரின் மனமறிந்து மகரிஷி சிரத்தையுடன் பணிவிடை செய்து வந்தாள்.

ஒரு நாள் கர்த்தமர் மனைவியிடம் அவளது பக்தியையும் தொண்டையும் கண்டு மனமகிழ்ச்சி அடைந்ததாகவும், அவள் மீது அவர் தயை கொண்டதாகவும் உரைத்தார்.

அவர் தான் அடைந்த பகவத் பிரசாதத்தை அவளும் பெற்றிருப்ப தாகவும், அந்த திவ்ய சக்திகளைக் கண்டு மகிழ ஞானக்கண் தருவதாகவும் கூறி, அவள் விரும்பினால், திவ்ய போகங் களை அனுபவிக்கலாம் என்றார்.

பிறகு, யோக சித்தராகிய கர்த்த மகரிஷி ஒரு விசித்திர விமானத்தைச் சிருஷ்டி செய்தார். மனைவியை அருகி லுள்ள நதியில் நீராடி வருமாறு கூறினார்.

நதியில் மூழ்கிய தேவஹூதி ஆங்கோர் அழகிய அரண்மனையைக் கண்டாள். பணிப் பெண்கள் அவளுக்குச் சேவை செய்து அவர் சிரமத்தைப் போக்கினர்.

கர்த்தமர் மனைவியுடன் விமானத்தில் ஏறிட இருவரும் உல்லாசமாகச் சஞ்சரித் தனர். இந்தத் தம்பதிகளுக்குப் பல ஆண்டுகள் கழித்து ஒன்பது பெண்கள் பிறந்தனர்.

கர்த்தமர் தன் பிரதிக்ஞைப்படி வீட்டை விட்டுப் புறப்பட்டார். அப்போது அவர் மனைவி, அவர் வனம் சென்ற பிறகு தனக்கு ஆறுதல் அளிக்க யாருளர்? என்றும், தமது பெண்களுக்குத் தகுந்த கணவனைத் தேடி யார் விவாகம் செய்து வைப்பர் என்றும் வருத்தத்துடன் கேட்டாள்.

அப்போது பகவான் கூறின மொழிகள் கர்த்தமருக்கு நினைவுக்கு வர, அவர் மனைவியிடம் ''கவலைப்பட வேண் டாம். உன் ஸ்ரீ ஹரி அருளால் அவளுக்குச் சர்வ மங்களங்கள் உண்டாகும்'' என்று கூறினார்.

பிறகு தேவஹூதி மன அமைதியுடன் பகவானை பஜனை செய்து கொண்டி ருந்தாள். பல நாட்களுக்குப் பிறகு அத் தம்பதிகளுக்கு பகவான் மதுசூதனர் புத்திரனாகத் தோன்றினார். தேவர்கள் பூமாரி பொழிந்தனர்.

பகவானுடைய அவதாரத்தைக் காண பிரம்மதேவரும், மரீசி முதலான ரிஷி களும் கர்த்தமர் ஆசிரமம் வந்தனர். கர்த்தமரைப் புகழ்ந்தனர். தேவ ஹூதி யிடம், அவள் பாக்கியசாலி என்றும், பகவான் கபிலர் என்ற பெயருடன் கீர்த்தியைப் பரவச் செய்வார் என்றும் கூறிச் சென்றனர். கர்த்தமர் பிரம்மாவின் ஆணைப்படி தனது ஒன்பது புத்திரி களையும் மரீசி, அத்திரி, ஆங்கீரசர், புலத்தியர், புலகர், கிரது, பிருகு, வசிஷ்டர், அதர்வா என்ற ஒன்பது மகரிஷிகளுக்கு விவாகம் செய்து கொடுத்தார்.

15. கபிலர்

சிலகாலம் சென்றபின் கர்த்தமர் தனது புத்திரனாகிய கபிலரை இரகசியமாகச் சந்தித்து வணங்கிக் கூறலானார்,

'இந்த எளியவன் கிரகத்தில் எங்கள் பாக்கியவசத்தால் அவதரித்தீர். தத்துவச் சொரூபியும், காலச் சொரூபியுமாகிய தங்களை வணங்குகிறேன். ஒரு வேண்டு கோள். எனக்கு எல்லா ஆசைகளும் பூர்த்தியாகி விட்டன. இனிமேல் நான் சந்நியாச ஆசிரமத்தை மேற்கொண்டு, இதயத்தில் தங்களையே தியானித்துக் கொண்டு சோகமின்றி சஞ்சரிக்க வேண்டு கிறேன். அருள் புரிய வேண்டும்'' என்று கேட்டுக் கொண்டார்.

அப்போது கபிலர் கர்த்தமரிடம், ஆத்மஞான மார்க்கத்தின் உண்மை தத்துவத்தை உலகில் பரப்பவே தான் அவதரித்திருப்பதாகவும், கர்த்தமருக்கு அனுமதி தருவதாகவும் கூறினார். மேலும் எல்லாச் செயல்களையும் அவருக்கே அர்ப்பணம் செய்து, சம்சார தாபங்களை வென்று மோட்சம் அடைய அவரையே உபாசித்துப் பஜனம் செய்யுமாறும் அறிவுரை கூறினார்.

பின்பும் சகல கர்மபந்தங்களையும் நிவர்த்தி செய்யும் அத்யாத்ம வித்தையைக் தாயாருக்கு உபதேசம் செய்யப் போவதாகவும், அதனால் அவள் சம்சார தாபங்களிலிருந்து விடுபட்டு அபயத்தை அடைவாள் என்றும் கூறினார்.

கர்த்தம ரிஷி ஸ்ரீ ஹரியிடமே மனத்தைச் செலுத்தி சாந்தமாக இருந்தார். அவர் எல்லா ஜீவராசிகளிடமும் பகவா னையே கண்டார். விருப்பு, வெறுப்பு நீக்கி சமச்சித்தராகி பகவத் பக்தியினால் ஸ்ரீ ஹரியினுடைய பரமபதத்தை அடைந்தார்.

தாய்க்குக் கபிலர் தத்துவோபதேசம்

கபிலதேவர், தாயாரைத் திருப்தி செய்வதற்காக பிந்து ஸரஸ்ஸிலேயே தங்கி இருந்தார். ஒருநாள் தாயான தேவஹூதி, குமாரனை நோக்கி, ''அஞ்ஞான இருளில் சிக்கி அல்லல்படும் எனக்கு ஞானமார்க்கத்தைக் காட்டியருள வேண்டும். பிரகிருதி, புருஷ விவே கத்தை உபதேசித்து மோட்சத்தை அருளுக. உம்மையே சரணடைந்தேன்'' என்றாள்.

கபிலர் மகிழ்ச்சி கொண்டு கூறலானார்: ''அன்னையே, சுக துக்கங் களிலிருந்து விடுபட அத்யாத்ம மார்க்கமே சிறந்தது. மனித சமூகத்துக்கு அதுவே சாந்தியும், க்ஷேமமும் உண்டாக் கும். மனமே ஆசை கொண்டு பந்தத்தில் சிக்க வைக்கிறது. எனவே, ஆசையை அகற்றி பகவானை அணுகி வாழும் மனதில் மோக்ஷ விருப்பம் உண்டாகிறது. ஆத்ம விடுதலை கிடைக்கின்றது.

நான், எனது என்பது நீங்கிட சித்த சுத்தி ஏற்படுகின்றது. சுக துக்கங்களைச் சமமாக எண்ணும் சமநிலை ஏற்பட பக்தி யோகமே சிறந்த உபாயமாகும். சாது சங்கமே மோக்ஷசாதனம்.

பிராணிகளிடம் அன்பும், கருணை உள்ளமும் கொண்டு என் மீது நிலையான பக்தி கொண்டு, எனது சரிதத்தைக் கேட்டு, படித்து, சொல்லுவதில் சாதுக்கள் மகிழ்ச்சி அடைகிறார்கள்.

எனவே, சாது சங்கத்தில் இருங்கள். அதனால் பக்தி சிரத்தையும், மோக்ஷ விருப்பமும் உண்டாகும். சாதுக்கள் மக்கள் உள்ளங்களில், விடுதலையில் விருப்பத்தையும், பகவானிடம் பிரேம பக்தியையும் ஏற்படச் செய்கின்றனர்.

சாதுக்கள் புலன்களை அடக்கி, பிரகிருதியிலிருந்து விடுபட்டவராய், ஆசை நீக்கி வைராக்கியத்தால் வளர்ந்த ஞானத்தாலும், யோகமுயற்சியாலும், பக்தியாலும், முதல் கர்த்தாவாகிய என்னை இச் சரீரத்திலேயே அடைந்து விடுகின்றனர்'' என்றார்.

அப்போது தேவஹூதி, ''அவளைப் போன்ற பெண்டிர் செய்யக்கூடிய மார்க்கம் எத்தன்மையது?'' என்று கேட்டாள்.

அதற்குக் கபிலர் ''ஆத்ம சொரூப தத்துவங்களாகிய ஞான யோகம், பக்தி யோகம் பற்றிக் கூறலானார். தூய உள்ளம் பெற்றவரின் கர்மேந்திரிய, ஞானேந்திரியங்கள் ஸ்ரீ ஹரியிடமே ஒன்றிக்கிடத்தலே சிறந்த பக்தி யோகம். கோரிக்கையற்ற பக்தி முக்தியை விடச் சிறந்தது.

இடைவிடாமல் எனது பாத சேவையில் ஈடுபட்டு, என்னைப் பற்றியே பேசிக் கொண்டு மகிழ்ச்சி கொள்வோர் அந்தப் பிரேமையினால் மோக்ஷத்தைக் கூட விரும்புவதில்லை. அப்படி அவர்கள் மோக்ஷத்தை விரும்பாவிட்டாலும் கூட அவர்களுடைய பக்தி அவர்களைப் பரமபதத்திற்கு அழைத்துச் செல்கிறது.

எல்லாமாய் என்னை எண்ணி வழிபடும் பக்தர்கள் கெடுவதில்லை. காலக்கிரமத்தாலும் துன்பப்படுவதில்லை. பற்றற்று என்னைப் பூஜிக்கின்றவன் சம்சார தாபத்திலிருந்து காப்பாற்றப் படுகிறான். திடமான பக்தி யோகத்தினாலேயே மக்கள் க்ஷேமம் அடைகின்றனர்'' என்று தத்துவோபதேசம் செய்தார் கபிலர்.

கபிலர் தாயார்க்கு மேலும் ஆத்மதத்துவங்களின் லக்ஷணங்களைத் தனித் தனியே பிரித்துக் கூறலானார். ''ஆத்ம ஸ்வரூப தரிசன ஞானமே ஜீவனுக்கு மோக்ஷ பிரதான காரணமாகும்.

எங்கும் நிறைந்து, நிர்க்குண, நிராதாரமாய், பிரகிருதிக்கு அப்பாற்பட்டு, உயிர்களனைத்திலும் அந்தராத்மாவாக ஒளிர்பவராய் தானே ஜோதி ஸ்வரூபனாய், ஆதி, அந்தமற்ற ஆத்மாவே புருஷன். புருஷன் பிரகிருதியின் சுக துக்கங்களில் சம்பந்தப்படுவதில்லை. எனவே, மனதை தீவிரபக்தி, வைராக்கியம் யம நியமாதி யோக மார்க்கங்களால் ஒருமுகப்படுத்தி சிரத்தையாக என்னையே நினைத்து சத்திய நெறியில் சம பாவத்துடன் ஜீவராசிகள் இருக்க வேண்டும். நான், என்னுடையது என்பதை மறந்து, கிடைத்ததைத் திருப்தியுடன் புசித்து, அனைவரிடமும், நட்பு, தயவு கொண்டு பிரகிருதி புருஷ விவேகத்தை அடைய வேண்டும்.

இப்படி நிர்மல மனதுடன், பயனேதும் எதிர்பாராமல், ஞான வைராக்கியத்துடன், தபோமயமான வாழ்வை நடத்தும் புருஷனது அஞ்ஞானம் தானாகவே நசிந்து மறைந்துவிடும். திட மனதுடன் பூசிக்கும் பக்தர்கள், எனது அருள் சக்தியினால் தத்துவ ஞானம் பெறுவர். அவர்களின் சந்தேகங்கள் விலகி முடிவில் எனது திவ்ய பதத்தை அடைந்து இணையற்ற ஆனந்தத்தைப் பெறுகிறார்கள். அஷ்டமா சித்திகளில் பற்றற்றவன் எனது பதத்தை அடைவான்.''

அடுத்து கபில மகரிஷி யோக லக்ஷணங்களை எடுத்துக் கூறலானார், ''யோக விதிகளை அனுஷ்டிப்பதால் மனம் தெளிந்து சன்மார்க்கத்தில் சென்றும், சுய தர்மத்தை அனுஷ்டித்து, உள்ளதைக் கொண்டு மகிழ்ச்சியுற்று, ஆத்மஞானிகளின் சரணங்களைப் பூஜித்து அஹிம்சையைப் பின்பற்றித் தனியாக வசித்து வரவேண்டும். இந்திரியங்களை வென்று, மௌன விரதத்துடன் பகவானை ஆராதித்து வரவேண்டும்.

ஆதார ஸ்தானங்களில் ஓரிடத்தில் மனதையும், பிராணனையும் நிலைக்கச் செய்து பகவானுடைய லீலைகளைத் தியானிக்க வேண்டும். பிராணாயாமத்தினால் வாத, பித்தங்களையும், தாரணையினால் பாபங்களையும், பிரத்தியாகாரத்தினால் உலக சம்பந்தங்களையும், தியானத்தினால் தீய குணங்களையும் விலக்கி, தூய, நிலைபெற்ற மனதுடன் பகவானுடைய திவ்ய சௌந்தர்ய வடிவத்தைத் தியானம் செய்ய வேண்டும்.

பகவான், பீதாம்பரம் அணிந்து, ஸ்ரீவத்ச மார்பில் கௌஸ்துப மணி ஒளி, கிரீடம், கங்கணம், நூபுரம், தோள்

வளைகள் ஆகியவற்றுடன் மனோகர மான அழகுடன், காண்போர் உள்ளத்தைக் கொள்ளை கொள்ளும் சாந்தம், இளமை உடைய கண்ணனை அன்புடன் தியானிக்க வேண்டும். இவ்வாறு மனம் ஒன்றுபடும் வரை நன்றாகத் தியானிக்க வேண்டும். எல்லா அங்கங்களிலும் மனம் ஒன்றிவிட்ட பிறகு அவற்றைத் தனித்தனியாகத் தியானித்துப் பழகவேண்டும்.

பகவானுடைய கருணாகடாக்ஷம் மூவகை தாபங்களையும் போக்கிவிடும். பகவானின் புன்சிரிப்பு மகரிஷிகளையும் மோகிக்கச் செய்வதால் அதுவே தியானத் திற்கு உகந்ததாகும். தியானயோக அப்யாசத்தினால் மனம் கனிந்த சாதகன் பக்திப் பெருக்கினால் உள்ளம் உருகி மகிழ்ச்சியினால் மெய்சிலிர்த்து, ஆனந்தக் கண்ணீரில் மூழ்கி, இரண்டற்ற நிலையைப் பெருகிறான். அண்ணலின் அருட் சக்தியினாலே மாயையை வென்று, உண்மை சொரூபத்தில் ஒன்றி பிரம்ம சாக்ஷாதிகாரத்தைப் பெற்று ஆனந்த மடைகிறான் என்றார்.''

பின்னர், தேவஹூதி பக்தி மார்க்கம் பற்றிக் கூறிட வேண்டினாள். அதற்குக் கபிலர் கூறியதாவது :

''பக்தி மார்க்கம் பல வகைப்படும்.

1) முன்கோபம், பொறாமை, ஆடம் பரம், பேத புத்தி, இம்சை உடையவன் என்னை வழிபட்டால் அவன் 'தாமச பக்தன்' ஆவான்.

2) உலக சுகங்கள் கோரி ஆராதிப் பவன் 'ராஜச பக்தன்' ஆவான்.

3) பகவானை ஆராதிப்பதே கடமை என்று கருதி எல்லாம் அர்ப்பணம் செய்து பூஜிப்பவன் 'சாத்வீக' பக்தனாவான்.

4) எனது குண வைபவங்களைக் கேட்டு, என் மீது பயன் கருதாமல் கொள்ளும் பிரேமை, எல்லாவற்றிலும் வசிக்கும் என்னிடம் மனதைச் செலுத்துவது 'நிர்க்குண பக்தி' ஆகும். இதுவே சிறந்த பக்தி யோகம். இதைச் செய்பவன் முக்குணங்களையும் கடந்து எனது பதம் அடைகின்றான்.

பக்தன் வைராக்கிய சீலனாக வாழ வேண்டும். பக்தியில் ஆடம்பரம் கூடாது. பிறரை வெறுப்பவன் என்னை யும் வெறுப்பவன் ஆவான். அவன் பலவித திரவியங்களாலும் என்னைப் பூஜித்தாலும் நான் திருப்தி அடையேன். உயிர் கூட்டங்களில் உள்ள என்னை மானசீகமாக வணங்கி வரவேண்டும்.

இவ்வாறு கர்மபலன்களைச் சமர்ப் பித்து தூயமனமுடன், சமதிருஷ்டியுடன் என்னை உபாசிப்பவன் சிறந்தவன்.

இவையே ஞானயோக, பக்தி யோக லக்ஷணங்கள். இவற்றில் ஒன்றை அனுஷ் டித்தாலும் பரம புருஷனை அடைய லாம்'' என்று கூறினார்.

ஞான சொரூபியாகிய கபிலருடைய இந்தச் சிறப்பான உபதேசங்களைக் கேட்ட தேவஹூதி ஞான ஒளியைப் பெற்று கபிலரைப் பக்தியுடன் வணங்கிப் பலவாறு துதி செய்தாள்.

கபிலர் தாயாரிடம் விடைபெற்று வடகிழக்கில் சென்றார். அப்போது சித்த, சாரண, கந்தர்வர்கள் எல்லாரும் அவரை வணங்கித் துதித்தனர்.

புத்திரனின் பிரிவாற்றாமையால் மனம் கலங்கிய தேவஹூதி யோக மார்க்கத்தை மிக்க கவனத்துடன் அனுஷ் டித்துக் கடுமையான தவத்தில் ஈடுபட் டாள். திட வைராக்கியம், தக்க கர்மா னுஷ்டானங்கள், தீவிர பக்தி யோகத்தி னால் மனத்தூய்மை பெற்ற அவள் பிரம்ம சாக்ஷாத்தார ஞானத்தை அடைந்து, ஆத்ம சொரூபத்திலே நிலைத்த மனத்தை உடையவளாகப் பரமானந்த சுகத்தில் ஆழ்ந்திருந்த அவளுடைய சரீரத்தை ஆசிரமவாசிகளே போஷித்து வந்தனர்.

கபிலரால் உபதேசிக்கப்பட்ட யோக மார்க்கத்தை அனுஷ்டித்து வெகு சீக்கிரத்திலேயே பகவானுடைய திவ்ய பதத்தை அடைந்தாள்.

அவள் சித்தி பெற்ற இடம் 'சித்தி பதம்' என்று போற்றப்படுகிறது.

16. நான்காவது ஸ்கந்தம் : துருவன் கதை

(இது விஷ்ணு புராணத்தில் கூறப் பட்டு உள்ளது)

துருவன் நற்பதம் பெற்றிட உதவிய நாரதர் உத்தானபாதரிடம் சென்று அவன் முகவாட்டத்தின் காரணம் பற்றி வினவ, மன்னன் துருவனை விரட்டியது பற்றி வருந்திட, நாரதர் பகவான் அருள் பெற்ற துருவனைப் பற்றிச் கூறித் தேற்றினார்.

அப்போது காட்டிலிருந்து திரும்பி வந்த துருவன் தந்தையையும் தாய்மார்கள் இருவரையும் வணங்கினான்.

உத்தானபாதன் துருவனுக்குப் பட்டா பிஷேகம் செய்வித்து அரசனாக்கி வைராக்கியம் மேற்கொண்டு வனத் திற்குச் சென்றான்.

துருவனும், அவனது தாயாரும் இறுதியில் திவ்ய பதத்தை அடைந்தனர். துருவனுடைய மகிமையை நாரத முனிவர் பிரசேதர்களுடைய யாகத்திலே புகழ்ந்து பாடினார்.

உண்மை தத்துவத்தை அறியாத மக்களுக்கு, பகவத் விஷயமான ஞானாம்ருதத்தைப் புகட்டுபவனுக்குத் தேவர்கள் அருள் புரிவார்கள் என்று விதுரருக்கு மைத்ரேயர் கூறினார். அடுத்து மைத்ரேயர் விதுரருக்குப் பிரசேதசர் களைப் பற்றிக் கூறினார். (ஸ்ரீ விஷ்ணு புராணத்தில் காண்க)

17. புரஞ்ஜனன் சரிதம்

ஒருநாள் ஆத்ம தத்துவத்தை அறிந்த நாரத முனிவர் கர்ம மார்க்கத்திலே ஈடுபட்டிருந்த ப்ராசீன பர்ஹிஷதரைப் பார்க்க வந்தார். அவர் அரசனிடம் "அழியாத இன்பத்தைப் பெற மோக்ஷ மார்க்கமே சிறந்தது என்றும் கர்மாக்களால் மோக்ஷ சுகம் கிடைப்பது இல்லை" என்றும் கூறினார்.

அதற்கு மன்னன் நாரதமுனிவரிடம் தனக்கு மோக்ஷ மார்க்கத்தை உபதேசிக்கு மாறு கேட்டுக் கொண்டான். அப்போது மன்னன் புரஞ்ஜனன் கதையைக் கூறினார் :

முன்பு புரஞ்ஜனன் என்றொரு மன்னன் இருந்தான். அவன் பெயர் அவிஞ்ஞாதன்.

ஒருநாள் புரஞ்ஜனன் இமயமலைச் சாரலில் சுற்றிக் கொண்டிருக்கும்போது, தெற்குத் தாழ்வரையில் ஒன்பது கோட்டை வாசல்களுடன் கூடிய நகரத்தைக் கண்டான். அதிலே உலாவிக் கொண்டிருக்கும்போது ஓர் அழகிய பெண்மணியைக் கண்டான். அவளுடன் பலப் பெண்மணிகளும், பத்து வேலைக் காரர்களும் இருந்தனர். ஐந்து தலை நாக சர்ப்பம் ஒன்றும் அவளுடன் இருந்து அந்த நகரத்தைக் காத்து வந்தது.

அவளைக் கண்டு மயங்கிய மன்னன், அவளுடைய விவரங்களைக் கேட்டான். ஆனால் அவள் அவளைப் படைத்தவ ரையோ, அந்நகரை அமைத்தவரைப் பற்றியோ அறியாமல் அங்கு வாழ்ந்து வந்தாள். மேலும், அவள் மன்னனிடம் அவன் விரும்பினால் அவளை மணம் புரியலாம் என்றும் கூறினாள்.

அவள் அழகில் மயங்கிய மன்னன், அவளை மணந்து, அவள் மோகத்தில் தன் வயம் இழந்து, அறிவை இழந்து, அவளுடன் வாழ்ந்து பல மக்களைப் பெற்று, அவர்களுக்கு மணம் செய்வித்து மகிழ்ச்சியுடன் வாழ்ந்து வந்தான். ஆண்டுகள் செல்லச் செல்ல மெல்ல இளமை மறைந்து முதுமையும் வந்தது.

அச்சமயத்தில் கால கன்னிகை, ப்ரஜ்வாரன் ஆகிய மிருத்யுவின் சேனா வீரர்கள் அந்நகரை முற்றுகையிட்டுத் தாக்கினர். அதனால் சுகபோகம், செல்வம் அனைத்தையும் இழந்தான் அவன். அப்போது ப்ரஜ்வாரன் என்ற விரோதி அந்நகரத்தை எரிக்க, அதைக் காத்து வந்த சர்ப்பம் ஓடிவிட்டது. நகரமும் அழிந்தது. மரண சமயத்தில் புரஞ்ஜனன் தன் மனைவியின் நினைவிலேயே இருந்ததால் மறுபிறவியில் விதர்ப்ப நாட்டரசனின் மகளாகப் பிறந்தான். அவளை மலயத்வஜ பாண்டியன் வீர கப்பமாகப் பெற்று மணம் செய்து கொள்ள அத்தம்பதியருக்கு ஒரு பெண்ணும், ஏழு புத்திரர்களும் பிறந்தனர். அவர்களே திராவிட நாட்டு மன்னர்களாக இருந்தனர். அந்தப் பெண்ணை அகஸ்தியர் மணந்தார்.

பிறகு மலயத்வஜன் அரசை குமாரர்களிடம் ஒப்படைத்துவிட்டு 'குலாசலம்' என்ற மலைச்சாரலில் சென்று ஸ்ரீ வாசுதேவரை ஆராதித்து வந்தார். அவள் மனைவியும் அவனைப் பின் தொடர்ந்தாள்.

ஒரு நாள் தியானத்தில் மூழ்கியிருந்த மன்னனின் மனைவி அவன் பாதங்களைப் பூசிக்க ஆரம்பித்தாள். மன்னன் மகா சமாதியில் ஆழ்ந்து விட்டான். பாதங்கள் சில்லிட்டன. கணவனுடன் சகமனத்துக்கு முற்பட்டு தீயை வலம் வருகையில் அங்கொரு அந்தண சிரேஷ்டர் தோன்றினார். அவர் முற்பிறவியில் புரஞ்ஜனனின் நண்பனாக இருந்த அவிஞ்ஞாதன்.

அவன், தாமிருவரும் இணைபிரியாத நண்பர்களாய் அன்னப் பறவைகளாக மானசரோவரத்தில் வசித்ததை நினைவூட்டினான். மேலும் அவர்கள் இருவருமே சுத்த சொரூபிகள் என்றும் அவன் வைதர்ப்பி என்பதும் மாயையே ஆகும் என்றும் கூறினான்.

இவ்வாறு சொல்லப்பட்ட செய்தியைக் கேட்டுப் பெண்ணாகிய முற்பிறவி புரஞ்ஜனன் முன் நினைவு பெற்று தன் உண்மை சொரூப ஞானத்திலே நிலைத்தவனாக ஆனந்தத்தை அடைந்தான்.

இந்தக் கதையைத் தொடர்ந்து நாரதர், பர்ஹிஷித்திடம், ''ஆத்ம நலனில் ஆசையுள்ள புருஷன் பகவான் வாசுதேவரையே பூசிக்க வேண்டும். அவரது சரித்திரத்தைக் கேட்க வேண்டும். திவ்ய நாமங்களை உச்சரிக்க வேண்டும். அதனால் பக்தி யோகம் நிலைபெற்று ஞானமும், வைராக்கியமும் விருத்தியாகும்.

அப்படிப்பட்டவர்களுக்குப் பகவான் அனுக்கிரகம் செய்கிறான். ஸ்ரீ ஹரி சரணங்களையே சரண் அடைந்தவர்களுக்கு சகல நன்மைகளும் கிடைக்கும்'' என்றார்.

பிறகு நாரதர் ஜீவாத்மா, பரமாத்மா சொரூபத்தைத் தெளிவாக எடுத்துக் கூறிவிட்டு அவனிடம் விடைபெற்று சித்தலோகம் சென்றார்.

18. பிரியவிரதர் வரலாறு

பிரியவிரதர், மனுவின் மற்றொரு புத்திரர். அவர் ஒரு சமயம் நாரத முனிவரைச் சேவித்து ஆத்ம சொரூப ஞானத்தை சுலபமாக அறிந்து, அதனால் பிரம்ம தியானம் என்ற பிரம்ம ஸத்ரயாகத்தைச் செய்ய விரும்பினார். ஆனால், அவருடைய பிதா ஸ்வயம்புவர் அவரைப் பூமியைப் பரிபாலித்து வரும்படி உத்தரவிட்டார். எனினும், தந்தையின் ஆணையை மறுத்துவிட்டு தவம் செய்யப் புறப்பட்டார்.

அப்போது அங்கு வந்த பிரம்மதேவர், ''பிரிய விரத! நீ பத்மநாப சரணாரவிந்தக் கோட்டைக்குள் வசிப்பவன். ஆறு பகைவர்களையும் வெற்றி கண்டவன். ஆகவே, பகவத் கிருபையால் கிடைத்

துள்ள சுகபோகங்களை அனுபவித்து இல்லறத்தை நல்லறமாக்கிப் பிறகு ஆசைகளைத் துறந்து, ஆத்ம நிஷ்டை யின் ஆனந்தத்தைப் பெறுவாயாக'' என்று கூறினார்.

பின்னர், பிரிய விரதர் அவ்வித மாகவே செய்வதாகக் கூறினார். பிரம்ம தேவரும் தமது திவ்ய லோகத்துக்குச் சென்றார்.

மனு மிக்க மகிழ்ச்சியுடன், நாரதர் அனுமதி பெற்று பிரியவிரதருக்குப் பட்டாபிஷேகம் செய்வித்தார். விசுவ கர்மாவின் புத்திரி பர்ஹிஷ்மதியை விவாகம் செய்வித்தார்.

பிரியவிரதருக்கு பத்து புத்திரர்களும், ஊர்ஜஸ்வதி என்ற ஒரு புத்திரியும் பிறந்தனர். அவர்களுள் கவி, மகாவீரன், வைனன் என்ற மூன்று குமாரர்களும் சிறு வயது முதலே ஆத்ம வித்தையில் ஆவலுடையவர்களாகிப் பரமஹம்ஸா சிரமத்தை அடைந்தனர்.

பிரியவிரதர் ஏழு சமுத்திரங்களையும், ஏழு தீவுகளையும் வகுத்து அவற்றில் தனது ஏழு குமாரர்களையும் மன்னர்க ளாக முடி சூட்டினார். மகள் ஊர்ஜஸ் வதியை அசுரகுரு சுக்கிராச்சாரியருக்கு மணம் செய்து கொடுத்தார்.

பிரியவிரதருக்கு நாளடைவில் இல்லறத்தில் வெறுப்பு ஏற்பட ஒருநாள் எல்லாவற்றையும் விட்டு விட்டு வைராக்கியத்துடன் ஸ்ரீ ஹரியின் லீலா வைபவங்களைப் பாடிக்கொண்டு தியானத்தில் ஆழ்ந்து நாரத முனிவரால் உபதேசிக்கப்பட்ட வழியைப் பின்பற்றிச் சென்றார்.

ஆசிரதரர் பிதாவினால் அளிக்கப்பட்ட ஜம்பூத் வீபத்தை நீதியுடன் ஆண்டு வந்தார். பூர்வசித்தியை மணந்து ஒன்பது புத்திரர்களைப் பெற்று நாட்டை ஒன்பது கண்டங்களாகப் பிரித்து புத்திரர்களிடம் ஒப்படைத்து பூர்வசித்தியுடன் பிரம்ம லோகம் சென்றார்.

19. நாபிக்காக மகரிஷிகள் பெற்ற வரம்

அக்ஸிதருடைய மூத்த குமாரன் 'நாபி' என்பவன் மேரு தேவியை மணந்தான். வெகுநாட்கள் புத்திர பாக்கியமின்றி ஸ்ரீமந் நாராயணரை யாகத்தில் ஆராதித்து வழிபட்டு வந்தான். அவன் பக்தி சிரத்தையால் செய்யப்பட்ட பூஜை யினால் திருப்தி அடைந்த பகவான், நாபியின் விருப்பத்தை நிறைவேற்ற அவனுக்குத் தரிசனம் தந்தருளினார்.

அந்தத் திவ்ய சொரூபத்தைக் கண்ட நாபியும், மற்ற சபையோர்களும் ருத்விக்குகளும் பெருமகிழ்ச்சி அடைந்தனர். ருத்விக்குகள் பகவானைத் துதி செய்தனர்.

''நன்மையைத் தரக்கூடியது எது என்று அறியாத எங்களுக்கு குணநிதியாக விளங்குகின்ற தாங்கள் கருணை கூர்ந்து அனுக்கிரகித்தருள வேண்டும். வரமளிப் பதில் சிறந்தவராகிய தாங்கள், இந்த ராஜரிஷியின் யாகசாலையில் வந்து தரிசனமளித்ததே ஒரு சிறந்த வரம். எனினும், ஒரே ஒரு வரத்தை மட்டும் யாசிக்கிறோம். அனுக்கிரகிக்க வேண்டும்.

பரிசுத்தமாகிய தங்கள் திவ்ய நாமங் கள் எங்கள் நினைவிலே, நாவிலே, எப்போதும் நிலைத்து நிற்க, மரணத்தி லும் கூட உன் அருள் தரவேண்டும். உமது லீலா வைபவங்களைக் கூறுகின்ற அந்த திவ்ய நாமங்கள் தானாகவே எங்கள் வாக்கிலே வரவேண்டும்.''

''இதோ இந்த ராஜரிஷியானவர் தங்களுக்கொப்பான புத்திரனைப் பெற விரும்புகிறார். நாங்கள் மிக்க அவிவேவி கள். அல்பமான ஆசையை நிறை வேற்றிக் கொள்ள தங்களை இங்கு வரச் செய்து சிரமம் அளித்துவிட்டோம். மன்னிக்க வேண்டும்'' என்று பிரார்த் தித்தனர்.

அப்போது பகவான் அவர்களைப் பார்த்து, ''எனக்குச் சமமானவன் நானே தான். உங்கள் வாக்கு பொய்யாமல் இருக்க இந்த நாபியினுடைய புத்திர னாக, எனது அம்சாவதாரமாக அவ தரிக்கப் போகிறேன்'' என்று அருள் பாலித்து மறைந்தார்.

நாபிச் சக்கரவர்த்தியினாலும், மகரிஷி களாலும் நன்கு ஆராதித்துப் பூஜிக்கப் பட்ட பகவான் மேருதேவியிடம் சுத்த சத்வமான சரீரத்துடன் அவதரித்தார்.

தன் விருப்பப்படியே பெற்ற குழந்தைக்கு 'ரிஷப தேவர்' என்று பெயரிட்டு நாபிச் சக்கரவர்த்தி சீராட்டிப் பாராட்டி வளர்த்து வந்தார். மாயையின் காரணமாக சக்கரவர்த்தி பகவானே குழந்தையாகி வந்ததை மறந்து அதனை அன்புடன் வளர்த்து வந்தார்.

பகவான் ரிஷபதேவரும், குருகுல வாசம் செய்து குருவுக்குத் தக்ஷணை கொடுத்து, 'அவர் அனுமதி பெற்று இந்திரனால் அளிக்கப்பட்ட ஜயந்தியை மணந்து கிரகஸ்த தர்மங்களை நன்கு அனுஷ்டித்து வந்தார். அவருக்கு மக்கள் நூறு பேர் பிறந்தனர். அவர்களில் மூத்த மகன் பரதன் நல்லாட்சி செய்த காலத்தில் தான் இந்நாடு 'பாரத தேசம்' எனப் பட்டது.

ஒரு சமயம் பிரம்மாவர்த்தம் என்ற திருத்தலத்தில் பிரம்ம ரிஷிகள் கூடியிருக்க, அங்கு ரிஷபதேவர் புத்திரர் களுடன் சென்றார். அப்போது ரிஷப தேவர் அவர்களுக்கு சில அறிவுரை களைக் கூறினார்.

''அழிவற்ற ஆத்ம சுகத்தையும், சித்த சுத்தியையும் அளிக்கின்ற தபோ மயமான வாழ்விலே ஈடுபட வேண்டும். சாது சங்கமும், சாதுக்களின் சேவையுமே சாலச் சிறந்தது. ஆத்ம சொரூபத்தை அறிந்தவனுக்குக் கர்மபந்தம் ஏற்படுவ தில்லை. அஞ்ஞானமே ஆத்ம சொரூ பத்தை மறைக்கின்றது. பகவான் ஸ்ரீ வாசுதேவனிடத்தில் தூய பக்தி உடைய வர்க்கு சரீர பந்தம் அற்றுவிடும். மனத்திலே திடமான வைராக்கியம், ஏற்படும்போது அகங்காரம் நீங்கி, சம்சார பந்தத்திலிருந்து விடுபட்டு, பரமனைத் தியானித்து பரமபதத்தை அடைகிறான். யோக சாதனைகளாலும், தவ வாழ்வினாலுமே புருஷன் எங்கும் பகவத் சொரூபத்தைக் காண்கின்றான். ஆத்ம ஞானம் பெறுகிறான்.

சம்சார பந்தத்தில் உழன்று, துன்பப் படுகிறவனுக்குப் பக்தி மார்க்கத்தை உபதேசித்து, அவனைப் பிறவிப் பிணியி லிருந்துக் காத்து ரக்ஷிக்க வேண்டும். அப்படிச் செய்யாதவன் குருவுமல்ல; தந்தையுமல்ல, தாயுமல்ல, பதியுமல்ல, தெய்வமுமல்ல; உற்ற பந்துவுமல்ல.

உங்கள் சகோதரன் பரதனை அன்புடன் அனுசரித்துப் பொறாமை யின்றி, பிரஜைகளை ரக்ஷியுங்கள். அதுவே எனக்குச் செய்யும் பூஜையாகும்'' என்று ரிஷபதேவர் கூறினார். கருணை யுள்ள அவர் மக்களுக்கு ஆத்ம வித்தை யையும், பயமற்ற நிலையையும் உபதேசித்தார். முடிவில் காட்டில் சஞ்சரித்துக் கொண்டு இருக்கையில் காட்டுத் தீயினால் எரிக்கப்பட்டு தனது பூத உடலை நீத்தார்.

20. ஜடபரதர் சரித்திரம்

(ஜடபரதர் சரித்திரம், ஸ்ரீவிஷ்ணு புராணத்தில் காண்க)

அஜாமிளன் சரித்திரம்

கன்யாகுப்ஜம் என்ற நகரில் அஜாமிளன் என்றொரு ஒழுக்கம் கெட்ட பிராம்மணன் இருந்தான். அவன் தீயவன்.

அவனுக்குப் பத்து புத்திரர்கள் பிறந்தனர். அவர்களை சீராட்டிப் பாராட்டி மகிழ்ச்சியோடு காலம் கழிய அவன் மிக்க முதுமையை அடைந்தான்.

அவனுக்குக் கடைசி மகன் நாராயண னிடம் அன்பு, பாசம், நாளுக்கு நாள் அதிகம் ஆக அக்குழந்தையைச் சிறிது நேரம் கூட பிரியாமல் இருந்தான்.

அவன் மரண படுக்கையில் படுத்தான். அவன் உயிரை எடுக்க மூன்று யமகிங்கரர் கள் வந்தனர். அவர்களைக் கண்டு பயந்து அவன் ''நாராயணா! நாராயணா! எங்கே இருக்கிறாய்! ஓடிவா'' எனக் கூவி அழைத்தான்.

இவ்வாறு மரணகாலத்தில் ஸ்ரீ ஹரி நாமத்தை உச்சரித்ததால் விஷ்ணு பாதர்கள் அங்கே வந்து யமதூதர்களைத் தடுத்தனர். அவ்வாறு தடுத்து அவர்க ளிடம் ''எந்தச் செயலைச் செய்தவர்கள் யமதண்டனைக்கு உரியவர்கள்'' என்று விஷ்ணு பாதர்கள் கேட்டனர்.

''சாக்ஷாத் ஸ்ரீ ஹரியே வேதம். வேதம் கூறுவதே தர்மம். எல்லாமே சரீரம் படைத்த ஜீவன்கள். அவை குணங்களின் சேர்க்கையால் நல்ல (அ) தீய செயல் களைச் செய்கின்றன. பிரகிருதியின் தொடர்பினால் இழிவான நிலை ஏற்படுகிறது. பகவானிடம் பற்றுதல் களால் அவை மறைந்துவிடும்.

இந்தப் பிராமணன் காமவசனாகி தர்மத்திலிருந்து நழுவினான். ஒரு வேசி யுடன் கூடி பிள்ளைகளைப் பெற்றான். எல்லோரிடமும் நிந்தனை பெற்ற இவனை யமதர்மராஜனிடம் அழைத்துச் செல்லப் போகிறோம்'' என்றனர் யமகிங்கரர்கள்.

''நாராயணர் என்ற பகவன் நாமத்தைக் கடைசி காலத்தில் கூறுபவனிடம் உள்ள சகல பாபங்களும் நீங்கிவிடுகின்றன. இவன் மரணகாலத்தில் பகவன் நாமத்தை நன்கு உச்சரித்ததால் சகல பாப பரிகாரங்களும் செய்தவனாகிறான். எனவே, இவனை நீங்கள் கொண்டு போக வேண்டாம்'' என்றனர் விஷ்ணு பாதர்கள். மேலும் ''இவன் மந்திரத்தின் மகிமையை அறியாமலே சொன்னாலும் அதன் நற்பயனை அடைகிறான். எனவே இவன் பாபமற்றவன்'' என்றனர்.

இவ்வாறு அஜாமீளன் யமபாசத்தி லிருந்து விடுவிக்கப்பட்டான். அவன் விஷ்ணு தூதர்களை வணங்கி ஏதோ சொல்ல நினைக்க அவர்கள் மறைந்து விட்டனர். பின்னர் அவன் தான் செய்த அதர்மங்களை எண்ணி மிகவும் பச்சா தாபப்பட்டான். ஏதோ சிறிதளவு புண்ணியவசத்தால் தேவசிரேஷ்டர்கள் தரிசனம் கிடைத்தது. இனி பகவானின் நாம ஸங்கீர்த்தனத்தில் உள்ளத்தைத் தூய்மையாக்கி, இதயத்தைப் பகவானுக்கு அர்ப்பணம் செய்கிறேன் என்று எல்லா ஆசைகளையும் துறந்து, கங்காத் துவாரத்துக்குச் சென்றான். அங்கே இந்திரியங்களை அடக்கி யோகத்தை அனுஷ்டித்து, மனதைப் பரம புருஷனிடமே செலுத்தினான்.

ஒருநாள் அஜாமிளனுக்கு விஷ்ணு பார்ஷதர்கள் கண்முன் தோன்ற அவர் களைப் பூஜித்து வணங்கி, தன்னுடலை கங்கையில் அர்ப்பணித்து பார்ஷத சரீரத்தைப் பெற்றான். உடனே விஷ்ணு தூதர்களுடன் அவன் பொன் மயமான விமானத்தில் ஏறி, வைகுண்டத்தை அடைந்தான்.

அகஸ்திய பகவானிடம் இக் கதையைக் கேட்ட சுகப்பிரம்மம் பரீக்ஷித்துக்குக் கூறினார்.

21. சித்திரகேது சரிதம்

சூரசேன தேசத்தரசன் சித்திரகேது. அவன் ஆட்சியில் எங்கும் சுபிக்ஷம் நிலவியது. அவனுக்குப் பல மனைவியர் இருந்தும் புத்திர பாக்கியம் இல்லை.

ஒரு நாள் அவன் அரண்மனைக்கு ஆங்கிரச முனிவர் வந்தார். அவரை வரவேற்று, அதிதி பூசை செய்து உபசரித்த மன்னன் தனக்குப் புத்திர பாக்கியம் இல்லாத குறையைக் கூறி,

அப்பேறு பெற அருள்புரியுமாறு வேண்டினான்.

அப்போது ஆங்கீரச முனிவர் ஒரு யாகம் செய்து, அந்த யஜ்ஞ பிரசாதத்தை அவன் பட்டமகிஷியான கிருதத்யுதிக்கு கொடுக்கச் சொன்னார். சில காலம் கழித்து ஒரு புத்திரன் பிறந்தான். சித்திரகேதுவின் மகிழ்ச்சிக்கு எல்லையே இல்லை.

ஆனால், கொடியவர்களான மற்ற பத்தினிகள் பொறாமையின் காரணமாக அக்குழந்தைக்கு விஷம் கொடுத்துக் கொன்றுவிட்டனர். அந்தத் துக்கத்தைத் தாங்கமுடியாமல் அரசனும், கிருதத்யுதி யும் அழுது புலம்பினர்.

அவ்வமயம் அங்கு வந்த நாரதரும், ஆங்கீரஸ முனிவரும் அரசனிடம், ''கால வெள்ளத்தில் உயிர்கள் ஒன்று சேர்ந்து பின்னர் பிரிந்து விடுகின்றன. சரீரம் நிலையற்றது. ஜீவன் மட்டுமே அழி வற்றது.

எனவே அஞ்ஞானம் அகற்றி பரமாத் மாவிடம் மனதைச் செலுத்தி ஆறுதல் கொள்க'' என்று கூறினர்.

சோகத்தினால் நிறைந்த அவன், அவர்களை யார் என்று வினவ, புத்திர னுக்காக யாகம் செய்துவித்த ஆங்கீரச முனிவரேதான் என்றும், அடுத்தவர் நாரதர் என்றும் அரசனுக்கு ஞானம் புகட்டவே வந்ததாகவும் கூறினார். மேலும் சூரசேனன் அவரது உண்மை நிலையை அறிந்து, அமைதி பெற்று பரம புருஷரான வாசுதேவரையே தியானம் செய்து பெருமை அடையுமாறு உபதேசம் செய்தனர்.

நாரதர் ஒரு மந்திரத்தை உபதேசம் செய்து, ''இதைச் சிரத்தையாக ஜபித்தால் ஏழு நாட்களில் பகவான் சங்கர்ஷருடைய தரிசனம் கிட்டும். அவர் அனுக்கிரகத்தி னால் சோக, மோகங்கள் நீங்கி சாந்தி அடைந்து, ஆனந்தம் கொள்ளலாம்'' என்றார். பின்னர் அவர் தனது யோக சக்தியினால் மரணமடைந்த அரச குமாரனை பிழைக்கச் செய்து ''ஓ! ஜீவாத்மாவே, உனது பெற்றோர் உனது மரணத்தினால் மிக்கத் துயரத்தில் உள்ளனர். நீ மறுபடியும் இந்த உடலிலேயே பிரவேசித்து அரசைப் பெற்று மகிழ்வாயாக'' என்றார்.

அதற்கு அந்த ஜீவன், ''பிறவியைப் பெற்ற ஜீவன் நித்தியமானவன். அகங்காரமற்றவன். பெற்றோரிடம் காணப்படும் வரையில்தான் அவர்க ளுடன் உறவு, ஜீவன் தனது மாயா குணங்களாலேயே தன்னைப் படைத்துக் கொள்கிறான். அவன் எப்போதும் சுதந்தரன். ஆகவே எனக்கும், உங்களுக் கும் எவ்வித உறவும் இல்லை'' என்று கூறி மறைந்து விட்டது.

பின்னர், விவேகம் பெற்ற அரசனுக்கு நாரதர் மந்திர உபதேசம் செய்தார். (''ஓம் நமோ பகவதே மஹாபுருஷாய மஹானுபாவாய மஹாவிபூதி பதயே சகல - சத்ய பரிவ்ருட - நிகர - கரகமல - குட்மலோப லாலித சரணார விந்த யுகள பரம, பரமேஷ்டிந் - நமஸ்தே'')

சித்திரகேது மந்திரத்தை ஏழு நாட்கள் தண்ணீர் மட்டும் அருந்தி, மிக்க சிரத்தை யுடன் ஜபித்து வந்தான். முடிவில் ஜப மகிமையினால் வித்யாதரர்களுக்கு அரசனாகிச் சில நாட்களில் பகவான் ஆதிசேஷருடைய தரிசனம் பெற்றான்.

அப்போது பகவான் ''புத்திசாலியான புருஷன் என்னிடத்திலேயே மனதைச் செலுத்திப் பக்தியோகத்தைச் செய்ய வேண்டும். சகல பிரபஞ்சமும், ஆத்மா வும், பரமாத்மாவும் ஒன்றே என்று அறிய வேண்டும். அதுவே ஜீவனுக்கு க்ஷேமத் தையும், பிறவிப் பயனையும் அளிக்கக் கூடியது'' பகவான் அருளி மறைந்து விட்டார்.

இவ்வாறு சித்திர கேதுவின் வரலாற்றை சுகமுனிவர் பரீக்ஷித்துக்குக் கூறி முடித்தார்.

22. பிரகலாதன் சரித்திரம்

(விஷ்ணு புராணத்தில் காண்க)

23. கஜேந்திர மோக்ஷம்

நாரதர் யுதிஷ்டிரருக்குக் கூறியதைச் சுகர் பரீக்ஷித்துக்குக் கூறினார் என்று சூத பௌராணிகர் கூறி முனிவர்களுக்கு கூறினார்.

தாமஸ (நான்காவது) மந்வந்திரத்திலே பகவான் ஹரிமேதஸ் என்பவருக்குப் புத்திரனாகப் பிறந்து, 'ஹரி' என்ற பெயருடன் விளங்கி முதலையால் பிடிக்கப்பட்ட கஜேந்திரனைக் காத்து அருளினார்.

கஜேந்திரன் முற்பிறவியில் இந்திரத்யும்னன் என்ற பெயரில் பாண்டிய மன்னனாக இருந்தவன். சிறந்த விஷ்ணு பக்தன். ஒரு சமயம் அவன் பர்வதச் சாரலில் ஆசிரமம் அமைத்து அச்சுதனை ஆராதித்து வந்தான். ஒருநாள் அவ்விடம் வந்த அகஸ்திய முனிவரைக் கண் மூடி மௌனியாக இருந்த மன்னன் வரவேற்றுப் பூசிக்கவில்லை. இதனால் கோபம் கொண்ட முனிவர் அவனை யானையாகச் சாபம் கொடுத்தார்.

முற்பிறவியில் ஹூ, ஹூ என்ற கந்தர்வன். தேவரிஷியின் சாபத்தால் முதலைப் பிறவியை அடைந்தான்.

திரிகூட மலையினருகே இருந்த அடர்ந்த காட்டில் கஜேந்திரன், தனது யானைக் கூட்டங்களுடன் வசித்து வருகையில் ஒரு சமயம் தண்ணீருக்காக பல இடங்களில் அலைந்து திரிந்து கடைசியில் மலையடிவாரத்திலுள்ள குளத்தை அடைந்து, நீரில் இறங்கி விளையாடிக் கொண்டிருக்கையில் அந்தக் குளத்திலிருந்து பலசாலியான முதலை யானையின் காலை கவ்விப் பிடித்துக் கொண்டது.

பின்னர் கஜேந்திரன் தன்னை விடுவித்துக் கொள்ள முடியாமல் தவித்தது. கஜேந்திரன் முதலையைக் கரைக்கு இழுக்க, முதலை யானையை நீரில் இழுக்க இவ்வாறு பல ஆண்டுகள் கடந்தன.

தன் பலம் முழுவதும் இழந்து சோர்ந்த நிலையில் கஜேந்திரன், முற்பிறவியின் பயனாக ஸர்வலோக சரண்யனாகிய ஸ்ரீ விஷ்ணுவைத் தியானித்துத் துதி செய்தது.

பக்தனாகிய கஜேந்திரனின் துயரைக் கண்ட பகவான், கருடாரூபராய் சக்கராயுதத்துடன் தோன்றினார். கஜேந்திரன் தாமரை மலருடன் கூடிய துதிக்கையைத் தூக்கி ''நாராயணா, ஆதிமூலமே, பகவானே'' என்று நமஸ்கரித்தார்.

உடனே பகவான் சக்கராயுதத்தால் முதலையைக் கொன்று கஜேந்திரனைக் காத்தருளினார். முதலையும் திவ்ய சரீரம் பெற்று பகவானை வணங்கித் துதி செய்தது. கஜேந்திரனும் பகவத் சொரூபத்தைப் பெற்று விஷ்ணு பார்ஷதனாயிற்று.

அப்போது பகவான், ''உதய காலத்தில், தூய மனதுடன் கஜேந்திரன் செய்த துதிகளைப் பாடி ஆராதிக்கிறவர்களுக்கு மரண சமயத்தில் நல்லறிவைத் தருகிறேன்'' எனக் கூறி மறைந்தார்.

24. அம்ருத மதனம், தேவாசுர யுத்தம்

ஐந்தாவது மனு ரைவதரின் மன்வந்தரத்திலே பகவான் 'வைகுண்டன்' என்ற நாமத்தோடு அம்சாவதாரமாகத் தோன்றினார்.

சாக்ஷுஷர் என்பவர் ஆறாவது மனுவாக இருந்தபோது மகாவிஷ்ணு 'அஜூதர்' என்ற பெயரில் அவதரித்துப் பாற்கடலைக் கடைந்த தேவர்களுக்கு அம்ருதத்தை வழங்கினார்.

கூர்மாவதாரம்

துர்வாசருடைய சாபத்தால் இந்திரன் செயலற்று இருந்தபோது, தேவர்கள்

அசுரர்களால் தாக்கப்பட்டுத் தோல்வி அடைந்து உயிரற்றவர்களாக விழுந்தனர். இதனால் மனம் கலங்கிய தேவர்கள் பிரம்மாவுடன் சென்று ஸ்ரீ ஹரியிடம் சரணடைந்தனர்.

அப்போது பகவான், ''உடனே தாமதமின்றி பாற்கடலைக் கடைந்து அம்ருதத்தை அடைய முயற்சி செய்யுங்கள். அந்த அம்ருதத்தைப் பருகியவன் மரணமற்ற அமர நிலையைப் பெறுவான். சகல ஓஷதிகளையும் பாற்கடலில் இட்டு, மந்திர மலையை மத்தாக வைத்து, வாசுகியைக் கயிறாகக் கொண்டு கடையுங்கள். நான் உங்களுக்கு உதவி செய்கிறேன்'' என்று திருமால் மலர்ந்தருளினார்.

பின்னர், ''அசுரராஜனைச் சந்தித்து, நயமாகப் பேசி, சம்மதிக்கச் செய்து, அவன் இஷ்டப்படி ஒப்புக் கொண்டு செயல் புரியுங்கள். மற்றும் அம்ருத மதனத்தின் போது தோன்றும் பொருள்களின் மீது ஆசை கொள்ளாதீர். முதலில் 'ஆலகால விஷமே' தோன்றும் அஞ்சவேண்டாம்'' என்றார்.

பகவான் கூறியபடியே மகேந்திரன், அசுர அரசன் பலிச்சக்கரவர்த்தியுடன் சிநேகத்துடன் ஒப்பந்தம் செய்து கொண்டான். பலனில் பங்கு தருவதாகக் கூறி, வாசுகியை நாணாகக் கொண்டு, மந்திர மலையை மத்தாக்கி, பாற்கடலைக் கடைந்தனர். தேவர்களும், ஸ்ரீ ஹரியும் வால்பக்கமும், அசுரர்கள் முன் பக்கமும் பிடித்துக் கொண்டு கடைந்த போது, மலை கடலில் மூழ்கிவிட அனைவரும் உற்சாகமின்றி இருப்பதைக் கண்ட பகவான் ஓர் ஆமை வடிவில் மந்திரமலையை மேலே தூக்கி நிறுத்தினார். இதுவே 'கூர்மாவதாரம்'.

கடலிலிருந்து மிகக் கொடிய 'ஆலகால' விஷம் தோன்றிட, அதனை ஜகத்ரக்ஷகராகிய சதாசிவன் உட்கொண்டு அனைவரையும் ரக்ஷித்தார். இதனால் அவர் கழுத்து நீலமாகி 'நீலகண்டன்' என்ற பெயர் பெற்றார்.

அடுத்து காமதேனு தோன்ற யாகங்களுக்கு உதவியாக இருக்கும் என்று காமதேனுவை ஏற்றுக் கொண்டனர். அடுத்து தோன்றியவை உச்சைசிரவஸ் என்ற வெள்ளைக் குதிரை, ஐராவதம் என்ற யானை, பாரிஜாதம் என்ற கற்பக விருக்ஷம், பின்னர் தோன்றிய சாக்ஷாத் லக்ஷ்மி தேவி, வனமாலையைக் கையிலேந்தி பகவான் முகுந்தரையே தனது பதியாக வரித்தாள். அவளை ஸ்ரீஹரி தனது மார்பில ஏற்றுக் கொண்டார்.

ஸ்ரீ தேவியின் அருளைப் பெற்ற தேவர்கள் மகிழ்ச்சி அடைந்தனர். ஸ்ரீ லக்ஷ்மியை அலட்சியம் செய்த அசுரர்கள் சக்தி இழந்தனர்; முயற்சி குறைந்தனர். அதிக ஆசையால் வெட்கமடைந்தனர். பிறகு 'வாருணி' என்ற கன்னிகை தோன்றினாள். அவளை அசுரர்கள் ஏற்றனர்.

மேலும் கடையும்போது ஸ்ரீ மகா விஷ்ணுவின் அம்சமான ஓர் அழகன் 'அம்ருத கலசத்தை' ஏந்தி வந்தார். அவர் யஜ்ஞ பாகத்திற்குரியவர். ஆயுர் வேதத்தை நன்கு அறிந்தவர். அவரே 'தன்வந்திரி' எனப்படுபவர். அசுரர்கள் அவரிடமிருந்து அம்ருத கலசத்தையும் அபகரித்துக் கொண்டனர்.

தேவர்கள் மனமுடைந்து ஸ்ரீ ஹரியைச் சரணமடைய, அவர் ''கலக்கம் வேண்டாம். அம்ருதம் உங்களுக்குக் கிடைக்கும்'' எனக் கூறி மறைந்தார்.

அப்போது அம்ருதத்திற்காக அசுரர்கள் தமக்குள்ளேயே போட்டிபோட, அங்கே ஓரழகி தோன்றி இங்குமங்கும் சஞ்சரிக்க, அவளைக் கண்டு அசுரர்கள் பிரமித்து நின்றனர்.

அந்த அழகி மகாவிஷ்ணு கொண்ட மோகினி அவதாரம். அவளைக் கண்டு மோகித்த அசுரர்கள் அம்ருதத்தைத்

தங்களுக்குப் பங்கிட்டுத் தருமாறு அந்த மோகினியிடம் அமிர்த கலசத்தைக் கொடுத்து விட்டனர். அப்போது அவள் அசுரர்களிடம் ''தன் செயலுக்குத் தடை செய்யக் கூடாது'' என்று புன்சிரிப்புடன் கூற, அவர்கள் சம்மதத்தை ஒரே வாக்காகக் கூறினர்.

பின்னர் மோகினி தன் செயல்களால் அசுரர்களை மயக்கி, ஏமாற்றி அமிர்தம் முழுவதையும் தேவர்களுக்கே பங்கிட்டாள். தேவர்கள் எல்லோர்க்கும் அமிர்தம் கிடைத்தபோது மோகினி திடீரென்று மறைந்துவிட்டாள்.

இதனால் கோபம் கொண்ட அசுரர்கள் கொதித்தெழுந்திட தேவர்களுக்கும் அசுரர்களுக்கும் பயங்கரப் போர் நடந்தது. அது 'தேவாசுர யுத்தம்' என்று அழைக்கப்படுகிறது.

அப்போது பிரம்ம தேவர் நாரத முனிவர்களைத் தேவர்களிடம் அனுப்ப, அவர் தேவர்களிடம் 'அமிருதபானம்' செய்த அவர்கள் இனி பெருமையுடன் வாழப் போவதால் யுத்தத்தை நிறுத்துமாறு சொல்ல யுத்தம் நின்றது. அசுரர்களும் நாரதருடைய சொற்கேட்டு தமது அரசனான பலி மகாராஜனை அழைத்துக் கொண்டு, அஸ்தாசலமென்ற மலைக்குச் செல்ல, அங்கு அவர்கள் குரு சுக்கராச்சாரியால் 'ஸஞ்ஜீவினி' என்ற மந்திரத்தினால் பலியையும், அவயங்களை இழந்த அசுரர்களையும் பிழைக்கச் செய்தார்.

''தன்னைச் சரணடைந்த தேவர்களுக்கு அம்ருதத்தை அளித்தவரும் அசுரர்களை மோகிக்கச் செய்தவரும், துஷ்டர்களால் அடையக் கூடியவருமாகிய ஸ்ரீ ஹரியை நமஸ்கரிக்கின்றேன்'' என்று கூறி வசுதேவர் வணங்கினார்.

25. வாமனாவதாரம்

சிராத்த தேவன் ஏழாவது மனுவாக இருந்த மந்வந்தரத்தில் ஸ்ரீ மகா விஷ்ணு கச்யபருடைய கடைசி புத்திரராக அவதரித்தார்.

அனைத்தையும் இழந்த பலிச்சக்கரவர்த்தி குருவினுடைய மந்திர சக்தியினால் உயிர் பிழைத்தான். அவன் தன் குருவையும், பிராம்மண ச்ரேஷ்டர்களையும், பக்தி சிரத்தையுடன் சேவித்து வந்தான். அதனால் மகிழ்ச்சி பெற்ற பிருகு குல அந்தணர்கள் பலிக்கு மகாபிஷேகம் செய்து வைத்து 'விஸ்வஜித்' என்ற மஹாயஜ்ஞத்தையும் செய்து வைத்தனர். அந்த யாகத்திலிருந்து ஒரு தங்கமய ரதம், வெண்ணிறக் குதிரை, சிம்மக் கொடி, வில், அக்ஷயதூணீரம். அழகான கலசம் ஆகியவை பலிக்குக் கிடைத்தன.

இவ்வாறு பிராம்மணர்களின் அனுக்கிரகத்தால் கிடைத்த, போருக்கு உபயோகமான பொருள்களைக் கண்டு மகிழ்ச்சியுற்ற பலி, குருவை வணங்கி தேவர்கள்மீது போருக்குப் புறப்பட்டான். இந்திரனின் தலைநகர் அமராவதியை முற்றுகை இட்டான். இதைக் கண்ட இந்திரன் குருவை வணங்கிட, அவர் கூறிய ஆலோசனைப்படி ஸ்ரீ ஹரியே இவனை வெல்ல வல்லவர். மேலும் சிலகால மிருந்துப் பின் பலி பிராம்மணர்களை அவமதித்து, அதன் காரணமாய் நாசமாவான் என்றார்.

தேவர்களின் நிலைக்கு வருந்திய தேவமாதா அதிதி, ஸமாதி கலைந்து தன் ஆசிரமத்துக்கு வந்த காசியபரை வணங்கி தமது புத்திரர்களாகிய தேவர்கள் சுவர்க்க சுகம் பெற்று புகழுடன் வாழ அனுக்கிரகிக்குமாறு வேண்டிக் கொண்டாள்.

அப்போது காசியபர் அதிதியிடம் ''தீனரக்ஷகரான பகவான் ஸ்ரீ ஹரியே உனது ஆசையைப் பூர்த்தி செய்வார். ஆகவே, ஜனார்த்தனரை ஆராதிப்பாயாக. அதற்காக 'பயோவிரத' மென்ற சிறந்த விரதத்தை அனுஷ்டித்து பகவானை ஆராதிப்பாயாக'' என்று கூறி அதற்கான விதிமுறைகளையும் அறிவித்தார்.

அதிதி தேவியும் கணவன் உபதேசித்த படி மிகச் சிரத்தையாக 'பயோ விரத'த்தை அனுஷ்டிக்க, பகவான் அவளுக்குத் தரிசனம் தந்தார். அப்போது அவரை அதிதி அன்புடன் பலவாறு துதி செய்தாள்.

அப்போது பகவான் தானே அதிதியின் புத்திரனாக அவதரித்துத் தேவர்களைக் காப்பதாக வாக்களித்து மறைந்து விட்டார். அதன்படி பகவான் ஆவணி மாதம், சுக்ல பக்ஷம், துவாதசித்தி, சிரவண நக்ஷத்திரம் கூடிய சுபதினத்தில், அபிஜித் முகூர்த்தத்தில் அதிதி தேவியின் கிரகத்தில் அவதரித்தார். அந்த நாளை 'விஜய துவாதசி' என்பர். இந்த அவதாரமே 'வாமன அவதாரம்' எனப் படுகின்றது.

அந்தக் குழந்தைக்கு உகந்த வயதில் உபநயன மகோத்சவம் சிறப்பாக நடைபெற்றது. சின்னஞ்சிறு பாலகனான வாமன பிரம்மச்சாரி மிக்க ஒளியுடன் விளங்கினார்.

அதே சமயத்தில் பலிச்சக்கரவர்த்தி, நர்மதா ஆற்றங்கரையில் 'பிறகுமுச்சம்' என்ற க்ஷேத்திரத்தில் பெரியதொரு அசுவமேத யாகத்தைச் செய்து கொண்டி ருந்தான். வாமன மூர்த்தியாகிய பகவான் அந்த யாகசாலைக்குச் சென்றார். அவரைக் கண்ட அனைவரும் எழுந் திருந்து, அவரை எதிர்கொண்டு வரவேற்று உபசரித்தனர். மகாபலிச் சக்கரவர்த்தியும் மிகவும் மகிழ்ச்சி அடைந்து, அவருக்கு ஓர் உயர்ந்த ஆசனம் அளித்து, பூசித்து, அன்புடன் நல்வரவு கூறினான்.

மேலும், அவருக்குத் தான் என்ன செய்ய வேண்டும் என்று கேட்டான். தவமே உருவான அவர் வரவால் பித்ருக்கள் திருப்தி அடைந்தனர் என்றும், அந்த யாகமும், அவர்கள் குலமும் சபலமடைந்தன என்றும் கூறினான் பலி. அவர் எதை வேண்டினும் அதனைக் கொடுக்கத் தயாராக இருப்பதாகக் கூறினான் பலி. அப்போது வாமன மூர்த்தி அவனிடம் 'வரம் தருவதில் சிறந்த தங்களிடம் எதுவும் அதிகமாகக் கேட்கவில்லை. எனது பாதத்தால் மூன்றடி மண்ணையே யாசிக்கிறேன்'' என்று கூறினார். மேலும் கிடைப்பதைக் கொண்டு திருப்தி அடையும் பிராம்மண னுக்கு தபோசக்தி பெருகும் என்று சொல்லித் தனக்கு மூன்றடி மண்ணே போதுமானது என்றார்.

வாமனர் விரும்பியவாரே மூன்றடி மண் தர மகாபலி வெகு மகிழ்ச்சியுடன் தானமளிக்க, தீர்த்த பாத்திரத்தைக் கையில் எடுத்துக் கொண்டார். அப்போது குலகுரு சுக்கிராச்சாரியார், ''வந்திருப் பவர் மகாவிஷ்ணு. தேவர்களுக்கு உதவவே வந்துள்ளார்'' என்று கூறி பலிக்கு எச்சரிக்கை செய்தார்.

அது கேட்ட மகாபலி குருவை வணங்கி, தான் சத்தியம் தவறுவதில்லை என்றும், தானம் தருவதாகக் கூறி பிராம்மணர்களை ஏமாற்றுவதால் வரும் அபகீர்த்திக்கே தான் பயப்படுவதாகவும், சிறந்த தான பாத்திரமாகிய பிரம்மச்சாரி யின் இஷ்டத்தைப் பூர்த்தி செய்யப் போவதாகவும் கூறினான். மேலும் மகா விஷ்ணுவே வாமனராக வந்திருப்பது உண்மையாயின் அது ஒரு நல்ல சந்தர்ப்பம், அதிருஷ்டம் ஆகும் என்றான். இதனால் கோபம் கொண்ட குரு பலியைச் ''செல்வம் அனைத்தும் இழப்பாய்'' என்று கூறிச் சாபம் இட்டார்.

எனினும் மகாபலி, மனைவி விந்தியாவளி, அருகிலே தீர்த்தம் தர பகவானுடைய சரணங்களைக் கழுவி, அந்நீரைத் தலையிலே தெளித்துக் கொண்டான். அவ்வமயம் வாமன மூர்த்தி ஓங்கி உலகளக்கும் உத்தமனாக வளர்ந்தார். பலியினுடைய பூமியை ஓரடியாலும், இரண்டாவது அடியால் மேலுலகையும் அளந்து, மூன்றாவது

அடியை வைக்க இடமின்றி பலியிடம் கேட்க பலிச்சக்கரவர்த்தி தனது சிரசிலே வாமனின் மூன்றாவது அடியை வைக்குமாறு கூறிட பகவான் அவ்வாறே செய்து அவனை ரக்ஷித்தார்.

அவ்வமயம் அங்கு வந்த பக்தன் பிரகலாதன் பகவானிடம் பலிக்கு இந்திர பதவியை அளித்த அவரே அதனைப் பறித்துக் கொண்டு, அதுவே அவன் ஆத்மாவை அறியத் தடையாக இருந்த தெனக் கூறி பகவானுடைய உப சாரத்தைப் புகழ்ந்து ஆனந்தக் கண்ணீர் பெருக, பூமியில் விழுந்து வணங்கினார்.

அப்போது அங்கே வந்த பிரமனும், ''பலி தூய உள்ளத்துடன் தானம் செய்திருப்பதால் தண்டிக்கத்தக்க வனல்ல'' என்று கூறினார்.

அவ்வமயம் பகவான் ''ஐஸ்வர்யம் பெற்ற ஒருவன் தெய்வத்தை அவமதிக்கி றான். மற்றவர்களையும் அலக்ஷியம் செய்கிறான். எனவே நான் அருள எண்ணும் ஒருவனுடைய செல்வங்களை அபகரித்துக் கொள்கிறேன்'' என்று கூறினான்.

''செல்வங்கள் இருப்பினும் என்னிடம் பக்தியுள்ளவனுக்கு அவற்றின் மீது மோகம் உண்டாவதில்லை. பலி மாயையைக் கடந்தவன். துன்பம் கண்டு கலங்காதவன். தர்ம நெறியில் நிற்பவன். எனவே எட்டாவது மன்வந்தரத்தில் இந்திரனாக இருக்கப் போகிறவன். அதுவரையில் ஸுதல லோகத்தில் சுகமாக வசிக்கட்டும்'' என்று கூறிட பலி ஆனந்தமாக பகவானை வணங்கி ஸுதல லோகம் சென்றான்.

இவ்வாறு வாமனர் இந்திரனுக்கு மீண்டும் சுவர்க்கத்தை அளித்து அதிதி தேவியின் ஆசையைப் பூர்த்தி செய்தார். இந்திரன் மகிழ்ச்சியோடு பயமின்றி சுகபோகங்களை அனுபவித்து வந்தான்.

''இந்த வாமனாவதாரக் கதையைச் சிரத்தையுடன் கேட்பவன், படிப்பவன், சொல்கிறவன் உன்னத பதவியை அடைவான்'' என்று சுகமுனிவர் பரீக்ஷித்திடம் கூறினார்.

மதஸ்யாவதாரம்

சென்ற கல்பத்தின் முடிவில் நைமித்திக பிரளயம் ஏற்பட்டபோது வேதங்கள் பிரம்மாவினிடமிருந்து நழுவிட அதனை ஹயக்ரீவன் என்ற அசுரன் அபகரித்துச் சென்றான்.

விஷ்ணு பக்தனான ஸத்ய விரதன், விவஸ்புவானுவின் குமாரனாய் சிரார்த்த தேவனாகப் பிறந்து, பகவானால் மனுவாக நியமிக்கப்பட்டு வைவஸ்வத மனு என்ற பெயருடன் விளங்கினார்.

ஸத்ய விரதன், கிருத மாலா நதியில் நீராடி ஜலதர்ப்பணம் செய்யும்போது அவருடைய அஞ்ஜலியில் காணப்பட்ட சிறு மீனை அரசன் நீரில் விட்டான். அப்போது அது ஜலஜந்துக்களிடம் பயந்து கையில் வந்த தன்னை மறுபடியும் நீரில் விடலாமா என்று கேட்க, அவரும் அம்மீனை தனது கமண்டலத்தில் உள்ள நீரில் போட, அது அந்த இரவில் பெரிதாகி கமண்டலத்தில் இருக்க முடியாமல் தவிக்க, அதனை ஒரு பெரிய குளத்தில் விட்டார் அரசன். விரைவிலே அது வளர்ந்து விட அதனை மடுவிலும் இறுதியில் சமுத்திரத்திலும் விட்டார் அவர்.

கடலில் மகரம் விழுங்கிவிடுமே என்று சொல்ல, அரசர் வியப்புற்று அதனை நோக்கி, ''இவ்வாறு வளரும் நீர் ஸ்ரீமந் நாராயணரே என்று கூறி உலகைப் படைத்து, காத்து, அழிப்பவரே நமஸ்காரம். இந்த வடிவம் ஏன்?'' என்று வினவினார்.

அப்போது பகவான் கூறினார், ''இன்று முதல் ஏழாவது நாள் முடிந்ததும் பிரளயத்தில் மூவுலகும் மூழ்கி விடும்.

அச்சமயம் வரும் பெரிய படகில் ஓஷதிகள் அனைத்தையும், எல்லாப் பிராணிகளையும், சப்தரிஷிகளையும் ஏற்றி நீயும் அதில் அமர்ந்து சஞ்சரிப்பாய். அச்சமயம் எனது அனுக்கிரகத்தால் பரப்பிரம்ம சொரூபம் உனது உள்ளத்தில் விளங்கும்'' என்று கூறி மறைந்துவிட அரசன் அக்காலத்தை எதிர்பார்த் திருந்தான்.

அதே மாதிரி தக்க சமயத்தில் ஓடம் வருவதைக் கண்ட அரசன் பகவானைத் தியானித்த வண்ணம் அதில் ஏறினான். ஆதி மூர்த்தியாகிய பகவான் லக்ஷம் யோஜனை பரப்புள்ள பொன் மீனாகக் காட்சி அளித்தார்.

பகவான் மத்ஸ்ய ரூபத்தில் விளையாடிக் கொண்டே கர்ம யோகம், சாங்க்ய யோகம், ஆகியவற்றைக் கூறும் புராணத்தை, ஆத்ம ரகசியத்தை உபதேசம் செய்தார். அதுவே 'மச்ச புராணம்' ஆகும்.

ஸத்ய விரதன் ஓடத்திலிருந்தவாறே உபதேசத்தைப் பக்தி சிரத்தையுடன் சிரவணம் செய்து பிரம்ம சொரூபத்தை அறிந்தார். பகவான் ஹயக்ரீவனைக் கொன்று வேதங்களை பிரம்மனிடம் ஒப்படைத்தார்.

26. பக்த அம்பரீஷன்

சாஸ்திர ஞானியும், சத்திய சீலருமான நாபாகனின் புத்திரன் அம்பரீஷன். அம்பரீஷன் பூமண்டலாதிபதியாக இருந்த பாக்கியசாலி. அவன் பற்றற்றவ னாக வைராக்கிய சீலனாக இருந்து பகவான் ஸ்ரீ வாசுதேவரிடமும், அவருடைய பக்தர்களிடமும் அன்பு, பக்தி கொண்டு நீதியொடு நாட்டை ஆண்டு வந்தான்.

அவர் திரிகரணத் தூய்மையுடன் ஸ்ரீ ஹரியையே தியானித்து, ஸ்ரீ சரண துளசியை முகர்ந்து, ஹ்ருஷிகேசருடைய பாதங்களில் வணங்கி, பகவானுக்கு நைவேத்தியம் செய்த அன்னத்தையே புசித்தார்.

இவ்வாறு அம்பரீஷனின் பக்தியால் பக்தி அடைந்த பகவான் பக்தர்களைக் காக்கும் சக்கராயுதத்தை அவருக்கு அளித்தார்.

ஒரு சமயம் அம்பரீஷன் கார்த்திகை துவாதசியன்று, மதுவனம் சென்று யமுனையில் நீராடி, மூன்று நாள் உபவாசம் இருந்து, சிரத்தையுடன் ஸ்ரீ ஹரியைப் பூசித்தார். ஸ்ரீ கேசவ பக்தர் களை, உபசரித்து வணங்கி, அறுசுவை அன்னமிட்டு பசுக்களைத் தானமாக வழங்கினார்.

பிறகு அவர் பாரணை செய்ய முற்பட்டபோது துர்வாச மகரிஷி அங்கு அதிதியாக வந்தார். அம்பரீஷனும் அவரை வரவேற்று, உபசரித்து போஜனத் திற்கு அழைக்க அவர் நித்யகர்மானுஷ்டா னங்களை முடித்துக் கொண்டு வருவதாகக் கூறி யமுனா நதிக்குச் சென்றார்.

நேரம் கடந்து கொண்டிருக்க அவன் அதிதியை விட்டுப் போஜனம் செய்யக் கூடாதென்றும், பாரணை வேளையை மீறுவதும் சரியல்ல என்பதால் பிராம் மணர்களின் ஆலோசனைப்படி சுத்த தீர்த்தத்தை அருந்தி பாரணையை முடித்துக் கொண்டு, முனிவர் வரவை எதிர்நோக்கி இருந்தார்.

திரும்பி வந்து துர்வாச முனிவர் அம்பரீஷன் செயலை அறிந்து மிக்கக் கோபம் கொண்டு தனது தொடையி லிருந்து ஒரு துர்த் தேவதையை உண்டாக்கி அரசன் மீது ஏவினார். அரசனோ எவ்வித அச்சமுமின்றி ஹரி பஜனையில் ஆழ்ந்து விட்டார்.

பக்தர்களைக் காக்கும் சக்கராயுதம் அப்பிசாசைப் பொசுக்கி துர்வாசரையும் துரத்தியது. இதனால் பயந்த முனிவர் பிரம்மா, சிவபெருமான், ஸ்ரீமந்

நாராயணன் ஆகியோரிடம் சரண் புகுந்து காத்தருள வேண்டினார்.

அப்போது விஷ்ணு தான் பக்த பராதீனன் என்றும், பக்தர்களுக்கு அடிமையென்றும் கூறி, முனிவரிடம், பகவத் பக்தனான அம்பரீஷனிடமே சென்று மன்னிப்பு கேட்டு, சாந்தி பெறுமாறு அறிவுரை வழங்கினார்.

பகவானுடைய சொற்களைக் கேட்ட துர்வாச முனிவர் வேறு வழியின்றி அம்பரீஷனிடமே சென்று சரணடைய, மன்னன் முனிவரைக் காப்பாற்றுமாறு சுதர்சனிடம் பிரார்த்தித்தார். சக்கராயுத மும் அம்பரீஷன் பிரார்த்தனையை ஏற்று சாந்தமடைந்தது. முனிவர் வியந்து அம்பரீஷனைப் புகழ்ந்து கொண்டாடி னார்.

பிறகு அரசன் முனிவரை வணங்கி போஜனமளித்து, அவர் அனுமதியுடன் பாரணையை முடித்தார். அப்போது முனிவர் தான் திருப்தி அடைந்ததாகவும் மன்னனின் கீர்த்தியைத் தேவர்களும், மனிதர்களும் கானம் செய்வர் என்றும் கூறி ஆசீர்வதித்து பிரம்மலோகம் சென்றார்.

அம்பரீஷன் தனது அரசைப் புத்திரர் களிடம் ஒப்புவித்து, சம்சாரச் சுழலிலி ருந்து விடுபட்டு, கானகம் சேர்ந்து பகவான் வாசுதேவரிடமே மனதைச் செலுத்தி தியானித்து நற்பேறு பெற்றான்.

27. ஸ்ரீ ராம சரிதம்

அடுத்து சுகமுனிவர் பரீக்ஷித்துக்கு பகவானின் இராமாவதார வரலாற்றினை உரைக்கலானார்.

இக்ஷ்வாகு குலத்தில் தோன்றிய தசரதனுக்கு பல மனைவியர்களும், மூன்று பட்ட மகிஷிகளும் இருந்தனர். ஆனால் புத்திரப் பேறில்லை. எனவே தசரதன் கலைக்கோட்டு மாமுனிவரைக் கொண்டு புத்திர காமேஷ்டியாகம் செய்ய, யாக அக்கினியிலிருந்து தோன்றிய புருஷன் ஒரு பாயசக் கலசத்தைக் கொடுக்க தசரதன் அதிலிருந்த பாயசத்தைத் தன் மனைவியர் மூவர்க்கும் கொடுக்க கௌசலை ஸ்ரீ ராமனையும், கைகேயி பரதனையும், சுமித்திரை இலக்ஷ்மணன், சத்ருக்னன் என்ற இருவரையும் பெற்றெடுத்தனர்.

குருகுலத்தில் வித்தைகள் கற்று முடித்தனர் நால்வரும். ஒருநாள் விசுவா மித்திரர் தசரதனிடம் வந்து தன் யாக சம்ரக்ஷணார்த்தம் இராம லக்ஷ்மணர் களை அனுப்புமாறு கேட்க, குலகுரு வசிஷ்டர் அறிவுரையை ஏற்று மக்கள் இருவரையும் அனுப்பி வைத்தார் தசரதன்.

இராம லக்ஷ்மணர் வழியில் கண்ட தாடகி என்னும் அரக்கியைக் கொன்று, யாக சாலையில் இடையூறு செய்த சுபாஹு, மாரீசன் இருவர்களின் மீதும் பாணம் தொடுக்க சுபாகு கொல்லப் பட்டான். மாரீசன் ஓடி ஒளிந்து கொண்டான். இராம லக்ஷ்மணர்களுடன் விசுவாமித்திரர் மிதிலைக்குப் பயணமாக வழியில் சாபத்தால் கல்லாகி இருந்த அகலிகைக்கு இராமன் சாப விமோசனம் அளித்து அவளை அவள் கணவராகிய கவுதம முனிவரிடம் ஒப்படைத்து, மிதிலையை அடைந்தனர்.

அங்கு சிவதனுசை முறித்து இராமன் சீதையை மணம் புரிந்தான். பின்னர் மூன்று தம்பிமார்களுக்கும் திருமணம் நடைபெற அனைவரும் அயோத்திக்குப் பயணமாக வழியில் பரசுராமரின் கர்வத்தை அடக்கி வெற்றி கொண்டார் ஸ்ரீ ராமர்.

நாடு திரும்பிய பின் தசரதர் ஸ்ரீ ராமனுக்கு முடிசூட்ட விழைகையில் கைகேயி முன்பு கணவன் தனக்களித்த வரங்களில் ஒன்றின் மூலம் இராமன் வனவாசம் செய்யவும், இரண்டாவது வரத்தின் மூலம் பரதன் நாடாளவும் பெற்றாள்.

இராமன் வனவாசம் புறப்படுகையில், லக்ஷ்மணர், சீதை இருவரும் பின் தொடர காடடைந்து, குகனின் தோழமையால் கங்கையைக் கடந்து, பஞ்சவடியில் தங்கியிருந்த போது சூர்ப்பணகையை இலக்ஷ்மணன் அங்கபங்கம் செய்தான். அவளுக்கு உதவியாக வந்த கரதூஷணாதி யரைப் போரில் வதம் செய்தார் இராமன்.

ஒரு நாள் தப்பி ஓடிய மாரீசன் பொன் மான் வடிவில் அங்கு வர, அம்மானை வேண்டிய சீதைக்காக அதைப் பிடிக்கச் சென்றான் இராமன். அதைப் பிடிக்க முடியாமல் அதன் மீது பாணம் எய்ய அது ''இராமா! லக்ஷ்மணா!'' என்று கத்தி உயிர்விட்டது. இது கேட்டு லக்ஷ் மணனை இராமரிடம் சீதை அனுப்ப அந்நேரத்தில் இராவணன் மாயத்துறவி வேடத்தில் வந்து அவளை இலங் கைக்குத் தூக்கிச் சென்றான்.

இராம லக்ஷ்மணன் சீதையைக் காணாமல் அவளைத் தேடி வருகையில் ஹனுமார், சுக்கிரீவர் ஆகியோரைக் கண்டு சுக்கிரீவனுக்கு மகுடம் சூட்டிட அவன் தோழமையில் சீதையைத் தேட வானரர்கள் நாலா திசைகளிலும் அனுப்பப்பட்டனர்.

அனுமாருடன் தென்திசை கிளம்பி யோரில் அனுமான் மட்டும் கடலைத் தாண்டி, இலங்கையை அடைந்து, சீதையைக் கண்டு இராமர் கொடுத்த கணையாழியைத் தந்து, அவள் தந்த சூடாமணியைப் பெற்று இராமரிடம் திரும்பி வந்து செய்தி அறிவிக்க இராம-இராவணப் போர் நடந்து இறுதியில் இராவணன் கொல்லப்பட்டான்.

(இது இராமாயணச் சுருக்கம்)

28. சுபத்திரை திருமணம்

தீர்த்தயாத்திரை செய்யச் சென்ற அருச்சுனன் துறவி வேடத்தில் ரைவத மலையை அடைந்தான். பலராமன், தங்கை சுபத்திரையை துரியோதனனுக்கு மணம் முடித்து வைக்க எண்ணி யிருந்தான். ஆனால், கிருஷ்ணனோ தங்கை சுபத்திரையை அருச்சுனனுக்குத் திருமணம் செய்துவைக்க விழைந்தான். இந்நிலையில் சுபத்திரையை விவாகம் கொள்ள, அருச்சுனன் உபாயம் என்ன என்று சிந்தித்து கிருஷ்ணன் ஆலோசனை யின்படி சந்நியாசி வடிவில் வந்தடைந் தான் துவாரகையை.

தவ வேடத்தில் இருந்த அருச்சுனனைக் கிருஷ்ணன் சுற்றத்தாருடன் சென்று வணங்கினான். பலராமனும் வணங்கி உபசரித்தான். சில மாத காலம் தங்கி இருந்து தமது உபசாரங்களை ஏற்க வேண்டினர். தன்னை உபசரிக்க வந்தவர் களிலே வந்திருந்த சுபத்திரையை அருச்சுனன் கண்டான். அருச்சுனனைக் கண்ட சுபத்திரையும் காமபாணத்துக்குக் குறியானாள். அருச்சுனனும் அவளைக் கண்டது முதல் காமநோயுற்றான்.

இவ்வாறிருந்த வேளையில் கிருஷ்ண னின் குறிப்பறிந்து கொண்ட அருச்சுனன் சுபத்திரையைத் தேரில் ஏற்றிக் கொண்டு போனான். அப்போது எதிர்த்து வந்த மல்லர்களை வென்றான் அருச்சுனன்.

நிகழ்ந்ததையெல்லாம் அறிந்த பலராமன் மிகக் கோபம் கொண்டான். துரியோதனனுக்குத் திருமணம் செய் விக்க இருந்த சுபத்திரையை இவ்வாறு அருச்சுனன் கொண்டு சென்றதால் பலராமன் பெருமளவில் கோபம் கொண்டான்.

''அருச்சுனனால் கைப்பற்றப்பட்ட சுபத்திரையை வேறு எவர்க்கு? எப்படி? மணம் செய்து தரமுடியும்'' என்று அண்ணனாகிய பலராமனிடம் கூறி அவனது கோபத்தை அடக்கி மகிழ்ந்தான் அந்த மாயக்கண்ணன்.

அடுத்து கிருஷ்ண, பலராமர்கள், சுபத்திரையுடன், அருச்சுனனுக்குச் செய்ய வேண்டிய சீர்களை எல்லாம் செய்து திருமணம் முடித்து வைத்தனர்.

விருகாசுரன்

விருகாசுரன் என்னும் அரக்கன் கொடிய தவம் செய்து சிவபெருமானிடம், யார் தலை மீது கை வைப்பினும் அவர் சாகும்படி வரம் வேண்டிப் பெற்று, உடனே சிவபெருமான் தலைமீதே கை வைக்க முயல, ஈசன் பயந்து ஓட, கிருஷ்ணன் காரணம் கேட்டறிந்து, அரக்கனிடம் ஈசன் சொன்னதன் உண்மையை அரக்கன் தன் தலை மீது வைத்துப் பார்க்கலாம் என்று சொல்ல, அவன் அவ்வாறே தன் தலை மீதே தன் கையை வைக்க அந்த அவுணன் மாண்டான்.

29. பிருகு முனிவர் கண்ட முடிவு

ஒரு சமயம் முனிவர்களும், தேவர்களும் ''அயன், அரன், அரி என்ற மூவரில் மேலானவர் யார்?'' என்று பிருகு முனிவரைக் கேட்டனர்.

திரிமூர்த்திகளில் சத்துவகுணமுடைய பரம்பொருள் யார்? என்றறிய பிருகு முதலில் சத்தியலோகம் சென்று பிரம்மனைக் கண்டார். ஆனால் அவரை வணங்கவில்லை. அது கண்ட பிரம்மன் முனிவர் மீது மகா கோபம் கொண்டார். அப்போது முனிவர் பிரம்மனுக்குக் கோயில் இல்லை என்று சபித்தார்.

அடுத்து கைலைவாசனைக் காண கைலைமலை சென்றடைந்தார் பிருகு முனிவர். சிவனும், பார்வதியும் ஏகாந்தமாய் இருந்தனர் முனிவர் சென்றபோது. அப்போது அரன் கோபம் கொள்ள பிருகு முனிவர் சிவ பார்வதிகளின் இரு குறிகளும் பேர்ந்து விழுமாறு சபித்து விட்டார். அப்போது சிவனும் கோபம் கொண்டு நெற்றிக் கண் விழிக்க முனிவர் அதை அழித்து, அரனை 'பிராம்மணிய தெய்வமாதலை ஒழிக' என்று சபித்தார்.

அடுத்து நாராயணனிடம் சென்றார் பிருகு முனிவர். அப்போது திருமால், இலக்குமியின் மடிமீது தலை வைத்துப் படுத்திருந்தார். அப்போது அங்கு சென்ற முனிவர் திருமாலின் மார்பில் உதைத்தார். அப்போது பகவான் பிருகு முனிவர் வந்ததை அறியவில்லை என்றும், தான் இருந்த நிலைக்கு வருந்தி பேசலுற்றார்.

மேலும் திருமால் அஞ்சலித்த கையனாய் நல்ல மனம் படைத்த முனித்தலைவ. பொற்றாமரை போன்ற உமது திருவடி என் மார்பில் பட்டதால், அங்கு திருநிலை பெற்றது என்று கூறி வணங்கினார்.

பிறகு பிருகு முனிவர் திரும்பி வந்து தேவர்கள், முனிவர்களிடம் நிகழ்ந்தவற்றை எல்லாம் விவரித்துக் கூறினார். இறுதியாக தானறிந்த உண்மையை விளம்பினார். ''ஒண் திறள் ஆழியானே உயர்நலம் உடையன்'' என்றார். அதாவது மும்மூர்த்திகளில் சக்கராயுதம் ஏந்திய விஷ்ணுவே சத்துவகுணம் உடையவர் என்று கூறி முடித்தார்.

30. நவயோகியர் ஓதிய நல்லறம்

அடுத்து நாரதர் நிமிச் சக்கரவர்த்திக்கும், ரிஷப தேவருடைய குமாரனுக்கும் நடந்த சம்வாதரூபமான கதையைக் கூறினார்.

''ஸ்வாயம்பு மனுவின் வம்சத்தில் தோன்றிய ரிஷப தேவர் பகவானுடைய அம்சம். அவனுடைய நூறு புத்திரர்களில் ஒன்பது பேர் (கவி முதல் நரபாஜனர் வரை) மட்டும் இந்தப் பிரபஞ்சத்தை பகவத் சொரூபமாகவும், ஆத்ம சொரூபமாகவும் கண்டனர்.

ஒரு சமயம் அஜநயம் என்ற இடத்தில் நிமி சக்கரவர்த்தி 'சத்ரயாகம்' செய்தார். அப்போது அங்குத் தற்செயலாக வந்த மேற்படி ஒன்பது முனிவர்களையும் சக்கரவர்த்தி எதிர்கொண்டழைத்து, உபசரித்து, விதிப்படிப் பூசித்துப் பணிவுடன் வணங்கிக் கேட்டார்.

அப்போது அம்முனிவர்கள், ''இப் பிரபஞ்சம் முழுவதுமே பகவத் சொரூபம் என்று நினைத்தால் பயம் நீங்கிவிடும். அஞ்ஞானியும் தன்னைச் சுலபமாக அடைய பகவானால் கூறப் பட்ட உபாயங்களே பாகவத தர்மங்கள்.

மனம், வாக்கு, சரீரம், புத்தி, இந்திரியங்கள், அகங்காரம் இவற்றை அனுசரித்துச் செய்கின்ற எல்லாச் செயல் களையும், பரம புருஷராகிய ஸ்ரீ மந் நாராயணர்க்குச் சமர்ப்பணம் செய்வதே பாகவத தர்மம்.

பகவானை அடைய மிகச் சுகமான வழி ஒன்று இருக்கிறது. பகவானின் மங்களகரமான அவதார மகிமைகளைக் கூறும் திவ்ய சரிதங்களைச் சிரவணம் செய்து கொண்டும், நாமங்களை எப்போதும் பாடிக் கொண்டும் பற்றற்றவராய் இவ்வுலகில் சஞ்சரிப்பதே பாகவத தர்மம் கூறும் வழி.

பகவானைப் பூஜிப்பவனுக்குப் பக்தியும், வைராக்கியமும், பகவத் சொரூப அனுபவமும் ஒரே சமயத்தில் ஏற்படுகின்றது. இடைவிடாமல் அவனுடைய திவ்ய சரணங்களைத் தியானிப்பவனுக்கு பக்தி, வைராக்கியம், ஈச்வர அனுபவ போதம் இம்மூன்றும் உறுதிப்படுகின்றன. அதன் பிறகு அந்த பாகவதன் பரம சாந்தியை அடைகி றான்.''

நிமிச்சக்கரவர்த்தி பாகவதனுக்கான அடையாளங்கள் யாவை? என்று கேட்க, ஹரி என்பவர் பதில் உரைக்கிறார்,

''எவன் சகல ஜீவராசிகளிடத்தும் பகவானுடைய நித்ய விபூதியைக் காண்கிறானோ, சகல பிராணிகளும் பகவானிடமே உறைகின்றன என்ற பாவனையுடன் இருக்கின்றானோ அவனே பாகவதர்களில் உத்தமன். ஸ்ரீ வாசுதேவருடைய சரணங்களைச் சரணமாக அடைந்த அவன் காமம், கர்மம், வாசனாபலம் ஆகியவற்றை வென்று ஸ்ரீ ஹரியின் நினைவிலேயே ஈடுபட்டு இவ்வுலகத் துன்பங்களைப் போக்கி விடுகிறான். சாதி, குலம், பிறப்பு போன்றவற்றால் ஏற்படும் அகங்காரம் இல்லாதவன் மகா விஷ்ணுவுக்குப் பிரியமானவன். அவன் அபேத புத்தியுடன், சமசித்தனாக, சபிந்த சீவனாக இருப்பான். அவனே பாகவதர் களில் மிகச் சிறந்தவன்.

பகவான் எவனுடைய இதயத் தாமரையிலே பிரேம பக்தி என்ற கயிற்றினால் கட்டப்பட்டு, அவ்விடத் திலேயே அகலாமல் இருக்கின்றாரோ அவனே உத்தமமான பாகவதன்'' என்றார்.

அடுத்து அந்தரிக்ஷர் என்பவர் விஷ்ணு மாயையைப் பற்றி கூறினார். பின்னர், பிரபுத்தர் என்பவர் ''கர்ம பலன்களில் இச்சை வைத்தவனுக்கு அச்சமே மிஞ்சும். சாந்தி ஏற்படாது.

அற்புத செயல்களை உடைய ஹரியின் குணங்களைக் கேட்பது, உச்சரிப்பது, தியானிப்பது, பகவத் சேவை செய்வது, எங்கும் பகவத் சொரூபமாகக் காண்பது, மௌனத்தால் நாவடக்கம், பிராணா யாமத்தில் புலனடக்கம், பயன் கருதாமல் செய்யும் கர்மா, சத்தியம் ஆகியவை பாகவத தர்மங்களாகும். ஸ்ரீ ஹரியே சரணம் என்று, பாகவத தர்மங்களைப் பழகி வந்தால் மாயையைச் சுலபமாகக் கடந்து விடலாம்'' என்றார்.

அதன்பின் பிப்பலாயர் என்பவர் பிரம்ம சொரூபத்தை விளக்கிக் கூறுகிறார். சிருஷ்டி, ஸ்திதி, ஸம்ஹாரம் முதலியவற்றிற்குக் காரணம் எவரோ அவர் பரமாத்மா. ஜாக்ரைம், ஸுக்ஷுப்தி, சொப்பனம் ஆகியவற்றி லும், அதற்கப்பாலும் பரந்துள்ளது பரதத்துவம். எவருடைய அருட்சக்தி யினால் இந்திரியங்கள், பிராணன், மனம் இயங்குகின்றனவோ அதுவே

பரப்பிரம்மம். ஸ்தூல, ஸூக்ஷ்ம பிரபஞ்சம் முழுவதும் ப்ரம்ம ஸ்வரூபம். ஆத்மாவுக்கு பிறப்பு, அழிவு, வளர்ச்சி, தேய்வு எதுவும் கிடையாது. சித்தமான உள்ளத்தில் ஞான ஒளி பிரகாசிக்கின்றது.

ஆவிர்ஹோதிரர் என்பவர் அரசனிடம், ''வேத விதிப்படி கர்மாக்களைச் செய்து, அதன் பலனில் ஆசை வைக்காமல் எல்லாவற்றையும் பகவானுக்குச் சமர்ப்பணம் செய்து விடவேண்டும். நிஷ்காம்ய கர்மத்தினாலேயே ஞானம் சித்திக்கின்றது. பகவானை முறைப்படி பூசித்து உபாசனை செய்து வந்தால் ஆத்ம ஞானம் ஏற்பட்டு மோக்ஷ சுகம் கிட்டும். குருவின் அருளைப் பெற்று, பூஜா விதிகளை அவரிடம் கேட்டுத் தெரிந்து கொண்டு தன் மனதிற்குகந்த இஷ்ட தெய்வத்தின் வடிவத்தில் பரமபுருஷனை ஆராதிக்க வேண்டும். இவ்வாறு சிரத்தையாக ஆத்ம சொரூபமாகிய ஈச்வரனைப் பூஜிப்பவன் விரைவில் முக்தி அடைவான்'' என்றார்.

பிறகு திரமீளர் பகவான் பல அவதாரங்களை எடுத்து, நிகழ்த்திய அற்புதச் செயல்கள் குறித்து விரிவாகக் கூறினார்.

சமரசர் என்பவர் பக்தியற்றவர்களின் பரிதாப நிலையை விளக்கி, அவர்களுக்குச் சாதுக்களே தயைபுரிந்து நல்வழி காட்ட வேண்டும் என்றார்.

அதன்பின் காமாஜனர் என்பவர் நான்கு யுகங்களிலும் பகவான் எந்த உருவில் இருந்தார்? எவ்வாறு பூஜிக்கப்பட்டார் என்று கூறினார்,

''கிருத யுகத்தில் வெண்மை நிறத்துடன், சதுர்புஜ மூர்த்தியாக, ஜடா மகுடத்துடன், மரவுரி தரித்து தண்டம், கமண்டலம், அக்ஷமாலைகளுடன் விளக்குகிறார்.

மக்கள் தவம், மன அடக்கம், புலனடக்கத்துடன் சமபாவத்துடன் பகவானைப் பூசித்தனர்.

திரேதாயுகத்தில் சிவப்பு வண்ணமொடு தங்கநிற கேசம், சதுர்ப்புஜம் கொண்டு வேத சொரூபியாக விளங்குகின்றார். மக்கள் தேவதேவனான ஸ்ரீ ஹரியை வேதத்தில் கூறியுள்ள கர்மானுஷ்டானங்களால் பூசிக்கின்றனர்.

துவாபர யுகத்தில் பகவான் சியாமள நிறமேனியுடன், பீதாம்பரம் தரித்து ஸ்ரீ வத்ச மறு, சங்கு, சக்கர, கதாயுதங்களுடன் விளங்குகின்றார்.

மக்கள் பரமாத்வை அறியும் ஆவலுடன், வேதத்தில் கூறப்பட்டுள்ள ஆகம விதிமுறைப்படி பூசிக்கின்றனர்.

கலியுகத்தில் ஒளிவீசும் கருநிறத் திருமேனியுடன் அங்க, உபாயங்களுடன், அஸ்த்ரங்களுடன் பார்ஷதர்கள் புடைசூழ விளங்குகின்றார்.

மக்கள் நாம சங்கீர்த்தனம் செய்து கிருஷ்ணனைப் பூஜித்து ஆராதனை செய்கிறார்கள். பகவானுடைய திவ்ய நாமங்களை உச்சரிப்பதனாலேயே சகல விதமான புருஷார்த்தங்களும் கிடைப்பதால் இதுவே மேலானதென்பர்.

இவ்வாறு நவயோகிகளால் உபதேசிக்கப்பட்ட பாகவத தர்மங்களைக் கேட்ட நிமி சக்கரவர்த்தி எல்லையில்லா ஆனந்தம் கொண்டார். பின்னர் ஆசாரியர்களை முன்னிட்டுக் கொண்டு நவயோகிகளை முறைப்படி பூசை செய்து பலவித உபசாரங்களையும் செய்தார். அந்த சித்த புருஷர்கள் எல்லோரும் பார்த்துக் கொண்டிருந்தபோதே மறைந்து விட்டனர்.

''நிமி சக்கரவர்த்தி இந்த பாகவத தர்மங்களை அனுஷ்டித்து உத்தம கதியை அடைந்தார். வசுதேவரே, நீரும் இந்த தருமங்களை ஆசரித்து உத்தமமான பரமபதத்தை அடைவீராக'' என்று நாரதர் கூறியதைக் கேட்டு தேவகி, வசுதேவர் மோகம் நீங்கி ஞானம் பெற்றனர்.

''நவயோகிகள் பற்றிச் சிந்திப்பவன் மோகம் நீங்கி பிரம்ம சொரூபத்தை அடையும் தகுதி பெறுவான்'' என்று சுகமுனிவர் பரீக்ஷித்துக்குக் கூறினார்.

தேவர்கள், ரிஷிகள், அயன், அரன் ஆகியோர் புனித கீர்த்தியை உடைய ஸ்ரீ கிருஷ்ணனின் மனோகர வடிவைக் காண ஆவலுடன் வந்தனர். அவர்கள் அனைவரும் ஸ்ரீ கிருஷ்ணனைத் தேவலோக மலர்களால் அர்ச்சித்து மணமுள்ள மலர் மாலைகளை அணிவித்துப் பணிவுடன் வணங்கித் துதித்தனர்.

அப்போது பிரம்மதேவர், ''எங்கள் பிரார்த்தனைக்கிணங்கி, இந்த பூபாரத்தைக் குறைப்பதற்காக யது குலத்தில் அவதரித்து, உலக நலனுக்காகவே அற்புதமான லீலைகளைச் செய்தீர். தேவ காரியங்கள் முடிந்து விட்டன. பிராம்மண சாபத்தால் யதுவம்சம் பெரிதளவு அழிந்து விட்டது. தங்களுக்கு விருப்பமிருந்தால் உத்தமமான உமது ஸ்தானத்திற்கு எழுந்தருளி லோக பாலகர்களான இந்த சேவகர்களை ரக்ஷித்தருள வேண்டுகின்றோம்'' என்றார்.

அப்போது கிருஷ்ணன், ''நீர் கூறியது உண்மையே. யாதவ குலம் மிக்க கர்வம் கொண்டு இவ்வுலகையே அழிக்கும் சக்தி வாய்ந்தது. அவர்களை அழித்த பிறகே நான் வைகுண்டம் வரமுடியும்'' என்று கூற, பிரம்மாதி தேவர்கள் பகவானை வணங்கி தமதிருப்பிடம் சென்றனர்.

சில நாட்களில் துவாரகாபுரியில் பல அபசகுனங்கள் தோன்றின. அப்போது பகவான் யாதவகுலப் பெரியோர்களைப் பார்த்து, பிராம்மண சாபத்திலிருந்து இனி தப்ப முடியாது. எனவே யாவரும் உடனே புறப்பட்டுப் புண்ணியத் தலமான பிரபாசத் தீர்த்தத்துக்குப் புறப்படுவோம்'' என்றார்.

புறப்படும்போது உத்தவர் பகவானைத் தனியாகச் சந்தித்து வணங்கிப் பிரார்த்தித்தார். ''யோகேச்வரா, பிராம்மண சாபத்தைத் தாங்கள் தடுக்கப் போவதில்லை. தாங்கள் தங்கள் திவ்ய பதத்திற்கு எழுந்தருளப் போகிறீர். தங்கள் சரண சேவையின்றி அரைகணமும் என்னால் இருக்கமுடியாது. எனவே என்னையும் தங்களுடன் அழைத்துச் செல்லுங்கள்''.

அப்போது பகவான் உத்தவரிடம், ''பிரம்மாதி தேவர்கள் அனைவரும் என் வரவை ஆவலுடன் எதிர்பார்க்கின்றனர். பிராம்மண சாபத்தால் யாதவ குலம் எரிக்கப்பட்டு பரஸ்பர விரோதத்தால் நாசமடையும். துவாரகையும் நீரில் மூழ்கி மறைந்து விடும். நான் மறைந்ததும் உலகில் மங்களங்கள் குறையும். கலிபுருஷன் வந்திட மக்கள் அதர்மத்தை விரும்புவர்.

எனவே நீ எல்லாவற்றையும் துறந்து, என்னையே ஸ்மரித்து, மனோமயம் மாயாமயம் என அறிந்து, சஞ்சரிப்பாய். மேலும் இந்திரிய ஐயத்துடன், இப்பிரபஞ்சத்தைத் தனது ஆத்மாவாகவும், பிரம்ம சொரூபமாகவும் சர்வாத்ம சொரூபியாகிய என்னைத் தவிர அவை வேறானவை அல்ல என்று உணர்ந்து கொள்வாயாக. அவ்வாறு எல்லாம் என் வடிவெனக் காண்பவர்க்கு மறுபிறவி கிடையாது''.

31. யது மகாராஜன், அவதூதர் சம்பாஷணை

அப்போது உத்தவர் கேட்டார், ''மகாயோகியே! எனது நன்மையின் பொருட்டு சந்நியாசி லக்ஷணமாகிய தியானத்தை உபதேசித்தருளினீர். நான், எனது (மமகாரம்) என்ற அபிமானத்தை ஒழிப்பது எப்படி?'' என்று கேட்டார்.

அதற்குப் பகவான், ''உலக தத்துவ பரிசீலனை செய்கின்றவர்கள் தாமே,

தமது ஆத்மா (அ) மனதைப் பற்றற்ற தாக்கிக் கொள்கின்றனர். அவரவர்க்கு அவரவர் ஆத்மாவே குருவாகிறது. மனிதப் பிறவியில் ஞானம் (சிரவண மனனம்), யோகம் (நித்தியாசனம்) ஆகிய திறமையுள்ள விவேகர்கள் என்னைச் சர்வ சக்தியுள்ளவன் என்று அறிந்து கொள்கின்றனர்.

இனி இவ்விஷயமாக யது மகாராஜனுக்கும், அவதூதருக்கும் நடந்த சம்பாஷணையைப் பற்றிக் கூறுகிறேன் கேளும்.

முன்பொரு சமயம் யது மகாராஜன் எங்கும் அச்சமின்றித் திரியும் ஓர் அவதூத பிராம்மணரிடம், ''உலக சுகபோகங்களில் ஈடுபாடு இல்லாத உமக்கு உள்ளத்தில் பரிபூர்ண மகிழ்ச்சி நிரம்பி இருக்கிறதே எதனால்?'' என்று கேட்டார்.

அதற்கு அவதூதன் கூறலானான், ''நான் பலரை எனது குருவாகக் கொண்டு அவர்களிடமிருந்து பல செய்திகளை அறிந்து கொண்டேன். தான் இருபத்து நான்கு ஆச்சாரியர்களை ஆச்ரயித்து தெரிந்து கொண்டவை பல.

1) **பூமி**யிலுள்ள அனைத்தும் எப்படிப் பிறருக்குப் பயன்படுகிறதோ அவ்வாறு சாதுக்கள் தான் பிறருக்கு உரியவன் என்று உணரவேண்டும்.

2) **காற்று** போல யோகியானவன் குண தோஷங்களால் கறைபடாதவனாக அதாவது பற்றற்றவனாக இருக்க வேண்டும்.

3) **ஆகாயம்** போல் ஆத்மா பிரபஞ்சமெல்லாம் பரவி இருந்தாலும் எதிலும் ஒட்டாமல், தாமரை இலை நீர் போல இருக்கவேண்டும்.

4) **நீரை**ப் போல் யோகி தூயவனாய், குணமற்றவனாய், மிருதுவான இதயம், மக்களிடம் இனிமையாகப் பழகுதல் வேண்டும். பார்ப்பது, பேசுவது, தொடுப்பது ஆகியவற்றால் அண்டினவர்களைத் தூய்மைப்படுத்த வேண்டும்.

5) **அக்கினி**யைப் போல் அழுக்கற்றவனாய் ஒளியுடன் விளங்க வேண்டும்.

6) சந்திரனில் தேய்தல், வளர்ச்சி இருப்பினும் சந்திர மண்டலத்திற்கு மாறுதல் இல்லாததுபோல் ஆத்மாவிற்கு ஜனனம், மரணம் கிடையாது.

7) சூரியன், கடல் நீரைக் கிரகித்து மழையாகப் பொழிவதைப் போல் யோகி இந்திரியங்களால் விஷயங்களைக் கிரகித்து அதைத் தகுதி உள்ளவன் கிடைக்கும்போது அவனிடம் கொடுத்து, கொடுத்ததை மறந்துவிட வேண்டும்.

8) மாடப்புறா பாசத்தின் காரணமாக குடும்பத்துடன் மாண்டது போல் குடும்பப் பற்றுள்ளவன் ஆபத்தில் அகப்பட்டுக் கொள்ளுவான்.

9) மலைப்பாம்பு போல் தன் முயற்சி இன்றி கிடைத்ததைப் புசித்து உதாசீனனாய் இருக்கவேண்டும்.

10) கடலைப் போல், பகவானிடம் மனதைச் செலுத்தி ஆசைகள் நிறைவேறும்போது மகிழ்ச்சியும், இல்லாத போது துயரமுமில்லாமலும் இருத்தல் நல்லது.

11) விட்டில் போல் அழியாமல் இந்திரியங்களை வென்றிருக்க வேண்டும்.

12) தேனீயைப் போல் முனிவன் கிரகஸ்தர்களைச் சிரமப்படுத்தாமல் தேவையான அளவே பெற்று உண்ண வேண்டும். அடுத்த வேளைக்கு என்று சேர்த்து வைத்தால் கூட்டில் தேன் போல் அழிவு ஏற்படும். மேலும் சாஸ்திரங்களுடன் சாரத்தை மட்டும் அறிந்து வாழ வேண்டும்.

13) பிடியின் (பெண் யானை) காரணமாக ஆபத்தில் சிக்கிக் கொள்ளும் ஆண் யானை போல் ஸ்திரீ பந்தத்தில் சிக்கிக் கொள்ளக் கூடாது.

14) இனிய கானம் கேட்டு மயங்கிய மான் வேடனால் பிடிபட்டு அவதியுறுவதுபோல் பகவத் குணங்களை மட்டுமே கேட்க வேண்டும். இல்லாவிட்டால் அவதியுற்று அழிய நேரக்கூடும்.

15) தூண்டில் மீன் உணவை விரும்பி முள்ளில் சிக்கிக் கொள்வதுபோல் நாவடக்கம் (சுவையின் மீது ஆசை) இல்லாதவன் புலனடக்கம் இல்லாதவனே.

16) பிங்களை என்ற வேசி தன் தொழிலில் வெறுப்புற்று ''அன்புடன் ஆராதிப்பவருக்குத் தனது ஆத்மாவையே அளிக்கும் அச்சுதனை நாடி அடையாமல், அந்நிய புருஷனைத் தேடி ஓடுகிறேனே?'' என்று ஞானம் பெற்றவளாய் பகவானையே சரணமாக அடைந்து மேன்மை அடைந்தாள். எனவே ஆசையே துன்பம்; நிராசையே பரமசுகம் என்று அறிதல் வேண்டும்.

17) மாமிசத்தைக் கொத்திச் சென்ற மீன்குத்தி மற்ற பறவைகளால் துன்புறுத்தப்படும். அது மாமிசத்தைக் கீழே போட்டவுடன் அப்பறவை நலம் பெற்றுவிடும்.

18) தனக்குத் தானே விளையாடிக் கொண்டு மகிழ்ச்சி அடையும் குழந்தை போல் தன்னில் தானாகவே ஆத்மாவில் ரமித்து ஆனந்தமாக சஞ்சரிக்கின்றேன்.

19) ஒரே ஒரு வளையலைக் கையில் கொண்ட பெண்ணைப் போல், துறவி ஆனவன் தனிமையாகவே இருக்க வேண்டும்.

20) அம்பு தொடுக்கும் வில்லாளி இலக்கின் மீது கவனமாக இருப்பது போல், ஆத்ம சொரூபத்திலே ஒன்றிவிட்டவன், வெளியிலே தன்னைச் சுற்றிலும் நடப்பவற்றையும், உள்ளே நடப்பவற்றையும் கூட அறிய மாட்டான். ஆகவே யோகியானவன் சுகாசனத்தில் அமர்ந்து சுவாசத்தை அடக்கி, வைராக்கியத்தாலும் பகவத் தியானத்தாலும் வெற்றி பெறுவான்.

பரீக்ஷித்துக்கு மரணபயம் நீங்கியது

சுகப்பிரம்மம் பகவான் தன் சோதிக்கு எழுந்தருளிய பிறகு பூவுலக நிலை, கலி புருஷன், கலி தோஷங்கள் என்பன பற்றி எல்லாம் பரீக்ஷித்துக்கு உரைக்க லானார். பின்னர் கலி தோஷங்களை நிவர்த்தி செய்ய என்ன உபாயம் என்று அரசன் கேட்க முனிவர் கூறலானார்.

அப்போது முனிவர் கலிதோஷங்கள் அதிகமாகும்போது தர்மத்தையும் சாதுக்களையும் ரக்ஷிக்க, பகவான் ஸத்வ குணத்துடன் சம்பன கிராமத்தில், விஷ்ணு யசஸ் என்ற அந்தணருடைய வீட்டில் 'கல்கி' என்ற பெயருடன் தோன்றுவார். துரிதமாகச் செல்லும் குதிரை மீதேறி பூமண்டலம் முழுவதும் சஞ்சரித்து அரச வேஷதாரிகளான, துஷ்டர்களை வதம் செய்வார். (மேல் விவரம் - கல்கி (அ) பவிஷ்யத் புராணம் காண்க)

கல்கி அவதரித்த உடனே மக்களின் மனம் தெளிவுபடும். அவர்களுக்கு ஞானத்திலும் தவத்திலும் விருப்பம் உண்டாகும். கலிதோஷங்களைப் போக்கக்கூடியது புருஷோத்தமருடைய தியானம். சிரவணம், மனனம், சங்கீர்த்தனம், தியானம், பூஜை இவற்றினால் பகவான், ஸ்ரீ ஹரி மக்களின் இதயத்தில் நிலையாகத் தங்கி, அவர்களின் பல பிறவிகளில் ஏற்பட்ட தீமைகளையெல்லாம் நீக்கி அருள் புரிவார். பகவத் தியானத்தால் சித்தம் தூய்மைப்படும்.

கிருத யுகத்தில் தியானத்தினாலும், திரேதா யுகத்தில் கர்மானுஷ்டானங்களாலும் (யாகம் முதலியன) துவாபர யுகத்தில் பகவத் சேவையினாலும் உண்டாகும் பலனைக் கலியுகத்தில் ஹரிநாம சங்கீர்த்தனத்தால் அடையலாம்.

''அரசே மரணமடையப் போகிறேன் என்ற எண்ணம் வேண்டாம். நீர் பிறக்கவு மில்லை, அழியவுமில்லை. ஆத்மாவுக்கு அழிவு கிடையாது. ஸ்ரீ வாசுதேவரையே தியானித்து, ஆத்மாவை அறிந்து கொண்டால் தக்ஷகன் உம்மை எரிக்க மாட்டான். 'நானே பிரம்மம்' என்பதை அறிந்து நிஷ்கள பிரம்ம சொரூபத்தில் ஒன்றிவிட்டபோது தக்ஷகனையோ, அவனுடைய கடியையோ அறிய மாட்டீர்'' என்றார் முனிவர்.

அப்போது பரீக்ஷித்து சுகரிடம், ''ஸ்ரீ ஹரியின் குண வைபவங்களைக் கூறி, என்னைக் கிருதார்த்தனாக்கி; அனுக் கிரகித்த தங்களுக்கு நமஸ்காரம். பகவானுடைய திவ்ய சரிதங்களை விவரிக்கின்ற இந்தப் புராணத்தைக் கேட்டது என் பாக்கியமாகும். எனக்கு தக்ஷனிடமும் அச்சமில்லை. மரண பயமும் இல்லை. நான் பிரம்ம நிர்வாணத்தில் ஒன்றிவிட்டேன் எனக்கு அனுமதி அளியுங்கள்'' என்று கூறி நன்றியுடன் வணங்கினார்.

32. ஜனமேஜயன், சர்ப்ப யாகம்

பரீக்ஷித்தின் மரணம்: பரீக்ஷித் மூச்சை அடக்கி, மனதை ஆத்மாவில் லயிக்கச் செய்து, அசைவற்றிருந்து பரமாத்ம அசொரூபத்தையே தியானிக்கலானார். அதே சமயம் தக்ஷகன், அந்தண வடிவத்துடன் அரசனை அணுகி தனது விஷப்பற்களால் கடித்தான். மறுகணம் பிரம்ம நிலையைப் பெற்ற மன்னன் உடல் விஷாக்கினியால் எரிந்து சாம்ப லாகியது.

சர்ப்ப யாகம்

தக்ஷகனால் பரீக்ஷித்துக் கொல்லப் பட்டதைக் கண்ட அவரது மகன் ஜனமே ஜயன் மிக்க கோபம் கொண்டு, பிராம் மணர்களைக் கொண்டு சர்ப்பயாகம் செய்தான். அப்போது எல்லாச் சர்ப்பங் களும் - தக்ஷகனைத் தவிர - ஈர்க்கப்பட்டு அக்னியில் விழுந்து பொசுக்கப்பட்டன.

தக்ஷகன் இந்திரனைச் சரணமடைந் தான். உடனே மேலும் கோபம் கொண்ட ஜனமேஜயன் இந்திரனையும் சேர்த்து தக்ஷகனை அக்கினியில் தள்ளுமாறு கூறிட தக்ஷகனுடன் இந்திரனும் யாக அக்னிக்கு ஈர்க்கப்பட்டான்.

அப்போது பிரகஸ்பதி ஜனமேஜய னிடம் தக்ஷகன் அம்ருதபானம் செய் தவன். எனவே அவனைக் கொல்ல முடியாது. ஒருவன் மரணம் ஜீவனின் பிரார்த்த கர்ம பலனைச் சார்ந்தது. சாந்தம் அடைந்து அபிசார யாகத்தை நிறுத் துங்கள். இது யாவும் முன் வினைப் பயன்'' என்று அறிவுரை கூறி யாகத்தை நிறுத்தச் செய்தார். ஜனமே ஜயன் யாகத்தை நிறுத்தி பிரகஸ்பதியைப் பணிவுடன் வணங்கினான்.

முடிவு

சௌனகரிடம் சூதர், ''ஆசையற்றவர் களாக, ஆத்மசுகத்தில் ஈடுபட்டு ஒருமை யுடன் இருப்பவர்களே மாயையைக் கடந்ததான விஷ்ணு பாதத்தை அடைந்து ஆனந்தம் பெறுகிறார்கள். ஆபத்துக்காலத்தில் தன் வசமின்றியே 'ஹரயே நம' என்று கூறுபவன் சகல பாதகங்களில் இருந்தும் விடுபடுகிறான் என்றார்.

பகவத் குணங்களை வர்ணிக்கின்ற கதையே சத்யமானது, புண்யமானது; நதிகளில் கங்கையும், தேவதைகளில் அச்சுதரும், விஷ்ணு பக்தர்களில் பரம சிவனும் எப்படிச் சிறப்பானவர்களோ, அவ்விதமே புராணங்களில் ஸ்ரீ பாகவத புராணம் மிகவும் சிறந்தது.

ஸ்ரீ கிருஷ்ண சரணம் நம:

ஸ்ரீ கிருஷ்ண பகவான் யதுகுலத்தில் அவதரித்து, நிகழ்த்திய அற்புத லீலைகளையும் அவரது தெய்வ குணங் களையும், சிரவணம் செய்பவர்களுக்கு கர்ம பந்தங்கள் விலகி விடுகின்றன. ஸ்ரீ கிருஷ்ண கானாம்ருதத்தைச் செவிகளால்

பானம் செய்கின்றவன் சம்சாரக் கடலைச் சுலபமாகக் கடந்து விஷ்ணு பதத்தை அடைகிறான்.

முகுந்தருடைய திவ்ய சரிதத்தைக் கேட்க வேண்டும். அவரது அற்புத லீலைகளைப் பாட வேண்டும் என்ற ஆர்வத்துடன் ஒவ்வொரு வினாடியும் எவன் சிந்திக்கின்றானோ அவன் உன்னத மான பரமபதத்தை அடைகின்றான் என்று சுகமனிவர் பரீக்ஷித்துக்குக் கூறினதை சூத மாமுனிவர் சௌனகர் முதலான மகரிஷிகளுக்குக் கூறினார்.

ஸ்ரீ கோவிந்தா, ஹே கிருஷ்ணா உமது வஸ்து உமக்கே சமர்ப்பணம் செய்யப் படுகின்றது. உமது திவ்ய சரண கமலங் களில் நீங்காத, இடையறாத பக்தியை எனக்கு அளிப்பாயாக.

ஸ்ரீ கிருஷ்ணார்ப்பணமஸ்து!

ஸ்ரீ கிருஷ்ணாவதாரம்

ஸ்ரீ ஆலிலை ஸ்ரீ கிருஷ்ணன்

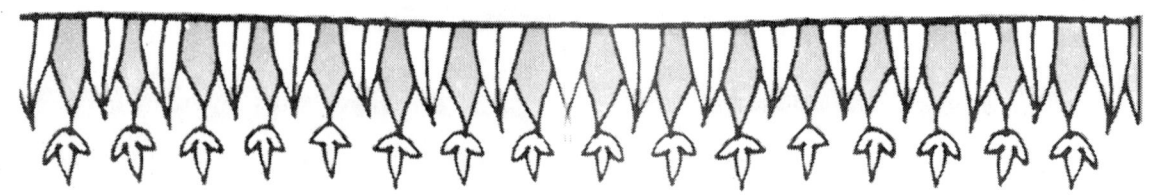

ஸ்ரீ பாகவத புராணம் - தொடர்ச்சி

ஸ்ரீ கிருஷ்ணாவதாரம்

1. தோற்றுவாய்

(இது ஸ்ரீ விஷ்ணு புராணம் ஐந்தாவது அமிசத்திலும், ஸ்ரீமத் பாகவத புராணத்தில் பத்தாவது ஸ்கந்தத்திலும், ஸ்ரீ பிரம்ம வைவர்த்த புராணம் ஸ்ரீ கிருஷ்ண காண்டத்திலும் விரிவாக கூறப்பட்டுள்ளது. எனவே, பொதுவான 'ஸ்ரீ கிருஷ்ண அவதாரம்' பற்றி இப்பகுதியில் கூறப்பட்டுள்ளது)

(கலி தோஷங்களைப் போக்கக் கூடிய கிருஷ்ண சரிதத்தைச் சுகமுனிவர் பரீக்ஷித்துக்குக் கூறத் தொடங்கினார் என்று சூத முனிவர் சௌனகாதி ரிஷிகளுக்குக் கூறினார்.)

தேவகி, வசுதேவர்

1) வடமதுரையைத் தலைநகராகக் கொண்டு சூரசேனன் ஆட்சி செய்து வந்தான். அந்நகரில் தேவகி வசு தேவர்க்குத் திருமணம் நடந்தது. மணமக்களைத் தேரில் ஏற்றிக் கொண்டு, உக்கிரசேனரின் குமாரன் கம்சன் தானே தேரை ஓட்டிச் செல்கையில் ஓர் அசரீரியின் குரல் விண்ணில் எழுந்தது.

அது ''நீ யாரை அன்புடன் அழைத்துச் செல்லுகின்றாயோ அந்தத் தேவகியின் எட்டாவது குழந்தை உன்னைக் கொல்லும்'' என்றது. உடனே கம்சன் கத்தியை உருவி தன் தங்கை தேவகியைக் கொல்ல முற்படுகையில் வசுதேவர் அவனைத் தடுத்து, ''தேவகிக்குப் பிறக்கும் குழந்தைகளை அவனிடம் ஒப்படைத்து விடுவதாகவும், மணக் கோலத்தில் உள்ள அவளைப் பிணக் கோலமாக்க வேண்டாம்'' என்றும் உரைத்தார்.

முதல் குழந்தை பிறந்தவுடன் உடனே அதனைக் கம்சனிடம் கொடுக்க, அவன் மனம் மாறி குழந்தையுடன் வசு தேவரைத் திருப்பி அனுப்பி விட்டான். ஆனால் அவன் அவைக்கு வந்த நாரதர், ''உன்னைக் கொல்ல பகவான் தேவகிக்குக் குழந்தையாய் அவதரிப் பார்'' என்று கூறிச் சென்றுவிட்டார். அது கேட்ட கம்சன் தேவகியையும் வசு தேவரை'யும் விலங்கிட்டு சிறையில் அடைத்தான்.

தேவகியின் ஆறு குழந்தைகளைக் கம்சன் கொன்றுவிட்டான். அவள் ஆதி சேஷனைக் கருவுற்றிருந்தாள். அப்போது ஸ்ரீ ஹரி யோகமாயையை அழைத்து, ''தேவகியின் கருவிலுள்ள தேஜஸ்ஸை ஆயர்பாடியிலுள்ள ரோகிணியின் கருவில் சேர்த்துவிடு. பிறகு நான் தேவகி யின் மகனாக அவதரிப்பேன். நீ நந்தன் பத்தினி யசோதையின் புத்திரியாக அவதரித்து உலக மக்களைக் காத்திடுவா யாக. உனது சக்தியினால் ஆகர்ஷனம் செய்யப்படும். ரோகிணி குமாரன் 'சங்கர்ஷணன்' என்றும், மக்களை மகிழ் விப்பதால் ராமன் என்றும், பலசாலி ஆனதால் 'பலராமன்' என்றும் அவனை அழைப்பர்'' என்று கூறினார்.

2. கண்ணன் பிறந்தான்

பிறகு பகவான் தனது பூர்ண கலையுடன் தேவகி உள்ளத்தில் ஆவிர்பவித்து அவளுக்கும், வசுதேவருக்கும் எட்டாவது குழந்தையாக சிறைச்சாலையில் பிறந்தார். வசுதேவர் பகவானின் ஆணைப்படி அக்குழந்தையை எடுத்துச் சென்று கோகுலத்தில் யசோதையிடம் சேர்ப்பித்து, அங்கு பிறந்திருந்த நந்தகோபனின் புத்திரியை எடுத்து வந்தார். பகவான் கிருபையால் விலங்குகள் நீங்கி, கதவுகள் திறந்திட, வழியில் யமுனை வழிவிட கோகுலம் சென்று எவ்வித இடையூறும் இன்றித் திரும்பி வந்தார். சிறைக்கதவுகள் மூடிக் கொண்டன. விலங்குகள் வசுதேவரை அலங்கரித்தன.

இவ்வாறு யசோதையின் பெண் குழந்தை தேவகியின் அருகில் படுக்க வைத்தவுடன் அக்குழந்தை அழத் தொடங்கியது. காவலாளிகள் மூலம் செய்தி அறிந்த கம்சன் தேவகியிடமிருந்து அக்குழந்தையைப் பிடுங்கிக் கொண்டு அதன் இருபாதங்களையும் பிடித்துத் தூக்கி ஒரு பாறையின் மீது ஓங்கி அடிக்க குழந்தை கை நழுவி விண்ணில் நின்று தன்னை அவனால் கொல்ல முடியாது என்றும், அவனது சத்துரு வேறிடத்தில் பிறந்து வளர்கிறான் என்றும் கூறி மறைந்தது. கம்சன் தேவகி - வசுதேவர் இருவரையும் விடுதலை செய்தான்.

கோகுலத்தில் நந்தகோபன் யசோதைக்கு ஆண் குழந்தை பிறந்ததை முன்னிட்டு மிக்க மகிழ்ச்சி அடைந்தான். குழந்தைக்கு புண்யாக வசனம், ஜாத கர்மம் முதலியன செய்து தேவ, பித்ருக்களைப் பக்தியுடன் பூசித்தான்.

சில நாட்களுக்குப் பின் நந்தகோபர் கம்சனுக்குக் கப்பம் கட்டுவதற்காக மதுரைக்கு வந்தான். வசுதேவரைச் சந்தித்து மகன் பற்றிக் கூறி மகிழ்ந்திட, வசுதேவர் நந்தகோபரிடம் குழந்தைகளுக்கு ஆபத்து என எச்சரித்து உடனே அனுப்பி வைத்தார்.

3. கிருஷ்ணனது லீலைகள்

கம்சனால் அனுப்பப்பட்ட பூதகி என்னும் அரக்கி, ஓர் அழகிய வடிவில் நந்தகோபர் வீட்டில் சேர்ந்து, அனைவரையும் மயக்கி குழந்தையை ஆசையுடன் எடுத்து, மார்போடு அணைத்துக் கொண்டு விஷம் நிறைந்த பாலை ஊட்ட, பகவான் கிருஷ்ணன் அவள் மார்பகத்தைப் பற்றிக் கொண்டு பாலைக் குடிப்பது போல் அவள் உயிரையே குடித்து விட்டார். அவளும் சுய உருவில் சாய்ந்து இறந்தாள்.

யசோதையும், ரோகிணியும் ஓடி வந்து குழந்தையை எடுத்து அதற்குத் திருஷ்டி கழித்து பாலூட்டி ஒரு வண்டியின் கீழுள்ள தொட்டிலில் கிடத்தினர். அப்போது குழந்தை அழுதது. கால்களை உதைத்துக் கொள்ள கால்கள் பட்டதும் வண்டி உடைந்து விழ அரக்கன் சகடாசுரன் சுயவடிவில் இறந்தான்.

அடுத்து காற்று வடிவில் குழந்தையை தூக்கிச் சென்ற அரக்கன் திருணாவர்த்தனையும் கண்ணன் கொன்றுவிட்டான்.

கர்க்க முனிவர் நந்தகோபன் விருப்பப்படி மங்கல காரியங்களைச் செய்து ரோகிணி புத்திரனுக்குப் பலராமன் என்றும் யசோதை மகனுக்கு கிருஷ்ணன் என்றும் நாமகரணம் செய்து வைத்தார்.

பாலகிருஷ்ணன், ராமன் சேஷ்டைகள், லீலைகள்

இருவரும், தம் தோழர்களுடன் கோபியர்களின் இல்லங்களுக்குச் சென்று தயிர், பால், வெண்ணெய் திருடி உண்டனர். இவர்கள் குறும்புத் தனங்களைத் தடுக்க முடியாமல் யசோதை கண்ணனை உரலுடன் கட்டிப் போட்டு, வீட்டு வேலைகளைக் கவனிக்கச் சென்றாள். கண்ணன் அவ்வுரலுடன் அங்கிருந்த இரண்டு மருத மரங்களுக்கு இடையே செல்ல, அவை முறிந்து விழுந்தன. அவை நாரதர் சாபத்தினால்

மரங்களான குபேர குமாரர்கள் நளகூபரனும், மணிக்கிரீவனும் ஆவர். அவர்கள் பகவானை வலம் வந்து வணங்கி தம் இடம் சென்றனர்.

ஒரு நாள் பலராமன் யசோதையிடம் வந்து கண்ணன் மண்ணைத் தின்றான் என்று கூற, அவள் கண்ணனைச் சினந்து ''மண்ணைத் தின்றாயா? வாயைத் திறந்து காட்டு'' என, கண்ணன் வாயைத் திறந்தான். அப்போது யசோதை அண்ட சராசரங்களையும், கடல், நதி, மலை, தீவு, சூரிய, சந்திரன் என்று அனைத்தை யும் கண்டு திகைப்புற்றாள். பின்னர் அவன் வாயை மூட அவள் கொஞ்சி னாள்.

ஒரு சமயம் கண்ணன் கை நிறைய தானியங்களை ஒரு பழக்காரியிடம் கொடுத்து பழங்கள் கேட்க, அவள் அவன் கை நிறைய பழங்கள் தர, அவள் பழக்கூடையில் நவரத்தினங்கள் நிறைந் தன.

ஒரு நாள் வயதில் முதிர்ந்த உபநந்தர் என்பவர் கோகுலத்தில் ஆபத்துக்கள் தோன்றுகின்றன, எனவே, வேறிடம் செல்லலாம் என்று கூற எல்லோரும் பசுக்களுக்கும், ஆயர் குல மக்களுக்கும் வசிக்கத் தகுதியான இடமான பிருந்தாவனம் சேர்ந்தனர்.

சில நாட்கள் செல்ல கண்ணன் தோழர்களுடன் கன்றுகளை மேய்த்து வரலானான்.

ஒருநாள் கம்சனால் ஏவப்பட்ட வத்சா சுரன் என்னும் அரக்கன் மாயக்கன்றாகி கன்றுகளுடன் திரிந்தான். இதை அறிந்த கிருஷ்ணன் அக்கன்றின் பின்கால்களைப் பற்றித் தூக்கி அருகிருந்த விளாமரத்தின் மீது மோதிட அசுரன் உயிரிழந்தான்.

மற்றொரு சமயம் பகாசுரன் என்னும் அரக்கன் கொக்கு வடிவில் வந்து கண்ணனை விழுங்க முயல அவன் அதன் அலகுகளைப் பற்றிச் சிறு புல்லைக் கிழிப்பது போல் கிழித்துக் கொன்றான்.

4. மலரவன் செய்த மாயம்

மற்றொரு நாள் அகாசுரன் என்ற அசுரன் ஒரு பெரிய மலைப் பாம்பின் வடிவில் சிறுவர்கள் வரும் வழியில் வாயை மிகவும் பெரியதாகத் திறந்து கொண்டு படுத்திருந்தான். தோழர்கள் இதை அறியாமல் அதன் வாயில் நுழைந்து சென்றனர். உடனே கண்ணனும் அவர்கள்பின் சென்று தனது சரீரத்தை மிகப் பெரிதாய் ஆக்கிட, அசுரன் மூச்சுத் திணறி கண்விழி பிதுங்கி உயிர் நீத்தான். கண்ண பகவான் தனது அருட்பார்வையால் அனைவரையும், கன்றுகளையும் உயிர்பிழைக்கச் செய்தார்.

மற்றொரு சமயம் கண்ணன் தோழர்க ளுடன் வன போஜனம் செய்து கொண்டி ருந்தபோது சிறுவர்கள் பார்த்துக் கொண் டிருந்தபோதே கன்றுகள் காணாமல் போயின. அது பிரம்ம தேவனின் செயலென அறிந்த பகவான் தானே கன்று களாகவும், சிறுவர்களாகவும் கோகுலத் தில் நுழைந்தார். ஆனால் இது பற்றி பலராமன் ஞானக்கண் கொண்டு அறிந்து கொண்டார்.

பிரம்ம தேவர் இது எவ்வாறு சாத்தியம் என்று பார்க்க கிருஷ்ணன் குழலூதிக் கொண்டு சிறுவர்களாகவும், கன்றுகளாகவும் காட்சி அளிக்க பிரம்ம தேவன் கிருஷ்ணனின் சரண கமலங்க ளில் தலைவணங்கி, பலவகையாகத் துதி செய்து கிருஷ்ணனை வலம் வந்து தன் இருப்பிடம் சென்றார்.

புனிதமான பிருந்தாவனத்தில் கிருஷ்ணன் தோழர்களுடன் விளை யாடிக் கொண்டே அருகில் உள்ள பனங் காட்டுக்குச் சென்றார். அங்கிருந்த தேனுகன் என்ற அசுரன் கழுதை வடிவில் ஓடிவர, பலராமன் அதன் கால்களைச் சேர்த்துப் பிடித்துத் தூக்கிச் சுழற்றிப் பனை மரத்தில் மோதிட அசுரன் உயிரிழந்து கீழே விழுந்தான். சிறுவர்கள் உதிர்ந்த பனம் பழங்களை உண்டனர்.

அரவின் மேல் ஆடிய கிருஷ்ணன்

ஒருநாள் கிருஷ்ணன், பலராமன் இன்றித் தோழர்களுடன் யமுனைக்குச் சென்றார். அன்று வெய்யில் கடுமையாக இருந்ததால் சிறுவர்கள் அந்நதி நீரைப் பருக உயிரை இழந்தனர். அந்நதியில் ஒரு மடுவில் வசித்து வரும் காளீயன் என்னும் சர்ப்பத்தின் கொடிய விஷத்தால் நீர் விஷமாகி இருந்தது.

இவ்வாறு உயிர்கொலைக்குக் காரண மான காளீயனை அடக்க கிருஷ்ணன் அருகிருந்த கதம்ப மரத்தின் மீதேறி நீரில் குதித்தார். காளீயன் கோபம் கொண்டு சீறி எழுந்து கண்ணனைக் கடித்தது. அதுகண்டு அனைவரும் மயங்கி விழுந்தனர். செய்தி அறிந்த நந்தகோபர், யசோதை, ரோகிணி ஆகியோரும் ஓடி வந்தனர். கிருஷ்ணன் தன் உடலைப் பெரிதாக்கி, காளீயன் தலைமீது ஏறி நடனமாடி அதனை அடக்கிட, காளீயன் ரத்தம் கக்கி, தனது பத்தினிகளுடன் கைகூப்பி நின்று கிருஷ்ணனைத் துதி செய்தான். உடனே கிருஷ்ணன் கீழே குதித்து சர்ப்பராஜனாகிய காளீயனுக்கு கீழக்கண்டவாறு ஆணையிட்டார், ''காளீயனே, உனது குடும்பத்தினருடன் இனி சமுத்திரத்திற்குச் சென்றுவிட வேண்டும். என்னை இரண்டு சந்தியா காலங்களிலும் நினைப்பவனுக்குச் சர்ப்ப பயம் உண்டாகாது. இம்மடுவில் நீராடி என்னைப் பூஜிப்பவனது பாவங்களெல் லாம் நீங்கிவிடும்'' என்று கூறினார்.

5. பிரலம்பாசுரன் வதம்

ஒரு சமயம் ராம கிருஷ்ணர்கள் பிருந்தாவனத்தில் சஞ்சரித்தபோது பிரலம்பன் என்ற அசுரன் கோபன் வேஷத்தில் அவர்களுடன் இருந்தான்.

கிருஷ்ணன் சிறுவர்களிடம் எல்லோரும் இரு கட்சியாகி ஒரு கட்சித் தன் தலைமையிலும், மற்றொன்று பலராமனைத் தலைவனாகக் கொண்டும் ஆடவேண்டும் என்று கூற அவ்வாறே விளையாடத் தொடங்கினர். விளை யாட்டில் தோற்றவர், வென்றவரைத் தோளில் தூக்கிக் கொண்டு ஓட வேண்டும் என்றபடி தோல்வி அடைந்த பிரலம்பன் பலராமனைச் சுமந்து செல்ல நேர்ந்தது. உண்மையை அறிந்த பலராமன் அசுரன் தலையில் தனது முஷ்டியால் குத்த அந்த அடியைத் தாங்க முடியாமல் அவன் ரத்தம் கக்கி கீழே விழுந்து உயிரை விட்டான்.

காட்டுத் தீ

மற்றொரு நாள் பசுக்கள் புல்லை மேய்ந்து கொண்டிருக்க, சிறுவர்கள் விளையாட்டில் கவனமாக இருந்தனர். அப்போது திடீரென்று காட்டில் தீ ஏற்பட்டு எங்கும் பரவிட, செய்தி அறிந்த கண்ணன், அவர்கள் துயர் துடைக்க எல்லோரையும் கண்ணை மூடிக் கொள்ளும்படி கூறினார். பகவான் அத்தீயைத் தானே விழுங்கி விட்டார்.

கோபிகா ஸ்த்ரீகள்

பிருந்தாவன சஞ்சாரியான கிருஷ்ண பரமாத்மாவைக் கோபிகா ஸ்த்ரீகள், மனதால் தியானித்து அவனது திவ்யலீலா வைபவங்களை வர்ணித்து, அவனுடைய இணையில்லா வடிவழகை அகக்கண்க ளால் கண்டு ஆனந்தக்கடலில் மூழ்கித் திளைத்தனர். கிருஷ்ணன் மீது கொண்ட பிரேமபக்தியில் திளைத்துக் கிடந்த அந்த ஆயர்குலப் பெண்டிர் பகவானின் வேணு கான அனுபவத்திலே ஆழ்ந்து கிருஷ்ண மயமாகினர். அதாவது தன் மயமாகவே ஆகிவிட்டனர்.

6. ரிஷி பத்தினிகள் அளித்த போஜனம்

ஒரு நாள் கண்ணன், தன் தோழர் களுடன் இயற்கை எழில் கொஞ்சும் காட்டில் வெகுதூரம் பசுக்களுடன் சென்றான். அங்கே நீர் நிலையில் பசுக்களுக்கு நீர் காட்டிவிட்டு எல்லோ

ரும் அமர்ந்தனர். அப்பொழுது நண்பர்கள் பசியினால் வருந்த கண்ணன் அவர்களிடம் ''அதோ அந்தணர்கள் சொர்க்கம் வேண்டுமென ஆங்கிரஸ யாகம் செய்கின்றனர். அங்கு சென்று கேளுங்கள்? அன்னம் கொடுப்பார்கள். தவறாமல் என் பெயரையும் என் அண்ணா பெயரையும் சொல்லிக் கொள்ளுங்கள்'' என்றார்.

ஆனால் பெருத்த ஏமாற்றம். அவர்கள் பரப்பிரம்மமாகிய கண்ணனைச் சாதாரண மானிடனாகவே எண்ணி அந்தச் சிறுவர்களை மதிக்கவேயில்லை. 'இல்லை, உண்டு' என்றுகூட கூற வில்லை. சிறுவர்கள் வெறுப்புடன் திரும்பி வந்து நிகழ்ந்ததை கூற பகவான் சிரித்துக் கொண்டே ''நீங்கள் யாக சாலைக்குச் செல்லாமல் ரிஷி பத்தினிகளிடம் சென்று கூறுங்கள். அவர்கள் நிறைய அன்னம் அளிப்பர்'' என்றார்.

கிருஷ்ண தியானமாகவே இருக்கும் அந்த ரிஷிபத்தினிகள் சகல விதமான போஜன பதார்த்தங்களையும் தனித் தனியே பாத்திரங்களில் எடுத்துக் கொண்டு சிறுவர்களுடன் உலாவும் கிருஷ்ணனையும், பலராமனையும் கண்டு மயங்கி நின்றனர். அவர்களைக் கணவர்கள் தடுத்தும் பயனில்லை.

கிருஷ்ணன் அந்தப் பெண்மணிகளை வரவேற்று இனிமையாகப் பேசினான். ''மனைவி, மக்கள், உறவினர் சரீரம், பிராணன், மனம், புத்தி எல்லாம் பிரியமுள்ளதாக இருப்பதற்குக் காரணம் ஆத்ம சம்பந்தமாகும். ஸர்வம் ஆத்மாவாக விளங்குகிறது. என்னை விட பிரியமான வஸ்து வேறென்ன உள்ளது. நீங்கள் என்னை நாடி வந்தது மிக்க சிறப்புடைய செயலாகும். இனி சென்று யாக காரியங்களைக் கவனியுங்கள்'' என்றார்.

''உற்ற வஸ்துக்களை விட்டு விட்டுத் தங்களையே சரணடைந்த சரணதாசிகளான எங்களை அங்கீகரித்து வேத வாக்கியங்களை உண்மையாக்குங்கள்'' என்று வேண்டினர் அந்த ஸ்திரீகள்.

அதற்குக் கிருஷ்ணன், ''இடைவிடாமல் என்னை நினைப்பவர்கள் என்னையே வந்தடைவர். நீங்கள் வீட்டிற்குச் செல்லுங்கள். என்னையே தியானித்து பஜனம் செய்யுங்கள்'' என்று அறிவுரை கூறி அனுப்பினார்.

பகவானும், சிறுவர்களும் போஜனம் செய்து மகிழ்ந்தனர். நடந்ததை அறிந்து மகரிஷிகள் கர்ம வழியில் ஈடுபட்டு மயக்கமடைந்த தங்களை மன்னிக்கும்படி பகவானை மனதால் தியானித்து வணங்கினர்.

7. கோவர்த்தனகிரி பூஜை

ஒரு சமயம் நந்தகோபர் இந்திர யாகம் செய்ய ஏற்பாடு செய்தார். அப்போது அது பற்றிய விவரம் கேட்ட கண்ணனை நந்தகோபர் அன்புடன் அணைத்துக் கொண்டு, ''மழையினால் பயிர்கள் செழிக்கின்றன. மழைக்கு அதிபதியாகிய இந்திரனை பூஜிப்பது பரம்பரை வழக்கம். எனவே இப்போது பலவித தானியங்களாலும் இந்திரனைப் பூஜிக்கிறோம். இதுவே இந்திர யாகம்'' என்றார்.

அப்போது கிருஷ்ணன், ''இயற்கையின் நியதிப்படி உலகில் எல்லாம் நடைபெறுகின்றன. ரஜோகுண சம்பந்தத்தாலேயே மேகம் மழையைப் பொழிய பயிர்கள் செழிக்கின்றன. எனவே காடு, மலை, பசுக்களை நாம் பூஜிக்க வேண்டும். யாகப் பொருள்களைக் கொண்டு வேதியர்களை பூஜிப்போம். பசுக்களுக்கு புல்லை அளித்து, ஏழைகளுக்கு அன்னதானம் செய்யலாம். இயற்கையைப் பூஜிப்பதே தக்கது'' என்று கூறினார்.

நந்தகோபரும் அதை ஏற்றிட, பகவான் எண்ணியபடி யாவும் நடந்தன.

கிரிவலம் வந்தனர். எல்லோரும் குறிப்பாக கோபியர்கள் ஸ்ரீ கிருஷ்ண மகிமைகளை ஆனந்தமாகப் பாடிக் கொண்டே பின் தொடர்ந்தனர்.

அப்போது கண்ணன் அழகிய பேருருவுடன் தோன்றி தானே மலையின் முக்கிய தேவதை என்றிட, கிருஷ்ணனும் அப்பாவி போல் நின்று அத்தேவதையை பணிவுடன் வணங்கினார். கோகுல வாசிகளும் நந்தகோபரும் பக்தியுடன் வணங்கிப் பூசித்து மகிழ்ந்தனர்.

இஃதறிந்த இந்திரன் மிக்க கோபம் கொண்டு கரு மேகங்களை ஏவி பெரு மழை பெய்யச் செய்தான். செய்வதறியாத ஆயர்குல மக்கள் கிருஷ்ணனைச் சரணடைய, அவர் சரணமடைந்தவரைக் காப்பது தன் கடமை என்று கோவர்த்தன கிரியையே தூக்கிக் குடையாகப் பிடித்து எல்லோரையும் அதனடியில் வந்து சுகமாகத் தங்கி இருக்குமாறு கூறினார். இவ்வாறு ஏழு நாட்கள் கழிய இந்திரன் பகவானின் யோக மகிமையை உணர்ந்தான்.

அவன் கர்வம் அடங்கியது. மழை நின்றது. இத்தகைய கண்ணனின் அதிமானுஷ்யச் செயலை தேவலோகத்தி லிருந்து கண்ட காமதேனுவும், இந்திர னும் பூலோகம் வந்து ரகசியமாக பகவானைத் தரிசித்து வணங்கினர்.

அப்போது இந்திரனிடம் பகவான், "நீ ஆடம்பரத்தையும், கர்வத்தையும் விட்டு பதவியில் கவனமாய் இரு. என் உத்தரவுபடி நட. க்ஷேமம் உண்டாகும். உன் இருப்பிடம் செல்க" என்று விடை கொடுத்து அனுப்பினார்.

காமதேனுவும் தனது பாலைப் பொழிந்து பகவானுக்கு அபிஷேகம் செய்தது. தேவர்களும், தூப, தீப, நைவேத்தியங்களுடன் பகவானுக்கு 'கோவிந்தன்' என்று பெயரிட்டுப் பட்டா பிஷேகம் செய்வித்தனர்.

8. குழலிசை மயக்கம் - ராஜஸ க்கிரீடை

ஒரு சமயம் பூர்ணசந்திரன் பால் நிலவில் கண்ணன் யோகமாயா தேவியின் உதவியுடன் ஓர் அதிசய விளையாட்டை நிகழ்த்தினான்.

பகவான் ஓர் இனிய குழலூதி எல்லோரையும் தன் வயப்படுத்தினான். அவன் இனிய கீதத்தில் மயங்கி கோபியர்கள் அனைவரும் தன் இருப்பிடம் விட்டு கண்ணனிடம், வந்து சேர்ந்தனர். கிருஷ்ண பிரேமையில் ஆழ்ந்த அவர்களும், வரமுடியாமல் வீட்டிலே தங்கியவர்களும் கூட கண்ணன் தியானத்தில் ஒன்றிய உள்ளம் கொண்ட வர்களாய் மெய்மறந்து சொக்கி நின்றனர்.

அந்த மங்கையர்களைக் கண்ட கண்ணன் வசீகரப் புன்னகையுடன் இனிமையாகப் பேசினார், "என்னிடம் அன்பு கொண்டு வந்தது சரியே. எனினும் அவரவர்க்குரிய தர்மங்களைச் செய்யா மல் வரலாமா. திரும்பி செல்லுங்கள். என் அருகில் இருப்பதைவிட என்னை உள் அன்புடன் தியானிப்பது, என் சரிதம் கேட்பது, என் நாமகீர்த்தனம் ஆகியவற் றால் என் மீது பக்தி அதிகமாகிறது" என்று கூற, அப்பெண்மணிகள், "சரணமே கதி என்று வந்த எங்களைக் கைவிடாமல் ரக்ஷித்தருள வேண்டும்" என்று பிரார்த்தித்தனர்.

மேலும், "எங்களைச் சரண தாசிகளாக ஏற்றுக் கொண்டு அனுக்கிரகம் செய்யுங்கள். தங்கள் கர கமலங்களை எங்கள் சிரசின் மீது வைத்து அருள் புரியுங்கள்" என்று வேண்டினர்.

அப்போது கண்ணன் தனது இனிய புன்னகையால் அவர்களை மகிழ் வித்தார். அந்தக் கபடமற்றப் பெண் களுடன் பிருந்தாவனத்தில் ஆனந்தமாக ஆடிப் பாடினார். கோபியர்களும் ஆனந்தமாக கண்ணன் புகழைப் பாடிக் கொண்டே உல்லாசமாகச் சஞ்சரித்தனர்.

இவ்வாறு யமுனை ஆற்றங்கரையில் பிருந்தாவனத்தில் கோபியருடன் கண்ணன் ஆனந்தமாக இருக்கையில் அவர்கள் ஒவ்வொருவரும் கண்ணன் தன்னை மட்டுமே நேசிக்கிறான் என்ற எண்ணத்துடன் பெருமிதம் கொண்டனர்.

இஃதறிந்த கண்ணன் மெல்லச் சிரித்துக்கொண்டே திடீரென்று மறைந்து விட்டான். கோபியர்கள் தங்கள் உள்ளத்தையே கண்ணனிடம் ஒப்படைத்து, கிருஷ்ண தியானமாகவே இருந்தனர். எல்லோரும் சேர்ந்து கானம் பாடினர். அதுவே 'கோபிகா கீதம்.'

9. அரிஷ்டாசுரன், வியோமாசுரன் ஆகியோர் வதம்

ஒருநாள் அரிஷ்டன் என்ற அசுரன் மலை போன்ற ரிஷப வடிவில் உறுமிக் கொண்டு கோகுலத்தில் நுழைந்தான். அவன் இடைச்சேரியில் அட்டகாசம் செய்து கொண்டு அச்சுறுத்தி வந்தான். கூர்மையான கொம்புகள் கொண்ட அது தன் குளம்புகளால் பூமியைப் பிளப்பது போல் இடித்தது. பசுக்கள் நடுங்க பாய்ந்து வந்தது.

அக்கொடிய காளையைக் கண்ட மக்கள் ''கிருஷ்ணா, கிருஷ்ணா'' என்று கூறிக்கொண்டே கிருஷ்ணனிடம் சரண் புகுந்தனர். உடனே அவன் காளையின் கொம்புகளைப் பற்றி, கீழே தள்ளி மிதித்து அதன் உடலை முறுக்கிப் பிழிந்து கொன்று வீழ்த்தினார்.

மற்றொரு நாள் வியோமாசுரன் என்பவன் கோபியர் குமாரர்களை மலைக் குகையில் அடைத்து வைக்க, கிருஷ்ணன் அவ்வசுரனைக் கொன்று கோபியர் குமாரர்களை விடுவித்தார்.

ஒரு சமயம் கண்ணன் சுதரிசனன் என்ற பாம்பைக் காலினால் மிதித்துக் கொன்றான். மற்றொரு சமயம் பிரகஸ்பதி முனிவரைச் சுதரிசனம் என்ற வித்தியாதரன் இகழ்ந்ததால், அவர் அவனைப் பாம்பாகும் படிச் சபித்தார். சாப விமோசனத்தை அந்தப் பாம்பு இவ்வாறு கண்ணனால் பெற்றது.

10. கோபியர் துகில் உரிந்தான்

சில கோபியர் கண்ணனே தனக்குக் கணவனாக வேண்டுமென 'பாவை நோன்பு' நோற்றனர். அவர்கள் பனிவரைக் கன்னியைத் தொழுதனர். துர்க்கை உருவை வரைந்து நோன்பு நோற்றனர். இதனையே 'கார்த்தியாயினி விரதம்' என்றும் கூறுவர். விரதம் அனுஷ்டிக்க முற்பட்ட பெண்டிர் நீராடச் சென்றனர். சென்ற இடத்தில் தங்களுடைய உடைகளையும், நகைகளையும் கரையிலேயே வைத்து விட்டு நீரில் மூழ்கி நீராடினர்.

அப்படி அவர்கள் நீராடிக் கொண்டிருக்கையில் அவர்களுக்குக் கண்ணனின் புல்லாங்குழல் ஓசை கேட்டது. உடனே அவர்கள் வெளிவர எண்ணிக் கரையில் தமது துணிகளைக் காண அங்கே அவை காணப்படவில்லை. ஸ்ரீ கிருஷ்ணனே புடவைகளைக் குறும்புத் தனமாக மறைத்திருப்பான் என்று நினைத்து, வேணுகானம் வந்த திசையை நோக்கித் தேடினர். அங்கேயே கரையில் இருந்த ஒரு மரத்தின் கிளைகளிலே அவர்களுடைய உடைகளையும், அவற்றை அபகரித்த கள்ளன் கண்ணனையும் கண்டனர். அவர்கள் தங்கள் கைகளால் மார்பை மூடிக் கொண்டு நீருக்குள் சென்று கழுத்தளவு நீரில் நின்று கண்ணனிடம் வேண்டினர்.

''கிருஷ்ணா, உன்னையே நம்பி உள்ளவர்கள் நாங்கள். உங்களைத் தவிர வேறு யாரையும் எண்ணிக்கூட பார்ப்பது இல்லை. உங்களையே சரணமடைந்த எங்களை இப்படி நடத்தலாமா? தயவு செய்து எங்கள் சேலைகளைப் போடு'' என்று வேண்டினர்.

''கார்த்தியாயினி விரதம் அனுஷ்டிக்க எண்ணிய நீங்கள் ஆடை ஏதுமின்றி நீரில்

இறங்கி நீராடலாமா? நீங்கள் என்னையே நம்பி இருப்பதாகவும், நானே உங்கள் நாதன் என்று உரைத்தீர்கள். அது உண்மையானால் நீங்கள் என்னிடம் அப்படியே நேரில் வந்து உங்கள் சேலைகளைப் பெற்றுக் கொள்ளலாமே'' என்றான் கண்ணன்.

''ஆடையின்றி எப்படி வருவது? எங்களுக்கு வெட்கமில்லையா?'' என்று கோபிகைகள் கூற கண்ணன், ''என்னை விட உங்களுக்கு உங்கள் உடல் வெட்கமே முக்கியம் போலும். இத்தகைய தேகாபிமானம் அதாவது உடல் மீது பற்றுள்ள உங்களுக்குக் கார்தியாயினி எப்படி கருணை காட்டுவாள்? உங்களுடைய பற்று உங்களுக்கு மோக்ஷம் கிடைக்காமலிருக்கத் தடையாகும்'' என் உபதேசித்தான் அந்த மாயக் கண்ணன்.

அப்போது அவர்கள் பகவானின் அறிவுரை கேட்டு மனத் தெளிவு பெற்றனர். கிருஷ்ண பிரேமையில் மூழ்கி அவனையே கணவனாக அடைய விரும்பிய அவர்கள் வெட்கத்தையும், தேகாபிமானத்தையும் பற்றையும் விட்டு இரு கைகளையும் தலைக்கு மேல் தூக்கி வணங்கி மெய்மறந்து துதி செய்தனர்.

அப்போது மாயக்கண்ணன் அவர்களுடைய சேலைகளை அவர்களுக்கு அளித்து மறைந்துவிட்டான்.

கோபியர்க்குப் பற்றற்ற நிலையை உணர்த்தவும், தன்னையே சரணடைந்தாரைக் காக்கும் தன் இயல்பையும், தனது பக்தர்களுக்கு எந்நிலையிலும் இழுக்கு நேராவண்ணம் உதவவும் வாத்சல்ய குணத்தையும் உணர்த்தவே இந்த 'கோபிகா வஸ்திராபரணம்' நடத்தினான் மாயக்கண்ணன் என்று முடித்தார் சுகப்பிரம்மம்.

11. கேசி வதம்

கம்சனால் ஏவப்பட்ட கேசி என்னும் அசுரன் ஸ்ரீ கிருஷ்ணனைக் கொல்லும் எண்ணத்துடன் குதிரை வடிவத்தில் வந்து குளம்புகளால் பூமியை இடித்தும் பிடரி மயிர்களால் மேகங்களைக் குத்தியும், குதித்தோடும் வேகத்தால் சந்திர, சூரிய வழிகளில் தாவிக் கொண்டும் பெரும் கனைப்புடன் அங்கிருந்த ஆயர்களைத் துரத்தினான்.

இது கண்டு அச்சமுற்ற ஆயர்களும், ஆய்ச்சியரும் ஸ்ரீ கிருஷ்ணனைச் சரணடைந்து காத்தருள வேண்டும் என்று பிரார்த்தித்தனர்.

அப்போது கண்ணன் புன்சிரிப்புடன் அவர்களைப் பயப்பட வேண்டாம் என்றும், அற்ப பலம் கொண்டது அது என்றும் கூறினான். மேலும் அவன் பலமற்றவன் சும்மா குதித்து ஆட்டம் காட்டுகிறான் என்றும் கூறி அவர்களை அமைதியாக இருக்கப் பணித்தான்.

கேசியை நோக்கி 'வா' என அழைத்து அதன் பற்களை உதிர்த்து விடுவதாகக் கூறினான் கண்ணன். அப்போது அக்குதிரை வாயைத் திறந்து கொண்டு கண்ணன் மீது பாய்ந்தது. உடனே கண்ணன் தன் கையை அதன் வாயிலே புகுத்தி, மிகப் பெரிதாக்கினார் கையை. அவன் பற்கள் யாவும் உடைபட்டன. வாய் இரண்டாகக் கிழிக்கப்பட்டது.

இதைக் கண்ட ஆயர்கள் மட்டுமின்றி, தேவர்களும் மகிழ்ச்சி உற்றனர். கேசியின் வதத்தை விண்ணிலிருந்து மறைந்து பார்த்த நாரதர் வெளிப்பட்டுக் கண்ணனைத் துதி செய்தார். பகவானுக்கு இதன் காரணமாக 'கேசவன்' என்ற திருப்பெயர் விளங்கட்டும் என்றும் அடுத்து நடத்த இருக்கும் கம்ச யுத்தத்திற்கு வருவதாகவும் கூறிச் சென்றார் முனிவர்.

12. அக்ரூரர் கோகுலம் செல்லுதல்

கிருஷ்ண பலராமர்கள் அரக்கர்களைக் கொன்றது, கோவர்த்தன மலையைத் தூக்கியது, தேவகியின் மகனாகப் பிறந்து

யசோதையினிடம் வளர்தல் போன்ற செய்திகள் அனைத்தையும் நாரதர் கம்சனுக்குக் கூறிட, அவன் வெகுண் டெழுந்தான். பின்பு சாணூரன், முஷ்டிகன் என்ற மல்லர்களுடன் ஆலோசித்து கிருஷ்ணனையும், பலராம னையும் கொல்லுவதற்கான ஏற்பாடு களைச் செய்தான்.

பிறகு, விருஷ்ணிகுல நண்பர் அக்ரூரரி டம் கோகுலம் சென்று, மதுரா நகரில் நடத்த உள்ள தனுர் யாகத்திற்கு, ராம கிருஷ்ணர்களையும், நந்தகோபரையும் அழைத்து வரும்படியும், அவர்களை உடனே கொல்ல வேண்டும் என அறிவித்து தேரையும் கொடுத்து அவரை அனுப்பினான்.

அக்ரூரர் ஸ்ரீ கிருஷ்ண சரணங்களைக் கண்டு வணங்கச் செல்வதற்கான வாய்ப் பாகக் கருதி உடனே புறப்பட்டார். கம்சன் தன்னைக் காத்துக் கொள்ள செய்வதனைத்தையும் அறிந்த அக்ரூரர் இம்முயற்சியில் கம்சன் தோல்வி அடையப் போவதையும் அறிந்திருந்தார்.

அக்ரூரன் வழிநெடுக கிருஷ்ண தியான மாகவே இருந்து கோகுலத்தை அடைந்து ராம கிருஷ்ணர்களிருக்கும் இடத்திற்குச் சென்றார். சென்றவர் அவர்களின் திருவடி களில் விழுந்து வணங்கி தான் வந்த காரணத்தையும், கம்சன் ஏற்பாடுகளை யும் விளக்கினார்.

கோகுலத்தில் அக்ரூரர்

செய்தி அறிந்த நந்தகோபர் தனுர் யாகம் காண மதுரை செல்ல ஆயத்த மானார். ஆனால், கண்ணன் பிரிந்து செல்வதை ஏற்காத கோபியர்கள் அவரைத் தடுத்து நிறுத்த முயன்றனர். தேர் கிளம்பியது கண்டு அதனைப் பின் தொடர்ந்து சென்றனர். அப்போது கண்ணன் தான் வெகு விரைவில் திரும்பி வருவதாக அன்புடன் கூறி அவர்களைச் சமாதானப்படுத்தினார்.

யமுனையில் அதிசயம் காணல்

பகவானுடைய தேர் யமுனைக் கரையில் சிறிது நேரம் நின்றது. அக்ரூரர் யமுனையில் இறங்கி நீராடச் சென்றார். அவர் நீரில் மூழ்கிய போது எதிரில் தேரில் அமர்ந்திருக்கும் இராமலக்ஷ்மணர் களைக் கண்டு வியந்தார். மறுபடியும் மூழ்கிட அப்போது அங்கு ஆதிசேஷ பகவானையும், சங்கு சக்கரதாரியையும் கண்டு பரமானந்தம் கொண்டு துதி செய்தவண்ணம் மெய்மறந்து நின்றார். அவருக்குத் தோற்றமளித்த பகவான் மறைந்துவிட அக்ரூரர் அனுஷ்டானங் களை முடித்துக் கொண்டு ரதத்தின் அருகில் வந்து சேர்ந்தார்.

அப்போது கிருஷ்ணன் சிரித்துக் கொண்டே அக்ரூரரை நோக்கி ''என்ன அதிசயம் கண்டவர் போல் இருக்கிறீரே, என்ன விஷயம்?'' என்று கேட்டார்.

அதற்கு அக்ரூரர் ஜகத் சொரூபியாகிய அவரையே பார்க்கின்ற தனக்கு வேறென்ன அதிசயம் வேண்டும் என்று கூறிக்கொண்டே தேரேறி குதிரைகளை ஓட்டி னார். அந்தி சாயும் நேரம் மது ரையை அடைந்தனர். கிருஷ்ண பல ராமர்கள், நந்தகோபர் மற்ற ஆயர்பாடி மக்களுடன் தங்கியிருக்கும் உபவனத் திலேயே தங்கிவிட்டு காலையில் நகரத்துக்கு வருவதாகக் கூறி அக்ரூரருக்கு விடைகொடுத்து அனுப்பினர்.

13. மதுரையில் ராம கிருஷ்ணர்கள்

மறுநாள் நகரைச் சுற்றிப் பார்த்து வருகையில் வழியில் சுதர்மதன் என்ற வண்ணான் எதிர்ப்பட அவனிடமிருந்த வஸ்திரங்களைத் தருமாறு கேட்க, அவன் மறுக்க, அவனை வதம் செய்து வஸ்திரங் களைக் கோபர்களுக்குக் கொடுத்தார். பின்னர் ஒரு வியாபாரி அவரைப் பணிந்து ஆடை, அணிகளால் அவரை அலங்கரித்து மகிழ, அவனுக்கு சகல சௌபாக்கியங்களையும் அருளினார் பகவான்.

பிறகு சுதர்மர் என்ற பூக்காரர் வீட்டுக்குச் சென்று அவனுக்கு அனுக்கிரகம் செய்தார். வழியில் சந்தன கிண்ணத்துடன் ஒரு வக்கிரமான பெண்ணைக் கண்டவர் அவளைப் பற்றி விசாரித்து சந்தனத்தைத் தனக்குத் தருமாறு கேட்டார். அவள் தன் பெயர் திரிவக்கிரா என்றும், கம்சனின் வேலைக்காரி என்றும் சந்தனத்தைக் கம்சனுக்கு எடுத்துச் செல்வதாகக் கூறிய அவள் அதைப் பூசிகொள்ளும் தகுதியுள்ளவர் கிருஷ்ணனே என்று கூறி அவரிடம் கொடுத்துவிட்டாள். இதனால் மகிழ்ச்சி அடைந்த பகவான் அவளைச் சுந்தர சொரூபியாக்கி விட்டார்.

தனுர் யாகம்

பின்னர் 'தனுர் யாகம்' நடக்கும் இடத்தை அடைய, அங்கு இருந்த பெரிய தனுசைக் கையிலெடுத்து நாணேற்றி ஒடித்திட அனைவரும் கிருஷ்ணனின் அழகையும், வீரச் செயலையும் கண்டு பிரமித்து நின்றனர்.

இவ்வாறு கிருஷ்ணன் அங்கே சேர்ந்து வில்லை ஒடித்த செய்தி அறிந்த கம்சன் மல்யுத்த ஏற்பாடுகளைச் செய்ய உத்தரவிட்டான். மக்கள் கூடினர். வாத்தியங்கள் முழங்கின. கம்சன் மந்திரி, பிரதானிகளுடன் நண்பர்கள் புடைசூழ சிம்மாசனத்தில் வீற்றிருந்தான். நந்தகோபரும், கோபாலர்களும் கம்சனுக்குக் காணிக்கை செலுத்திவிட்டு அருகில் அமர்ந்தனர். மல்யுத்த வீரர்கள் சாணூரன், முஷ்டிகன், சலன் ஆகியோர் மேடையை அடைந்தனர்.

குவலயா பீடம்

ராம கிருஷ்ணர்கள் நீராடி, அலங்கரித்துக் கொண்டு சபைக்கு வந்தனர். வாயிலில் நின்ற காவல்காரன் கம்சனின் ஆணைப்படி 'குவலயாபீடம்' என்ற யானையை அவர்கள் மீது ஏவிட, அது ராமகிருஷ்ணர்களைக் கொல்ல ஆயத்தமாக, பகவான் அதன் தந்தங்களை ஒடித்து அவற்றாலேயே யானையையும், யானைப் பாகனையும் கொன்று வீழ்த்தினார். பின்னர் அந்தத் தந்தங்களையே ஆயுதங்களாகக் கொண்டு மல்யுத்த அரங்கில் நுழைந்தனர்.

மற்போர் வீரர்கள் ராம கிருஷ்ணர்களைப் போருக்கு அறைகூவி அழைத்தனர். அப்போரில் பகவான் சாணூரனையும், பலராமன் முஷ்டிகனையும் வெற்றி கொண்டு வதம் செய்தனர். மக்கள் ஆனந்தக் கூச்சலிட்டுக் கண்ணனைக் கொண்டாடினார்கள்.

மல்லர்களை வீழ்த்திய மாதவனையும், அவன் சோதரனையும் கண்டு கொதித்து எழுந்தான் மதுரை மன்னன் கம்சன். அவன் அவர்களையும், அவர்களைச் சார்ந்தவர்களையும் உக்கிரசேனன், நந்தகோபர் ஆகியோரையும் உடனே கொல்லுமாறு உத்தரவிட்டான்.

அதைக் கேட்ட பகவான் கிருஷ்ணன் கடுங்கோபம் கொண்டு கம்சனை எதிர்த்துப் போரிட்டு கடைசியில் அவன் மீது பாய்ந்து அவனைக் கீழே தள்ளி அவன் மார்பின் மீது அமர பாரம் தாங்காமல் கம்சன் உயிர் நீத்தான்.

ஆனால், அவன் தன் மரண பயத்தினால் சதாசர்வ காலமும் கிருஷ்ண உருவத்தையே கண்டு நடுங்கிய படியால் அவனுக்கு பகவானின் சாரூப்யம் கிடைத்தது. கம்சனுடைய மனைவிகளைச் சமாதானம் செய்து கம்சனுக்கு உத்திரக்கிரியைகளை முறைப்படிச் செய்வித்தார்.

பிறகு, ராம கிருஷ்ணர்கள் பெற்றோர்களையும், பாட்டனார் உக்கிரசேனனையும் சிறை மீட்டு வணங்கினர். பெற்றோர்களும் மக்களை அன்புடன் கட்டித் தழுவி முத்தமிட்டு உச்சி முகர்ந்து ஆனந்தக் கண்ணீர் வடித்தனர். பகவான் உக்கிரசேனரை யாதவர்களுக்கு

அரசனாக்கினர். பிறகு நந்தகோபரிடம் சில காலம் மதுரையிலேயே தங்கிவிட்டு வருவதாகக் கூறி பல காணிக்கைகளை அளித்து அவரையும், அவரைச் சார்ந்தவர் களையும் கோகுலம் அனுப்பி வைத்தனர்.

குருகுலவாசம்

வசுதேவர், தேவகி குழந்தைகளுக்கு உபநயனம் செய்து வைத்து, சாந்தீபனி முனிவரிடம் வித்தை கற்க சேர்த்திட ராமகிருஷ்ணர்கள் நன்கு குருகுலவாசம் செய்து சகல வித்தைகளையும் கற்று, இறுதியில் குருவுக்கு அவர் விரும்பும் தக்ஷிணை அளிக்க வேண்டி நின்றனர்.

பிறகு குரு வேண்டியபடியே பிரபாச க்ஷேத்திரத்தில் மூழ்கி இறந்து போன குரு புத்திரனை உயிருடன் கொண்டு வந்து குருவினிடம் ஒப்புவித்து குருதக்ஷிணையாக அளித்து வணங்கினார் பகவான் கிருஷ்ணன். குருகுலத்திலிருந்து திரும்பி வந்த ராம கிருஷ்ணர்களை மக்கள் மகிழ்ச்சியுடன் வரவேற்றனர். பகவான் சில காலம் அங்கேயே தங்கி இருந்தார்.

14. உத்தவன் தூது

பின்னர் கிருஷ்ணன் விருஷ்ணிகுல சிரேஷ்டரான உத்தவ ஸ்வாமியை அணுகி, அவரைக் கோகுலம் சென்று வர வேண்டினான். அவர், ''கோபியர்கள் அவர்களது உள்ளம், உயிர் எனக்கே அர்ப்பணம் செய்து இகலோக, பரலோக சுகங்களையும் விட்டு என்னையே சரணம் அடைந்துள்ளனர்; அவர்களிடம் நான் விரைவில் வந்து சந்திப்பதாகக் கூறுமாறு'' பணித்தார்.

மாலையில் கோகுலம் வந்தடைந்த உத்தவரை நந்தகோபர் வரவேற்று, உபசரித்து, க்ஷேமலாபங்கள் பற்றி விசாரித்தார். மேலும், கண்ணன் தனக்குப் பிரியமான பிருந்தாவனத்தை யும், கோகுலத்தையும் கோவர்த்தன கிரியையும் நினைத்துக் கொள்ளு கிறாரோ என்று கேட்டார்.

மற்றும் கிருஷ்ணனின் லீலைகளை நினைந்து நினைந்து பரவசத்தில் திளைத்து ஆனந்தக் கண்ணீர் பெருக்கி னார். அருகிலிருந்த யசோதையும் அவ்வாறே மெய் மறந்து நின்றாள். அவர்களின் இணையற்ற பிரேம பக்தியைக் கண்ட உத்தவர் வியப்பினால் திகைத்து நின்றார். நந்த கோபரைப் பார்த்து, ''ஸ்ரீ ஹரியிடம் பிரேம பக்தி உடைய நீங்கள் பிறவிப் பயனை அடைந்து விட்டீர்கள். சீக்கிரத்திலேயே கிருஷ்ண தரிசனம் கிடைக்கும்'' என்று இயம்பி, அதனைத் தெரிவிக்கவே பகவான் தன்னை அனுப்பியதாகவும் கூறினார்.

மறுநாள் சூர்யோதயத்தில் நந்தகோபர் வீட்டின் முன் ரதத்தைக் கண்டு கோபி யர்கள் பிரமித்தார்கள். அப்போது நித்திய கர்மானுஷ்டானங்களை முடித்துக் கொண்டு உத்தவர் அங்கு வந்தார். அவரைக் கோபியர் தனியாக அழைத்துச் சென்று, வணங்கி உபசரித்து கண்ணனைப் பற்றிக் கேட்டனர். கிருஷ்ண தரிசனத்துக்காக ஆவலுடன் துடிக்கும் அவர்களின் பிரேமாதி சயத்தைக் கண்ட உத்தவர் திகைப்புற்றார். அவர்களின் ஈடில்லா அன்பைக் கண்டு வியந்தார். பிறகு கிருஷ்ணன் சொன்ன செய்திகளை அவர்களுக்குத் தெரி வித்தார்.

செய்தி கேட்டு கோபியர்கள் மிகவும் மயங்கினர். ''அந்தக் கிருஷ்ணனிடம் கொண்ட ஆசையை மறக்க முடிய வில்லை. அவனது நடையழகு, அற்புத லீலைகள், கருணா கடாட்சத்தை எங்க ளால் மறக்க முடியவில்லை. துன்பங் களைத் துடைக்கும் அந்த கோவிந்தன் எங்களைத் துயரக் கடலிலிருந்து மீட்டுக் காப்பாற்ற வேண்டும்'' என்று முறை யிட்டனர்.

அந்த ஆயர்குல மங்கையரின் ஈடு இணையற்ற கிருஷ்ண பக்தியை கண்ட உத்தவர் கிருஷ்ணன் மீது அன்பை, பிரேமையைக் கொண்ட கோபியர் வணங்கத் தக்கவர்கள். அவர்கள் சகல தர்மங்களையும், உற்றார் உறவினர்களையும் துறந்து சுருதிகளும் தேடுகின்ற பகவத் சரணங்களை நாடி ஓடி வந்துள்ளனர்.

இவ்வாறு கோகுலத்தில் சில நாட்கள் செலவழித்த பின்னர் உத்தவர் நந்த கோபர், கோபியர் மற்றும் கோகுல வாசிகளிடம் விடைபெற்று, மதுரா புரிக்குச் செல்ல புறப்படுகையில் நந்தகோபர் அவரை அன்புடன் தழுவிக் கொண்டு ''எங்கள் மனம் ஸ்ரீ கிருஷ்ண சரணாரவிந்தங்களிலே நிலைத்து இருக்கட்டும். எங்கள் வாக்கில் அவன் நாமமே நிற்கட்டும். எங்கள் உள்ளத்தில் கிருஷ்ண பக்தி பெருகி வளரட்டும்'' என்று கூறி காணிக்கைகள் அளித்து விடை அளித்தார்.

உத்தவர் மதுரையை அடைந்து ராம கிருஷ்ணர்களை அடைந்து வணங்கி கோகுலவாசிகளின் அன்பை எடுத்துக் கூறி, நந்தகோபர் அளித்த காணிக்கைகளை உக்கிரசேனர், பலராம, வசுதேவர்களிடம் அளித்து வணங்கினார்.

பின்னர், பகவான் தனக்குச் சந்தனம் கொடுத்து வீட்டிற்கு வரவேண்டுமென்று அன்புடன் அழைத்த திரிவக்ரன் வீட்டுக்குச் சென்று அவருக்கு அனுக்கிரகம் செய்தார்.

15. அஸ்தினாபுரத்தில் அக்ரூரர்

அடுத்து வாக்களித்தபடி அக்ரூரர் வீட்டுக்குச் சென்றார். பலராமர், உத்தவர்களுடன் தன் இல்லம் வந்த கிருஷ்ணனை அக்ரூரர் மனமுவந்து வரவேற்று உபசரித்தார். பகவானுடைய அருள் வேண்டி அக்ரூரர் பிரார்த்தித்தார்.

அப்போது கிருஷ்ணன் அக்ரூரரிடம் அவர் தமக்கெல்லாம் குரு, உற்ற பந்து என்றும் அவருடைய பாதுகாப்பில் தாங்கள் வாழ்ந்து வருவதாகவும் கூறினார். மேலும் தங்களைப் போன்ற சுயநலமற்ற சாதுக்கள் பூசிக்கத் தக்கவர்கள்; சாதுக்கள் தரிசனம் உடனே பயன் தருவது என்று கூறினார் கிருஷ்ணன்.

அடுத்து அக்ரூரரிடம் ஒரு வேண்டுகோள் விடுத்தார். ''தந்தையை இழந்த பாண்டவர்கள் திருதராட்டிரனிடம் இருக்கின்றார். அவர்கள் கஷ்டப்படுவதாகத் தெரிகிறது. துஷ்ட புத்தியுள்ள துரியோதனாதியர் தந்தை திருதராட்டிரன் அவர்களை அன்பாகக் கவனிக்க மாட்டான். உடனே அஸ்தினாபுரம் சென்று பாண்டவர்கள் நலம் அறிந்து வரவேண்டும்'' எனப் பணிந்து பலராமருடன் தன் இருப்பிடம் அடைந்தார்.

கிருஷ்ணன் சொல்லியபடி அஸ்தினாபுரம் சென்ற அக்ரூரர் பீஷ்மர், துரோணர், விதுரர் ஆகிய பெரியோர்களையும், திருதராட்டிரர், பாண்டவர், துரியோதனன் ஆகியோரையும், உற்ற பந்துக்களையும் சந்தித்து க்ஷேமலாபங்களை விசாரித்தார். மேலும் சில நாட்கள் அங்கே தங்கினார்.

குந்திதேவி அக்ரூரரைக் கண்டவுடன் வருத்தமுற்றாள். பிறகு எல்லோருடைய நலன்கள் பற்றி விசாரித்தாள். பக்த வத்சலனாகிய கண்ணன் பாண்டவர்களைப் பற்றியும், தன்னைப் பற்றியும் நினைக்கின்றானா? அன்பிலாரிடையே வாழ்ந்து வரும் தனக்கும், தன் குழந்தைகளுக்கும் ஆறுதல் அளிக்க வருவானா?'' என்றெல்லாம் கேட்டாள்; அழுதாள்.

அப்போது அக்ரூரனும், விதுரனும் அவளுக்கு ஆறுதல் கூறினர். பின்னர் ஒருநாள் அக்ரூரர் திருதராஷ்டிரனிடம் தர்மநீதியுடன் ஆட்சி புரியும் பந்துக்களிடம் சமபாவத்துடன் இருந்து புகழ் பெற்று க்ஷேமமடையுமாறு கூறினார்.

அதற்கு திருதராஷ்டிரன் ''புத்திர வாஞ்சையுள்ள மனம் சஞ்சலிக்கிறது. உமது நல்லுபதேசங்கள் நிலைக்காது. சர்வேசுவரன் கட்டளையை யாரும் மீற முடியாது'' என்றார். அக்ரூரர் மதுராபுரி அடைந்து கிருஷ்ணனிடம் செய்திகளைக் கூறினார்.

16. ஜராசந்தனை வென்றது

கம்சனுடைய மரணத்துக்குப் பின் அவனது மனைவியர் அஸ்தி, பிராஸ்தி என்போர் தமது பிதா ஜராசந்தன் வீட்டை அடைந்தனர். மகத நாட்டு மன்னனாகிய ஜராசந்தன் ஐம்பத்து மூன்று அக்ஷௌஹிணி சேனைகளுடன் மதுரா புரியை முற்றுகையிட்டான்.

அப்போது ராம கிருஷ்ணர்கள் தமது ஆயுதங்களை அடைய திருவுள்ளம் கொள்ள விண்ணிலிருந்து சார்ங்கம் என்ற வில்லும், அக்ஷய துணீரங்களும், கவுமோதகி என்ற கதையும் கிருஷ்ணனை அடைந்தன. பலராம ருக்குக் கலப்பையும், ஓர் உலக்கைத் தடியும் வந்தன. இரண்டு தேர்களும் சாரதியுடன் வந்து சேர்ந்தன.

ஜராசந்தனுக்கும், ராம கிருஷ்ணர் களுக்கும் இடையே நடந்த போரில் ஜராசந்தன் தோற்கடிக்கப்பட்டான். அவனை உயிருடன் திரும்பிச் செல்ல விட்டனர். எனவே அவன் தான் வெற்றி பெற்றதாக எண்ணினான்.

இவ்வாறு பதினெட்டு முறை ராம கிருஷ்ணர்களுடன் போர் புரிந்த ஜராசந்தன் கிருஷ்ணனால் தோல்வி அடைந்து ஓடிப் போனான்.

பதினெட்டாவது முறை ஜராசந்தன் போருக்கு வந்தபோது காலயவன் என்ற அசுரனும் மதுரையைத் தாக்கினான். இருவரையும் எதிர்கொள்ள வேண்டி இருந்ததால் பகவான் சமுத்திரத்தின் நடுவில் பன்னிரண்டு யோசனை பரப்புள்ள ஒரு நகரத்தை நிர்மாணிக்கு மாறு விச்வகர்மாவுக்கு ஆணையிட அவனும் ஓர் அழகிய நகரத்தை உருவாக்கினான்.

அதில் இந்திரனால் அனுப்பப்பட்ட சுதர்மா என்ற சபையும், தேவலோக பாரிசாதமும், குபேரன் அனுப்பி வைத்த அஷ்டநிதிகளும் அங்கே இருந்தன. அந்நகரில் மதுராபுரி மக்களையும், உறவினர்களையும் குடியேற்றி பல ராமரையும் அவர்களுக்குப் பாதுகாப்பாக இருக்கச் செய்து நிராயுதபாணியாக வெளியே சென்றார் பகவான் கிருஷ்ணன்.

16. காலயவனன் அழிதல்

ஒளி பொருந்திய கிருஷ்ணனைக் கண்ட காலயவனன் அவரைப் பின் தொடர அவர் அவனை வெகுதூரம் அலைக்கழித்து இறுதியில் ஒரு குகையில் நுழைந்து மறைந்துவிட்டார்.

காலயவனன் அக்குகையில் நுழைந்த கிருஷ்ணனைக் காணாமல் அங்கு தூங்கிக் கொண்டிருந்த ஒருவனைக் கோபத்துடன் உதைக்க அவன் காலயவனனை விழித்துப் பார்க்க, காலயவனன் எரிந்து சாம்பலாகி விட்டான்.

17. முசுகுந்தனுக்கு அருளியது

இக்ஷுவாகு குலத் தோன்றல் மாந்தாதாவின் மகன் முசுகுந்தன். அவன் ஒரு சமயம் தேவசேனாதிபதியாக இருந்து போர் செய்து தேவலோகத்தைக் காத்து வந்தான். பின்னர் குகப் பெரு மான் தேவசேனாதிபதி ஆனவுடன் பூலோகம் திரும்பி வந்த அவன் அம் மலைக் குகையில் படுத்துறங்கி விட்டான். அவன் நித்திரைக்குப் பங்கமளிப்போர் எரிந்து சாம்பலாவர் என்று அவனுக்குத் தேவர்கள் வரமளித்து இருந்தனர். அதனால் முசுகுந்தனை எழுப்பிய காலயவனன் எரிந்து போனான்.

அவன் எரிந்தவுடனே முசுகுந்த னுக்குப் பகவான் சங்கு சக்கரதாரியாய்

சதுர் புஜங்களுடன் காட்சி அளித்தார். அதைக் கண்டு பிரமித்து அவரை யார் என்று முசுகுந்தன் கேட்டான்.

கிருஷ்ணன் தன்னைப் பற்றிக் கூறினார். மேலும் முசுகுந்தன் முற்பிறவியில் மிகவும் பக்தியுடன் தன்னை ஆராதித்ததால் அவனுக்கு அருள்புரிய வந்திருப்பதாகத் தெரிவித்தார். அப்போது முசுகுந்தன் அவர் சர்வ சொரூபியாகிய பகவான் என்று அறிந்தான்.

அப்போது அவன் பகவானைப் பார்த்து இவ்வாறு வேண்டினான், ''நான் தன்யனானேன். உமது அருள் கிடைத்தவர்க்கு சாது சங்கம் ஏற்படுகிறது. அது பக்தியை உண்டாக்குகிறது. உமது சரண சேவையே எனக்கு வேண்டும். உமது சரணார விந்தங்களிலேயே சரணமளித்து ரக்ஷிக்க வேண்டும்'' என்று பிரார்த்தித்து வணங்கிய முசுகுந்தனுக்குப் பகவான் அருள் புரிந்தார்.

மேலும், முசுகுந்தனிடம் அவன் க்ஷத்திரியனாக இருந்து பல பாவங்களைச் செய்தபடியால் அப்பாவ நிவாரணம் பெற கிருஷ்ணரைத் தியானிக்க வேண்டும் என்றும், மறுபிறவியில் அந்தணராகப் பிறந்து உயிர்களிடம் அன்பு செலுத்தி முடிவில் தன்னை வந்தடையுமாறும் அவரது பக்தி குன்றாமலிருக்கும் என்றும் கூறி அனுக்கிரகித்தார். முசுகுந்தன் பகவானை வலம் வந்து வணங்கி பதரிகாசிரமம் அடைந்து தவத்தில் ஈடுபட்டு ஸ்ரீ கிருஷ்ணரை ஆராதனை செய்து வந்தான்.

பின்னர், கிருஷ்ணன் மதுரை அடைந்து, யவனர்களை வென்று அவர்களுடைய ஐஸ்வர்யங்களைத் துவாரகைக்கு எடுத்து வரச் செல்ல, ஜராசந்தன் அவர்களைத் துரத்த அவர்கள் மலை மீது ஏறி மறைய, அவன் மலையைச் சுற்றி தீ மூட்டிவிட, ராம கிருஷ்ணர்கள் விண்ணில் கிளம்பி பூமியில் குதித்துக் கடலால் சூழப்பட்ட துவாரகை அடைந்தனர்.

ஆனால், ஜராசந்தன் அவர்கள் தீயால் எரிக்கப்பட்டு இறந்து விட்டதாக எண்ணி சேனைகளுடன் தன் மகத நாட்டிற்குத் திரும்பிச் சென்றான்.

18. பலராமன் கலியாணம்

ஆதிசேஷன் மனைவி வாருணியைப் பார்த்து வருணன் ஆதிசேஷனே பலராமனாக பூவுலகில் அவதரித்துள்ளார். அவர் மகிழுமாறு உதவவேண்டும் என்று வேண்டினான். வாருணி, மதுபான வகைகளுக்கெல்லாம் அதிதேவதை ஆகி 'மதிரை' என்றும் அழைக்கப்படுபவள்.

பிருந்தாவனத்தில் ஒரு கடம்ப மரப் பொந்தில் ஸந்திதானம் செய்ய மதுமணம் நுகர்ந்த பலராமன் பொந்திலிருந்து மது பெருக்கெடுத்தோடுவதைக் கண்டு கோபிகளுடன் மதுபானம் அருந்தி களித்தார்.

அந்நிலையில் அருகில் ஓடும் யமுனையைக் கண்ட பலராமர் நீராட அருகில் வருமாறு அழைக்க, யமுனை அவர் கர்வத்தினால் அழைக்கிறார் என்று பலராமர் அழைப்பை நிராகரிக்க, பலராமர் கோபம் கொண்டு தனது ஆயுதமாகிய கலப்பையை எடுத்து அந்த நதியை இழுக்க யமுனை அப்பகுதி முழுமையும் வெள்ளத்தில் நிறைத்து விட்டு விடுபட்டுச் சென்றாள்.

யமுனையில் நீராடி எழுந்த பலராமருக்கு மகாலக்ஷ்மி இரண்டு நீலப் பட்டாடைகள் அளிக்க அவர் தோற்றம் மிக அதிக ஒளி பெற்றது.

இவ்வாறு இரண்டு மாத காலம் பலராமர் கோகுலத்தில் இருந்துவிட்டு துவாரகைக்கு சென்றார். பலராமர் ஆனர்த்த ரைவத மன்னனுடைய மகளான ரேவதியை மணந்து நிசிதன், உல்முகன் என்ற இரண்டு புத்திரர்களைப் பெற்றார்.

19. ருக்மிணி கல்யாணம்

விதர்ப்ப நாட்டு மன்னன் பீஷ்மகனுக்கு ஐந்து புத்திரர்களும், ஒரு பெண்ணும் இருந்தனர். மகாலக்ஷ்மி அம்சமாகிய அப்பெண்ணின் பெயர் ருக்மிணி. அவருடைய மூத்த சகோதரன் ருக்மிணியை சிசுபாலனுக்குத் திருமணம் முடிக்க விரும்பினான். ஆனால் ருக்மிணியோ கிருஷ்ணனைப் பற்றிக் கேள்வியுற்று அவருக்கே மாலைசூட விரும்பினாள்.

அதே நம்பிக்கையில் அவள் ஒரு வேதியரைக் கிருஷ்ணனிடம் தூது விடுத்தாள். அந்தணரைக் கண்ட கிருஷ்ணன் அவரை அன்புடன் வரவேற்று க்ஷேம லாபங்களைப் பற்றி விசாரித்தார்.

அடுத்து, அவர் வந்த காரணம் பற்றி விசாரித்தார். அப்போது அந்தணர் ருக்மிணியால் சொல்லி அனுப்பப்பட்ட செய்தியை பற்றி எடுத்தியம்பினார்.

''அச்சுதா, தங்கள் ரூபசௌந்தரியத்தையும், குணவைபவங்களையும் பற்றிக் கேட்ட என் மனம் வெட்கத்தை விட்டு உம்மையே நாடுகின்றது. நான் எனது ஆத்மாவையே தங்களுக்குச் சமர்ப்பணம் செய்து விட்டேன். அல்பனான சிசுபாலன் என்னைத் தீண்டிவிடாமல், நீங்கள் வந்து என்னைப் பாணிக்கிரகணம் செய்து கொள்ள வேண்டும். விவாகத்துக்கு முன் நாள் குலதெய்வத்தைப் பூஜிக்க கௌரி தேவி ஆலயத்திற்குப் போகும்போது என்னைக் கிரகிக்கவும். நீங்கள் இரகசியமாக இங்கு வந்து சிசுபாலன், ஜராசந்தன் ஆகியோரை வென்று என்னை அபகரித்துச் சென்று ராக்ஷச விதிப்படி திருமணம் செய்து கொள்ள வேண்டும்'' என்று ருக்மிணி சொல்லி அனுப்பியதாக அந்தணர் கூறி வேண்டினார்.

இதன் மூலம் ருக்மிணியின் உள்ளத்தை அறிந்த கிருஷ்ணன் புன்சிரிப்புடன், ''வேதியரே கவலையை விடுங்கள். என்னிடமே உள்ளத்தை அர்ப்பணித்து என்னையே நம்பியிருக்கும் ருக்மிணியை அழைத்து வந்து விவாகம் செய்து கொள்ளுவேன்'' என்று கூறி, அந்தணரும் கிருஷ்ணரும் தேர் ஏறிச் சென்று விதர்ப்ப நாட்டை அடைந்தனர். சிசுபாலன் கலகம் செய்யக் கூடுமென பலராமரும் சேனைகளுடன் குண்டின புரம் வந்தடைந்தார்.

அனுகூலமான செய்தியுடன் திரும்பி வந்த அந்தணரின் பாதங்களில் தலை வைத்து வணங்கித் தனது திருப்தியைத் தெரிவித்துக் கொண்டாள்.

ருக்மிணியின் தந்தை பீஷ்மகன் ராம லக்ஷ்மணர்களை நன்முறையில் வரவேற்று உபசரித்தான். நகரமாந்தர் 'ருக்மிணிக்கு ஏற்ற கணவர் கிருஷ்ணனே' என்று பேசிக் கொண்டனர்.

கிருஷ்ணனின் திருவடிகளையே மனதில் தியானித்தவளாக ருக்மிணி அம்பிகையைத் தரிசிக்க மங்கல வாத்தியங்களுடன் நடந்து சென்றாள். அங்கே அமைதியாக சிரத்தை, பக்தியுடன் பவானியைப் பூஜித்தாள். ஸ்ரீ கிருஷ்ண பகவானே தனக்குக் கணவனாக அருள்புரியுமாறு பிரார்த்தித்தாள்.

கோயிலிலிருந்து திரும்பிய போது ருக்மிணி மன்னர்களிடையே மாதவனைக் கண்டு மகிழ்ச்சியுற்று தேரில் ஏற சமீபிக்கையில் கிருஷ்ணன் அவளது கரம் பற்றி லாவகமாக இழுத்துத் தன் தேரில் ஏற்றிக் கொண்டு, பலராமரும் அவர் படையும் பின் தொடர மெதுவாகச் சென்றார்.

இது கண்டு கடும் சினம் கொண்ட ஜராசந்தன் கிருஷ்ணரைத் தொடர்ந்து பாணங்களைச் செலுத்த இருதரப்பினருக்கும் ஏற்பட்ட போரில் ஜராசந்தன் முதலியோர் தோற்று ஓடினர். சிசுபாலனும் ருக்மிணி கிடைக்காதது பற்றி வருத்தத்துடன் திரும்பி தன் நகர் சேர்ந்தான்.

ஆனால், சிசுபாலனின் நண்பனான ருக்மிணியின் சகோதரன் ருக்மி, ருக்மிணியை மீட்டு வருவதாகச் சூளுரைத்து கிருஷ்ணனைத் தொடர்ந்தான்.

தனித்துவரும் ருக்மி கோபத்துடன் வாளைக் கையிலேந்தி கிருஷ்ணன் மீது பாய, கிருஷ்ணன் ருக்மியைக் கொல்லத் தயாராக, பின்னர் ருக்மிணியின் வேண்டுகோளின்படி ருக்மியைக் கொல்லாமல் தேர் சக்கரத்தில் கட்டிப் போட்டு அவன் சிகையையும், மீசையையும் கத்தரித்து அவனை உருக்குலைய வைத்தார்.

அவ்வமயம் பலராமர் உறவினர்களை அவமதிக்கக்கூடாது என்று கூறி ருக்மினியை கட்டவிழ்த்து விட்டார். கிருஷ்ணன் ருக்மிணியைச் சமாதானம் செய்து அமைதி படுத்தினார்.

ருக்மி அவமானத்தால் தன் ஊர் திரும்பாமல், கொதிப்படைந்து 'போஜகடம்' என்ற அவ்விடத்திலேயே தங்கிவிட்டான்.

இவ்வாறு ஸ்ரீ கிருஷ்ணன் அரசர்களை ஜயித்து பீஷ்மகரின் புத்திரி ருக்மிணியை துவாரகைக்கு அழைத்து வந்து முறைப்படி திருமணம் செய்து கொண்டார். துவாரகையில் ஸ்ரீ கிருஷ்ண பகவான் வாழ்ந்து வருகையில் மக்கள் பேரானந்தமொடு க்ஷேமமாக வாழ்ந்து வந்தனர்.

ஜாம்பவதி, சத்தியபாமை விவாகம்

சத்ராஜித் மன்னன் சூரியனிடமிருந்து தான் பெற்ற 'சியமந்தக' மணியை அவன் தம்பி 'பிரசேனன்' தன் கழுத்திலணிந்து வேட்டைக்குச் செல்ல, அங்கு ஒரு சிங்கம் அவனைக் கொன்றுவிட்டு, மணியையும் எடுத்துச் சென்றது. அச்சிங்கத்தைக் கொன்று மணியை ஜாம்பவான் எடுத்துச் சென்றான். இஃதறிந்த கிருஷ்ணன் குகைக்குள் இருந்த ஜாம்பவானுடன் போர்புரிய அதில் தோற்ற ஜாம்பவான் கிருஷ்ணன் சாக்ஷாத் பகவானே என்றறிந்து மணியுடன், தன் மகள் ஜாம்பவதியையும் திருமணம் செய்து வைத்தான்.

சத்ராஜித் கிருஷ்ணன் மணியை அபகரித்ததாக எண்ணியிருந்தான். பின்பு உண்மை அறிந்தவுடன் தன் மகள் சத்தியபாமையைக் கிருஷ்ணனுக்கு மனம் செய்வித்து, சியமந்தகமணியையும் கொடுக்க கிருஷ்ணன் மணியை அவனிடமே திருப்பித் தந்துவிட்டார்.

20. இந்திரப் பிரஸ்தத்தில் கிருஷ்ணன்

அரக்கு மாளிகையில் அகப்பட்டு பாண்டவர்கள் இறந்ததாக எண்ணினர். ஆனால், அவர்கள் உயிருடன் இருப்பதனால் அவர்களுடைய சேமநலன் தெரிந்து வர கிருஷ்ணன் இந்திரப் பிரஸ்தம் சென்றார்.

பகவானாகிய கிருஷ்ணனைக் குந்தியும், பாண்டவர்களும் வரவேற்று, உபசரித்து பூஜை செய்து க்ஷேமம் விசாரித்தனர். அப்போது திரௌபதி கிருஷ்ணனை வணங்கினார். குந்தி தேவி தன் கஷ்டங்களைக் கூறி வருந்தினாள். மேலும் கிருஷ்ணன் வந்துவிட்டதால் இனி கவலை இல்லை என்று அன்புடன் கூறினாள். தருமபுத்திரர் கிருஷ்ணனை அங்கேயே தங்கி இருக்குமாறு வேண்டிட கிருஷ்ணனும் சில மாதங்கள் அங்கு தங்கினார்.

காளிந்தியை மணத்தல்

ஒருநாள் அருச்சுனனும், கிருஷ்ணனும் வனத்தில் வேட்டையாடி களைத்து யமுனை ஆற்றங்கரையில் இளைப்பாறிக் கொண்டிருந்தனர். அப்போது அங்கு காளிந்தி என்ற அழகிய பெண் வந்தாள். அவளைப் பற்றி விசாரிக்க அவள் தன் பெயரைக் கூறி யமுனையில் தன் மாளிகையில் வாழ்வதாகவும் பகவான்

நாராயணனைத் தன் பதியாக அடைய தவம் இருப்பதாகவும் அவரை அடையும் வரை அங்கேயே இருப்பதாகவும் கூறினாள்.

இந்திரப் பிரஸ்தத்தில் பகவான் விஸ்வகர்மாவைக் கொண்டு ஓரழகிய நகரத்தை ஏற்படுத்திக் கொண்டு பாண்டவர்களுடன் மகிழ்ச்சியுடன் வசித்து வந்தார். அருச்சுனனுக்கு சாரதியாக இருந்து பல அதிசயங்களை நிகழ்த்தினார்.

காண்டவவனம் எதிர்த்தல்

காண்டவ வனத்தை அக்கினிக்கு உணவாக அளிக்க, கிருஷ்ணன் அருச்சுனனுக்குக் காண்டீபம் என்ற வில்லையும், அக்ஷயமான அம்புராத் தூணிரத்தையும், உறுதியான கவசத்தையும், ஒரு ரதத்தையும் அழகிய வெள்ளைக் குதிரையையும் பரிசாக அளித்தார்.

சில காலத்திற்குப் பின் கிருஷ்ணன் காளிந்தியுடன் துவாரகையை அடைந்து அவளை மணந்து கொண்டார்.

பல திருமணங்கள்

அவந்தி நாட்டரசன் சகோதரி மித்திரவிந்தையை மணந்தார். கோசல மன்னன் நக்னஜித் தன்னிடமுள்ள ஏழு காளைகளை அடக்குபவனுக்குத் தன் மகளை மணமுடிப்பதாகக் கூறியுள்ளதால், அந்த ஏழு முரட்டுக்காளைகளையும் கிருஷ்ணன் அடக்கிட அவன் குமாரி சத்யாவைக் கிருஷ்ணனுக்கு விவாகம் செய்வித்தான். இவளே நப்பின்னை ஆவாள். பின்னர் அத்தை சுருத கீர்த்தியின் மகள் பத்திராவையும், மந்திர தேசத்தரசன் மகள் லக்ஷ்மணாவையும் ஆக எட்டு பட்ட மகிஷிகளுடன் வாழ்ந்து வந்தார் கிருஷ்ணன்.

மற்றும் இஷ்டப்படி உருவம் கொள்ளும் மத்ரராஜனுடைய மகள் சுசீலை என்பவளையும் மணந்தார்.

21. பிரத்யும்னனும் மாயாவதியும் சம்பராசுரன் வதமும்

கிருஷ்ணன் - ருக்மிணிக்கு மன்மத அம்சனான பிரத்தியும்னன் பிறந்தான். அவன் பிறந்த ஆறாம் நாளில் சம்பராசுரன் என்ற அரக்கன் அந்தக் குழந்தை தன்னைக் கொன்றுவிடும் என்று எண்ணி அதனை முதலைகள், திமிங்கிலங்கள் நிறைந்த லவண சமுத்திரத்தில் எறிந்துவிட்டான். அக்குழந்தையை ஒரு மீன் விழுங்கி விட்டது. அந்த மீன் ஒரு செம்படவன் கையில் சிக்க, அவன் அதை சம்பராசுரனிடமே கொடுத்தான்.

அவனுடைய மனைவி மாயாவதி என்பவள் அம்மீனைச் சேதிக்க அதன் வயிற்றில் அக்குழந்தையைக் கண்டு, அது குறித்து யோசித்துக் கொண்டு இருக்கையில் அங்கு நாரத முனிவர் வந்தார். அக்குழந்தையின் வரலாற்றைக் கூறினார். அது கேட்ட அசுரன் மனைவி மாயாவதி அக்குழந்தைக்குப் பலவித வித்தைகளையும் கற்பித்து, அதன் மீது காமுற்று கண்ணும் கருத்துமாய் வளர்த்து வந்தாள். அவள் அவனிடம் பழகும் விதத்தைப் பற்றிப் பிரத்தியும்னன் குறை கூற அவள் அவனுக்குத் தாயில்லை என்பதையும் அவனுடைய உண்மை வரலாற்றையும் கூறினாள்.

தன் விவரம் அறிந்த பிரத்தியும்னன் சம்பராசுரனுடன் போர் புரிந்து அவனைக் கொன்றான். பின்னர் அவன் மாயாவதியுடன் புறப்பட்டுத் தன் தந்தையின் அந்தப்புரத்துக்கு வந்து அடைந்தான்.

எல்லோரும் அவனைக் கிருஷ்ணனென்று நினைக்க ருக்மிணி மட்டும் அவனை அடையாளம் கண்டு கொள்ள, அப்போது நாரதர் கிருஷ்ணனை அழைத்துக் கொண்டு அங்கு வந்தார்.

கிருஷ்ணன் ருக்மிணியிடம் பிரத்யும்னன் அவள் மகனே என்றும்,

மாயாவதி அவன் மனைவி என்றும் முற்பிறவி செய்திகளுடன் அறிவித்தார். பிரத்யும்னன் மன்மதன் என்றும், மாயாவதி ரதிதேவி என்றும் தெரிவித்தார்.

ருக்மிணியின் மகன் பிரத்தியும்னன் தன் மாமன் ருக்மியின் மகளை மணந்தான். அவர்களுக்கு அநிருத்தன் பிறந்தான். ருக்மி கண்ணன் விருப்பப்படி அநிருத்தனுக்குத் தன் பேத்தியைக் கன்னிகாதானம் செய்து வைத்தான்.

இந்தத் திருமணத்துக்குப் பலராமரும், மற்ற யாதவர்களும் போஜகடம் சென்றிருந்தனர். அங்குச் சூதாட்டம் சரியாக ஆடத் தெரியாவிட்டாலும் அந்த ஆட்டத்தில் பலராமனுக்குப் பற்று அதிகம். எனவே, அவன் முதல் மூன்று ஆட்டங்களில் தோல்வி அடைந்தான்.

நான்காம் முறை விதர்ப்பராஜன், கலிங்கராஜனுடன் ஆடி பலராமன் வெற்றி பெற்றார். அதனை மற்றவர்கள் ஒத்துக் கொள்ளாததால் கோபம் கொள்ள அனைவரும் ஒருவரை ஒருவர் தாக்க ஆரம்பித்தனர். ருக்மியை அடித்துத் தள்ளினார். தந்தவக்கிரனுடைய பற்களை உதிர்த்துத் தள்ளினார். இவ்வாறு சூதாட்ட வைரிகள் கொல்லப் பட்டனர்.

22. நரகாசுரன் வதம்

நரகாசுரன் பூமிதேவியின் புத்திரன். அவன் தேவர்களைத் துன்புறுத்தி வந்தான். பல தேசத்து அரசகுமாரிகளையும் துன்புறுத்தி வந்தான்.

ஸ்ரீ கிருஷ்ணன் துவாரகையை அடைந்தபோது தேவேந்திரன் ஐராவதத்தின் மீது ஏறிக்கொண்டு துவாரகைக்கு வந்து, ஸ்ரீ கிருஷ்ணனை வணங்கி, நரகாசுரனைப் பற்றிச் சொல்லத் தொடங்கினான். ''சத்ரு நாசகா! பிராக்ஜோதிக்ஷம் என்ற நகரில் பூமி புதல்வன் நரகாசுரன் செய்யும் கொடுமைகள் எண்ணில் அடங்கா. அரசகுமாரர்களை அபகரித்தான். எப்போதும் மழை பொழியும் வருணன் குடை, மந்தரபர்வதத்தின் சிகரம், என் தாயாரின் அமுதம் ததும்பும் குண்டலங்கள், ஆகியவற்றைக் கவர்ந்து கொண்டான். மேலும் எனது ஐராவதத்தையும் அபகரிக்க தக்க சமயம் பார்த்துக் கொண்டுள்ளான்'' என்று அவன் அநியாயங்களை விளக்கினான். பின்னர், ''இனி ஆவன செய்யுமாறு பிரார்த்திக்கிறேன்'' என்றான்.

அதைக் கேட்ட கிருஷ்ணன் புன்சிரிப்புடன் இந்திரனுக்கு விடை கொடுத்து அனுப்பினான். உடனே அவர், சத்தியபாமையுடன் கருடாரூடராய் பிராக்ஜோதிஷ நகரத்தை அடைந்து சங்கநாதம் எழுப்பினார். கதாயுதத்தால் கோட்டைச் சுவர்களைத் தகர்த்தார். அதைக் கண்ட 'முரன்' என்னும் அசுரன் கூச்சலுடன், சூலமேந்தி கிருஷ்ணன் மீது பாய்ந்து தாக்கிட, பகவான் அவன் சூலத்தை முறித்து, அவன் தலையையும் அறுத்துத் தள்ளினார். அவனை அடுத்து எதிர்த்த அயக்கிரீவன், பாஞ்சானன் ஆகியோரை அவர்களுடைய படைகளுடன் சுதர்சனச் சக்கரம் எரித்து விட்டது. இறுதியில் எதிர்த்து வந்து பல ஆயுதங்களைப் பிரயோகித்த நரகாசுரனை சக்கராயுதத்தால் இரு பிளவாக்கி வீழ்த்திட, பூமி தேவி அதிதியின் குண்டலங்களை கண்ணனிடம் சமர்ப்பித்து திருவடிகளை வணங்கிப் பிரார்த்தித்தாள்.

''நாதனே! நீ வராக அவதாரம் செய்த போது உன் ஸ்பரிசத்தால் இவன் பிறந்தான். இதோ குண்டலங்களை எடுத்துக் கொள். என் மகன் நரகன் செய்த பிழைகளைப் பொறுத்திடுக. நரகாசுரன் மகனான பகதத்தனைக் காப்பாற்றுங்கள். பாவங்களைப் போக்கும் தங்கள் கர கமலங்களை இவன் சிரசில் வைத்து அனுக்கிரகிக்கவும்'' என்று வேண்டிட பகவானும் பகதத்தனுக்கு அபயம் அளித்து அனுக்கிரகித்தார்.

பின்னர் நரகனால் பலவந்தமாக சிறையில் அடைக்கப்பட்டிருந்த ஆயிரக் கணக்கான அரசகுமாரர்களை மீட்டார். மற்றும் வருணன் குடை, மணி பர்வதங்களைப் பெரிய திருவடியின் மேல் ஏற்றிக் கொண்டு சத்தியபாமை யுடன் தாமும் ஏறி, அதிதியிடம் குண்டலங்களை ஒப்படைக்க தேவ லோகம் சென்றார்.

நரகாசுரன் இறந்த நாளை மக்கள் அனைவரும் 'தீபாவளி' எனக் கொண் டாட வேண்டும் என்று வேண்டியதாகப் பத்ம புராணம் கூறுகிறது.

23. ருக்மிணி ஊடல் தீர்த்தான்

ஒரு சமயம் கிருஷ்ணன் ருக்மிணி யுடன் ஒரு வேடிக்கை செய்தார்.

ஒருநாள் ருக்மிணி கிருஷ்ணனுக்கு அன்புடன் பணிவிடை செய்து வந்தாள். அப்போது பகவான், ''திருமாமன்னர் பலர் உன்னை மணம் புரிய விழைந்தனர். ஆனால் நீ, பகைவர்களுக்கு அஞ்சி, கடலில் ஒளிந்து வாழும் தகுதியற்ற என்னை வரித்தது ஏன்? மற்றும் நானோ பரம ஏழை. நட்பும் விவாகமும் ஏற்றத் தாழ்வுள்ள இடத்தில் பொருந்தாது. நான் குணங்களற்றவன். துறவிகளின் தோழன். உதாசீன குணமுள்ளவன். எனக்கு எதிலும் விருப்பம் கிடையாது. நீ என்னிடம் என்ன சுகத்தை அடைவாய்'' என கூறினார் விளையாட்டாக.

பகவான் தன்னையே விரும்புவ தாகவும், அதனாலேயே விட்டுப் பிரிவதில்லை என்றும் எண்ணிய ருக்மிணியின் கர்வத்தை அடக்கவே அவ்வாறு பேசினார் அவர்.

'பரிகாசப் பேச்சு அது' என்று அறியாத ருக்மிணி மனம் கலங்கி, மயங்கி விழ, அந்தப் பிரிய பத்தினியை வாரி அணைத்து சமாதானப்படுத்தினான் கண்ணன்.

அப்போது மனம் தெளிவுற்ற ருக்மிணி பகவானை நோக்கி, ''நான் உங்களுக்கு எவ்வகையிலும் சமமானவளல்ல. உங்க ளுடைய மகிமை எனக்கேது. நீரோ ஞானி. நானோ அஞ்ஞானி; இகபர சுகங்களை அளிக்கும் தங்கள் பாத கமலங்களே எனக்குத் தேவை. அதற் காகத்தான் சர்வாத்ம சொரூபியான உங்களை விரும்பி மணந்தேன்'' என்று பதில் கூறினாள். உடனே கிருஷ்ணன் அவளிடம் அன்பும், கருணையும் கொண்ட மனத்தனாய் ருக்மிணியைப் பார்த்து ''பிரியே! பலனையே விரும்பா மல் என்னிடம் பக்தி செலுத்தும் நீயே மிகச் சிறந்தவள். அனன்ய பக்தியே சம்சார தாபத்தை நிவர்த்தி செய்கின்றது. அன்பினால் என்னை வென்ற நீயே பதிவிரதை'' என்று புகழாரம் சூட்டினார்.

24. நாரதரும் கிருஷ்ணனும் (பாகவதம்)

கிருஷ்ணனுக்கு பட்ட மகிஷிகள் எண்மர், மற்றும் நரகாசுரனிடம் சிறை மீட்ட பதினாராயிரம் பெண்கள் என்று பல மனைவியர் உள்ளனர். அவர் எப்படி எல்லாரையும் சமாளிக்கிறார்? என்ற ஐயம் மனதில் தோன்ற அதனை நேரில் கண்டு அனுபவிக்க ஒரு நாள் நாரதர் துவாரகைக்கு வந்தார். கிருஷ்ண பத்தினி களின் அழகிய மாளிகைகளைக் கண்டு பிரமித்தார்.

நேராக ருக்மிணியின் மாளிகையில் நுழைந்தார் நாரதர். அங்கு ருக்மிணி கிருஷ்ணனுக்குப் பணிவிடை செய்து கொண்டிருந்தாள். நாரதரைக் கண்ட பகவான் உடனே எழுந்து, அவரை வரவேற்று உபசரித்தார். ''நான் என்ன செய்ய வேண்டும்?'' என்று வினவினார்.

அப்போது நாரதர், ''பிரபோ, இதென்ன லீலை! தங்கள் திவ்ய சரணார விந்தங்களைச் சேவிப்பவனுக்கு வேறென்ன வேண்டும்! மோக்ஷ சுகத்தை அளிக்கும் உங்கள் பாதகமலங்களின்

நினைவு என் மனத்தைவிட்டு அகலாம லிருக்க அருள்புரிவீராக'' என்றார்.

மற்றொரு மாளிகையில் நாரதர் நுழைய அங்கு பகவான் உத்தவருடன் சொக்கட்டான் ஆடிக் கொண்டிருந்தார். நாரதரைக் கண்ட அவர் அவரிடம் குசலம் விசாரித்தார்.

இன்னொரு வீட்டில் பகவான் குழந்தைகளுடன் விளையாடிக் கொண்டிருந்தார். வேறொரு வீட்டில் பகவான் புராண பிரவசனம் கேட்டுக் கொண்டிருந்தார். அடுத்த வீட்டில் யாகாக்கினியில் ஹோமம் செய்து கொண்டிருந்தார். ஒரு வீட்டில் நீராடச் சென்று கொண்டிருந்தார். ஆங்கே மற்றோர் இல்லத்தில் பிராம்மண சமாராதனை நடந்து கொண்டிருந்தது. பகவான் அவர்களைப் பரிவுடன் உபசரித்துக் கொண்டிருந்தார்.

இவ்வாறு இல்லங்கள் தோறும் பகவான் பற்பல செயல்களில் ஈடுபட்டிருப்பதைக் கண்டு மகிழ்ச்சியும், வியப்பும் அடைந்தார். பிறகு கிருஷ்ணரை வணங்கி, ''யோகேச்வரா! உமது மாயா சக்தியை இன்று கண்டு கொண்டேன். உமது லீலா வைபவங்களைப் பாடிக் கொண்டே உலகெங்கிலும் உலாவப் போகிறேன். எனக்கு விடை கொடுங்கள்'' என்று கூறி விடைபெற்றார்.

அப்போது பகவான் உலக மக்களுக்கு வழிகாட்டவே அவற்றைச் செய்து வருவதாகக் கூறி ஆனந்தமாகச் செல்லும் படி அருள் புரிந்தார்.

25. பாரிஜாதாபஹரணம் (ஸ்ரீ விஷ்ணு புராணம்)

நரகாசுரனைக் கொன்ற பின் கிருஷ்ணனும், சத்தியபாமையும் அதிதியைக் கண்டு குண்டலங்களைத் தந்தனர். அதிதி மகிழ்ந்து வாசுதேவனைத் துதித்தாள். ''தாமரைக் கண்ணா! பரமார்த்தம் தெரியாமல் மோகம் செய்யும் மாயை உன்னுடையது. அதனால் ஆன்மா அல்லாததை மூடன் ஆன்மாவென்று எண்ணி பாதிக்கப் படுகிறான். நான் உன்னை ஆராதித்தது மோட்சத்துக்காக அல்ல. அது உன் மாயையே யாம். நீயே ஞானம் போன்றுள்ள அஞ்ஞானத்தை அழிக்க வேண்டும். உன்னுடைய ஸ்தூல வடிவைக் காண்கிறேனே தவிர சூக்ஷ்மமான ரூபத்தைக் காணவில்லையே. எனக்கு அருள் செய்ய வேண்டுகிறேன்'' என்றாள்.

அப்போது பகவான் அதிதியிடம், ''அம்மா, நீ எங்களுக்குத் தாய் ஆனதால் எங்களை அனுக்கிரகியும்'' என்றார். பிறகு, சத்தியபாமையும் தன்னை அனுக்கிரகிக்குமாறு அத்தியிடம் வேண்டினாள். இருவருக்கும் அதிதி ஆசி கூறினாள். மேலும் அதிதி இந்திரனையும் கிருஷ்ணனையும் பூசித்தாள்.

அவ்வமயம் அங்கு வந்த இந்திராணி சத்திய பாமையை மானிடப் பெண் என்று எண்ணி பாரிஜாத மலரைக் கொடுக்காமல் தானே சூடிக் கொண்டாள்.

கிருஷ்ணன் சத்தியபாமையுடன் தேவலோகத்து நந்தவனங்களை எல்லாம் சுற்றிப் பார்க்கலானார். அப்போது அங்கு பாற்கடலில் தோன்றிய பாரிஜாத மரத்தைக் கண்டார். அப்போது சத்தியபாமை கிருஷ்ணனிடம், ''நீங்கள் நான்தான் உங்களுக்குப் பிரியமானவள் என்றால், இந்தப் பாரிஜாதத் தருவை துவாரகைக்குக் கொண்டு போக வேண்டும். இந்தப் பாரிஜாத மரத்தை என் மாளிகையின் புழக்கடையில் கொண்டு போய் வைக்க வேண்டும். நான் இந்த மலர்களைக் கொண்டு, என் கூந்தலை அலங்கரித்து என் சக்களத்திமார் நடுவில் மிகவும் சிறந்திருக்க வேண்டும். இது என் விருப்பம்'' என்றாள்.

உடனே கிருஷ்ணன் அந்த மரத்தை அடியோடு பெயர்த்து கருடனின் மீது

வைத்தார். அது கண்டு காவற்காரர்கள் தடுத்தனர். மேலும், "அது சசிதேவிக்குப் பிரியமானது. இதை எடுத்தால் தேவர்களுடன் போர் செய்ய வேண்டும்" என்றனர்.

அப்போது "சத்தியபாமை பாற் கடலில் தோன்றிய இது அனைவர்க்கும் பொது. இதைச் சத்தியபாமை எடுத்துச் சென்றாளென கூறுங்கள்" என்று சொன்னாள்.

அதுகேட்ட இந்திராணி இந்திரனைத் தூண்டிவிட அவன் படையுடன் வந்து கிருஷ்ணனை எதிர்க்க பெரிய போர் நடந்தது. இறுதியில் கிருஷ்ணன் இந்திரன் ஏவிய வச்சிராயுதத்தைப் பற்றிக் கொண்டு, "இந்திரா நில்!" என்று முழங்கினார். வச்சிராயுதத்தை இழந்த இந்திரன் ஓடிப் போக முயன்றான். கருடனால் சிதைக்கப்பட்ட ஐராவதம் சோர்ந்து ஓட முடியாததால் இந்திரன் மேலும் தவித்தான்.

அப்போது சத்தியபாமை இந்திரனிடம், "இனி கர்வியான உன் மனைவி பாரிஜாத மலரை அணிய முடியாது. பாரிஜாதத்தைக் கொண்டு போ. அவள் தன் கர்வத்தால் தன் மாளிகையில் என்னை மதிக்கவில்லை. பெண்மையால் ஆழ்ந்திராத - சித்தமுடைய நான் என் கணவரின் மகிமையைக் கொண்டாடி உன்னுடன் போர் செய்தேன். புருஷன் பெருமையைப் பற்றிக் கர்வப்படாத பெண் உலகில் இல்லை. ஆனால் சசி, அதற்காக மட்டுமின்றி உருவினாலும் கர்வம் கொண்டுள்ளாள்" என்றாள்.

அப்போது இந்திரன் அடி பணிந்தான். ஓடவில்லை. "எவன் எல்லாருக்கும் சிருஷ்டி, ஸ்திதி, ஸம்ஹார கர்த்தாவாக இருக்கின்றானோ அத்தகைய பகைவனால் ஜெயிக்கப்பட்ட எனக்கு வெட்கம் ஏதும் இல்லை. எவன் யாராலும் ஆக்கப் படாமல் தானே ஈஸ்வரனாய், அஜனாய், நித்தியனாய், தனது திரு உள்ளத்தால் உலக நன்மை கருதி மானிடனாய் அவதரித்திருக்கிறானோ அந்தப் பகவானை வெல்ல வல்லவர் யார்? நான் அவரிடம் தோற்றது நியாயந்தான்" என்றான்.

26. தருமரின் ராஜசூய யாகம்

சுகதேவர் பரீக்ஷித்திடம் மீண்டும் கூறலானார் : கிருஷ்ணன் ஒரு நாள் சாத்யகி, உத்தவர் ஆகிய நண்பர்களும், விருஷ்ணிகளும், போஜர்களும் அரு கிருக்க அரியாசனத்தமர்ந்து வேடிக்கை யாகப் பேசிக் கொண்டிருக்கையில் "பல தேசத்தினர் ஜராசந்தனால் சிறையில் அடைக்கப்பட்டுப் பெருந்துயரை அனுபவித்து வருகின்றனர். அவர்களைத் துஷ்டனிடமிருந்து காப்பாற்றி விடுதலை செய்யுமாறு என் மூலம் வேண்டுகோள் விடுத்துள்ளனர். பகவான் என்ன, எப்படிச் செய்ய வேண்டுமோ, உடனே செய்யப் பிரார்த்திருக்கிறோம்" என்று ஒருவன் வந்து கூறினான். அவ்வமயம் நாரத முனிவரும் அங்கு வந்து சேர்ந்தார்.

அப்போது பகவான் அவரிடம், "மூவுலகம் சஞ்சரிக்கும் நீங்கள் நமது பிரிய பந்துக்களான பாண்டவர்கள் நலமாய் இருக்கிறார்களா? அவர்கள் எதை விரும்புகிறார்கள்" என்றும் கேட்டார்.

அதற்கு நாரதர் "உமக்குத் தெரி யாததா? எனினும் கூறுகிறேன். தர்மபுத்திரர் ராஜசூய யாகம் செய்து தங்களை ஆராதிக்க விரும்புகிறார். அதற்குத் தங்கள் அனுமதியும் கோரு கிறார்" என்றார் நாரதர். அப்போது பகவான் உத்தவரின் ஆலோசனையைக் கேட்டார்.

அதற்கு உத்தவர் "ராஜசூய யாகம் செய்பவர்கள் திக்விஜயம் செய்யும்போது ஜராசந்தனை வதம் செய்து சிறைப்பட்ட அரசர்களை விடுதலை செய்து காத்திட லாம். சரணாகதர்களை ரக்ஷித்த புகழும்

உமக்கு ஏற்படும். யஜ்ஞ காரியமும் நிறைவேறும்'' என்றார்.

''ஜராசந்தனை வெற்றி கொள்ள ஒரே யுக்திதான் உள்ளது. அவன் பிராம்மணர்களைத் தெய்வமாகப் போற்றுகிறவன். பீமன் ஒருவனாலேயே அவனை வெல்ல முடியும். எனவே கபடமாக அந்தணர் வேஷத்தில் சென்று துவந்த யுத்தத்திற்கு யாசித்து ஒப்புக் கொள்ளச் செய்வதே சிறந்த உபாயம். அவ்விருவர்களும் உமது முன்னிலையில் துவந்த யுத்தம் செய்தால் ஜராசந்தன் கொல்லப்படுவான். சிறையிலுள்ள மன்னர்களும் ரக்ஷிக்கப் படுவர். யாகமும் பூர்த்தியாகும்'' என்றார் உத்தவர்.

இதைக் கேட்ட அனைவரும் உத்தவரைக் கொண்டாட, கிருஷ்ணன் இந்திரப்பிரஸ்தம் செல்ல ஏற்பாடுகளுக்கு உத்தரவிட்டார். நாரதரும் விடை பெற்றுச் சென்றார். ராஜ தூதனிடமும் அபயம் கூறி அனுப்பினார்.

இந்திரப் பிரஸ்தம் வந்து சேர்ந்த கிருஷ்ண, பலராமர்களையும் அவர்களைச் சார்ந்தவர்களையும் உரிய முறையில் வரவேற்றனர். இருதரப்பினர்களும் ஒருவரை ஒருவர் தழுவிக் கொண்டு வணங்கினர்.

தருமரும் கிருஷ்ணனைப் பூசித்து அவர் தனது பரிவாரங்களுடன் தங்குவதற்குத் தக்க ஏற்பாடுகளைச் செய்து கொடுத்தார்.

தருமன் கிருஷ்ணரிடம் ராஜசூய யாகம் பற்றிக் கூறிப் பகவான் அனுக்கிரகத்தை வேண்டினார். அப்போது கிருஷ்ணர், ''எல்லா தேசத்து அரசர்களையும் வென்று, பூமியை உமது வசப் படுத்திக் கொண்ட பிறகே யாகத்தைத் துவக்க வேண்டும்'' என்றார்.

தருமர் தனது நான்கு சகோதரர்களையும் நான்கு திசைகளில் அனுப்பினார். பல அரசர்களை அவர்கள் வென்று ஏராளமான ஐச்வர்யங்களை திரட்டிக் கொண்டு வந்து தருமரிடம் ஒப்படைத்தனர். ஆனால் ஜராசந்தன் மட்டும் ஜயிக்கப்படவில்லை. அப்போது கிருஷ்ணர் உத்தவர் கூறிய உபாயத்தைக் கூறினார்.

ஜராசந்தன் வதம்

கிருஷ்ணன், பீமன், அருச்சுனன் மூவரும் அந்தணர் வேடத்தில் மகத நாடு சென்றனர். ஜராசந்தன் அதிதிகளை உபசரித்துப் பூஜை செய்தான். அப்போதும் அவர்கள் தாங்கள் யாசகர்கள் என்றும், தங்கள் விருப்பத்தைப் பூர்த்தி செய்யுமாறும் வேண்டினர்.

ஜராசந்தன் அவர்களை நம்பமுடியாமல் யோசனை செய்தான். எனினும், அவர்கள் விருப்பத்தைக் கூறுமாறு கேட்டான். அப்போது கிருஷ்ணன் துவந்த யுத்தம் செய்வதையே தாங்கள் யாசிப்பதாகக் கூறினார்.

அவர்கள் யாரென்று புரிந்து கொண்ட ஜராசந்தன் கிருஷ்ணன் கோழை என்றும், அர்ஜுனன் சமமில்லாதவன் என்றும் எனவே பீமசேனனே போர் புரியத் தக்கவன் என்றும் அவன் தாயாராக இருப்பதாயும் கூறினான்.

முதலில் பீமனுக்கும், ஜராசந்தனுக்கும் கதாயுத்தம் நடந்தது. பிறகு துவந்த யுத்தம் ஆரம்பித்தது. இருவரும் சளைக்காமல் போர் செய்வதைக் கண்ட கிருஷ்ணன் ஒரு குச்சியை எடுத்து இரண்டாக பிளந்து முனைகள் மாற்றி எறிந்தார்.

அதைப் புரிந்து கொண்ட பீமன் ஜராசந்தனைக் கீழே தள்ளி ஒரு காலால் அவன் காலை மிதித்து, இரு கைகளாலும் அவனுடைய மற்றொரு காலை உறுதியாகப் பிடித்து வேகமாகக் கிழித்து தலைகால் மாற்றி இரு பக்கங்களில் வீசி எறிய ஜராசந்தன் உயிர் நீத்தான்.

பிறகு, பகவான் சிறையிலிருந்த மன்னர்களை விடுவித்தார். அவர்களுக்கு உணவும் உடையும் அளித்தார். அரசர்கள் துன்பங்களும், சிரமங்களும் நீங்கப் பெற்று பகவானைக் கண்டு மெய்மறந்து துதி செய்தனர். கிருஷ்ணன் அவர்களுக்கு விடை கொடுத்தனுப்பினார். பிறகு ஜராசந்தன் மகன் சகாதேவனுக்கு முடிசூட்டி மகதநாட்டு மன்னன் ஆக்கினார்.

பிறகு பீமார்ச்சுனர்களும், கிருஷ்ண னும் இந்திரப் பிரஸ்தம் அடைந்து யுதிஷ்டிரரிடம் நடந்தவற்றைக் கூறினர்.

யுதிஷ்டிரர் கிருஷ்ணனைப் பூசித்து அவர் அனுமதி பெற்று ராஜசூய யாகத்தைத் தொடங்கினார். வேதியர்கள் யாகத்தை விதிமுறை நழுவாமல் சிரத்தையுடன் நடத்தி வைத்தனர். யாக முடிவில் தர்மர் 'அக்ரபூஜை' செய்வதற்கு உரியவர் யார் என்பது பற்றி ஆலோ சித்தார்.

அப்போது சகாதேவன், ''சாந்த சொரூபியும், பரிபூர்ணரும், பேதமற்ற வருமாகிய ஸ்ரீ கிருஷ்ண பகவானுக்கே அக்ரபூஜையைச் செய்வோம். அதுவே தக்கது; சிறப்புடையது'' என்றான். எல்லோரும் அதனை ஆமோதிக்க கிருஷ்ணனைப் பூஜித்தனர். உயர்ந்த வஸ்திர பரணங்களை அளித்து, பூக்களால் ஆனந்தக் கண்ணீருடன் அர்ச்சனை செய்தனர். அனைவரும் கைகூப்பி ''நமோ நம, நமோ நம'' என்று கோஷித்தனர்.

சிசுபாலன் வதம்

இந்த நிகழ்ச்சிகளைக் கண்ட சிசுபாலன் ஆத்திரமடைந்தான். கிருஷ்ணன் புகழைக் கேட்கச் சகிக்காமல் கொந்தளித்தான். ''இதென்ன அநியாயம்! அறிவில்லாத சிறுவனின் ஆலோ சனையைக் கேட்கும் காலம் வந்து விட்டதே! குணக் கேடனான இடைய னுக்கா அக்ர பூஜை செய்வது! தர்மத்தை அனுஷ்டிக்காத அற்பனுக்கா அக்ர பூஜை'' என்று குமுறினான்.

இந்த பகவத் நிந்தனையை கேட்டவர் வெளியேறினர். உடனே சக்கராயுதத்தைப் பிரயோகித்து சிசுபாலன் சிரத்தைச் சேதித்தார். அப்போது சிசுபாலன் உடலிலிருந்து ஒரு ஒளி எழுந்து பகவானில் சேர்ந்து மறைந்தது.

யாக முடிவு

சிசுபாலன் பகவானிடம் துவேஷத்தை வளர்த்து எப்போதும் பகவான் நினைவாகவே இருந்ததால் பகவத் சொரூபத்தை அடைந்தான். தக்ஷிணை களையும், தானங்களையும் உரியவர் களுக்கு நல்கி, பெரியோர்களுடன் தருமபுத்திரர் கங்காதீரத்தை அடைந்து மங்களமான அவப்ருத ஸ்நானத்தையும் செய்து யாகத்தை முடித்தார்.

சில மாதங்கள் கழித்து கிருஷ்ணன் தன் மனைவி, மக்கள் மந்திர பிரதானி களுடன் துவாரகை புறப்பட்டுச் சென்றார்.

27. உஷை பரிணயம்

கிருஷ்ணனுக்கு பத்தினிகள் மூலம் அனேக புத்திரர்கள் பிறந்தனர். அவர்களுள் ருக்மிணியின் புத்திரன் பிரத்யும்னன் மூத்தவன், பிரத்யும்ன னுடைய பிள்ளை அநிருத்தன். இவன் மகாபலி சக்கரவர்த்தியின் பௌத்திரி யும், பாணாசுரனின் புத்திரியுமான உஷையை மணந்து கொண்டான். இனி உஷா பரிணயம் பற்றிய முழு சரிதத்தையும் முனிவர் கூறலானார்.

27. உஷையின் காதல்

பாணனுக்கு உஷை என்னும் மகள் இருந்தாள். அவளுக்குத் தக்க வயது வந்ததும் ஒரு நாள் அவள் சிவனும் பார்வதியும் கூடி மகிழ்ச்சியுடன் இருப்பதை உளவு பார்த்துவிட்டாள். தானும் அவ்வாறு மகிழ ஆசைப் பட்டாள்.

அதை அறிந்த பார்வதி அவளும் அவள் புருஷனுடன் கூடி மகிழ்வாள் எனக் கூறினாள். அப்போது உஷை தன் கணவராகக் கூடியவன் யார்? எப்போது அந்தச் சுகம் கிடைக்கும்? எனக் கேட்டாள்.

உஷையின் கனவு

அப்போது பார்வதி வைகாசி மாதச் சுக்கிலபக்ஷத் துவாதசியன்று அவள் கனவில் ஒருவன் களிக்கப் போவதாகவும் அவனே அவளுக்குக் கணவனாவான் என்றும் கூறினாள். அதேபோல் ஒரு நாள் ஒரு சுந்தர புருஷனை அவள் கனவில் கண்டாள். கனவிலேயே புலம்ப ஆரம்பித்தாள்.

அப்போது அவளுடைய அன்புத் தோழி சித்திரலேகை ஏன் அப்படிப் புலம்புகிறாள் என்று கேட்டாள். முதலில் வெட்கப்பட்ட உஷை பின்னர் தோழியின் மீதுள்ள நம்பிக்கையின் காரணமாகப் பார்வதி கூறியதையும், அதன்படி தான் கண்ட கனவினையும் விவரித்தாள். மேலும் அவனை அடைவதற்கான உபாயத்தையும் அவளே செய்ய வேண்டும் என்று வேண்டிக் கொண்டாள். சித்திரலேகையும் முயற்சி செய்வதாகக் கூறினாள். ஆனாலும் ஏழு (அ) எட்டு நாட்களாகும் என்றும் அதுவரை பொறுத்திருக்க வேண்டும் என்றாள்.

அனைத்து தேவர், கந்தருவர், அசுரர், மனிதர்களில் வாலிபர்களுடைய ஓவியங்களை வரைந்து உஷையிடம் காண்பித்தாள். இவ்வாறு காட்டுகையில் இராம கிருஷ்ணர்கள், பிரத்தியும்னன் படங்களைக் கண்டு நாணம் கொண்ட உஷை கடைசியில் அநிருத்தன் ஓவியத்தைக் கண்டவுடன் வெட்கமின்றி அவனே தன் கனவில் வந்தவன் என்றும், கலவி மகிழ்ச்சி அளித்தவன் என்றும், அவன் தான் கனவு நாயகன் என்றும் உரைத்தாள்.

அநிருத்தன் கட்டுப்படல்

சித்திரலேகை தனது யோகவித்தை பலத்தால் வான்மூலம் துவாரகை சென்று, அநிருத்தனைத் தூக்கிக் கொண்டு வந்து அந்தப்புரத்தில் சேர்த்திட, உஷை காதல் மிகக் கொண்டு அவனோடு தான் விரும்பிய போகங்களை அனுபவித்து வந்தாள். இதை அறிந்த அந்தப்புர காவலாளர்கள் பாணாசுரனிடம் சென்று கன்னிமாடத்தில் ஓர் அரசகுமாரன் இருப்பதை எடுத்துக் கூறினர்.

இதனால் கோபங்கொண்ட பாணாசுரனுக்கும் அநிருத்தனுக்கும், போர் மூண்டிட அநிருத்தன் வென்றான். அப்போது பாணாசுரன் அமைச்சன் மாயை கொண்டு போர் புரிய ஆலோசனை கூற, அந்த மாயப்போரில் அநிருத்தனைப் பாணாசுரன் நாகாஸ்திரத்தால் கட்டிப் போட்டான்.

பாணனின் வருத்தம்

உஷையின் தந்தை பாணாசுரன் ஒரு சமயம் சிவபெருமானிடம், ''ஆயிரம் கைகள் இருப்பதால் வெறுப்பே உண்டாகிறது. போர் வந்தால்தானே அவற்றால் பயன்? எனவே யுத்தம் வருமா?'' என்று கேட்டான். அதற்குச் சிவபெருமான் ''பாணா! மயில் அடையாளமுள்ள உன் வீரக் கொடி எப்பொழுது முறிந்து விழுகிறதோ, அப்போது போர் ஒன்று எழும்'' என்று கூறினார்.

துவாரகையில் அநிருத்தனைக் காணாமல் யாதவர்கள் எண்ணிக் கொண்டிருந்தபோது, அங்கு வந்த நாரதமுனிவர் சித்திரலேகை என்பவள் தன் யோக சக்தியால் அநிருத்தனை பாணாசுரன் மகள் உஷையிடம் சேர்த்தது முதல் அநிருத்தன் நாகாஸ்திரத்தால் கட்டுப்பட்டிருக்கும் வரையில் விவரமாக எடுத்துரைத்தார்.

'ஸ்ரீ கிருஷ்ணன் கருடாரூடராய் பலராமர், பிரத்தியும்னர் ஆகியோருடன் சோணித புரத்திற்குச் சென்றார். அங்குக் காவலில் இருந்த சிவகணங்கள் எதிர்த்தன. கிருஷ்ணன் பாணபுரத்திற்கு வந்தான். சைவஜ்வரம் கிருஷ்ணனைப் பாதிக்க விஷ்ணு ஜ்வரம் ஓடி ஒளிந்தது. பிறகு கிருஷ்ணர் அக்கினிதேவர் ஐவரையும், அவர்களுடன் வந்த சேனையையும் வென்றிட, பாணாசுரன் கிருஷ்ணனுடன் போர் செய்ய வந்தான். இருவருக்கும் மிகக் கொடிய யுத்தம் நடைபெற்றது.

கிருஷ்ணன் அனுப்பிய அஸ்திரத்தால் சிவன் செயலற்றுப் போனார். அடுத்து முருகனையும் கிருஷ்ணன் தோற்கடித்தார். மேலும் பாணாசுரன் போர் செய்ய அவன் கரங்களைச் சேதிக்க சக்கராயுதத்தைப் பிரயோகித்தார் கிருஷ்ணன். அது பாணாசுரனின் ஆயிரம் கரங்களையும் அறுத்தெறிந்து திரும்பவும் கிருஷ்ணனை அடைந்தது. அப்போது மீண்டும் சக்கரம் ஏவி பாணனைக் கொல்ல நினைக்கையில், பாணனுக்கு உதவியாக இருந்த சிவபெருமான் கண்ணனிடம் வந்து தான் அவனுக்கு அபயம் அளித்திருப்பதால் அவனை மன்னித்தருள வேண்டினார்.

அப்போது கிருஷ்ணன் சிவபெருமானின் வேண்டுகோளை ஏற்று சக்கரப் பிரயோகம் செய்யவில்லை. மேலும் ''சிவன் அபயம் கொடுத்தது, நான் கொடுத்ததேயாகும். உன் விஷயத்தில் நான் அனுக்கிரகம் உடையவன். நான் துவாரகை செல்கிறேன். நீயும் உன் இடம் செல்க'' என்று கூறினார். பிறகு அநிருத்தன் இருக்குமிடம் செல்ல கருடனின் காற்றுப்பட்டதும் நாகபாசம் அகன்றது.

கிருஷ்ணன், அநிருத்தன், உஷையுடன் பிரத்தியும்னனுடன் துவாரகை வந்தடைந்தார். அங்கு தம் தேவியரோடும், புத்திரி பௌத்திரர்களுடன் வாழ்ந்து வந்தார்.

இவ்வாறு பராசரர் மைத்திரேய முனிவரிடம் உஷை பரிணயம் வரலாற்றை எடுத்துரைத்தார்.

28. பவுண்டரன் மரணம் - காசி தகனம்

புண்டரக தேசாதிபதியைச் சிலர் அவர் ஸ்ரீ வாசுதேவ அவதாரம் என்று கூறினர். அவன் தானே வாசுதேவன் என்று கூறிக் கொண்டு விஷ்ணுவின் சின்னங்களான, சங்கு, சக்கர ஆயுதங்கள், வனமாலை ஆகியவற்றை அணிந்து கொண்டான். மேலும் அவன் ஒரு மூடனைக் கிருஷ்ணனிடம் அனுப்பி, தானே உண்மையான வாசுதேவன் என்றும், எனவே கிருஷ்ணன் அவன் சின்னங்களை விட்டு விடுமாறும் கூறி அனுப்பினான்.

அப்போது கிருஷ்ணன் புன்சிரிப்புடன் தூதரிடம் ''நான் அவன் எண்ணத்தை அறிந்து கொண்டேன். அவன் சொன்னபடி செய்கிறேன். எல்லாச் சின்னங்களையும் தரித்து, காசி வந்து இந்தச் சக்கரத்தை அவனிடமே விட்டு விடுகிறேன்'' என்று இரு பொருள்படும்படி கூறி அனுப்பினார்.

பிறகு கண்ணபிரான் கருடாரூடராய் பவுண்டரக வாசுதேவனின் பட்டணம் சென்றார்.

வாசுதேவர் இருவர் போர்

இதையறிந்த காசி மன்னன் பெரும் படையோடு போருக்கு வந்தான். தனது சின்னங்களை அணிந்து வந்த பவுண்டரகனை கிருஷ்ணர் கண்டார். அவன் பவுண்டரகனிடம் சக்கரத்தையும், கதையும் அவனிடமே எறிந்ததாகவும் அவன் அவற்றிற்குப் பாத்திரமாகலாம் என்றும், கருடனை அனுப்புவதாகவும், அவனைக் கொடியில் ஏற்றிக் கொள்ளலாம் என்றும் கூறினான்.

சக்கரம் பொய் வாசுதேவனை அறுத்தது. கதையை முறித்தது. கொடி

விழுந்தது. அப்போது காசி மன்னன் நண்பன் சாரங்கத்தோடு வர, கண்ணன் தன் சாரங்க வில்லை வளைத்து பாண வர்ஷம் பொழிந்து காசிராஜனின் சிரசை அறுத்து அந்தத் தலையை காசி நடுத்தெருவில் விழும்படி எறிந்தார்.

காசி எரிந்தது

அஃதறிந்த மன்னன் மகன் சிவனை ஆராதித்து கிருஷ்ணனை வதை செய்ய ஒரு பூதத்தை சிருஷ்டித்துத் தர வேண்டிட, சிவனருளால் தக்ஷிணாக்கினி யிலிருந்து பூதம் தோன்றியது. அது கிருஷ்ணனைக் கொல்ல துவாரகை ஓடியது.

அதைக் கண்ட கிருஷ்ணன் தனது சக்கராயுதத்தைப் பிரயோகிக்க, அது பூதத்தைத் தொடர்ந்து துரத்த அது காசி நகரையே அடைந்து ஏவினவர்களையும், காசி நகரத்தையும் எரித்து விட்டது.

இவ்வாறு காசி நகரம் தகனமாகியது. சக்கரம் பகவானின் கையில் திரும்ப வந்தடைந்து அலங்கரித்தது.

29. உத்தம நண்பர்கள் கிருஷ்ணரும் குசேலரும்

சுகமுனிவர் கிருஷ்ண, குசேலர் (ஸுதாமா) சரிதம் கூறலானார். குசேலர் விஷய சுகங்களில் பற்றற்றவராய், ஞானியாய், சாந்த சீலராய் விளங்கினார். புலன்களை வென்று, தீவிர வைராக் கியத்துடன், கிடைத்ததைக் கொண்டு திருப்தியுடன் தன் மனைவி 'க்ஷுத்க்ஷாமா' (சுசீலை) மற்றும் இருபத்தேழு குழந்தை களுடன் எளிய, வறிய வாழ்க்கை நடத்தி வந்தார்.

ஒரு நாள் அவர் மனைவி குடும்பத்தின் தரித்திர நிலையைக் குறிப்பிட்டு குசேலரின் பால்ய சினேகிதர் கிருஷ்ணனைத் தரிசித்து திரவிய சகாயம் பெற்று வருமாறு வேண்டினாள். ''சரணமடைந்தவரைக் காத்திடும் அச்சரணாகத வத்சலன் அள்ளித்தரும் அச்சுதன் அல்லவா'' என்றாள்.

அப்போது குசேலர் வெறுங்கையுடன் கிருஷ்ணனிடம் எவ்வாறு செல்வது என்று கூறிட, அவர் மனைவி தான் சேர்த்து வைத்திருந்த சிறிதளவு அவலை மூட்டை கட்டி அவரிடம் கொடுத்தாள்.

மகாபிரபுவான கிருஷ்ணனின் தரிசனம் ஏழை பிராம்மணனாகிய தனக்குக் கிடைக்குமா என்ற ஐயத்துடன் புறப்பட்ட குசேலர் துவாரகையை அடைய காவலர் அவரை அனுமதிக்க வில்லை.

அப்போது ருக்மிணியுடன் கட்டிலில் அமர்ந்துள்ள கிருஷ்ணனைக் கண்டார். வெகுதொலைவில் வரும்போதே குசேலரைக் கண்டுவிட்ட கிருஷ்ணன் தனது பால்ய சிநேகிதன் நலிவுற்றிருந்த குசேலரைக் கண்டு, மகிழ்ச்சியுடன் ஓடோடி வந்து வரவேற்று, தன் மாளிகைக்கு அழைத்துச் சென்று வெகுவாக உபசரித்து, ருக்மிணிக்கும் அவரை அறிமுகம் செய்துவித்தார். பாதபூஜை செய்தார்.

கிருஷ்ணன் குசேலரின் க்ஷேமநலம், குடும்பத்தில் மனைவி மக்கள் பற்றி எல்லாம் விசாரித்து கடைசியில், ''எனக்காக என்ன கொண்டு வந்திருக் கிறாய்?'' என்று வினவ, குசேலர் மௌனமாக இருக்க, கிருஷ்ணன் அவர் மேல் துணியில் இருந்த முடிப்பைக் கண்டு, அதனை அவிழ்த்து அதிலிருந்த அவலை ஒரு பிடி கையில் எடுத்துக் கொண்டு, தனக்கு அவல் என்றால் ரொம்பவும் பிடிக்கும் என்று கூறிக் கொண்டே ஆவலுடன் உட்கொண்டார்.

அவர் இன்னொரு பிடி அவலை உட்கொள்ள ருக்மிணி அதனைத் தடுத்தாள். ''உமது திருப்திக்கு அது போதும்'' என்றாள். கிருஷ்ணன்

குசேலரின் வருகையின் காரணம் அறிந்து ஒரு பிடி உட்கொண்டதன் மூலமே மிகுதியான செல்வத்தைக் குசேலருக்கு அளித்துவிட்டார். இது கிருஷ்ணனுக்கும் ருக்மிணிக்கும் மட்டுமே தெரியும்.

குசேலர் உதவி கேட்கவில்லை, பகவான் அளித்ததை அறியவுமில்லை. இதை நினைத்துக் கொண்டே கிருஷ்ணனிடம் விடை பெற்று வீடு திரும்பினார்.

பகவானுடைய தரிசனம் கிடைத்ததே பெருத்த லாபமென்று எண்ணிக் கொண்டு மட்டற்ற மகிழ்ச்சியுடனும், திருப்தியுடனும் தன் ஊர் அடைந்த அவர் தன் இல்லம் இருக்குமிடம் தெரியாமல் தவித்தார்.

அவர் வீடு சிறந்த மாளிகையாக மாறி சகல வசதிகளுடன் விளங்கியது. இதையெல்லாம் கண்டு வியந்து, பகவான் கருணையை எண்ணி தியானத்தில் இருந்த அவரை ஒரு லக்ஷ்மி போன்ற மங்கை எதிர்கொண்டு அழைக்க அவர் ஒன்றும் புரியாமல் திகைத்தார். தன்னை வரவேற்பவள் தன் மனைவி என்று தெரியவே சிறிது நேரம் ஆயிற்று.

அப்போது அவர் மனதில் எண்ணினார், 'பகவான் பக்தர்கள் அளிப்பது குறைவாயினும், அதனைப் பெரிதாக எண்ணி அவர்களுக்கு நிறைவான செல்வத்தை அளிக்கிறார். அவர் அருளால் எனக்கு எல்லாப் பிறவிகளிலும் அவருடைய நட்பும், அவரிடம் இடையறாத பக்தி, அவர் சேவையில் மனம் லயித்து இருக்கவேண்டும்' என்று எண்ணினார்.

குசேலர் இடைவிடாமல் பகவானைத் தியானம் செய்து, அகங்காரம், மமகாரம் நீக்கி, பற்றற்று, பந்தபாசங்கள் விட்டு சத்புருஷர்களால் அடையப்பெறும் திவ்ய பதத்தை அடைந்தார்.

30. சுருதி கீதை

(ஸ்ரீமத் பாகவதத்தில் ஸ்ரீ நாராயண மகரிஷியால் நாரத முனிவருக்கு உபதேசிக்கப்பட்டது 'சுருதி கீதை.' அது விரிவானது. சிறப்புமிக்கது. எனவே, அதில் ஓர் அம்சமே இங்கு சொல்லப் பட்டிருக்கிறது.)

சுகமுனிவர் கிருஷ்ணர் சுருத தேவர்க்கும், பகுளேச்வரருக்கும் உபதேசித்து அனுக்கிரகம் செய்ததைக் கூறலானார்.

மிதிலா நகரத்தில் வாழ்ந்து வந்த சாந்த சீலரான சுருத தேவர் பற்றற்று, வைராக்கியமுடன், கிருஷ்ண பக்தியில் திளைத்து, கிடைத்ததைக் கொண்டு திருப்தி அடைந்து, நித்ய கர்மானுஷ்டனங்களைச் செய்து கொண்டு ஆனந்தமாக வாழ்ந்து வந்தார்.

அந்நாட்டு அரசனான பகுளேச்வரரும் கிருஷ்ண பக்தராய், பற்றின்றி அரசை ஆண்டு வந்தார். பகுளேச்வரரும், சுருததேவரும் பிரியமான தோழர்கள்.

ஒரு சமயம் அவ்விருவர்க்கும் அருள் புரியவேண்டி கிருஷ்ணன், நாரதர், வாமதேவர், வியாசர், அத்ரி, அருணர் முதலான முனிவர்களுடன் செல்ல, மேற்படி இருவரும் மக்கள் புடைசூழ பூஜா திரவியங்களைக் கைகளில் ஏந்தி மகிழ்ச்சியுடன் வரவேற்று உபசரித்தனர்.

அவர்கள் இருவருக்கும் அனுக்கிரகம் செய்ய எண்ணிய பகவான் இரண்டு உருவங்களை எடுத்துக் கொண்டு அவர்கள் இல்லங்களில் தனித்தனியே பிரவேசித்தனர். தம்முடனேயே பகவான் இருப்பதாக எண்ணி இருவரும் மகிழ்ச்சி உற்றனர்.

அப்போது பகுளேச்வரர் பகவானைத் தனது கிரகத்தில் முனிவர்களுடன் தங்கியிருந்து புனிதப்படுத்துமாறு வேண்டித் துதி செய்தார். பகவானும் மிதிலாபுரி மக்களுக்கு மங்களத்தை

அருளிக்கொண்டு சில காலம் அங்கேயே தங்கியிருந்தார்.

சுருத தேவரும் அதிதிகளை நன்முறையில் உபசரித்துப் போற்றி வணங்கி மெய்மறந்து ஆனந்தத்தில் நர்த்தனம் செய்தார். பகவத் சரணாம்ருதத்தை சிரசில் தரித்து ஆனந்தக்கண்ணீர் பெருக்கினார். அந்த மகான்களின் கூட்டுறவு பெரிய பாக்கியம் என எண்ணிப் பரவசமடைந்தார். அவர் கிருஷ்ணனிடம் கூறினார், ''ஹே! பரமபுருஷா! இணையற்ற மகிமை வாய்ந்த சத்திய சொரூபியாகிய தாங்கள் இந்த உலகைச் சிருஷ்டித்து, திவ்ய அதிதிகளுடன் அனைத்திலும் பிரவேசித்து பரவி இருப்பதைக் கண்டு தரிசித்து ஆனந்தமடைந்தேன். இன்று நேரில் தரிசிக்கும் பாக்கியம் பெற்றேன்'' என்றார். ''தாய் உள்ளம் கொண்ட பக்தர் இதயத்தொளிரும் தாங்கள், நான் என்ன செய்ய வேண்டும் என்பதை உத்தர விடுங்கள்'' என்று கேட்டார்.

அப்போது பகவான் சுருத தேவரிடம் கீழ்க்கண்டவாறு கூறினார் : ''சுருததேவா! உமது பாத தூளிகளால் உலகைத் தூய்மையாக்கிக்கொண்டு என்னுடன் சஞ்சரிக்கும் இந்த முனிசிரேஷ்டர்கள் உனக்கு அனுக்கிரகம் செய்யவே வந்திருக்கின்றனர். சாதுக்கள் தமது பார்வையால், உடனே தூய்மை ஆக்குகிறார்கள். தபஸ்வியாகவும், ஞானியாகவும், திருப்தி கொண்ட அந்தணர்களோ சாலச் சிறந்தவர்கள். அந்தணர்களை ஆதரிப்பவன் என்னையே ஆராதிப்பவனாகிறான். பிரம்மத்தை நிரூபணம் செய்கின்ற உப நிஷத்தார்கள் முறைப்படி அங்கீகரிக்கப்பட்டவர்கள். பிரம்ம வித்தையை அறிந்து சரீர அபிமானத்தை விட்டு மோட்சத்தை அடைகிறார். இது குறித்து ஒரு சமயம் நாரத முனிவர்க்கும், நாராயண மகரிஷிக்கும் நடந்த சம்வாதத்தைக் கூறுகிறேன்'' என்றார்.

''பிரளய காலத்தில் ஜகத் முழுவதையும் சக்திகளுடன் உபசம்ஹாரம் செய்து விட்டு யோக நித்திரையில் ஆழ்ந்திருந்த பரமாத்மாவை பிரளயத்தின் முடிவில் சுருதிகள் பிரம்மத்தின் மகத்வங்களைக் குறிப்பிடுகின்ற வாக்கியங்களால் துதிபாடித் துயில் எழுப்புகின்றன.

சில சமயம் பிரகிருதியுடன் சேர்ந்தும் மற்றும் சில சமயம் தன்னில் தானே ஆழ்ந்திருந்தும் பல லீலைகளைச் செய்கின்ற தங்களையே சுருதிகள் புகழ்ந்து பாடுகின்றன.

சகல யோக மக்களின் பாபங்களை எல்லாம் நீக்கி அருள் செய்கின்ற பிரபு தாங்களே என்பதையும் அறிந்த ஞானிகள் தங்கள் திவ்ய கதாம்ருதக் கடலில் மூழ்கி மூன்றுவிதத் தாபங்களி லிருந்தும் விடுபடுகின்றார்கள்.

அருட்செல்வர்கள் தங்கள் சரண கமலங்களில் ரமிக்கின்ற ஹம்சங்கள் ஆகின்ற ஞானிகள் சத்சங்கத்திலேயே விருப்பமுள்ள அவர்கள் வீட்டைக் கூட துறந்துவிடுகிறார்கள்.

உமது சிருஷ்டியான இந்தப் பிரபஞ்சமும், உமது சத்தால் பரவியுள்ள ஜீவ சொரூபமும் பிரம்மமே. உங்களிடம் பக்தியுள்ள மகனீயர்கள் எல்லோரையும் தூய்மையாக்குகின்றனர். தாமும் மேன்மை அடைகின்றனர்.

பிறப்பற்றவர்களான பிரகிருதி, புருஷன் ஆகிய இருவர்களுக்கும் உற்பத்தி என்பதில்லை. பல நாம ரூபங்களை உடைய ஜீவர்கள் அவற்றை இழந்து பிரளய காலத்தில் உம்மிடத்திலேயே லயத்தை அடைகின்றனர்.

பரம்பொருளை உணரும் முயற்சியில், பிரம்ம நிஷ்டரான குருவின் அருள் மிகவும் அவசியம். மனதை அடக்கி பகவானிடம் செலுத்த சிறந்த குருவை நாடி நல்ல முறையில் உபாசித்து அவர் அருளைப் பெற வேண்டும்.

பகவத் சொரூபிகளாகிய பக்தர்கள் தங்களுடைய நற்செயல்களால் மக்களையும் தீர்த்தங்களையும் பரிசுத்தம் செய்யவே சஞ்சரிக்கின்றனர். தேஜஸ், ஐஸ்வர்யம், சத்தியம், பராக்கிரமம், ஞானம், வைராக்கியம் கொண்டு உம்மை ஆராதிப்பவனுக்கு மோக்ஷ சுகம் கிடைக்கின்றது.

இவ்வாறு ஆகாய வெளியில் சஞ்சரிப்பவர்களும், ஆதிகாலத்தில் தோன்றியவர்களுமான மகாத்மாக்களாகிற சனகாதி முனிவர்களால் சகல வேத, புராண, உபநிஷத்துக்களின் சாரமானது திரட்டி அளிக்கப்பட்டது'' என்று நாரத முனிவருக்கு நாராயண மகரிஷியால் கூறப்பட்டது. இதைக் கேட்டு தேவரிஷி மிக்க திருப்தியும், மகிழ்ச்சியும் அடைந்தவராக நாராயண ரிஷியை வணங்கித் துதித்தார்.

''சகல பிராணிகளின் பிறவிப் பிணியையும் போக்கி அருள் செய்யவே மனதைக் கவருகின்ற மங்கள வடிவங்களைத் தரிக்கின்ற பரிசுத்தமான கீர்த்தியையுடைய ஸ்ரீ கிருஷ்ண பகவானை நமஸ்கரிக்கின்றேன்'' என்று துதித்து வணங்கி நாராயண ரிஷியிடம் விடைபெற்றுக் கொண்டு வியாசர் ஆசிரமத்துக்கும் சென்றார்.

''பரப்பிரமம் குறிப்பிட முடியாத வஸ்துவாகவும், நிர்க்குணமாகவும் இருந்தபோதிலும் வேதங்களால் நிரூபணம் செய்யப்பட்டதென்பதை அறிவாயாக'' என்று கூறி பரபிரம மத்தைத் துதி செய்து தியானிக்கலானார்.

31. நிருகனுக்கு அருள்புரிதல்

நிருகன் இக்ஷ்வாகுவின் மகன். தர்மவான், கொடையாளி. ஒரு சமயம் நிருகன் ஒரு பெரும் யாகம் செய்தான். அப்போது காசியபருக்கு பல பசுக்களைத் தானம் கொடுத்தான். அவற்றை முனிவர் ஓட்டிச் செல்கையில் அவற்றுள் ஒரு பசு தப்பி ஓடிவிட்டது. இது தானம் பெற்றவரோ, கொடுத்தவரோ மற்றவரோ அறியார். அப்பசு நிருகன் பசுக் கூட்டத்தில் கலந்துவிட்டது.

சில நாட்களுக்குப் பிறகு நிருகராஜன் வேறோர் அந்தணனுக்கு சில பசுக்களைத் தானம் செய்தான். அவற்றுள் ஏற்கனவே கச்யபருக்குக் கொடுத்துத் திரும்பி வந்த பசு கலந்திருந்ததை மன்னரோ, அந்தணரோ அறியார்.

அந்தணர் பசுக்களை ஓட்டிக்கொண்டு செல்கையில் காசியபர் அப்பசுக் கூட்டத்தில் தனது பசுக்களிலிருந்து பிரிந்துபோன பசு இருப்பதைக் கண்டு அந்தணனைக் கேட்க, அந்தணர் தனக்கு மன்னன் அளித்த பசுக்கள் அவை என்றார்.

பிறகு காசியபர் நிருகனிடம் சென்று எனக்களித்த பசுவை மறுபடியும் அந்தணர்க்கு எப்படி அளித்தாய் என்று கோபித்தார். அப்போது மன்னன் தனக்குத் தெரியாமல் நேர்ந்த தவறு அது என்றும், தன்னை மன்னிக்க வேண்டும் என்றும் கேட்டுக்கொண்டான். மேலும், அந்தப் பசுவிற்கு ஈடாக ஆயிரம் பசுக்கள் கொடுப்பதாகவும் சொன்னான். ஆனால், காசியபரோ அதே பசுதான் வேண்டும் என்றார்.

பின்னர் பசுக்களைத் தானம்பெற்ற அந்தணரை வேண்ட, அவரும் மறுத்து விட்டார். அப்போது காசியபர் நிருகனை இனி ஓணானைப்போல் நடக்காதே என்று கூறிச் சென்றார்.

நிருகன் மரணமடைந்த பின் யமனிடம் எடுத்துச் செல்லப்பட, இயமன் நிருகன் பல புண்ணியங்கள் செய்திருந்தபோதிலும் அறியாமல் செய்த பாவம் பசுவின் காரணமாக முனிவர் கோபத்திற்கு ஆளானது என்று கூறி ''முதலில் பாப பலனா அல்லது ஸ்வர்க்கபோகமா எதை அனுபவிக்கப் போகிறாய்'' என்று கேட்டார்.

நிருகமகாராஜா சிறிய பாபப் பலனை முதலில் பெறுவதாகக் கூற ஓணானாக மாறி பூமியில் விழுந்தான். பின்னர் துவாபர யுகத்தில் ஸ்ரீ கிருஷ்ணன் தொட, பாப விமோசனம் பெற்று திவ்ய சரீரம் பெற்று சொர்க்கத்தை அடைந்தான் நிருக மகாராஜன்.

32. பலராமன் தீர்த்த யாத்திரை

பலராமன் யமுனை ஆற்றில் தீர்த்த மாடிய பின்னர், அடுத்து கங்கை மாநதி படிந்து யானையைப் போல் நடந்தான். பின்னர் நைமிசாரணியத்தை அடைந் தான். அங்கு வியாசருடைய மாணாக்கர் ரோமஹர்ஷணர் என்ற இயற்பெயரைக் கொண்ட சூதரைக் கொன்றான். புல்லின் நுனியையே ஆயுதமாகக் கொண்டு கொன்றான். இந்த ரோம ஹர்ஷணரே சூதபௌராணிகர் ஆவார்.

இவ்வாறு செய்த பலராமரிடம் நைமிசாரணிய முனிவர்கள் சூதனைக் கொன்றது தருமமல்ல. எனவே, உலக வழக்கப்படி பலராமனைப் ''பன்னி ரண்டு மாதங்கள் புனித நீரை உடைய துறைகளில் நீராட வேண்டும்'' என்று கூறினர்.

இல்வலன் என்றவன் மகன் வற்கலன் நைமிசாரணிய முனிவரைத் துன்புறுத்தி வந்தான். கொடியவனால் எல்லோரையும் வருத்துபவனைக் கொல்ல வேண்டு மென்றதற்கு இணங்கக் கொல்லப் பட்டான். அந்தச் சூதன் மகனே திரும்ப வும் சூதபௌராணிகராய் பிறந்தான்.

பலராமனுக்கு கலப்பையையும், வைஜயந்தி பொற்றாமரை மாலையை யும், பூணையும், கலையையும் அந்தணர் உதவினர்.

பலராமன் கௌசிகியாறு, பூந் துறையை உடைய சரயுநதி, பிரயாகை, கோமதி, கங்கை, சோணிதயாறு ஆகியவற்றில் நீராடி கயையைக் காணுதற்குச் சென்றான்.

திரிவேணி சங்கமத்தில் மூழ்கி பரசுராமனைத் தரிசித்துப் புறப்பட்டான். ஏழுவகைப் பிறவித் தோற்றம் கெட கோதாவரி, பெண்ணையாறு, பம்பா நதிகளில் நீராடி மகேந்திர மலையில் முருகனைக் கண்டு தமிழ்நாட்டை அடைந்தான். பின்னர் திருவேங்கட மலையிலுள்ள திருமாலைத் தரிசித்தான். அடுத்து காஞ்சி, திருவரங்கம் சென்று காவிரியில் நீராடினான். பின்னர், திருமாலிருஞ் சோலையை அடைந்தான். பின்பு மதுரை நகரை அடைந்து வைகையில் நீராடினான். அடுத்துக் கடலில் விளங்கும் சேதுவை அடைந்து நீராடினான்.

பின்னர், பொதியமலை கடந்து தாமிரபரணியாற்றில் நீராடினான். குமரியாற்றிலும் நீராடிவிட்டு துவாரகை வந்தடைந்து கிருஷ்ணனை வணங்கி னான்.

சுகமுனிவர் பரீக்ஷித்திடம் கூறலானார்:

ஒரு சமயம் ராம, கிருஷ்ணர்கள் வசுதேவரை வணங்கி பணிவுடன் நின்றனர். மக்களின் மகிமைகளை மகரிஷிகளின் மூலம் அறிந்த வசுதேவர் அவர்களைப் புகழ்ந்து கொண்டாடினர். ''கிருஷ்ணா, சங்கர்ஷனா நீங்கள் இந்த பிரபஞ்சத்தில் முக்கிய புருஷர்கள். ஜீவனுக்கு மனிதப் பிறவி கிடைப்பதே அரிது. இருந்தும் உம்மைத் தியானம் பண்ணாமல் காலத்தை வீணாகக் கழித்துவிட்டேன். உமது சரணங் களையே தஞ்சமாக அடைகின்றேன். கிருபை கூர்ந்து என்னை ரக்ஷித்து அருள வேண்டும்.''

அப்போது பகவான் வசுதேவரிடம், ''நீங்கள் கூறியவை உண்மையே. இந்த துவாரகாவாசிகள் அனைவரும், இந்தச் சராசரி பிரபஞ்சம் முழுவதும் பரப் பிரம்ம சொரூபம் என அறியவும், ஆத்மா என்பது ஒன்றேதான். அது அழிவற்றது. சுயம் பிரகாசமாக விளங்கும் நித்திய

வஸ்து. குண சம்பந்தமற்றது என்றும் அறிய வேண்டும் என்று கூறினார். அப்போது அங்கு வந்த தேவகி கொல்லப்பட்ட குழந்தைகளை எண்ணி அழுதாள்.

பிறகு கிருஷ்ணனைப் பார்த்து, ''கிருஷ்ணா, பலராமா, நீங்கள் ஆதிபுருஷர்கள் என நானறிவேன். கம்சனால் கொல்லப்பட்ட என்னரும் குழந்தைகளைக் காண விரும்புகிறேன்'' என்றாள்.

பகவான் உடனே தனது யோக சக்தியினால் ஸுதலலோகம் சென்று பலி சக்கரவர்த்தியிடம் இருந்த அக்குழந்தை களை அழைத்து வந்தார். தன் செல்வக் குழந்தைகளைக் தேவகி கண்டவுடனே அவர்களைத் தழுவிக் கொண்டு உச்சிமுகர்ந்து மிக்க இன்படைந்தாள். சிறிது நேரம் கழிந்ததும் அக்குழந்தைகள் எல்லோரையும் வணங்கி அவர்கள் எதிரிலேயே தேவலோகம் சென்றுவிட்ட னர். இதைக்கண்ட தேவகி 'இது கிருஷ்ண னின் மாயையே' என நினைத்து ஆச்சரியத்தினால் பிரமித்து நின்றாள்.

'அழிவற்ற கீர்த்தி வாய்ந்த அம்ருதமய மான அவருடைய திவ்ய சரித்திரமானது பாவங்களையும், தாபங்களையும் போக்கி விடுகிறது. பகவானுடைய கீர்த்தியாகிய தீர்த்தம் கங்கையை விட மேன்மையானது. ஸ்ரீ கிருஷ்ண திவ்ய நாமங்களை உச்சரிப்பவர்களின் சகல பாவங்களும் நசித்து விடுகின்றன.

பகவான் துவாரகையில் வசித்தபோது அனைவரும் பகவானைப் பக்தியுடன் ஆராதித்தனர். அங்கே வசித்துவந்த ஸ்திரீகள் ஸ்ரீ கிருஷ்ணனிடம் தம் உள்ளத்தை அர்ப்பணம் செய்து விஷ்ணு பதத்தை அடைந்தனர்.

அப்பியாச யோகத்தினாலும் மனத்தைத் தன் லக்ஷ்யத்திலேயே நிலைநாட்ட வேண்டும்.

சர்ப்பமானது பிறர் அமைத்த வீட்டில் நுழைந்து ஜன சமூகத்திலிருந்து விலகி தனியாக வசிப்பதைப் போல் யோகி உலகத்தாருடன் சேராமல் ஒளிந்து வாழ வேண்டும்.

தேனீ சேகரிக்கும் தேனை மற்றவர் எடுத்து அனுபவிக்கிறார்கள். அதுபோல் தான் லோபியின் செல்வம் பிறருக்கே பயன்படும். தன் சுகத்திற்கும், பிறர் நலனுக்கும் உபயோகப்படுவது சிறப்புடையது.

சிலந்திப் பூச்சி தன் வாயினால் உண்டாகும் நூலை பரப்பி விளையாடி பின்னர் தானே விழுங்கிவிடும். அது போலவே பகவானும் லீலா மாத்திரமாக இவ்வுலகைப் படைத்து முடிவில் அழித்து விடுகிறார்.

கூட்டில் அடைக்கப்பட்ட புழு குளவியையே எண்ணி, எண்ணி அதன் வடிவையே அடைகின்றது. சரீரம் பிறருடையது என்பதைத் தெரிந்து கொண்டு பற்றுதலை அகற்றி, அகங்கார மற்றவனாக, ஆத்ம சொரூபத்தில் நிலைபெற்ற மனத்துடன் இவ்வுலகில் சஞ்சரிப்பாள்.

இவ்வாறு இருபத்து நான்கு ஆசாரியர் களை ஆகிரயித்து அவதூதர் கற்றது பற்றி, தத்தாத்ரியேருடன் அளித்த உபதேசங்களை கேட்ட யது மகாராஜன் பற்றற்ற சித்தமுடையவராக வாழ்ந்து வந்தார்'' என்று பகவான் உத்தவ சுவாமிக்குச் சொன்னார்.

33. உத்தவர் ஐயம் தெளிதல்

ஸ்ரீ கிருஷ்ண பகவான் மேலும் கூறினார்,

''மோக்ஷத்தில் விருப்பமுள்ளவர்கள் காம்ய கர்மங்களை விடவேண்டும். என்னிடம் பக்தி உள்ளவன் காம்ய கர்மங்களை விட வேண்டும். ஞான மார்க்கத்தில் விருப்பமுடையவர்கள் நித்திய கர்ம விதிகளையும் ஆதரிக்க

வேண்டிய அவசியமில்லை. என் பக்தன் நியமங்களை இடைவிடாமல் செய்ய வேண்டும். நியமங்களைக் கூடிய மட்டும் செய்ய வேண்டும். திறமை, நிதானம், அன்புள்ளம் உடையவனாக இருக்க வேண்டும். சத்விஷயங்களை அறிந்து கொள்வதில் ஆர்வமுள்ளவனாகவும், பிறர் நலனைக் கோருகின்றவனாகவும் இருக்க வேண்டும். சாந்த குணமுள்ள குருவை என் வடிவமாகவே நினைத்து உபாசனை செய்ய வேண்டும். மனிதன் சுதந்திரம் அற்றவன். துன்பம் நீக்கி, சுகம் பெறும் உபாயத்தை அறிந்த ஜீவனால் மரணத்தை வெல்ல முடியும். குணங்களின் சம்பந்தங்கள் இருக்கும் வரையில் மனிதன் துன்பத்திற்கு ஆளாகி மோகத்தில் உழல்கிறான்.''

அப்போது உத்தவர், ''ஒரே மனிதன் எப்படி நித்ய பக்தனாகவும், நித்ய முக்தனாகவும் இருக்க முடியும்? குணசம்பந்தம் உள்ள சரீரத்தை உடைய புருஷன் சுகதுக்கங்கள் இல்லாமல் எப்படி இருக்க முடியும்'' எனக் கேட்டார்.

அப்போது பகவான், ''குணங்கள் எனது மாயையின் மூலமே. ஆகையால் அதற்கு பந்தமோ, மோக்ஷமோ இல்லை. சோக, மோக, சுக துக்கங்களும், இச்சரீரமும் மாயையால் ஆனவையே ஆகும். ஆத்ம விஷயத்தில் உண்டாகிய மயக்கத்தை, எங்கும் நிறைந்த என்னிடம் நிர்மலமான மனத்தை அர்ப்பணம் செய்து சாந்தியைப் பெற வேண்டும். அவ்விதச் சக்தி அற்றவன் செயல்களைப் பற்று இன்றி செய்து அவற்றை எனக்கே சமர்ப்பணம் செய்ய வேண்டும். சாதுக்களுடைய உதவியால் எனது திவ்ய பதத்தைச் சுலபமாக அடைகின்றான். பலி, சுக்ரீவன், விபீஷணன், ஜாம்பவான், ஜடாயு, கஜேந்திரன், யஜ்ஞ பத்தினிகள், கோபியர் ஆகியோர் நன்மை அடைந்தது சாது சங்கத்தினாலேயே ஆகும்.

எனவே, நீயும் சர்வாத்ம சொரூபியாகிய என்னையே சர்வஹித பாவத்துடன் சரணடைவாயாக. அதனால் சகல பயமும் நீங்கி க்ஷேமத்தை அடைவாய். தனது சுத்தாத்ம சொரூபமே பரமாத்ம சொரூபம் என உணர்ந்து, வைராக்கியத்தைக் கடைபிடித்து தூரீயத்தில் நிலைபெற்று அபிமானத்தை விட்டுவிட வேண்டும்.

கர்ம வசத்தால் உண்டான இச்சரீரம் காலத்தை எதிர்பார்த்துக் கொண்டிருக்கிறது என நினைக்கும் யோகி சமாதி யோகத்திலே நிலைபெற்று ஆத்ம சாக்ஷாத்காரத்தை அடைந்து ஆனந்தத்தைப் பெறுகிறான்.

என்னிடம் மனதை அர்ப்பணித்த பக்தனுக்கு ஒரு பிரம்ம பதவி, இந்திர பதவி, அணிமா சித்திகள், மோக்ஷம் கூட ஒரு பொருட்டல்ல.

பற்றற்று, விரோதம் இன்றி சாந்தனாக எல்லாவற்றையும் சமமாகப் பார்க்கின்றவனுடைய பாத தூளியை நான் அணிகின்றேன். பக்தி யோகத்தால் ஆத்மா கர்ம வாசனைகள் நீங்கி உண்மை சொரூபத்தை அடைகின்றது.''

''கிருஷ்ணா, முக்தி கோருபவன் உம்மை, எப்படி, எந்த வடிவில் தியானிக்க வேண்டும்! அந்தத் தியான முறை பற்றி அறிய விரும்புகிறேன்'' என்று உத்தவர் கேட்டார்.

''உத்தவ! சமமான ஆசனத்தில் நிமிர்ந்து அமர்ந்து, கைகளை மடிமீது வைத்து, புருவ மத்தியில் பார்வையை நிலைநாட்டி, பூரக, கும்பக, ரேசகங்களால் பிராணனுடைய வழியைத் தூய்மைப் படுத்தி, இந்திரியங்களை வெற்றிகொண்டவனாக இருக்க வேண்டும். பிரணவ நாதத்தை பிராண சக்தியின் மூலம் மேலே கொண்டு சென்று அங்கு நிலைநாட்ட வேண்டும். இவ்வாறு மூன்று வேளைகளும் பிரணவ

ஜபத்துடன் பிராணாயமத்தைப் பத்து முறை செய்துவந்தால் ஒரு மாத காலத்தில் மனம் அடங்கும். அப்போது எட்டு இதழ்களும், கர்ணிகையும் கொண்ட இதயத் தாமரையை மேல்போர்த்தி மலர்ந்துள்ளதாக எண்ணி, அங்கே சூரியன், சந்திரன், அக்கினி ஆகியவற்றை முறையே தியானித்து அக்னி நடுவில் தியானத்தால் உகந்ததான எனது திவ்ய மங்கள வடிவத்தை ஸ்மரிக்க வேண்டும்.

சியாமள நிற மேனியில் பீதாம்பரம் தரித்து, சதுர்புஜங்களில் சங்கு, சக்கர, கதா, பத்மங்களுடன் விளங்குவதும், மகர குண்டலங்களுடன், மங்களமான சாந்தமான, பரிசுத்தமான, புன்னகை தவழும் சர்வாங்க சுந்தரமாக மனதிற்கினிமையான எனது திவ்ய ரூபத்தை, எனது எல்லா அவயவங்களிலும் தனித் தனியே நிறுத்தி தியானிக்க வேண்டும். முடிவில் புன்சிரிப்புடன் கூடிய முக மண்டலத்தில் தியானிக்க வேண்டும். சித்தத்தை வேறு எதிலும் செலுத்தக் கூடாது.

தீவிரமான தியான யோகத்தினால் ஆத்மாவிடம் ஒன்றிப் போய்விட்ட யோகிக்கு காணப்படும் பொருள், காண்பவன் அறிவு (உணர்வு) என்ற வேற்றுமை மயக்கம் முழுவதும் விரைவில் அற்றுப்போய்விடும்'' என்றார் பகவான்.

அடுத்து, உத்தவரிடம் முன்பு குரு க்ஷேத்திரத்தில் அர்ச்சுனனுக்கு கூறின விஷயங்களையே கூற ஆரம்பித்து விளக்கினார். ''எல்லா உயிரினங்களுக்கும் நானே ஆத்மா. எல்லாப் பொருள்களிலும் ஊடுருவி இருப்பவனும் நானே. இவ்வுலகை ஆக்கிக், காத்து, அழிப்பவனும் நானே. காலம், குணங்கள், புண்ணிய ஹிரண்யகர்ப்பனாக இருப்பவன் நானே. நாரதர், பிருகு, மனு, காமதேனு ஆகியவை எம் அம்சங்களே. எனது விபூதிகள் அல்லது மகிமைகளை கணக்கிட முடியாது'' என்றார்.

அவமானமும் வைராக்கியமும்: ஒரு கதை

பின்னர், ''கொடூரமான சொற்களால் கலக்கமடைந்த மனத்தை ஒருவராலும் சமாதானம் செய்ய முடியாது'' என்று கூறிய பகவான், அது விஷயமாக ஒரு கதையைக் கூறினார்.

''அவந்தி நாட்டில் ஒரு வேதியன் இருந்தான். அவன் தனவான். எனினும் கருமி, காமி. இதனால் அவனை அவன் மனைவி, உற்றார், உறவினர் அனைவரும் வெறுத்தனர். அறமும் அன்பும் இல்லாத அவன் மீது பஞ்சயக்ஞ தேவதைகளும் கோபம் கொண்டதால் அவன் செல்வம், தர்மம், இன்பம் அனைத்தும் இழந்து ஏழையானான். அவனை எல்லோரும் அவமதித்து அலக்ஷ்யம் செய்தனர். அவனால் அவற்றைச் சகித்துக்கொள்ள முடியாமல் கண்ணீர் சிந்தினான். அப்போது அவனுக்குத் தீவிரமான வைராக்கியம் உண்டாயிற்று.

லோபிக்குச் சுகமில்லை. பணத்தாலேயே எல்லா ஆனந்தங்களும் உண்டாகின்றன. எனவே, பணத்தாசை கூடாது. செல்வமிருந்தும் அதனை உற்றார், உறவினர், ரிஷிகள், தேவர்கள் என்ற உரிமை உடையவர்களை ஆராதிக்கவில்லை. அதனாலே தற்போதைய நிலை ஏற்பட்டுள்ளது. கருணையுள்ள பகவானால் இப்போது வைராக்கியம் ஏற்பட்டுள்ளது. இனி நற்செல்வங்கள் செய்து, உடலை வாட்டி, தவவாழ்வை மேற்கொள்ளுவேன் என்று நிச்சயித்து அகங்காரம் அகற்றி, சாந்தனாகி துறவறத்தை மேற்கொண்டார்.

அழுக்கான உடல், கந்தல் துணியுடன் காட்சி அளித்த அத்துறவியை அனைவரும் பரிகசித்தனர். கைகொட்டி நகைத்தனர். அடித்து நிந்தித்தனர்.

ஆனால், அத்துறவி கோபமோ, வருத்தமோ இன்றிப் பொறுமையுடன்

இருந்தான். மனதை அடக்கியவனே வெற்றி கண்டவன். பிரகிருதிக்கு அப்பாற்பட்ட ஆத்மாவுக்கு எதனாலும், எப்போதும் எவ்விதமாகவும் சுக துக்கங்கள் உண்டாவதில்லை. இதை அறிந்த விவேகி யாரிடமும் அகங் கொள்ள மாட்டான். 'இனி நான் பரமாத்ம நிஷ்டையைப் பெற்று ஸ்ரீமுகுந்தனின் சரண சேவையினா லேயே சம்சாரத்தைக் கடக்கப் போகிறேன்' என்று நிச்சயித்த அத்துறவி வைராக்கியத்துடன் உலகில் சஞ்சரித் தான். நண்பன், விரோதி என்பதும், சம்ஸாரத் தொல்லையும் அஞ்ஞானத்தின் விளைவு என அறிந்தான்.

முக்குணங்கள்

முக்குணங்கள் ஆவன ஸத்வ குணம், ரஜோ குணம், தமோ குணம் ஆகும் என்றும் அவற்றின் தன்மைகளையும் பகவான் உத்தவருக்குக் கூறினார். ''பரிசுத்த சத்வகுணமே என்னை அறியக்கூடியது. ஆத்மாவை அறிய வேண்டுமென்ற ஆவல் சாத்வீகம், செயல்களினால் ஆசை ரஜோகுணம், அதர்மத்தில் விருப்பம் தாமசம். என்னைச் சேவிப்பதில் சிரத்தை நிர்க் குணம். எனவே சித்தத்தில் தோன்றுகின்ற இந்த குணங்களை வெற்றிகொண்டு என்னை யோகத்தால், சிரத்தை கொண்டு உபாசித்துத் தியானிப்பவனே என்னை அடையத் தகுதி உடையவனாவான்.''

உத்தவர், ''அச்சுதா 'ஞானயோகம்' அனுஷ்டிக்க முடியாதவன் என்ன செய்ய வேண்டும்?'' என்று கேட்க, பகவான், ''மனத்தை என்னிடம் அர்ப்பணித்து எல்லாச் செயல்களையும் எனக்காகவே செய்ய வேண்டும். எனது பக்தர்களின் செயல்களைப் பின்பற்ற வேண்டும். ஆகாயம் போல உள்ளும் வெளியும் எங்கும் வியாபித்துள்ள ஆத்மாவாகிய என்னையே எல்லாப் பொருள்களிலும் தன்னிடத்திலும் தெளிந்த மனத்துடன் பார்க்க வேண்டும்.''

இந்தப் பரிசுத்தமான உபதேசங்களை ஒவ்வொரு நாளும் உரக்கப் படிக்கின்ற வன் ஞானமாகிற தீபஒளியில் என்னைத் தரிசித்துப் பரிசுத்தமடைவான். அமைதி யாக இருந்து சிரத்தையுடன் கேட்கும் பக்தனுக்குக் கர்ம பந்தங்கள் விலகி விடும்.

ஞானத்தை நாடுகின்றவன் இதை அறிந்துகொண்டால் வேறு எதையுமே அறிய வேண்டியதில்லை. எவன் என்னி டமே தனது ஆத்மாவைச் சமர்ப்பணம் செய்கின்றானோ அப்போதே அவன் எனது அன்புக்குரியவனாகிறான். அவனே எனது சொரூபத்தை அடையத் தகுதி உள்ளவனாகிறான்'' என்ற பகவா னுடைய இனிய வசனங்களைக் கேட்ட உத்தவர், அன்பினால் குரல் தழுதழுக்கப் பேச முடியாமல் மௌனத்துடன் கைகூப்பி நின்றார்.

34. பகவான் கட்டளை

உத்தவர் கிருஷ்ணனைப் பார்த்து, ''இந்தச் சிறப்புக் காரியம் நிறைவேறும் பொருட்டு உற்றார் உறவினர்களிடம் உறுதியான பாசத்தை நீரே உமது மாயையால் உண்டாக்கினீர். இப்போது ஆத்ம ஞானமாகிய சுத்தியினால் அதை நீரே துண்டித்துவிட்டீர்.

ஹே! கிருஷ்ணா! உமது சரணார விந்தங்களில் நீங்காத பக்தி ஏற்பட அருள்புரிவீராக! சரணாகதனாக எனக்கு எதைச் செய்ய வேண்டுமோ அதைக் கட்டளையிடுங்கள்'' என்று வேண்ட, பகவான் சொன்னார்,

''உத்தவ! நீ உடனே பதரிகாசிரமம் சென்று, பாததீர்த்தமாகிய கங்கையில் நீராடி, ஆசமனம் செய்து பரிசுத்தமடை வாயாக. அலகநந்தா நதியைத் தரிசிப்ப தாலேயே சகல பாவங்களும் நீங்கி விடும். பிறகு மரவுரி தரித்து, சுகத்தில் ஆசையின்றி, கிடைத்ததை உண்டு, வெப்பதட்சம் சகித்து, இந்திரியங்களை

வென்று, ஒழுக்கத்துடன், ஞான விஞ்ஞான அறிவுடன், சாந்தனாக இருந்து, மனதை அடக்கி, திரிகரணங் களையும் என் மீதே வைத்து, பாகவத தர்மத்தில் நிலைபெற்று, முக்குண வழிகளையும் கடந்து என்னையே வந்தடைவாயாக'' எனக் கட்டளை யிட்டார்.

உடனே உத்தவர் புறப்படும் சமயத்தில் மனம் கசிந்துருகி பகவானை மும்முறை வலம் வந்து அவரது பாதங் களில் தலையை வைத்து கண்ணீரால் நனைத்தார். அப்போது பகவான் அவருக்குத் தனது பாதுகைகளை அன்புடன் அளித்தார். அவற்றைச் சிரசில் தாங்கிக்கொண்டு மீண்டும் மீண்டும் வணங்கி புறப்பட்டுச் சென்றார். பிறகு பதரிகாசிரமம் சென்று, ஸ்ரீ கிருஷ்ணனை இதய பீடத்தில் நிலைபெறச் செய்து தியானித்து அவருடைய உபதேசங்களை அனுஷ்டித்துத் தவம் செய்து லோக பந்துவாகிய ஸ்ரீ ஹரியினுடைய உத்தம பதத்தை அடைந்தார்.

''யோகீஸ்வரர்களால் சேவிக்கப்படும் சரணங்களை உடைய ஸ்ரீ கிருஷ்ணனால் உத்தவருக்கு உபதேசிக்கப்பட்ட பகவத் பக்தி மார்க்கம் என்ற இந்த ஞானானந்த மார்க்கத்தை ஒருவன் சிரத்தையுடன் சிறிதளவு உட்கொண்டாலும் முக்தியை அடைந்து இவ்வுலக மக்களையும் விடுவிக்கின்றான்'' என்று சுகமுனிவர் கூறி மனம் உருகிப் பகவான் கிருஷ்ணனைத் துதி செய்தார்.

வேதங்களை வெளியிட்ட பகவான், சம்சார பயத்தைப் போக்கிட, தேனைச் சேகரிக்கும் வண்டு போல, வேத சார மான ஞான, விஞ்ஞான அமிர்தத்தைத் திரட்டித் தனது பக்தர்களுக்குப் புகட்டினார். அந்த மகிமை பொருந்திய ஆதி புருஷராகிய கிருஷ்ணன் என்ற பெயருள்ள புருஷோத்தமனை நான் வணங்குகிறேன்'' என்று கூறி வணங்கி னார் சுக முனிவர்.

35. இரும்புலக்கை தோற்றம்

பகவான் பிராம்மண சாபத்தைக் காரணமாகக் காட்டி, யாதவர் குலத்தை அழிக்க எண்ணினான். பகவான், விசுவா மித்திரர், பிருகு, அஸிதர், துர்வாசர் முதலிய முனிவர்களைப் பிண்டாசாக க்ஷேத்திரத்திற்குச் சென்று வசிக்குமாறு கட்டளையிட்டார். அதன்படி அவர்கள் அங்கு சென்றடைந்து வசிக்கலாயினர்.

ஒரு சமயம் யாதவச் சிறுவர்கள் ஜாம்பவதியின் குமாரன் சாம்பவனுக்கு பெண் வேஷம் போட்டு மகரிஷிகளிடம் சென்று ''இவளுக்கு ஆண் குழந்தை பிறக்குமா? அல்லது பெண் குழந்தையா?'' என்று பணிவுடன் – ஆனால் விளையாட்டாக கேட்க, கோபம் கொண்ட முனிவர்கள் அவர்கள் குலத்தை நாசமாக்கும் உலக்கை பிறக்கும்'' என்று கூறினர்.

அவ்வாறே சாம்பன் வயிற்றில் ஓர் உலக்கைத் தோன்றிட, அவர்கள் உக்கிரசேன மன்னரிடம் சென்று நிகழ்ந்ததை எல்லாம் கூறினர். உக்கிர சேனர் அவர்களிடம் அதனைப் பொடி செய்து கடலில் போட்டுவிடும்படி கூறிட, அவர்களும் அவ்வாறே செய்தனர். மீதி இருந்த துண்டுகளையும் கடலுக்குள் வீசினர்.

இரும்புத் துண்டுகளை விழுங்கிய மீன் வலையில் சிக்கியது. அதனை அறுத்த வலைஞன் இரும்புத்துண்டை எடுத்து ஒரு வேடனிடம் கொடுக்க, வேடன் அதனைத் தனது அம்பின் நுனியில் பொருத்தி வைத்தான்.

காலச் சொரூபியாகிய பகவான் பிரம்மனின் சாபத்தை மாற்றியமைக்க சக்தியுள்ளவர் என்றாலும் அதை அவர் மாற்ற விரும்பவில்லை.

இது இப்படி இருக்க, ஒரு சமயம் ஸ்ரீ கிருஷ்ணனை உபாசிக்க விரும்பிய நாரத முனிவர் அவருடன் துவாரகையிலேயே

வசித்து வந்தார். அப்போது ஒரு நாள் வசுதேவர் நாரதரிடம், 'வீடு உறு திறலை'க் கூறி அருளுமாறு கேட்டார். அப்போது நாரதர் கீழ்க்கண்டவாறு கூறலுற்றார்,

''திருமாலிடம் அன்பு செலுத்தி அவனுடைய திருவடிகளை வணங்கு பவர் பாகவதர் ஆவர். ''சர்வம் விஷ்ணு மயம் ஜகத்'' என்றவாறு சாராம்சம் யாவும் அவனே என்ற உள்ளம் படைத்த வன் உத்தம பாகவதர். துளவோன் விதிவுற்ற உருக்களில் மாத்திரம் உறைகின்றான் என்று தொழுபவர் பிராகிருதர்.

இல்லறத்தில் ஈடுபட்டிருப்பவனும் 'யான்' 'எனது' எனும் பற்றற்ற நிலையில் இருப்பவர்களும் உத்தம பாகவதர்களே. அவர்கள் பிரம்மத்துடன் வேறுபாட்டை அடையமாட்டார். உலகுண்ட முதல்வனையே அன்பினால் தொழுது தூய தொழில்புரிவோர் ஒரு பழுதுமின்றி பயன்பெறுவார். திருமால் எங்கும் எதிலும் விராட்சொரூபனாகி, முத்தொழில் புரிகிறான்.

36. தன்னுடைச் சோதிக்கு எழுந்தருளல்

உத்தவர் வனம் சென்ற பிறகு துவாரகையில் நடந்தவற்றைச் சுக முனிவர் பரீக்ஷித்துக்குக் கூறினார்.

அதன் பிறகு பகவான் துவாரகையில் தோன்றிய அபசகுனங்களைக் கண்டு சபையோரைப் பார்த்து, ''யது சிரேஷ்டர்களே! இந்த அபசகுனங்கள் மரண பயத்தைக் காட்டுகின்றன. இனி நாம் இங்கு இருக்கக் கூடாது. பெண்டிர், முதியோர், குழந்தைகள் உடனே 'சங்கத்வாரம்' செல்லட்டும். இப்போதே அந்த பிரபாச க்ஷேத்திரத்திற்குப் புறப்படலாம். அங்கு சென்று தேவதை களை ஆராதிப்பதால் துன்பங்கள் நீங்கி நலம் ஏற்படும். நாம் நீங்கியவுடன் துவாரகையைச் சமுத்திரம் கொள்ளும். ஆனால், நம் திருமாளிகை மட்டும் மூழ்காது. அதில் நாம், அடியாருக்கு நன்மை புரிய சாந்நித்யமாக இருப் போம்'' என்றார். எல்லோரும் உடனே புறப்பட்டு பிரபாசதீர்த்தத்தை அடைந்த னர்.

ஒரு நாள் யாதவர்கள் தெய்வ கதியால் விசேஷமாக மது உண்டு அந்த மது வெறியால் அறிவிழந்து ஒருவரை ஒருவர் தாக்கிக் கலகம் செய்தனர். அந்தக் கலகம் ஆயுதப் போராகவும் மாறியது. ஆயுதங்கள் அழிந்துவிட கடற்கரையில் முளைத்திருந்த கோரைப் புற்களைப் பிடுங்கி ஒருவரை ஒருவர் தாக்கினர்.

இவ்வாறு தாக்குதலில் ஈடுபட்ட வரைப் பகவான் தடுத்தபோதிலும் அவர்கள் பகவானையே தாக்க முற் பட்டனர். எனவே கண்ணனும் ஒரு பிடி கோரைப் புற்களைப் பிடுங்கிக்கொண்டு இரும்பு உலக்கை போன்ற அத னாலேயே அனைவரையும் சங்கரிக்க யாதவர்கள் குலநாசம் அடைந்தனர்.

கண்ணனது திருத்தேர், சாரதியான தாருகன் பார்த்துக் கொண்டிருந்தபோதே குதிரைகளால் சமுத்திரத்தின் நடுவே இழுத்துச் செல்லப்பட்டது. அவ்வாறே பகவானின் சங்கு, சக்கர, கட்க, கதை, சாரங்கம் என்னும் பஞ்சாயுதங்களும் கண்ணனை வலம்வந்து சூர்ய மார்க்கமாய் போய்விட்டன.

மீதி இருந்த மூவர் ஸ்ரீகிருஷ்ணன், தாருகன், பலராமன் மட்டும். ஒரு மரத்தடியில் அமர்ந்திருந்த பலராமனின் திருமுகத்திலிருந்து ஒரு சர்ப்பம் ஒளியுடன் புறப்பட்டது. அந்த நாகம் நாகர்கள் துதி செய்ய, சமுத்திர ராஜன் வரவேற்க நீரில் புகுந்துவிட்டது.

அப்போது ஸ்ரீ கிருஷ்ணன் தாருகனைப் பார்த்து தலைநகரம் சென்று யாதவர்கள் அழிந்ததையும், பல தேவர் தன்னைச் சோதிக்கு எழுந்தருளியதையும்

வசுதேவர், உக்கிரசேனரிடம் சொல்லும் படிப் பணிந்து அனுப்பினார். மேலும் தானும் யோக நிஷ்டையில் உயிர்விடப் போவதையும், துவாரகையும் கடலில் மூழ்கடிக்கப் போகிறதென்றும், அனை வரும் அருச்சுனன் வந்ததும் அவனுடன் போகவேண்டும். யாரும் துவாரகையில் இருக்க வேண்டாம் என்றும் சொல்லச் சொன்னார். அப்படியே அஸ்தினா புரத்திலிருந்து அருச்சுனனை அழைத்து வந்து அனைவரையும் காப்பாற்றச் சொல்லி நீயும் உடன் செல்வாயாக என்றார். எஞ்சிய யாதவர்க்கு வஜ்ரனை அரசனாக முடிசூட்டுமாறு கூறினார். அவ்வாறே தாருகன் செய்து முடித்தான்.

பின்னர் ஸ்ரீ கிருஷ்ண பகவான் வசுதேவ ஸ்வரூபமான பிரமம் தான்தான் என்று சகல பிரபஞ்ச அதீதமான தன் சொரூபத்தில் நின்று அங்கே அரச மரத்தினடியில் மௌனியாக அமர்ந் திருந்தார்.

துர்வாசர் முதலிய முனிவர்களின் கூற்றுப்படி ஒரு முழந்தாளின் மீது மற்றொரு திருவடியை வைத்து யோக நித்திரையிலாழ்ந்தார். அப்போது கடலி லிருந்து கிடைத்த உலக்கையின் துண்டை தன் அம்புக்கு முன்னாக வைத்துக் கொண்டிருந்த வேடன் அங்கே வந்தவன் எம்பெருமானின் திருவடியை ஒரு மிருகமாக எண்ணி திருத்தாளின் அடிப்புறத்தில் எய்ய, அங்கு நான்கு புஜங்களுடன் பிரகாசமாய் தோன்றிய ஒரு புருஷனைக் கண்டான்.

உடனே அவரருகில் ஓடோடிவந்து தண்டம் சமர்ப்பித்து அறியாமல் செய்த பிழையை மன்னித்தருள பிரார்த்தித்தான். அதைக் கேட்டு பகவான் அவனை அஞ்சேல் என்று கூறி யாவும் தன் விருப்பப்படியே நடந்தது என்றும், அதனால் அவனுக்குப் பாதகம் எதுவும் ஏற்படாது என்றும், அவன் அப்போதே புண்யலோகம் செல்வான் என்றும் அருளினார்.

பிறகு கண்ணபிரான் அவ்யயமாயும், அசிந்த்யமாயும், வாசுதேவ ஸ்வரூப மாயும், மலமற்றதாயும், பிறப்பிறப்பு இல்லாத தாயும், அழைத்தற்கரியதாயும், ஸர்வாத்மகமாயும், இருக்கிற தன்னிடத் திலேயே தன் மனத்தைச் செலுத்தி, முக்குண கதியைக் கடந்து அன்றுவரை கொண்டிருந்த மனுஷ்ய சரீரத்தை விட்டருளினார்.

அருச்சுனன் ஸ்ரீ கிருஷ்ண, பலராமர் களுடைய திருமேனிகளைத் தேடி எடுத்து ஈமக்கிரியைகளைச் செய்தான். ருக்மிணியும் மற்ற பட்ட மகிஷிகளும் அக்கினிப் பிரவேசம் செய்தனர். பலராமர் திருமேனியுடன் ரேவதியும் தீக்குளித்தாள்.

இஃதறிந்த தேவகி, வசுதேவர், ரோகிணி ஆகியோரும் தீக்குளித்தனர். யாவருக்கும் நீத்தார் கடன்களை ஆற்றி அருச்சுனன் துவாரகை சென்று வச்சிரனை யும், மற்றும் கிருஷ்ணதேவிமார்களை யும் அழைத்துக் கொண்டு பிறகு வந்து சேர்ந்தான்.

பகவானுக்குப் பிறகு அவரது சுதர்மை என்ற தேவசபையும், பாரிஜாதகத்தருவும் தேவலோகம் போய்ச் சேர்ந்தன. கிருஷ்ணன் மறைந்தவுடன் கலி புகுந்தான்.

துவாரகை கடலில் மூழ்கியது. பகவானின் திருமாளிகை தவிர மற்ற அனைத்தும் மூழ்கின. துவாரகை ஒரு புண்ணிய தலம். அதன் தரிசனமே சகல பாவங்களையும் நாசமாக்கும்.

அருச்சுனன் துவாரகாவாசிகளைப் பஞ்சநதம் என்ற நாட்டில் தங்க வைத்திருந்தான். அருச்சுனன் தனியனாய் ஆயிரம் பெண்டிர்களை அழைத்துக் கொண்டு போவதைக் கண்ட திருடர்கள் பொருள்களையும், பெண்களையும் கவர்ந்து சென்றனர். அருச்சுனன் தனது காண்டீபத்தை வைத்து நாண் பூட்ட முயற்சி செய்து அது பலிக்கவில்லை.

அருச்சுனனால் போரில் ஒன்றும் செய்ய முடியவில்லை. அக்கினி பகவான் அஸ்திரத்திலிருந்த அக்ஷய தூணிரங்கள் காலி ஆயின. சகலவித இடையூறுகளும் அவனுக்கு நேர்ந்தன.

அப்போது அவன், ''ஸ்ரீ கிருஷ்ணன் தன் சக்தியைக் கொண்டுபோய் விட்டாரே. முன்பு வெற்றிகள் குவித்த அதே கைகள், அதே இடம், அதே அருச்சுனன்... புண்ணிய சொரூபியாகிய பகவான் கிருஷ்ணன் இல்லாமல் எல்லாம் வீணே. தெய்வமே வலியது'' என்று வருந்தினான்.

பின்னர் ஸ்ரீ வேத வியாசரை வழியில் கண்டு தரிசிக்க, அவர் அவனது அவல நிலைக்கான காரணம் கேட்க, அருச்சுனன் நிகழ்வுகள் பற்றிக் கூறினான். மேலும் ''எனது பலம், தேஜஸ், வீரியம், பராக்கிரமம், சம்பத்து அனைத்துமாக இருந்த பகவான் எங்களை விட்டுவிட்டு மறைந்துபோனார். அடியேன் தனியனாய் ஒளியிழந்து காணப்படுகிறேன். இருந்தும் நான் இன்னும் உயிருடன் இருப்பதே வியப்பாக உள்ளது'' என்று பரிதாபமாகக் கூறி வருத்தமுற்றான்.

வியாசர் அவனுக்கு ஆறுதல் கூறினார். சகல பூதங்களுக்கும் இப்படிப்பட்ட காலகதி ஏற்படும். காலமே தோற்றத்துக்கும் அழிவுக்கும் காரணம். எல்லாம் காலத்திற்குள் ஆதீனப்பட்டவை. பகவான் கிருஷ்ணனே அந்தக் காலச் சொரூபி. கண்ணனுடைய மகிமையாக நீ கண்டவை எல்லாம் அத்தன்மையினவே. அதில் ஐயம் ஏதுமில்லை.

பகவான் அவதரித்த காரியம் அனைத்தும் நிறைவேறியது. எனவே அவர் தன் சோதிக்கு எழுந்தருளினார். பகவான் படைப்புக் காலத்தில் படைப்பும், ஸ்திதி காலத்தில் ஸ்திதியும் செய்ததுபோலவே சங்கார காலத்தில் அதையும் செய்தார். அனைத்தும் அவன் திருவிளையாடல்களே ஆகும்.

பகவான் திருவுள்ளம் பற்றிய மங்கையரை அற்பர்கள் இழுத்துச் சென்றதற்குக் காரணம் உண்டு. ஆனால், அவர்கள் கற்புக்கு பங்கம் ஏதும் ஏற்படாது.

முன்னொரு காலத்தில் அஷ்டவர்க்கிரர் (எட்டுக் கோணல் உடையவர்) என்ற முனிவர் கழுத்தளவு நீரில் அமிழ்ந்து பல ஆண்டு காலம் பிரம்மத்தை ஜபித்துக் கொண்டிருந்தார். தேவாசுரர் போரில் வெற்றி பெற்ற தேவர்கள் மேருமலைச் சாரலில் ஒரு விழா எடுத்தனர். அப்போது தேவமாதர் களாகிய ரம்பை, ஊர்வசி, திலோத்தமை ஆகியோர் முனிவரைக் கண்டு வணங்கிப் புகழ்ந்து துதித்தனர்.

பெண்கள் வணங்கியது கண்டு பெருமகிழ்ச்சி கொண்ட முனிவர் ''நீங்கள் வேண்டும் வரம் யாது?'' என்று வினவ, அப்பெண்கள் ''புருஷோத்தமனே எங்களுக்குக் கணவனாக வர வேண்டும்'' என்று வேண்டினர். அவரும் ''அப்படியே ஆகுக'' என்று வரமளித்தார். பின்னர் அவர் நீரிலிருந்து வெளியில் வர அவரது கோணல் உடலைக் கண்ட தேவ மாதர்கள் சிரித்து விட்டனர். அப்போது முனிவர் தான் அளித்த வரத்தின்படி அவர்கள் பகவானின் மனைவிகள் ஆனார்கள். இறுதியில் திருடர்கள் வசப்படுவீர்கள் என்றார். அதன் பலனே இது. மறுபடியும் பெண்கள் தவறுக்கு வருந்தி மன்னிப்புக் கோர, ''எனினும் சொர்க்கம் அடைவீர்கள்'' என்று கூறினார். யாவும் எம்பெருமானாலேயே நிச்சயிக்கப்பட்டு நடந்தேறின என்று கூறினார்.

அருச்சுனன் அஸ்தினாபுரம் அடைந்து நிகழ்ந்ததைச் சகோதரர்களிடம் கூறி வியாசர் வாக்குப்படி நடக்குமாறு கூற, பாண்டவர்கள் பரீக்ஷித்துக்கு குரு ராஜ்யப் பட்டாபிஷேகம் செய்வித்து உடனே வனத்திற்குச் சென்றனர்.

■■■

ஸ்ரீ அக்னி புராணம்

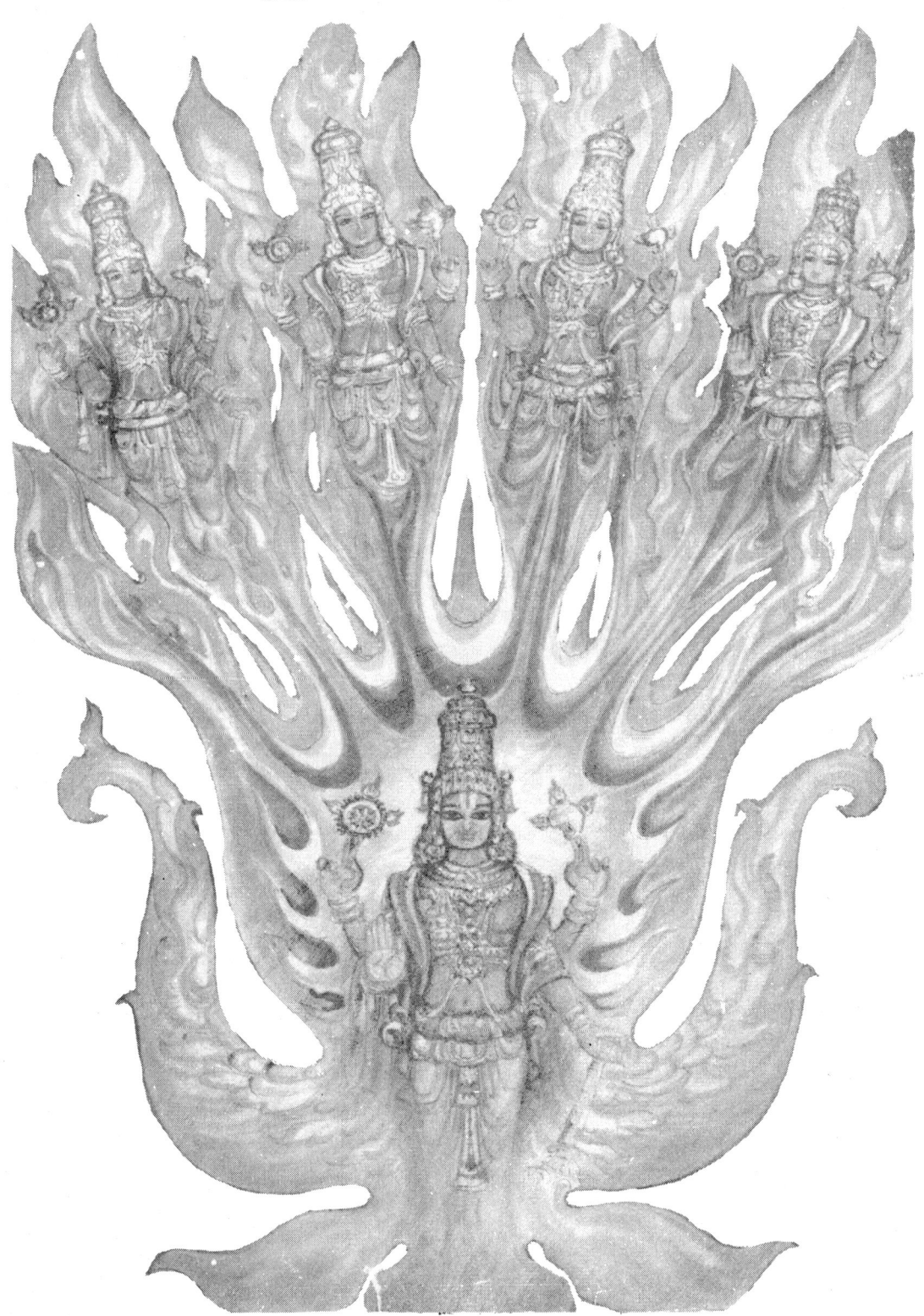

ஸ்ரீ பஞ்சமுகாக்கினி

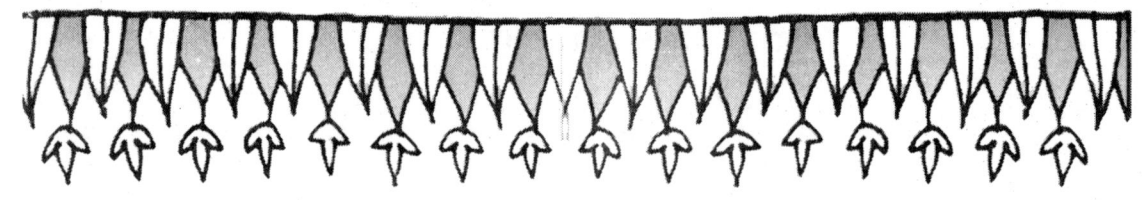

9

ஸ்ரீ அக்னி புராணம்

1. தோற்றுவாய்

நைமிசாரணியத்தில் சௌனகாதி முனிவர்கள் பகவான் ஸ்ரீ ஹரியைக் குறித்து ஓர் அற்புத யாகத்தைத் தொடங்கினர். அதைக் காண வந்த சூத முனிவரைப் பார்த்து முனிவர்கள் 'பிரமம்' எனப்படும் பரம்பொருளின் சொரூபத்தை விவரித்துக் கூறுமாறு வேண்ட, அவரும் விளக்கிக் கூற ஆரம்பித்தார்.

''மகா விஷ்ணுவே பிரமம், பரம் பொருள் ஆவார். இந்த அண்ட சராசரங்களையும் தோற்றுவித்தவர் அவரே. தன்னையே ஒருவன் பிரமமாக உணரும் போது பிரம்ம சொரூபத்தை அடைகிறான்''.

இந்த ஞானம் பெற இரண்டு வழிகள் உள்ளன. 1) யாகம் முதலான கர்மாக்களைக் கடைபிடிப்பது. 2) கேள்வி ஞானம். அதாவது, பரம்பொருளைப் பற்றிச் சாஸ்திரங்கள் மூலம் அறிந்து, பகவானின் அவதார ரகசியங்களைக் கேட்டும் அறிதல்'' என்றார்.

அக்னி தேவனால் சொல்லப்பட்ட புராணம் அக்கினி புராணம் முதலில் பரந்தாமன் ஹரி சாதுக்களை ரக்ஷிக்கவும், துஷ்டர்களை அழிக்கவும் எடுத்த பத்து அவதாரங்களைப் பற்றிக் கூறலானார்.

அவை மச்ச, கூர்ம, வராஹ, நரசிம்ம, வாமன, பரசுராம, ஸ்ரீ ராம, கிருஷ்ண, புத்த, கல்கி அவதாரங்கள். முதல் ஐந்து பற்றி பல புராணங்களில் (குறிப்பாக விஷ்ணு, பாகவதம், மச்ச, கூர்ம, வராக, வாமன புரணங்களில் தனித்தனியே விளக்கப் பட்டுள்ளன. நரசிம்மாவதாரம் பிரகலாதன் வரலாற்றில் கூறப்பட்டுள்ளது. ராமாவதாரம் இராமாயணத்திலும், கிருஷ்ணாவதாரம் பாகவதத்திலும் விரிவாக கூறப்பட்டுள்ளன. கல்கி புராணம் தனியாக விவரிக்கப்படுகிறது. பரசுராம அவதாரமும் வேறொரு புராணத்தில் கூறப்பட்டுள்ளது. புத்தர் அவதாரம் கௌதமபுத்தர் என்ற பௌத்த மத நிறுவனருடையதே.

கல்கி அவதாரம் இனிவர உள்ளது. ஆனால், அது பற்றியும் பல புராணங்களில் கூறப்பட்டுள்ளது. எனவே, கல்கி புராணம் என்பதும் 18 புராணங்களில் ஒன்றாகப் பரிணமிக்கின்றது.

2. கிருஷ்ணாவதாரம் – குறிப்புகள்

பாகவதம் தசம ஸ்கந்தத்தில் விரிவாகக் கூறப்பட்டுள்ளது. மேலும், கிருஷ்ணனைப் பற்றிய சில விவரங்கள் வெவ்வேறு நிலையில் விஷ்ணு புராணம், நாரத புராணம் ஆகியவற்றிலும் கூறப்பட்டுள்ளன.

அக்னி புராணத்தில் அவை யாவும் கோடிட்டுக் காட்டப்பட்டுள்ளன. கிருஷ்ணன் மனைவியர்களில் எழுவர் பட்ட மகஷியாவர். அவர்களுள் சத்திய பாமைக்காக தேவலோகத்திலிருந்து பாரிஜாத மரம் கொண்டு வந்தது குருகுல

வாசம் முடிந்து குரு தக்ஷிணையாக அவரது இறந்த மகனை உயிருடன் கொண்டுவந்தது, ருக்மிணியின் குமாரன் பிரத்தியுத்மன் அசுரனால் தூக்கிச் செல்லப்படல், அசுரனைக் கொன்று விட்டு அவன் மாயாவதியுடன் துவாரகை திரும்புதல், மற்றும் உஷை, அநிருத்தன் திருமணம், பிரலம்பனையும், துவிவிதன் என்ற வானரனையும் பலராமன் வதம் செய்தது, பாண்டவர்களுக்குப் பல நேரங்களில் பல விதமாக உதவி அருள் செய்தது, பாரதப் போர், அசுவத்தாம னால் உப பாண்டவர்கள் கொல்லப் படுதல், உத்தரை கர்ப்பம் அழியாமல் உத்த ரையைக் காப்பாற்றியது. கடைசி யில் அவர் தன் சோதிக்குத் திரும்பியது முதலியவை சுருக்கமாக கூறப்பட் டுள்ளன.

3. சுவயம்பு மனுவின் சந்ததி

பகவான் விஷ்ணு தன் உந்திக் கொடி கமலத்தில் பிரமனைத் தோற்றுவித்து அவர் மூலம் அண்ட சராசரங்களை படைக்க ஏற்பாடு செய்யப்பட்டது. பிரம்மன் தம்முடைய தேகத்தை ஆண், பெண் என இரு கூறாக்கி மக்களை வளர்க்க முற்பட்டார்.

சுவயம்பு என்பவனாகிய முதல் மனு சதரூபை என்ற பெண்ணை மணந்து அவளிடம் பிரிய விரதன், உத்தானபாதன் ஆகிய இரண்டு பிள்ளைகளையும், உத்தானபாதன் சுருதி என்ற மனைவி யிடம் உத்தமன் என்ற பிள்ளையையும், சுநீதி என்பவளிடம் துருவன் என்ற பிள்ளையையும் பெற்றான்.

துருவன் வரலாறு – (விஷ்ணு புராணத் தில் விரிவாக உள்ளது காண்க). இதற்குப் பிறகு இவர்கள் வம்சத்தில் பலர் தோன்றி வளர்ந்து மக்கள் பெருக்கத்தை உண்டாக்கியது.

இவ்வம்சத்தில் வந்த பிரசேதசுர்கள் மரங்களைத் தீயிட்டு அழிக்க, சந்திரன் மகள் மாரீஷையை மணந்து மரங்களை வெட்டாமல் தடுத்தான். மாரீஷையிடம் தக்ஷன் பிறந்தான்.

தக்ஷனிடம் பிறந்தவர்களிலே சசி தேவியைப் பரமசிவனுக்கும், இருபத் தேழு விண்மீன்கள் அவன் மகள்களாகப் பிறக்க - அவர்களைச் சந்திரனுக்கும், பதின் மூன்று பெண்களைக் காசியப முனிவருக்கும் மணம் செய்து வைத்தான்.

4. காசியபருடைய சந்ததி

சாக்ஷுஷ மன்வந்தரத்தில் காசி யபருக்கு அதிதியிடம் தேவர்களும், வைவசுவத மன்வந்தரத்தில் பன்னிரண்டு ஆதித்தர்களும் பிறந்தனர். காசியபருக்கு மற்றொரு மனைவியாகிய திதியிடம் இரணியாட்சன், இரணியகசிபு என்பவர் களும், மற்றும் அநேக புத்திரர்களும் பிறந்தனர். காசியபரின் மனைவி 'சுரசை' என்பவளுக்கு ஆயிரம் பாம்புகள் தோன்றின. 'கத்துரு' என்பவளுக்கும் ஆயிரம் பாம்புகள் தோன்றின. 'குரோதை' என்பவளுக்குக் கொம்புள்ள மிருகங்கள், 'தறை' என்பவளுக்கு நீர் வாழ்வன, பறவைகள், சுரபிக்குப் பசுக்கள், எருமைகள், 'இலை' என்பவ ளுக்குப் புல் பூண்டுகள், 'கவதை' என்பவளுக்கு யக்ஷர்கள், ராக்ஷசர்கள், 'முனி' என்பவளுக்கு அப்சரசுகள், 'அரிஷ்டை' என்பவளுக்குக் கந்தர்வர்கள் ஆகியோர் பிறந்தனர்.

தாமரை 'காசியப'ரிடம் ஆறு பிள்ளை களும் மற்றும் காகங்களும், குதிரை களும் ஒட்டகங்களும் பிறந்தன. 'வினதை' என்பவளுக்கு அருணனும், கருடனும் பிறந்தனர். பின் ஒவ்வொரு வருக்கும் மேன்மேலும் பல குழந்தைகள் பிறந்திட காசியபரின் சந்ததி வளர்ந்தது.

மருத்துக்களும் இந்தச் சந்ததியைச் சேர்ந்தவர்களே.

5. பிரமனிடமிருந்து தோன்றிய படைப்புக்கள்

பிராகிருத சிருஷ்டியில், பிரமனிட மிருந்து தோன்றிய மகத் 1) தன் மாத்திரை கள் என்ற பூதங்கள் 2) வைகாசிகம் எனப்படும் இந்திரியங்கள். இந்த மூன்றுக்குப் பின் முக்கியமாக சிருஷ்டிகள் 3) திர்யச் சுரோதம் அசையாப் பொருள்கள் 4) பறவை, மிருகங்கள் 5) தேவர்கள் முதலியோர், தேவசர்க்கம் 6) அரோவச் சுரோதசுக்கள் 7) தமஸ், சத்வகுணங்கள் கூடி உண்டான அனுக் கிரங்கள் 8) 4 முதல் 8 வரை உள்ள ஐந்தும் வைகிருத சிருஷ்டியாகும். பிரமனுடைய படைப்புகளில் கௌ மாரம் என்பது கடைசி ஒன்பதாவது சிருஷ்டியாகும்.

பிருகு, க்யாதி என்பவளையும், மரீசி, சம்பூதி என்பவளையும், அத்திரி அனுசூயையும், வசிஷ்டர், ஊர்ஜை என்பவளையும், அக்கினியின் பத்தினி சுவாஹை, அதர்மனின் மனைவி அம்சை, இத்தகைய சேர்க்கையால் மக்கள் இனப்பெருக்கம் தொடர்ந்து நடைபெற்றன.

பிரமன் கண்களில் நீர் விட ருத்திரன் தோன்றினான்.

6. தெய்வ ஆராதனை முறை பலன்கள்

வைணவத்தில் முதலில் விஷ்வக் சேனரைத் துதிக்க வேண்டும். விஷ்ணு ஆராதனையில் முதலில் அச்சுதனையும், அடுத்து ததா, விதாதா, கங்கா முதல் ஞானம், கர்மயோகம் ஆகியவற்றிற்கு வாழ்த்துக் கூற வேண்டும். பின்னர் சந்தோஷம், சத்தியம் முதல் வசுதேவன் மற்றவர்களையும் வாழ்த்துக் கூறி வணங்க வேண்டும். அடுத்து விஷ்ணுவை முடிமுதல் அடிவரை, மற்றும் பஞ்சாயுதம் ஆகியவற்றையும் போற்றிக் கொண்டாட வேண்டும். பிறகு திருமேனியில் உள்ள அலங்காரப் பொருள்கள் மற்றும் தேவதைகளை வணங்கித் துதிக்க வேண்டும். அடுத்து ஈசானன், அவரது ஆயுதங்கள், ரிஷபம் ஆகியவற்றை இந்த வட்டத்தில் துதிக்க வேண்டும்.

சிவனை ஆராதிக்கையில் நந்தி முதல் பலவித சக்திகள், தர்மம் மற்ற தெய்வங்களுக்கு வணக்கம் செலுத்த வேண்டும். அடுத்து வாமை முதல் சிவை வரை உள்ள அம்பிகைகளை முறைப்படி துதிக்க வேண்டும்.

சூரிய ஆராதனையில் முதலில் திண்டி, உச்சைசிரவஸ் ஆகியோரைப், பின்னர் தீப்தை முதல் பிமலை ஆகியோருக்கு நமஸ்காரம் சொல்ல வேண்டும். பிறகு மந்திரம் கூறி சூரியனின் ஆசனம், கிரணம் போன்றவற்றை முறையே வணங்க வேண்டும்.

மந்திரங்களால் ஆராதித்தல்

தெய்வ ஆராதனையின்போது முதலில் புறத்தூய்மை மிகமிக அவசியம். மந்திரங்களைச் சொல்லும் போதும் ஜபிக்கும்போதும் 'ஓம்' சேர்த்தே சொல்ல வேண்டும். எள்ளால், நெய்யால் ஹோமம் செய்ய வேண்டும்.

மந்திரங்களை உச்சரித்து நீராட வேண்டும். தியானம், ஜபம் ஆகிய வற்றிற்கு முன் ஆசமனம், பிராணா யாமம் செய்ய வேண்டும்.

கிழக்கு நோக்கி அமர்ந்து ஜபம் செய்ய வேண்டும். கரநியாசம், அங்கநியாச முறைகளால் பகவானை வணங்கி, பின்னர் முத்திரைகளைக் காட்டி உபசாரங்கள் செய்யவேண்டும்.

இதுவரை கூறப்பட்டவை விஷ்ணுவை மந்திரங்களால் ஆராதிக்கும் முறை.

ஹோமம் செய்தல்

சாஸ்திரங்களில் கூறப்பட்டுள்ள அளவுகளில் ஓமகுண்டம் தயார் செய்து,

கைப்பிடி நீளமாகவும் கரண்டிப் பகுதி குழிவாகவும் உள்ள மரக்கரண்டி கொண்டு அக்னியில் நெய்யை ஓமம் செய்ய வேண்டும்.

ஹோமம் தொடங்கும் முன் குண்டத்தினுள்ள நெருப்புக்கு அக்கினியின் சாந்நித்தியம் ஏற்படச் செய்ய வேண்டும். ஹரியைத் தியானித்து சமித்துக்களை எடுத்து அக்கினியில் சமர்ப்பிக்க வேண்டும். குண்டத்துக்குக் கிழக்கே மூன்று தர்ப்பங்களை வைக்க வேண்டும். ஓமத்துக்கான மரக்கரண்டி, நெய், அன்னம், தர்ப்பை ஆகியவற்றை வைத்துக் கொள்ள வேண்டும்.

கும்பத்தில் நீரை மந்திரித்து அப்புனித நீரால் எல்லாவற்றையும் புரோக்ஷிக்க வேண்டும். அக்கினி குண்டத்தின் முன் நெய்யை வைக்கவும். தர்ப்பையால் நெய், ஹோமக் கரண்டி ஆகியவற்றைச் சுத்திகரித்த பின்னர் ஹோமத்தைக் தொடங்க வேண்டும்.

ஹோமம் செய்யத் தகுதி பெற்றவனே அதைச் செய்ய வேண்டும்.

ஹோமம் முடித்து பகவான் விஷ்ணுவைப் பூஜிக்க வேண்டும். விஷ்ணு பூஜைக்கு அறுபத்திநான்கு உபசாரங்கள் சொல்லப் பட்டுள்ளன.

7. மனிதனுக்கான கர்மாக்கள்

ஒவ்வொருவனுக்கும் விதிக்கப்பட்ட கர்மாக்கள் நாற்பத்தெட்டு. அவை முக்திக்குச் சாதகமானவை.

திருமணம் முடிந்ததும் கர்ப்பாதானம், பும்சவனம், சீமந்தம்; குழந்தை பிறந்ததும் ஜாதகர்மம், நாமகரணம், அன்னப்பிராசனம்; குடுமிவைத்து உபநயனம் ஆகியவை.

பிரம்மச்சாரி ஏழு வகை விரதங்கள் அனுஷ்டிக்க வேண்டும். வைஷ்ணவி, பரிதி, பௌதிகி, ஸ்நௌதிகி முடித்து கோதானம். கிரகஸ்தாஸ்ரமவர்க்கு இவற்றுடன் யாக, யஜ்ஞமும் சேர்ந்து ஏழு ஆகும்.

ஆவணி, மார்கழி, சித்திரை, ஐப்பசி மாதங்களில் செய்யப்படும் பார்வண சிராத்தங்கள் எட்டு.

ஆதானம், அக்னிஹோத்திரம், தசம், பௌர்ணமாசகம், சாதுர்மாஸ்யம், பசுவந்தனம், சௌத்திராபணி ஆகிய ஏழும் ஹரி யஜ்ஞங்கள்.

அக்குனிஷ்தோமம், அத்யக்கினி, ஸ்தோமம், உக்தம், சோடசம், வாஜ்பேயகம், அதிராத்திரம், அப்தயாமம் ஏழும் சோமஸம்ஸ்தம் ஆகும்.

மேலும் ஹிரண்யநங்ரி, ஹிரண்யம் போன்று ஆயிரக்கணக்கில் சொல்லப் பட்டுள்ளன. இவை எல்லாவற்றுக்கும் மேலாகச் சிறந்து விளங்குவது அசுவமேத யாகம்.

உயிர்களிடம் இரக்கம், பிழை பொறுத்தல், எளிமை, சுத்தம், சுறுசுறுப்பு, பிறர் நலம் பேணுதல், தாராளம், பொருளில் பற்றற்று இருத்தல் எனச் சீவம் எட்டு வகை ஆகும்.

கர்மாக்களைச் செய்து, பகவானை அர்ச்சித்து, பகவான் நாமத்தை உச்சரிப்ப தால் ஒருவன் நற்கதி அடைகிறான்.

8. ஆலயம் எழுப்புதல்

இறைவனுக்கு ஆலயம் எழுப்புபவன் முற்பிறவிகளில் செய்த பாவங்களி லிருந்து விடுபடுகிறான். ஆலயம் எழுப்ப நினைத்தாலே பாவ விமோசனம் உண்டு.

கிருஷ்ணனுக்குக் கோயில் கட்டு பவரை ஆதரிப்பவர்கள் பாப விமோ சனம் பெற்று அச்சுதன் லோகம் அடைவர்.

ஹரிக்கு ஆலயம் எழுப்புவதனால் தன் வம்சத்தில் தனக்கு முன் தோன்றிய வர்கள், பின் தோன்றுபவர்கள் ஆகிய அனைவரும் விஷ்ணு லோகம் அடைவர்.

ஆலயம் எழுப்புவதனால் பிரம்ம ஹத்தி பாவம் விலகும். புண்ணிய தீர்த்தங்களில் நீராடிய பலன் கிடைக்கும்.

ஓர் ஆலயம் எழுப்பினால் சொர்க்கம், மூன்று எழுப்பினால் பிரம்ம லோகம், ஐந்துக்கு கைலாயம், எட்டு எழுப்பினால் வைகுந்தம் அடைவர். சகல சௌபாக்கி யங்களுடன் வாழ்ந்து பிறவாப் பேரின்பம் அடைவர்.

ஏழை (அ) பணக்காரன், சிறிய (அ) பெரிய கோயில் கட்டுவோர்க்கும் ஒரே விதமான பலன்கள் கிட்டும். திருமாலுக்கு ஆலயம் எழுப்புவோரின் குடும்பம் வைகுந்தத்தில் ஆனந்தமாக இருக்கும்.

தான் ஈட்டிய பொருளில் ஒரு பகுதியைக் கொண்டாவது கிருஷ்ணன் கோயில் எழுப்பவேண்டும். செல்வத்தை ஆலயம் எழுப்புவதில் செலவு செய்பவன் வைகுந்தம் அடைகிறான். அவனுக்கு மறு பிறவி இல்லை.

9. இறைவன் திருமேனி பிரதிஷ்டை

ஆலய நிர்மானம் முடிந்த பிறகு அதில் இறைவன் திருமேனிகளைப் பிரதிஷ்டை செய்ய வேண்டும். மண், மரம், செங்கல், கருங்கல், ஐம்பொன், தங்கம் ஆகிய வற்றினால் பிரதிமைகள் செய்யப்படு கின்றன.

யமனுடைய ஆணை

''இறைவனுக்கு ஆலயம் எழுப்பிய வனை, திருமேனியைச் செய்து அளிப்ப வனை நரகத்துக்கு அழைத்து வரக் கூடாது. இறைவனைச் சிந்திப்பவர்கள், அவர் புகழ் பாடுபவர்களை, நாள் தோறும் அர்ச்சித்து வழிபடுபவர்களை யும் தூரத்தில் காணும் போதே நெருங்காது விலகிவிட வேண்டும். ஆலயம் எழுப்பியவனது வம்சத்தினரைக் கூட நெருங்கக் கூடாது''

மத்திய தேசம், அதைச் சார்ந்த பிரதேசங்களில் உள்ள பிராம்மணர் ஆலய கும்பாபிஷேகம் ஆகிய காரியங் களைச் செய்யலாம். அவர்கள் தமது ஞானத்தால் பிரம்மனாகவே ஆகின்றனர். எனவே, அவர்களையே ஆச்சாரியனாகக் கொள்ள வேண்டும்.

பிரதிஷ்டை செய்யப்படும் இறைவன் திருமுகம் நகரத்தை நோக்கி இருக்க வேண்டும். விஷ்ணுவுக்கு எந்த இடத்திலும் ஆலயம் அமைக்கலாம்.

ஆலயம் எழுப்பவேண்டிய நிலத்தைச் சுத்தமாக்கி சமன்படுத்த வேண்டும். பூத பலிகர்மா செய்ய வேண்டும். தயிர், மாவு, கோதுமை, பொரி, உளுந்து, ஆகியவற்றை நிவேதனம் செய்து அஷ்டாக்ஷரி மந்தரத்துடன் பிரார்த்தனை செய்து நிலத்தை உழ வேண்டும். வாஸ்து பூஜை, மற்ற தேவதா பூஜைகள் செய்ய வேண்டும். புரோகிதருக்குப் பசு, ஆடை, ஆபரணங்கள் ஆகியவற்றைத் தானம் செய்ய வேண்டும். வைஷ்ணவர்கள், சிற்பிகளைக் கவுரவிக்க வேண்டும்.

ஆலய நிர்மாணத்திற்கான செங்கற்கள் 12 விரல்கடை நீளமும், 4 விரற்கடை அகலமும் இருக்க வேண்டும். பொருள் களை மந்திரங்கள் கூறி தூய்மைப்படுத்தி உபயோகிக்க வேண்டும். ஹோமம் வளர்த்து முறைப்படி பூஜை செய்து, பிராயச் சித்தம் முதலான ஹோமங் களைச் செய்து முடிக்க வேண்டும். பூமாதேவி ஆராதனம், கடைக்கால் போட்ட பின் புரோகிதருக்கு தானங்கள் அளிக்க வேண்டும்.

வாஸ்து யஜ்ஞம் மறுபடியும் ஒரு முறை நடத்த வேண்டும். ஆலயத்தில் மண்டபங்கள், பிராகாரம், மதிற்சுவர் ஆகியவை முறைப்படி அமைக்கப்பட வேண்டும்.

இறைவன் திருஉருவங்கள் வடி வமைக்க மண், கம்பளி, இரும்பு, ரத்தினங்கள், கல், சந்தனம், மலர்கள் ஆகியவற்றில் ஒன்றை உபயோகிக்க லாம்.

மலைகளிலிருந்து பாறை கொண்டு வரப்பட வேண்டும். கிடைக்காவிடில் சிம்ம வித்தை என்ற கர்மாவை உரிய மந்திரங்களுடன் செய்யப்பட்டு, அகப் படும் பாறையைக் கொண்டு வர வேண்டும்.

ஒரு சிறு பந்தலில் பாறையை வைத்து பகவானை வேண்டிக் கொண்டு வேலையைத் தொடங்க வேண்டும். வேலை செய்யாத நேரங்களில் பாறை களைத் துணியால் மூடிவைத்திருக்க வேண்டும்.

ஹயக்ரீவர் இறைவன் திருமேனியைப் பாறையிலே செதுக்குவதற்கான அளவு விவரங்களைக் கூறியுள்ளார். தேவியின் திரு உருவத்தைச் செதுக்குவதற்கான அளவுகளையும் கூறுகிறார்.

சாலக்கிராமங்கள் பற்றி விவரிக்கிறார். ஸ்ரீமந்நராராயணனின் திருநாமங்களில் சிலவற்றின் பெயரில் பல வகையாகச் சொல்லப்படுகின்றன. ஒவ்வொரு வகைக் கல்லுக்கும் நிறம், தோற்றம், அளவு, குறிகள் முதலியன தனித்தனியே சொல்லப்பட்டுள்ளன.

10. கடவுளர் திருமேனி அமைத்தல்

1] **மச்சாவதாரம் :** மீன் போன்ற உடலமைப்பு;

2] **கூர்மாவதாரம் :** ஆமை வடிவம்;

3 அ] வராகம் : பன்றியின் முகம், மனித உடல்; வலது புறத்தில் கதாயுதம் மற்ற ஆயுதங்கள்; இடப்புறம் லக்ஷ்மி, சங்கம், தாமரைமலர், லக்ஷ்மி முழங் கையில் அமர்ந்திருக்க வேண்டும். பூமியும் அதனைத் தாங்கும் அனந்தாழ் வாரும் மூலத்தருகே இருக்க வேண்டும்.

3 ஆ] வராக உருவத்தை அமைப் பதில் இரண்டாம் வகை : நான்கு கைகளில் ஒன்றில் வாசுகியைப் பற்றி யிருத்தல்; இடக்கையினால் பூமியைத் தூக்கி இருத்தல்; காலடியில் லக்ஷ்மி அமர்ந்திருத்தல்; வலப்புறம் சக்கரம், வாள், தண்டம், அங்குசம். இடப்புறம் சிங்கம், தாமரை மலர்; கதை, பாசம் வலப்புறத்தில் கருடனது தோற்றம்; விச்வரூபத்துக்கு நான்கு முகங்கள் இருபது கைகள் அமைக்கப் படவேண்டும்.

4] **நரசிம்மம் :** மனித உடல், சிங்க சிரம்; நான்கு கைகள் – இரண்டில் கதையும், சக்ராயுதமும்; மற்ற இரண்டும் அசுரன் உடலைக் கிழித்துக் கழுத்தில் மாலையாக அணிவது போல் இருத்தல். மடியில் அசுரனின் உயிரற்ற உடல் கிடத்தப் பெற்றிருக்க வேண்டும்.

5] **வாமனன் :** குள்ளமான தோற்றம். ஒரு கையில் தண்டம், மற்றொன்றில் குடை; நான்கு கைகளுடன் கூடியதாக வும் செய்வதுண்டு.

6] **பரசுராமர் :** கைகளில் கத்தி, கோடரி, வில், அம்புகளுடன்.

7] **ஸ்ரீ ராமர் :** இரு கைகளில் வில் அம்பு. நான்கு கைகளானால் மற்ற இரண்டில் கத்தியும், சங்கும் கொண்டிருக்க வேண்டும்.

8] **பலராமர் :** இரண்டு (அ) நான்கு கைகள். இரண்டானால் ஒன்றில் கதை, மற்றொன்றில் கலப்பை. நான்கு கைகளானால் இடதுபுறம் மேல்கையில் கலப்பை, கீழ், சங்கும், வலப்புறம் மேற்கையில் முசலம், கீழே சக்கரம்.

9] **கிருஷ்ண பகவான் :** இரண்டு கைகள், அல்லது ஒன்றில் புல்லாங்குழல் கொண்டை, அதில் மயிற்பீலி, மிக அழகிய வடிவம்.

10] **புத்தர் :** எளிய அழகிய உருவம், சாந்த முகம். இடுப்பில் சிறு துணி. மேல் நோக்கிய இதழ்கள் கொண்ட தாமரையில் அமர்ந்திருத்தல். நீண்ட காதுகள், நிர்மல இதயம், முகம்.

11] **கல்கி :** கையில் வில்லும், அம்புராத்துணியைத் தாங்குதல்.

அந்தணர் கோலம் – நான்கு கைகளில் கத்தி, சக்கரம், ஈட்டி, அம்பு – குதிரை மீது இருத்தல் – சங்கத்தால் போர் முழக்கம் செய்யும் அந்தணர்.

12 அ] **விஷ்ணு :** வலப்புறம் மேல் கையில் கதையும், கீழ்க்கையில் சங்கும்; இடப்புறம் மேல்கையில் சக்கரம், கீழ்க்கை அபயஹஸ்தம்.

இரு புறங்களில் பிரம்மனும் ஈசனும் இருக்கலாம்.

12 ஆ] **:** எட்டுக் கைகளுடன் கருடன் மீது ஆரோகணம். வலப்புறம் மூன்று கைகளில் கத்தி, கதை, அம்பு. இடப்புறம் மூன்று கைகளில் வில், கடகம், கமலம் ஆகியவை. மற்ற இரு கரங்கள் அபயம் அளித்தல், அருளுதல் நிலை.

13] **பிரத்யும்னன் :** வலப்புறக் கைகளில் வஜ்ராயுதம். சங்கும், இடப்புறக் கைகளில் வில்லும், அம்பும்.– நான்கு கைகளில் கதையும் கூட இருக்கும் (பிரத்யும்னன் – கிருஷ்ணன், ருக்மிணி மகன்)

14] **அநிருத்தன் :** (கிருஷ்ணனின் பேரன்) தோற்றம் நாராயணன் போல். நான்கு கைகள்.

15] **பிரம்மன் :** நான்கு கைகள், நான்கு முகம், நான்கு திக்குகளை நோக்கிய வாறு அன்ன வாகனத்தில் அமர்ந் திருத்தல்; வலப்புறக் கைகளில் ஜபமாலை, ஹோமக் கரண்டி; இடக் கைகளில் கமண்டலம், சிறுநெய் பாத்திரம் – வலப்பக்கம். சரசுவதியும், இடப்பக்கம் சாவித்திரியும் அமைந்திட வேண்டும்.

16] **பள்ளி கொண்ட பரந்தாமன் :** பாற்கடலில் பாம்பணை மீது சயனித் திருத்தல், முக்காலங்களைக் குறிக்கும் மூன்று கண்கள். நாபியில் இருந்து நீண்ட காம்பு. தாமரையில் நான்கு முகங்களொடு பிரமன், லக்ஷ்மி அருகில் பாதங்களை வருடிக் கொண்டு இருத்தல்; விமலை தலைப்பக்கம் சாமரை வீசுவதாக அமைத்தல்.

17] **ருத்திரகேசவன் என்ற விஷ்ணு :** வலப்பக்கம் மகாதேவர் உருவம். இடப் பக்கம் விஷ்ணுவின் உருவம். வலப்புறம் இரு கைகளில் சூலம், மண்டை ஓடு; இடப்பக்கம் கரங்களில் கதை, சக்கரம். வலப்புறத்தில் கௌரி, இடப்புறம் லக்ஷ்மி இருக்க வேண்டும்.

18] **ஹயக்ரீவர் :** நான்கு கைகளில் சங்கும், கதை, தாமரைமலர், வேதங்கள், இடது பாதம் சர்ப்பராஜன் அனந்தன் மீதும்; வலது பாதம் ஆமையின் மீதும் இருக்க வேண்டும்.

19] **தத்தாத்ரேயர் :** இரு கரங்களோடு, இடது மடியில் லக்ஷ்மி அமர்ந்திருத்தல்.

20] **விஷ்வக்சேனர் :** நான்கு கைகளில் சக்கரம், கதை, கலப்பை, சங்கம்.

21] **சண்டிகை :** இருபது கரங்கள்; வலக் கரங்களில் – சூலம், கத்தி, ஈட்டி, சக்கரம், பரசம், ஜேதம், அபேதம், அபோதம், அபயம், டமரு, சக்திகம். இடப்பக்கம் கைகளில் – கடகம், கோடரி, அங்குசம், வில், மணி, கொடி, கதை, தண்டம், கண்ணாடி, முத்தாரம் ஆகியவை. பாதத்தின் அடியில் தலை துண்டிக்கப்பட்ட எருமை உருவம்; துண்டிக்கப்பட்ட கழுத்திலிருந்து அசுரன் மிகுந்த கோபத்தோடு வாளை உருவிக் கொண்டு சீறிப் பாய்வதாக இருக்க வேண்டும்.

நின்று கொண்டிருக்கும் தேவி வலது பாதத்தைச் சிங்க வாகனத்தின் மீதும் இடது பாதத்தை அசுரன் தோளின் மீதும் வைத்து அழுத்திவளாய், அவளது கரத்திலே நாக பாசத்தை இறுக்கும் பாவனையாக அமைய வேண்டும். அசுரன் புஜத்தைச் சிங்கம் பாய்ந்த

நிலையில் கவ்விக் கொண்டிருக்க வேண்டும். சண்டிகை உருவுக்கு மூன்று கண்கள் இருக்க வேண்டும்.

சண்டிகையின் உருவங்கள் நவ தத்துவங்களை விளக்கும் வகையில் ஒன்பது வகையில் உள்ளன. அவை ருத்திரச்சண்டி, பிரசண்டி, சண்டோக்ரை, சண்ட நாயகி, சண்டி, சண்டவதி, சண்டரூபி, ஆதி சண்டிகை, உக்கிர சண்டி.

இவை அனைத்தும் சிங்க வாகனத்தின் மீது 16 கரங்களுடன் வடிவமைக்கப்பட வேண்டும்.

22] **துர்க்கை :** துர்க்கையின் ஒன்பது தோற்றங்களும் நின்ற நிலையில் வலது முழங்கால் முன்புறம் எடுத்து வைக்கப் பட்டதாய், இடது கால் பின்னால் இருப்பதாக அமைக்கப்படவேண்டும்.

23] **சரசுவதி :** சரசுவதியின் கைகளில் புத்தகம், ஜபமாலை, வீணை இருத்தல் வேண்டும்.

24] **கங்கா தேவி :** கையில் குடம், மற்றொரு கையில் தாமரை. மகரம் என்னும் நீர் வாழினம் அவளது வாகனம்.

25] **யமுனை :** குடம், ஏறுநுதல், ஆமை, முதுகில் ஆரோகணம்.

26] **பிராம்மி :** குண்டம், அட்சய பாத்திரம், ஜப மாலை, ஓமக்கரண்டி, நான்கு கைகள். அன்ன வாகனம்.

27] **சங்கரி :** ஒரு கையில் வில் அம்பு; மற்றொன்றில் சக்கரம்; காளை வாகனம்.

28] **கௌமாரி :** இரண்டு கைகள. ஒன்றில் ஈட்டி. மயில் வாகனம்.

29] **வராகி :** வலப்பக்கம் தண்டம், கத்தி, கதை, சங்கும்; இடப்புறம் கைகளில் சக்கரம், பூமி, தாமரை மலர் ஆகியவை. எருமை வாகனம்

30] **இந்திராணி :** ஆயிரம் கண்கள். இடது கையில் வஜ்ராயுதம்.

சாமுண்டி - மனித உடல்மீது அழுத்திய பாதம், மூன்று கண்கள், மெலிந்த உருவம்; கோபத்தினால் மயிர்கள் குத்திட்டிருத்தல்.

இடுப்பில் புலித்தோல்; இடது கைகளில் ஈட்டி, மண்டை ஓடு, சூலம். வலப்பக்கம் இரு கைகளில் சிறு வாள்கள்.

31] **விநாயகர் :** மனித உடல், யானை தலை, பெரிய தும்பிக்கை, உருண்டை வயிறு, மார்பில் பூணூல் உபவீத நிலை.

32] **முருகன் :** இளைய தோற்றம். அழகிய உருவம். இரண்டு கைகள். மயில் வாகனம் – இரு பக்கம் இரண்டு தேவியர் – ஒன்று (அ) ஆறு முகங்கள். பன்னிரண்டு கரங்கள்.

கிராமம் (அ) வனத்தில் திருக்கோயில் அமைந்தால் இருகரங்கள், வலது கையில் சக்தி ஆயுதம், இடது கையில் (சேவல்).

33] **ருத்திர சண்டிகை :** எட்டுக் கரங்கள். வில், கேதம், குக்குடக் கொடி, மண்டை ஓடு, கட்டாரி, சூலம், பாசக்கயிறு ஆகியவை கரங்களில். இடது புறம் ஒரு கை அபயஹஸ்தம். இடுப்பில் யானைத் தோல் - மண்டை ஓடு, மேகலையாக சிறு சிறு முரசுகள் - கால்கள் நாட்டிய நிலை. ருத்திர சாமுண்டியும் அவளே.

அ] **மகாலக்ஷ்மி :** உட்கார்ந்த நிலையில் நான்கு முகங்களான மகாலக்ஷ்மி.

ஆ] **சித்த சாமுண்டி :** மூன்று கண்கள், பத்துக் கரங்கள் இருந்தால் சித்த சாமுண்டி. தோற்றம்: சிவந்த நிறம், கைகளில் பாசம், அங்குசம்.

34] **பைரவி :** பன்னிரண்டு கைகள். க்ஷாமை தேவியின் உருவம், வயது முதிர்ந்த நிலை, இரு கரங்கள், அகன்ற வாய் – சுற்றிலும் நரிகள்.

35] **க்ஷாமதாரி :** முழந்தாளிட்ட நிலை – நீண்ட பற்கள்.

36] **யக்ஷிணிகள் :** பணிப் பெண்கள் – சஞ்சலமற்ற கண்கள் அப்சரசுகள் – அழகிய மங்கையின் உருவம்.

37] **நந்தீசன் :** ஒரு கையில் ஜபமாலை, மற்றொன்றில் சூலம்; தேவியின் பணியாளன்.

38] **மகாகாளி :** சுத்தி, மனிதன் தலை, கதை, கட்கம் கரங்களில்.

39] **சூரியன் :** ஒற்றைச் சக்கரத் தேர்; ஏழு குதிரை. இரு கரங்களில் தாமரை மலர்கள், வலப்புறத்தில் குண்டி எனும் அதிகாரி மைகூடு, பேனா கொண்டு புத்தகத்தில் எழுதுவது போல். இடப்புறத்தில் பிங்களன் என்ற காவலன் தண்டத்துடன். இரு புறமும் இரு பெண்கள் சாமரம் வீசுதல்; அருகில் சாயா தேவி. மற்றும் பாஸ்கரன், 12 மாதங்களில் 12 வித சூரியன் வடிவம். சந்திரன், செவ்வாய், புதன், பிரகஸ்பதி, சனி, ராகு, இந்திரன், அக்கினி, யமன், நிருதி, குபேரன், விஸ்வகர்மா, க்ஷேத்திர பாலகர்கள், யோகினிகள், எட்டுத் திக்குகளில் உள்ள தேவதைகள், பைரவன், கிருத்திவாசன், வீரபத்திரன், லலிதா எனப் பல்வேறு வடிவமைப்புக்களும் இப்பகுதியில் விவரிக்கப்பட்டுள்ளன.

11. லிங்கத்தைப் பிரதிஷ்டை செய்தல்

லிங்கத்தின் அடிப்பகுதி பிரம்ம பாகம்; மையப்பகுதி விஷ்ணு பாகம், நுனிப்பகுதி சிவ பாகம். இதில் சிவபாகம் சற்றுப் பெரியதாக இருக்க வேண்டும்.

லிங்கத்தை அமைத்தல் : 1) உப்பினாலும், நெய்யினாலும் செய்தல். 2) துணி, மண் ஆகியவற்றாலும் தற்காலிகமாக அமைத்து வழிபடல். 3) சுட்ட மண்ணினால் லிங்கம் அமைத்தல். 4) மரம், பாறை ஆகிய ஒன்றால் செய்யப்படுவது மிகச் சிறந்தது. 5) பவழம், தங்கம் ஆகியவற்றால் ஆன லிங்க வழிபாடு அதிக பலன்களைத் தரும் 6) வெள்ளி, பித்தளை, செம்பு, துத்தநாகம், பாதரசம் ஆகியவற்றால் ஆனவை புனிதமானைவை. 7) உலோக நடுவில் ரத்தினங்கள் இழைக்கப்பட்ட லிங்கங்களை வழிபடுவோர் புகழ், வெற்றி அடைவர். அவர்கள் மனோரதம் நிறைவேறும்.

ஈசன் எங்கும் ஆராதிக்கப்படுபவர். சாஸ்திர முறைப்படி, குறிப்பிட்ட அளவுகளில் லிங்கங்களை அமைக்க வேண்டும்.

பரமன் ஆராதனைக்கான இடம் ஆலயமுன் அமைதல் வேண்டும். பஞ்சகவ்யத்தால் அனைத்தும் தூய்மைப் படுத்தல் படவேண்டும். ஆராதிப்பவர்கள் பவித்திரம், மோதிரம், கங்கணம் அணிந்திருக்க வேண்டும். முறையான மரக் கொம்புகளாலேயே பந்தல் அமைக்க வேண்டும். நரசிம்ம மந்திரத்தால் 'பூ பரிக்கிரகம்' செய்த பின் சடங்குகளைச் செய்ய வேண்டும். பந்தலின் வடமேற்கு மூலையில் ஹோம குண்டம் அமைக்கப் படவேண்டும்.

எந்தத் தெய்வம் பிரதிஷ்டை ஆனாலும் உடன் அரி, அயன், அஷ்டதிக் பாலகர்களையும் ஆராதனம் செய்து பூஜிக்க வேண்டும். முடிவில் சாந்தி ஹோமம் புரோகிதர்க்கு கோதானம், சுவர்ணதானம் செய்ய வேண்டும். நாள் முழுவதும் பஜனை, தியானத்தில் ஈடுபடவேண்டும். பக்தி, சிரத்தையுடன் பரமனை ஆராதிக்க வேண்டும். திருவுருவை பிரதிஷ்டை செய்பவர்கள் தங்கள் மூதாதையர்களுக்கு வைகுந்த வாசத்தை அணிகிறார்கள்.

12. ஆலயங்களுடன் திருக்குளங்கள்

ஆலயத் தடாகங்கள் வருண சாந்நித்தியத்தைப் பெற்றிருக்க வேண்டும்.

அதற்காக வருணன் திரு உருவைத் தங்கம், வெள்ளி, ரத்தினங்கள் ஆகிய வற்றால் அமைக்க வேண்டும். வலது கரம் அபயஹஸ்தம், இடது கையில் நாகபாசம் – அன்ன வாகனம் – அவரைத் தொடர்ந்து நதிகள், சர்ப்பங்கள் வருவதாக உருவாக்க வேண்டும்.

குடத்தில் வருணனை ஆவாகனம் செய்ய வேண்டும். வருண சாந்நித்தி யத்தை உண்டாக்க வேண்டும். புரோகிதரைக் கொண்டு ஹோமகுண்டம் அமைத்து ஹோம காரியங்களைச் செய்ய வேண்டும். புனித குடங்களில், புனித நீர்களை ஆவாஹனம் செய்ய வேண்டும். அக்குடங்களில் கிழக்குக்குக் கடல் நீர், தென் கிழக்குக்கு கங்கை நீர், தெற்குக்கு மழை நீர், தென் மேற்குக்கு ஊற்று நீர், மேற்குக்கு ஆற்று நீர், வடமேற்குக்கு நதி நீர், வடக்குக்குக் காய் கனிகள் பிழிந்த நீர், வடகிழக்குப் புனிதத் தீர்த்தநீர் என்று நிரப்பி ஆராதிக்க வேண்டும் (எல்லாக் குடங்களிலும் ஆற்று நீரையும் நிரப்ப லாம்.)

விதிப்படி பூஜைகள் முடித்து குடங் களின் நீரை கிழக்கிலிருந்து தொடங்கி உரிய மந்திரங்கள் கூறி விஷ்ணுவின் அம்சமான வருண சிலைக்கு அபிஷேகம் செய்ய வேண்டும். ஷோடசோபசாரங்கள் சமர்ப்பித்து, சிலையைத் தடாகத்தின் நடுவே நீருக்குள் பூமியில் புதைத்து விடவேண்டும். அதனால் நீர் புனித மாகும், வருணன் சாந்நித்தியமும் ஏற்படும். பஞ்ச கவ்யத்தை எடுத்து மந்திரத்துடன் தடாகத்தில் நீரில் சேர்க்க வேண்டும்.

குளம் வெட்டி புனித நீரை உண்டாக்குபவர் ஒரு நாளிலேயே பல அசுவமேத யாகங்கள் செய்த புண்ணி யத்தை அடைவர். குளம் வெட்டுவது சிறந்த தானம். அத்துடன் நந்தவனத்தை யும் அமைக்க வேண்டும். இதனால் சொர்க்க வாசம் ஏற்படும்.

13. நீராடும் விதி முறைகள்

நீரில் மூழ்கி ஸ்நானம் செய்ய வேண்டும். அப்போது புண்ணிய தீர்த்தங் களில் நீராடுவதாகத் தியானம் செய்து கொள்ள வேண்டும். ஸ்நானங்கள் பல வகை.

தன் இரு கைகளையும் உயரே தூக்கிக் கொண்டு கிழக்கு நோக்கி சிறிது நேரம் கண் மூடி நிற்க தேகம் சூரியக் கிரணங்களால் புனிதமடைகிறது. மழை நீரிலும் இந்த ஸ்நானம் செய்யலாம். இது 'அக்னயக ஸ்நானம்'.

உடலை மண்ணைக் கொண்டு தூய்மை செய்து கொள்வது 'மலஸ் நானம்' எனப்படும். அதன் பின்னர் நீராடல் 'விதிஸ்நானம்' கோதூளி கொண்டு தூய்மை பெறுவது 'மகேந்திர ஸ்நானம்' ஆகும்.

கலசமந்திரம் (அக்கினி (அ) வருணன்) எனப்படும் ஒன்பது மந்திரங்களை உச்சரித்து தலையில் நீர் ஊற்றிக் கொள்ளும் ஸ்நானம் 'மந்திர ஸ்நானம்' எனப்படும்.

விஷ்ணுவுக்குக் புனிதமான மந்திரத்தைக் கூறி, தேவைப்படும் போதெல்லாம் மனத்தில் தியானித்தல் 'மனோஸ்நானம்'.

மூன்று காலங்களிலும் சந்தியை வழிபட வேண்டும். பரம சந்தியை எனப்படும் சந்தியா தேவியை ஞானிகள் இரவில் தம் இதயத்தில் இருந்து தியானிப்பர்.

வலது கை ஆள்காட்டி விரல் நுனியில் பிதுருக்கள் இடம், சுண்டு விரலின் நுனிப்பகுதி பிரஜாபதியின் இடம், கட்டை விரல் நுனிப்பகுதி பிரமன் இடம்.

இடது உள்ளங்கை அக்கினிக்குப் புனித இடம். வலது உள்ளங்கை சோம னுக்கானது. விரல்கள் சேரும் இடங்கள் மகரிஷிகளுக்குப் புனித இடம்.

நீராடும் போது அகமர்ஷணம் என்னும் கர்மா செய்வதால் நம் தேகம் பாவம் நீங்கி புனிதமடைகிறது.

மேலும், அக்கினிதேவன் வசிஷ்டருக்கு சிவன், சூரியன், கபிலைப் பசு ஆராதனை விவரம் கூறினார். ஆச்சாரியார் சீடனுக்கு தீக்ஷை அளிக்கும் முறையையும் கூறினார். அதற்கு முன் அகார மந்திரத்தால் சாந்தி ஓமம் செய்ய வேண்டும்.

14. சப்த த்வீபங்கள் (தீவுகள்)

ஏழு த்வீபங்களும் ஏழு கடல்களால் சூழப்பட்டு உள்ளன. ஜம்புத்வீபம் உப்புக் கடலாலும், பிலக்ஷம் கருப்பஞ்சாறு கடலாலும், சால்மலி மதுக்கடலாலும், குசம் நெய் கடலாலும், கிரௌஞ்சம் தயிர்க் கடலாலும், சாகம் பாற்கடலாலும். புஷ்கரம் நன்னீர் கடலாலும் சூழப்பட்டுள்ளன.

ஜம்புத்வீபத்தின் அதிபதி அக்னீத்திரன், பிலக்ஷத்தீவின் அதிபதி மேதாதி, சால்மலித் தீவுக்கதிபதி வபுஷ்மா, குசத்வீபத்துக்கு அதிபதி ஜியோதிஷ்மான், கிரௌஞ்சத் தீவுக்கு அதிபதி தியுதிமான், சாகத் தீவுக்கு அதிபதி பவியன், புஷ்கரத் தீவுக்கு அதிபதி சவனன் ஆகியோர்.

(இது பற்றிய விவரங்களுக்கு விஷ்ணு புராணம் காண்க.)

15. தீர்த்த யாத்திரை க்ஷேத்திரங்கள்

தீர்த்த யாத்திரை எல்லோர்க்கும் பொது. தற்போது 'சுற்றுலாப் பயணம்' என்று அதற்கொரு இலாகாவை ஏற்படுத்தி நம் நாட்டவர் அன்றி அயல் நாட்டவரையும் அது ஈர்த்துள்ளது.

நம் பண்பாட்டின்படி புண்ணிய க்ஷேத்திரங்களுக்குச் சென்று, அங்குள்ள புனித நீரில் ஸ்நானம் செய்து அங்குள்ள ஆலயங்களில் உள்ள கடவுளரைத் தரிசிப்பதே தீர்த்த யாத்திரை எனப்படுகின்றது. அங்கு சுவர்ண தானம், கோதானம் கொடுப்பது மிகவும் சிறப்பானதாகும்.

புஷ்கரம் : புண்ணிய க்ஷேத்திரங்களில் புனிதமானது, உயர்ந்தது புஷ்கரம். புஷ்கரத்தினுள்ளேயே பல புனித இடங்கள் உள்ளன. இங்கு பிரம்மன் மற்றத் தேவதைகளோடு வசிக்கிறார்.

கார்த்திகை மாதப் பௌர்ணமி அன்று இரவு அதன் கரையில் அன்னதானம் செய்பவன் எல்லாப் பாவங்களிலும் விடுபட்டு பிரம்ம லோகம் அடைவான்.

புஷ்கரத் தீர்த்தத்தில் நீராடுபவன், அதன் கரையில் பிதுருக்களையும், தெய்வங்களையும் ஆராதிக்கின்றவன் நூறு அசுவமேத யாகங்களின் பலன் பெறுவான்.

ஓர் ஆண்டுகாலம் இங்கு வசித்து நீராடி, பெற்றோர்க்குச் சிரார்த்தம் செய்தால் கடந்த தலைமுறையினரும் நரகலோகம் விட்டு உத்தம லோகம் அடைவர்.

இங்கு ஜம்பு மார்க்கம் என்ற புண்ணியத்தலமும், தண்டு விசாஸ்ரயம் என்ற ஆலயமும் உள்ளன.

கன்னியாஸ்ரமம் என்ற தலம் அதனருகே உள்ளது. பல புண்ணிய ஸ்தலங்களைத் தரிசித்ததன் பலனை இது தரும்.

சோமநாத ஆலயம், பிரபாஸ க்ஷேத்திரம், நர்மதை, சர்மண்வதி, சிந்து நதி, சரஸ்வதி நதி ஆகியவை புனித மானவை.

துவாரகை, கோமதிதீரம், பிண்டாரகம் ஆகிய தலங்களுக்கு யாத்திரை மனோ பீஷ்டம் சித்திக்கப் பெறும்.

பூமி தீர்த்தம், பிரம்ம தீர்த்தம், பஞ்ச நதிகள், பீம தீர்த்தம், ஹிமாலயம் ஆகியவை ஒன்றுக்கொன்று இணையான தலங்கள் (கோயில்கள் புனிதமானவை).

விநாசினி நாகோத்பேதம், அகர்த் தனம் ஆகிய இடங்களில் உள்ள குரு க்ஷேத்திரத்தில் விஷ்ணு முதலான தேவதைகள் அங்கே இருப்பிடம் கொண் டுள்ளனர். இங்கே வசிப்பவன் பகவானை அடைவான்.

இன்னும் வடக்கே பல தலங்கள் கூறப்பட்டிருப்பினும் காசி க்ஷேத்திரம் உயர்ந்தது; மேலானது.

ராஜக்கிரகம், சாலக்கிராமம், காளி கட்டம், வாமனதீர்த்தம், ஸ்ரீ பர்வதம், மலையபர்வதம், தண்டகாரணியம், சித்ர கூடம், அவந்தி, அயோத்தி, நைமி சாரண்ய வனங்கள் போன்றவற்றிற்கு புண்ணிய யாத்திரை அகத்திலும் புறத்திலும் ஆனந்தம் தரும்.

கங்கையின் பெருமையை அனை வரும் அறிவர். கங்கைக் கரையில் உள்ள காசி மிகவும் சிறப்பானது. காசி பற்றிய பல செய்திகள் லிங்க புராணம், சிவ புராணங்களில் கூறப்பட்டுள்ளன.

ஸ்ரீ பர்வதம் என்ற மலையில் தேவி, மகாலக்ஷ்மி வடிவில் தவம் இயற்ற விஷ்ணு காட்சி தந்து அவள் விருப்பம் நிறைவேற அனுக்கிரகித்தார். எனவே அது 'ஸ்ரீ பர்வதம்' எனப் பெயர் பெற்றது (ஸ்ரீ = லக்ஷ்மி)

இம்மலைச் சரிவில் செய்யும் தவம், ஜபதபம் நிலையான பலனளிக்கும். இறுதிக்காலத்தை இங்கு கழிப்பவர்கள் சிவலோகத்தை அடைவர். ஹிரண்ய கசிபும் மகாபலியும் இம்மலையில் அருந்தவம் செய்து பகவான் அருள் பெற்றனர்.

16. கயாக்ஷேத்திரச் சிறப்பு

சிறந்த க்ஷேத்திரங்களில் ஒன்று கயா க்ஷேத்திரம்.

கயாசுரன் பகவானைக் குறித்துக் தவம் செய்தான். அவன் முன் திருமால் தோன்றி அவன் வேண்டியவாறு அவன் உடல் எல்லாவற்றிலும் புனிதத் தலமாகும் வரத்தைப் பெற்றான்.

கயாசுரன் எல்லோரையும் அடக்கி னான். தேவர்கள் இவனைக் கண்டு நடுங்கினர். அவர்கள் விஷ்ணுவிடம் முறையிட அவர் பிரமனிடம் அசுரனை அடைந்து புனித காரியத்துக்காக அவனது உடலைத் தருமாறு யாசகம் கேட்கச் செய்தார். பிரமன் அவனிடம் தான் செய்யப்போகும் யாகத்துக்கு அவனது புனிதஉடலைத் தருமாறு வேண்டிட, அவனும் அவ்வாறே செய்ய அவன் மண்டை ஓட்டை எடுத்து அதையே ஓமகுண்டமாக்கி வழிபாட்டை முடிக்க விஷ்ணு அவர் முன் தோன்றி ஓமத்தில் பூர்ணாகுதி செய்யச் சொல்ல அசுரன் உடல் மெல்ல அசையத் தொடங்கியது.

அப்போது விஷ்ணு தருமனிடம் எல்லாத் தேவர்களும் இந்தப் பாறையை பிடித்துக் கொள்ளட்டும். தனது கதாயுதத்தின் சக்தியும், மற்றவர்களின் ஆயுதசக்தியும் ஆக தெய்வ சக்தி நிறைந்தது அது என்றார். தருமராஜனும் அந்தப் பாறையைக் கையில் ஏந்திக் கொண்டான்.

ஒரு நாள் மரீசி முனிவர் தன் மனைவி தரும விரதையைக் கால்களைப் பிடித்து விடுமாறு பணிக்க, அவர் அவ்வாறு பணிவிடை செய்யும் போது பிரம்மன் அங்கு வர அவள் பணிவிடையை நிறுத்தி பிரமனை வரவேற்று உபசரிக்க, இதனால் கோபம் கோண்ட முனிவர் அவளைப் பாறையாகும்படி சபித்தார். அவள் பல்லாண்டுகள் விஷ்ணுவைக் குறித்து தவம் செய்து தன் சாபத்தை நீக்கி அருள வேண்டினாள். விஷ்ணு, முனிவர் சாபத்தை மாற்ற முடியாது. எனினும், அவர்கள் அனுக்கிரகம் உண்டு என்றும், அவளைக் கொண்டு கயாசுரனை அவள் இருப்பிடத்திலேயே கட்டுப்படுத்தி வைப்பதாகவும் கூறினார்.

அப்போது தருமவிரதை அரி, அயன், அரன், கௌரி, லக்ஷ்மி ஆகியோர் அந்தப் பாறையின் மீது அமர்ந்திருக்கும் பேற்றினைக் கேட்டுப் பெற்றார்கள். அதில் அனைத்துத் தேவர்களின் சாந்நித்தியமும் இருக்குமாறு செய்தார். விஷ்ணு கதாமூர்த்தியாகி அவனுடைய அசைவைத் தடுத்து நிறுத்தினார்.

கதன் என்ற அசுரனை விஷ்ணு கொன்றார். அவன் எலும்பினால் விசுவகர்மா ஒரு ஆயுதத்தைச் செய்து விஷ்ணுவுக்கு அளிக்க, அது கதாயுதம் எனப்பட்டது. அதை ஏந்திய பெருமாள் 'கதாதரர்' எனப்பட்டார். விஷ்ணு கதாதர மூர்த்தியாகி பாறை மீது அமர அது நகராமல் நின்றுவிட்டது.

அசையமுடியாமல் போன கயாசுரன் வருத்தமுற்று விஷ்ணுவை வேண்ட திருமால் வரம் அளித்தார், "உன்னை ஒரு புனித காரியத்துக்காகவே நிலை நிறுத்தி னோம். மும்மூர்த்திகளும் உன் அருகி லேயே இருப்பார்கள். தல யாத்திரை இடங்களில் இது மிகவும் சிறந்தாகும். உன்னிடம் வருபவர்கள் மிக்க ஆனந்தம் அடைவர்.

பிரமன் யாகத்தைப் பூர்த்தி செய்து அந்தணர்களுக்கு எல்லாம் தானங்கள் அளித்தார். ஆனால், பேராசை கொண்ட அந்தணர்களை வசதி இன்றி திண்டாடு மாறு சபித்தார் பிரமன்.

அவர்கள் விமோசனம் வேண்ட அங்கு வரும் யாத்திரிகர்களின் ஆதாரத்தால் அவர்கள் பிழைப்பர் என்றும், அங்குச் செய்யப்படும் பிதுரு காரியங்கள் சிறந்த பலன் அளிக்கும் என்றும் பிரம்மா அருளினார்.

அன்று முதல் அவ்விடம் 'கயை' எனப் பெயர் பெற்றது.

17. கயாக்ஷேத்திரத்தில் கர்மாக்கள் செய்தல்

கயா யாத்திரையை சாஸ்திரம் அறிந்த வர்களின் உதவியோடு விதிமுறைப்படி செய்து முடிக்க வேண்டும்.

தம் வம்சத்தில் யாரேனும் ஒருவர் கயைக்கு வந்து சிராத்தம் செய்து தங்களைக் கரைசேர்க்க மாட்டார்களா என்று மூதாதையர்கள் காத்துக் கிடக்கின்றனர்.

முக்திபெற நான்கு வழிகள் 1) பகவானின் மகிமைகளை அறிவது 2) பிதுருக்களுக்கு கயையில் சிராத்தம் செய்வது. 3) மாட்டுக் கொட்டிலில் உயிரை விடுவது. 4) புனிதத் தலத்தில் வசிப்பது.

இங்கு என்றும் ஈமச்சடங்குகளைச் செய்யலாம். கயையை அடைந்து உத்தர மானசம் தன்னில் நீராடி அதன் கரையில் பித்ருக்களுக்கும் தேவர்களுக்கும் தர்ப்பணம் செய்ய வேண்டும்.

பின்னர் தெற்கிலுள்ள தக்ஷிணமான சத்தில் நீராடி, சூரியனைப் பிரார்த்தித்து அனுக்கிரகம் பெற வேண்டும்.

இங்கே முடிநீக்கும் இடம் முண்டப் பிரிஷ்டம் எனப்படும். அதற்கு வடக்கே கங்காளம் என்ற புனித தீர்த்தம் உள்ளது.

உத்தரமானசத்துக்குப் பிறகு நாகார்ஜுனா நதியில் நீராட வேண்டும். அடுத்து, பால்கு நதியில் நீராடி சிராத்தம் முடித்து கதாதரரைத் தரிசிக்க வேண்டும்.

பின்னர், மதங்க தீர்த்தம், பிரமகூபம் ஆகியவற்றில் நீராடி கர்மாக்களைச் செய்ய வேண்டும். அடுத்து போதி விருக்ஷ தரிசனம்.

முதல் நாள் உத்தரமானதும், இரண் டாம் நாள் தக்ஷிணமானதும் மூன்றாம் நாள் பிரம்மசரஸ், நான்காவது நாள் பால்குந்தியில் நீராடி கர்மாக்களைச் செய்ய வேண்டும்.

விசாலன் வரலாறு

விசாலன் என்ற மன்னனுக்குப் புத்திரப் பேறு இன்மையால் அந்தணர்கள் அறிவுரை கேட்டு கயா க்ஷேத்திரம் அடைந்து கயசிரசு என்ற இடத்தில் பிண்டம் அளித்தான். அப்போது அவன் முன் வெண்மை, சிவப்பு, கருப்பு நிறங்களுடைய மூன்று உருவங்கள் தோன்றின. அந்த மூன்றும் அவனுடைய தந்தை, பாட்டன், முப்பாட்டன் என்றனர். அவை அந்தத் தலத்தில் கர்மாக்கள் செய்து அவர்களுக்காகப் பிண்டம் சமர்ப்பித்தால் அவர்கள் நரகம் விடுத்து சொர்க்கம் சேர்வர் என்றனர்.

அவ்வாறே அவன் செய்ய அவன் மனைவி கருவுற்று அநேக புத்திரர்கள் பிறந்தனர்.

தன் குடும்பத்தினரைச் சம்சார பந்தத்திலிருந்து விடுபடச் செய்ய விரும்புபவர் கயையில் தேவர்களுக்குத் திருப்தியாகக் கர்மாக்களைச் செய்ய வேண்டும்.

ஐந்தாம் நாள் நீராடி ஜனார்த்தனனைப் பிரார்த்திக்கும் மந்திரத்தை உச்சரிக்க வேண்டும். வட விருட்சத்தின் அடியில் வடேசுவரரைத் தரிசிக்க வேண்டும். இவ்வாறே மகாநதியில் நீராடி காயத்திரி மந்திரத்தைக் ஜபிக்க வேண்டும்.

வைதரணி நதியில் நீராடி, ஜனார்த்தனனைப் பிரார்த்தித்து தனக்காகப் பிண்டம் இட்டுக் கொள்ள வேண்டும். சொர்க்க வாசம் பெற அது உதவும்.

மேலும், அங்கு பல தீர்த்தங்களும், பல தெய்வ வடிவங்களும் உள்ளன. அவற்றை எல்லாம் தரிசித்து, கர்மாக்களைச் செய்து கயா க்ஷேத்திரத்தை வலம் வந்து அன்னதானம் அளித்தல் சிறப்புடையது.

18. விண்ணில் உள்ளவை

இப்பேரண்டத்தில் பூமிக்குக் கீழே பாதாள லோகங்கள் உள்ளன. அவை அதலம், விதலம், நிதலம், சுபஸ்திமது, மகாக்ஷணீயம், சுதலம், அக்ரயம் என ஏழாகும். பாதாள லோகங்களுக்குக் கீழே நரகம் உள்ளது.

சூரியனது கிரணங்களால் ஆகாயம் முழுவதும் ஒளிர்வதால் அது 'நபஸ்' எனப்படும். சூரியன் தனது ஒற்றைச் சக்கர ரதத்தில் பவனி வருகையில் காயத்திரி முதலிய ஏழு குதிரைகள் இழுத்து வருகின்றன. விஷ்ணுவே சூரியனாக விளங்குகிறார்.

சந்திரன் மூன்று சக்கர ரதத்தில், பச்சை நிறப் பத்துக் குதிரைகளால் இழுக்கப் படுகிறது. சந்திரனுக்கு 15 கலைகள் உள்ளன.

செவ்வாய், புதன், வியாழன், சுக்கிரன், சனி, ராகு ஆகிய கிரகங்களின் ரதங்களும் எட்டு குதிரைகளாலேயே இழுக்கப் படுகின்றன.

கிரகங்களுக்கு வெகு தூரத்தில் ரப்தரிஷி மண்டலம் உள்ளது. அதற்கு பல லக்ஷம் மைல்கள் தள்ளி மகர்லோகம் உள்ளது.

அதற்கு அப்பால் ஜனலோகம், தபோலோகம், சத்தியலோகம் (அ) பிரம்மலோகம், அடுத்து விஷ்ணுபதம் என்னும் வைகுந்தம் உள்ளன.

இவ்வாறு விளக்கி வந்த அக்கினி தேவர், அடுத்து வான சாஸ்திர முறைப் படி மங்கள கர்மாக்கள் பலவற்றை விளக்கிப் பின்னர் அறுபது வருஷங்களைப் பற்றியும், அந்தந்த ஆண்டு பலன்கள் பற்றியும் விளக்கினார்.

பிரபவ முதல் அக்ஷய வரை உள்ள அறுபது ஆண்டு பலன்களையும் விவரித்து உரைத்தார்.

அடுத்து ஓர் அரசன் போரில் வெற்றி பெறச் செய்ய வேண்டிய ஹோம காரியம், கிரிசக்ரவிரதம் ஆகியவை பற்றிக் கூறி அவற்றின் பலன்களையும் விளக்குகிறார் அக்கினிதேவன்.

19. மன்வந்தரங்கள், மனுக்கள்

மன்வந்தரங்கள் பதினான்கு. ஒவ்வொரு மன்வந்தரத்திலும் ஒருவர் மனுவாகவும், ஒருவர் இந்திரனாகவும், எழுவர் சப்தரிஷிகளாகவும் இருப்பர். இவை அனைத்தும் ஒவ்வொரு மன்வந்தரத்திலும் வேறாகும்.

மனுவும், சப்தரிஷிகளும், தேவர்களும், இந்திரனும் மனுவின் புதல்வர்களும் எம்பெருமானுடைய சங்கல்ப காரியத்தை நிறைவேற்றும் அதிகார புருஷர்கள்.

பதினான்கு மனுவந்தரங்கள் கழியும் போது ஆயிரம் யுகங்களின் அளவுள்ள ஒரு கற்ப காலம் முடிவடையும். இது ஒரு பகற்காலம்; இதே அளவு இரவு காலம் கழிந்த பிறகு பிரம்ம சொரூபத்தை அனுஷ்டித்து எழுந்தருளியிருப்பவனும் முதல் சிருஷ்டி கர்த்தாவும் சகல சொரூபியுமான ஸ்ரீ ஜனார்த்தன பகவான் மூவுலகையும் உட்கொண்டு யோகு துயில் கொள்வார். பிறகு விழித்து முன்போல் உலகைப் படைப்பார்.

(இதன் விரிவை 'விஷ்ணு புராண'த்தில் காண்க.)

20. வேதங்கள், வருணாசிரம தர்மங்கள்

எம்பெருமான் துவாபர யுகந்தோறும் வியாசராகத் தோன்றி மக்கள் நலனுக்காக ஒன்றாக இருக்கும் வேதத்தை நான்காகப் பிரித்து அருள்கிறார். அவை ருக், யஜுர், சாம, அதர்வணம் என்னும் நான்காகும். ஒன்றாக இருந்த யஜுர் வேதம் நான்காகக் பிரிக்கப்பட்டது. ரிக் வேதம் பல சம்ஹிதைகளாகப் பிரிக்கப் பட்டது. சாமவேதம் பல சாகைகளாகப் பிரிக்கப்பட்டது. அதர்வண வேதமும் பல சாகைகளாகப் பிரிக்கப்பட்டது.

இவை குருவின் வழியாக பிரதான சிஷ்யர்களுக்கு உபதேசம் செய்யப் பட்டன. உபதேசம் பெற்றவர்கள் மேலும் பலருக்கு உபதேசம் செய்து வருகின்றனர்.

வருணாசிரம தர்மங்கள்

பிராமணர், க்ஷத்திரியர், வைசியர், சூத்திரர் என்று வருணத்தார்கள் நான்கு வகையினர். அவர்களுடைய கடமைகளையே 'வருணாசிரம தர்மங்கள்' என்று சொல்கின்றனர்.

பிராமணர்களின் தொழில் யஜ்ஞ, யாகாதிகளான கர்மங்களைச் செய்தல், பிறருக்குச் செய்து வைத்தல், சீலமுள்ள ஒழுக்கத்துடன் பிறர் அளிக்கும் தானங்களை ஏற்றல், வாழ்நாள் முழுவதும் தர்ம சாஸ்திரங்கள் அறிந்து அறிவைப் பெருக்கிக் கொள்ளுதல்.

க்ஷத்திரியர்கள் மக்களைக் காப்பாற்றி, துஷ்டர்களைத் தண்டித்து நாட்டில் அமைதியை உண்டாக்குதல்.

வைசியர்கள் வியாபாரம் நடத்துதல், தானியங்களைப் பயிரிடுதல், விளைச்சலைப் பெருக்குதல், பசுக்களை ரக்ஷித்தல்.

நான்காம் வருணத்தார் மேற்கூறிய மூவர்க்கும் பணிகள் செய்து உதவியாக இருத்தல்.

(மேலும் விரிவான விவரங்களுக்கு – விஷ்ணு புராணம் காண்க.)

21. தினமும் செய்ய வேண்டிய கர்மாக்கள்

நாம் பொதுவாக எல்லோரும் செய்யும் காரியங்கள் பலப்பல. அவை முந்தையோர் கண்ட முறையில் செய்யப்படுவன. சில சமயச் சடங்குகளும் அதில் அடங்கும்.

விடியற்காலையில் துயிலெழுதல். எழும்போதும் படுக்கப்போகும் போதும் இறைவனைத் தியானித்தல்.

மலஜலம் கழித்தல், பல் தேய்த்தல், நீராடல்; தூய உடை உடுத்தல் – தான தருமங்கள் செய்தல் – பிறருக்கு உதவுதல்.

மும்மலச் சுத்தியாய் இறைவனைத் தியானித்துக் கொண்டே இருத்தல். மரியாதைக்குரியவர், கர்ப்பிணி, பாரம் சுமப்போர், முதியோர்களுக்கு முதலில் வழிவிட வேண்டும்.

தர்மசாஸ்திரங்களில் விதிக்கப்பட்டுள்ள முறைகளிலேயே செல்வம் சேமிக்க வேண்டும். இரவில் கையில் விளக்குடன் பயணம் செய்தல் நலம். குறுக்கே பேசக்கூடாது. வஞ்சகர்கள் உறவு கூடாது. நோய் வருமுன் காத்தல் வேண்டும். வந்தால் தக்க மருத்துவரை நாடி அவர் அறிவுரைப்படி மருந்து, உணவு உட்கொள்ள வேண்டும்.

ஆலயங்களுக்குள் நல்லொழுக்க நெறிகளின்படி நடந்து கொள்ள வேண்டும். முறைப்படி இறைவனை வணங்கி, தியானிக்க வேண்டும். தூய்மையான பாத்திரங்களை உபயோகிக்க வேண்டும்.

எந்தெந்தப் பொருளை எப்படி எப்படி தூய்மைப்படுத்த வேண்டுமோ அவ்வாறு செய்ய வேண்டும். உணவு உண்டபின் வாயை நீர் ஊற்றி நன்கு கொப்பளிக்க வேண்டும்.

நல்லொழுக்கம், நல்லாச்சாரம், நித்ய கர்மானுஷ்டானங்களைக் குறித்த காலத்தில் குறித்தபடி செய்தல் நன்மை பயக்கும்.

22. தீட்டு காக்கும் முறை

ஒரு குடும்பத்தில் நிகழும் ஜனன, மரணங்களுக்கான தீட்டு காக்கும் முறை அனுசரிக்கப்படுகிறது. பிறப்பு தீட்டை விருத்தி தீட்டு என்பர். சாவுத்தீட்டு பிராமணனுக்குப் பத்து நாட்கள். க்ஷத்திரியனுக்கு பன்னிரண்டு நாட்கள், வைசியருக்கு பதினைந்து நாட்கள், மற்றவர்க்கு ஒரு மாதமும் ஆகும்.

பிறந்த குழந்தை பிராமண குழந்தையானால் ஒரு நாள், க்ஷத்திரிய குழந்தைக்கு மூன்று நாட்கள், மற்ற குழந்தைகட்கு ஆறு நாட்கள் தீட்டு.

குழந்தை இறந்தால் பல் முளைக்கா விடில் அன்று பகலுடன் தீட்டு முடியும். சூதகரணம் (அ) குடுமி வைக்காலிருப்பின் ஒரு நாள் தீட்டு. உபநயனம் போன்ற சமயச் சடங்குகள் நிறைவேறாமல் இருந்தால் மூன்று நாட்கள். அதன் பின்னர் மரணமானால் குழந்தைக்கு பத்து நாட்கள் தீட்டு காக்க வேண்டும்.

நான்காம் வருணக் குழந்தை மூன்று வயதுக்குள் இறந்தால் ஆறாவது நாள் தீட்டு விலகி விடும். மூன்று முதல் ஆறு வயதானால் பன்னிரெண்டு நாட்களுக்கும், அதற்கு மேல் இறக்கும் குழந்தைக்கு ஒரு மாதமும் தீட்டு உண்டு.

மணமான பெண் மாமனார் வீட்டில் இறந்தால் தகப்பனாரின் உறவினருக்குத் தீட்டு இல்லை. மாமனார் வீட்டில் பிரசவமானால் தந்தை உறவினருக்கு ஓர் இரவில் தீட்டு விலகும். அவள் தந்தை வீட்டில் இறந்தால் மூன்று நாள் தீட்டு காக்க வேண்டும். தீட்டுக்கான இரண்டு நிகழ்வுகள் இருப்பின் இரண்டுக்கும் ஒரே நாளில் தீட்டு தீர்ந்துவிடும்.

இரண்டு வெவ்வேறு நாள்களில் சேர்ந்தால் பின் நிகழ்வுக்கான காலத்தின் முடிவில் தான் தீட்டு விலகும்.

உறவினர் அயல் நாட்டில் மரணமானால் பத்து நாட்களுக்குள் தெரிந்தால் மீதமுள்ள நாட்கள் வரை தீட்டு. பத்து நாள்களுக்குப் பின் ஓராண்டுகளுக்குப் பின் தெரிந்தால் கேட்ட நாளிலிருந்து மூன்று நாட்கள் தீட்டு. அதற்கு மேற்பட்டால் கேட்டவுடன் ஸ்நானம் செய்தால் தீட்டு போய் விடும்.

குறைப் பிரசவமானால் எத்தனை மாதம் கர்ப்பமோ அத்தனை நாட்கள் தீட்டு.

23. நீத்தார் கடன்

மறைந்தவரின் பன்னிரண்டாவது நாள் சபிண்டீகரணம் என்பர். அன்று அவர் ஆத்மா முன்னோர்களுடன் சேர்கிறது.

அன்று நான்கு பிண்டங்கள், ஒன்று மறைந்தவர்க்கு, மற்ற மூன்று, மூன்று தலைமுறை முன்னோர்களுக்கு. அவ்வாறே நான்கு கலன்களில் நீர் வைக்க வேண்டும். இறந்தவர்களுக்கான பிண்டத்தை மற்ற மூன்றுடனும் மந்திரம் கூறி சேர்க்க வேண்டும். அதே போல் நீரும் ஒன்றுடன் மற்றொன்று எனக் கலக்கப்படவேண்டும்.

பெண் பிண்டங்கள் கலக்கப்படும் போது மந்திரங்கள் இல்லை. ஆண்டு தோறும் நினைவு நாளன்று சிரார்த்தம் செய்து நீத்தாருக்குப் பிண்டம் போட வேண்டும். அப்போது வருத்தமுறக் கூடாது.

தற்கொலை அல்லது வேறு காரணங்களால் அகாலமரணம் நேர்ந்தால் மற்றவர்கள் தீட்டுக் காக்க வேண்டாம்.

உறவினர் அல்லாதார் பிணத்துடன் சுடுகாடு சென்றால் பிணத்தை எரிப்பதற்கு முன்னே நீராடலாம். சென்று திரும்பியவனும், பெண்களிடம் மகிழ்ந்து இருந்தவனும் நீராட வேண்டும்.

அந்தணர் பிணத்தை அவர்களே சுமந்து செல்ல வேண்டும். அனாதை அந்தணர் பிணத்தை சுடுகாட்டில் எரிக்க ஏற்பாடு செய்பவர்கள் சொர்க்கம் அடைவர்.

சிதைக்குத் தீ மூட்டியதும் மறைந்தவன் உறவினர் அதனை இடம் வலமாகச் சுற்றி வரவேண்டும். உடுத்தியுள்ள உடுப்புடனே குளிக்க வேண்டும். நீத்தார் திருப்திக்காக மும்முறை நீர் ஏந்திவிட வேண்டும். வீட்டிற்குள் நுழையும்போது கால் கழுவி சுத்தம் செய்து கொள்ள வேண்டும். அன்று இரவு அற்ப ஆகாரம் உண்டு. தரையில் படுத்துறங்க வேண்டும். பத்தாம் நாள் முகக்ஷவரம் செய்து கொள்ள வேண்டும்.

குறைப்பிரசவக் குழந்தை, பல் முளைக்காத குழந்தை புதைக்கப்பட வேண்டும். அதற்கு நீர்க்கடன்கள் ஏதும் இல்லை.

அனாதைப் பிணத்தைத் தீண்டினால் மூன்றில் ஒரு பங்கு நாட்கள் தீட்டு. பிராம்மணனுக்கு மூன்று நாட்கள், க்ஷத்திரியனுக்கு நான்கு நாட்கள், வைசியனுக்கு ஐந்து நாட்கள், மற்றவர்களுக்குப் பத்து நாட்கள்.

திருமணமாகாத பெண் இறந்தால் அன்றிரவோடு தீட்டு விடும். மணத்துக்கு பிறகு இறந்தால் மூன்று நாட்கள். அவளுடைய திருமணமான சகோதரிக்கு இரண்டு நாட்கள்.

மணமாகாத பெண் தன் தந்தையைச் சேர்ந்தவர்களுக்கு நீர்க் கடன்கள் முடிக்க வேண்டும். மணமானவள் தன் கணவனின் பெற்றோர்க்கும், அவர்களைச் சார்ந்து பித்ருக்களுக்கும், தன் தந்தையைத் சேர்ந்தவர்களுக்கும் நீர்க்கடன் செய்ய வேண்டும்.

பிராமணனுக்கு பிராமண மனைவி மூலம் குழந்தை பெற்றால் பத்து நாட்கள் தீட்டு, க்ஷத்திரிய மனைவி குழந்தையானால் ஒரு நாள், வைசிய மனைவியின் குழந்தைக்கு மூன்று நாட்கள். இதர ஜாதி மனைவி மூலம் குழந்தை பிறந்தால் ஆறு நாட்கள் தீட்டு. குழந்தை இறந்தாலும் தீட்டு அவ்வாறே.

மருமகள், பெண் வயிற்றுப் பேரன், சகோதரி மகள், மைத்துனன் அவன் மகள் இறந்தால் நீராடியதும் தீட்டு விலகி விடும். தாய்வழிப் பாட்டன், பாட்டி, ஆசாரியார் ஆகியோர் இறந்தால் மூன்று நாள் தீட்டு.

தற்கொலை செய்து கொள்வோர் நூறாயிரம் ஆண்டு நரகவாசம் அனுபவிக்க வேண்டும். பெற்றோர்களால் கைவிடப்பட்டவனின் பெற்றோர் இறந்தால் செய்தி கேட்டதும் நீராடினால்

போதும். எனினும் ஓராண்டு முடிந்தவுடன் சிராத்த காரியங்களைச் செய்யலாம்.

இறந்தவன் தாயாதிகள் பிணத்தைச் சுடுகாட்டிற்கு எடுத்துச் சென்றால் நீராடிய பின் அக்னியைத் தொட்டும், சிறிது நெய் உட்கொண்டும் தூய்மை செய்து கொள்ள வேண்டும். பத்து அன்று விருந்து உட்கொள்ள வேண்டும்.

வறிய பிராமணன் உடலை ஒருவன் சுமந்து சென்றால் ஸம்ஸ்காரத்துக்குப் பின் குளித்தால் போதும்.

பிணம் எடுத்துச் செல்லப்பட்ட பின் வீட்டை கழுவுதல், சுண்ணாம்பு அடித்தல் மூலம் கிரகத் தூய்மை ஏற்படுகிறது.

இறந்தவன் மகன் சிதையில் உள்ள உடலின் முகத்திலே எரிந்து கொண்டிருக்கும் சமித்துக்களால் மும்முறை மந்திரம் சொல்லித் தொட வேண்டும். மற்றவர்கள் உடல் மீது நீரைத் தெளித்து உதகக் கிரியையைப் பூர்த்தி செய்ய வேண்டும்.

பிண்டங்கள் பிராமண உயிர்க்குப் பத்தும், க்ஷத்திரியனுக்குப் பன்னிரண்டும், வைசியருக்குப் பதினைந்தும், மற்றவர்க்கு முப்பதும் போட வேண்டும்.

பிள்ளையில்லாவிடில் பிள்ளை வயிற்றுப் பேரன் கொள்ளி போடலாம். பிறந்த குழந்தைக்கு ஜாதகம் கணிக்கும் போது புண்ணியாகவசனத்தின்போது பிராமணர்களுக்குப் பசு, தங்கம், ஆடைகள் தானம் செய்ய வேண்டும்.

ஹரியைத் தியானித்துவாறே உயிரை விட்டவன் சொர்க்கம் அடைவான். கங்கையில் எலும்பு, சாம்பல் கரைக்கப்பட்ட கணம் முதல் அவனுடைய ஆத்மா மேலுலகை நோக்கிப் பயணம் தொடங்குகிறது.

தற்கொலை போன்ற அகால மரணம் அடைந்தவர்களுக்கு நாராயண பலி கொடுக்கலாம். அந்த ஆத்மா கரையேறும்.

மயான வைராக்கியம் அடையாதவன், தானும் இறந்துவிடுவோம் என்று எண்ணாதவன் முட்டாள்.

மரண நேரம் எப்போது விதிக்கப்பட்டிருக்கிறதோ அப்போது தான் மரணம் நிகழும். மரணத்தைத் தடுத்து நிறுத்த முடியாது.

நாம் சட்டையை மாற்றுவதுபோல் ஆத்மா உடலை மாற்றிக் கொள்வதே மரணம். எனவே அதற்காக வருந்தக் கூடாது.

24. வானப் பிரஸ்த ஆசிரமம், சந்நியாச ஆசிரமம்

1. வானப் பிரஸ்தாசிரமத்தை மேற்கொள்வோர் காட்டிலே வசித்து, அங்கு கிடைக்கும் காய், கனி, கிழங்குகளை உண்டு, தெளிந்த ஊற்று நீரை அருந்தி, மூன்று வேளை நீராடி, யாசகம் கேட்காமல், பெறாமல் உணர்ச்சிகளைக் கட்டுப்படுத்தி வாழ வேண்டும்.

குடும்ப வாழ்க்கையில் இருக்கும் ஒருவன், பேரன் பேத்திகளைப் பெற்ற பிறகு வானப் பிரஸ்தாசிரமத்தைத் தனியாகவோ, மனைவியுடனோ மேற்கொள்ள வேண்டும்.

ஒருவன் வாழ்க்கையின் நான்காவது கட்டம் சந்நியாச ஆசிரமம். பந்த பாசங்களை நீக்கி, முற்றும் துறந்த தவசிகளுடைய சந்நியாச ஆசிரமத்தை அதாவது துறவறத்தை மேற்கொள்ள வேண்டும். எந்த இடத்திலும் நிலையாகத் தங்கக் கூடாது. ஒருவேளை மட்டுமே கிடைத்த உணவைக் கொள்ள வேண்டும். மரநிழலே தங்குமிடம். கையில் உள்ள திரு ஓடே உண்கலம். மரணம் அடையும் வரை நியதியோடு வாழவேண்டும்.

உண்மையே பேசவேண்டும். புனிதமான காரியங்களையே செய்ய வேண்டும். மரக்கலம் (அ) மண்கலத்தை மட்டும் பயன்படுத்த வேண்டும். எப்போதும் பிறருக்கு நன்மை செய்வதிலேயே கண்ணும் கருத்துமாக இருக்க வேண்டும். பிறர் துன்பத்தைத் தன் துன்பமாகக் கொண்டு உதவவேண்டும்.

தெய்வீகம் அடைய பத்துச் சற்குணங்கள் தேவை. தெய்வப்பற்று, சகிப்புத் தன்மை, சுயக்கட்டுப்பாடு, பேராசையின்மை, புனிதத்தன்மை, தன்னடக்கம், எளிமை, அறிவு பெற்றிருத்தல் ஆகியவை.

சந்நியாசிகள் நான்கு விதம். ஆசிரமத்தில் இருப்பவர் குடீரகர் மற்றும் வாகடர்கள், அம்சர்கள், பரமஹம்சர்கள். ஐந்து யாமங்கள், ஐந்து நியமங்கள் கொண்டிருக்க வேண்டும். பத்மாசமிட்டு அமர வேண்டும். பிராணாயாமம் செய்தல் வேண்டும். பிரத்தியாகாரம், தியானம், தாரணை கொண்டு ஆத்மாவைப் பிரம்ம சொரூபத்துடன் ஐக்கியப்படுத்திவிடும் சமாதி.

ஆத்மா, பகவான், பரப்பிம்மம் என்னும் பிரம்மத்தோடு ஐக்கியமாவது முக்தி ஆகும்.

பொதுவான விஷயங்கள் சில

தரும சாஸ்திரம் : விஷ்ணு, யாஜ்ஞ வல்கியர், ஹரிதர், அத்திரி, யமன், வியாசர், பிரஹஸ்பதி ஆகியோர் விளக்கிக் கூறி உள்ளவையே தரும சாஸ்திரம் ஆகும்.

சிராத்தம் : முந்தையோர் கண்ட நெறி முறையில் சிரத்தையுடன் செய்வதே சிராத்தம். இது விருத்தி சிராத்தம், ஏகோதிஷ்ட சிராத்தம், சபிண்டீகரணம் எனப் பலவகை.

கயையில் செய்யும் சிரார்த்தம் 'கயா சிரார்த்தம்' - சிறந்தது.

நவக்கிரக யஜ்ஞம்

சூரியன், சந்திரன், அங்காரகன், புதன், பிரகஸ்பதி, சுக்கிரன், சனி, ராகு, கேது என்பவை நவக்கிரகங்கள் என்பதை யாவரும் அறிவர்.

நவக்கிரக உருவங்களை வடித்தல் : சூரியன் – செம்பில்; சந்திரன் – படிகம்; அங்காரகன் – சிவப்பு நிறம்; புதன் – சந்தன மரம்; வியாழன் (குரு) தங்கம்; சுக்கிரன் – வெள்ளி; சனி – இரும்பு; ராகு கேது - ஈயம் ஒன்பதையும் தங்கத்திலேயும் செய்யலாம்.

கிரகத்துக்கேற்ப ஓம சமித்துக்கள்

சூரியன் – எருக்கு; சந்திரன் – பலாசு; அங்காரகன் – கருங்காலி; புதன் – நாயுருவி; பிரகஸ்பதி – அரசு; சுக்கிரன் – அத்தி; சனி – வன்னி; ராகு – அருகம்புல்; கேது – தர்ப்பை.

சமித்துக்களில் இருபத்தெட்டு (அ) நூற்றி எட்டு, தேன், தயிர், நெய்யில் தோய்த்து ஹோமகுண்டத்தில் சமர்ப்பிக்க வேண்டும்.

அந்தணர்களுக்கு அறு சுவை உண்டி அளித்து கோ தானம், வஸ்திர தானம், போன்றவற்றை தட்சிணையுடன் தரவும்.

ஒருவன் தனக்குப் பாதகமாக இருக்கக் கூடிய கிரகங்களைப் பக்தியுடன் ஆராதித்தால் அவற்றால் ஏற்படும் துன்பங்களிலிருந்து விடுபடலாம்.

25. பாபங்கள், பிராயச்சித்தம்

ஒருவன் தெரிந்தோ தெரியாமலோ இழைத்துவிட்ட தவறுக்காக மனமுருகி வருந்துவது 'பிராயச்சித்தம்' எனப்படும். அவ்வாறு செய்வதன் மூலம் மறுபடியும் அத்தகைய தவறுகள் தவிர்க்கப்படுகின்றன.

அழையாதார் வீட்டில் நுழைந்து புசிக்கும் பிராமணன் மூன்று நாட்களுக்குத் தொடர்ந்து உபவாசம் (அ)

கிருச்ச சாந்த்ராயனம் என்ற கர்மாவைக் கடைப் பிடிக்க வேண்டும். தீட்டுக் காலத்தில் பிறர் இல்லத்தில் உணவு கொள்வதால் ஏற்படும் தோஷம் நீங்க கிருச்ச விரதத்தை மேற்கொள்ள வேண்டும்.

அமாவாசையன்று மது அருந்துவதால் ஏற்படும் தோஷம் நீங்க விராஜா பத்தியம் என்ற கர்மாவைச் செய்ய வேண்டும்.

உப பாவங்கள் எனும் செயல்களைப் புரிந்தவர்கள் சாந்திராயன விரதம் அனுஷ்டிக்க வேண்டும்.

ஒருவன் வேண்டுமென்றே ஒரு குற்றத்தைச் செய்தால் அவனைச் சாதிப் பிரஷ்டம் செய்ய வேண்டும். தெரியாமல் செய்து விட்டால் பிராஜாபத்தியம் என்ற கர்மாவை மேற்கொண்டால் போதும்.

இப்பகுதியில் ஏராளமான தவறுகள் பற்றியும் அவற்றிற்கான பிராயச்சித்தமும் சொல்லப்பட்டுள்ளன. சில மட்டுமே காட்டப்பட்டன.

பிராமணர்களுக்கு அளிக்கப்படும் தண்டனை கடுமையானதாக இருக்கும். அதைவிடச் சற்று குறைவாக க்ஷத்திரியனுக்கும், அதைக் காட்டிலும் குறைவாக வைசியனுக்கும், மற்றவர்களுக்குத் தண்டனை அதைவிடக் குறைவாகவும் இருக்க வேண்டுமென்று சொல்லப்பட்டுள்ளது.

26. பிராயச்சித்த விரதங்கள்

1) மகாபாதகன் ஒரு மாதக் காலத்துக்கு புருஷஸூக்தம் கூறவேண்டும்.

2) அகர்ஷண மந்திரத்தை மும்முறை உச்சரித்தல், வாயு, யமனுக்கான மந்திரங்கள், காயத்திரி மந்திரமும் உச்சரித்தலால் சாதாரணக் குற்றங்களிலிருந்து ஒருவன் விடுபடலாம்.

3) கிருச்ச விரதம் – மொட்டை அடித்துக் கொண்டு, நீராடி, ஹோமம் செய்து ஹரியை வழிபடவேண்டும். பகலில் நின்று கொண்டும், இரவில் உட்கார்ந்து கொண்டும் கழிக்க வேண்டும்.

4) சாந்திராயன விரதத்தைக் கடைபிடிப்பவன் ஒரு நாளைக்கு எட்டுப்பிடி - காலையில் *4* பிடி, மாலையில் *4* பிடி என்று உணவு கொள்ள வேண்டும்.

5) தப்தகிருச்சம் : முதல் மூன்று நாட்கள் மூன்று கை வெந்நீர், அடுத்த மூன்று நாட்கள் மூன்று கை சூடான பால், அதற்கடுத்த மூன்று நாட்கள் சூடான நெய் அதே அளவு, கடைசி மூன்று நாட்கள் காற்றே ஆகாரம்.

6) கிரச்ச சந்தானபன விரதம் : ஒரு பகல், ஓர் இரவு சுத்த உபவாசம்.

7) பாரகயஜ்ஞ கர்மாவுக்கு பன்னிரண்டு நாட்கள் உபவாசம்.

8) பிராஜாபத்யம் – ஒரு வேளை உணவு மட்டும். மூன்று நாட்களுக்கு.

கிருச்ச விரதம் : ஒரு பிராம்மணன் மேற்கொள்வதைவிட க்ஷத்திரியன் ஒரு மாதம் குறைவாகவும், வைசியன் இரண்டு மாதம் குறைவாகவும் விரதம் கொள்ள வேண்டும்.

9) பல கிருச்சத்துக்கு ஒரு மாத காலம் பழ உணவு மட்டும்; ஸ்ரீ கிருச்சத்துக்குப் பேயத்தி பழம் மட்டும் உணவு.

10) பத்மாக்ஷம் – *1* மாதகாலம் – நெல்லிக்காய் மட்டும் உணவு.

புஷ்ப கிருச்சத்துக்கு மலர்கள், பத்திர கிருச்சத்துக்கு இலைகள், மூல கிருச்சத்துக்கு மலர், தோய கிருச்சத்துக்கு நீர் ஆகாரம் – இவற்றைத் தனியாகவோ, தயிர் (அ) மோர் கலந்தோ உட்கொள்ளலாம்.

11) வாயல்யம் என்ற பிராயச்சித்தம் : எல்லாப் பாபங்களையும் நசிக்கச் செய்யும் – ஒரு மாதகாலம் – நாள் ஒன்றுக்கு ஒரு பிடி அன்னம்.

12) கிருச்சம், ஆக்நேயம் – பன்னிரண்டு நாட்கள் ஒரு கையளவு நல்லெண்ணெய் உட்கொள்ள வேண்டும்.

பாபங்களை விலக்கிக் கொள்ளவும், செல்வம் பெறவும், மரணத்துக்குப்பின் விண்ணுலகு அடையவும் ஒருவன் கிருச்ச விரதம் மேற்கொள்ளலாம்.

காயத்திரி மந்திரம், பிரணவ மந்திரம், நாராயணன், சூரியன், நரசிம்மர் மூல மந்திரங்களும் பாபங்களைப் போக்கக் கூடியவை.

சாந்திராயன விரதத்தை மேற்கொள்ளுபவன் பௌர்ணமியன்று 15 கவளம், அடுத்த நாள் முதல் 14, 13 என்று குறைத்துக் கொண்டே வந்து அமாவாசை அன்று சுத்த உபவாசம் இருக்கவேண்டும். அடுத்த நாள் ஒரு கவளம் மட்டும் உட்கொண்டு அது முதல் ஒவ்வொன்று கூட்டி பௌர்ணமி அன்று 15 கவளம் உட்கொள்ள வேண்டும்.

ஒரு மாதத்திற்கு இரண்டு அமாவாசை வந்தால், அது மலமாசம். அந்த மாதங்களில் விரதம், ஓமம், பிரதிக்ஞை – திருவுருவப் பிரதிஷ்டை கூடாது. ஒரு பௌர்ணமி முதல் அடுத்த பௌர்ணமி வரை உள்ள நாட்கள் கொண்டது சாந்திர மாசம்; முப்பது நாட்களை உடையது சௌர மாசம்; சூரியன் ஒரு ராசியில் தங்கி இருக்கும் காலம் சௌர ('அ) சூரிய மாதம்; 27 நாட்களைக் கொண்டது நக்ஷத்திர மாதம் எனப்படும்.

விரத காலத்தில் தரையில் உறங்க வேண்டும். ஜபங்களை விடாமல் செய்ய வேண்டும். பிராமணர்களுக்குத் தக்ஷிணை, தானம் தரவேண்டும். பசு, சந்தனக்கட்டை, பாத்திரங்கள், நிலம், குடை, கட்டில் போன்றவை தானப் பொருள்களாகும்.

27. விரதங்கள்

1] **பிரதமை விரதம்:** அமாவாசை பௌர்ணமி அடுத்த நாள் பிரதமை. சித்திரை கார்த்திகை மாத விரதங்கள் விசேஷமானவை.

இந்த விரதத்தில் நாள் முழுவதும் உபவாசம். வலக்கையில் ஜபமாலை, கரண்டி, இடக்கையில் கமண்டலம், உத்தரிணி கொண்டு நீண்ட ஜடைகளுடன் இருக்க வேண்டும். பகவானுக்குப் பாயச நிவேதனம் செய்ய வேண்டும். இதன் மூலம் செழிப்பான வாழ்வு, மரணத்துக்குப் பின் சொர்க்கம் கிடைக்கும்.

மாசி மாத பிரதமை உத்தமமானது. அன்றிரவு நெய்யால் ஹோமம் செய்து அக்னியை ஆராதிக்க வேண்டும்.

2] **துவிதியை விரதம் :** இந்த விரதத்தால் ஒருவன் அடுத்த பிறவியில் முக்தி அடைவான். பிரதமை விரதம் முடித்து அடுத்த நாள் யம விரதம் மேற்கொள்ள வேண்டும். கார்த்திகை மாதம் அமாவாசை அடுத்த துவிதியையில் விரதம் தொடங்கி ஓர் ஆண்டு அனுஷ்டிப்பவர்க்கு நரகம் இல்லை.

சூன்ய சயன விரதம் : ஆவணி மாதத்தில் துவிதையை திதியில் தொடங்கி இந்த விரதம் அனுஷ்டித்தல் நலம். ஸ்ரீமந் நாராயணனுக்குரிய விரதம் இது. விஷ்ணு, லக்ஷ்மியையும் சேர்த்து இவ்விரதம் செய்ய தம்பதிகள் மகிழ்ச்சியான வாழ்வும், முக்தியும் பெறுவர்.

காந்தி விரதம் : கார்த்திகை மாதம், அமாவாசைக்குப் பின் துவிதியையில் தொடங்கி அனுஷ்டித்தால் தேக காந்தியும், நல வாழ்வும் பெறுவான்.

விஷ்ணு விரதம் : தை மாதம் அமாவாசை அடுத்த துவிதியையில் தொடங்கி நான்கு நாட்கள் தொடர்ந்து செய்ய வேண்டும். முதல் நாள் அன்னம் தேய்த்து ஸ்நானம், இரண்டாம் நாள் கருநிற எள் தேய்த்து நீராடல், மூன்றாம் நாள் வாசனைப் பொருள்கள் தேய்த்து நீராடல், நான்காவது நாள் சர்வ

ஔஷதணி என்ற மருந்து பொருள்கள் கொண்டு நீராடல்.

விஷ்ணுவையும், சந்திரனையும் ஆராதித்தல் வேண்டும். சந்திரன் அஸ்தமனத்திற்குப் பிறகு உணவு உட்கொள்ள வேண்டும்.

இதைப் பதினெட்டு நாட்கள் அனுஷ்டித்தால் வாயுவின் அருளொடு, விரும்பும் பொருள்கள் தடையின்றி கிடைக்கும்.

3] **திருதியை விரதம் :** சித்திரை திருதியை அன்று கௌரி சிவனை மணந்த நாள். அன்று மங்கல ஸ்நானம் செய்து கௌரி, சிவன் இருவரையும் வழிபட வேண்டும். இருவரையும் அர்ச்சித்தல், தானங்கள் செய்தல் வேண்டும். வைகாசி, புரட்டாசி, மார்கழியின் வளர்பிறை துவிதியையில் தொடங்கி தேவியை வழிபட்டு அந்தணத் தம்பதிகளுக்கு உணவளித்து, தானங்கள் அளித்தல்; மற்றும் இருபத்து நான்கு அந்தணர்களுக்கு உணவளித்தல் உகந்தது. இதனைச் சௌபாக்கிய சயன விரதம் என்பர்.

சௌபாக்கிய விரதம் : பங்குனி வளர்பிறை திருதியையில் தொடங்கிச் செய்தல். உப்பில்லா உணவு உட்கொள்ளுதல், அந்தணத் தம்பதியருக்கு உணவு அளித்துத் தர்மங்கள் செய்தல் வேண்டும். வைகாசி, புரட்டாசி, மாசியிலும் செய்யலாம்.

தமனசத் திருதியை விரதம் : இதில் தேவியை மருக்கொழுந்தால் அர்ச்சனை செய்ய வேண்டும்

ஆத்ம திருதியை விரதம் : மாசி வளர்பிறை திருதியையில் தொடங்கி மாதம் ஒரு அம்பிகையை (கௌரி, காளி, உமா, பத்திரை, துர்க்கை, காந்தி, சரஸ்வதி, வைஷ்ணவி, லக்ஷ்மி, பிரகிருதி, சிவை, நாராயணி வழிபடுவோர் சொர்க்க வாசம் பெறுவர்.)

4] **சதுர்த்தி விரதம் :** சந்தோஷ வாழ்வும், மோக்ஷ சாம்ராஜ்யமும் தரும். மாசி வளர்பிறை சதுர்த்தி அன்று கணபதி பூஜைசெய்து உபவாசம் இருக்க வேண்டும். மறுநாள் பஞ்சமி பகவானுக்கு எள்ளோரை நிவேதனம். மற்றும் மலர்கள் சாத்தி கொழுக்கட்டை நிவேதனம். புரட்டாசி சதுர்த்தி விரதம் சிவலோகம் அளிக்கும். பங்குனியில் இதற்கு அவிக்ஞா சதுர்த்தி என்று பெயர். சித்திரையில் சதுர்த்தி மன மகிழ்ச்சி அளிக்கும்.

5] **பஞ்சமி விரதம் :** உடல் நலம், சொர்க்க வாசம், மோக்ஷம் அளிக்கும் பஞ்சமி அன்று வாசுகி, தக்ஷகன், காளியன், மணிபத்திரன், ஐராவதன், திருதராஷ்டிரன், கார்க்கோடகன், தனஞ்சயன் ஆகிய சர்ப்ப வழிபாடு. ஆவணி, புரட்டாசி, ஐப்பசி, கார்த்திகை மாத வளர்பிறை பஞ்சமி விரதம் நீண்ட ஆயுள், திரண்ட செல்வம், புகழ், ஞானம் தரும்.

6] **ஷஷ்டி விரதம் :** 'சட்டியில் இருந்தால் அகப்பையில் வரும்' என்பர். அதாவது ஷஷ்டி விரதம் புத்திர பாக்கியம் அளிக்கும்.

கார்த்திகை மாத வளர்பிறை ஷஷ்டி விரதம் வழிபாடு சிறந்தது. அன்று பழம் மட்டுமே உட்கொள்ளவேண்டும்.

புரட்டாசி வளர்பிறை சஷ்டி கந்த ஷஷ்டி ஆகும்.

மாசி மாத வளர்பிறை ஷஷ்டி கிருஷ்ண ஷஷ்டி ஆகும். அன்று இருக்கும் விரதம் செல்வச் செழிப்பும் மகிழ்ச்சியும் தரும்.

7] **சப்தமி விரதம் :** ஒவ்வொரு மாதமும் வளர்பிறை சப்தமி அன்று தாமரை மலர் கொண்டு சூரியனை வழிபட்டால் ஆனந்த மய வாழ்வு, அடுத்த பிறவியில் முக்தி உண்டாகும்.

மாசி மாத சப்தமி விரதம் உள்ளவரை துன்பம் அண்டாது. புரட்டாசி மாதமும் அவ்வாறே. தை மாத விரதம் சக்தி உண்டாகும்; பாபம் தொலையும். மாசி மாத தேய் பிறை சப்தமி விரதம் மனோ பீஷ்டம் நிறைவேறும். பங்குனி மாத வளர்பிறை சப்தமி நந்தா சப்தமி விரதபலன் தெய்வ பக்தி வளரும், உத்தம லோக வாழ்க்கைக்கு வழிகாட்டும்.

8] **அஷ்டமி விரதம் :** புரட்டாசி மாத அஷ்டமி, ரோகிணியின் அஷ்டமி - அன்று கிருஷ்ணாஷ்டமி ஆகும். இது ஜன்மாஷ்டமி, கிருஷ்ண ஜயந்தி என்றும் கூறப்படும். அபாயம் நீங்கும். சந்ததி வளரும். சித்திரை மாத தேய்பிறை அஷ்டமி அன்று பிரம்மன் அஷ்ட மாதாக்களை வழிபட்டார். அன்று கிருஷ்ண வழிபாடு செல்வம் அளிக்கும்.

ஒவ்வொரு மாத அஷ்டமியிலும் ஒவ்வொரு கடவுளை வழிபாடு செய்ய லாம். பகவானை ஆராதித்தல், தான தருமம் செய்தல் வேண்டும்.

சந்ததி விரதம் : சுக்ல பட்சம் (அ) கிருஷ்ணபட்ச அஷ்டமி புதன் அன்று வந்தால் அன்று அம்பிகையை வழிபட்டு அன்ன தானம் செய்ய வேண்டும்.

புதாஷ்டமி விரத பலன் – கதை

கௌசிகன், சகோதரியுடன் காணாமல் போன எருதைத் தேடிச் செல்ல ஓரிடத்தில் தேவலோக மாதர்கள் ஜலக்கிரீடை செய்து கொண்டிருந்தனர். அவர்களிடம் பசிக்கு உணவு கேட்க, அவர்கள் விரதம் ஒன்று கூற அதை அனுஷ்டித்து உணவும், காணாமல் போன காளையையும் பெற்றான். அவன் சகோதரி விஜயை யமன் மணந்தான்.

அவன் பெற்றோர்கள் நரகில் அவதிபட்டு வந்தனர். கௌசிகன் அரசனாகி புதாஷ்டமி விரதம் இருந்த பலனால் அவனது பெற்றோர்கள் நரகம் நீங்கியது. அது கேட்ட விஜயையும் அந்த விரதம் இருந்து அதன் பலனால் மரணத்திற்கு பின் பேரின்ப வாழ்வு பெற்றாள்.

9] **நவமி விரதம் :** ஐப்பசி மாதம் சுக்லபக்ஷ நவமி அன்று இந்த விரதம் இருந்து தேவியை ஆராதிக்க வேண்டும்.

நவமி விரதங்களிலே மிகவும் சிறந்தது அனார்த்தன நவமி விரதம். அரசன் தேவியை நவதுர்க்கை வடிவில் வழிபட வேண்டும். அரசன் நீராடி எதிரியின் உருவை இரண்டாக வெட்ட வேண்டும். தான தருமங்கள் செய்ய வேண்டும். வெற்றிபெறுவான்.

10] **தசமி விரதம் :** ஒருவேளை உணவு. விரத முடிவில் கோதானம், சுவர்ண தானம் செய்ய வேண்டும். அவன் தெய்வபக்தி நிறைந்தவனாய், பெருந் தலைவனாய் விளங்குவான்.

11] **ஏகாதசி விரதம் :** உத்தம பொருள்கள் கிடைக்கும், மகிழ்ச்சி தரும். அடுத்த பிறவியில் மோக்ஷம் கிட்டும். ஏகாதசி நியம நிஷ்டைகளுடன் உபவாசம் இருந்து துவாதசி பாரணை செய்ய வேண்டும்.

வளர்பிறை ஏகாதசி அன்று பூசநட்சத் திரம் கூடி வந்தால் அது 'பாப நாசினி' எனப்படுகிறது. சர்வபாபங்களும் விலகும் விரதம் இது.

ஏகாதசி (அ) துவாதசி அன்று திருவோண நட்சத்திரம் வந்தால் அது 'விஜயதிதி' ஆகும். தெய்வ அருள் கிட்டும். பங்குனி மாத ஏகாதசி, பூசம் இணைந்து வந்தாலும் 'விஜயதிதி' எனப்படும்.

ஏகாதசியில் விஷ்ணு ஆராதனை – திரண்ட செல்வம், சந்தான விருத்தி, வாழ்வின் முடிவில் வைகுந்தம் கிட்டும்.

12] **துவாதசி திதி :** இவ்விரதம் அனுஷ்டிப்பவன் சுகபோகங்கள் பெறுவ துடன் அடுத்த பிறவியில் மோக்ஷமும் அடைவான்.

சித்திரை மாத சுக்கிலபக்ஷ துவாதசி 'மதன துவாதசி' எனப்படும். அன்று விஷ்ணு பகவானை மன்மதனாக எண்ணி வழிபடல் வேண்டும். மனோ பீஷ்டம் அனைத்தும் நிறைவேறும்.

மாசி மாத சுக்கில துவாதசி 'பீம துவாதசி' ஆகும். அன்று நாராயணனை ஆராதித்தால் சுகயோக வாழ்வு கிட்டும்.

பங்குனி மாத சுக்கில துவாதசி 'கோவிந்த துவாதசி.'

ஐப்பசி மாத சுக்கில துவாதசி விசேஷ துவாதசி, மாசி மாதம் அது 'கோவத்ஸ துவாதசி' எனப்படும்.

சித்திரை மாதம் கிருஷ்ணபட்ச துவாதசி 'தில துவாதசி' எனப்படும்.

பங்குனி மாத சுக்கில துவாதசி 'மனோரத துவாதசி' ஆகும்.

'நாம துவாதசி' விரதம் அன்று விஷ்ணுவின் நாமங்களைக் கூறி வழிபடல். பங்குனி மாத சுக்கில துவாதசி 'சுமதி துவாதசி' எனப்படும்.

புரட்டாசியில் 'அனந்த துவாதசி', தை மாதத்தில் 'சம்பிராப்த துவாதசி' மாசி மாதம் 'சுக்ல பக்ஷ துவாதசி' 'அகண்ட துவாதசி' விரதம்.

13] அனங்க திரயோதசி விரதம்: மாசி மாதம் வளர்பிறை திரயோதசி திதியில் அரனைக் காதல் தெய்வமாக வழிபடல். விரதம் இருப்பவன் தேனை உட்கொள்ள வேண்டும். நெய், எள்ளு, அன்னம் ஆகியவற்றால் ஹோமம் செய்ய வேண்டும்.

தையில் அதே திதியில் யோகேஸ்வரனை ஹோமம் முதலியவற்றால் ஆராதித்தால் சொர்க்க வாசம் அடைவான்.

மாசி மாதம் திரயோதசியில் மகேச்வரனை வழிபடுவதால் முக்தி கிட்டும். பங்குனியில் நீரை மட்டும் பருகி பகவான் கரோல்கரை ஆராதிக்க வேண்டும். சித்திரையில் கற்பூரம் உட்கொண்டு மகேசுவரனை வழிபட்டால் செல்வத்துக்கு அதிபதி ஆவான்.

வைகாசியில் ஜாதிப்பத்திரி உண்டு மகாரூபனையும், ஆனியில் கிராம்பை உட்கொண்டு பிரதும்யனனையும், ஆடியில் எள் நீரை உட்கொண்டு உசாகாந்தனையும், ஆவணியில் நறுமண நீர் உட்கொண்டு சூலபாணியையும், புரட்டாசியில் சத்யோ ஜாதரையும், ஐப்பசியில் தங்கம் வைத்திருந்த நீரை உட்கொண்டு தேவதேவனையும், கார்த்திகையில் இலவங்கச் செடியை சமைத்து உட்கொண்டு விசுவேஸ்வரனையும், மார்கழியில் சம்புவையும் ஆராதிக்க வேண்டும்.

மார்கழியில் விரதம் பூர்த்தி அடைவதால் பகவானுக்கு ஆடை அணிகள் சமர்ப்பித்து, பிராம்மணர்களுக்குத் தானம் வழங்க வேண்டும்.

காம திரயோதசி விரதம் – சித்திரை சுக்கில பக்ஷ திரயோதசியில் தேவயானை அசோகம் வடிவமைத்து, சிந்தூர வண்ணம் தீட்டி, ஒவ்வோர் இரவிலும் வழிபட்டால் விரும்பிய அனைத்தும் கிட்டும்.

14] சதுர்த்தசி திதி விரதம்: கார்த்திகை மாதம் சுக்ல சதுர்த்தசி உபவாசம் இருந்து விரதம் அனுஷ்டித்து ஓர் ஆண்டு சிவனை ஆராதித்தால் நீண்ட ஆயுளைப் பெறுவதோடு சகல அபீஷ்டங்களும் நிறைவேறும்.

சதுர்த்தசி அன்று பழம் மட்டும் உண்டு சிவனை ஆராதிப்பவர் ஆனந்த மய வாழ்வைப் பெற்று, சொர்க்கத்தையும் பெறுவர்.

15] சிவராத்திரி விரதம்: மாசி, பங்குனி மாதங்களுக்கு இடையே கிருஷ்ண பட்ச சதுர்த்தசி அன்று உபவாச மிருந்து, இரவில் கண் விழித்து இந்த

விரதத்தை அனுஷ்டிக்க வேண்டும். சிவனைப் பக்தியுடன் ஆராதிக்க வேண்டும்.

16] **பௌர்ணமி விரதம் :** நாராயண னையும், சிவனையும் குறித்துச் செய்யப் படுவதாகும்.

அசோக பௌர்ணமி விரதம் : சித்திரை மாதப் பெணர்ணமி அன்று சிவனைப் பூதாகாரராக வழிபட வேண்டும். அடுத்து, பூதேவி வழிபாடு. ஒவ்வொரு பௌர்ணமி அன்றும் ஓராண்டு காலம் செய்ய வேண்டும்.

17] **அமாவாசை விரதம் :** விருஷ விரதம் : ஒவ்வொரு அமாவாசை அன்றும் பிண்டம் இட்டுத் தர்ப்பணம் செய்ய வேண்டும், முழுநாள் உபவாசம். ஓராண்டு செய்பவன் பாபங்களிலிருந்து விடுபட்டு சொர்க்க வாசம் அடைவான்.

மாசிமாத அமாவாசை அன்று நாராயணனை ஆராதிப்பவன் மனோ பீஷ்டங்கள் நிறைவேறும்.

ஆனி மாத அமாவாசை அன்று சாவித்திரி விரதம்.

18] **நக்ஷத்திர விரதம் :** ஒவ்வொரு நக்ஷத்திரமும் உச்சத்தில் இருக்கும் தினத்தில் ஹரியை ஆராதித்துக் கடைப் பிடிக்க வேண்டிய விரதம் இது. இதன் மூலம் ஒருவன் தன் வாழ்நாளில் எல்லாவித ஆசைகளும் நிறைவேறப் பெறுவான்.

ஹரியைச் சித்திரை மாதத்தில் நக்ஷத்திர புருஷனாக வழிபடவேண்டும். அவரது உடலில் 27 நக்ஷத்திரங்களும் இருப்பதாகப் பாவிக்க வேண்டும்.

பகவான் உடல் உறுப்புகள் ஒவ்வொன்றையும் ஒவ்வொரு நட்சத்திரத் தில் பூசிக்க வேண்டும்.

கருப்பஞ்சாறு (அ) சர்க்கரை நீர் நிறைந்த பாத்திரத்தில் பகவானை ஆவாகனம் செய்து வழிபடவேண்டும்.

19] **சாம்பவயனிய விரதம் :** ஒவ்வொரு மாதமும் இவ்விரதம் இருப்ப வன் ஹரியை நக்ஷத்திர புருஷனாக வழிபடவேண்டும். கார்த்திகை, மிருக சீர்ஷம் ஆகிய நக்ஷத்திரங்களில் இவ்விர தத்தை ஆரம்பிக்க வேண்டும். பங்குனி, சித்திரை, வைகாசி, ஆனி பொங்கலை யும், ஆடி, ஆவணி, புரட்டாசி, ஐப்பசி மாதங்களில் இனிப்புப் பலகாரங்களை யும், கார்த்திகை, மார்கழி, தை, மாசி மாதங்களில் அன்னத்தையும் நிவேதன மாய் படைக்க வேண்டும்.

20] **அனந்த விரதம் :** நக்ஷத்திர விரதங்களில் அதிக பலனைத் தரும் விரதம் இது. மார்கழி மாதத்தில் மிருகசீர்ஷ நக்ஷத்திரத்தன்று ஹரியை வழிபட்டு விரதம் இருக்க வேண்டும். அன்றிரவு பகவா னுடைய ஆராதனைக்கு பிறகு உபவாசத்தை முடித்துக் கொள்ள வேண்டும்.

21] **திரிராத்திரி விரதம் :** ஒவ்வொரு பக்ஷத்துக்கும் மூன்று இரவுகளில் விரதமோ உபவாசமோ இருப்பதாகும். மூன்று நாட்கள் ஒரு கவளம் மட்டும் உணவு உட்கொண்டு விரதம் இருக்க வேண்டும். இதனை முதலில் சுக்ல நவமியில் தொடங்க வேண்டும். முதல் நாள் அஷ்டமி அன்று ஒரு வேளை உணவு இரவு உபவாசம்.

22] **தேனு [பசு] விரதம் :** பசுவின் வாயிலும், வாலிலும் தங்கத்தைக் கட்டி ஆராதித்து அந்தணர்களுக்குத் தானம் செய்ய வேண்டும். நெய்யை சிறிது உட்கொண்டு உபவாசம் இருக்க வேண்டும். பலன் முக்தி கிட்டும்.

23] **கற்பக விருக்ஷ தான விரதம் :** மூன்று நாட்கள் நெய் மட்டும் சிறிது உட்கொண்டு தங்க கற்பகவிருக்ஷத்தை ஆராதித்து தானம் தருபவன் பிரம்ம லோகம் அடைவான்.

24] **கார்த்திகை விரதம் :** கார்த்திகையில் சுக்ல தசமியில் உபவாசம்

இருந்து விஷ்ணுவை ஆராதிப்பவன் வைகுந்தம் அடைவான்.

25] கிருச்ச மகேந்திர விரதம் : கார்த்திகை மாதம் சுக்ல ஷஷ்டியில் முதல் மூன்று நாட்கள் இரவில் பால் மட்டும் அருந்தி, அடுத்த மூன்று நாட்கள் உபவாசம் இருக்க வேண்டும்.

26] கிருச்ச பாஸ்கர விரதம் : கார்த்திகை சுக்ல பக்ஷ ஏகாதசி அன்று தயிரை மட்டும் உட்கொண்டு அனுஷ்டித்தால் செல்வம் கொழிக்கும்.

27] சந்தாபன விரதம் : கார்த்திகை சுக்கில பஞ்சமியில் விரதம். கோதுமையால் செய்யப்பட்ட பலகாரங்களை உண்ண வேண்டும்.

28] கௌமுத விரதம் : ஐப்பசி சுக்கில துவாதசியில், வயிற்றில் உணவின்றி தாமரை, மற்றும் நறுமண மலர்களால் விஷ்ணுவை ஆராதிக்க வேண்டும். நல்லெண்ணெய், நெய்யாலான பலகாரங்கள் நிவேதனம்.

இவையே அன்றி மாத விரதங்கள், ருது காலங்களில் விசேஷ விரதங்கள் அனுஷ்டித்தால் அடுத்த பிறவியில் முக்தி அடைவர்.

29] சரசுவதி விரதம் : ஒரு மாதம் மௌனம். முடிவில் அந்தணர்களுக்கு மணிகள், ஆடைகள், எள் குடங்கள், நெய் நிறைந்த பாத்திரம் ஆகியவற்றை தானம் செய்தால் தெய்வீகத் தன்மையை அடைவர்.

30] விஷ்ணு விரதம் : சித்திரை சுக்கில ஏகாதசி அன்று விஷ்ணுவை ஆராதித்து அன்று உபவாசம் இருந்தால், அவரது திருவடியில் ஐக்கியமாகலாம்.

31] சங்கராந்தி விரதம் : சங்கராந்தி அன்று இரவு கண்விழித்து விரதம் இருப்பின் சொர்க்க வாழ்வு கிட்டும். அன்று அமாவாசையும் கூடி வந்தால் சிவன், சூரியன் வழிபாடு தேவலோக வாசம் அளிக்கும்.

32] தீபதான விரதம் : நல்லெண்ணெய் ஊற்றி சுடரொளி விளக்குத் தானம் செய்யின் சிறப்பான வாழ்வும், முக்தியும் பெறுவார்.

தீபத் திரியைத் தூண்டிய எலி : (கதை) மன்னன் சாருதர்மனின் மனைவி லலிதை. தினமும் அவள் விஷ்ணு ஆலயத்தில் தீபங்கள் ஏற்றி வந்தாள். மற்ற பெண்கள் அவளிடம் தீபதான விரதம் பற்றிக் கேட்க அவள் கூற லுற்றாள்.

மைத்திரேய முனிவர் சவ்வீரன் என்ற அரசனுக்குக் குருவாக இருந்தார். முனிவர் ஒரு நாள் மன்னனிடம் விஷ்ணுவுக்கு ஓராலயம் எழுப்ப வேண்டும் என்று கோரிட, அரசனும் உடனே அதற்காகப் பணியைத் தொடங்கினான்.

அந்த ஆலயத்தைச் சுற்றிலும் எலிகளும், பூனைகளும் இருந்தன. ஒரு எலி ஆலயக் கருவறையில் ஒரு வளையில் வசித்து வந்தது. அது கீழே சிந்திக் கிடந்த படையல் பொருள்களை யாரும் இல்லாத சமயங்களில் இரவு நேரங்களில் தின்று வந்தது.

ஒரு நாள் இரவு பூட்டப்பட்டிருந்த கருவறையில் ஒரு விளக்கில் எண்ணெய் குறைந்து சுடர் குறைந்தது. அப்போது அந்தச் சுண்டெலி தீபத்தின் திரியை வெளியில் தள்ளி ஒளிரச் செய்தது.

அதாவது ஆலயத்தில் அணைய இருந்த தீபத்தை ஒளிரச் செய்யும் கைங்கரியத்தைப் பலனேதும் வேண்டாமல் செய்தது.

அதனால் அந்த எலி மரணமடைந்தவுடன் அடுத்த பிறவியில் விதர்ப்ப நாட்டு அரசன் குமாரத்தி லலிதையாகப் பிறந்தது என்று தன் முன் வரலாற்றைக் கூறினார்.

ஏகாதசி அன்று ஆலயத்தில் தீபம் ஏற்றுபவன் சொர்க்க வாசம் பெறுவான்.

அன்றிலிருந்து அனைவரும் ஆலயத்தில் தீபம் ஏற்றும் பணியைத் தொடங்கினர்.

பூக்கள்

தீபம் ஏற்றுவது போல ஸ்ரீ ஹரியைத் பலவித நறுமண மலர்கள் கொண்டு அர்ச்சித்து வழிபடலாம்.

பூசைக்குப் பயன்படும் மலர்களில் ஒவ்வொன்றிற்கும் ஒரு பலன் சொல்லப் படுகிறது.

மாலதி மலர் மிகச்சிறந்தது. மருக் கொழுந்து ஆனந்த வாழ்வு தரும். மல்லிகை சகல பாவங்களையும் போக்கும். ஜாதி, மலயத்தி, குருக்கத்தி, அலரி, முட் செவ்வந்தி, தகனா, கர்ணீகாரம் ஆகிய மலர்களால் அர்ச்சனை செய்தால் வைகுந்த வாசம் அளிக்கும். தாமரை, கோதகி, குந்தம், அசோகம், திலகம், தருசமலர்கள் ஆகியன முக்தி அளிக்கும்.

சமீபத்திரம், பிருங்கராஜ புஷ்பம், தமாலம், கல்காரம், கருந்துளசி, பொன் துளசி ஆகியவற்றால் அர்ச்சிப்பவன் வைகுந்தத்தில் விஷ்ணுவின் பக்கத்திலேயே இருப்பான்.

கோகநதம், நூறுவில்லி மலர்மாலை, ரூபம், அர்ஜுனம், வகுளம், சிஞ்சுகம், மணி, கோகானம், சந்தியா, குசம், காசம் ஆகிய மலர்களின் அர்ச்சனை, பாபங்கள் நீக்கும், நெடுநாள் ஆனந்த வாழ்வு அளிக்கும், இறுதியில் மோக்ஷமும் தரும். இவை விஷ்ணு பூஜைக்கு உகந்தவை.

மணம் மிக்க பிரம்ம பத்மம், நிலத் தாமரை ஆகியவை கொண்டும் விஷ்ணுவை ஆராதிக்கலாம்.

தர்மராஜனை ஆராதிக்க உதவுபவை குதஜம், சால்மலி, சிலிசம் மந்தாரை, துஸ்துரம் ஆகியவை.

பகவானைப் பல வண்ணமிகு, நறுமண மலர்களால் ஆராதிப்பதைக் காட்டிலும் சிறந்தது மானச புஷ்பங்கள் ஆகும்.

அதாவது, எட்டு வகை சிறந்த குணங்களே அந்த மானச மலர்கள். அவை : 1) ஜீவஹிம்சை செய்யா திருத்தல். 2) தன் கட்டுப்பாடு. 3) உயிர்களிடம் அன்பு. 4) திருப்தியுடன் இருத்தல் 5) தெய்வ பக்தி. 6) பகவானைத் தியானித்தல். 7) வாய்மை. 8) பற்றற்றிருத்தல்.

28. பாபிகளுக்கு நரகத் தண்டனைகள்

நாள்தோறும் இறைவனைப் பக்தியுடன் ஆராதித்து வருபவரின் ஆன்மா இறைவன் திருவடி நிழலைச் சேர்ந்திடும். ஆனால், பாபிகளின் ஆன்மா நரகத்தை அடைந்து தண்டனை பெறும்.

மரணத்தின்போது உடலை விட்டு ஆன்மா நீங்கி வேறொரு உடலில் புகுகிறது. அவனவன் செய்த கர்மாக் களுக்கேற்ப அவர்கள் மறு பிறவி நிர்ணயிக்கப்படுகிறது.

உடலை விட்டு அகன்ற ஆத்மாவை யம தூதர்கள் யமனிடம் அழைத்துச் செல்லுகின்றனர். தீய கர்மாக்கள் செய்தவரின் ஆத்மா யம பட்டணத்தில் தெற்கு வாயில் வழியாகச் சென்று நரகத்தை அடையும்.

நரகங்கள் மகரவிசி, அமரகும்பம், ரௌரவம், மகாரௌரவம், அந்தகாரம், அசிபத்திரவனம், காகோலம், குத்தலம், துர்க்கதம், நிருச்சாசம், மனஜ்வாலம், அம்வரிசம், வஜ்ரசஸ்திரகம், கால சூத்திரம், உக்கிரகந்தம் என்று பலவகை. அவரவர் செய்த தீய கர்மாக்களுக்கேற்ப நரகத்தில் தண்டனைகள் அளிக்கப்படும்.

தண்டனைகளும் பலவிதமாகின்றன. விலக்கப்பட்ட உணவை உண்டவன் உதிரத்தை அருந்த வேண்டும். நம்பிக்கைத் துரோகி, மூர்க்கன் கொதிக்கும் எண்ணெய்ச் சட்டியில் வறுக்கப்படுவான்.

அயோக்கியர்கள் தீயில் பொசுக்கப் படுவர். பிறர் இல்லாளை விரும்பியவன் அவயவங்கள் ரம்பத்தால் அறுக்கப் படும். பிறரை இழித்தவன் கொதிக்கும் வெல்லப்பாகில் தள்ளப்படுவான். பொய்ச்சாட்சி கூறியவன், பிறர் பணத்தைக் கவர்ந்தவன், மது அருந்திய அந்தணன், துவேஷி, நட்பைக் கெடுத்தவன் ஆகியோர் கொதிக்கும் செப்புக்குழம்பில் தள்ளப்படுவர்.

நரகத்திலிருந்து தப்பவேண்டி நினைப்பவர் ஒரு மாத காலம் உபவாசம், ஏகாதசி விரதம், பீஷ்ம பஞ்சக விரதம் போன்ற வற்றை அனுஷ்டித்தால் பலன் பெறலாம்.

29. பலவகை தானங்கள்

அந்தணர்களுக்குத் தானங்கள் அளிப்போர் இப்பிறவியில் உலக சுகங்களைப் பெறுவதுடன், அடுத்த பிறவியில் முக்தியும் அடைவர். எனவேதான், ஒவ்வொரு பூஜை, விரதம் ஆகியவற்றிக்குப் பின் தானங்கள் வற்புறுத்தப்படுகின்றன.

தானங்கள் பலவகை.

1) அக்னிஹோமம், தவ விரதங்கள் கடை பிடிப்பது, வேத நெறியில் நடப்பது, உண்மை பேசுவது, கர்மாக்கள் செய்தல் போன்றவை 'இஷ்ட தானங்கள்' எனப்படும்.

நீர் நிலைகள் எடுத்தல், ஆலயம் அமைத்தல், அன்னச் சத்திரம் கட்டுதல், பழமரங்கள் நடுதல், சத்திரம் கட்டுதல் போன்றவை, மற்றும் கிரகண காலம், சூரியன் ஒரு ராசியில் பிரவேசித்தல், துவாதசி திதியில் அளிக்கப்படும் தானங்கள் 'பூர்த்தி தானங்கள்' எனப்படும். இவை பன்மடங்கு பலன்களைத் தரும்.

சிராத்த கர்மங்களின் போதும், அயன புண்ணிய காலங்களிலும் செய்யப்படும் தானங்கள் நான்கு (அ) எட்டு மடங்கு பலன் தரும்.

கயை, பிரயாகை, கங்கைக் கரை போன்ற புண்ணிய தலங்களில் மற்றவரை தேடிச் சென்று தானம் அளிக்க வேண்டும்.

தானம் கொடுப்பவர், வாங்குபவர் கோத்திரம், பாட்டன், முப்பாட்டன் பெயர்களைக் கூறவேண்டும். இதனால் இரு சாராரின் ஆயுளும் பெருகும்.

திருமணத்தின்போது பெண்ணுடன், மருமகனுக்குத் தரவேண்டியவை குதிரை, சுவர்ணம், எள்ளு, யானை, பணிப் பெண்கள், வீடு, வாகனம், சிவப்பு நிற பசுக்கள், தச மகாதானப் பொருள்கள் ஆகிய பத்து ஆகும்.

கல்வி போதித்தல், பராக்கிரமம், நியமங்கள், பெண்ணை மணம் செய்தல், பிறருக்கு யாகம் செய்து வைத்தல், சீடனிடமிருந்து குரு தக்ஷிணை பெறுதல் ஆகிய செல்வம் 'சுல்கம்' எனப்படும்.

தீயவழியில் பொருளீட்டி தானம் செய்தால் ஏற்படும் நல்ல பலன்களும், தீமைகளும் அவனைச் சேரும்.

மணப்பெண்ணுடன் ஸ்ரீதனமாக ஆறு முக்கிய பொருள்கள் தரப்படும். அவை அத்தியக்கனி (அ) ஹோம குண்டத்தின் முன்பு அளிக்கப்படும் பரிசு பொருள்கள், புருஷன் வீட்டுக்குப் புறப்படும் போது கொடுக்கப்படும் பரிசுப் பொருள்கள், அவளுடைய நண்பர்கள், கணவன் அளிக்கும் பரிசுப்பொருள்கள், தந்தை தரும் பொருள்கள், தாய், சகோதரர் ஆகியோரால் அளிக்கப்படுபவை.

தகுதி கொண்டவர்களுக்குத் தக்க பொருள்களைத் தானம் செய்ய வேண்டும்.

ஞானவான், நற்குணவான், தரும ஆர்வம் உடையவர், உயிர்களிடம் கருணை உள்ளவர்களே தானம் பெறத் தகுதி வாய்ந்தவர். தாய்க்கு அளிக்கும் பரிசு நூறு மடங்கு உயர்ந்தது.

தானம் பெறுபவன் நீராடி, தூயவனாய் கையில் நிஷ்க்கலன் ஏந்தி நிற்க, தானம் அளிப்பவன் சாவித்திரி மந்திரம் கூறி அப்பொருளின் பெயர், அதனால் திருப்தி அடையும் தெய்வத்தின் பெயர் கூறி தானம் அளிக்கவேண்டும்.

யாருக்கு என்ன தானம் : விஷ்ணுவுக்கு பூமி; பணிப்பெண், வேலையாள்; பிரமனுக்கு யானைகள், யமனுக்கு குதிரைகள், சிவனுக்குக் காளை; யமனுக்கு எருமை; நிருத்திக்கு ஒட்டகம், ரௌத்ரிக்குப் பசு, அக்கினி தேவனுக்கு ஆட்டுக்கடா, வாயுவுக்கு காட்டு மிருகங்கள், வருணனுக்கு நீர் பாத்திரம்; பிராமணனுக்கு தானியங்கள், சமைத்த உணவுகள், இனிப்புப் பலகாரங்கள்.

பிரஜாபதிக்கு நறுமணப் பொருள்கள். பிரகஸ்பதிக்கு ஆடைகள், வாயுவுக்குப் பறவைகள், சரசுவதிக்கு பிரம்ம வித்தைகள், புத்தகங்கள், விசுவகர்மாவுக்குக் கலைகள் தூய்மையானவை.

ஒருவன் தேவதைகளைப் பூஜித்து, முன்னோர்களை வணங்கி தானம் அளிக்கவேண்டும்.

மஹாதானங்கள் பதினாறு உத்தமமானவை.

துலாபுருஷதானம், ஹிரண்ய கர்ப்ப தானம், கல்பகவிருக்ஷதானம், ஸஹஸ்ர கோதானம், சுவர்ண தேனு தானம், சுவர்ண ஹஸ்தி தானம், சுவர்ண வாகன தானம், சுவர்ண அசுவதானம், சுவர்ண ரத தானம், பஞ்ச ஹலா தானம், பூமி தானம், விஷ்ணு சக்கர தானம், கல்பலதா தானம், சப்த சாகரதானம், ரத்தினதேனு தானம், மஹாபூதகண தானம், இவற்றுள் துலாபுருஷ தானம் மிகவும் சிறந்தது.

பத்து வகை மேரு தானங்கள் : பத்து வகை தானியங்களை அலை போலக் கொட்டி மேருமலையாகக் கொண்டு தானம் செய்வது.

உப்பு தருதல் - லவண தானம், வெல்லப் பாகு தருதல் - குளாத்ரி தானம், எள் தருதல் - திலாத்திரி தானம், பஞ்சு தருதல் - பஞ்சுமலை தானம், நெய்குடம் கொடுத்தல் - கிருதாசல தானம், வெள்ளி கொடுத்தல் - ராஜதாசல தானம், சர்க்கரை கொடுத்தல் - சகிக்ராசல தானம்.

தேனு தானம் (அ) பல பொருள்களைப் பசு வடிவில் தருவது பத்து வகையாகும். தேனு தானம் எனப்படும் கோதானம் செய்வதால் ஒருவன் இப்பிறவியில் நீண்ட ஆயுளையும், செழிப்பான வாழ்வையும் பெறுவதோடு, மரணத்துக்குப் பின் சொர்க்கவாசம் பெறுவான்.

தங்கம், வெள்ளி, செம்பு, அன்னம் ஆகியவற்றைத் தானமாகக் கொடுக்கும் போது தனியாக தக்ஷிணை தரவேண்டிய அவசியம் இல்லை.

எல்லாத் தானங்களிலும் சிறந்தது அன்ன தானமாகும். பூதானம், வித்தியா தானம் (அ) புத்திரதானம் ஒன்றுக்கொன்று சமமானதாகும்.

ஆலயத்தில் புராணம் படிப்பவன் எல்லா விதமான பலனையும் பெறுவான். ஆலயத்தைத் தூய்மை செய்தல் பாபம் நீக்கும். தர்ம, நீதி நெறிமுறைகளை அச்சிட்டு வழங்குவதால் எல்லா வித நன்மையும் தரும்.

30. ஆண், பெண் லக்ஷணம்

லக்ஷணங்களுக்கு முன் நம் உடலில் உள்ள பல வகை நாடிகள் - பிராணன்கள் பற்றி அறிதல் உதவியாக இருக்கும். நம் உடலில் ஏராளமான நரம்புகள், இரத்தக் குழாய்கள் உள்ளன. நாபிப் பகுதியிலேயே எழுபத்திரண்டாயிரம் நரம்புகள் உள்ளன.

நரம்புகள் எனப்படுபவற்றுள் பத்து நாடிகள் மிகவும் முக்கியமானவை. இடை நாடி, பிங்கலை நாடி, சுஷும்ன

நாடி, காந்தாரி நாடி, ஹஸ்தி ஜிஸ்வை நாடி, பிரீதை நாடி, யகைக்ஷ நாடி, ஆலம்புஷை நாடி, ஹாஹா நாடி, சங்கிலி நாடி என்பவை அவை.

நம்முடலில் தசவித வாயுக்கள் உள்ளன. அவை முறையே பிராண வாயு, அபான வாயு, சமான வாயு, உதான வாயு, வியான வாயு, நாக வாயு, கூர்ம வாயு, கிரிகரன் வாயு, தேவதத்த வாயு, தனஞ்சய வாயு என்பன ஆகும்.

'பிராண வாயுவே இதயம் துடிப்பதற்கும், நாம் மூச்சு விடுவதற்கும் காரணமாகும். இது இன்றேல் உடலில் உயிர் தங்காது. அபான வாயு ஜீரணமண்டலக் காவலன் ஆகும். உணவு செரிக்கப்பட்டு உடலில் எல்லாப் பகுதிகளுக்கும் செரித்த உணவு அடைவதற்கும், கழிவுப் பொருள்கள் வெளியேறுவதற்கும் உதவுவது 'அபான வாயு' ஆகும். உடலில் இரத்தம், பித்தம், வாதம் சமானமாக உதவுவது 'சமான வாயு'; முகத்தினுள்ள தசைகளை இயங்கச் செய்வது 'உதான வாயு'; பூட்டுகளில் இருந்து விக்கல் உண்டாக்குவது 'பியான வாயு'; இதன் கோளாறு நோய்க்கு ஏதுவாகும். ஏப்பத்தை உண்டாக்குவது 'நாக வாயு'; இமைகளை இயக்குவது 'கூர்ம வாயு'; உணவு செரிக்க ஜடாராக்கினியாக உதவுவது 'கிரிகரன் வாயு'; கொட்டாவிக்குக் காரணம் 'தேவதத்தன் வாயு'; அனைத்து இயக்கங்களைக் கவனிப்பவனும், மரணத்துக்குப் பின் உடல் சுருங்காமல் இருக்கவும் காரணம் 'தனஞ்சயன் வாயு' ஆகும்.

நன்முறையில் நாடி, நரம்புகள், இரத்த ஓட்டம், வாயுக்கள் பணி செவ்வனே அமைந்து விட்டால் நல்ல அழகிய அம்சமான உடல் தோற்றம் அமைந்து விடும். உடலும், உள்ள ஒழுக்கமும் நன்கு அமைந்து விட்டால் அதுவே ஸ்திரீ, புருஷ லக்ஷணங்களுக்கு அடிப்படையாகும்.

சிறந்த வாழ்க்கையை நடத்தக்கூடிய ஒருவனுக்குக் குறிப்பிட்ட எட்டு வகை லக்ஷணங்கள் கூறப்பட்டுள்ளன. அவை பற்றி அறிந்து கொள்வோம் :

1] **ஏகாதிகம் :** முறைப்படி நித்ய கர்மானுஷ்டானங்கள் செய்து, நல்லொழுக்கம் பெற்றவன் வாழ்வில் சுகமும், மகிழ்ச்சியும் பெறுவான் :

2] **துவிசுக்லம் ;** கண்களும், பற்களும் இரண்டும் வெண்மை நிறம் கொண்டதாய் இருக்க வேண்டும்.

3] **திரிகம்பீரம் :** திரி = மூன்று. கண்கள், நாபி - ஆழமுடைய நாசி, ஆழ்ந்த பொறுமை என்ற மூன்று ஆழங்களை இது குறிக்கிறது.

4] **திரி த்ரகம் :** அதாவது ($3 \times 3 = 9$) ஒன்பது குணங்களைக் குறிக்கிறது இது. பொறாமை இன்மை, அஹிம்சை, அனைத்து விடத்தும் அன்பு, பொறுமை, நன்மையே செய்தல், தூய்மை, விருப்பம், கள்ளம் இல்லாமை, மன உறுதி என்ற நற்குணங்களை ஒருவன் பெற்றிருக்க வேண்டும்.

5] **திரிப்ரலம்பங்கள் :** கைகள், குறி, முதுகு என்று மூன்றும் நீளமாக அமைந்திருத்தல்.

6] **திரிவாவி :** வயிற்றின் மீது காணப்படும் மூன்று மடிப்புகள் இவை.

7] **திரிவித்தல் :** மூன்று முக்கிய விதிகள். அதாவது இறைவன், அந்தணன், தன் முன்னோர்களிடம் பணிவு கொண்டிருத்தலாகும் இது.

8] **திரிகாலக்ஞும் :** காலம் இயைந்த மூன்று வகை ஒழுக்கங்களைக் குறிப்பது. நேரம் அறிந்து மகிழ்ச்சி அடைதல், லாபம் ஈட்டல், அதற்கான முயற்சியில் ஈடுபடுதல் நன்மை தரும்.

திரிவியாபின் மூன்று வகையில் புகழ் கொண்டு பரந்திருத்தல் இது.

தன்னைச் சார்ந்தோர், தன் நாட்டார், உலகினர் என மூன்று நிலையில் புகழ் பெற்று விளங்குவது அவசியம்.

திரிவிஸ்தீர்ணம் – விஸ்தீர்ணம் = பரப்பு, மார்பு, முகம், முகநெற்றி அகன்றிருப்பதைக் குறிக்கும் இது.

9] **சதுர் லேகை :** நான்கு வகை குறிகள், இரு கைகள், இரு கால்களில் கொடிகள், குடைகள் போன்ற குறிகள் அதிருஷ்டத்தைக் குறிக்கும். முதுகு, மார்பு விரல்களுடைய தசைகள் அகன்றிருப்பதும் நன்மையே.

10] **சதுர்தம்ஸ்திரம் :** முத்துப் போல் வெண்மை நிறத்தில் முன் நான்கு பற்கள் இருத்தல்.

11] **சதுர்கந்தம் :** மூக்கு, முகம், அக்குள், விடும் மூச்சுக்காற்று – துர்கந்தமாக இருக்கக் கூடாது.

12] **சதுர் கிருஷ்ணம் :** *(கிருஷ்ணம் = கருப்பு)* கண் புருவங்கள், கேசம், இரு கண்விழிகள் *(ஆகிய நான்கும்)* கருப்பாய் இருத்தல்.

13] **சதுர் ஹ்ரஸ்வம் :** *(ஹ்ரஸ்வம் = குறுகி இருத்தல்)* கழுத்து, குறி, முழங்கால், பூட்டுக்கள் குறுகி (அ) சிறுத்து இருத்தல் ஆகும். விரல் நகங்கள் உயர்ந்து மிருதுவாக இருக்க வேண்டும். மெல்லிய தோல், கற்றையான கேச வளர்ச்சி இருக்க வேண்டும்.

14] **ஷடோன்னதம் :** *(ஷட் (ஆறு) உன்னதம்)* உயர்ந்த கன்னங்கள், உயர்ந்த கதும்பு எலும்புகள், உயர்ந்த மூக்கு இருக்க வேண்டும்.

15] **சப்தஸ் நிக்தம் :** *(சப்த = ஏழு)* தோல், தலையில் கேசம், உடலில் மயிர், விரல், நகங்கள், பார்வை, பேச்சு ஆகியவை பரவசம் உடையதாக இருத்தல் வேண்டும்.

16] **அஷ்ட வாசம் :** *(அஷ்டம் = எட்டு)* மூக்கு, முதுகெலும்பு, இரு துடைகள், முழங்கால், முழங்கை மூட்டுக்கள் ஆகிய எட்டும் நேராக அமைந்திருக்க வேண்டும்.

17] **நவாமலம் :** *(நவ = ஒன்பது)* வாய், மூக்குத் துவாரங்கள், கண் இமைகள் ஆசனவாய், முகம், காதுகள் தூயதாக இருக்க வேண்டும்.

18] **தசபத்மம் :** *(தச = பத்து)* நாக்கு, மேல்வாய், கண்விழி நரம்புகள், உள்ளங் கைகள், பாதங்கள், விரல் நகங்கள், குறியின் நுனி, வாய் உதடுகள், தாமரை நிறத்தில் இருக்க வேண்டும்.

19] **தசவ்யூகம் :** முகம், கழுத்து, காதுகள், மார்பு, தலை, வயிறு, முன் நெற்றி, கைகள், கால்கள் முதலியன வளர்ச்சியோடு இருக்க வேண்டும்.

20] **நியக்ரோத பநிமண்டலம் :** ஒருவன் நிற்கும்போது உடலின் நீள, அகலம், கைகள் சமமாக இருக்க வேண்டும்.

21] **சதுர்த்தச சமாத்வந்தம் :** கணுக்கால்கள், ஆடுசதை, இமை பக்கங்கள், விரைகள், மார்புகள், காதுகள், உதடுகள் சமமாக இருக்க வேண்டும்.

22] **ஷோடஷம் :** பதினான்கு பிரிவு வித்தைகளில் தேர்ச்சிப் பெற்றிருக்க வேண்டும். இரு கண்களிலும் நல்ல பார்வை இருக்க வேண்டும்.

ஒருவனின் உடலில் ஒரே மயிர்க் காலிலிருந்து இரண்டு மயிர்கள் வளர்ந்திருந்தால் தீமையைக் குறிக்கும்.

அதிருஷ்டமுடையவன் குரல் இனிமையாகவும், நடை யானை போலும் இருக்கும். இதற்கு 14 அங்க அமைப்பு களும், எட்டு லக்ஷணங்களும் புகழைத் தேடித் தரும்.

எத்தகைய பெண் அதிருஷ்டசாலி

நல்ல தோற்றம், நல்ல வளர்ச்சி, உருண்ட துடைகள், இடை, அலைபாயும்

விழிகள் கொண்டு இளமையுடன் கூடிய பெண் அதிருஷ்டசாலி.

நீண்டு அடர்த்தியான கருமை நிற கேசம், எடுப்பான மார்பகம், நெருங்கிய கால்கள், நடக்கையில் சீரான காலடி, உடலில் காணப்படும் மிகையான உரோமங்கள் நீக்கப்பட்டவளுமான பெண்ணும் அதிருஷ்டசாலிதான்.

அரச இலை போன்ற இரகசிய இடம், நடுவில் சிறு பள்ளம் கொண்ட கணுக் கால்கள், கட்டை விரல் நுனி அளவு உள்ள நாபித் துவாரம் உடைய பெண் புகழத்தக்க அமைப்புகளைக் கொண்டிருப்பவள் ஆவாள்.

ஒரு பெண்ணின் அடிவயிற்றில் கட்டமான மாற்றமுள்ள மயிர்கள் இருந்தால் அது கஷ்டங்களையே குறிக்கும். ஒரு பெண் அண்டை அயலாருடனும், உறவினருடனும் சண்டை போடுதல், பேராசை கொண்டிருத்தல், துர் நாற்ற வாய் இருப்பின் அது அவளுக்குச் சாபக்கேடு ஆகும்.

குறைபாடுகள் காணப்படினும், மதுக மலர் போன்ற கன்னம், மூக்குக்கு நேரே தனித்த புருவங்கள், கணவனை முழு மனத்துடன் நேசிப்பவள் என்றால் அவளை மனைவியாகத் தேர்ந்தெடுத்துக் கொள்ளலாம்.

31. கனவு காணுதல் – பலன்கள்

வாழ்க்கையே கனவு. கனவு காண்பதால் நன்மைகள் ஏற்படலாம். பல கனவுகள் இரவில் தூங்கும்போதே காணப்படுகின்றன. அவை தீமையை விளைவிக்கும்.

தீய கனவுகள்

நாபி தவிர மற்ற இடங்களில் தாவரங்கள் வளர்ந்திருப்பது, தலை மொட்டையடிக்கப்பட்டுள்ளது, உடல் முழுவதும் சேறு, ஆடையில்லா நிர்வாண உடல், உயரத்திலிருந்து கீழே விழுதல், தொட்டிலில் இங்கும் அங்குமாக ஆடிக் கொண்டிருத்தல், கம்பி வாத்தியங்களில் இசைத்துக் கொண்டிருத்தல் என்று இவ்வாறு காணப்படும் கனவுகள் தீமையையே குறிக்கும். மேலும் சில : இரும்புத்தாது பொருக்குதல், இறந்த பாம்பு குறுக்கில் கிடத்தல், சண்டாளனைக் காணுதல், செந்நிறப் பூக்கள் பூத்துக் குலுங்குதல் போன்றவை வரப்போகும் துன்பத்துக்கு அறிகுறியாகும். மேலும், கரடி, கழுதை, நாய், ஒட்டகச் சவாரி, சந்திரன், சூரியன் நிலைபெயர்தல், மீண்டும் கர்ப்பவாசம் அடைதல், சிதையில் ஏறுதல், பூகம்பம் போன்ற உற்பாதங்கள், மூத்தோர் சினத்துக்கு ஆளாதல் போன்ற கனவுகள் துன்பத்தையே குறிக்கும். ஆற்றில் மூழ்குதல், சாணி கரைத்த நீரில் நீராடல், கன்னிப் பெண்ணுடல் சல்லாபம், அங்கம் இழத்தல், வயிற்றுப் போக்கு, வாந்தி போன்ற கனவுகள் தீமையையே காட்டுகின்றன.

தெற்கு நோக்கிப் பயணம், பயங்கர நோய் பீடித்திருத்தல், உலோகப் பானை உடைதல், பூதம், பிசாசு, அரக்கர்களுடன் விளையாடுதல் போன்றவையும் தீமையையே அறிவிக்கின்றன.

பிறருடைய ஏசல், மிகுந்த கஷ்டம், சிவப்பு நிற ஆடை உடுத்தி இருத்தல், சிவப்பு நிறமாலை, சந்தனம் போன்றவையும் நிகழக்கூடிய தீமையை அறிவிப்பையே.

பரிகாரம்

பயங்கரக் கனவுகள் கண்டால், விழித்தெழுந்து, கைகால் கழுவி பகவானைத் தியானித்தபடி உறங்க வேண்டும். தீய கனவுகள் ஏற்படின் ஓமம் செய்த, புனித நீரால் அபிஷேகம் செய்து கொள்ளலாம். அரி, அரன், அயன், விநாயகர், சூரியன் ஆகியோரை அர்ச்சித்து வழிபடலாம். புருஷஸூக்தம் மனதிலேயே சொல்லிக் கொள்ளலாம்.

பலன்

இரவில் முற்பகுதியில் கண்ட கனவு ஓராண்டிலும், இரண்டாம் பகுதியில் கண்ட கனவு ஆறு மாதத்திலும், மூன்றாம் பகுதியில் கண்ட கனவு மூன்று மாதங்களிலும், நான்காம் பகுதியில் கண்டது பதினைந்து நாட்களிலும் பலன் தரும். விடியற் காலை கனவு பலன் பத்து நாட்களில் தெரியும். ஓர் இரவில் இரு முறை கனவு கண்டால் பின்னதே பலிக்கும்.

நன்மை பயப்பவை

மலை ஏறுதல், அரண்மனை மேல் முற்றத்தில் உலாவுதல், குதிரை, யானை ரிஷபச்சவாரி, வெண் மலர்கள் பூத்துக் குலுங்குதல் ஆகிய கனவுகள் நன்மை பயப்பவை.

வெண்ணிற ஆடை, பூக்கள், நரைத்த முடி போன்றவை நல்ல கனவுகள். கிரகணம், பகைவன் தோல்வி, போரில் வெற்றி, போட்டி, சூதாட்ட வெற்றி, மழையில் நனைதல், நிலம் வாங்குதல் போன்றவை நன்மையைக் காட்டும் கனவுகள்.

மேலும், பச்சை மாமிசம் உண்ணுதல், இரத்த தானம் செய்தல், மது, போர், சோமபானம் உட்கொள்ளல், குருதியில் நீராடல் போன்றவை நன்மையை அறிவிக்கும் கனவுகள்.

கையில் கத்தியுடன் நடத்தல், தோட்டத் துக்கு வேலி அமைத்தல், பசு, எருமை, பெண்குதிரை, சிங்கம், யானை மடியில் பால் அருந்துதல், பெரியோர்கள் தேவர்கள் ஆசி கூறல், பசுக் கொம்பி லிருந்து கொட்டும் நீர் தெளிக்கப்படல் ஆகியவை வரப் போகும் நன்மையைக் காட்டும் கனவுகள்.

சந்திரக் கலையிலிருந்து கீழே விழுதல், சிங்காதனத்தில் முடி சூடுதல், சிரச் சேதக் கனவுகள் கண்டார் அரசுரிமை எய்துவர். மரணம், தீயில் எரிதல், அரசின் பரிசு பெறுதல் ஆகியவையும் நல்ல வையே.

குதிரை, யானை, காளை காணல், அரசவைக்குச் செல்லுதல், உறவினர்கள் சேர்க்கை, காளை, யானை சவாரி, கொடிக் கம்பம் மீது ஏறுதல், மேல் மாடியில் நடத்தல், நிர்மலமான ஆகாயம், காய், கனிகளுடன் குலுங்கும் மரங்கள் போன்றவை மன மகிழ்ச்சியை அளிக்கக் கூடிய கனவுகள்.

ஓர் ஆணின் வலது கண் தோள் துடிப்பதும், பெண்ணுக்கு இடது கண், தோள் துடித்தலும் இன்ப அதிருஷ்டம் ஆகும்.

32. சகுனங்கள்

ஒரு வேலையாக வீட்டை விட்டுப் புறப்படுகையில் காணத்தக்க நற்சகுனங் கள் : கருப்பு நிறமில்லா தானியங்கள், பஞ்சு, வைக்கோல், சாணம், காசுகள் நல்ல சகுனம்.

பறவைகள் சகுனம் நேரம், அதன் திசை, இடம், செய்யும் ஒலி, ஒளியின் தன்மை, செய்யும் பறவை ஆகியவற்றை அடிப்படையாகக் கொண்டது.

பறவை (அ) பட்சி சகுனங்கள்

பரத்துவாசம், கருடன், டேகை, கோட்டான் வலமிருந்து இடம் போனா லும், காகம், நாராயணபட்சி, கன்னி, கிளி, மயில், காக்கை, கொக்கு குயில் இடமிருந்து வலம் போனாலும் சுப சகுனம்.

பிராணிகள் : அதேபோல் மான், கிளி, அணில், நாய், பூனை, மூஞ்சூறு வலமிருந்து இடம் போனாலும், நரி, குரங்கு, மாடு, எருமை, ஜவ்வாது பூனை இடமிருந்து வலம் போனாலும் அப சகுனம் ஆகும்.

தூங்கி எழுந்தவுடன் நற்சகுனமாக பார்க்கத் தக்கவை தாமரைப் பூ, தீபம், தணல், தனது வலக்கை, மனைவி,

மிருதங்கம், கருங்குரங்கு, கண்ணாடி, சூரியன், கோபுரம், சிவலிங்கம், சந்தனம், கடல், வயல் முகில் ஆழ்ந்த மலை ஆகியவை சுபம் தரும்.

ஒருவன் புறப்படும்போது இடப்புறம் காகத்தின் குரல் கேட்டாலோ, அவனுடன் இடது புறத்தில் பறந்து வந்தாலோ, நன்மை தரும் சகுனம். மாறாக, வலப்புறத்தில் காகத்தின் குரல் கேட்டாலோ, வலப்புறத்தில் பறந்து வந்தாலோ, எதிரில் இடது புறமாகப் பறந்து வந்தாலோ நல்லதல்ல.

புறப்படும் போது காணக் கூடாதவை : சண்டாளன், வெல்லப்பாகு கலன், சால மரம், மொட்டை மனிதன், எண்ணெய் தேய்த்த உடல், நிர்வாண ஆள், மன நோயாளி, ஆண்மையற்றவன், கர்ப்பிணி, விதவை, கசாப்புக்கடைக் காரன், பறவை வேடன்.

அரசன் புறப்படும்போது குதிரை காலடி தவறுதல், ஆயுதம் நழுவி விழுதல், ஆடைகள் நழுவுதல், குடை கவிழுதல், தேர் ஏறும்போது கால் தவறுதல் போன்றவை கூடாது. அவ்வாறு ஏதேனும் நிகழ்ந்தால் பயணத்தை நிறுத்தி, விஷ்ணுவை ஆராதித்து வழிபட்டு அதன் பின்னரே பயணத்தை மறுபடியும் தொடர வேண்டும்.

அயல்நாட்டுப் பயணத்திலிருந்து திரும்பிவரும் மன்னன் வெண் மலர்கள், நீர் நிறைந்த குடங்கள், முதியோர், பசு, குதிரை, யானை, தேவதை உருவங்கள், எரியும் அக்கினி, பசும் புல், தங்கம், வெள்ளி ஆயுதங்கள், ரத்தினங்கள், பழங்கள், தயிர், பால், கண்ணாடி, சங்கம், கரும்பு, மேக இடி ஆகிய வற்றைக் கண்டு மகிழ்ந்து உள்ளே நுழைய வேண்டும்.

நாய் ஊளையிடுவது மரண அறிகுறி. அபசகுனம். இரண்டு யானைகள் எல்லோரும் அறிய இன்புறல், பெண் யானை குட்டிபோடல், மதயானை போன்றவையும் மரண அறிகுறிகளே.

ஒரு யானை இடது முன்கால் மீது வலது முன் காலை போட்டிருந்தால், வலது புறத்தில் தந்தத்தைத் தும்பிக்கை சுற்றிக் கொண்டிருந்தால் நற்சகுனம்.

ஒரு குதிரை எதிரியைக் கண்டதும் உடல் சிலிர்த்து, முன் கால்களால் தரையை உதைத்துக் கொண்டு, உக்கிர மாகப் பாய்ந்து சென்றால் வெற்றி நிச்சயம்.

33. ராஜ தருமம், ராஜ நீதி

ராஜ தருமம், ராஜ நீதி பற்றிய விவரங்கள் திருக்குறள், அர்த்தசாஸ்திரம் ஆகிய நூல்களில் விரிவாகக் கூறப்பட்டுள்ளன. இங்கே, அக்னி புராணத்தில் கூறியவற்றுள் முக்கியமான சில இங்கே குறிப்பிடப்பட்டுள்ளன.

'மன்னன் எவ்வழி, மக்கள் அவ்வழி' அவனது குறிக்கோள் நாட்டு நலனைப் பற்றியே இருக்க வேண்டும். அரசன் தன் தருமத்தில் பிறழாது, நீதி நெறி வழுவாமல் ஆட்சி புரிய வேண்டும்.

அரசன் பட்டத்துக்கு வந்த ஒரு வருடம் கழித்தே பட்டாபிஷேகம் செய்து கொள்ள வேண்டும். தனக்குரிய மனைவி, அமைச்சர், ராஜகுரு ஆகியவர் சாஸ்திரங்கள் கற்றுணர்ந்தவர்களாகவே கொள்ள வேண்டும். ராஜகுரு மன்னனை யும், பட்டத்தரசியையும் எள், அரிசி தலையில் தேய்த்து மங்கல ஸ்நானம் செய்வித்து 'ஜயவிஜயிபவ' என்ற முழக்கத்துடன் அரியாசனத்தில் அமர்த்த வேண்டும். ராஜ்ஜியாபிஷேகத்துக்கு முன் 'இந்திர சாந்தி' என்னும் யாகத்தைச் செய்து வைக்க வேண்டும்.

பிராமண மந்திரி தங்கக் குடத்தில் நெய் நிரப்பி வந்து அபிஷேகம் செய்விக்க வேண்டும். க்ஷத்திரியனாகில் வெள்ளிக் குடத்தில் மோர் கொண்டும், வைசியனாகில் செப்புக்குடத்தில் தயிர்

கொண்டும், மற்றவர் மண் குடத்தில் நீர் ஏந்தியும் முறையே கிழக்கு, தெற்கு, மேற்கு, வடக்கு திசைகளிலிருந்து அரசனுக்கு அபிஷேகம் செய்ய வேண்டும்.

அடுத்து குரு புனித குடநீரை அமைச்சர், அதிகாரிகள் தலை மீது தெளிக்க வேண்டும். பின்னர் பல பொருள்களை அவற்றுக்கேற்ற மந்திரங் கள் கொண்டு அபிஷேகம் செய்விக்க வேண்டும்.

மகுடாபிஷேகம் சாஸ்திர முறைப்படி செய்து வைக்க வேண்டும். படைகளுக்கு பிராமணன் (அ) க்ஷத்திரியனைத் தளபதி ஆக்க வேண்டும். நற்குணம், நல்லொழுக் கம் உள்ளவர்களையே அதிகாரிகளாக நியமிக்க வேண்டும். சிறந்த அறிவாளி, பேசக்கற்றவர்களைத் தூதுவனாக நியமிக்க வேண்டும்.

மெய்க் காப்பாளர்கள் வலுவுள்ள, திறமையுள்ள, ஆயுதபாணிகளாக இருக்க வேண்டும். ரத்தினங்களின் மதிப்பு அறிந்தவர், நாணயமானவரைக் கருவூல அதிகாரியாக நியமிக்க வேண்டும்.

அதேபோல் அரண்மனை வைத்தியர், குதிரை, யானைக் காப்பாளர்கள் அந்தந்த வித்தையைக் கற்றுணர்ந்து, அனுபவம் மிக்கவராக இருக்க வேண்டும்.

அந்தப்புரத்தில் பெண்களையே பணிப் பெண்களாக நியமிக்க வேண்டும். அங்காங்கு பல துறைகளில், பல நாடுகளில் ஒற்றர்களை நியமித்து ஆட்சி நன்கு அமையுமாறு செய்ய வேண்டும்.

நாட்டுப் பாதுகாப்பு விஷயத்தில் மிக்க கவனம் செலுத்த வேண்டும். ஆறுவித அரண்களை அரசன் பெற்றிருக்க வேண்டும். தனுர்துர்க்கம், மகிதுர்க்கம், நரதுர்க்கம், அக்ஷதுர்க்கம், அப்பு துர்க்கம், கிரிதுர்க்கம். இவை நில அரண், நீர் அரண், காட்டரண், மலையரண் ஆகியவை.

ஆலயங்களை நன்கு பராமரிக்க வேண்டும். ஆறில் ஒரு பங்கு வரி வசூலிக்க வேண்டும்.

தவறு செய்பவர்களைக் கண்டுபிடித்து தவறுகள் நடவாமல் மக்கள் சாந்தியுடன் வாழ மன்னன் அடிகோல வேண்டும்.

ஒரு மன்னனின் ஆட்சி நிலையாக இருக்க மன்னனது திறமை, தேர்ச்சி உடைய மந்திரிகள், வளமுள்ள நகரங் கள், அரண்கள், கடுமையான தண்டனை, பிற நாட்டவரிடம் நட்பு ஆகியவை மிகவும் அவசியம்.

அரசன் சூரியன் போன்ற ஒளியும், சந்திரன் போன்ற குளிர்ச்சியும், குற்ற விசாரணையில் தருமர்; துன்பம் நீக்குவதில் அக்கினி தேவன்; ஏழை களுக்கு வழங்குவதில் வருணன், மக்களைக் காப்பதில் விஷ்ணுவாக விளங்க வேண்டும்.

திருடன், கொலைக்காரன், சொத்தை அபகரிப்பவன், பொய்யன், வழிபறிச் செய்பவன், மனைவி, உறவினர்களைத் தவிக்க விடுபவன், பெண்களின் கற்பைக் கெடுப்பவன், ஒழுக்கமற்ற வியாபாரி, போன்றவர்களை அவரவர்கள் குற்றங் களுக்கேற்ப நீதி நெறி வழுவாமல் தண்டனை அளித்து அவர்களைத் திருத்தி நாட்டை அமைதியுடன் ஆள்வது அரசன் கடமையாகும்.

34. படைகள், படைக்கலன்கள்

மன்னனுடைய குறிக்கோள் போரில் வெற்றி பெறுவதே என்றாலும், தோல்வி யுற்று சரணமடைந்த (அ) வீர மரணம் அடைந்த பகை மன்னனையும், அந்த நாட்டை நிர்வகிப்பதிலும் சில முக்கிய விஷயங்களில் கவனம் செலுத்த வேண்டும்.

போரை உடனே நிறுத்தி, கொள்ளை யடிப்பதை நிறுத்துவது, பசு, பிராமணர், பெண்களுக்குப் பாதுகாப்பு, ஆலயப் பராமரிப்பு இவற்றிற்குப் பாதகம் இன்றி நடந்து கொள்ள வேண்டும்.

போர் முடிந்து அமைதி ஏற்பட்ட பிறகே திறமை காட்டியவர்களுக்கு பரிசுகள், பதவிகள் அளித்து கௌரவிக்க வேண்டும்.

போரில் படைகளை கட்டுக் கோப்பு குலையாமல் வியூகங்கள் அமைக்க வேண்டும். அவை பல வகை : மகர வியூகம், கருட வியூகம், அர்த்த சந்திர வியூகம், வஜ்ர வியூகம், சகட வியூகம், மண்டல வியூகம், சர்வதோ பத்திரி வியூகம், சூசி வியூகம் என்பவை.

வியூகத்தில் ஐந்து பகுதிகள் – முதலாவது உடல், இரண்டு மூன்றாவது அதன் பக்கங்கள், நான்கு ஐந்து இரு பக்கச் சிறகுகள். ஒன்று அல்லது இரண்டு பகுதிகளுக்கு மேல் நேரிடத் தாக்குதல்களில் ஈடுபடாமல், மற்ற பகுதிகள் உதவியாக இருக்க வேண்டும்.

போரில் உயிருக்குப் பயந்து ஓடுபவன், காயமுற்றவர்களைக் கொல்லக் கூடாது. அந்தப்புர மாதர்களைக் கௌரவமாக நடத்த வேண்டும்.

வெற்றி முழக்கத்துடன் நாடு திரும்பிய மன்னன் முக்கியமான இரண்டு காரியங்களை உடனடியாகக் கவனிக்க வேண்டும். போரில் மரணமடைந்தவர் குடும்பங்களுக்கும், அங்கவீனமடைந்த வீரர்களின் குடும்பங்களுக்கும் தக்க மானியங்கள் அளித்து அவர்கள் தங்கள் வாழ்க்கையைச் செவ்வனே நடத்திச் செல்ல வேண்டும். வெற்றிக்கு இறைவனே காரணம் என உணர்ந்து நன்றி செலுத்த வழிபாடுகள் செய்ய வேண்டும்.

படைக் கலங்கள்

அரசனுடைய சாமரம் தங்கக் கைப்பிடியுடன் குடையின் மீது அன்னம், மயில், கிளி, நாரை ஏதாவதொரு பறவையின் இறகுகளைக் கொண்டு மூடப்பட்டிருக்க வேண்டும்.

அந்தணர் குடை சதுரமாகவும், அரசன் குடை வட்டமாகவும், வெண்மை நிறத்திலும் இருக்க வேண்டும். காம்பு 28 அடி நீளம் இருக்க வேண்டும். குறுக்குக் கட்டைகள் க்ஷீர மரத்தால் செய்யப்பட்டிருக்க வேண்டும். ஓரங்களில் முத்துக்களாலான பதக்கங்களும், குஞ்சங்களும் தொங்கவிடப்பட்டிருக்க வேண்டும்.

வில்லின் காம்பு இரும்பு, மாட்டுக் கொம்பு (அ) மரத்தினால் செய்யப்பட்டிருத்தல் வேண்டும். அதன் நாண் மூங்கில் நார் அல்லது வேறு பொருள்களால் ஆகியதாக இருக்க வேண்டும். வில்லின் காம்பை தங்கம், வெள்ளி, செம்பு, இரும்பு ஆகியவற்றால் செய்யலாம். ஆனால், மாட்டுக் கொம்பால் செய்வது உத்தமமானது. மூங்கிலால் செய்யப்பட்ட வில்லே சிறந்தது.

மூங்கில் (அ) இரும்பால் அம்புகள் செய்யப்படலாம். அவற்றின் பின் பகுதியில் இறகுகளை அமைத்து எண்ணெயில் ஊற வைக்க வேண்டும்.

ஒரு சமயம் கங்கைக் கரையில் பிரமன் பகவானைக் குறித்து ஹோமம் முதலிய கர்மாக்களால் ஆராதித்து வந்தார். ஓர் அரக்கன் அங்கு வந்து தடைகள் உண்டாக்க எண்ணினான். அப்போது அக்கினிதேவன் தோன்றினார். மற்ற தேவர்களும் அவரை வணங்கினார். அங்கிருந்த விஷ்ணு அக்கினிதேவன் வைத்திருந்த நந்தகம் என்ற கத்தியை வாங்கி அரக்கனை அவனது உடலின் பல இடங்களில் வெட்டினார். வெட்டுப்பட்ட இடங்கள் பூமியிலே விழுந்தன. "அவை இரும்பாக மாறின. அவையே பூவுலகில் ஆயுதங்களாகட்டும்" என்றார். எனவே ஆயுதங்கள் இரும்பால் செய்யப்படுகின்றன.

உத்தமமான வாள் ஐம்பது விரற்கடை நீளம் இருக்க வேண்டும். கத்தி மோதும் போது சிறு மணி எழும்பும் ஓசையைப் போல் ஒலி எழுப்பின் அது சிறந்தது.

கத்தியின் வலிமை பற்றிப் பிறரிடம் பேசக் கூடாது.

35. இரத்தின வகைகள்

இரத்தினங்கள் அனேகம். ஆனால் குறிப்பாக, சிறந்த ஒன்பதை மட்டும் நவரத்தினங்கள் என்று குறிப்பிடுவர். மக்களும், மன்னனும் இரத்தினங்களை உபயோகிக்கின்றனர்.

ஒருவனுக்கு செழிப்பான, வளமான வாழ்வு அமைய முத்து, நீலம், வைதுர்ஜம், இந்திர நீலம், சந்திர காந்தக் கல், சூரிய காந்தக்கல், ஸ்படிகம், புஷ்பராகம், ஜ்யோதிராம், ராஜபட்டம், ராஜமயம் ஆகிய இரத்தின வகைகளை அணிய வேண்டும்.

ஒருவன் வாழ்க்கையில் வெற்றி பெற கந்தகம், முத்துச் சிப்பி, கோமேதகம், ருத்ராக்ஷம், பவழம், நாகரத்தினம் தங்கத்தில் பதித்து அணிய வேண்டும்.

குறையின்றி, உட்புறமிருந்து ஒளி வீசி, நன்று பதிக்கப்பட்ட இரத்தினம் நல்ல அதிருஷ்டம் அளிக்கும். ஒளியற்று, பிளவுபட்டு, சொர சொரப்பானவற்றை ஒரு போதும் உபயோகிக்கக் கூடாது.

பிறை போன்றதாய், அறுகோணமாய், எளிதில் உடையாததாய், நீரோட்டம் உடையதும், உச்சிகால சூரியனைப் போன்ற ஒளி கொண்டதுமான இரத்தினங்களையே உபயோகிக்க வேண்டும்.

மரகதக்கல் தூய்மையானதாய், குளிர்ச்சி ஒளி கொண்டு, கிளிபோல் பச்சை நிறம் கொண்டிருக்க வேண்டும். உட்புறம் தங்க நிறப் படிகங்கள் கொண்டிருக்க வேண்டும்.

பதுமராகம் ஒளியுடன் கூடிய சிவப்பு நிறம் கொண்டிருக்கும். சிப்பிகளில் காணப்படும் முத்துக்கள் சிவப்பு நிறத்தை உடையனவாகவும் வெள்ளை நிறச் சிப்பிகளில் உள்ள முத்துக்கள் வெண்மையாகவும் இருக்கும். மூங்கில், யானை, கரடி, கன்னப்பொறிகள், மீன்கள் மூளையிலும் முத்துக்கள் உண்டாகும். வெண்மை நிறம், வெளிப் பொருளைப் பார்க்கும் தன்மை, எடை, உருண்டை முத்துக்களில் கவனிக்க வேண்டும்.

இந்திர நீலக்கல்லைப் பாலில் அமிழ்த்தினால் பாலும் நீலமானால் அது நல்லது. வைடூர்யம் சிவப்பு, நீல நிறங்களில் விதுர நாட்டில் எடுக்கப்படுகிறது.

36. தனுர் வேதம்

அக்கினி தேவன் வசிஷ்ட முனிவருக்கு தனுர் வேதம் என்னும் வில் வித்தையைப் பற்றிக் கூறலுற்றார்.

தேரோட்டுனர், யானை வீரர், குதிரை வீரர், மற்போர் வீரர், காலாட்படையினர் என்று வீரர்கள் ஐந்து வகையினர். (பொதுவாக நால்வகைச் சேனை என்றும் சொல்வர். ரத, கஜ, துரக, பதாதி; தேர், யானை, குதிரை, காலாள்).

ஆயுதங்களும் ஐந்து வகையாகும். பொறிகள் கொண்டு எறியப்படுபவை, கைகளால் எறியப்படுபவை, கையை உபயோகித்துப் பின்னர் நிறுத்திக் கொள்ளப் படுபவை, கைகளில் நிலையானவை. துவந்த யுத்தத்தில் கைகள் மட்டுமே. மேலும் போர்க்கருவிகள் நீளமானவை, வளைவானவை என இரண்டு வகை.

முதல்வகை – அம்புகள், தீப்பந்தங்கள். இரண்டாவது – ஈட்டி, கவண்கல். மூன்றாவது – சுருக்குக் கயிறு. நான்காவது – வாள், கத்தி, வில், அம்பு.

வில்போரே சிறந்ததாகக் கருதப் படுகிறது.

பிராமணன், க்ஷத்திரியன் இருவரும் தனுர் வித்தையைக் கற்பிப்போர் ஆவர். வில்லைக் கையில் ஏந்தி நாணை இழுத்துப் பூட்டி எய்வதற்குத் தக்க பயிற்சி வேண்டும். அம்பை எய்த

மறுகணம் கை பின்னுக்குச் சென்று அடுத்ததைத் தொடுக்க வேண்டும். விரைவைப் பொருத்து ஒருவன் வெற்றி அடைவான்.

இப்பயிற்சியில் இலக்குகள் மூன்று வகை 1) நேர் பார்வைக்குக் கீழாகவும், மேலாகவும் உள்ள இலக்குகள் **'துஷ்கரம்'** எனப்படும். 2) தலைக்குக் கீழே தூரத்தில் உச்சிக்கும் இடையே உள்ளவை **'சித்ர துஷ்கரம்'** ஆகும். 3) ஒளியற்ற கூறிய முனை உடையதாய் நேர் பார்வைக்கும் அடி வானத்துக்கும் கீழே உள்ளது **'த்ரிதம்'**

இலக்கு நோக்கி இடப்பக்கமிருந்தும், வலப்பக்கமிருந்தும், குதிரை மீது இருந்தும் குறி தவறாது எய்ய சிறந்த திறமைக்கேற்ற பயிற்சி தேவையாகும். நகர்ந்து செல்லும் பொருள்கள், சுழலும் பொருள்கள் ஆகியவற்றையும் குறி தவறாது அடிக்கும் திறமை பெறுதல் அவசியம். இவ்வாறு பல வகையிலும் போர்க்களத்தில் வில்லேந்தி அம்பெய்தி குறி தவறாமல் செலுத்தி, மற்றும் அவற்றிற்கான தேவதா மந்திரங்களை உச்சரித்து எய்தல் போன்ற சகல வித்தைகளும் கற்றவன் 'வில்லுக்கு விசயன்' என்று பெயர் பெறுவான்.

37. அபிஷேக வகைகள், பலன்கள்

காயத்திரி மந்திரத்தை நீரிலிருந்து ஜபித்தாலும், பிராணாயாமத்துடன் ஜபித் தாலும் மந்திரத்தைக் கூறி ஹோமம் செய்தாலும் மனோ பீஷ்டங்கள் நிறை வேறும்.

இடுப்புவரை நீரில் சென்று பிரணவ மந்திரத்தை நூறுமுறை ஜபித்து, புனித நீரைச் சிறிது உட்கொண்டால் தோஷங் கள் நீங்கி புனிதம் ஏற்படும்.

நாட்டில் நில நடுக்கம், தீ விபத்து, வெள்ளம் போன்ற உற்பாதங்கள் நிகழும் போது அக்கினியை ஆராதிக்க வேண்டும்.

விஷ்ணுவின் திருமேனிக்குத் திருமஞ் சனம் (நீராட்டம்)செய்தால் கஷ்டங்களி லிருந்து நிவாரணம் ஏற்படும். தீர்த்தங் களை ஆலயம், இல்லம் ஆகியவற்றில் திருமஞ்சனம் செய்யலாம்.

குறை பிரசவம் பெறும் பெண்கள் தாமரை மலரில் விஷ்ணுவை இருத்தி திருமஞ்சனம் (அபிஷேகம்) செய்தால் அந்தக் குறை நீங்கும்.

மக்களை இழந்த பெண் அசோக மரத்தின் கீழ் விஷ்ணு திருஉருவை வைத்து ஆராதித்தால் நன்மை ஏற்படும்.

திரண்ட செல்வம் பெற விஷ்ணுவுக்கு அபிஷேகம் செய்து ஆராதிக்கவேண்டும். உதகசாந்தி செய்து, அந்த நீரால் நீராட்டி ஹோம காரியங்கள் செய்ய வேண்டும். நெய்யபிஷேகம் நீண்ட ஆயுளைத் தரும். கோமலம், கோநீர் அபிஷேகம் தோஷங் களை நீக்கும். பாயச அபிஷேகம் உடல், உள்ளம் வலிமை தரும்.

இன்னும் தர்ப்பை நீர், பஞ்ச கவ்வியம், வில்வ இதழ், தாமரை இதழ், தங்கம், வெள்ளி, செம்பு, சர்வகந்த நீர், பழச்சாறு, தேன் போன்றவற்றைக் கொண்டு செய்யும் அபிஷேகம் பலவித பயனை அளிக்கும்.

பகவான் விஷ்ணுவின் திருமேனியைத் - திருவடித் தாமரைகளை திருமஞ்சனம் செய்த நீரைக் கொண்டு அபிஷேகம் செய்து கொள்வது சிறந்தது, உத்தம மானது. அந்த நாள் முழுவதும் பகவத் தியானத்தில் ஈடுபடல், தானங்கள் செய்தல், பகவானை அர்ச்சித்தல் ஆகியவற்றினால் அனைத்து கோரிக்கை களும் நிறைவேறும்.

விஷ்ணுபஞ்சரம் என்ற மந்திரத்தை முறைப்படி ஜபித்தால் எதிரி அழிவான். வலன் என்ற அசுரனை அழிக்க இந்திரன் இந்த மந்திரத்தைக் குருவிடம் கற்று பிரயோகித்தான். திரிபுரதகனத்தின் போது சிவபிரானுக்கு இம்மந்திரம் பயன்பட்டது.

38. தேக தத்துவம், நோய்க்கு மருந்து

தேக தத்துவம்

பிறந்த குழந்தை அசைதல், கை கால்களை அசைத்தல், ஒலி கேட்க உதவுவது ஆகாயத்தின் தன்மை; அது புரண்டு படுக்கவும், சுவாசிக்கவும் உதவுவது வாயு; குழந்தையின் பித்த கோசத்தை இயங்கச் செய்வது, தோலுக்கு நிறம் தருவது, ஜீரண உறுப்புகளைச் செயல்படச் செய்வது அக்கினி; இரத்த ஓட்டம், சுவை அறிதல், கழிவுப் பொருள்களை அகற்ற உதவுவது நீர்; முகரும் உணர்ச்சி தருவது, உரோமம், நகம் வளர்ச்சி, உடல் ஆகியவற்றுக்குக் காரணம் பூமி; ஆக ஐம்பூதங்களே ஒருவனுடைய தேக நிலையை உண்டாக்குகிறது.

ஒரு குழந்தை தந்தையிடமிருந்து இரத்தக்குழாய், நரம்பு, வீரியம் ஆகியவற்றையும், தாயிடமிருந்து மற்றவற்றையும் பெறுகிறது.

ஒருவனுடைய குணநலன்கள் தாமச குணத்தாலும், விருப்பம், வீரம், கர்மாக்கள் செய்தல், ஆர்வம், தற்புகழ்ச்சி, அலட்சியம் ஆகியவை ராஜஸ குணத்தாலும் உண்டாகின்றன. இலட்சியம், மற்ற நற்குணங்கள், தெய்வபக்தி ஆகியவை சாத்வீக குணத்தால் உண்டாகின்றன.

வாதத்தின் ஆதிக்கத்தால் ஒருவனது அமைதியின்மை, கோபத்தால் கீழே விழுதல், வளவள என்று பேசுதல், வெட்கப்படுதல் காணப்படும்.

பித்த ஆதிக்கம் ஒருவனை முன்கோபி ஆக்கும். மேலும் முடி உதிர்தல், அறிவை வளர்த்துக் கொள்வதும் அதனாலேயே ஆம்; அன்புடைமை, இடைவிடாத முயற்சி வாதத்தின் ஆதிக்கம் ஆகும்.

செயல்பாட்டுக்குக் கர்மேந்திரியங்களும், பரப்பிரம்ம சொரூப ஞானம் பெற ஞானேந்திரியங்களும் உதவுகின்றன. இருபத்து நான்கு தத்துவங்களைக் கொண்டது ஜீவன். உத்தம ஜீவன் உடலைவிட்டு மேல் நோக்கி வெளியேறும். யோகிகளுடைய ஜீவன் உச்சந்தலையைப் பிளந்து கொண்டு வெளிப்படும். அது உத்தமமானது.

மறுபிறவி

உடலை நீங்கிய ஜீவன், ஒரு சூக்கும சரீரம் அடைந்து யம பட்டணம் அழைத்துச் செல்லப்பட்டு அதன் கர்மாவுக்கேற்ப நரக வாசம் அனுபவிக்கிறது. கோரம், அகோரம், அதிகோரம், மகாகோரம், கோரரூபம், தாரள தரம், பயானகம், ப்யோதிகரம், காலராத்திரி, மகாசண்டம், சண்டம், கோலாகலம், பிரசண்டம், பத்மம், நாகநாயிகம், பத்மாவதி, பீஷணம், பீமம் கராலிகம், பிகரானம், மகாவஜ்ரம், திரிகோணம், பஞ்ச கோணம், சுத்ரிகம், வர்துலம், சப்த பூமம், சபூமிகம். தீப்தம் என்பவை இருபத்தெட்டு முக்கிய நரகங்கள். ரௌரவம், தூமிச்ரம் முதலியவை நரகத்தின் உட்பிரிவுகள்.

பாபங்களுக்கேற்ப நரகத்தில் தண்டனைகள் அளிக்கப்படும். (விவரங்கள்: நரகலோகம் – விஷ்ணு புராணம்)

துன்பங்கள் வகை

மனத்தால் ஏற்படும் துன்பங்கள் 'அத்தியாத்மிகம்'; ஆயுதங்களால் ஏற்படுபவை 'ஆதிபௌதிகம்'; இடி, மின்னல், மழை போன்ற இயற்கையின் செயல்களால் ஏற்படுபவை 'ஆதிதைவிகம்' எனப்படும்.

இத்துன்பங்களை உணர்ந்த அறிவாளி அவற்றால் ஏற்படும் துன்பங்களிலிருந்து தன்னை விடுவித்துக் கொள்வான்.

யோகங்கள்

பற்றற்று, பகவானுடைய தியானத்திலேயே சிந்தனையை நிறுத்தி, ஜீவாத்மாவை பரமாத்மாவுடன் ஐக்கியப்படுத்துவதே 'யோகம்'. அது இயமம், நியமம்,

அகிம்சை, உண்மை பேசுதல், பிரம்மச் சரியம் கடைப்பிடித்தல்; அகத்தூய்மை, மது அருந்தாமை, பற்றற்றிருத்தல், புலன் அடக்கம், பிராணாயாமம், தியானம், தாரணை சமாதி எனப் பலவகையாகும்.

ஜீவாத்மா, பரமாத்மா என்ற பேத மின்றி அதனோடு ஐக்கியமாகத் தான் இருக்கும். உடலைத் துறந்து வெளிப் படுகிறது ஜீவாத்மா பரமாத்மாவோடு ஐக்கியமாதல் முக்தி எனப்படும்.

நோய்க்கு மருந்து

ஒருவன் நோய்வாய் பட்டிருக்கிறான் என்றால் அவனுடலில் வாதம், பித்தம், கபம் அளவில் மாறுபட்டிருக்கிறது என்று அறிய வேண்டும்.

நாம் உட்கொள்ளும் உணவு உட்கிர கிக்கப்பட்டு இரத்தத்துடன் கலந்து உடல் வளர்ச்சிக்கு ஆதாரமாகிறது. தேவையற்ற பொருள்கள் மலம், மூத்திரம், வியர்வை என்ற வடிவில் கழிவுப் பொருள்களாக வெளியேறுகின்றன.

பிராமணனுக்குத் தானம் கொடுத்து, அறுசுவை உண்டி அளித்து, லிங்கத்துக்கு அபிஷேகம் செய்து ஆராதிப்பவன் நோய்களிலிருந்து விடுபடுவான்.

நோயிலிருந்து விடுபட்டவன், ஜன்ம நக்ஷத்திரத்தன்று, மந்திரபூர்வமாக அபிஷேகம் செய்து பகவானை ஆரா திக்க வேண்டும். விஷ்ணு ஸ்தோத்திரம் என்ற துதியை உச்சரித்துக் கொண்டி ருந்தால் அனைத்து மனோ வியாதியும் நீங்கிவிடும்.

நல்ல நாள் பார்த்து மருந்து கொடுக்க வேண்டும். ''ந சோமோ புத வைத்ய'' திங்கள், புதன் கிழமைகளில் மருந்து உண்ணவோ, வைத்தியம் தொடங்கு வதோ கூடாது.

பகவானைப் பிரார்த்தித்து, மற்ற தேவதைகளையும் மனதில் எண்ணி கொடுக்கப்படும் மருந்து ''மகரிஷிக ளால் தயாரிக்கப்பட்ட உயர் மருந்தாக வும், தேவர்களாலும் உத்தமமான கர்ப்பங்களாலும் அருந்தப்பட்ட அமிர்த மாகட்டும்'' என்ற பிரார்த்தனையுடன் மருந்தை உட்கொள்ள வேண்டும்.

கபம் குளிர் காலத்தில் அதிகமாகி, வசந்தகாலத்தில் உச்சநிலை அடைந்து, கோடை காலத்தில் படிப்படியாகக் குறையும்.

வாதம் கோடையில் அதிகமாகி, குளிர் காலத்தில் இரவு நேரத்தில் கடுமை அதிகமாகி பனிக் காலத்தில் குறைந்து விடும்.

பித்தம் மழைக்காலத்தில் அதிகமாகி, பனிக்காலத்தில் உச்சமடைந்து, குளிர் காலத்தில் குறைந்து விடும்.

வயிற்றில் ஆகாரம் மூன்றில் இரண்டு பங்கே இருக்க வேண்டும். மீதி ஒரு பகுதியில் காற்று நிறைந்திருக்க வேண்டும். அதுவே ஜீரணத்துக்கு நல்ல வழியாகும்.

பாம்பு கடி, விஷ முறிவு

ஆதியில் பகவான் எட்டு சர்ப்பங்களை உண்டாக்கினார். அவை சேஷன், வாசுகி, தக்ஷகன், கற்கடகன், அவ்யன், மகரம், புஜன், சங்கபாலன், குளிகன் என்பவை. இவற்றிலிருந்து நூற்றுக்கணக்கான பாம்புகள் உண்டாகிப் பெருகின.

பெண் பாம்புகள் மாரிக்காலத்தில் கருவுற்று நான்கு மாதங்களில் நூற்றுக் கணக்கான முட்டைகள் இடுகின்றன. சில முட்டைகளை தாயே சாப்பிட்டு விடுகின்றன.

முட்டையிலிருந்து வெளிவரும் குட்டிப் பாம்பு ஏழாம் நாள் கண் திறந்து, பன்னிரண்டாவது நாள் முழுவளர்ச்சி பெற்று, பதின் மூன்றாம் நாளிலிருந்து தனியே வெளியேறுகின்றது. அது சூரியனைப் பார்த்ததும் இதற்கு மேலே இரண்டும், கீழே இரண்டுமாக நான்கு

பற்கள் முளைத்துவிடுகின்றன. அந்தப் பற்கள் கராளி, மகரி, கலராத்திரி, யமதூக்கை எனப்படுகின்றன.

இரவில் பாம்பு கடித்தால் வீக்கம், காயத்தில் எரிச்சல், வலி, தொண்டை அடைப்பு ஏற்பட்டு மரணம் சம்பவிக்கும். பொதுவாக, எந்த வகையான பாம்பு கடித்தாலும் மரணம் நிச்சயம் என்பர். ஏனெனில், விஷம் முன் நெற்றியை அடைந்து, கண்களைப் பாதித்து முகத்தில் பரவி நரம்புகளைத் தாக்கி உயிர் வாழ உதவும் முக்கிய பகுதிகளைப் பற்ற மரணம் ஏற்படுகிறது.

பாம்பால் கடிபட்ட ஒருவன் நெய்யில் தேன் கலந்து உட்கொள்ளவேண்டும். அது பெரும் அளவில் விஷத்தை முறித்து விடும். நீலகண்டனைப் போற்றும் மந்திரம், கருமந்திரம் மற்றும் சாஸ்திரங்களில் கூறப்பட்ட மந்திரங்களை முறையாக உச்சரித்து விஷத்தைக் கட்டுப்பாட்டில் கொண்டுவந்து, இறக்க முயற்சி செய்ய வேண்டும்.

தற்காலத்தில் டாக்டரை அணுகி விஷ முறிவு மருந்தை உட்கொள்ளுகின்றனர். அதனால் உயிர் காக்கப்படுகிறது.

39. கோ மாதா, கோ சாலை

கோமாதா, பசு, ஆ என்றெல்லாம் கூறப்படும் பசு மிகவும் புனிதமானது. அதன் மகிமை அளவிடற்கரியது. அவற்றைப் பராமரித்தால் ஆனந்தம் அளிக்கும். கோ சாலை அமைத்துப் பசுக்களைப் பராமரித்தல் மிகவும் சிறந்ததாகும்.

பசுஞ்சாணம், பசு மூத்திரம், பசும் பால், பசுந்தயிர், பசு நெய் ஆகியவை பஞ்ச கவ்யம் எனப்படும். இவை உடல் தூய்மைக்காக கொடுக்கப்படுகின்றன.

பசுவைத் தொடுவது புனிதம்; அது உள்ள இடம் புனிதமாகும்; அதன் மூச்சுக் காற்று பட்ட இடத்தில் நோய் அண்டாது.

பசுவை 'கோமாதா' என்று தெய்வமாக வழிபடவேண்டும். பசு மற்ற பிராணிகளை விடப் புனிதமானது. அது நம்மையும் புனிதமடையச் செய்கிறது. சொர்க்கத்துக்கு அழைத்துச் செல்லும் முதல் படி பசு.

தினமும் ஒரு கைப்பிடி அளவு புல் பசுவுக்குக் கொடுத்தால் மரணத்துக்குப் பின் சொர்க்கம் கிட்டும். துன்பத்திலுள்ள பசுவைக் காப்பாற்றுதல், பசுவைப் போற்றிக் கொண்டாடுதல், கோதானம் ஆகியவை உறவினர்களையும் கரையேறச் செய்யும்.

சண்டாளர்களும் பஞ்சகவ்வியத்தை உட்கொண்டு ஒரு வேளை உபவாசமிருந்தால் பாபங்கள் நசித்துப் போகும்.

சந்தாபன விரதத்தைக் கடைபிடிக்கையில் பஞ்சகவ்யம் உட்கொள்ளுமாறு தேவதைகள் கூறியுள்ளனர்.

கிருச்சாதி கிருச்ச விரதத்தை கடைப்பிடிக்கையில் 21 நாட்களுக்கு பசும் பாலை மட்டும் ஆகாரமாக உட்கொள்ள வேண்டும்.

கோவிரதம் : ஒருவன் உடலை கோமயத்தால் தூய்மையாக்கிக் கொண்டு, பசும்பாலை அருந்தி, பசுவைப் பாலித்து வருதல். இதை ஒரு மாதம் செய்தால் பாவங்கள் நீங்கிச் சொர்க்கவாசல் கிடைக்கும்.

பசுக்களை நோயின்றி தக்க மருந்துகள் அளித்துப் பாதுகாக்க வேண்டும்.

பஞ்சமி அன்று மகாலக்ஷ்மியை பசுஞ்சாணத்தால் அபிஷேகம் செய்து வழிபட்டு, அன்று விஷ்ணுவை மலர்களாலும், நறுமணப் பொருள்களாலும் வழிபடவேண்டும்.

40. மகாவிஷ்ணுவின் திருக்கோலங்கள்

புஷ்கரத்தில் விஷ்ணு புண்டரீகாக்ஷன்; கயாவில் சுதாதரன்; சித்திரகூட பர்வத

உச்சியில் ராகவன், பிரபாஸ க்ஷேத்திரத்தில் தைதிய சூதனன், ஜயந்தில் ஜயந்தன் என்று வெவ்வேறு க்ஷேத்திரங்களில் வெவ்வேறு திருக்கோலம் கொண்டுள்ளார் திருமால்.

ஹஸ்தினாபுரத்தில் ஜயந்தன், வர்த்தமானத்தில் வராகர், காஷ்மீரத்தில் சக்கரபாணி, கூர்ஜரத்தில் ஜனார்த்தனன், மதுரையில் கேசவன் முதலிய கோலங்களில் காட்சி அளிக்கிறார்.

குப்ஜ பிரகத்தில் ரிஷிகேசனாக, கங்கை சங்கமத்தில் ஜடாதரராக, சாலக்கிராமத்தில் மகாயோகராக, கோவர்த்தன கிரியில் ஹரியாக, பிண்டாரகத்தில் சதுர்பாகுவாகக் கோலம் கொண்டு பக்தர்களை மகிழ்விக்கிறார்.

சங்கத் துவாரத்தில் சங்கி, குருக்ஷேத்திரத்தில் வாமனன், யமுனா தீரத்தில் திருவிக்ரமர், சோணை ஆற்றங்கரையில் விசுவேச்வரர், கிழக்குக் கடற்கரையில் கபிலராக கோலம் கொண்டுள்ளார்.

சமுத்திர தீரத்தில் விஷ்ணு, கிஷ்கிந்தையில் வனமாலர், ரைவதத்தில் தேவர், விரோஜத்தில் நிபுஞ்ஜயர், விசாக பூபத்தில் அஜிதராக அவர் கொண்டாடப் படுகிறார்.

நேபாளத்தில் லோகபாவனர், துவாரகையில் கிருஷ்ணர், மந்தாரத்தில் மதுசூதனர், லோகாகுலத்தில் நிபுஹரர், புருஷவடத்தில் புருஷர், விமலையில் ஜகத்பிரபு, சைந்த வாரண்யத்தில் அனந்தர், தண்டகாரணியத்தில் சாரங்கதாரி, உத்பல பரிதகாலத்தில் கௌரி, நர்மதா தீர்த்தத்தில் ஸ்ரீ யப்பதி, மாதவாரண்யத்தில் வைகுந்தர், கங்கைக் கரையில் விஷ்ணு ஒரிசாவில் புருஷோத்தமர் என்றும், மேலும் 108 திவ்யக்ஷேத்திரங்களில் இருந்தான், கிடந்தான், நின்றான் என்ற பல கோலங்களிலும் காட்சி தருகிறான்.

41. ருத்திராக்ஷ வகைகள்

சிவமந்திர ஜபத்தின்போது ருத்திராக்ஷ மாலையை அணிந்திருத்தல் அவசியம். அவை பலவகை :

அவற்றின் ஒரு முகம், மூன்று முகம், ஐந்து முகம் இருப்பவை உத்தமமானவை. இரண்டு, நான்கு, ஆறு முகங்கள் உள்ளவை, முட்கள் உள்ளவை, விரிசல் உள்ளவை புனிதமற்றவை. ஆனால், நான்கு முக ருத்திராக்ஷத்தைக் கையில் அணியலாம்; தலையில் முடியுடன் சேர்த்துக் கட்டிக் கொள்ளலாம்.

பயன்படும் ருத்திராக்ஷங்கள் நான்கு பிரிவில் அடங்கும்.

1) **கோசரங்கள்** – இவற்றால் லக்ஷம் முறை ஜபித்தால் வெற்றி நிச்சயம்.

2) பிராஜாபத்தியம், மகியாலம், சுலோதம், இரந்திகம் ஆகியவை சிவம் என்னும் பிரிவில் அடங்கும்.

3) குடிலம், வேதாளம், பத்மஹம்சம் போன்றவை சிகம் பிரிவைச் சாரும்.

4) குட்டிகாம், சரதம், குடிகம், தண்டினம் 'சவிதிரம்' பிரிவு ஆகும்.

மேலும் திருதராஷ்டிரம், வாகம், காகம், கோபாலம் ஆகியவை 'ஜோதி' வகை ருத்திராக்ஷங்கள் எனப்படும்.

(குறிப்பு : பிரளயம், பரதமுனிவர், நசிகேதன், சூரியவம்ச, சந்திரவம்ச அரசர்கள், புராணங்கள், புராண பலன்கள் பற்றிய விவரங்கள் விஷ்ணு புராணம், பாகவத புராணம் மற்றும் பல புராணங்களில் சொல்லப்பட்டுள்ளன.)

■■■

ஸ்ரீ கந்த புராணம்

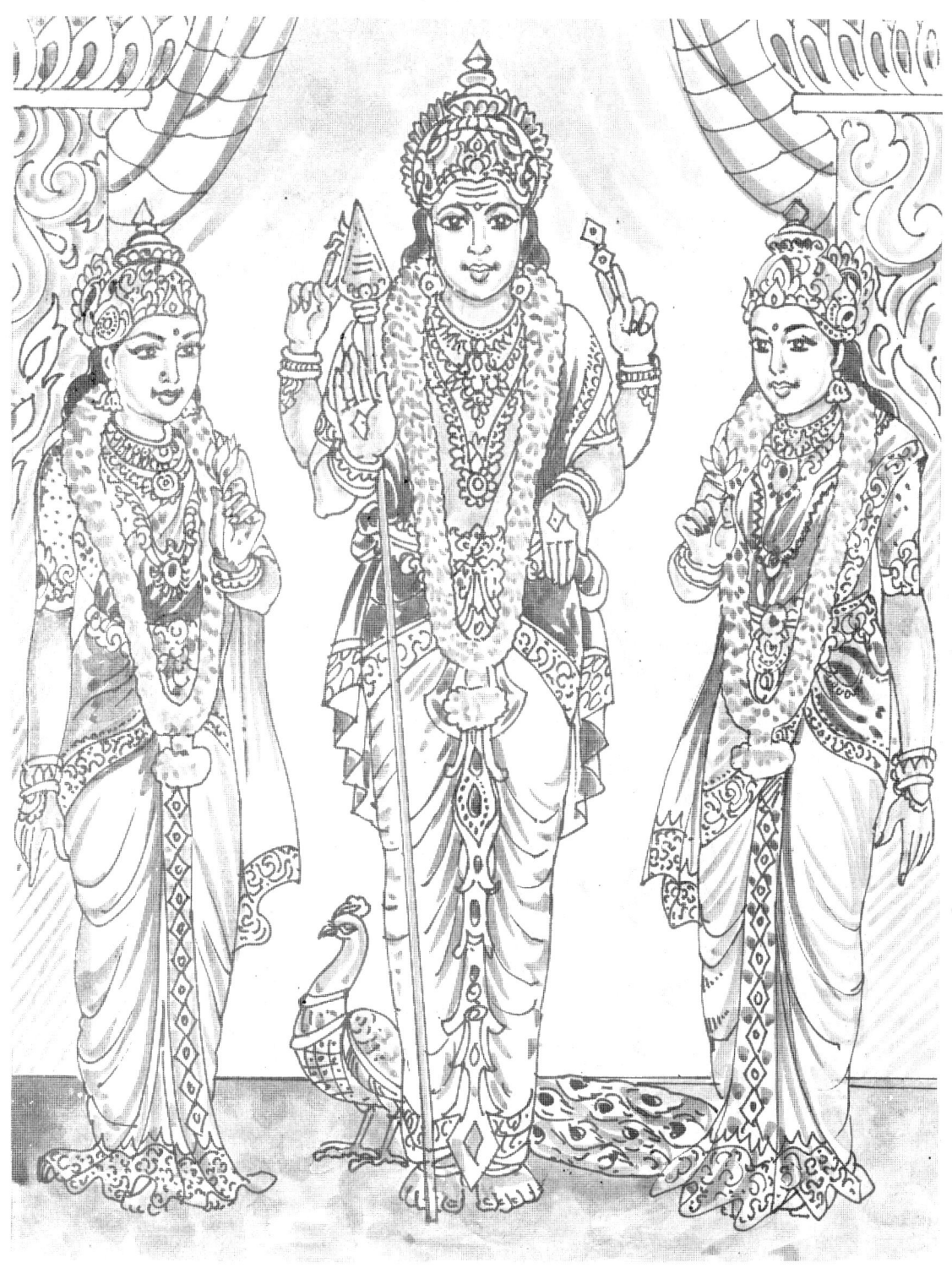

ஸ்ரீ வள்ளி தேவஸேனா சமேத ஸ்ரீ சுப்பிரமணிய ஸ்வாமி

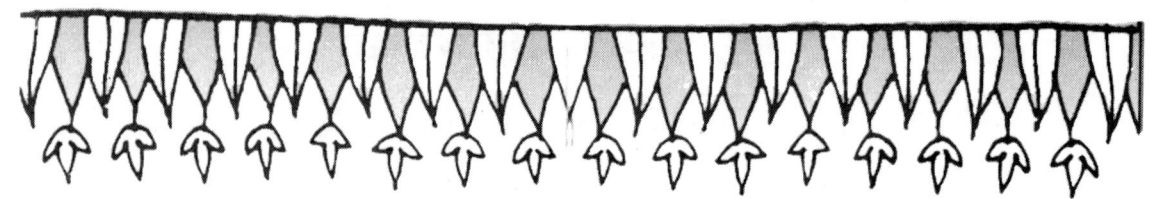

10

கந்த புராணம்

முருகன் போற்றி

மூவிரு முகங்கள் போற்றி
முகம்பொழி கருணை போற்றி
ஏவருந்துதிக்க நின்ற ஈராறுதோள்
போற்றி காஞ்சி
மாவடி வைகுஞ்செல்வேள்
மலரடி போற்றி அன்னான்
சேவலும் மயிலும் போற்றி
திருக்கைவேல் போற்றி, போற்றி

பகைவருடைய ஆற்றலை வற்றச் செய்பவன் கந்தன். ஆறு திருமேனிகளும் சேர்ந்து ஓருருவானவன் அவன். அத்தகைய கந்தப் பெருமான் ஆன்மாக்களுக்குப் பற்றுக்கோடாக இருப்பவன்.

கந்த புராணத்தை வடமொழி, தென்மொழி என இரு மொழிகளிலும் வல்லவராக இருந்த கச்சியப்ப சிவாச்சாரியார், முருகன் கனவில் தோன்றி ஆணையிட்டபடி தமிழில் இயற்றி காஞ்சி கந்த கோட்டத்தில் அரங்கேற்றினார்.

வேதங்களை வகுத்து அருளிய வியாச மாமுனிவர் பதினெண் புராணங்களை வடமொழியில் இயற்றி அருளினார். அவற்றுள் சிவ புராணங்கள் பத்து, விஷ்ணு புராணங்கள் நான்கு, பிரம்ம புராணங்கள் இரண்டு, அக்னி புராணம் ஒன்று. பிரமகைவர்த்தம் என்னும் சூரிய புராணம் ஒன்று.

சிவ புராணங்கள் பத்தும் சாத்துவிகங்கள். விஷ்ணு புராணங்கள் தாமசங்கள். பிரம புராணங்கள் இரண்டும் இராசசங்களாகும். அக்கினி புராணமும், சூரிய புராணமும் முக்குணச் சேர்க்கை கொண்டவை என்பர்.

கந்த புராணம் புராணநாயகம் எனப் படுகிறது. இது முதல்வன் புராணம் என்றும் வழங்கப்படும்.

இப்புராணத்தில் ஞான வாசனை வீசுகின்றது.

இதில் வரும் சூரபன்மன் – ஆணவ மலம்; சிங்கமுகன் கன்ம மலம், தாரகன் – மாயா மலம். கந்தன் திருக்கைவேல் – ஞானம் ஆகும்.

ஞானப் பண்டிதனாகிய கந்தவேள் மும்மலங்களை அறுத்து ஆன்மாக்களாகிய தேவர்களைப் பந்தத்தினின்றும் விடுவித்தார் என்பதே இப்புராணத்தின் உட்பொருள்.

முருகப் பெருமான் அசரீரியாக ''திகட சக்கரம்' என்று அடி எடுத்துக் கொடுக்க, கச்சியப்பர் அதனை வைத்தே 'விநாயகர் காப்பு' எழுதி நூலைத் தொடங்கியுள்ளார்.

அதில் ஓர் இலக்கணப் பிழை கண்ட புலவர் முன், முருகனே புலவர் வடிவில் தோன்றி அதற்கான விளக்கத்தை 'வீர சோழியம்' என்ற இலக்கண நூலின் அடிப்படையில் விளக்கி மறைந்தார்.

1. புராணத் தோற்றம்

எல்லாம் அறிந்த பரமேசுவரன் கூற்றுப்படி திருமால் தனது ஒரு கலையினால் பிரம்மனின் வம்சத்தைச் சார்ந்த பராசர முனிவர்க்கும் மச்சகந்தி என்ற பெண்ணிற்கும் கங்கை ஆற்றின் நடுவில் தோன்றி வாத நார ரயணன் என்ற பெயரில் வதருக வனத்தில் இருந்தபோது, எம்பிரான் ஆணையால் வேதங்களை நான்காகப் பிரித்து அதன் மூலம் வேத வியாசர் எனப் பெயர் பெற்றார். அவர் ரிக் வேதத்தைப் பைல முனிவர்க்கும், யஜுர் வேதத்தை வைசம்பாயனர்க்கும், சாம வேதத்தை ஜைமினீ முனிவர்க்கும், அதர்வண வேதத்தை சுமந்து முனிவருக்கும் உபதேசித்தார்.

அவர் தான் இயற்றிய பதினெண் புராணங்களையும் தன் மகன் சுகப் பிரம்மத்திற்கும், மற்ற சீடர்களுக்கும் போதித்தார்.

நைமிசாரணியத்தில் சனகாதி முனிவர்கள் சத்ர யாகம் புரிந்து வந்தனர். அங்கு சூத முனிவர் வந்தடைந்தார். வியாசரின் சீடரான அவரிடம் முனிவர்கள் புராண கதைகளை விவரிக்க வேண்டினர். சூதரும் அவர்களுக்குக் கூற ஆரம்பித்தார். கந்த புராணமும் அவற்றில் ஒன்று.

கந்த புராணத்தில் கீழ்க்கண்டவாறு ஆறு சங்கிதைகள் உள்ளன. அவை 1. சனற்குமார சங்கிதை. 2. சூத சங்கிதை. 3.பிரம சங்கிதை. 4. விஷ்ணு சங்கிதை. 5. சங்கர சங்கிதை. 6. ஆர சங்கிதை ஆகும்.

அவற்றுள் சங்கர சங்கிதை 7 காண்டங்களை உடையது. அவை 1. சம்பவ காண்டம் 2. அசுர காண்டம். 3. மகேந்திர காண்டம். 4. யுத்த காண்டம். 5. தேவ காண்டம். 6. தட்ச காண்டம். 7. உபதேச காண்டம் என்பவை அவை.

இவற்றுள் முதல் ஆறு காண்டங்கள் காசியப்ப சிவாசாரியாரின் கந்த புராணத்தில் இடம் பெற்றுள்ளன. ஒவ்வொரு காண்டமும் பல படலங்களாகப் பிரிக்கப்பட்டுள்ளன.

தமிழில் மூன்று புராணங்கள் சிவபெருமானின் மூன்று கண்களாகக் கருதப்பட்டு வருகின்றன. திருத்தொண்டர் புராணம் (வலது கண்ணாகவும்) திருவிளையாடற் புராணம் (இடது கண்ணாகவும்) கந்த புராணம், (நெற்றிக் கண்ணாகவும்) கருதப்படுகின்றன.

இந்தக் கந்த புராணம் இலங்கையில் அதிகமாகப் பயிலப்பட்டு வருகிறதாக தமிழறிந்த பெரியோர்களால் கூறப் படுகிறது.

இப்புராணத்தில் முதலில் பார்வதி கல்யாணமும், இடையில் தெய்வயானை கல்யாணமும், இறுதியில் வள்ளி கல்யாணமும் அமைந்துள்ளதால் இது ஒரு மங்கள புராணம், கல்யாண புராணம் எனப்படும்.

2. பார்வதியின் தோற்றமும் தவமும்

ஒரு நாள் திருக்கைலாயத்தில் எம்பெருமான் இடபாகத்தில் அமர்ந்திருந்த அம்பிகை திடீரென அவரது அணையிலிருந்து இறங்கி அவரை வணங்கிக் கீழ்கண்டவாறு கூறினாள் :

தான் முன்பு ஒருகால் தக்ஷனின் மகளாகத் தோன்றி வளர்ந்து வருகையில் தக்ஷன் அம்பிகையைப் பரமனுக்குத் திருமணம் செய்து வைத்ததையும், ஆனால் தக்ஷன் தான் செய்த வேள்வியில் சிவபெருமானுக்கு அவிர்ப்பாகம் கொடுக்காமலிருந்ததும், மேலும் சிவநிந்தனை செய்ததாலும், வேள்வி வீரபத்திரனால் அழிக்கப்பட்டது; தக்ஷனும் அழிந்தான். இதனால் தான் பெற்றிருந்த தாக்ஷாயணி என்ற பெயரைக் குறித்து விசனமுற்று அது நீங்கிட மறு பிறவி எடுப்பதற்காக அருள் புரிய வேண்டினாள்.

இவ்வார்த்தைகளைக் கேட்டு மன மகிழ்வுற்றார் பரமன். (தாக்ஷாயணி என்றால் சிவநிந்தகன் என்று பொருள்) எம்பெருமான் தேவியிடம் ''இமவான் வேண்டிய வரத்தின்படி நீ அவனுக்குத் திருமகளாகத் தோன்றி ஐந்து ஆண்டுகள் வளர்ந்து தவம் இருப்பாயாக. அப்போது உன்னைத் திருமணம் செய்து கொள் கிறேன்'' என்று திருவாய் மலர்ந்தருளி னார்.

இமயமலையில் இமவான் அம்பிகை தனக்கு மகளாக வேண்டித் தவம் கொண் டிருந்தான். அங்குள்ள தடாகத்தில் ஆயிரத் தெட்டு இதழ்களுடைய தாமரை மலரில் அம்பிகை குழந்தையாகத் தோன்றினாள். அது கண்டு வியப் படைந்த இமவான் யாவும் இறைவன் செயல் என்று எண்ணி குழந்தையை எடுத்துத் தன் மனைவியிடம் கொடுக்க, அவளும் தாய்மை அடைந்த வருக்கான அறிகுறிகளுடன் குழந்தையை வாரி அணைத்து பார்வதி என்ற பெயரில் வளர்ந்து வந்தாள்.

குழந்தைக்கு ஐந்து வயது ஆனவுடன், தாயாகிய மேனையிடம் அம்பிகை தான் சிவபெருமானைக் குறித்துத் தவம் செய்ய வேண்டுவதாகவும் அதற்கான அனுமதி யும் வேண்டினாள். மேலும் தந்தையிடம் தன் எண்ணத்தைக் குறிப்பிட்டு வேண்டிட இமவான் அம்பிகை தவம் ஆற்றுவதற்கான ஏற்பாடுகளைச் செய்து கொடுத்தான்.

தாயின் மனம் இதற்கு இடம் கொடுக் காததால் அவள் அம்பிகை தவமிருப் பதை ஏற்காமல் தடுக்க முயற்சித்தாள். இதனால் அம்பிகைக்கு 'உமா' என்ற திருநாமம் ஏற்பட்டது. ('தவம் வேண்டாம்' என்ற பொருளைத் தரும் 'உமா' என்னும் சொல் மேலும் அந்தச் சொல்லை 'தேவி பிரணவம்' என்றும் கூறுவர்)

(குறிப்பு : 'ஓம்' என்ற பிரணவத்தில் அகார, உகார மகாரங்கள் உள்ளது. 'உமா'வில் உகார, மகாரங்கள் முதலி லும் அகாரம் இறுதியிலும் உள்ளது. எனவே அது 'தேவி பிரணவம்' எனப் படுகிறது)

3. காமதகனம்

திருக்கைலாயத்தில் சிவபெருமான் தக்ஷிணாமூர்த்தி கோலத்தில் மோன நிலையில் இருந்து சனகாதி முனிவர் களுக்குச் சின் முத்திரையால் 'சிவஞானம்' அருளினார். சிவபெரு மான் மௌன யோகத் தோற்றத்தால் அண்ட மனைத்திலும் எல்லா உயிர் களுக்கும் காமம் தோன்றாமல் இயக்கம் தடைபட்டது.

சூரபன்மன் என்னும் அரக்கன் சகல வரங்களையும் பெற்று இந்திராதி தேவர்களைக் கொடுமைப்படுத்தி வந்தான். இதனால் மிகவும் வருந்திய தேவராஜன் மேருமலையை அடைந்து சிவபெருமானைத் குறித்துத் தவம் செய்ய, ஈசன் அவன் குறையைக் கேட்டு, ''விரைவில் குமரன் தோன்றி அரக்கர் களை அழித்து உங்களை எல்லாம் காப்பாற்றுவான்'' என்று கூறி மறைந் தார்.

சிவபெருமான் மோன நிலையும், அம்பிகையின் தவமும் நடைபெறுவ தால் குமரன் விரைவில் தோன்ற ஆவன குறித்து ஆலோசனை செய்து, இறுதியில் மன்மதன் என்னும் காமனை ரதியுடன் அனுப்பி ஈசனின் மோன நிலை நீங்கி, அம்பிகையுடன் சேர்ந்திட, அவர் மனதில் விரகதாபம் ஏற்படுத்த வேண்டினர். அதனால் தனக் கேற்பட உள்ள ஆபத்தைக் கூறி மன்மதன் இசைய வில்லை. ஆனால், இறுதியில் பிரம்மனின் சாபத்துக்குப் பயந்து சிவபெருமான் மீது மலர்க்கணை செலுத்த இசைந்தான்.

திருக்கைலாயம் அடைந்தான் மன்மதன். ஏற்கனவே, 'மன்மதனை அனுமதிக்க வேண்டாம்' என்று ஈசன் கூறியிருந்ததால் நந்தி தேவர் அவனைத் தடுத்தார். ஆனால், பின்னர் தான் தேவ காரியமாக வந்திருப்பதை உணர்த்திட நந்தி வழி விலகினார். இதற்குள் பிரமாதி தேவர்களும் அங்கு வந்து சேர்ந்தனர்.

மன்மதன் ஈசனை அணுகி தனது மணம் மிக்க மலர்க்கணைகள் ஐந்தையும் சிவபெருமான் மீது பிரயோகிக்க, ஈசன் அதனை அறிந்து தனது நெற்றிக் கண்ணைத் திறந்து மன்மதனைப் எரித்திட அவன் சாம்பலானான்.

அது கண்ட தேவர்கள் மேலும் இறைவனைப் பிரார்த்தித்து தங்கள் துயரத்தைக் கூறி முறையிட்டதோடு காமனையும் உயிர்ப்பிக்க வேண்டினர்.

கருணைக் கடலாகிய சிவபெருமான் இமயமலை சென்று பார்வதியைத் திருமணம் கொள்வதாகக் கூறித் தேவர்களை அனுப்பிவிட்டார்.

அப்போது காமனை இழந்த அவன் மனைவி ரதிதேவி, தேவர்களுக்காக அவர்கள் ஏவலினால் தனது பதி செய்த தவறை மன்னித்து, உயிர்ப்பித்து அருள வேண்டி பிரார்த்திருக்க, ஈசனும் கௌரி கல்யாணத்தின்போது மன்மதனை அளிப்பதாகக் கூறிட அவளும் இறைவன் கருணையைப் போற்றிச் சென்றாள்.

பின்னர் சிவபெருமான் சனகாதி முனிவர்களிடம் "மோனமே ஞான நிலை, எம்மை மனத்தில் இருத்தி ஒருமையுடன் நினைப்பதே சாந்தி அளிக்கும்" என்று கூறி அவர்களுக்கும் விடை கொடுத்து அனுப்பினார்.

4. அம்பிகையின் தவமும், ஐயன் தரிசனமும்

அம்பிகையின் தவத்தைக் கண்டு அருள் புரிய எண்ணிய சிவபெருமான் வயது முதிர்ந்த வேதியர் உருவில் அம்பிகையின் தவச் சாலையை அடைந்தார். அம்பிகையின் தோழியர்கள் அவரைத் தக்க உபசாரங்களுடன் அழைத்துச் சென்று அம்பிகையின் முன் நிறுத்தினார்.

அம்பாளின் தவக்கோலம் கண்ட ஈசன் அவளிடம் அவள் ஏன் உடலை வாட்டிக் கொள்கிறாள் என்றும், யாரை மணக்க விரும்புகிறாள் என்றும் அந்தப் பாக்கிய சாலி யார் என்றும் வினவ, பார்வதியின் தோழிகள் அவள் குறிப்பறிந்து அம்பிகையின் தவத்தின் குறிக்கோளை எடுத்துரைத்தனர்.

அது கேட்ட கிழ வேதியர் எள்ளி நகையாடி கீழ்க்கண்டவாறு எடுத்துரைத்தார், "சிவபெருமான் உடை தோல், வாகனம் எருது, ஆபரணங்கள் பாம்பு, எலும்பு; தலைமாலை பன்றிக் கொம்பு, உண்கலம் மண்டை யோடு, உண்பது நஞ்சு, நடமாடுவது மயானம்" என்றெல்லாம் கூறி, பார்வதியை அவ்வெண்ணத்தை விட்டுத் தன்னை மணம் புரிந்து கொள்ளுமாறு கூறினார்.

மிகவும் சினமுற்ற உமாதேவியார் கிழ வேதியரை அவ்விடம் விட்டு அகலுமாறு ஆத்திரத்துடன் கூற, மேலும் சில வார்த்தைகளால் உமாவிடம் விளையாடிய சிவபெருமான் இறுதியில் ஈசனாக காட்சி தந்தார்.

எம்பெருமான் தரிசனம் கண்ட உமாதேவியார் தன் குற்றத்தை மன்னித்து ஏற்றுக் கொள்ள வேண்டிட, சிவபெருமானும் இருவருக்கும் விரைவில் திருமணம் நடைபெறும் என்று கூறி திருக் கயிலாயம் திரும்பினார்.

செய்தியறிந்த பார்வதியின் பெற்றோர்கள் மகிழ்ச்சியுற்று அம்பிகையைத் தவச் சாலையிலிருந்து தமது அரண்மனைக்கு அழைத்துச் சென்றனர்.

5. பார்வதி பரிணயம்

கைலையை அடைந்த ஈசன் சப்த ரிஷிகளை நினைத்தார். அவர்கள் ஈசனின் எதிரில் வந்து தமக்குரிய ஆணை என்ன? என்று வினவ பரமேசுவரன், "பர்வத ராஜன் மகள் பார்வதியை மணக்க விரும்புகிறேன். ஆதி பராசக்தியான அவளே இச்சா சக்தி, ஞான சக்தி, கிரியா சக்தியாவாள். அவள் என்னையே கணவனாக அடைய தவம் செய்து வருகிறாள். நீங்கள் உங்கள் பத்தினிகளுடன் சென்று திருமணம் பேசி முடித்து வரவேண்டும். மற்றும் அவளுடைய தாய் மேனையையும் மனப்பூர்வமாக சம்மதிக்கச் செய்வீராக" என்று கட்டளை இட்டார். சப்த ரிஷிகளும் ஈசனை வலம் வந்து வணங்கிப் புறப்பட்டு இமயத்தை அடைந்தனர்.

இமவான் இச்செய்தி அறிந்து வெளிப்போந்து அவர்களை வரவேற்று உபசரித்தான். அவர்கள் பர்வதராஜனிடம் "உன் மகள் பார்வதியை எம்பெருமானுக்கு மணம் பேச வந்துள்ளோம்" என்று தமது விசயத்தின் காரணத்தைக் கூறினார்.

உடனே இமவான் தனது சம்மதத்தைக் தெரிவித்திட, இமவானின் மனைவி மேனை ஓர் ஐயப்பாட்டை எழுப்பினாள். "ஈசன் தாக்ஷாயணியை மணந்து, பின்னர் மாமனாராகிய தக்ஷனின் தலையை அறுத்து விட்டார். அது குறித்து அச்சப்படுகிறேன்" என்றாள்.

முனிவர்களும் தக்க சமாதானம் தந்தனர். ஆங்கீரசர் கூறினார் "தக்ஷன் தனக்கு ஈசன் அளித்த சகல ஐசுவரியங்களையும், பட்டத்தையும் மறந்து ஈசனை ஒதுக்கி வைத்து, மேலும் பரமனைப் பல்விதமாக ஏசினான். தாட்சாயினியும் வர அனுமதிக்கப்படவில்லை. இந்த அலட்சியமும், கர்வமும்தான் அவன் அழிவிற்குக் காரணம். இருப்பினும் மறுபடியும் அவனை உயிர்ப்பித் தருளினார்" என்று கூறிட மேனையும் ஐயம் நீங்கினாள். சம்மதம் அளித்தாள்.

சப்த ரிஷிகளும் மனம் மகிழ்ந்தனர். இமவானையும், மேனையையும் ஆசீர்வதித்து, திருமணத்திற்கான நன்னாளை நிச்சயித்து விடை பெற்றுச் சென்று, கயிலை அடைந்து, எம்பெருமானிடம் நிகழ்ந்தவற்றைக் கூறி தம் இருப்பிடம் சென்றனர்.

பர்வதராஜன் அம்பிகையின் திருமணத்திற்கான ஏற்பாடுகளைச் செய்யலானான். அப்போது இமவானின் மகன் மைனாகன் தன்னுடைய தந்தையாரிடம் தேவதச்சனான விசுவகர்மாவை வரவழைத்துச் சொன்னால் அவர் எல்லா ஏற்பாடுகளையும் செய்து முடிப்பார் என்று கூறினான். விசுவகர்மாவும் இது கேட்டு மனமகிழ்ந்து எல்லா ஏற்பாடுகளையும் செவ்வனே செய்து முடித்தார்.

பர்வதராஜன் அனைவர்க்கும் மண ஓலை அனுப்பி வைத்தான். கைலைக்குச் சென்று, இறைவனைத் தரிசித்து, வணங்கி, "என் தவப் பெண்ணை தங்களுக்குத் திருமணம் செய்து வைக்க விரும்புகிறேன். நாளையே சிறந்த நாள் என்று சப்தரிஷிகள் லக்னம் குறிப்பிட்டுள்ளனர். தேவரீர் தங்கள் பரிவாரங்களுடன் எழுந்தருளி எனது மகளை ஏற்று எங்களை ஆசீர்வதிக்க வேண்டும்" என்று வேண்டினான். ஈசனும் அவ்வாறே அருள் பாலித்தார். பிரம்மாவின் வேண்டுகோளுக்கு இசைந்த பரமேசுவரன் சர்வாபரணங்களையும் அணிந்தவாறு தோன்றினார்.

பூதகணங்கள் புடைசூழ, மங்கல வாத்தியங்கள் முழங்க, தேவாதி தேவர்களுடன் இமயமலையை வந்தடைந்தார் சிவ பெருமான் அழகிய மணமகனாக. அவர் இமவானின் நகராகிய ஓஷதி பிரஸ்தத்தில் நகர்வலமாக வந்தபோது ஐயனின் திருமேனி அழகு கண்டு அனைவரும் மயங்கி நின்றனர்.

சிவபெருமான் மணமகனாக திருமண மண்டபத்தை அடைந்தபோது இமவானின் மனைவி மேனை மகளிர் பலர் சூழ அவரை வணங்கி திருவடிகளைப் பாலால் கழுவி பக்திப் பெருக்குடன் விளங்கினாள்.

பிரம்மனும், திருமாலும் இருபுறம் கரம் தந்திட ஈசன் மண்டபத்தில் பிரவேசித்து சீரிய சிங்காதனத்தில் அமர்ந்தார்.

எம்பெருமான், அம்பிகை திருமணம் காணப் பெரும் கூட்டம் கூடியதால் இமயம் உள்ள வடபால் கீழே அழுந்தி, தென் திசை உயர ஆரம்பித்தது. அப்போது ஈசன் அகத்தியரை அருகழைத்து "தென் திசை சென்று பொதிகையில் தங்கி, அங்கிருந்தவாறே திருமணத்தைக் காணுமாறு அருள்பாலித்தோம்" என்று கூறிட, அகத்தியரும் பொதியமலை சென்றடைய பூமி சமமாகியது.

பார்வதி தேவியார் திருமகளின் கரத்தைப் பற்றிக்கொண்டு கலைமகள் துதி பாடிட திருமண மண்டபம் அடைந்து சிவபெருமானை வணங்கி நிற்க, ஈசனும் தேவியை ஆசனத்தில் இருக்குமாறு பணித்தார்.

மணமண்டபத்தில் இவ்வாறு ஈசனும் தேவியும் வீற்றிருக்க, பர்வதராஜன், தன் மனைவி மேனை நீர் வார்த்திட சிவனாரின் திருவடிகளை விளக்கி சந்தனம், மலர் சார்த்தி உபசரித்தான். பின்னர் பார்வதியின் கரத்தை, எம்பிரான் கரத்துள் வைத்து வேத கோஷங்களுடன் தாரை நீர் வார்த்து கன்னிகாதானம் செய்வித்தான். பெண்டிர் எல்லோரும் 'கௌரி கல்யாணம் வைபோகமே' என்று கோஷமிட்டனர். மங்கல வாத்தியங்கள் முழங்கின.

அடுத்து இமவான் பால், பழம் போன்ற பலவற்றை ஈசனுக்கு அமுதெனப் படைக்க, இறைவன் 'நன்று' எனக் கூறி தன் மகிழ்ச்சியை வெளிப்படுத்தி அவற்றை எடுத்துக் கொள்ளுமாறு இமவானைப் பணித்தார்.

அடுத்து திருமண நிகழ்ச்சிகள் யாவும் முறைப்படி நடந்தேற எல்லோரும் மகிழ்ச்சிக் கடலில் திளைத்தனர். அதுவே தக்க தருணம் என்று இரதிதேவி சிவபெருமானிடம் 'தனது கணவரைத் தனக்கு அருள வேண்டும்' என்று பிரார்த்தித்தாள். எம்பெருமானும் கருணை கொண்டு மன்மதனை மன்னித்து "இரதிதேவியின் வேண்டுகோளின்படி உனக்கு உயிர் பிச்சை அருளினோம். ஆனால், நீ அவளுக்குக் கணவனாக, அவளுக்கு மட்டும் உருவம் கொண்டு விளங்குவாய். மற்றவர்களுக்கு நீ உரு வெளிப்படாமல் அதாவது அனங்கனாக இருப்பாய். உன் ஆட்சி இனி வழக்கம் போல் தொடரும்" என்று அருளினார்.

கல்யாணத்துக்கு வந்திருந்தோருக்கு விருந்தளித்து, தக்கச் சன்மானங்கள் தந்திட்டான் இமவான். அனைவரும் பார்வதி, பரமேசுவரர்களிடமும், இமவான், மேனையிடமும் விடை பெற்றுத் தம் இருப்பிடம் சென்றனர்.

சிவபெருமானும் பார்வதி தேவியுடன் ரிஷபம் ஏறி திருக்கைலாயம் அடைந்து எல்லோர்க்கும் அருள் பாலித்து வருகிறார்.

"நம: பார்வதி பதயே, ஹர, ஹர மகாதேவா"

6. கந்தன் திரு அவதாரம்

பார்வதி பரிணயம் முடித்து பலகாலம் ஆகியும் ஈசன் தனக்கிணையான ஒரு மகனை தந்தருளாதிருக்க, திருமால், பிரம்மன், இந்திராதி தேவர்கள் மேரு மலையில் கூடி அனைவரும் திருக்கயிலாயம் சென்று சிவபெருமானிடம் முறையிட எண்ணினர். அதற்கு முன்பு எம்பெருமான் நிலையை அறிந்து வர வாயுவை அனுப்பினர்.

ஆனால், நந்திதேவர் வாயுவுக்கு அனுமதி மறுத்து விரட்டிவிட வாயுவும் துயரத்துடன் திரும்பிவந்து இந்திராதி தேவர்களிடம் நிகழ்ந்ததைக் கூற, அவர்கள் அனைவரும் திருக்கயிலாயம் அடைந்து நந்தி தேவனிடம் முறையிட்டு, அவர் அனுமதி பெற்று சிவ பெருமானைத் தரிசித்து, சூரபதுமன் ஆகியோரால் தமக்கேற்பட்டுள்ள பெருந் துயர் துடைக்க ஈசனுக்குச் சமமான ஒரு திருக்குமாரரை வேண்டிப் பிரார்த்தித் தனர்.

ஈசன் அவர்கள் வேண்டுகோளை ஏற்று, அபயமளித்து குமரனை அருளு கிறோம் என்று கூறி அவரது ஆறு திரு முகங்களுடன் திருக்கோலம் கொண்டு (ஸத்யோஜாதம், வாமதேவம், தத்புருஷம், ஈசானம், அகோரம், ஆறாவ தாகிய உள் முகம்) அவற்றிலிருந்து ஆறு தீப்பொறிகளைத் தோற்றுவித்து, அவற்றைச் சுமந்து சென்று கங்கையில் விடுமாறு வாயுவுக்கும், அக்கினிக்கும் கட்டளையிட அவர்களும் அவற்றைக் கங்கையில் விட்டனர். கங்கையும் அத்தீப் பொறிகளை இமயமலைச் சாரலில் உள்ள சரவணப் பொய்கையில் சேர்த்து விட்டாள்.

அப்போது பரசிவ சோதிப்பிழம்பே ஒரு திருமேனி வடிவு கொண்டது. கருணை வெள்ளம் பொழியும் ஆறு திருமுகங்களும், பன்னிரெண்டு திருக்கரங்களும் கொண்டு, உலகுய்ய முருகப்பெருமான் திருவவதாரம் நிகழ்ந்தது.

திருக்குமரன் ஆறு குழந்தைகளாக ஆறு தாமரை மலர்களில் தோன்ற அவர்களை கார்த்திகை மகளிர் அறுவரும் ஆளுக்கொரு குழந்தையாகப் பாலுட்டி, சீராட்டி, தாலாட்டி மகிழ்ந்தனர்.

இக்குழந்தைகளைக் காண சிவபெருமான், பார்வதியுடன் வந்தார். புதல் வனைக் கொண்டு வருமாறு அம்மைக்கு அப்பர் பணித்தருள, உமாதேவியார் ஆறு குழந்தைகளையும் அப்படியே அள்ளி எடுக்க ஆறும் ஒன்றாகி அதாவது ஒருடலாகி, ஆனால் ஆறு முகங்கள் பன்னிரெண்டு விழிகள், பன்னிரெண்டு கரங்களுடன் தோன்றிய முருகன் கந்தனெனப் பெயர் பெற்றான்.

கங்கை சிவனது பொறிகளைச் சரவணப் பொய்கையில் சேர்த்ததால் முருகன் 'காங்கேயன்' எனப் பெயர் கொண்டான். கார்த்திகைப் பெண்களால் வளர்க்கப்பட்டதால் 'கார்த்திகேயன்' எனப்பட்டான். ஆறுமுகங்கள் கொண்ட தால் 'ஷண்முகன்' எனப்பட்டான்.

7. நவசக்திகளும் நவ வீரர்களும்

சிவபெருமான் நெற்றிக் கண்ணி லிருந்து தோன்றியபோது அம்பிகையின் திருவடிகளின் தாக்கலால், அவள் கால் களின் சிலம்புகளிலிருந்து நவமணிகள் சிதறின. அவற்றுள் எம்பெருமான் ஆணைப்படி இறைவியின் பிம்பங்கள் தோன்றின. அவர்களை தனது கவர்ச்சிப் பார்வையால் ஈசன் நோக்கிட அவர்கள் கர்ப்பம் தரித்தனர். ஆனால் அம்மையின் கோபத்தால், சாபத்தால் பிரசவம் ஆகாமல் அவதியுற்றனர். பின்னர் ஈசனின் அருளாணைப் படி அம்பிகையும் கருணை கொண்டு அருள் பாலித்திட அந்த ஒன்பது மாதர்களுக்கும் ஒன்பது வீரர்கள் தோன்றினர்.

அவர்களுள் மாணிக்க வல்லியிடம் வீர வாகுவும், முத்து வல்லியிடம் வீரகேசரி யும், புஷ்பராக வல்லியிடம் வீரபுரந்தர ரும், வயிர வல்லியிடம் வீரராக்ஷசரும், மரகத வல்லியிடம் வீர மார்த்தாண்டரும், பவள வல்லியிடம் வீராந்தகரும், நீல வல்லியிடம் வீர தீரரும், கோமேதக வல்லியிடம் வீரமகேசுரரும், தத்தம் அன்னையர் நிறம் கொண்டு தோன்றினர். மேலும், அம்மாதர்கள் சாபத்தின் அச்சத்தினால் வியர்த்திட அவ்வியர்வை முத்துக்களிலிருந்து பராக்கிரம சீலர்கள் பலர் தோன்றினர்.

ஸ்ரீ கந்த புராணம்

இப்படித் தோன்றிய ஒன்பது வீரர்களும், இலட்சம் வீரர்களும் முருகப் பெருமானைப் பணிந்து சூழ்ந்து நின்றனர்.

முருகன் தேவ சேனாதிபதி ஆதல்

ஈசனின் ஆறு திருமுகங்களே சண்முக னின் ஆறு முகங்கள். 'ஓம்' என்னும் ஈசனது மந்திரமே முருகனின் 'சடாட்சரங் கள்' ஆயின. முருகன் ஐந்தொழில்களை யும் விளையாட்டாகவே புரிகின்றான். முருகப் பெருமான் உலகெங்கும் சென்று அரிய திருவிளையாடல்கள் புரியலா னார்.

முருகனின் திருவிளையாடல்களைக் கண்டு தேவர்கள் அவரைப் பகைவனாக எண்ணிப் போர் புரிய, பலர் மாண்டனர். இச்செய்தியை நாரதர் வியாழ பகவானிடம் கூறிட போர்க்களம் சென்று கந்தவேளை அடைந்து திருவடிகள் வணங்கி, அறியாமல் தேவர்கள் செய்த பிழையைப் பொறுத்து இறந்தவர்கள் எழுந்திட திருவருள் பாலிக்க வேண்டி னார்.

கந்தவேளின் அருளினால் உயிர்த் தெழுந்த தேவர்கள் அவர் திருவடிகளில் வீழ்ந்து மன்னிக்க வேண்டினர். ஆறுமுகனும் அவர்களை மன்னித்துத் தனது வன்மையையும், பெருமையையும் உணரச் செய்ய விசுவரூபம் எடுத்தார். திவ்விய தரிசனம் தந்தருளினார். பின்னர் அதை மறைத்து முன்வடிவம் கொண்டார்.

இந்திரன் முருகக் கடவுளை வணங்கி விண்ணுலகை ஏற்று அரசு செய்து சூர பதுமன் போன்ற அரக்கர்களை அழித் தருளப் பிரார்த்தித்தான். மேலும், அவரே தமக் கெல்லாம் சேனாதிபதியாக வேண்டினார். முருகன் 'தேவ சேனாதி பதியாக' முடி சூட்டப்பட்டார்.

அறுமுகனுக்கு ஓர் ஆட்டு வாகனம்

சிவப் பிரீதிக்காக நாரதர் ஒரு வேள்வி செய்யலானார். வேள்வி செய்யும்போது மந்திரங்களில் தவறுகள் ஏற்பட, யாக குண்டத்திலிருந்து ஒரு முரட்டு ஆட்டுக் கடா தோன்றி உயிர்களைத் துன்புறுத்திய தோடு நாரதரையும் மற்றோரையும் அஞ்சி ஓடச் செய்தது. அதனால் அச்ச முற்ற அனைவரும் முருகப் பெருமானி டம் முறையிட, அவர் வீரவாகுத் தேவருக்கு ஆணையிட அவரும் அவ்வாட்டினை அதன் கொம்பைப் பற்றி இழுத்து வந்து முருகப்பெருமான் முன் கொண்டு வந்து நிறுத்தினார்.

முருகன் ஆட்டுக்கடா பற்றிய அச்சம் வேண்டாம் என்றும் யாகத்தை முடிக்கு மாறும் பணித்து தேவர்களின் வேண்டு கோளின்படி அந்த ஆட்டைத் தன் வாகனம் ஆக்கிக் கொண்டார்.

8. நான்முகனுக்குப் பிரணவ உபதேசம்

ஒரு நாள் சிவபெருமானைத் தரிசிக்க வந்த பிரம்மதேவன் முருகனைக் கண்டும் உரிய வணக்கம் செலுத்தாமல் கர்வத்துடன் நடந்து கொண்டார். அது கண்டு அவர்க்கு அறிவூட்ட நினைத்த ஆறுமுகன் அவரை அருகழைத்து, அவர் யார்! எங்கு வந்தார்! என்ன தொழில் செய்கிறார்! என்று வினவ ஈசன் அருளிய வாறு படைப்புத் தொழிலைச் செய்வ தாகப் பிரம்மன் கூறிட, குமரன் அவரை 'ஓம்' என்ற பிரணவத்தின் பொருளைக் கேட்டிட, பிரம்மன் அது அறியாமல் விழித்தார். அப்போது கந்தன் பிரம்மன் தலையில் குட்டி, வீரபாகுவுக்கு ஆணை யிட்டு பிரம்மனைச் சிறையிலிட்டு, படைப்புத் தொழிலைத் தானே புரிய ஆரம்பித்தார்.

செய்தி அறிந்த ஈசன் நந்தியை அனுப்பி பிரம்மனை விடுவிக்கச் செய்யு மாறு கூறினார். அதனைக் கந்தன்

ஏற்காததைக் கண்ட நந்திதேவர் சிவனிடம் கூறிட, பரமனே வந்து, பிரம்மனைச் சிறையிலிருந்து விடுதலை செய்யக் கூறிட, பிரம்மன் விடுவிக்கப் பட்டார். பிரம்மன் சிறையிலிருந்து வெளியேறி ஈசனையும் கந்தனையும் வணங்கித் தன் தொழில் புரிய சத்திய லோகம் அடைந்தார்.

பின்னர் சிவபெருமான் முருகனிடம் பிரணவத்தின், பொருளைத் தனக்குக் கூறு மாறு பணிக்க, அவரும் சிவனார் மனங் குளிர இரு செவி, மீதிலும் பகர்ந்து 'குரு நாதன்' எனும் பெயர் பெற்றார்.

அப்போது இறைவன் மகிழ்வுற்று, ''பிரணவத்தின் உட்பொருள் வேதத்தில் கூறியுள்ளபடி 'சுப்ரமண்யோம்' 'சதா சிவோம்' என்று ஈசனும், கந்தனும் இருவருமே பிரணவத்தின் உட்பொரு ளாக விளங்குவதாகப்'' பரமன் பகர்ந்த ருளினார்.

பின்னர் கந்தவேள் பரமனின் கட்டளைப்படி அகத்திய முனிவருக்கு பிரணவத்தின் உட்பொருளை உப தேசித்துத் தன் இருப்பிடம் அடைந்தார்.

9. திருமாலின் புத்திரிகள்

திருமாலின் திருநயனங்களிலிருந்து தோன்றிய அமிர்தவல்லி, சுந்தரவல்லி என்ற இருவரும் முருகப் பெருமானைக் கணவனாக அடைய வேண்டி சரவணப் பொய்கைக்கு அருகில் தவமிருந்தனர். அவர்கள் தவத்தை மெச்சிய கந்தவேள் அவர்கள் இருப்பிடம் வந்திட அவர்கள் குமரனை வணங்கித் தம் உள்ளக் கிடக்கையை வெளிப்படுத்தினர்.

அப்போது ஆறுமுகன் அமிர்த வல்லியைத் தேவேந்திரன் மகளாக வளர்ந்து வருமாறும், உரிய காலத்தில் தாமே வந்து அவளை மணம் கொள்வ தாகவும் அருள் பாலித்தார்.

அவ்வாறே சுந்தரவல்லியிடம் சிவ முனிவன் குழந்தையாகி (நம்பிராஜன் என்றும் கூறுவர்) வேடுவர் குலத்தில் வளர்ந்து தன்னை மணம் புரிய காத்திருக்குமாறும் பணித்தார்.

சூரபத்மனுக்கு அஞ்சி மேருமலையில் இந்திரன் தங்கி இருந்தான். அவன் முன் அமிர்தவல்லி குழந்தை வடிவில் தோன்றி நிகழ்ந்தவற்றைக் கூறி தன்னை வளர்க்க வேண்டிட, இந்திரன் அக்குழந்தையை வளர்த்து வருமாறு ஐராவதத்தைப் பணித்தார். இவ்வாறு 'தெய்வயானை' என்ற பெயருடன் அமிர்தவல்லி வளர்ந்து வந்தாள்.

அவ்வாறே சுந்தரவல்லியும் வள்ளி மலையில் குழந்தை வடிவில் தோன்றிட வேட்டுவ மன்னன் அக்குழந்தையை எடுத்து வந்து வள்ளி எனப் பெயரிட்டு அன்புடன் வளர்த்து வந்தான்.

இவ்வாறு அவ்விருவருக்கும் அருள் பாலித்த பிறகு, முருகன் திருக் கயிலையை அடைந்து பார்வதி பரமேசுரருடன் இருந்தார்.

10. அரக்கர்கள் தோன்றினர்

முருகப் பெருமான் தேவர்களோடும் கணங்களோடும், திருப்பரங்குன்றம் சேர்ந்தார். அங்கு வசித்து வந்த மாலி, தப்தர் சக்ரபாணி, சதுர் முகன், அந்தர் நந்தி என்ற பராசரரின் புதல்வர்கள் ஆகியோர் கந்தனைக் கரங்கூப்பி எதிர் சென்று வரவேற்றனர்.

(இந்த முனிவர்கள் ஒரு சமயம் மீன்களைப் பிடித்து, துன்புறுத்தியது கண்டு பராசரன் அவர்களை மீனாகச் சபிக்க, அவர்கள் சரவணப் பொய்கையில் மீனாகி இருந்து வந்தனர். உமா தேவியார் ஆறுமுகனை ஏந்திப் பாலூட்டுகையில் சிந்திய பாலினால் முன்வடிவம் பெற்றனர்.)

திருப்பரங்குன்றம் அடைந்த கந்த வேளை தேவர்கள் வணங்கி தம் துயர் துடைக்க வேண்டிட, அவர்களிடம்

முருகன் அரக்கர்களுடைய வரலாற்றினைக் கேட்டருளினார்.

அப்போது தேவகுரு பிரகஸ்பதி, ''பிரம்மாவின் குமாரர் காசியப முனிவர். அவருடைய மனைவி திதி. இந்தத் தம்பதியரின் புதர்வர்களே கோடிக்கணக்கான அசுரர்கள். அவர்களின் தலைவன் அசுரேந்திரன். அவன் மனைவி மங்கலகேசி. இவர்களுடைய புதல்வி சுரசை என்றார்.''

சுரசைக்கு, அரக்கர் குருவான சுக்கிராச்சாரியார், சகல வித்தைகளையும் கற்பித்து மாயை எனப் பேறிட்டு காசியபரை மணந்து அரக்கர்களைப் பெற்றெடுத்து காசியபராலேயே அவர்களுக்குப் பெயர் சூட்டுமாறு கூறி அனுப்பினார்.

மாயையான சுரசை கச்யபர் குடிலுக்கு அருகில் தங்கி அவரை வசீகரித்தாள். காச்யபர் தன் தாபத்தைக் தெரிவிக்க அவள் தன்னைப் போல உருமாறி இன்பம் பெறலாம் என்றாள்.

மன்மதன் போன்ற அழகனாக முனிவர் உருமாறிட அவர்கள் கூடலின் பயனால் 'சூரபதுமன்' தோன்றினான். மற்றும் அவ்விருவர் வியர்வைகளிலிருந்து ஆயிரக்கணக்கான அரக்கர் படையினர் தோன்றினர். இரண்டாம் ஜாமத்தில் இருவரும் ஆண், பெண் சிங்கமாகி முயங்கிட சிங்க முகாசுரன் தோன்றினான். அவனுடன் தம்பதியர் வியர்வையிலிருந்து நாற்பதினாயிரம் சிங்க முகாசுரர்கள் தோன்றினர்.

இருவரும் மூன்றாம் ஜாமத்தில் யானை வடிவில் இணைந்திட யானை முகமுடைய தாரகாசுரனும், வியர்வைத் துளிகளிலிருந்து யானை முகமுடைய நாற்பதினாயிரம் அரக்கர் படை வீரர்களும் தோன்றினர்.

அடுத்த ஜாமத்தில் குறும்பாடு வடிவில் இருவரும் கலந்திட ஆட்டு உருவம் கொண்ட அஜாமுகி என்ற பெண் பிறந்தாள். அதே சமயம் வியர்வைத் துளிகளிலிருந்து ஆட்டு உருவம் கொண்ட முப்பதினாயிரம் படை வீரர்கள் தோன்றினர்.

அதன் பின் இருவரும் சுயவடிவம் அடைய சூரபதுமன் தந்தையைப் பணிந்து என்ன செய்ய வேண்டும் என்று வினவ, அவர் அவனிடம் சிறந்த தவமியற்றி விண்ணிலும், மண்ணிலும் புகழுடன் விளங்க வேண்டும் என்றார்.

ஆனால், தாயாராகிய மாயை அவர்களை நல்லதோர் யாகம் செய்து அகிலத்தை ஆள வேண்டும் என்ற தன் கருத்தைக் கூறினார்.

பின்னர் மாயையும், அவள் தோற்றுவித்த மாளிகையும் மறைந்துவிட முனிவர் மோகம் தெளிந்து மீண்டும் தவம் செய்யலானார்.

11. சூரபதுமன், சிங்கமுகன், தாரகாசூரன் – மூவர் தவமும், சிவபெருமான் அளித்த வரமும்

பரமசிவனை நோக்கித் தவமியற்ற புறப்பட்ட சூரபதுமன், சிங்கமுகாசுரன், தாரகாசூரன் ஆகியோரை அசுரகுரு சுக்கிராச்சாரியார் சந்தித்து ஆசிர்வதித்து அனுப்பினார்.

தாயார் மாயை யாகத்துக்குத் தேவையானவற்றைச் சேகரித்து அளித்தாள். சூரபதுமன் யாகத்தைத் தொடங்கினான். பல ஆண்டுகள் ஆகியும் பரமேசுவரன் தோன்றாததால், சூரபதுமன் தன் உடல் சதையை வெட்டி பல ஆண்டுகள் யாகம் செய்தும் வராததால் ஓம குண்டத்தில் விழுந்து உயிர் பலியளித்தான். அவனைத் தொடர்ந்து சிங்க முகாசூரனும் விழுந்து உயிர் பலி தந்திட முயன்றபோது ஆங்கொரு கிழவர் வடிவில் ஈசன் தோன்றி விவரம் கேட்டறிந்தார்.

பரமன் தன் சடையை அவிழ்த்திட கங்கை பெருக்கெடுத்து ஓடி, ஓம

குண்டத்தில் பாய்ந்திட சூரபதுமன் உயிர் பெற்று எழுந்து வந்திட அனைவரும் வியப்பில் ஆழ்ந்தனர்.

பரமன் தன் உரு காட்டி சூரபதுமன் வேண்டியபடி உலகனைத்தையும் ஒரு குடை கீழ் ஆண்டு யாராலும் எந்த ஆயுதங்களாலும் அழிவு ஏற்படா தென்றும், தனது சக்தியினால் தோன்று பவனைத் தவிர, பராசக்தியின் ஆயுதம் ஒன்றைத் தவிர - வேறு எதனாலும் மரணம் ஏற்படாதென்றும் கூறி மறைந்தார்.

சூரபதுமன், தம்பியர் இருவருடனும் தாய், தந்தையரைக் காணச் சென்று அவர்கள் இருவரையும் வணங்கினான். அப்போது தந்தை காசியபர், '' தீ நெறி விலக்கி, தரும நெறி கடைப்பிடித்து, சிவபெருமானைத் தியானித்து தவம் செய்பவர் மார்க்கண்டேயனைப் போல் சிரஞ்சீவி ஆவர்'' எனக் கூறி மார்க் கண்டேயன் வரலாற்றை எடுத்துரைத்தார்.

அவ்வுரையைக் கேட்ட சூரபதுமனாகி யோரின் தாயாகிய மாயை நகைத்து, அவர் கூறிய அனைத்தும் உண்மையே. ஆயினும், அவை வீட்டின்பம் பெற விரும்பும் தவசிகளுக்கே பொருந்தும். தன் மக்களுக்கு இளமை, இன்பம், பொருள், அதிகாரம், ஆயுள், ஆற்றல் ஆகியவை தேவை என்றும், அதற்கேற்ற வழி முறைகளை உபதேசம் செய்யக் கூறினாள்.

அப்போது காசியபர் அவள் கருத்து அதுவாயின், அதற்கேற்ப அவளையே தன் மக்களுக்கு உபதேசம் செய்யுமாறு கூறினார். தாய் தந்தையர்களிடம் ஆசி பெற்ற பின் அம்மூவரும் அசுரகுரு சுக்கிராச்சாரியாரின் இருப்பிடம் சென்று வணங்கினர்.

அசுர குரு, ''கிடைத்த சுகத்தை அனுபவித்தலே அறிவு ஆகும். எனவே, சிவபெருமான் தந்த அண்டங்களுக்கு சைன்யத்தோடு சென்று உனது ஆணையை அங்கு நிலைநிறுத்தி விஜயம் செய்து அரசினை ஆள்வாயாக'' என்று கூறி ஆசீர்வதித்தார்.

மூவரும் தாய், தந்தையர், குரு ஆகியோருடைய ஆசிகளைப் பெற்றுத் தமது திக் விஜயத்தை தொடங்கினர்.

12. சூரனின் திக் விஜயம் முடிசூட்டு விழா

சூரபதுமன், தன் தம்பிகளான சிங்க முகாசுரன், தாரகாசுரன் ஆகியோருடன் திக் விஜயம் புறப்பட்டான். குபேரனின் அளகா புரியை அடைந்து முற்றுகை யிட்டான். குபேரன் அஞ்சி, சூரபது மனையும், அவனது தம்பிகளையும் வணங்கி காணிக்கைகள் தந்து கருணை வேண்டி நின்றான். சூரபதுமன் அவற்றை ஏற்று குபேரனைத் தன் பிரதிநிதியாக அளகாபுரியைப் பரிபாலனம் செய்து வரக் கூறினாள்.

அடுத்து, சூரபதுமன் ஆகியோர் வருவது அறிந்து தேவேந்திரன் ஓடி ஒளிந்தான். அமராவதி பட்டணம் சூரபதுமன் கொண்டான்.

அடுத்து அக்கினிதேவனும் அடி பணிந் தான். யமனும் பணிந்திட, யமனைத் தன் கட்டளைப்படி நடக்குமாறு ஆணை யிட்டான்.

நிருதியும் வணங்கிட அவனையும் அவன் நகரை ஆட்சி புரிந்து வருமாறு தாரகாசுரன் ஆணையிட்டான். அடுத்து வருணன், வாயு ஆகியோர் பயந்து ஓடி ஒளிந்தனர். நாகலோக மன்னன் சூரபதுமன் ஆகியோரை வணங்கி விருந்தளித்தான்.

அடுத்து அரக்கர் படை வைகுண் டத்தை அடைய, திருமால் கோபம் கொண்டு தாரகனுடன் போரில் சக்ராயு தத்தைப் பிரயோகிக்க அது அவன் மார்பில் அணியாக நிலைத்தது. எனவே, திருமாலையும் வெற்றி கொண்டனர்.

பிறகு, அரக்கர் கூட்டம் சிவலோகம் அடைந்து, நந்தி அனுமதியுடன் உட் சென்று பரமனைப் பலவாறு துதித்தனர். பின்னர் பரமேசுவரன் ஆணைப்படி நந்தி தேவருடன் அண்டங்களை காண சூரபது மன் ஆகியோர் புறப்பட்டனர்.

பின்னர் சூரபதுமன் முதலியோர் பிரம் மாண்டத்தை வெற்றி கொண்டு சொர்க்கம் போயினர். அங்கு சுக்கிராச்சாரி யாரைக் கண்டு வணங்கிட அவர், அவர் களின் பாட்டனாகிய அசுரேந்திரனைப் பற்றிக் கூறிட அவரையும் அழைத்துக் கொண்டு பூலோகத்திற்குப் புறப்பட் டான். வழியில் அவர்கள் திருமால் இடம் கேட்டு உருத்திரர்கள் வரலாற்றினை அறிந்தான். அது கேட்டு வியந்தான் சூரபதுமன்.

அதன்பின் சுக்கிராச்சாரியாரை ஆணைப்படி லவண சமுத்திரத்தின் நடுவில் விசுவ கர்மாவின் மூலம் ஓர் அழகிய நகரமும், அற்புத மாளிகையும் அமைக்கச் செய்து அந்த அரண்மனையில் நவரத்தின சிம்மாசனம் ஒன்றும் அமைக்கப்பட்டது. இவ்வாறு சூரபதும னின் வீரமகேந்திரபுரம் ஏற்பட்டது.

சூரபதுமன் அண்டங்களுக்கு அதிப னாக முடி சூட்டிக் கொள்ள எண்ணி னான். முடிசூட்டு விழாவுக்கு நாள் குறிக்கப்பட்டு எல்லா ஏற்பாடுகளும் நடைபெற்றன.

முடிசூட்டு விழாவன்று சூரபதுமனும், அவனது தம்பிமார்களும் மங்கல நீராடி, பட்டாடை அணிந்து, ஆடை ஆபரணங் களைச் சூடிக் கொண்டனர்.

நல்லோரையில் திருமால் சூரபது மனைச் சிம்மாசனத்தில் அமரச் செய்தார். பிரம்மா நவரத்தின மணி மகுடத்தை சூரபதுமனுக்கு சூட்டினார். அவனும் அண்டங்களுக்கு அதிபதியாக ராஜ்யாபி ஷேகம் செய்து கொண்டான்.

தேவர்கள் குற்றேவல் செய்ய, அரக்கர் கள் நாட்டைக் காவல் புரிய சூரபதுமன் அண்டங்களைப் பரிபாலனம் செய்யத் தொடங்கினான்.

13. சூரபதுமனின் புதல்வர்கள்

வீரமகேந்திரபுரியில் இருந்து ஆண்டு வந்த சூரபதுமன் விசுவகர்மாவின் மகளாகிய பத்ம கோமளையை மணந் தான். அவர்களுக்கு பானுகோபன், அக்னிமுகன், ஹிரண்யன், வஜ்ரவாகு என்ற நான்கு பிள்ளைகள் பிறந்தனர்.

சூரபதுமனின் தம்பி சிங்கமுகாசுரன் ஆசுர புரியையும், தாரகாசுரன் மாயா புரியையும் ஆண்டு வந்தனர். சிங்கமுகன் யமனுடைய மகளாகிய விபூதியையும், தாரகாசுரன், நிருதியின் மகள் கௌரியை யும் மணந்தனர். இவர்களுக்குப் பல குழந்தைகள் பிறந்தனர்.

இந்திராதி தேவர்கள் தினமும் சூரபதுமன், அமைச்சர்கள் சிங்கமுகன், தாரகாசுரன் ஆகியோரைச் சந்தித்து அவர்கள் இட்ட பணியைச் செய்து வந்தனர்.

வில்வலன், வாதாபி

சூரபதுமன் உடன் பிறந்தவள் அஜாமுகி. அவள் முனிவர்கள் செய்யும் யாகங்களையும், தவத்தையும் கெடுத்து நாசமாக்கி வந்தாள்.

ஒரு நாள் அவள் துர்வாசரைக் கண்டு மோகித்துக் கூடி மகிழ்ந்திட அழைக்க, அவர் மறுக்க, அவருடன் பலாத்கார முறையில் சல்லாபம் புரிந்து, அதன் பயனாக வில்வலன், வாதாபி என இரண்டு பிள்ளைகளைப் பெற்றெடுத் தாள்.

வில்வலன், வாதாபி ஆகிய இருவரும் கொடூர குணத்தினர். துர்வாசரை அணுகி அவருடைய தவப் பலனை யாசித்தனர். கோபம் கொண்ட துர்வாசர் அவர்கள் அழிவை அவர்களே தேடிக் கொள் வார்கள் எனச் சபித்தார்.

இந்நிலையில் அவர்கள் இருவரும் பிரும்மாவைக் குறித்து தவம் செய்தனர். சகோதரன் வாதாபியை வெட்டி யாகத்தில் போட்டுக் கடும் தவம் செய்ய பிரும்மன் தோன்றிட, என்ன வரம் வேண்டும் என, வில்வலன் வெட்டி ஆஹுதி செய்யப்பட்ட வாதாபி உயிருடன் வரவேண்டும். அவனை எத்தனை முறை வெட்டினாலும், எரித்தாலும் அவன் தான் கூப்பிட்டவுடன் உயிருடன் வரவேண்டும் என்று வரம் கேட்டுப் பெற்றான்.

இருவரும் தாய்மாமனான சூரபது மனிடம் சென்று நடந்த விவரங்களைக் கூறிப் பின் குடகு நாட்டுக்குச் சென்றனர். அங்கு அவர்கள் தினமும் ஒரு முனிவர் அல்லது தவயோகியரை ஏமாற்றி விருந்துக் கழைப்பர். ஆட்டுருவம் உள்ள வாதாபியை வெட்டிக் கறி சமைத்து உபசரிப்பான்.

அவர் உணவருந்தி வெளிவந்ததும், வில்வலன் 'வாதாபி' என்று மும்முறை அழைக்க, அவன் முனிவரின் வயிற்றைக் கீறிக் கொண்டு வெளிவர இருவரும் இறந்தவரின் உடலைப் பங்கு போட்டு உண்பர்.

ஒரு சமயம் இதே விளையாட்டை அகஸ்தியரிடம் புரிந்தனர். அப்போது அகஸ்தியர் தன் வயிற்றைத் தடவி ''வாதாபி ஜீர்ண'' என்று கூற, வாதாபி ஜீரணமாகிவிட்டான்.

கோபம் கொண்ட வில்வலன் தன் சுயரூபம் கொண்டு அகஸ்தியையரைக் கொல்ல முயலுகையில் அவர் தர்ப்பையை அவன்மீது பிரயோகிக்க அவனும் எரிந்து சாம்ப லானான்.

இருவரைக் கொன்ற பாவம் அகஸ்தி யரைப் பிரம்மஹத்தியாகப் பற்றிட, அவர் ஈசனை லிங்க வடிவில் வழிபட லானார்.

காவிரி ஆறு

விந்தியன் கருவ பங்கம்

அகத்தியர் மகாதேவர் அருளியவாறு கமண்டலத்தில் புனித நீரை எடுத்துக் கொண்டு புறப்பட, வழியில் விந்தியம் வானளாவி நின்று குறுக்கிட, அதன் கருவத்தை அடக்கிட அதுவும் தரை மட்டமாகியது.

அதன் பின் வில்வலன், வாதாபி இருவரையும் அழித்துப் புறப்பட்ட அகத்தியர் சிவ பூஜையில் ஈடுபட்டார். அருகில் கமண்டலத்தில் புனித நீர் இருந்தது. இந்திரன் வேண்டுகோளின் படி விநாயகர் காக்கை வடிவில் வந்து கமண்டலத்தை கவிழ்த்து விட அது காவிரியாய் பெருக்கெடுத்து ஓடியது. திரும்பவும் கமண்டலத்தை விநாயகர் காவிரி நீர் கொண்டு நிரப்பி அருளினார்.

அகஸ்தியர் மகிழ்ச்சி அடைந்து, கமண்டலத்தை எடுத்துக் கொண்டு தென் திசை நோக்கிப் பயணமானார்.

ஹரிஹர புத்திரன்

ஒரு சமயம் சூரபதுமன் இந்தி ராணியை விரும்பி அடைய இந்திரனைச் சிறையிலடைக்கத் தயாரானான். அதனால் இந்திரன் இந்திராணியுடன் சீர்காழியை அடைந்து, மூங்கில் வடிவில் தலைமறைவாகி இருக்க, அவனது வளர்ந்த நந்தவனம் நீரின்றி வாடிட, சிவபெருமான் அருளால் அகத்தியர் கமண்டலம் கவிழ்ந்து பாய்ந்த காவிரி இவ்வனத்தில் பாய்ந்து செழிப்படையச் செய்தது.

தேவர்கள் தேவேந்திரனைக் காண சீர்காழி வந்தனர். அனைவரும் இந்திர னுடன் கயிலையை அடைந்து பரமனைத் தரிசிக்கக் கிளம்பினர். அப்போது இந்திராணிக்குப் பாதுகாவலாக சாஸ்தாவை அங்கு இருக்கச் செய்தார்.

அப்போது சாஸ்தாவைப் பற்றி இந்திராணி விவரங்கள் கேட்க,

இந்திரன், அமுதம் பங்கீடு செய்ய மோகினி வடிவில் வந்தத் திருமாலுக்கும், அம்மோகினி மீது மோகம் கொண்ட ஈசனுக்கும் பிறந்தவன் சாஸ்தா. அந்த சாஸ்தாவை நோக்கிப் பரமன் சகல உலகங்களுக்கும் அதிபதியாக இருந்து வர ஆணையிட்டார் என்றான்.

அந்தச் சாஸ்தா எனும் ஹரிஹர புத்திரன் இந்திராணியைப் பாதுகாத்து வந்தான். அவனை ஐயனார் என்றும் அழைப்பர்.

அஜாமுகியும், துர்முகியும்

சூரபதுமனின் தங்கையான கொடியவள் அஜாமுகி அண்டங்களைச் சுற்றி வருகையில், சீர்காழியில் உள்ள அழகிய பூங்காவில் நுழைந்தவள் அங்கு இந்திராணியைக் கண்டுவிட்டாள். அவளை எப்படியாவது அண்ணனுக்கு இதய ராணியாக ஆக்க எண்ணி இந்திராணியைக் கைப்பிடித்து இழுத்தாள். இந்திராணி தவறாக நடந்து கொண்டால் அஜாமுகி அழிவாள் என்று எச்சரித்தும் அஜாமுகி இந்திராணியை விடவில்லை.

இந்திராணியின் குரலைக் கேட்ட சாஸ்தாவின் பிரதம வீரன் மகாகாளன் அங்கு தோன்றி அவளைத் தடுக்க, அஜாமுகி அவனை எதிர்த்தாள். இறுதியில் மகாகாளன் அஜாமுகியின் வலது கையையும், அவளுக்குத் துணையாக வந்த துர்முகியின் ஒரு கைய்யையும் வெட்டி விரட்டினான்.

அஜாமுகி கண்டபடி கோபத்துடன் கத்தி, தோழி துர்முகியுடன் புறப்பட்டுப் புலம்பி கொண்டே சூரபதுமனின் அரண்மக்குள் நுழைந்தாள். அவள் அழுது கொண்டே சூரபதுமனிடம் நிகழ்ந்தவற்றை எல்லாம் கூறிட சூரபதுமன் மிகவும் ஆத்திரமடைந்தான்.

அஜாமுகி, துர்முகி கரங்கைள மறுபடியும் பிரும்மன் உற்பத்தி செய்து சூரபதுமனிடம் கூறி, சூரிய, சந்திரர், நவக்கிரகங்கள், ருதுக்களைச் சிறையிலிருந்து விடுதலை செய்யச் செய்தான்.

14. ஜயந்தன் சிறைப்படல்

சபையிலிருந்து சூரபதுமன் மகன் பானுகோபன் அத்தை அஜாமுகிக்கு ஏற்பட்ட அவமானத்தைப் பொறுக்க மாட்டாமல் சூளுரை கூறி சூரபதுமன் அனுமதி பெற்று அமராவதிக்குச் சென்று தேவேந்திரன் மகன் ஜயந்தனுடன் போர் புரியலானான். ஜயந்தனும் பானுகோபனை எதிர்க்க இருவருக்கும் கடுமையான போர் நடந்தது.

போரில் பானுகோபனுடைய தேர், குதிரைகள், சாரதி ஆகியோர் ஜயந்தனால் அழிக்கப்பட்டனர். பானுகோபன் ஐராவதத்தைக் தூக்கி சாய்த்திட அது தந்தங்கள் முறிய மூர்ச்சை அடைந்தது. ஜயந்தனையும், படைவீரர்களையும் இழுத்துக் கொண்டு வீர மகேந்திர புரிக்குச் சென்றான் பானுகோபன். ஐராவதம் மூர்ச்சை தெளிந்து நில உலகில் திருவெண்காடு அடைந்து சிவனைப் பூஜித்து மீண்டும் தந்தங்கள் முளைக்கப் பெற்று தேவேந்திரன் வசித்து வரும் மேரு மலைக்குச் சென்றது.

சூரபதுமனின் கொடுமை அதிகரித்தது. அரக்கர்கள் விவரங்களைத் தேவகுரு பிரகஸ்பதி முருகனிடம் கூறினார்

வீரபாகு தூது

தேவர்களின் துயர் துடைக்க சூரபதுமனையும், அவனது கூட்டத்தினரையும் அடக்க முனைந்த கந்தவேள் தக்கதோர் வீரனைத் தூதனுப்ப விழைந்தார். முடிவில் தூது செல்லத் தருதியானவன் வீரவாகு என்று முடிவு செய்து சூரபதுமனிடம் தூது சென்று வர வீரவாகுவுக்கு முருகன் ஆணையிட்டார்.

அவர், வீரபாகுவிடம் சூரபதுமனை எச்சரிக்கை செய்யுமாறும், அவனுடைய இரகசியங்களை அறிந்து வரமாறும் கூறினார். மேலும், தேவர்களை

விடுதலை வீடு செய்து அவரவர் இடங்களுக்கு அனுப்புமாறும், இல்லா விடில் போர்தான் என்றும் சொல்லி விட்டு வருமாறும் பணித்தார்.

வீரபாகு கடலைத் தாண்டி வீரமகேந்திர புரியை அடைய, மேலே எழும்பி வேகமாகச் செல்வதைக் கண்ட வீரமகேந்திரபுரம் வடதிசை இலங்கைப் பகுதியை ஆட்சி செய்து வந்த யாளிமுகன் வீரவாகுவை தடுக்க இருவர்க்கும் போர் மூண்டது.

இதில் யாளிமுகனின் மகன், வீரபாகு வுடன் போர் புரிய போரின் முடிவில் நடந்த வாள் போரில் வீரவாகு ஆதிவீரனின் கைகளையும், தலையையும் துண்டித்தான். மீண்டும் வான வீதியில் கிளம்பி வீரவாகு தெற்கு வாயிலுக்குச் சென்றான்.

தெற்கு வாயிலின் கஜமுகன் 'நீ யார்? எங்கு வந்தாய்?' என்று கேட்டுத் தடுத்து, வீரபாகு மீது பெரிய மலையைப் பெயர்த்து வீசிட, இருவருக்கும் போர் நிகழ்ந்தது. முடிவில் வீரவாகு, அந்த கஜமுகாசுரனை வெட்டி வீழ்த்தினான்.

அடுத்து வீரபாகு இரகசியமாகச் சூட்சும உடலைப் பெற்று நகர தெருக்களில் நடந்து சென்று ஜயந்தன், மற்ற தேவர்களை அடைத்து வைத்தி ருக்கும் சிறைச் சாலைப் பக்கம் சென்றார். தேவர்களை அரக்கர்கள் துன்புறுத்துவதைக் கண்டார். அவ்வமயம் ஜயந்தன் மிகவும் வருத்தமுற்று, ''தேவதேவனே எங்கள் மீது கருணை காட்டி கஜமுகாசுரன், அந்தகாசுரன் ஆகியோரை அழித்துக் காத்திடல் வேண்டும்'' என்று புலம்பி அவனும், மற்ற தேவர்களும் மயக்கத்தால் கண்ண யர்ந்தனர்.

முருகப் பெருமான் அவர்கள் கனவில் தோன்றி ''விரைவில் என் தூதன் ஒருவன் வருவான். நான் சூரபதுமன் முதலியோரை அழித்து உங்களை உங்கள் பதவிகளில் அமர்த்துகிறேன்'' என்று கூறி மறைந்தார்.

பின்னர், வீரபாகு தான் கந்தன் அனுப்பிய தூதன் என்றும் சூரனின் இரகசியங்களை அறியவும், அவனை எச்சரிக்கை செய்யவும் வந்திருப்பதாக வும், விரைவில் போரில் அனைவரும் அழிவர் என்று கூறிப் புறப்பட்டு காவலர்கள் காணாதவாறு அரண் மனைக்குள் நுழைந்து சிம்மாசனத்தில் வீற்றிருக்கும் சூரனைக் கண்டான்.

அறுமுகனைத் தியானித்து, தங்கச் சிம்மாசனம் ஒன்று தோற்றுவித்து தன் சுய உருவில் சூரனுக்கு எதிரில் உட்கார்ந்தான். சூரபனுமன் இது கண்டு வெகுண்டு வீரபாகுவை நோக்கி, அவன் யார்? எப்படி வந்தான்? பிரம்மாதி தேவர்களும் தன் முன் உட்கார அஞ்சுவர். மாயாஜாலம் செய்து அமர்ந்திருக்கிறாய். 'விடை கூறு' எனக் கர்ச்சித்தான்.

வீரபாகு புன்னகை செய்து செய்தி கூறலானார், ''நான் கந்தப் பெருமானின் தூதுவன். கந்தனைச் சிவபெருமான் தேவ சேனாபதி ஆக்கியிருக்கிறார். என் பெயர் வீரபாகு. நான் கந்தனின் ஒன்பது சகோதரர்களில் மூத்தவன். தேவர்களை யும், முனிவர்களையும் விடுதலை செய்து, அவர்களுக்கு இனி எத்தகைய தொல்லையும் தராதிருக்க வேண்டும். இல்லாவிடில் நீயும் உன் இனமும் நாசமடைந்து விடுவீர்கள் என்று கந்தபெருமான் கூறச் சொன்னார்'' என்று கூறி முடித்தான்.

இதைக் கேட்ட சூரன் கோபம் கொண்டு ''அட அற்பனே, உன் முருகன் சிறு பாலகன். நான் எதற்கும் இசைய மாட்டேன். நாளையே போரில் எனது வீரர்கள் முருகனைக் கட்டிப் இழுத்து இங்கே கொண்டு வருவர்'' என்று கூறினான்.

அப்போது வீரபாகு ''முருகன் மூல முதல்வன். அவருடைய தூதனாதலால் உன்னை ஒன்றும் செய்யாமல் விடுகிறேன்'' என்று கூறி சபையை விட்டு வெளியேற அவனுக்காகத் தோன்றிய சிம்மாசனமும் மறைந்தது. வெளியே வந்தபோது தன்னை எதிர்க்க சூரபதுமன் அனுப்பிய சதமுகன் வர அவனையும், அவனது படைகளையும் அழித்து விட்டான் வீரபாகு.

வீரபாகுவின் அட்டகாசத்தைக் கண்டு வெகுண்ட சூரபதுமன் அவனை அடக்கத் தானே புறப்பட்டான். ஆனால், தந்தையை அங்கேயே இருத்தி அவனது இரண்டாவது மகன் வஜ்ரபாகு ஆயுதங் களுடன் புறப்பட்டு வந்து வீரபாகுவை எதிர்த்தான். போரின் இறுதியில் தன்னை வஜ்ரவாகு கூரிய வாளால் குத்த வீரபாகு அதைத் தடுத்துக் கத்தியால் வஜ்ரவாகு வின் தலையைத் துண்டித்தான்.

இவ்வாறு முருகனிடம் திரும்பிவந்து கொண்டிருந்த வீரபாகுவை, யாளிமுகன் போர் முனையில் தடுக்க அவனையும், அவனைச் சார்ந்தாரையும் அழித்து திருச்செந்தூரில் முருகன் இருப்பிடம் வந்து சேர்ந்து, சென்று வந்த விவரங் களைக் கூறினான்.

அப்போது முருகப் பெருமான் களைத்து வந்துள்ள வீரபாகுவை ஓய்வு எடுத்துக் கொள்ள கூறினார். தேவர்களை நோக்கித் ''எனது சொல்லையும் சூரபதுமன் அலட்சியம் படுத்தி விட்டான். அவனைப் போர்க்களத்தில் சந்தித்து அவனையும் அவன் கூட்டத் தாரையும் பூண்டோடு அழித்து விடுகிறேன்'' என்று தேவசேனாபதி கூறினார்.

இது கேட்ட தேவர்கள் மகிழ்ச்சி யுற்றனர் ஆனந்தக் கூத்தாடினர்.

தன் மகன் வஜ்ரவாகு கொல்லப் பட்டதைக் கேட்டு சூரபதுமன் தன் மனைவி பத்மகோமளையுடன் வருத்தப் பட்டுக் கொண்டிருக்க, அமைச்சர் தர்மகோபன் அவனை வருத்தப்படக் கூடாதென்று ஆற்றித் தேற்றினான்.

வீரபாகு சென்றுவிட்ட செய்தியைக் கேட்டறிந்து, வேறொரு அண்டத்தின் பிரும்மாவை அழைத்து, அழிந்திருக்கும் வீரமகேந்திரபுரியை புதுப்பித்துத் தர கட்டளையிட்டான். அந்த பிரும்மாவும் அந்நகரை முன்னிலும் அழகுள்ள நகரமாகச் செய்தான்.

15. கந்தன் போர் மேல் செல்ல மகேசனிடம் ஆசிபெற்று விடை பெறுதல்

முருகப்பெருமான் திருக்கயிலையை அடைந்து பார்வதி, பரமேஸ்வருடன் இருந்தார். தேவர்கள் நந்திதேவர் அனுமதி பெற்று சிவபார்வதி சமேத ஷண்முகனை வணங்கிப் போற்றினர்.

இந்திராதி தேவர்கள் எம்பெருமானி டம் ''எங்களால் சூரபதுமன் தொல்லை களைத் தாங்க முடியவில்லை. தங்கள் குமாரன் முருகப் பெருமான் மூலம் எங்களைத் காத்தருள வேண்டும்'' என்று இறைஞ்சி நின்றனர்.

அப்போது பரமசிவன் கந்தவேளிடம் ''நீ உடனே புறப்பட்டுச் சென்று தேவர் களுக்கும் முனிவர்களுக்கும் துன்பம் செய்யும் சூரபதுமனைக் கூட்டத்தோடு அழித்து இந்திரனுடைய அரசை அவனுக்கு மீட்டுத் தந்து வெற்றியுடன் வா. உனக்கு என்றும் தோல்வியே கிடையாது'' என்று ஆசி கூறி, அன்புக் கட்டளையிட்டு, விடை தந்து அனுப்பி னார்.

முருகனுடன் இலக்ஷக்கணக்கான வீரர்களையும், பலவகையான ஆயுதங் களையும் அளித்து, நந்தி மற்றும் கணாதிபதியர்களையும், வீரபாகு முதலிய ஒன்பான் தேவர்களையும் நூற்றியெட்டு படைத் தலைவர்களையும்

உடன் அனுப்பினார். அன்னை பராசக்தி வேலாயுதம் ஒன்றை வழங்கி ஆசி கூறி அனுப்பினார்.

தாய் தந்தையரின் ஆசியைப் பெற்ற முருகப்பெருமான் சேனைகள், சேனாபதிகள், இந்திராதி தேவர்கள் பின்வர சூரபதுமன் முதலான அரக்கர்களை அழிக்கப் புறப்பட்டார்.

16. கிரவுஞ்ச – தாரகாசுர வதம்

முருகப் பெருமான் படைகளுடன் செல்லும் வழியில் கிரவுஞ்சமலை நெருங்கியது. அப்போது நாரத முனிவர் ''கிரவுஞ்சம் ஒரு மாய மலை. முனிவர்கள், மறையவர்களைத் தன்னுள் மாயத்தால் வரவேற்று கொல்லும். கிரவுஞ்சகாசுரனே அகத்தியர் சாபத்தினால் மலைவடிவம் பெற்று மாயம் புரிகிறான். இதன் பக்கத்தில் உள்ள மாயாபுரியில் தாரகாசுரன் என்னும் சூரனின் தம்பி, யானை முகத்தான் ஆட்சி புரிகிறான். இவன் திருமாலுடன் போர் செய்யும்போது அவர் ஏவிய சக்கராயுதத்தை ஆபரணமாகத் தரித்துக் கொண்டான். இவனை அழித்தால் சூரபதுமனை அழிப்பது எளிதாகும்'' என்றார்.

அது கேட்ட முருகன் தம்பி வீரபாகுவை தாரகாசுரனுடன் போர் செய்ய அனுப்பினார். வீரபாகு தனது சேனைகளுடன் மாயாபுரியில் போர் புரிய நுழைந்ததைத் தூதர்கள் மூலம் அறிந்த தாரகன் கடுங்கோபம் கொண்டு தேரேறி படைகள் சூழ போர்க்களம் சென்றான்.

தம் படை வீரர்கள் அழிவைக் கண்ட தரகாசுரன் தேரிலிருந்து கீழே குதித்து, கதாயுதத்தை எடுத்து எதிரிகளைத் தாக்கினான். அது கண்ட நவவீரர்களில் ஒருவரான வீரகேசரி தாரகாசுரனை எதிர்த்து தாரகனின் கிரீடத்தைச் சாய்த்துவிட கோபமடைந்த தாரகாசுரன் வீர கேசரியின் மார்பில் அடிக்க வீரகேசரி மயக்கமடைந்து நிலமிசை சாய்ந்தான்.

பிறகு, ஒரு சூலாயுதத்தைக் கொண்டு வீரபாகுவின் மார்பை நோக்கி எறிய வீரபாகு நினைவிழந்தான். பின்னால் மயக்கம் தெளிந்து எழுந்த வீரபாகு ஆத்திரமடைந்து போரைத் தொடர, மாயப்போரில் வல்ல தாரகாசுரன், வீரபாகு முதலியவர்களை இழுத்து கிரவுஞ்ச மலைக்குள் புகுந்திட மலையின் மாயையால் வெளிவர இயலாமல் வீரபாகு தடுமாறினான். அவனைத் தொடர்ந்து வீரகேசரி முதலான எட்டு வீரர்களும் மலைக் குகையில் நுழைய, தாரகாசுரன் குகை வாயிலை மூடிவிட்டான்.

இச்செய்தி அறிந்த நாரதர் தேவ சேனாதிபதியான கந்த பெருமானிடம் தகவல் அறிவித்து, காத்து ரக்ஷிக்க வேண்டி நின்றார். உடனே முருகப் பெருமான் வாயு தேவனைச் சாரதியாகக் கொண்டு தேரேறி போருக்குக் கிளம்பினார்.

ஒற்றர்கள் மூலம் செய்தி அறிந்த தாரகாசுரன் தேரேறி சுப்பிரமணியர் முன் வந்து தன் மீது போருக்கு வந்தக் காரணம் பற்றி வினவினான். அப்போது முருகன், ''எம்பெருமான் தேவர்களையும் மற்றவர்களையும் காக்கவும் அகிலம் செவ்வனே நடைபெறவும் என்னை நியமித்தார். அவர்கள் தத்தம் கடமைகளை ஆற்ற முடியாமல் தடுத்துக் துன்புறுத்து கிறாய் நீ. எனவே உன்னை ஒடுக்கி தேவர்கள் அவரவர் கடமையைச் செய்ய வழி வகுக்கவே வந்திருக்கிறேன்'' என்றார் முருகப் பெருமான்.

அதற்குத் தாரகாசுரன் ''திருமால் என்னிடம் தோற்றவர். எனவே போய் தாய் தந்தையருடன் இரு'' என்று ஏளனமாகவும் கர்வத்துடனும் கூறினான். அப்போது முருகன் தாரகனிடம் ''வீண் பேச்சு வேண்டாம். போருக்குத் தயாராகு.

உன்னையும் மாயா ஜால கிரவுஞ்ச மலையையும் நொடியில் ஒழிக்கிறேன்'' என்றார்.

முருகனுக்கும் தாரகாசுரனுக்கும் இடையே போர் மும்முரமாக நடந்தது. இறுதியில் முருகப் பெருமாள் பராசக்தி அளித்த வேலாயுத்தை ஏவ, அது தாரகா சுரனின் மார்பைப் பிளந்தது. அவனைக் கொன்றது. கிரவுஞ்மலையும் பொடிப் பொடியாக, வீரகேசரி முதலிய நவ வீரர்களும், படையினரும் மயக்கம் நீங்கி முருகனை வந்து அடைந்தனர். இவ்வாறு செய்த பின் வேலாயுதம் சந்தடியின்றி முருகன் கையை அடைந்து அலங் கரித்தது.

தனது படைவீரர்களை வாழ்த்தி முருகப் பெருமான் இமயமலையை வந்து அடைந்தார். அப்போது அங்கு முருகனுக்கு ஓராலயம் எழுப்ப விரும்பிய பிரம்மாதி தேவர்கள் விசுவ கர்மாவை நினைத்து, அவரை அங்கொரு அழகிய நகர், ஒரு பெரிய ஆலயம் அமைக்க வேண்டிட, விசுவகர்மாவும் உடனே அழகிய பட்டணத்தை உருவாக்கி ஆலயத்தையும் அமைத்திட் டான்.

தேவர்களின் வேண்டுகோளுக்கு இணங்கி, முருகப் பெருமான் வீரபாகு அளித்த சொர்ண பாதுகையை அணிந்து ஆலயத்துள் சென்று அமர்ந்திட தேவாதி தேவர்கள் அவரை வணங்கினர். அன்று முதல் தேவகிரி கந்தவேளின் வாசஸ் தலமாகியது.

17. தாரகன் மகன் அசுரேந்திரன்

தாரகன் மரணம் பற்றிய செய்தி அறிந்த, அவனுடைய மகன் அசுரேந் திரன் மிக்க துயருற்றான். அவன் அவனது தந்தைக்கு ஈமக்கடன்களைச் செய்து முடித்துப் பின்னர் அவனது பெரிய தந்தையாகிய சூரபன்மாவின் வீர மகேந்திரபுரம் சென்றான். தாரகன் மன்னவியர் உடன்கட்டை ஏறினர்.

வீரமகேந்திரபுரியை அடைந்த அசுரேந்திரன் பெரிய தந்தை சூரபதும னின் பாதங்களில் வீழ்ந்து தந்தை தாரகாசுரனின் மரணச் செய்தியைக் கூறிப் புலம்பினான். சூரபதுமனும் தரையில் விழுந்து கதறி அழுதான். அவ்வமயம் சூரமதுமனின் மற்றொரு தம்பி சிங்கமுகாசுரன் செய்தியறிந்து மூர்ச்சை யானான். பின்னர் மூர்ச்சை தெளிந்து எழுந்து, சூரபதுமனிடம் இவ்வாறு கூறினான். ''போர்க்களத்தில் சுப்பிரமணி யனைக் கொல்லாமல் தோல்வியுடன் திரும்ப மாட்டேன்'' என்று சூளுரைத் தான்.

அப்போது அறம் தெரிந்த மந்திரி அமோகன், முருகனைப் பற்றிய விவரமனைத்தும் கூறி ''அவனை அறியாச் சிறுவன் என்று எண்ணி நம்மை அழித்துக் கொள்ள வேண்டாம்'' என்று அறிவுரை கூறினான்.

அது கேட்ட சூரபதுமன் தனதருகில் இருந்த கொக்கு, கிளி, சக்ரவாகம், பருந்து, மயில், சாகுபக்ஷி வடிவங்களில் இரு அரக்கர்களை அழைத்து குமரன் இருந்த இடம் சென்று அவனைப் பற்றிய விவரங்களைத் தெரிந்து கொண்டு வருமாறு பணித்தான்.

18. சூரபதுமனின் மந்திராலோசனை

முருகப் பெருமான் படைகளையும், மற்ற விவரங்களையும் அறிந்துவர அனுப்பிய ஒற்றர்கள் திரும்பி வந்து முருகன் திருச்செந்தூரில் இருப்பதையும், மற்றும் தாரகாசுரன் வதம் பற்றியும் கூறினர். மேலும் தூதுவன் வீரபாகுவால் யானைமுகன் கொல்லப்பட்டது போன்ற விவரங்களையும் கூறி நாளையே முருகன் படை எடுத்து வரப்போகிறான் என்ற செய்தியையும் விவரித்தனர்.

உடனே சூரபதுமன், தன் தம்பி சிங்கமுகன், பிள்ளைகள் சேனாபதிகள், அமைச்சர்கள், அரசியல் தந்திரசாலிகள்

ஆகியோரை வருவித்து ஆலோசனை நடத்தினான்.

மந்திரி மாயூரகன் தாரகனைக் கொன்ற முருகனையும், வீரபாகுவையும் சாதாரணமாக எண்ணாமல் உடனே போருக்குத் தயாராக வேண்டும் என்றான். அமைச்சர் துர்க்குணன் உடனே சேனாபதிகளை அனுப்பி முருகனையும், அவன் படைகளையும் ஒழிக்க வேண்டும் என்று கூறினான்.

பெரும் வீரர்களை அனுப்பி ஆறுமுகனைப் போரில் வென்று வரச் செய்யுமாறு தருமகோபன் சொன்னான். படைகளை அனுப்பி உடனே அவனை ஒழித்து விடுங்கள் என்றான் வீரன் சாலஜித்.

சண்டன், தான் சென்று முருகனையும், அவன் சேனையையும் நிர்மூலமாக்கி வருவதாகக் கூறி உத்தரவு கேட்டான். "எனக்கு அனுமதி கொடுங்கள். முருகனை வென்று வெற்றி வாகை சூடி வருகிறேன்" என்று மகன் பானுகோபன் கூறினான். அவன் தம்பி இரணியன் தனக்கு உத்தரவிட்டால் முருகனை ஒழித்து வருவதாகக் கூறினான். அக்னி முகனும் அவ்வாறே செப்பினான்.

சிறந்த அறிவாளியும், சாஸ்திர ஞானமும் படைத்த தம்பி சிங்கமுகாசுரன் "முருகனைச் சிறுபாலகனாக எண்ணாமல், அவன் பரமனின் மகன் என்றுணர்ந்து தேவர்களையும், முனிவர்களையும் விடுவித்து முருகப்பெருமானை வணங்குவதே உய்யும் வழி" என்று அறிவுரை பகன்றான்.

அவன் கூறிய அறிவுரையைக் கேட்டு மிகவும் சினந்து, சூரன் அவனைத் தன் முன் நில்லாமல் போய்விடுமாறு கூறினான்.

அதுகண்ட சிங்கமுகன் வேறுவழியின்றி அண்ணனிடம் தனக்கு உத்தரவு கொடுத்தால் முருகனையும், அவன் படையையும் அழித்து வருவதாகச் சொன்னான்.

இது கேட்டு மகிழ்ச்சி அடைந்த சூரபதுமன் சிறுவனைக் கொல்ல அவன் போக வேண்டாம் என்றும் தேவைப்பட்டால் அழைப்பதாகவும் கூறினான்.

அடுத்து மந்திராலோசனை சபை கலைய, சூரபதுமன் அந்தப்புரம் சென்றடைந்தான்.

19. கந்தவேளின் போர்

சண்முகப் பெருமான் பூதப்படைகளும், பிரம்மாதி தேவர்களும் புடைசூழ இலங்கையைக் கடந்து மகேந்திர புரத்தின் முன் போய்ச் சேர்ந்து அங்கு தேவதச்சனைக் கொண்டு நிர்மானிக்கப்பட்ட ஏமகூடம் அடைந்து அங்கு அனைவரும் தங்கினர்.

அவ்வமயம் நாரதமுனிவர் தான் அசுரகுருவின் மகன் என்று சூரபதுமனிடம் அறிமுகப்படுத்திக் கொண்டு, முருகன் ஏமகூடத்தில் பாசறை அமைத்து போர்புரிய வந்துள்ள செய்தியைக்கூறி விட்டுச் சென்றார்.

உடனே சூரபதுமன் வருணனை அழைத்துக் கோபிக்க, அவன் நீர் வற்றிக் காய்ந்திட புழுதி எழுந்தன. எனவே தடுக்க இயலாமையைக் கூறினான். அவ்வேளையில் ஒற்றர் சிலர் வந்து சண்முகன் சேனையுடன் வந்து பாடி வீட்டில் தங்கி இருப்பதைக் கூறினர்.

பெரும் கோபம் கொண்ட சூரபதுமன், மகன் பானுகோபனை அழைத்துவர ஆளை அனுப்ப, பானுகோபன் வந்து தந்தையை வணங்கி முருகனையும், அவன் படைகளையும் கட்டி இழுத்துவர அனுமதி வேண்டிட சூரனும் அனுமதி அளித்தான்.

பானுகோபன் தோற்று ஓடல்

பானுகோபன், தன்னுடன் பயங்கரமாகப் போரிடும் அஞ்சாநெஞ்சம்

படைத்த முயலி, கண்டகன், அசுரசேனன் போன்ற பல சேனாபதிகளும் லட்சம் வாகினிப் படைகளும் புடைசூழ ஜெய கோஷங்களுடன் போருக்குச் சென்றான்.

பானுகோபன் வருவதை அறிந்த முருகப்பெருமான் வீரபாகுவை அழைத்து எட்டுச் சேனாதிபதிகள், ஆயிரம் வாகினிப் படை வீரர்களுடன் சென்று சூரன் படையை அழித்து, கோட்டையை நாசம் செய்து வெற்றி யுடன் திரும்பி வருமாறு ஆசி கூறி அனுப்பினார்.

இரு தரப்பு படைகளும் எதிர் எதிராக அணிவகுத்து போரைத் துவங்கின. போர் மும்முரமாக நடந்தது. பானுகோப னுடைய தேர்கள் பல நசுக்கப்பட்டன. அசுர சேனாபதிகள் பலர் மாண்டனர். பூதச் சேனாபதிகளும் வீரமார்த்தாண்டன், வீரராட்சன் போன்ற சிலரும் மாண்டனர்.

பூதவீரர்கள் வீழ்ந்தது கண்டு அரக்கர் படை ஆரவாரம் செய்தது. வீரபாகு அதனைக் கண்டு, முருகனைத் தியானித்து, வில்லேந்தி போருக்கு வர வீரபாகுவுக்கும், பானுகோபனுக்கும் கடுமையான போர் நடந்தது.

பானுகோபன் மோகனாஸ்திரத்தை வீரபாகு மீதும் அவன் படையினர் மீதும் செலுத்த வீரபாகுவும் அவன் படையின ரும் மயங்கி வீழ்ந்தனர். இச்செய்தி அறிந்த சண்முகப் பெருமான் மோக னாஸ்திரத்தை உடைத்தெறிய அஸ்திரம் ஒன்றை ஏவ அனைவரும் விழித்தெழுந் தனர். அந்த அஸ்திரம் திரும்பவும் முருகனிடமே வந்து சேர்ந்தது.

மூர்ச்சை தெளிந்து எழுந்த வீரபாகு பானு கோபனை நோக்கி பாசுபதாஸ் திரத்தை ஏவ, பானுகோபன் அஞ்சி உருமாறி போர்க் களம் விட்டேகி நகரத்தில் மறைந்தான். அவ்வாறு புறமுதுகிட்டு ஓடுபவனைத் துரத்தக் கூடாது என்று வீரபாகு கூற, பூதப்படை யினர் பாசறைக்குத் திரும்பிச் சென்றனர்.

இரண்டாம் நாள் போர் – சூரபதுமன் தோல்வி அடைதல்

பானுகோபன் புறமுதுகிட்டு ஓடிவந்த செய்தியைக் கேட்ட சூரபதுமன் தானே அடுத்த நாள் போருக்குச் செல்ல முனைந்தான்.

தளபதிகளும் படைவீரர்களும் பின் தொடர, முரச வாத்தியங்கள் முழங்க, தன் தம்பியின் பிள்ளைகளான அதிசூரன், அசுமேந்திரனைப் போர்த்தள பதிகளாக்கி அவர்களுடன் சூரபதுமன் போர்க்களம் சேர்ந்தான்.

செய்தி கேட்ட கந்தபெருமான் தேர் ஏறி பூதப்படைகளுடன் போர்க்களம் புகுந்தார். அவரை அதிசூரன் எதிர்க்க முனைந்தான். பூதப் படைதளபதி உக்கிரனுக்கும், அதிசூரனுக்கும் கடும் போர் நடந்தது.

அதிசூரன் செலுத்திய அம்புகள், வருணாஸ்திரம், பிரம்மாஸ்திரம் நாராயணா சாஸ்திரம் ஆகியவற்றை உக்கிரன் விழுங்கிவிட்டான். அதிசூரன் உக்கிரன் மீது, பாசுபதாஸ்திரத்தை ஏவ உக்கிரன் ஈசனை உள்ளத்தால் வணங்கி குளிர்ந்திட அது அவனை ஒரு சுற்று சுற்றிவிட்டு ஈசனை அடைந்தது.

இதனால் கோபம் கொண்ட அதிசூரன் உக்கிரனை அணுகித் தனது தண்டத்தால் உக்கிரன் மார்பில் தாக்கிட, உக்கிரன் அதைப் பிடுங்கி அதிசூரனை அடித்துக் கொன்றான்.

அதிசூரன் மடிந்தது கண்டு பூதப்படை யினர் மகிழ்ந்து ஆரவாரத்தினர். அப்போது தாரகன் மகன் அசுமேந்திரன் உக்கிரனை எதிர்த்திட சாரதியைக் கொன்றான். பூத வீரன் உன்மத்தன் ஒரு மலையை அசுமேந்திரன் தேர்க் குதிரை கள் மீது எறிய, அவை செத்து வீழ்ந்தன.

உன்மத்தன் தாக்கப்பட்டு மூர்ச்சித்து வீழ்ந்தான். மேலும் மத்தன், சிம்மன், தண்டகன் ஆகிய பூதப்படை வீரரையும் அசுரேந்திரன் தோற்கடித்தான். அது

கண்டு வீரபாகு அசுரேந்திரனை எதிர்த்துப் போர் புரியலானான். இருவருக்கும் கடும் போர் நடந்தது.

அதில் வீரபாகு அசுரேந்திரன் மார்பில் உதைக்க அவன் கீழே சாய்ந்தான். அப்போது அவன் தலையை வீரபாகு வெட்டினார்.

சூரபதுமன் பெரும் துயரம் கொண்டு முருகனை எதிர்க்க நவவீரர்களில் வீரமார்த்தாண்டன் சூரபதுமன் மீது சக்தி வாய்ந்த அஸ்திரங்களைப் பிரயோகித்தான். இப்போரில் சூரபதுமன் ஏவிய பாணத்தால் வீரமார்த்தாண்டன் நினை விழந்து தரையில் சாய்ந்தான். அடுத்து சூரபதுமனை எதிர்த்து வீரராட்சசன், வீரமகேந்திரன், வீரதீரன், வீரகேசரி, வீரபுருடன், வீராங்குதன் ஆகியோரும் சூரபதுமனுடன் போரில் அவனால் அடிபட்டுச் சாய்ந்தனர்.

அடுத்து வீரமுழக்கத்துடன் வீரபாகு சூரபதுமனுடன் போர் புரியலானான். அந்தப் பயங்கரப் போரில் சூரபதுமன், வீரபாகுவின் மார்பில் தண்டாயுதத்தால் அடிக்க வீரபாகு சாய்ந்தான்.

அது கண்டு ஷண்முகன் சூரபதுமனை எதிர்த்துப் போர் புரிந்தான். இந்தப் போரில் சூரன் மகுடமின்றி, நிராயுத பாணியாகி வெட்கித் தலை குனிந்தான்.

அப்போது முருகன் அவன்மீது இரக்கப்பட்டு சரணடையுமாறு கூறினார். சூரபதுமன் சிந்தித்தான். பின் தன்னிட முள்ள மற்றப் படைகளுடன் மீண்டும் முருகனிடம் போர் புரிய எண்ணி மாயமாக மறைந்து வீரமகேந்திரபுரியை அடைந்தான்.

அவன் திரும்பவும் வந்து தாக்குவான் என்று தேவர்கள் அச்சமுற்றனர். அவர்களை நோக்கி கந்தவேள் மீண்டும் அவன் வந்தால் அவனுக்கு வேலாயுதம் புத்தி புகட்டும் என்று தெரிவித்து அவர் படையுடன் ஏம கூடத்திற்கு வந்தார்.

மூன்றாம் நாள் போர் : பானுகோபன் மாயம், வீரபாகு சபதம்

பானுகோபன் போரில் வெற்றி பெற வேள்வி ஒன்று செய்து கொண்டிருந்தான். அவன் போர்க்களத்திலிருந்து வந்த தந்தையைக் கண்டு - அவன் வாடிய முகத்தைப் பார்த்து வருத்தமுற்று அடுத்த நாள் அவனே போருக்குச் சென்று பகைவரை ஒழித்து வருவதாக மொழிந்தான். அது கேட்ட சூரன் முருகனைத் தான் தவிர வேறெவராலும் வெல்ல முடியாது. எனவே வீரபாகுவையும் பூதப்படையினரையும் அழித்து வருமாறு கூறினான். அவ்வமயம் அங்குச் சில போர் வீரர்கள் வந்து பூதப்படைகள் பட்டணத்தைக் சூறையாடுவதைக் தெரிவிக்க வெகு கோபம் கெண்டான் பானுகோபன்.

அடுத்த கணம் பானுகோபன் படைகளுடன் போருக்குப் புறப்படும்போது மாயை வந்து அவனிடம் பகைவர்களை மோகத்தில் ஆழ்த்தக் கூடிய அஸ்திரம் தந்து, வெற்றிக்கு ஆசி கூறினாள்.

பானுகோபன், குதிரைமுகனை அனுப்பி வீரபாகுவுடன் போர் செய்ய வருவதாகக் கூறுமாறு பணித்தான்.

வீரபாகு தன் தம்பியருடன் கந்த பெருமானிடம் சென்று வணங்கி நிற்க, முருகன் வீரபாகுவை அச்சமின்றி போருக்குச் செல்லும்படியும், அவன் மோகனாஸ்திரத்தை ஏவுவான் என்றும், அதற்காகக் கவலை வேண்டாம். ''வேல் இருக்கத் தயக்கம் வேண்டாம்'' என்று ஆசி கூறி அனுப்பினார்.

இருவருக்கும் கடுமையான போர் நிகழ்ந்தது. பானுகோபன் ஏவிய வருணாஸ்திரத்தை வீரபாகு ஆஞ்சநேயாஸ்திரம் கொண்டு செயலிழக்கச் செய்தான். அவ்வாறே பானுகோபனின் வாயுவாஸ்திரமும் வீணாக்கப்பட்டது.

மற்றும் வீரபாகு ரிஷபாஸ்திரம், பிரம்மாஸ்திரங்களை ஏவினான். பானு கோபனும் யமாஸ்திரம், பாசுபாதஸ் திரம் ஆகியவற்றை ஏவினான். அவை ஒன்றோடொன்று மோதின.

இறுதியில் பானுகோபன் மோகனாஸ் திரத்தை எடுத்துக் கொண்டு மாயமாய் வான் வெளிக்குச் சென்றான். அங்கிருந்து மோகனாஸ்திரத்தை பூதப்படையினர் மேல் பிரயோகிக்க வீரபாகுவும், பூதப்படையினரும் இறந்தவர் போல் தரையில் சாய்ந்திட, பானுகோபன் கீழே இறங்கி வந்து அனைவரையும் கட்டி நடுக்கடலில் போட்டு வெற்றி மகிழ்ச்சி யுடன் சூரபதுமனைக் கண்டான்.

அவனும் மிக்க மகிழ்ச்சியுற்று மகனை வாழ்த்தினான்.

20. சூரபதுமன் மகன் இரணியன் ஓடி ஒளிதல்

நாரத முனிவர் மூலம் நடந்ததை அறிந்த கந்தவேள், வேலாயுதத்தை எடுத்து மோகனாஸ்திரத்தின் சக்தியை ஒழித்து அனைவரையும் எழுப்பி அழைத்து வருமாறு ஆணையிட, அதன் படி வீரபாகுவும், மற்ற படை வீரர்களும் விழித்து எழுந்தாற்போல் எழுந்து பானுகோபன் நகரத்தை அழிக்கப் புறப்பட்டனர்.

பூதப்படையினரைக் கண்ட கோட்டைக் காவலன் வியாக்கிரமுகன் அவர்களைத் தாக்குமாறு தனது படை களை ஏவினான். போர் கடுமையாக நடந்திட வியாக்கிரமுகன் சூலா யுதத்தைப் பிரயோகிக்க அதனைப் பற்றி வியாக்கிரமுகனைக் கொன்றான் சிம்மன்.

பட்டணம் முழுவதும் தீப்பற்றி எறிந்திட, பூதப்படைகள் உயிர் பெற்று வந்ததை அறிந்த சூரபதுமன் தீயை அணைக்குமாறு மேகங்களுக்கு ஆணை யிட்டான். பெருமழை பொழியத் தொடங்கியது.

அது கண்டு திகைப்புற்ற வீரபாகு விடம் நாரதன் வடவாக்கினி அஸ்தி ரத்தை பிரயோகிக்குமாறு கூற, மேகங் கள் வலிவு இழந்து முருகப்பெரு மானிடம் சென்று வணங்கி மறுபடியும் வலிமை பெற்றுக் கடலில் கலந்தன.

விவரங்களை அறிந்த சூரபதுமன் போருக்குத் தயாரானான். அவ்வமயம் அவனது மற்றொரு மகன் - பாதாள லோகத்தை பாதுகாப்பவன் இரண்யன் வந்து ''சூரனிடம் வந்திருப்பது பரமேசு வரனின் திருக்குமரன் முருகன். முருகனை எதிர்ப்பது ஈசனை எதிர்ப்ப தாகும். எனவே, தேவர்களை விடுவித்து முருகனை வணங்கினால் நலமுண்டா கும்'' என்று கூறினான்.

அதைக் கேட்ட சூரபதுமன், மகன் இரணியனைக் கோபிக்க அவன் அரக்கர் குலத்துக்கு அழிவு காலம் நெருங்கி விட்டது என்றறிந்து போரில் உயிர் நீத்தலே சிறந்தது என்று முடிவு செய்து தந்தையிடம் ஆசி பெற்று முருகனை எதிர்த்துப் போரிடச் சென்றான்.

தும்பை மாலை அணிந்த சிம்மனுக் கும் வீரபாகுவுக்கும் கடும் போர் நடந்தது. போரில் பூத வீரன் நீலன், இர்ண்யனின் தேரைத் தூக்கி வானத்தில் எறிய இரணியன் கீழே விழுந்து மூர்ச்சை யுற்றான். மூர்ச்சை தெளிந்ததும் அவன் நீலன் மீது அக்கினி அஸ்திரம் ஏவ நீலன் மயக்கமடைந்தான்.

அது கண்டு வெகுண்ட வீரபாகு இரணியனை நிராயுதபாணியாக்கிட, தந்தையின் மரணம் உறுதி என்று அறிந்த இரண்யன் அங்கிருந்து மீன் வடிவில் கடலுக்கு அடியில் சென்று தங்கினான்.

21. நான்காம் நாள் போர் – அக்கினி முகன், தருமகோபன் மடிதல்

செய்தியறிந்த சூரபதுமனுடைய மற்றொரு மகன் அக்கினிமுகன் வீரபாகு வின் அட்டூழியங்களை அழித்துக்

கொன்று வருவதாகக் கூறிப் போருக்கு ஆயத்தமானான்.

அடுத்த நாள் அக்கினிமுகனுக்கும், ஏழு பூத வீரர்களுக்கும் பயங்கர போர் நடந்தது. அதில் அக்கினிமுகன் ஏவின பாசுபதாஸ்திரத்தைக் கண்டு பூதபடை அஞ்சியோட, அவர்களை நிறுத்தி வீரபாகு அக்கினி முகனை எதிர்த்தான்.

அக்கினிமுகன் காளிதேவியை வணங்கி வீரபாகுவை வெல்ல அருள் புரிய வேண்டினான். அவன் பக்திக்கு இணங்கி வீரபாகுவைக் கொல்ல காளிதேவி வர, வீரபாகு அவள் பெண் என்பதால் அவள் கைகளைப் பற்றி அவள் மீது ஒரு குத்துவிட அவள் வருந்தி, வீரபாகுவிடம் அக்கினிமுகன் பக்தியின் காரணமாகக் கொல்ல வந்ததைக் கூறி முருகன் அருளால் வீரபாகு அக்கினி முகன், பானுகோபன் ஆகியோரை வெல்வான் என்றும் கூறி மறைந்தாள்.

அடுத்த போரில் வீரபாகு மகாசக்தி வாய்ந்த அஸ்திரத்தைப் பிரயோகிக்க, அக்கினிமுகன் பிரும்மாஸ்திரத்தை ஏவினான். ஆனால் வீரபாகு ஏவிய ஆயுதம் அதையும் விழுங்கி அக்கினி முகன் தலையையும் துண்டித்தது.

செய்தி அறிந்த சூரபதுமன் புலம்பினான். அவனுடைய புத்திரர்கள் அவனுக்கு ஆறுதல் கூறி இரணியன், பானுகோபன் ஆகியோருடன் சென்று பூதப்படையை ஒழிப்பதாகக் கூறி உத்தரவு பெற்று புறப்பட்டனர்.

வீரபாகுவின் ஆணைப்படி பூதப் படையினர் அரக்கர் படையினைத் தாக்கினர். பூதப்படைத் தலைவன் விஜயன் ஈசனிடம் பெற்ற அஸ்திரங்களால் சூரனின் மூவாயிரம் குமாரர்களின் தலைகளையும் துண்டிக்க அவை மீண்டும் முளைத்தன. அவன் கந்தனிடம் அதுபற்றி முறையிட முருகப் பெருமான் பிரும்மாவின் வரத்தால் அவர்கள் பிழைத்தனர். ஒரே சமயத்தில் மூவாயிரம் பேரும் கொல்லப்பட வேண்டும் என்று கூறி, அனைவரின் தலைகளையும் ஒரே பாணத்தால் துண்டிக்கும் சக்தியை அளித்தார். அதன்படி அந்த மூவாயிரம் பேரும் மடிந்தனர்.

அது கேட்ட சூரபதுமன் துயரக்கடலில் மூழ்கினான். பிறகு தர்மகோபன் தேற்றிடத் தேர்ந்து, தானே போருக்கு எழ, தர்மகோபன் அவனைத் தடுத்து, அவனிடம் உத்தரவு பெற்று போருக்குத் கிளம்பினான்.

வீரபாகுவுக்கும், தருமகோபனுக்கும் நடந்த போரில் தர்மகோபன் வீரபாகுவின் மார்பில் தண்டத்தால் அடிக்க, அதனைப் பிடுங்கி வீரபாகு அவன் மார்பில் ஓங்கி அடிக்க அவன் இரத்த வெள்ளதில் வீழ்ந்து மடிந்தான்.

22. ஐந்தாம், ஆறாம் நாள் போர் பானுகோபன் வதம்

தருமகோபன் மரணச் செய்தி கேட்டு சூரபதுமன் மிகவும் வருந்தினான். அவ்வமயம் அங்கு வந்த பானுகோபன், ''தேவர்களுக்குத் தொல்லை கொடுத்து வருவதால் முருகன் நமது படையினரை அழித்து வருகிறான் போலும். அவனை வணங்கினால் நம் இனம் காப்பாற்றப் படலாம்'' என்று சூரபதுமனுக்கு எடுத்து உரைத்தான்.

அது கேட்டு கோபமடைந்த சூரபதுமனின் மனநிலையை அறியவே அவ்வாறு உரைத்ததாகக் கூறி, அவன் உத்தரவு பெற்று போர்க்களம் போவதாகக் கூறி வணங்கினான். சூரனும் மகிழ்ச்சி அடைந்து உத்தரவு கொடுத்தான்.

முழு ஆயத்தம் செய்து கொண்டு பானுகோபன் போர்க்களம் அடைந்து வீரபாகுவினிடம் சென்று வீரம் பேச உடனே இருவர்க்கும் கடுமையான போர் மூண்டது. அதில் பானுகோபன் வீரபாகு

மீது மறைந்திருந்து பாணங்களைச் செலுத்த, அவன் விண்ணிலிருப்பதை அறிந்த வீரபாகு விண்ணில் பாய்ந்து பானுகோபனைப் பற்றி அவனது கை கால்களையும் பின்னர் தலையையும் வெட்டி வீழ்த்தினான்.

பின்னர் மறுபடியும் போர்க்களத்தை அடைந்து படைகளை அழைத்துக் கொண்டு ஏமகூடம் அடைந்து முருகனிடம் நடந்தது கூற, மனமகிழ்ந்த முருகன், வீரவாகுவை வேண்டும் வரம் கேட்குமாறு கூற, வீரபாகு கந்தன் திருவடிகளை என்றும் மறவாதிருக்கும் வரம் வேண்டிப் பெற்றான்.

பின்னர் அவரவர்களை இருப்பிடம் சென்று ஓய்வு எடுக்கச் சொல்லி அனுப்பினார்.

ஆறாம் நாள் போர்
சிங்கமுகாசுரன் வதம்

மூத்த மகன் பானுகோபனின் மரணம் சூரபதுமனைப் பெரிதும் வாட்டியது. அவன் ஒரு வீரனைப் பார்த்து, சிங்க முகன் இருப்பிடம் சென்று பானுகோபன் மறைவு பற்றிக் கூறி உடனே அழைத்து வருமாறு ஆணை பிறப்பித்தான்.

செய்தி கேட்டு சிங்கமுகன் தேரேறி வான வீதியில் பறந்து வந்தான். அவனை நோக்கி, சூரபதுமன் உடனே போர்மேல் சென்று எதிரிகளை அழித்து வருமாறு கட்டளையிட்டான்.

ஏழ்கடலும் கரைபுரண்டு வந்ததென ஏராளமான படைகளுடன் சிங்கமுகன் தேர் ஏறி போர்க்களம் வந்தடைந்தான். அவனை முருகனே வதைக்க வேண்டும் என்று பிரம்மன் வேண்டினான். அப்படியே என்று கந்தனும் ரதத்தைத் தயார் செய்யக் கூறினார். அவ்வமயம் அங்கு வீரபாகு வந்து சிங்கமுகனுடன் போரிட அனுமதி வேண்டினான். அனுமதி வழங்கிட வீரபாகு பெரும் படையுடன் போர்க்களம் அடைந்திட போர்க்களம் ரணகளமாகிப் பயங்கரப் போர் நடைபெற்றது. சிங்க முகனுடன் அவனது நூறு பிள்ளைகளும் வீர பாகுவை பல ஆயுதங்களால் தாக்கிட வீரபாகு முருகப் பெருமானைத் தியானித்து ஓர் அஸ்திரம் கொண்டு அந்த நூற்றுவரையும் கொன்றான்.

அவ்வாறு மகன்களைக் கொன்றவன் தூதனாக வந்த வீரபாகுவே என அறிந்த சிங்கமுகன் சிங்கநாதம் செய்து கடும் போர் புரியலானான். இருவருக்கும் கடும் போர் நிகழ்ந்தது.

சிங்கமுகன் மாயாஸ்திரத்தை பிர யோகிக்க அது பூதப்படையினரை மூர்ச்சிக்கச் செய்து, வீரபாகுவையும் சேர்த்து உதயகிரியில் தள்ளிவிட்டது.

உடனே சிங்கமுகன் முருகனைத் தேடி அவன் மாளிகைக்குச் சென்றான். இதற்குள் மாயாஸ்திரத்தின் செயல்பற்றி கந்தனுக்கு விவரம் தெரிய, கந்தப் பெருமான் தேரேறி போர்க்களம் அடைந் தார்.

சிங்கமுகன் பூதப்படையினரை வாரி வாயில் திணித்துக் கொள்வதைக் கண்ட முருகன், முறுவலித்தார்.

அதற்குள் சிங்கமுகன் வீரம் காண சூரபதுமன் ஓர் உயர்ந்த கோபுரத்திலேறி போர்க்களத்தைக் காணத் தொடங்கி னான்.

சிங்கமுகனுக்கும், முருகப் பெரு மானுக்கும் நேரிடையாகப் போர் நடந்தது. போர் மிகவும் கடுமையாக இருந்தது. போர்க்களம் முழுவதும் அரக்கர்களின் பிணக்குவியல் கண்ட சிங்கமுகன் ஆயிரம் பாணங்களை முருகப் பெருமான் மீது எய்தான். அவற்றை ஒரே பாணத்தால் சிதறடிக்கச் செய்தார் முருகப் பெருமான்.

பின்னர் முருகன் சிங்கமுகனின் கைகள், தலைகளை வெட்ட வெட்ட அவை முளைத்தன. அவன் ஆலமரத்

தடியில் சிவபெருமானைக் குறித்துக் செய்த பெரிய யாகத்தின் பயனே அது.

இறுதியில் முருகப் பெருமான் வஜ்ஜி ராயுதத்தை எடுத்து சிங்கமுகன் மீது ஏவ அது அவன் மார்பைப் பிளந்து உயிரையும் குடித்தது.

அடுத்து முருகன் வேலாயுதத்தை அனுப்பி உதயகிரியில் தள்ளப்பட்ட வர்களை எழுப்பி அழைத்து வரச் செய்து, தன் பரிவாரங்கள் புடை சூழ ஏம கூடம் அடைந்தார்.

23. 7 முதல் 10 – ஆவது நாள் வரை போர் – சூரபதுமன் வதம்

கோபுரத்தின் உச்சியிலிருந்து சிங்க முகாசுரன் கொல்லப்பட்டதைக் கண்ட சூரபதுமன் ஆற்றொணாத் துயரம் அடைந்தான். சிறிது தேறி ஆட்களை அண்டங்களுக்கு அனுப்பி அரக்கர் படையை உடனே வந்து முருகனுடன் போர் புரிய ஆணையிட்டான்.

சூரபதுமன் படையினர் பின் தொடர தேரேறி போர்க்களம் புறப்பட, அச்செய்தி அறிந்த கந்தப்பெருமான் முறுவலித்து வாயுதேவனிடம் ரதத்தைச் சித்தம் செய்யச் சொல்லி அதில் ஏறி மற்ற எல்லா வகை ஆயுதங்களுடன் வேலா யுதத்தையும் எடுத்துக் கொண்டு போர்க் களம் அடைந்தார்.

அரக்கர்கள் முருகனைச் சிறுவனென எண்ணி பலவகை ஆயுதங்களை முருகன் மீது எறிய, அவர் அனைத்தையையும் ஒரே பாணத்தால் நாசமாக்கினார். மற்றொரு பாணத்தைச் செலுத்தி அண்டங்கள் அனைத்திலும் உள்ள அரக்கர்களைக் கொன்று குவித்தார். இறுதியில் அண்டங்களின் வாயில்களை அடைந்து மேல் கொண்டு அரக்கர்கள் வர இயலாமல் தடுத்தார்.

இது கண்ட சூரபதுமன் மிகவும் வெகுண்டு முருகன் எதிரே வந்து போர் புரியலானான். அப்போது வீரபாகு கோபம் கொண்டு வில்லைக் கத்தியால் வெட்டிட, அவன் வீரபாகுவை ஓங்கி அறைய அவன் மயக்கமடைய அவனை வானவெளியில் தூக்கி எறிய, விண் சென்ற வீரபாகு மயக்கம் தெளிந்து முருகன் அருகில் வந்து சேர்ந்தான்.

முருகன் பாணங்களுக்குத் தாக்குப் பிடிக்காமல் சூரபதுமன் பல லோகங் களுக்குச் செல்ல அங்கெல்லாம் முருகன் அவனைத் துரத்திச் சென்றார். ஏராளமான அரக்கர்கள் சாம்பலாயினர்.

அதுகண்டு சூரபதுமன் அன்னை மாயாவை நினைக்க, அவள் வந்து சிவனே முருகன் எனக்கூறி எச்சரித்தாள். பின்னர் ஏழுகடலுக்கு அப்பாலுள்ள சுகாமந்திரம் என்னும் மலையை எடுத்து வந்தால் இறந்த அரக்கர்கள் பிழைப்பர் எனக் கூற, சூரன் இந்திரலோக ரதத்துக்கு ஆணையிட மலை கொண்டுவரப் பட்டது. இறந்த அரக்கர்கள் அனைவரும் பிழைத்தனர்.

முருகப்பெருமான் பாசுபதாஸ் திரத்தைப் பிரயோகிக்க அது அரக்கர் களை அழித்து மந்திர மலையையும் பொடி செய்து திரும்பியது.

அரக்கர் அணியில் சூரன் மட்டுமே இருந்தான். அவன் கோபத்தோடு இந்திரலோக ரதத்தை நோக்கி அங்குள்ள பூத வீரர்களையும், தேவர்களையும் அண்டத்தில் கொண்டு போய் விட ஆணை இட, அது அனைவரையும் மயக்கமுறச் செய்து ரதத்தில் ஏற்றி அண்டத்திற்குச் சென்று விட்டு ரதம் அங்கேயே தங்கி விட்டது.

இஃதறிந்த முருகன் அண்டத்தில் மயக்க நிலையிலுள்ள வீரர்களின் மயக்கத்தைப் போக்கிட, இந்திரலோக ரதமே அவர்களை முருகனிடம் கொண்டு சேர்த்தது. அப்போது முருகன் ரதத்தை சூரபதுமனிடம் போகாமல் அங்கேயே தங்கி இருக்கக் கட்டளையிட்டார்.

சூரபதுமன் செலுத்திய பாணங்களை எல்லாம் முருகப் பெருமான் செய விழக்கச் செய்தார். கோபம் கொண்ட சூரபதுமன் சக்கரவாகப் பறவை வடிவில் பூதப்படைகளைத் தாக்கிக் கொன்றான்.

முருகன் ரதத்தை விட்டு இறங்கி மயில் வடிவில் உள்ள இந்திரன் மீது ஏறிக்கொண்டார்.

நான்கு நாட்கள் சூரபதுமனுக்கும், சுப்பிரமணியனுக்கும் இடையே கடும் போர் நடந்தது. சூரபதுமன் எடுத்த பல உருவங்களையும் முருகன் அழித்துவிட அவன் மாத்திரமே நின்றான்.

முருகன் சூரனிடம் பலவடிவங்கள் எடுத்து அவனைத் தன் வடிவங்களைப் பார்க்குமாறு தனது விசுவரூபத்தைக் காட்டினார்.

சூரபதுமனின் உள்ளத்தில் ஞானம் உதயமாக முருகப் பெருமானின் விசுவ ரூபம் கண்டு மகிழ்ந்தான்.

உடனே முருகன் தன்னுடைய ஞானத்தை அகற்றி பழைய வடிவில் தோன்றினார். சூரனும் பழைய நிலை யில் கோபம் கொண்டு முருகனை எதிர்த்திட பல வடிவங்கள் எடுத்தான்.

தேவர்களைக் காக்க முருகன் வேல் கொண்டு வீசினார். சூரபதுமன் மாமரமாக நின்று அனைவருக்கும் தொல்லை கொடுக்க முருகன் மாமரத்தை நெருங்கிட அவன் சுய உருவத்துடன், சக்தியுடன் வெளிப்பட்டான்.

அப்போது முருகன் அவன் மீது வேலை எறிய அது அவன் மார்பைப் பிளந்து அவனை இரு கூறாக்கியது. அவ்விரண்டு கூறும் மயிலும், சேவலுமாக மாறி முருகப் பெருமானை எதிர்த்திட சண்முகன் அவற்றைக் கருணையுடன் நோக்கிட அவை அமைதி அடைந்தன.

சேவலைக் கொடியாக இருக்குமாறு பணித்தார். அதுவரையில் சேவலாக இருந்த அக்கினிக்குப் பதில் சேவல் அங்கே அமர்ந்தது.

மயிலாக இருந்த இந்திரனை விட்டு இறங்கி முருகன் சூரனின் மயிலான கூறின் மீது ஏறி அமர்ந்து அதனைத் தன் வாகனம் ஆக்கிக்கொண்டார்.

இவ்வாறு சூரபதுமனை வதம் செய்து அழிக்காமல் கருணை காட்டி சேவலைக் கொடியாகவும், மயிலை வாகனமாகவும் கொண்ட சண்முகநாதனின் அருளை எல்லோரும் போற்றி மகிழ்ந்தனர்.

அடுத்து முருகப் பெருமான் வீரபாகு விடம் வீரமகேந்திர புரத்தில் சிறையி லுள்ள அனைவரையும் மீட்டுவரச் சொன்னார். விடுதலை பெற்ற ஜயந்தனைத் தேவேந்திரன் தழுவி இன்புற்றான்.

அப்போது தேவர்கள் விரும்பிய வண்ணம், முருகப் பெருமானுக்கு கும்பம், பிம்பம் ஆகிய இடங்களில் பூசனை புரிந்தனர். அவர்கள் விரும்பிய வாறே அவருடைய திருவடிகளில் தலை அன்பு என்றும் இருக்க, முருகப் பெருமான் அருள் பாலித்தார்.

24. தெய்வயானை திருமணம்

முருகப்பெருமான் போருக்குப் பிறகு திருச்செந்தூர் விட்டு, திருப்பரங்குன்றம் வந்தடைந்தார். பிரம்மாதி தேவர்களுடன் இந்திரன் முருகப்பெருமானிடம் வந்து தன் மகள் தெய்வயானையை மணந்து கொள்ளுமாறு வேண்டிக்கொண்டார். முருகப் பெருமான் சம்மதம் தந்தார்.

இந்திரன் விடைபெற்றுச் சென்று இந்திராணி, மகள் தெய்வயானை ஆகியோரைக் கண்டு முருகன் அரக்கர்களை அழித்த விவரம் கூறி, தெய்வயானை - திருமுருகன் திருமணம் பற்றி எடுத்துரைக்க எல்லோரும்

மகிழ்ச்சி அடைந்தனர். அடுத்தநாளே திருமணம் என்ற விவரம் அறிந்து அனைவரும் திருமணத்திற்கான ஏற்பாடு கள் செய்ய முனைந்தனர்.

சகலருக்கும் திருமணச் செய்தி அனுப்பப்பட்டது. பிரும்மா முகூர்த்தம் நிச்சயிக்க, பார்வதி, பரமேசுவரர்களும் மற்ற தேவர்களும் வந்தனர். மங்கல வாத்தியங்கள் முழங்க முருகப் பெருமானுக்கு இந்திரன் தன் மகள் தெய்வயானையைக் கன்னிகாதானம் செய்துவைத்தான்.

சாஸ்திரப்படி திருமாங்கல்ய தாரணம், அம்மி மிதித்து அருந்ததி காணல் போன்ற சகல வைபவமும் சிறப்பாக நடந் தேறின. மணமக்கள் தாய் தந்தையரை வணங்கி ஆசிபெற்றனர்.

மணம் முடிந்து அனைவரும் தத்தம் இருப்பிடம் சென்றனர். அடுத்து முருகப் பெருமான் விசுவகர்மாவை அழைத்து அமராவதி நகரை நேர்த்தியாக உருவாக்கித் தரப் பணித்தார். அவ்வாறே நகரம் புதுப்பொலிவு பெற்றுவிட்டது.

முருகப்பெருமான் பிரும்மனிடம் இந்திரனுக்கு முடிசூட்டு விழா நடத்தக் கூறினார். இந்திரன் இந்திராணியரை அரியாசனத்தில் அமரச் செய்து பிரும்மா பட்டாபிஷேகம் செய்துவைத்தார்.

சொர்க்கத்தில் சில காலம் தெய்வ யானையுடன் தங்கியிருந்து முருகன் வீரபாகுவை சாரதியாக அமர்த்திக் கொண்டு கயிலாயத்துக்குப் பயணமாகி தன் மாளிகைக்குள் அரியாசனத்தில் வீற்றிருந்து அடியவர்களுக்கு அருள் பாலித்து வந்தார்.

25. வள்ளித் திருமணம்

வள்ளி மலையில் சிவன் என்ற முனிவர் ஒருவர் தவமியற்றி வந்தார். அவரெதிரில் வந்த அழகியதோர் மானைக் கண்டு முனிவர் மோகம் கொள்ள, அந்த மான் கருவுற்று ஒரு பெண் மகவை ஈன்றது. காட்டில் வள்ளிக் கொடிகளுக்கிடையே தோன்றிய அப்பெண் குழந்தையை அங்கு வந்த வேடர் தலைவர் மகிழ்ச்சியுடன் வாரி எடுத்து மகிழ்ச்சியுடன் தன் மனைவி யிடம் கொடுக்க அப்புண்ணிய தம்பதி கள் இருவரும் அப்பெண் குழந்தையைச் சீரும் சிறப்புமாய் வளர்த்து வந்தனர்.

தக்க வயது வந்ததும் அவளை வேடர் குல மரபுப்படி தினைப்புனம் காவல் காக்க தோழியருடன் அனுப்பி வைத்தான் மன்னன்.

ஒரு நாள் நாரத முனிவர் தினைப்புனத் தில் வள்ளியைக் கண்டு, உடனே முருகனிடம் சென்று அவள் அழகை வர்ணித்து, முருகன் - வள்ளி திருமணத் துக்கான நற்காரியத்தைத் துவக்கி வைத்தார்.

ஆறுமுகன் வேட்டைக்கு வந்த வேடுவனாக வள்ளி முன் தோன்றி அவளைப் பற்றிய விவரங்களைக் கேட்டு அவளிடம் தன் தாகத்தைத் தணிக்குமாறு வேண்டி நின்றபோது வேடன் தலைவன் அங்கு வர வள்ளி அச்சமுற்றாள். அப்போது முருகன் வேங்கை மரமாக நின்றான்.

அங்கு வந்த வேடுவர்கள் புதிதாகத் தோன்றியுள்ள வேங்கை மரத்தை வெட்டி விட எண்ணினர். ஆனால், வேடர் தலைவன் அவர்களைத் தடுத்து குளுமை யான நிழல் தரும் அம்மரத்தை வெட்டாமல் விட்டுவிடுமாறு கூறினான்.

காடுகளைச் சுற்றிப் பார்த்துவிட்டு வேடர் மன்னன் திரும்பி வருவது கண்ட முருகன் ஒரு கிழவர் வடிவில் அவன் முன் தோன்றினார். நரைத்த தாடி மீசைகளுடன் சிவப்பழமாய்த் தோன்றிய முருகனை வேடத்தலைவன் வணங்கிட

அவனுக்கு விபூதி அளித்து ஆசி கூறினார் கிழவராக வந்த முருகன்.

கிழவர் வருகைக்குக் காரணம் கேட்க, அவர் வேடர் தலைவனிடம், தான் அவ்வேடனுக்குச் சொந்தமான அந்த மலையிலுள்ள குமரித்தீர்த்தத்தில் நீராட வந்திருப்பதாகக் கூறினான் குமரன்.

அப்போது வேடர் தலைவன் கிழவரிடம், அவர் விருப்பப்படி தீர்த்தத்தில் நீராடி தினைப்புனத்தில் காவல்புரியும் தன் பெண் வள்ளிக்குத் துணையாக இருக்கும்படி கூறிச் சென்று விட்டான்.

பின்னர் வள்ளியிடமிருந்து தேன், தினைமாவு பெற்று உண்ட முருகன் நீர்வேட்கை தணிய தண்ணீர் கேட்டார் வள்ளியிடம். அவள் கிழவரிடம் அங்கிருந்து ஏழுமலை கடந்து சென்றால் குடிநீர் கிடைக்கும் என்று கூற, கிழவர் வள்ளியை வழித்துணையாக வருமாறு வேண்டிட, அவளும் உடன் சென்றாள்.

நீரைக் காட்டித் தாகம் தீரும்வரை பருகுமாறு கூறி கரையிலேயே அமர்ந்து விட்டாள் வள்ளி.

சிறிது நேரம் கழித்து கிழவராக வந்த முருகன் நீர்வேட்கை தீர்ந்ததென்றும், ஆனால், அப்போது ஏற்பட்ட மோக தாகத்தைத் தணிக்குமாறும் வள்ளியை வேண்டினார். வள்ளி அதற்கு இசை யாமல் மறுத்து, ''வேடுவர் காணில் உமக்கு ஆபத்து ஏற்படும்'' என்று கூறி எச்சரித்து தன் இருப்பிடம் செல்லப் புறப்பட்டாள்.

அப்போது கந்தன் அண்ணன் கணபதியை நினைக்க, அவர் முரட்டு யானையாக வள்ளி முன் தோன்ற, அவள் அஞ்சி ஓடிவந்து கிழவர் வடிவில் இருந்த குமரனைக் கட்டிக்கொண்டு தன்னை யானையிடமிருந்து காப்பாற்ற வேண்டி னாள். மேலும், அவர் சொன்னபடி நடந்துகொள்வதாகவும் கூறினாள்.

முருகன் அண்ணனை மனதில் வேண்டிக்கொள்ள யானை மறைந்தது. இவ்வாறு கணபதி அருளால் கந்தன் தன் எண்ணத்தை ஈடேற்றிக்கொண்டார். இறுதியில் வள்ளிக்கு வேங்கை மரம், வேடன், கிழவன் என்று வந்த முருகன் தன் சுய வடிவில் காட்சி தர ஏன் இந்த விளையாட்டு என்று வள்ளி கேட்டாள்.

அப்போது முருகன் வள்ளியின் முற் பிறப்பில் விஷ்ணு மகளாகித் தன்னை அடைய தவம் புரிந்ததையும் எடுத்துக் கூறி, அன்று அவளுக்குத் தந்த வரத்தின் படியும், அவள் மீது கொண்ட மைய லாலுமே இந்த விளையாட்டு என்றான் முருகன். மேலும் அவளை முன்னே செல்லும்படியும், தான் பின்னால் வருவ தாகவும் கூறி அவளை அனுப்பி வைத்தார்.

வள்ளியின் உடலில் ஏற்பட்ட மாற்றத்தைக் கண்ட தோழியர் காரணம் கேட்டு சர்ச்சை செய்து கொண்டிருந்த போது வேலன் வேடன் வடிவில் அங்கு வந்து அந்தப் பக்கம் தன் அம்பால் அடிபட்ட யானையைக் கண்டீர்களா என்று கேட்கையில் வள்ளியின் கண் களும், அவ்வேடன் கண்களும் ஒன்றியதை தோழி கண்டு கொண்டாள். அவள் பக்கத்தில் இருந்த வயலுக்குச் சென்றாள்.

அவளிடம் வேடன் வள்ளியைத் தன்னுடன் சேர்த்து வைக்க வேண்டினார். அவளும் அழைத்து வருவதாகவும், ஆனால் வேடர்கள் கண்ணில் பட்டால் ஆபத்து என்றும் எச்சரித்தாள்.

சோலையில் முருகனும், வள்ளியும் சந்தித்து அளவளாவி மகிழ்ந்தனர். சிறிது நேரம் கழித்து அங்கு திரும்பி வந்த தோழி வள்ளியை முருகனிடமிருந்து பிரித்து அழைத்துச் சென்றாள்.

தினைகள் நன்கு முற்றிவிட தினைப் புனக் காவலும் முடிவுபெற்றது. வள்ளி யும், தோழியும் வீட்டை அடைந்தனர்.

வள்ளியின் உடல், உள்ள மாற்றங் களையும், அவள் சதாசர்வகாலமும் முருகனையே எண்ணி எண்ணி ஏங்கு வதையும் கண்ட பெற்றோர்கள் வள்ளிக் கும் முருகனுக்கும் இடையே உள்ள தொடர்பு பற்றி அறிந்து கொண்டனர்.

அன்றிரவு வள்ளியின் வீட்டின் பின்புறம் வந்து காத்திருந்த முருகனிடம், வள்ளியின் தோழி அவளை அழைத்து வந்து ஒப்படைத்தாள். இரவு முழுவதும் இருவரும் மனமகிழ்ச்சியுடன் கழித்தனர்.

விடியற் காலையில் வள்ளியைக் காணாமல் எல்லோரும் பல இடங்களி லும் தேடி அலைந்தனர். கடைசியில் வள்ளி முருகனுடன் இருப்பதைக் கண்டுகொண்டு அவன் மீது பாணங்கள் எய்தனர். வள்ளி மிகவும் பயம் கொண்டாள்.

ஆறுமுகன் சேவலை நினைக்க அது வந்து பயங்கரமாய் கத்த அனைவரும் அஞ்சி ஓடினர். பலர் தரையில் சாய்ந் தனர். வள்ளியின் தந்தையும் வீழ்ந்து கிடந்தார்.

அப்போது அங்கு வந்த நாரதர் இறந்துகிடக்கும் வள்ளியின் தந்தையை யும், மற்றோர்களையும் உயிர்ப்பித்து வள்ளியை முறைப்படி திருமணம் செய்துகொள்ளுமாறு பிரார்த்தித்தார்.

உடனே வள்ளியுடன் முருகன் இறந்தவர்களிடையே சென்று, வள்ளி யிடம், அவர்களைக் கண்களால் நோக்கி எழுந்திருக்குமாறு கூறச் செய்ய அனை வரும் விழித்து எழுந்தனர். அப்போது முருகன் சண்முகனாக ஆறு தலைகளும், பன்னிரண்டு கண்கள் கூடிய முகத்துட னும் காட்சி அளித்தார்.

அப்போது அவ்விடம் நாரதர் வந்தார். வள்ளியுடன் புலித்தோல் இருக்கையில் அமர்ந்தார். வேலன் தன் சுய உருவத்தில் தோன்றினார்.

நாரதர் அக்கினி வளர்த்துத் திருமணச் சடங்குகள் செய்து வைத்தார். வள்ளியின் தந்தை கையில் அவன் மனைவி நீர் வார்க்க முறைப்படி முருகன் - வள்ளித் திருமணம் நடந்தேறியது. அங்கு அப்போது பார்வதி பரமேசுவரர்களும் தோன்றி வள்ளித் திருமணம் கண்டு களித்து ஆசி கூறினர். இந்திராதி தேவர் களும் மலர்மாரி பொழிந்து வாழ்த்தினர்.

பிறகு கந்தன் - வள்ளியுடன் ஸ்ரீபரிபூர்ண கிரியை அடைந்து அந்தக் கிரியின் சிறப்புகளை எல்லாம் வள்ளிக்கு எடுத்துரைத்தார். மற்றும் அங்கு இந்திரன் பூஜித்து வரங்கள் பெற்ற விவரமும் கூறிட இவற்றைக் கேட்ட வள்ளி மனமகிழ்ச்சி அடைந்தாள்.

அந்த மலை மீது முருகன் லிங்கப் பிரதிஷ்டை செய்து பரமனை வழிபட்டு அவர் அருளைப் பெற்றார். பின்னர் வள்ளியுடன் விமானத்தில் ஏறி கந்த கிரியை அடைந்தார்.

தெய்வயானை, வள்ளியையும், முருகனையும் இன்முகம் காட்டி வரவேற்று அகமகிழ்ந்தாள். தனக்கு ஒரு துணை வந்திருப்பதாகக் கூறி மகிழ்ச்சி உற்றாள்.

பின்னர் முருகப் பெருமான், வள்ளி பற்றிய விவரங்களை எடுத்துரைத்தார். இறுதியில் முன்பு திருமாலின் புதல்வி களாகிய தன்னைக் குறித்து தவம் செய்து வேண்டியவாறு இப்போது தெய்வ யானை வள்ளியாகத் தோன்றிய அவர்களைத் தான் மணந்ததாகவும் கூறி முடித்தார்.

நவரத்தின சிம்மாசனத்தில் வள்ளி, தெய்வயானை சமேதராய் அமர்ந்து முருகன் அனைவருக்கும் காட்சி தந்தருளினார். அவர் கட்டளைப்படி மயில், சேவல், ஆடு, வேல், விமானம் ஆகியவை வந்து சேர்ந்தன. அந்த அரிய காட்சியை இந்திராதி தேவர்களும்

எல்லையில்லா ஆனந்தம் கொண்டு அவன் அருளைப் பாராட்டி மகிழ்ந்தனர்.

ஸ்ரீ வல்லீ, தெய்வயானை சமேத
ஸ்ரீ சுப்பிரமணிய ஸ்வாமியே நம:

ஆறிரு தடந்தோள் வாழ்க
ஆறுமுகம் வாழ்க வெற்றியைக்
கூறு செய் தனிவேல் வாழ்க,
குக்குடம் வாழ்க செவ்வேள்
ஏறிய மஞ்சை வாழ்க
யானைதன் அணங்கு வாழ்க
மாறிலா வள்ளி வாழ்க
வாழ்கசீர் அடியார் எல்லாம்.

கந்த புராணச் சுருக்கம் முடிவு பெற்றது.

■■■

ஸ்ரீ பவிஷ்ய புராணம்

ஸ்ரீ கல்கி அவதாரம்

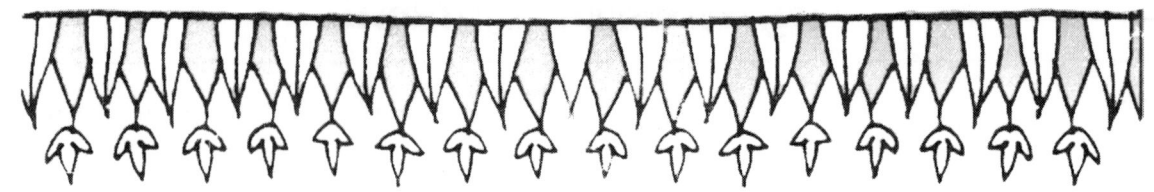

11
ஸ்ரீ பவிஷ்ய புராணம்

1. முன்னுரை

பதினெண் புராணங்கள் வரிசையில் ஒன்பதாவது பவிஷ்ய புராணம். இதனை பவிஷ்யத் புராணம், பவிஷ்ய புராணம், பவிஷ்யோத்தர புராணம் என்று பலவாறாகக் கூறுவர். இது ஒரு சிறிய ராஜச புராணம் ஆகும்.

'பவிஷ்யம்' என்றால் 'வருங்காலம்' என்று பொருள். இதில் எதிர்காலத்தில் நடக்கும் நிகழ்ச்சிகளை ஞான திருஷ்டி யாலோ (அ) வேறு வகையிலோ அறிந்து கூறப்பட்டிருக்கிறது எனக் கருதப்படும் புராணம்.

வேத வியாசருக்கு ஆறு சீடர்கள் இருந்தனர். அவர்கள் சுமந்து, ஜைமினி, பைலா, வைசம்பாயனர், சுகதேவர், லோமஹர்ஷனர் ஆவர். இவர்களில் சுமந்து பிஷதனிகர்க்குக் கூறிய வரலாறே பவிஷ்ய புராணம்.

புராணம்

பிரம்மா இவ்வுலகை ஆக்கி, காத்து, அழிக்கிறார். அவர் அளித்ததே வேதங்கள். அவருக்கு இணையான ஆசானோ, இறைவனோ இல்லை. அவர் அறிவுக் களஞ்சியம். சரஸ்வதி அறிவுக் கடவுள் அதாவது கலைமகள்.

பிரம்மனுக்கு ஆலயம் கட்டுபவர்க்கு முக்தி கிடைக்கும். பிரம்மன் சுயம்பு. அவர் தனது சக்தியால் இந்த உலகைத் தோற்றுவித்தார்.

அவர் மானசீகமாக மரீசி, அத்திரி, அங்கிசர், புலஸ்தியர், புலஹர், கிரது, வசிஷ்டர், பிருகு, தக்ஷன், நாரதன் ஆகியோரைத் தோற்றுவித்தார்.

கணேசர்

மனிதன் ஆணவத்தை அடக்கியாள கணேசரைத் தோற்றுவித்தார். அவரை வழிபட்டே மனிதன் வெற்றி பெற முடியும். அவரை வழிபடுவோர்க்கு எடுத்த காரியங்கள் தடையின்றி வெற்றி பெறும். அவர் சித்திநாதர் என்றும் பெயர் பெற்றார்.

எனவே, கணேசனை முன்வைத்து மன்னர் ஆட்சி செய்தார். ஆசிரியர் கற்பித்தார். உழவுத் தொழிலும், வாணி கமும் வளர்ந்தன.

2. சூரியன் சரிதம்

இப்புராணத்தில் முக்கிய கடவுள் சூரியன். பிரம்மனின் மானச புத்திரர் களில் தக்ஷப்பிரஜாபதியும் ஒருவர். தக்ஷன் தன் மகள் அதிதியைக் காசியப முனிவருக்கு மணம் செய்து வைத்தார். அவர்கள் சேர்க்கையால் ஓர் அண்டம் உண்டாகியிருந்தது. அது மாறாமல் இருந்திட அது செத்துவிட்டதாகக் கருதினர். அப்போது காசியபர் அண்டம் மடியவில்லை என்றார். அதாவது மார்த்தாண்டம் எனப்பட்டது. அதுவே சூரியன் ஆகும்.

சூரியன் விசுவகர்மாவின் மகள் ஸம்ஜ்ஞாவை மணந்தார். அவர்களுக்கு யமன் என்ற புத்திரனும், யமுனா என்ற பெண்ணும் பிறந்தனர்.

ஸம்ஜ்ஞாவால் சூரியனின் ஒளியைத் தாங்க முடியாமல் சாயா (நிழல்) என்றொரு பெண்ணைத் தோற்றுவித்து சூரியனுக்குத் தெரியாமல் தனக்குப் பதிலாக இருக்கச் செய்து அவள் தாய்வீடு சென்றுவிட்டாள். இதனை யாருக்கும் சொல்லக்கூடாது என்று சாயாவிடம் கூற அவள் தனக்குச் சாபம் எதுவும் ஏற்படாத வரை வெளிப்படுத்துவதில்லை என்று வாக்களித்தாள்.

சில நாட்கள் கழிந்தன. விசுவகர்மா வுக்கு தன் மகள் செயலில் ஐயப்பாடு எழ அவள் தந்தை வீட்டை விட்டு வெளி யேறி உத்தரகுரு நாட்டில் ஒரு பெண் குதிரையாகித் திரிந்து வந்தாள்.

நிழலை நிஜம் என்று கொண்டு சூரியன் சாயாவுடன் வாழ்ந்து வருகை யில் அவர்களுக்கு ச்ருதஷர்வ, ச்ருதசர்மா, தபதி என மூன்று குழந்தைகள் பிறந்தன. பிற்காலத்தில் ச்ருதஷர்வ சவர்ணி மனு ஆனான். ச்ரதசர்ம சனி கிரகமானது.

ஒரு நாள் தபதி, யமுனை இருவர்க்கும் ஏற்பட்ட சண்டையில் உண்மை வெளிப் பட்டது. அப்போது தபதி, யமுனையை யும், யமுனை தபதியையும் நதியாகச் சபிக்க இருவரும் நதி ஆயினர்.

இதனால் கோபமுற்ற சாயாவை யமன் காலால் உதைக்கப் போக யமனின் பாதத்தைப் பூச்சிகள் அரிக்கும் என சபித்தாள். அவ்வமயம் அங்கு வந்த சூரியன் சாபத்தை தான் மாற்ற முடியாது என்றும், அதனால் பாதத்திற்கு ஒன்றும் ஏற்படாது என்றும் கூறியதுடன், தபதி, யமுனை புண்ணிய நதிகளாகியின.

அப்போது வேறு வழியின்றி சாயா நிகழ்ந்ததனைத்தும் சூரியனுக்குக் கூறினாள். சம்ஜ்னாவைத் தேடிச் சென்ற சூரியனிடம் விசுவகர்மா அவனிடமுள்ள அதிக தேஜஸை அவளால் தாங்க முடிய வில்லை என்று கூறி, சூரியனிடமுள்ள அதிக தேஜஸ்ஸை அகற்றிவிட அவன் மிக்க அழகனானான்.

இந்நிகழ்ச்சி ஷகத்வீபத்தில் நடந்தது. உத்தரகுரு நாட்டில் சஞ்சனா பெண் குதிரையாக இருப்பதை அறிந்த சூரியன் அங்கு ஆண் குதிரையாக மாறி இருவரும் இணைந்திட அவர்களுக்கு அச்வினி குமாரர்கள் என்ற இரட்டையர் பிறந்தனர். அவர்கள் பின்னர் தேவலோக மருத்துவர் ஆயினர்.

குதிரைகள் முன் உருவைப் பெற்று வாழும்போது ரேவந்தா, அரஜ்வநிதா என்ற மகன் பிறந்தான். அவன் குஷ்யகர் களின் அரசன் ஆனான்.

சூரியக் கடவுள்

யாஜ்ஞவல்கியரிடம் பிரம்மா கூறினார்:-

மூவுலகுக்கும் ஒளி தருபவன் சூரியன். எல்லாவற்றிலும் நிறைந்து ஒளியாக விளங்குகிறான். அவன் கடவுளர்க்கெல் லாம் கடவுளாகி முத்தொழில் புரியும் மூல புருஷனாகிறான். அவனுக்கு இணை யாருமில்லை.

''என்னை வணங்கி வழிபடுவோர் இறுதியில் என்னை வந்து அடைவர்'' என்று சூரியன் சொன்னான்.

1) 'மா' என்றால் சூரியன். எனவே சூரியனை வழிபடுவோர் ''மாதர்கள்'', ஒரு சமயம் கிருஷ்ணன், ஜாம்பவதி மகனான சாம்பன் தொழுநோயால் அவதிப்பட, அவன், சந்திரபாகா நதிக் கரையில் சூரியனுக்குக் கோயில் கட்டி வழிபட்டு நோய் நீங்கப் பெற்றான்.

ரிஜிஹ்வா என்பவர் ஒரு முனிவர். அவர் அக்கினி தேவனின் பக்தர். அவருடைய பத்தினி நிக்ஷுபா சூரியனை மணந்தாள். தனக்குத் தெரியா மல் நடந்த திருமணம் என்று கோபம் கொண்ட ரிஷி அவர்களுடைய மகன் உபயோகமற்றவனாகச் சபித்தார்.

இதனால் வருத்தமுற்ற நிக்ஷுபா சூரியனிடம் கூற அவர் ரிஷி சாபத்தை

மாற்ற வழியில்லை என்றும், ஆனால் அவருடைய மகனின் புத்திரர்கள் அவர்கள் வம்சத்தில் சிறந்தவர்களாக வாழ்வர் என்றும் கூறி மகிழ்வித்தான்.

மாகப் பிராம்மணர்

அவர்கள் 'மாகப் பிராமணர்கள்' எனப் பட்டனர். அவர்கள் அவயங்கம் (பூணூல்) தரித்து சிறந்த அக்கினி பகவானை வழிபடுவோர் ஆயினர். அவர்கள் வாயைத் துணியால் மூடி தூய்மை படுத்தினர். அவர்கள் சூரியன் ஆலயத்தில் பூஜை செய்ய நியமிக்கப்பட்டனர். சூரியனை வழிபடும் மற்றவர்கள் 'போஜகர்கள்' எனப்பட்டனர்.

போஜகர்கள்

அவ்யங்கா (பூணூல்) மாகப் பிராமணர்களால் அணியப்படும். அவர்கள் தாடி வளர்ப்பர். வாயைத் துணியால் மூடி இருப்பர். 'அவ்யங்கா'வின் அடிப்பகுதியில் விஷ்ணுவும், நடுவில் பிரம்மனும் முனையில் சிவனும் உள்ளனர்.

மாகர்களை விடப் போஜகர்கள் சிறப்பித்துப் பேசப்பட்டனர். வேதங்களுக்குச் சமமான நூல், கங்கைக்குச் சமமான நதி, அசுவமேத யாகத்திற்கு இணையான யாகம். புத்திர சந்தானத்துக்குச் சமமான மகிழ்ச்சி, சூரியனுக்கு இணையான கடவுள், போஜகர்களுக்கு இணையானவர் யாரும் இல்லை.

சூரியனது வம்சமே போஜகர் என்றும், போஜகன் மட்டுமே முக்தி பெறுவான் என்றும் கூறப்படுகிறது.

போஜகர்களைப் பற்றிய மற்றொரு வரலாறும் உண்டு

சுவயம்புவ மனுவின் மகன் பிரிய விரதன் ஷகத்வீபத்தில் சூரியனுக்கு ஒரு கோயில் கட்டினான். அங்கு ஒரு சூரிய விக்கிரகத்தைப் பொன்னால் செய்து வைத்தான். ஆனால், கோயிலில் பூசை செய்யத் தகுதியானவர் எவரும் கிடைக்கவில்லை. எனவே, அவன் சூரியனைப் பிரார்த்தித்து சூரியன் தன் நெற்றியிலிருந்து இருவர், புயங்களிலிருந்து இருவர், கால்களிலிருந்து இருவர், கிரணங்களிலிருந்து இருவர் ஆக எட்டு பேரைத் தோற்றுவித்து கோயிலில் பூஜைக்கு நியமித்தார். இவர்கள்தான் போஜகர்கள்.

யமுனையின் தென்கரையில் கலாப்ரியா என்ற இடத்தில் சூரியனுக்கு ஒரு கோயிலும் அமைக்கப்பட்டது.

யமன்: யமன் பயங்கர உருவம் உடையவன். அவனுடைய தூதர்கள் யம தூதர்கள் எனப்படுவோர். உயிர்களின் பாவ, புண்ணியங்களைக் குறிப்பிட்டு அவர்களை நரகம் (அ) சொர்க்கத்திற்கு அனுப்பும் பணி, யமனின் உதவியாளர் சித்திர குப்தனைச் சாரும்.

பயங்கர பாதை வழியாக இந்த உயிர்கள் யமபுரத்திற்கு அழைத்துச் செல்லப்பட்டு அங்கு அவர்கள் பாவ கர்மாக்களைப் பற்றி அறிவிக்கப்பட்டு, அதற்கேற்ப நரகத்திற்கு அனுப்பி, அங்கு உயிர்கள் தண்டனை பெறும்.

3. ஆலயங்கள் அமைத்தல்

ஆலய நிர்மாணம் செய்வோர் யாகங்கள் செய்தல், மக்கள் நலனுக்காக நீர் நிலைகள் அமைத்தல் போன்றவற்றால் ஏற்படும், புண்ணியமும் பெறுவதோடு மோக்ஷமும் அடைவர்.

அழகிய ஆலயமே ஆண்டவன் குடியிருக்கும் கோயில். அதனைச் சுற்றி குளம், நந்தவனம், அன்னப்பறவைகளில் குரல் ஒலித்தல் போன்றவற்றுடன் அமைதி, மகிழ்ச்சி, தருவனவாக அமைய வேண்டும்.

நன்கு பயிர் விளையும் இடம், தோண்டும்போது மேகம் (அ) பேரிசை ஒலி தரும் நிலம் ஏற்றது. வெண்மை நிற நிலம் அந்தணர்களுக்கும், செந்நிற பூமி

க்ஷத்திரியர்களுக்கும், மஞ்சள் நிற நிலம் வைசியர்களுக்கும், கருப்பு நிலம் மற்றவர்களுக்கும் உகந்தது என்பர்.

நிலத்தைச் சோதித்து ஏற்க வேண்டும். அதற்காக ஒரு பள்ளம் தோண்டி அந்த மண்ணைத் திரும்பவும் அதிலேயே நிரப்ப மண்மிகுதியானால் அது உயர்ந்த, சிறந்த நிலம் எனக் கருதப்படும். எடுத்த மண்ணும், நிரப்பிய மண்ணும் சமமானால் அது மத்திமம். இத்தகைய நிலம் பரிந்துரைக்கப் படாவிடினும் அதில் ஆலயம் எழுப்பலாம்.

ஆனால், பள்ளம் எடுத்த பின் அப்பள்ளத்தை அதே மண்ணால் நிரப்ப முடியாவிட்டால் அந்த இடம் அதம மாகும். அதில் ஆலய நிர்மாணம் கூடாது.

சூரியனுக்கு அதற்கேற்ற வழிமுறை யில் இடம் நிர்ணயிக்கப்பட வேண்டும்.

கோயில் கிழக்கில் வாசல் இருக்க வேண்டும். இல்லாவிட்டால் மேற்கில் அமையலாம். கோயிலுக்கு மேற்கில் குளம், வடக்கில் அக்கினி வழிபாட்டுக் கான இடம் இருக்க வேண்டும்.

சூரியனுடைய ஆலயத்துக்கு வடக்கு, கிழக்கு, மேற்கில் அரன், அயன், அரி ஆகிய கடவுளர்களுக்கான ஆலயம் அமைக்க வேண்டும். சுற்றிலும் சிறு தேவதைக்கான ஆலயங்கள் கட்டலாம். கோயில் வளாகத்தில் புராண மண்டபம் ஒன்று புராணம் சொல்பவர்களுக்கென இருக்கையுடன் இருக்க வேண்டும்.

பூசை, அர்க்கியம் ஆகியவற்றிற்கு உதயகால பூஜைக்கு வலப்புரத்திலும், மாலை அர்க்கியத்திற்கு இடப்புறமும் இருக்க வேண்டும். ஆலயங்களுக்கென அமைப்புகள் பற்றி விசுவகர்மா சுமார் 3000 வகைகளைச் சொல்லியிருப்பினும் சில முக்கியமானவற்றைப் பற்றி மட்டும் இங்கு குறிப்பிடப்பட்டுள்ளது.

1) பல முனைகளுடன் கூடிய பலமாடி வகை 'மேரு' எனப்படும்.

2) ஒரே முனையுடன் கூடியதனால் அது 'மந்தரம்' ஆகும்.

3) அத்தகைய மற்றொரு வகை 'கைலாயம்' எனப்படும்.

4) பல மாடிகள், பல உச்சிகள் கொண்டது 'விமானச்சந்தம்' எனப்படும்.

5) சிகரம், கோபுரம் இன்றி பல மாடிகள் உடையது 'நந்தனம்' ஆகும்.

6) வட்டமாக ஒரே மாடி உடையது 'சமுத்ரம்' எனப்படும். அத்தகைய அமைப்பே 'விருத்தம்' 'விருஷம்' 'மிருக சிம்மம்' என்றும் பெயர் பெறும்.

7) தாமரை மலர் போல், ஒரேமச்சு கொண்டது 'பத்மம்' எனப்படும்.

8) கருடனைப் போன்று அமைப்பு உடையது 'கருடன்' என்றும் ரிஷபம் போன்றது 'நந்தி' என்றும், யானை முதுகுபோல் அமைந்தது 'கஜகுஞ்சா' என்றும் பெயர் பெறும்.

9) குகை போன்றது 'குகைராஜா' எனப்படும்.

10) அன்னம் பறப்பது போல் நீள் வட்டமாக அமைவது 'ஹம்சம்' எனப் படும்.

11) நில அமைப்பு குடம் போன்றது 'கும்ப கடம்' ஆகும்.

12) அடித்தளம் சதுரமாய், பல கிளைகளுடன் கூடி, ஐந்து மச்சு கொண்டது 'சர்வதோ பத்திர' எனப் படும்.

13) சதுர அடித்தளத்தில் ஒரே சிகரத்துடன் கூடியது. 'சதுரஸ்ர', 'வவ்ரிஜ்ஹத்', 'சதுஷ்கோண' என்று பெயர் பெறும்.

14) ஒரே மாடியுடன் எட்டு பக்கங்கள் கொண்டது 'அஷ்டஹ்ரம்' எனப்படும்.

15) பதினாறு பக்கங்கள் கொண்டு ஒரு மாடி உடையது 'ஷோடஷ்ர' எனப்படு கிறது.

4. விக்கிரகங்கள் (அ) கடவுளர் பிரதிமைகள்

இறைவனின் பலவித திருமேனிகள் பல பொருள்களால் உருவாக்கப்படுகின்றன. அவை தங்க விக்கிரகம், வெள்ளி விக்கிரகம், செப்புத்திருமேனி மற்றும் மண்ணால், கல்லால், மரத்தால் ஆனவை என்று பலவகைப்படும். பொதுவாக உற்சவமூர்த்திகள் பஞ்ச லோகம் எனப்படும் ஐம்பொன் கொண்டு வார்க்கப்படுகின்றன.

மரத்திருமேனி வழிபாடு நீண்ட ஆயுளும் செல்வமும் அளிக்கும். மண்ணாலானவை எங்கும் மகிழ்ச்சி அளிக்கும். ரத்தினக் கற்களால் உருவாக்கப்படும் விக்கிரகம் வாழ்வில் செழுமை தரும். தங்க விக்கிரகம் வலிமையையும், வெள்ளி உருவங்கள் புகழையும், செப்பு புத்திர சந்ததியையும் தரும். கற்சிலை வழிபாடு நிலபுலன்கள், ஐஸ்வர்யம் அருளும்.

வைரம் பாய்ந்த தேவதாரு, சந்தன மரம், வில்வம், மாமரம், வேப்ப மரம், பலாமரம், சிவப்பு சந்தன மரம் ஆகிய ஏதாவதொரு மரத்தை எடுத்து உபயோகிக்க வேண்டும்.

சூரிய பகவானுடைய திருமேனியை செய்யும் முறை. உருவம் எண்பத்தி நான்கு விரல் அளவு இருக்க வேண்டும். முகம் பன்னிரண்டு விரற்கடை நீளம். அதில் மூன்றில் ஒரு பங்கு முகவாய்க் கட்டை இருக்க வேண்டும். மீதி நெற்றியும், மூக்குமாக அமைய வேண்டும். கண்கள் இரண்டு விரற்கடை. அதில் பாதி கண் விழிப்படலம்; அதில் மூன்றில் ஒரு பங்கு கண்விழி; முகம் முப்பத்திரண்டு விரற்கடை கழுத்தும், மூக்கும் சமமாக இருக்கும்.

கரங்கள், புஜங்கள், கால்கள், தொடைகள் சமமாக இருக்க வேண்டும். பாதம் ஆறு விரற்கடை நீளம் நான்கு விரற்கடை அகலம் இருக்க வேண்டும். கால் விரல்கள், அவற்றின் நகங்கள் சிறியவையாக இருக்க வேண்டும்.

புஜம், மார்பு, தொடை, இரப்பை, நெற்றி, மூக்கு, கன்னங்கள் ஆகியவை உயர்ந்து இருக்க வேண்டும். பெரிய கண்கள், சிலந்தி உதடுகள், தாமரை போல் முகம் அமைய வேண்டும்.

விக்கிரகத்தை ஆடை ஆபரணங்களால், மலர்களால் அலங்காரம் செய்ய வேண்டும்.

மேற்கூறிய அளவில் குறைபாடு ஏதுமின்றி அமையுமாறு மிக்க கவனத்துடன் உருவாக்க வேண்டும். இன்றேல் தீமை விளையும்.

எனவே, சிற்பக்கலை நிபுணர்களே இறைவன் திருமேனியைப் பயபக்தியுடன் உருவாக்குவர்.

5. சியாமளாவின் கதை

மிதிலா நகரில் ஊர்மிளா என்றொரு பெண்மணி இருந்தாள். அவளுக்கு ஒரு மகனும், மகளும் இருந்தனர். வருமானம் போதாமையால் அவள் அவந்தி நகருக்குச் சென்று ஓர் அந்தணர் வீட்டில் வேலையில் சேர்ந்தாள்.

ஒரு நாள் குழந்தைகளின் பசியைத் தீர்க்க அவர்கள் வீட்டிலிருந்து கொஞ்சம் கோதுமையைத் திருடினாள்.

ஊர்மிளா தன் பெண் சியாமளாவை யமனுக்குத் திருமணம் செய்து வைத்தாள். பின்னர் அவள் இறந்து விட்டாள்.

யமன் சியாமளாவிடம் தன் வீட்டில் அவள் எங்கு வேண்டுமானாலும் சுதந்திரமாகச் சுற்றிவரலாம். ஆனால், பூட்டி வைக்கப்பட்டிருக்கும் ஏழு அறைகளைத் திறக்கக் கூடாது; பார்க்கக்கூடாது என்றான்.

அவ்வாறே நடந்து வந்த சியாமளா ஒரு நாள், அவ்வறைகளில் என்ன

இருக்கிறது என்ற ஆவல் மேலிட அவற்றை ஒவ்வொன்றாகத் திறந்து பார்க்க ஆரம்பித்தாள்.

முதல் அறையில் அவஸ்தாயாணக் கொதிக்கும் எண்ணெய் கொப்பறையில் யம கிங்கரர்கள் அவள் தாயாரைத் தள்ளுவதைக் கண்டாள். துயரமுற்ற அவள் அந்த அறையைப் பூட்டிவிட்டு இரண்டாவது அறையைத் திறந்து பார்க்க அதில் அவளுடைய தாயாரை உரலில் போட்டு வாட்டுவதைக் கண்டாள். அதிகம் துயருற்ற அவள் அந்த அறையையும் மூடிவிட்டு மூன்றாவதைத் திறக்க அதில் அவளுடைய தாயாரின் நெற்றியில் ஆணிகள் அடிக்கப் படுவதைக் கண்டு அதிர்ச்சியுற்றாள். நான்காவது அறையில் அவள் தாயார் கோபம் கொண்ட நாய்களால் கடித்துக் கீறிக்கிடப்பதைக் கண்டாள். மற்ற மூன்று அறைகளில் அவளுக்கு நேரும் கொடுமைகளைக் கண்டு மிகவும் வருந்தி செய்வது அறியாமல் தவித்தாள்.

இது பற்றி யமனிடம் அவள்கூற, அவன், அவளது தாயார் செய்த குற்றத்திற்க்காகத் தண்டனைகளை அனுபவிக்கிறாள் என்று கூற, அவரைக் காப்பாற்றும் உபாயம் கூறுமாறு வேண்டினாள்.

அதற்கு யமன் சியாமளா முற்பிறவி யில் எட்டுமுறை 'புதாஷ்டமி' விரதம் அனுஷ்டித்து சேர்த்து வைத்துள்ள புண்ணியத்தைத் தானம் செய்தால் அவருடைய தாயார் நரகத்திலிருந்து விடு படுவாள் என்று கூறினாள். அவ்வாறே செய்ய அவளுடைய தாயார் நரகம் நீங்கி மோக்ஷம் அடைந்தாள்.

புதன் கிழமை அன்று வரும் அஷ்டமியில் செய்யப்படும் விரதம் 'புதாஷ்டமி விரதம்' எனப்படும்.

6. ஒரு பிசாசின் கதை

விதிஷ நாட்டில் ஓடும் வேத்ரவதி ஆற்றங்கரையில் ஒரு பிராம்மணன் கொளுத்தும் வெய்யிலில் மணலில் பிசாசு ஒன்று மிகவும் அவதிப்படுவதைக் கண்டு அதன் மீது தயை கொண்டு அதன் அத்தகைய நிலைக்குக் காரணம் என்ன என்று விசாரித்தான்.

அப்போது அந்தப் பிசாசு, தான் முற் பிறவியில் ஷிலாபத்திரன் என்ற பெயரில் வாழ்ந்து வந்த வைசியன் என்றும் தன் மனைவி, தன் மக்கள், தன் குடும்பம் என்றே வளமுடன் வாழ்ந்து வந்ததாக வும் கூறினான். எனினும் தான் பிறருக்கு எந்த உதவியும் செய்ததில்லை. முக்கிய மாக அந்தணர்களுக்குத் தானம் தருமம் செய்ததில்லை. அவர்களைப் பூசிக்கவும் இல்லை. கௌரவிக்கவும் இல்லை. பிறர்க்கென வாழாமல் தனக்கெனவே வாழ்ந்ததன் பலனாக இந்த ஆற்று மணலில் வறுக்கப்படுகிறேன். நான் கரையேற உதவுங்கள்'' என்று அந்தப் பிராமணரிடம் பிசாசு கேட்டது.

அப்போது அப்பிராமணர் தான் பத்து ஆண்டுகளுக்கு முன் சுக்கிர துவாதசி விரதம் இருந்ததாகவும், அந்தப் புண்ணி யத்தை அந்தப் பிசாசுக்கு தானம் அளிப்ப தாகவும் கூறி, அவ்வாறே செய்ய அந்தப் பிசாசு பாவம் நீங்கப்பெற்று நேராக மோக்ஷ உலகத்தை அடைந்தது.

சுக்கிர துவாதசியின் விரதப் பெருமை மிகவும் சிறந்தது. அந்தப் புண்ணியத்தை தானமாகப் பெற்ற அந்தப் பிசாசு மோட்சம் அடைந்ததல்லவா!

7. விரதங்களும் அவற்றின் பலன்களும்

5,6 கதைகளின் மூலம் புதாஷ்டமி விரதம், சுக்கிர துவாதசி விரதபலன்கள் பற்றி கூறப்பட்டன. விரதங்கள் எண்ணில் அடங்கா எனலாம். மேலும் சில விரதங்கள் பற்றி இனி அறியலாம்.

1) புண்ணியத் தல யாத்திரைகளால் அமையும் புண்ணியத்தை விட அதிக மான புண்ணியத்தை **'உபய துவாதசி'** விரதம் அளிக்கும்.

நெற்றியில் திருமண், திருநீறு, குங்குமம் போன்ற திலகங்களைப் பக்தியுடன் அணிபவர்களைக் கண்டு பகைவரும், தீய பேய் பிசாசுகளும் ஓடிவிடும்.

2) **'ஜதிஸ்மார விரதம்'** என்பது சந்திரோதயம் வரையில் மௌனம் காத்து இறை அருளைப் பெறுதல். 'ஜதிஸ்மார' என்றால் முற்பிறவியில் நிகழ்ச்சிகளை நினைவு கூறுதல் ஆகும்.

3) **'ரசகல்யாணி விரதம்'** பார்வதியின் விக்கிரகத்தை நெய்யபிஷேகம் செய்து வழிபடல் ஆகும். இந்த விரதம் பற்றிய விதிமுறைகளைக் கேட்பவர் பிறருக்கு எடுத்துணர்த்துபவர் பார்வதியின் அருளைப் பெற்று அவருடைய இடத்தை அடைவர்.

4) **'அரித்ராணந்தசாரி விரதம்'** பார்வதி பரமேஸ்வரனைக் குறித்து அனுஷ்டிப்பது. இதை அனுஷ்டிப்பவர், இதைப் பற்றி கூறுபவர், கேட்பவர் இந்திர லோகம் அடைவர்.

5) **'மந்தரஷஷ்டி விரதம்'** பற்றிக் கூறுபவர், கேட்பவர், படிப்பவர் பாவங்களிலிருந்து விடுபடுவர்.

விரதங்களை அரைமனதுடன் (அ) அரை குறையாகச் செய்தால் கடவுட்களின் அருளுக்குப் பதில் கோபத்தைப் பெறுவர். அப்போது விஷ்ணுவை ஆராதித்து, நிவேதனம் அளித்து, மந்திர உச்சாடனம் செய்து **'அகண்ட துவாதசி விரதத்தை'** அனுஷ்டிப்பதன் மூலம் பகவான் கோபத்திலிருந்து தப்பலாம்.

பெண்களுக்கான விரதங்கள்

ஒரு பெண் பாரினில் அனந்த திரிதீய விரதத்தை அனுஷ்டிப்பதன் மூலம் அசுவமேத யாகப் பலனைப் பெறலாம்.

விரதங்கள் அனுஷ்டிக்கும் பெண் மணிகள் சிவப்பு நிற ஆடையையும், கைம்பெண்டிர் மஞ்சள் நிற ஆடையையும், கன்னிப் பெண்டிர் வெண்ணிற ஆடையையும் அணிய வேண்டும்.

சூரியனைக் குறித்து அனுஷ்டிக்கப்படும் விரதங்கள்

1) **'அபய சப்தமி விரதம்'** சிராவண மாதச் சுக்கிலபக்ஷத்தில் இந்த விரதத்தை அனுஷ்டிப்பவர் சூரியலோகத்தை அடைவர்.

2) **'அபயபக்ஷ சப்தமி விரதம்'** பௌஷ மாதத்தில் (தை) சப்தமி திதியில் இந்த விரதத்தை அனுஷ்டிப்பது சூரியனைப் பூஜித்து, அந்தணர்களுக்கு உணவளித்து, தட்சிணை அளிப்பதால் சதுர்வித புருஷார்த்தங்களைப் பெற லாம்.

3) **'அனந்த சப்தமி விரதம்'** பாத்திர பத (புரட்டாசி) சுக்கில பக்ஷத்தில் அனுஷ்டித்தால் அதன் பலனாக சூரிய லோகம் அடையலாம்.

4) **'பத்திர விரதம்'** சூரியன் விக்கிரகத்தை நெய், பால் ஆகியவற்றால் அபிஷேகம் செய்து வழிபடவேண்டும். பகலில் தூங்குவதும் தீய சகவாசமும் கூடாது. சூரியலோகம் கிட்டுவதே இதன் பலன்.

5) **'கமல ஷஷ்டி விரதம்'** ஷஷ்டியிலும், காமத சப்தமி விரதம் சப்தமியிலும் அனுஷ்டிக்கப் பட வேண்டும்.

'மகாசப்தமி விரதம்' சப்தமி திதியிலும் செய்யப்படும்.

6) **'மகாதூய சப்தமி விரதம்'** மார்த்தாண்ட சப்தமி விரதம். உபய சப்தமி விரதம் ஆகியவையும் சப்தமியில் செய்யப்படும்.

7) **'துர்க்கந்த நாசன விரதம்'** சூரியனுக்குகந்த மரத்தை ஆனி மாத சுக்கிலபக்ஷத்தில் பூஜிப்பதால் உடலில் கெட்ட வாசனை அகலும்.

8) **'ஹ்ருதயாதித்வன விரதம்'** அனுஷ்டிப்பதால் துன்பங்கள் அகலும்.

9) **‘ஜயவிரதம்’**, ஜயசப்தமி விரதம் சப்தமியில் அனுஷ்டிப்பது.

10) **‘காமப்ர ஆதித்யாதன விரதம்’** சூரியன் வழிபாடு உலக இன்பங்களை அளிக்கும்.

11) **‘மந்தா ஷஷ்டி விரதம்’** மார்கழி சுக்கிலபக்ஷ ஷஷ்டியில் மந்தாரபுஷ்பம் கொண்டு சூரியனை வழிபட்டால் மறுபிறவியில் உத்தம குடும்பத்தில் பிறப்பு நிச்சயம்.

12) **‘நரிஜனவிரதம்’**, நிக்ஷு பார்க்க விரதம் முக்தி அளிக்கும்.

13) **‘ஷர்கா சப்தமி விரதம்’** ஐப்பசி திங்கள் சப்தமியில் நீராடி, வெண்ணிற ஆடை அணிந்து கதிரவனை வழிபட்டு பிராமணர்களுக்கு உணவளித்து, தானமும் செய்ய வேண்டும்.

14) **‘சர்வத சப்தமி விரதம்’** மார்கழி தேய்பிறையில் செய்யப்படுவது உப்பு, எண்ணெய் நீக்கி சூரியனைப் பூசித்து பிராமணர்களுக்குத் தானம் அளித்தல் முக்தி கிட்டும்.

15) **‘திரிவர்க சப்தமி விரதம்’** பங்குனி சுக்கில பக்ஷத்தில் அனுஷ்டிக்க வேண்டும். தீயோர் சகவாசத்தை நீக்கும்.

16) **‘பாபநாசினி சப்தமி விரதம்’** பாபத்தை நீக்கும்.

17) **‘பாத்ரபத சுக்கிலபக்ஷ விரதத்தை’** ஓர் ஏழை செல்வந்தனாக அனுஷ்டிக்க வேண்டும். புலனடக்கம், கோபம் அடக்கம் அவசியம். இது வளர்பிறையில் அனுஷ்டிக்கப்படுவது.

18) **‘ரகசிய சப்தமி விரதம்’** எண்ணெய், நீல நிறம், இறைச்சி நீக்கி விரதமிருந்தால் உலகக் கோரிக்கைகள் நிறைவேறும்.

19) **‘ரோகஹராதித்யவன விரதம்’** பால் மட்டும் அருந்தி, தரையில் உறங்கி, பல மலர்களால் சூரியனை வழிபட்டால் சகலநோய்களும் நீங்கும்.

20) **‘ரதசப்தமி விரதம்’** சூரியன், அவன் தேர், சாரதி ஆகியோரை மார்கழி வளர்பிறை சப்தமியில் வழிபட வேண்டும். மறு பிறவியில் உயர் குலத்தில் பிறப்பு ஏற்படும். அந்தணர்க்கு போஜனம், தானம் அவசியம்.

21) **‘சங்கரநிதி விரதம்’** சூரிய வழி பாட்டினால் நீண்ட ஆயுள், நலவாழ்வு கிட்டும். அந்தணரை உண்பித்தல், அவர்க்குத் தானம் அவசியம்.

22) **‘சித்தரத சப்தமி’** விரதத்தில் சூரிய பூஜை வெற்றி தரும்.

மற்ற கடவுளர் வழிபாட்டு விரதங்கள்

வெவ்வேறு இறைவர்களுக்காக அனுஷ்டிக்கப்படும் விரதங்கள் ஏராளம். அவற்றில் சிலவற்றை இங்கு காண்போம்.

1) **‘அனந்த சதுர்த்தசி விரதம்’** சதுர்த்தசி அன்று விஷ்ணுவின் விக்கிரகத்திற்கு நெய்யபிஷேகம் செய்து வழிபட்டால் நற்குழந்தைகள் பிறக்கும். மாறாக, சிவபெருமானை வழிபட்டால் எல்லாக் கோரிக்கைகளும் நிறைவேறும்.

2) **‘அசோக விரதம்’** அசோக மரத்தை வழிபட்டால் சோகம் நீங்கும்.

3) **‘அஷன்ய ஷயன விரதம்’** இந்த விரதத்தை அனுஷ்டிப்பவர் நான்கு மாதகாலம் உபவாசம் இருந்து இனிப்பு, பழங்கள் பல கடவுளர்க்குப் படைத்து வழிபட்டால் கணவன், மனைவி ஒற்றுமை நிலைக்கும்.

4) **‘அவியோக திருதிய விரதம்’** சுக்கில பக்ஷ திருதியை அன்று அதிலும் மார்கழி மாதத்தில் இந்த விரதம் இருப்பின் தம்பதியர் ஒற்றுமை நிலைக்கும். இதில் வேறுவேறு கடவுளர்களையும் வழிபடலாம்.

5) **‘குக்குடி விரதம்’** புரட்டாசி மாதத்தில் பார்வதி, பரமேசுவரரை வழிபடும் விரதம் இது. இதில் தாலியை

அணிவதும் சேரின் குழந்தைகளின் அகால மரணம் தடுக்கப்படும்.

6) **'கோவத்ச துவாதசி விரதம்'** கார்த்திகை தேய்பிறை, துவாதசியில் பசுவையும், கன்றையும் வழிபடல், பிரம்மச்சரியம் இருந்து, தரையில் உறங்கினால் கோலோகம் கிட்டும். (விஷ்ணுவின் வாசஸ்தலமே கோலோகம் ஆகும்.)

7) **'கோவிந்த துவாதசி விரதம்'** பௌஷம் (தை) மாத சுக்கில பக்ஷ துவாதசியில் அனுஷ்டித்தல் வேண்டும். அன்று பசுக்களுக்கு உணவளித்து, பால் மட்டும் அருந்தி, உப்பைத் தவிர்க்க வேண்டும்.

8) **'கோஷ்பாத திருதியை விரதம்'** புரட்டாசி மாத சுக்கிலபக்ஷ திருதியை அன்று கோ பூசை செய்தால் நலம் பயக்கும். சமைத்த உணவு, எண்ணெய் உப்பு தவிர்க்க வேண்டும்.

9) **'சரசுவதி விரதம்'** நல்ல கல்வி, வித்தை பெற்றிட பதின்மூன்று மாதங்கள் சரஸ்வதி விரதம் அனுஷ்டிக்க வேண்டும்.

10) **'சாந்தி விரதம்'** கார்த்திகை மாதம் வளர்பிறையில் நாராயணனைப் பூஜிக்க வேண்டும். ஓராண்டு உப்பில்லா உணவு கொள்ள வேண்டும். இந்த விரத பலன் குடும்ப ஒற்றுமை தரும்.

11) **'உல்கா துவாதசி விரதம்'** மார்கழி துவாதசி அன்று விஷ்ணுவை ஆராதித்தால் உடல் குறைபாடான ஊமை, செவிடு, தொழுநோய் நீங்கும்.

12) **'நாக பஞ்சமி விரதம்'** பஞ்சமி அன்று உபவாசம் இருந்து நாகப் பிரதிமைக்குப் பாலபிஷேகம் செய்து பூஜித்தால் பாம்பு கடியிலிருந்து தப்பலாம்.

13) **'மதுக திருதியை விரதம்'** பங்குனி மாதம் திருதியைத் திதியில் மரத்துடன் கௌரியைப் பூசித்தால் புத்திர சந்தானம் கிட்டும்.

14) **'யம விரதம்'** உலகத்தில் அனைத்துக் கோரிக்கைகளும் நிறைவேற யம விரதம் அனுஷ்டிக்க வேண்டும்.

15) **'வட சாவித்திரி விரதம்'** புரட்டாசி மாத திருதியை அன்று தொடங்கி மூன்று நாட்கள் உபவாசம் இருந்து சத்தியவான், சாவித்திரி கதையை நினைவு கூற கணவன் மனைவி ஒற்றுமை நிலைக்கும்.

16) **'விநாயக சதுர்த்தி விரதம்'** வினாயக சதுர்த்தி அன்று கணேசனைப் பூஜைசெய்து விரதம் இருத்தல் வேண்டும். எள்ளை உட்கொண்டு, அக்னிக்கு நைவேத்தியம் செய்தல் வேண்டும். இதனால் தடைகள் நீங்கி காரிய சித்தி கிடைக்கும். (மேலும் பல விரதங்கள் – அக்னி புராணத்தில் காண்க.)

8. தானமும் தான பலனும்

(தானங்கள் பற்றி அக்னி புராணத்திலும் கூறப்பட்டுள்ளது.) தனம் பெற்றிருத்தல் தானம் அளிக்கவே. உடை, உணவு, நீர், பொன், தக்ஷணை ஆகியவற்றைப் பிராமணர்களுக்குத் தானம் அளிப்பதால் துரதிருஷ்டம் தொலையும். அவர்களுக்கு வாழ்த்து கிடைக்கும். இன்றேல் மறு வாழ்வில் நோய், பசி, உடையின்மை காரணமாய் பிச்சை எடுக்க நேரும்.

யஜ்ஞ, யாகம், சமயச் சடங்குகள் விரதம், தானம், தக்ஷணை இன்றி முடிவு பெறாது. விரதங்கள் பற்பல என்பது போல் தானங்களும் பல வகைகள் ஆகும்.

1) **'அக்னிஷ்டிக தானம்'** குளிர் காலத்தில் ஒவ்வொருவரும் குளிர் காய்வதற்கான அக்னியைக் காலை முதல் இரவு முடிய ஏற்பாடு செய்தல். இதனால் கோரிக்கைகள் நேரும்.

2) **'அபக தானம்'** புத்திரர்கள், பணியாளர்கள், செல்வம் ஆகியன பெற

ஆயிரம் பாத்திரங்கள் தானம் செய்தல் வேண்டும்.

3) **'அன்ன தானம்'** விஷ்ணுலோகம் அடைய அன்ன தானம் செய்க.

4) **'கல்ப தருதானம்'** பொன்னால் கல்பதரு ஒன்றைப் பழங்களுடன் செய்து ஓர் அந்தணர்க்குத் தானம் செய்பவர் சூரிய லோகம் சேர்ந்து, அப்சரசுகளால் சேளவ பெறுவர்.

5) **'கிருக தானம்'** கிருகம் (அ) வீடு தானம் சிவலோகப் பிராப்தி தரும்.

6) **'கோதானம்'** ஒரு படித்த ஏழை பிராமணனுக்கு அளிக்கும் கன்றுடன் கூடிய பசுதானம் முக்தி அளிக்கும்.

7) **'சப்த சாகர தானம்'** பாவங்களி லிருந்து விடுபட உப்பு, பால், வெல்லம், சர்க்கரை ஆகியவற்றை ஒரு பிராமணனுக்குத் தானம் செய்யவும்.

8) **'சய்ய தானம்'** ('சய்ய' படுக்கை :) முக்தி பெற ஒரு பிராமணனுக்குப் படுக்கை தானம் நன்மை பயக்கும்.

9) **'தாசி தானம்'** பட்டாடைகள் அணிவித்து, நகைகள் பூட்டி ஒரு வேலைக்காரியை ஓர் அந்தணருக்குத் தானம் செய்பவர்களுக்கு விண்ணுலகில் அப்சர ஸ்திரீகள் பணி செய்வர்.

10) **'தட்டு [அ] ஸ்தாலி தானம்'** செம்பு (அ) மண்தட்டில் உணவைத் தானம் அளிப்பவர்களுக்கு வீட்டில் என்றும் உணவுக்குக் குறை இருக்காது.

11) **'தானிய மலை தானம்'** மலை போல் குவிக்கப்பட்ட தானியம், வெல்லம், தங்கம், நெய் ஆகியன பிராமணனுக்குத் தானம் செய்வது.

12) **'துலாபாரம் [அ] துலாபுருஷ தானம்'** ஒருவன் எடைக்கு எடை தானியம், தயிர், உப்பு, வெள்ளி, பொன் போன்றவற்றை அளிப்பது இது. இதில் பாதி பிராமணருக்கும், கால் பங்கு பூசாரிக்கும், மீதி ஏழைகளுக்கும் கொடுக்கும் தானம் இது. இதனால் சூரிய லோகம் அடையலாம்.

13) **'பிரம்மாண்ட தானம்'** பொன் முட்டையின் மீது அரி, அரன், (அ) அயன் உருவமைத்துப் பிராமணனுக்குத் தானமாகத் கொடுப்பதால் அத்துடன் அந்தணருக்கு தானியம், செருப்பு, குடை போன்றவை கொடையாக அளிப்பதால் ஒருவர் பாவங்கள் நீங்கும். கோரிக்கை நிறைவேறும்.

14) **'பூமி தானம் [அ] நிலக் கொடை'** பாவங்களைத் தொலைக்கும்.

15) **'பிரப [அ] நீர்தானம்'** வழிப் போக்கருக்கு தண்ணீர் பந்தல் வைத்து குடிநீர் வழங்குதல் முக்தி அளிக்கும்.

16) **'மஹிஷிதானம்'** கறவை பெண் எருமையை அந்தணருக்குத் தானம் செய்தால் கோரிக்கை வெற்றி பெறும்.

17) **'ரிஷப தானம்'** எருது தானம் ஏழு பிறப்பு பாவங்களையும் நீக்கும்.

18) **'வித்யா தானம் [அ] கல்விக்கான கொடை'** புத்தகம், பேனா, மைக்கூடு போன்றவை தானம் செய்தல் மோக்ஷம் தரும்.

19) **'ஹயபங்க்தி தானம்'** தங்க ஏர், நவரத்தினங்கள் புதைத்து நாற்பது மாதிரி பொன் எருதுகள் தானம் அளித்தால் ஏழு பிறப்பிலும் முக்தி தரும்.

20) **'ஹிரண்ய கர்ப்ப தானம்'** பசித்தவர்க்கு அன்னமிட்டு, பிராமணர் களுக்குப் பொன் தினந்தோறும் தானம் செய்வது மோக்ஷத்துக்கு வழி வகுக்கும்.

9. வருணாசிரம தருமங்கள்

தலைப்பு ஒரேமாதிரி இருப்பினும் பவிஷ்ய புராணத்தில் வருணாசிரம தருமங்கள் சிறிது மாறுபட்டிருக்கின்றன என்று அறியலாம். வகுப்புகளில் மற்ற புராணங்களில் சொல்லப்பட்டது போல்

கண்டிப்பு இன்றி தளர்த்தப்பட்டி ருக்கிறது.

பிரம்ம புத்திரர்கள், பிராமணர்கள், பகைவரிடமிருந்து நாட்டையும் மக்களையும் காப்பவர் க்ஷத்திரியர்கள். வாணிபம், விவசாயம், கவனிப்பவர்கள் வைசியர்கள், வேதம் கற்பிக்கப்படாத வர்கள் சூத்திரர்கள்.

அந்தணர்கள் தொழில் வேதம் ஓதுதல், ஓதுவித்தல், புலனடக்கம், தன்னடக்கம் போன்றவை. போர்த்தொழில், போரில் வீரம் காட்டுதல், போர் நடவடிக்கை க்ஷத்திரியர் தொழில். வைசியர்கள் தொழில் முன் பத்தியில் கூறியவாறே மற்றவர்கள் இந்த மூவர்களிடமிருந்து உதவுதல்.

வேதம் கற்காமலிருந்தால், உபவாசம் இல்லாமை, யாகங்கள் செய்யாமை போன்ற நிலையில் இருக்கும் அந்தண னுக்கு அது குற்றமாகும். அரசர்கள் அந்தணர்க்கு யஜ்ஞ யாகாதிகளில் உதவுதல். நாட்டைக் காத்தல், குற்றம் புரிவோரைத் தண்டித்தல், கற்றல் ஆகிய வற்றைக் கவனிக்க வேண்டும். மற்றவர் கள் மேலே காட்டிய வழியே நடக்க வேண்டும்.

மாறுபடும் செய்திகள் : பிறப்பின் அடிப்படை காரணமின்றி பராசரர், சுகதேவர், வசிஷ்டர் போன்றவர்கள் உயர்ந்த நிலையில் இருந்தது சுட்டி காட்டப்படுகிறது. ஆனால் வித்தைகள், மறைகள் கற்றிருந்தாலும் சண்டாளர்கள் அந்தணர்கள் ஆக முடியாது. அந்தணர்க் குரிய குணநலங்கள் இல்லாதவர் மறை ஓதியிருந்தாலும் அந்தணர் அல்லர்.

அந்தணர், சூத்திரர் என்பது பெயரள வில் வேறுபாடே. சூத்திரர்களும் பூணூல் அணியலாம். சமயச் சடங்குகளிலும் வேறுபாடு இல்லை. மந்திரம், சமஸ் காரங்கள் ஒருவனுடைய தீய குணத்தை மாற்றாது. எனவே, சற்குணமே ஒருவர் குலத்தை உயர்த்துவதும் தாழ்த்துவதும் ஆகும். மற்ற கால்நடைகள் பராமரித்தல், பணியாளனாக இருத்தல், கடைகள் வைத்தல், கருமாராக இருத்தல் போன்றவை ஒருவனை அந்தணன் அல்லாதவர் ஆக்கும். அவர்களுடைய உணவில் இறைச்சி, வெங்காயம், பூண்டு போன்றவை கூடாது. அந்தணர்கள் கள் (அ) ஒட்டகப் பால் அருந்தக் கூடாது.

தன் குலதர்மத்தை விட்டவன் அக் குலத்தைச் சார்ந்தவன் அல்லன். ஒரு குலத்தில் உதித்தவன் மற்றொரு குலத்தவ னாக மாறலாம்.

சகத்வீபத்தில் மகர், மகதர், கனகர், மண்டகர் (அ) மண்டபர் என நான்கு பிரிவுகள் இருந்தன. அவர்கள் முறையே அர்ச்சகர்கள், படைவீரர்கள், குடும்பஸ் தர், தொழிலாளிகள் எனப்படுவர்.

ஒரு குலத்திலிருந்து மற்றொன்றுக்கு ஒருவன் மாறச் சுதந்திரம் உண்டு.

கல்வி

அடுத்து கல்வி, குரு, சீடன் பற்றி அறியலாம். குருவுக்கு பணிவிடை செய்து ஒருவன் சீடனாகி கற்பவன் கல்வி முடிந்தவுடன் சீடன், குருவுக்கு நிலம், பொன், குடை, பாதக்குறடு, உடை, தானியம், காய்கறி போன்றவற்றைத் தக்ஷிணையாகக் கொடுத்து அவரைத் திருப்தி செய்யலாம்.

காயத்திரி மந்திரத்தை, அதன் பொருளை நன்கு அறிந்தவர், மரியாதை உடையவர், சற்குரு சம்பன்னன் சற்குரு ஆவான். குருமார்களில் ஐந்து வகை சொல்லப்பட்டுள்ளன.

1) வேதங்களின் இரகசியப் பொருள் களை உபதேசிப்பவர் 'ஆசாரியன்'

2) பிழைப்புக்காக வேதம் கற்பிப்பவர் 'உபாத்தியாயர்.'

3) குருகுலம் இருந்து அதில் சீடன் சேர்ந்து அங்கு அனைத்துப் பணிவிடை களையும் செய்து கற்க உதவுபவர் 'குரு'.

4) யாகம் செய்பவர் 'ரித்விஜர்' எனப் படுவார்.

5) **மஹாகுரு :** ஆசாரியர்களில் சிறந்தவராய் எல்லோராலும் மரியாதை செய்யப்படுவர் 'மஹாகுரு' ஆவார். இராமாயணம், மகாபாரதம் நன்கு கற்றறிந்தவர். இறைவன் திருநாமங் களைப் பொருளுணர்ந்து உச்சரிப்பவர். மேலும், அவர் மும்மூர்த்திகளின் பிறப்பு, பதினைந்து புராணங்களைக் கற்றுத் தெரிந்தவராய் இருத்தல் அவசியம். இத்தகைய மகாகுரு அரிதாய் கிடைப்பார்.

கூலி : பவிஷ்ய புராணம் அக்காலத் தில் வேலைக்கேற்ற கூலி என்ற முறை யில் எந்தெந்த வேலைக்கு எவ்வளவு கூலி என்று கூறுகிறது.

வரதம் – ஒரு சிறு தொகை (அ) நாணயம். 20 வரதம் – ஒரு காசினி. 4 காசினிகள் – ஒரு பணம் (அ) 80 வரதம்.

தொழிலும் அதற்கான கூலியும்

1) செங்கல் அடுக்குதல் – கிணறு எடுத்தல், பாலம் கட்டுதல் – ஒவ்வொன்றுக்கும் கூலி 2 பணம்.

2) பெருக்குதல், பெண்டிர்க்கு அழகு செய்தல், மிளகாய், வெற்றிலை நடுதல், அரங்கு அமைத்தல், சலவைக்கல் பதித்தல், சலவை கூலி – ஒவ்வொன்றும் 1 பணம்.

3) வெண்கலத்தில் பொருள்கள் செய்தல், பருத்தி ஆடை செய்தல் – 3 பணம்.

4) செப்பு பாத்திரம் செய்தல், முடி அலங்காரம் – 4 பணம்.

5) வண்டி இழுத்தல் – 1 பணம், 10 வரதம்.

6) நிலத்தை உழுதல் – 2 பணம், 10 வரதம்.

7) முக க்ஷவரம் – 1 காசினி.

8) கம்பளி ஆடை நெய்தல், கருமாரத்தொழில், முடி நீக்கம் – 10 காசினிகள்.

பெண்களும் திருமணமும்

இப்புராணக் காலத்தின்படி பெண்க ளுக்கு இளமையிலேயே திருமணம் செய்து வைக்கப் படவேண்டும்.

7 வயது பெண் 'கௌரி', 10 வயது பெண் 'நக்னிக்', 12 வயது பெண் 'கன்யக' (அ) 'கன்னி' அதற்கு மேற்பட்டவள் 'ரஜஸ்வலா' என்பர். திருமண நிலை 'கௌரி' நிலை. அடுத்து சிறப்புடையது 'நக்னிக'. அதை அடுத்தது 'கன்னி'. 'ரஜஸ்வலா' மோசம் (அ) கேவலம் எனப்பட்டது. எட்டு வகைத் திருமணங் கள் வழக்கத்தில் இருந்தன. அவை பற்றிய விவரங்கள் கீழே கொடுக்கப் பட்டுள்ளன.

1) **பிரம்ம திருமணம் :** ஒரு பெண்ணை நன்கு அலங்கரித்து, புத்தாடை உடுத்தி ஆபரணங்களைப் பூட்டி ஒரு நற்குடியில் பிறந்து வளர்ந்த ஒருவன் கையில் ஒப்படைப்பது இது.

2) **தெய்வத் திருமணம் :** அக்னி வளர்த்து ஓமம் செய்து புரோகிதர்கள் முன்னிலையில் விதிப்படி நகை அணிந்த நங்கையைத் திருமணம் செய் வித்தல்.

3) **அர்ஷத் திருமணம் :** பெண்ணைப் பெற்றவர் திருமணச் சடங்குகளை முறைப்படி நடத்தி ஒரு நற்குடிப் பிறந்தவனுக்கு பசு (அ) எருதுடன் மணம் செய்விப்பது.

4) **பிராஜா பத்தியம் :** மதச் சம்பிர தாயங்களைப், பூசை ஆகியவற்றை என்றும் குறைவின்றி நடத்துமாறு அறிவுரை செய்து பெண்ணை ஓர் ஆண் பிள்ளைக்குத் திருமணம் செய்வித்தல்.

5) **அசுரத் திருமணம் :** பெண்ணுக் காகப் பணம் வாங்கிக்கொண்டு அவளை

ஒருவன் கையில் கொடுத்து விவாகம் செய்விப்பது.

6) சாருதர்வ மணம் : இது ஒரு காதல் திருமணம்.

7) ராக்ஷசத் திருமணம் : ஓர் ஆண், ஒரு பெண்ணை ரகசியமாக தூக்கிச் சென்று திருமணம் செய்து கொள்வது.

8) பைசாசத் திருமணம் : இதில் மணமகளை பலாத்காரமாகவோ (அ) மோசம் செய்து ஏமாற்றியோ திருமணம் செய்து கொள்வது பைசாசத் திருமணம் ஆகும்.

பிரம்ம, தெய்வ, அர்ஷத் திருமணங் களே அனுமதிக்கப்பட்டவை. இத்தகைய திருமணங்களால் பிறக்கும் குழந்தைகள் தம் மூதாதையரை விடுவித்து மகிழ்ச்சி உறச் செய்வர். திருமணமான பெண் கணவனைக் கண்க ண்ட தெய்வமாகக் கருதி, அவர் குடும்பத் தினரிடம் மதிப்பும் மரியாதையும் கொண்டிருக்கவேண்டும்.

பெண்டிர்க்கான கடமைகள்

பொதுவாகப் பெண்கள் கணவ னுக்குக் கீழ்ப்படிந்து இருக்க வேண்டும். அவள் அர்த்தாங்கி எனப்படுகிறாள். அத்தகைய கணவன் மனைவியின் குடும்பத்துக்கு இறைவன் அருள் நிச்சயம் கிட்டும்.

பெண் விடியற் காலையிலேயே எழுந் திருந்து பணியாளர்க்குரிய பணிகளைக் கூறி, அவற்றை மேற் பார்வையிட வேண்டும். வெளியே சென்ற கணவன் சாப்பாட்டு வேளைக்கு வருமுன்பே உணவைத் தயார் செய்து காத்திருக்க வேண்டும். வீட்டைப் பெருக்கி துடைத்தல், பாத்திரங்களைத் தேய்த்தல், அறுசுவை உணவு தயாரித்தல், தயிர் தோய்த்துக் கடைதல் போன்றவை அவளின் முக்கிய கடமைகள். நில புலன்கள் இருந்தால் அங்கு நடக்கும் தொழில்களை மேற்பார்வை செய்ய வேண்டும்.

அவர்களுக்கான தடைகள் : தனித்து உட்கார்ந்திருத்தல், அயலார் முன் சிரித்தல், வாயிலில் நின்றிருத்தல், சாலையை நோக்கி இருத்தல், உரக்கப் பேசுதல், ஆண்களுக்கு முன்னே நடத்தல், மிகைச் சிரிப்பு, அக்கம் பக்க முள்ளவர்களிடம் பொருள்கள் வாங்கு தல் கொடுத்தல் போன்றவை தடை செய்யப்பட்டுள்ளன.

கணவன் இல்லாதபோது தன்னை அழகுபடுத்திக் கொள்ளுதல், நகைகள் அணிதல் கூடாது; வெளியே செல்லக் கூடாது. சென்றாலும் உடனே திரும்பி வரவேண்டும்.

கருவுற்றிருக்கையில் நறுமண நீரில் குளித்தல், பேரொலியுடன் கூடிய சிரிப்பைத் தவிர்த்தல், பிடிக்காதவர் களுக்குத் தூரமாய் இருத்தல், கவலை இன்மை, அபாயத்தைத் தவிர்த்தல் மற்றும் தனித்த இடம் செல்லாமை, மரத்தடியில் தனியாக உட்கார்ந்திருத்தல், தனியே உலாவுதல் (அ) ஆற்றைக் கடத்தல் போன்ற அபாயக் காரியங் களைச் செய்யக்கூடாது.

இப்புராணத்தில் விவாகரத்து அனுமதிக்கப்படுகிறது. மனைவி மலடி ஆனால் எட்டாண்டுகளுக்கு பிறகு விவாகரத்து அனுமதிக்கப்படுகிறது. அப்போது அவளிடமிருந்து பெற்ற ஸ்ரீதனம், நகைகள், சொத்து ஆகிய வற்றைத் திருப்பித் தந்து விட வேண்டும். மேலும் அவருக்கு ஜீவனாம்சமும் கொடுக்கப்படவேண்டும்.

இரு மனைவிகள் இருந்தால் இளை யவள், மூத்தவளைத் தாயாகவும், அவள் குழந்தைகளைத் தன் குழந்தையாகவும் எண்ணவேண்டும். தன் வீட்டிலிருந்து எது வந்தாலும் அதனை முதலில் மூத்தவளுக்குத் தர வேண்டும். மூத்த

வளும் இளையவளைத் தன் மகளாகக் கொள்ளவேண்டும். கணவன் இரண்டு மனைவிகளையும் பொறாமை, பொச்சரிப்பு ஏற்படாதவாறு பார்த்துக் கொள்ள வேண்டும்.

மேலும், பவிஷ்ய புராணத்தில் இறைவனுக்கு அர்ச்சிக்கும் வெவ்வேறு மலர்கள் வெவ்வேறு பயன் தரும் விவரங்கள் மற்றும் பல வகைப் பாம்புகள் அவற்றால் பல வகையில் உண்டாகும் பாம்புக்கடிகள் பற்றியும் கூறுகிறது.

எதிர் (அ) வருங்காலம் பற்றியதே பவிஷ்ய புராணம்

(இது தனியாக 'கல்கி புராணம்' என்கிற உப புராணம் என்றும் கூறப் படுகிறது.

எனவே, இனி ஸ்ரீ விஷ்ணு புராணம், ஸ்ரீ பாகவத புராணம் ஆகியவற்றில் கூறப்பட்டுள்ள கலியுக தர்மம், கலியின், குணபாவம் கல்கி அவதாரம் ஆகிய செய்திகளை இந்தப் பவிஷ்ய புராணத் திலேயே இணைத்து வெளிவிடு கிறோம். பல புராணங்களில் பல செய்தி கள் காணப்படினும் ஒரே வரலாறு பற்றியும் வெவ்வேறு விதமாக கூறப்படு வதால் அவற்றைப் பொருட்படுத்தா திருத்தல் நலம்.)

10. கல்கி புராணம்

சூதமுனிவர் மற்ற முனிவர்களுக்குப் பகவானின் கல்கி அவதாரம் பற்றிக் கூற ஆரம்பித்தார். ''ஏ பகவான், உலக நலனைக் குறித்து நீங்கள் 'கல்கி' வடிவில் மீண்டும் அவதரித்துத் துஷ்ட சம்ஹாரம், சிஷ்ட பரிபாலனம் செய்வீராக'' என்று ஸ்ரீ விஷ்ணுவைப் பிரார்த்தித்தார். அப்போது முனிவர்கள் சூதரிடம் பகவானின் கல்கி அவதாரம் பற்றிக் குறிப்பிடுமாறு வேண்டிட, அவரும் சொல்லலுற்றார்.

''கிருஷ்ண பகவான் தன் சோதிக்கு எழுந்தருளிய பின் கல்கி அவதாரம் எடுத்திருப்பார்'' என்றார் சூத முனிவர்.

அதருமத்தின் வம்சத்தில் குரோதம், (கோபம்) இம்சை இரண்டும் சேர்ந்து உலகை நாசம் செய்யும். அதுவே கலியுகம் என்பர்.

கிருத யுகத்தில் பகவான் பிரம்மனுக்கு அந்தராத்மாவாக இருந்து கொண்டு அனைத்தையும் எப்படி படைத்தானோ அப்படியே முடிவான கலியுகத்தில் எல்லாவற்றையும் அழிக்கிறார்.

கலியுகத்தில் வருணாசிரமங்கள், அவற்றிற்கான ஆசாரங்கள் தலைகீழாக மாறிவிடும். எல்லாமே தருமத்திற்கு மாறாக நடைபெறும். வல்லான் வகுத்ததே வழியாகும். குணத்தைவிட பணமே முக்கியமாக மதிக்கப்படும். வைராக்கியம் இல்லாவிடினும் எல்லோ ரும் எல்லா ஆஸ்ரமங்களையும் அவரவர் இஷ்டப்படி அனுசரிப்பர். கலி முற்ற முற்ற பொன், மணி, ரத்தினம் போன்றவை அழிந்து போகும்.

செல்வமுடையவனே எஜமானன். கலியில் நியாயமற்ற வழியில் பணம் குவிப்பர். பசுவையும், பிராமணனையும் உயர்வாகக் கருதமாட்டார். தேவதா பூஜை, விருந்தினர் உபசாரம் நடை பெறாது. மக்களில் பலர் தாழ்ந்த மனப் பான்மை உடையவர்களாக இருப்பர். பெண்கள் கற்பு பற்றிக் கவலைப்பட மாட்டார்கள். மன்னன் மக்களை வருத்தி வரி வசூல் செய்வான்.

பாஷண்டிகள் எங்கும் மலிந்து தோன்றுவர். கலி வளர வளர வாழ்நாள் குறையும். இருபது வயதிலேயே மரணம் ஏற்படும். மக்கள் மாயையால் மதிமயங்கி ஸர்வேஸ்வரனையும் ஆராதிக்க மாட்டார்.

மழை, விளைச்சல் குறையும். நாள் தோறும் மக்கள் பாவ காரியங்களையே செய்வர். மும்மலத் தூய்மை இராது.

இத்தகைய கலியிலும் ஒருவன் சிறிது முயற்சி கொண்டு பகவந் நாம சங்கீர்த்தனம் முதலிய செயல்களால் பெரும் புண்ணியம் பெறுவான்.

மகரிஷிகள் கலியுகத்தைப் பற்றி மேலும் பல ஐயப்பாடுகள் எழுப்ப அவற்றைப் பற்றியும் விளக்குகிறார் முனிவர்.

'சூத்ரன் நல்லவன், கலியுகம் நல்லது, பெண்கள் நல்லவர்' என்று கூறி தான் கூறியவற்றை விளக்குகிறார்.

1) சிறிய தருமமும் பெரிய பலனை அளிக்கும். இந்தத் தர்மத்தை எளிதில் அனுஷ்டிப்பவன் சூத்திரன். அவனே அறிவாளியும் கூட.

கிருத யுகத்தில் புண்ணிய கர்மா வுக்குப் பலன் பத்து ஆண்டுகளிலும் அதையே திரேதா யுகத்தில் செய்தால் ஒரே வருடத்திலும், துவாரபர யுகத்தில் செய்தால் ஒரே மாதத்திலும், கலியுகத் தில் ஒரே நாளிலும் பலன் தரும். எனவே கலியுகம் சாது அதாவது நல்லதாகும்.

கலியுகத்தில் ஹரிநாம சங்கீர்த்தனம் செய்தே அனைத்தையும் எளிதில் பெறலாம்.

2) வேளாளர்கள் தமக்கு மேற்பட்ட வர்ணத்தினருக்குப் பணிவிடை செய்தே எளிதில் நற்கதி அடைய முடிகிறது. அவர்களுக்கு நியமங்கள் கிடையாது. எதையும் உண்ணலாம், அருந்தலாம். கட்டுப்பாடு எதுவும் கிடையாது. எனவே வேளாளர் (சூத்திரர்கள்) நல்லவர்.

3) பெண்கள் எவ்வித வருத்தமும் இன்றி தம் கணவர்களுக்குப் பணிவிடை செய்து மும்மனத் தூய்மையோடு நடந்து கொள்வதன் மூலம் அவர்கள் அடையும் புண்ணிய லோகங்களை எளிதில் பெறுவதால் 'பெண்கள் நல்லவர்கள்' என்றார்.

அடுத்து எல்லா பூதங்களுக்கும் உண்டாகும் அழிவாகிய பிரளயம் பற்றிக் கூறுகிறார். அது மூன்று வகைப்படும்.

கல்பத்தின் முடிவில் பிரம்மனால் உண்டாவது 'நைமித்திக பிரளயம்'. பிரம்மனின் ஆயுள் முடிந்து, பிரகிருதி யில் கார்யவர்க்கங்களுக்கு ஏற்படும் லயம் 'பிராகிருத பிரளயம்'. மோக்ஷம் என்பது 'ஆத்யாந்திக பிரளயம்' எனப்படும்.

கல்கி அவதாரம்

உலக நிலைமைக்கும், தேவலோக நிலைகளுக்கும் அஞ்சிய தேவர்கள் பிரம்மனிடமும் திருமாலிடமும் சென்று முறையிடுவர்.

அப்போது ஸ்ரீ விஷ்ணு பிரம்மனிடம் சம்பளம் என்ற ஊரில் விஷ்ணுயசஸ் என்பவரின் மனைவியாகிய ஸுமதியின் புத்திரனாகத் தோன்றப் போவதாகவும், அவருடைய மூன்று சகோதரர்களுடன் கூடி கலியினாலுண்டான துன்பத்தைத் துடைத்து தருமத்தை நிலை நாட்டுவ தாகவும் கூறி, தேவர்களையும் தனக்குப் பந்துக்களாக அவதரிக்குமாறும் கூறினார்.

மகாலக்ஷ்மி ஸிம்மள தேசத்தில் பிருஹத்ரதன் என்ற மன்னன் பட்ட மகிஷி சோளமுகிக்குப் பெண்ணாகப் பிறப்பாள். பத்மா என்று வளரும் அவளைத்தான் மணக்கப் போவதாகவும் கூறினார். மேலும் மரு, தேவாபி என்ற அரசர்களைப் பிரதிஷ்டை செய்வதாக வும், திரும்பவும் கிருதயுகத்தையும் நான்கு பாதங்களுடன் கூடிய தருமத்தை யும் பூமியில் நிலைநாட்டி கோலோகம் என்னும் வைகுந்தம் அடைவேன் என்றார்.

பின்னர் பகவான் பூவுலகில் ஸுமதிக்கு மகனாய் வைகாசி மாதம், சுக்கில பக்ஷ துவாதசியில் கல்கியாக அவதரிப்பார். பிறந்த குழந்தைக்குக் 'கல்கி' எனவே பெயர் வைப்பர்.

கல்கி அவதாரம் கண்டு களித்துத் தேவர்கள் மகிழ்ச்சிக் கடலில் ஆழ்ந்திடுவர். பிராம்மணர்கள் பரம சந்தோஷம் அடைவர்.

கல்கி வளர்ந்து உரிய காலத்தில் உபநயனம் செய்து கொண்டு குருகுல வாசம் ஆரம்பிப்பார். பரசுராமரிடம் கலைகளையும், கல்வியும் பெற்றார். குருவுக்கு வேண்டும் தக்ஷிணை அளிக்கக் கேட்டபோது 'பரசுராமர் தனது சிஷ்ய னாகிய கல்கி பகவான் செய்யப்போகும் நல்ல கர்மாக்களால் பரம சந்தோஷமடை வதாகவும், இனிய யஜ்ஞ யாகாதிகள், தானம், தவம் முதலிய காரியங்கள் நடைபெறும் என்றும் அவையே கல்கி தனக்கு அளிக்கும் தக்ஷிணையாக கருதுவ தாகவும் கூறி கல்கியை 'பில்வேத கேச்வாம்' என்ற திருத்தலத்துக்கு அனுப்பி வைப்பார். கல்கி அங்ஙனமே பரமசிவனைத் துதி செய்ய, சிவபெரு மான் அவருக்கு இஷ்டமான உருவை எடுக்கவும், இஷ்டமான இடத்திற்குச் செல்ல உதவும் காருட அசுவத்தையும், அஸ்திரம், ஸகஸ்ர நாமங்களையும் அருளினார். மேலும் பூபாரத்தைக் குறைக்கக் கூடியதும், ரத்னமயமான பிடி உள்ளதும், நிறைந்த தேஜஸ் உள்ளதும் மிக்கச் கூர்மை உடையதுமான கத்தியை யும் அளிப்பார்.

பகவான் கல்கி அசுவத்தின் மீது அமர்ந்து சம்பல கிராமத்திற்கு திரும்பு வார்.

விசாகயூபன் எனும் அரசன் பகவா னுடைய அவதாரத்தின் மகிமையை உணர்ந்து தர்மசீலனாக மாறுவான். அவன் கல்கியைத் தரிசிப்பதற்காக விரைந்து வருவான்.

அப்போது கல்கி சந்திர குலத்தில் தோன்றிய தேவாயியையும், சூர்ய குலத் தோன்றல் மருவையும் அரசர்களாக ஆக்கி கிருதயுகத்தை ஆரம்பித்துவிட்டு தன் சோதிக்கு எழுந்தருளப் போவதாக வும் உரைத்தார்.

கலியை அழிப்பதற்காக அவதரித்த 'கல்கி பகவான்' தனது பரிஷத் கணங் களுக்கு மகிழ்ச்சியை உண்டுபண்ணி மிக அழகாக சத்தர்மங்களை எடுத்துரைப் பார்.

சிவனால் கொடுக்கப்பட்ட கிளி ஒருநாள் கல்கியிடம் வந்து ''சிம்ஹலத் தீவை ஆளும் பிருஹத்ரதனுக்கு பத்மா எனும் ஒரு அழகிய பெண் இருக்கிறாள். அவளை உமாமகாதேவன் ஒரு நாள் பிரசன்னமாகி நாராயணனே அவருக்குக் கணவர் ஆவார் என்று கூறினார்'' எனச் சொல்லும்.

சிம்மன நாட்டில் பத்மாவின் சுயம்வரத்துக்கு ஏற்பாடு நடக்கும். கிளி கூறியதைக் கேட்டு கல்கி பகவானுக்கும், பத்மாவுக்கும் இடையே கிளி தூது செல்லும்.

இனி தூது வெற்றியாக பகவான் பத்மா இருக்கும் ஊருக்கு வந்து சேருவார். இனி பத்மாவுடன் செய்தி கூறி இருவரையும் சேர்த்து வைக்கும் ஏற்பாடுகள் நடக்கும்.

பத்மாவின் தந்தை கல்கி பகவானை அரண்மனைக்கு அழைத்துச் சென்று ஸ்வர்ண வேதியில் அமரச் செய்து வேதோகித விற்பன்னர்கள் முறைப்படி சடங்குகள் செய்ய பிரம்மா கூறிய வண்ணம் பத்மா - கல்கி பகவான் திருமணம் இனிது நடைபெறும்.

கல்கி பத்மாவுடன் சம்பளம் வருதல், விசுவகர்மா நகரம் அரண்மனை அமைத்தல், க்ஞாதி பந்து சேனைக ளுடன் புத்த ஜைனர்களை ஜயித்தல், ஹரித்வாரத்தில் ரிஷிகள் கல்கியைச் சந்தித்தல், சந்திர, சூர்ய வமிச வர்ணனை, ஸ்ரீ ராம சரிதம், தேவாபியும், மருவும் கல்கியுடன் வருதல் நடைபெறும்.

திக்விஜயம், கோகவிகோசர்கள் வதம், பல்லட தேசயாத்திரை, ஸுசாந்தையின் பக்தி, கல்கியை வீட்டிற்குத் தூக்கிச்

செல்லல், தர்மமும், கிருதயுகமும் வருதல், ரமா, கல்கி விவாஹம், சசித்வஜ னுக்கு மோக்ஷம், அரசர்களுக்கு அரசைப் பகிர்ந்தளித்து பட்டாபிஷேகம் செய்தல் நடக்கும்.

வைகுந்தம் அடைதல்

சம்பள நகரில் பற்பல யாகங்கள் நடைபெறுதல், விஷ்ணு யசஸ்ஸிற்கு மோக்ஷ வழி காட்டல், க்ருதமும், தருமமும் உலகில் பரவுதல், தேவர்கள் பிரார்த்தனை, வைகுண்டம் பகவான் செல்லுதல் ஆகியவை நடைபெறும்.

11. கலியுக அரச பரம்பரைகள்

வருங்கால வருணனையில் கலியுக அரச பரம்பரைகள் முக்கிய பங்கு வகிக்கின்றன. மச்ச புராணம், வாயு புராணங்களிலும், மற்ற புராணங்களி லும் இதைப்பற்றி கூறப்பட்டிருப்பினும் முக்கிய அதிகாரப் பூர்வமாக ஏற்றுக் கொள்ளப்பட்ட செய்திகள் 'பவிஷ்ய புராணத்தில்' கூறப்பட்டுள்ளவையே.

1) **பௌரவ வம்சம் :** அர்ச்சுனன், அவன் மகன் அபிமன்யு பரம்பரையில் வந்த அதிசிம்ம கிருஷ்ணனின் மகள் நிசாக்ஷீ ஹஸ்தினாபுரத்தைக் கங்கை கொள்ள தலைநகரைக் கௌசாம்பிக்கு மாற்றுவாள்.

இவ்வாறே புருவம்சத்தில் 25 மன்னர் கள் ஆண்டு வருவர். இது 'பௌரவ வம்சம்' எனப்படும்.

2) **இஷ்வாகு வம்சம் :** இந்த வமிசத்தில் வந்தவர் சுத்தோதனர். அவர் மகன் சித்தார்த்தன், அவர் மகன் ராகுலன் என்று பலர் ஆண்டுவர சுமித்ரா என்ற மன்னருடன் இக்குலம் முடிவு பெறும்.

3) **பர்ஹத்ரதர்கள் [அ] பிருஹத்ரதர் கள் :** இந்தப் பரம்பரையில் பதினாறு பேர் ஆட்சி புரிவர்.

4) **பிரத்யோதர்கள் :** இந்தப் பரம் பரையைச் சார்ந்த ஐந்து மன்னர்கள் அரசாளுவர்.

5) **சிசுநாக வம்சம் :** 'திரிவ்ராஜ' என்ற இடத்தைத் தலைநகராகக் கொண்டு சிசு நாகர் ஆண்டுவருவார். இதேப் பரம்பரை யில் பத்து மன்னர்கள் ஆட்சிபுரிவர்.

6) **நந்தர்கள் :** மகாபத்ம நந்தரால் தோற்றுவிக்கப்பட்ட கிருதவம்சம் 100 ஆண்டுகள் ஆட்சிபுரியும்.

7) **மௌரிய வம்சம் :** நந்தர்கள் க்ஷத்திரியர்கள் அல்லர் வேளாளர் மரபினர். நந்த வம்சத்தை நிர்மூலமாக்கி 'மூரா' என்பவளின் மகனைச் சாணக்கியன் என்னும் அந்தணர் அரசனாக்குவார். இவரது வம்சம் மௌரிய வம்சம். இதில் புகழ்பெற்றவர் அசோகர். மௌரிய வம்சத்தைச் சார்ந்த 9 மன்னர்கள் ஆட்சி புரிவர்.

8) **சுங்க வம்சம் :** புஷ்ய மித்திர சுங்கரால் தோற்றுவிக்கப்பட்ட இந்த வம்சத்தினர் 112 ஆண்டுகள் ஆட்சி புரிவர்.

9) **கண்வ வம்சம் :** இவர்கள் அந்தணர்கள். 45 ஆண்டுகள் ஆட்சி புரிவர்.

(மேலே கூறப்பட்டவை வட இந்திய வம்சத்தைச் சார்ந்தவர்.)

10) **ஆந்திரர்கள் :** ஆந்திர மன்னன் ஸ்ரீமுகன் என்பவர் முதல் மன்னர். இவர்களில் கடைசி மன்னன் புலுமாயி ஆகும்.

இவர்கள் 460 ஆண்டுகள் நாட்டை ஆள்வர்.

11) **குறு நில மன்னர்கள் :** பின் சிற்சில சிற்றரசர்கள் ஆங்காங்கே தலை எடுத்து குறு நில மன்னர்களாக ஆட்சி புரிவர்.

12) **விதிஷ வம்சம் :** இந்த வம்சத்தில் சில மன்னர்கள் ஆட்சி புரிவர்.

மேலும் பற்பல அரச பரம்பரையினர் மூன்றாம் நூற்றாண்டில் ஆட்சி புரிவர். (இது பவிஷ்ய காலம் (அ) வருங்கால

வரலாறுகள் நடக்கப் போவதாகக் குறிப்பிடப்பட்டுள்ளன. எனவே இந்நூலின் ஆசிரியர் வியாசர் தானா? என்ற கேள்வி எழலாம். ஒருவேளை வியாசர் ஞானதிருஷ்டியால் உணர்ந்து இந்நூலை உருவாக்கி இருக்கலாம் எனவும் எடுத்துக் கொள்ளலாம்.)

சூரியனின் வெவ்வேறு நிலைகள்

சூரியனின் வெவ்வேறு நிலைகள் பன்னிரண்டு என்றும் அவை ஒன்றொன் றும்'ஆதித்தியர்' எனவும் குறிப்பிடுவர்.

எனவே 12 நிலைகளில் கொள்ளப் படும் ஆதித்தியர்கள் இந்திரன், தாதன், பர்ஜன்யன், புஷன், த்வஷ்டன், அர்யாமன், பாகன், விவஸ்வனன், விஷ்ணு, அம்ஷு, வருணன், மித்திரன் என்ற பெயர்கள் கொண்டவர்.

1) இந்திரன் என்ற பெயரில் கடவுளர் களை ஆட்சி செய்யும் தேவேந்திரன்.

2) உயிரினங்களை உற்பத்தி செய்பவர் 'தாதன்' எனப்படுகிறார்.

3) மேகங்களில் வசித்து மழை பொழியச் செய்வதால் 'வருணன்'.

4) தானியங்களில் நிறைந்திருந்து, உயிரினங்களுக்குப் புஷ்டி அளிப்பதால் 'புஷர்' என்று பெயர்.

5) தாவர வகைகளாகிய மரங்கள், மூலிகைகளில் சூரியன் இருப்பதால் 'த்வாஷ்டா' எனப்படுகிறார்.

6) காற்றாகவும், உயிர் மூச்சாகவும் விளங்கும் சூரியன் 'அர்யாமன்' எனப் படுகிறார்.

7) அனைத்து உடல்களும் இப்புவியில் சூரியன் நிறைந்திருப்பதால் 'பாகன்' என்று பெயர் பெற்றுள்ளார்.

8) அக்கினிதேவனாகி சமைப்பதற்கு உதவுவதால் 'விவஸ்வனன்'.

9) கடவுளர்களில் (அ) தேவர்களின் வைரிகளை அழிப்பதால் 'விஷ்ணு' எனப்படுகிறார்.

10) காற்றில் கலந்திருந்து எல்லா உயிர்களுக்கும் மகிழ்ச்சி ஊட்டுவதால் 'அம்ஷு' எனப்படுகிறார்.

11) உயிர் வாழத் தேவையான நீராக இருப்பதால் 'வருணன்' எனப்பெயர்.

12) சந்திரபாக நதிக்கரையில் ஷம்பா கட்டிய கோயிலில் குடியுள்ளதால் 'மித்திரன்' எனப்படுகிறார்.

இந்த 12 நிலைகளை நன்கு உணர்ந் தவன் சூரியனுடனே வாழ்கிறான்.

மாதங்கள் 12-இலும் சூரியனின் ஒரு நிலை விளங்குகிறது. சித்திரையில் 'விஷ்ணு' வைகாசியில் 'அர்யாமர்' ஆனியில் 'அம்ஷு' ஆடியில் 'விவஸ் வனர்' ஆவணியில் 'பர்ஜன்யர்' புரட்டாசி யில் 'வருணர்' ஐப்பசியில் 'இந்திரன்' கார்த்திகையில் 'தாதர்' மார்கழியில் 'மித்திரர்' தையில் 'புஷர்' மாசியில் 'பாசர்' பங்குனியில் 'த்வஷ்டர்'.

எனவே, பன்னிரண்டு மாதப்பெயர் களும் சூரியனுடைய பெயர்களே ஆம். மேலும் ஆத்தியா, ஸவிதா, சூர்ய, மித்ரா, அர்க்கா, பிரபாகரா, மார்த்தாண்ட, பாஸ்கர, பானு, சித்ரபானு, திவாகர, ரவி என்று பன்னிரண்டும் சூரியனது பெயர்களே.

இந்த நிலை (அ) வடிவங்கள் ஒவ் வொன்றின் கிரணங்களின் எண்ணிக்கை வெவ்வேறாக உள்ளது.

சூரியனின் ரதம் (தேர்)

பிரம்மதேவனே சூரியனின் தேரைத் தங்கத்தால் செய்தார். இதன் ஓட்டி 'அருணன்' ஆவான். இந்தத் தேரை காயத்திரி, திரிஷ்ருப, ஜகதி, அனுஷ்டுப, பங்க்தி, வ்ரிஹதி, உஷ்னிகா என்ற ஏழு குதிரைகள் இழுத்துச் செல்கின்றன.

1) சைத்திரம், வைசாக மாதங்களில் தாதர், அர்யாமர் ஆகிய ஆதித்தியர் களுடன், புலஸ்தியர், புலஹர் என்ற ரிஷிகளும்; தும்புரு, நாரதர் எனும் இரு

கந்தர்வங்களும்; கிருதர்தாலி, புஞ்சி கஸ்தலா ஆகிய அப்சரசுகளும்; வாசுகி, கசர் என்னும் நாகங்களும்; ஹேதி, பிரஹேதி என்ற இயக்கர்களும் இத்தேரில் பயணம் செய்வர்.

2) ஜேஷ்ட, ஆஷாட மாதங்களில் மித்திரன், வருணன் என்ற ஆதித்தியர்களும்; அத்திரி, வசிஷ்ட முனிவர்களும்; ஆஹா, ஊஹு என்ற கந்தர்வர்களும்; மேனகா, ஹைஜன்யா என்ற அம்சரசுகரும்; தக்ஷன், அனந்தன் என்ற நாகங்களும்; பௌருஷேயன், புதன் என்ற அரக்கர்களும் தேரில் சஞ்சரிப்பர்.

3) சிராவணம், பத்ரம் என்ற இரு மாதங்களில் இந்திரன், விவச்வனன் என்ற ஆதித்தியர்களும்; ஆங்கிரஸ, பிருகு ரிஷிகளும்; விச்வாவசு, உக்கிரசேனன் என்கிற கந்தர்வர்களும்; பிரமலோ சண்டி, அனுமோசேலா சண்டி என்ற அப்சரசுகளும்; இளபத்திவி, சங்கபாலா என்ற நாகங்களும்; சர்ப்ப, வியாக்கிர எல்லா அரக்கர்களும் சூரியனது தேரில் பயணம் செய்வர்.

4) அச்வினி, கார்த்திகை மாதங்களில் பர்ஜன்யர், புஷ்யர் என்ற ஆதித்தியர் களும்; பரத்துவாஜ, கௌதம ரிஷிகளும்; சித்திர சேனா, ருசி என்ற கந்தர்வர் களும்; பிச்வாசி, கிரிதாச்சி என்ற அப்சரசு களும்; விச்ருதி, தனஞ்கய என்ற நாகங் களும்; அப, பட என்ற அரசர்களும் சூரியனது தேரில் பயணம் செய்வர்.

5) அக்ரஹயாணம், பௌஷ மாதங் களில் அம்சம், பாகம் என்ற ஆதித்தியர் களும்; காசியபர், கிரது முனிவர்களும்; சித்திர கபி, உர்ஹை என்ற கந்தர்வர் களும்; புரவச்சிதி, ஊர்வசி என்ற அப்சரசு களும்; த்ரிக்ஷ்ய, அரிஷ்டேமி என்ற நாகங்களும்; அவஸ்புர்ஜ, வித்ஹதி என்ற அரசர்களும் சூரியனது தேரில் பிரயாணம் செய்வர்.

6) மாகம், பால்குணம் மாதங்களில் த்வஸ்த, விஷ்ணு ஆதித்தியர்களும்; ஜமதக்கினி, விசுவாமித்ர முனிவர்களும்; திருதராஷ்ட்ர, வர்ச கந்தர்வர்களும்; திலோத்தமை, ரம்பை அப்சரசுகளும்; காத்ரவேய, கம்பலஷ்வடரா நாகங் களும்; பிரம்ம ப்ரோதர், யக்ஷப்ரோதர் ராக்ஷசர்களும் சூரியனது தேரில் பயணம் செய்வர்.

13. சாக த்வீபம்

இப்புவி ஏழு த்வீபங்களாக பிரிக்கப் பட்டுள்ளது. அவை ஜம்பு த்வீபம், பில க்ஷவீபம், சால்மல த்வீபம், குச த்வீபம், கிரௌஞ்ச த்வீபம், புஷ்கர த்வீபம், சாக த்வீபம் ஆகும்.

ஜம்பு த்வீபத்தில் பாரத வர்ஷம் உள்ளது.

சாக த்வீபம் தயிர்க்கடலால் அதாவது தஹி சமுத்திரத்தால் சூழப்பட்டுள்ளது. இங்குள்ள நகரங்கள் புனிதமானவை. இங்குள்ள மக்கள் நீண்ட காலம் வாழ் கின்றனர். இந்தப் பகுதியின் ஆட்சியில் நோய், பஞ்சம், முதுமை காணப்படாது.

பனி மூடிய ஏழு மலைகளும், அவற்றைச் சுற்றி ரத்தினக் கற்களும் ஏராளமாக கிடைக்கின்றன. இங்கு பாயும் ஏழு ஆறுகளில் விலையுயர்ந்த கற்கள் கிடைக்கின்றன.

1) மேரு மலையில் முனிவர்களும், கந்தர்வர்களும் வசிக்கின்றனர்.

2) உதயம் மலையின் சிகரம் பொன் முடிபோல் இருக்கும்.

3) மஹாகிரியில் ஏரிகள் ஏராளம்

4) ரைவதக மலையில் ரேவதி நக்ஷத் திரம் எப்போதும் காணப்படும்.

5) ஷியாமமலை கருநிறமாக இருக் கும். இத்தீவின் சொர்க்கம் ஆகும்.

6) அந்தகிரி வெள்ளியைப் போல் மின்னும்.

7) அம்பிகேயா பனியால் மூடப்பட்டுள்ளதால் மனித நடமாட்டம் இல்லை. 'ஷக' என்ற மரங்கள் நிறைந்திருப்பதால் இதற்கு 'ஷக' த்வீபம் என்று பெயர் கொண்டது. இதில் பல தெய்வங்களும், கந்தர்வர்களும் நிறைந்துள்ளனர்.

சாக த்வீபத்தில் ஷிவஜல (அ) அனுப்தா, குமரி (அ) வாசவி நந்தா (அ) பார்வதி, ஷிவேதிகா (அ) பார்வதி, இக்ஷு (அ) கிரது; தேனுகா (அ) மிருது; மேலும், ஒன்றாக ஏழு ஆறுகள் உள்ளன. இவை புனிதமானவை என்பதால் கங்கை என்றே குறிப்பிடப்படும்.

இங்கு வசிப்பவர்கள் மகர்கள், மதகர்கள், கனகர்கள், மண்டதர்கள் என்று நான்கு பிரிவினர்.

இங்குள்ளவர்கள் சூரியனை முழு முதற் கடவுளாக வணங்குவர். சூரியனை முன்னிட்டு உபவாசமும், விரதங்களும் இருப்பர். சூரியன் அருள் பெற்றவர்கள் இவர்கள்.

இது பாற்கடலால் சூழப்பட்டுள்ளது.

(மன்வந்தரங்கள் என்ற பகுதி – விஷ்ணுபுராணத்தில் காண்க) இந்த பவிஷ்ய புராணம் சூரியனைப் பிரதான கடவுளாகப் பேசுவதால் இது மற்ற புராணங்களிலிருந்து வேறுபட்டிருக்கிறது.

இதில் பலவித விரதங்கள், தானங்கள் போன்றவை அதிகமாக விளக்கப்படுகின்றன.)

ஸ்ரீ பிரம வைவர்த்த புராணம்

1) ஸ்ரீ ராதா கிருஷ்ணன்   2) ஸ்ரீ சித்தி புத்தி விநாயகர்

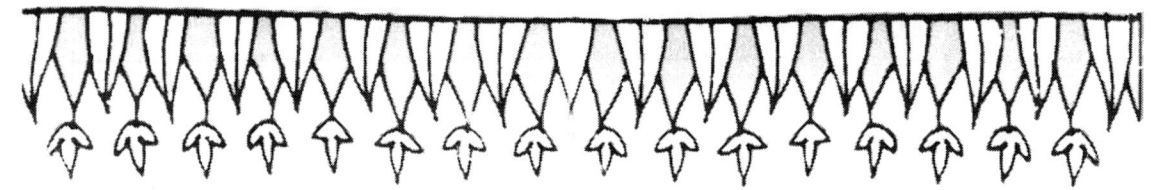

12
ஸ்ரீ பிரம வைவர்த்த புராணம்

1. தோற்றுவாய்

பிரம வைவர்த்த புராணம் ஒரு ராஜஸிச புராணம். மேலும், பிரமாண்ட புராணம். மார்க்கண்டேய புராணம், பவிஷ்ய புராணம், வாமன புராணம், பிரம்ம புராணம் ஆகியவையும் ராஜஸிக புராணங்களே.

இது பிரம்ம காண்டம், பிரகிருதி காண்டம், கணேச காண்டம், ஸ்ரீ கிருஷ்ண காண்டம் என்று நான்கு காண்டங்களைக் கொண்டது.

பிரம வைவர்த்த புராணம் ஏன் அப்பெயர் பெற்றது. அது பிரமனைப் பற்றியும், அவருடைய வைவர்த்தம் (பரிணாம வளர்ச்சி) பற்றியும் விவரிக் கிறது.

ஸ்ரீ கிருஷ்ண ஜன்ம காண்டத்தில் பிரம்மாவின் சகுணம், நிர்க்குணம் இரண்டையும் விவரிக்கிறது.

இப்புராணம் கிருஷ்ணன் பிரம்ம கல்பத்தில் சிருஷ்டியைப் எப்படி விரிவாக்கினார் என்று விவரிக்கிறது.

கல்விக்கதிபதி சரசுவதியைக் காமதேனு எனக் கொண்டால் சுருதிகள் (வேதக்ரந்தங்கள்) கன்றுகள் ஆகும். பிரம வைவர்த்த புராணம் பால் ஆகும். வேதவியாசர் அந்தப் பசுவிலிருந்து அதைக் கறந்து எடுத்தார்.

பிரளயத்தினால் பாதிக்கப்பட்ட அறியாமை மிக்க மக்கள் இடைவிடாது பாயும் இந்த இனிய பாலைக் குடிக்கச் செய்தார்.

இந்த பிரம வைவர்த்தக புராணத்தைச் சூதமுனிவர் முனிவர்களுக்கு நைமி சாரண்யத்தில் கூறலானார்.

முதல் காண்டத்தில் கடவுளர்கள், மனிதர்கள் பற்றியும்; இரண்டாம் காண்டத்தில் கடவுளர்கள், தேவிகள், அவர்களை வழிபடும் முறை மற்றும் பலவித சொர்க்கங்கள், நரகங்கள், நோய்கள், நிவாரண வழிகள் என்பவை யும்; மூன்றாவது காண்டத்தில் கிருஷ்ணா வதாரம், கிருஷ்ண லீலைகள் பற்றியும் விவரிக்கப்படுகின்றன.

2. படைப்பு

உலக அழிவான பிரளயத்தின் போது பூலோகம், சொர்க்கலோகம் இவை இரண்டிற்கும் அவற்றிற்கும் விண்ணு லகுக்கும் இடைப்பட்ட புவர் லோகம் ஆகிய மூன்றும் அழிந்தன.

இவற்றிற்கு மேல் ஸ்ரீ லக்ஷ்மியும், நாராயணனும் உறையும் வைகுந்த லோகம். சிவலோகம் காலியாக இருந் தன. ஆனால் கிருஷ்ணனின் கோலோகம் (கோ – பசு) மட்டும் சிருஷ்டியின் போது, அழிவின் போதும் மாற்றம் ஏதுமின்றி விளங்கியது.

இப்புராணம் கிருஷ்ணனைப் பற்றியே உயர்வாகக் கூறுவதால் கிருஷ்ணனே பரப்பிரம்மம் என்கிறது. எனவே, கிருஷ்ணனது இடம் கோலோகம் என்றும், விஷ்ணுவினது வைகுந்தம் என்றும் வேறுபடுத்திக் கூறுகிறது.

கோலோகம் கிருஷ்ணன் ஒளி மிக்கதாய் அணி பெற்றதால் அதிசய மாகப் பிரகாசமாய் விளங்கிறது. மஞ்சள் நிறம் கொண்டு குழல் கொண்டதாய் காணப்பட்டது. சந்தனம் பூசி, கௌஸ்துப மணியுடன், ஸ்ரீவத்ஸ மறுவுடன் தோன்றிற்று. முடி தரித்து ரத்தின கசித மயமான அரியணையில் அமர்ந் திருந்தது. காட்டு மலர்களாலான மாலை அணிந்து 'வனமாலி' எனப் பட்டது என்றும் இளமையுடன் கோ பாலனாக (இடையனாகத்) தோற்ற மளித்தது.

என்றும் அழியாப் பிரம்மம் பரமாத்மா என்றும் கூறப்படுகிறது.

சிருஷ்டி

கிருஷ்ணனின் இச்சைப்படி இருண்டு நீர், காற்று இன்றி இருந்த அண்டம் சிருஷ் டிக்கப்பட்டது.

கிருஷ்ணன் வலது புறத்திலிருந்து நாராயணன் தோன்றினார். சத்துவ குணம் நிறைந்தவராய் கைகளில் சங்கு, சக்கரம், கதை, தாமரை மலர், கௌஸ்துபம், வில் கொண்டு தோற்றம் உண்டாயிற்று. நான்கு கரங்களுடன் நீல நிறம் கொண்டி ருந்தான் நாராயணன். நாராயணன் கிருஷ்ணனைப் போற்றி எதிரில் ஆசனத்தில் அமர்ந்தான்.

அடுத்து கிருஷ்ணனின் இடது புறத்திலிருந்து தாமச குணத்துடன் கூடிய மூன்று கண்களுடன், சடாமுடியுடன் திரிசூலம் ஏந்தியவராய் சிவன் தோற்று விக்கப்பட்டார்.

கிருஷ்ணனின் நாபியிலிருந்து தாமரை யில் பிரம்மன் தோன்றினான். அவன் ராஜஸ குணம் நிறைந்தவன். முதியவ னாய், வெள்ளை முடியுடன் வெண்ணிற ஆடை அணிந்து, கையில் கமண்டலம் ஏந்தி நான்கு முகங்களுடன் தோன்றி னான். இருவரும் கிருஷ்ணனைப் போற்றி எதிரில் அவர்களுக்கான இருக்கையில் அமர்ந்தனர்.

கிருஷ்ணனின் மார்பிலிருந்து யமதர்ம ராஜன் தோன்றினான். மேற்கூறப்பட்ட நால்வரும் கிருஷ்ணனைத் துதி செய்து அவர்களுக்கான இருக்கையில் அமர்ந் தனர்.

கிருஷ்ணனின் வாயிலிருந்து வெள்ளா டைகளை உடுத்தி, வீணையும் புத்தக மும் ஏந்தியவளாய் சரசுவதி தோன்றி னாள். கிருஷ்ணனின் மனதிலிருந்து பொன்னிற மகாலக்ஷ்மி தோன்றினாள். ராஜசகுணம் கொண்ட அவள் சுவர்க்கத் தில் சுவர்க்கலக்ஷ்மி என்றும், மன்னர் களுக்கு ராஜலக்ஷ்மி என்றும் தோற்றம் அளித்தாள். கிருஷ்ணனின் எண்ணத்தி லிருந்து போர்த் தேவதையான துர்க்கைத் தோன்றினாள்.

இவ்வாறே கிருஷ்ணனின் நாவிலி ருந்து மந்திர தேவதையான சாவித்திரி யும், மனக் காட்சியிலிருந்து காதல் தேவன் மன்மதனும் மன்மதனின் இடப் பக்கத்திலிருந்து அவன் மனைவி ரதி தேவியும், தோன்றிய பின் அக்கினி, வருணன், வாயு ஆகியோரும் அவர்களது மனைவியராகிய ஸ்வாஹா, வருணனி, வாயவி ஆகியோரும் படைக்கப் பட்டனர்.

அடுத்து கிருஷ்ணனிடமிருந்து பேரண்டம் தோன்றியது. அவ்வமயம் எங்கும் நீர் மயம். அந்த அண்டம் நீரில் மிதந்தது. அதிலிருந்து ஒரு பெரிய உருவம் தோன்றியது. அதுவே மகா விஷ்ணு. மகாவிஷ்ணுவின் காதுகளி லிருந்து, மது, கைடபன் என்ற இரண்டு ராக்ஷசர்கள் தோன்றினர். அவர்கள் தோன்றிய உடனே பிரம்மாவைக் கொல்லப்போக நாராயணன் அவர்களை தொடைகளுக்கு இடையில் நசுக்கிக் கொன்று அவர்கள் உடல் கொழுப்பி லிருந்து நிலவுலகைத் தோற்றுவித்தார். (மேதா – கொழுப்பு) எனவே பூமி 'மேதினி' எனப்படுகிறது. (கிருஷ்ணன்

புகழ்பாடும் இந்தப் புராணம் 'எல்லாம் கிருஷ்ணனே' என்பதால் சிருஷ்டி விவரமும் மாற்றிக் கூறப்பட்டுள்ளது.)

காலம் உருவாதல்

கிருதயுகம், திரேதாயுகம், துவாபர யுகம், கலியுகம் என்று யுகங்கள் நான்கு. இவை நான்கும் சேர்ந்து மகாயுகம் எனப்படும். 360 மகாயுகங்கள் ஒரு திவ்ய யுகம் (இது கடவுளர்களுக்கு (அ) தேவர் களுக்கு ஒரு யுகம்) 71 திவ்யயுகங்கள் சேர்ந்தது ஒரு மன்வந்தரம். 14 மன்வந்த ரங்கள் சேர்ந்து பிரம்மாவுக்கு ஒரு நாள். அத்தகைய 360 நாட்கள் சேர்ந்து பிரம்மாவுக்கு ஓர் ஆண்டு. அத்தகைய 108 ஆண்டுகள் கிருஷ்ணனுக்கு ஒரு நிமிடம் (அ) கல்பம் எனப்படும்.

இவ்வாறு பல கல்பங்கள். பிரம்ம கல்பம், வராகக்கல்பம், பத்ம கல்பம் போன்றவை. பிரம்ம கல்பத்தில் மது கைடபர்களின் உடலிலிருந்து பூமி தோற்றுவிக்கப்பட்டது.

வராகக் கல்பத்தில் உலகம் காணாமல் போகத் திருமால் வராகவதாரம் எடுத்து அதை மீட்டார்.

பத்ம கல்பத்தில் பிரம்மா திருமால் உந்திக்கமலத்தில் தோன்றி பூலோகம், புவர்லோகம், சுவர்லோகங்களைச் சிருஷ்டித்தார்.

படைப்பு தொடர்கிறது

கோலோகத்தில் உள்ளது ராச மண்டபம். கிருஷ்ணன் அங்கிருந்த போது அவருடைய இடது பக்கத்திலி ருந்து தோன்றினாள் ராதை. (ராதையைப் பற்றி பத்மபுராணம், பிரம வைவர்த்த புராணம் மட்டுமே கூறுகின்றன. மற்ற வையில் விவரம் இல்லை).

ராதையின் மயிர்க்கால்களிலிருந்து ஆயிரக்கணக்கான கோபிகைகள் தோன் றினர். கிருஷ்ணன் உடல் துளைகளி லிருந்து கோபாலகர்கள் தோன்றினர்.

கால்நடைகள் எனப்படும் பசு, எருது, கன்றுகள், குதிரைகள், சிங்கங்கள், அன்னங்கள் எல்லாம் கிருஷ்ணனின் உடலிலிருந்தே தோன்றின.

சிவனுக்கு எருதுவும், பிரம்மாவுக்கு அன்னமும், தர்மனுக்கு ஆண்குதிரையும், துர்க்கைக்குச் சிங்கமும் பரிசளிக்கப் பட்டன.

ஐந்து அதிசயத் தேர்கள் தோன்ற ராதை, நாராயணன் ஆகியோருக்கு இரண்டும், மற்ற மூன்று கிருஷ்ண னுக்கும் சேர்ந்தன.

கிருஷ்ணன் உடலிலிருந்தே குபேர னும், குபேரனிலிருந்து அவன் மனைவி மனோரமாவும் தோன்றினர். மேலும், கிருஷ்ணனின் உடல் பகுதியிலிருந்தே குஹ்யகர்கள் என்ற குபேரனுடைய சேவகர்களும், சிவபெருமானின் சேவகர் களாகிய பூதங்கள், நாராயணனின் சேவகர்களாகிய பர்ஷுவதர்களும் தோன்றினர்.

கிருஷ்ணனின் ஏற்பாட்டின்படி மகா லக்ஷ்மியும், சரசுவதியும் நாராயணனை யும், சாவித்திரி பிரம்மாவுக்கும், ரதி மன்மதனுக்கும், மனோரமா குபேரனுக் கும் திருமணங்கள் நடந்தன.

ஆனால், துர்க்கையைச் சிவனுக்கு மணம் செய்விக்க முற்பட்டபோது அவள் அதை மறுக்க, அவளை துறவியாக இருக்க கிருஷ்ணன் அனுமதித்தார். ஆனால், பல கல்பங்களுக்குப் பிறகு துர்க்கையை மணந்தார். அதுவரை அவள் கிருஷ்ணனுடனேயே இருந்தாள்.

அடுத்து, கிருஷ்ணன் பிரம்மாவுக்கு ஓர் அழகிய மாலையை அணிவித்து, தவம் இயற்றுமாறு ஆணையிட்டு அதன்பின் படைப்புத் தொழிலைச் செய்யக்கூறி, கோபிகைகள், கோபாலர்களுடன் பிருந்தாவனம் சென்றார்.

3. பிரமன் படைத்தவை

கிருஷ்ணன் சொற்படி பிரமன் உலகைப் படைத்தார். அடுத்து சுமேரு, கைலாயம், மலயம், ஹிமாலயம், உதயசலம் அஷ்டாசலம், சுபேலம், கந்தமாதனம் என்று மலைகளாய் படைத்தார்.

பல ஆறுகளையும், நகரங்களையும், ஊர்களையும் படைத்தார். லவண, இக்ஷு, சுரா, சர்பி, ததி, துக்த, ஜல சமுத்திரங்களையும், ஜம்புத்வீபம், சுகத்வீபம், குசத்வீபம், பிலக்ஷத்வீபம் என்ற ஏழு நிலப்பிரிவுகளையும் உருவாக்கினார்.

அடுத்து பூலோகம், புவர்லோகம், சுவர்லோகம், மஹர்லோகம், ஜன லோகம், தபோலோகம், சத்திய லோகம் என்பவற்றையும், அதல, விதல, சுதல, தலாதள, மஹாதள, பாதாள, ரஸதல நரகங்களையும் சிருஷ்டித்தார். இவை அனைத்தும் கூடியே பிரம்மாண்டம் எனப்படும். இவை எல்லாம் மாயா உருவங்களே. விஷ்ணுலோகம், சிவ லோகம், கோலோகங்கள் மட்டும் அழியாமல் நிலைத்திருப்பன.

பிரம்மனின் மனைவி சாவித்திரிக்கு நான்கு வேதங்கள் தோன்றின. மற்றும் ஆறு ராகங்கள், முப்பத்தாறு ராகிணிகள், கால அளவு ஆகியவை படைக்கப் பட்டன.

பிரம்மனது நாபியிலிருந்து தேவ லோகச் சிற்பி விசுவகர்மா தோன்றினார். அடுத்து எட்டு வசுக்கள், சனகர், சனந்தர், சனாதனர், சனத்குமாரர் என்ற நால்வரைப் படைத்து, உற்பத்தியைப் பெருக்கச் சொல்ல அந்த நால்வரும் கிருஷ்ணனை நோக்கித் தவம் செய்யச் சென்றனர்.

இதனால் கோபம் கொண்ட பிரம்மனது நெற்றியிலிருந்து தோன்றிய தீயிலிருந்து ருத்திரன் தோன்றினான் (சில புராணங்கள் பதினோறு ருத்திரர்கள் என்று கூறும்).

பிரம்மனின் வலது செவியிலிருந்து புலஸ்தியரும், இடது காதிலிருந்து புலஹரும், வலது புறத்திலிருந்து கிரதுவும், வலது நாசித்துவாரத்திலிருந்து அரணியும், இடது துவாரத்திலிருந்து அங்கிரசரும், வலது பக்கத்திலிருந்து பிருகுவும், இடது பக்கத்திலிருந்து தக்ஷனும், நிழலிலிருந்து கர்தமரும், உந்தியிலிருந்து பஞ்சசிக்ஷாவும், மார்பிலிருந்து வதுவும், கழுத்திலிருந்து நாரதரும், புஜங்களிலிருந்து மரீசியும், திரும்ப கழுத்திலிருந்து அபந்தரதமனும், நாவிலிருந்து வசிஷ்டரும், கீழுதட்டிலிருந்து பிரசேதரும், இடது அக்குளிலிருந்து ஹம்சரும், வலது அக்குளிலிருந்து யதியும் தோன்றினர்.

இவர்களை எல்லாம் உற்பத்தியைப் பெருக்குமாறு பிரமன் கூற, நாரதர் மறுக்க அவரைத் தீய, துராசை உள்ள கந்தர்வனாக பிரம்மத்தைப் பற்றி ஞான மற்றவனாகவும், ஒரு வேலைக்காரிக்கு மகனாகவும் பிறக்குமாறு சபித்தார். பதிலுக்கு நாரதரும் பிரமனுக்கு மரியாதையும், பூஜையும் இல்லாதவாறு சபித்தார்.

மற்றவர்கள் படைப்பில் இறங்கினர். மரீசிக்குக் காசியபரும், அத்திரிக்குச் சந்திரனும், பிரசேதருக்குக் கௌதமரும், புலஸ்தியருக்கு அகத்தியரும் பிறந்தனர்.

4. மனுவும் சதரூபையும்

பிரமன் சுவயம்புவ மனுவையும், அவன் மனைவி சதரூபையையும் தோற்றுவித்தான். அவர்களுக்குப் பிரிய விரதன், உத்தானபாதன் என்ற இரண்டு புத்திரர்களுடன் ஆகுதி, தேவஹூதி, பிரசுதி என்ற மூன்று புத்திரிகளும் பிறந்தனர்.

அந்த மூன்று புத்திரிகளும் முறையே ருசிமுனிவர், கார்தம முனிவர், தக்ஷன் என்ற மூவரையும் மணந்தனர்.

தக்ஷன், பிரசுதி தம்பதியரின் அறுபது புத்திரிகளில் இருபத்தேழு பேர் சந்திரனையும், எண்மர் தர்மராஜனையும், பதினோறு பேர் பதினோறு ருத்திரர் களையும், மற்றுமொரு பதின்மூன்று பேர் காசியப முனிவரையும், மீதி ஒருத்தி சிவபெருமானையும் மணந்தனர்.

தர்மனின் முதல் மனைவி மிருதி நரன், நாராயணன் என்ற இருவரைப் பெற்றெ டுத்தாள். மற்ற மனைவிகள் சந்தோஷம் (திருப்தி) தைரியம் (அமைதி) ஹர்ஷ (மகிழ்ச்சி) போன்றவர்களை பெற் றெடுத்தனர்.

ருத்திரர்களின் புத்திரர்கள் சிவகணங் கள் ஆயினர். சதி சிவனை மணந்தாள். பின்னர், அவள் தக்ஷயஜ்ஞத்தின் போது அக்னிப் பிரவேசம் செய்து உயிரை விட்டு, அடுத்த பிறவியில் இமவானின் மகளாகப் பிறந்து பார்வதி என்ற பெயரில் சிவபெருமானை மணந்தாள்.

காசியப முனிவர் மனைவியரில் அதிதி தேவர்களையும், திதி ராக்ஷசர் களையும், கத்ரு பாம்புகளையும், வினதா பறவைகளையும், சுரபி பசுக்கள், எருமை கள் ஆகியவற்றையும் சரம நாளுகால் பிராணிகளையும், தனு தானவர்களையும் மற்ற மனைவியர் மற்றவர்களையும் தோற்றுவித்தனர்.

சந்திரன் தன் மனைவியரில் ரோகிணியை மட்டும் அதிகமாக நேசிக்க, மற்றவர்கள் தந்தை தக்ஷனிடம் முறையிட, அவன் சந்திரனைத் தேய்ந்து போகுமாறு சபிக்க, சிவனருளால் கடைசி கலை திரும்பவும் வளரும் அருள் பெற்ற கதையைப் பல புராணங்களில் காணலாம். அதன் பிறகு தன் மனைவியர் அனைவரையும் சமமாக நடத்தினான்.

பிருகு முனிவரின் மகன் சியவனர், கிரதுவின் மகன்கள் குள்ளமான பாலகில் யர்கள் என்ற முனிவர்கள், ஆங்கீரச முனிவருக்கு பிருஹஸ்பதி, உததிதீயன், சம்பரன் என்போர், வசிஷ்டரின் மகன் பராசரரின் தந்தையாகிய சகிரி, பராசரரின் மகன் வியாசர், அவர் மகன் சுகதேவன், புலஸ்தியரின் புத்திரர்கள் விஸ்வச்ரவன், குபேரன், அவருடைய மற்ற புத்திரர்கள் இராவணன், கும்ப கர்ணன், விபீஷனன் ஆகியோர்.

புலஹருக்கு வடச்யன், ருசிக்குச் சாண்டில்யன், கௌதமனுக்கு சவர்ணி, பிருஹஸ்பதிக்குப் பரத்வாஜன். இவர்கள் சந்ததியர் அனைவரும் அந்தணர்களே. அவர்கள் காசியப, பரத்வாஜ, வத்ச்ய, சவர்ணி, சாண்டில்ய கோத்திரத்தில் பிறந்தவர்கள். மற்ற அந்தணர்கள் பிரமன் முகத்திலிருந்து தோன்றினர்.

சூரியன், சந்திரன், மனுவின் புத்திரர் கள் க்ஷத்திரியர்கள், மற்ற க்ஷத்திரியர்கள்; பிரம்மாவின் புஜத்திலிருந்து தோன்றி னர். வைசியர்கள் பிரம்மாவின் முழங் கால்களிலிருந்தும், மற்றவர்கள் பாதத்தி லிருந்தும் பிறந்தார்கள் என்பது புராணக் கூற்று.

மேலும் பல இனங்கள், வம்சங்கள் பற்றியும் இப்புராணம் கூறுகிறது.

5. உறவு முறைகள்

பிரமன் கூறியவாறு உறவுகள் சொல்லப்படுகின்றன என்கிறது இப் புராணம். அந்த உறவுப் பெயர்கள் அனைத்தும் வடமொழிச் சொற்களாகவே உள்ளன.

தாய், தந்தை, பாட்டன், பாட்டி, அத்தை, சித்தி, பெரியம்மா மகன், மகள், கணவன், மனைவி, மாமனார், மாமியார், பேரன், பேத்தி, மருமகன், மருமகள் போன்றன.

ஒருவன், உயிர் அளித்தவன், அன்ன மளித்தவன், அச்சம் தருபவன், ஆசிரியர் என தொழிலுக்கேற்ப பெயர் பெறு கிறான்.

பலர் அன்னையின் தாயாராக (பாட்டி) கருதப்படுகின்றனர். பெற்ற தாய், மாற்றாந்தாய், தந்தையின் தாயார், (பாட்டி) தாயின் தாய், அத்தை, சித்தி (அ) பெரியம்மா, எசமான் மனைவி, காப்பார் மனைவி, மற்றும் தாயார் என்று அழைக்கப்படும் பெண்மணிகள் அனைவரும் தாயே. அதாவது தாய்க்குச் சமமாவர்.

மேலும், நண்பர்கள், பிரியமானவர்கள் என்று பல உறவினர்களையும், நட்பினர்களையும் பொன்னே போல் போற்ற வேண்டும்.

6. உபவர்ஹனன்

கந்தமாதன பர்வதத்தின் மீது, புத்திரப் பேறு இல்லாத கந்தர்வ தம்பதியினர் இருந்தனர். அவர்களுக்குச் சிவனருளால் நாரதர் மகனாக அவதரித்தார். வசிஷ்டர் அவனுக்கு உபவர்ஹனன் என்று பெயரிட்டார். உப (அதிகப்படியான) வர்ஹரன் (பிரார்த்திகை).

கந்தர்வ மன்னன் தன் ஐம்பது புத்திரிகளையும், உபவர்ஹரனுக்கு மணம் செய்து வைத்தார். ஒரு சமயம் உபவர்ஹனன் பிரம்மாவைத் தரிசிக்க சென்ற சமயம் அங்கிருந்து ரம்பையின் மீது காதல் கொண்டு மணந்தான். இதனால் கோபம் கொண்ட பிரம்மா, நாரதன் உடனே மரிக்குமாறு சபித்தார்.

உபவர்ஹனனின் முக்கிய மனைவியான மாலவதி, இதனால் மிகவும் கோபம் கொண்டு பிரம்மா, சிவன், யமன் மூவரையும் சபிப்பதாக அச்சுறுத்தினாள். அவர்கள் விஷ்ணுவிடம் முறையிட அவர் ஓர் அந்தண இளைஞன் வடிவில் மாலவதி முன் தோன்றினார். அவர் தேவர்களிடம் உபவர்ஹனுக்கு உயிரளிக்க வேண்டும் என்றார். பிரம்மா நாரதன் உடலின் மீது நீர் தெளித்தார். அவன் புத்துயிர் பெற்றான். சூரியன் கண்பார்வை கொடுத்தார். வாயு பகவான் மூச்சளித்தார். இறுதியில் கிருஷ்ண பகவான் அவன் இதயத்தில் பிரவேசிக்க அவன் உயிர்பெற்றெழுந்தான்.

காலனுக்கு மனைவி மிருத்யுகன்யை அவர்களுடைய புத்திரி ஜரா (முதுமை) பொதுவாக விதி முடிந்தவர்கள் உயிரை யமன் பறித்துச் செல்வான். எனவே ஒருவனுக்கு நோய் உண்டாகிறது.

மாலவதி அந்தண இளைஞனிடம் நோய்கள், நோய்க் காரணங்கள் பற்றிக் கூறுமாறு வினவ அந்த இளைஞன் எல்லா நோய்களுக்கும் காரணம் காய்ச்சல். அது அஜீர்ணத்தால் ஏற்படுகிறது. காய்ச்சலுக்கு கபம், வாதம், பித்தம், சிலேட்டுமம் ஆகிய நான்கும் காரணம். நோய்கள் 64 வகைகளாகும். நோய்களின் காரணங்கள், நிவாரணங்கள் பற்றிக்கூறும் சாஸ்திரம் ஆயுர்வேதம். கிருஷ்ணன் சதுர்வேதங்களை இயற்றிய பிறகு பிரம்மா ஆயுர்வேதம் இயற்றினார். அதற்குப் பின் தோன்றிய வைத்திய நூல்கள் அனைத்திற்கும் மூலம் ஆயுர்வேதம்தான்.

ஒருவனுக்கு நோய் வராமலிருக்க செய்ய வேண்டியவை : தூய்மை, தலை, காது, பாதங்களுக்கு எண்ணெய் தேய்த்தல், கண்களைத் தூயநீரால் கழுவுதல், அன்றாடம் உடற்பயிற்சி செய்தல், தண்ணீரில் குளித்தல், சந்தனம் பூசிக் கொள்ளுதல், சரிவிகித உணவு, கட்டுப்பாடுடன் உண்ணுதல், தயிர் சேர்த்துக் கொள்ளுதல் (பகலில் மட்டும்) இவ்வாறு உணவு நியமனம், தூய உடை, இருப்பிடத் தூய்மை ஆகியவற்றுடன் நல்லொழுக்கம் கொண்டு பாவம் செய்யாதிருத்தல் போன்றவை நோயை அண்ட விடாமல் தடுக்கும்.

பின்னர் உபவர்ஹனன் இறந்திட்டான். அவன் மனைவி மாலவதியும் அடுத்த பிறவியிலும் உபவர்ஹனனே தனக்குக் கணவனாக வேண்டுமென்று பிரார்த்திக் கொண்டே உயிரை விட்டாள்.

அடுத்த பிறவியில் மனு வம்சத்தின னான சிரிஞ்ஜயன் என்ற மன்னனுக்கு மகளாய்த் தோன்றினாள். அவள் ஒரு ஜதிஸ்மாரை - அதாவது முற்பிறவி விவரம் நினைவில் கொண்டவள்.

கன்யாகுப்ஜ இராணிகலாவதியின் புதல்வனாக உபவர்ஹனன் பிறந்தான். அவன் பிறப்பதற்கு முன் அந்நாட்டில் பஞ்சம் தாண்டவமாடியது. அவன் பிறந்த வுடன் மழை பொழிய ஆரம்பித்தது. எனவே 'நீர் கொடுப்பவன்' என்ற பொருள் கொண்ட 'நாரதன்' என்ற பெயர் பெற்றான்.

7. நாரதர் வரலாறு

ஓர் அடர்த்தியான காட்டில் நாரதர் கிருஷ்ணனைக் குறித்து தவம் செய்து கொண்டிருக்க, கிருஷ்ணர் அவர்முன் தோன்றி உடனே மறைந்துவிட மிகவும் வருத்தமுற்றான் நாரதன். அப்போது நாரதன் மரணமடைந்து பின் தெய்வீக உருவடையும்போது மறுபடியும் கிருஷ்ணனைக் காணலாம் என்றோர் அசரீரி கூறிற்று. நாரதர் மிகவும் பிரம்ம முடன் இணைந்து விட பிரம்மாவின் சாபம் முடிவுற்றது.

நாரதர் உலகில் வாழ்ந்தபோது பிரம்மா அவனை அழைத்து கிருகஸ்தா சிரமத்தில் பிரவேசிக்குமாறு கூற, அது தன் தவத்தைக் கெடுக்கும் என்றார். பிரம்மன் நாரதனுக்கு பிரம்மச்சரியம், கிரகஸ்தியம், வானப் பிரஸ்தம், சந்நியாசம் ஆகியவை பற்றி விளக்கி இல்லறம் ஏற்று ஒரு புத்திரனைப் பெறுதல் அவன் கடமை என்றார். அடுத்து நாரதன் சிவலோகம் சென்று சிவனைத் தரிசிக்க அவர் வாழ்க்கை முறைகள் பற்றி அறிவுரை பகன்றார்.

மேலும், கிருஷ்ணனைப் பூசித்தலில் சிறந்த வழி சாலக்கிராம பூஜை என்று கூறி பூசை முறைகளையும், உணவுக் கட்டுபாடுகள் பற்றியும் எடுத்துரைத்தார். யமனும் ''பூசையில் ஆத்மார்த்த பக்தியும், உண்மை உணர்வும் மிகவும் அவசியம்'' என்றார்.

சிவலோகத்திலிருந்து பதரிக்குச் சென்ற நாரதன் அங்கு நாராயண முனிவரின் ஆசிரமத்தைக் கண்டார். முனிவர் நவரத்தினமய ஆசனத்தில் அமர்ந்திருக்க, அவரைச் சுற்றி அப்சரசு களும், கந்தர்வர்களும் சூழ்ந்திருந்தனர். நாரதன் முனிவரைக் கண்டதும் அவர் நாரதனை அமரச் செய்து கிருஷ்ணன் வரலாற்றைப் பற்றி விவரித்தார். (நாராயண முனிவர் வேறு. ஸ்ரீமந் நாராயண பகவான் வேறு)

(இந்தப் பிரம வைவர்த்த புராணத்தில் பிரமகாண்டம் பகுதி முடிந்தது.)

8. பிரகிருதியின் உருவங்கள்

நாராயண ரிஷி நாரதருக்கு ஐந்து அடிப்படை பிரகிருதி பற்றி விளக்கி னார். 'பிர' என்றால் மிகச்சிறந்தது. 'கிருதி' என்றால் உற்பத்தி. எனவே 'பிரகிருதி' என்றால் 'மிகச்சிறந்த உற்பத்தி' என்று பொருள்படும்.

உற்பத்தியில் தலையாயது பெண் தெய்வங்கள். அவர்களிலும் குறிப்பாக துர்க்கை, ராதை, லக்ஷ்மி, சரசுவதி, சாவித்திரி மிகமுக்கிய வடிவங்கள். மற்ற தேவதைகள் இவர்கள் மூலம் உற்பத்தி யாகி இவர்களுடைய அம்சங்களுடன் விளங்குபவை. அவை புனித கங்கை, புனித துளசி, நாக தேவதை மானசை, பிறந்த சிசுக்களுக்கான தேவதை ஷஷ்தி, தேவிமங்களச் சண்டி, காளி வசுந்தரா (பூமி).

அடிப்படை பிரகிருதியிலிருந்தே எல்லாப் பெண்களும் தோன்றினர். எனவே பெண்களைத் துன்புறுத்துவது, அவர்களுக்குத் தீமையிழைப்பது, 'பிரகிருதி' தாய்க்கு செய்யும் கொடுமை கள் என அறிதல் வேண்டும். அவர் களுக்கு அளிக்கும் மரியாதை பிரகிருதி தேவிக்கு அளிக்கும் மரியாதை ஆகும்.

சக்திக்கு ராஜசம், தாமசம், சத்துவம் என்னும் மூன்று அடிப்படை குணங்கள் உண்டு. பிரகிருதியின் சத்துவகுணம் கொண்ட பெண்மணிகள் நல்லொழுக்கம் கொண்டவராய், கணவனே கண் கண்ட தெய்வமாய் இருப்பவர்.

பிரகிருதியின் ராஜச குணம் படைத்த பெண்டிர் தன்னலம் கொண்டு, வாழ்க்கையின் இன்பங்கள் துய்ப்பதில் நாட்டம் கொண்டவராய் இருப்பர். தாமச குணம் கொண்ட பெண்கள் கூர்மையான நாக்குடையவராய் சண்டை சச்சரவில் ஈடுபட்டும், நம்பிக்கையற்றவராய், கணவனுக்குத் துரோகம் செய்பவர்களாய் இருப்பர்.

பரமாத்மாவுடன் இணைந்து இருப்பதே பிரகிருதி. அது தனிப்பட்டதல்ல. பிரகிருதி இன்றி பரமாத்மா இல்லை.

சிருஷ்டி துவக்கத்தில் கிருஷ்ணர் தன்னில் பாதி ஆணாகவும், பாதி பெண்ணாகவும் பிரித்துக்கொண்டார். அந்த அழகிய பெண்வடிவமே 'பிருகிருதி' ஆகும். அவருக்கே ராதை, ராதிக என்ற பெயரும் உண்டு.

இப்பகுதியில் ராதை, கிருஷ்ணருக்குச் சிருஷ்டியில் உதவியாக இருந்ததாகக் கூறப்படுகிறது.

இனி பிரகிருதி காண்டத்தில் சரஸ்வதி பற்றிய விவரங்கள். அதாவது பிரகிருதியைப் பூசிக்கும் விதங்களும் மற்றும் பல கதைகளும் தரப்படுகின்றன.

9. வேதவதியும் சீதாதேவியும்

ஸாவர்ணி என்ற மன்னன் வினயமின்றி இருந்ததால் கோபம் கொண்ட சூரியன் அவனைத் தேசப்பிரஷ்டம் செய்ய, அதனால் கோபம் கொண்ட சிவன் சூரியனைச் சூலத்தால் குத்த முனைய அவன் பயந்து பிரம்மனை நாட, பிரம்மன், கிருஷ்ணனைச் சரணமடையுமாறு கூற, அவன் சென்று கிருஷ்ணனிடம் சரணடைந்தான். அப்போது அங்கே வந்த சிவனைச் சாந்தமடையச் செய்து கிருஷ்ணன் சூரியன் தந்த சாபத்தின்படி ஸாவர்ணி தேசப்பிரஷ்டம் ஆவான். ஆனால், அவனது மக்கள் நாடாள்வர் என்றார். மேலும் லக்ஷ்மி தேவி அவர்கள் வம்சத்தில் குழந்தையாய் அவதரிப்பாள் என்றார்.

ஸாவர்ணியின் மகன் விருஷத்வஜன், அவன் குமாரன் ருதுத்வஜன். அவனுக்குத் தர்மத்வஜன், குசத்வஜன் என்று இரண்டு புத்திரர்கள். அவர்களுள் குசத்வஜன், மனைவி மாலாவதியிடம் லக்ஷ்மியின் அமிசமான வேதவதி பிறந்தாள். அவள் பிறந்தபோது வேத ஒலி கேட்டதால் அவள் பெயர் 'வேதவதி' எனப்பட்டது.

வேதவதி விஷ்ணுவையே மணக்க வேண்டி புஷ்கரதீரத்தில் பிரம்மனை நோக்கித் தவம் செய்ய பிரம்மா தோன்றி அடுத்த ஜன்மத்திலேயே அந்தப் பேறு கிடைக்குமென ஆசிர்வதித்து மறைந்தார்.

வேதவதி தவம் செய்து கொண்டு இருக்கையில் அங்கு ராவணன் வந்து மோகம் கொண்டு அவளைத் தன்னை மணக்குமாறு வேண்டி பலாத்காரம் செய்ய முயன்றான். அவனுக்கு அதிதி பூஜை செய்ய நினைத்த அவள் மிக்கக் கோபம் கொண்டு தன் தவ வலிமையால் அவனைத் தடுத்து என்னாலேயே உனக்கு மரணம் ஏற்படும் என்று சபித்தாள். பின்னர் யோக சக்தியால் கங்கையில் குதித்து உயிர் விட்டாள்.

அடுத்த பிறவியில் வேதவதி இலங்கையில் ஒரு தாமரைப்பூவில் பெண் குழந்தையாகத் தோன்றிட அதை ராவணன் ஒரு பெட்டியில் வைத்துக் கடலில் மிதக்க விட்டான். அந்தப் பெட்டி மிதிலை நகரை அடைந்தது.

ஜனக மகாராஜன் ஏர் கொண்டு நிலத்தை உழ ஏர்க்காலில் பெட்டி சிக்கியது. அதனை ஜனகன் எடுத்துத்

திறந்து பார்க்க அதில் கண்ட குழந்தையை எடுத்து வளர்த்து இராம னுக்கு மணம் செய்வித்த விவரம், ராமன் ராவணனைக் கொன்றது ஆகியவற்றை இராமாயணம் கூறும். வேதவதியே சீதையாக அவதரித்தாள்.

10. மூன்று தேவியர்

நாரதரிடம் நாராயணன் கூறினார். மாக மாதத்தில் (மாசி) பஞ்சமி அன்றும், வித்தை கற்கத் துவங்கும் விசயதசமி அன்றும் சரசுவதியைத் துதிக்க வேண் டும்., வெண்மலர்கள், சந்தனப்பசை, வெள்ளை நிற ஆடை, வெண் சங்கு உபயோகிக்க வேண்டும். பூஜையின் போது மேலும் வெண்ணெய், தயிர், பால், கருப்பஞ்சாறு, வெல்லம், தேன், சர்க்கரை, சதைப்பற்றுள்ள பழங்கள், தேங்காய், இஞ்சி, வாழைப் பழம், நெய்யில் (அரிசிமாவு (அ) கோதுமை மாவு) கொண்டு தயாரித்த இனிப்புகள் நைவேத்தியம் செய்ய வேண்டும்.

முதலில் லக்ஷ்மி, சரசுவதி, கங்கை மூவரும் நாராயணனின் தேவிகளாக இருந்தனர். ஒரு நாள் சரசுவதி கங்கை மீது பொறாமைப்பட்டு சண்டை போட முதலில் லக்ஷ்மி அமைதியாக இருந்தாள். அவள் சரசுவதி, கங்கை இருவரையும் தடுத்து நிறுத்த முயன்றாள்.

சரசுவதி லக்ஷ்மியிடம் ''ஏன் முதலி லேயே தடுக்காமல் வேடிக்கை பார்த் தாய்?'' என்று கோபப்பட்டு அவளை மரமாக வும், நதியாகுமாறும் சபித்தாள்.

கங்கை சரசுவதியை நோக்கி ''நீ லக்ஷ்மியை நதியாகச் சபித்ததனால் நான் உன்னையும் நதியாகுமாறு சபிக்கிறேன்'' என்றாள். உடனே சரசுவதி கங்கையும் நதியாகுமாறு சபித்தாள்.

லக்ஷ்மி துளசியானாள், மற்றும் பதுமாவதி ஆறு ஆனாள். கங்கை பாகீரதி நதி ஆனாள். சரசுவதி அதே பெயரில் நதியானாள்.

நாராயணன் கங்கையைச் சிவனிட மும், சரசுவதியைப் பிரம்மாவிடமும் அனுப்பி தான் லக்ஷ்மியுடன் இருந்தார். ஏனெனில் சண்டையில் லக்ஷ்மி அமைதி யாக நடந்து கொண்டாள்.

ஒருவனுக்கு மூன்று மனைவியர் வேதத்துக்கு விரோதமானது.

11. கலியுக முடிவும் கல்கி அவதாரமும்

சாபங்கள் உண்மையாக, மூன்று தேவியரும் ஆறுகளாகினர். கலியுகத்தில் ஆயிரம் ஆண்டுகள் கழிந்திட லக்ஷ்மி சாபம் நீங்கித் திரும்பவும் நாராயணனை வந்தடைந்தாள். சரசுவதி, கங்கை இருவரும் கூட நாராயணனை அடைந் தனர்.

கலியுகத்தில் தூய்மையும், புனிதமும் உலகில் இல்லாமல் போகும். கலியுகம் பொதுவாக கொடிய காலமாகவே விளங் கும். மக்கள் லஞ்சம் வாங்குபவராகவும், இம்சை செய்பவர்களாகவும், நாணய மற்றவர்களாகவும் இருப்பர். துளசியை பூசையில் சேர்க்கமாட்டார்கள். வருணா சிரம தருமங்கள் மாறிவிடும். பிராமணர் கள் சமையல் செய்பவர்களாகவும், மாடு மேய்ப்பவர்களாகவும் இருப்பர். இல்லறத்தில் சண்டை, சச்சரவு, கலவரம், கணவன் மனைவி தகராறு போன்றவை ஏற்படும். ஆறு, குளங்கள் வற்றிட செடி, கொடி மரங்கள் பலன் தராமல் போகும். பயிர்கள் அழியும், பசுக்கள் பால் வற்றும்; உணவு கட்டுப்பாடுகள் இருக்காது. மக்கள் குறைவற்ற உருவங்க ளுடன் இருப்பர். விரைவில் முதுமை அடைவர்.

கலியுக முடிவில் தர்மம் ஒழியும். நாராயணனே விஷ்ணுயசன் என்ற பிராமணனுக்குப் புத்திரனாகக் கல்கி அவதாரம் எடுப்பார். குதிரை சவாரி செய்து, வாள் கொண்டு உலகில் மிலேச்சர் களை அழிப்பார். அவர் மறையும்போது

உலகில் குழப்பம், அராஜகம் காணப்படும். பசி, பட்டினி, பஞ்சம் ஏற்பட்டு பிரளயம் ஏற்படும். இவ்வாறு கலியுகம் முடிய மறுபடியும் சத்தியயுகம் துவங்கும்.

இவ்வாறு சிருஷ்டியும், அழிவும் மாறி மாறி நிகழ்ந்து கொண்டே இருக்கும். பிரம்மாவின் ஆயுள் முடியும் போது அண்டம் அனைத்தும் நீரில் மூழ்கிவிடும். பிரம்மாவும் கிருஷ்ணனில் ஐக்கியமாகி விடுவார். இது 'பிராகிருதிக பிரளயம்' எனப்படும். இதில் பிரகிருதியும் கிருஷ்ணனுடன் இணைந்து விடும்.

எனவே, புல் முதல் பிரம்மா வரை அனைத்தும் நிலையற்றவை. தோன்றி மறைபவையே. ஆனால், கிருஷ்ணன் மட்டும் நிலையானவர் அழிவற்றவர் என்பதை உணர வேண்டும்.

12. வசுந்தரா என்னும் புவிமகள்

நாராயணன் அடுத்து நாரதனிடம் பூதேவி, புவிமகள் என்று பல பெயர்களில் பேசப்படும் வசுந்தரா பற்றிக் கூறலானார்.

மது கைடபர்களின் கொழுப்பினால் (meda) ஆனதால் அதனை மேதினி என்கின்றனர். ஆனால், அது சரியில்லை. மேலும் மது கைடபவர்களுக்கு முன்பே பூமி இருந்தது. ஒருவேளை அந்த அரக்கர்களின் கொழுப்பு பூமியில் சேர்ந்திருக்கலாம்.

எனவே, உலகம் எவ்வாறு தோன்றியிருக்கும் என்பதை நாராயணன் கூறுகிறார். பிரளயத்தினால் உலகம் நீரில் மூழ்கியபோது கிருஷ்ணன் ஒரு பெரிய உருண்டையைத் தன் உடலிலிருந்து எறிய அது பல ஆண்டுகள் மிதந்திட அதன் துளைகள் கடின பொருள்களால் மூடிட அந்த உருண்டையே நீரிலிருந்து வெளிப்பட்டது. இவ்வாறு தோற்றமும் மறைவும் மாறி மாறி நிகழ்ந்து கொண்டிருக்கின்றன.

வராஹ கல்பத்தில் பிரம்மா மூழ்கியுள்ள புவியை வெளிக்கொண்டு வருமாறு வேண்டிட, விஷ்ணு வராக அவதாரம் எடுத்து ஹிரண்யாக்ஷனைத் கொன்று புவியை மீட்டார். எனவே, புவிமாது வராகத்தில் மனைவியாக அதாவது விஷ்ணு பத்தினியாகக் கருதப்படுகிறது. இந்நிலையில் பூதேவி அங்காரகனை ஈன்றாள்.

இதனால் வராகமூர்த்தியின் கூற்றுப்படி நிலத்தைப் பயிரிடுவதற்கு முன்பும், அதில் வீடு கட்டும் முன்பும், புதுமனை புகும் போதும், கிணறு, ஏரி, குளம் அமைக்கும்போதும் பூமி பூஜை செய்யப்படுகிறது. அவ்வமயம் நைவேத்தியம் செய்யக் கூடிய பொருள்கள் முத்துக்கள், ரத்தினங்கள், சங்குகள், விளக்கு, புத்தகம், மலர்கள், துளசிஇலை, ஜபமாலை, போன்றவை. இவற்றை அப்படியே பூமியில் வைக்காமல் ஒரு தட்டில் வைத்து நிவேதனம் செய்ய வேண்டும்.

இவ்வாறு தோன்றிய பூமி (அ) வசுந்தராவுக்கும் பல காரணப் பெயர்கள் ஏற்பட்டன. அவை உர்வி, இஜ்யை, க்ஷௌனி, க்ஷிதி, காசியபி, விசுவாம்பவை, அனந்தை, பிருதிவி என்பவை.

13. கங்காவதாரம்

(பல புராணங்களில் இதன் விவரம் காணலாம்)

பகீரதன் தவத்துக்கு மெச்சி, கிருஷ்ணன் அழைக்க, கங்கை புவியில் அவதரித்தாள். சகர புத்திரர்கள் மோட்சம் பெற உதவினாள்.

''ஒரு முறை கங்கையில் - புனித நீராடினால் ஒருவர் செய்த பாவங்கள் நீங்கும். ஒரு புனித நாளில் நீராடினால் பல பிறவிகளில் ஏற்பட்ட பாவங்கள் நீங்கும். மேலும், கங்கை நீரைக் கண்டாலும், தொட்டாலும் பாவம் தொலையும். கங்கை காற்று உடல் நலம்

தரும். கங்கையின் பெயர் உச்சரித்தாலே பாவம் அகலும். தெரியாமலே கங்கை நீர் ஸ்பரிசத்தாலும் பாவம் போய்விடும்'' என்று கிருஷ்ணன் கூறினார். கங்கை பூமியில் இருக்கும் போது லவண சமுத்திரம் கங்கையின் பதி ஆகும்.

கங்கையைப் பகீரதன் பூமிக்கும் கொண்டு வந்ததால் 'பாகீரதி' எனப் பெயர் பெற்றான். இந்திரலோகத்தின் வழியாகப் பாயும்போது 'மந்தாகினி' என்று பெயர். பாதாளத்தில் பாயும்போது 'யோகவதி', விஷ்ணுபஷத்தில் தோன்றி யதால் விஷ்ணுபதி. க = என்றால் போ; கங்க் = என்றால் விண்ணும், மண்ணும். விண்ணிலும், மண்ணிலும் ஓடுவதால் 'கங்கை' என்று பெயர் உண்டாயிற்று.

14. துளசி, சங்கசூடன் வரலாறு

மன்னன் குசத்வஜனின் மனைவி மாதவியின் மகள் பிருந்தா. அழகு நிறைந்த அவள் விஷ்ணுவே தனக்குக் கணவனாக வேண்டும் என்று காட்டில் கடுந்தவம் செய்து வந்தாள். அவள் தவத்தை மெச்சிய பிரம்மன் அவள் முன்தோன்றி இப்பிறவியில் அவள் சங்கசூடன் என்ற அரக்கனையே மணப்பாள் என்றும், அடுத்த பிறவியில் துளசிச் செடியாகி விஷ்ணுவுடன் இணைவாள் என்றும் கூறி மறைந்தார்.

குசத்வஜனின் மகளான பிருந்தா முற்பிறவி பற்றி நினைவு கூர்ந்தாள். அவள் முற்பிறவியில் கோலோகத்தில் ஒரு கோபிகையாக கிருஷ்ணன் கைங்கரி யத்தில் ஈடுபட்டிருந்தாள். கிருஷ்ணன் மீது காதல் கொண்ட அவள் ராதையின் மீது பொறாமை கொண்டதால் ராதை அவளைப் பூமியில் பிறக்குமாறு சபித்தாள்.

பிரம்மா, சந்திரசூடனின் முற்பிறவி பற்றி எடுத்துரைத்தாள். சந்திரசூடன் முற்பிறவியில் கிருஷ்ணனுடைய சேவகர் களில் ஒருவனாக சுதாமன் என்ற பெயரில் இருந்தான். அந்த கோபன் பிருந்தா கோபி மீது காதல் கொண்டான். இதனை ராதை தடுத்ததுடன், சந்திர சூடன் ஓர் அரக்கனாகப் பிறக்குமாறும் சாபமிட்டாள்.

இப்போது உலகில் சந்திரசூடன் ஓர் அரக்கனாகப் பிறந்தாலும், இங்கு பிருந்தாவையே மணக்க விரும்பி பிரம்மனை வேண்டினான். பிருந்தா ராதையின் கோபம் காரணமாக சந்திர சூடனை மணக்கத் தயங்கினாள். எனவே, பிரம்மன் அவளுக்கு ஒரு மந்திரத்தைக் கற்பித்து அதை உச்சரிப்பதன் மூலம் ராதையைத் திருப்திபடுத்தி சந்திர சூடனை மணக்க அவள் அனுமதியைப் பெற்று, அவனை மணந்து மகிழ்ச்சி யுடன் வாழ்ந்து வந்தாள்.

சந்திரசூடன் அரக்கனாதலால் அவன் தேவர்களுக்குத் தொல்லைகள் அளித்து தேவர்களின் உடைமைகளைப் பறித்துக் கொள்ள, அவர்கள் பிரம்மாவிடம் முறையிட, அவர் தேவர்களுடன் கிருஷ்ணனிடம் சென்று சரணடைந்து முறையிட்டனர். அப்போது கிருஷ்ணன் சந்திரசூடனுக்குத் தான் ஒரு ரக்ஷை அளித்திருப்பதாகவும், அதனைத் தானே ஒரு பிராமணன் வடிவில் சென்று அவனிடமிருந்து அகற்றிவிடுவதாகவும் கூறி, அவனை அழிக்க சிவபெரு மானுக்கு ஒரு சூலமும் அளித்தார். அப்போது பிரம்மா அவனுக்கு, ''அவன் மனைவி வேறொருவனைக் கணவனாகக் கொண்டு வாழ்ந்தால் மட்டுமே அவனை அழிக்க முடியும். அவ்வாறு ஏற்படாத வரையில் அவனை யாராலும் அழிக்க முடியாது'' என்று வரம் அளித்திருப்ப தாகக் கூறினார்.

சந்திரசூடன் ஒரு கிருஷ்ண பக்தன். சிவனுக்கு அவனைக் கொல்ல மன மில்லை. எனவே, அவனுக்கு நல்லுப தேசம் செய்து நல்வழிப்படுத்த முயன் றார். அதனை ஏற்காத அவனுக்கும்

தேவர்களுக்கும் போர் ஏற்பட்டது. சந்திர சூடன் கந்தன், காளி, சிவபெருமான் ஆகியோருடன் போர் புரிந்தான்.

போர் சிறிது நேரம் ஓய்ந்திருந்த போது கிருஷ்ணன் ஓர் அந்தணன் வடிவில் சந்திரசூடனிடம் சென்று அவன் கழுத்திலிருந்த ரக்ஷையை யாசித்துப் பெற்றுக் கொண்டார். பின்னர் சந்திர சூடன் உருவில் அவன் இல்லம் அடைய பிருந்தா அந்த மாயத்தை அறியாமல் அவருடன் வாழ்ந்தாள்.

அந்தச் சமயம் பார்த்துச் சிவன், கிருஷ்ணனால் அளிக்கப்பட்ட சூலத்தால் சந்திரசூடனைக் குத்திக் கொன்றார்.

பிருந்தா நிகழ்ந்ததை அறிந்த உடன் கிருஷ்ணன் கல்மனமுடையன் என்று கல்வடிவமாகச் சபிக்க சாலக்கிராமம் உருவானது.

கிருஷ்ணன் அவளைச் சமாதானப் படுத்தி இப்போது அவள் ஒரு தெய்வ வடிவம் பெற்று வைகுந்தம் அடைவாள் என்று கூறிச் சமாதானப் படுத்தினார். அங்கு அவள் கிருஷ்ணனுடன் இணைவாள் என்றார்.

பூமியில் அவளுடைய உடல் கண்டகி என்னும் புனித ஆறாகி பாரதத்தில் பாய்கிறது. அவள் கூந்தல் துளசிப் புதராக வளர்ந்தது.

15. துளசியின் மகிமை

துளசி மிகவும் புண்ணிய செடியாகும். துளசி தீர்த்தத்தில் நீராடினால் சகல புனித தீர்த்தங்களிலும் நீராடின பலன் தரும். ஒரு பிராமணனுக்கு ஒரு துளசிதளம் தானம் செய்தால் ஆயிரக்கணக்கில் கோதானம் செய்த பலன் கிடைக்கும். கையில் துளசியுடன் பொய் சொன்னால் நெடுநாள் நரகம் சித்திக்கும். மரணிக்கும் போது துளசி தீர்த்தம் உட்கொண்டால் நேரே விஷ்ணு லோகத்தை அடைவர்.

துளசிக்கு, பிருந்தை, பிருந்தாவனி, விஷ்வபவானி, விச்வபூஜிதை, புஷ்ப மாயை, நந்தினி, கிருஷ்ண ஜீவனி என்று பல பெயர்கள் உண்டு. கார்த்திகை மாத பௌர்ணமியில் துளசி பூஜை மிகவும் சிறந்தது.

16. சாளக் கிராமம்

துளசியின் சாபப்படி சாளக்கிராமம் கிருஷ்ணனையே குறிக்கும். அதுவும் புனிதமானது, புண்ணியம் தரவல்லது. சாளக்கிராமத்தைப் பூசிப்பவரின் பிரம்ம ஹத்தி தோஷமும் நிவர்த்தி ஆகும். அநேக புண்ணிய தீர்த்தங்களில் நீராடிய பலன் சாளக்கிராமம் முக்கி எடுக்கப் பட்ட நீரில் நீராடினால் கிடைக்கும். தொடர்ந்து சாளக்கிராமம் தீர்த்தங் களைப் பருகியவர் நேராக விஷ்ணு லோகம் அடைவர்.

துளசி மரித்தவுடன் அவள் கூந்தல் கண்டகி நதி ஆயிற்று. அதன் கரையில் நாராயணன் மலையாகி நின்றார். அம்மலையில் வஜ்ரடங்கள் எனப்படும் பூச்சிகள் காணப்படுகின்றன. அவற்றின் பற்கள் வச்சிரம் போல் கூர்மையானவை. அம்மலை மீது காணும் உருண்டை கற்களில் இப்பூச்சிகள் துளைகள் செய்கின்றன. இவையே சாளக்கிராம வடிவங்கள். பலவகை சாளக்கிராமம் பற்றி கருடபுராணம் விவரிக்கிறது.

சந்திர சூடனைக் கொன்ற பிறகு சிவ பிரான் அவனுடைய உடலைச் சமுத்திரத் தில் எறிந்துவிட, அந்த எலும்புகளி லிருந்து பலவகை சங்குகள் உற்பத்தி ஆயின. சிவனைத் தவிர மற்ற எல்லா கடவுளர்க்கும் சங்கு தீர்த்த அபிஷேகம் சிறந்தது. சங்கு ஊதப்படும் வீட்டை விட்டு லக்ஷ்மி எப்போதும் பிரிய மாட்டாள். சங்கு தோய்ந்த தீர்த்த ஸ்னாநம் அனைத்து புண்ணிய தீர்த்த நீராடலுக்கும் சமம்.

17. சாவித்திரி விரதம்

சாவித்திரி தேவதை வேதங்களைப் பிறப்பித்தவள். அவள் சூரியனுக்கும்

மந்திரங்களுக்கும் தாய் ஆவாள். அவள் பொன்னிறமேனியாள். அழகிய ஆடை, ஆபரணங்கள் அணிந்து புன்சிரிப்புடன் திகழ்வாள். அவளுக்கு ஆசனம், தீர்த்தம், அரிசி, சந்தனம், தூபம் மாலை ஆகியவற்றை நிவேதனம் செய்ய வேண்டும். 'சாவித்திரி விரதம்' ஜேஷ்ட (ஆனி) மாதம், திரயோதசி அன்று செய்ய வேண்டும். இதைத் தொடர்ந்து பதினான்கு ஆண்டுகள் செய்ய வேண் டும். பதினான்கு வகை பழங்கள் நிவேதனம் செய்ய வேண்டும். அந்தணர் களுக்கு தானம் அளிக்க வேண்டும்.

மாத்ர நாட்டு மன்னன் அசுவபதிக்கு பராசர முனிவர் இந்த விரத மகிமை பற்றியும், செய்முறைகளைப் பற்றியும் கற்பித்தார். இந்த விரதத்தை மேற் கொண்ட அசுவபதி முன் சாவித்திரி தேவி தோன்றிட, அதன் பலனாக அவன் மனைவி ராணிமாலதிக்கு அத்தேவியே மகளாகப் பிறந்தாள்.

அப்படிப் பிறந்த சாவித்திரி துயுமதி தேசன் மகன் சத்தியவானை மணந்தாள். மணந்த ஓராண்டுக்குள்ளாகவே ஒரு விபத்து நிகழ்ந்தது. சத்தியவான் சாவித்திரியுடன் காட்டில் விறகும், பழங்களும் சேகரித்து வரச் சென்றான். அங்கு அவன் மரத்திலிருந்து கீழே விழுந்து மடிந்தான்.

பிறகு யமன் சத்தியவான் உயிரை எடுத்துச் செல்ல, சாவித்திரி அவனுடன் வாதாடி வெற்றி பெற்று, சாதுர்யமாக தன் மாமனார், மாமியார்களுக்குக் கண்களின் குருடு நீங்கி பார்வை பெற்றதும், தனக்கு மகன் வேண்டும் என்று யமனிடம் பெற்றதும், வரம் பெற்ற பிறகு யமன், சத்தியவானை உயிருடன் சாவித்திரிக்கு அளித்ததும் பல புராணங்களில் கூறப் பட்டன.

இவையே இன்றி சாவித்திரி, யமன் உரையாடலில் யமன் கூறியதாகப் பல செய்திகள் இந்த வைவர்த்த புராணத்தில் காணப்படுகின்றன.

யமன் முற்பிறவி கர்மாக்களுக்கு ஏற்ப ஒருவன் பிறப்பும் இறப்பும் ஏற்படு வதைப் பற்றிக் கூறுகிறான்.

மற்றும் தான வகைகள் அவற்றின் பலன்களைப் பற்றியும் இயமன் கூறினான். பெருமளவில், நிலம், அரிசி பிராமணனுக்குத் தானம் செய்தவர் விஷ்ணு லோகம் அடைவர். வீடு தானம் அளித்தவர் தேவலோகம் அடைவர். கால்நடைகள், செம்பு, பொன் தானம் அளித்தவர் சூரிய லோகம் அடைவர். ஒரு பிராமணன் மற்றொரு பிராமணனுக்குத் தன் கன்னிகையை தானம் செய்வித்தால் சந்திர லோகம் அடைவான். அல்லது விஷ்ணு லோகம் சேர்வான். கறவை பசுக்கள், துணிமணிகள், சாலக்கிராமங் கள், குடை, காலணி, தீபம், படுக்கை, குதிரை, யானை, பல்லக்கு போன்ற தானங்களும் சிறந்த பலன்களைத் தரும்.

அடுத்து, யமன் பலவகை விரதங்கள் பற்றி எடுத்துக் கூறுகிறான். சிவராத்திரி அன்று வில்வதளம் கொண்டு சிவனை ஆராதிப்பவர் சிவலோகம் அடைவர். ராமநவமி விரதம் அனுஷ்டித்தவர் விஷ்ணு லோகத்தில் நீடித்து வாழ்வர். கார்த்திகை மாதத்தில் ராசமண்டபம் கட்டி பூசை, பஜனை செய்தால் கோலோகம் கிட்டும். ஏகாதசி விரதம் அனுஷ்டிப்பவர் வைகுண்ட லோகம் அடைவர். ஜேஷ்ட (ஆனி) மாதம் சதுர்த்தசி திதியில் சாவித்திரி விரதம் அனுஷ்டிப்பவர்கள் பிரம்ம லோகம் பெறுவர். மாக (அ) மாசி மாதத்தில் பஞ்சமி அன்று சரஸ்வதி பூஜை, விரதம் இருந்தால் வைகுண்டலோகம் அடைவர். உலகைச் சுற்றி வந்து எல்லா தீர்த்தங் களிலும் புனித நீராடுபவர் வீடு பேறு பெறுவர். அவர்களுக்கு மறு பிறவி கிடையாது.

இவையேயன்றி மிகப்பெரிய யாகங் கள் பற்றியும் யமன் கூறுகிறான். அசுவமேத யாகம் செய்பவர் இந்திர

லோகத்தில் பாதி பெற்று இனிது வாழ்வர். ஒரு ராஜசூய யாகம் செய்தவன் அசுவமேதயாகம் செய்த பலனைப் போல் நான்கு மடங்கு பலன் பெறுவான். ஆனால், எல்லாவற்றிலும் சிறந்த விஷ்ணு யஜ்ஞம் செய்தவர், ஆயிரம் ராஜசூய யாகப் பலனைப் பெறுவார்.

யமன் எண்பத்தாறு நரகலோகங்களைப் பற்றிக் கூறுகிறார். அவற்றுள் அக்னி குண்டம், கர குண்டம், தப்தம்ர, தப்த பாஷணா, கூர்ம, கோல, சஞ்சனா, கஜ தம்ஷா, அசிபதிர குண்டம், கும்பிபாகம், காலகத்திரம், அந்த கூபம், தூமாந்தம், விஷனம், திபசூர்ணம், தாலனம் என்று சிலவற்றைப் பற்றிக் கூறுகிறார்.

கருமநெறி தவறுபவர்கள் அவரவர் செய்யும் பாவங்களுக்கு ஏற்ப நரகில் தள்ளப்பட்டு உயிர்கள் மிகவும் வருத்தமடையும். (மேலும் விரதங்கள், நரகங்கள் ஆகியவற்றின் விவரங்களை விஷ்ணு புராணம், அக்னிபுராணம் ஆகியவற்றில் காண்க)

18. லக்ஷ்மி கடாக்ஷம்

இப்புராணம் ஸ்ரீ லக்ஷ்மியைப் பற்றியும் கூறுகிறது. சிருஷ்டியின் போது கிருஷ்ணன் இடது பக்கத்திலிருந்து ஓர் அழகிய தேவி தோன்றி இரண்டு பகுதியாகி இடப்புறம் உள்ளது மகாலக்ஷ்மியாகவும், வலப்புறம் உள்ளது ராதிகாவாகவும் சிருஷ்டி ஆயின. கிருஷ்ணன் இடது பக்கத்திலிருந்து நான்கு கரங்கள் கொண்ட நாராயணனும், வலப் புறத்திலிருந்து இரு கரங்களும் தோன்ற நாராயணன் லக்ஷ்மியையும், கிருஷ்ணன் ராதையையும் மனைவியாக்கிக் கொண்டனர்.

மகாலக்ஷ்மி சொர்க்கத்தில் சொர்க்க லக்ஷ்மி என்றும், மன்னர்களிடம் ராஜ்யலக்ஷ்மி, இல்லங்களில் கிரகலக்ஷ்மி என்றும் பலவாறு பெயர்கள் பெற்றாள். பிரம்மா, விஷ்ணு, மனுவால் பூசிக்கப்படுகிறார். சூரிய, சந்திர மண்டலங்களில், பாலில், தானியங்களில், உடைகளில், சந்தனம், நகைகள், தூய இடங்கள், இல்லங்களில், பூமாலைகளில் மங்கல கலசங்களில் அவளைக் காணலாம்.

இந்திரன் லக்ஷ்மியைப் பூசித்தல்

(இந்த வரலாறு பல புராணங்களில் சிறிது மாறுபட்டு கூறப்பட்டுள்ளது)

ஒரு சமயம் கோபம் நிறைந்த துர்வாசன் விஷ்ணுவிடமிருந்து ஒரு பாரிஜாத மாலையைப் பெற்றார். அதனை இந்திரனுக்கு அளிக்க குடி போதையில் இருந்த அவன் அம்மலரை யானையின் தலை மீது வைத்தான். மலர் பரிசை கவுரவிக்காமல் உதாசீனம் செய்த இந்திரன் செயல் பிரம்ம ஹத்தி தோஷத்துக்குச் சமமானது. இதனால் கோபம் கொண்ட முனிவர் லக்ஷ்மி (செல்வம்) அவனை விட்டு அகலுமாறு, யானை (ஐராவதம்) தலை வெட்டப்பட்டு சிவன் மகனின் தலையாகும் என்றும் சபித்தார்.

இந்திரன் துர்வாசரை வணங்கித் தன்னை மன்னித்தருளுமாறு வேண்டிட அவரும் மனம் குளிர்ந்து விஷ்ணுவின் பெருமை பற்றி விவரித்தார்.

முனிவரின் சாபப்பலனாக எல்லாவற்றையும் இழந்த இந்திரன் பிரகஸ்பதியுடன் பிரம்மனிடம் சென்று வேண்டிட, அவர் அனைவரையும் விஷ்ணுவிடம் அழைத்துச் சென்றார்.

லக்ஷ்மி வாசம்

விஷ்ணு, இந்திரன் இழந்த செல்வங்களை மறுபடியும் அடைவான் என்று கூறிய துடன், எவ்வாறெல்லாம் செல்வம் இழக்கப்படும் (அ) லக்ஷ்மி இல்லாது போவாள் என்று கூறினார்.

''துளசிச் செடி இல்லாத வீடு, சங்கு ஒலிக்காத வீடு, சாலக்கிராமம் பூசிக்கப்

படாத இல்லம், விஷ்ணு பக்தர்களைப் பழிக்கும் கிரகம், பிராமணருக்கு உணவளிக்காத மனை, விருந்தினரை வரவேற்று உபசரிக்காத இல்லம் போன்ற இடங்களை லக்ஷ்மி நாட மறுப்பாள்.

சமயச் சடங்குகள் செய்யாத அந்தணன், விஷ்ணுவை பூசிக்காதவர், பிராமணர்களுக்கு மரியாதை அளிக்காமல், மற்றவர்களுக்குச் சேவை செய்பவர்கள் ஆகியோர் வீட்டை விட்டு லக்ஷ்மி விலகி விடுவாள்'' என்றார்.

அமுத மதனம், லக்ஷ்மி தோற்றம்

பிறகு பிரம்மாவிடம் நாராயணன் தேவர்களைக் கொண்டு அமுதம் கடைய தேவவைத்தியர் தன்வந்திரி, உச்சைச்வரக் குதிரை, ஐராவதம் என்னும் யானை, சுதர்சன சக்கரம் போன்றவையுடன் இறுதியில் ஸ்ரீ லக்ஷ்மியும் தோன்றினார். (அமுத மதனம் பற்றிப் புராணங்கள் மாறுபட்ட சிறு சிறு செய்திகளைத் தருகின்றன)

ஸ்ரீ லக்ஷ்மி தோன்றியவுடன் வனமாலை கொண்டு விஷ்ணுவுக்கு மாலை இட்டாள். அதனால் விஷ்ணு வனமாலி எனப்படுகிறார். சிவன், இந்திரன் மற்ற தேவர்கள் லக்ஷ்மி தேவியைத் துதி செய்தனர். ஸ்ரீ லக்ஷ்மிக்கு சந்தனம், பாரிஜாத புஷ்பம் மேலும் பல மங்கலப் பொருள்கள் அளிக்கப்பட்டன. விசுவகர்மா நவரத்தின ஆசனம் அளித்தார். கங்கை நீர், மலர்கள், சந்தனம், சங்கில் புனிதப் புற்கள், தூபம், தீபம், அன்னம், சர்க்கரை, நெய், பால், வெற்றிலை, கருப்பஞ்சாறு, பட்டாடை ஆபரணங்கள் அளிக்கப்பட்டன. தேவர்களுக்கு வரங்கள் தந்து ஸ்ரீ லக்ஷ்மி விஷ்ணுவின் மடியில் அமர்ந்தாள்.

கணேசர் உருவாதல்

ஐராவதத்தின் தலைமீது பாரிஜாதம் வைக்க அது புனிதமாகியது. அன்று முதல் அனைவரும் கணேசரை எல்லாவற்றிலும் முதன் முதலாகப் பூசிக்க வேண்டுமென்று ஆணையிட்டார்.

சனியின் சாபத்தால் சிவ, பார்வதி மகனாகத் தோன்றிய கணேசரின் தலை வெட்டப்பட, ஐராவதத்தின் தலை பொருத்தப்பட்டு உருவான கணேசர் கடவுளர்களுக்கெல்லாம் முதல் கடவுளாகத் துதிக்கப்படுகிறார்.

19. ராதாகிருஷ்ணன் ராதையைப் பூசித்தல்

கார்த்திகை மாதம் பௌர்ணமி அன்று ராதையைப் பூசிக்கவேண்டும். மலர்கள், தூபம், தீபம், கந்தம், ஆபரணம், பழங்கள், இனிப்புகளுடன் பதினாறு பொருள்களைச் சமர்ப்பிக்க வேண்டும். ராதையின் பேரை முதலில் சேர்த்து ராதா கிருஷ்ணா, இராதா – மாதவா என்று உச்சரித்துப் பூசிக்க வேண்டும்.

சந்தனம், குங்குமம், பெற்று மந்த ஹாச முகத்துடன், அழகாக முடிந்த கூந்தல், கை, கால்கள், விரல்கள் முழுவதும் ஆபரணங்களுடன் அவள் காட்சி தருவாள்.

வராக கல்பத்தில் ராதை கோகுலத்தில் விருஷபானு, கலாவதி தம்பதியர்க்குத் திருமகளாய்த் தோன்றினாள். வைசியர்களான அவர்கள் அவளை ராயனன் என்ற வைசியனுக்கு மணமுடிக்க முனைந்த போது அவள் தன் நிழலை அங்கு விட்டு விட்டு கோலோகத்திக்குத் திரும்பி வந்து விட்டாள்.

நிழலுக்கும் ராயனனுக்கும் திருமணம் நடந்தது. பன்னிரண்டு வயதான ராதையின் நிழலுக்கே விவாகம் நடந்தது.

அதன்பின் பதினான்கு ஆண்டுகள் கழிந்து கோகுலத்தில் கிருஷ்ணன் பிறந்தான். நந்தகோபர் மனைவி யசோதையின் சகோதரனே ராயனன். அவன் கிருஷ்ணனுக்குத் தாய்மாமன்.

கிருஷ்ணன், ராதை கோகுலத்தில் சில காலம் வாழ்ந்து பிறகு பிரிந்தனர்.

கோகுலத்தில் ஒரு நாள் கிருஷ்ணன் விரஜா என்பவளுடன் ஆடிக் கொண்டிருக்கையில் அது பற்றி கேள்விப்பட்ட ராதை தேரேறி அவனிடம் விரைந்தாள். அவளிடம் பொறாமை, கோபம் குடி கொண்டிருந்தது. இது பற்றி கிருஷ்ணனின் தோழன் சுதாமன், கிருஷ்ணனை எச்சரித்தான்.

எல்லோரும் ஓடிவிட விரஜா மட்டும் தற்கொலை செய்து கொண்டாள். கோலோகத்தைச் சுற்றி விரஜா ஒரு நதியானாள். அவள் தோழிகள் அதன் உபநதிகள் ஆயினர்.

கிருஷ்ணனோ, விரஜாவோ இல்லாதது கண்ட ராதை தன் இருப்பிடம் திரும்பினாள். கிருஷ்ணன், சுதாமனைக் கண்டவுடன் ராதை கண்டவாறு ஏசினாள். இதனால் கோபம் கொண்ட சுதாமா ராதையைத் திருப்பித் திட்டினான். கிருஷ்ணன் எதிரில் அவமானப் பட்ட ராதை சுதாமனை அசுரனாகும்படி சாபம் கொடுத்தாள். உடனே சுதாமனும் அவளை இடைக்குலத்தில் பிறந்து கிருஷ்ணனைப் பிரிந்து அவதிப்பட வேண்டுமென்று சபித்தான்.

சாபம் தீர்ந்தபிறகு அனைவரும் கோலோகம் அடைந்தனர். ராதையைப் பூசிப்பதால் துரதிருஷ்டங்களும், உடல் நலக் குறைவும் நீங்கும். சுயஜனன் என்ற மன்னன் ஒரு சமயம் சுதபாசன் என்ற அந்தணனால் சபிக்கப்பட்டான். ''உன்னை லக்ஷ்மி விட்டுச் செல்வாள். உன் இராஜ்ஜியத்தை இழப்பாய். மந்த புத்தியுடன் தொழு நோயால் பாதிக்கப் படுவாய்'' என்று பிராமணன் சபித்தான்.

மன்னன் மன்னிப்பு வேண்ட சுதபாசன் என்னும் அந்த அந்தணன் ராதையைப் பூசித்து சாப நிவாரணம் பெறுமாறு கூறிட மன்னன் அவ்வாறே செய்து தொல்லைகள் நீங்கப் பெற்றான்.

20. துர்க்கையும், துர்க்கை வழிபாடும்

துர்க்கை என்ற பெயர், அவள் அதே பெயர் கொண்ட அரக்கனைக் கொன்றதால் ஆகும். மேலும் பல அரக்கர்களையும் அவள் கொன்றிருக்கிறாள். தேவர்களும், மற்ற கடவுளர்களும் பலவித ஆயுதங்களை அளித்தனர். மற்றும் அவர்களுடைய சக்தியெல்லாம் இணைந்தே அவள் வடிவெடுத்தாள். அவள் அசுரர்களை அழித்து தேவர்களைக் காத்தாள்.

துர்க்கை சிவபெருமானின் மனைவி. எனவே 'சிவை' என்ற பெயரும் அவளுக்கு உண்டு. நாராயணன் சக்தியும் பெற்றிருப்பதால் அவள் 'நாராயணி' எனப்படுகிறாள். விஷ்ணுவால் தோற்றுவிக்கப்பட்டவள் எனவே 'வைஷ்ணவி' என அழைக்கப் படுகிறாள். 'விஷ்ணு மாயை' என்ற பெயரும் கொண்டுள்ளாள். மேலும் அவளுக்குப் பல பெயர்கள் உண்டு. இஷானி, சத்தியை, நித்தியை, சனாதனி, பகவதி, சர்வாணி, சர்வமங்கள, அம்பிகை, கௌரி, பார்வதி ஆகியவை.

கிருஷ்ணனே துர்க்கையைப் பூசிக்கிறான். பிரம்மா, சிவன் மற்றும் இந்திராதி தேவர்களும் அவளைத் துதிக்கின்றனர். மற்றொரு கல்பத்தில் மன்னன் சுரதனும், வைசிய சமாதியும் அவளைப் பூசித்தினர்.

நந்தி மன்னன், சுரதா மன்னனை நாட்டை விட்டே விரட்டிவிட்டான். அவன் குதிரை மீது அமர்ந்து நாட்டை விட்டு ஓடினான். புஷ்பரத்ரா என்னும் ஆறு பாய்கின்ற காட்டை அடைந்தான். ஆற்றங்கரையில் மன்னன் சுரதா, சமாதி என்ற வைசியனைக் கண்டான். சமாதியை அவன் மனைவி மக்கள் வீட்டை விட்டு துரத்தி விட்டனர்.

சுரதாவும், சமாதியும் இணைந்து பயணம் செய்து புஷ்கர தீர்த்தத்தை அடைந்தனர். அங்கே மேதஸ் என்ற

முனிவரைக் கண்டனர். துர்க்கையைப் பூசை செய்யுமாறு அவர் அறிவுரை தந்தார். நெடுநாட்கள் தவம் செய்த இருவரின் முன் துர்க்கை தோன்றி சுரதாவுக்கு நாட்டையும், சமாதிக்குக் கிருஷ்ணனுடன் இணைவதையும் அருளினாள். துர்க்கை மறைந்த பிறகு மண்ணால் அவன் உருவமைத்து மன்னன் வழிபட்டு வந்தான்.

அரிசி, இனிப்புப் பண்டங்கள், மலர்கள், தூபம் போன்ற சாதாரண படையல்களுடன் காய்கறிகள், மிருக பலியையும் சுரதா படைத்தான், அதாவது ஆடு, மான், பூசணிக்காய் ஆகியவை.

பூசைக்குப் பின்னர் சுரதா அம்மன் உருவை நீரில் சேர்த்துவிட்டான். ஆச்வின் மாதத்தில் துர்க்கை பூசையை மன்னன் சுரதா ஆரம்பித்து வைத்தார்.

ரத்தின இருக்கையில் துர்க்கையின் வடிவத்தை இருக்கச் செய்ய வேண்டும். உருவம் பொன்னிறத்தில், முக்கண்களுடன், ரத்தின கிரீடம், மற்ற ஆபரணங்களும் அணிந்து இருக்க வேண்டும். கூந்தல் இடதுபுறம் சுருட்டப்பட்டும், நெற்றியில் சந்தனம், குங்குமம் நிறைந்தும் இருக்க வேண்டும்.

மிருகபலி இல்லாமல் நடத்தப்படும் துர்க்கை பூசை வைஷ்ணவி (அ) சாத்துவிக பூஜை எனப்படும். அது வைஷ்ணவர்களால் செய்யப்படுகிறது. விலங்குகளைப் பலி கொடுத்து செய்யப் படும் பூஜை துர்க்கை பூஜை.

ராஜசிக பூஜை. ஆஸ்வின் (புரட்டாசி) மாதத்தில், கிருஷ்ண பக்ஷத்தில் நவமி அன்று தொடங்கி பதினைந்து நாட்கள் நடைபெற வேண்டும். சுக்கில பக்ஷ தசமி அன்று துர்க்கையை நீரில் சேர்க்க வேண்டும்.

பலிகளைச் சப்தமி நவமி திதிகளில் அளிக்கலாம். ஆனால், அஷ்டமியில் கூடாது.

21. மற்ற பெண் தெய்வங்கள்

அடுத்து, நாரதருக்கு ஸ்வாஹா, ஸ்வாதா, தக்ஷிணா, ஷத்தி, மங்கள சண்டி, மனசா, சுரபி ஆகிய பெண் தெய்வங்கள் பற்றி கூறப்படுகிறது.

ஸ்வாஹா : சிருஷ்டியின் துவக்கக் காலத்தில் தேவர்கள் பிரம்மலோகம் சென்று அவர்களுடைய முதல் சாப்பாடு பற்றிக் கேட்க, பிரம்மாவின் வேண்டுகோளை ஏற்று யாகவடிவில் விஷ்ணு இருக்க யாகத்தீயில் தேவர்களுக்கான உணவு அளிக்கப்பட்டது. ஆனால், அது அவர்களைச் சென்று சேரவில்லை. அதனால் தேவர்கள் மறுபடியும் பிரம் மாவை வேண்ட கிருஷ்ணர் பிரகிருதியை வேண்டுமாறு பிரம்மாவுக்கு அறிவுரை தந்தார்.

பிரகிருதி, ஸ்வாஹா ஆனாள். அதுவே அக்னியின் எரிக்கும் சக்தி. ஸ்வாஹாவின் உதவியின்றி அக்னியால் எதையும் எரிக்க முடியாது என்று பிரம்மா ஆணையிட்டார். எனவே பிரம்மா அக்னியிடம், ஸ்வாஹாவை மணந்து கொள்ளுமாறு கூறினார். அவர்களுக்கு மூன்று மகன்கள் தோன்றினர். அவையே தாக்ஷிணா, காருதஸ்பத்ய, ஆஹவனியம் என்பவை. எனவே தீயில் பொருள்களை இடும் போது 'ஸ்வாஹா' என்பதைச் சேர்த்து மந்திரத்தை சொல்ல வேண்டும்.

ஸ்வாதா : ஆரம்ப காலத்திலேயே பிரம்மா முன்னோர்களின் அதாவது பித்ருக்களையும் தோற்றுவித்தார். பிராமணர்கள் பித்ருக்களுக்குப் பிண்டங்கள் தரவேண்டுமென்று கட்டளையிட்டார். முக்கியமாக நீத்தார் கடன் எனப்படும் மறைந்த முன்னோர்களுக்காக செய்யப்படும் சிரார்த்தங்களில் இட வேண்டும். துவக்க நிலையில் அவை பித்ருக்களைச் சென்று சேரவில்லை. எனவே, பசி கொண்ட பித்ருக்கள் பிரம்மனிடம் சென்று முறையிட அவர் 'ஸ்வாதா' என்ற தேவதையைத்

தோற்றுவித்து அவனை முன்னோர்களுக்கு அளித்தார். எனவே பித்ருக்களுக்குப் பிண்டம் அளிக்கும்போது மந்திரத்துடன் 'ஸ்வாதா' சேர்த்து உச்சரிக்க வேண்டும். அப்போதுதான் நாம் இடும் பிண்டம் பித்ருக்களைச் சென்றடையும்.

தக்ஷிணை : அதேபோல் யாகத்தின் மனைவி 'தக்ஷிணை'. எனவே, சமயச் சடங்கு முடிந்தவுடன் பிராமணனுக்குத் தக்ஷிணை அளிக்க வேண்டும். இன்றேல் அந்தச் சடங்கு பயனற்றதாகும். எனவே யாகம் முடிந்தவுடன் பிராமணர்களுக்குத் 'தக்ஷிணை' கட்டாயம் தரவேண்டும்.

ஷஷ்தா : பிரகிருதி அன்னையில் ஆறில் ஒரு பங்கு 'ஷஷ்தா' எனப்படுகிறது. அவள் கந்தன் (அ) கார்த்திகேயனின் (அ) தேவசேனனின் மனைவி ஆவாள். பிரம்மாவின் மனதிலிருந்து தோன்றிய அவள் குழந்தைகளின் தேவதை; பிள்ளை வரம் அளிப்பவள் மற்றும் சிசுக்களைக் காத்து நீண்ட நாட்கள் வாழ்ந்திட அருள் புரிபவள்.

மன்னன் பிரிய விரதன் ஸ்வயம்பு மனுவின் புத்திரன். அவன் தவமிருந்து ஒரு மகனை அடைய அவன் இறந்தே பிறந்தான். மன்னன் குழந்தையுடன் மயான பூமிக்குச் சென்று தன்னை மாய்த்துக் கொள்ள முனைந்தான். அப்போது 'ஷஷ்தா' தேவி அவன் முன் தோன்றி குழந்தைக்குப் புத்துயிர் ஊட்டினாள். தன்னைப் பற்றி உலகுக்கு அறிவிக்குமாறு அவனிடம் சத்தியம் செய்து வாங்கினாள்.

ஒவ்வொரு மாதமும் ஷஷ்டி அன்று 'ஷஷ்தா தேவியைப்' பூசிக்க வேண்டும். மற்றும் சிசு பிறந்த ஆறாம் நாளும், இருபத்தொன்றாம் நாளும் அவளைத் துதிக்க வேண்டும். சிசுவைத் சார்ந்த அனைத்து நாட்களிலும் அவளைப் பூசிக்க வேண்டும்.. பூ, பழம், தீப, தூப, நைவேத்தியங்களை அளிக்க வேண்டும்.

மங்கள சண்டி : நீலநிறக் கண்களும், அழகு மேனியும் கொண்ட மங்களசண்டி, துர்க்கையின் வடிவே. பெண்களுக்குக் கண்கண்ட தெய்வம். அவள் நல்வாழ்வு, செழுமை, செல்வமுடைய வாழ்வு ஆகிய மங்களங்களைக் குறையாமல் அளிக்கக் கூடிய திறமை கொண்டவள்.

சிவபெருமான் திரிபுராசுரர்களெனும் அரக்கர்களுடன் போர் செய்கையில் சில கஷ்டங்களைச் சமாளிக்க வேண்டி இருந்ததால் துர்க்கையைத் துதி செய்தார். விஷ்ணு கூறியவாறு, சிவன் முன் துர்க்கை மங்கள சண்டியாகத் தோன்றி பரமனின் திறமை, தீரம் ஆகியவற்றை அதிகரித்து அருளினார். அதுவே மங்கள சண்டிக்கு நடத்தப்பட்ட முதல் பூசனை.

அடுத்து விஷ்ணுவுக்கும், பிருதிவிக்கும் பிறந்த அங்காரகன் அவளைத் துதி செய்தான். மனு குலத்தோன்றல் மன்னன் மங்களன் அவளை வழிபட்டான். அடுத்து ஸ்திரீகள் மங்கள நாயகியைச் செவ்வாய்க் கிழமை அன்று பூசித்தனர். அதன்பின் ஆண்களும் அவளை வழிபடத் தொடங்கினர். இவ்வாறு அவள் பெருமையும், புகழும் பரவத் தொடங்கின. செவ்வாயன்றே அவள் பூசை. (சண்டி = திறமையுள்ளவள். மங்களா – நலமும் செல்வமும் அளிப்பவள். எனவே மங்கள சண்டி எனப்படுகிறாள்.)

மனசா : மனம் அதாவது காசியபரின் மனசிலிருந்து தோன்றியதால் இவள் மனசாதேவி எனப்படுகிறாள். அவள் மிகவும் அழகாகத் தோற்றம் கொண்டிருப்பதால் உலகிலேயே அழகி என்ற பொருளோடும் 'ஜகத்கௌரி' என்றும் பெயர் பெற்றாள். நாகராஜன் சோதரி என்பதால் 'நாகவாகினி' (நாக சகோதரி) என்று பெயர். அவள் நாகங்களுக்கு அரசி என்ற கருத்தில் 'நாகேச்வரி' எனப்படுகிறாள். அவள் பாம்பு விஷத்தை அகற்றுவாள் (ஹரனா) என்பதால் 'விஷஹாரி'

எனப்படுகிறாள். அஸ்திக முனிவர் தாய் ஆனதால் அஸ்திக மாதா எனப்படு கிறாள்.

மனசா கிருஷ்ணனை நோக்கித் தவம் செய்து சக்திபெற்றாள். மேலும், அவள் சிவபக்தையும்கூட. அவள் பாம்பை யஜ்ஞோபவிதமாகத் தரித்திருக்கிறாள். அவளுக்குத் தீபம், மலர்கள், தூபம் அளிக்கலாம்.

பழங்காலத்தில் மக்கள் பாம்பென் றால் மிகவும் பயந்தனர். ஏனெனில், பாம்பு கடித்தால் மரணம்தான். அதற்கு சிகிச்சை இல்லை என்ற நிலை. பிரம்மா வின் அறிவுரைப்படி காசியபர் மனசாவைத் தோற்றுவித்தார். பாம்பு கடிக்கான மந்திரத்திற்கு அவள் அதிஷ்டான தேவதை ஆவாள்.

மனசாதேவி சிவனைப் பூஜித்து இறந்தவரை உயிர்ப்பிக்கும் கலையைக் கற்றாள். அவள் புஷ்கரத்தில் கிருஷ்ணனைப் பூசை செய்ய 'உலகம் முழுவதும் உன்னைப் பூசிக்கும்' என்றார் அவர். ஜரக்கரு என்ற முனிவரை மனசா மணந்தாள்.

ஒரு மாலை, மனசாவின் மடியில் தலைவைத்து உறங்கிக் கொண்டி ருந்தார். சூரியாஸ்தமன நேரம் ஆகி விட்டது. ஜரத்கரு விழித்தெழுந்து மாலை சந்தியாவந்தனம் செய்ய வேண்டும் என்பதற்காக அவரை எழுப்பி னாள். இல்லாவிட்டால் அவருக்கு பிரம்மஹத்தி தோஷம் ஏற்படும் என நினைத்தாள்.

ஆனால், தன்னை எழுப்பியதற்காக மிக்க கோபம் கொண்ட ஜரத்கரு ''கணவனுக்குத் தீங்கு செய்யும் மனைவி கும்பிபாக நரகம் அடைவாள். கணவன் தூக்கத்தைக் கலைக்கும் மனைவி காலசூத்திர நரகத்தை அடைவாள்.''

இவ்வாறு கூறி அம்முனிவர் தவம் செய்யச் சென்றுவிட்டார்.

மனசா கைலாயம் சென்றாள். அங்கே அவளுக்கு ஒரு மகன் பிறந்தான் – அவன் பெயர் அஸ்திகன். அஸ்திகன் வளர்ந்து சிவனின் சலுகையைப் பெற்றான். மனசா காசியபர் ஆசிரமம் சேர்ந்தாள்.

பரீக்ஷித்துத் தக்ஷகன் என்ற பாம்பால் கடிக்கப்பட்டாள். அதனால் பரீக்ஷித்தின் மகன் ஜனமேஜயர் சர்ப்ப சஸ்திர யாகம் செய்து பாம்புகள் அதில் விழுந்து மரிக்க தக்ஷகன் இந்திரனிடம் சரணடைய, இந்திரன் மனசா தேவியைத் பிரார்த்திக்க, அவள் தன் மகன் அஸ்திகனை தக்ஷகனைக் காப்பாற்ற ஆணையிட்டாள்.

இதனால் மகிழ்ச்சி அடைந்த இந்திரன் மனஸாதேவியை மணிமய ஆசனத்தில் இருத்தி, மந்தாகினி ஆற்றின் புனித நீரால் அபிஷேகம் செய்வித்துப் பூசை செய்தான்.

மனசா தேவியைப் பூசிப்பவர் பாம்பைக் கண்டு அச்சங்கொள்ளத் தேவையில்லை ஏனெனில் அவர் அத்தேவியின் பாதுகாப்பில் இருக்கிறார்.

சுரபி : சுரபி, பசுக்களுக்கெல்லாம் தாய் ஆவாள். ஒரு நாள் கிருஷ்ணன் பிருந்தா வனத்தில் இருக்கும்போது பால்குடிக்க விரும்பினார். உடனே அவருடைய இடது புறத்திலிருந்து சுரபியைத் தோற்று வித்தார். ஒரு மணிமயக் கலத்தில் பால் கறந்து குடித்தார். மீதமுள்ள பால் க்ஷீர சரோவரம் (பாற்கடல்) என்ற பெரிய ஏரி (நீர்நிலை) ஆயிற்று. இந்த இடம் கிருஷ்ணன், ராதை, கோபியர்களுக்கு உல்லாச இடமாயிற்று. சுரபியின் உடலி லிருந்து பல காமதேனுக்கள் தோன்றின. காமதேனு பசுக்கள் வேண்டியதெல்லாம் அளித்தன. இவற்றிலிருந்து தோன்றி யவையே இன்று உலகில் காணும் பசுக்கள்.

கிருஷ்ணரே சுரபியை வழிபட்டார். வராக கல்பத்தில் ஒரு சமயம் விஷ்ணு மூவுலகிலும் பாலே இல்லாமல் செய்ய,

பிரம்மாவின் ஆணைப்படி தேவர்கள் எல்லாம் சுரபியைப் பிரார்த்திக்க உலகில் மறுபடியும் பால் நிரம்பியது. தீபாவளிக்கு அடுத்த நாள், கார்த்திகை மாதத்தில் சுரபி பூசை சிறப்பானது.

இத்துடன் பிரகிருதி காண்டம் நிறைவு பெறுகிறது. சுரபிப் பூஜையில் பொன், பூ, ஆடை, அணிகலன்கள், பசு, கன்று அளித்தல் சிறந்தது.

22. கணேசர் – கணேச காண்டம்

ஸ்ரீ கணேசர் வரலாற்றைக் கூறும் இப்பகுதி கணேச காண்டம் எனப்படும். பிரகிருதி, கிருஷ்ணனை முன்னிட்டு விரதம் செய்து கணேசனை மகனாகப் பெற்றாள். உண்மையில் கிருஷ்ணன் தன்னில் ஓர் அம்சத்தையே கணேசராக மாற்றினார். மக்கள் க்ஷேமத்தை முன்னிட்டு அவரது வாழ்க்கை வரலாறு தரப்படுகிறது.

நாரதர் வேண்டுகோளை ஏற்று நாராயணன் கணேச காண்டத்தைக் கூறினார்.

பார்வதி 'புண்யக விரதம்' அனுஷ்டித்தாள். கிருஷ்ணனே ஒரு குழந்தையாக அவள் படுக்கையில் தோன்றியது. பெற்றோர்கள் குழந்தையை வாரி எடுத்து முத்தமிட்டு முனிவர்கள், பிராமணர்கள், யாசகர்களுக்குத் தானதர்மங்கள் செய்தனர். இவ்வாறு கோலாகலமாக விழா நடைபெறுகையில் சூரிய புத்திரன் சனி அங்கு வந்தான். சனி குழந்தையைக் கண்டுகொள்ளாமலே இருக்க, பார்வதி அது குறித்து சனியைக் கேட்டாள்.

சனி மீது சாபம்

அப்போது சனி, ''என் மீது ஒரு சாபம் இருக்கிறது. அதன்படி தான் எதை நோக்கினாலும் அது அழிய வேண்டும். சித்திரதன் என்ற கந்தர்வன் மகள் என் மனைவி. அவளை உதாசீனப்படுத்தியதால் அவள் இவ்வாறு எனக்குச் சாபமிட்டாள்'' என்றான் சனி.

பார்வதியும், அங்குக் குழுமியிருந்த பெண்களும் அது கேட்டு நகைத்தனர். சனி கூறியதைச் சாதாரணமாக எண்ணிப் பார்வதி சனியைத் தங்களைப் பார்க்கும்படி கூறினாள்.

சனி பார்வை

இதனால் உந்தப்பட்ட சனி குழந்தை மீது மட்டும் தன் பார்வையைச் செலுத்தினான். நேரிடைப் பார்வையாக இன்றி ஓரக்கண்ணால் மட்டுமே பார்த்தான். அவன் பார்வை பட்டவுடன் பார்வதியின் மடியிலிருந்த குழந்தை தலையின்றிக் கிடந்தது. (கோலோகத்தில் கிருஷ்ணனுடன் தலை இணைந்துவிட்டது.) இதைக்கண்டு அனைவரும் திகைத்திட, பார்வதி மயக்கமுற்றாள்.

கணேசனுக்குத் தலை

கிருஷ்ணன் கருடாரூடனாய் ஓர் ஆற்றங்கரையில் ஐராவதம் உறங்குவதைக் கண்டு அதன் தலையை சுதர்சன சக்கரத்தால் அகற்றி கைலாயம் அடைந்து தலையின்றிக் கிடந்த பார்வதியின் குழந்தையின் கழுத்தில் பொருத்தி உயிர்பெறச் செய்தார். பார்வதியையும் மயக்கம் தெளிந்து எழச் செய்தார்.

சனி ஊனமாதல்

இந்நிகழ்ச்சியால் எல்லோரும் மகிழ்ச்சி கொண்டு விழா எடுத்து பிராமணர்களுக்கும், முனிவர்களுக்கும் தான தருமங்கள் அளித்துக் கொண்டாடினர். எனினும், சனி மீது பார்வதி கொண்ட கோபம் தணியவில்லை. அவள் சனியை முடமாகும்படிச் சபித்தாள்.

நடந்த சம்பவங்களுக்கு சனி காரணமில்லை என்றும், பார்வதியின் உந்துதலின் பேரிலேயே குழந்தையைச் சனி பார்த்ததாகவும் கூறி, தேவர்கள் பார்வதியைச் சமாதானப்படுத்த முயன்றனர். அவள் சினம் சிறிது குறைந்தாலும்,

சனியின் ஊனம் முழுவதும் குணமாகாமல் அதன் பலன் சிறிது காணப்பட்டது.

குழந்தை கணேசனுக்கு பரிசுகள் குவிந்தன. பிரம்மா கமண்டலம் தந்தார். பிருதிவி எலி வாகனம் அளித்தாள். பார்வதி இனிப்புத் திண்பண்டங்கள் தானியங்களாலான பணியாரம், கொழுக் கட்டை, பால், தேன், பழம், நெய், தாம்பூலம் – அளித்தாள்.

கணேசனை இமவானும், மேனகையும், பார்வதியும் பூக்கொண்டும் சந்தனம், புனித நீர் படைத்தும் பூசித்தனர்.

கணேசனின் பல பெயர்கள்

கஜம் (யானை) ஆனனம் (முகம்) கொண்டதால் கணேசர் 'கஜானனன்' எனப்படுகிறார். வயிறு பெருத்து நீண்டிருப்பதால் 'லம்போதரன்' என்றும், பரசுராமன் ஒரு தந்தத்தை ஒடித்து விட்டதால் 'ஏகதந்தன்', 'ஒற்றைக் கொம்பன்' என்றும், விக்கினங்களை (தடைகளை) போக்குவதால் விக்கின ஹரன் (அ) விக்னேசன் என்றும் கணேசர் அழைக்கப்படுகிறார். மேலும் அவர்க்கு ஹேரம்பன், விநாயகர், சூர்ப்பகர்ணன், கஜபக்தர்கள், குகராஜஸ என்று பல பெயர்கள் உண்டு.

விஷ்ணுவின் தீர்ப்புப்படி கணேசன் முதற்கடவுளாகப் பூசிக்கப்பட வேண்டும். இல்லாவிட்டால் எடுத்த காரியம் பலன் தராது.

கணேசனுக்கு புஷ்டியையும், கார்த்தி கேயனுக்கு (முருகனுக்கு) தேவ சேனையையும் சிவ, பார்வதி மணம் செய்வித்தனர்.

நாரதர் கேள்வி : ''கணேசர் விக்கினம் தவிர்ப்பவர் என்றால் அவர் தலை எப்படி வெட்டப்பட்டது. அந்த விக்கினம் எப்படி நிகழ்ந்தது'' என்று கேட்டார்.

அதற்கு நாராயணன் கூறிய விவரம் : மாலி, சுமலி என்பவர்கள் சிவ பக்தர்கள். சூரியன் அவர்களைக் கொல்ல முயற்சிக்க சிவபிரான் சூரியனைத் தனது சூலத்தால் அடிக்க உலகமே இருண்டு போயிற்று.

இது கண்ட சூரியனின் தந்தை காசியபர் கோபம் கொண்டு தன் மகன், சூரியனை சிவபெருமான் சூலத்தால் அவன் மார்பில் தாக்கியதால், 'சிவபாலன் கணேசன் தலை வெட்டப்படும்' என்று சபித்தார்.

''விஷ்ணு ஆனைத்தலையைப் பொருத்தினார். அதிலிருந்த இரண்டு தந்தங்களில் ஒன்று இல்லாமல் போனது ஏன்?'' என்று நாரதர் கேட்டார்.

ஏகதந்தன்

''ஜமதக்கினி முனிவரின் மகன் பரசுராமன். ஜமதக்கினி கார்த்தவீரியன் என்ற அரசனால் கொல்லப்பட்டான். எனவே பரசுராமர் மிக்கக் கோபம் கொண்டு எல்லா அரசர்களையும் கொன்று குவித்தார். சிவபெருமான் பரசுராமனின் குருவானதால் அவருக்கு மரியாதை செலுத்த பரசுராமன் சிவன் இருப்பிடம் சென்றார். அப்போது அவரை உள்ளே செல்ல விடாமல் கணேசர் தடுத்தார். கணேசர் மரியாதையுடன் பரமன் நித்திரையிலிருப்பதாகக் கூறியும், பரசுராமன் தான் உடனே பரமனைக் காணவேண்டும் என்று வற்புறுத்தி உள்ளே செல்ல முயன்றார்.

இருவருக்கும் தகராறு முற்றியது. அப்போது கணேசர் தந்தத்தை நீளச் செய்ய, அதனைப் பரசுராமர் தன் கைக் கோடரியால் வெட்ட தந்தப் பகுதி பூமியில் விழுந்தது. கணேசர் மிக்கக் கோபம் கொண்டார். எனவே தான் கணேசர் ஏகதந்தர் (அ) ஒற்றைக் கொம்பர் ஆனார்.

இவ்வாறு நிகழ்ந்திட விழித்தெழுந்த சிவனும் பார்வதியும் இரத்தம் வழியும் மகன் கணேசனை அருகில் அழைத்து பரசுராமனிடம் கணேசன் பல பரசு ராமர்களை வென்று கொல்லும் சக்தி உடையவன். அவன் கட்டுப்பாட்டில் இருப்பதால் ஓர் ஈயைக் கூடத் துன்புறுத்த வில்லை.

பரசுராமன் கணேசனை மலர், தூப, தீப, நைவேத்தியங்களுடன் பூசை செய்தான்'' என்று விளக்கமளித்தார். கணேசர் பூசையில் துளசி மட்டும் கூடாது. அது ஏன் என்று நாரதர் கேட்க நாராயணன் கூறினார்,

கணேசரும் துளசியும்

ஒரு சமயம் கங்கைக் கரையில் கணேசரைச் சந்தித்த துளசி, கணேசரின் அதிசயத் தோற்றத்தைக் கண்டு, அவரை அணுகித் தான் மன்னன் தர்மத்வஜனின் மகள் என்றும், தன்னை மனைவியாக ஏற்குமாறும் வேண்டினாள். அதற்குக கணேசர் தனக்கு மணம் புரிய எண்ணம் இல்லை என்றும், விவாகம் துயரத்தை உண்டாக்கும் என்றும், மேலும் கங்கை தனக்குத் தாயனையள் என்றும் கூறி மறுத்தார் கணேசர். அப்போது கணேசர் நினைப்பது போல் திருமணமின்றி இருக்க கடவார் என்று சபித்தாள்.

கணேசரும் துளசியை அரக்கன் கையில் அவள் அகப்படுவாள் என்றும், துளசி ஒரு புதராகுமாறும் சபித்தார். துளசி வருத்தமுற்று கணேசர் கோபத்தைக் தணிக்க கணேசர், ''பூக்களி லெல்லாம் துளசி தலை சிறந்ததாகவும், விஷ்ணு பூசையில் முக்கியமாகும். ஆனால், என் பூசையில் மட்டும் துளசியை ஏற்பதில்லை'' என்று கூறினார்.

இந்தப் புராணத்தை உபன்யாசம் செய்யும் பௌராணிகளுக்குத் தங்கப் பூணூலும், வெண் குடையும், குதிரை, பூமாலை, பழம், இனிப்பு ஆகியவை வழங்கப்படவேண்டும்.

இத்துடன் கணேச காண்டம் முடிவு பெறுகிறது.

23. ஸ்ரீ கிருஷ்ண ஜன்ம காண்டம்

ஸ்ரீ பாகவதம், விஷ்ணு புராணம் ஆகியவற்றில் விரிவாகக் கூறப்பட்டுள்ள ''ஸ்ரீ கிருஷ்ணாவதாரப் பகுதியில்'' சொல்லப்பட்டவையே இந்த பிரமவை வர்த்த புராணத்தில் இறுதி நான்காவது காண்டமாக 'ஸ்ரீ கிருஷ்ண ஜன்ம காண்டத்தில்' கூறப்படுகிறது. (விரிவை 'பாகவதம், விஷ்ணு புராணங்களில் ஸ்ரீ கிருஷ்ணாவதாரப் பகுதியில் காண்க)

(அவற்றில் கூறப்படா சில முக்கிய செய்திகள் மட்டும் இங்கு தரப்பட் டுள்ளன)

இதில் கிருஷ்ணன் ராதை வரலாறு விசேஷமாகக் கூறப்படுகிறது.

வரலாறு

கோலோகத்தில் ஸ்ரீதாமன் ராதையை ஒரு யாதவப் பெண்ணாகப் (இடையன் மகளாக) பிறக்குமாறு சபிக்க, அவள் கிருஷ்ணனை விட்டுப் பிரிவது குறித்து மிகவும் வருத்தமுற்றாள். இந்நிலையில் உலகில் துஷ்டசம்ஹாரம் சிஷ்டபரி பாலனம் செய்ய, பூமாதேவியின் வேண்டுகோளின்படி கிருஷ்ணன் புவியில் பிறக்கின்றான்.

இங்கு மாயை குழந்தை வடிவில் வந்து அசரீரியின் கூற்று இதில் மாறுபட்டுள்ளது.

அசரீரி

''முட்டாள் கம்சா, ஏன் அனாவசிய மாய் என்னைக் கொல்லப் பார்க்கிறாய்? உன்னைக் கொல்பவன் வேறிடத்தில் வளர்கிறான். உரிய காலத்தில் தன்னை வெளிப் படுத்துவான்'' இதனால் அப்பெண் குழந்தையைக் கொல்லாமல்

தேவகியிடம் கொடுத்து விடுகிறான் கம்சன். அந்தப் பெண் குழந்தை பெரியவளானவுடன் ஏகநம்ஷா என்ற பெயரில் துர்வாச முனிவருக்கு மணம் செய்விக்கப்படுகிறாள்.

முற்பிறவி

நந்தன் ஒரு வசு, துரோணர் என்று பெயர் கொண்டவன். அவன் மனைவி யசோதை. துரோணரின் மனைவி தாரை. அவர்கள் வேண்டுகோளின்படி கோகுலத்தில் அவர்கள் மகனாகக் கிருஷ்ணன் வளர்கிறான்.

புவியில் காசியப முனிவர் வாசுதேவனாகவும், அதிதி தேவகியாகவும், கத்ரு ரோஹிணியாகவும் தோன்றினர்.

பூதனை

கம்சனின் சகோதரி பூதனை. கிருஷ்ணனெனும் மாயக் குழந்தையைக் விஷம் ஊட்டி கொல்லச் சென்று கிருஷ்ணனால் கொல்லப்பட்டாள். பூதனை முற்பிறவியில் அசுரமன்னன் பலியின் புதல்வி ரத்னமாலா. ஒரு யாகத்தில் விஷ்ணு வாமனனாகத் தோன்ற அவள் அவனைக் குழந்தையாக்கிப் பாலுட்ட வேண்டுமென்று விரும்பினாள். அதுவே பூதனை வரலாறு.

அரக்கர்கள் முற்பிறவி

கிருஷ்ணனால் கொல்லப்பட்ட திருணாவர்த்தன் என்னும் அரக்கன் முற்பிறவியில் மன்னன் சகஸ்ராக்ஷன் என்ற பாண்டிய குலத்தவன்.

கிருஷ்ணர்

கார்க்க முனிவர் நந்தன் குழ்ந்தைக்குக் கிருஷ்ணன் என்று பெயரிட்டார். கிருஷ்ணன் என்றால் கருப்பு நிறம் உடையவன் என்று பொருள். ஆனால் இப்புராணத்தில் கிருஷ = மோக்ஷம், ந = மிக உயர்ந்த (அ) சிறந்த எனவே 'கிருஷ்ணன்' என்றால் 'மிக உயர்ந்த மோக்ஷம் அளிப்பவன்' என்று பொருள் தரப்படுகிறது.

பாலராமனுக்கு சங்கர்ஷணன் என்ற பெயரும் உண்டு.

தாமோதரன்

கிருஷ்ணன் யசோதை உரலில் கயிறு கொண்டு கட்டியதாகக் கூறுவது வழக்கம். (தாம = கயிறு; உதரன் = வயிறு உடையவன்) – கயிறு கட்டிய அடையாளம் காரணமாக 'தாமோதரன்' என்று கிருஷ்ணனுக்குப் பெயர். ஆனால் இப்புராணத்தில் கிருஷ்ணனை நீண்ட துணியால் கட்டியதாகக் கூறப்படுகிறது. மேலும், மரங்களுடன் கட்டியதாகக் கூறுகிறது இப்புராணம்.

கோபி ராதை

ஒரு நாள் கிருஷ்ணனுடன் மாடுகளை ஓட்டிச் சென்ற நந்தன் கிருஷ்ணனை அங்குக் காணப்பட்ட ஒரு பெண்ணின் காவலில் விட்டு விட்டுச் செல்ல, அந்தப் பெண் ராதையும், கிருஷ்ணனும் ஆடி மகிழ்ந்தனர். பின்னர் கிருஷ்ணனைக் காணாமல் வருந்திய ராதையிடம் கிருஷ்ணன் தினமும் இரவில் பிருந்தாவனம் வந்து மகிழ்ச்சியுடன் இருந்தான். அவன் நிழல் மட்டும் வீட்டில் இருந்தது.

பார்வதி தவம் செய்து கொண்டிருந்தாள். அன்றாட பூசைக்கு அவள் அருகிலிருந்து 'சித்திரா' என்னும் ஏரியில் பூக்கும் மலர்களைப் பறித்துப் பூசைக்கு உபயோகித்து வந்தாள். அந்த மலர்கள் அவளுக்காக ஏற்பட்டவை. அவற்றை வேறு யாராவது பறித்தால் அரக்கர்களாவர் என்று சாபம் உண்டு.

இதை அறியாத கந்தர்வர்கள், அம்மலர்களைக் பறித்தனர். அவர்கள் விஷ்ணு பக்தர்கள். அவர்களே பகாசுரன், பிரலம்பாசுரன், கேசி என்ற அரக்கர்களாகி கிருஷ்ணனால் மடிந்தனர்.

பார்வதி செய்த அந்த விரதம் 'ராதா கிருஷ்ணன்' ஆகியோரை முன்னிட்டே இவ்விரதம் செய்யும் பெண்மணியின்

கணவன் சகல வளங்களையும் பெறு வான்.

பிருந்தாவனம்

கோபர்கள் சண்டிகாதேவியை ஓர் ஆலமரத்தின் அடியில் பூசை செய்து விட்டு உறக்கத்தில் வீழ்ந்தனர். அந்த இரவில் தேவ கலைஞன் விசுவ கர்மா பிருந்தாவனத்தில் தேவையான வீடு களை நிர்மாணம் செய்து அதில் ஒவ்வொரு கோபன் பெயரும் எழுதிவிட காலையில் எழுந்த கோபர்கள் அவரவர் பெயர் கண்ட வீட்டில் புகுந்தனர் பிருந்தாவனத்தில்.

சுவயம்புவ மனுவின் குலத்தோன்றல் மன்னன் கேதாரன். அவன் மகள் விருந்தை (அ) பிருந்தை. எனவே, அவ்விடம் பிருந்தாவனம் என்று பெயர் பெற்றது. இவ்வாறு ஒரு வரலாறு இருக்க பிரம வைவர்த்த புராணம் பிருந்தாவனம் ஏற்பட்ட வரலாற்றை வேறு விதமாகக் கூறுகிறது.

ராதையின் பல பெயர்களில் ஒன்று பிருந்தை. அவளும் கிருஷ்ணனும் ஆடிப்பாடி மகிழ்ந்த இடம் என்பதால் பிருந்தாவனம் என்று ஆயிற்று.

அந்தண ஸ்திரீகள்

அந்தணர்கள் பத்தினிகள் ஒரு சமயம் கிருஷ்ணனும் அவர் தோழர்களும் பிராமணர்களிடம் சென்று உணவு கேட்க அவர்கள் இடவில்லை. அடுத்து கிருஷ்ணன் ஆணைப்படி கோபர்கள் அந்தணர் தம் மனைவியரிடம் வேண்ட அவர்கள் கிருஷ்ணன் இருக்குமிடத்துக்கு உணவுப் பொருள்களுடன் வந்து அவர்களின் பசி தீர்த்தார்கள். அவர்கள் கிருஷ்ணனிடம் அவர் தரிசனத்திலேயே அவர்கள் எப்போதும் இருக்கும் வரம் வேண்டினர். விண்ணிலிருந்து ஒரு விமானம் வர அப்பெண்டிர் அனைவரும் கோலோகம் சென்று ஆனந்தமடைந் தனர். அவர்களுடைய நிழல்களே அந்தணர்களின் இல்லத்தை அடைந்தன.

காளீய மர்த்தனம்

விஷப்பாம்பின் பெயர் காளியன். தன் மனைவியுடன் மடுவில் வசிக்க நீர் விஷமாகி ஆடுமாடுகள் மரணமடைய அவற்றை ஒழிக்க கிருஷ்ணன் காளியன் மடுவில் குதித்தான். காளியன் கிருஷ்ணனை விழுங்கினான். அதனால் உட்புறம் எரிய ஆரம்பிக்க கிருஷ்ணனை கக்கினான் காளியன். காளியன் படம் மீது ஏறி மிதிக்க பளு தாங்காமல் காளியன் விஷம் கக்கி மயங்கினான். காளியன் மனைவி சுரசை கிருஷ்ணனைப் பிரார்த்திக்க, ஒரு விமானம் வந்தது. அதில் சுரசை கோலோகம் சென்றடைந் தாள். ஆனால் அவள் நிழலைக் காளியன் பெற்று அந்த மடுவை விட்டு நீங்கி ரமணகம் என்னும் இடம் சென்றான்.

கோவர்த்தன்

கோவர்த்தனம் (கோ = பசு; வர்த்தனம் = செழிப்புடன் வளர்தல்).

கோவர்த்தனத்தை சுண்டு விரலால் தூக்கினான் என்பதை இதில் இடது கையால் தூக்கினான் என்று கூறப் பட்டுள்ளது. இந்திரன் கோவர்த்தன கிரியை உடைக்க வஜ்ராயுதத்தைப் பயன் படுத்தினான்.

உஷை

தேனுகாசுரன் என்னும் அசுரனின் முற்பிறவி. பலிச் சக்கரவர்த்தியின் மகன் சஹசிகன். கந்தமாதனபர்வத்தில் துர்வாசர் தவம் செய்துகொண்டிருந்த இடத்திற்கு சஹசிகன் திலோத்தமை யுடன் வந்தான். அவர்கள் முனிவரைக் கவனிக்காமல் கேளிக்கையில் ஈடுபட முனிவர் தவத்திற்குப் பங்கம் ஏற்பட்டது. துர்வாசர் சஹசிகன் மறு பிறவியில் கழுதையாகப் பிறந்து கிருஷ்ணனால் கொல்லப்படுவான் என்று சபித்தான். திலோத்தமையை பாணாசுரன் மகளாய் பிறந்து கிருஷ்ணனின் பேரன் அநிருத்தனை மணப்பாள் என்றார்.

துர்வாசர் தோல்வி

சஹசிகன், திலோத்தமையால் தவம் பங்கப்பட்ட துர்வாசர், திரிந்து கொண்டிருந்தபோது அவுரவ முனிவர் மகள் கந்தவியைக் கண்டு அவளை மணக்க விரும்பினார். அவள் சண்டைக்காரி என்று அவுரவர் கூற துர்வாசர் அவளுடைய நுறு திட்டுகளை மன்னிப்பதாகக் கூறி அவளை மணந்தார். அவுரவ முனிவர் அவளுக்கு அறிவுரை கூறி அனுப்பினார்.

ஒருமுறை நூற்றுக்கு மேல் திட்டிட துர்வாசர் அவளைச் சாம்பலாகுமாறு சபித்தார். பின்னர் வருத்தம் கொண்ட அவரைக் கிருஷ்ணன் சிறுபையன் வடிவில் வந்து சமாதானப் படுத்தினான்.

இதனால் கோபம் கொண்ட அவுரவ முனிவர் துர்வாசர் பெரிய தோல்வியைச் சந்திப்பார் என்று சபித்தார்.

அம்பரீஷனிடம் கோபம் கொண்டு துர்வாசன் ஒரு வீரனை வாளுடன் தோற்றுவித்து அம்பரீஷனைத் தண்டிக்க முயல சுதர்சன சக்கரம் தோன்றி வீரன் கழுத்தை வெட்டிக் கொன்றது. பின்னர் துர்வாசரைத் துரத்த அவர் பிரம்மா, சிவன், விஷ்ணு ஆகியோரிடம் உதவியை நாடப்பலனின்றி மறுபடியும் அம்பரீஷரையே அடைந்து மன்னிக்குமாறு வேண்டிட, சக்கரம் சாந்தி அடைந்தது. அது முதல் துர்வாசர் விஷ்ணு பக்தர்களிடம் கோபம் கொண்டு சபிக்காமல் இருந்தார்.

கோபியர்களின் ஆடையைக் கவர்ந்து கதம்ப மரத்தின் மீதமர்ந்த கிருஷ்ணனை யமுனையில் நீராடிக் கொண்டிருந்த கோபியர் ஆடைகளைத் தருமாறு வேண்டிட, கிருஷ்ணனை, ராதை நீரிலேயே அமர்ந்து தியானித்து அவன் புகழ் பாடிட ஆடைகளைக் கோபியர் பெற்றனர். கிருஷ்ணனின் சிறப்பான சக்திகளை உணர்ந்து கோபியர் இல்லம் அடைந்தனர்.

ராஜலீலையின் போது கிருஷ்ணன் ராதையுடன் என்றும் சுற்றித்திரிந்து கடைசியில் மலய மலையை அடைந்து ஆங்கோர் ஆலமரத்து அடியில் கேதகிப் புதர்கள் அருகில் அமர, கிருஷ்ணன் ராதைக்குப் பல கதைகள் கூறலானான்.

அஷ்டவக்கிரர்

மேற்கூறியவாறு ராதையும், கிருஷ்ணனும் அமர்ந்திருந்தபோது அங்கு அஷ்டவக்கிர முனிவர் வர, அவரைக் கண்டு ராதை சிரிக்க கிருஷ்ணர் அவளைக் சிரிக்காமல் தடுத்தார். பின்னர் அம்முனிவரின் முற்பிறவி வரலாற்றைக் கூறினார்.

முற்பிறவியில் தேவலன் என்ற அந்தணனாகப் பிறந்து மனைவியுடன் வாழ்ந்த அவர், பிறகு எந்தப் பெண்ணுடனும் உறவு கொள்வதில்லை என்று முடிவெடுத்திருந்த நிலையில் தேவலோக ரம்பை அவரைக் கண்டு தன்னை மணந்து கொள்ளுமாறு வேண்ட, அவர் மறுத்தார். அப்போது அவள் வக்கிர புத்தி படைத்த அம்முனிவர் உடலும் வக்கிரமாகுமாறும், அவர் அதுவரையில் பெற்ற புண்ணியமும் இழக்குமாறும் சபித்தாள். அது கேட்ட அந்தணர் தீக்குளிக்க முற்பட்டபோது கிருஷ்ணன் தோன்றித் தடுத்து அவருக்கு அஷ்டவக்கிரன் என்று பெயர் சூட்டினார்.

பின்னர் நெடுங்காலம் தவம் இயற்றி வந்த அவர், ராதையையும், கிருஷ்ணனையும் கண்டதும், அவர்களை வணங்கித் துதித்திட அவர் சாபம் நீங்கியது.

பிரம்மன் மோகினி

மோகினி என்ற அப்சரஸ் பிரம்மனை மணக்க விரும்ப, அவர் வெறுக்க, அவள் இனி பிரம்மாவைத் துதிப்பதை யாவரும் நிறுத்தி விடுமாறு சபித்தாள். பிரம்மன் நாராயணனிடம் முறையிடச் சென்றார். அங்கு நான்கு முகங்கள் கொண்ட பிரமன், பத்துத் தலைகள், நூறு தலைகள், ஆயிரம் தலைகள் கொண்ட

பிரம்மன்களைக் கண்டு குழப்பமுற்று அது குறித்து நாராயணனைக் கேட்க அவர், இப் பேரண்டத்தில் உள்ள பல உலகங்களில் பல பிரம்மாக்கள் உள்ளனர் என்றார். அதுகேட்ட பிரம்மாவின் அகம்பாவம் நீங்கியது. பிரம்மன் புனித கங்கையில் நீராடினால் மோகினியின் சாபம் நீங்கிவிடும் என நாராயணன் அருளினார். அதனால் பிரம்மா அகம் பாவம் நீங்கிப் பணிந்தார்.

சிவன் பணிவடைதல்

ஒரு சமயம் சிவபெருமான் விருகா சுரனுக்கு அவன் யார் தலைமீது கை வைத்தாலும் அவர்கள் சாம்பல் ஆவர் என அவன் வேண்டியவாறு வரம் தர அவன் சிவன் தலை மீது கைவைத்துப் பார்க்க வர, அவர் விஷ்ணுவிடம் சரணடைந்தார். அங்கு வந்த விருகா சுரனிடம் விஷ்ணு இந்தப் பொய் கூறும் சிவனை எப்படி நம்புகிறாய். அவர் உனக்கு வரம் தரவே இல்லை. வேண்டு மானால் உன் தலை மீது கை வைத்துச் சோதித்துப் பார் என, அவன் தன் தலைமீது கையை வைக்க எரிந்து போனான்.

இதனால் மனம் போனபடி வரம் அளித்து வந்த சிவன் பணிவு கொண்டார்.

இந்திரன் கர்வத்தை அடக்குதல்

ஒரு சமயம் இந்திரன் கர்வமடைந்து பிரகிருதி தேவியை உதாசீனப்படுத்த அதனால் சாபம் பெற்று இந்திரயோகம், லோகம் அனைத்தையும் இழந்தான். பின்னர் விசுவகர்மாவைக் கொண்டு அமராவதி நகரை விசுவகர்மா, புதுப்பித்தபோது திருப்தி அடையாத அவன் மேலும் மேலும் அப்பணியி லேயே விசுவகர்மாவை ஈடுபடுத்த விசுவகர்மா வேறெந்தப் பணியிலும் ஈடுபட முடியாமல் பிரம்மனிடம் முறை யிட்டான். பிரம்மன் அவனை விஷ்ணு விடம் அழைத்துச் சென்று விவரிக்க, விஷ்ணு சிறுபாலன் வடிவம் கொண்டு இந்திரன் முன் தோன்றினார். இந்திரனை நோக்கி அந்த பாலன் "எத்தனை அழகிய நகரம் இது! வேறெந்த விசுவகர்மாவும் இத்தனைச் சிறப்பாக அமைக்க மாட்டான். இன்னும் எத்தனை காலம் விசுவகர்மாவை வேலை வாங்கப் போகி றாய்?" என்று இளைஞன் கேட்டான்.

இதனால் கோபம் கொண்டு இந்திரன் இளைஞனிடம், "உனக்கு எத்தனை இந்திரன்களைத் தெரியும்? எத்தனை விசுவகர்மாக்களை அறிவாய்?" என்று கோபத்துடன் கேட்டான்.

"மணல் துளிபோல் எண்ணற்ற இந்திரன்கள் உள்ளனர். பேரண்டத்தில் உள்ள ஒவ்வோர் உலகத்திலும் ஒவ்வோர் இந்திரன். ஒரு இந்திரனின் ஆயுள் காலம் எழுபத்தோர் யுகங்கள். பிரம்மனின் ஒரு நாள் காலத்தில் இருபத்தெட்டு இந்திரர்கள் தோன்றி மறைந்தனர்.

(அவ்வமயம் சாரை சாரையாக ஓர் எறும்பு வரிசை காணப்பட்டது. பையன் அந்த வரிசையைக் காட்டிச் சிரித்துக் கொண்டே சொன்னான்.) இவற்றை நானே படைத்தேன். இவை ஒவ்வொன் றும் முற்பிறவியில் ஒரு இந்திரன். ஆனால் இப்போது எறும்புகளாய் பிறந்திருக்கின்றன" என்றான்.

இந்திரன் வெட்கமடைந்து தன்னு டைய பொய் கர்வத்தை விட்டு விசுவ கர்மாவைப் போகவிட்டான்.

அக்னி பணிதல்

ஒரு சமயம் அக்னி மூவுலகையும் எரிக்க முற்பட்டது. அதுசமயம் விஷ்ணு ஒரு சிறுவன் வடிவில் அக்னி முன் தோன்றி ஒரு நாணலைக் கொடுத்து எரிக்குமாறு கேட்டது. அப்போது அக்னி தன் சுவாலைகளால் சிறுவனை சூழ்ந்து கொண்டது. ஆனால் சிறுவனை ஒன்றும் செய்ய முடியவில்லை. நாணலும் எரிக்கப்படவில்லை. இவ்விதம் விஷ்ணு அக்னியின் கர்வத்தை அழித்தார்.

(அடுத்து இராமாயணம் பற்றியும் இப்புராணம் கூறுகிறது. அது எல்லோர்க்கும் தெரிந்ததாகையால் இங்கு கொடுக்கப்படவில்லை).

கம்சன், ராதை கண்ட கனவு

கம்சன் இரவினில் மிகவும் பயங்கரமான கனவுகள் கண்டு மனம் கலங்கி புரோகிதர் சாக்கியரை அழைத்துக் கூறிட அவர் ஒரு யாகம் செய்து அதில் சிவதனுசைப் பூசிக்க வேண்டும் என்றும் நடுவில் வில் உடைந்துவிட்டால் கம்சனுக்கு மரணம் நிச்சயம். அதை முன்னிட்டு கிருஷ்ணனை மதுரைக்கு வருவித்துக் கொன்று விடலாம் என்றும் கூறினான்.

ராதையை விட்டுப் பிரிதல்

கிருஷ்ணனை அழைத்து வர அக்ரூரரைக் கம்சன் அனுப்பினான். ராதையும் சந்திரன் விழுவது போலவும் உலகமே இருளில் மூழ்கி விட்டதாகவும் கனவு கண்டாள். அப்போது கிருஷ்ணன் ராதையைச் சமாதானப்படுத்தி கோலோகத்தில் ஸ்ரீ தாமன் கொடுத்த சாபம் பற்றி நினைவூட்டி தானும் அவளும் நூறாண்டு காலம் பிரிந்திருந்து பின்னர் இணைவோம் என்றும் கூறினார்.

பின்னர் ராதையைச் சமாதானப்படுத்தி நந்தன், யசோதை இருவருக்கும், பிரிவு கூறி பலராமனுடன் மதுரைக்குப் புறப்பட்டான் கிருஷ்ணன்.

மதுரை செல்லும் வழியில் எதிர்ப்பட்ட கூனியை ஓர் அழகியாக மாற்றி, அவளுக்கு அவள் முற்பிறவியில் சூர்ப்பணகை என்பதை நினைவூட்டினார்.

அவர் ஆசனத்தின் மீதேறி சுதர்சனச் சக்கரத்தால் கம்சன் தலையை வெட்டினார். மதுரைக்கு வந்த நந்தனிடம் தன்னை அவர்கள் மகனாக நினைப்பதை மறக்குமாறு கூறினார். மேலும், ராதை உண்மையில் கோபி அல்ல. அவளைத் தோற்றுவித்தது நானே என்றும் கூறினார். அவள் பிரகிருதி தேவி. நானே விஷ்ணு, பிரம்மா, சிவன், சூரியன், அக்கினி, வாயு என்றும் எல்லாவற்றிலும் நானே உள்ளேன், என்னில் அனைத்தும் குடிகொண்டுள்ளன. நானே பரமாத்மா; நானே பரப்பிரம்மம் என்றார்.

மேலும் அன்றாடச் சடங்குகள், சகுனங்கள், கனவுகள், தானதருமம், கிரகணங்கள் பலவகை மக்களின் கடமைகள் நல்லொழுக்க விவரங்கள் ஆகியவற்றைப் பற்றியும் விவரித்தார்.

உத்தவர் தூது

மதுரையில் தங்கி இருக்கும்போது உத்தவரைக் கிருஷ்ணன் பிருந்தாவனத்துக்கு தூது அனுப்பினார். அங்கு சென்ற உத்தவர் ராதை மிகவும் மெலிந்து சோகமே உருவாகக் காட்சி அளித்தாள். பட்டாடை, ஆபரணங்கள் இன்றி எளிமையாகக் காணப்பட்டாள். ஆனால், உத்தவரைக் கண்டு அவரிடம் கிருஷ்ணனைப் பற்றிய செய்திகள் கேட்டு மகிழ்ச்சியுற்று அவருக்கு அளவில்லாப் பரிசுகள் அளித்தாள்.

மதுரை திரும்பி வந்ததும் உத்தவர், தான் ராதையிடம் கிருஷ்ணர் பிருந்தாவனம் வந்து ராதையைச் சந்திப்பார் என்று கூறினேன். இவ்வாறு கிருஷ்ணன் அவர்கள் தூங்கும் போது கனவில் ஒரு நாடகம் நடத்தினார்.

ஆனால், விதிவேறு மாதிரி இருந்தது. கிருஷ்ணனும், பலராமரும், சந்தீப முனிவரிடம் கல்வி கற்க அடைந்தனர். அங்கு கோபர் வடிவில் குருகுல வாசம் செய்து பின்னர் மதுரைக்கு ராஜ உடையில் வந்தார். அடுத்து துவாரகை நகரை உருவாக்கி, குருக்ஷேத்திரப் போரில் கௌரவர்களுக்கு எதிராக பாண்டவர்களுக்கு உதவி செய்தார். (மகாபாரதம் எல்லோரும் அறிந்த கதைதானே).

ராதா கிருஷ்ணன் இணைதல்

சித்தாஸ்ரமம் சென்று கிருஷ்ணனும் ராதையும் கணேசரை வழிபட்டனர். அப்போது அங்கு பார்வதி வந்து ஸ்ரீ தாமன் சாபம் முடிந்தது. அவர்கள் இருவரும் இணைந்து வாழ்வார்கள் என்றாள். பிரபாச தீர்த்தத்தில் இணைந்த தாக வேறொர் இடத்தில் சொல்லப் பட்டுள்ளது.

ராதை கோகுலம் அடைய கிருஷ்ணன் கோகுலத்தினர்க்குப் பழக்கமான உடையில் ராதையிடம் வந்து சேர்ந்தார்.

ராதை மகிழ்ச்சியுடன் கிருஷ்ணனைச் சேர்ந்திட கோகுலவாசிகள் கிருஷ்ணனை மலர்மாலைகள், தாம்பூலம், தேன், பட்டாடைகளுடன் மகிழ்ச்சி கொண்டு வரவேற்றனர்.

கோலோகத்திலிருந்து வந்த தேவ லோகத் தேரில் ஏறி ராதையும் கிருஷ்ண னும் பிருந்தாவனம் அடைந்தனர். கிருஷ்ணன் குழலூதும் நந்தகோபாலன் சிறுவனாகக் காட்சி அளித்தார்.

ஓர் ஆலமரத்தடியிலிருந்து, கிருஷ் ணன் கோகுலவாசிகள் அனைவரிடமும் பிரம்மன் முதல் புல் வரையில் எல்லாமே மாயைதான் என்று கூறி, வரப் போகும் கலியுகத்தின் கொடுமைகளை விவரித்து எல்லோரையும் கோலோகம் செல்லச் செய்தார்.

மறுபடியும் ராதை தேவியாகி பொன்மய ஆசனத்தில் பெண்டிர் புடை சூழ வீற்றிருந்தார். கிருஷ்ணன் 100 ஆண்டுகள் மதுரையிலும் துவாரகையி லும், நந்தன் வீட்டில் 11 ஆண்டுகளும், ராதையுடன் பிருந்தாவனத்தில் 14 ஆண்டுகளும் (125) இருந்தார். பாகவதத் தில் கிருஷ்ணன் வேடனால் அம்பெய்யப் பட்டு உடலை விட்டு வைகுந்தம் சேர்ந்து அவதாரத்தை முடித்தார் என்று கூறப்பட்டது.

ஆனால், இப்புராணம் அவர் முடிவை வேறு விதமாக வருணிக்கிறது. அவதார முடிவில் லக்ஷ்மி துவாரகையை விட்டு அகன்றார். நிலம் நடுங்கிற்று. யாதவர்கள் தங்களுக்குள்ளே அடித்துக் கொண்டு மடிந்தனர். ஜரா என்ற வேடன் தவறாக அம்பெய்தான். அம்பினால் அடிப்பட்ட கிருஷ்ணனைக் காண பிரம்மாவும், தேவர்களும் வந்தனர். எல்லோரையும் சமாதானப்படுத்தினார் கிருஷ்ணன். வேடன் ஜராவை கோலோகம் அனுப்பி னார்.

பலராமர் உடல் சேஷநாகத்துடன் இணைந்து வாசுதேவர் காசியபரிலும், தேவகி அவர் மனைவி அதிதி உடலிலும் கூடினர். துவாரகை கடலில் மூழ்கியது. கிருஷ்ணன் உடலிலிருந்து ஓர் உருவம் நான்கு கைகளில், சங்கு, சக்கரம், கதை, தாமரை மலருடன் தோன்றி விமானத்தி லிருந்து இறங்கி க்ஷீரோதத்தை (பாற்கடலை) அடைந்தது. இவ்வாறு இடது புறத்தில் இருந்து ஓருருவம் பிரிய, வலது புறத்திலிருந்து யாதவச் சிறுவன் கோபாலன் (அ) கோபபாலகன் உரு வெளிப்பட்டது.இது நிகழ்ந்தது ஸ்வேதத் வீபத்தில்.

நான்கு கரங்கள் கொண்ட நாராயணன் வைகுந்தம் அடைந்தார். கோபாலன் குழலூதிக் கொண்டே கோலோகம் அடைந்தான். எல்லோரும் 'ஹரி' 'ஹரி' என்று ஹரி நாமஸ்மரணம் செய்தனர்.

கோலோகத்தில் கிருஷ்ணன் ராதை யுடன் ரத்தின மய ஆசனத்தில் அமர அங்கு ''ராதா நாதா, ராதேசா'' என்று கோஷம் கேட்டது.

24. நாராயணனும் நாரதனும்

நாரதன் அனைத்தையும் கேட்டு மகிழ்ச்சியுற்று இனி இமயத்தில் தவம் செய்யச் செல்லலாமா? என்று கேட்க, நாராயணன் நாரதன் கந்தர்வனாக இருந்த போது மணந்த ஐம்பது மனைவி

யர்களுள் ஒருத்தி சிவனருள் பெற்று மன்னன் சிரிஞ்ஜயன் மகளாகப் பிறந்து நாரதனுக்காகக் காத்திருப்பதாகக் கூறி அவளை மணப்பது அவன் கடமை என்றார்.

அவ்வாறே அவளை மணந்து நாரதன் பகவானை மறந்துவிட்டான். அப்போது அந்தப் பற்றிலிருந்து நாரதனை சனத்குமாரன் விழித்தெழச் செய்து கிருஷ்ணநாமம் ஜபித்துக்கொண்டே திரியுமாறு கூறினார். பலகாலம் கிருஷ்ணனைக் குறித்து தவம் செய்து கொண்டே நாரதன் நாராயணனுடன் இணைந்தான்.

(பிரம வைவர்த்த புராணம் முற்றும்.)

ஸ்ரீ மார்க்கண்டேய புராணம்

விசுவாமித்திரர், வசிஷ்டர் (மேலே)   அரிச்சந்திரன், சந்திரமதி, லோஹிதாசன் (கீழே)

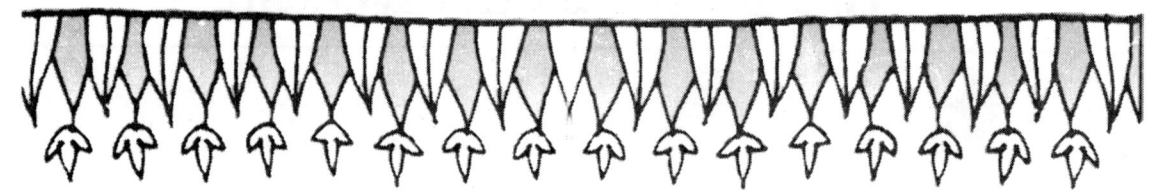

13

ஸ்ரீ மார்க்கண்டேய புராணம்

1. தோற்றுவாய்

வியாசரின் சீடர்களில் ஒருவர் ஜைமினி. இவர் மனதில் மகாபாரத இதிகாசம் பற்றிச் சில ஐயப்பாடுகள் தோன்றின. அதைக் கேட்டு உண்மை அறிய விரும்பிய அவர் மார்க்கண்டேய முனிவரை அணுகிக் கேட்க, அவர் அவருடைய சந்தேகங்கள் உண்மையான வையே என்றும், அவருக்கு வேறு கடமைகள் இருப்பதால் அவற்றை விளக்க நேரமில்லை என்றும் கூறி, அவர் ஜைமினியை விந்திய மலைக்குச் சென்று அங்கு ஒரு குகையில் வேதங்களை ஓதிக் கொண்டிருக்கும் நான்கு பறவைகளைக் கண்டு கேட்குமாறும், அவர்கள் முக்காலம் உணர்ந்தவர்கள், சகல சாஸ்திரங்களையும் கற்றுணர்ந்தவர்கள் என்றும் அவர்கள் துரோணரின் புதல்வர் கள். எனவே ஜைமினியின் சந்தேகத்தைத் தீர்த்து வைப்பர் என்றும் கூறினார்.

இதைக் கேட்ட ஜைமினி வியப் புற்றார். துரோணரின் புதல்வர்கள் ஏன் பறவைகளாயினர் என்று கேட்க மார்க்கண்டேயர் பறவைகளின் வரலாற் றினைத் தெரிவிக்கலானார்.

வபுஸ் எனும் அப்சரஸ்

முன்னொரு காலத்தில் தேவேந்திரன் அப்ஸரப் பெண்களுடன் நந்தவனத்தில் உலாவிக் கொண்டிருக்க, அவ்விடம் நாரதர் வந்து சேர்ந்தார். அவரை வரவேற்ற தேவேந்திரன் அவர் அந்தப் பெண்களை நடனமாட அனுமதிப்பாரா என்று கேட்டார். அப்போது நாரதர் ''இப்பெண்களில் அழகிலும், ஆடல்களி லும் சிறந்தவள் யாரோ அவள் ஆடட்டும்'' என்றார். ஒவ்வொருவரும் தானே சிறந்தவள் என்று கூறினர். அவர்களில் யார் சிறந்தவள் என்பதையும் நாரதரே கூறவேண்டும் என தேவேந் திரன் வேண்டினான்.

நாரதர் அதற்கான தேர்வு ஒன்றைக் கூறினார். ''வடக்கே இமயமலைச் சாரலில் தவம் செய்து கொண்டிருக்கும் துருவாச முனிவரை மயக்கி மோகவலை யில் விழச் செய்பவளே சிறந்த அழகியா வாள்'' என்றார். துர்வாசர் பெயரைக் கேட்டவுடன் மற்றவர்கள் பின்வாங்க, வபுஸ் என்னும் அப்சரஸ் மட்டும் அதனை ஏற்றுச் சபதம் செய்து கிளம்பினாள்.

கிளம்பிய வபுஸ் துர்வாச முனிவரின் ஆசிரமத்திற்குச் சற்று தொலைவில் இறங்கி பரிமளத் திரவியங்களைப் பூசிக்கொண்டு, அழகிய ஆடை அணிக ளுடன் ஆடிப் பாடலானாள். இதனால் தவம் கலைந்த துர்வாசர் கோபமுற்று அவளைப் பதினாறு ஆண்டுகள் பறவை யாகப் பறந்து திரியுமாறு சாபமிட்டார்.

வபுஸ், முனிவர் திருவடிகளில் விழுந்து வணங்கி, தனக்குச் சாப விமோசனம் அளிக்க வேண்டிட முனிவர் ''பாரதப் போரில் அர்ச்சுனன் பாணத்தால் அடிபட்டு பாபவிமோசனம் அடைவாய். என்றும், உனக்கு ஞானிகளான நான்கு புதல்வர்கள் பிறப்பார்கள்'' என்றும் கூறினார்.

2. ஜைமினியும், பறவைகளும்

கருட வம்சத்தில் பிறந்த ஒரு பறவைக்கு கங்கன், கந்தரன் என்ற இரு புதல்வர்கள் இருந்தனர். ஒரு சமயம் கங்கன் கைலாயத்துக்கு அருகில் உள்ள ஒரு நந்தவனத்துள் சென்றது. அவ்வமயம் அங்கு வித்யுத்ரூபன் என்னும் அசுரன் தன் மனைவியுடன் மகிழ்ந்து இருக்கையில் இப்பறவை மீது கோபம் கொண்டு கங்கன் கழுத்தை வெட்டிக் கொன்றான்.

அதனால் வருத்தமும், கோபமும் கொண்ட கந்தரன் வித்யுத்ரூபனைக் கொல்லும் உறுதியுடன் சென்று அவனுடன் போர் புரிந்து அவன் மார்பைப் பிளந்து கொன்றது.

அசுரன் மனைவி பயந்து கந்தரன் காலில் விழுந்து தன்னை மனைவியாக ஏற்றுக் கொள்ளுமாறு வேண்டி, பறவை ரூபமுடன் இருவரும் இன்பம் துய்த்திட அவர்களுக்கு ஒரு பெண் குழந்தை பிறந்தது. அதற்கு தார்க்ஷி என்று பெயரிட்டு வளர்த்தனர். அதுவே வபுஸ் என்ற அப்ஸரஸ் ஆவாள். அவள் மந்த பாலன் மகன் துரோணனை மணந்தாள்.

ஒரு நாள் ஆகாயத்தில் பறந்து கொண்டிருந்தபோது அருச்சுனன் பகதத்தினை நோக்கி எய்த அம்பினால் அடிபட்டு விழ துர்வாசர் சாபம் நீங்கி வபுஸ் தன் சுயரூபம் பெற்றுத் தேவ லோகம் சென்றாள்.

தார்ஷியின் வயிற்றில் இருந்த நான்கு முட்டைகள் போர்க்களத்தில் வீழ்ந்தன. அப்போது அங்கே தற்செயலாய் ஒரு யானையின் கழுத்திலிருந்த மணி அறுந்து முட்டைகள் மேல் விழுந்து அவற்றை மூடிக் கொண்டது.

போர்க்களத்தில் அம்புப்படுக்கையில் இருந்து பீஷ்மரைக் காண பலர் வர, அவர்களில் சமீகர் என்ற ரிஷியும் ஒருவர். அவர் முட்டைகளிலிருந்து வெளிவந்திருந்த பறவைகளைக் கண்டு கருணை உள்ளத்துடன் அவற்றை எடுத்துச் சென்று தன் ஆசிரமத்தில் வளர்த்து வந்தார். ஒரு நாள் அவை பூவுலகைச் சுற்றித் திரும்பி வந்து மகிழ்ச்சியுடன் இருந்தன.

3. பறவைகள் கூறிய வரலாறு

அதுகண்ட சமீகர் அவர்களை யார் என்று கேட்க அப்பறவைகள் தம் முற்பிறவி வரலாற்றினைக் கூறத் தொடங்கின.

விபுஸ்வரன் என்ற ரிஷிக்கு சுக்ருதன், தும்புரு என்று இரண்டு புதல்வர்கள். சுக்ருதனின் புதல்வர்களாகிய நாங்கள் நான்கு பேரும் ஒரு நாள் எங்கள் தந்தையுடன் காட்டில் சென்று சமித்து, தர்ப்பை முதலியவற்றைச் சேகரித்துக் கொண்டி ருக்கையில் அங்கே ஒரு மிகப்பெரிய பறவை அடிபட்டு கீழே விழுந்திருப் பதைக் கண்டோம். அது எங்களிடம் வந்து விந்திய மலையின் மீது பறந்து கொண்டிருந்தபோது பெரிய புயல் காற்றினால் அடிபட்டு விழுந்து விட்டேன். சில நாட்களாக உணவின்றி பட்டினி கிடக்கின்றேன். எனக்கு உணவாக நரமாமிசம் தரவேண்டும்'' என்று கூற சுக்ருதனும் தருவதாக வாக்களித்து விட்டார்.

அப்போது அவர் தன் புதல்வர்களில் ஒருவரை அப்பறவைக்கு உணவாகும் படி கேட்டுக்கொள்ள நால்வரும் சம்மதிக்காததால் மனிதப் பிறவிக்குரிய குணங்கள் இல்லாததால் பறவைகளாகப் பிறந்து அலைந்து திரியுமாறு சபித்தார். உடனே நால்வரும் தந்தையின் காலில் விழுந்து வணங்கி மனித உடலாசையை வென்றவர் யாருமில்லை. எனவே கோபம் தணிந்து அவர்களை மன்னிக்க வேண்டினர் நால்வரும்.

இருப்பினும், அவர்களது சாபத்தை மாற்றாமல் பறவைகளாக இருந்தாலும் மனிதர்களைப் போலவே எல்லா அறிவும் பெற்று விந்திய மலையில் தவம்

செய்து கொண்டிருப்பீர்களாக என்று கூறிவிட்டு பசித்த பறவைக்குத் தன்னையே இரையாக அளித்துவிட்டார். அப்போது பறவை வடிவில் வந்த தேவேந்திரன் அவரது சத்தியத்தை மெச்சி ஞானோபதேசம் செய்து மறைந்தார்.

பின்னர் நான்கு பறவைகளும் விந்திய மலைக்குச் சென்று பிரணவத்தை உச்சரித்தபடி தவம் செய்து கொண்டிருக் கின்றன. அவற்றிடம் சென்று ஐயத்தைத் தீர்த்துக் கொள்ளுமாறு கூறியதாக மார்க்கண்டேயர் ஜைமினி முனிவர்க்குக் கூறினார்.

அடுத்து', ஜைமினி முனிவர் விந்திய மலையை அடைய ஒரு குகையிலிருந்து வேதமுழக்கம் அமுதகானமாய் செவியில் விழுந்தது. அக்குகையில் முனிவர் நுழைய பறவைகளான முனிகுமாரர்கள் அவரை உபசரித்தனர். மகிழ்ச்சியுற்ற முனிவர் அப்பறவைகளிடம் தன் ஐயத்தை ஒவ்வொன்றாக வெளியிட்டார்.

4. முதல் கேள்வி : பாஞ்சாலி ஏன் ஐவரை மணந்தாள்?

பறவைகள் ஒருமுகமாக பரம் பொருளைத் தியானித்து பதில் கூறின.

பதில் : ஒரு சமயம் தேவகுரு பிருகஸ்பதி தேவேந்திரனிடம் கோபம் கொண்டு மறைந்துவிட, தேவேந்திரன் பிரமனிடம் முறையிட, பிரமன் கூறிய படி துவஷ்டாவின் மகனான விசுவ ரூபனைக் குருவாகக் கொண்டான். விஸ்வரூபன் அசுரர்களிடம் விருப்ப முடையவனாய் அவிர்பாகத்தில் ஒரு பகுதியை அசுரர்களுக்கு அளிக்க, அதனால் கோபம் கொண்ட தேவேந்தி ரன் அவனைக் கொன்று விட்டான்.

துவஷ்டி, தன் மகனைத் தேவேந்திரன் கொன்றதால் மிகவும் கோபமடைந்து தனது ஜடாமுடியில் ஒன்றைப் பிடுங்கி ஓமம் செய்ய அதிலிருந்து விருத்ராசுரன் தோன்றினான்.

விருத்ராசுரனை வெல்ல முடியாது என்று உணர்ந்த தேவேந்திரன் நயவஞ்சக மாய் அவனிடம் நட்பு கொண்டு அரசில் பாதி அளிப்பதாய்க் கூறி சமாதானம் செய்து கொண்டு பின்னர் தந்திரமாய் அவனைக் கொன்றுவிட, தேவேந் திரனை பிரம்மஹத்தி தோஷம் பற்றிக் கொண்டது. அதன் காரணமாக அவனது பெருமையும், பலமும் எமதருமன், வாயு, அஸ்வினி தேவர்களைக் சென்று விட அவன் பலம் குன்றியது.

இதை அறிந்த அசுரர்கள் தேவர் களைத் துன்புறுத்த அவர்கள் திருமாலி டம் முறையிட்டனர். பூபாரம் குறைக்க பகவான் கிருஷ்ணனாய் அவதரித்தார். தேவேந்திரனையும் தனக்குத் துணையாய் பாண்டவர்களாய் அவதரிக்கச் செய்தார். அவ்வாறு தேவேந்திரன் புவியில் அவனது பெருமை தருமனாகவும், பலம் பீமனாகவும், பாதி அம்சம் அர்ச்சுனனாக வும், அசுவனிதேவர்களின் அழகு நகுல சகாதேவர்களாகவும் தோன்றின. எனவே பாஞ்சாலி ஐவரை மணந்தாலும் தேவேந்திரன் ஒருவனையே மணந்தவ ளாவாள், என்று பறவைகள் விளக்கின.

இரண்டாவது கேள்வி : பகவானின் அம்சமான பலராமன் ஏன் பிரம்மஹத்தி தோஷத்தைப் பெற்றார்?

பறவைகள் கூறிய விடை :

பாரதப் போரில் பலராமனுக்கு எந்தப் பக்கத்திலும் சேரமுடியாத தர்ம சங்கடம் ஏற்பட்டது. அதைத் தவிர்க்க அவர் தீர்த்த யாத்திரை மேற்கொண்டார்.

அவர் நைமிநாரண்யத்திற்குச் சென்ற போது சூதமுனிவரைக் தவிர மற்றவர்கள் அவரை வணங்கினர். சூதர் செருக்குடன் ஆசனத்தைவிட்டும் எழுந்திருக்காததைக் கண்ட பலராமன் சினமுற்று ஒரு தர்ப்பையை மந்திரித்து ஏவ அது சூதரைக் கொன்று விட்டது. பலராமரால்

கொல்லப் பட்டதால் சூதருக்குப் பிரம்மலோகப்பதவி கிடைத்தது. பலராமர் பிரம்மஹத்தி தோஷம் பெற்றார்.

உலகத்திற்கு எடுத்துக்காட்டாக இருக்க வேண்டும் என்ற நியதிக்கு இணங்க பலராமர் பிரம்மஹத்தி தோஷத் திற்குப் பரிகாரம் செய்து கொள்ள பன்னிரண்டு ஆண்டுகள் தீர்த்தயாத்திரை சென்றார்.

5. மூன்றாம் கேள்வியும் பதிலும் : அற்ப ஆயுளில் இளம் பாண்டவர்கள் மடிந்தது ஏன்?

அரிச்சந்திரன் கதை முற்பகுதி.

திரேதா யுகத்தில் அரிச்சந்திரன் என்ற மன்னன் சத்தியம், நீதி, நேர்மையுடன் அரசாண்டு புகழ் பெற்றிருந்தான்.

ஒரு நாள் காட்டிற்கு வேட்டையாடச் செல்ல ''அபயம், அபயம்'' என்று அலறும் ஓசை கேட்க அவன் யாரோ ஆபத்திலிருப்பதாகவும், அவரைக் காப்பது தன் கடமை என்றும் எண்ணி அங்குச் சென்று பார்க்க அந்த ஒலி விசுவாமித்திரன் ஆசிரமத்திலிருந்து வருவதை அறிந்து உள்ளே சென்று முனிவரை வணங்கி தன் பிழை பொறுத் தருள வேண்டினான். ''காப்பாற்றுதல் மன்னன் கடமை என்பதால் அவசரப் பட்டுவிட்டேன்'' என்றான்.

உடனே முனிவர் ''மேலான அரசன் யாரைக் காப்பாற்ற வேண்டும்? யாருக்குத் தானம் செய்ய வேண்டும்'' என்று கூறுமாறு கேட்டார்.

அப்போது அரிச்சந்திரன் விநயத்துடன் ''ஆபத்திலுள்ளவர்களைக் காப்பாற்ற வேண்டும். தங்களைப் போன்ற மகரிஷி களுக்கு தானம் அளிக்கவேண்டும்'' என்று கூறிட, முனிவர் யாகதீட்சை கொண்ட தனக்குரிய தக்ஷிணை அளிக்கு மாறு கேட்க, மன்னன் தன் பேரரசையும், மனைவி, மக்களையும் அவருக்கு அளிப்பதாகக் கூறி ஏற்குமாறு வேண்டி னான்.

விசுவாமித்திரன் அரிச்சந்திரனுடன், அவனது மனைவி, மக்கள் தனது அனைவரையும் ஏற்பதாகக் கூறி யாகதட்சணையை ஒரு மாதத்திற்குள் தந்துவிடுமாறு பணிந்தார். மேலும் உடனே நாட்டை விட்டுச் செல்ல வேண்டும் என்றும் கூறினார்.

மன்னனும் யாவற்றையும், ஆடை அணிகளையும் துறந்து மாநகரத்தி லிருந்து மனைவி மகனுடன் கால்நடை யாகப் புறப்பட்டுச் சென்று காசி நகரை அடைந்தான். காசியில் தன் மனைவி யையும், மகனையும் விற்க முனைந் தான். ஓர் அந்தணர், மனைவி, மகன் இருவரையும் விலைக்கு வாங்கப் பணம் அளித்தார். பின்னர் அரிச்சந்திரன் தன்னையே ஒரு புலையனிடம் விற்று அப்பணத்தை முனிவருக்கு தக்ஷிணை யாகச் செலுத்தி விட்டான்.

இவ்வாறு இந்த விசுவாமித்திரரின் கொடூர செயலைக் கண்டு, அவருடைய சாபத்துக்கு அஞ்சி, அவரைக் குறைகூற யாரும் முன்வரவில்லை. ஆனால், விஸ்வ தேவர்கள் ஐவரும், ''கல்லா! இந்தப் பாவி, என்ன கதி அடை வானோ'' என்று வாய் விட்டுக் கூறினர்.

இதைக் கேட்ட விசுவாமித்திரர் கோபம் கொண்டு அவர்களை நோக்கி ''தேவர்கள் என்ற அகம்பாவமா? என் தவ வலிமையை நீங்கள் அறிய மாட்டீர்கள். உடனே நீங்கள் பூவுலகில் மானிடராய் பிறந்து அற்ப ஆயுளில் சந்ததி இன்றியே மடிவீர்களாக'' என்று சபித்தார். அந்த விஸ்வதேவர்களே பாஞ்சாலியின் மக்களாய் இளம் பஞ்ச பாண்டவர்களாய் பிறக்க, அவர்களை துரோணர் புத்திரன் அசுவத்தாமன் அநியாயமாய்க் கொன் றான்.

அரிச்சந்திரன் கதை (பிற்பகுதி)

புலையனால் விலைக்கு வாங்கப் பட்ட அரிச்சந்திரன் வெட்டியானாகப் பணி புரிந்து வந்தான். இதற்கிடையில் மனைவி, மகனை வாங்கிய அந்தணர் அவர்களைப் பலவாறு கொடுமைப் படுத்தினார். ஒருநாள் மன்னர் மகனாகிய லோகிதாசன் தர்ப்பை சேகரிக்கச் சென்ற இடத்தில் பாம்பு கடிக்க இறந்து விட்டான். தன் மகனின் உடலைக் தூக்கிக் கொண்டு மன்னன் மனைவி சந்திரமதி சுடலையை நோக்கி நடந்தாள்.

அங்குச் சுடலையைக் காத்து நின்றவன் அரிச்சந்திரன் என்பதை அவள் அறியாள். அவனும் சுடுகாட்டில் குழந்தையைக் கொண்டுவந்து எரிக்க முற்படும் சந்திரமதியை அறியவில்லை. அதனால் தன் எஜமானனுக்குத் தர வேண்டிய முழத்துண்டு, கால்பணம் தராத அவள் மீது கோபம் கொண்டு ஓடிவந்தான்.

அங்கு வந்ததும் அவனுக்கு உண்மை விளங்கிற்று. குழந்தை இறந்ததைக் கண்டு தானும் உயிர்விட எண்ணினான். எஜமானுக்குத் தெரியாமல் தான் உயிர் விடுவது குற்றம் என எண்ணினான். சந்திரமதியும் வாழ விரும்பாமல் பிள்ளையுடன் தீயில் தன்னை மாய்த்துக் கொள்ள நினைக்க, அந்த நேரத்தில் அங்கு ஹரிஹர பிரம்மாதி தேவர்கள் தோன்றி அரிச்சந்திரன் சத்தியத்தைக் காக்கச் செய்த தியாகத்தைப் பாராட்டினர். ''உன்னைச் சோதிக்கவே இத்தனை நிகழ்ச்சிகள் நடந்தன. தர்மதேவதையே சண்டாள உருவத்தில் உன்னை விலைக்கு வாங்கியது. இந்திரனால் அமுதம் புகட்டப்பட்ட உன் குழந்தை எழுந்து வருவதைப் பார்'' என்று கூறினார். பின்னர் அரிச்சந்திரன் அவன் மகனுக்குப் பட்டம் கட்டிவிட்டு மனைவியுடனும் தன் நகர மக்களுடனும் சொர்க்கத்திற்குச் சென்றான்.

(இந்த நிகழ்ச்சிகளுக்குக் காரணம் வசிஷ்டர் - விசுவாமித்திரர் இடையில் ஏற்பட்ட போட்டி என்றும், மன்னன் சந்திரமதியைக் கொல்ல கத்திவீச அது மாலையாக விழ, இறைவன் தோன்றிட, மகன் உயிர் பெற்று எழுந்ததாகவும் கூறப்படுவதும் உண்டு)

வசிஷ்டர் விசுவாமித்திரர் போர்

தீர்த்த யாத்திரையிலிருந்து திரும்பிய வசிஷ்டர் அரிச்சந்திரன் பட்ட இன்னல் களுக்குக் காரணமான விசுவா மித்திரரைக் கொக்காகுமாறு சபித்தார். விசுவாமித்திரர் வசிஷ்டரை 'ஆழி' என்னும் பறவையாகச் சபித்தார்.

இந்த இரண்டு பறவைகளின் போராட் டத்தால் உலகம் அல்லலுறுவதைத் தேவர்கள் அஞ்சி பிரம்மனிடம் முறை யிட அவர் இரு பறவைகளுக்கும் சாப விமோசனம் அளித்து அவர்களின் சுய உருவை அருளினார்.

இதனால் வெட்கி அவ்விருவரும் பிரமனை வணங்கித் தவம் செய்யப் புறப்பட்டனர்.

6. தந்தைக்குத் தனயன் தன் வரலாறு கூறுதல்

பிருகு வம்ச அந்தணர்க்குப் பிறந்த மகன் சகல சாஸ்திரங்கள் கற்றும் பித்தனைப் போல் திரிந்தலைய அவனது தந்தை அவனுடைய குருகுல வாசம் முடிந்ததும் திருமணம் செய்து வைப்ப தாகவும் பின்னர் அவன் தேவ, பித்ரு கடன்களை ஆற்றி நற்கதி அடையுமாறும் கூறினார்.

அது கேட்ட தனயன் சிரித்ததால் பல பிறவிகள் எடுத்தும், பலவிதமான தருமங்கள் செய்தும் பிறவிக்கடலைக் கடக்கவில்லை. எனவே, இல்லறத்தில் விருப்பமில்லை என்றும் துறவறம் பூண்டு பரம்பொருளை நோக்கித் தவம் செய்ய விரும்புவதாகவும் கூறினார். இவ்வாறு மகன் தீர்க்க ஞானியாய் விளங்குவது கண்ட அவனுடைய தந்தை அவன் அறிந்த இரகசியங்களைக் கூறுமாறு கேட்டார்.

அப்போது தனயன் ''உலகில் பிறந்த மனிதன் எத்தனை தடவை சுவாசிக்க முடியுமோ அத்தனை தடவை மட்டுமே உயிர் வாழ்கிறான். எனவே ஒருவன் வாழ்நாட்களை அவன் மூச்சுகளைக் கொண்டே கணக்கிட வேண்டும். புண்ணியம் செய்தவன் துன்பம் இன்றி உயிர் விடுகிறான். பாவம் செய்தவன் உயிரை எமதூதர்கள் இழுத்துச் செல் கின்றனர்.

ஒருவன் இறந்த உடன் அவனது பிண்டசரீர வாழ்க்கை முடிவு பெறுகிறது. பின்னர் ஜீவனின் யாத்திரை தொடங்கு கிறது. தான தர்மங்களைச் செய்தவனின் ஜீவன் நரகவேதனை அனுவிப்பதில்லை.

ஆனால், பாவம் செய்தவன் அவன் செயல்களுக்கேற்ற நரக வேதனை (அ) தண்டனை பெறுகிறான். பலவித நரகங்கள் உள்ளன.

எனவே, துன்ப நீக்கம் பெற தன் சுமைகளைக் குறைத்துக் கொள்ள வேண்டுமென்ற ஞானம் உதயமாக வேண்டும்'' என்று பலவாறு தனயன் தந்தைக்கு உபதேசம் செய்தான்.

7. அவன் முற்பிறவி வரலாறு

''இதற்கு முன் ஏழாவது பிறவியில் நான் ஒரு வைசியனாய்ப் பிறந்திருந் தேன். தாகம் கொண்டு நீர் அருந்த பசுக்களை அடித்து விரட்டிய பாவத்தால் ஜ்வாலாமுகம் என்னும் நரகத்தில் தள்ளப்பட்டுத் துன்பத்தை அனுபவித் தேன்.

அப்போது தற்செயலாக 'விபச்சித் ஜனகன்' என்னும் அரசன் விமானத்தில் ஏறி அவ்வழியாய் வர, அவன்மேல் பட்ட காற்று என்மேல் பட என் துன்பம் ஓரளவு குறைந்தது.

அவ்வரசனை நோக்கிக் கை கூப்பி வணங்கி, அவர் சற்று நேரம் அங்கே தங்கி இருந்தால் பாவிகளான நாங்கள் சுகத்தை அடைவோம் என்று பிரார்த்திக்க அரசன் விமானத்தை அங்கே நிறுத்தச் சொல்லி எங்கள் அனைவரையும் பார்த்தார்.

பின்னர் எமதூதர்களிடம் தன்னை அவர்கள் அவ்வழியாக அழைத்துவரக் காரணம் என்ன என்று கேட்டார்.

அப்போது எமதூதர்கள் அவனிடம் அவருக்குக் கைகேயி, பீலரி என்ற இரண்டு மனைவியர். இளையாள் மீது மோகம் கொண்டு அவர் பீலரியைப் புறக்கணித்ததையும், அந்தப் பாபத்தின் காரணமாகவே தாபஜுவாலை நிரம்பிய அவ்வழியாக வரநேர்ந்தது எனத் தெரிவித்தனர்.

அப்போது அரசரைச் சுவர்க்கத்துக்கு அழைத்துச் செல்ல தேவ தூதர்கள் வர, அரசன் நரகத்தில் துன்பப்படும் எங்களையும் தன்னோடு சொர்க்கத்திற்கு அழைத்துச் செல்ல வேண்டுமென்று பிடிவாதம் செய்தான். அதற்காகத் தான் செய்திருந்த புண்ணியத்தை பகிர்ந்து எங்களுக்குத் தானமளிக்கவும் சம்மதித் தான். அவன் செய்த உதவியால் நாங்கள் நற்கதி அடைந்தோம்'' என்று கூறினான்.

8. நரகலோக தண்டனைகள்

தன் மகன் கூறிய செய்திகளைக் கேட்டு வியப்புற்ற அந்தணர் நரகத்தில் என்னென்ன பாவத்திற்கு, என்னென்ன தண்டனை என்று கூறுமாறு கேட்க மகன் தந்தைக்கு **'நரகலோக தண்டனைகள்'** பற்றிக் கூறலானான்.

('நரக லோகங்களின் வகை, தண்டனைகள்' பலவிதம் பற்றி அக்னி புராணம், விஷ்ணு புராணங்களில் கூறிய செய்திகளையும் காண்க)

பாவத்திற்கேற்ற தண்டனைகள் கூறப் பட்டுள்ளன.

1) பிறர் மனைவியை காமக்கண் கொண்டு நோக்கியவர்களின் கண்கள் இரும்புமுகம், நீண்ட அலகுள்ள கொடிய பறவைகளால் கொத்திப் பிடுங்கப்படும்.

2) குருவை அவமதித்தல், சாஸ் திரத்தைச், சாதுக்களைக் கேலி செய்தல், கோள் சொல்பவர்கள் நாக்கு இடுக்கிகளால் பிடுங்கப்படும்.

3) விருந்தோம்பாமல் தான் மட்டுமே உண்டு மகிழ்பவன் மலம், சிறுநீர், குருதி போன்றவற்றை உணவாகக் கொள்ளச் செய்யப்படுவர்.

4) அக்கினி, குரு, பசு ஆகியவற்றை காலால் தீண்டியவன் கால்கள் வெட்டப் படும்.

5) தெய்வநிந்தனை, குருவை இகழ்தல் செய்வதைக் கேட்டவர் காதில் இரும்பு ஆணி அடிக்கப்படும்.

6) தீர்த்தத்தில் மலம், சிறுநீர் கழிப்பவன் கல்லுக்குள் தேரையாய்ப் பிறப்பான்.

7) நீசனிடம் தானம் கேட்டோர், யாசகர், குருவிடம் பொய் கூறியோர் நாயாகப் பிறப்பர்.

8) தானியத்தை திருடியவன் எலியாகவும், சகோதரர் மனைவியைக் கெடுத்தவன் குயிலாகவும், குரு பத்தினியைக் கூடியவன் பன்றியாகவும், உணவு, பால் திருடியவன் கொக்காகவும், கொழுந்து விட்டு எரியாத தீயில் ஓமம் செய்தவன் செரிமானம் இன்றி அவதிப்படுபவனாகவும் பிறப்பர். இப்படி வேறு, வேறு பாவங்களுக்கு ஏற்ப ஏராளமான தண்டனைகள் நரகத்தில் அளிக்கப்படும். எனவே மனிதன் பாவத்திற்கு ஏற்ற தண்டனை நரகில் நிச்சயம் என்று அறிந்து புண்ணியத்தையே சம்பாதிக்க வேண்டும்.

இவ்வாறு கூறியபின் தந்தையிடம் வாழ்க்கையில் சுகங்கள் அனுபவித்தல் என்றும், தர்மங்களைச் செய்தல் என்றும் கூறி இனி வனம் சென்று வானப்பிரஸ்தா சிரமத்தை அனுசரிக்குமாறு கூறினான்.

அது கேட்டு தந்தை, மகனிடம், அவன் ஞானத்தை உபதேசித்ததால் குருவானான் என்றும், மேலும் ஞான மார்க்கத்தை விளக்குமாறும் கேட்டார். அப்போது மகன் கீழ்க்கண்ட முக்கிய மானவற்றைக் கூறினான்.

"கணவனைத் தெய்வமாகக் கொள்வது, மற்ற தர்மங்களை விடச் சிறந்தது. கற்புடைய பெண்டிரை மும்மூர்த்திகளும் அறிவர். அவர்கள் பேச்சுக்கும் கட்டுப் படுவர்" என்று அதை விளக்க நளாயினி கதையையும், இறுதியில் அனுசூயாவின் சிறப்பையும் கூறினான் மகன்.

9. நளாயினி வரலாறு

பிரதிஷ்டானம் என்ற ஊரில் தொழுநோயால் அவதியுற்ற கௌசிகள் என்னும் அந்தணரும், அவர் மனைவி நளாயினியும் வாழ்ந்து வந்தனர். கணவன் தொழுநோயாளி என்றிருந்தும் அவன் மனைவி கற்புக்கரசியாய் அவருக்கு அனைத்துப் பணிவிடைகளையும் செய்து கணவர் மனம் கோணாமல் வாழ்ந்து வந்தாள்.

ஆனால், கௌசிகன் மனைவியைத் துன்புறுத்தி வந்ததுடன் ஒரு நாள் அவளைத் தான் விரும்பும் வீட்டிற்கு எடுத்துச் செல்லுமாறு கூற அவளும் அவனை ஒரு கூடையில் உட்கார வைத்து தூக்கிச் சென்று கொண்டிருந்தாள். வழியில் மாண்டவ்யர் என்ற முனிவர் மன்னன் ஆணையின்படி கழுவேற்றப் பட்ட நிலையில் இருந்தார் என்று மகன் கூறத் தந்தை மாண்டவிய முனிவரின் அந்நிலைக்குக் காரணம் என்ன என்று கேட்டார்.

அதற்கு மகன் "மாண்டவ்யர் சிறு வயதில் பூச்சிகளைப் பிடித்து இம்சை செய்து வந்ததன் பலன் அது" என்று கூறினான். மேலும் "திருடர்கள் அவ்வூர் மன்னன் அரண்மனையில் திருடிவிட்டு ஓடிவருகையில் முனிவர் கழுத்தில் ஒரு முத்துமாலையைப் போட்டுவிட்டு தப்பி ஓடிவிட்டனர். பின்னால் துரத்தி வந்த

அரண்மனை சேவகர்கள் முனிவர் கழுத்தில் முத்துமாலையைக் கண்டு அவரை மன்னன் முன்னிலையில் கொண்டு நிறுத்த, விசாரணையின் போது முனிவர் தவநிலை காரணமாக பேசா திருக்க அவரைக் கழு வேற்றுமாறு மன்னன் உத்தரவிட, அதன்படி மாண்டவ்யர் கழுவில் ஏற்றப்பட்டு இருந்தார்.

நளாயினி தன் கணவனைத் தாசியின் வீட்டுக்குக் கூடையில் வைத்து சென்றவள், இருட்டின் காரணமாக, அவளது கூடை மாண்டவ்யர் மீது இடிக்க ஏற்கெனவே அவதிப்பட்டுக் கொண்டி ருந்த முனிவர் தனக்குத் துன்பம் கொடுத்த அவன் சூரியோதயத்தில் தலை வெடித்து இறக்குமாறு சாபம் கொடுத் தார். இதைக் கேட்ட அந்தப் பத்தினி ''தான் பதிவிரதை என்பது உண்மை யானால் சூரியன் உதிக்கக்கூடாது'' என்று பதில் சாபம் விட்டாள்.

உலகம் இருட்டில் மூழ்கிட அதன் காரணத்தை அறிந்த பிரமன் அத்திரி முனிவர் ஆசிரமம் அடைந்து அவரு டைய மனைவியாகிய அனுசூயை என்னும் பதிவிரதையிடம் நடந்த விவரங்களைக் கூறி நளாயினியைச் சந்தித்து எப்படியாவது சூரியோதயத் திற்கு வழிவகுக்குமாறு வேண்டினார்.

அனுசூயை அவ்வாறே நாளாயினி யின் இல்லம் அடைந்து அவளிடம் வந்த காரியத்தைக் கூறி அவள் சாபத்தை விலக்கிக் கொண்டு சூரியோதயம் ஏற்பட்டு உலகம் உய்யுமாறு தெரியுமாறு வேண்டிக் கொண்டாள்.

ஆனால் நளாயினி சூரியோதய மானால் கணவர் இறப்பார் என்று கூற கற்புக்கரசி அனுசூயை ''உன் கணவன் இறந்தாலும் நோய் நீங்கி அழகிய ஆண்மகனாய் எழுந்திருப்பார். நீயும் இன்ப வாழ்க்கை அடைவாள்'' என்று கூறி மகிழ்வித்தாள்.

சாபம் விலக சூரியன் உதிக்க, நளாயினியின் கணவர் இறந்துவிட, அனுசூயை இறந்தவர் ஆணழகனாக உயிர் பெறுமாறு கூற அவ்வாறே நிகழ நளாயினி, கணவருடன் இனிய வாழ்வு பெற்றாள்.

இதிலிருந்து பதிவிரதையின் சொல் லுக்குக் கட்டுப்பட்டு தேவர்களும், மும்மூர்த்திகளும் அருள்புரிவார்கள்'' என்று மகன் தந்தைக்குக் கூறினான்.

இத்துடன் மும்மூர்த்திகள் அனுசூயை யின் குழந்தைகளாக அவதரிக்கபட்ட வரலாற்றையும் மகன் தந்தைக்குக் கூறினான்.

(இதன் வரலாறு நாரத புராணத்தில் காண்க).

அனுசூயையின் வேண்டுகோளின்படி பிரம்மன் அம்சமாய், சந்திரனும், விஷ்ணு வின் அம்சமாய் தத்தாத்திரேயரும், சிவனின் அம்சமாய் துர்வாசனும் பிறந்தார்கள். தத்தாத்திரேயர் அஷ்டமா சக்திகளைப் பெற்றவராய் கரை கடந்த ஞானியாய் இருந்தார். அவரைப் பிரியாமல் இருந்த ரிஷிகுமாரர்களைத் தத்தத்திரேயர் ஒரு மாயப் பெண்ணை உண்டாக்கி அவளுடன் காமக்களியாட் டத்தில் இருப்பவராக நடிக்க மற்றவர்கள் அவரைவிட்டு நீங்கினர்.

10. கார்த்த வீரியன் வரலாறு

மன்னன் கிருத வீரியன்

கோசல நாட்டை சூரிய வம்ச மன்னன் கிருதவீரியன் ஆண்டு வந்தான். பிள்ளைப் பேறின்மையால் அவன் மனைவி சுனந்தையுடன் கானகம் சென்று தவம் இருக்க தேவர்கள் அருளால் அவன் மனைவி கருவுற்று குழந்தை பெற்றாள். ஆனால் அது கை கால்கள் அற்ற சதைப் பிண்டமாய் இருந்தது. இதனால் மிக்க துயரம் கொண்ட கணவனும், மனைவி யும் அப்பிண்டத்துடன் தீயில் மூழ்கி

உயிர்விட யக்தனிக்கையில் ஓர் அசரீரி ஒலித்தது. முற்பிறவி வினையின் காரண மாக அத்தகைய குழந்தை உதித்தது. எனினும் அக்குழந்தை தத்தாத்திரேயரின் அருளால் ஆயிரம் கால்கள் பெற்று இணையற்ற வீரனாக அரசாள்வான் என்று அசரீரி கூறியது. சிறிது காலத்தில் மன்னன் கிருதவீரியன் இறந்துவிட அமைச்சர்கள் கார்த்தவீரியனுக்குப் பட்டம் கட்ட முனைந்தனர்.

கார்த்தவீரியன் மனநிலை

ஆனால் கார்த்தவீரியன் மக்கள் செய்யும் பாவம் மன்னனையே சாரும் எனக்கூறி மன்னனாக ஒப்பவில்லை. அப்போது அங்கு வந்த கர்க்க முனிவர் குடிமக்கள் அனைவருமே பாவம் செய்யாதவர்களாகி விட்டால் அரசை ஏற்கத் தடை ஏதுமில்லையே என்று கேட்டார். அது எப்படி சாத்தியமாகும் என்று அவன் முனிவரைக்கேட்க, அவர் கார்த்தவீரியனிடம் தத்தாத்திரேயரிடம் சென்று அவர் அருளைப் பெற்று நாட்டுமக்கள் பாவம் செய்யாதவாறு வரம் பெற்று வருமாறு கூறினார். தத்தாத்திரேயருக்கு அத்தகைய வலிமை உண்டா என்று ஐயுற்ற அவன் மனத் தெளிவு குறித்து முன் நடந்த ஒரு நிகழ்ச்சியைக் கூறினார் கர்க்க முனிவர்.

தேவேந்திரன் தத்தாத்திரேயரிடம் பெற்ற உதவி

ஒரு சமயம் தேவர்களுக்கும், அசுரர் களுக்கும் நடந்த போரில் அசுரர்கள் கை ஓங்கி இருந்தது. அதனால் அச்சமுற்ற தேவேந்திரன் தன் குரு பிரகஸ்பதியிடம் தேவர்கள் வாழ்வு அழியாமல் இருக்க ஓர் உபாயத்தைக் கூறுமாறு வேண்ட, அவர் தத்தாத்திரேயரைச் சரணமடையுமாறு கூற, தேவேந்திரனும் தத்தாத்திரேயர் திருவடி களில் விழுந்தான். அப்போது தத்தாத்தி ரேயர் மது, மங்கைகளால் மயங்கி உள்ள தன்னைச் சரணடைவதால் என்ன லாபம் என்று கேட்டார். தேவேந்திரன், ''பரம் பொருளே; அசுரர்களோடு போரிட்டு, அடிபட்டு வந்திருக்கும் எனக்கு நீங்களே துணை. என்னைக் காப்பாற்ற வேண்டும்'' என்று வேண்டினான்.

அதைக்கேட்ட தத்தாத்திரேயர் ''என் மேல் அத்தனை நம்பிக்கை இருந்தால் அசுரர்களுடன் போருக்குச் செல். என்ன நடக்கிறதென்று பார்க்கலாம்'' என்றார். அவ்வாறே இந்திரன் போருக்குச் செல்ல அவர்களை விரட்டிக் கொண்டுவந்த அசுரர்கள் தத்தாத்திரேயர் ஆசிரமத்தை அடைந்தனர். அங்கிருந்த அழகியைக் கண்டு மதிமயங்கி அவளைப் பல்லக்கி லேற்றி சுமந்து சென்றனர்.

அதுகண்டு தேவேந்திரன் வியப்புற்று தத்தாத்திரேயர் இந்த நிகழ்ச்சியைக் கண்டும் சும்மா இருப்பது ஏன் என்று கேட்டான். அதற்கு தத்தாத்திரேயர் ''பெண்ணாசையால் அசுரர்களின் தைரியம், பலம் குறைந்து விட்டன. அவளைத் தலையில் தூக்கி வைத்துக் கொண்டதால் அவள் அவர்களை உதறித் தள்ளிவிட்டு திரும்பி வந்து விடுவாள்.

மேலும் இலட்சுமியின் பாதத்தை மனதில் வைத்து ஒருவர் தியானம் செய்தால் மோட்சம் அளிப்பாள்; தொடையில் வைத்து தியானிப்பவருக்கு தனத்தை அளிப்பாள்; மடியில் வைத்துத் தியானம் செய்பவர்களுக்குத் குழந்தை யும், இதயத்தில் வைத்துத் தியானிப்பவர் களுக்கு காரிய சித்தியும், கழுத்தில் வைத்துத் தியானிப்பவர்களுக்கு இரத்தின ஆபரணங்களையும் அளிப் பாள். ஆனால் தலையில் வைத்துத் தியானம் செய்பவர்களை உதறித்தள்ளு வாள்.

இப்போது அசுரர்களில் பலம் குறைந்து விட்டது. ராஜ்யலட்சுமி அகன்றுவிட்டாள். இனி அசுரர்களை எளிதில் வெற்றி கொள்ளலாம்'' இவ்வாறு தத்தாத்திரேயர் அருள் பெற்ற

தேவேந்திரன் அசுரர்களை வென்று ராஜ்ஜியத்தைக் காப்பாற்றினான்.

கார்த்தவீரியனுக்குத் தத்தாத்திரேயர் அருள்

அவ்வாறே நீயும் அருளால் பலம் பெறுவாய் என்று கூறினார். கார்த்த வீரியன் குருவின் ஆசீர்வாதம் பெற்று தத்தாத்திரேயரை அடைந்தான். அவருக்கு உபசாரங்கள் செய்து வந்தான். அப்போது அவர் தீய ஒழுக்கம் உள்ள எனக்குப் பணிவிடை செய்து என்ன பயனை அடையப்போகிறாய் என்று கேட்டார். அப்போது கார்த்தவீரியன் ''பரம் பொருளே தங்களை அணுகியவர் தம் பாவங்கள் நசித்து விடும். அரச பதவியால் குடிமக்கள் செய்யும் பாவம் என்னை அணுகாதிருக்குமாறு தங்களிடம் வரம் பெறவே வந்தேன்'' என்று கூறினான்.

அதைக் கேட்டு மகிழ்ச்சி அடைந்த தத்தாத்திரேயர், கார்ந்த வீரியனுக்குச் சிறந்த வரங்களை அளித்தார். அவனது குடிமக்கள் தவறு செய்ய நினைப்பின் அவர்கள் கண்களுக்கு அவன் உருவம் வில்லாளியாகத் தோன்றி மக்களைத் தடுத்துவிடும் சக்தியையும், அவன் விரும்பும் போது ஆயிரம் கரங்களைப் பெற்று எதிரிகளை வெல்லக் கூடிய சக்தியையும் அளித்தார்.

இவ்வாறு அருள் பெற்றுத் தன் நாட்டிற்குத் திரும்பி வந்த கார்த்தவீரியன் மண்ணிலுள்ளோர், விண்ணிலுள்ளோர் அனைவரிடமும் நட்பு பூண்டொழுகினான். தத்தர் அருளாலும், செல்வத்தாலும் சிறந்து எங்கும் புகழ் பரப்பி ஆட்சி புரிந்தான்.

11. ரிதத்வஜன் (அ) குவலயாச்சுவன் வரலாறு

முன்னொரு காலத்தில் வீரபராக்கிரமம், தானதர்மங்களால் புகழ் பெற்ற 'சத்ருஜித்' என்றொரு அரசன் இருந்தான். அவனுடைய மகன் ரிதத்வஜன் நற்குண சிகாமணி.

அவனுடன் பூவுலக ராஜகுமாரர்கள் மட்டுமின்றி, நாகலோக இராஜ குமாரர்கள் இருவரும் கூட நட்பு கொண்டு பழகி வந்தனர். இது கண்டு வியப்புற்ற நாகராஜன் தன் புத்திரர்களிடம் அவர்களது நண்பனுக்கு ஒரு பரிசு அளிக்குமாறு கூற, அவனிடம் எல்லாம் இருப்பதால் என்ன கொடுப்பது என்று அறியாதிருக்க அவனுக்கு ஒரு குறை உள்ளது அதை நிவர்த்தி செய்வதே பரிசாகும் என்று கூறினார்.

ஒரு நாள் காலவரிஷி சத்ருஜித்தன் அரண்மனைக்கு வர, அவரை மன்னர் முறைப்படி உபசரித்தார். அப்போது காலவர் ஒரு பயங்கர அரக்கன் பாதாள லோகத்திருந்து வந்து அவர்களை எல்லாம் துன்புறுத்துவதாகக் கூறி அவனை அழிக்க தவ வலிமையைப் பயன்படுத்துக் கூடாது. ஆகையால், அந்த அரக்கனை அழிக்க என்ன வழி? என்று வருந்துகையில், ''மகரிஷியே! கவலை வேண்டாம், குவலயாச்சுவன் என்ற ஒரு தேவலோக குதிரை ஒன்று உங்களிடம் வருகிறது. அதன் மேலேறிச் சவாரி செய்யக் கூடியவன் ரிதத்வஜனே ஆவான். அவனிடம் இந்தக் குதிரையைக் கொடுத்தால் அவன் அசுரனைக் கொன்று உங்களைக் காப்பான்'' என்று ஓர் அசரீரி வாக்கு எழுந்தது.

காலவர் யாகம் காத்தல்

அடுத்து காலவர் மன்னன் சத்ருஜித்திடம் அக்குதிரையைக் கொண்டு வந்திருப்பதாகவும் தேவக்கட்டளையை நிறைவேற்றி வைக்க வேண்டும் என்று கூற மன்னன் தன் மகன் ரிதத்வஜனை அழைத்து செய்தியைக் கூறி ஆசிர்வதித்து காலவ ரிஷியுடன் அனுப்பி வைத்தான்.

செல்லும் வழியில் காலவரிஷி ரிதத்வஜனிடம் அரக்கனைப் பற்றிய முழுவிவரங்களையும் எடுத்துரைத்தார்.

ரிதத்வஜன், குவலயா என்னும் பரியின் மீதேறி தபோவனத்தைக் காவல் புரியத் தொடங்கினான். மகரிஷி தவத்தில் ஈடுபட்டார். சிறிது நேரத்துக்கெல்லாம் அந்த அரக்கன் பன்றி உருவில் உறுமிக் கொண்டு வந்து அட்டகாசம் செய்ய முற்பட ரிதத்வஜன் குவலியான் மீதமர்ந்த வண்ணம் பன்றியைப் பின் தொடர்ந்து துரத்தலானான். பன்றி வடிவிலிருந்த அரக்கன் மாயத்தால் மறைந்து ஒரு பிளவின் வழியாக நுழைந்து பாதாளத்தில் பாய்ந்தான். ரிதத்வஜனும் அதைத் தூரத்தில் சென்று வில்லில் சக்தி வாய்ந்த மந்திரத்தால் வலியூட்டப்பட்ட அம்பைத் தொடுத்து எய்தான். அது உடலில் தைத்தது. பிறகு பன்றி சென்ற இடம் தெரியவில்லை.

பன்றியான அரக்கன்

பன்றியைத் தேடிச்சென்ற ரிதத்வஜன் பாதாள உலகில் நுழைந்து தேட ஒரு மாளிகையில் தன் குதிரையை ஓரிடத்தில் நிறுத்திவிட்டுச் சென்றான். அம்மாளி கையில் ஒரு பெண்ணைக் கண்டான். அவள் ரிதத்வஜனைக் கண்டதும் மயக்கமடைந்து விழுந்தாள். அதுபற்றி அவன் தோழியை விசாரிக்க "இவள் விஸ்வாசு என்றும் கந்தர்வராஜன் மகள், மதாலசை. இவளை வஜ்ஜிரகேது என்னும் அரக்கனின் மகன் பாதாள கேது மாயமாய் தூக்கி வந்து மணக்க விரும்பி வளர்பிறை திரயோதசி வரை அவகாசம் கொடுத்திருந்தான். இவளோ அரக்கனை மணப்பதை விட உயிரை விடுவது மேலென்று தற்கொலை செய்து கொள்ள முயன்றாள்.

அப்போது காமதேனு அவளைத் தடுத்து "அஞ்சவேண்டாம், அரக்கனின் அழிவு காலம் நெருங்கிவிட்டது. பூலோக அரசன் இவனைத் துரத்திவந்து கொல்வான். அவனே உன்னை மணப்பான்" என்று கூறிட அந்த நம்பிக்கையில் இவள் உயிரை வைத்துக் கொண்டிருக்கிறாள்" என்றான்.

ரிதத்வஜன் சவாரிக்கு வந்த குதிரையின் பெயர் 'குவலயா' எனவே குதிரையைப் பெற்ற ரிதத்வஜன் 'குவலயாச்சுவன்' எனப்பட்டான்.

மதாலசை மூர்ச்சை தெளியா திருப்பதைக் கண்ட குவலயாச்சுவன், தோழியைப் பார்த்து அவளைப் பற்றிய விவரம் கேட்க, அவள் தான் விந்திய வான் மகள் துந்தலா. அவள் கணவன் வீரபுஷ்காமாலியை சும்பன் என்னும் அரக்கன் கொன்றுவிட அவள் தீர்த்த யாத்திரை செய்து ஆயுட்காலத்தைக் கழித்துவிட எண்ணியதாயும், ஆனால் மதாலசையின் நிலையைக் கண்டு அவளுக்கு உதவ அங்கேயே தங்கிவிட்ட தாகவும் கூறினாள். இன்னும் மதாலசை மூர்ச்சை தெளியவில்லை.

தோழி, மறுபடியும் "பாதாள கேது என்னும் அரக்கன் பன்றி வடிவில் உடலில் பாணம் தைக்கப்பட்டு வந்தவன் அருகிலுள்ள தடாகத்தில் விழுந்து இறந்தான். அவனைத் தொடர்ந்து வந்த ராஜகுமாரன் தனக்கு கணவன் ஆவான் என்பதை மதாலசை அறிவாள். அதனாலேயே உங்களைப் பார்த்தவுடன் மூர்ச்சையானாள்" என்று கூறியவள் குவலயாச்சுவன் வரலாற்றைக் கூறுமாறு கேட்க அவன் தன் வரலாற்றைக் கூறி முடித்தான்.

அதைச் செவியுற்ற மதாலசை வெட்கத் துடன் எழுந்து குவலயாச்சுவனை வணங்கித் தலைகுனிய, அவனும் அவளைக் கண்டு மயங்கினான். எனினும் பெற்றோர்க்குத் தெரியாமல் அவளை மணப்பது முறையல்ல என்று எண்ணி னான்.

மதாலசை திருமணம்

அப்போது மதாலசை தன் குருவான

தும்புருவை மனதில் நினைக்க அவர் அங்கு தோன்றி மதாலசை கந்தர்வ பெண் என்றும் அவளைக் குவலயாச்சுவன் காந்தர்வமணம் செய்து கொள்வது தவறில்லை என்றும், பின்னர் பெற்றோரிடம் அழைத்துச் சென்று முறைப்படி மணம் செய்து கொள்ளலாம் என்றும் கூற, அரசகுமாரன் அதை ஏற்றுக்கொள்ள தும்புரு இருவருக்கும் காந்தர்வ விவாகம் செய்து வைத்தார்.

பின்னர் குவலயாச்சுவன் மதாலசையுடன் குதிரை மீதேறிச் செல்ல அசுரர்கள் அவனை எதிர்த்திட அவன் சக்திவாய்ந்த அம்புகளை விடுத்து அரக்கர்களை அழித்துத் திரும்பி காலவரை வணங்கி, விடை பெற்றுக் கொண்டு தன் இராஜ்ஜியத்தை அடைந்து தாய் தந்தையை வணங்கி நிகழ்ந்தவற்றை எல்லாம் கூறி மதாலசையைத் தான் தும்புரு முன்னிலையில் காந்தர்வ விவாகம் செய்து கொண்டதையும் கூறி மகிழ்வித்தான்.

மன்னன் சத்ருஜித் மகனைப் பாராட்டி முறைப்படி குலவயச் சுவனுக்கும், மதாலசைக்கும் திருமணம் செய்து வைக்க அவர்கள் இருவரும் இன்பமாக வாழ்ந்து வந்தனர்.

சிறிது காலத்திற்குப் பிறகு தந்தையின் சொல்படி குவலயாச்சுவன் குதிரை மீதேறி இராச்சியத்தைச் சுற்றி வந்து யார்க்கும் எந்தவிதமான குறையுமின்றி பாதுகாத்து வந்தான். ஆனால் அதுவே அவனுக்குச் சங்கடம் ஆயிற்று என்று நாகராஜ குமாரர்கள் அவர்கள் தந்தையிடம் கூறினர்.

12. குவலயாச்சுவன் வருத்தம்

பாதாள கேதுவின் தம்பி தமையனைக் கொன்ற குவலயச் சுவனைப் பழிவாங்க எண்ணினான். எனவே அவன் பழக்க வழக்கங்கள் பற்றி அறிந்து கொண்டு ஒரு நாள் சந்நியாசி உருவில் யமுனைக் கரையில் காத்திருந்தான். குவலாயாச்சுவன் யமுனைக்கரையில் சந்நியாசிகளைச் சந்தித்து அவர்கள் குறைகளைக் கேட்டு ஆவன செய்வதை அறிந்த அரக்கன் தானும் சந்நியாசி வடிவில் காத்திருந்தான்.

அன்று குவலயாச்சுவன் யமுனை நதிக்கரைக்கு வந்து அங்கிருந்த சாதுக்களை வணங்கினான். சந்நியாசி உருவில் இருந்த அரக்கன் தானகேதுவையும் வணங்கி குறை கேட்க, தானகேது குவலயாச்சுவனிடம் தனக்கொரு குறை உள்ளதாகவும், ஆணையிட்டுச் சொன்னால் தெரிவிப்பதாகவும் சொன்னான். குவலயாச்சுவன் உயிரைக் கொடுத்தேனும் உத்தமர் குறை களைய வேண்டும் என்ற தந்தையின் கட்டளைப்படி எதுவானாலும் செய்வதாகச் சத்தியம் செய்தான்.

தானகேதுவின் சூழ்ச்சி

அப்போது அரக்கன் தான் யமுனையில் மூழ்கி வருண ஜபம் செய்யப்போவதாகவும் அதற்குத் தட்சணையாக குவலயாச்சுவன் கழுத்தில் உள்ள ஆபரணத்தைத் தரவேண்டினான். மேலும் தவம் முடித்து வரும்வரை தவத்திற்குப் பங்கம் வராதவாறு காவல் புரியமாறும் வேண்டினான்.

அதனை ஏற்று குவலயாச்சுவன் ஆபரணத்தை கழற்றிக் கொடுத்தான். அதனைப் பெற்றுக் கொண்ட அரக்கன் நீரில் மூழ்கி மாயத்தால் வேறொரு பக்கம் கரையேறி குவலயாச்சுவனின் அரண்மனையை அடைந்தான். அங்கு மன்னன் சத்ருஜித்தைக் கண்டு அரச குமாரனை அரக்கன் கொன்றுவிட்டு, குதிரையையும் அபகரித்துச் சென்று விட்டான் என்று கூறி அதற்கடையாளமாக குவலயாச்சுவன் அளித்த கழுத்தணியைக் கொடுத்து விட்டுச் சென்றான்.

அரக்கன் தானகேதுவின் வார்த்தையை அரசன் நம்பி மகனே! என்று கூவி

மூர்ச்சையுற்றான். செய்தி கேட்ட மதாலசையும் உயிர் விட்டாள். இதனால் நாடே சோகக் கடலில் மூழ்கியது. மன்னன் மதாலசைக்கு செய்ய வேண்டிய ஈமச்சடங்குகளைக் செய்து முடித்தான்.

இவ்வாறு மதாலசையை இறக்கச் செய்ததால் அரக்கன் தான் பழிவாங்கிய தாக மகிழ்ச்சி அடைந்தான். மறுபடியும் நதியிலிருந்து வெளியே வந்து குவலயாச் சுவனிடம் அவன் உதவியால் வருண ஜபத்தைச் சிறப்பாக முடித்ததாகக் கூறி அவனை நாட்டுக்குச் செல்லுமாறு கூறினான்.

அரசகுமாரன் குதிரை ஏறித் தன் நாட்டை அடைய எல்லோரும் திடுக் கிட்டனர். மக்கள் தம் துயரத்தைப் பலவகையில் வெளிக்காட்டினார். குவலயாச்சுவன் தந்தையின் மூலம் நிகழ்ந்ததை எல்லாம் கேட்டறிந்தான்.

இவற்றிற்கெல்லாம் காரணம் பாதாள கேதுவே என அறிந்த குவலயாச்சுவன் மனைவியை இழந்ததால் நடைப் பிணமாய் வாழ்ந்து வருவதால் அவனைச் சந்தித்து ஆறுதல் அளிக்க முயல்கிறோம். என்று நாகராஜ குமாரர்கள் இருவரும் தந்தையிடம் கூறினர்.

குவலயாச்சுவன் மனக்குறை

நாகராஜன் அஸ்வதரன் அந்தக் கதையைக் கேட்டு உணர்ச்சி வசப்பட்டு வருத்தம் கொண்டு மக்களிடம் மதாலசையை மீட்டுக் கொடுத்தால் உங்கள் நண்பன் எவ்வளவு ஆனந்தப் படுவான். அதை ஏன் செய்யவில்லை என்றான்.

அவன் மக்களை இறந்தவரை பிழைப் பிப்பது எங்ஙனம். அதற்கு நாகராஜன் முயன்றால் முடியாதது எதுவும் இல்லை என்று கூறிவிட்டு தம்பியாகிய சும்பன னுடன் தவம் செய்யக் கானகம் சென்றான்.

அவர்கள் வாணியைக் குறித்துத் தியானம் செய்ய, சரசுவதி தோன்றி என்ன வேண்டும் என்று வினவ, சாமகானம் பாடி சிவபெருமான் தரிசனம் பெற அருள்புரியுமாறு வேண்டிட, வாணி அவர்கள் விருப்பம் கைகூடும் எனக்கூறி மறைந்தாள்.

எல்லோரும் சிவபெருமானைக் குறித்து ஆடிப்பாடி மகிழ்ச்சி ஊட்ட சிவனார் தோன்றி வேண்டிய வரம் யாது என, ''குவலயாச்சுவன் என்னும் சத்தியசந்தன், தர்மம் தவறாதவன் எங்கள் நண்பன், விதிவசத்தால் தன் மனைவியை இழந்து பரிதவிக்கிறான். அவனுக்கு அவன் மனைவியை மீட்டுப் பெற என் மக்கள் ஆசைப்படுகின்றனர். அதற்கு அருள்புரிய வேண்டும்'' என்று பிரார்த்தித்தான்.

சிவபெருமான் அவனை மெச்சி ''மதாலசை பிழைத்தெழுவாள் அதற்கான கடன் ஒன்று உண்டு. சிரத்தை யுடன் பித்ரு தேவர்களைக் குறித்து ஒரு சிரார்த்தம் செய்து அதன் நடுப் பிண்டத்தை உண்பாயாக. உன் உடம்பின் நடுப்பகுதியிலிருந்து மதாலசை பூர்வ ஞானத்துடனும், அதே அழகுடன் எழுந்து வருவாள்'' என்று கூறி மறைந்தார்.

மதாலசை உயிர்ப்பெற்று எழல்

அஸ்வதரன் ஊருக்குத் திரும்பி வந்து அவ்வாறே சிரார்த்தம் செய்ய மதாலசை உயிர் பெற்றெழுந்து அவனை வணங் கினாள்.

அப்போது அஸ்வதரன் அவள் கோரிக்கை என்ன என்று கேட்க கணவனை அடைவதே என்று கூற, அவன் திடீரென்று பார்த்தால் உணர்ச்சி வசப்படுவான். அதுவரையில் அந்த அரண்மனையிலேயே மறைந்திருக்கு மாறு கூறி புதல்வர்களிடம் குவலயாச் சுவனை அழைத்து வரும்படி கூறினான்.

நாகராஜ குமாரர்கள் குவலயாச் சுவனைக் கண்டு தங்கள் இருப்பிடம்

வந்து, உபசாரங்களை ஏற்று, கொடுக்கும் சன்மானத்தைப் பெற்றுக் கொள்ள வேண்டும் என வேண்டினர்.

முதலில் குவலயாச்சுவன் அவர்கள் கோரிக்கையை ஏற்கவில்லை. ஆனால் அது அவருடைய தந்தையின் வேண்டு கோள் என்றும் அதை நிறைவேற்றுவது அவர்கள் கடமை என்றும், எனவே அவசியம் தாங்கள் வரவேண்டும் என்று கூறி சம்மதிக்கச் செய்தனர். அவன் பெற்றோரை வணங்கி அவர்கள் ஆசியுடன் நாகலோகம் சென்றான்.

அஸ்வதரன் குவலயாச்சுவனைக் கண்டு மகிழ்ச்சி உற்றான், அங்கு நடக்கும் உபசாரங்களைக் கண்டு குவலயாச்சுவனுக்கு ஐயமும், வியப்பும் ஏற்பட்டது.

இரண்டு நாட்கள் கழித்து அஸ்வதரன் குவலயாச்சுவனிடம் என்ன பரிசு வேண்டும். ''ஏதாவதொரு பரிசைக் கட்டாயம் ஏற்று மகிழ்விக்க வேண்டும்'' என்றான்.

அப்போது குவலயாச்சுவன், அவர்கள் அன்பு ஒன்றே போதும் என்றும், தன் மனம் என்றும் தர்மத்தில் நிலைத்திருக்க வேண்டும் என்றும் கூறினான். எது கிடைக்காது என சலித்திருக்கிறாயோ அப்படிப்பட்ட ஒன்றைக் கேள் என்றான் அஸ்வதரன்.

''தன் மனைவி கிடைப்பாளோ என்று எண்ணினான் குவலயாச்சுவன். அது முடியுமா என எண்ணினான். அது கண்டு நாகராஜ குமாரர்கள் தந்தையிடம் அவர் மனைவி மதாலசையை உயிர்ப்பித்துத் தர முடியுமா! என்று கேட்டனர். அஸ்வதரன் அப்போது குவலயாச்சுவனிடம் அதுதான் அவன் விருப்பமா என்று கேட்க, அவன் ஒரு முறை மதாலசையைப் பார்க்க முடிந்தாலும் மகிழ்ச்சியே என்றான்.

நாகராஜன் அரண்மனையில் உட்புறம் பார்த்த வண்ணம் 'மகளே மதாலசை' என்று அழைத்தார். அவள் வெளிவர குவலயாச்சுவன் மெய்மறந்து நின்ற பின்னர் அவள் பெயர் கூவி அழைத்தான்.

அப்போது அஸ்வதரன் அது மாயத் தோற்றம் தொட்டால் மறைந்துவிடும் என்று சொல்ல குவலயாச்சுவன் மூர்ச்சை அடைந்து விழுந்துவிட்டான்.

குவலயாச்சுவன் மதாலசையுடன் நாடு திரும்புதல்

பின்னர் மதாலசை அவனருகில் இருந்து தன் கரத்தால் வருட கண்விழித்த அவன் உண்மையிலேயே மனைவி அருகிலிருப்பதைக் கண்டு வியப்படைந் தான். அப்போது நாகராஜ குமாரர்கள் அவர்கள் தந்தையின் தவம், சிவபெரு மானின் வரம் ஆகிய அனைத்தையும் கூற குவலயாச்சுவன் அவர் கால்களில் விழுந்து வணங்கி நன்றி கூறினான்.

''என் குமாரர்களின் உயிர் நண்பனாகிய நீ என்னுடைய மகனே! மகனின் குறையைத் தீர்ப்பது தந்தையின் கடமை அல்லவா'' என்று கூறி அவனும் மதாலசையும் மகிழ்ச்சியாய் வாழ்ந்திட ஆசீர்வதித்தான்.

மனைவியுடன் ஊர் திரும்பிய குவலயாச்சுவனை ஊர் மக்கள் பெரு மகிழ்ச்சியுடன் வரவேற்று மகிழ்ந்தனர்.

குவலயாச்சுவனுக்கு முடி சூட்டுவித்து சத்ருஜித் வானப்பிரஸ்தாசிரமம் அனுஷ் டிக்க கானகம் சென்றான். அவனாட்சி யில் மக்கள் அமைதியுடனும் இன்பமுட னும் வாழ்ந்து வந்தனர்.

13. குவலயாச்சுவன் - மதாலசை குடும்பம்

குவலயாச்சுவன் வாழ்க்கை சகல செல்வங்களையும் பெற்று அமைதியாக நடந்து வந்தது. அவனுக்கு மக்கட் செல்வமும் ஏற்பட்டது. அவர்களுக்கு ஓர் ஆண் குழந்தை பிறந்தது. அவன் பெயர் விக்ராந்தன். அதைப் பார்த்து மதாலசை

சிரித்தாள். குழந்தையைத் தாலாட்டும் போது மாயையை வெல்ல வழி காண்பாயாக என்று உபதேச முறையில் பாடிக்கொண்டே தாலாட்டினாள். பிஞ்சுப் பருவத்திலேயே ஆத்ம உபதேசம் பெற்ற அக்குழந்தை, இளமையிலேயே இல்லற வாழ்வை வெறுத்து, துறவு பூண்டு தவம் செய்யச் சென்றது.

இரண்டாவது குழந்தைக்கு சுவாஹு என்றும், மூன்றாவது குழந்தைக்கு சத்ருமர்த்தனன் என்றும் பெயர் சூட்டினாள். மதாலசை இந்த இரண்டு குழந்தைகளையும், முதல் குழந்தையைப் போலவே தர்மோபதேசம் செய்து துறவு வாழ்க்கையை நாடும்படி செய்து விட்டாள். கணவன் காரணம் கேட்டால் மதலாசை பதில் சொல்லவில்லை.

நான்காவது குழந்தை பிறந்தது. அதற்கு மதாலசை 'அலர்க்கன்' என்று பெயர் சூட்டினாள். அதைக் கண்ட குவலயாச்சுவன் குழந்தைக்கு வைத்த பொருளற்ற பெயரைக் குறித்து விளக்கம் கேட்டான்.

அதற்கு அவன் முதல் குழந்தையின் பெயர் விக்ராந்தன். உயிர் அசைவில்லாதது. எனவே அப்பெயர் பொருத்தமற்றது. இரண்டாவது சுபாஹு, மூன்றாவது சக்ருமார்த்தனன் எனப் பெயரிட்டேன். ஆத்மாவுக்கு உடல் ஏது? உயிருக்கு பகைவர், நண்பர் ஏது? இதை எல்லாம் எண்ணியே நகைத்தேன் என்றாள். நமக்குத் தெரிய வேண்டுமென்பதற்காக ஒரு குழந்தைக்குப் பெயரிடுகிறோம். அதைப் போலவே இந்தக் குழந்தைக்கு 'அலர்க்கன்' என்று பெயரிட்டேன்.

அப்போது குவலயாச்சுவன், ''மதாலசை! மூன்று பிள்ளைகளைத் துறவிகளாக்கி விட்டாய். நாடாள ஒரு வாரிசு வேண்டுமல்லவா! ஆகையால் இந்த நான்காவது குழந்தையையும் அப்படிச் செய்துவிடாதே. குலம் விளங்கச் செய்வது உன் கடமை அல்லவா! அதற்கு வேண்டியதைச் செய்'' என கேட்டுக் கொண்டான்.

நான்காவது மகன் அலர்க்கன்

மதாலசை அதன்படியே குழந்தை 'அலர்க்கன்'னைத் தாலாட்டிய போது அதற்கு இல்லற தருமத்தை உபதேசித்தாள். மேலும் நல்ல முறையில் அரசாட்சி செய்வதற்கான நெறி முறைகளையும், அன்பு, தயை, தானம், இரக்கம், தர்மம், உண்மை, நன்னெறி வாழ்க்கை உயர்வளிக்கும் என்றும், யாகம் செய்தல், உறவினர்களைக் காத்தல், பசுக்கள், பிராம்மணர்களைக் காக்க வேண்டிய கடமைகளையும் உபதேசித்தாள். மேலும், அனைத்துத் தர்மங்களையும் எடுத்துரைத்தாள். அலர்க்கன் குருகுல வாசம் செய்து கல்வி கற்றுச் சிறந்த வீரனாய்த் திரும்பி வந்தான்.

குவலாச்சுவன் தன் நாட்டை அவனிடம் ஒப்படைத்தான். அவன் நீதி நெறிமுறையுடன் அரசாள்வதைக் கண்டு மகிழ்ச்சியுற்றான். மதாலசையின் மீது அவனுக்கிருந்த மதிப்பு உயர்ந்தது. அவர்களுக்கு ஒரு குழந்தை பிறந்த பிறகு குவலயாச்சுவன், தன் மனைவியொடு தவம் செய்யக் காடு சென்றான்.

விடைபெறும் போது மதாலசை அவர்களிடம் ஒரு மோதிரத்தைக் கொடுத்து அவனுக்கு ஏதேனும் ஆபத்து ஏற்பட்டால் மோதிரத்தைத் திறந்து பார்த்தால் ஆபத்திலிருந்து மீள வழியை அது காட்டும் என்றாள்.

புகழுடன் அலர்க்கன் வாழ்ந்து வர அவனை மோட்சவழியில் ஈடுபடும்படி செய்ய வேண்டுமென அவன் உடன் பிறந்தான் சுபாஹு எண்ணினான். அதற்காக ஓர் உபாயம் பண்ணினான்.

சுபாஹு காசிராஜனிடம் சென்று தான்

நாடுபெற உதவுமாறு கேட்க அவன் அலர்க்கனிடம் ஒரு தூதுவனை அனுப்பி நாட்டை சுபாஹுவிடம் ஒப்படைக்க வேண்டும் என்று கூறினான். நாட்டை ஒப்படைக்கச் சம்மதித்த அலர்க்கன் தான் மூன்றாவது மனிதர் தலையீட்டை விரும்பவில்லை என்றும் சுபாஹு வந்து கேட்டால் கொடுத்து விடுவதாகவும் தூதுவனிடம் கூறினான்.

இந்தப் பதிலைக் கேட்டுச் சுபாஹு தான் யாரிடத்திலும் எதையும் யாசிக்க மாட்டேன் என்றும், வீரத்தாலே அரசைப் பெறுவதாகவும் கூறிட காசிராஜன் படைகள் அலர்க்கன் நாட்டை முற்றுகை யிட்டன. மக்களும் சுபாஹுவை ஆதரித்தனர்.

இவ்வாறு திடீரென்று ஆபத்து நேர்ந்ததை உணர்ந்த அலர்க்கன் மதாலசை கொடுத்த மோதிரத்தைத் திறந்து பார்க்க அதில் 'சேர்க்கையை விடு. விட முடியாவிட்டால் சாதுக்க ளுடன் சேர். இன்பத்தை விடமுடியா விட்டால் வீடுபேறு இன்பம் கொள்' என்று எழுதியிருந்தது.

அலர்க்கனும் தத்தாத்திரேயரும்

கண்திறந்த அலர்க்கன் தத்தாத்திரேயர் இருக்குமிடம் சென்று அவர் காலடியில் விழுந்து வணங்க, அவர் அரசனை யார் என்று கேட்க அவன் தன் வரலாற்றைத் தெரிவித்து, ''நான் என்னும் அகங் காரத்தைப் போக்கி மெய்ப் பொருளை உணர்ந்து, நிலையான வீடுபேற்றை அடைய உதவி புரிய பிரார்த்திக்கிறேன்'' என்றான்.

அப்போது தத்தாத்திரேயர் ''அலர்க்கா! பிறருக்கு உபதேசம் செய்யத் தக்கவனான நீ என்னிடம் ஞானோபதேசம் பெற விரும்புகிறாய். உனக்கு இந்த ஞானம் எப்படி வந்தது என்று கூறு'' எனக் கேட்டார்.

அதற்கு அலர்க்கன் நடந்தவற்றைக் கூறி ''ஐம்புலன்களால் இழுக்கப்பட்டு ஓயாமல் அலைந்து கொண்டிருக்கும் மனத்தை ஒடுக்கி மெய்யறிவு பெற்று உய்யும் வழியைத் தனக்கு உத்தேசிக்க வேண்டும்'' என்று கோரினான்.

அலர்க்கனுக்குத் தத்தாத்திரேயர் ஆத்மா கடைதேறும் வழியைக் கூறினார். ''அரசே ஞானம் என்னும் கத்தியால், மோகம் என்னும் மரத்தை வெட்டி வீழ்த்தி மோட்சக்கனியைப் பெற வேண்டும்'' என்றார். அலர்க்கன், ''மனம் ஒருமுகப்பட்டு ஒரு கணநேர மேனும் பிரம்மத்தில் லயிப்பதில்லை. எனக்கு எங்கே விடுதலை கிடைக்கும்'' என்று அவதியுறுவதாகக் கூறினான்.

யோகாப்பியாசம்

அதற்குத் தத்தாத்திரேயர், ''மனத்தை ஒருமுகப்படுத்த பயிற்சி அவசியம். பிராணாயாமத்தினால் மனத்தின் மாசு நீங்கி பரிசுத்தமடையும்'' என்றார். மேலும், பிராணனை அடக்குவது, யோகப்பயிற்சி பற்றிக் கூறினார். ''மனமாசு நீக்கப்பட்டு தூய்மையாக்கு வது 'துவஸ்தி'; இகபர சுகங்களில் பற்றற்ற நிலை 'பிராப்தி'; கிரகங்கள், தேவதைகள் நினைத்த போது தோன்றக் கூடிய நிலைமை 'ஸம்வித்'; பற்றற்ற தூயமனமாகும் நிலை 'பிரசாதம்' என யோகாப்பியாசத்தில் நான்கு வகைகள் ஆகும்.

யோக ஆதாரங்கள்

யோகத்திற்கு மூலாதாரம், சுவாதிஷ் டானம், மணிப்பூரகம், அனாகதம், விசுத்தி, ஆக்ஞை என்று ஆறு ஆதாரங் கள்.

யோகி எப்படிப்பட்டவர்

யோகிக்கு வேத சாஸ்திரப் பொருள் கள் தாமே தோன்றும் நிலை 'பிரதியை' என்றும், ஒலிகள் பொருளுடன் காதில் விழும் நிலை 'சிராவணம்' என்றும், எட்டுவகைத் தேவகணங்களையும் தரிசிக்கும் நிலை 'தேவம்' என்றும்,

அனைத்து ஆசாரங்களையும் கைவிட்ட நிலை 'பிரம்மம்' என்றும், மனம் தானாய்ச் சுழலும் நிலை ஆவர்த்தம்' என்றும் கூறப்படும். யோகி தானம், யாகம் அனுசரிப்பதில்லை. அஷ்டமா சித்திகளைப் பெற ஆசைப்படுவ தில்லை.

வேதத்தைவிட யஜ்ஞமும், யஜ்ஞத்தை விட ஞானமும், ஞானத்தை விடத் தியானமும் சிறந்தவை.

மரணத்தை முன்கூட்டி அறிதல்

துருவநட்சத்திரம், சுக்கிரன் கண்க ளுக்குத் தெரியாவிட்டால் ஓராண்டில் மரணம். கிரணங்களின்றி சூரியன் கண்ணுக்குத் தெரிந்தால் பதினாறு மாதத்திலும், மல, ஜலங்கள் சொர்ணமய மாய் கனவில் காணப்பட்டால் பத்து மாதத்திலும், பூதம், பிரேதம், யாசகம் சொர்ணமயமான மரங்களைக் கனவில் கண்டால் ஒன்பது மாதத்திலும், பரும னானவன் திடீரென இளைத்தலும், இளைத்தவன் பருமனானாலும் எட்டு மாதத்திலும், சேற்றில் காலடி பாதியாகத் தெரிந்தால் ஏழு மாதத்திலும், தலையில் காக்கை, கழுகு உட்கார்ந்தால் ஆறு மாதத்திலும், காக்கை (அ) குருவிக் கூட்டம் தலைமேல் விழுந்தால் ஐந்து மாதத்திலும், தனது நிழல் வேறாய் காணப்பட்டால் நான்கு மாதத்திலும், மேகமின்றி மின்னல் தோன்றினாலும், இரவில் வானவில் தெரிந்தாலும் மூன்று மாதத்திலும், கண்ணாடி (அ) நீரில் தலையில்லாமல் நிழல் தெரிந்தால் ஒரு மாதத்திலும், உடலில் பிணவாடை வீசினால் பதினைந்து நாட்களிலும், குளித்தவுடன் உலர்ந்தாலும், பருகிய வுடன் நாக்கு உலர்ந்தாலும் பத்து நாட்களிலும், காதை மூடிக்கொண்டால் உள்ளிருந்த ஒலி கேட்காதபோதும், விரைவில் மரணம் ஏற்படும்.

உபதேசம் பெற்ற பலன்

இத்தகைய உபதேசத்தைக் கேட்ட அலர்க்கன் மிகவும் மகிழ்ச்சி அடைந்தான் ''தங்களால் நான் பிறவிப் பயனை அடைந்தேன். இதைவிடச் சிறந்த பேறு வேறெதுவும் இல்லை'' என்று கூறி வணங்கி ஆசி பெற்றுத் தன் நாடு திரும்பினான்.

அவன் அண்ணன் சுபாஹுவையும், காசிராஜனையும் கண்டு வணங்கி நாட்டை அவர்களையே எடுத்துக் கொள்ளுமாறும் தனக்கு எதுவும் வேண்டாம் என்றும் கூற, அவர்கள் அலர்க்கனிடம் எதிர்த்துப் போர் செய், வென்றால் நாடு, வீழ்ந்தால் வீர சொர்க்கம் என்று பரிகாசப்படுத்தினர். அதற்கு அவர்களால், தான் மேலான ஆத்ம சாம்ராஜ்ஜியத்தை அடைய வழிதெரிந்து கொண்டதாகவும், இனி எதுவும் தேவையில்லை என்றும் கூறினான்.

அது கேட்ட சுபாஹு மகிழ்ச்சிக் கொண்டு தம்பியைத் தழுவிக் கொண்டு தான் வந்த காரியம் முடிந்தது என, காசிராஜன் வியப்படைந்து தனக்கும் அவ்வாறே உபதேசம் செய்யுமாறு சுபாஹுவை வேண்டினான்.

பின்னர் அலர்க்கன் தன் மகனுக்கு பட்டம் கட்டிவிட்டுத் தமையனோடு தானும் சேர்ந்து தவம் செய்து முக்தி அடைந்தான்.

இவ்வாறு பிராமணகுமாரன் தன் தந்தைக்குக் கூற அதைக் கேட்ட அந்தப் பிராமணனும் மனம் தெளிவுற்று வனம் சென்று தவம் செய்து தக்க காலத்தில் இருவரும் முக்தி அடைந்தார்கள்.

விந்திய மலைப் பகுதியில் குகையில் வசித்து வந்த நான்கு பறவைகளும் இந்த அரிய கதைகளை ஜைமினி மகரிஷிக்குக் கூறின.

14. படைப்புகளின் துவக்கம்

ஒவ்வொரு யுக முடிவிலும் பேரழிவு ஏற்பட, அனைத்து உயிரும் அழிந்து பரமாத்மாவில் இலயமாகின்றன. பரமாத்மா யோகுதுயில் கொள்கிறார். பகவானின் துயில் கலைய அவர் உந்தியிலிருந்து ஒரு கமலம் எழ, அதில் பிரம்மா தோன்றுகிறார். படைப்புக்கு அனுகூலமான சூழ்நிலை ஏற்படுகிறது.

படைப்பினால் பிரகிருதியும், அதிலிருந்து மஹத்தும், மஹத்திலிருந்து அகங்காரமும், அதிலிருந்து பஞ்ச தன்மாத்திகளும் தோன்றி அனுகூலமாகின்றன. பின்னர் வேதங்கள், அவற்றின் ஒலியிலிருந்து தேவர், அசுரர், பித்ருக்கள், வணிகர் என்னும் நால்வகைப் படைப்பையும் ஏற்படுத்த ஆரம்பித்தார். அடுத்து கந்தர்வர்கள், பாம்புகள், பசுக்கள், யஜ்ஞங்கள், அந்தணர், அரசர், வணிகர், சூத்திரர் ஆகியோர் தோன்றினர்.

மனித ஆயுள் கிருத யுகத்தில் நானூறாகவும், திரேதாயுகத்தில் முந்நூறாகவும், துவாபரயுகத்தில் இருநூறாகவும் கலியுகத்தில் நூறாகவும் அமைகின்றது.

பலவகைப் படைப்புகள்

பிருத்தியு அலக்ஷ்மியை மணந்து பதினாறு தீய சக்திகள் பிறந்தன. அவர்களுள் துஷ்சகன் என்பவன் மிகவும் கொடியவன். அவன் மனிதர்கள், பிராணிகள் ஆகியவற்றைத் பிடித்துத் தின்ன ஆரம்பிக்கவே அவனைப் பிரம்மன் அகங்காரத்தை அடக்கி பணியவைக்கவே அவன் தனக்கு இருக்க இடமும், உண்ண உணவும் தரவேண்டும் என்று வேண்டினான்.

அதற்குப் பிரம்மன் அதர்ம மனிதன், உரோமம், புழு, பூச்சி, எச்சில், நாய் ஆகியவற்றால் அசுத்தப்பட்ட உணவு போன்றவை பல உணவாகும் எனக் கூறினான். இருக்க இடமாக சண்டை சச்சரவு உள்ள வீடு, சாஸ்திர நிந்தையாளர், பக்தியில்லாத பூஜை நடக்கும் இடம், காரணமின்றி உபவாசம், தக்க கல்வி யோக்கியதை இல்லாமல் யாகம் செய்பவன், இருக்கும் இடங்கள் உனக்கு. முறத்தால் வீசப்படும் காற்றை அனுபவிப்பவர், துணி பிழிந்தவர், நகக்கால் நீர், ஐந்து ஆண், மூன்று பெண், மூன்று பசு, ஐந்து எருமை, ஆறு குதிரை, ஏழு யானை, ஓர் ஆடு சேர்ந்து வசிக்கும் இடங்கள் உனக்கான இருப்பிடங்கள்.

துஷ்சகன் மனைவி நிர்மாஷ்டி. அவருக்கு எட்டுப் பிள்ளைகள், எட்டுப் பெண்கள். இவர்களால் உலகில் எல்லார்க்கும் தொல்லைகள். அவர்களுள்

1] **தந்தக் கிருஷ்டி** பற்களில் வசித்துக் குழந்தைகளைப் பீடிப்பான். பரிகாரம் : அரக்கர்களைப் கொல்லும் மந்திரத்தைச் செபித்து வெள்ளைக் கடுகை இறைத்தால் இப்பீடை விலகும்.

2] **உத்தி** என்பவன் வாக்கினால் வெளிப்பட்டுச் சிசுக்களைப் பீடிப்பான். பகவான் நாம சங்கீர்த்தனத்தாலும், மங்கல வார்த்தைகளாலும் அவனை வெல்லலாம்.

3] **பரிவர்த்தகன்** என்பவன் கருவில் பிறந்த குழந்தையைப் பீடிப்பான். வெள்ளைக் கடுகினால் இவனையும் வெல்லலாம்.

4] **அங்கத்ருகன்** வாயுவைப் போல் பீடிப்பான். தர்ப்பைகளால் வெல்ல வேண்டும்.

5] **சகுனி** பறவைகளால் கெடுதலைச் செய்வான். ஆரம்பித்த காரியத்தைக் கைவிடுதலே நல்லது.

6] **கண்ட ப்ராந்தாதி** கழுத்திலிருந்து தொல்லை கொடுப்பான். தெய்வ பிரார்த்தனை, பிராம்மணர்கள் ஆசிமூலம் இதை விலக்கலாம்.

7] **கர்ப்பஹா** என்பவன் கர்ப்பத்தைக் கலைப்பவன். சிவ, ராம (அ) கிருஷ்ண நாமங்களால் இவனை விரட்டலாம்.

8] **சம்சயஹா** எட்டாவது மகன், பயிர் பச்சைகளை அழிப்பவன், பழைய செருப்பைத் தொங்க விடுவதால் இவனை விரட்டலாம்.

1] **நியோஜிஜா** என்பவள், பிற ஆண் (அ) பெண்மீது ஆசையை உண்டாக்கு வாள். சாஸ்திர உபதேசத்தால் இவளை விரட்டலாம்.

2] **விரோகினி** குடும்ப அங்கத்தினர் களிடையே பகைமை உண்டாக்குவாள். நல்ல எண்ணம் கொள்ளுதல், பொறுமை யால் இவளை வெல்லலாம்.

3] **சுவயம்ஹரி** பண்டங்களைக் கெடுப் பவள். ஹோமத்தினால் அவள் பீடை அகலும்.

4] **பிராமணி** சித்த சஞ்சலம் உண்டாக் குவாள். வெள்ளைக் கடுகால் இவளை அடக்கலாம்.

5] **ருதுகாரிகா** ருதுமூலம் பெண் களைக் கெடுப்பவள். நதியில் நீராடுவ தால் இவளை வெல்லலாம்.

6] **ஸ்மிருதிஷா** நினைவை மறக்கச் செய்வாள். தியானத்தால் வெல்லலாம்.

7] **பீஜஹாரிணி** ஆண்களின் பீஜத்தைச் கெடுப்பவள். புனித நீராடல், தூய்மை, குறைவான உணவு பழக்கங்கள் மூலம் இவளை வெல்ல வேண்டும்.

8] **துவேஷிணி** எல்லோரும் வெறுக்கக் கூடிய காரியங்களைச் செய்யக் கூடியவள் ஹோமம், பூஜை ஆகியவற்றால் இவளை வெல்லலாம்.

இவ்வாறு துஷ்சனுடைய சந்ததியி னால் ஏற்படும் தொல்லைகளும் அவற்றிற்கான பரிகாரமும் சொல்லப் பட்டன.

இயமன் கழுகு உருவையும், காலன் காக்கையின் உருவையும், நிருதி கோட் டான் உருவையும், வியாதி பெருங் கழுகின் உருவையும் எடுத்தால் அவை உட்கார்ந்த வீட்டில் வசிக்கலாகாது.

பெண்கள் கவனத்துக்குரிய சில செய்திகள்

1) கரண்டியில் நெருப்பை எடுத்தால் வீட்டில் சண்டை ஏற்படும்.

2) கோள் சொல்லுபவள் வீட்டில் இலட்சுமி தங்கமாட்டாள்.

3) சுத்தமாய் கால் கழுவாமல் சமைய லறையுள் நுழைந்தாள் மூதேவி தொடர் வாள்.

4) குளிக்காமல் உணவு உண்டால் நோய் ஏற்படும்.

5) கர்ப்பிணிகள் சம்போகத்தை விரும்பக் கூடாது.

6) இரவில் மரத்தின் நிழல், மயானம் போன்ற இடத்தை அணுகக்கூடாது.

7) குழந்தை இருக்கும் (அ) பிறக்கும் அறையில் தூபதீபம் அவசியம். இன்றேல் ஆபத்து உண்டாகும்.

உருத்திரன் தோற்றம்

படைப்பின் துவக்கத்தில் பிரம்மன் தன்னைப் போல் ஒரு தேவன் தேவை என எண்ண, அவர் மடியில் ஒரு குழந்தை அழுதுகொண்டே தோன்றியது. அக்குழந்தை அழுதுகொண்டே பிறந்த தால் 'உருத்திரன்' என்று பெயர் பெற்றது.

ஒவ்வொரு முறை அழும்போதும் ஒரு பெயர் பெற்றார். அவை முறையே பவன், சர்வன், ஈசானன், பசுபதி, பீமன், உக்ரன், மகான் என்பவை.

கீழ்க்கண்ட எட்டு ஆலயங்களைக் காட்டி அவற்றில் எட்டு மனைவிகளுடன் வசிக்கும்படி ஏற்பாடு செய்தார்.

சூரியன், சந்திரன், பஞ்சபூதங்கள், தீட்சிதர் ஆகிய எட்டு ஆலயங்கள்.

15. மந்வந்தரங்கள் வரலாறு
(ஸ்வரோசிஸ் மந்வந்தரம்)

தானே சுயமாக தோன்றிய பிரம்மன் சுவயம்பு எனப்பட்டான். அவனது அருளால் தோன்றிய பிரியவிரதன் ஸ்வயம்பு மனுவானான்.

ஸ்வயம்பு மனுவிலிருந்து துவங்கி ஸ்வரோசிஸ, உத்தம, தாமஸ, ரைவத, சாக்ஷுஷ மனுக்கள் காலம் அதே பெயரில் மந்வந்தரங்கள் எனப்பட்டன. அடுத்து வைவஸ்வத மந்வந்தரம், ரௌச்ய மந்வந்தரம், பௌத்ய மந்வந்தரம் என்று மந்வந்தரங்கள் பல.

ஸ்வரோசிஸ மனு

வருணை நதிக்கரையில் ஓர் உத்தம பிராம்மண கிரகஸ்தர் வாழ்ந்து வந்தார். ஒருநாள் ஒரு விருந்தினர் வந்தார். அவரை நன்கு உபசரித்து அவருடைய தேஜஸைக் கொண்டு வியப்புற்று அவரிடம் இளம் வயதில் அவர் பூலோகம் முழுவதும் சுற்றிவருவது எவ்வாறு சாத்தியமாயிற்று, தனக்கும் உலகம் சுற்றும் ஆசை இருப்பதாகக் கூறினான்.

அந்தணரும் விருந்தினரும்

அதற்கு விருந்தினர் தன்னிடம் உள்ள மந்திர சக்தியால் அது முடிந்தது என்றும், அந்த மந்திரத்தை அந்தணருக்கு உபதேசிப்பதாகவும் அது குறுகிய காலத்தில் முழுவதும் பலிக்காது என்றும் கூறி, அவரது காலில் 'சித்தாஞ்சனம்' என்னும் மையைத் தடவுவதாகவும் அதன் உதவியால் விரும்பிய இடம் செல்லலாம் என்றும் கூறி, ஆனால் மை கரைந்து விடாமல் பார்த்துக் கொள்ள வேண்டும் என்றும் எச்சரிக்கை செய்துவிட்டு சென்று விட்டார் அந்த விருந்தினர்.

வர்தினி என்னும் அப்சரஸ்

முதலில் அந்தணர் விந்திய மலைக்குச் சென்று சுற்றித் திரிந்தார். பின்னர் அங்கிருந்து புறப்பட எண்ணியபோது மை கரைந்து விட்டதைக் கவனித்து இனி எங்கும் செல்ல முடியாதென்று அங்கேயே தங்கிவிட அங்கு வந்த வர்தினி என்ற அப்சரஸ் அந்தணரிடம் ஏற்பட்ட காதலால் உள்ளம் உருகி அவரை அடைய எண்ணினாள். அதற்குள் அந்த அந்தணர் அக்கினி பகவானைப் பிரார்த்தித்து 'காருக பத்தியம்' என்னும் சோதியை தம்முள் வளரச் செய்ய அவளால் அவரை நெருங்க முடிய வில்லை. அந்தணரும் தன் இருப்பிடம் போய்ச் சேர்ந்தார்.

அப்சரஸ் அந்த அந்தணரை மறக்க முடியாமல் அவர் நினைவிலேயே இருக்கையில் அங்கு வந்த கந்தர்வன் அவள் மன நிலையை அறிந்து அந்த அந்தணர் உருவில் அவளுடன் சேர இருவரும் உல்லாசமாய் இன்ப வாழ்க்கை நடத்தினர். அவள் கருவுற்றதை அறிந்த கந்தர்வன் மறைந்து விட்டான்.

ஸ்வரோசிஸ்

சில நாட்களுக்குபின் அவளுக்கு ஓர் அழகிய ஆண் குழந்தை பிறந்தது. அதற்குத் தேவர்கள் 'ஸ்வரோசிஸ்' என்று பெயரிட்டனர். அவன் சகல கலைகளையும் குருகுலத்தில் கற்றான். தந்தை கந்தர்வனை போல் சஸ்திர வித்தைகளையும் கற்றுத் தேர்ந்தான்.

அவன் ஒருநாள் மந்திர மலைச் சாரலில் உலாவுகையில் ஓர் அபலை "அபயம், அபயம்" என்று அலற, அவளை அணுகி அவளுடைய துன்பம் என்ன என்று கேட்டான்.

ஸ்வரோசிஸ், மனோரமை

அப்போது அவள் தன் பெயர் மனோரமா என்றும், ஒரு வித்தியாதரன் மகள் என்றும், தோழிகள் விபாவரி, கலாவதி ஆகியோருடன் சிவனைத் தரிசிக்க கயிலை செல்லும் வழியில்

அவர்கள் ஒரு மெலிந்த அந்தணரைக் கண்டு சிரித்ததால் கோபம் கொண்டு அவர் மனோரமாவை உடல் பருத்த ஓர் அரக்கனால் துன்பப்படக் கடவாய் என்றும், மற்ற இருவரையும் தொழு நோயாளிகளாகவும் சபித்தார். அவர் சாபப்படி தன்னைப் பூதம் போன்ற ஓர் கரிய அரக்கன் தூக்கி வந்து விட்டதாகவும், அவன் குளிக்கச் சென்றிருப்பதாகவும் திரும்பி வந்து தன்னைத் தின்று விடுவான் என்றும் கூறினாள்.

ஸ்வரோசிஸ் அவளைக் காப்பதாகக் கூற, அவன் கந்தவர்களுக்கு மட்டும் தெரிந்த இரகசிய மந்திரங்களை அவளுக்குச் சொல்லிக் கொடுத்தான். சற்று நேரத்தில் அங்கு வந்த அரக்கனுக்கும் ஸ்வரோசிஸுக்கும் நடந்த கடுமையான போரின் இறுதியில் கூரிய அம்பினால் துளைக்கப்பட்ட உடலுடன் அரக்கன் கீழே விழுந்து இறந்தான். அவன் உடலிலிருந்து ஓர் அழகிய வித்தியாதரன் வெளிப்பட அவனை மனோரமை தகப்பனெனக் கண்டு தந்தையும், மகளும் மகிழ்ச்சியுடன் இணைந்தனர். அப்போது ஸ்வரோசிஸ் அந்த விந்தியாதரனாகிய அவன் அரக்கனானக் காரணத்தைக் கேட்க அவன் அந்த வரலாற்றைக் கூறினான்.

விந்தீரவன் என்னும் அந்த வித்யாதரனின் மகள் மனோரமை. அவன் பிரம்மமித்திரர் என்னும் ரிஷியிடம் ஆயுர்வேத வித்தையைக் கற்பிக்க வேண்ட, அதற்கு ரிஷி மறுக்க, ஆறுமாத காலம் அவள் மறைந்திருந்தே மற்ற சீடர்களுக்குக் கற்பிப்பதைக் கற்றுக் கொண்டாள். அவரிடம் தன் செயலைப் கூறி நகைக்க ரிஷி கோபம் கொண்டு அவளை அரக்கனாகுமாறு சபித்தார். அவரை வணங்கித் தனக்கு மன்னிப்பு அருள வேண்ட அவர், என் மகளையே தின்ன முயலும்போது ஓர் அரசனால் சாபவிமோசனம் கிடைக்கும் என்றார்.

என்று கூறிய விந்தீரவன் தன் மகள் மனோரமையையும், ஆயுர் வேத வித்தையையும் அளிப்பதாகக் கூறி அவற்றை கற்றிடச் செய்தான்.

விபாவரி

ஸ்வரோசிஸ், மனோரமை இருவரும் காட்டில் சுற்றிவருகையில் தொழு நோயால் வருந்திக் கொண்டிருந்த விபாவரியைக் கண்டனர். மனோரமை வேண்டியபடி மன்னன் அவள் நோயைத் தீர்த்திட, அவள் அழகியாக மாறிட, மந்தாரன் என்னும் வித்தியாதரன் மகளான அவளை ஸ்வரோசிஸ் மணந்தான்.

கலாவதி

அடுத்து அம்மூவரும் ஒருநாள் கலாவதியைக் கண்டிட, அவளும் மன்னனால் உடல் நோய் குணமாகிவிட அவனையும் மன்னன் மணந்திட்டான். கலாவதி, பாரன் என்னும் முனிவருக்கு புஞ்சிகஸ்தவை என்னும் அப்சரஸ் மூலமாகப் பிறந்தவள். ஏற்கனவே அம்பிகை கூறியபடி மன்னனுக்கும், கலாவதிக்கும் திருமணம் நடந்தது.

இவ்வாறு மூன்று மனைவியருடன் ஸ்வரோசிஸ் ஒரு நாள் ஒரு தடாகத்தில் நீந்திக் கொண்டிருக்க, அங்கிருந்த இரண்டு அன்னங்களில் பெண் அன்னம், ஆண் அன்னத்திடம் ஸ்வரோசிஸ் மன்னனைப் போல் பல பெண்களிடம் ஆசையில்லாமல் என்னிடமே ஆசை வைத்திருப்பது என்னுடைய பாக்கியம் என்றது.

அதைக் கேட்டு வெட்கப்பட்ட மன்னன் வேறிடம் சென்றான். அவ்வாறே பின்னர் இரண்டு மான்கள் ஒன்றாக இருப்பதைக் கண்ட மன்னன் அவை பேசுவதையும் கேட்டான்.

அதில் ஆண்மான், பெண் மானிடம் நான் ஸ்வரோசிஸ் அல்ல. வேறொரு பெண்ணை ஏறெடுத்தும் பார்க்க மாட்டேன் என்றது.

மனதில் சஞ்சலம் ஏற்பட்ட மன்னன் தன் மனைவிகளிடம் பாரபட்சமின்றி நடந்து கொண்டான்.

சிறிது காலம் சென்றபின், மனோ ரமைக்கு விஜயனும், விபாவர்க்கு பேருநந்தனும், கலாவதிக்கு பிராபவ னும் பிறந்தனர். அவர்களுக்குத் தக்க வயது வந்தவுடன் அவர்களுக்குக் கல்வி கற்பித்து யுக்த வயதில் மூன்று பேர்க்கும், மூன்று நாட்டை அளித்து ஆட்சி செய்ய அனுப்பி வைத்தான்.

ஸ்வரோசிஸ் வனதேவதை

ஒரு நாள் ஸ்வரோசிஸ் காட்டில் ஒரு பன்றியைக் குறிவைக்க, அப்போது ஒரு பெண் மான் குறுக்கே வந்து துயரக் கடலில் இருக்கும் தன்னை முதலில் கொல்லுமாறும், தன்னைக் கணவன் விட்டு விட்டு வேறு மனைவிகளுடன் உல்லாசமாய் திரிவதே தன் துயரத்துக்குக் காரணம் என்றும் கூறியது.

அப்போது மன்னன் அதன் கணவர் யார் என்று கேட்க, அது மன்னனைத் தனது முதுகைத் தொட்டுப் பார்க்க கூற, மன்னன் தொட, அது பெண்ணாக, மாறி, தான் வனதேவதை என்றும், மன்னனால் தான் ஒரு மகனைப் பெற தேவர்களின் விருப்பபடி வந்திருப்பதாகக் கூறிற்று. ஸ்வரோசிஸ் அவளை மணந்து தியுதி மான் என்னும் மகனைப் பெற்றான்.

இந்நிலையில் ஒரு நாள் ஒரு பெண் அன்னம், தன் புருஷனாகிய ஆண் அன்னத்திடம் ''இவ்வளவு காலமாகியும் இல்லற வாழ்வில் ஆசை விடாத இவன் என்ன மனிதன்'' என்று ஏளனமாய்க் கூறியது.

மன்னன் அக்கணமே தன் தவறை உணர்ந்து, தன் மகனுக்குப் பட்டம் கட்டி வைத்துவிட்டுத் தவம் செய்வதற்காகக் கானகம் சென்றான்.

ஸ்வரோசிஸூம், அவன் சந்ததியாரும் புவியை ஆண்ட காலம் 'ஸ்வரோசிஸ் மந்வந்தரம்' எனப் பெயர் பெற்றது.

16. உத்தம மந்வந்தரம்

உத்தமன் மனைவி

உத்தானபாதன் மகன் உத்தமன் நீதி தவறாமல் ஆண்டு வந்தான். அவன் மனைவி பகுளை, அவனை மதிக்காமல் நடந்து வந்தாள். ஒரு நாள் விருந்து ஒன்றில் மன்னன் மனைவிக்கு மதுவை கொடுத்து அருந்தச் சொல்ல, அவள் மறுத்ததால் மற்றவர்கள் சிரித்தனர். அதனால் கோபமடைந்த உத்தமன் தன் மனைவி பகுளையை மக்கள் நடமாட்டம் இல்லாத காட்டுப் பகுதி யில் விட்டு விட்டு வந்தான்.

பிராம்மணன் வேண்டுகோள்

சில காலத்திற்குப் பின் ஓர் அந்தணன் மன்னனிடம் வந்து தன் மனைவியை யாரோ ஒருவன் வலியத் தூக்கிச் சென்று விட்டதாகவும் அவளைக் கண்டுபிடித்து மீட்டுத் தரவேண்டும் என்றான்.

அப்போது மன்னன் அவள் அடை யாளங்கள் பற்றிக் கேட்க, அப் பிராமணன் தன் மனைவி, கறுப்பாக, கட்டையாக, கழுகைப் போன்ற கொடூர பார்வை, ஒரு கை நீளமாகவும், மற்றொன்று குட்டையாகவும், உடல் பருத்தும், தலை சிறுத்தும், அவலட்சண மாக இருப்பாள் என்று கூறினான்.

அது கேட்ட மன்னன் அந்தணனிடம், அழகான அவன், அவலட்சணமான அவளை விட்டு விட்டு வேறொருத்தியை மணந்து கொள்ளுமாறு கூறிட, அந்த அந்தணர் தர்மத்தின் வழியைப் பின்பற்று பவர்கள் அவ்வாறு செய்யமாட்டார்கள். தன் மனைவியை வேறொருவன் அடைய நேர்ந்தால் அதனால் குலநாசம் ஏற்படும். அதைத் தவிர்ப்பது தன் கடமை என்று கூறி அதனால் விரைவில் மனைவியை மீட்க விரும்புவதாகக் கூறினான்.

உத்தமனும், முனிவரும்

மன்னன், அந்தணன் மனைவியைத் தேடித் தேரேறி புறப்பட்டவன் காட்டில் ஒரு முனிவர் ஆசிரமத்தை அடைய, அவனை உபசரிக்க அர்க்கிய பாத்திரங் களை முனிவரின் சீடன் கொண்டுவர முனிவர் அரசனுக்கு அர்க்கியம் அளிக்கவில்லை. மன்னன் அதற்கான காரணத்தைக் கேட்க, முனிவர் அரசன் தன் மனைவியைத் தியாகம் செய்ததால் அர்க்கியம் பெறத் தகுதி இல்லாதவன் என்று கூறினார். அப்போது மன்னன் முனிவரிடம், தான் தேடி வந்த பிராம் மணனின் மனைவி எங்கிருக்கிறாள் என்று ஞான திருஷ்டியால் அறிந்து கூறுமாறு வேண்டினார்.

உத்தமன் அந்தணர்க்குச் செய்த உதவி

முனிவர் ஞான திருஷ்டியால் உணர்ந்து, பிராமணன் மனைவியைப் பாலகன் என்னும் அரக்கன் வேறொரு வனத்தில் வைத்து இருப்பதைக் கூற மன்னர் விரைந்து சென்று அந்தணர் மனைவியைக் கண்டு கொண்டான். அப்போது அங்கு வந்த அரக்கன், மன்னனிடம் தான் அவரை வரவேற்று உபசரித்தான். வியப்புற்ற அரக்கனிடம் மன்னன் ''அந்தணன் மனைவியை எடுத்து வரக்காரணம் என்ன?'' என்று கேட்டான்.

அப்போது அரக்கன் பிராமணன் சாஸ்திர விதிகளின்படி யாகங்களைச் செய்து முடிப்பதால் அவ்விடங்கள் வாழ இயல வில்லை என்றும், அவர் மனைவியைப் பிரித்து விட்டால் அவன் யாகம் செய்தால் பலனளிக்காது என்றும் கூறினான்.

அரசன் அவளைக் கொண்டுபோய் அந்தணனிடம் சேர்க்குமாறு கட்டளை யிட்டான். அரக்கன் அவர்கள் உணவுக்கு வழி யாது என்று கேட்க, அவனிடமுள்ள துராசாரத்தை ஆகாரமாய் ஏற்று இவளை விட்டுவிடுமாறு கூறினான். அதனால் தன்னிடம் வந்து சேர்ந்த மனைவியைக் கண்டு அந்தணன் ஆனந்தமடைந்தான்.

முனிவர் உத்தமனுக்கு உதவியது

உத்தமன் மறுபடியும் முனிவரை அடைந்து தன் மனைவி இருக்கும் இடத்தை ஞான திருஷ்டியால் அறிந்து கூறுமாறு வேண்ட அவர் அறிந்து கூறினார். உத்தமன் மனைவி பகுளையை கபோதன் என்னும் நாகராஜன் கண்டு மோகித்து அவளைப் பாதாள லோகத்திற்குத் தூக்கிச் சென்ற தாகவும் ஆனால் அந்த நாகராஜன் மனைவியும், மகளும் அவள் கற்பைக் காப்பதற்காக ஏகாந்தமான இடத்தில் மறைத்து வைத்திருப்பதாகவும் கூறினார்.

உத்தமன் மறுபடியும் முனிவரிடம் அவள் மனைவி குற்றமெதுவும் செய்யா தவளாக இருந்தும் தன்னை மதியாமல் நடந்ததேனோ! என்று வினவ முனிவர் ஞான திருஷ்டியால் அறிந்து அவர்கள் திருமண காலத்தில் கிரகங்கள் சரியான நிலையில் இல்லாததே அதற்குக் காரணம் என்றார்.

உத்தமன் நாட்டிற்குத் திரும்பி பிராமணனிடம் தன் மனைவியின் நிலையை எடுத்துக்கூறி தனக்கு உதவ வேண்ட, அந்தணர் அரசன் மனைவி மனம் மாறி அனுகூலமாய் இருப்பதற் காக ஏழு முறை ஒரு யாகம் செய்து வைத்தான். பிறகு மன்னன் தனது மனைவியை அழைத்து வருமாறு அரக்கனிடம் கூற, அவனும் பாதாள லோகம் சென்று பகுளையை மீட்டுக் கொண்டு வந்து மன்னனிடம் சேர்ப்பித் தான்.

பகுளையும் நாந்தியும்

பகுளை மன்னனிடம் தன்னை ஏற்றுக் கொள்ளுமாறு வேண்டியதுடன், தனக்காக நாகராஜன் மகள் நாந்தை

ஊமையாகி இருப்பதைக் கூறி அவளுக்கு மீண்டும் பேசும் சக்திவரச் செய்ய வேண்டும் என்றும் வேண்டிக் கொண்டாள்.

இதனை மன்னன் பிராமணனிடம் கூற அவன் கலைமகளைக் குறித்து ஒரு யாகம் செய்ய, கலைமகள் அருளால் நாந்தை மீண்டும் பேசும் சக்தியைப் பெற்றான்.

நாந்தை பூலோகம் வந்து தனக்குப் பேச்சுச் சக்தி அளித்ததற்கு பிரதி உபகாரமாய் உத்தமன், பகுளையிடம் அவர்கள் வேண்டும் வரத்தை அளிப்ப தாகக் கூறிட உத்தமன், மந்வந்தர கர்த்தாவாக விளங்கத்தக்க புத்திரன் வேண்டும் என்று சொல்ல நாககன்னியின் அருளால் உத்தமனுக்குப் பகுளையிடம் ஓர் ஆண் குழந்தை பிறந்தது. 'உத்தம மந்வந்தரம்' அவனால் துவங்கியது.

17. தாமஸ மந்வந்தரம்

மன்னன் ஸ்வராஷ்ட்ரன்

ஸ்வராஷ்ட்ரன் என்ற ஒரு மன்னன் முன்னொரு காலத்தில் ஆண்டு வந்தான். அவன் சூரியனை நோக்கித் தவம் செய்து ஆயிரம் ஆண்டு காலம் வாழும் வரம் பெற்றான். அது அவனுக்கு மகிழ்ச்சி தரவில்லை. ஏனென்றால் அவனது உற்றார் உறவினர் அனைவரும் இறந்து போக அவன் மட்டுமே தன்னந்தனியாய் வாழ வேண்டிய நிலை ஏற்பட்டது. இவ்வாறு அவன் துயருற்ற சமயத்தில் அண்டை நாட்டு மன்னன் விமர்த்தன் என்பவன் படைஎடுத்து வந்து நாட்டைக் கைப்பற்றிக் கொண்டான்.

வெள்ளத்தின் நடுவில்

அனைத்தையும் இழந்த அவன் மரணபயம் இன்றி அக்கினியின் நடுவிலும், நீரின் நடுவிலும் இருந்து தவம் செய்து வந்தான். இவ்வாறு ஒரு நாள் நீரின் நடுவில் தவம் செய்கையில் பெரிய வெள்ளம் வந்து அவனை அடித்துச் செல்லலாயிற்று. கும்மிருட்டு. அப்போது அவன் கையில் கயிறு போன்ற ஒன்று அகப்பட அதைக் கெட்டியாகப் பற்றிக் கொண்டு கரையேற முயல்கையில் அது மான் என்று அறிந்தான்.

மனைவியே மானானது

வெகுநேரம் அவனும் மானும் இழுத்துச் செல்லப்பட வெள்ளம் குறைந்தது. அந்த மான் ஸ்வராஷ்டி னிடம், மானாகிய தன்மீது ஆசை வைக்கலாமா? அதை வயிற்றிலுள்ள மகன் லோலன் ஏற்றுக் கொள்வானா? என்று கேட்க, மன்னன் மானாக இருந்தும் மனிதர் போல் பேசும் அது யார்? என்று கேட்டான். அப்போது மான் மன்னனின் முதலாவது மனைவி யாகிய உத்பலாவதி என்றும், தான் இளமையில் ஆணும் பெண்ணுமாய் கூடிக் குலாவிக் கொண்டிருந்த மான் களில் ஒன்றை அம்பால் அடித்து விட்டதாகக் கூறினாள். மேலும் ஓர் அழகிய பெண்மானைக் கண்டு ஒரு முனிவர் ஆண்மான் வடிவில் மகிழ்ந்து கொண்டிருக்க அதை அடித்து விட்டேன்.

அவள் பெற்ற சாபமும், சாபவிமோசனமும்

அதனால் கோபம் கொண்ட முனிவர் தன்னை மானாகச் சபித்ததாகவும் நான் என் கணவரால் தொடப்படும்போது மனித உடலும், ஒரு பிள்ளையும் பெற்றிடுவாய் என்று சாபவிமோசனம் அளித்ததையும் கூறினாள். மேலும் அப்பிள்ளை என் கணவனின் எதிரிகளை வென்று பேராட்சி புரிவான் என்றும் அருளினார். பல காலம் காட்டில் மானாய் அலைந்து வந்த தான் வெள்ளத்தின் காரணத்தால் கணவனால் தொடப்பட்டு சாபவிமோசனம் அடைந்தாகக் கூறினாள்.

இருட்டில் பிறந்த குழந்தைக்கு முனிவர்கள் தாமஸன் எனப் பெயரிட்ட

னர். அவன் சூரியனைக் குறித்து தவம் செய்து, பகைவரை வென்று பேரரசனானான். அவன் பெயரால் 'தாமஸ மந்வந்தரம்' ஏற்பட்டது.

18. ரைவத மன்வந்தரம்

முனிவர் ரித்வாக்

இமயமலைச் சாரலில் தவம் செய்து கொண்டிருந்த 'ரித்வாக்' என்னும் முனிவர் ஓர் அரச குமாரியை மணந்தார். நீண்ட நாட்கள் கழித்து அவர்களுக்கு ஓர் ஆண் குழந்தை பிறந்தது. பிறந்த உடன் தாய் இறந்து விட்டாள். இதனால் துன்புற்ற முனிவர் மகனை மறக்க முயன்றார்.

ரேவதி மண்ணில் வீழ்தல்

முனிவரின் மகன் தீயோனாகி அக்கிரம காரியங்களைச் செய்து வந்து கொண்டிருப்பதை வயோதிக நிலையில், நோயினால் பீடிக்கப்பட்டிருந்த முனிவர் கேட்டு மிகவும் வருந்தினார். அவர் கர்க்காச்சாரியரிடம் சென்று தன் மகன் தீயவனாய் மாறக் காரணம் என்ன என்று கேட்டார். அப்போது கர்க்காச்சாரியார் ''பிள்ளை ரேவதி நட்சத்திரத்தில் நான்காம் பாகத்தில் பிறந்ததால் தீயவனாகி விட்டான். விதியை மாற்ற முடியாதே'' என்றார். உடனே முனிவர் மகனைக் கெடுத்த ரேவதி மண்ணில் வீழ்ந்து மண்ணாய் போகுமாறு சபித்தார். அவ்வாறே ரேவதி விண்மீன் பூமியில் விழும்போது அதனிடமிருந்து ஓர் அழகிய பெண் தோன்றியது. அதனை பிரமுகி என்னும் முனிவர் 'ரேவதி' என்று பெயரிட்டு வளர்த்து வந்தார். வயது வந்த ரேவதிக்குத் திருமணம் செய்ய எண்ணிய முனிவர் அவளுக்கேற்ற கணவன் யார்? என்று அக்கினி பகவானிடம் வேண்டிட, அக்கினி 'கிரமசீலன் என்ற அரசனுக்கு காளிந்தியிடம் பிறந்த மகன் துர்க்க மகாராஜனே அவள் கணவனாவான்' என்று கூறிற்று.

ஒரு சமயம் துர்க்க மகாராஜன் வேட்டைக்குச் சென்றபோது பிரமுகியின் ஆசிரமத்தில் ரேவதியைக் கண்டு ''அன்பானவளே! முனிவர் எங்கே!?'' என்று கேட்டதைக் காதில் கேட்ட வண்ணம் அங்கு வந்த முனிவர் மகாராஜனிடம், ''அரசே நலமா? நாட்டில் எல்லோரும் நலமா? உன் மனைவி சுகமா?'' என்று நலம் விசாரிக்க, மன்னன் தனக்குப் பல மனைவியர் என்றும் யாரைப் பற்றி விசாரிக்கிறார் என்றும் கேட்க முனிவர் சற்றுமுன் 'அன்பானவளே' என்று அழைத்தாயே அந்த மனைவியைப் பற்றிக் கேட்டதாகக் கூறினார்.

ரேவதியின் திருமணம்

அப்போது மன்னன் தற்செயலாக அவளை அவ்வாறு அழைத்தது குற்றமா என்று வினவ முனிவர் ''அது குற்றமல்ல அது விதி. அக்கினி பகவான் மன்னன் துர்க்கனே ரேவதிக்கு ஏற்ற பதி, என்று கூறினார். இப்போது நீயும் அவளை அன்பானவளே என்று அழைத்தது அதனை உறுதி செய்துவிட்டது'' என்று கூறி ரேவதியின் திருமணத்திற்கு ஏற்பாடுகள் செய்யலானார்.

அப்போது அவள் ரேவதி நட்சத்திரத்திலேயே திருமணம் செய்து வைக்க வேண்டுமென்று கூறினாள். ரிஷி சாபம் பெற்ற ரேவதியால் செய்யப்படுவது நல்லதல்ல என்றார் முனிவர். ஆனால் ரேவதி முனிவரிடம் அவரது தவவலிமையால் தனது தாய்க்கு மீண்டும் நட்சத்திரப் பதவி கிட்டச் செய்தால்தான் விவாகத்துக்குச் சம்மதிக்க முடியும் என்றாள்.

முனிவரும் அவ்வாறே செய்ய ரேவதி நட்சத்திரம் கூடிய சுபமுகூர்த்தத்திலேயே ரேவதி, துர்க்கமன் திருமணத்தை முனிவர் நடத்திவைத்தார். அவர்கள்

இருவரும் முனிவரைக் காலில் விழுந்து வணங்கிட அவர்களுக்கு என்ன வரம் வேண்டுமென்றார் முனிவர்.

தங்களுக்கு மந்வந்தரக் கர்த்தாவாகிய புதல்வன் பிறக்குமாறு அருள் புரிய வேண்டிட அவ்வாறே அவரும் வரம் அளித்தார். ரேவதியின் மகனாகிய ரைவதன் பெயரால் 'ரைவத மந்வந்தரம்' உண்டாயிற்று.

19. சாக்ஷுஷ மந்வந்தரம்

குழந்தைகள் மாற்றப்படல்

அநமித்திரன் மனைவி பத்ரை பிறந்து பத்து நாட்களே ஆன குழந்தையை மடியில் வைத்துக் கொஞ்சிக் கொண்டிருக்க, அது அவளைப் பார்த்துக் சிரிக்க, அவள் அதற்கான காரணத்தைக் கேட்க குழந்தை வெளியில் மார்ஜாரி, ஜாதக ராணி என்ற இரு பூதங்கள் தன்னைத் தூக்கிச் செல்லக் காத்திருப்பதைக் கூறிற்று. இதனால் பயமடைந்த பத்ரை உதவிக்குத் தாதிகளை அழைத்து வெளியே செல்ல ஜாதகராணி (பூதம்) அந்தக் குழந்தையைத் தூக்கிச் சென்று விக்ராந்தன் என்னும் மன்னன் மனைவி ஹைமினியின் பக்கத்தில் வைத்து விட்டு, அவள் குழந்தையை எடுத்துப் போய் ஒரு பிராமணன் மனைவியின் பக்கத்தில் வைத்துவிட்டு பிராமணன் குழந்தையைக் கொன்று தின்று விட்டது.

மன்னன் விக்ராந்தனும், ஆனந்தனும்

மன்னன் விக்ராந்தன் அக்குழந்தைக்கு ஆனந்தன் எனப் பெயரிட்டு வளர்த்து உரிய பருவத்தில் பூணூல் அணிவிக்கும் சமயம் குரு தாயை வணங்கிவிட்டு வருமாறு கூற அவன் ''பெற்ற தாயையா! வளர்த்த தாயையா!'' என்று கேட்டான். இதைக் கேட்ட குரு வியப்பில் ஆழ்ந்தார்.

அப்போது ஆனந்தன் குழந்தைகள் மாற்றப்பட்ட விவரங்களைக் கூறி, போதன் என்னும் பிராமணனிடம் பிராமணக் குழந்தை போல் வளர்ந்து கொண்டிருக்கும் அதை அழைத்துக் கொண்டு வந்து வைத்துக் கொள்ளுங்கள் எனக் கூறி தவம் செய்யச் சென்று விட்டான் அவன்.

அந்தணன் போதன்

விக்ராந்தன், போதன் என்னும் பிராமணனைத் தேடிக் கண்டுபிடித்து, அந்தப் பிராமண தம்பதியருக்குப் பொன்னும் பொருளும் தந்து தன் குழந்தையை வாங்கிக் கொண்டுவந்து தன்னுடனேயே வைத்துக் கொண்டு அரச தர்மப்படி வளர்க்கத் தொடங்கினான்.

தவம் செய்யச் சென்ற ஆனந்தன் பிரம்மனைக் குறித்து தவம் செய்ய பிரம்மன் தோன்றி வேண்டிய வரம் யாது? என்று வினவ அவர் முக்தி அடைவதே தன் நோக்கம் என்றான். அது கேட்டு மகிழ்ச்சியுற்ற பிரம்மன் கிருத யுகத்தில் அவன் முக்தி பெறுவான் என்றும், எனவே இல்லறம் ஏற்று, மந்வந்தரத்துக்குக் காரணமாகி நற்புதல்வர்களை ஈன்று பூவுலகு செழிப்படையச் செய்யுமாறு கூறினார்.

அதற்குப் பின் ஆனந்தனுக்கு சாக்ஷுஷன் என்ற பெயர் ஏற்பட்டது. அவன் உக்ரராகன் மகள் சாதையை மணந்து மக்களைப் பெற்று ஆட்சி புரிந்து வந்தான். அவன் பெயரால் சாக்ஷுஷ மந்வந்தரம் ஏற்பட்டது.

20. வைவஸ்வத மந்வந்தரம்

சூரியன் சம்ஜ்ஞா

விவஷ்வான் என்ற சூரியன், விஸ்வ கர்மாவின் புதல்வி சம்ஜ்ஞாவை மணந்தான். அவர்களுக்குப் பிறந்த மகன் மனு. அடுத்த தடவை சூரியன் தன்னை நெருங்கும்போது அவன் ஒளியைக் காண முடியாமல் சம்ஜ்ஞா கண்களை மூடிக் கொள்ள, அதனை வெறுத்த சூரியன் உலகில் பிறந்தவர்கள் இறப்பதற்குக்

காரணமான மகனைப் பெறுவாய் என்று கூற யமன் பிறந்தான். அடுத்த முறை அவன் நெருங்கும்போது அவள் கண் இமைகள் படபடவென இமைத்ததால் ஓரிடத்தில் நிற்காமல் ஓடுகின்ற நதியான யமுனை தோன்றினாள்.

சாயாதேவி தோற்றம்

இதனைப் பொறுக்க முடியாத அவள் தனது நிழலை சாயாதேவி என உருவாக்கி தன்னைப் போல் கணவனிடம் குழந்தைகளைப் பெற்றுக் கொள். ஆனால் நீ யார் என்பதை இரகசியமாக வைத்துக் கொள் என்றாள்.

சாயாவும் அதற்கு இணங்கினாள். ஆனால் தன் மீது கோபம் கொண்டு தன்னைப் சபிக்க முயன்றால் உண்மையைக் கூறிவிடுவேன் என்றாள்.

பின்னர் சம்ஜ்ஞா தேவி தந்தையிடம் சென்று நடந்ததைக் கூற அவன் மகளை கணவன் வீட்டிற்கே செல் என்று அறிவுரை கூறினார்.

அதற்கு மனமில்லாத அவள் உத்ரகுரு என்னும் வனத்திற்குச் சென்று கணவன் தாபம் குறைய தவம் ஆற்றி வந்தாள். இந்நிலையில் சாயாதேவிக்கு இரண்டு குழந்தைகள் பிறந்தன. ஆண் ஒன்று சனி, பெண் ஒன்று தபதி.

ஒரு சமயம் சாயாதேவி மாற்றான் தாய் குழந்தைகளைச் சரியாக கவனிக்காததால் யமன் கோபம் கொண்டு மாற்றாந் தாயை உதைக்கத் காலைத் தூக்கினான். அப்போது சாயாதேவி அவன் கால் அழுகிவிட சாபம் தந்தாள். இதன் மூலம் உண்மையை சூரியன் அறிந்தான்.

அவன் உடனே சம்ஜ்ஞாவைத் தேடி விஸ்வகர்மாவிடம் சென்று கேட்க அவன் நிகழ்ந்ததைக் கூறி, அவள் உத்ரகுரு வனத்தில் பெண் குதிரையாகித் திரிவதாகக் கூற, சூரியன் அவளைத் தேடிச் சென்று கண்டு, ஆண் குதிரை வடிவில் இன்பம் துய்த்தான். அவர்களுக்கு அஸ்வினி தேவர்கள் என்னும் தேவ வைத்தியர்கள் தோன்றினர்.

பின்பு விசுவகர்மா சூரிய மண்டலத்தைக் தனது சாணைச் சக்கரத்தில் வைத்துத் தேய்த்து அதன் தேஜஸில் எட்டில் ஒரு பங்கைக் குறைத்து விட்டான். குறைந்து தள்ளப்பட்ட பகுதியிலிருந்து விசுவகர்மா விஷ்ணு வுக்குச் சக்கரத்தையும், சிவனுக்குச் சூலத்தையும், சுப்பிரமணியனுக்கு வேலையும், குபேரனுக்குச் சிபிகை என்ற ஆயுதத்தையும் செய்து கொடுத்தான். (இந்த வரலாறும் மேலும் விவரங்களும் விஷ்ணு புராணத்திலும் காண்க.)

விவஸ்வான் என்ற சூரிய புதல்வனான மனுவின் பெயரால் தொடங்கியது, ‘வைவஸ்வத மந்வந்தரம்’ எனப்பட்டது.

21. மாயையின் மகிமை

ஸ்வரோசிஸன் என்னும் மனுவின் வம்சத்தில் தோன்றிய மன்னன் சுவரன். அவனைப் பகைவர்கள் திடீரென்று தாக்க, அவன் தப்பித் தலைநகரை அடைய அவனுடைய அமைச்சர் முதலானோர் சூழ்ச்சி செய்து ஆட்சியைப் கைப்பற்றிட அவன் உயிர்தப்பிக் கானகம் சென்று சுமேதன் என்னும் முனிவரிடம் சேர்ந்தான். முனிவர் அவனை வரவேற்று உபசரித்தார். அச்சமயம் ஒரு நாள் சமாதரி என்னும் வைசியன் ஒருவன் வர அவன் வாட்டத்திற்குக் காரணம் என்ன என்று அரசன் கேட்க அவன் தன் மனைவி மக்கள் தன் சொத்தை எல்லாம் பிடுங்கிக் கொண்டு வீட்டை விட்டுத் துரத்தி விட்டதாகவும் இருப்பினும் அவர்கள் எவ்வாறு கஷ்டப்படுகிறார்களோ என்று வருத்தப்படுவதாகவும் கூறினான். அரசன் வியப்புடன் தன்னை வஞ்சித்த மனைவி மக்கள் மீது அந்த வைசியன் அக்கறை கொள்வதற்குக் காரணம் கருணையா, மோகமா! என்று கேட்டான். அதற்கு அவனால் பதில் சொல்ல இயலவில்லை.

அவ்வமயம் முனிவர் அங்குவர அவரை இருவரும் வணங்கி உலகத்தை ஆட்டிப் படைக்கும் மோகம் எப்படி தோன்றியது, அதற்குக் காரணமென்ன? என்று கேட்டனர்.

சுமேத முனிவர் மாயாதேவியைத் தியானித்து மாயையின் மகிமையைப் பற்றிக் கூறலானார்.

''பகவான் விஷ்ணுவின் மாயை அநாதியானது. அதுவே யோகநித்திரை என்றும் கூறப்படுகிறது. பகவானிலேயே கலந்துறைவது. மாயை ஞானிகளையும், தபஸ்விகளையும்கூட மதிமயங்கச் செய்யும். தீயவரை அழிக்க ஏதோ ஓர் உருவில் தோன்றுவதும் உண்டு.''

''திருமாலின் நாபிக் கமலத்திலிருந்து தோன்றிய பிரம்மனையே விஷ்ணுவின் காது குறும்பியிலிருந்து தோன்றிய மது கைடபர்கள் இழுத்துத் தின்ன விரும்பினர். அப்போது பிரம்மன் மாயையைச் சரணடைய மாயை பிரம்மனை மறைத்து விட்டு பகவானை விட்டு வெளியேற பகவான் (மாயா சக்தி இல்லாததால்) திடுக்கிட்டு எழுந்தார். மது கைடபர்களுடன் போர் செய்தார். வெல்ல முடியாததால் சமாதானம் பேசினார். ஆனால், மது கைடபர்கள் அவரை வேண்டிய வரத்தைப் பெற்றுக் கொள்ளுமாறு கூறினார்.

பகவான் அவர்களிடம் தான் எதைக் கேட்டாலும் தருவார்களா? என்று கேட்க அவர்களும் 'அப்படியே' என்று கூற திருமால் தன் கையால் அவர்கள் மடிய வேண்டும் வரம் கேட்க, மதுகைடபர்கள் தண்ணீர் இல்லாத இடத்தில் வைத்துக் கொல்வதானால் சம்மதிப்பதாகக் கூறினார்.

பகவான் தன் தொடையையே அகன்ற பூமியாக்கி அவர்களை வைத்துக் கொன்றார். பிறகு பிரம்மனால் பூலோகப் படைப்பு ஏற்பட்டது.

இவ்வாறு மாயாதேவி உலகின் படைப்புக்கே காரணமானாள். நேரடியாகச் கொல்ல முடியாத அரக்கர்களையும் வதைத்திருக்கிறாள் மாயாதேவி.

22. மஹிஷாசுரன் கதை

மஹிஷாசுரன் என்னும் அரக்கன் சிவபெருமானைக் குறித்துத் தவம் செய்து மும்மூர்த்திகளாலும் மரணம் ஏற்படாதவாறு வரம் பெற்று, அந்த அகம்பாவத்தால் கொடுமைகள் செய்து வர தேவர்கள் மும்மூர்த்திகளிடம் முறையிட அவர்கள் முகத்திலிருந்து தோன்றிய கோபக்கனல் ஒரு பெண்ணாய் உருவெடுத்தது. அந்தத் தேவிக்கு தேவர்கள் தங்கள் சக்திகளையும், ஆயுதங்களையும் அளித்தார்கள்.

இவ்வாறு தோன்றிய தேவி மஹிஷாசுரன் காதில் விழும்படியாகச் சிங்கமென முழங்க, அவன் தன் சேனாதிபதியான சிட்சூரனை விவரம் அறிந்து வர அனுப்பினான்.

அவன் தனக்கிணையாக வீரர்கள் உக்ரதர்ஷனன், பிடாவன், காலன் ஆகியோருடன் சேனை கொண்டு தேவியை எதிர்த்தான். அசுர மாயையால் ஆயிரக்கணக்கான ஆயுதங்களை ஏவி தேவியை மறைத்துப் பின்னர் அவள் சிம்ம வாகனத்தை அடித்து, அவள் இடக்கையை வாளால் வெட்ட வாள்தான் உடைந்தது. பின்னர் சிட்சூரன் ஒரு கொடிய சூலாயுதத்துடன் தேவி மீது பாய, தேவி அவன் சூலத்தை முறித்து அவனையும் கொன்றாள்.

அது கண்ட சாமரன் என்னும் அரக்கன் சக்தி ஆயுதத்தை வீச தேவி ஹூங்காரத்தால் அதை அழிக்க, சிங்கம் பாய்ந்து சென்று அவனைக் கொன்று அழித்தது.

இவ்வாறு வலிமைமிக்க பல அரக்க வீரர்கள் தேவியுடன் போர் புரிந்து அழிந்தனர். அதைக் கண்ட மஹிஷாசுரன் தேவியை எதிர்த்தான். தேவி அவனைப் பாசத்தால் கட்டி இழுக்க, அவன் சிம்ம

வடிவில் தேவியை எதிர்த்தான். தேவி சூலத்தால் தாக்க அவன் மனித வடிவில் மாறி அம்புகளை ஏவ, தேவியும் அவற்றை முறியடித்தாள்.

மகிஷாசுரன் யானை வடிவம் கொண்டு சிங்கத்தை இழுக்க, தேவி வாளால் அதன் துதிக்கையை வெட்ட, அவன் மஹிஷ வடிவில் தோன்றிப் பின்னங்கால்களால் தேவியை உதைக்க முயற்சிக்கையில் தேவி அவன் கால் களைப் பிடித்துக் கொண்டு தலையை வெட்டி வீழ்த்தினாள்.

தேவர்கள் மலர் மாரி சொரிந்திட, அவர்களுக்கு என்ன வரம் வேண்டு மென்று கேட்க, அவர்கள் தேவைப்படும் பொழுதெல்லாம் தோன்றி துஷ்ட சம்ஹாரம் செய்து தங்களைக் காக்குமாறு வேண்டிட, அவ்வாறே தேவி வரம் அளித்தாள்.

23. தேவி சும்ப, நிசும்பர்களை அழித்தல்

இரணியன் வம்சத்தில் தோன்றிய சும்பன், நிசும்பன் என்ற அரக்கர்கள் பிரம்மனிடம் வரங்கள் பெற்று மமதை கொண்டு இந்திர லோகத்தைக் கைப் பற்ற, தேவர்கள் தேவியே தங்களைக் காப்பாற்ற முடியும் என்று அறிந்து அவளைச் சரணடைந்தனர்.

பார்வதி தேவி அப்பொழுது நீராடிக் கொண்டிருந்தாள். அதனால் அவள் தன் உடலிலிருந்து ஒரு சக்தியை வெளிப் படுத்தி அரக்கர்களை அழித்துத் தேவர் களைக் காக்கும்படி அனுப்பி வைத்தாள். அந்தச் சக்தியின் பெயர் கௌசிகி. (தன் சக்தியை வெளியே அனுப்பிவிட்டதால் பார்வதி நீல நிறமாகிவிட்டாள்.)

மிகவும் அழகு வாய்ந்த கௌசிகி அரக்கர்களை அழிக்க சேனையுடன் கிளம்ப, அஃதறிந்த சும்ப, நிசும்பர்கள் வேவு பார்த்துவர சாரணர்களை அனுப்ப, அவர்கள் திரும்பிவந்து கௌசிகியின் அழகைப் பற்றி விவரித்து அவளை மனைவியாக அடைவதே பெரிய பேறு என்றனர்.

அவர்கள் பேச்சைக் கேட்டு கௌசிகி யின் மீது மோகம் கொண்ட சும்ப, நிசும்பர்கள் சுக்ரீவன் என்னும் தூதனை அனுப்பி அவளை விரும்புவதாகக் கூறி அவர்களுள் ஒருவரை மணம் புரியுமாறு சம்மதம் பெற்றுவர அனுப்பினான்.

சுக்ரீவன் தேவியிடம் சென்று செய்திகூற, அதைக் கேட்ட தேவி சிரித்து தன்னை யார் போரில் வெல்லுகிறானோ அவனையே மணப்பதாகக் கூறி அனுப்பினாள். எனவே, இருவரையும் போருக்கு வரச் சொல் என்று சொல்லி அனுப்பினாள்.

சுக்ரீவன் திரும்பி வந்து செய்தி கூற, தாம்ரலோசனன் என்ற சேனாதிபதியை கௌசிகியை எப்படியாவது உயிருடன் பிடித்து வருமாறு ஆணையிட்டு அனுப்பி வைத்தான். தாம்ரலோசனன் கௌ சிகியை அணுகி தான் பெண்ணுடன் போர் செய்ய வரவில்லை என்றும், சும்ப நிசும்பர்களில் ஒருவரை மணந்து சுகமாக வாழுமாறும், இல்லாவிட்டால் பலாத் காரமாகத் தூக்கிச் செல்வதாகக் கூறினான். 'செய் பார்க்கலாம்' என்று தேவி விளையாட்டாகக் கூற, தாம்ர லோசனன் அவளைத் தூக்க முயல, தேவி முழக்கமிட்டாள். உடனே அவன் எரிந்து சாம்பலாயினான்.

அதற்குப்பின் சண்டன், முண்டன் என்ற இரு சேனாதிபதிகள் கணக்கற்ற ராக்ஷச வீரர்களுடன் வர இரு தரப்புக்கும் ஏற்பட்ட போரில் அரக்க வீரர்கள் பெரு மளவில் அழிவதைக் கண்ட சண்டன் ஒரு கதையைத் தூக்கிக் கொண்டு தேவியைத் தாக்க ஓடி வந்தான். தேவி அவன் தலையை வாளால் வெட்டி வீழ்த்தினாள். அவனுக்குப் பின் வந்த முண்டனும் அவ்வாறே கொல்லப்பட்டான்.

கௌசிகி அந்த இரண்டு தலைகளையும் இரு கைகளில் ஏந்தி பார்வதியிடம் காட்டி சும்ப நிசும்பர்ளை அழித்துத் தேவர்களின் துயரத்தைத் துடைப்பதாகக் கூறினாள். பார்வதி மகிழ்ந்து சண்டனைக் கொன்ற அவளுக்கு 'சண்டிகை' எனப் பெயரிட்டாள்.

செய்தி அறிந்த சும்ப நிசம்பர்கள் பெரும் போருக்குத் தயாராகினர். சண்டிகைக்கு உதவியாக பிராஹ்மணி, மஹேஸ்வரி, கௌமாரி, வைஷ்ணவி, வராஹி, நாசிம்ஹி, இந்திராணி முதலிய சக்திகள் போர்க்களத்தில் கௌசிகிக்கு உதவ வந்து சேர்ந்தனர்.

தேவி ஒரு தூதுவனைச் சும்பனிடம் தேவர்களை ஒப்படைத்து சரணடையுமாறு கூறிவர அனுப்பி வைத்தாள். அவ்வாறே தூதுவன் சும்பனிடம் நியாயத்தை எடுத்துக் கூற, அவன் அதை நிராகரித்து தன் படைகளைப் போர்க் களத்தில் தேவிக்கு எதிராக ஏவினான். தேவியால் தோற்றுவிக்கப்பட்ட ஆயிரம் காளிகள் அரக்கர்களின் தலைகளை வெட்டிக் குவித்தனர்.

ரத்த பிந்து அழிதல்

அரக்கர் படை அழிவதைக் கண்ட ரத்த பிந்து என்னும் அரக்கன் வந்து தேவியைத் தாக்கினான். இந்திராணி அவனை வஜ்ஜிராயுதத்தால் தாக்கினாள். அவன் உடலிலிருந்து தோன்றிய ரத்தத்துளிகள் ஒவ்வொன்றும் ரத்த பிந்துவாகிப் போரிடலாயின.

அப்போது சண்டி காளியை அழைத்து அழிக்கப்படும் அரக்கர்களின் உடலிலிருந்து ஒரு துளி இரத்தம்கூட கீழே சிந்தாமல் குடிக்குமாறு ஆணையிட்டாள். ரத்தப் பிந்துக்களாக தோன்றிய அனைவரும் மடிந்துவிட தேவியைப் பூமாரி பொழிந்து போற்றி வணங்கினர்.

அதன்பின் நிசும்பன் நேராகத் தேவியை எதிர்த்து போர் புரிந்தான். அவன் ஒரு சூலாயுதம் ஏந்தி வர, தேவி செலுத்திய அம்புகளால் அவன் மூச்சற்று விழுந்தான்.

அதைக் கண்ட சும்பன் மிக்க கோபத்துடன் தேவியைத் தாக்க, சிங்கம் பயங்கரமாய் முழங்கியது. தேவியும் தன் கரங்களால் பூமியில் ஓங்கி அறைய அரக்கர்கள் விழுந்து மடிந்தனர்.

சும்பன் ஒரு பயங்கர சக்தி வாய்ந்த ஆயுதத்தை தேவி மீது ஏவ, அவள் தன் பாணங்களால் அதனைச் செயலிழக்கச் செய்துவிட்டாள். இந்நிலையில் மூர்ச்சை தெளிந்து எழுந்த நிசும்பன் ஒரு கதையை தேவி மீது விசிட, அவள் அதைத்தடுத்து நிசும்பன் மார்பில் தாக்க அவன் கீழே விழுந்தான். அவன் உடலிலிருந்து மற்றோர் அசுரன் தோன்றி தேவியை எதிர்க்க, தேவி அவன் தலையை வெட்டி வீழ்த்தினாள். அரக்கர் சேனைகள் அழிந்தன.

அதைப் பார்த்த சும்பன், ''பல சக்தி தேவிகளின் துணையிலேயே நீ வெற்றி அடைகிறாய். தனித்துப் போர் செய்து பார்'' என்று சவால் விட்டான். ''இத்தனை சக்தியும் நானே என்பதை அறியாமல் பேசும் மூடனே'' என்று கூறி அத்தனை சக்திகளையும் தன்னுள் ஒடுக்கிக் கொண்டாள்.

அடுத்து சும்பனுக்கும், தேவிக்கும் நடந்த போரில், தேவி அவனைப் பிடித்துக் கீழே தள்ளி, சூலத்தினால் அவன் மார்பைப் பிளந்தாள். யாராலும் வெல்ல முடியாத அசுரன் தேவியால் அழிக்கப்பட தேவர்கள் பூமாரி பொழிந்தார்கள்.

பின்னர், தேவர்கள் அனைவரும் தேவியைப் பலவாறு போற்றித் துதித்தனர். அப்போது தேவி அவர்களுக்கு என்ன வரம் வேண்டும் என்று கேட்க, தேவர்கள், எக்காலத்தும் அரக்கன் பயமின்றி வாழும் வரம் கேட்டனர். அவ்வாறே தேவியும் வரமளித்தாள்.

பிறகு தேவி இவ்விருவரும் மறுபடியும் உலகில் தோன்றி கொடுமைகளைச் செய்வார். அப்போது யசோதையின் கருவில் தோன்றி அவர்களைக் கொல்வதாக வாக்களித்தார்.

சமேதன் என்னும் முனிவர் இக்கதையை சுரதன் என்னும் அரசனுக்குச் சமாதி என்ற வைத்தியனுக்கும் கூற அவர்கள் தேவியை ஆராதிக்கும் வழியை உபதேசிக்க வேண்டினர்.

அவ்வாறே முனிவர் தேவியை ஆராதிக்கும் முறையை உபதேசிக்க அவர்கள் ஒரு நதிக்கரையில் தோன்றி தேவியைக் குறித்துத் தவம் இயற்ற தேவி தோன்றி என்ன வரம் வேண்டும் என்று கேட்டாள். அரசன் தனக்கு உயர்ந்த பிறவியும், நல்ல நாடும் கேட்டான். வைத்தியன் ஞானத்தை வேண்டினான். அவ்வாறே அருளினாள் தேவி.

அரசனுக்கு ஒரு மந்வந்தர கர்த்தாவாகும் வரத்தைக் கொடுத்தாள்.

24. ரௌச்ய மந்வந்தரம்

ருசி என்னும் மன்னன் இல்லற வாழ்வில் வெறுப்புக் கொண்டு கானகம் சென்று நெடுங்காலம் தவம் செய்தான். முதுமையுற்றான்.

அவன் முன் அவனுடைய முன்னோர் தோன்றி ''உனக்குச் சந்ததி இல்லை. எங்களுக்குத் தர்ப்பணம் செய்து பிண்டம் கொடுப்பவர் யார்? அப்படிச் செய்யாவிடில் தலைகீழாய்ப் பூமியில் விழுந்து அவதிவுறுவோம். எனவே திருமணம் செய்து கொண்டு ஒரு மகனைப் பெற்று எங்களைக் காப்பாற்று'' என்றனர்.

ருசி அவர்களை வணங்கி வாழ்க்கையை விரும்பாமல் தவம் செய்வதும் தவறா என்று கேட்க, ''அவர்கள் கடமைகளைப் பற்றற்ற நிலையில் இருந்து செய்வதாலேயே பரம்பொருளை அடைய முடியும்'' என்றனர்.

''எனக்கு வயதாகி விட்டதால் யார் பெண் கொடுப்பார்கள்'' என்று கேட்க ''முயன்றால் முடியாததொன்றுமில்லை'' என்று கூறி மறைந்தனர்.

ருசிக்கு எவரும் பெண் கொடுக்க முன்வராததால் பிரம்மாவை நோக்கித் தவம் செய்ய அவர் ''தேவர்களாகிய முன்னோர்களைப் போற்றி வணங்கினால் நல்ல மனைவி கிடைப்பாள்'' என்று கூறி மறைந்தார்.

பின்னர் ருசி கங்கை ஆற்றங்கரையில் சிந்தனையில் அமர்ந்திருக்க பிரம்மலோசை என்னும் அப்சரஸ் தோன்றித் தன் மகளான மாலினியை மணம் செய்து கொள்ளும்படி கேட்டாள்.

அதனை ஏற்று ருசி அவளை மணந்து கொண்டு ரௌச்யன் என்னும் மகனைப் பெற்றான்.

அவன் மூலம் ரௌச்ய மந்வந்தரம் உண்டாயிற்று.

(மந்வந்தரங்கள் பற்றிய மேலும் பல விவரங்கள், பல மந்வந்தரங்கள் பற்றிய விவரங்கள், ஒவ்வொரு மந்வந்தரத்திலும் யார் இந்திரன், சப்தரிஷிகள் போன்ற செய்திகளை அறிய மந்வந்தரங்கள் பற்றிய 'அத்தியாயத்தில்' ஸ்ரீ விஷ்ணு புராணத்தில் கொடுக்கப்பட்டவற்றைப் பார்க்கவும்)

25. பௌத்ய மந்வந்தரம்

ஆங்கிரஸ முனிவரின் சீடன் பூதி கடும் தவம் இயற்றி தேஜஸ் பெற்றார். அவரது கோபமும் அதிகரித்து வந்தது. அவருடைய சகோதரன் 'ஸ்வர்ச்சஸ்'. அவன் செய்யும் யாகத்திற்கு பூதியைக் கட்டாயம் வரவேண்டுமென்று அழைத்தான்.

பூதி அந்த யாகத்திற்குச் செல்லும் போது சீடன் பிரசாந்தனிடம் ஹோம அக்கினி அணையாமல் எரிந்து கொண்டே இருக்குமாறு கவனித்துக் கொள்ளுமாறு கூறிச் சென்றார்.

எனினும், எதிர்பாராத விதமாய் அக்கினி அணைந்துவிட அவன் அக்கினி பகவானைச் சரணடைந்தார். அவர் குரு பக்தியை மெச்சிய அக்கினிதேவர் தீ தானாக எழுந்து பிரகாசிக்கவும், குருவுக்கு நன்மகன் பிறக்கவும் அருளியதுடன் பூதியின் மகன் ஒரு மந்வந்தரத்துக்கு காரணமாய் இருப்பான் என்றும், அவன் ஸ்தோத்திரத்தை ஜபிப்பவர் பாவ விமோசனம் பெற்று எல்லா நன்மைகளையும் பெறுவர் என்றும் கூறி மறைந்தார்.

சில நாட்களுக்குப் பிறகு பூதி திரும்பி வந்தபோது பிரசாந்தன் நிகழ்ந்தவற்றை எல்லாம் கூறி மன்னிப்புக் கோர, அவன் குணத்தை மெச்சிய குரு அவனுக்கு அப்போதே அஷ்டாதச வித்தைகளும் தாமாகவே தோன்ற அருள் புரிந்தார். அக்கினியின் அருளால் பூதிக்கு பிறந்த புத்திரன் மூலமாய் 'பௌத்ய மந்வந்தரம்' ஏற்பட்டது.

மந்வந்தரங்களால் பலன்

இவற்றைப் படிப்பதால், கேட்பதால் ஏற்படும் பலன்கள்.

1. ஸ்வரோசிஸ மனு – நினைத்த காரிய வெற்றி
2. உத்தம மனு – செல்வம் அளிக்கும்
3. தாமஸ மனு – தமோகுணத்தை அகற்றி ஞானத்தைப் புகட்டும்.
4. ரைவத மனு – நற்புத்தி, மனதுக்கேற்ற மனைவி கிடைக்கும்.
5. சாக்ஷுஸ மனு – உடல் நலம் தரும்.
6. வைவஸ்த மனு – பலம் தரும்.
7. சூரிய சாவர்ணி – நல்ல சந்ததி உண்டாகும்.
8. பிரம்ம சாவர்ணி – பெருமை சேர்க்கும்.
9. தர்ம சாவர்ணி – உத்தமனாக்கும்.
10. ரௌச்யம் – சத்துருவை வெல்லும்.
11. பௌத்யம் – தேவ பிரசாதம்.
12. அக்னிஹோத்ர சாவர்ணி – சகல சௌபாக்கியம்.

26. மார்த்தாண்டன் வரலாறு

படைப்பின் துவக்கத்தில் பிரம்மன் பலவித படைப்புகளைச் செய்தும் திருப்தியின்றி வலக்கை விரலிலிருந்து தக்ஷனையும், இடக்கை விரலிலிருந்து அவன் மனைவியையும் தோற்றுவித்து, ஆண் பெண்ணாய் அவர்களைப் படைப்பில் ஈடுபடச் செய்தார்.

தக்ஷனுடைய மக்கள் நாரதர் உபதேசத்தால் முக்தி பெறத் தவம் செய்ததால் அவனைத் தேற்ற பிரம்மன் அறுபது பெண்களை அளித்தார். அவர்களில் பதின்மூன்று பேரைக் காசியப முனிவருக்குத் திருமணம் செய்து வைத்தான்.

காசியபர் மூலமாய் அவர் மனைவிகளான அதிதியிடம் தேவர்களும், திதியிடம் அசுரர்களும், மற்ற மனைவியர்கள் மூலமாய்ச் சித்தர், சாரணர், கந்தர்வர், யக்ஷர், ராக்ஷசர், மரம், செடி, கொடிகள்; புலி சிங்கம் முதலிய மிருகங்கள்; அருணன், கருடன், முதலான பறவைகள்; நாகங்கள் முதலானவைகள் தோன்றின.

ரிக்கு, யஜுர், சாம வேத வடிவமான சூரியன் துவக்கத்தில் தோன்றிய பிராணிகளைத் தன் கிரணங்களால் எரித்தான். அதனால் பிரம்மாவின் வேண்டுகோளுக்கிணங்க சூரியன் வெப்பத்தைக் குறைத்துக் கொள்ள அதன் மூலம் அவர் பிராணிகளுக்கு அறிவை அளித்து உலகுக்கு நலம் ஏற்படச் செய்தார்.

துவக்கம் முதலே தேவர்களுக்கும் அசுரர்களுக்கும் பகைமை இருந்து

வந்தது. அடிக்கடி தேவர்கள் அசுரர்களுடைய பலத்தை எதிர்க்க முடியாமல் ஓடி ஒளிய நேர்ந்தது. இதனால் மனம் வருந்திய தேவமாதா அதிதி சூரியனை நோக்கித் தவம் செய்ய சூரியன் தோன்ற, அவர் ஒளியைத் தாங்கமுடியாத தேவமாதா குளிர்ந்த தோற்றத்தில் காட்சி அளிக்க வேண்ட அவ்வாறே சூரியன் அதிதியைப் பார்த்து அவள் துயரத்தையும், விருப்பத்தையும் தான் அறிந்துள்ளதாகவும், அவள் துன்பம் துடைக்க அவனே அதிதியின் புதல்வனாகப் பிறப்பதாகவும் கூறினான். மேலும் அவள் கருவுற்றிருக்கும்போது நியம நிஷ்டையுடன் இருக்குமாறு வேண்டினான்.

சூரியன் தனது கிரணங்களில் ஒன்றை அதிதியின் கருவில் வளர அனுப்பி வைத்தான். கருவுற்ற நாளிலிருந்து அதிதி தேவி விரத நியமங்களைத் தவறாமல் அனுஷ்டித்து வந்தாள். காசிபர் உபவாசம் இருந்து குழந்தையைக் கொன்றுவிடாதே என்று கூற அவள் எதிரிகளை வெல்லத் தக்க புதல்வனை எதிர்ப்பார்த் திருக்கும் அவனை கொல்லமாட்டேன் என்றாள். அப்போது ஆகாசவாணி காசிபர் அக்குழந்தைக்கு மார்த்தாண்டம் என்று பெயரிடுமாறும் அவன் எதிர் பார்த்த பலனைத் தருவான் என்றும் கூறியது.

சூரியன் அம்சமாக பிறந்த அக்குழந்தை மார்த்தாண்டம் எனப்பட்டான். சூரியன் அதிகாரமும் கிடைக்க தேவாசுரப்போரில் மார்த்தாண்டம் வெற்றி கொண்டு அவர்களைச் சாம்பலாக்கினான்.

27. சூரியன் கொடுத்த வரம்

தமன் என்னும் அரசனின் புத்திரன் ராஜ்யவர்த்தனன். விதாரதன் என்னும் தக்ஷிண தேசத்து அரசன் தன் மகளான மானினியை ராஜ்யவர்த்தனுக்குத் திருமணம் செய்து வைக்க இருவரும் இணை பிரியாது வாழ்ந்து வந்தனர்.

ஒரு நாள் மானினி திடீரென்று அழத் தொடங்க, ராஜ்யவர்த்தனர் காரணம் கேட்க, அவர் தலையில் இருந்த ஒரு நரை முடியைக் காட்டி அதுவே அழுகைக்குக் காரணம் என்றாள்.

உடனே ராஜ்யவர்த்தனன் ஆம், இளமை கழிந்து விட்டது என்று எச்சரிக்கும் காலதூதன் அந்த நரைமுடி என்றும், உடனே மகனுக்கு முடிசூட்டி விட்டு வனம் சென்று தவம் செய்வோம் என்றான்.

அது கேட்ட மானினி திடுக்கிட்டாள். இதுவரையில் செய்த யாகங்கள், தான தர்மங்களால் அடைய முடியாத பலனை வனவாசத்தால் அடைய முடியுமா? என்று கேட்டாள். வனவாசத்தால் விரைவில் அடைந்து விடலாம் என்று கூறித் தான் வனவாசத்தை மேற்கொள்ளத் துணிந்து விட்டதால் அவளையும் கூட வருமாறும் இன்றேல் இங்கேயே இருக்கலாம் என்றும் கூறினான் ராஜ்ய வர்த்தனன்.

பின்னர், தான் தவம் செய்யப் போவதைக் குறித்து மந்திரி பிரதானிகளுடன் கூற, அவர்கள் அதற்கு ஒப்பாமல் தங்களை விட்டுச் செல்வது தர்மமில்லை என்றும் அங்கேயே இருந்து ராஜரிஷியாகி தவம் செய்யலாம் என்றனர். அதற்கு மன்னன் காலன் வந்து கொண்டுபோகும் போது என்ன செய்வீர்கள் என்றான்.

அதற்கு அமைச்சர்கள் முதலானோர் ஆதவனைக் குறித்துத் தவம் செய்து காலன் அணுகாதவாறு வரம் பெற்று வருவோம் எனக் கிளம்ப, மன்னன் மிகவும் மகிழ்ச்சியுற்றான். எனினும் அவன் வாழ்வில் சலிப்பு அடைந்தவனாகவே காணப்பட்டான்.

மானினி மன்னனின் சஞ்சலத்துக்குக் காரணம் கேட்க, அவன் தான் மட்டும் ஆயிரக்கணக்கான ஆண்டுகள் பெற்று

மற்றவர்கள் இல்லாமல் தனியாக இருப்பது எப்படி? எனவே ஆதவனைக் குறித்துத் தான் தவம் செய்து மானினிக் கும் மற்றவர்களுக்கும் பத்தாயிரம் ஆண்டுகள் வாழ்ந்திருக்கத் தக்க பேற்றினை பெற்றுக் கொடுப்பதற் காகத் தவம் செய்யப் புறப்பட்டான். அரசன் கூறியதில் உள்ள நியாயத்தை எண்ணி மானினி அவரைத் தடுக்கவில்லை.

தவத்தின் பலனாய் சூரியன் தோன்றி அவன் கேட்ட வரத்தை அருளினார். அரசன் மனைவி, மற்றும் குடிமக்க ளுடன் நீண்ட காலம் மகிழ்ச்சியுடன் ஆண்டுவந்தான்.

28. மனு வம்சம், மனு புத்திரர்கள் சந்திர வம்சம்

விசுவசுவான் என்னும் சூரியனின் மூத்த புதல்வன் மனு. அவனுக்குப் பிறந்த ஏழு பிள்ளைகளுக்கும் ஏழு நாட்டைக் கொடுத்தான். தன் எட்டாவது பிள்ளை எல்லோரையும் விட மிக்க பலசாலியான ஒரு பிள்ளை வேண்டி மித்திர வருணரைக் கொண்டு ஒரு யாகம் செய்ய அவனுக்கு ஒரு பெண் குழந்தை பிறந்தது. அதன் காரணத்தை அவர் கேட்க, மித்திர வருணர் ஞான திருஷ்டி யினால் கண்டு ஏதோ தவறு நேர்ந்து விட்டதாகக் கூறித் தன் தவ மகிமையால் அப்பெண்ணை ஆணாக மாற்றிவிட்டார்.

பெண்ணான இவள் ஆணாக மாறியதும் சுத்யும்னன் என்ற பெயரோடு அரசனானான். ஒரு நாள் பரிவாரங்க ளுடன் காட்டில் வேட்டையாடச் செல்ல அங்கு எல்லோரும் பெண்ணாக மாறி விட்டனர். அதற்குக் காரணம் அவ்வனத் தில் நுழைபவர்கள் பெண்ணாவார் என்ற சிவபெருமானின் சாபம்.

திரும்பவும் பெண்ணான இவன், சந்திரன் மகனான புதனை மணந்து புரூரவஸ் என்ற மகனைப் பெற்றார். அவன் மூலம் சந்திர வம்சம் தோன்றிற்று.

மனுவுக்கு இக்ஷ்வாகு, நாபகன், ரிஷ்டன், நரிஷ்யந்தன், பிருஷத்ரன், திருஷ்டன் என்று பெயர் கொண்ட ஏழு புத்திரர்கள்.

பிருஷத்ரன் ஒரு நாள் காட்டில் வேட்டையாடுகையில் புதர் மறைவில் இருந்த ஒரு மிருகத்தின் மீது அம்பெய்து அதைக் கொன்றபின் அருகில் சென்று பார்க்க, அது ஒரு பசு எனத் தெரிந்தது. பசுவதை செய்ததற்காகத் திடுக்கிட் டிருக்கையில் பசுவை மேய்த்துக் கொண்டிருந்த ரிஷி புத்திரன் ஓடிவந்து, அது மௌலி என்ற ரிஷிக்குச் சொந்த மானது என்றான். ரிஷியின் புதல்வன் பாபரவ்யன் அங்கு வந்த மன்னனைப் பார்த்து பலவாறு இகழ்ந்து பேசினான். அதனால் கோபம் கொண்ட மன்னன் இழிமகனைப் போல் தகாத மொழி களைப் பேசலாமா? என, ரிஷியின் மகன் மேலும் கோபம் கொண்டு மன்னனை 'இழிந்தவனாவாய்' என்று சபித்தான்.

அரசன் ரிஷி குமாரனைச் சபிக்க முயல்கையில், அவன் அரசனைச் சாம்ப லாக்கிட கோபத்துடன் பார்த்தான். அவ்வமயம் முனிவன் அங்கு வந்து மகனைத் தடுத்து மன்னன் அறியாமல் செய்த பிழையை மன்னிப்பதே கடன் என்று கூறி அரசனிடமும், மகனை மன்னிக்கும்படிக் கூறி மகனை அழைத்துச் சென்றார்.

பிருஷத்ரனும் அவன் சந்ததியினரும் கிருஷான் என்னும் பெயரால் சிறந்த போர் வீரர்களாய் விளங்கினர்.

29. நாபாகனும், அவன் மகன் பலந்தனும்

மனுபுத்திரன் நாபாகன் ஒரு வைசிய பெண்ணை மணக்க விரும்பினான். அந்த வைசியன் பெரியோர்கள் சம்மதிக்க மாட்டார்கள் என்றும், அதனால் அந்த ஆசையை விடுமாறும் கூறினான். அவனும் தந்தையின் சம்மதத்தைக்

கேட்க, அவர் ரிஷிகளிடம் அதற்கான சாஸ்திர சம்மதத்தை ஆராய்ந்து கூறுமாறு கேட்க, அவர்கள் வைசியப் பெண்ணைப் பட்ட மகிஷி ஆக்க முடியாது என்றனர். அப்போது நாபாகன் அவளைத் தூக்கிச் சென்று ராக்ஷச முறைப்படி மணம் செய்து கொள்வதாகக் கூறினான்.

அதைக் கேட்ட மனு, நாபாகனை, மகனென்றும் பாராமல் தர்மத்தை நிலை நாட்ட 'போர் செய்ய' அப்போது ஆகாயத்திலிருந்து ஒரு ரிஷி இறங்கி வந்து வைசிய தர்மத்தை ஏற்றுக்கொண்ட நாபாகனோடு க்ஷத்திரியனான மனு எப்படிப் போர் செய்யலாம் என்றும் அது தர்மமல்ல என்றும் கூறினார்.

போர் நின்றது. நாபாகன் அந்த வைசியப் பெண்ணை மணந்து கொண்டு வந்து தந்தையை வணங்கி, அவரது கட்டளை என்ன என்று கேட்க, அவர் வைசியர்களுக்குரிய வியாபாரம், பசுக்களைப் பராமரித்தல் ஆகியவற்றைச் செய்து வருமாறு கட்டளையிட்டார். நாளடைவில் அந்தத் தம்பதியருக்கு 'பலந்தன்' என்ற மகன் பிறந்தான்.

பலந்தன் வரலாறு

பலந்தன் தக்க வயது வந்தவுடன் அவனுக்கு வியாபாரத்தில் நாட்டம் இல்லை. அவன் இமயமலைக்குச் சென்று அங்குத் தவம் செய்து வந்த முனிவர்களை வணங்கினான். அவர்களுள் நீபர் என்ற இராஜரிஷியைத் தரிசித்துத் தனது தாயாதிகள் அனுபவித்து வரும் தனது நாட்டைத் தான் அடைய உதவுமாறு வேண்டினான். அவனுக்கு ரிஷி சகல போர்க்கருவிகளில் வித்தையை உபதேசித்தார். அவன் பகைவரை வென்று நாட்டைக் கைப்பற்றி தந்தையை அந்நாட்டை ஆளுமாறு வேண்டினான்.

ஆனால், நாபாகன் தனது தந்தை தன்னை வைசியன் என்று கூறிவிட்டதால் தான் வைசியனாகவே வாழ விரும்புவதாகக் கூறி மகனையே நாட்டை ஆட்சி புரியுமாறு கூறி விட்டான்.

பிரபையின் தந்தை வைசியன் இல்லை

அதைக் கேட்ட நாபாசன் மனைவி பிரபை தன் கணவனை வணங்கி அவளுடைய தந்தை உண்மையில் வைசியனல்ல. ஒரு சாபத்தின் காரணமாக அப்படி இருக்க நேர்ந்தது. சாபவிமோசனத்துக்கான காலம் வரும் வரை உண்மையைச் சொல்லக் கூடாது என்று இருந்தேன். இப்போது கூறுவதாகச் சொன்னாள்.

''பிரபையின் தந்தை முன்பு சுதேவன் என்ற அரசனாய் இருந்தார். அவரும் நலன் என்னும் அண்டை நாட்டு மன்னனும் ஒரு நாள் காட்டிற்கு வேட்டையாடச் செல்ல அங்கு இருவரும் தனித்தனி வழியே சென்றனர். வழியில் நலன் தற்செயலால் பிரமதி என்னும் முனிவரின் ஆசிரமத்தை அடைந்து அங்கிருந்த ரிஷிபத்தினியைக் கண்டு மோகித்து அவளைப் பலாத்காரம் செய்ய முற்பட்டான்.

அப்போது அங்கு வந்த சுதேவன் செய்வதறியாமல் நிற்க, பிரமதி ரிஷியும் அங்கு வந்து சேர நலன் செயலைக் கண்டார். உடனே அவனை எரிந்து சாம்பலாகும்படி சபித்தார்.

தவறு நடப்பதைக் கண்டும், செய்பவனைத் தண்டிக்காமல் நின்ற அரசன் மீது கோபம் கொண்டு ஏன் தண்டிக்கவில்லை என்று கேட்க, சுதேவன் அவர் கோபத்திலிருந்து தப்பிக்க தான் வைசியன் என்று கூற, அதனால் மேலும் அவரை வைசியனாகவே ஆகுமாறு சபித்தார்.

சாப விமோசனமாக எப்போது அரசன் மகனை ஒரு க்ஷத்திரியன் அபகரித்துச் செல்கிறானோ அப்போது மீண்டும்

க்ஷத்திரியனாவாய் என்று சாபவிமோசனம் அருளினார்.

பிரபை தன் வரலாறு கூறுதல்

எனவே, தன் தந்தை வைசியனில்லை என்றும், அவர் மகளாகிய தன்னை மணந்ததால் நாபாகனும் வைசியனில்லை என்றும் கூறினாள். மேலும் தானும் வைசியப் பெண்ணில்லை என்று தன் கதையையும் கூறினாள்.

கந்தமாதன பர்வதத்தில் சுரதர் என்னும் ரிஷி தவம் செய்து வந்தார். அவர் ஒரு நாள் அனுஷ்டானம் முடித்துக் கொண்டு திரும்புகையில் ஒரு கழுகின் பிடியிலிருந்து தப்பிப் பிழைத்த, கிளி அவர் அருகில் விழுந்து மூர்ச்சித்தது. அது கண்டு கருணை உள்ளம் படைத்த அவர் மூர்ச்சை அடைந்தார். கிளியின் உடலிலிருந்து ஒரு பெண் தோன்றினாள். கிருபையின் வடிவமாய் தோன்றிய அவளுக்குக் கிருபாவதி என்று பெயர் சூட்டினார்.

இவ்வாறு ரிஷி ஆசிரமத்தில் வளர்ந்து வந்த அவள், ஒரு நாள் ஆசிரமத்துக்கு வந்த அகஸ்திய முனிவரின் தம்பியைச் சரியாக உபசரிக்காமல், அவரைப் பார்த்து பரிகாசமாய், அவர் வைசியனைப் போல் காணப்படுகிறார் என்றாள். அதனால் கோபம் கொண்ட அவர் அவளை வைசியக் கன்னியாகும்படி சபித்தார். இதனால் வருத்தமுற்ற கிருபாவதி துறவியின் திருவடி பணிந்து மன்னிப்புக் கோர, அவர் என்றைக்கு அவள் மகன் ராஜ்ஜியத்தைக் கொண்டு வந்து அவனிடம் அளிக்கிறாளோ அன்று அவளுக்குச் சாபவிமோசனம் என்றும், அன்றே அவளுக்கு முற்பிறவி ஞானம் ஏற்படும், என்றும் கூறினார்.

நாபாகன் முடிவு

இவ்வாறு சுதேவன் மனைவீ தன் முற்பிறவி வரலாற்றை கூறி தானே அந்தக் கிருபாவதி என்றும் கூறினாள். மேலும், நாபாகனை நாட்டை ஏற்கும் படியும் வேண்ட அவன் தந்தை இட்ட கட்டளையை மீறாமல் தான் வைசியனாகவே இருப்பதாகவும், பலந்தனே நாட்டை ஆளட்டும் என்று கூறி விட்டான்.

பலந்தன் ஒரு நல்ல நாளில் முடி சூட்டிக் கொண்டு நாட்டைப் பராக்கிரம சாலியாய் ஆண்டிட, மற்ற அரசர்களும் அவனுடன் நட்புடன் நடந்து கொண்டனர். பலந்தன் கணக்கற்ற யாகங்களையும், தான தர்மங்களையும் செய்து புகழ் மிக்க மன்னனாய் வாழ்ந்து வந்தான்.

30. பலவந்தன் மகன் வத்சந்திரன் குகையில் புகை

வத்சந்திரன் இளவரசனாய் இருந்த போது ஒரு சமயம் காட்டிற்கு வேட்டை ஆடச் சென்றான். அங்கு ஆள் நடமாட்டமில்லா ஒரு குகையிலிருந்து புகை வருவதைக் கண்டு அதன் காரணத்தை அறிய அருகிலிருந்த சுவீரன் என்னும் ஆசிரமத்தை அடைந்து அங்கிருந்த முனிவரிடம் அதுபற்றி விசாரித்தான்.

முனிவர் அவனிடம் நாட்டு நடப்புகளைச் சாரணர்கள் மூலம் அறிந்திருக்க வேண்டும் மன்னன். அந்தக் கடமை சரியாக நடைபெறவில்லை. எனினும், உலக நலன் குறித்து இந்தப் புகை பற்றிக் கூறுகிறேன் என்றார்.

முனிவர் கூறிய செய்தி

''அந்தக் குகை குசும்மன் என்னும் அரக்கன் பாதாள லோகத்தில் வசிக்கும் இடத்திற்குச் செல்வதற்கான வழி. அவன் துவஷ்டா என்ற சிற்பி செய்து கொடுத்த பயங்கரமான இரும்புலக்கை ஒன்றை வைத்திருந்தான். அதைக்கொண்டு பல அக்கிரமங்களைச் செய்து தொல்லைகளைத் தேவர்களுக்கும் அளித்து வந்தான்.

இவன் விதூரதன் என்னும் அரசனின் மகள் முதாவதியை பலவந்தமாய்த் தூக்கிச் சென்றுவிட்டான். விதூரதன் தன் மக்கள் சுனீதி, சுமதி என்ற இருவரையும் அந்த அரக்கனை அழிக்க அனுப்பி வைத்தான். ஆனால், அவர்கள் அரக்க னால் தோற்கடிக்கப்பட்டுச் சிறையில் வைக்கப்பட்டுள்ளனர். இனி தன்னால் அரக்கனை வெல்ல முடியாது என்றறிந்த மன்னன் அரக்கனை வென்று தன் மக்களை மீட்டுத் தருவோர்க்கு பாதி நாட்டைத் தருவதாகப் பறை அறை வித்தான்.

அசுரனும் உலக்கையும்

அது கேட்ட வத்சந்திரன் விதூரதனி டம் சென்று அரக்கனைப் பற்றி அவனறிந்த விஷயங்களைக் கேட்டுக் கொண்டதுடன், பாதாள உலகத்திற்குச் செல்லும் வழியையும், இரும்புலக்கை யின் சிறப்பையும், அதனை ஒரு பெண் தொட்டுவிட்டால் அது தன் சக்தியை இழந்துவிடும் என்றும் அறிந்து கொண்டான்.

வத்சந்திரன் பெரும்படையுடன் குசும்மனை எதிர்த்துப் போர் மேற் கொண்டான். தேவர்களும் அவனுக்கு உதவிபுரிய குசும்மனால் வத்சந்திரனை வெல்ல முடியவில்லை. அவன் அரண் மனைக்குச் சென்று இரும்புலக்கைக்குப் பூசை செய்தான். பெண்கள் தொட்டால் இரும்பு உலக்கை தனது சக்தியை இழந்து விடும் என்ற இரகசியத்தை அறிந்திருந்த முதாவதி அதைத் தொட்டுக் கும்பிடுவது போல் பலமுறை தொட் டாள். இதனால் சக்தி இழந்த உலக்கை யுடன் போரிட்ட குசும்மன் வத்சந்திர னால் கொல்லப்பட்டான்.

வெற்றியும் விடுதலையும்

வத்சந்திரன் முதாவதியை, அவனது மூத்த சகோதரர்கள் சுனீதி, சுமதி ஆகியோரை விடுவித்துக் கொண்டு வந்து விதூரதனிடம் ஒப்புவித்தான். விதூரதன், முதாவதியை வத்சந்திரனுக்கு மணம் செய்வித்து பாதி நாட்டையும் கொடுத்தான்.

பாதாள உலகிலிருந்து வந்திருந்த ஆதிசேஷன், முதாவதியை இரும் புலக்கை யைப் பலமிழக்கச் செய்ததால், அவளுக்குச் சுனந்தை என்ற பெயரையும் இட்டு ஆசீர்வதித்தார்.

31. வத்சந்திரன் வரலாறு

வத்சந்திரன் பேரும் புகழும் கொண்டு சிறப்பாக உலகை ஒரு குடையின் கீழ் ஆண்டான். அவனுக்குப் பன்னிரண்டு புதல்வர்கள் பிறந்தார்கள்.

அவர்களுள் மூத்தவன் பராம்சு தந்தைக்குப் பின் நாடாண்டான். அவனுக்குப் பிறகு அரசுக்கு வந்த 'பிரஜாதி' என்னும் அவன் மகன் தனது புஜ பல பராக்கிரமத்தால் பலன், ஜம்பன் என்னும் அரக்கர்களை வென்று புகழ் பெற்றவன்.

பிரஜாதிக்கு கனித்திரன் முதலான ஐந்து புத்திரர்கள் தோன்றினர். அவர்களுள் கனித்திரன் முற்றும் துறந்த முனிவரைப் போல் அரசு புரிந்து வந்தான். அவன் ஆட்சியில் மக்கள் மட்டுமின்றி பறவைகள், மிருகங்கள் கூடத் துன்பமின்றி வாழ்ந்து வந்தன.

கனித்திரன் தன் தம்பியர்களுக்கு நாட்டை அளித்து அவர்களையே அரசாளச் செய்தான்.

அவர்களுள் சௌரி என்பவனுக்கு விஷ்வவேதி என்னும் ஒரு கொடிய மந்திரி இருந்தான். அவன் ஒரு நாள் சௌரியிடம், 'பெயரில் மட்டும் சௌரி யாய் இருந்தால் போதாது. இந்த நாடு முழுவதையும் ஆளும் தகுதியும், வீரமும் உங்களிடம் மட்டும்தான் இருக்கின்றன'' என்று கூறினான். இவ்வாறு விஷ்வவேதி,

சௌரிக்கு அவர் மூத்த தமையன் கனித்திரன் மீது அதிருப்தி ஏற்படச் செய்தான். அவ்வாறே மற்ற சகோதரர் களும் அதிருப்தி கொண்டனர்.

அந்தத் துன்மந்திர விஷ்வவேதி நான்கு சகோதரர்களின் புரோகிதர்களை யும் வசப்படுத்திக் கனித்திரனைக் கொல்ல ஓர் அபிச்சார யாகம் செய்தான். அதிலிருந்து தோன்றிய நான்கு பூதங் களும் கனித்திரனைக் கொல்லச் சென்றன. அவன் செய்த புண்ணிய பலனாய் பூதங்கள் அவனை அணுக முடியாமல் திரும்பிவந்து துன்மந்திரி விஷ்வவேதியையும், யாகத் திற்குதவிய புரோகிதர்களையும் கொன்று தின்று விட்டன.

இதனை அறிந்த கனித்திரன் மந்திரி யும் புரோகிதர்களும் தன் காரணமாகவே இறந்ததாகக் கொண்டு நாட்டைத் தம்பியிடம் ஒப்படைத்துவிட்டுத் தவம் செய்ய கானகம் சென்றுவிட்டான். முந்நூறு ஆண்டுகள் தவம் செய்து நற்கதி அடைந்தான்.

கனித்திரனுக்கு பின் அவன் மகன் க்ஷபன் தர்மம் தவறாமல் நாட்டை ஆண்டு வந்தான்.

அவன் மகனான விலிம்சன் நீதி நெறியுடன் அரசாண்டு வீர சுவர்க்கம் அடைந்தான்.

அவன் மகனுக்குப் பாட்டன் பெயரான கனித்திரன் என்றே பெயர். அவன் தரணியை தனிப்பெரும் மன்ன னாய் ஆண்டு மறைந்தான். அவனுக்குப் பிள்ளைப் பேறு இல்லாததால் அக்கினியை ஆராதித்து அவிசு கொடுக்க சுத்தமான மாமிசம் தேவைப்பட வேட்டைக்குச் செல்ல அங்கொரு மான் அவன் முன் தோன்றி தன் மாமிசத்தை ஏற்றுக் கொள்ளுமாறு வேண்டிட, அது தனக்கு மக்கட் பேறில்லை என்றும், புத்திரனுக்காகச் செய்யும் யாகத்தில் தானமானால் அந்தப் புண்ணிய பலனாய் அடுத்த பிறிவியிலேனும் பேறு ஏற்படு மென்று கூறி மாமிசத்தை எடுத்துக் கொள்ளுமாறு கூறிற்று.

அப்போது அங்கு மற்றொரு மான் வந்து தனக்குத் துன்பம் தாங்க முடிய வில்லை. எனவே, தன்னைக் கொல்லு மாறு வேண்டியது. அதன் துன்பத்திற் கான காரணத்தைக் கேட்க அது கூறிற்று,

''அது தனியாகத் திரிந்தபோது என் துயரமே இருந்தது. மனைவி வந்ததும் இரண்டு மடங்காயிற்று. பிள்ளைகள் பிறக்கப் பிறக்க துயரம் அத்தனை மடங்குகள் அதிகமாயிற்று. அந்தப் பாரத்தை தாங்க முடியவில்லை. எனக்கு விடுதலை அளிப்பதன் மூலம் புண்ணியமே கிடைக்கும்'' என்றது .

மன்னன் யோசித்தான். மான்களின் கூற்று நியாயமானது. ''இல்லறத்தில் ஈடுபட்டு வைராக்கியம் கற்றவன் எளிதில் துறவறத்தை ஏற்க முடியும். ஆனால், அதிலேயே மூழ்கி விட்டால் துன்பத்தைத்தான் காணமுடியும்'' என்று அறிந்தான்.

தவத்தின் பயனாகவே மகனை அடைய விரும்பி இந்திரனைக் குறித்துத் தவம் செய்ய இந்திரன் தன் அம்சமாய் ஒரு குழந்தையை அளித்தார். அதன் பெயர் 'பலாசுவன்'.

32. பலாசுவன் என்னும் வீர புருஷன்

பலாசுவனின் புத்திக் கூர்மையையும், வீர பராக்கிரமத்தையும் கண்டு மன்னன் மகிழ்ந்தான். பலாசுவனின் இளவயதி லேயே மன்னன் அவனிடம் நாட்டை ஒப்படைத்துவிட்டு தவம் செய்யச் சென்றான்.

பலாசுவன் திக்விஜயம் செய்து எங்கும் வெற்றி பெற்று தனிப்பெரும் மன்னனாய் புகழ் பெற்று விளங்கினான்.

எனினும் சிறிது காலம் கழித்து பொறாமை கொண்ட பல மன்னர்கள்

ஒன்று கூடி அவனை எதிர்த்துப் போரிட அவன் பகைவரை முறியடித்தான். போரின் முடிவில் பலாசுவன் சேனையும் அழிந்துவிட அவன் மிகவும் வருத்த முற்றான்.

கரந்தமன்

ஆனால் அவன் கைவிரல் இடுக்குகளி லிருந்து இரத, கஜ, துரக, பதாதி ஆகிய நால்வகைச் சேனைகளும் உண்டாயின. அதனால் அவனுக்கு 'கரந்தமன்' என்னும் பெயர் உண்டாயிற்று.

கரந்தமன் மேலும் புகழோடு அரசாண்டு வந்தான். அப்போது வீரிய சந்திரன் என்னும் அரசன் தன் மகள் 'வீரை' என்பவளுக்குச் சுயம்வரத்துக்கு ஏற்பாடு செய்து கரந்தமனுக்கும் ஓலை அனுப்பினான்.

கரந்தமன் சுயம்வரத்தில் கலந்து கொள்ள வீரை அவனுக்கே மாலையிட் டாள். அப்போது சுயம்வரத்துக்கு வந்திருந்த மற்ற மன்னர்கள் கரந்தம னுடன் போரிட்டுத் தோற்று ஓடினர். அவன் இந்திர அம்சமாகையால் அவனை யாராலும் எதிர்க்க இயலவில்லை.

கரந்தமன் தம்பதியருக்கு ஓர் ஆண் குழந்தை பிறந்தது.

33. அவீக்ஷிதன்

கரந்தமன், தீய கிரகங்களின் வீட்சணி யம் ஏதுமில்லாத தனது மகனின் ஜாதகம் கண்டு 'அவீக்ஷிதன்' என்று பெயர் வைத்தான்.

அவீக்ஷிதனும் சுயம்வரங்களும்

அந்த அவீக்ஷிதன் புஜ, பல, பராக்கிரமம் மிக்கவனாய், சத்தியம், சாந்த குணம் நிறைந்து இருந்தான். ஆனால், அவனுக்கு இல்லற வாழ்வில் நாட்டமில்லை. எனவே அவன் எங்கு சுயம்வரம் என்றாலும் அங்குச் சென்று, வென்று, ராஜ கன்னிகையைத் தூக்கி வந்து, அவளை அவள் விரும்புபவ னுக்குத் திருமணம் செய்து வைத்தான்.

அவீக்ஷிதன் கைது

அடுத்து, விசால நாட்டு மன்னன் மகள் வைசாலினியின் சுயம்வரத்துக்குச் சென்றான். அவன் வைசாலியைக் கவர்ந்து செல்கையில் மற்ற மன்னவர் களை எதிர்த்தான். அவர்கள் தோற்று ஓடுபவர் போல் ஓடி மறுபடியும் வந்து நாலா பக்கமும் சூழ்ந்து கொண்டு, அவீக்ஷிதனைத் தாக்கிட அவன் மூர்ச்சித்து விழுந்தான். அப்போது அவனைக் கைது செய்து கடுஞ்சிறையில் அடைத்து விட்டனர்.

வைசாலன் தன் மகளை வேறு ஒரு ராஜகுமாரனுக்கு மணம் செய்விக்க எண்ணி பெண்ணின் மனதை அறிந்து முடிவு செய்ய எண்ணினான். ஆனால் வைசாலினியோ உறுதியாக 'அவீக்ஷிதனைத் தவிர வேறு யாரையும் மணக்க மாட்டேன்' என்றாள். இதனால் கோபம் கொண்ட வைசாலன் ஒருநாள் ஜோதிடர்களை அழைத்து இன்றைக்கு நாள் பார்த்து சொல்லுங்கள். இன்றைக்கு மகளை வேறொரு அரச குமாரனுக்கு மணம் செய்து கொடுத்து விடுகிறேன் என்றான். ஜோதிடர்கள் கிரகங்களை ஆராய்ந்து அன்று கிரகநிலை மோசமாக இருப்பதால் திருமணம் செய்தால் பல கெடுதல்கள் ஏற்படும் என்றனர்.

இந்நிலையில் அவீக்ஷிதன் விசால தேசத்தில் சிறைப்பட்டிருக்கிறான், என்ற செய்தி கரந்தமன் காதுகளுக்கு எட்ட, வீரை அதைக்கேட்டு மிக்கத் துயரடைந் தாள். ஆயினும், பல சூழ்ச்சிக்காரர்களை எதிர்த்து நின்ற மகனின் வீரத்தை எண்ணிப் பெருமிதம் அடைந்தாள். கரந்தமன் அவர்களைப் பழி வாங்கப் பெரிய படையோடு புறப்பட்டான்.

எதிரிகளுடன் போரில் கரந்தமன் வெற்றி வீரனாய் விசால நாட்டில் புக,

வைசாலன் அவனை வரவேற்று, அரியாசனத்தில் அமர்த்தி, அவீக்ஷிதனை விடுதலை செய்து அழைத்துக் கொண்டு வந்து விட்டான்.

அவீக்ஷிதன் விடுதலை

விசாலன் தன் பெண் விரும்பியபடியே அவனை அவீக்ஷிதனுக்கு மணம் செய்து கொள்ள வேண்டும் என்று தன் விருப்பத்தைத் தெரிவிக்க, கரந்தமனும் அதனை அங்கீகரித்தான். ஆனால், அவீக்ஷிதனோ ''எவரையும் மணம் செய்து கொள்ளமாட்டேன். ஏனெனில், தனக்கு இல்லற வாழ்க்கையில் இச்சை இல்லை'' என்று கூறினான்.

இதைக் கேட்ட பின்னும் வைசாலினி அவீக்ஷிதனைத் தவிர வேறு எவரையும் மணந்து கொள்ள மாட்டேன் என்று அவரிடம் சொல்லி விடுமாறு தந்தையை வேண்டினாள்.

அவள் வைராக்கியத்தைக் கண்ட கரந்தமனும் தனக்கும் மட்டிலா மகிழ்ச்சி கொண்டு மகனிடம் அவளை மணந்து கொண்டால் வாழ்வில் சுகம் ஏற்படும் என்று அறிவுரை கூறினார்.

வைசாலியின் உறுதிமொழி

அவீக்ஷிதன் சம்மதியாதலால், கரந்தமன் வேறு வழிதோன்றாமல் விசால மன்னனிடம் விடை பெற்று தன் நாடு திரும்பினான். அவீக்ஷிதனையே மணக்க மன உறுதி கொண்ட வைசாலினி அடுத்த பிறவியிலாவது அவனைப் பதியாய் பெற எண்ணி காட்டில் சென்று தவம் புரியலானாள். அவள் கடுந்தவம் பலன் தராததால் அவள் உயிரை விட தீர்மானித்தாள்.

தேவதூதன்

தேவர்கள் வைசாலினியின் மன உறுதியை மெச்சி ஒரு தூதுவனை அவளிடம் அனுப்பி உயிரை விடாமல் இருக்க முயன்றனர். தேவதூதன் வைசாலினியிடம் அவள் வயிற்றில் பூவுலகை ஆளப்போகும் ஒரு பேரரசன் பிறக்கப் போகிறான் என்றும், அவன் 'அயச்சங்கு' என்ற கொடிய அரக்கனைக் கொல்வான் என்றும் நீதி நெறி தவறாமல் தர்மத்தின் காவலனாய் தேவர்களையும் மகிழ்ச்சியுறச் செய்வான் என்றும் கூறினான்.

அது கேட்ட வைசாலினி தான் பூவுலகில் அவீக்ஷிதனையன்றி, வேறு எவரையும் மணப்பதில்லை என்று உறுதியுடன் இருப்பதாகவும், அவீக்ஷிதன் பிரம்மச்சாரியாக இருக்க உறுதி கொண்டிருப்பதையும் கூறி, எப்படிக் குழந்தை பிறக்கும் என்று கேட்டாள்.

தேவரகசியம்

தேவதூதன் புன்னகை புரிந்து அது தேவரகசியம் என்றும் உண்மையாக அவீக்ஷிதனை அவள் மணம் புரிந்து நன்மகனைப் பெறுதல் சம்பவிக்கும் என்று கூறி மறைந்தான்.

வீரை மேற்கொண்ட விரதம்

அவீக்ஷிதனின் தாயான வீரை தான் குடும்ப நலன் கருதி ஒரு விரதம் மேற்கொள்ளுவதாகவும் அதன் முடிவில் யார் எது கேட்டாலும் கொடுக்கப் போவதாகவும் கணவனிடம் கூறி, கருவூலத்தில் உள்ள செல்வத்தில் பாதியைப் பெற்றாள். பின்னர் தன் மகன் அவீக்ஷிதனிடம் விரதம் பற்றிக் கூறி தானம் வழங்கும் காரியத்தை அவனே கவனிக்க வேண்டும் என்றும், அப்போது தானம் பெறுபவர்கள் எவ்வகையிலும் மனச் சஞ்சலம் கொள்ளாமல் பார்த்துச் கொள்ள வேண்டும் என்று கூறினாள்.

அவீக்ஷிதன் கட்டளையை அணுவள வும் பிசகாமல் நிறைவேற்றுவதாகச் கூறினான். அதற்குப் பின் அரசி விரதத்தை ஆரம்பித்தாள்.

அவ்வமயம் நாட்டின் நலனில் அக்கறை கொண்ட மந்திரி அரசனிடம்

இளவரசன் அவீக்ஷிதன் மணம் நடைபெறவில்லை. நாட்டை ஆள அடுத்த வாரிசு இல்லை என்றால் நாட்டைப் பகைவர்கள் பங்கு போட்டுக் கொள்வார்கள். அதைத் தடுக்க ஆவன செய்யுமாறு கூறினான்.

அதே சமயம் ராணியின் விரதம் முடிவடைந்ததைக் காட்டும் முரசொலி கேட்டது. ''அரசி தானம் வழங்க இருக்கிறார். யார் என்ன வேண்டுமானாலும் பெற்றுக் கொள்ளலாம்'' என்ற அறிவிப்பு அனைவர் காதிலும் ஒலித்தது.

அரசன் கேட்ட தானம்

அரசர், அமைச்சருடன் தானம் வழங்கப்படும் இடத்தில் மகன் முன்னால் வந்து நின்றார். அதைக்கண்டு அவீக்ஷிதன் திடுக்கிட்டு என்ன வேண்டும் என்று கேட்டான். ''வாக்குத் தவறக் கூடாது. என்ன கேட்டாலும் தர வேண்டும்'' என்றான் மன்னன். ''தங்களுக்குத் தேவையானதைக் கேளுங்கள். என்ன வேண்டும் கூறுங்கள்'' என்றான் அவீக்ஷிதன். அப்போது மன்னன் ''உன் மகன் முகத்தை நான் பார்க்க வேண்டும். அதுவே நான் வேண்டும் பொருள்'' என்றான்.

அவீக்ஷிதன் தரும சங்கடம்

அவீக்ஷிதன் தரும சங்கடத்தில் சிக்கித் தவித்தான். தன் உறுதி மொழியையே மீறுவதா? அல்லது கொடுத்த வாக்கை மீறுவதா? என்று யோசித்துப் பின்னர் தன் வைராக்கியத்தை மீறினாலும் தாயின் விரதத்திற்குப் பங்கம் ஏற்படக் கூடாது என்ற முடிவுக்கு வந்தான். தந்தையிடம் ''தங்கள் விருப்பப்படி செய்கிறேன். சிறிது அவகாசம் கொடுங்கள்'' என்று கேட்டான். பெற்றோர் மகிழ்ச்சியுற்றனர்.

தனக்கு ஏற்ற மனைவியை எப்படிக் கண்டுபிடிப்பது என்று சிந்தித்த வண்ணம் அவன் காட்டு வழியில் சென்று கொண்டிருக்கையில் ஓர் அரக்கன் கொடி போன்ற ஒரு பெண்ணைக் தூக்கிச் செல்வதைக் கண்டு, அரக்கனே நில். என் பாணத்திற்குப் பதில் சொல்லிவிட்டுச் செல் என்று கூற, அரக்கன் பெண்ணைக் கீழே வைத்து விட்டு ஓடிப் போய் ஒரு மரத்தை வேருடன் பிடுங்க முயற்சித்தான்.

அரசன் அரக்கனைக் கொல்லல்

அவ்வமயம் அந்தப் பெண்ணை அவள் யாரென்றும், எவ்வாறு அரக்கன் கையில் சிக்கினாய் என்றும் கேட்க, அவள் தான் அவீக்ஷிதன் மனைவி. கானகத்தில் தவம் செய்து கொண்டிருந்த தன்னை அரக்கன் பலவந்தமாகத் தூக்கிப் போக முயல்கிறான். தன் கணவர் எங்கிருக்கிறாரோ? அவர் எப்படி வந்து தன்னைக் காப்பாற்றுவாரோ? என்று கூறி அழுதாள்.

அவீக்ஷிதனுக்குத் தடுமாற்றம். ஒன்றும் புரியவில்லை. எனினும், அந்த அரக்கனைக் கொன்று அவளைக் காப்பாற்றினான். அப்போது தேவர்கள் ''தேவலோகத்தின் பயம் நீங்கியது. அசுரனை வென்ற உனக்கு என்ன வரம் வேண்டும்?'' என்று கேட்டனர்.

அவன் தன் தந்தையின் கோரிக்கையை நிறைவேற்ற வழிகாட்டுமாறு வேண்டினான். அப்போது தேவேந்திரன், ''வைசாலினியை உனக்குத் தெரியவில்லையா! இவளைவிடச் சிறந்த மனைவி கிடைப்பாளா? இவளையே மணந்து சகல சௌபாக்கியங்களையும் பெறுவாயாக'' என்று வாழ்த்தினான்.

அவீக்ஷிதன் திருமணம்

வைசாலினி அவீக்ஷிதனைப் பணிந்து தன்னை ஒரு விஷப்பாம்பு பாதாளம் கொண்டு சென்றதையும், நாகராஜன் பூவுலகை ஆளும் ஒரு புதல்வனை நான் அடைவேன் என்று ஆசிர்வதித்து பூவுலகில் கொண்டு வந்து விடுகையில்

என்றைக்காவது அவரது பிள்ளைகளுக்கு ஆபத்து நேரும்போது காப்பாற்றுமாறும் கேட்டுக் கொண்டாள். அவ்வாறே - என்று வாக்களித்தான். என்றாவது ஒரு நாள் தன் பதியாகிய அவீக்ஷிதனை அடைய முடியுமென்றும் நம்பிக்கையில் இருந்தாள். இன்று நம்பிக்கை வீணாக வில்லை என்று கூறியவள் உடனே அவளை காந்தர்வ முறைப்படி விவாகம் செய்து கொள்ள வேண்டினாள்.

பெற்றோர் இன்றித் திருமணம் முறையல்ல என்று எண்ணிய அவீக்ஷிதன் முன் ஒரு கந்தர்வன் தோன்றி வைசாலினி பாமினி என்றும் தன் மகளே என்றும், அவள் ஒரு சமயம் ஒரு முனிவரை அவமதித்ததன் காரணமாக மானிடப் பிறவி அடைந்தாள் என்றும் அவீக்ஷித னால் விமோசனம் அடைந்தாள் என்றும் கூறி இருவரையும் விமானத்தில் ஏற்றிக் கொண்டு கந்தர்வலோகத்துக்கு அழைத்துச் சென்று விதிப்படி அவர் களுக்குத் திருமணம் செய்து வைத்தான்.

இருவரும் கந்தர்வ லோகத்தில் எல்லையற்ற இன்பங்களைத் துய்க்க அவர்களுக்கு ஓர் ஆண் குழந்தை பிறந்தது.

தும்புரு மகரிஷி அங்கு வந்து அக்குழந்தைக்கு ஜாதகர்மம், நாம கரணம் ஆகியவற்றைச் செய்து வைத்தார். அக்குழந்தை பிறந்தபோது மந்த மாருதம் வீசியதால் அதற்கு 'மருத்து' என்று பெயர் இட்டனர்.

வாக்கு காப்பாற்றப்பட்டது

சில நாட்கள் கழித்து அவீக்ஷிதன் கந்தர்வ ராஜனிடம் விடைபெற்றுக் கொண்டு தன் நாடு திரும்பிவந்து தந்தையிடம் குழந்தையைக் கொடுத்து தான் கொடுத்த வாக்கை நிறைவேற்றிய தாகக் கூறினான். தன் மனைவி வைசாலினியும் கடும் தவம் புரிந்து தன் உறுதிமொழிபடி நம்பிக்கை யுடன் தவம் செய்து என்னை மணந்து கொண்டதை யும் கூறினான்.

கனித்திரனும், வீரையும் பெரு மகிழ்ச்சி கொண்டனர். கற்பின் வலிமை யால் எதையும் சாதிக்க முடியும் என்று நிரூபித்துவிட்டாள் எனக் கூறி அவளைப் பாராட்டி வாழ்த்தினர்.

34. மருத்தன், நரிஷ்யந்தன் தந்தை வேட்டல், மகன் மறுத்தல்

அவீக்ஷிதனின் மகன் மருத்தன் பெரும் பேரரசனாய் விளங்கினான். ஞானம் மிகுதியாய்ப் பெற்றிருந்த மருத்தன் எல்லாக் கலைகளையும் பெற்றுப் பேரரசனாய் விளங்கும்போதே தான் வனம் சென்று தவம் செய்ய விரும்பிய கனித்திரன் அவீக்ஷிதனை அழைத்து, நாட்டின் பொறுப்பை ஏற்றுத் தன்னை வனம் சென்று தவம் செய்ய அனுமதிக்கு மாறு வேண்டிட, தான் சிறைப்பட்ட தால் நாடாளும் தகுதியை இழந்து விட்டேன் என்றும் நாடுவேண்டாம் என்றும் மறுத்து விட்டான்.

பேரன் மருத்தன் அரசனாதல்

'தந்தையே தனயனுமாவான்' என்று நீதி நூல்கள் கூறுவதால் தான் பெற்ற வெற்றி அவீக்ஷிதனின் வெற்றியேயாகும் என்றும், அதனால் நாட்டை ஏற்றுக் கொள் என்றான். எனினும் மகன் நாட்டை ஏற்க மறுத்ததால் சிறிது காலம் கழித்து பாட்டன் பேரனாகிய மருத்த னுக்கு பட்டம் கட்டிவிட்டுக் கானகம் சென்று தவம் புரிந்து இந்திர லோகம் அடைந்தான்.

மருத்தன் நீதி தவறாமல் நாடாண் டான். யாகாதிகள் மூலமும் புகழ் பெற்று விளங்கி வந்தான்.

முனிவரின் வேண்டுகோள்

ஒரு நாள் ஒரு முனிவர் மருத்தனை அணுகி, ''உனது பாட்டி வீரையால் அனுப்பப்பட்டு இங்கு வந்துள்ளேன்.

பாதாளத்திலிருந்து பாம்புகள் வெளி வந்து காட்டில் வாழும் முனிவர்களுக்குத் தொல்லைகள் தருகின்றன. கொடிய பாம்புகள் ஏழு முனிவர்களைக் கொன்று விட்டன. நீர் நிலைகள் எல்லாம் பாம்பு களால் விஷமாகி விட்டன. பாம்பு களைக் கொன்று முனிவர்களைக் காப்பாற்று. இல்லாவிடில் நரகத்தை அடைவாய்'' என்றார்.

தந்தைக்கும் மகனுக்கும் போர்

மருத்தன் ரிஷிபுத்திரர்களைப் பிழைப் பிக்கவும், பாம்புகளைக் கொல்லவும் பிரதிக்ஞை செய்து யமாஸ்திரத்தைப் பாதாள லோகத்தை நோக்கி எய்தான். அதனால் பயந்த நாகங்கள் மருத்தன் தாய் நாகலோகத்தில் இருந்தபோது ஆபத்து காலத்தில் அவர்களைக் காப்பதாகக் கூறியுள்ளதால் அவர்கள் அவீக்ஷிதனிடம் சரணடைந்து காக்க வேண்டினர்.

தந்தையும், மகனும் தம் வாக்கைக் காப்பாற்றிக் கொள்ள போரில் இறங்கி னர். அப்போது எல்லா ரிஷிகளும் தோன்றி இருவரையும் போரை நிறுத்து மாறு கட்டளையிட்டதுடன் தமது தவ பலத்தால் இறந்தவர்களை எழுப்பித் தருவதாகவும் கூறினர்.

அப்போது கரத்தமன், வைசாலினி ஆகியோரும் விண்ணிலிருந்து வந்து தந்தையையும், மகனையும் பாராட்டினர். மேலும் அவர்கள் ஆட்சியில் தருமம் காப்பாற்றப்படும் என்ற நம்பிக்கை வீணாகவில்லை என்று கூறி சர்வ மங்களம் ஏற்பட ஆசிர்வதித்தனர்.

மருத்தன், வைகர்ப்பி, பிரபாவதி, கைகேயி, லிசாந்திரி, சுகேஷி, வஷஸ்மதி முதலிய பெண்களை மணந்தான். அவனுக்குப் பிறந்த பதினெட்டுப் புதல்வர்களில் மூத்தவன் நரிஷ்யந்தன்.

நரிஷ்யந்தன்

நரிஷ்யந்தன் தன் முன்னோர்களின் வரலாறுகளைக் கேட்டுத் தான் அவர் களை விட மேலும் சிறந்து விளங்க வேண்டும் என்று முயற்சி செய்தான். யாகங்களில் அவன் கொடுத்த ஏராளமான தட்சணைகளைப் பெற்று வளமுடன் வாழ்ந்து வந்தான். அவன் ஆட்சிக்குச் சமமாய் வேறு ஒன்றைச் சொல்ல முடியாது என்று எல்லாரும் போற்றினர்.

35. தமனின் பழிக்குப் பழி

தமன் பிறப்பு

நரிஷ்யந்தன் இந்திரசேனை என்பவளை மணந்தான். அவள் கருவுற்ற போது அக்கரு ஒன்பது ஆண்டுகாலம் அவள் வயிற்றிலேயே தங்கிவிட அவன் ஜோதிடர்களைக் கொண்டு கிரகங் களைப் பற்றி ஆராய அவன் பிறந்தது முதலே எல்லோரையும் அடக்கி ஆள்வான் என்று தெரியவந்தது.

சிறிது காலத்தில் குழந்தை பிறந்தது. அதற்குத் தமன் என்று பெயரிட்டனர். அவன் வளர்ந்து தக்க வயதில் விருஷ பர்வாவிடமிருந்து வில்வித்தையையும், சக்தியிடமிருந்து அனைத்து வேதங் களையும், ரிஷ்டி சேனனிடமிருந்து யோக கலைகளையும் கற்றான்.

சாருவர்மன்

தசார்ணவ நாட்டு மன்னன் சாரு வர்மன் தன் மகள் சுமனையை தமனுக்குத் திருமணம் செய்ய விரும்பி னாலும், ராஜ தர்மப்படி சுயம்வரத்துக்கு ஏற்பாடு செய்தான்.

சுமனை கடத்தப்படல்

ஆனால் சுயம்வரத்துக்கு முன்னாலே மகாநந்தன், வபுஸ்மான் என்னும் இரண்டு மன்னர்கள் நள்ளிரவில் அந்தப் புரத்தில் புகுந்து சுமனையைத் தூக்கிச் சென்று விட்டனர்.

அப்போது தமன் தன்னை வரித்த அவளைக் கள்ளத்தனமாய் தூக்கிக்

சென்ற இருவரையும் எதிர்த்துப் போர் புரியத் தயாரானான்.

அப்போரில் தமன் மகாநந்தனைக் கொன்று, வபுஸ்மானை மூர்ச்சையாகும் படி அழித்து வீழ்த்திக் கொல்லாமல் விட்டுவிட்டான்.

திருமணம்

பிறகு சாருவர்மன், சுமனையைத் தமனுக்கு முறைப்படி மணம் செய்து வைத்தான். தமன் மனைவியுடன் பெற்றோர்களை வணங்கினான்.

நரிஷ்யந்தன் தன் மகனுக்குப் பட்டம் கட்டி விட்டு மனைவியுடன் தவம் செய்யக் கானகம் சென்றான்.

காட்டில் தவம் செய்து கொண்டிருந்த நரிஷ்யந்தனை ஒரு நாள், மூர்ச்சித்து வீழ்ந்ததால் கொல்லாமல் விடப்பட்ட வபுஸ்மான் கண்டு அதர்மமாக அவரைக் கொன்று விட்டான். இந்திரசேனை நியாயங்கள் கூறித் தடுத்தும் அவன் கேட்கவில்லை.

இந்த நிகழ்ச்சியை அறிந்த வேடர்கள், மற்றும் சிலர் அங்கு வந்து கூடினர். அவர்களிடம் இந்திரசேனை தனித்திருந்த தவம் செய்து வந்த தந்தையைக் கொன்ற பாதகனைக் கொன்று பழி வாங்க வேண்டியது அரசன் கடமை என்று தமனிடம் கூறுமாறு அனுப்பினான்.

பழிக்குப் பழி

இஃதறிந்த தமன், தந்தையைக் கொன்றவனின் இரத்தத்தால் அவருக்குத் தர்ப்பணம் செய்வதாகவும், அவன் மாமிசத்தைப் பிண்டமாக அளிப்பதாக வும் சூளுரை கூறிப் படைகளுடன், வபுஸ்மானுடன் போர் செய்தான். பல நாட்கள் போர் நடந்தது. இறுதியில் வபுஸ்மானின் ஏழு பிள்ளைகளையும் அவனுடைய சேனாதிபதிகளையும் கொன்று வபுஸ்மானை வீழ்த்தி அவன் தலைமுடியைப் பிடித்து ஒரே வீச்சால் அவன் தலையை வெட்டி சபதத்தை நிறைவேற்றினான். தேவர்கள் பூமாரி பொழிந்தனர்.

இந்த மார்க்கண்டேய புராணம் புண்ணிய பலன்களை தர வல்லது. தர்மவழி காட்டி, மோக்ஷ சாம்ராஜ்ஜிய கதவுகளைக் திறந்துவிடும்.

■■■

ஸ்ரீ வாமன புராணம்

ஸ்ரீ வாமனாவதாரத் திருமால்

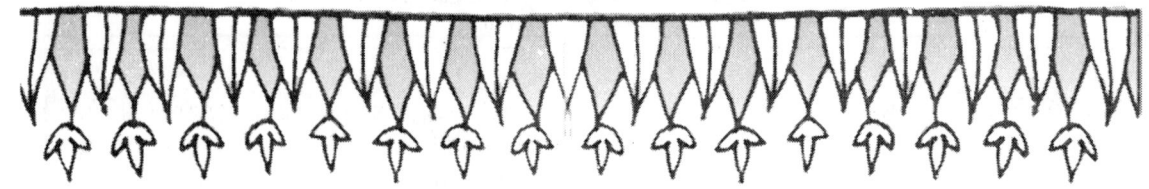

14
ஸ்ரீ வாமன புராணம்

1. தோற்றுவாய்

மகா புராணங்களில் வாமன புராணம் ஒன்று. இந்த வாமன புராணத்தில் பூர்வ பாகம், உத்தரபாகம் என இரண்டு பெரும் பிரிவுகள் உள்ளன. தொண்ணூற்றைந்து அத்தியாயங்கள் உள்ளன. இது ராஜசிக புராணம். படைப்பு (அ) சிருஷ்டி விவரங்கள் தந்து, பிரம்மாவின் படைப்பு பற்றிப் பெரிதும் விளக்குபவை ராஜசிக புராணங்கள் ஆகும்.

நாரதர் ஒரு சமயம் புலஸ்திய மகரிஷியிடம் வாமன புராணம் பற்றிக் கூற வேண்ட, புலஸ்தியர் 'வாமன புராணம்' பற்றிக் கூறலானர்.

வாமனம் – குள்ளம்; வாமனன் – குள்ளன். மூவடி பலியிடம் கேட்டு யாசித்த வாமனனின் (விஷ்ணு) வரலாறு வாமனாவதாரக் கதையாகும். வாமன புராணத்தில் மேலும் பல வரலாறுகளும் கொடுக்கப்பட்டுள்ளன.

வாமன ஜயந்தி மகாத்மியம் பற்றி புலஸ்தியர், புரட்டாசி மாதம், சுக்கிலபக்ஷ துவாதசி அன்று திருவோண நக்ஷத்திரத்தில் பகவான் விஷ்ணு வாமனனாக அவதரித்தார். இந்த வாமன துவாதசி அன்று செய்யப்படும் தானம் அனைத்துப் புண்ணியமும் தரும்.

இருமுறை வாமனனாகப் பெருமாள் அவதரித்தார். மகாபலிச் சக்கரவர்த்தியிடம் மூவடி மண் கேட்டு ஓங்கி உலகளந்த வரலாறு அனைவரும் அறிந்ததே. அதற்கு முன்பு ஒரு தரம் துந்து என்ற அரக்கனை அழிக்கவும் வாமனாவதாரம் நிகழ்ந்த வரலாறு ஒன்றும் உள்ளது. இது விஷ்ணுவின் முதல் வாமனாவதாரம் எனப்படுகிறது.

2. துந்து அரக்கனும், வாமனனும்

தனு, காசியப முனிவர் தம்பதிகளின் மகன் துந்து என்னும் அரக்கன். அவன் பிரம்ம தேவனைக் குறித்துக் கோரத்தவம் செய்து தேவர்களால் தனக்கு மரணம் ஏற்படாதவாறு வரம் பெற்றான். துந்து இந்திரனை வென்று அப்பதவியைப் பெற்றான். இந்திரன் தேவர்களுடன் தம்மைக் காப்பாற்றிக் கொள்ள பிரம்மாவின் இருப்பிடமாகிய சத்திய லோகம் சென்று அடைந்தான்.

அதை அறிந்த அரக்கன் துந்து படைத் தலைவனிடம் பிரம்மலோகம் அடைந்து தேவர்களைத் துரத்தித் தங்க இடமின்றி செய்யவேண்டும் என்றான். பிரம்ம லோகம் செல்லும் வழியில் ஏற்படக் கூடிய கஷ்ட நஷ்டங்கள் பற்றி அவர்கள் எடுத்துரைத்தனர். மேலும் அவனுக்கு வரங்கள் அளித்த பிரம்மாவின் இருப்பிடத்தின் மீது போர் தொடுத்தால் நல்லதல்ல என்று அறிவுரை கூறினர்.

அப்போது துந்து தனக்குப் பிரம்ம லோகத்தை வெற்றிக்கொள்ள ஆவல் உள்ளது. எத்தகைய புண்ணியம் செய்தால் அங்குச் செல்லமுடியும். இந்திராதி தேவர்கள் எவ்வாறு செல்ல முடிந்தது. என்றெல்லாம் கேட்க, சேனாபதி, ''குருவாகிய சுக்கிராச்சாரியாரைக்

கேட்டுப் பாருங்கள்'' என்று உபாயம் கூறினார்.

அவ்வாறே அரக்கன் சுக்கிராச்சாரி யாரை அடைந்து பிரம்மலோகம் செல்ல என்ன செய்ய வேண்டும் என்று கேட்க, அவர் இந்திரன் நூறு அசுவமேத யாகங்கள் செய்து அந்தச் சக்தியை அடைந்தான் என்றார். உடனே துந்துவும் நூறு அசுவமேத யாகங்கள் செய்யும் முயற்சியில் ஈடுபட்டான்.

துந்து சுக்கிராச்சாரியாரின் அனுமதி பெற்று யாக தீட்சை பெற்றான். சேனாதி பதிகளை அழைத்து கர்மபூமியான பூவுலகம் அடைந்து அரசர்களை வென்று அவர்களையும் யாகத்துக்கு வருமாறு அழைப்பாணை விடுத்தான். மற்றும் யாகக்குதிரைக்குக் காவலாகவும் சிலரை ஏவினான். யஜ்ஞபாகத்தைப் பெற ராகு கேது முதலிய ராக்ஷசர்களும் வந்தனர்.

தேவர்கள் துந்து செய்யும் அசுவமேத யாகம் பற்றி யாகசாலையிலிருந்து வரும் தூபவாசனையினால் அறிந்து மகா விஷ்ணுவை அடைந்து தங்கள் கவலையை வெளியிட்டு, தங்களைக் காத்திடுமாறு வேண்டினர். அவன் மூவுலகங்களையும் வென்று, பிரம்ம லோகத்தையும் பற்றிட யாகம் நிகழ்த்து வது பற்றியும் எடுத்துரைத்தனர்.

விஷ்ணு அவர்களுக்கு அபயமளித்து அனுப்பிவிட்டு அரக்கனை வெல்லக் கூடிய அபாயம் பற்றிச் சிந்தித்தார். உடனே ஓர் அந்தணர் வாமனரூபம் கொண்டு தேவிகா நதியில் மூழ்கியும், எழுந்தும் கால்கைகள் மேலே தோன்ற இறப்பதற்குத் தயாராகுபவன் போல் காட்சி அளித்தார். இந்தக் காட்சியைக் கண்ட துந்து, மற்றும் புரோகிதர்கள் அனைவர்களும் யாகக்காரியங்களை விட்டு அந்த வாமனனைக் காப்பாற்ற விரைந்தனர். இறுதியில் அவ்வாமனனை நீரிலிருந்து வெளியே எடுத்து உபசாரங் கள் செய்தனர்.

அடுத்து, அந்த வாமனன் உயிர்விட எண்ணிய காரணம் அறிய பலவிதமான கேள்விகளைக் கேட்டனர். வாமன பிராமணன் உடல் நடுங்கிக் கொண்டே தன் வரலாற்றைக் கூறத் தொடங்கினான்.

வாமனன் கூறிய வரலாறு

''பிரபாசன் என்ற மகாவித்வானுக்கு நானும், என் தமையன் நேத்ரபாஸனும் இரு புத்திரர்கள். எங்கள் தகப்பனார் மரணமடைந்து, காரியங்கள் முடிந்த பிறகு வீட்டைப் பங்குபோடுமாறு கேட்க, என் அண்ணன் வாமனன், கூனன், நொண்டி, அலி போன்றவர்களுக்குச் சொத்தில் பங்கு கிடையாது. போட்டதைச் சாப்பிட்டு விட்டு சும்மா இருக்க வேண்டும் என்றான். வாமன னுக்குச் சொத்து கிடையாது என்பது என்ன நியாயம் என்று கேட்க, அவன் கோபம் கொண்டு என்னை இந்நதியில் இழுத்துத் தள்ளிவிட்டுச் சென்று விட்டான்'' என்று கூறினான்.

இப்போது உங்கள் தயவினால் உயிருடன் மீண்டேன் என்று நன்றி கூறி அவர்களெல்லாம் யார்? எவர்? என்று கேள்வி கேட்டான்.

பிராமணர்கள் தாங்கள் பிருகு வம்சத்தினர் என்றும், அவர் துந்து என்னும் மகாவீரன் என்னும் 'தாதா' என்றும், இங்கு அசுவமேத யாகம் நடத்துபவர் இவரே என்றனர். மேலும் துந்துபியிடம் அந்த வாமனனுக்கு ஒரு வீடு, மற்றும் பொன்னும், பொருளும் அளிக்குமாறு கூறினர். அப்போது அரக்கர் மன்னன் அவனிடம், அவனுக்கு தேவை எதுவாயினும் தான் தருவதாகக் கூறிக் கேட்கச் சொன்னார்.

அப்போது வாமனன் வீடு, பொருட்க ள் மீது தனக்கு ஆசையில்லை. என் கால்களால் மூன்றடி நிலம் கொடு என்று வேண்டினான். அதைக் கேட்ட துந்து சிரித்து அப்படியே கொடுத்தேன் என்றான்.

வாமனன் ஓங்கி வளர்ந்து விசுவரூபம் கொண்டான். ஓரடியால் மண்ணையும், இரண்டாவது அடியால் விண்ணையும் அளந்து, மூன்றாவது அடிக்கு இடமில் லாததால் கோபம் கொண்டு திடீரென்று துந்துவின் மேல் விழுந்தான். அவன் விழுந்த வேகம், பளு தாங்க முடியாமல் பூமியில் பெரிய பள்ளம் உண்டாயிற்று. உடனே வாமனன் துந்துவை அந்தப் பள்ளத்தில் தள்ளி, அவன் மேல் மண்மாரி பொழியச் செய்து அவனுக்கு சமாதி செய்துவிட்டார்.

இவ்வாறு துந்துவை அழிக்க வந்த வாமனன், விஷ்ணுவின் முதல் வாமனா வதாரம் என்கிறது வாமன புராணம்.

3. ஓங்கி உலகளந்தான்

துந்து பிரம்மலோகத்தை வேண்டி துராசை கொண்டதன் விளைவாகத் தனக்குத் தானே சமாதியைத் தேடிக் கொண்டான், வாமனனாகிய நாராயணன் செயலால். இது குறித்து விசாரமடைந்த பிரகலாதன் தன் மகனாகிய விரோ சனனை ராக்ஷச ராஜ்யத்திற்கு அரசனாக்கி னான். அவனும் தந்தை சொற்படி ஆட்சி புரிந்து வந்தான். இவன் மகனே பலிச்சக்கரவர்த்தி.

பலி பாட்டன் வழியில், அவன் அறிவுரைப்படி, தரும சாஸ்திர நெறியில் பயிற்றுவிக்கப்பட்டான். பிரகலாதன் அவனுக்குக் குருவாகவும் விளங்கினான். பலி மன்னனானவுடன் இந்திராதி தேவர்களை வென்றது மட்டுமின்றி மூவுலகங்களையும் கைப்பற்றினான். இதனால் தேவர்களுக்கு நித்தியகண்டம் ஆயிற்று.

இதனால் மனமுடைந்த தேவர்கள் தந்தை காசியபரை அணுகி முறையிட அவர் தேவர்களை பிரம்மலோகம் அழைத்துச் சென்றார். பிரம்மாவும் செய்வதறியாமல் அனைவரையும் அழைத்துக் கொண்டு மகாவிஷ்ணுவிடம் சென்று ரக்ஷிக்குமாறு வேண்டினர்.

அப்போது பகவான் தான் வாமனாவ தாரம் எடுத்துப் பலியை அடக்குவதாகக் கூறி அவர்கள் புத்திரனாக அவதரிக்க அவர்களது தபஸ்ஸக்தி மட்டும் போதாது என்றும் அவர்களிருவரையும் பரமநிஷ்டையுடன் மேலும் தன்னை அடைய தவம் புரியுமாறு கூறினார். அதிலும் அதிதி செய்யும் தவமே அவள் கருவில் தான் தோன்ற மிகவும் முக்கிய மாகும் என்று அருளாசி வழங்கினார்.

அப்போது அதிதி உலகையே தன்னுள் அடக்கியுள்ள பகவானைத் தன் கருவில் தன்னால் சுமக்க முடியுமா என்று ஐயத்துடன் கேட்க, விஷ்ணு உன் குழந்தையாக நான் பிறக்க இருப்பதால் உன்னையும் கரு பளுவையும் நானே சுமப்பேன். 'நீ தவம் செய்' என்றார். இவ்வாறு கூறி நாராயணன் தக்க தருணத் தில் அதிதி கருவில் பிரவேசித்தார்.

ராக்ஷசர்களிடையே அவ்வமயம் மகிழ்ச்சி குறைந்தது. உற்சாகமின்றி காணப்பட்டனர். இது கண்ட பலிச் சக்கரவர்த்தி பாட்டன் பிரகலாதனிடம் அதற்கான காரணம் கேட்க, பிரகலாதன் ஞானதிருஷ்டியால் நடக்கும் நிகழ்ச்சி களுக்குக் காரணம் ஆராய பகவான் நாராயணனைத் தியானம் செய்தார். மகா மகிமை கொண்ட நாராயணன் அதிதி வயிற்றில் வாமனனாக அவதரிக்கப் போகிறார். அவர் மகாத்மா விஷ்ணுவின் அம்சமாக உதிக்கப்போகும் வாமனனே. அரக்கர்களின் தேஜஸ்ஸை கவர்ந்து கொண்டார் என்று கூறினார்.

அது கேட்ட பலி நாராயணன் யார்? அவர் தன்னிடமுள்ள மகா ராக்ஷசத் தலைவர்களை விடச் சக்தி வாய்ந்தவரா? என்று ஏளனமாகப் பேச ஆரம்பிக்க, பிரகலாதன் கோபம் கொண்டு, ராக்ஷசர்கள் தீய புத்தி உள்ளவர்கள். அவர்களுக்குப் பலி தலைவன். அதனால் அவனுக்கு விநாசகாலம். 'விநாசகாலே விபரீத புத்தி' என்று எச்சரித்தார்.

உனக்கு உன் தந்தையும், அவனுக்குத் தானும், தனக்கு நாராயணனும் குரு. அத்தகைய பரமகுருவை, தனக்கு உயிரினும் மேலான நாராயணனை நிந்தித்தான் என்றும் அதனால் அவன் விரைவில் இராஜ்யத்தை இழப்பான் என்றும் சபித்தான் பிரகலாதன்.

பின்னர் பலி தான் செய்த தவறுக்கு பச்சாத்தாபப் பட்டு தன்னை மன்னித்து ஆசிர்வதிக்க வேண்ட, பிரகலாதனும் கோபத்தில் தான் கொடுத்த சாபமும் பலிக்கும் வரமாக மாறும் என்று சாபவிமோசன வழியாக அன்று முதல் பலியை விஷ்ணுபக்தி உடையவனாக இருக்குமாறு அறிவுரை பகன்றான்.

வாமனாவதாரம்

அதிதிக்கு மாதங்கள் நிறைய அழகிய வாமனனைத் (விஷ்ணுவை) தன் மகனாகப் பெற்றெடுத்தாள். தேவர்கள் மகிழ்ந்தனர். அசுரர்கள் துயரடைந்தனர். பிரம்மா தானே வந்து வாமனனுக்கு ஜாதகதர்மம் ஆகியவை செய்வித்து, பகவானை, அவரது லீலாவதார மகிமையைப் புகழ்ந்து துதி செய்தார். அப்போது வாமனாவதார நாராயணன் தேவர்களிடம அவர்கள் வேண்டு கோளின் படி தான் அவதாரம் எடுத்திருப் பதை உணர்த்தி தான் வாக்களித்தபடியே நிறைவேற்றி அவர்களுக்கு மகிழ்ச்சி உண்டாக்கப் போவதாகக் கூறினார்.

பிரம்மா வாமனனுக்கு மான் தோல் அளித்தார். வியாழபகவான் பூணூலும், மரீசி தண்டமும், வசிஷ்டர் கமண்டல மும் அளித்தார். ஆங்கீரசர் தர்ப்பை, ஆடைகள் கொடுத்தார். பிரணவத்துடன் கூடிய வேதங்கள் அவரை வந்தடைந்தன. பரத்துவாஜர் அவருக்கு உபநயனம் செய்வித்தார். பரத்வாஜரிடம் வாமனர் அத்யயனம் செய்தார். ஆங்கீரசர் சாம வேதம் கற்பித்தார். சங்கீதமும் கற்பித் தார்.

பின்னர் வாமனன் பரத்துவாஜரை நோக்கி குருவே மகாத்மாக்களெல்லாம் குருக்ஷேத்திரத்திற்குச் செல்கின்றனர். அங்குப் பலி சக்கரவர்த்தி அசுவமேத யாகம் செய்கிறானாம். அங்கு நானும் செல்ல விரும்புகிறேன். அனுமதி அளியுங்கள் என்று பிரார்த்திக்க பரத்து வாஜர் ''ஜகந்நாதா! நான் உனக்கு கட்டளையிடுவதா? நீ போக முடிவு செய்தால், எனக்கெந்த ஆஷேபனையும் இல்லை. நாங்களும் பலி சக்கரவர்த்தி யாகத்திற்கு வருகிறோம். நீ எங்கெல் லாம் இருப்பாய் என்று அருள்வாயாக'' என்று வேண்ட, வாமனனும் அப்படியே கூறலானார்.

விஷ்ணுவின் சாந்நித்தியம் உள்ள விசேஷ இடங்கள்

மானச ஏரியில் மச்ச ரூபத்தில், கௌசிசி நதியில் கூர்மங்களாக, கிருஷ்ணா நதியில் ஹயக்கிரீவனாக, அத்தினாபுரத்தில் கோவிந்தனாக, வாரணாசியில் மாதவன், பிந்து மாதவ னாக, பிரயாகையில் கேசவனாக, கயை யில் கதாதரனாக, கேதாரத்தில் மாதவ னாக, பதரிகாசிரமத்தில் நாராயணனாக, குருக்ஷேத்திரத்தில் குருத் வஜனாக, விதஸ்தாநதியில் குமாரீலனாக, இமாலயத்தில் சூலபாணியாக, நைமி சாரணியத்தில் பீதவாசனனாக, மலயபர்வ தத்தில் சௌகந்தியாயும், நிஷத நாட்டில் அமரேச்வரனாகவும், குருஜாஸ்கலத்தில் ஸ்தாணு சங்கரனாகவும், கிஷ்கிந்தையில் நவமாலியாகவும், பிரபாச தீர்த்தத்தில் கவர்ணிகாவும், மற்றும் உதயசூரியன், சந்திரன், துருவ நக்ஷத்திரத்திலேயும், திராட்சாராமமெனும் சப்த கோதாவரி யில் ஹாட கேச்வரனாகவும், அதாவது பீமேச்வரனாகவும், கைலாயத்தில் ரிஷபக் கொடியோனாகவும் சௌராஷ் டிரத்தில் மகாவாசன் (சோமநாதன்) ஆகவும், சிங்களத் தீவில் உபேந்திரனாக வும், சதுர்தச புவனங்களில் பல நாமங்க ளாகவும் இருப்பதாக பகவான் கூறினார்.

பலி செய்த யாகம்

பின்னர், அனைவரும் பலியின் அசுவமேத யாகத்திற்குச் சென்றனர். பகல் இரவாயிற்று. பூமி அதிர்ந்தது. யாகசாலை அல்லகல்லோலமாயிற்று. யாகத்தில் அக்கினி மூலம் அரக்கர் களுக்குக் கொடுக்கப்பட்ட அவிர்ப்பாகம் அவர்களுக்குச் சேரவில்லை. இதை எல்லாம் கண்ட பலிச்சக்கரவர்த்தி தன் குருவாகிய சுக்கிராச்சாரியாரை அணுகி இவற்றிற்கான காரணத்தை அறிய வேண்டினார். சுக்கிராச்சாரியார் ஞான திருஷ்டியால் வாமனனாகிய (விஷ்ணு) வருவதை அறிந்து கூறினார்.

அப்போது பலி வாமனரை அதிதி யாகத் தான் எவ்வாறு வரவேற்று உபசரிக்க வேண்டும் என்று கேட்க, அவர் பலி அரக்கர்களித்த அவிர்பாகங்களைத் தேவர்கள் அடையுமாறு செய்ய அவர் வருகிறார். அவருக்கு ஒன்றும் தர வேண்டாம். அப்படித் தருவதால் பய னேதும் இல்லை என்று சுக்கிராச்சாரியார் கூறிட, அதற்குப் பலி வரும் யாசகர் வேறு யாராக இருப்பினும் உங்கள் வார்த்தையைக் கேட்டிருப்பேன். ஆனால் சாக்ஷாத் மகாவிஷ்ணுவே அல்லவா! அப்படிப்பட்டவர் வந்து யாசகம் கேட்கும்போது எப்படி இல்லை என்று சொல்வேன். முற்பிறப்பு வாசனை, பழக்கம் இந்த ஜன்மத்தில் கர்மமாகும். அதனை விட முடியாது.

எனவே, வாமனனுக்கு ஏதாவது தானம் தரவேண்டுமென்று உள்ளது. என்மேல் கருணைகாட்டி நான் செய்யும் தானத்திற்குத் தாங்கள் தடை செய்ய வேண்டாம் என்று குருவிடம் பிரார்த்தித் தான்.

வாமனன் வருகை

தான தர்மம், சத்தியம், பராக்கிரமம் கொண்ட பலிச்சக்ரவர்த்தி, வாமன னாகிய புருஷோத்தமனுக்குத் தானம் அளித்தால் எல்லாத் தேவதைகளும் திருப்தி அடைவர். சற்பாத்திரமான அவருக்கு அளிக்கும் தானம் பெரும் பலனை அளிக்க வல்லது. அவர் கோபம் கொண்டு அவரால் தான் கொல்லப் பட்டாலும் அதைவிட தனக்கு நன்மை அளிக்ககூடியது வேறென்ன இருக்க முடியும்? இவ்வாறு அவர் கூறி முடிக்கையில் வாமனன் யாகசாலையை அடைந்தார்.

பலி சக்கரவர்த்தி வாமனாவதார விஷ்ணுவை வணங்க, அவர் பலியை ஆசிர்வதித்து, யாகத்தலைவனான பலியை மிகவும் சிலாகித்துப் பேசினார். அது கேட்டு அனைவரும் மகிழ்ச்சி அடைந்தனர். பலிச் சக்கரவர்த்தி, வாமனர்க்கு அர்க்கியம், பாத்யம் அளித்து பூஜை செய்து தங்களுக்கு என்ன வேண்டும்? எது வேண்டினாலும் அளிக்கத் தயாராக இருப்பதாக வாக்குத் தானம் செய்தான் பலி.

வாமனன் கேட்ட தானம்

அப்போது வாமனன் பரத்துவாசரைக் காட்டி, ''இவர் என்னுடைய குரு. அக்கினி ஹோத்திரம் செய்ய சொந்தமாக ஓரிடமும், மற்ற வசதிகளும் இல்லாத தால் அவருக்காக நான் யாசிக்கிறேன். என் கால்களால் மூவடி நிலம் கொடுக்க வேண்டும்'' என வேண்டினார்.

உடனே பலிசக்கரவர்த்தி, தன் மனைவி வித்தியாவளியையும், மகனான பாணனையும் பார்த்துச் சிரித்த முகத்துடன், ''பாருங்கள் இவர் உருவில் மட்டுமல்ல, கோரிக்கையில் கூட வாமனனே தனக்கு மூவடி நிலம் மட்டுமே வேண்டுகிறார்'' என்று கூறிய பலி, வாமனனை நோக்கி ''நீங்கள் எதை வேண்டுமானாலும் கேட்கலாம்! நீங்கள் யாசகர். நான் தாதன் (அ) அளிப்பவன். எனவே மூவடி நிலம் கொடுப்பது எனக்கு வெட்கமாய் உள்ளது'' என்று பலவற்றை அளிப்பதாகக் கூற வாமனன்

அவை எல்லாம் எனக்கு ஏன்? நான் கேட்ட மூவடி மண்ணே போதும்'' என்றார்.

பலி அளித்த தானம்

பின்னர் பலியின் மனைவி விந்தியாவளி நீரூற்ற, பலி வாமனனின் கால்களைக் கழுவி, மந்திரம் கூறி தானத்திற்கான நீரைத் தாரையாக வார்த்துக் கொடுக்க முற்பட, சுக்கிராச் சாரியார் சொம்பு மூக்கிலிருந்து நீர்வராமல் தடையானார். அப்போது வாமனன் ஒரு தர்ப்பையால் நீர் வரும் மூக்கிலுள்ள தடையை நீக்கிட நீர் வர தானம் முடிந்தது.

பலி பெற்ற பேறு

அப்போது எல்லோரும் பார்த்துக் கொண்டிருக்க வாமனனாக வந்த விஷ்ணு ஓங்கி உலகளக்கும் உத்தமனாக மாறி ஓரடியால் மண்ணையும், இரண்டாவது அடியால் விண்ணையும், அளந்து மூன்றாவது அடி நிலம் கொடுக்குமாறு கூற, அதைத் தன் தலைமீது வைக்குமாறு வேண்டிட அவ்வாறே செய்த வாமனன் பலியை பாதாளத்திற்கு அனுப்பினார். ''அங்கு, மனைவி புத்திரர்களுடன் பரிவாரங்க ளுடன் வசிப்பாயாக. அங்கு உனக்கு இப்போதுள்ள போகங்கள் அனைத்தும் கிடைக்கும். உனக்கும் உன் மக்களுக்கும் ஆனந்தமுண்டாகட்டும்'' என்று அருளினார்.

4. குருக்ஷேத்திரம்

முற்காலத்தில் சம்வரணன் என்னும் மன்னனுக்கும் சூரிய புத்திரியான தபதிக்கும் வசிஷ்டர் திருமணம் செய்து வைத்தார். அத்தம்பதியருக்குப் பிறந்த மகன் குரு. அவன் பதினான்கு வயதிலேயே சகல சாஸ்திரங்களையும் கற்றுத் தேர்ந்தான். சம்வரணன் குருவுக்கு ராச்சியாபிஷேகம் செய்து வைத்தான். அவன் சாமான்ய அரசர்களைப் போல் அரசாண்டு மடிய விரும்பவில்லை.

நிலையான புகழ் பெற்று அமரத்துவம் பெறவிரும்பி எவ்விடத்தில் தன் கோரிக்கை நிறைவேறும் என்று ஆராய்ந் தான். சியமந்தபஞ்சகம் என்னும் பிரதேசத்தில் தன் சிரமத்துக்கு ஏற்ற பலன் கிடைக்குமென்று எண்ணி பொன் ஏருக்கு ஒரு பக்கம் ருத்திரனின் ரிஷபத்தையும், மற்றொரு பக்கம் யமனின் எருமையையும் கட்டி நிலத்தைத் தானே உழ ஆரம்பித்தான். இந்திரன் தோன்றி என்ன செய்கிறாய் என்று கேட்க, குரு மன்னன் ''நான் இப்பிர தேசத்தில் நிலையான புகழ்பெற விரும்பி, சத்தியம், தவம், மன்னித்தல், தயை, தூய்மை, தானம், யோகம், பிரம்மச்சாரித்துவம் என்னும் எட்டு அங்கங்களைப் பயிர் செய்ய உழுது கொண்டிருக்கிறேன்'' என்றான்.

ஸ்ரீ ஹரி வந்து ''நீ சொன்ன அஷ்டாங் குலம் என்னும் விதைகள் எங்குள்ளன? உன்னிடமே அல்லவா! அவ்விதை களைக் கொடுங்கள்'' என்று இடது கையை நீட்ட, அதை விஷ்ணு வெட்டி வீழ்த்தினார். பாதத்தால் யாசிக்க அதைக் கூட வெட்டினார். அப்போது குரு ''என் சிரத்தை வெட்டினாலும் எனக்கு இஷ்டந்தான். விதைகளை மாத்திரம் தெளித்துச் செல்'' என்று வேண்டினான்.

அப்போது மகாவிஷ்ணு அவனுடைய தருமபுத்திக்கு மெச்சி அவனுக்கு திவ்ய சரீரத்தை அருளி ''ராஜா! உன் பெயரில் இவ்விடம் 'குருக்ஷேத்திரம்' என்ற பெயரில் புகழ் பெறும். இது தர்ம க்ஷேத்திரம். இங்கிருக்கும் இந்த சியமந்த பஞ்சகத்திலும், இவற்றிற்கு இடையே ஓடும் 'ப்ருதூதக' ஆற்றிலும் நீராடு வோர்க்கு அனைத்துப் புண்ணிய பலன்களும் கிட்டும்.

இங்கு செய்யும் தானம், மற்ற புனிதத்தலங்களில் செய்யும் தானங்களை விட கோடி அளவு பலனைத் தரும்'' என்று வரம் கொடுத்து மறைந்தார்.

5. சிவ, பார்வதி மக்கள்

ஒரு சமயம் சிவபெருமான் மோகம் அடைந்து, பார்வதியுடன் ஆனந்தமுடன் இருக்க உலகெங்கும் இருண்டது. மேலும் பிரம்மாவிடம் பெற்ற வரத்தின் படி பார்வதி கருநிறம் மாறி பொன்னிற மேனி அடைந்து சிவனிடம் வந்து சேர இருவரும் சுக போகத்தில் இருந்தனர்.

அப்போது இந்திரன், இந்நிலையில் பார்வதி பரமேச்வரர்களுக்குப் பிறக்கும் மகன் சொர்க்க ராச்சியத்தைக் கைப்பற்று வான் என்றும், அதனைத் தடுக்க ஓர் உபாயம் தன் சகாக்களுடன் ஆலோசித்து அதன்படி உமா சங்கரர்களுடைய ஏகாந்தத்திற்குப் பங்கம் விளைவிக்க எண்ணிட, அக்கினியை அன்னப்பறவை வடிவில் செலுத்த, அவன் சிவனிருக்கு மிடம் சென்று ''வெளியில் தேவர்கள் உங்களுக்காகக் காத்திருக்கின்றனர்'' என்றான். சிவன் வெளிவர தேவர்கள், ''தாங்கள் மோகத்தை விடாவிடில் உலகம் தலைகீழ் ஆகிவிடும்'' என்றனர். ''அப்படியானால் தன் வீர்யத்தை யார் சுமப்பர்!'' என்று சிவனார் கூற, அதற்கு அக்கினி முன்வந்தான். அதுவே 'கார்த்திகேயன்' ஜனன காரணம் ஆயிற்று.

இதனால் கோபமடைந்த பார்வதி தேவர்களில் யாருக்கும் அவரவர் மனைவியரிடம் கரு ஏற்படாமலிருக்கச் சபித்தாள்.

ஒரு சமயம் பார்வதி மணமிகு குளியல் மாவினால் ஒரு பொம்மை செய்து அதை அணைத்துக் கொள்ள மார்பில் பால் சுறந்தது. உடனே அந்தக் குழந்தைக்குப் பிராண பிரதிஷ்டை செய்தாள். அக்குழந் தையை சிவனிடம் அர்ப்பணிக்க எண்ணி அவனை வாயிலில் காவல் இருக்குமாறு கூறி நீராடச் சென்றாள். அப்போது அங்கு வந்த பரமனை அச்சிறுவன் தடுத்து நிறுத்த, அவர் அவன் தலையை வெட்டி வீழ்த்தினார். ஸ்நானம் முடிந்து வந்த பார்வதி அதுகண்டு மிகவும் துயருற்றாள்.

நடந்ததை அறிந்த சிவன், பிரமனை அழைத்து ஒரு தலையைக் கொண்டு வருமாறு ஆணையிட, அவன் செல்கையில் ஐராவதத்தின் புத்திரனைக் கண்டு அதன் தலையை வெட்ட, ஒரு தந்தம் போரின் இடையில் ஒடிந்து போக அத்தலையைக் கொண்டுவர அதனைப் பொருத்தி பரமன் பாலகனை உயிர்ப் பித்தார். அவனே கஜானனன் என்னும் யானை முக கணபதி. பார்வதியிடம் நாயகன் இன்றியே இவன் தோன்றியதால் 'விநாயகன்' என்பது இவன் பெயர் என்றும் யாரொருவர் இவனைப் பூசித்தாலும் அவர்களுடைய விக்கினம் தீரும். எனவே இவன் விக்கின விநாயகன் ஆவான் என்றார்.

6. 'தண்டகாரணியம்' பெயர் ஏன்?

'தண்டன்' என்ற மன்னன், சுக்கிராச் சாரியாரைத் தன் புரோகிதராகக் கொண்டு ராஜ்யபாரம் வகித்து வந்தான். ஒரு நாள் நகர்ப்புற வெளியில் உலாவிக் கொண்டி ருக்கும்போது 'அரஜா' என்ற அழகியைக் கண்டு மோகித்து அவளிடம் தன்னைத் திருமணம் செய்து கொள்ளுமாறு வேண்டினான்.

அப்போது அவள் தான் சுக்கிராச் சாரியாரின் மகள் என்றும், தனது தகப்ப னாரைக் கண்டு அவர் அனுமதி பெற்றால் மன்னன் கோரிக்கை நிறை வேறும் என்றும் நாசூக்காகத் தெரிவித் தாள்.

மோகத்தால் மதி மயங்கிய தண்டன், அரஜாவை பலாத்காரமாக அனுபவித் தான். பிறகு வீட்டிற்கு வந்து அழுது கொண்டே இருந்தாள். இல்லம் திரும்பிய சுக்கிராச்சாரியார் தன் மகள் சோகம் கண்டு தவித்து விட்டார். மகளை மெதுவாக விசாரித்து நிகழ்ந்தவற்றை எல்லாம் அறிந்தார்.

உடனே கடுங்கோபம் கொண்டு சுக்கராச்சாரியார், தண்டன் மன்னனும்,

அவனது ராஜ்யம் முழுவதும் ஏழு நாட்களில் சாம்பலாகக்கடவது என்று சபித்தார். அவ்வாறு சபித்துவிட்டுத் தன் மகளுடன் அதை விட்டு அகன்றார்.

அவர் சாபத்தின்படி ஏழு நாட்களில் மன்னன் தண்டன், மற்றும் அவன் ராஜ்யமும் எரிந்து சாம்பலாயின. சில நாட்களில் அங்கு மரம், செடி, கொடி அடர்த்தியாக வளர்ந்து அது ஒரு ஆரணியம் (காடு) ஆயிற்று. அது 'தண்ட காரணியம்' என்று பெயர் பெற்றது.

எனவே மன்னன் கொண்ட பெண்ணாசையின் பலன் இது.

7. ஸ்தாணு சம்புவும் ஸ்தாணு தீர்த்தமும்

ஒரு சமயம் உமா மகேசுவரர்கள் தாருக வனத்தை அடைந்தனர். அங்குப் பல முனிவர்கள் உடலை வருத்தி பலகாலமாக தவம் செய்து வந்ததால் எலும்பும், தோலுமாகக் காட்சி அளித்தனர். அதைக் கண்டு அம்பிகை தன் கருணையால் பரமேசுவரனிடம் அவர்களுக்காகப் பரிந்து பேசினாள். அவர்கள் மீது தயவு கொள்ளுமாறு வேண்டிட, சிவனார் ''முனிவர்கள் நீண்ட நாட்களாகத் தவம் செய்து வந்தாலும், சாதாரண மக்களைப் போலவே காமக் குரோதாதிகளை விடவில்லை. அதனால் அவர்கள் தவம் பலிக்கவில்லை. இப்போது ஒரு விந்தையைப் பார்'' என்று கூறி பரமன் ஓர் அழகிய பிக்ஷாடனராகி, திகம்பரனாகி, ரிஷிபத்தினிகளிடம் சென்று பிச்சை எடுத்தார்.

அப்போது ரிஷிபத்தினிகள் அனைவரும், ஒருத்தியுடன் ஒருத்தி போட்டி போட்டுக் கொண்டு அந்தப் பிக்ஷாடனரைத் தம் வசப்படுத்திக் கொள்ள அவர் கை கால்களைப் பற்றி இழுத்தனர். இதனைக் கண்ட முனிவர்கள் மிக்க கோபம் கொண்டு அந்த பிக்ஷாடனரின் லிங்கம் கீழே விழுமாறு கட்டை எடுத்து அடித்தனர். அது அருகிலிருந்த மடுவில் போய் விழுந்தது.

இதனால் முனிவர்களின் தவம் கெட்டது. அவர்களின் ஓர் அறிவாளி ''பிக்ஷாடனர் யாரோ ஒரு மகானாக இருக்கக்கூடும். அவரை நாம் மிகவும் துன்புறுத்திவிட்டோம். அதனால், நாம் சுகம், சாந்தி, அமைதி எல்லாம் இழந்தோம். இதென்ன விந்தையென்று பிரம்மாவைக் கேட்டறிவோம்'' என அனைவரும் சத்தியலோகம் சென்று பிரம்மனிடம் நடந்த அனைத்தையும் கூறி முறையிட்டனர்.

அப்போது பிரம்மா சினம் கொண்டார். ''தவசி ஆனாலும் யாகம், தானம், ஓமம், செய்தவர்களாயினும் அவற்றால் பலன் ஏதும் ஏற்படாது. நீங்கள் சிறிதும் எண்ணிப் பாராமல் தவறு செய்து விட்டீர்கள். இருப்பினும் இது குறித்து பரமசிவனாரை நாடி அவர் சொற்கேட்டு நடந்திடலாம் வாருங்கள்'' என்று அழைத்துச் சென்றார்.

சிவபெருமானைப் பக்தியொடு மனமுருகி பிரார்த்தனை செய்ய, பரமன் பிரத்தியக்ஷமாகி ''அந்த லிங்கத்தை மடுவிலிருந்து எடுத்து பிரதிஷ்டை செய்து, அதற்குத் தினமும் அபிஷேக ஆராதனை, தூப, தீப நைவேத்தியம் ஆகிய உபசாரங்கள் செய்யுங்கள். அது எனது சொரூபம் யாராயினும் அதை நிஷ்டையுடன் பூசித்தால் இகபரசுகம் பெறுவர். அவர்களுடைய எல்லாப் பாவங்களும் நீங்கும்'' என்றார்.

பிரம்மாவும், ரிஷிகளும் மடுவை அடைந்து அந்த லிங்கத்தை வெளியே எடுக்க முனைந்தனர். அது இயலாததால் மறுபடியும் பிரம்மாதி தேவர்களும், முனிவர்களும் கைலாயம் சென்று பரமேசுவர தண்டகம் பாடித் துதித்தனர். அவர்களுடைய பிரார்த்தனையைப் பரமன் ஏற்றார்.

தானே மடுவுக்கு வந்து ஒரே கையால் லிங்கத்தை வெளியே எடுத்தார். "இந்த லிங்க தரிசனத்தால் மூவுலகில் உள்ளவர்களும் புண்ணியம் செய்தவர்களாகி சொர்க்கம் அடைவர்" என்று கூறி மறைந்தார்.

அப்போது முதல் அவ்விடம் 'ஸ்தாணு தீர்த்தம்' ஆயிற்று. அதன் அருகில் உள்ள ஆலமரம் 'ஸ்தாணுவடம்' எனப்பட்டது.

ஸ்தாணு தீர்த்தம் பற்றிக் கேள்விப்பட்ட மக்கள் அந்த இடத்திற்கு வந்து ஸ்தாணு சம்புவைத் (தாணு சங்கரரை) தரிசித்து சொர்க்கம் சேரலாயினர். இதனால் விண்ணுலகம் நிறைந்திட இந்திரன் பிரம்மாவிடம் முறையிட அவர் லிங்கம் கண்ணுக்குப் புலப்படாத வாறு தூளி மழை பெய்யச் செய்யுமாறு கூறினார். பரமன் லிங்கத்தை எடுத்து அதனை 'ஸ்தாணு வடம்' (சிவனார் ஆலமரம்) அருகிலேயே ஸ்தாபித்தார். ஆதனால் அந்த இடமும், மரமும் பவித்திரமாயின. அந்தத் தீர்த்த மரத்தின் அடியில் பித்ருக்களுக்கு சிரார்த்தம் செய்தால் பித்ருக்கள் கோரிக்கைகளை நிறைவேற்றுவர்.

அது கண்ட பிரம்மா அங்கொரு சிற்பலிங்கத்தை நிறுவினார். பின்னர் அந்த சிற்பலிங்கத்தைப் பூசித்தவரும் மோக்ஷ மடைந்தனர். பிறகு பிரம்மாதி தேவர்கள் பயனடைய லிங்கத்தின் மீது லிங்கமாக ஏழு லிங்கங்களைப் பிரதிஷ்டை செய்தார்.

அந்தத் தூளியில் மூழ்கி முனிவர்கள் முக்தி பெற்றனர். தூளி காற்றில் பறந்து குருக்ஷேத்திரம் முழுவதும் படிந்து அது புண்ணியத்தலம் ஆயிற்று. அந்த லிங்கத்தைக் கண்டாலும், தொட்டாலும், வடவிருட்சத்தைத் தொட்டாலும், அந்தத் தீர்த்தத்தில் மூழ்கினாலும் சர்வபாவங்களும் நீங்கிவிடும். மோட்சமும் கிட்டும். அங்கு செய்யும் பித்ருதர்ப்பணம் பித்ரு தேவதைகளுக்குத் திருப்தியளிக்கும்.

கிருதயுகத்தில் 'சந்நிஹத்யம்' என்றும், திரேதாயுகத்தில் வாயு என்றும் துவாபர, கலியுகங்களில் ருத்திரதடாகம் என்றும் இந்தத் தீர்த்தம் புகழ் பெற்று வைஸ்வத மன்வந்தரம் முடிவு வரையில் நிற்கும்.

8. சுகேசியும் சூரியனும்

வித்யுத்கேசி என்னும் ராக்ஷசனின் மகன் சுகேசி. இவன் பிரகலாதனைப் போல் தெய்வபக்தியும், தர்மபுத்தியும் பெற்று இருந்தான். அவன் சிவபெருமானைக் குறித்துத் தவம் செய்து, அவரிடம் விண்ணில் பறக்கக்கூடிய நகரமும், பகைவரால் மரணம் ஏற்படாத வாறும், யாராலும் வெல்ல முடியாத வாறும் வரங்கள் பெற்றான்.

அந்தப் பறக்கும் நகரத்தின் உதவியால் எங்கும் பறந்து சென்று வந்த சுகேசி ஒரு சமயம் மகதநாட்டுக் காடுகளில் தவம் செய்து கொண்டிருக்கும் முனிவர்களைக் கண்டு தரிசித்தான். அவர்களை வணங்கி இகபர லோகங்களில் நன்மையும், மகிழ்ச்சியும் அளிக்கவல்ல தர்மங்களைக் கூறுமாறு கேட்டான். அவர்களிடம் கேட்டறிந்தவாறு அகிம்சை, சத்தியம், திருடாமை, சாந்தம், தானம் ஆகிய பரம தர்மங்களுடன் நாட்டைத் தர்ம நியாயங் களின்படி ஆண்டுவந்தான். சூரியனும், சந்திரனும் அந்நகரைவிட்டு அகலாமல் அங்கேயே தங்கிவிட்டனர்.

இதனால் பகல், இரவு வேறுபாடின்றி எங்கும் குழப்பம் நிலவியது. இதனால் ஒளி விவகாரத்தில் சூரியன், சந்திரன்க ளிடையே தகராறும் ஏற்பட்டது. இதனால் பாதிக்கப்பட்ட சூரியன் விண்ணிலிருந்து அந்த நகரத்தைக் கீழே வீழ்த்தினான். அதனால் கோபம் கொண்ட சிவபெருமான் சூரியனை நெற்றிக் கண்ணால் நோக்க, அவன் விண்ணிலிருந்து கீழே விழும் நிலையில் அவன் தேரில் இருந்த முனிவர்களும், தேவர்களும், மற்றும் தபோதனர்களான ரிஷிகள் வரண, அசி நதிகள் நடுவிலுள்ள வாரணாசியில் விழும் என்றனர்.

சூரியன் வரண, அசி நதிகளில் பல முறை மூழ்கித் தாபத்தை தீர்த்துக் கொள்ள முயன்றான். ரதத்தில் இருந்த ரிஷிகள் பிரம்மாவிடம் முறையிட்டனர். சூரியன் இல்லாவிட்டால் காலமாற்றமே இருக்காது. அவன் சர்வகர்ம சாக்ஷி. எனவே அவனை மறுபடியும் ரதத்தில் அமரச் செய்யுமாறு வேண்டினர். கருணா மூர்த்தியான சிவபெருமான் அவர்கள் கோரியபடியே சூரியனைத் தூக்கித் தேரில் அமரச் செய்தார். பரமன் மூன்றாவது கண்ணால் ஏற்பட்ட வெப்பம் தாங்காமல் இப்படியும், அப்படியும் சூரியன் ஆடுவானானான் அதனால் காசியில் சூரியனுக்கு 'லோலார்க்கன்' (ஆடுபவன்) என்ற பெயர் ஏற்பட்டது. சுகேசியையும் அவன் நகரத்துடன் விண்ணில் நிறுத்தினார்.

9. நர நாராயணர்

பஹுருசன் என்ற பிராமணனுக்கும் அவள் மனைவி அகிம்சை ஆகியோருக் கும் ஹரீ, கிருஷ்ணன், நர, நாராயணர்க ளென்று நான்கு புத்திரர்கள்.

சியவன மகரிஷி எதிரில் நைமி சாரணிய மகத்துவமும், சரசுவதி நதியில் நீராடவும் நைமிசாரணியத்துக்குச் நர நாராயணர்கள் சென்று, அங்குத் தவம் செய்ய ஆரம்பித்தனர்.

பிரகலாதன் அவர்களை அணுகி ''தவம் செய்யும் உங்களுக்கு வில், அம்பு எதற்கு? நீங்கள் உண்மையில் தவம் செய்ய வந்தவர்களா? அல்லது போலியா?'' என்று கேட்டான்.

அப்போது நரன் ''சக்திக்கேற்ற பொருளை அருகில் வைத்திருப்பதில் தவறேதுமில்லை அல்லவா!'' என்றான்.

பிரகலாதன் கோபமடைந்து ''தரும நெறியில் ஒழுகும் நான் இங்கே இருக்கையில் பிராமணர்கள் வில், அம்பு கொள்வதோ?'' என்று கேட்டான்.

அதற்கு நரன் ''ஆம்! உலகில் எங்களை வெல்பவர் யாரும் இல்லை'' என்று கூற பிரகலாதன் எப்படியாவது நர, நாராயணர்களைத் தான் வெல்லப் போவதாகக் கூறித் தன் பரிவாரங்களைத் தூரத்தில் இருக்குமாறு பணித்தான். மேலும் தன் ராச்சியத்திற்குத் தன் பெரிய தந்தை இரணியாக்ஷனின் மகனான அந்தகாசுரனை அரசனாக்கித் தான் வில்லும், அம்பும் ஏந்தி நர, நாராயணர் களிடம் போர் தொடுத்தான்.

பல ஆண்டுகள் நிகழ்ந்த போரில் வெற்றி யார் பக்கம் என்று நிச்சயிக்க முடியாமல் இருக்கச் சிவபெருமானின் அறிவுரைப்படி பிரகலாதன் போரை நிறுத்தி நர நாராயணர்களைத் துதி செய்து தன் நகரம் ஏகினான்.

நர, நாராயணர்களின் தவத்தைக் கண்டு அச்சமுற்ற தேவேந்திரன் அதைக் கெடுக்க ரம்பையையும், மன்மதனையும் அனுப்பினான். அவர்கள் என்ன செய்தும் நரநாராயணர்களை ஒன்றும் செய்ய வில்லை. அப்போது அவர்கள் தங்கள் தொடையைத் தேய்த்து ஓர் அப்சரசைத் தோற்றுவித்து அவளை இந்திரனுக்குப் பரிசாக அனுப்பினர். (தொடை – ஊரு) இவ்வாறு ஏற்பட்ட அவளுக்கு ஊர்வசி என்று பெயர்.

10. மகிஷாசுரனும் காத்தியாயினி தேவியும்

ரம்பன், கரம்பன் என்ற அரக்கர்கள் சகோதரர்கள். அவர்களுக்குப் பிள்ளைப் பேறு இல்லை. எனவே, இருவரும் தவம் செய்ய முனைந்தனர்.

கரம்பன் நீரினுள் தவம் செய்ய இந்திரனால் கொல்லப்பட்டான். இதைக் கேள்விப்பட்ட ரம்பன் கடுமையாகத் தவம் செய்யலானான். நெடுநாட்கள் ஆனதால் தன் தலையை வெட்டி அக்னியில் சேர்க்க முற்பட அக்கினி பகவான் அவன் முன் தோன்ற

''ஒருவரைக் கொல்வது பாவம்; அதைவிடத் தற்கொலை மகாபாவம். உனக்கென்ன வேண்டும் கேள். நான் தருகிறேன்'' என்றான்.

ரம்பன் ''மூவுலகையும் வென்று ஆளத்தக்க ஒரு மகன் வேண்டும். அவன் மிக்க பலசாலியாகவும், மற்றவர்கள் கண்களுக்குப் புலப்படாதவாறும் இருக்க வேண்டும். காற்றைப் போல் கடுகிச் செல்லக்கூடிய அஸ்திரங்களை எய்வதில் வல்லவனாகவும் இருக்க வேண்டும்'' என்று வரம் கேட்க, அக்கினியும் அவ்வரத்தை அளித்தான்.

குபேரனுடைய தோழர்களாகிய யக்ஷர்களின் இருப்பிடத்திற்கு ரம்பன் சென்றான். அங்கு பெண் எருமை ஒன்றைக் கண்டு மோகித்து அதை மணந்து தன் இருப்பிடம் வந்தடைந் தான். இதனால் தானவர்கள் அவனை ஒதுக்கி வைத்தனர். எனவே, ரம்பன் தன் மனைவியுடன் யக்ஷர்கள் நாடடைந்த னர். அங்கு ரம்பன், பெண் எருமைக்கு ஓர் அழகிய மகன் பிறந்தான். அவன் பெயர் மகிஷாசூரன் (மகிஷா – எருமை)

மகிஷாசரன் தாயாகிய பெண் எருமையை, மற்றொரு எருமை தாக்கி யது. அதைக் காக்கச் சென்ற ரம்பன் எருமையால் கொல்லப்பட்டான். பெண் எருமையும் ரம்பனுடன் தீக்குளித்து இறந்தது. பிணங்கள் எரியும்போது வெளிப்பட்ட தீப்பிழம்பிலிருந்து 'ரக்தவிஜன்' என்ற பயங்கர அரக்கன் தோன்றினான். அவன் மகிஷாசுரனைத் தன் தலைவனாக ஏற்று மற்றவர்களை எல்லாம் கொன்றழித்தான்.

மகிஷாசூரன் பயங்கர வீரனாகி அனை வரையும் வென்று மன்னனானான். அவனால் தொல்லைக்குட்பட்ட தேவர் கள் நிவாரணம் தேடி பிரமனை நாட, அவர் அனைவருடனும் விஷ்ணுவைக் காணச் செல்ல, அங்கே சிவனும் இருந்தார். மகிஷாசூரன் கொடுஞ் செயலைக் கேட்ட அரியும், அரனும் கோபம் கொண்டனர்.

அரி, அரன் கோபத்திலிருந்து ஓர் ஒளி சக்தி உதித்தது. பிரம்மாதி தேவர்களும் தமது சக்தியை அதனுடன் சேர்த்தனர். அனைத்துச் சக்தியையும் ஒன்று சேர்த்து காத்தியாயன முனிவரின் ஆசிரமத்திற்கு எடுத்துச் செல்லப்பட்டது. அங்கு அவர் தன் சக்தியையும் அத்துடன் இணைத்தார்.

இவ்வாறு ஒருங்கிணைந்த சக்தியி லிருந்து ஓர் அழகிய தேவி தோன்றினாள். அவள் காத்தியாயன முனிவர் ஆசிரமத் தில் தோன்றியதால் 'தேவி காத்தி யாயினி' எனப்பட்டாள்.

அவள் உடலில் சிவசக்தி முகமாகவும், அக்கினி சக்தி கண்களாகவும், யமன் சக்தி கூந்தலாகவும், விஷ்ணு சக்தி பதினெட்டு கரங்களாகவும், இந்திரன் சக்தி இடுப் பாகவும், வருண சக்தி கால்களாகவும், பிரம்மாவின் சக்தி பாதங்களாகவும், சூர்ய சக்தி கால் விரல்களாவும் அமைந் தன. மற்றும் யக்ஷர்கள் மூக்கையும், சந்தியர்கள் கண் புருவங்களையும், மருத்துக்கள் காதுகளையும் உண்டாக் கினர்.

பின்னர் பிரம்மாதி தேவர்கள் காத்தி யாயினிக்குப் பல வித ஆயுதங்களை அளித்தனர். சிவன் திரிசூலத்தையும், விஷ்ணு சக்கரத்தையும், வருணன் சங்கை யும், அக்கினி ஈட்டியையும், வாயு வில்லையும், சூரியன் அம்புறாத்துணி யையும், அம்புகளையும், குபேரன் கதையையும், விச்வகர்மா கோடாரியை யும் அளித்தனர். மற்றவர்கள் ஆபரணங் களால் அவளை அலங்கரித்தனர். இமய மலை சிங்க வாகனத்தையும் அளித்தது. பின்னர் அனைத்து தேவர்களும் தங்களை அசுரர்களிடமிருந்து விடுதலை அளிக்க வேண்டினர்.

இவ்வாறு உருவும், சக்தியும் பெற்ற காத்தியாயினிதேவி சிங்கத்தின் மீதேறி

விந்திய மலைக்குச் சென்று அதைத் தன் இருப்பிடமாகக் கொண்டாள்.

ஒரு சமயம் நாரதர் விந்திய மலையிடம், மேரு மலை அதைவிட உயர்ந்தது என்று கூறிட, விந்திய மலை வானளாவ ஓங்கி விண்ணைத்தொட்டுக் கொண்டு சூரிய கதியைத் தடைசெய்தது. சூரியன் அகஸ்தியரை அடைந்து இதற்கொரு நிவாரணம் அளிக்க வேண்டினான்.

அகஸ்தியர் முதியோன் வடிவில் விந்திய மலை எதிரில் தோன்றி தான் தீர்த்தமாடத் தென் திசை செல்ல விருப்பதாகவும், விந்திய மலையைத் தாண்டும் சக்தி தனக்கு இல்லை என்றும், எனவே தாழ்ந்து வழிவிட வேண்டினார். மற்றும் தான் திரும்பி வரும் வரை தாழ்ந்தே இருக்குமாறு வேண்ட மலை தாழ்ந்து வழிவிட்டது. பின்னர் அகஸ்தியர் திரும்பி வரவில்லை. தாழ்ந்த மலையும் உயரவில்லை. இவ்வாறு விந்திய மலையின் கர்வத்தை அகஸ்தியர் அடக்கினார்.

தேவி காத்தியாயினி விந்திய மலையை இருப்பிடமாகக் கொண்டு வாழ்ந்து வந்தாள். மகிஷாசுரனுக்கு சண்டன், முண்டன் என்று இரண்டு தூதுவர்கள். காத்தியாயினி அவர்கள் கண்ணில் பட, அப்படிப்பட்ட அழகி மகிஷாசுரனுக்கு ஏற்ற மனைவி என்று எண்ணி மகிஷாசுரனிடம் சென்று அவள் அழகை வருணித்துக் கூற, அவன் ஒரு படையுடன், சில படைத்தலைவர்களுடன் துந்துபி என்ற தூதுவனுடன் அனுப்பினான்.

துந்துபி காத்தியாயினிடம் மகிஷாசுரனின் பெருமைகளை எல்லாம் எடுத்துக் கூறி அவனை மணந்து கொள்ளுமாறு கூறினான். அப்போது காத்தியாயினி குடும்ப மரபுப்படி தன்னை வெல்பவனையே தான் மணப்பதாக கூறி மகிஷாசுரனை தன்னுடன் போர் செய்து வென்று கைப்பற்றுமாறு கூறினாள்.

துந்துபி மகிஷாசுரனிடம் சென்று இச்செய்தியை கூறினான். மகிஷாசுரன், சிக்ஷுரனைப் படைத்தலைவனாக்கி, நமரன் என்பவனைப் படையுடன் போருக்கு அனுப்பினான். கடுமையான போர் நடந்தது. தேவியின் கதையும், வாகனமாகிய சிங்கமும் பல அரக்கர்களைக் கொன்றன.

காத்தியாயினி நமரனை இழுத்துச் சுற்றி எறிந்து கொன்றாள். உடனே தேவி ஒரு பெரும் சிரிப்பு சிரிக்க பல பூதங்கள் தோன்றின. அவையும் அசுரர்களை அழித்தன.

அடுத்து சிக்ஷுரன் போர் செய்யத் தொடங்க, தேவி அவனது வில், அம்பு, கேடயங்களை அழித்து அவனையும் கொன்றாள். அவளை எதிர்த்து வந்த மற்ற படைத்தலைவர்களையும் அழித்தாள்.

மகிஷாசுரன் எருமை வடிவில் காத்தியாயினியை எதிர்த்தான். அந்த எருமையை எதிர்த்துத் தூக்கி வீசி எறிந்தாள். மீண்டும் எதிர்த்த அவனைக் கட்டி விட்டாள். அவன் யானையாக மாறி எதிர்த்தான். அந்த யானையின் தும்பிக்கையை வெட்டி வீழ்த்தினாள். அவன் மறுபடியும் எருமையானான். அவனை எதிர்த்த ஆயுதங்கள் செயலற்றிருந்தன. அப்போது தேவி அந்த எருமையின் மீதமர்ந்து அதனை அலைக்கழித்தாள். அவன் தன் வலிமை இழந்திட தேவி அவன் கழுத்தை திரிசூலத்தால் குத்த, அந்த எருமையின் உடலிலிருந்து ஒரு வீரன் கைகளில் வாளும், கேடயமும் கொண்டு தோன்றினான். அவனை தேவி முடிபிடித்து இழுத்து மார்பை சூலத்தால் குத்தி, கழுத்தை வாளால் வெட்டினாள்.

இவ்வாறு மகிஷாசுரன் அழிக்கப்பட, அசுரர்கள் ஓடி ஒளிந்தனர். தேவர்கள் தேவி காத்தியாயினியைத் துதி செய்து வணங்கினர். தேவி காத்தியாயினி

தன்னை வணங்கியவர்களை ஆசிர் வதித்து மறுபடியும் தேவை ஏற்படும் போது தோன்றுவதாகக் கூறி மறைந்தாள்.

11. முரா, முராரி

விஷ்ணுவின் பெயர்களில் ஒன்று முராரி என்று புலஸ்தியர் கூற, நாரதர் விஷ்ணு ஏன் முராரி என்ற பெயர் பெற்றார் என்று கேட்டார். காசியபருக்கு முரா என்றொரு புதல்வன் இருந்தான். அவன் மற்ற அசுரர்களைப் போல் தானும் வலிமை பெற பிரம்மாவை நோக்கித் தவம் செய்தான். பிரம்மன் அவன் முன் தோன்றிட தான் ஒருவரைத் தொட்டால் அவர் மரண மில்லாதவ ராயினும் மரணமடையுமாறு என் கைகளுக்கு அத்தகைய அதிசய சக்தி அளிக்கும் வரம் வேண்டினான். பிரம்மா வும் வரத்தை அளித்தார். அத்துடன் அவன் யார் கண்ணுக்கும் புலப்படாத சக்தியும் பெற்றிருந்தான்.

அவன் இந்திரனைத் தன்னுடன் போருக்கழைத்தான். அவனைத் தன்னுடன் போர் செய்யவும், இல்லா விட்டால் சொர்க்கத்தைவிட்டு ஓடிப் போகுமாறும் கூற, இந்திரன் ஐராவதத் தையும், வஜ்ராயுதத்தையும் அளித்து விட்டு காளிந்தி நதிக்கரையில் ஓர் நகரை உண்டாக்கி அங்கு மனைவி மக்களுடன் வாழ்ந்து வந்தான்.

மன்னன் ரகு செய்யும் யாகத்திற்கு முரா வந்து யாகத்தை நிறுத்தி விடுமாறும், இல்லாவிடில் தன்னுடன் போர் செய்யும்படியும் கூறினான். அப்போது அவ்வழியில் வந்த வசிஷ்டர் முராவிடம் ஏன் அவன் எளிய மனிதர் களிடம் போர் செல்ல முயல்கிறான் என்றும், அவர்கள் ஏற்கெனவே அவனால் தோற்கடிக்கப்பட்டவர்களே என்றும் கூறி அவனை யமனுடன் போர் செய்யச் செல்லுமாறு கூறினார்.

யமனுடைய நகரை முற்றுகையிட அவன் எருமைமீது ஏறி விஷ்ணுவிடம் சரண் புகுந்தான். அப்போது விஷ்ணு யமனிடம் முராவைத் தன்னிடம் அனுப்புமாறு கூறி அனுப்பினார்.

க்ஷீரோதக் கடற்கரையில் விஷ்ணு இருந்தார். அங்கு முரா வந்தடைந்தான். அப்போது விஷ்ணு அவனை நோக்கி அவன் வந்த காரணம் என்ன? என்ன வேண்டும்? என்று கேட்க முரா அவருடன் சண்டை செய்ய வந்ததாகக் கூறினான்.

அப்போது விஷ்ணு தன்னிடம் சண்டை செய்ய வந்த அவன் இதயம் ஏன் படபடக்கிறது என்று கேட்டார். இப்படிப்பட்ட பயந்தாங்கொள்ளியுடன் தான் போர் செய்ய முடியாது என்றார்.

அது கேட்ட முரா விஷ்ணு சொன்னது உண்மையா என்று சோதித்துப் பார்க்க அவன் கையை மார்பின் மீது வைத்தான். பிரம்மாவின் வரத்தின் பயனால் அவன் உடனே கீழே விழுந்து மடிந்தான். விஷ்ணு அவன் உடலைச் சக்கராயுதத் தால் வெட்டினார்.

அரி என்றால் பகைவன். விஷ்ணு முராவின் பகைவன். அந்தப்பகை வனைக் கொன்றதால் விஷ்ணு, 'முராரி' எனப் பெயர் பெற்றார்.

12. உபமன்யுவும் ஸ்ரீதாமனும்

விடமன்யு, ஆத்ரேயி என்ற பிராமணத் தம்பதிகளுக்கு உபமன்யு என்ற புத்திரன் இருந்தான். அந்தண தம்பதிகளிடம் குழந்தைக்குப் பால்கூட வாங்கிக் கொடுக்க முடியாத வறுமை நிலைமை ஆனதால் அரிசி நொய் கஞ்சியே அளித்து வந்தனர். எனவே, குழந்தை உபமன்யு வுக்கு பால் என்பது பற்றியே தெரியாது.

ஒருநாள் தன் தகப்பனாருடன் உபமன்யு வேறொரு அந்தணர் வீட்டுக்குச் சென்றான். அங்கு அவர்கள் நல்ல பாலைக் கொடுக்க, அதைச் சுவைத்து அருந்தினான் அவன்.

வீட்டிற்கு வந்த பின் தாயாரிடம் அவன் தாயார் அளித்த கஞ்சியை உட்கொள்ள மறுத்து விட்டான். அப்போது அவன் பால்தான் வேண்டும் என்றான். சிவனைத் துதித்து மகிழ்ச்சி அடையச் செய்யுமாறும் திருமாலும் சிவபெருமானைத் துதி செய்தார் என்றும் அது பற்றிய கதையையும் கூறலானாள்.

உபமன்யுவுக்கு ஆத்ரேயி கூறிய கதை

பல ஆண்டுகளுக்கு முன் ஸ்ரீ தாமன் என்றோர் அரக்கன் இருந்தான். அவன் விஷ்ணுவையே தோற்கடிப்பதாகப் பயமுறுத்தினான். அதனால் விஷ்ணு சிவபெருமானை நோக்கித் தவம் செய்தார். சிவபெருமான் தோன்றி விஷ்ணுவுக்குச் சக்கரத்தை அளித்து, அது மற்ற எல்லா ஆயுதங்களையும் விரட்டும் என்றும், அதனால் விஷ்ணு அவருடைய பகைவர்களை எளிதில் வெல்ல முடியும் என்றார்.

அப்போது விஷ்ணு, சிவனார் சொல்வதை எப்படி நம்புவது என்று கூறி, சிவன் மீதிலேயே சக்கராயுதத்தை ஏவ, அது அவரை மூன்று கூறுகளாக்க அவை முறையே இரணியாக்ஷன், சுவர்ணாக்ஷன், விச்வரூபாக்ஷன் என்று தோன்றி எல்லாராலும் பூசிக்கப்பட்டனர். சிவபெருமான் அழிவில்லாதவர் ஆகையால் அவருக்கு ஒரு துன்பமும் ஏற்படவில்லை. எனினும் விஷ்ணு தன் செயலுக்கு வருத்தம் தெரிவித்து மன்னிக்க வேண்டினார். அந்தச் சக்கராயுதத்தால் அவர் ஸ்ரீதாமன் என்னும் அரக்கனைக் கொன்றார்.

உபமன்யு சிவபெருமானைத் தன் பிராத்தனையால் மகிழ்ச்சி அடையச் செய்து எப்பொழுதும் கெட்டியான பாலைப் பெற்றான்.

13. நிஷாகரன்

கோஷகரன், தர்மிஷ்டை என்ற அந்தணத் தம்பதியருக்கு குருடும் செவிடுமான ஒரு மகன் பிறந்தான். இதனால் வருத்தம் கொண்ட தாயார் ஆறு நாட்கள் குழந்தையை வீட்டுக்கு வெளியில் முற்றத்தில் விட்டுவிட்டாள்.

ஒரு பெண் பிசாசு இதனைக் கண்ணுற்றுத் தன் மகனை அங்குக் கிடத்தி அந்தக் குழந்தையை எடுத்துச் சென்றது. அக்குழந்தையைத் தன் கணவனிடம் காட்டியது.

கணவன் அவளிடம் கோஷகரன் சக்தி வாய்ந்தவன். அவன் உன்னைச் சபித்து விடுவான். எனவே குழந்தையைக் கொண்டுபோய் அங்கேயே விட்டுவிடு என்று அறிவுறுத்தினான்.

தர்மிஷ்டை குழந்தை அழும் குரலைக் கேட்டு வெளிவந்து பார்த்து இனி அக்குழந்தை பேசும் என்று தன் கணவனை அழைத்துக் கூறினாள்.

கோஷகரனுக்கு உண்மை விளங்கிற்று. ஆனால், அவன் மனைவியிடம் மகன் உடலில் ஓர் ஆவி புகுந்து புலம்புகிறது. அவன் விரைவில் சாதாரணக் குழந்தை ஆகிவிடுவான் என்றார்.

கோஷகரன் சக்தி வாய்ந்த மந்திரங்களை உச்சரித்து அக்குழந்தையை அங்கேயே மந்திரத்தால் கட்டி விட்டான்.

பிசாசு பிராமணரின் குழந்தையைத் திருப்பி வைக்க வர அவள் குழந்தை மந்திரத்தால் கட்டுப்பட்டிருந்ததால் அதனை எடுக்க முடியவில்லை. அதனால் இரண்டு குழந்தைகளையும் அங்கேயே விட்டு விட்டுச் சென்றாள்.

பிராமணர் தன் குழந்தைக்கு நிஷாகரன் என்றும், பிசாசின் குழந்தைக்கு திவாகரன் என்றும் பெயரிட்டான். இருவருக்கும் கோஷகரன் கல்விக் கற்பிக்க அவன் சொந்த மகனைவிட மற்றவன் நன்கு கல்வி கற்றான். ஆனால் நிஷாகரனோ முட்டாளாகவே காணப்பட்டான். எனவே கோஷகரன் நிஷாகரனை ஒரு பாழடைந்த கிணற்றில்

தள்ளிவிட்டு கிணற்றையும் மூடி விட்டான். இது அவன் மனைவி தர்மிஷ்டைக்கு தெரியாது. அவன் பையன் எங்கோ தொலைந்து விட்டான் என்று எண்ணியிருந்தாள்.

கிணற்றில் தள்ளப்பட்ட நிஷாகரன் அதனுள்ளிருந்த மரத்தின் பழங்களை உண்டு உயிருடன் இருந்தான். பத்து ஆண்டுகள் கழிந்தன.

அந்தக் கிணற்றுக்கருகில் ஒரு நாள் வந்த தர்மிஷ்டை கிணறு மூடப்பட்டிருப்பதைக் கண்டாள். ''யார் இதை மூடினார்கள்?'' என்று தனக்குத்தானே கேட்டுக் கொண்டாள்.

அப்போது தந்தைதான், என்று கிணற்றுக்கு உள்ளிருந்து குரல் கொடுத்தான் நிஷாகரன்.

உடனே அவள் கிணற்றின் மூடியை அகற்றிவிட்டு அவனைக் காப்பாற்றி கோஷகரிடம் கொண்டுவந்து நிறுத்தினாள். நிஷாகரன் தனது அதிசயக் கதையைக் கூறலானான்.

நிஷாகரன் கூறிய கதை

''துவக்கநிலையில் அவன் ஒரு பிராமணனாக இருந்தான். அப்போது செய்த பாவங்களின் பயனாய் நரக வேதனை அனுபவித்து புலியாகப் பிறந்தான். இவ்வாறே முறையே பின்னர் கழுதை, பறவை, எருது என்று பாவங்களின் பலனாக நரக வேதனைகள் அனுபவித்து கடைசியில் நிஷாகரனாகப் பிறந்தான். ஜடிஸ்மாரனாக முற்பிறவிகளைப் பற்றி அறிந்திருந்து இனி அவன் நன்னெறியில் நிற்பான்'' என்று கூறி முடித்தார்.

■■■

ஸ்ரீ வராக புராணம்

திருமாலின் ஸ்ரீ வராக அவதாரம், (மேலே) நிலமடந்தை

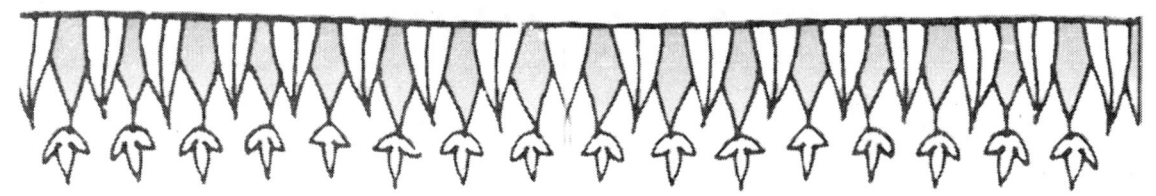

15

ஸ்ரீ வராக புராணம்

1. தோற்றுவாய்

மகாவிஷ்ணு வராக (பன்றி) வடிவில் அவதாரம் எடுத்து பாதாளத்திலிருந்து தன்னை வெளிக்குக் கொண்டு வந்து காப்பாற்றிய பகவான் விஷ்ணுவை பூதேவி துதி செய்து அவள் கேட்ட கேள்விகளுக்கு அளிக்கப்பட்ட விடைகள் என்பதால் இது 'வராக புராணம்' எனப்படுகிறது.

வராக புராணம் ஒரு சாத்துவிக புராணம். விஷ்ணு புராணம், நாரத புராணம், பாகவத புராணம், கருட புராணம், பதும புராணம் மற்ற சாத்துவிக புராணங்கள்.

வராஹ புராணம் விஷ்ணுவையும், அவரது வராக அவதாரத்தையும் பற்றிப் பேசுவதால் இது ஒரு வைஷ்ணவ புராணம். இதனை வராகமாயிருந்த விஷ்ணு பூதேவிக்குச் சொன்னதால் இது 'வராக புராணம்' என்று பெயர் பெற்றது.

இதில் உற்பத்தி, அரச பரம்பரை வரலாறு, மன்வந்தரங்கள் பற்றிய விரிவான விவரங்கள் கொடுக்கபட வில்லை.

தற்போது கிடைத்துள்ள வராக புராணத்தில் பிரார்த்தனை, விதிமுறைகள், சமயச் சடங்குகள், புனிதத் தல விவரணங்கள் முதலியவை உள்ளன. வைணவ தீர்த்தங்கள் விரிவாகக் கூறப்பட்டுள்ளன.

வர+அஹ = வராஹ. 'வர' என்றால் மூடுபவர் என்றும் 'அஹ' என்றால் எல்லை இல்லாததற்கு எல்லை நிர்ணயித்தல் என்றும் பொருள். எனவே 'வராஹ' என்றால் உருவற்ற ஒன்றுக்கு எல்லை காண்பவர் என்றும் அதற்கு உறை இடுபவர் என்றும் பொருள்.

பிரளய முடிவில், இருட்டில் மூழ்கி இருந்த உலகை வராகம் உயர்த்தி வெளிக் கொண்டு வந்தது.

உதயகிரி குகையில் கோயிலில் பூமியை ஏந்திய வராகச் சிற்பம் உள்ளது. அதன் இடது பாதம் சேஷ நாகத்தின் மீதும், வலப்புறம் கோரைப் புல்லைப் பிடித்துக் கொண்டு பூதேவியும், பின்னால் கடல், முனிவர்கள் மற்றும் துதி செய்வோர் கூட்டம் காணப்படு கிறது.

பாதாமியில் சாளுக்கிய சிற்ப மகாவராஹம் உள்ளது. தலை வராகமும் உடல் முழுவதும் அலங்கரிக்கப்பட்ட மனித வடிவமும் காணப்படுகின்றன. வராகத்துக்கு நான்கு கைகள். அவற்றில் முறையே சங்கு, சக்கரம் உள்ளன. மூன்றாவது கை தொடை மேலும், நான்காவது பிருதிவியை (பூ தேவியை) ஏந்தியவாறும் உள்ளது. மன்னர்களும், முனிவர்களும் சுற்றி உள்ளனர். வராகத் தின் காலடியில் சேஷ நாகம்.

இதே போன்ற மற்றொரு சிற்பம் எல்லோராவில் தசாவதார குகையில் காணப்படுகிறது.

வட குஜராத்தில் விஹாரா என்றொரு நகரம் உள்ளது. இவ்விடம் முற்காலத்

தில் வராகநகரி எனப்பட்டது. இந்த வடிவில் மனித கால், கைகள் இல்லை. நான்கு கால்கள் கொண்ட வராக வடிவமே உள்ளது. வராக மூர்த்தியைக் கொண்ட நாணயங்களும் காணப்படு கின்றன.

மஹாபலிபுரத்திலும் வராஹ மண்ட பத்தில் இந்தப் பூவராகனைக் காணலாம். வராக அவதாரத்திற்கு 'யஜ்ஞ வராகம்' என்றும் ஒரு பெயர் சொல்லப்படுகிறது. பூமிதேவி வராகத்தைத் துதி செய்தாள். அதனால் மகிழ்ச்சி கொண்ட நாராயணன் பூமியைக் கடலிலிருந்து மீட்க என்ன வடிவம் கொள்ள வேண்டும் என்று எண்ணி பார்த்தார். கடைசியாக யஜ்ஞ வராக வடிவம் எடுக்கத் தீர்மானித்தார். அந்தச் சுலோகங்கள் வாயு, பிரம்மாண்ட, பத்ம, பிரம்ம, மச்ச புராணங்களில் உள்ளன. மேலும் விவரங்கள் விஷ்ணு புராணம், பாகவத புராணங்களிலும் காணலாம். ஆனால், வராக புராணத்தில் அவை காணப்படவில்லை.

2. யஜ்ஞ வராகம்

யஜ்ஞம் = உலகைச் சிருஷ்டிக்கும் சிறந்த சக்தி உடைய எண்ணம். வராகம் = கலவரம். குழப்பங்களிலிருந்து உலகை உயர்த்தும் சக்தி.

யஜ்ஞம் என்பது யாகம். அதாவது யஜ்ஞத்தின் மூல சிருஷ்டி சக்தியை வெளிப்படுத்த உதவும் ஒரு சமயச் சடங்கு. யஜ்ஞ வராகத்தை விவரிக்க முப்பத்தைந்து வெவ்வேறு வகை பெயர்கள் விளங்குகின்றன. அவை யாவன :

1] **வேத பாதம் :** வராகத்தின் நான்கு பாதங்களும் நான்கு வேதங்கள்.

2] **யுபதம்ஷ்ட்ரம் :** வராகத்தின் இரண்டு தந்தங்கள். விலங்குகளைப் பலியிட உபயோகப்படுத்தும் மேடை போன்றது.

3] **கிரது தந்தம் :** ஒரு யஜ்ஞத்தில் செய்யப்படவேண்டிய அறுபத்து நான்கு பலிகளைக் குறிப்பது கிரது. இவை போன்று வராகத்தின் பற்கள் உள்ளவை.

4] **சிதி முலம் :** சிதி என்றால் அக்கினிமேடை (அ) பலி பீடம். வராகம் வாய் பிளத்தல் இதை போன்றதாகும்.

5] **அக்கினி ஜிஹ்வ :** வராகத்தின் நாக்கு அக்கினி போலுள்ளது.

6] **தர்ப்பலோமம் :** வராகத்தின் உடல் மீதுள்ள உரோமம் மேடை மீது பரப்பப் படும் தர்ப்பைப் புல் போன்றது.

7] **பிரம்ம சீர்ஷம் :** வராகத்தின் தலை பிரம்மாவைப் போல் உள்ளது.

8] **அஹோர திரிக்ஷானாதாரம் :** இரவும், பகலும் வராகத்தின் இரண்டு கண்கள் ஆகும்.

9] **வேதாங்க ச்ருதி பூஷனம் :** அறிவின் பிரிவுகளாகிய ஆறு வேதாங்கங் கள் வராகத்தின் காதணிகள் ஆகும்.

10] **ஆஜ்யனசா :** நாசித்துவாரங்கள் யாகத்தில் தெளிக்கப்படும் நெய் போன் றுள்ளன.

11] **சிருவண் துண்டம் :** நீண்டுள்ள மூக்கு யாகத்தில் நெய் ஊற்றப் பயன்படும் கரண்டி போன்றது.

12] **சாம கோஷ வன :** சாமவேதத் துதிகள் போல் வராகத்தின் குரல்.

13] **சத்திய தர்மமாயா :** வராகம் முழுவதும் தரும நெறியும், உண்மையும் கொண்டது.

14] **கர்மவிக்ரம் சத்கிருத :** புரோகிதர்கள் செய்யும் சடங்குகள் வராகத்தின் சக்தி வாய்ந்த அசைவுகளைப் பெற்றுள்ளன.

15] **பிராயச்சித்த நகோகோர :** தவத்தின்போது செய்ய வேண்டிய கடினமான சடங்குகளே வராகத்தின் பயங்கர நகங்கள் ஆகும்.

16] **பாஷுஜனுரு :** பலிகொடுத்த மிருகங்களின் உடைந்த உடல்கள், எலும்புகள் வராகத்தின் முழங்கால் மூட்டுகளுக்கு ஒப்பாகும்.

17] **மகாகிரித் :** வராகத்தின் தோற்றம் யாகம் அனையது.

18] **உத்கத்ரந்தா :** நீண்ட சாமச்ருதிகள் வராகத்தின் குடல் போன்றவை.

19] **ஹோமாலிங்கா :** வராகத்தின் இரகசிய உருப்புக்கு நெய் ஆஹுதி உவமானம்.

20] **பிஜோஷதி மாஹாபலா :** மூலிகைகள், வேர்கள் வராகத்தின் உற்பத்தி உறுப்பு போன்றவை.

21] **வாய்வந்தரத்மா :** வராகத்தின் ஆன்மாவுக்கு ஒப்புமை வாயு பகவான்.

22] **யஜ்ஞ ஸ்விக்ருதி :** யாகத்தில் கூறப்படும் மந்திரங்கள் வராகத்தின் எலும்புகளுக்கு உவமையாகும்.

23] **சோமஷோனிதா :** வராகத்தின் ரத்தம் சோமபானம் போன்றது.

24] **வேதிஸ்கந்தம் :** வராகத்தின் அகன்ற புஜங்கள் பலி பீடம் ஒத்துள்ளன.

25] **ஹவிர் கந்தம் :** வராகத்தின் உடல் மணம், யாக நைவேத்தியத்தின் நறுமணம் ஆகும்.

26] **ஹவ்யகவ்யதிவேகவனம் :** வராகத்தின் அசைவுகளின் ஆர்வம், வேகம் அனையது யாகச் சடங்குகள்.

27] **பிரக்வம்சகயம் :** வராகத்தின் உடல், யாகசாலை அமைப்பில் குறுக்கு தூலம் போல் உள்ளது.

28] **நாநாதிக்ஷ பிரன் விதம் :** யாகத்தின் பூர்வாங்கப் பணிகள் வராகத்தின் ஆபரணங்கள் ஆகும்.

29] **தக்ஷிணாஹ்ருதயம் :** வராகத்தின் இதயம் யாக தக்ஷிணையாம்.

30] **மகாசத்திரமாயம் :** பெரிய யாகம் போன்றது வராகத்தின் உருவம்.

31] **உபாகர்மாமாச்தருசகம் :** யாகத் தின்போது படிக்கப்படும் வேதம் வராகத்தின் உதடுகள் ஆம்.

32] **பிரவர்க்ய வர்த்த பூஷணம் :** 'பிரவர்க' என்பது பெரிய பால் பானை. அதனுள் சூடான வெண்ணெய் ஊற்ற அதிலிருந்து மேலே தீப்பிழம்புகள் எழும். வராகத்தின் மார்பில் உள்ள வளைவுகள் தீப்பிழம்புகள் போல் உள்ளன.

33] **நானாசந்தோகதிபதம் :** வராகத் தின் பலவித அசைவுகள் மந்திரத்தின் வெவ்வேறு சீர்ப்பிரமாணங்களை ஒக்கும்.

34] **குஹ்யோபணிஷடசனம் :** உபநிஷத்துகளைக் கற்றறிந்தார் மட்டுமே பங்கு கொள்ளும் விவாதம் போன்றது வராகத்தின் சரீரநிலை.

35] **சாயாபத்னிஸஹாயோ :** சூரியனை ஒத்துள்ளது வராகம். ஓரியன் (அ) கால புருஷ நட்சத்திரக் கூட்டத்தில் அமைப்பு தேவலோகவராகம் போல் காட்சி அளிக்கின்றது.

3. சிருஷ்டி

சிருஷ்டி 1) ஆதி (அ) மூலசிருஷ்டி 'சர்க்கம்' எனப்படும். 2) அடுத்து பிரளயத்தால் ஏற்படும் அழிவும், அதன் பின் படைக்கப்படும் படைப்பு. இது 'பிரதி சர்க்கம்' எனப்படும்.

பிருதிவி பெரிய மனக்குழப்புத்துடன் விஷ்ணுவை அடைந்து ''ஒவ்வொரு கல்ப முடிவிலும் எனக்கு நீர் ரக்ஷகன் ஆகிறீர். நீர் என்னைக் காத்து, அளித்து, புனர்நிர்மாணம் செய்கிறீர். எனினும் உங்களுடைய முழு சக்தியை நான் அறியேன். உமது அடையாளமும் நான் அறியேன். உங்களது அதிசயங்களைத் தெரியச் செய்வீர். உம்மை அடைவது

எப்படி? சிருஷ்டியின் தோற்றமும், முடிவும் எவ்வாறு நிகழ்கிறது? நான்கு யுகங்களின் குண நலன்கள் எத்தன்மைய தாகும்?'' என்று பிருதிவியாகிய பூமா தேவி கேட்க, வராக அவதார விஷ்ணு ஐயப்பாடுகளை நீக்கும் விதத்தில் விடைகள் தந்தார்.

வராகம் ஒரு மாயச் சிரிப்பு சிரித்தது. பிருதிவி பிரம்மாண்டம் (முட்டை) தேவர்கள், உலக மன்னர்கள் ஆகிய வற்றை அந்த வராகத்தின் வயிற்றில் கண்டாள். அவள் விஷ்ணுவை மனமாரத் துதிக்க அந்த வராகப் பெருமான் பூதேவி வினாக்களுக்கு விடை அளிக்கலானார்.

''பரமாத்மனிலிருந்து எல்லாம் தோன்றியது பற்றியும், மூன்று குணங் கள், ஐந்து இயற்கைச் சக்திகளாகிய நிலம், நீர், தீ, காற்று, விண் பற்றியும், பூச்சியத்திலிருந்து தோன்றிய உலகைப் பற்றியும் விவரித்தார்.

பிரம்மாவின் நாள் ஒரு கல்பம். அப்படி பல கல்பங்கள் முடிய தற்போது வராக கல்பம் நடைபெறுகிறது. இந்தக் கல்பத்தில்தான் விஷ்ணு வராக அவதாரம் எடுத்தார். இதுவரையில் சிருஷ்டியின் மூலப்பகுதி 'சர்க்கம்'.

அடுத்து, பிரம்ம சிருஷ்டி தொடங்கி நடைபெறுகிறது. அது 'பிரதி சர்க்கம்' எனப்படும். விஷ்ணு தன் யோகுதுயில் நீங்கி கண்விழித்து ஒன்பது நிலைகளில் உலகைப் படைத்தார். தமஸ், மோகம், மகாமோகம், தமிஸ்ரம், அந்தத்தமிஸ்ரம் என ஐந்து பகுதிகள் தோன்றின. இது 'பிராகிருத சர்க்கம்' ஆகும்.

அடுத்த படைப்பு நாகம் (கம் = போதர்; நா = எதிர்மறை) எனவே அசை யாத மரங்கள், மலைகள் படைக்கப் பட்டன. இவை அசையாதன ஆனால் வளர்வன. இது 'முக்கிய சர்க்கம்' ஆகும்.

அடுத்து வளைவாக எழுதலும், வீழ்தலுமான படைப்பு ஏற்பட்டது. பறவைகள் போன்றவை தோன்றின. இவை 'திரபதயோனி படைப்பு' எனப் பட்டது.

மற்றும், பல சர்க்கங்களில் தேவர் களும், மனிதர்களும், அசுரர்களும் தோன்றினர். தேவர்கள் அன்பும், மகிழ்ச்சியும் கொண்டார்கள். மனிதர்கள் புறப் பொருள்கள் மீது பற்று கொண்ட வர்கள், அடிக்கடி மகிழ்ச்சி இழப்பவர், சில சமயம் தீயவர்கள், ஆசைமிக்கவர், நல்லவை உடையவர், அசுரர்கள், அமைதியற்றவர், சண்டை போடுபவர் கள், கொள்ளை, கொலை புரிபவர்கள்.

இவ்வாறு ஆதியில் விஷ்ணு சிருஷ் டித்தது 'சர்க்கம்' என்றும் பிரம்மாவின் மூலம் படைக்கப்பட்டது 'பிரதி சர்க்கம்' என்றும் அறிய வேண்டும்.

4. வராக அவதாரம்

பூமி பாதாளத்தில் அழுந்திவிட, பூதேவி மகாவிஷ்ணுவிடம் முறையிட் டாள். அவள் செய்த துதியே 'கேசவ துதி' எனப்படுகிறது. இதைச் செய்பவர்கள் வறுமை, பாவங்களிலிருந்து விடுபடுவர். புத்திரப் பேறு கிடைக்கும். இறுதியில் விஷ்ணுலோகமும் அடைவர்.

பூமித்தேவியின் முறையீட்டைக் கேட்ட பகவான் விஷ்ணு மிகப்பெரிய வராக (பன்றி) உருவெடுத்தார். இப்படி எடுத்த வராக அவதார பகவான் பூமியைக் காத்திட சமுத்திரத்திற்குள் பிரவேசித்தார்.

பிரஜாபதிகளில் காசியப முனிவரும் ஒருவர். அவருடைய மனைவியரில் ஒருத்தி திதி. அவள் ராக்ஷசர்களின் தாய். ஜயவிஜயர்கள் அவள் வயிற்றில் ஹிரண்யாக்ஷன், ஹிரண்ய கசிபு என்ற இருவர்களாய் உதித்தனர். அவர்களில் இளையவன் ஹிரண்யாக்ஷன்.

அவன் பிரம்மாவைக் குறித்துக் கோர தவம் செய்தான். அதன் வெப்பம் மூன்று லோகங்களையும் தகித்தது. இதனால்

அச்சம் கொண்ட தேவர்கள் சத்திய லோகம் சென்று பிரம்மாவைக் கண்டு இரண்யாக்ஷன் தவம் பற்றிக் கூறித் தங்களுக்கு அருள் புரிய வேண்டினர். அப்போது பிரம்மா தான் சென்று இரணியாக்ஷன் தவத்தை முடிக்கச் செய்வதாகவும், தேவர்களை ரக்ஷிப் பவனாகவும் இருப்பதாகக் கூறி அவர்களை அனுப்பி வைத்தார். பின்னர் இரணியாக்ஷன் தவம் செய்யுமிடம் அடைந்து அவனுக்கு என்ன வரம் வேண்டும் என்று கேட்டார்.

அதற்கு அவன் சிருஷ்டியில் தோன்றிய யாராலும், எதாலும், எந்த ஆயுதத்தாலும் மரணம் ஏற்படக்கூடாது. தனக்கு மூவுலகத்திற்கும் அதிபதியாகும் வரங்கள் இரண்டும் வேண்டினான். அப்போது பிரம்மா விஷ்ணுவைத் தியானித்து எல்லாம் அவன் செயலே என்று நினைத்து அரக்கன் கேட்ட வரங்களைக் கொடுத்தார்.

வரம் பெற்ற இரணியாக்ஷன் மூவுலகங் களையும் வென்று தனக்கு எதிரி யாருமின்றி ஆளத் தொடங்கினான். அடுத்து அவன் சத்தியலோகம் அடைந்து பிரம்மனை வெல்ல முயன்றபோது யுக்தியுடன் அவனைச் சமாதானப்படுத்தி உலக நாயகனாகிய விஷ்ணுவை வென்றால் உனக்குச் சமமாக யாரும் இருக்கமாட்டார் என்று கூற விஷ்ணுவின் இருப்பிடம் அடைந்தான் இரணி யாக்ஷன்.

அங்குத் துவாரபாலகர்கள் அவனைத் தடுக்கவில்லை. அவன் வருகை அறிந்து விஷ்ணு பாதாளலோகம் சென்று விட்டார். இரணியாக்ஷன் வைகுந்தத்தில் அனைவரும் விஷ்ணு ஸ்வரூபியாகக் காணப்பட்டனர். செய்வதறியாமல் விஷ்ணுவைத் தேடி பாதாளலோகம் செல்ல முனைந்தவன் வழித்தெரியாமல் தவித்து இறுதியில் தனக்குத் தடையா யிருக்கும் பூமியைப் பாயாகச் சுருட்ட மறைந்தது. அதுகண்டு எல்லோரும் ஸ்ரீ ஹரியிடம் முறை யிட்டனர். பூமாதேவி கண்ணீர் மல்கப் பிரார்த்தனை செய்தாள்.

உடனே பகவான் விஷ்ணு யஜ்ஞ வராகமாக உருவெடுத்தார். குர்குர் என்று சப்தம் செய்தது வராகம். பூமியைப் பாயாகச் சுருட்டிய இரணியாக்ஷன் மீது பாய்ந்து தன் தந்தத்தால் (கோரைப் பல்லால்) குத்தினார். அவன் அதைத் தாளமுடியாமல் சமுத்திரத்திலே குதித்து மறைந்தான். அவனை வராகம் தனது கால்களால் பற்றிக் கொண்டு மறுபடியும் தந்தத்தால் குத்தியது. அதனால் அவன் உடனே மரண மடைந்தான்.

அவனால் சுருட்டப்பட்ட பூமியை வராகமூர்த்தி வெளிக் கொணர்ந்து அதனை நிலைப்படுத்தி வைகுண்டம் அடைந்தார். இதுவே 'வராக அவதாரம்'.

5. அஷ்வஷிரன்

பூமித்தாய் வராகத்திடம் நாராயண னும், பிரம்மனும் ஒன்றே என்பது பற்றி விளக்கம் கேட்க எல்லா வகையிலும் ஒத்தவையே. ஆனால், நாராயணனை நேராகப் பார்ப்பது கடினமாகும். அவருடைய அவதாரத்தின் மூலமே காணமுடியும். பிரம்மன் நாராயணனின் ஒரு வடிவமே. அதேபோல் தான் சிவனும். நிலம், நீர் போன்ற ஐம்பூதங் களிலும் நாராயணனைக் காணலாம். விசுவரூபம், விசுவாத்மா நாராயணன் அன்றி வேறில்லை.

அஷ்வஷிரன் என்ற தருமநெறி தவறாத மன்னன் கபிலரிடம், நாரா யணனைப் பூசிப்பது எவ்வாறு?'' என்று கேட்டான்.

''இங்கு இரண்டு நாராயணர்கள் உள்ளனர். யாராவது ஒருவரை நீ பூசிக்கலாம் என்றார்'' (கபிலரும் நாராயணரின் அம்சமே)

அப்போது அஷ்வஷிரன் நீ எப்படி நாராயணனாக முடியும். நான்கு

கைகளோ கருடனோ இல்லை. இரண்டு கைகள் மட்டுமே உள்ளன.

'திரும்பவும் என்னைப் பார்' என்று கபிலர் கூறிட அஷ்வஷிரன் கபிலரில் நான்கு கைகளும், கூடிய நாராயணனைக் கண்டான்.

ஆனால், ''நாராயணன் கமல மலர் மேல் உட்கார்ந்திருப்பார்; சிவனும், பிரம்மாவும் அவரது பாகங்கள். அவர்கள் எங்கே?''

''இப்போது பார்'' என்று கபிலர் கூற, அங்கு நாராயணர் தாமரைமீது அமர்ந் திருந்தார். பிரம்மா, சிவன் இருவரும் கமலாசனராய் காணப்பட்டனர். ''ஏன் எல்லா நேரத்திலும் நாராயணனைக் காண முடியவில்லை'' என்று கேட்டான்.

அதற்குக் கபிலர், ''நாராயணரை எப்போதுமே காண நினைக்காதே. அவர் தன்னைத் தான் தெளிவாக்குவார்; அவதாரம் எடுப்பவர்; அவரைப் பறவை, விலங்குகளிலும் காணலாம். உன்னில் அவரைக் காணலாம். எதிலும், எங்கும் காணலாம். உணரலாம், உண்மையான ஞானம் பெற்றால் எதிலும் நாரா யணனைக் காணலாம்.''

''அறிவா? செயலா? எது சிறந்தது? உயர்ந்தது?'' என்று மன்னன் அஷ்வ ஷிரன் கேட்டான்.

அதனை உணர்த்த கபிலர் ரைவ்யன், வாசு கதையைக் கூறினார்.

6. ரைவ்யன், வாசு

பிரம்மாவின் வழிவந்தவன் மன்னன் வாசு. வாசு ஒரு முறை தேவகுரு பிரகஸ் பதியைக் காணச் சென்றான். வழியில் சித்திரரதன் என்னும் வித்யாதரன் எதிர்ப் பட்டான். சித்திரரதன் வாசுவிடம் பிரம்மா தேவர்களுக்கான ஒரு சபையை (கூட்டம்) ஏற்பாடு செய்திருப்பதாகவும், முனிவர்களும், பிருகஸ்பதியும்கூட அதில் பங்கு பெறச் சென்றிருப்பதாகவும் கூறினான். வாசுவும் அங்கு சென்றான். கூட்டம் முடிந்து பிருகஸ்பதி வருவதற் காகக் காத்திருந்தான்.

ரைவ்ய முனிவரும் பிருகஸ்பதியைக் காண வந்திருந்தார். கூட்டம் முடிந்து வெளியே வந்த பிரகஸ்பதி இருவரையும் கண்டார்.

''என்ன வேண்டும்! நான் என்ன செய்ய வேண்டும்'' என்று பிருகஸ்பதி கேட்டார்.

அப்போது வாசுவும், ரைவ்ய முனிவரும் ''ஞானமா? செயலா? எது உயர்ந்தது? சிறந்தது?'' என்று கேட்க, அப்போது பிருகஸ்பதி அதை உணர்த்த ஒரு கதை சொல்ல ஆரம்பித்தார்.

7. சம்யமானனும் வேடன் நிஷ்தூரகனும்

ஒழுங்கான, கட்டுப்பாடுமிக்க, தரும நெறி தவறாத சம்யமானன் என்றொரு அந்தணர் இருந்தான். நிஷ்துரகன் என்றொரு வேடனும் அதே சமயத்தில் வாழ்ந்து வந்தான். சம்யமானன் கங்கையில் நீராடச் சென்றான். கங்கைக் கரையில் நிஷ்துரகன் பறவைகளைப் பிடிப்பதை சம்யமானன் கண்டான்.

சம்யமானன், நிஷ்துரகனிடம் ''பறவைகளைக் கொல்லாதே'' என அறிவுரை கூறினான். ''பறவைகளைக் கொல்ல நான் யார்? எல்லா உயிர்களிலும் தெய்வீக ஆன்மா உள்ளது. அதை எப்படி என்னால் கொல்ல முடியும்? நான் செய்தேன் என்பது தற்பெருமை, தற்புகழ்ச்சி ஆகும். அப்படிப்பட்ட வருக்கு முக்தி ஏற்படாது. பிரம்மன் தான் கர்மா செய்பவன்'' என்று வேடன் கூறினான்.

பின்னர் அவன் தீ மூட்டினான். தீயின் நாக்கில் ஏதாவதொன்றை அணைக்கு மாறு கூறினான் வேடன். அந்தணன் அதற்கு முயற்சி செய்ய தீ முழுவதும் அணைந்து விட்டது.

''தீயும், அதன் பல நாக்குகளும் ஒன்றே'' என்றான் அந்த வேடன் நிஷ்தூரகன்.

''இரண்டில் ஒன்றை எப்படி வேறுபடுத்தி அறிய முடியும்? எனவே தீயில் ஒரு பகுதியை எப்படி அணைக்க முடியும்? சிருஷ்டியில் அனைத்தும் பிரம்மன் சொரூபமே. தனி ஆன்மாவுக்கு என்ன நேர்ந்தாலும் பிரம்மன் பாதிக்கப் படுவதில்லை. எனவேதான் நான் செய்கிறேன் என்ற நினைப்பின்றி ஒருவன் தன்கர்மாவைச் செய்ய வேண்டும்'' என்று கூறினான் வேடன். அப்போது விண்ணிலிருந்து ஒரு விமானம் வந்து அவனை நேரே சொர்க்கத்துக்கு அழைத்துச் சென்றது. ரைவ்யனுக்கும் வாசுவுக்கும் அவர்க ளுடைய கேள்விக்கான விடை கிடைத்து விட்டது.

இவ்வாறு ரைவ்யன், வாசு கதை கேட்ட அஷ்வஷிரன் ஐயமும் தீர்ந்தது. அவன்தன் அரசைத் தன் மகன் ஸ்தாவஷிரனிடம் ஒப்படைத்துவிட்டு தவம் செய்ய நைமிசார வனம் சென்றான். நாராயணனை நோக்கித் தவம் செய்து நாராயணனுடன் கலந்து விட்டான்.

ரைவ்யனும் யாகங்கள் செய்வதில் தன்னை ஈடுபடுத்திக் கொண்டான்.

8. ரைவ்ய முனிவர் கேட்ட கதை

ரைவ்ய முனிவர் கயா தீர்த்தத்தை அடைந்து தன் இறந்த மூதாதையர்க்குச் சமயச் சடங்குகளைச் (சிரார்த்தம்) செய்து முடித்துவிட்டுத் தவம் செய்ய முற்பட்டார்.

ரைவ்ய முனிவர் ஆசிரமத்துக்கு ஒருநாள் முனிவர் சனத்குமாரர் வந்தார். அவர் திடீரென்று தன் உருவை மிகவும் பெரிதாக்கிக் கொண்டு தோற்றம் அளித்தார். ''நீ ஏன் என்னைப் பாராட்டினீர்'' என்று ரைவ்ய முனிவர் பிரம்மபுத்திரன் சனத் குமாரரைக் கேட்டார். அதற்கு அவர் ''நீ கயா சிரார்த்தம் செய்தாயல்லவா அதற்காக'' என்றார். அடுத்து சனத்குமாரர் கயாசிரார்த்த மகிமை பற்றி ரைவ்ய முனிவருக்கு விளக்க ஒரு கதை கூறினார். இது விசால மன்னனின் கதை.

9. விசால மன்னன்

விசால மன்னன் செல்வ வளங்களுடன் மகிழ்ச்சியாக வாழ்ந்து வந்தான். எனினும், அவனுக்குப் புத்திரப்பேறு ஏற்படாத குறை இருந்தது. அவனுக்குப் பெரியோர்கள், கயாவுக்குச் சென்று மறைந்த முன்னோர்களுக்குச் சிரார்த்தம் செய்யுமாறு அறிவுரை பகர்ந்தனர்.

அவ்வாறே கயாவுக்குச் சென்று மதச்சடங்குகள் முடிந்தவுடன் அவன் முன் மூன்று உருவங்கள் தோன்றின. ஒன்று வெள்ளையாகவும், மற்ற இரண்டும் சிவப்பு, கருப்பு நிறங்களிலும் தோன்றின.

வெள்ளை வண்ண உருவம் ரைவ் யனின் தந்தை; அவர் பாவம் எதுவும் செய்யாததால் தூய வெண்மை நிறத்தில் இருந்தார். சிவப்பு நிற உருவம் அவரது பாட்டன், கருப்பு உருவம் முப்பாட்டன் ஆகும் – அவர்கள் தீய வாழ்க்கை வாழ்ந்த தால் அதன் பலனை அனுபவிக்கின்றனர்.

ரைவ்யன் கயாசிராத்தம் அனுஷ்டித்த உடன் அவனுடைய மூதாதையர்கள் பாவங்கள் விடுபட்டு விடுதலை அடைந்தனர்.

இதன் மூலம் ஒருவர் கயாசிரார்த்தம் செய்வதன் மூலம் அவரது முன்னோர்கள் பாவபலன்களிலிருந்து விடுபடுகின்ற னர். அது மட்டுமின்றி அத்தகைய கர்மாவைச் செய்பவனுக்குப் புண்ணியம் சேர்கிறது. எனவே ரைவ்ய முனிவர் பாராட்டப்பட்டார்.

சனத்குமாரர் சென்ற பிறகு ரைவ்ய முனிவர் நாராயணனைக் கதாதரன் (கதை ஏந்தியவர்) உருவில் பிரார்த்திக்க

பகவான் அவன் முன்தோன்றி அவன் விரும்பிய மோட்சம் அளித்தார்.

10. வாசு மன்னன்

வாசு மன்னன் தன்னரசைத் தன் மகன் விவாசனனுக்கு அளித்து, புஷ்கரத் தீர்த்தம் அடைந்து, அங்கு புண்டரீ காக்ஷனை முன்னிட்டு ஒரு யாகம் செய்ய யாகத்தீயிலிருந்து ஓர் உருவம் தோன்றி வாசுவின் முன் நின்று, உங்கள் ஆணை என்ன எனக்கேட்டது.

வாசு அந்த உருவத்தைப் பார்த்து நீ யார்? எங்கிருந்து வந்தாய்? என வினவினான். அதற்கு அவ்வுருவம் கூறிய வரலாறு கீழே தரப்பட்டுள்ளது :

முற்பிறவியில் வாசு காசுமீர மன்ன னாக இருந்தான். அவன் ஒரு சமயம் வேட்டையாடச் சென்றபோது ஒரு மானைக் கண்டு அதை அம்பெய்தி கொன்று விட்டான். அது உண்மை மானல்ல. ஒரு முனிவர் மான் வடிவில் திரிந்து கொண்டிருந்தார். அதை அறிந்த வாசு தான, தர்மங்களும், மற்ற சமயச் சடங்குகளும் செய்வதுடன் தவமும் இயற்றினான். முடிவில் வயிற்று வலியால் அவன் மரணமடைந்தான். மரணத்தருவாயில் 'நாராயணா' என்ற பகவான் நாமத்தை உச்சரித்தான்.

பின்னர் யாகத்தீயிலிருந்து தோன்றிய உருவம் தான் ஒரு பிரம்மாராக்ஷசன் என்றது. வாசு மான் வடிவில் இருந்த மானை அதாவது பிராமணனைக் கொன்றதால் அது வாசு மன்னன் உடலில் புகுந்து இருந்ததாகவும், அதுவே அவனது மரணத் தறுவாயில் தண்டனை யாக வயிற்று வலி கொடுத்ததாகவும் கூறிற்று.

வாசுவின் நாராயண நாம உச்சரிப்பால் அவன் விஷ்ணு தூதர்களால் சொர்க்கம் அழைத்துச் செல்லப்பட்டான். விஷ்ணு தூதர்கள் பிரம்ம ராக்ஷசை வாசுவின் உடலிலிருந்து விரட்டி அடித்தனர். வாசு சொர்க்க லோகத்தில் பல ஆண்டுகள் மகிழ்ச்சியுடன் வாசம் செய்தான்.

மறுபடியும் அவன் காசுமீர மன்னனாகத் திரும்பவும் அந்த பிரம்ம ராக்ஷசன் அவன் உடலில் பிரவேசித்தது. எனினும் வாசு, புண்டரீகாக்ஷனை தியானித்து அவன் நாமங்களை உச்சரித்து யாகம் செய்ய அது விலகியது. இப்போது அதன் பாவங்கள் புண்டரீக நாமங்களைக் கேட்டதன் பயனாக விலகிவிட்டன. அது மறுபடியும் ஒரு தர்மவான் ஆயிற்று.

வாசு, பிரம்மராக்ஷசனால் தன் முற் பிறவிகளைப் பற்றி அறிய நேர்ந்ததால் அதற்கொரு வரம் அளித்தான். அதாவது அது தர்மவியாதன் என்ற வேடனாகப் (தருமவானான வேடன்) பிறக்கும் படியான வரம்.

பின்னர் வாசு வைகுந்தப் பிராப்தி அடைந்தான்.

11. நாரதரின் முற்பிறவி

ஒரு சமயம் நாரதர் பிரியவிரதனைக் காணச் சென்றார். அவனும் முனிவரை வரவேற்று உபசரித்துப் பல கேள்விகள் கேட்க ஆரம்பித்தான். அவற்றிற்கெல் லாம் அவர் விடை அளித்த பிறகு சில அபூர்வ, அதிசய நிகழ்ச்சிகள் பற்றிக் கூறுங்கள் என்று வேண்டினான். நாரதர் கூறலானார்.

சுவேதத்வீபத்தில் ஓர் ஏரி உள்ளது. நாரதர் அங்குச் சென்றபோது அந்த ஏரி மலர்ந்த கமலங்களுடன் விளங்கியது. மலர்களுக்கு அருகில் ஓர் அழகிய பெண்மணி அமைதியாக நின்று கொண்டிருந்தாள்.

அவளை யாரென்று அவர் கேட்டார். அதற்கு அவள் பதிலளிக்காமல் ஒரு பார்வை பார்த்தாள். அந்தப் பெண்ணின் உடலிலிருந்து மூன்று ஒளி உருவங்கள் தோன்றி மறைந்தன. நாரதர் திகைத்து நின்றார்.

அவள் யாரென்று நாரதர் மறுபடியும் கேட்டார். அதற்கு அவள் தான் சாவித்திரி என்றும், வேதங்களின் தாய் என்றும் கூறினாள். நாரதரால் அவளை அறிய முடியாதென்றும், அவருடைய அறிவை எல்லாம் தான் கொள்ளை அடித்து விட்டதாகவும் கூறினாள். தன்னிலிருந்து வெளியேறிய மூன்று உருவங்களும் மூன்று வேதங்கள் ஆகும். (மூன்று மட்டுமே கூறப்பட்டுள்ளது.)

அப்போது நாரதர் தன் அறிவை எப்படி திரும்பப் பெறுவது. சாவித்திரி நாரதரை அந்த ஏரியில் குளிக்குமாறும், அதனால் அறிவைத் திரும்பப் பெறுவது மட்டுமின்றி, முற்பிறவி செய்திகளும் அறிய முடியும் என்றாள். நாரதர் அவ்வாறே அதில் நீராடி இழந்த அறிவை யும், முற்பிறவி பற்றியும் அறிந்திட்டார். பிரியவ்ரதன் அவரை முற்பிறவி வரலாறு கூறுமாறுகேட்டான்.

நாரதர் முற்பிறவியில்...

சத்திய யுகத்தில் நாரதரின் முற்பிறவி யில் அவர் பெயர் சாரஸ்வதன் ஆகும். சாரஸ்வதன் அவந்தியில் அமைதியாக வாழ்ந்து வந்தான். ஒரு நாள் அவன் அமைதியாக உட்கார்ந்திருந்த போது வாழ்க்கை நிலையில்லாதது, பயனற்றது என்று உணர்ந்தான். அனைத்தையும் புத்திரர்களிடம் ஒப்படைத்துவிட்டு தியானம் செய்ய எண்ணினான். அவ்வாறே செய்து நாராயணனைக் குறித்து தவம் செய்ய பகவான் அவன் முன் தோன்றிட தன்னை அவருள் இணைத்துக் கொள்ளுமாறு வேண்டிட, பகவான் ''நீ இன்னும் வாழ வேண்டும் உன்னுடைய பக்தியும், முன்னோர் களுக்கு அளித்த நீரும் என்னை மகிழ் வித்தன. உனக்கு இன்று நாரதன் என்ற பெயர் அளித்து ஆசிர்வதிக்கிறேன்'' என்றார். (நாரதர் – நீர் அளித்தவர்)

பகவான் அருளி மறைந்துவிட்டார். சாரஸ்வதன் தவத்தைக் தொடர்ந்தான். அவன் மரணமடைந்து பிறகு பிரம்ம லோகத்தில் இருந்து பின்னர் பிரம்ம புத்திரன் நாரதனானான்.

அடுத்த நாரதர், பிரியவிரதனுக்கு விஷ்ணுவின் புகழ் கொண்ட ஒரு துதியைக் கற்பித்தார். அது பின்வருமாறு.

எண்ணற்ற கண்கள் கொண்டவர்க்கு வணக்கம்!

கணக்கற்ற கைகால்கள் உடையவர்க்கு வணக்கம்!

சத்திய யுகத்தில் வெள்ளை உடையிலும், அடுத்த

திரேதா யுகத்தில் குருதிரத்த வண்ணத்திலும், பிறகு

துவாபரயுகத்தில் மஞ்சள் நிற உருவிலும், பின்னர்

கலியுகத்தில் கரிய நிறம் உடையவனாகும் மாறிய

[வண்ணம் நிறைந்த கண்ணனுக்கு வணக்கம்]

வாயிலிருந்து பிராமணர்களையும்
புஜங்களிலிருந்து க்ஷத்திரியர்களையும்
தொடைகளிலிருந்து வைசியர்களையும்
பாதங்களிலிருந்து மற்ற இனத்தவர்களையும்
[படைத்த பிரம்மனுக்கு வணக்கம்]
வாளும், கேடயமும், கதையும், கமலமும்
நாளும் ஏந்திடும் நாரணர்க்கு வணக்கம்

12. வைஷ்ணவி தேவி

யுகமுடிவில் அண்டம் அழியும்போது பூலோகத்தில் மக்களும், புவர் லோகத் தில் பறவைகளும், சுவர்லோகத்தில் நெறி மிக்கவர்களும், மெச்சத் தக்கவர் களும், மஹர் லோகத்தில் பெரிய ரிஷிகளும் இருந்தனர்.

பூமியில் வைஷ்ணதேவி மணம் செய்து கொள்ளாமல், மந்தர மலையில் தியானத்தை (தவத்தை) ஆரம்பித்தாள்.

ஒருநாள் அவளது ஒன்றிய மனவமைதி குலைந்தது. இதனால் லக்ஷக்கணக்கான பெண்கள் தோன்றினர். அவர்களுக்காக தேவி ஓர் அரண்மனையை அமைத்திட

அதிலிருந்து, நட்சத்திரங்களிடையே சந்திரன் ஆண்டு வந்தாள்.

பிரம்மலோகம் சென்று கொண்டிருந்த நாரதன் அழகிய அரண்மனையையும், வைஷ்ணவிதேவி, மற்ற பரிவாரங்களையும் கண்டு நின்றார். அவர் மனதில் மகிஷாசுரன் நினைவு வந்தது. அவனை அழிக்கும் வழியும் தோன்றியது.

நாரதன் மகிஷாசுரன் வசிக்கும் பெருநகர்க்குச் சென்று, அவனைக் கண்டு வைஷ்ணவி தேவியின் அழகைப் பற்றி விவரித்தார். அது கேட்ட அசுரன் அவளே தனக்கேற்ற மனைவி என்று அவன் அவளை மணக்க விரும்புவதாகக் கூறி சம்மதம் பெற்றுவர, ஒரு தூதுவனை அனுப்பினான். அவனுடன் ஒரு சேனையையும் அனுப்பிவைத்தான். சேனைத் தலைவன் விருபாஷன். தேவர்களும் வைஷ்ணவி தேவிக்கு உதவியாக வந்தனர். எனினும், அரக்கனே வென்றான்.

அடுத்து, வித்யுத் பிரமா என்னும் தூதுவன் வைஷ்ணவியிடம் சென்று அரக்கனின் எண்ணத்தைக் கூறினார். அத்துடன் மகிஷாசுரன் வரலாற்றையும் எடுத்துரைத்தான்.

பயங்கர அசுரன் விப்ரசித்தியின் மகள் மஹிஷ்மதி என்ற அழகி. அவள் ஒரு நாள் ஓர் அழகிய பள்ளத்தாக்கில் உலாவச் சென்றாள். அங்கு ஓர் ஆசிரமத்தைக் கண்டாள். அதைத் தான் பெற எண்ணி அதிலுள்ளவரை வெருளச் செய்து அகற்ற எண்ணி பெண் எருமை வடிவில் அதனுள் நுழைய, உண்மையை அறிந்த முனிவர் அவளை நூறாண்டுகாலம் எருமையாகச் இருக்கச் சபித்தார்.

மஹிஷ்மதி தன் தவறுக்கு மனம் வருந்தி முனிவரிடம் மன்னிப்பு கேட்டுச் சாபத்தை நீக்கி அருள வேண்டினாள். ஆனால், முனிவர் சாபத்தின் கடுமையைக் குறைத்து அவளுக்கு ஓர் ஆண் குழந்தை பிறக்கும் வரையில் பெண் எருமையாக இருக்குமாறு செய்தார்.

இந்தப் பெண் எருமை நர்மதைக் கரையில் வாழ்ந்து வந்தது. சில ஆண்டுகள் கழிய அந்நதி நீர் சிந்துத்தீப முனிவரால் சக்தி வாய்ந்ததாயிற்று. இந்தப் பெண் எருமை அந்நதியின் புண்ணிய நீரில் குளித்தது. அதற்கு ஓர் மகன் பிறந்தான். அவனே மகிஷாசுரன். இந்த மகிஷாசுரனே இப்போது வைஷ்ணவி தேவியை அடைய தூது அனுப்பினான்.

ஆனால், வைஷ்ணவி தேவியோ தானோ, மற்றும் தன் தோழியர்களில் எவருமோ, மஹிஷாசுரனை மணக்கும் பேச்சுக்கு இடமே இல்லை என்றாள். இதனால் வைஷ்ணவி தேவியும் அவள் தோழியரும் அரக்கரின் சேனையை எதிர்க்க மாபெரும் போர் நடந்தது. தேவி பத்து காளிகளும், அவற்றில் ஆயுதங்களும் கொண்டு போரிட்டாள்.

மகிஷாசுரன் தானே போரில் போர் புரியவர, நெடு நாட்கள் வரை போர் நிகழ இறுதியில் மகிஷாசுரன் தோற்று ஓடலாயினான். அத்தேவியும் அவனைத் தொடர்ந்து சென்று ஷதஸ்சிருங்க மலையில் மகிஷாசுரனைப் பணியச் செய்து அவன் தலையை ஈட்டியால் வெட்டினாள்.

அரக்கன் அருள் மிகு வைஷ்ணவி தேவியால் கொல்லப்பட்டதால் சொர்க்க வாசம் பெற்றான். தேவர்கள் துயர் நீங்கிட தேவியின் புகழைப் பலபடப் பாடித் துதித்தனர். இது தேவி மகிமை கூறும் ஸ்தோத்திரம் அதாவது துதியாகும். இதை தினமும் படித்தால் பாவங்கள் நீங்கி வெற்றி உண்டாகும்.

இந்த மகிஷாசுர மர்த்தன வரலாறு மார்க்கண்டேய புராணம் போன்றவற்றிலும் சொல்லப்பட்டிருக்கிறது. அதன்படி

மகிஷாசுரனைக் கொன்ற தேவி துர்க்கை எனப்படுகிறாள்.

13. ருத்ராணி தேவியும் ருரு அரக்கனும்

தேவி ருத்ராணி (துர்க்கை) நீலகிரி மலையில் தவம் செய்து கொண்டிருந்தாள். அவ்வமயம் கடல் நீருக்கு நடுவில் அரண்மனை கட்டிக் கொண்டு அட்டகாசம் புரிந்து வந்தான் அரக்கன் ருரு. அவன் கடின தவம் செய்து பிரம்மனிடம் ஒரு வரம் பெற்றான். அதன்படி அவன் இறந்தாலும் அவன் தலை தரையில் விழக்கூடாது என்ற வரம்பெற்ற அவன் மூவுலகையும் வென்றான். இந்திரனைத் துரத்தி அமராவதி நகரைக் கைப்பற்றினான்.

இந்திரனும், மற்ற தேவர்களும் நீலகிரி மலையை அடைந்து தேவி ருத்ராணியைத் துதி செய்தனர்.

அப்போது அன்னை ருத்ராதேவி, அவர்களைக் காத்திடுவதாக வாக்களித்தாள். அவள் உடனே கர்ச்சித்து பயங்கரமாகச் சிரிக்க பயங்கர தேவதைகள் தோன்றினர். அவர்களிடம் பயங்கர ஆயுதங்கள் இருந்தன. அரக்கர்களுக்கும், தேவியின் தோழியர்களுக்கும் இடையே பயங்கரப் போர் நடந்தது. அரக்கர்கள் எதிர் நிற்க முடியாமல் தோற்று ஓடினர்.

அன்னை ருத்ராணி அரக்கன் ருருவைத் தானே கொன்றாள். அவனுடைய தலையைத் திரிசூலத்தில் தாங்கி தூக்கி நின்றாள். இவ்வடிவில் தேவிருத்ராணி 'சாமுண்டி' எனப்பட்டாள்.

தேவர்கள் 'கிரிபிரகாரஸ்துதி' கொண்டு தேவியைப் புகழ்ந்து பாடினர். இந்த மந்திரத்தைக் கொண்டு கலைமகள், வைஷ்ணவிதேவி, ருத்ராணி தேவியரைத் துதி செய்து மகிழ்விக்கலாம். அவ்வாறு செய்தால் தடைகள் நீங்கும். பாவங்கள் தொலையும்.

ருத்ராணி, வைஷ்ணவிதேவி உருவங்களில் சிவபெருமானும் பிரசன்னமாகி இருக்கிறார்.

14. நக்ன கபாலிக விரதம்

ருத்திரனைத் திருப்தி செய்ய மூன்று முக்கிய விரதங்கள் உள்ளன. அவை 'கபாலிக விரதம்' 'பாப்ரவ்யவிரதம்' 'சுத்த சைவ விரதம்' என்பன. கபாலிக விரதம் பற்றி இனிக் காண்போம்.

பிரம்மா, சிவன் இருவருக்கும் ஐந்து தலைகள் இருந்தன. ஆனால், பிரம்மா சிவனைத் தோற்றுவித்த பிறகு ருத்திரனைத் தோள்களில் தூக்கிக் கொண்டு ஐந்தாவது தலையில் உள்ள வாயால் ருத்ரனைத் துதி செய்ய அதில் கபாலி என்ற பெயர் இருந்தது. தன்னை அவமதிப்பதற்காகவே பிரம்மா, கபாலி என்ற சொல்லைப் பயன்படுத்தினார் என்று கோபம் கொண்ட ருத்திரன் பிரம்மாவின் ஒரு தலையை இடது கைபெருவிரலால் அகற்றினான். பிரம்மா நான்முகன் (சதுர்முகன்) ஆனான்.

அகற்றப்பட்ட அத்தலை சிவனின் கையிலேயே ஒட்டிக் கொண்டது. பலவகை முயற்சிகளுக்குப் பிறகு ருத்திரன் பிரம்மாவிடமே வந்து தன்கையை விட்டு அத்தலை அகல உபாயம் கேட்டார். பிரம்மா ருத்திரனை கபாலிக விரதம் அனுஷ்டிக்குமாறு கூறினார். (இதனால் சிவன் பிரம்மஹத்ய தோஷம் பெற்றார்).

மந்தர மலைக்கு ருத்திரன் சென்று அத்தலையை மூன்று பகுதியாக்கினார். தலை முடியை முப்புரியாக்கித் தன் உடலில் பூணூலாகக் தரித்துக் கொண்டார். பல புனிதத் தலங்களுக்குச் சென்று புனித நீராடித் தியானம் செய்யலானார். இறுதியில் அவர் அப்பூணூலையும், மற்ற உடைகளையும் அகற்றி நிர்வாணமானார் (அ) நக்னமானார்.

இந்நிலையில் ருத்திரன் காசியை (வாரணாசியை) அடைந்தார். அங்கு கங்கை நீரில் மூழ்கி எழ அவர் கையிலிருந்த கபாலம் விடுபட்டது. அத்தகைய பெருமை பெற்றது வாரணாசி நகரம். அப்போது பிரம்மா தோன்றி ருத்திரன் ஆற்றிய விரதம் இனி 'நக்ன கபாலி விரதம்' எனப்படும் என்றார்.

இந்த விரதத்தை அனுஷ்டித்தால் கோரியவை கிடைக்கும். பிரம்மஹத்ய தோஷமும் நீங்கும்.

15. சத்தியதபன்

வராகம் பிருதிவிக்கு சத்தியரூபன் வரலாற்றைக் கூறியது.

இமயமலைக்கு வடபால் சத்திய ரூபன் தவம் செய்து கொண்டிருக்கும் போது ஒரு நாள் மரத்தைச் செதுக்கிக் கொண்டிருக்கும்போது ஒரு விரல் வெட்டப்பட்டு விட்டது. அதிலிருந்து புகை வந்தது. குருதியில்லை. மேலும் அறுந்த விரலை அதன் இடத்தில் வைத்திட மறுபடியும் ஒட்டிக் கொண்டது.

சத்தியதபனின் ஆசிரமம் அருகில் ஒரு கின்னர தம்பதியர் இருந்தனர். சத்திய தபனின் சக்தியை கின்னர தம்பதிகள் இந்திரனிடம் தெரிவித்தனர். அவருடைய பெருமையை, சக்தியை சோதிக்க இந்திரனும், விஷ்ணுவும் அவரிடம் வந்தனர்.

விஷ்ணு அம்பால் அடிக்கப்பட்டு உடலில் அம்பு செருகி இருக்க சத்தியதபரின் ஆசிரமத்தினருகில் ஒரு பன்றி திரிய ஆரம்பித்தது. இந்திரன் வேடன் வடிவில் அங்கு வந்தடைந்தான். அவன் சத்திய தபரிடம் தான் ஒரு பன்றி மீது அம்பெய்தியதாகவும், அது தப்பி ஓடி வந்ததாகவும், அதனைக் கொன்றால் தான் தன் குடும்பம் வாழும் என்று கூறினான்.

சத்தியதபன் ஒரு குழப்பத்தில் சிக்கினான். பன்றியைக் காப்பாற்றுவதா? வேடனின் குடும்பத்தைக் காப்பாற்றுவதா? என்று குழம்பி, சிந்திக்க ஆரம்பித்தான்.

'கண்கள் பார்க்க பேச அல்ல, வாய் பேச பார்க்க அல்ல' தன் கண்கள் பன்றியைக் கண்டன. ஆனால் அது பற்றி அதனால் சொல்ல முடியாது; வாயினால் வராகம் பற்றிக் கூறுவதென்றால் வாய் வராகத்தைக் காணவில்லை. எனவே அவன் வேடனாக வந்த இந்திரன் கேள்விக்குப் பதில் சொல்லாமல் மௌனம் சாதித்தான்.

அவனுடைய முடிவை அறிந்த விஷ்ணுவும், இந்திரனும் தமது உண்மை வடிவைக் காட்டி சத்தியதபனை வாழ்த்தினர். சத்திய தபனும் அவனது குரு அருணியும் முத்தி யடைந்து பிரம்மனுடன் ஒன்றினர்.

16. மன்னன் சுவேதனும், மன்னன் வினிதஷ்வனும்

அடுத்து வராகம், பிருதிவிக்கு விஷ்ணுவைப் பூசிப்பதற்கான சடங்குகள் பற்றி கூறிற்று. கார்த்திகை மாதம் துவாதசி திதி இதற்கான நந்நிமித்தம், மங்கள கரமானதும் கூட. சந்திரக்கிரகண நாட்களும் சிறந்தவையேயாகும்.

ஆனால், இத்தகைய விரத காலங்களில் தண்டுலதானம் (அ) சிறிதளவு அரிசி அளிக்க மறந்துவிடக்கூடாது. மறந்தால் உனது நிலை சுவேதன், வினிதஷ்வன் நிலை போல் சங்கடமான தாகிவிடும் என்று அவ்விருவர் வரலாற்றினைக் கூறலுற்றார்.

இளவ்ரிதவர்ஷத்தின் மன்னன் சுவேதன். அவன் பல யாகங்கள் செய்து பொன், ஆபரணங்கள், குதிரைகள், யானைகள் என்று பற்பல தானங்கள் செய்தான். வசிஷ்டர் அவனிடம் அவற்றுடன் அரிசி தானமும் செய்யுமாறு

கூறியும், அவன் அந்த அறிவுரையைப் பெரிதாக எடுத்துக் கொள்ளவில்லை.

அவன் மரணமடைந்தவுடன் சொர்க்கத்தை அடைந்தான். அவன் விண்ணுலகில் எங்கும் உலவி வந்தான்; அப்சரஸுகளுடன் களித்தான். அவனுக்குப் பல வகையான உணவுகள் கிடைத்தன - அரிசியைத் தவிர. அரிசி சோற்றுக்காக அவன் ஏங்கினான். அவன் உலகுக்குத் திரும்பிவந்து அவனுடைய ஈமச்சடங்குகள் நடந்த இடத்தில், அவனுடைய சாம்பல் இன்னும் இருந்தது. எனவே தன் ஏக்கம் தீர அவன் அந்தச் சாம்பலை நக்கினான்.

அவனுடைய பரிதாப நிலையை, ஒரு நாள் அங்கு வந்த வசிஷ்டர் கண்டு அவனிடம் அரிசிதானம் அளிக்காததன் பலன் அது என்று கூறி, நாம் எதைக் கொடுக்கிறோமோ அதைப் பெறுவோம் என்று சொல்லியதுடன் வினிதஷ்வன் சரிதத்தைக் கூறினார்.

வினிதஷ்வ மன்னன்

மன்னனின் புரோகிதர்கள் அவனிடம் எள், நீர், கருப்பஞ்சாறு, பசு போன்ற உருவமைப்பட்ட வெல்லப்பாகு ஆகியவற்றைத் தானம் கொடுக்குமாறு கூறினார். பதிலாக மேற்படி பொருள்களை ஒரு பானையில் வைத்துத் தானம் கொடுக்கலாம். இதில் பானை பசுவுக்கு சமமாகும்.

இவற்றுடன் மற்ற உணவுப் பொருள்கள், தங்கம், நகைகள், பாத அணி, குடைகளும் தானம் செய்யலாம். வினிதஷ்வன் அறிவுரைப்படி நடக்காததால் சொர்க்கத்தில் பசியினால் வாடினான்.

கன்று ஈனும் நிலையில் உள்ள பசுவை நீராட்டி, மஞ்சள், குங்குமம், மலர்களால் அலங்கரித்து, ஒரு சற்பாத்திரம் அறிந்து தானம் அளித்தால் ஏற்படும் பலனையும், மகிமையையும் வராகம், பிருதிவிக்குக் கூறிற்று. ஏழையான - ஆனால் நெறி தவறாத அந்தணற்குத் தானம் அளிக்க வேண்டும்.

இத்தகைய சடங்குகளால் சுவேதாவின் பாவங்கள் மன்னிக்கப்பட்டு முக்தி கிடைத்தது.

இதுவரையில் சொல்லப்பட்டவை எல்லாம் வராக புராணத்தின் பகுதியான வராக சம்ஹிதையில் கூறப்பட்டுள்ளவை.

இவையாவும் பிரம்மனால் போதிக்கப் பட்டு, பின்னர் பிரம்மாவால் பரப்பப்பட்டவை. பிரம்மாவிடமிருந்து முறையே புலஸ்தியர், பரசுராமர், உக்கிரர், மனு ஆகியோருக்குப் பரவியது. சூத முனிவர், சனகாதி முனிவர்கள் இதை மேலும் பரப்புவர்.

கார்த்திகை மாத துவாதசி அன்று இதைப் படித்தால் வசதிகளும் பரத்திலும் அனைத்துக் கோரிக்கைகளும் நிறைவேறும்.

17. விஷ்ணுவைப் பிரீதி செய்தல்

வராகம் பிருதிவியுடன் கூறியதான சமயச் சடங்குகள் பற்றி பெரிதும் வியப்பு அடைவதில்லை. ஆனால் உண்மையான மனப்பூர்வமான பக்தியொடு செய்யும் வந்தனமே தன்னைத் திருப்திபடுத்தும் என்றார்.

விஷ்ணுவைத் திருப்தி செய்ய துவாதசி அன்று வெள்ளை ஆடை உடுத்தி, வெண் மலர்கள் கொண்டு பூசித்தல் வேண்டும். ஒழுக்க ஒளியுடைய, நேர்மையான பிராமணன் அவர் அருளை நிச்சயம் பெறுவான். பணிவுடமை, விருந்தோம்பல், நற்காரியங்களைப் போதித்தல், தானங்கள் வழங்கும் மன்னனும் பகவான் விஷ்ணுவின் அருள் பெறுவான். வைசியன் மற்றவர்களுக்கு உதவியாகவும், இணக்கம் உள்ளவனாகவும், குருபக்தி மிக்கவனாகவும், பேராசை

இன்றியும், தூய உள்ளமும் நற்பழக்கங்கள் உள்ளவனாகவும் இருக்க வேண்டும். நான்காம் வருணத்தார்கள் கோபம், ஆசை, பேராசை, காமம், தீமை அகற்றி, தயை, தருமகுணம் விரதங்கள் நம்பிக்கை, பிராமணர்களிடம் பய பக்தி பெற்றிருக்க வேண்டும். ஆக, எல்லா வருணத்தினரும் பகவான் விஷ்ணுவின் அருளைப் பெறத் தக்கவர்களே.

தாவர உணவுண்டு, அமைதியுடன், தியானம் செய்து, பிரம்மச் சரியம் அனுஷ்டித்து, குறிப்பிட்ட நாட்களில் தவறாமல் சமயச் சடங்குகள் செய்து, மனதில் பொறாமை, கர்வம், தன்னலமின்றி இருப்பின் அப்படிப்பட்டவர்களுக்கு ஸ்ரீ விஷ்ணு அருள் பாலிக்கிறார்.

மாறாக தன்னலம், அகம்பாவம், விருந்தினரிடம் அவமரியாதை, கண்டதைக் கண்டபடி உண்ணுதல், மற்றவர்க்கு உதவாதிருத்தல் போன்ற தவறான நெறிகளில் ஒழுகுபவர்களை வறுமையில் வாடவும், துயரத்தில் மூழ்கி அவதியுறுமாறும் சபிக்கிறார். திருப்தி கொண்ட மனிதன், கற்புடைய மனைவியரை ஆசீர்வதிக்கிறார். விஷ்ணுவால் வெறுக்கப்படும் பல காரியங்கள் சில கீழே தரப்பட்டுள்ளன.

1) தூய்மையற்ற பொருள்களை உட்கொள்ளுதல் 2) நீராடாமல் சவங்களைத் தொட்டபின், மயான பூமியிலிருந்து நேராக வருபவர்கள் பூசை செய்தால் வெறுக்கப் படுவர். 3) நீலம், கருப்பு, சிவப்பு உடை, அழுக்கான மடியற்ற உடை, மற்றவர் உடை அணிந்து பூசை செய்வது விஷ்ணுவுக்குப் பிடிக்காது 4) கோபமுடன் பூசிக்கக் கூடாது. 5) மீன் (அ) வாத்து மாமிசம் உண்ட பின் பூசிப்பதை அவர் வெறுக்கிறார். 6) பகவான் விஷ்ணுவுக்கு நைவேத்தியம் செய்யப்படாத பொருளை அளித்தல் 7) பெருங்காயம் உட்கொண்டு, மது அருந்திவிட்டு விஷ்ணுவைப் பூசை செய்யக்கூடாது. 8) பன்றி மாமிசம் விற்பதோ, உண்பதோ கூடாது. 9) காலணி அணிந்து குளத்துக்கருகில் செல்வதைத் தவிர்க்க வேண்டும். 10) மங்கல வாத்தியங்கள் இன்றி விஷ்ணு ஆலயத்தைத் திறக்கக்கூடாது.

18. துர்ஜயனும், சிந்தாமணியும்

சத்யயுகத்தில் மன்னன் சுப்ரதிகனுக்கும், அவன் மனைவி வித்யுத் பிரமாவுக்கும் துர்ஜயன் என்றொரு மகன் பிறந்தான். துர்வாச முனிவர் துர்ஜயனுக்கு ஒரு வரமும், ஒரு சாபமும் தந்தார். அவன் யாருடைய கண்களில் புலப்படாமல் இருக்குமாறு வரமும், கடின இதயம் கொண்டவனாக இருக்க வேண்டுமென்கிற சாபமும் துர்வாச முனிவரால் ஏற்பட்டன.

துர்ஜயன் மந்தர மலைக்குச் சென்ற போது அங்கு இரண்டு அழகிய பெண்களைக் கண்டான். ஹெட்ரியின் மகள் சுகேஷி, சுஹேத்ரியின் மகள் மிச்ரகேசி. அந்த அழகிகள் மீது காதல் கொண்டு அவர்களை மணந்து இரண்டு புத்திரர்களைப் பெற்றான்.

துர்வாசரிடம் மறைந்து இருக்கும் வரம் பெற்ற துர்ஜயன் மூன்று உலகங்களையும் வென்று, இந்திரனையும் சொர்க்கத்திலிருந்து விரட்டி அடித்தான்.

ஒரு சமயம் துர்ஜயன் வேட்டையாடச் சென்றவன் கௌரமுகர் என்ற முனிவரின் ஆசிரமத்தை அடைந்தான். அவனுடன் ஏராளமான படைவீரர்களும் இருந்தனர். அவர்களுக்கு உணவு ஏற்பாடு செய்தல் எளிதான காரியமல்ல.

எனினும் முனிவர், தான் நாராயணனிடமிருந்து பெற்ற அதிசய சிந்தாமணி என்னும் ரத்தினத்தின் உதவியால் துர்ஜயனுக்கும், அவனது படைவீரர்களுக்கும் உண்ண உணவும், இருக்க இடமும் ஏற்பாடு செய்தார் கௌரமுக முனிவர். (சிந்தாமணி, கல்பதரு போல்

கேட்டதைக் கொடுக்க வல்ல ரத்தினம் ஆகும்.)

பேராசை கொண்ட துர்ஜயன் அந்த அதிசய சக்தி வாய்ந்த மணியைப் பெற ஆசை கொண்டான். அதற்காகத் தனது அமைச்சர் விரோசனனை முனிவரிடம் அனுப்பினான். ஆனால், கௌரமுக முனிவர் அதைத் தர முடியாதென்று கூறி மறுத்து விட்டார். துர்ஜயன் அதற்காக ஒரு படையை ஏவினான். ஆனால், முனிவரிடமிருந்து அந்த சிந்தாமணியை முனிவர் வேண்ட அதிலிருந்து வீரர்கள் தோன்றி மந்திரி விரோசனனைக் கொன்றனர்.

ஹெட்ரி, சுஹேத்ரி இருவரும் துர்ஜயனுக்கு உதவியாக அவரவர் படையை அனுப்பினர். கௌரமுக முனிவர் விஷ்ணுவை வேண்ட விஷ்ணு தனது சக்கராயுதத்தால் அனைவரையும் கொன்றார்.

காலத்தில் நிமேஷம் (அ) நிமிஷம் என்பது சிறு அளவு போரில் இத்தகைய பெரிய படையை விஷ்ணு நிமிஷ மாத்திரத்தில் அழித்ததால் அந்த இடம் 'நைமிசாரணியம்' என்ற பெயர் பெற்றது.

துர்ஜயனின் மரணம் அவனது தந்தை சுப்ரதீகனுக்குப் பெரும் துயரம் விளைவித்தது. எனினும் அவன் விஷ்ணு பக்தியிலிருந்து சிறிதும் மாறவில்லை. இதனால் மகிழ்ச்சியுற்ற பகவான் விஷ்ணு திருப்தியுற்றவராய் அவருடைய நிஜ உருவைச் சுப்ரதீபனுக்குக் காட்டி முக்தி அளித்தார்.

கௌரமுக முனிவர் நைமிசாரணியத்தில் பிரபாசம் என்ற இடத்தில் தவம் செய்யலானார். அங்குத்தான் அவர் மார்க்கண்டேய முனிவரை சந்தித்தார். மார்க்கண்டேயர் அவருக்கு உத்திரக் கிரியை சடங்குகள் பற்றி அறிவுரை பகர்ந்தார்.

19. திதிகள்

சிந்தாமணியிலிருந்து தோன்றிய படை வீரர்கள், விஷ்ணுவின் கருணையால் அரசர்கள் ஆயினர். அவர்களில் ஒருவன் பிரஜாபலன். ஒரு சமயம் மகாதபன் என்ற சக்தி வாய்ந்த முனிவரின் ஆசிரமத்துக்குச் சென்றான். மகாதபன் என்னும் அம்முனிவர் பிரஜாபலனுக்குத் திதிகளைப் பற்றிக் கூறினார். சில திதிகள் மிகவும் பலன் அளிப்பவை. இந்த நாட்களில் நடத்தும் பூஜைகள், மந்திர உச்சாடனங்கள் பெருமளவில் பலன்கள் தரும்.

1] **முதல்திதி – பிரதிபத :** (பிரதமை) இது அக்கினியின் தொடர்புடையது. பிரம்மா பிரதமை அன்றே தன் கோபத்திலிருந்து அக்கினியைத் தோற்றுவித்தார். இது அக்கினி பூஜைக்கு உகந்த நாளாகும்.

2] **துவிதியை :** அசுவினி தேவர்கள் இருவர்களின் பூசைக்குகந்த நாள் இது. இவர்கள் அசுவினி குமாரர்கள் என்ற பேரும் கொண்ட தேவலோக வைத்தியர்கள்.

3] **திருதியை :** ருத்திரனுக்கு உகந்த நாள் இது. தம்பதியர்கள் இணை பிரியாது குடும்ப மகிழ்ச்சியில் திளைக்க இந்த திதியில் பூசை செய்தால் மங்களம் பெறுவர். சிவபார்வதி திருமணம் திருதியை திதியில் நடைபெற்றது. எனவே இது ஒரு நல்ல சகுனத்திதி. இந்தத் திதியில் ருத்திரனைப் பூசை செய்ய வேண்டும்.

4] **சதுர்த்தி :** இத்திதி கணேசர் (அ) வினாயகருக்குகந்த திதி ஆகும். கணபதி பிறந்தது சதுர்த்தி திதியில். அதனால்தான் விநாயக சதுர்த்தி பூஜை புனிதமானது. இந்த விரதம் அனுஷ்டித்து எள் உண்டால் புண்ணியம் ஏற்படும்.

5] **பஞ்சமி :** இந்தத் திதியில் புளிப்பு ஆகாரம் கூடாது. புற்றில் பாம்புக்கு பால்

அளித்தல். இந்த நாளில் தான் பிரம்மா எல்லா பாம்புகளையும் கூட்டி நாக லோகத்திற்கு அனுப்பி வைத்தார்.

6] **ஷஷ்டி :** இது முருகனுக்குரிய திதி. அன்று முருகப் பெருமானைப் பூசித்தால் உடல் நலம், நீண்ட ஆயுள், கோரிக்கைகள் நிறைவேறும். அன்று பழம் மட்டும் உண்டு முருகனுக்கு அர்ச்சனை செய்து பூஜித்தால் கோரிக்கைகள் பலிக்கும். அனைவருக்கும் க்ஷேமம் ஏற்படும். இது பற்றி ஒரு முதுமொழியும் உண்டு – ''சட்டியில் இருந்தால் அகப்பையில் வரும்' அதாவது ஷஷ்டியில் உபவாசம் இருந்து முருகனைப் பூசிக்கும் பெண்களின் கருப்பையில் கரு ஏற்பட்டுக் குழந்தை பிறக்கும். ஷஷ்டி திதி அன்று பிரம்மா கார்த்திகேயனைத் தேவசேனாபதி ஆக்கினார்.

7] **சப்தமி :** சூரியனுக்கு உகந்த நாள் சப்தமி. இதற்கு அதிபதி அவனே. 'ரத சப்தமி' ஒரு சிறப்பான சூரியனுக்கு பூசை செய்யப்படும் நாள். சூரியனுக்குப் பாயாசம் நைவேத்தியம் செய்து பூசித்தால் எல்லா வகையிலும் சூரியன் கருணை கிடைக்கும்.

8] **அஷ்டமி :** எட்டு மாதர்கள் தோன்றிய நாளாகும். இவர்கள் அந்தகன் அழிவுக்குக் காரணமானவர்கள். அன்று அஷ்டமாதர்களைப் பூசை செய்வது விசேஷமாகும்.

அந்தகனுடன் போரில் அம்பிகை வெற்றி பெற்றது மட்டுமின்றி, கிருஷ்ண பகவானுக்காக அவருடைய பிறந்த நாளன்று கோகுலாஷ்டமி பூசை நடைபெறுகிறது.

9] **நவமி :** இந்தத் திதி நாளில் வெட்ரசூரன் என்பவன் காயத்திரி தேவியால் கொல்லப்பட்டான். மேலும் ஸ்ரீ ராமபிரான் நவமியில் பிறந்ததால் ஸ்ரீ ராம நவமி விழாவும் இந்தத் திதியில் நடைபெறுகிறது. நவமி அன்று சரசுவதி பூஜை, ஆயுத பூஜை விசேஷம்.

10] **தசமி :** தசமி அன்று தயிர் மட்டும் உட்கொண்டு, பிரம்மாவால் தோற்றுவிக்கப்பட்ட பத்து தேவியரைப் பூசித்தல் வேண்டும். மற்றும் மகிஷாசுரனைக் தேவி கொன்ற இந்த நாள் விஜயதசமி என்று மிகவும் விசேஷமாய் கொண்டாடப்படும்.

பிரம்மாவால் தோற்றுவிக்கப்பட்ட பத்து தேவியரும் பிரம்மா பத்து தேவர்களுக்குத் திருமணம் செய்துவைத்தார். பூர்வாவை இந்திரனுக்கும், பச்சிமாவை வருணனுக்கும், உத்தரத்தைக் குபேரனுக்கும், தக்ஷிணத்தை யமனுக்கும், ஊர்த்துவத்தைச் சுவாயமுக்கும், அத்வத்தை சேஷநாகத்துக்கும், ஆக்கினேயத்தை அக்னிக்கும், நைர்ருதியை நிருதிக்கும், ஈசானத்தைச் சங்கரனுக்கும், வாயவ்யத்தை வாயுவுக்கும் திருமணம் செய்து வைத்தார் பிரம்மா. இவை பத்தும் பத்து திசைகளைக் குறிப்பவை.

11] **ஏகாதசி :** இந்தத் திதியில் பிரம்மா குபேரனைத் தோற்றுவித்தார். அவர் ஆணைப்படி குபேரன் நிதிக்கதிபதி ஆனான். ஏகாதசி விரதம் அன்று வெறும் பழம் மட்டும் உண்டு குபேரனைப் பூசை செய்தால் நல்ல பலன் கிடைக்கும். (ஏகாதசி விஷ்ணுவுக்கும் உகந்த திதி. வைகுண்ட ஏகாதசி விரதம் மிகவும் விசேஷமானது.)

12] **துவாதசி :** வாயுவின் வேண்டுகோளை ஏற்று நாராயணன் விஷ்ணுவான நாள் இது. விஷ்ணு தன் நான்கு கரங்களில் சங்கு, சக்கிரம், கதை, தாமரை மலர் கொண்டுள்ளார். தெய்வீகம் மிக்க ஜயந்தி மாலை அணிந்துள்ளார்.

துவாதசி அன்றுதான் லக்ஷ்மி விஷ்ணு பத்தினி ஆனாள். துவாதசி அன்று லக்ஷ்மியையும் நாராயணனையும் ஒன்றாகப் பூசிப்பது மிகவும் விசேஷ பலன்

அளிக்கும். பூசை முடிந்தவுடன் பிராம் மணர்களுக்கு நெய், தேன் தானம் தருவது நன்மை பயக்கும்.

(ஏகாதசி, துவாதசி இரண்டையும் இணைத்து ஒரு பழமொழி உண்டு. அதாவது 'ஏகாதசி மரணம், துவாதசி தகனம்' என்பது அது.)

13] **திரயோதசி :** இந்தத் திதியில் பிரம்மா, தரும தேவதையைச் சாந்தப் படுத்தினார்.

14] **சதுர்த்தசி :** இது ருத்திரனுக்கு உகந்த நாள். அன்று உபவாசம் இருந்து, ருத்திரனைப் பற்றி பேசுவதும், அவன் கீர்த்தனையைக் காதால் கேட்பதும் பாவ நிவாரணம் அளிக்கும்.

15 அ] **அமாவாசை :** 'தன்மந்திரங் களை' அமாவாசை அன்று கௌரவித்தல் நலன் பயக்கும். பிரம்மாவினால் தோற்று விக்கப்பட்ட 'தன்மந்திரங்கள்' உயிர்கள னைத்துக்கும் பித்ரு ஸ்தானம் கொள்ளு மாறு பிரம்மா அவர்களுக்கும் கூறினார். அமாவாசை தர்ப்பணம் பித்ருக்களின் திருப்திக்காகச் செய்யப்படுகிறது. இதனால் மனத்திருப்தியும், கோரிக்கை கள் நிறைவேறுவதுமாகிய பலன்கள் கிட்டும்.

15 ஆ] **பௌர்ணமி [அ] பூர்ணிமா :** இது சோமன் எனப்படும் சந்திரனின் நாள். சந்திரன் தக்ஷனின் 27 மகள்களை (அ) நட்சத்திரங்களை மணந்து, ரோகிணி மீது அன்பு அதிகம் காட்டிட அதனால் கலைகள் தேய்ந்து போகுமாறு சபிக்கப் பட்டதும், சிவபெருமான் கடைசி பிறையைச் தலையில் ஏந்தி வளரச் செய்ததும் பல புராணங்களில் கூறப்பட் டுள்ள செய்தி.

அமிர்த மதனத்தின்போது சோம வானம் தோன்றியது என்பது சந்திரன் தோன்றியதையே குறிக்கும்.

பூர்ணிமா அன்று உண்ணாநோன்பு இருந்து விரதம் இருந்தால் செல்வ வளம் செழிக்கும்.

20. கத்ருவும் வினுதையும்

நாகபஞ்சமி பாம்புகள் பூசைக்கு உகந்த நாள். பால் வார்த்து பூசிப்பது வழக்கம்.

பிரம்மா எல்லா விஷப் பாம்புகளை யும் உண்டாக்கினார். அவற்றுள் அனந்தன், வாசுகி, கார்க்கோடகன், பதுமன், மகாபத்மன், கம்பனன் ஷங்கன், குளிகன், பாபா, ரஜிதா, மற்றும் அபராஜிதா. இந்தப் பாம்புகள் மக்களை அழித்து வரவே, தேவர்கள் பிரம்மா விடம் முறையிட்டனர்.

பிரம்மா பாம்புகளைக் கூப்பிட்டு ''நீங்கள் மற்ற உயிர்களை அழிப்பதால், நீங்கள் உங்கள் தாயாராலேயே அழிக்கப் படுவீர். உங்கள் உயிர்கள் அழிக்கப்பட்டு விடும்'' என்றார்.

அப்போது பாம்புகள் ''எங்களுக்கு விஷமும், கடிக்கும் குணமும் உங்களா லேயே கொடுக்கப்பட்டன. நாங்கள் எவ்வாறு அதற்குக் காரணமாவோம்? எனவே எங்களுக்குக் கருணை காட்டுங்கள்.''

''நாங்கள் வாழ்வதற்காக ஒரு தனி இடம் ஏற்பாடு செய்யுங்கள்.'' அதன்படி அவை பாதாள, விதல, சுதல லோகத்தில் வசிக்க ஆணையிட்டார்.

பாம்புகளிடம் பிரம்மா ''அடுத்த கல்பத்தில் காச்யப முனிவருக்கும் அவள் மனைவி கத்ருவுக்கும் குழந்தைகளாகப் பிறப்பீர்கள்'' என வரமளித்தார்.

கத்ருவும், வினுதையும் தக்ஷணது புத்திரிகள். காசியபமுனிவரை மணந் தனர். கத்ரு காசியபரின் வரம் வேண்டி ஆயிரம் விஷமுள்ள பாம்புகளைப் பெற்றாள்.

வினுதை, கத்ருவின் குழந்தைகளை விட சக்திவாய்ந்த இரண்டு குழந்தை களை வேண்டிப் பெற்றாள். அவளு டைய இரண்டு கருவில் ஒன்றை அழிக்க முயல குழந்தை முடமாக பிறந்தது. அதன் பெயர் அருணன். அருணன் சூரியனுக்குத் தேரோட்டி ஆனான். இப்படி அருணனுக்கு ஏற்பட்ட நிலையி னால் கோபம் கொண்ட அருணன் தாயைக் கத்ருவின் அடிமையாகப் பல ஆண்டுகாலம் இருக்குமாறு சபித்தான். மேலும் அருணன் வினுதையிடம் மற்றொரு கரு நன்றாகப் பிறந்து அந்த மகன் தாயை அடிமைத்தளையிலிருந்து விடுவிப்பான் என்றான்.

உச்சைச்வரசு இந்திரனின் குதிரை. கத்ருவும், வினுதாவும் ஒரு முறை அதன் வாலில் நிறம் பற்றி பந்தயம் கட்டினர். வினுதா அது வெள்ளை என்று கூற, கத்ரு அது தவறு. அதன் வால் கருப்பு என்றாள். பந்தயத்தில் தான் தோற்றுவிடும் பயத்தால் கத்ரு தன் குழந்தைகளாகிய பாம்புகளைக் குதிரையின் வாலில் சுற்றிக் கொண்டு கருப்பாக தோன்றுமாறு செய்யச் சொன்னாள். உண்மையற்ற தாயின் வார்த்தைக்கு சில பணிய மறுக்க, அவற்றைச் சர்ப்பசத்ர யாகத்தில் அவை அழிக்கப்படும் என்று சபித்தாள் அத்தாய். (பின்னர் ஜனமேஜயன் சர்ப்ப யாகத்தில் சர்ப்பங்கள் அழிந்தன.)

பந்தயத்தில் தோற்றதால் கத்ருவுக்கு வினுதை அடிமையாக இருக்க வேண்டி ஏற்பட்டது. வினுதாவுக்கு இரண்டாவ தாகக் கருடன் பிறந்தான். பாதி பறவை, பாதி மனித உடல் கொண்டதாயிற்று. கண்களும் நகங்களும் உணவைத் தேடிக் கிழிக்க உதவும் பறவை போல் அமைந்தன. முகம் வெளுப்பாயிருந்தது. இறக்கைகள் சிவப்பு நிறம், உடல் பொன்னிறம். கருடனுக்குச் சர்ப்பங்கள் உணவாகும் என்று பிரம்மா வரம் அளித்தார்.

பாம்புகள், கருடனிடம் அவன் அமிர்தம் கொண்டு வந்து கொடுத்தால் அவன் தாயார் விடுதலைப் பெறுவாள் என்றன. நேராக அமிர்தத்தைத் தராமல் குசப்புல் போல் அமிர்தம் இருக்குமாறு உபாயம் செய்ய பாம்புகளுக்கு முன் கரண்டி போன்ற நாக்கு ஏற்பட்டது. அதனால் பாம்புகளுக்கு கருடன் மேல் வெறுப்பு ஏற்பட்டது.

பாம்புகள் ஆயுள் முடிவு வரை மட்டுமே கடிக்கும். கருட மந்திரம் அறிந்தவர்களை, நல்லவர்களைக் கடிக்காது.

21. வெட்ராசுரனும் காயத்திரியும்

(வராக புராணத்தில் மட்டுமே உள்ளது இக்கதை)

வெட்ராசுரனின் தந்தை விருத்திரன் முற்பிறவியில் கடல் நுரையால் இந்திரனால் கொல்லப்பட்டான். மறு பிறவியில் விருத்திரன் முற்பிறவியில் நடந்ததை அறியலானான். எனவே அவன் இந்திரனைக் கொல்ல ஒரு மனிதனை வேண்டினான். வேட்ரவதி ஆறு ஒரு பெண்வடிவில் விருத்திரனை மணந்து வெட்ராசுரனைப் பெற்றாள். அவன் தேவர்களுக்குப் பரம விரோதி ஆனான்.

பிரக்ஜோதிஷ்புர மன்னனாகி உலகை எல்லாம் வெற்றி கொண்டான். வெட்ரா சுரன் மற்றவர் கண்களுக்குப் புலப் படாதவன். எனவே தேவர்கள் சிவனிடம் முறையிட அவர் பிரம்மாவிடம் அழைத்துச் சென்றார். அப்போது பிரம்மா கங்கைக் கரையில் அமர்ந்து 'காயத்திரி மந்திர ஜபம்' செய்து கொண்டிருந்தார். ஆனால் பிரம்மாவுக்கு தெரியவில்லை.

காயத்திரி மந்திரத்தின் அதிதேவதை யான காயத்ரிதேவி திடீரென்று அங்கு தோன்றினாள். அத்தேவிக்கு எட்டு கரங்களில், வெவ்வேறு ஆயுதங்கள்

இருந்தன. வெள்ளைக் கலை உடுத்தி இருந்தாள். அவள் பல ஆண்டுகாலம் வெட்ராசுரனுடன் போர் புரிந்து அவனைக் கொன்றாள். சிவன் அவளைப் புகழ்ந்து துதி பாடினார். இமயமலையில் காயத்திரிக்கு ஓர் இடத்தை ஏற்பாடு செய்தார் பிரம்மா.

22. விரதங்கள்

1. சித்திரை – சுத்த (வளர்பிறை) துவாதசியில் வாமனனாகிய நாராயணனை பூசிக்க வேண்டும்.

2. வைகாசி – வளர்பிறை துவாதசி. பரசுராம துவாதசி. பரசுராமரை (நாராயணனை) பூசிக்க வேண்டும்.

3. ஆனி – வளர்பிறை துவாதசி – ஸ்ரீராம துவாதசி – ஸ்ரீ ராமாவதார விஷ்ணு பூஜை.

4. ஆடி – வளர்பிறை துவாதசி. கிருஷ்ண துவாதசி – ஸ்ரீ கிருஷ்ணனைப் பூசிக்க வேண்டும்.

5. ஆவணி – வளர்பிறை துவாதசி. புத்த துவாதசி – ஆபத்திலிருந்து நிவாரணம் பெற இவ்விரதம் செய்யப் படும்.

6. புரட்டாசி – வளர்பிறை துவாதசி – கல்கி துவாதசி – கல்கி அவதார விஷ்ணு பூசை.

7. ஐப்பசி – வளர்பிறை துவாதசி – பத்மநாப சுவாமியைப் பூசித்தல்.

8. கார்த்திகை – வளர்பிறை துவாதசி. விஷ்ணு பிரீதிக்கான வழிபாடு. இது பதிதபாவன தரணி துவாதசி. வராகம் பூமியை ரக்ஷித்தது.

9. மார்கழி – வளர்பிறை துவாதசி – மச்ச துவாதசி – மச்சாவதார நாராயணன் பூஜை.

10. தை - வளர்பிறை துவாதசி. கூர்ம துவாதசி – கூர்மாவதார விஷ்ணு பூஜை.

11. மாசி – வளர்பிறை துவாதசி – சர்வபாப விமோசனம் – வராக மூர்த்தி பூஜை.

12. பங்குனி – வளர்பிறை துவாதசி – நரசிம்ம துவாதசி. நரசிம்மர் பூஜை.

காந்தி விரதம் : கார்த்திகை துவிதியை திதியில் வளர்பிறையில் செய்யப் படுவது. கிருஷ்ணன் (அ) பலராமனைப் பூசித்து வெள்ளி சந்திரன் பதுமைகளைத் தானம் செய்தல்.

அவிக்கின விரதம் : திரிபுரசுரர் களைக் கொல்வதற்கு முன் சிவபெருமானும், கடலை ஆசமனம் செய்வதற்கு முன் அகஸ்தியரும் இந்த விரதத்தை அனுஷ்டித்தனர். விரதத்தின் பகுதியாகப் பங்குனி மாதம் சதுர்த்தசி திதி அன்று கணேசன் மீது மந்திர உச்சாடனம் செய்வது நலம்.

காம விரதம் : தை மாதம் சுக்கில பக்ஷ பஞ்சமி திதியில் கந்தன் வழிபாடு சிறப்புடையது. முதன் முதலில் இதனை நளன் அனுஷ்டித்தான்.

சாந்தி விரதம் : கார்த்திகை சுக்கில பக்ஷ பஞ்சமி திதியில் சாந்திவிரதம் அனுஷ்டிக்க வேண்டும். குடும்பத்தில் சண்டை சச்சரவுகள் நீங்கி சாந்தி ஏற்படும்.

ஓர் ஆண்டுக்கு சூடான உணவைத் தவிர்க்க வேண்டும். முடிவில் சேஷன் பாம்பு வடிவ பிரதிமையை தானம் கொடுக்க வேண்டும்.

ஆரோக்கிய விரதம் : ஆரோக்கிய விரதத்தின் மூலம் மன்னன் அனரண்யன் பெற்ற சாபத்தால் ஏற்பட்ட தொழுநோய் நீங்கியது.

புத்ரேஷி விரதம் : சூரசேன மன்னனுக்குப் புத்திர பாக்கியம் அளித்த விரதம் இது. யசோதை மடியில் தவழும் கிருஷ்ணனைத் தியானித்துப் பாலும், தயிரும் தானமாகத் தரவேண்டும்.

23. யுகங்கள்

மன்னன் பத்ரஷ்வனுக்கும், அகஸ்திய முனிவருக்கும் இடையே நடந்த விவாதத்தில் யுகங்கள் பற்றிய கருத்துக்கள் :

யுகங்கள் நான்கு பற்றி பல புராணங் களில் கூறப்பட்டுள்ளன. இங்கு குறிப் பாகக் கலியுகம் பற்றிய செய்திகள் தரப்பட்டுள்ளன.

கலியுகத்தில் வருணங்கள், வருணா சிரம தருமங்கள் நிலை குலையும். சத்திய யுகத்தில் சத்துவ குணமே ஓங்கி நிற்கும்.

திரேதா யுகத்தில் சத்துவ குணம் ராஜச குணம் இணைந்து பெருக்கெடுத் தோடும். இருப்பினும் சத்துவகுணமே சிறந்து விளங்கும்.

துவாபரயுகத்தில் சத்துவகுணத்தை விட ராஜச குணமே மேலோங்கி நிற்கும்.

கலியுகத்தில் தாமச குணம், அதாவது தீயவை, அறியாமை மட்டுமே இருக் கும். அதனால் வருணசிரம தருமங்கள் கெடும்.

பாவத்துக்கு பரிகாரமாக தியானம், பிரார்த்தனை, வேதம் படித்தல், யாகங் கள், தானங்கள் செய்யப்படும்.

பல சமயங்களில் நாரதர் நிரூபித்தப் படி நாராயணன் லீலை அதிசயமானது. உண்மையான பக்தி இன்றி யாகங்களால் மட்டும் நாராயணனை அடைய முடியாது.

சிவபெருமானே கூறினார், ''தேவர் களில், கடவுளர்களில் நாராயணனே முதலும், முதன்மையும் ஆவார். அவிர்ப் பாகங்கள் முதலில் பெறும் உரிமை அவருக்கே உண்டு.''

கௌதமரால் விருந்தினராக ஏற்கப் பட்டு உபசாரங்கள் பெற்ற முனிவர்கள் அவரை விட்டு நீங்க எண்ணி அவர் மீது பசுவைக் கொன்ற சாபம் வர ஏற்பாடு செய்தனர். முதலில் கௌதமர் பசுவதை யால் மிக்க வருத்த மடைந்தார். பின்னர் அது மாயை என்று உணர்ந்து முனிவர் களைச் சபித்தார்.

இதனால் பசுவைக்கொன்ற பாவம் நீங்க கவுதமத் தவம் செய்ய சிவ பெருமான் தோன்றி தன் சடாமுடிபுரி ஒன்றை அளித்தார். அதனை முனிவர் ஆசிரமத்துக்குக் கொண்டு வர அதிலிருந்து கோதாவரி கங்கை தோன்றி இறந்த பசுவின் மீது பாய பசு உயிர் பெற்றெழுந்தது.

அந்தப் புனித நதியைத் தரிசிக்க வந்த சப்த ரிஷிகள் முன், தன்னை ஏமாற்றிய முனிவர்களைச் சபித்தார் கவுதமர். அவர்கள் வேத முறைப்படி யாகங்கள் செய்ய அனுமதிக்கப்பட மாட்டார்கள் என்பதே அச்சாபம்.

அப்போது முனிவர்கள் சாபத்தைக் குறைக்குமாறு வேண்டிட, அதைச் சிவபெருமான் மட்டுமே செய்ய முடியும் என்றார்.

அச்சாபத்தால் கலியுகத்தில் அவர்கள் பொய்யர்களும், ஏமாற்றுபவர்களும் ஆயினர்.

கலியுகம் பயங்கரமாக இருக்கப் போகிறது. எனவே அந்தப் பயங் கரத்தைத் தாங்கிக் கொள்ளும் சக்தி அருளுமாறு அம்முனிவர்கள் வேண்டி னர். அதற்கு உதவியாகச் சிவபெருமான் 'சிவசம்ஹிதை' அளித்தார்.

இவ்வாறு கலியுக மக்கள், முனிவர்கள் சபிக்கப்பட்டனர்.

24. விஷ்ணுவின் ஈடு இணையற்ற தன்மை

அயன், அரனைக் காட்டிலும் அரியே மேலானவர். அவரிடம் சத்வகுணம் மட்டுமே உள்ளது. பிரம்மாவிடம் சத்வ குணம், ராஜச குணம் நிறைந்துள்ளது. சிவனிடம் ஸத்துவ, ராஜஸ, தாமச குணங்கள் மூன்றும் காணப்படும்.

சிவபெருமானே விஷ்ணுவின் ஈடற்ற தன்மையை ஏற்றுக் கொண்டார். பிரம்மா சிவபெருமானைச் சிருஷ்டி செய்யுமாறு கூறினார். அப்போது அவர் அதற்காகச் சிவன் நீருக்குள் இருந்து தவம் செய்தார். அவர் முன் கட்டை விரல் அளவில் நாராயணன் தோன்றினார். அதனைச் சிவன் நிராகரித்தார். அவர் தவம் தொடர்ந்தது.

அடுத்து பதினொன்று பயங்கர உருவங்கள் தோன்றின. அவர்களை யாரென்று பரமன் கேட்க அவை பதிலேதும் கூறாமல் மறைந்துவிட்டன. அடுத்து ஜொலிக்கும், பிரகாசம் மிக்க உருவம் ஒன்று தோன்றியது.

சிவனார் அவரை யார் என்று கேட்க ''நான் நாராயணன். என் இருப்பிடம் நீர். இதற்கு முன் தோன்றிய பதினொன்று உருவங்கள் ஆதித்தியர்கள். நான் உனக்கு இப்போது தெய்வீகப் பார்வை அளித்த தால் உன்னால் இப்போது என்னைக் காண முடிகிறது. நீ சக்தி வாய்ந்தவன். சர்வஜ்ஞன். மற்ற கடவுளர்களால் பூசிக்கத்தக்கவன். என்னருளின்றி நீ என்னைக் காணமுடியாது'' என்றார்.

முதலில் அற்ப உருவில் காட்சி அளித்த விஷ்ணு பின்னர் விச்வரூபம் எடுத்துக் காட்டினார். அவர் தலை இருக்குமிடமே காணமுடியாத அளவுக்கு அவரது பேருரு இருந்தது. இவ்வாறு தன் சக்தியைச் சிவனாருக்குக் காட்டி நாராயணன் திடீரென்று மறைந்து விட்டார்.

இதன் பயனாகக் சிவபெருமான் நாராயணனே முழுமுதற் கடவுள் எனக் கூறினார்.

25. தவம், பிராயச்சித்தம்

புவிமகள் வராகத்திடம் மனிதன் தன் பாவங்களுக்குப் பரிகாரம் (அ) பிராயச் சித்தம் பெறுதல் எவ்வாறு? என்று கேட்க, வராகம் நியமிக்கப்பட்ட வழியில் என்னைப் பூசிப்பதன் மூலம் பெறலாம் என்றார்.

நியமிக்கப்பட்ட வழிமுறை :- புறத் தூய்மையை நீரால் பெறுதல், விளக்கேற்றுதல், புனித மந்திரங்களைச் ஜபித்தல். பசுஞ்சாணியால் தரையை மெழுகுதல், விஷ்ணுவின் பிரதிமைக்கு நெய் அபிஷேகம் செய்தல், மலர்கள், மலர் மாலைகள், தூபம், தானியம், பால் நிவேதனம் செய்தல். ஆனால், இவை அனைத்தையும் விடச் சிறப்பாக தூய உள்ளத்துடன் செய்யும் பக்தியை விஷ்ணு விரும்புகிறார்.

நன்னெறியில் நின்று, விரதங்கள் அனுஷ்டித்து, பெற்றோர்களைக் கவுரவ முடன் ஆதரித்தல் போன்றவை மறு பிறப்பு உண்டாகாமலிருக்க உதவும். 'கோகமுகம்' என்னும் தீர்த்தத்தில் மரித்தவர் மறுபடியும் பறவையாகவோ, விலங்காகவோ பிறக்க மாட்டார். அதை நிரூபிக்க ஒரு கதை காண்பீர்.

பழங்காலத்தில் ஒரு ராஜாளி, மீனவரிடமிருந்து ஒரு மீனை கவ்விக் கொண்டு விண்ணில் செல்ல அதனால் மீனின் பளுவைத் தாங்கமுடியவில்லை. அது கீழே விழுந்து மடிந்தது, மீனும் மடிந்தது.

பின்னர் அந்த மீன் அனந்தபுரம் என்ற நாட்டில் இளவரசனாகப் பிறந்தது. ராஜாளியும் ஓர் அழகிய அரசகுமாரி யாகப் பிறந்து இந்த இளவரசனை மணந்து சில நாட்கள் கழிய இளவரசன் பயங்கர தலை வலியால் அவதிப் பட்டான். அவர்கள் பெற்றோர்களின் அனுமதி பெற்று 'கோகமுக'த் தலத்தை அடைந்தனர்.

அவர்கள் அங்கு விஷ்ணுவைத் துதித்தனர். அவர் அருளால் அவர்களின் முற்பிறவி விஷயங்களை அறிந்தனர். இளவரசன் முற்பிறவியில் மீனாக இருந்து விண்ணிலிருந்து கீழே விழுந்து

தலை மீது மோதப்பட்டதால் இப்போது தலை வலியால் அவதிப்படுகிறார். விஷ்ணுவை நோக்கித் தவம் இருந்து இருவரும் முக்தி அடைந்தனர்.

அதனாலே 'கோகமுகத் தீர்த்தம்' புகழ்பெற்ற தலம் ஆயிற்று.

பாவங்களுக்கான பரிகாரங்கள்

1. தூய்மையற்ற வாயால் விஷ்ணுவைப் பூசித்தால் அதுவரையில் பெற்றிருந்த புண்ணியமும் போய் விடும். குளிர் இரவில் கட்டாந்தரையில் போர்வை யின்றி தொடர்ந்து ஏழு நாட்கள் தூங்கினால் அதுவே அதற்கான பிராயச்சித்த மாகும்.

2. சவத்தைத் தொட்டபின் (அ) மயானத்திலிருந்து திரும்பி வந்த பிறகு விஷ்ணுவைப் பூசித்தால் உண்ணா நோன்பிருந்து அந்தப் பாவத்தை நீக்கிக் கொள்ளலாம்.

3. நியமித சமயச் சடங்குகள் செய்யாமல் விஷ்ணு விக்கிரகத்தைத் தொட்டால் விஷ்ணுவின் அதிருப்தியைப் பெறுவர். இதற்குப் பரிகாரமாகக் கிழக்கு நோக்கி நின்று, கை கால்களை மண்ணால் தூய்மை செய்து தூய்மை ஆகி தியானம் செய்ய வேண்டும்.

4. மன்னன் கொடுக்கும் அரிசியை ஏற்பது பாவம். மன்னன் கோயில் கட்டினால், விஷ்ணு விக்கிரகத்தைப் பிரதிஷ்டை செய்தால், தக்க தூய கலத்தில் சோறு ஆக்கி விஷ்ணுவுக்கு நிவேதனம் செய்தால் அவற்றை அனைவரும் அன்னதானமாக ஏற்கலாம். பகவானுக்கு நிவேதனம் செய்யாமல் உணவு உண்டால், தொடர்ந்து ஆறு இரவுகள் உண்ணா நோன்பு அனுசரிக்க வேண்டும். அதற்குப் பதிலாக மூன்று நாட்கள் நீர், பால், நெய் உட்கொண்டு, ஒரு நாள் உபவாசம் இருப்பதும் தக்க பரிகார மாகும்.

5. சிவப்பு நிற ஆடை, கருப்புத் துணி, அழுக்குத் துணி அணிந்து விஷ்ணுவைப் பூசித்தால் உபவாசம் தக்க பரிகார மாகும்.

6. மயானம் சென்று வந்து தூய்மை யின்றி இருந்தால் திறந்த வெளியில், முள் புல்மேல் ஒரு வாரம் உறங்கி, தன் உணவில் கால் பங்கு மட்டுமே உண்பது விதியாகும்.

26. மாயை

மாயையின் மர்மங்கள் அறிதற்கு எளிதல்ல. விஷ்ணுவைத் தவிர மற்ற எதுவும் மாயையே. அதன் உண்மை நிலையை அறிய இயலாது. இந்த மாயையின் தன்மையை விளக்க வராகம் ஒரு வரலாற்றைக் கூறுகிறது.

சோமசர்மா என்ற அந்தணன் விஷ்ணு பக்தன். அவன் உண்ணா நோன்பு, விரதங்கள், தவம் ஆகியவற்றை ஹரித் வாரம் என்ற இடத்தில் இயற்றி வந்தான். பகவான் விஷ்ணு தோன்ற அவரிடம் அவன் மாயையின் உண்மை தன்மையைக் கூறுமாறு வேண்டிட, விஷ்ணு அவனை அருகிலுள்ள ஆற்றில் நீராடி வருமாறு பணித்தார். அவன் உடைகளையும், கமண்டலம், தண்டம் ஆகியவற்றையும் கரையில் வைத்து விட்டு நீராடச் சென்றான்.

அவன் ஒரு நிஷாதனின் (கீழ் சாதி) மகளாகப் பிறந்து, அதே சாதி ஆண் ஒருவனை மணந்து மூன்று மகன்களையும், நான்கு பெண்களையும் பெற்றான். இவ்வாறு ஐம்பது ஆண்டுகள் தன்னைப் பற்றி அறியாமலேயே வாழ்ந்தாகி விட்டது. முற்பிறவி சோமசர்மா என்பதை உணரவே இல்லை.

ஒரு நாள் விஷ்ணு அவளை ஆற்றங் கரைக்கு அழைத்துச் சென்று அதில் நீராடி வரச் சொன்னார். அவன் ஆடைகளைக் களைந்து ஆற்றங்கரையில் வைத்து விட்டு நீரில் மூழ்கி எழுந்தாள்.

அப்போது அவன் தன் முன்வடிவ சோமசர்மாவாக வெளிவந்தான்.

இவ்வாறு சோமசர்மா நீரிலிருந்து வெளிவர அங்கிருந்த ரிஷிகள், முனிவர்கள் அவனை ''இவ்வளவு நேரமா குளித்து வர? இம்மாதிரி நீண்ட நேரம் எப்போதும் ஆனதில்லையே'' என்றனர்.

அவன் தன் நிஷாத பெண்மணியின் வாழ்க்கையை எண்ணி மன வருத்தம் கொண்டான். அந்நிலையில் தான் செய்த காரியங்கள் பற்றி எண்ணிப்பார்த்தான். குழம்பிய மனத்துடன் ஆற்றங்கரையில் அமர்ந்து தன் துக்க நிலையை எண்ணி வருத்தம் கொண்டான்.

நிஷாதன் (சோமசந்தரனின் நிஷாத கணவன்) ஆற்றுக்கு நீராடச் சென்ற மனைவியைத் தேடி வந்து கரையில் அவள் ஆடைகளைப் பார்த்த அவன் அவள் ஆற்றில் மூழ்கி இறந்துவிட்டாள் என்று எண்ணி வெகு வருத்தம் கொண்டான். இதைக்கண்ட சோமசர்மா அவனுக்கு ஆறுதல்கள் கூறி அவனை வீட்டுக்குத் திரும்பிச் சென்று குழந்தை களைக் கவனித்துக் கொள்ளுமாறும், அவர்களுக்காகத் துன்பத்தை அடக்கிக் கொள்ளுமாறும் கூறினான்.

சோமசர்மா நடந்ததனைத்தையும் நிஷாதனுக்குச் சொல்ல நினைத்தான். ஆனால் அப்போது அங்கு நிஷாதனோ, அங்கிருந்த கிராமமோ எல்லாம் மறைந்து விட்டன.

அப்போது விஷ்ணு அவன் முன் தோன்றி மாயையில் மூழ்கி இருப்பதைச் சுட்டிக் காட்டினார். மாயை ஆழங்காண முடியாதது. அது மனித அறிவுக்குப் புலப்படாதது. மாயை அறியச் செய்த முயற்சியில் சோமசர்மா துயரங்களை அனுபவிக்க நேர்ந்தது. இதற்கெல்லாம் காரணம் அவன் முற்பிறவியில் ஒரு நெறிமுறை தவறாத பிராமணனுக்கு மரியாதையும், வணக்கமும் செலுத்தத் தவறினான்.

விஷ்ணு மறைந்தவுடன், சோமசர்மா 'குப்ஜாம்ரக' மெனும் தீர்த்தத்தை அடைந்து தவம் செய்ய ஆரம்பித்தான்.

27. தீர்த்தங்கள்

அடுத்து வராஹம் தீர்த்தங்கள் பற்றி நிலமாதுக்கு எடுத்துரைத்தார்.

கும்ஜாம்ரக தீர்த்தம் : (குப்ஜ – வளைந்த, ஆம்ர – மா) குப்ஜாம்ரகம் என்றால் வளைந்த மாமரம் என்று பொருள். இந்தத் தீர்த்தத்தில் தவம் செய்த ரைவ்ய முனிவருக்கு விஷ்ணு காட்சி அளித்தார். மாமர வடிவில் விஷ்ணு தோன்றினார். மாமரம் பளுவின் காரண மாக வளைந்து விடாது. அத்தீர்த்தத்தில் நீராடினாலும், அப்பகுதியில் மரித்தா லும் மோக்ஷம் கிடைக்கும். அதனருகில் **மாஸை, மாயா** என்று இரண்டு தீர்த்தங்கள் உள்ளன.

சர்வகலிக தீர்த்தம் : இதனருகில் தவம் செய்பவர் நீண்ட காலம் விண்ணுலக வாழ்வை அனுபவிப்பர். பூர்ண முகம் என்ற இடத்தில் வெந்நீர் ஊற்று ஒன்று உள்ளது. அதில் நீராடுபவர் சந்திர மண்டலத்தில் நீடு வாழ்வர். பின்னர் அந்தணனாகப் பிறப்பர்.

வராக க்ஷேத்திரம் : வராக க்ஷேத்திரம் ஒரு புனித தலம். இங்குதான் வராகப் பெருமான் பூமியை மீட்டார். திரேதா யுகத்தில், காம்பில்ய இளவரசன் சோம தத்தன். வராக க்ஷேத்திரத்தில் ஒரு பெண் நரியை வேட்டையில் கொன்று விட, அது மறுபிறவியில் காசியில் இளவரசி யாகப் பிறந்தது. கொல்லப்பட்ட பறவை மறு பிறவியில் செல்வம் மிக்க, மதிப்புடைய வைசிய குடும்பத்தில் பிறந்தது.

சக்கர தீர்த்தம் : சக்கர தீர்த்தம் அருகில் உள்ளது. அங்குத் தவம் செய்பவர் உயர் குலத்தில் பிறப்பார். சோமதீர்த்தம் அங்கு

உள்ளது. இங்குதான் சந்திரன் தவம் செய்து சோமபானம் அளித்தான்.

அகேதக, கிரிதவந்த தீர்த்தங்கள் : வராக க்ஷேத்திரத்துக்கருகில் உள்ளன. அங்கு மறிப்போர் இந்திரலோகத்தை அடைந்து வாழ்வர்.

வைவஸ்வத ஒரு புண்ணியத் தலம். இங்கு சூரிய பகவான் ஓராயிரம் ஆண்டுகள் தவம் செய்தார். இதைத் தரிசித்தவர் யமலோகம் செல்ல வேண்டு வதில்லை.

கோகமுக தீர்த்தம் : கோகமுக தீர்த்தத் தில் விஷ்ணு எப்போதும் பிரசன்னமா யிருக்கிறார். இது இமயமலையில் பதரிகாசிரமத்துக்கருகில் உள்ளது. இங்குள்ள பிரம்ம குண்ட பனிநீரில் விஷ்ணு எப்போதும் உறைகிறார். இதில் நீராடுவோர் கோரிக்கை ஈடேறும். விஷ்ணு இங்குத் தியானம் செய்தார். இங்குத் தவம் செய்வோர் விஷ்ணு லோகம் அடைவர்.

மத்ஸ்யசிலா தீர்த்தம் : பதரிகாசிர மத்துக்கருகில் உள்ளது. இங்கு கௌசிக ஆறு பாய்கிறது. இந்தத் தீர்த்தத்தின் பெருமை - இங்கு கண்ணில் ஒரு மீன் பட்டால் விஷ்ணுவின் பார்வைக்குச் சமமாகும்.

பஞ்சஷிக தீர்த்தம் : பஞ்சஷிக தீர்த்தத்தில் ஐந்து நீரோடைகள் உள்ளன. இவற்றில் நீராடினால் அசுவமேதயாக பலன் கிடைக்கும்.

மந்தார எனும் புனிதத்தலம் : விந்திய மலைப் பகுதியில் உள்ளது. அங்கு ஒரு மந்தார மரம் உள்ளது. அது துவாதசி, சதுர்த்தசி நாட்களில் புஷ்பிக்கும். இங்கு விஷ்ணு இருக்கிறார். புஷ்பிக்கும் மரத்தை இங்குக் கண்டவர்க்கு முக்தி ஏற்படும்.

மேருமலை மீதுள்ள **சியமந்தக தீர்த்தத்தில்** விஷ்ணு எப்போதும் இருக்கிறார். பிரபன்ன, வைகுண்ட கான நீரோடைகளில் நீராடுவோர் பாவங்கள் நீங்கும்.

சாளக்கிராமம் : சாளக்கிராமம் என்னும் கருப்புக் கல்லில் விஷ்ணு பிரசன்னமாகி உள்ளார். இங்குள்ள **லோஹர்கலா தீர்த்தத்தில்** விஷ்ணுவின் தங்கப்பதுமை ஒன்று உள்ளது. இந்தப் பகுதியில் பகவான் விஷ்ணு அநேக அசுரர்களைச் சுதர்சன சக்கரத்தால் அழித்தார். இங்குத் தவம் செய்பவர்கள் பெரும் புண்ணியம் அடைவர்.

(சாளக்கிராமம் பற்றிய விரிவான செய்திகள் பல புராணங்களில் கூறப் பட்டுள்ளதைக் காண்க.)

28. வடமதுரை

மகாவிஷ்ணுவுக்குப் பிரியமான புனிதத் தீர்த்தமும், தலமும் வட மதுரையே. வடமதுரையின் பெரு மையை விரிவாக வராக புராணம் காட்டுகிறது.

வடமதுரை மைந்தன் கிருஷ்ணன் அவதரித்த இடம். இது நைமிசாரணி யத்தை விடச் சிறந்ததாகக் கருதப்படு கிறது. வட மதுரையில் உள்ள பிரயாகை, புஷ்கரம், வாரணாசி, விந்துகா, விச்ராந்தி, காம்பில்யா என்பவையும் முக்கிய தலங்களாகும். ஓர் அம்பட்டன் காம்பில்யாவில் யமுனை நதியில் நீராடி மறு பிறவியில் பிராமணாய் பிறந்தான்.

கொடூரமான கீழ்சாதி வேடன் ஒருவன் நைமிசாரணியத்தில் வசித்து வந்தான். அவன் வட மதுரை சென்று சதுர்த்தசி திதி அன்று யமுனையில் நீராடினான். அதில் மூழ்கி விட்ட அவன் அடுத்த பிறவியில் சௌராஷ்டிராவில் ஒரு க்ஷத்திரியனாக 'யக்ஷமதனன்' என்ற பெயரில் அரசனா னான். அவன் எழுபது ஆண்டுகள் அரசாண்டான். அவனுக்குப் பல ராணிகள். ஏழு புத்திரர்களும், ஐந்து பெண்களும் பிறந்தனர்.

ஓர் இரவில் அவன் உறங்கிக் கொண்டிருக்கும்போது அவனுடைய பிரிய மனைவி 'பிவாரி' அவன் பெருமூச்சு விட்டுக் கொண்டு, முனகி புலம்புதலைக் கேட்டாள். அவனை எழுப்பி வற்புறுத்தி அவனுடைய செய்கைக்குக் காரணம் கேட்டாள். அப்போது அவன், அவள் தன் அரசை மூத்த இளவரசனிடம் அளித்து விட்டு, ராஜ போக வாழ்க்கையைத் துறந்து வட மதுரைக்கு இருவரும் செல்ல அனுமதித் தால் மட்டுமே காரணம் கூறுவதாகக் கூறினான். அவ்வாறே செய்துவிட்டு, வட மதுரையை அடைந்து கடவுளைப் பய பக்தியுடன் வழிபட்டு சமயச் சடங்கு களைத் தவறாமல் செய்து வந்தாள்.

சில நாட்கள் கழிந்தவுடன் பிவாரி மன்னனிடம் காரணத்தைக் கேட்டாள். அப்போது அவன் தன் முற்பிறவி வரலாற்றைக் கூறினான். அவன் யமுனையைக் கடக்கும்போது ஆற்றில் விழுந்து இறந்ததாகவும், அந்த புண்ணிய நதியினால் அவன் காசிமன்னனின் இளவரசியாய் பிறந்து யக்ஷமதனனை மணந்ததாகவும் கூறினான். அவன் தன் முற்பிறவியிலேயே வட மதுரையை நினைத்துச் செல்ல விரும்பியதே தன் முக்கல் முனகலுக்குக் காரணம் எனக் கூறினான். இருவரும் வடமதுரை அடைந்து அங்கேயே மரித்து விண்ணுல கேகினர்.

வடமதுரையில் மேலும் பல முக்கிய தலங்கள் உள்ளன. அவை மதுவனம், குந்தவனம், காம்யகவனம், மகாவனம், பிருந்தாவனம், விமலகுண்டம், நாக தீர்த்தம், மானசம், கண்டாபரணம் ஆகியவை.

அக்ரூர தீர்த்தம் : விஷ்ணுவின் விருப்பமான உறைவிடம் இது. அதில் நீராடுவோர் ராஜசூய யாகம் செய்த பலன் பெறுவர். அங்கு நீத்தார்கடன் ஆற்றின் முன்னோர்கள் உடனே விமுக்தி அடைவர்.

அங்கு சுதானு என்ற வைசியன் வசித்தான். அவன் பக்கத்து வீட்டில் இருந்த அக்னிதத்தா என்ற ஒரு திருடன் இறந்து பேயானான். சுதானு என்னும் அந்த விஷ்ணுபக்தன் ஒரு கோயிலில் விஷ்ணு விக்கிரகத்தின் முன் ஆடிப் பாடிக் கொண்டிருப்பது வழக்கம். ஒரு நாள் கோயிலுக்குச் சென்று கொண்டி ருந்த சுதானுவை அப்பேய் பற்றிக் கொண்டு அவனைத் தின்று விடுவதாகக் கூறியது. சுதானு தான் கோயிலுக்குச் சென்று விஷ்ணுவைப் பூசித்துத் திரும்புவதாக உறுதியாகக்கூற அதுவும் அவனைப் போகவிட்டது. விஷ்ணு அவனைத் திரும்பிப் போக வேண்டாம் என்று கூறியும் அவன் சொன்ன சொல் தவறமாட்டேன் என்று கூறி கோயிலி லிருந்து திரும்பிவர, சொன்ன சொல்படி வந்த சுதானுவிடம் பேய், சுதானு தான் பெற்ற புண்ணியத்தை எல்லாம் அவனுக்குத் தாரை வார்த்துக் கொடுத் தால், விட்டு விடுவதாகக் கூறிற்று. அவ்வாறே தானம் செய்ய, பேய் தன் அவல நிலை நீங்கப்பெற்றது.

வடமதுரையில் நீத்தார் கடன், சிராத்தம் செய்தாலும், வடமதுரையைப் பிரதக்ஷிணம் செய்தாலும் பெரும் புண்ணியம் சேரும். பிரதக்ஷணம் கால் நடையாகச் செய்ய வேண்டும்.

ஒரு சமயம் ஓர் இளவரசன் குதிரைச் சவாரி செய்து பிரதக்ஷினம் செய்தான். வழியில் மூவரும் மரணமெய்தினர். குதிரையும், சேவகனும் உடனே மோக்ஷம் அடைந்தனர். ஆனால் இளவரசனுக்கு அந்தப் பாக்கியம் கிட்டவில்லை. (ஹய = குதிரை, முக்தி = மோக்ஷம்) எனவே அவ்விடம் 'ஹயா முக்தி' எனப் பெயர் பெற்றது.

கோவர்த்தனம் : வட மதுரைக்கு மேற்கில் கோவர்த்தனம் உள்ளது. அங்கு வராகாவதார விக்கிரகம் உள்ளது. அது 'கபில வராகம்' எனப்படுகிறது. இதை

முதல் முதலில் கபிலர் உருவாக்கினார். அது இந்திரனுக்கு கை மாறியது. இராவணன் அதனை அபகரித்தான். அடுத்து ராமன் கைக்கு மாறியது. வட மதுரைக்கு இன்னல் விளைந்தது.

இராமன், லவணன் என்னும் அரக்கனை ஒழிக்க சத்துருக்கனனை அனுப்பினான். லவணனை வென்றதற்குப் பரிசாக கபிலவராகத்தைப் பெற்றான். மற்றவற்றைவிட வட மதுரையில் உள்ள கபிலவராகத்தினைப் பூசித்தல் சிறப்புடையது.

சக்கர தீர்த்தம் : இது கோவர்த்தனத்துக்கு அருகில் உள்ளது. இது இந்திரனுடைய கர்வத்தைக் கிருஷ்ணன் அடக்கினான் என்பதுடன் தொடர்புடையது. பகவான் கிருஷ்ணன் இந்திர பூசையை நிறுத்தி கோவர்த்தன பூசை செய்ய, இந்திரன் பெருமழை பெய்விக்க கிருஷ்ணன் அனைத்தையும் காப்பாற்ற கோவர்த்தன கிரியைக் குடையாய் எடுக்க இந்திரன் அவர் மகிமை அறிந்து அடி பணிந்தான்.

வடமதுரையின் சிறப்பு பற்றி மற்றொரு வரலாறும் உண்டு. சுபாதன் என்னும் வைசியன் நற்கருமம் ஏதும் செய்யாததால் இறந்து பிரேத வடிவில் திரிந்து வந்தான். ஒரு மரப்பொந்தில் இருந்து வந்த அந்த பிரேதம் அங்கு வந்த விபாதன் என்ற மற்றொரு வைசியனைப் பற்றிக் கொண்டது. விபாதன் பெற்றோர்களுக்குச் சேவை செய்து, தானங்கள் அளித்து, முன்னோர்களுக்கான சமயச் சடங்குகள் போன்ற நற்காரியங்களைச் செய்து வந்த புண்ணியவான். அந்தப் பிரேதம் விபாதனை தனக்கும் சிராத்தம் முதலிய காரியங்களைச் செய்து முடிக்குமாறு வேண்டிட, அவனும் அவ்வாறே செய்திட அப்பிரேதம் விமுக்தி பெற்றது. வட மதுரையில் செய்யப்படும் எந்த சிராத்தமும் பலன் அளிக்காமல் பொய்த்ததில்லை.

அஸி குண்டம் : இதன் வரலாறு : சுமதி என்னும் மன்னன் எல்லாத் தீர்த்தங்களையும் தரிசிக்க விரும்பினான். ஆனால், அது முடியுமுன்பே இறந்து விட்டான். அடுத்து அவன் மகன் விமதி மன்னனானான். அவன் தந்தை விட்ட தீர்த்தயாத்திரையைச் செய்து முடித்து அவன் தந்தைக்குப் புண்ணியம் சேர்க்குமாறு நாரதர் அறிவுரை கூறினார். அவ்வாறு செய்வதை விட வட மதுரையிலேயே இருப்பதே சாலச்சிறந்தது என அவன் எண்ணினான். மற்ற தீர்த்தங்கள் அச்சமுற்று விஷ்ணுவிடம் முறையிட, விஷ்ணு விமதியின் தலையை வாள் கொண்டு வெட்டினார். (அசி=வாள்) எனவே அவ்விடம் 'அசி குண்டம்' என்றாயிற்று.

வடமதுரையில் விஷ்ணுவின் (கிருஷ்ணனின்) பாதம்படாத இடமே இல்லை. எங்கும் எதிலும் அவனே உள்ளான். ஒரு சமயம் வடமதுரை வந்த கருடனுக்கு எங்கும் விஷ்ணுவே காணப்பட்டார். அந்த மாயையை நீக்க வேண்டிய கருடனுக்கு மகாவிஷ்ணு வட மதுரையில் எல்லாமே அவரது கண்ணாடி பிம்பங்களே என்று கூறினார்.

மற்றும் பல, வடமதுரை பற்றி இப் புராணத்தில் காணப்படுகின்றன.

29. கைசிக புராணம்

வராக அவதாரம் எடுத்து பகவான் விஷ்ணு பூமாதேவியை ரக்ஷித்தபோது, பூமாதேவி, பூமியிலுள்ள மக்கள் சம்சாரபந்தம் என்ற கடலிலிருந்து கரை ஏற ஓர் உபாயம் அருளுமாறு கேட்க, பகவான் ''தன்னைப் பாடி உகப்பித்தால் சம்சாரக் கடலிலிருந்து கரை ஏறலாம்'' என்று கான ரூபமான உபாயத்தை 'நம் பாடுவான்' என்கிற பரம பாகவதோத்தமனின் சரிதையைக் கூறி மெய்ப்பிக்கிறான்.

நம்பிரான் சரிதம்

திருக்குறுங்குடியில் அலைமகள், நில மகள் இருபுறமிருக்க பெருமாள் கோயில் கொண்டிருக்கிறான். அவ்வூரின் வெளியில் ஒரு சண்டாளன் பகவத் பக்தியுடன் வாழ்ந்து வந்தான். அவன் நாடோறும் கையில் வீணையோடு அபர ராத்திரியில் புறப்பட்டு சந்நிதிக்கருகில் அனுமதிக்கப் பட்ட தூரத்தில் நின்று எம்பெருமான் புகழை வீணையொடு இசையுடன் பாடுவது வழக்கம். எம்பெருமான் புகழையே பாடி வந்ததால் இவனுக்கு 'நம்பாடுவான்' என்ற பெயர் வழங்கலாயிற்று.

இவ்வாறு பல ஆண்டுகள் நடைபெற்று வர ஒரு கார்த்திகை சுக்கிலபக்ஷ ஏகாதசியன்று ராத்திரி ஜாகரவிரதத்தை உடையவனாய் வீணையும், கையுமாய் திருங்குறுங்குடி எம்பெருமானை நோக்கிச் சென்று கொண்டிருந்தான்.

அப்போது சோமசர்மா என்பவன் அந்தணனாய் பிறந்தும் யாகம் செய்கையில் தவறு நேர்ந்ததால் பிரம்மராக்ஷசனாகி அகோர பசி, தாகத்துடன் நின்று கொண்டு, அவ்வழி வந்த நம் பாடுவானை உண்ணப் போவதாகக் கூறிட பற்றற்ற பக்தன் மகிழ்ச்சி அடைந்து தான் கைக்கொண்டிருக்கும் ஜாகர விரதத்தை முடிக்க எண்ணி பிரம்மராக்ஷசிடம் கீழ் வருமாறு கூறினான்,

''நீ என்னை உண்டு பசியாறுவதில் எனக்கு மகிழ்ச்சியே. எனினும், நான் திருக்குறுங்குடி பெருமானைப் பாடி உகப்பித்து ஜாகர விரதத்தை முடித்துக் கொண்டு வருமளவும் அவகாசம் கொடுக்க வேண்டும்'' என வேண்டினான். அப்போது அவன் தப்பிப் போக முயல்வதாக எண்ணி பிரம்மராக்ஷசன் அவனை விட மாட்டேன் என்றது.

அப்போது நம் பாடுவான் பல உறுதி மொழிகளைக் கூறிட, அது அவனைப் போக விட்டது. அவனும் தன் விரதப்படி எம்பெருமானைக் கிட்டி, பல பண்களால் பாடி மகிழ்வித்து தன்னுடல் ஒரு நற்காரியத்துக்குப் பயன்படுவது பற்றிச் சந்தோஷத்துடன் விரைந்து வந்து பிரம்மராக்ஷசிடம் தன்னை விரைவில் உண்ணுமாறு கூறினான்.

இவன் பெருமையைப் பிரம்மராக்ஷசன் அறிந்து அவனைத் தலை வணங்கி தன் பாவம் நீங்கித் தான் நற்கதி பெற பாடுவானின் பாட்டின் பயனைத் தனக்குக் கொடுத்து உதவுமாறு கேட்டது. பாடுவான் இசையாதபோது அவன் காலில் விழுந்து அன்றிரவு பாடின பாட்டுக்களில் ஒன்றின் பயனையாவது தனக்குத் தந்து தன்னைக் கரை ஏற்ற வேண்டும் என்று மன்றாடியது. பாடுவானும் 'கைசிகப் பண்'ணை வைத்துப் பாடிய பாட்டின் பலனை அளிக்க, அதனால் அந்தப் பிரம்ம ராக்ஷசன் அச்சரீரம் நீங்கி நற்பேறு பெற்றான்.

நம் பாடுவானும் முன் போலவே எம்பெருமானைப் பாடி உகப்பித்துக் கொண்டிருந்த சண்டாள சரீரம் போன பிறகு தேவசரீரம் பெற்று சொர்க்கம் அடைந்தான். அங்கும் பகவானையே பாடிப் பிறகு உயர்ந்த குலத்தில் பிறந்து மோக்ஷம் அடைந்தான்.

இதனால் சம்சார சாகரத்திலிருந்து கரையேற சுலபமான வழி எம்பெருமானைப் பாடி மகிழ்விப்பதே ஆகும் என அறியலாம்.

நம்பாடுவான் பிரதிஜ்ஞஞ்சன்

நம்பாடுவான் பிரம்ம ராக்ஷசனிடம் தான் திரும்பி வருவதாக உறுதிமொழி கூறும்போது அவ்வாறு செய்யாவிட்டால் தான் பாவம் செய்தவனாகி நரகம் அடைவதாகக் கூறினான். அவன் பதினெட்டு வகைப் பாவங்களைப் பற்றிக் கூறுகிறான். 1)சத்தியத்தை

மீறுதல். 2) மாற்றான் மனைவியைப் புணர்தல். 3) தனக்கும் உடன் உண்போனுக்கும் உணவில் ஏற்றத் தாழ்வு காட்டுவது. 4) பிராமணனுக்கு பூதானம் பண்ணி அதனைத் திரும்பப் பெறுவது. 5) அழகுள்ள பெண்ணை இளமையில் மணந்து அனுபவித்து, அவளது முதுமையில் அவள் மீது குற்றம் சுமத்திக் கைவிடுவது. 6) அமாவாசை அன்று தர்ப்பண ரூபத்தில் பித்ரு சிராத்தம் செய்து அன்றிரவு மனைவி யிடம் சுகித்து இருப்பது. 7) உணவிட்ட வனை நிந்திப்பது. 8) ஒருவனுக்குத் தன் பெண்ணைத் திருமணம் செய்விப்பதாகக் கூறி, அவ்வாறு செய்யாதது. 9) ஷஷ்டி, அஷ்டமி, அமாவாசை, சதுர்த்தசி நாட்களில் ஸ்நானம் செய்யாமல் உண்பது. 10) வாக்களித்தபடி தானம் செய்யாதிருத்தல். 11) நண்பன் மனைவி மீது காமபரவசனாகிப் புணர்தல். 12) குரு பத்தினியையும், மன்னன் மனைவியை யும் காமபரவசனாகிப் புணர்தல். 13) இரண்டு மனைவியரை விவாகம் செய்து கொண்டு ஒருத்தியிடம் அன்பு கொண்டு, மற்றவளைத் தள்ளி வைத்தல். 14) கற்புக் கரசியான தன் மனைவியை இளமையில் விட்டு விடுதல். 15) தாகத்துடன் வரும் பசுக்கூட்டத்தைத் தண்ணீர் குடிக்க விடாமல் தடுத்தல். 16) பிரம்மஹத்தியை போன்ற பஞ்சமஹா பாதகங்களில் ஒன்றைச் செய்தவனுக்குப் பெரியோர் இடும் சாபம். 17) வாசுதேவனை விட்டு இதர தேவதைகளை உபாசனை செய் வது. 18) ஸ்ரீமந் நாராயணனோடு மற்ற தேவதைகளைச் சமமாக நினைத்தல்.

மேற்கூறிய பாவங்கள் ஒன்றைவிட மற்றொன்று அதிகபாவம் உடையது. பாவங்கள் அனைத்திலும் மிகக் கொடுமையானது ஸ்ரீமந் நாராயணனை யும் இதர தேவர்களையும் சமமாக நினைப்பதே ஆகும்.

மேற்படி பாவங்களை அறிவாளிகள் உணர்ந்து விலக்க வேண்டும் என்பதே வராஹ புராணத்தின் உள்ளீடான 'கைசிக புராணத்தின்' சாரமாகும்.

இப்புராணம் திவ்ய தேசங்களில் கைசிக ஏகாதசி அன்று இரவில் ஸேவிக்கப்படுவதுடன், திருக்குறுங்குடி யில் நாடகமாகவும் நடிக்கப்படுகிறது.

■■■

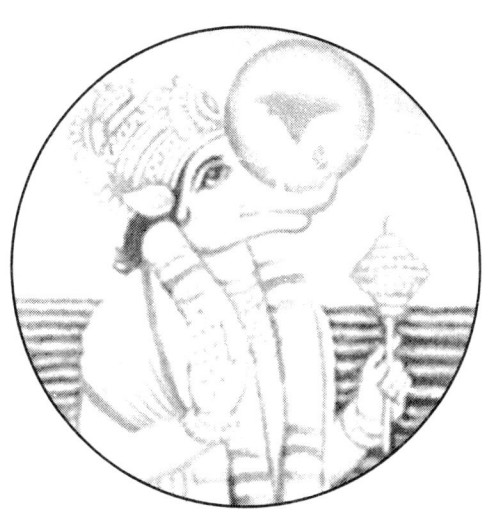

ஸ்ரீ மச்ச புராணம்

திருமாலின் ஸ்ரீ மச்சாவதாரம்

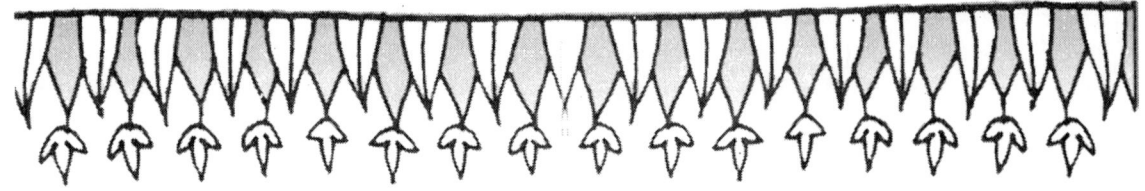

16
ஸ்ரீ மச்ச புராணம்

1. தோற்றுவாய்

பகவான் விஷ்ணுவின் அவதாரங்கள் இருபதுக்கும் மேற்பட்டவை என்று பாகவதம் கூறுகிறது. எனினும் அவற்றுள் மச்ச, கூர்ம, வராக, நரசிம்ம, வாமன, பரசுராம, ஸ்ரீராம, பலராம, (பௌத்த) கிருஷ்ண, கல்கி ஆகிய பத்தும் தசாவதாரங்கள் என்ற பெயரில் மிகவும் புகழ் பெற்றன.

தசாவதாரங்களில் பதினெண் மகா புராணங்களில் மச்ச, கூர்ம, வராக, வாமன அவதாரங்கள் தனித் தனி புராணங்களாக உள்ளன. அவற்றுள் மச்சாவதாரமே பகவான் விஷ்ணு எடுத்த முதல் அவதாரம் என்று கூறப்படுகிறது. புராணங்களை ராஜசிக, சாத்துவிக, தாமசிக புராணங்கள் என்று வகைப்படுத்தினர். அவற்றுள் மச்சபுராணம் ஒரு தாமசிக புராணம். இது ஒரு நடுத்தர அளவுள்ள புராணம்.

'மச்சம்' என்றால் மீன். இந்த மச்ச புராணம் முதன் முதலாக பகவான் மீனாக அவதரித்தபோது சுவாயம்பு மனுவுக்குக் கூறினார்.

இப்புராணத்தைச் சூத முனிவர் சனகாதி முனிவர்களுக்கு கூறலானார். இதன் சுருக்க வரலாறு விஷ்ணு புராணம், பாகவத புராணங்களிலும் உள்ளன.

சிருஷ்டி

நரர்கள் எனப்படும் மானிடர்களுக்கு பிராணாதாரமான நீரில் பகவான் விஷ்ணு உறைவதால் அவருக்கு நாராயணன் என்று பெயர்.

சூனியத்திலிருந்து அதாவது அசத்தி லிருந்து சத்து தோன்றியது. ஜலாசயத்தின் மீது ஆலிலையில் சயனித்துக் கொண்டி ருந்த பகவான் நாபியிலிருந்து எழுந்த கமலத்தில் நான்முகன் தோன்றி சிருஷ்டி செய்ய ஆரம்பித்தான்.

விஷ்ணு பிரம்மாவிடம் "பிரகிருதி அனைத்தும் ஸ்திரீ உருவமாகி உன் படைப்புக்கு உதவும். சிருஷ்டியைத் தொடங்கு" என்று கூறினார். பிரகிருதி சரஸ்வதி சொரூபம். பிரகிருதியும், புருஷனும் கூடிட பிரம்மாவின் முகத்தி லிருந்து காயத்திரி மந்திரமாகிய இருபத்து நான்கு எழுத்துக்கள் உண்டா யின.

அதன் பிறகு பிரம்மாவின் நெற்றியி லிருந்து தக்ஷ பிரஜாபதி தோன்றிட சிருஷ்டி வளர்ச்சி பெறலாயிற்று. ஜீவ கோடிகள் தோன்றின.

உலக விவகாரம் அறிய உதவும் நிலையில் காலப்பிரமாணம் உருவாகி யது.

மேலும், படைப்பு விவரங்களும் பல புராணங்களில் உள்ளவாறே ஆகும்.

2. பகவான் விஷ்ணுவின் மச்சாவதாரம் (முதற்பகுதி)

சத்தியவிரதன் என்ற மன்னன் தருமவான். விஷ்ணு பக்தன். சத்திய சந்தன். நாட்டு மக்களும் சத்தியமே

பேசுமாறு ஆண்டு வந்ததால் சத்திய விரதன் என்ற பெயர் பெற்றான்.

தினமும் நதியில் நீராடி சந்தியா வந்தனம் செய்து அர்க்கியம் கொடுப்பது வழக்கம். ஒரு நாள் காலை அவ்வாறு அர்க்கியம் தர இரு கைகளிலும் நீர் எடுக்க அதில் ஒரு மீன் இருந்தது. அதைத் தண்ணீரில் விடப் போக அது தன்னை மற்ற உயிரினங்கள் கொன்று விடும். எனவே அவற்றிடமிருந்து தன்னைக் காத்திடுமாறு வேண்டிக் கொள்ள அதை அவர் தன் கமண்டலத்தில் விட்டார். மறு நாள் காலை அது கமண்டலம் அளவு வளர்ந்து நிறைந்திருக்க அதனை ஒரு பெரிய கங்காளத்தில் இட அதையும் நிறைக்குமளவு வளர்ந்து விட்டது. எனவே அதை ஓர் ஏரியில் கொண்டு விட்டார் அங்கும் அது மிகப் பெரியதாகி ஏரியின் அளவு ஆகிவிட மிகவும் கஷ்டப்பட்டு அதைச் சமுத்திரத்தில் கொண்டுவிட்டார்.

அப்போது அது சத்தியவிரதனிடம் பேசிற்று. ''நான் நாராயணன். மச்சாவதாரம் எடுத்துள்ளேன். பக்தி, சிரத்தை, கருணையுடன் என்னைக் காப்பாற்றினீர். இன்னும் பதினைந்து நாட்களில் ஒரு பிரளயம் வரும் அனைத்து உயிர்களும் இறந்துவிடும். அப்போது நீ ஒரு பெரிய ஓடத்தில் ஒவ்வொரு உயிருக்கும் ஆன விதைகளைச் சேர்த்து அதில் ஏற்றிக் கொண்டு தயாராக இரு. உன்னுடன் சப்த ரிஷிகளும் ஓடத்தில் ஏறிக்கொள்வர். உங்கள் அனைவரையும் நான் கடலில் மூழ்கிப் போகாமல் பிரளயத்தில் இழுத்துச் சென்று பிரளயம் முடியும் வரையில் காத்திடுவேன்'' என்றது. மன்னன் சத்தியவிரதன் அந்த நாளை எதிர்பார்த்து நின்றான்.

பிரளயம் ஏற்பட்டு எங்கும் ஜல மயமாக, ஓடத்தில் ஏற்றப்பட்ட விதைகளும், சப்த ரிஷிகளும், சத்தியவிரதனும் பாதுகாப்பாக இருந்தனர். மச்சமாகிய பகவான் அவற்றைக் காத்து வந்தார்.

பிரளயம் முடிந்து உலகம் சகஜ நிலை அடைந்து பூபாகம் மேலெழச் சூரியன் தோன்றியது. பிரம்மா தன் படைப்புத் தொழிலை ஆரம்பித்தார். ஆனால் அவர் பணியை அவரால் செய்ய இயலவில்லை. அதற்கான சக்தி சாமர்த்தியம் அவரிடம் ஏற்படவில்லை. இதற்குக் காரணம் வேதங்களைச் சோமகன் என்னும் அரக்கன் அபகரித்துச் சென்று சமுத்திரத்தில் ஒளிந்து கொண்டான். பிரம்மா நாராயணனைத் தியானம் செய்தார்.

இரண்டாம் பகுதி

நாராயணன் பிரம்மாவின் எதிரில் தோன்ற பிரம்மா அவரிடம் வேண்டினார், ''ஏ மஹானுபாவா! நீர் சர்வசராசர சிருஷ்டியிலும் சேர்ந்து சைதனியம் அளிக்கும் பரமாத்மா. உங்களுக்கு ஒரு வேண்டுகோள். சோமகன் என்னும் அரக்கன் வேதங்களை அபகரித்துக் கொண்டு சமுத்திரத்தில் ஒளிந்து கொண்டிருக்கிறான். வேதங்களின்றி என்னால் சிருஷ்டி காரியத்தை நடத்த இயலவில்லை. கருணாமூர்த்தி! வேதங்களை மீட்டுத் தந்தருள்வீராக'' என்றார்.

நாராயணன் ஒரு பெரிய சுறாமீன் வடிவில் மஹா மச்சாவதாரம் எடுத்து வேதங்களை மீட்க புறப்பட்டார். சோமகாசுரன் வேதங்களை விழுங்கி விட்டான். ஆனால், அவன் பசி தீரவில்லை. எனவே மேலும் ஏதாவது கிடைக்குமா என்று தேடிக் கொண்டிருந்த அவன் முன் சுறாவடிவில் விஷ்ணு வர அது தனக்கேற்ற உணவென்று அதை விழுங்க வந்தான்.

இப்படி இருவருக்கும் பயங்கர போர் நடைபெற்றது. மீன் தன் வாலால் நீரை அடிக்க நீர் மேலெழுந்தது. அத்துடன் அரக்கனும் மேல் எழுந்து விழுந்தான். மிகவும் கோபம் கொண்ட அரக்கன் தன் கைகளால் மீனை இரண்டாகக் கிழிக்க முயல, சுறாமீன் வடிவில் இருந்த விஷ்ணு அவனைப் பற்களால் கொத்திக்

கொதறி, அவன் வயிற்றைக் கிழித்து வேதங்களையும், தக்ஷணாவர்த்த சங்குவையும் எடுத்துக் கொண்டு பிரம்மாவின் முன் தோன்றி வேதங்களை அளித்தார். சங்கைத் தான் தரித்தார்.

மேலும் ''அரக்கன் விழுங்கியதால் வேதங்களில் சில பகுதி காணப்பட வில்லை. அவற்றை ஞாபகப்படுத்தி பூர்த்தி செய்க'' என்று பிரம்மாவிடம் கூறி மறைய, 'மச்சாவதாரம்' முடிவுபெற்றது.

3. கச்ச, தேவயானி வரலாறு

ராக்ஷச குருவான சுக்கிராச்சாரியாரின் அழகிய மகள் தேவயானி. மகளின் மீது அதிகப் பிரியம் கொண்ட அவர் கேட்பது எதையும் மறுக்காமல் வளர்த்து வந்தார்.

விருஷபர்வன் என்பவன் ராக்ஷச அரசன். அவனுக்குச் சுக்கிரன் குருவாவார். தேவாசுரர்களிடையே அடிக்கடி ஏதாவதொரு காரணத்தால் போர் நிகழும். அத்தகைய போரில் இறக்கும் அசுரர்களை, குரு சுக்கிராச் சாரியார் 'மிருத சஞ்ஜீவனி' என்னும் வித்தை மூலம் உயிர்ப்பித்து வந்தார். இதனால் அரக்கர்கள் தொகை மேலும் மேலும் வளர, தேவர்கள் தொகை குறைந்து கொண்டே வந்தது.

இதனால் மிகவும் பாதிக்கப்பட்ட இந்திராதி தேவர்கள் தம் குல குருவான பிரகஸ்பதியிடம் இதற்கு ஏதாவது ஒரு வழி செய்து தேவர்களைக் காத்திடுமாறு வேண்டினான். (அப்போது அமிர்தம் கடையப்படவில்லை)

பிரகஸ்பதி தன் மகன் கச்சனை அழைத்து 'மிருத சஞ்ஜீவனி' வித்தையின் பெருமையைக் கூறி, ''சுக்கிராச்சாரி யரிடம் குரு குலவாசம் செய்து வித்தை கள் கற்பிக்குமாறு வேண்டு, அவர் மறுக்க மாட்டார். அதே சமயம் வித்தை களுடன் 'மிருத சஞ்ஜீவனி' வித்தையை யும் கற்றுக் கொண்டு வா'' என்று சொல்லி அனுப்பினார்.

அவனும் அழகன். பணிவு போன்ற நல்லொழுக்கங்கள் நிறைந்து குருவின் மனதை மட்டுமின்றி தேவயானியின் இதயத்தையும் கொள்ளை கொண்டான்.

இது அசுரர்களுக்குப் பிடிக்கவில்லை. பகைவனுடைய ஆள் என்பதால் அவனைத் ஒழித்துக் கட்ட உபாயம் செய்தனர். ஒரு நாள் கச்சன் காட்டில் மாடுகள் மேய்க்கச் சென்றபோது அரக்கர்கள் கச்சனைக் கொன்று ஒரு மரத்தில் தொங்க விட்டனர். மாடுகள் வழக்கம் போல் வீடு திரும்பின. ஆனால் கச்சனைக் காணவில்லை.

இதனைத் தேவயானி, தன் தந்தை யிடம் கூற, அவர் தன் ஞான திருஷ்டியால் நடந்ததை அறிந்து கச்சனை உயிர்ப் பித்தார். இவ்வாறு சுக்கிரரால் உயிர்ப் பிக்கப்பட்ட கச்சனைக் கண்ட அரக்கர்கள் மேலும் கோபம் கொண்டு மறுபடியும் அவனை ஒழிக்க திட்டமிட்டார்.

இம்முறை அவனை எரித்து அந்தச் சாம்பலை மதுவில் கரைத்து சுக்கிராச் சாரியாரைக் குடிக்க வைத்தனர். அவர் மயங்கி வீழ்ந்தார்.

கச்சனைக் காணாத தேவயானி தந்தை யிடம் அது பற்றி கூற, மயங்கிக் கிடந்த அவர் பேசாதிருந்தார். சிறிது நேரம் கழித்து சிறிது மயக்கம் தெளிய தேவயானி அழுது கொண்டிருப்பதைக் கண்டு, செய்தி அறிந்து அவளிடம் ''கச்சனை உயிர்ப்பித்தாலும், பகைவர்க ளான அரக்கர்கள் திரும்பத் திரும்ப அவனைக் கொல்லுவர். அவன் மரண மடைந்து தனியனாகட்டும்'' என்று கூறினார்.

மது மயக்கம் முழுவதுமாக ஒழிந்து, சுக்கிரர் உலகெங்கும் தன் ஞான திருஷ்டி யால் கச்சனைத் தேடியும் எதுவும் அறிய முடியாமல் கடைசியில் நிகழ்ந்ததை உணர்ந்தார். மிருத சஞ்ஜீவனி வித்தையைப் பயன்படுத்தி, அவர்

வயிற்றைக் கிழித்துக் கொண்டு அவனை வெளிவருமாறு அழைத்தார். அப்போது கச்சன் சுக்கிரரிடம் ''தான் குருவின் வயிற்றைக் கிழித்து வெளி வந்தால் அவர் இறந்துவிடுவார். அதனால் குருஹத்யை, பிரம்மஹத்யை தோஷம் ஏற்படும். தாங்கள் மரணமடைந்தால் தங்களை உயிர்ப்பிக்கும் மார்க்கத்தை நான் அறியேன். எல்லா வித்தைகளும் கற்பிப்பதாகக் கூறிய தங்கள் வாக்குத் தானமும் நிறைவேறாது. அதனால் உங்களுக்கு மோட்சம் கிட்டாது. எனவே நான் உங்கள் வயிற்றைக் கிழித்துக் கொண்டு வெளிவர மாட்டேன்'' என்றான்.

அப்போது சுக்கிராச்சாரியார், ''பிரகஸ்பதி மகனான நீ இத்தனை விதமாக ஆலோசனை செய்வதில் வியப்பேதுமில்லை. எந்த வித்தையைக் கற்க நீ என்னிடம் சீடனாக வந்தாயோ அது உனக்குக் கிடைக்கும். அதற்கு அரக்கர்களே உனக்கு உதவினார்கள். உனக்கு நான் 'மிருத சஞ்ஜீவனி' வித்தையைக் போதிக்கிறேன். அக்கறை யுடன் கற்றுக் கொள். வெளியில் வந்த பிறகு அதைப் பயன்படுத்தி என்னை உயிர்ப்பிக்கச் செய்'' என்று கூறி, அந்த வித்தையைப் போதித்தார். கச்சன், சுக்கிரர் உடலிலிருந்து வெளிவந்து அவரை உயிர்ப்பித்து மகிழ்ந்தான்.

சுக்கிரரும் மன நிறைவுடன் கச்சனைப் பார்த்து ''உனக்கு எல்லா வித்தைகளும் என்னருளால் கிடைக்கும். இனி நீ இங்கிருந்தால் உன்னைக் கொன்று விடுவர்'' என்று கூறி ஆசிர்வதித்து அவனைப் போகவிட்டார்.

கச்சன் தந்தை உடலிலிருந்து உயிருடன் வெளிவந்து, தந்தையையும் உயிர்ப்பித்தது கண்டு பெருமகிழ்ச்சி கொண்ட தேவயானி, கச்சனிடம் தன்னைத் திருமணம் செய்து கொள்ளு மாறு வேண்ட, அவன் குருபுத்திரி தனக்குச் சகோதரி என்றும், அதனால் திருமணம் செய்து கொள்வது தகாத செயல் என்று கூற, தேவயானி கோபம் கொண்டு அவன் கற்ற மிருதசஞ்ஜீவனி வித்தை பலனளிக்காமல் போகுமாறு சபித்தாள்.

அது கேட்ட கச்சன் தனக்குப் பலனளிக்காவிட்டாலும், தன் மூலம் பிறர் கற்றுப் பலன் பெறுவார்கள் என்று கூறி, தன்னைத் தேவயானி அக்கிரமமாக சபித்ததைக் கூறி, அவனும் அவளுக்குப் பிராமணன் அல்லாத ஒருவனே கணவனாவான் என்று சபித்துவிட்டுச் சொர்க்க லோகம் சேர்ந்தான். அங்கு அவன் தேவர்களுக்கு மிருதசஞ்ஜீவனி வித்தையைக் கற்பித்தான்.

பின்னர் யயாதி மன்னனுக்கும் தேவயானிக்கும் விவாகம் நடந்தது. (யயாதி வரலாறு – விஷ்ணு புராணத்தில் காண்க)

4. அகஸ்தியரும் இந்திரனும்

பதரிகாசிரமத்தில் நர நாராயணர்கள் தவம் செய்து வந்தனர். அவர்கள் விஷ்ணு வின் அம்சமே. அவர்கள் தவத்தைக் கெடுக்க இந்திரன் சில அப்சர ஸ்திரீ களை அனுப்பினான். அது கண்ட அவர்கள் மனமாற்றம் கொள்ளவில்லை. மேலும் தங்கள் தொடையிலிருந்து ஓர் அழகியைத் தோற்றுவித்தனர். (ஊரு = தொடை) ஊருவிலிருந்து தோன்றிய அவளுக்கு ஊர்வசி என்று பெயரிட்டு இந்திரனுக்குப் பரிசாக அனுப்பி வைத்தனர்.

ஊர்வசி இந்திரனிடம் செல்லும் போது அவள் அழகினால் கவரப்பட்ட சூரியன் அவளை இச்சித்து ஒரு குறிப்பிட்ட இடத்தில் தன்னைக் கண்டு சேருமாறு கூற அவளும் ஒப்பினாள். அவ்வாறு சூரியனுக்காக சென்று கொண்டிருந்த அவளை வருணன் கண்டு மோகித்துத் தன்னுடன் வருமாறு கூற

அவள் முதலில் சூரியன் அழைத்ததால் அவரைத் திருப்தி செய்வதே தருமம் என்று கூற, வருணன், அப்படியானால் அவருடன் இருக்கும்போது தன்னையே மனதில் நினைக்குமாறு கூறினான்.

அவள் அவ்வாறே நடந்து கொள்ள, அவள் மனம் மாறுபட்டு நடப்பதை உணர்ந்த சூரியன் அவளை நடுவிலேயே விட்டு விட்டுச் சென்று விட்டான். அத்துடன் அவளை வேசி ஆகுமாறு சபித்தான்.

அதற்குள் சூரியன் விந்துவும், ஊர்வசியையே நினைத்துக் கொண் டிருந்த வருணன் விந்துவும் வெளிப்பட இரண்டும் கீழே விழுந்தால் தோஷ மென்று ஒரு கலத்தில் சேர்த்தனர்.

ஒரு சமயம் நிமி என்னும் விதேக நாட்டு மன்னனும், வருணனும் நிமி வீட்டில் சூதாடிக் கொண்டிருந்தனர். அப்போது வசிஷ்டர் அங்கு வந்தார். வந்தவர் நிமி விருந்துபசாரம் செய்யாத தால் நிமியை உடம்பில்லாமல் போகு மாறு சபித்தார். நிமியும் வசிஷ்டரை உடம்பில்லாமல் போகுமாறு சபித்தார். அத்துடன் ''உடம்பு இல்லாவிட்டாலும் உயிர்களின் கண் இரப்பையில் சேர்ந்திருப்பேன்'' என்றான் நிமி. அதனால் இரப்பை அடித்துக் கொள்வது நிமிஷம் எனப்படுகிறது.

உடலை இழந்த வசிஷ்டர் தான் எங்கே சேர்வது என்று எண்ணிக் கொண்டி ருக்கையில் மித்ரா வருணருடைய வீரியத்தில் பிரவேசிக்கு மாறு வருணன் உபாயம் சொல்ல வசிஷ்டர் ஆத்மா அக்கலத்தில் சேர்ந்தது. அந்த மித்ரா வருணர் வீர்ய கலத்திலிருந்து சிறிது காலத்தில் வசிஷ்டர், அகஸ்தியர் என்று இரட்டையர் தோன்றினர்.

ஒரு சமயம் பலம் பெற்றிருந்த அசுரர்கள், தேவர்களுக்கு உபத்திரவம் செய்ய இந்திரன், அக்கினி, வாயு இருவரையும் வேண்டி அவர்கள் உதவியுடன் அரக்கர்களை விரட்ட அவர்கள் தலைவர்கள் கடலில் சென்று ஒளிந்தனர். கடலில் ஒளிந்துள்ளவர்களை தம்மால் ஒன்றுமே செய்ய இயலாதென்று அக்கினியும், வாயுவும் கூறினர்.

பின்னர் இந்திரன் அகஸ்தியரிடம் சென்று, ''தாங்கள் மித்ரா வருணர்களின் அம்சமாகத் தோன்றியவர். மகா தபஸ் ஸாலி. உன்னால் ஆகாதது ஒன்றும் இல்லை. அரக்கத் தலைவர்களில் சிலர் சமுத்திரத்தில் ஒளிந்து கொண்டிருக் கின்றனர். அவர்களை அப்படியே விட்டு விட்டால் அவர்கள் மறுபடியும் வெளியே வந்து கொடுமைகள் புரிவர். நீங்கள் கடல் நீரை வற்றச் செய்து விட்டால் அவர்களை நான் கொன்று விடுவேன்'' என்று இந்திரன் கூற அகஸ்தியர் கடல் நீரை ஆசமனம் செய்து குடித்து விட்டார். பின்னர் இந்திரன் அரக்கர்களை அழிக்க முற்பட மயன், தாரகன், வித்யுன்மாலி என்ற மூவர் தப்பி ஓடிவிட்டனர்.

5. திரிபுராசுரர்கள்

மயன், தாரகன், வித்யுன்மாலி என்ற மூன்று அரக்கர்களும் பிரம்மாவைக் குறித்து கோரத்தவம் செய்து பொன் நகரம், வெள்ளி நகரம், இரும்பு நகரம் என்று ஆளுக்கொரு நகரம் வேண்டினர். மேலும் நினைத்தபோது நினைத்த இடத்திற்குச் செல்லக் கூடிய வரமும், மூவரையும் ஒருங்கே கொல்லக்கூடிய ஒருவராலேயே தமக்கு மரணம் உண்டாக வேண்டும் என்றும் வரங்கள் கேட்டுப் பெற்றனர்.

அத்தகைய வரங்கள் பெற்ற அம் மூவரும் நினைத்த இடத்திற்குச் செல்வதும் அங்குள்ளவர்களுக்குத் தொல்லை கொடுப்பதுமாய் இருந்தனர். இதனால் மூவுலகில் உள்ளவர்களும் உயிரைக் கையில் பிடித்துக் கொண்டு அச்சத்தில் வாழ்ந்து வந்தனர்.

பிரம்மாதி தேவர்கள் கைலைக்குச் சென்று பரமசிவனை வணங்கி, ''உங்கள் கோபத்தால் சகல உலகங்களும் ஒரே கணத்தில் பஸ்பமாகிவிடும். உங்களுக்கு இந்தத் திரிபுராசுரர்கள் ஒரு பொருட்டா! தயை புரிந்து இம்மூவரைக் கொன்று எங்களுக்கு விமோசனம் அளியுங்கள்'' என்று வேண்டினர்.

அப்போது பரமன் தேவர்கள் தனக்குத் தேவையான உதவிகள் செய்யுமாறு வேண்டினார். அதாவது ''பூமி தேராகவும், மேருமலை வில்லாகவும், ஆதிசேஷன் அதன் நாணாகவும், விஷ்ணு அம்பாகவும், பிரம்மா தேரோட்டி யாகவும், சூரியன், சந்திரன் தேர்ச்சக்க ரங்களாகவும், நான்கு வேதங்கள் குதிரை களாகவும்... அதில் நான் ஆரோகணித்து தேவர்களின் படைகளுடன் போருக்குச் செல்வேன்'' என்று கூற, அப்படியே எல்லாம் நிகழ்ந்தன.

அவ்வாறு போர் செய்யச் சென்ற பரமன் அற்பர்களாகிய அரக்கர்கள் மீது பாணம் எய்தார். அந்தப் பாணம் முதலில் பொன்நகரையும், அடுத்து வெள்ளி நகரையும், இறுதியில் இரும்பு நகரத்தை யும் வரிசையாக உடைத்தெரிந்து துவம்சம் செய்தது. முப்புரங்களோடு மூன்று அரக்கர்களும் அழிந்தனர்.

இவ்வாறு திரிபுராசுரர்களைப் பரம சிவன் வென்று அழித்தார்.

6. பரப்பிரம்மம் காட்டிய வழி

பிரம்மாவின் படைப்பில் அனைத்து லோகங்களும், தேவர்கள், அசுரர்கள், மானிடர்கள் ஆகியோரும், அவர்களுக் கான உணவு, உடை, உறைவிடம் ஆகியனவும், மன அமைதிக்கான யஜ்ஞ யாகாதிகள், வேதங்கள் போன்றவையும் குருகுல வாசம், குரு சீடன், போதனை, பூஜாவிதானம் போன்றவையும் சனாதன தர்மம் என்பவையும் ஏற்பட இவற்றைப் பின்பற்றுவோர் ஆஸ்திகர்கள் எனவும், மற்றவர் மிலேச்சர்கள் (அ) நாத்திகர்கள் என்றும் அழைக்கப்பட்டனர்.

இவ்வாறு அமைதிப் பூங்காவாக இருந்த உலகில் மிலேச்சர்களுடன், அரக்கர்கள், தசியர்கள் அதாவது கள்ளர்கள், வழிபறிக் கொள்ளைக் காரர்கள் ஆகியோரும் உருவாகிப் பெருகினர். இவர்களால் தொல்லைகள் ஏற்பட்டுப் பெருகிட மக்கள், அரசனிடம் முறையிட அனைவரும் பிரம்மாதி தேவர்களைப் பிரார்த்தனை செய்தனர்.

அரி, அரன், அயன் என்னும் மும்மூர்த்திகளும் பரப்பிரம்மத்திடம் தங்களுக்குத் தக்க வழிகாட்டுமாறு வேண்டினர். பரப்பிரம்மம் வழிமுறை களை அருளியது.

நாராயணனிடம், லக்ஷ்மியுடன் உலகில் பல பெயர்களுடன் அவதரித்து துஷ்ட சம்ஹாரம், சிஷ்டபரிபாலனம் செய்யுமாறு கூறியது. அப்படியே பரம சிவனைப் பார்த்து பார்வதி சமேதனாய் புனிதத் தீர்த்த தலங்களை இருப்பிட மாகக் கொண்டு சிருஷ்டி, ஸ்திதி, சம்ஹாரம் செய்யுமாறு ஆஜ்ஞாபித்தது.

அவ்வாறே விஷ்ணு பதரியில் நர நாராயணன், பிரயாகையில் மாதவன், ஹரித்வாரில் ஸ்ரீ ஹரி, திருவரங்கத்தில் அரங்கன், திருப்பதியில் வெங்கடேசு வரர், மதுராவில் ஸ்ரீ கிருஷ்ணன் என்று தோன்றி மக்களைக் காப்பாற்றி வருகிறார்.

சிவபெருமானும் சௌராஷ்டிராவில் சோமநாதர், ஸ்ரீ சைலத்தில் மல்லிகார் ஜுனன், உஜ்ஜயினில் மகாகாலன், சேதுவில் ராமேஸ்வரன் என்றும், மேலும் பல இடங்களில் குறிப்பாக துவாதச க்ஷேத்திரங்களில் சோதிர் லிங்கமாகவும் தோன்றி அருள்கிறார்.

பிரம்மா அவரவர் கர்மபலன்களை அனுசரித்து அவர்கள் தலை எழுத்தை நிர்ணயிப்பதாகக் கூறினார்.

பார்வதி சக்திவடிவில் பதினெட்டு சக்தி பீடங்களில் இருந்து அருள்கிறாள். மற்றும் பல இடங்களில் பல பெயர்களிலும், கிராமங்களில் கிராம தேவதைகளாகவும் அமர்ந்து அருள் பாலிக்கிறாள்.

இவ்வாறு பரப்பிரம்மம் காட்டிய வழியில் யாவும் அமைந்தன.

7. ராமசர்மா, யவன மன்னனாதல்

ராமசர்மாவின் பிறப்பு

கௌதமி ஆற்றங்கரையில் ஓர் அக்கிரகாரம். அனைவரும் வேத, வேதாங்க சாஸ்திரப் பண்டிதர்கள். மிகவும் செழிப்புடன் அக்கிரகாரவாசிகள் வாழ்ந்து வந்தனர்.

அந்த அக்கிரகாரத்தில் நாராயண சர்மா என்றொரு அந்தணர், தனது தர்மபத்தினி யாகிய சோவிதம்மாளுடன் வாழ்ந்து வந்தார். அவர்களுக்கு ராமசர்மா என்றொரு புத்திரன். அவனுக்கு ஏழாண்டில் உப நயனம் செய்வித்து குருகுலத்தில் வேத சாஸ்திரங்கள் கற்க சேர்த்துவிட்டார்.

துஷ்ட சகவாசம்

அவன் குருகுலத்தில் இருக்கும்போதே வித்தைகள் கற்று முடியும் முன்பே, உலக அனுபவம் ஏற்படும் முன்பே தாய் தந்தையர் நோய்வாய்ப்பட்டு மரண மடைந்தனர். மரணமடைவதற்கு முன் அவனைத் தாய்மாமனிடம் ஒப்படைத்து அவனைப் பாதுகாத்து வருமாறு வேண்டினர்.

ராமசர்மாவைவிட அவனது சொத்தில் அக்கறை கொண்ட தாய் மாமன் அவனது கல்வியைத் தடை செய்து, வாய்க்கு வந்த படி திட்டி வளர்க்க, சிறு வயதிலிருந்து அவன் வாழ்க்கையில் வெறுப்பு ஏற்பட்டு துஷ்ட சகவாசம் கொண்டு திரியலானான்.

காசி யாத்திரை

ஆனால், அவன் மீது அக்கறை கொண்ட அவனது உற்றார் உறவினர் அவனுக்கு நல்லுரை வழங்கிட, அவன் மனம் மாறி மேலும் கல்வி கற்றிட காசிக்குச் சென்றான். அங்குக் காசி விசுவநாதரைத் தரிசிக்க ஆலயத்திற்குச் செல்ல அங்கு வடவாயிலில் ஒரு பெயர்ப்பலகையைக் கண்டான். அதில் கீழ்க்கண்டவாறு பொறிக்கப்பட்டிருந்தது.

"காசியிலுள்ள கங்கை நீரை எடுத்துச் சென்று ராமேசுவரத்தில் உள்ள ராமேச்வரனுக்கு அபிஷேகம் செய்து, அங்கிருந்து கடல் நீரைக் கொண்டு வந்து எனக்கு (விசுவநாதருக்கு) அபிஷேகம் செய்தால் உலகை ஒரு முறை சுற்றிவந்த பலன் கிடைக்கும். மும்முறை பூமியைச் சுற்றிய பலன் பெற்றவர் முன் நான் காட்சி தந்து வேண்டிய வரத்தை அளிப்பேன் – காசி விச்வநாதன்."

உடனே ராமசர்மா ஒரு காவடியில் இருபக்கமும் இரண்டு கலசங்களில் கங்கை நீருடன் ராமேசுவரம் சென்று ராமேச்வரனுக்கு அபிஷேகம் செய்து, அங்கிருந்து கடல் நீரை கொண்டு வந்து காசி விச்வநாதருக்கு அபிஷேகம் செய்தான். இவ்வாறு இருமுறை வெற்றியுடன் நடைபெற்றது. ஆனால் மூன்றாவது முறை ராமேச்வரத்திலிருந்து கொண்டு வந்த நீர் காசிக்கருகில் வரும் போது கீழே கொட்டிவிட்டது. மறுபடியும் அவன் முயற்சி செய்ய அப்போதும் அவ்வாறே நீர் தரையில் போயிற்று. இதனால் கோபம் கொண்டான் ராம சர்மா.

ஒரு தடியுடன் விச்வநாதரை அணுகி தலையைப் பிளந்து, நிராசையுடன் தன் தலையையும் பிளந்து கொள்ள எண்ணிப் புறப்பட்டான். அப்போது விச்வநாதர் அசரீரியாய் ஒலித்தார். "என்னை அடிக்க வேண்டாம். நீ இருமுறை செய்த

அபிஷேகத்தால் மிக்க மகிழ்ச்சி அடைந் தேன். எனவே உனது அடுத்த பிறவியில் உன்னைச் சக்கரவர்த்தி ஆக்குகிறேன். ஐயம் கொள்ளாமல் என் பேச்சைக் கேட்டு வீடு திரும்புவாயாக'' என்றது அசரீரி.

மறுபிறவி

ஓர் அந்தணனுக்கு உபநயனம் ஆன வுடன் இரண்டாவது பிறவி வருகிறது. ஏற்கெனவே உபநயனம் ஆன தான் மரணம் அடைந்தால்தான் இரண்டாவது பிறவி (அ) சந்நியாசியானாலும் மறு பிறவி எடுத்ததாகும். இவ்வாறு எண்ணிய அவன் மறுநாள் காலையில் மணிகர்ணிகா கட்டத்திற்குச் சென்று நீராடி, அனுஷ்டானம் முடித்துக் கொண்டு புறப்படுகையில் அபரசங்கரர் என்ற பெயர் கொண்ட கீர்த்தி வாய்ந்த மகான் எதிரில்பட்டார்.

அவரை வணங்கி தனக்கு ஆதுர சந்நியாசம் வழங்குமாறு வேண்டினார். (அதாவது மிகமுக்கியமான சமயம் (அ) மரண வேளையில் பெறும் சந்நியாசம்) அப்போது அவர் கேட்ட பல வினாக் களுக்கு ராமசர்மா தகுந்த விடைகள் அளிக்க, அவர் மகிழ்ச்சியுற்று ஆதுர சந்நியாசத்துக்காக ஒப்புதல் அளித்து உபதேசம் செய்தார்.

தியானத்தில் ஆழ்தல்

உடனே அவன் ஆலயம் சென்று பரமனிடம் ''சாஸ்திரப்படி நான் ஆதுர சந்நியாசம் பெற்று மறுபிறவி அடைந் தேன். எனவே எனக்கு வாக்களித்தபடி சக்கரவர்த்தி ஆக்கு'' என்றான். பரமன் ''என்னை அச்சுறுத்தி வரம் பெற ஆசைப் படுகிறாய். நான் வாக்குக் கொடுத்தது, கொடுத்ததுதான். நீ கமண்டலம், தண்டம், காஷாய உடை அனைத்தையும் கங்கையில் எறிந்துவிட்டு ஆற்றின் பிரவாகத்தை எதிர்த்துக் கொஞ்ச தூரம் நடந்து செல். அங்கொரு வட விருட்சம் (ஆலமரம்) காணப்படும். அதன் கீழ் அமர்ந்து என்னைத் தியானித்தால் உனக்கு ராஜயோகம் கிடைக்கக் காரண மாகும்'' என்றார்.

அவனும் அவ்வாறே செய்து தியானத்தில் ஆழ்ந்தான்.

யவன மன்னன் ஆதல்

கங்கை ஆற்றுக்கருகில் ஒரு முகம் - மதிய ராஜ்யம் இருந்தது. அதன் சுல்தான் வாரிசு இல்லாமல் இறந்துவிட்டான். அந்நாட்டு வழக்கப்படி மந்திரிகள் ஒரு யானையிடம் மாலை ஒன்றைக் கொடுத்து ஓட்டிச் செல்கையில் அது பல இடங்களில் திரிந்துச் சென்று இறுதியில் கங்கைக் கரையை அடைந்து அதன் கரையில் வட விருக்ஷத்தின் கீழ் தியானத் திலிருந்த ராமசர்மாவின் கழுத்தில் போட்டு அவனை யவன மன்னன் ஆக்கியது.

யவன மன்னன் வாழ்க்கை

பின்னர் அந்த யானை ராமசர்மாவை தன் மீது உட்கார வைத்துக் கொண்டு அரண்மனையை அடைய மந்திரி, பிரதானிகள் மற்றும் பலர் அவனை வரவேற்று அவனுக்கு ராஜ்யாபிஷேகம் செய்து வைத்தனர். அவனுக்குக் 'கஜினி முகம்மது' என்ற பட்டப் பெயரும் வழங்கினர்.

முகம்மதிய குருமார்களாகிய பக்கிரி கள் அவனுக்கு அம்மதச் சடங்குகளைக் கற்பித்தனர். அவனும் தனது சனாதன தர்மத்தைக் கைவிட்டு முகம்மதிய மதக் கோட்பாடுகளுடன் நாட்டை ஆண்டு வந்தான். தான் விரும்பியவாறே ராஜ யோகம் அனுபவித்து வந்தான். மேலும், முன் சுல்தானுக்கு இரு நூறு மனைவிகள் இருந்தனர். அவர்கள் இவன்மீது மோகம் கொண்டு நெருங்கிவர அவர்களுடன் சுகங்கள் அனுபவித்தான்.

இவ்வாறு இருக்கையில் ஒரு நாள் அவன் மனதில் பச்சாத்தாபம் ஏற்பட்டது.

உத்யான வனத்தில் அமர்ந்து யோசிக்க லானான். தன் முன் வாழ்க்கையையும், தற்போதைய வாழ்க்கையையும் எண்ணிப் பார்த்தான். தான் பலாத்கார மாகப் பெற்ற வரம் பற்றியும், பரமன் செய்த சோதனையையும் எண்ணினான். தனது பித்ருக்களுக்குச் சிரார்த்தம் கூட செய்ய முடியாமல் மதப்பிரஷ்டம் ஆகி உள்ளேன். என் மாற்றம் கண்டு அவர்கள் அழுது கொண்டிருப்பர். நானே வைதிக மத விரோதி ஆகிவிட்டேன்'

ஒரு நாள் அவன் சபை கூட்டி, அவர்களிடம் தேவாலயங்களை இடித்து, விக்கிரகங்களை உடைத்து கோயில் சொத்துக்களைக் கொள்ளை அடிக்கு மாறும், நாடு முழுவதும் முகம்மதிய மதத்தைப் பரவச் செய்யுமாறும் ஆணையிட அவர்களும் அவ்வாறே செய்யலானார்.

8. ஸ்ரீ வெங்கடேச்வரரும் அலமேலு மங்கைத் தாயாரும்

கஜனி முகம்மதுவுக்கு ஓர் அழகிய மகள் இருந்தாள். அவளுடைய அந்தப் புரத்திற்கு ஸ்ரீ வெங்கடேச்வரர் ஓர் இரவு வந்து தன்னைப் பற்றிய விவரங்களைக் கூறி அது பற்றி வேறொருவருக்கும் தெரியாமல் இருக்குமாறு கூறினார். இவ்வாறு தினமும் இரவில் இருவ ருடைய சந்திப்பும் நடைபெற்று வந்தது. எனினும் இது பற்றி ஐயப்பட்டு, காவலாளிகள் ''எங்களுக்குத் தெரியா மலேயே ஓர் ஆண் அந்தப்புரத்தில் பிரவேசித்து இளவரசியுடன் பேசிச் செல்கிறான்'' என்று சுல்தானிடம் கூறினர்.

சுல்தான் அந்தப்புரம் வந்து தன் பெண்ணிடம் வரும் ஆண் யார் என்று கேட்க, அவள் மௌனம் சாதிக்க அவள் தலையை வெட்ட அவன் கத்தியை ஓங்க, அங்கு விக்கிரக வடிவில் இருந்த ஸ்ரீ வெங்கடேச்வரர் அவன் கையைப் பிடித்து இவ்வாறு கூறினார். ''அன்று நீ பலாத்காரமாக என்னிடம் வரம் பெற்றாய். அது சாதுவான வழி இல்லாத தால் உன் மதத்திலிருந்து பிரஷ்டம் செய்யப்பட்டு யவன மன்னன் ஆனாய். இன்னும் உன் அஞ்ஞானம் அழிய வில்லை. உன் சனாதன இந்து மதத்தையே அழிக்க முற்பட்டாய். மதங்கள் வேறானாலும் தெய்வம் ஒன்றே என்பதை உணரவில்லை நீ. உனக்கு அறிவுரை வழங்கவே வந்தேன். உன்னால் தொல்லைகளுக்கு ஆளான அர்ச்சகர்கள் உன் கோட்டத்திலேயே உள்ளனர். உன்னால் அழிக்கப்பட்ட கோயில்களைப் புனர் நிர்மாணம் செய்து, அவற்றில் விக்கிரகங்களையும், லிங்கங் களையும் பிரதிஷ்டை செய்து, அர்ச்சகர் களின் வாழ்க்கைக்குத் தேவையான பொருள் கொடுத்து அனுப்பி வை. இல்லாவிடில் உன்னுடைய எல்லாச் செல்வங்களும் உன்னை விட்டு விலகி விடும்'' என்று எச்சரிக்கை செய்து மறுபடியும் விக்கிரமாக மாறிவிட்டார்.

கஜனி முகம்மது தனக்கு அறிவுரை அளித்துக் கண்களைத் திறந்துவைத்த இறைவனுக்கு நன்றி கூறி மகிழ்ச்சி யுற்று, தன் தவறுகளுக்கு பச்சாத்தாபப் பட்டு அவர் கூறியபடியே அனைத்து ஏற்பாடுகளையும் செய்து முடித்தான்.

ஸ்ரீ வெங்கடேச விக்கிரகமும், திருப்பதி அர்ச்சகர்களும் அங்கு இருந்தனர். அவர்கள் தமது விக்கிரகத்தை தம்மிடம் கொடுத்தனுப்புமாறு வேண்ட அவன் அவ்வாறே தந்து, அத்துடன் பாவபரிகாரமாக தன் மகளையும் ஸ்வாமி சேவைக்குத் தக்க சன்மானங்க ளுடன் அனுப்பி வைத்தான்.

மற்றும் கோயிலுக்குக் காணிக்கை யாகப் பொன்னும் பொருளும், கோவில் நிர்வாகத்திற் காகச் சில கிராமங்களையும் எழுதிக் கொடுத்தான். பாதுகாவலாகப் படைகளையும் அனுப்பி வைத்துத் தன் இருப்பிடம் திரும்பினான்.

அலர்மேல் மங்கைத் தாயார்

ஸ்ரீ வெங்கடேச்வர விக்கிரகம் முகம்மதுவால் அபகரிக்கப்பட்டு விலகி விட ஸ்ரீ நிலமகள், மலர்மகள், நீலா தேவி ஆகியோர் வருத்தமுற்றிருக்க தற்போது ஸ்ரீ வெங்கடேச்வரர் முகம்மதுக்கு அறிவுரை வழங்கிட, அவன் மனம் மாறி ஸ்ரீ வெங்கடேசுவரர், அர்ச்சகர்கள் ஆகியோர் முகம்மதுவின் மகள் வேலைக் காரியாக வருவது குறித்துக் கூறினார். அத்துடன் மகாலக்ஷ்மியைப் புகழ்ந்து துதி செய்தார். ''தேவி உன்னைப் பெற்றவர் கள் செல்வம் பெற்றவர்களாவர். அல்லாதவர் அனைத்தும் இல்லாதவ ராவர். உன்னை ஜகன் மாதாவாக பூசிப்பவர்களுக்கு நீ அஷ்டஐச்வர்யமும் அளிப்பாய். உன்னை இதயத்தில் ஏற்று, கௌஸ்துப மணியைத் தரித்திருக்கும் மகாவிஷ்ணு ஸ்ரீநிவாசனெனப் பேர் பெற்றார். உன்னாலேயே பெருமாளுக்கு மந்திர சக்தி, இச்சா சக்தி, கிரியா சக்தி, ஞானசக்தி அனைத்தும் கிடைத்தன. உன் பக்தர்களுக்கு நீ கல்ப தருவாய் அனைத் தும் அருள்கிறாய். உன் மகிமையை என்னென்று புகழ்வது'' என்றெல்லாம் நாரதர் போற்றினார்.

இதனால் மகிழ்ச்சி அடைந்த மகாலக்ஷ்மி நாரதரிடம், ''மற்றப் பெண்கள் மீது மோகம் கொண்ட ஒருவரை நம்பக் கூடாது. எனவே இந்த சேஷாத்திரி மலையில் நான் இருக்க மாட்டேன்'' என்று கூறி சுக முனிவர் ஆசிரமத்துக்குச் சென்று, அவரால் தக்க மரியாதைகளுடன் வரவேற்று, உபசரிக் கப்பட்டு அவர் நிர்மாணித்த கமலாகரத் தில் தங்கி இருந்தாள்.

நாரதர் உலக சஞ்சாரம் செய்து கொண்டு யவனப் பெண்ணுடன் சேஷாத்திரி மலைக்கு வந்து கொண்டி ருக்கும் ஸ்ரீ வெங்கடேச்வரரை நமஸ் கரித்து, லக்ஷ்மி தேவியின் விவகாரத்தைக் கூறி அனைவரையும் சேக்ஷாத்திரிக்கு அழைத்துக் கொண்டு வந்து சேர்த்தார்.

பின்னர் ஸ்ரீ வெங்கடேச்வரர் சுகமுனிவரர் ஆசிரமம் அடைய மகாலக்ஷ்மி மகிழ்ச்சியுற்று தான் அங்கேயே இனி தங்கி இருக்கப் போவ தாகவும் முனிவர்களும், தேவர்களும், பக்தர்களும் இங்கு வந்து என்னைத் தரிசிப்பார்களாக. இவ்விடத்தை அனைவரும் புனிதமாக்கியதால் இனி இவ்விடம் 'அலர்மேல் மங்கை புரம்' என்ற பெயரில் விளங்குவதாக. நானும் 'அலர்மேல் மங்கை' என்ற பெயரில் இங்கிருப்பேன். நீ இரவில் ஏழு மலைகள் இறங்கி வந்து ஏற்றிடுக என்றாள் மகாலக்ஷ்மி. தேவர்களும் அங்கு ஆலய நிர்மாணம் செய்து பூசித்து வரலாயினர்.

இவ்வாறு சூத முனிவர் சனகாதி முனிவர்களுக்கு எடுத்துரைத்தார்.

9. பிரம்மதத்தன்

கௌசிக முனிவருக்கு சுவஸ்ரிபன், குரோதனன், ஹிம்ஸ்ரன், பிஸ்துனன், கவி, வாகஷ்டன், பித்ரிவர்த்தி என்று ஏழு குமாரர்கள். இந்த எழுவரும் கர்க்க முனிவரின் சீடர்கள்.

கௌசிகன் இறந்த பிறகு பெரும் பஞ்சம் ஏற்பட்டது. கர்க்கர் தன் சீடர்களைப் பசுக்களை மேய்த்து வர காட்டிற்கு அனுப்பினார்.

சகோதரர்கள் மிகவும் பசியினால் அவதியுற அவர்கள் ஒரு பசுவைக் கொன்று தின்றனர். பசுவைக் கொல்வது மகாபாவம் என்று இளையவன் கூற ஈமச்சடங்குகளைச் செய்வதன் மூலம் பாவத்தைக் குறைத்துக் கொள்ளலாம் என்று கூறி பசுவைக் கொல்வதற்கு முன் சடங்குகளைச் செய்து முடித்தனர். ஆசிரமம் திரும்பிய அவர்கள் ஒரு பசுவைப் புலி அடித்துத் தின்று விட்டதாகக் கூறினர்.

பசுவதை பாவத்தினால் மறு பிறவி யில் அவர்கள் வேடர்களாய் பிறந்தனர்.

ஆனால், அவர்கள் ஜதிஸ்மரர்களாக விளங்கினர். அதாவது முற்பிறவி இரகசியங்களை அறிந்திருந்தனர்.

எனவே வேடர்களாகப் பிறந்ததற்கு வருத்தமடையாமல் பட்டினி கிடந்து உயிர் விட்டனர். அடுத்து அவர்கள் மான்களாகப் பிறந்தனர். அப்போது முற்பிறவி இரகசியங்களை அறிந்ததால் சாகும் வரை உண்ணாவிரதம் இருந்து இறந்தனர். அடுத்து அவர்கள் பறவை களாய் பிறந்தனர். அவர்களுள் நால்வர் பற்றற்று தியானத்தில் மூழ்கினர். மற்ற மூவர்கள் அத்தகைய பேற்றினைப் பெற வில்லை.

ஒரு சமயம் பாஞ்சால மன்னன் விப்ரஜன் தன் பரிவாரங்களுடன் காட்டுக்கு வேட்டையாட வந்தான். அவனால் கொல்லப்பட்ட ஒரு பறவை அடுத்த பிறவியில் அரசனாகப் பிறக்க விரும்பியது. இரண்டு பறவைகள் மந்திரிகளாகப் பிறக்க ஆசைக் கொண்டன.

மன்னனாக விரும்பிய பறவை மன்னன் விப்ரஜன் மகனாகப் பிறந்தது. இரண்டு பறவைகள் மந்திரிகளாகப் பிறந்தன. அந்த மந்திரிகளின் பெயர்கள் புண்டரீகன், சுவலகன் ஆகும்.

இவர்கள் மன்னனுடன் இருந்த மந்திரிகளின் மகன்களாகப் பிறந்தனர்.

மற்ற மூன்றும் பற்றற்ற அந்தணர் களாய் பிறந்தன.

அவர்களால் கொல்லப்பட்ட பசு கல்யாணி என்ற பெயரில் தோன்றியது. பிரம்மதத்தன் கல்யாணியை மணந்தான்.

பிரம்மதத்தன் எல்லா உயிரினங்களின் மொழியும் அறிந்திருந்தான்.

ஒரு நாள் நந்தவனத்தில் பிரம்ம தத்தன், கல்யாணியுடன் உலாவிக் கொண் டிருக்க இரண்டு எறும்புகள் பேசிக் கொண்டிருப்பதைக் கேட்டறிந்தான்.

ஆண் எறும்பு பெண் எறும்பிடம், அது ஏன் தன்மீது கோபமாய் உள்ளது என்றும், பேச மறுக்கிறது என்றும் கேட்டது. பெண் எறும்பு தன்னைத் தொந்தரவு செய்யாமல் போய்விடுமாறு கூறிற்று. மேலும் அது ஆண் எறும்பைப் பார்த்து அது தன்னை அதிகம் நேசிப்பதாகக் கூறியும், ஆனால் முன் நாள் சர்க்கரைத் துணுக்கை வேறொரு எறும்புக்குக் கொடுக்கக் காரணம் என்ன என்றும் கேட்டது.

அப்போது ஆண் எறும்பு தான் அந்த எறும்பை இந்தப் பெண் எறும்பு என்று எண்ணிக் கொடுத்ததாகவும், அது தான் செய்த தவறு என்றும், இனி ஒரு போதும் அவ்வாறு செய்யமாட்டேன், மன்னித்து சிரிக்குமாறு வேண்டியும், அதனைக் கோபத்துடன் பார்க்க தன்னால் முடிய வில்லை என்றும் கூறியது. அவை ஒன்று கூடின.

இதனைக் கேட்ட பிரம்மதத்தன் சிரிக்க, கல்யாணி அவன் சிரிப்புக்குக் காரணம் கேட்க, அவன் நிகழ்ந்ததைக் கூற, கல்யாணி நம்பவில்லை. என்ன செய்வதென்று அவனுக்குத் தோன்ற வில்லை. இரவில் கனவில் விஷ்ணு தோன்றி, மறு நாள் காலை வரை காத்திருக்குமாறும், மறு நாள் காலை அவன் மனம் அமைதி அடையும் என்றும் கூறினார்.

சகோதரர்களில் நால்வர் சுதரித்திரன் என்ற அந்தணரின் புதல்வர்களாகப் பிறந்து பற்றற்று கானகம் சென்று தவம் செய்ய விரும்பினர். அவர்கள் திரிதிமனன், தத்துவதர்சி, வித்யாசந்தன், தயோத்சுகன் என்று பெயர் பெற்றி ருந்தனர்.

ஆனால், சுதரித்திரன் அவர்களைத் தடுத்து, தனது தள்ளாத வயதில் தன்னைக் காப்பாற்றவேண்டியது அவர்கள் கடன் என்றும், இல்லாவிடில் தான் பட்டினி யுடன் இறக்க நேரிடும் என்று கூறித் தடை செய்தான்.

அவர்கள் சுதரித்திரனிடம் அவன் பட்டினியாக இருக்க வேண்டாம். பிரம்மதத்தனிடம் செல்வம் கேள் என்றும், அவன் பொன்னும், பொருளும், கிராமங்களும் அளிப்பான் என்றனர். மேலும் அவனிடம் கர்க்க முனிவர், வேடர்கள், மான்கள், பறவைகளைப் பற்றி நினைவூட்டு படிக் கூறினர். பின்னர் தவம் செய்ய வனம் சென்றனர்.

பிரம்மதத்தன் கனவு கண்ட மறு நாள் சுதரித்திரன் அவனைக் காண வந்தான். பழையச் செய்திகளை நினைவூட்டி னான். அவன் அந்த பிராமணனுக்குச் செல்வம் பல நல்கி, தன் நாட்டைத் இளவரசன் விச்வக்சேனனுக்கு பட்டம் கட்டிவிட்டுத் தவம் செய்ய கானகம் சென்றான். அவனுடன் புண்டரீகனும், சுவலகனும் வனம் சென்றனர். இவ்வாறு கௌசிகளின் ஏழு புத்திரர்களும் வீடு பேறு எய்தினர்.

விப்ரஜ மன்னன் விஷ்ணுவிடம் பெற்ற வரத்தின்படி அவன் மகன் உயிரினங்களின் மொழிகளை அறிய முடிந்தது.

10. வச்சிரங்கன்

காசியபர் மனைவி திதிக்குத் தோன்றிய மருத்துக்கள் இந்திரனின் நண்பர்களாகி விட, திரும்பவும் திதி தேவர்களை வெல்ல ஒரு மகனுக்காக காசியபரிடம் வேண்டினாள். அதற்கு அவர் அவள் பல்லாயிரமாண்டுகள் தவம் செய்தால் தான், இந்திரனை வெல்வ தற்கு வச்சிராயுதம் போன்ற திடமான உடல் கொண்ட ஒரு புத்திரனைப் பெற முடியும் என்று அறிவுரை கூறினார். அவ்வாறே அவள் தவமிருந்து பெற்ற குழந்தை வச்சிரம் போல் உடல் பெற்றிருந்ததால் அவனுக்கு வச்சிரங்கன் என்று பெயரிடப்பட்டது (வச்சிர + அங்கன்).

தாயின் சொற்படி அவன் இந்திரனை வென்று, அவனைத் தாயின் முன் கொண்டு வந்து நிறுத்தி கொல்லத் தயாரானன். இதைத் தடுக்க பிரம்மாவும், காசியபரும் அங்கு தோன்றி, ''இந்திரனைக் கொல்ல வேண்டாம் என்றும், மரியாதையை இழந்த ஒருவன் கொல்லப்பட்டவனாகவே கருதப் படுவான்.

உன்னால் தோற்கடிக்கப்பட்ட இந்திரன் இறந்தவனே ஆவான். எங்கள் சொற்படி அவனை விட்டுவிடுவதே நல்லது'' எனவே இந்திரனைப் போக விடு என்றனர்.

''நான் என் தாயின் சொற்படி நடந்தேனே தவிர, இந்திரனைக் கொல்ல வேண்டுமென்றில்லை. உங்களில் ஒருவர் என் பிதா, மற்றொருவர் உலகப் படைப்பாளியாகிய பிதாமகர். நான் இந்திரனைப் போக விடுகிறேன். அதற்கு முன் எனக்கொரு வரம் அளியுங்கள்'' என்று கேட்டான்.

''நான் பெருமளவில் தவம் செய்ய அருள்புரிக'' எனக் கேட்க அவ்வரம் அளிக்கப்பட்டது. மேலும், பிரம்மா 'வரங்கி' என்றொரு அழகியைத் தோற்று வித்து வச்சிரங்கனுக்கு மணம் செய் வித்தார்.

வச்சிரங்கன் பல்லாயிரம் ஆண்டுகள் தவம் இயற்றினான். வச்சிரங்கி பொறு மையுடன் அவனுக்காகக் காத்திருந்தது மட்டுமின்றி அவளும் தவம் புரிய லானாள்.

அச்சமயம் அடிப்பட்ட புலியான இந்திரன் சும்மா இருக்கவில்லை. அவன் குரங்கு வடிவில் வச்சிரங்கியின் ஆசிர மத்தில் உள்ள மரங்களை எல்லாம் வேரோடு சாய்த்தான். அங்கு வளர்ந் துள்ள புல்லை எல்லாம் ஆடு உருவத்தில் தின்று அழித்தான்.

பின்னர் மேகமாக வந்து பெருமழை பெய்து ஆசிரமத்தை மூழ்கடிக்கச் செய்தான்.

அவள் அதைத் தடுக்கவோ, தன்னைக் காத்துக் கொள்ளவோ முயலவில்லை. எல்லாவற்றையும் பொறுத்துக் கொண்டாள்.

தவம் முடிந்து வந்த வச்சிரங்கன் நடந்ததை எல்லாம் அறிந்து இந்திரனைக் கொல்லக் கூடிய ஒரு மகனை வேண்டித் தவம் செய்ய பிரம்மா தோன்றி 'தேவர்களுக்குச் சிம்ம சொப்பனம் போன்ற ஒரு மகன் பிறப்பான். அவன் பெயர் தாரகன்' என்று கூறி மறைந்தார்.

வயது வந்ததும் வச்சிராங்கன் தாரகனை அரசனாக்கி மகுடாபிஷேகம் செய்வித்தான்.

11. தாரகனின் தவமும், அவன் கொல்லப்படுதலும்

தான் மிகவும் சக்தி வாய்ந்தவனாக ஆனாலொழிய தேவர்களை வெல்ல முடியாதென்று பரிபத்திர மலையில் ஒரு குகையில் தவம் செய்யச் சென்றான். அன்ன பானம் நீக்கி தன் உடலிலிருந்து மாமிசம் எடுத்து அக்கினியில் சேர்த்துக் கோர தவம் செய்தான்.

அவன் முன் பிரம்மா தோன்றி, அவனுக்கு வேண்டிய வரம் யாதெனக் கேட்டார். தேவர்களை வெல்வதற்குத் தான் மரணம் இல்லாதவனாகவும், யார் கண்ணுக்கும் புலப்படாதவனாகவும் இருக்கும் வரம் வேண்ட, பிரம்மா மரணம் இல்லாதது உலகில் எதுவும் இல்லை. எனவே மரணத்துக்கு எத்தனை கடினமான நிபந்தனை வேண்டுமாயினும் தருகிறேன்'' என்றார்.

''அப்படியானால் நான் ஏழு ஆண்டு பாலகனால் மட்டுமே கொல்லப்பட வேண்டும்'' என்று தாரகன் வேண்டிட, பிரம்மாவும் அந்த வரத்தை அளித்தார்.

வரமும், பலமும் பெற்ற தாரகன் பெரும்படைத் தலைவர்களுடன் தேவர்களுடன் போர் செய்தான். அதில் விஷ்ணுவிடம், காலநேமி என்பவன் போர் செய்ய விஷ்ணுவின் கதை அவன் மீது பிரயோகிக்கப்பட்டது. அவன் மயங்கி விழுந்தான். மற்றொரு அரக்கர் தலைவன் கிராசனன் தலையைச் சக்கராயுதம் வெட்டியது. ஜம்பா என்பவனால் விஷ்ணு தாக்கப்பட இந்திரன் அவனை ஒரு தெய்வீக ஆயுதத்தால் தாக்கிக் கொன்றான்.

இனி தாரகனை வெல்ல வழி அறியாமல் தேவர்கள் பிரம்மனை அண்டி வேண்டினர். அப்போது சிவபெருமான் திருமணம் நடந்து சிவபாலன் பிறந்தால் தாரகன் அழிக்கப்படுவான் என்றார்.

பின்னர் தேவர்கள் வேண்டியவாறு மன்மதன் சிவபெருமானிடம் தன் மலர் பாணங்களை எய்து அரனால் எரிக்கப் பட்டு விட்டான். பின்னர் பார்வதி பரிணயம் நடைபெற்றது. சிவன் கண் பொறிகளிலிருந்து குமரன் தோன்றி ஏழு வயது வந்தவுடன் தாரகனைத் கொன்று தேவர்களைக் காத்தருளினார்.

(காமதகனம், பார்வதி பரிணயம, முருகன் அவதாரம், தாரகாசுரன் சம்ஹாரம் – விரிவு கந்த புராணம், சிவ புராணங்களில் காண்க).

12. காளி, கௌரியானாள்

ஒரு சமயம் சிவபெருமான் தமாஷாக பார்வதியைப் பார்த்து 'காலி' (காளி) என்றழைத்தார். (காலி = கருப்பி) பார்வதி கருப்பாய் இருப்பதால் அவ்வாறு அழைத்தார். பரமன் என்றெண்ணி பார்வதி தவம் செய்து அழகு பெறச் சென்றாள். மரவுரி தரித்தும், வெய்யிலிலும், மழையிலும், அக்கினியிலும் இருந்து உபவாசமும் இருந்து தவம் செய்ய பிரம்மா அவள் முன் தோன்றி அவள் நல்ல அழகி ஆகும் வரம் தந்தார்.

தவத்திற்குச் செல்வதற்கு முன் பார்வதி நந்தியிடம், வேறெந்த பெண்ணையும் உள்ளே விடக்கூடாது என்று ஆணையிட்டுச் சென்றாள்.

ஆதி என்ற ஓர் அரக்கன் பிரம்மனை நோக்கித் தவம் புரிந்து ஒரு வரம் கேட்டான். தனக்கு மரணமே வரக் கூடாது என்று. பிரம்மா அதை மறுத்தார். ஆனால் அவன் தன் உருவை இரண்டு முறை மாற்றினால் அவன் மரிப்பான் என்று வரம் தந்தார்.

ஆதி பாம்பு உருவில் நந்தியை ஏமாற்றி உள்ளே நுழைந்தான். முதல் உருமாற்றம் இது. அடுத்து பார்வதியின் உருவில் பரமனை நெருங்கினான். பரமனும் அவளை வரவேற்றான். அவள் கோபம் தணிந்து திரும்பி வந்ததற்கு மகிழ்ச்சி என்றார்.

சிறிது நேரத்தில் அவள் பார்வதி அல்ல என்று அறிந்த சிவனார் 'ஆதி' என்ற அந்த அரக்கனைக் கொன்றார்.

பிரம்மாவிடம் வரம் பெற்ற பார்வதி கௌரி (அழகி) என்னும் பெயர் பெற்றாள். பார்வதியின் உடல் அணுவிலிருந்து (செல்) கௌசிகி என்ற தேவி தோன்றினாள். கோசம் (செல்) என்பதால் கௌசிகி ஆனாள். அவள் உடலில் பார்வதியின் கருப்பு நிறம் இணைந்தது.

பிரம்மா கௌசிகியை விந்திய மலைக்குச் சென்று அங்கு வசிக்குமாறு கூற அவள் அங்கு வசிக்கச் சென்றாள். அதனால் அவளுக்கு 'விந்திய வாசினி' என்ற பெயர் உண்டாயிற்று.

(மார்க்கண்டேய புராணத்திலும் கௌசிகி பற்றிய விவரம் காண்க.)

13. கட்டட நிர்மாணக்கலை

கட்டட நிர்மாணக்கலை வளர்ச்சியில் பதினெண் முனிவர்களுக்கும் பங்கு உண்டு என்று சொல்லப்படுகிறது. அவர்கள் பிருகு, அத்திரி, வசிஷ்டர், விசுவகர்மா, மயன், நாரதர், நக்னஜிதன், விஹலக்ஷன், புராணதரன், பிரம்மா, கார்த்திகேயன், நந்தீசுவரன், சௌனகன், கர்க்கர், வாசு தேவன், அனிருத்தன், சுக்கரன், பிருகஸ்பதி.

கட்டட நிர்மாணத்திற்கு முன் கவனிக்க வேண்டியவை

1. சைத்ர (சித்திரை) மாதத்தில் கட்டடம் துவங்கக்கூடாது. அப்படித் துவங்குபவர் நோய்வாய்ப்படுவர்.

2. விசாகம் (வைகாசி) கட்டடம் ஆரம்பிக்க நல்ல நேரம். அவருக்குப் பசு சம்பத்து நிறைய இருக்கும்.

3. ஆக்கிரஹாயனம் (மார்கழி) மாகம் (மாசி) பால்குனம் (பங்குனி) ஆகியவையும் கட்டடம் பணி துவங்குவதற்கான நல்ல மாதங்களே.

ஆக்கிரஹாயனத்தில் ஆரம்பிப்பவர் தானிய விருத்தியும், மாசி மாதம் தொடங்குபவர் சகலவித சம்பத்தும், பங்குனியில் ஆரம்பிப்பவர் பொன்னும், புத்திரர்களும் பெறுவர்.

4. ஆஷாட மாதமும் (ஆடி) கட்டடம் துவங்க நல்ல மாதமே. அவனுக்கு நிறைய பிராணிகளும், பணியாளர்களும் இருப்பர்.

5. ஜேஷ்ட, சிராவண, பாத்ர, ஆசுவின, பௌஷ மாதங்கள் நல்லவை அல்ல. (அதாவது ஆனி, ஆவணி, புரட்டாசி, ஐப்பசி, தை).

(கொடுக்கப்பட்ட தமிழ் மாதம் பெயர்கள் கூறப்பட்ட நேஷனல் மாதக் காலண்டர் மாதங்களுக்கு எது, எது என்று அறியவே. மாதங்களின் நிகழ்ச்சிகள் மேலே கூறியவை தமிழ் நாட்டில் மாறுபடுகின்றன. அதாவது நமது பஞ்சாங்கப்படி ஆனி, புரட்டாசி, மார்கழி, பங்குனி மட்டுமே கட்டடக் காலிட தவிர்க்கப்படுகின்றன.)

கிழமைகளில் ஞாயிறும், செவ்வாயும் கூடாது. மற்ற நாட்கள் ஏற்கக்கூடியவை. அசுவினி, ரோகிணி, மூலம், உத்தரம், உத்தராடம், உத்திரட்டாதி, மிருகசீரிஷம் நக்ஷத்திரங்கள் கட்டடம் துவங்க உகந்தவை.

கட்டடம் கட்டுவதற்கான இடம் தேர்ந்தெடுத்தல் வாஸ்து சாஸ்திரத்தில் கூறப்பட்டிருப்பது போன்றவையே.

வீடுகள் பலவகைப்படும்.

1. 'நாராயணன் கோயிலுக்கு நாலு பக்கம் வாசல்' என்ற முதுமொழிப்படி ஆலயங்களுக்கு நான்கு புறம் வாயில்கள், கோபுரங்கள் இருக்கலாம். ஆனால், வீடுகளுக்கு அவ்வாறு கூடாது. இது 'சர்வதோபத்ர' எனப்படும்.

2. மேற்கில் வாயில் இல்லாத வீடு 'நந்தியவர்த்தம்' எனப்படும்.

3. தெற்கில் வாயில் இல்லாதது 'வர்த்தமனம்' எனப்படும்.

4. கிழக்கில் வாயில் இல்லாதது 'ஸ்வஸ்திகர்' எனப்படும்.

5. வடக்கில் வாயில் இல்லாதது 'ருசிகம்' எனப்படும்.

சாதாரண மக்கள் இல்லம் முப்பத்திரண்டு முழம் (அ) 16 கஜம் (அ) 48 அடி நீளம் இருக்கவேண்டும். சமூகப் பிரஷ்டன் வீடு 16 முழம் (அ) 8 கஜம் நீளம் இருக்கலாம். மரங்கள் வீட்டின் பின்புறம் இருத்தல் நலம்.

மேலும், எவ்வகையான மரம் தேர்ந்தெடுக்க வேண்டும், அரண்மனைகள் நிர்மாணம் போன்றவையும் கூறப் பட்டுள்ளன.

அடுத்து விக்கிரகங்கள் அமைப்பது பற்றிய விவரங்கள் கூறப்பட்டுள்ளன.

(விவரங்கள் – அக்கினி புராணம் காண்க)

அடுத்து மண்டபங்களின் விவரங்கள் தரப்பட்டுள்ளன.

1) 64 தூண்கள் கொண்டது புஷ்பக மண்டபம். 2) 62 தூண்கள் கொண்டது புஷ்பபத்திர மண்டபம். 3) 60 தூண்கள் கொண்டது சுவ்ரத மண்டபம். 4) 58 தூண்கள் கொண்டது அமிர்தநந்தன மண்டபம். 5) 56 தூண்கள் உடையது தௌஷல்ய மண்டபம். 6) 54 உடையது புத்திஸங்கீர்ண மண்டபம். 7) 52 தூண்கள் உடையது கஜபத்திர மண்டபம். 8) ஜயவாஹ மண்டபத்துக்கு 50 தூண்கள். 9) 48 கால்கள் உடையது ஸ்ரீ வத்ச மண்டபம். 10) 46 தூண்கள் உடையது விஜய மண்டபம். 11) வாஸ்து கீர்த்தி மண்டபத்திற்கு 44 தூண்கள். 12) சிருதிஞ்ஜய மண்டபத்துக்கு 42 கால்கள். 13) யஜ்ஞபத்திர மண்டபத்துக்கு 40 தூண்கள். 14) 38 தூண்கள் உடையது விசால மண்டபம். 15) சுஷ்லிஷ்ட மண்டபத்திற்கு 36 தூண்கள். 16) சத்ரு மர்த்தன மண்டபம் 34 தூண்கள். 17) பாக பஞ்ச மண்டபம் 32 தூண்கள். 18) 30 தூண்கள் நந்தன மண்டபம். 19) 28 தூண்கள் மானவ மண்டபம். 20) 26 தூண்கள் மான பத்திரக மண்டபம். 21) சுக்கிரீவ மண்டபம் 24 கால்கள். 22) ஹரித மண்டபம் 22 தூண்கள். 23) கர்ஹிக்ர மண்டபம் 20 கால்கள். 24) சதர்த்திகா மண்டபம் 18 தூண்கள். 25) 16 கால் மண்டபம் சிம்ம மண்டபம். 26) சியாமபத்திர மண்டபம் 14 கால்கள். 27) 12 தூண்கள் உடையது சமுத்திர மண்டபம். இவை முக்கோணம், அரை வட்டம், செவ்வக அமைப்பில் நிர்மாணம் செய்யலாம்.

14. தான தருமங்கள்

(அக்கினி புராணம், கருட புராணம், பவிஷ்ய புராணம் போன்ற பல புராணங்களிலும் தான பலன்கள் உள்ளன. காண்க)

1. துலாபுருஷ தானம் : தற்போது குருவாயூரில் நடைபெறுகிறது. ஸ்ரீ கிருஷ்ண துலாபாரம் புகழ் மிக்கது. இதில் எடைக்கு எடை தராசில் பொருள்களை நிறுத்தி அளிப்பது.

2. ஹிரண்ய கர்ப்பதானம் : அந்தணர்க்கு பொருள், பணம் அளிப்பது.

3. பிரம்மாண்ட தானம் : உலக உருவை அளிப்பது.

4. கல்பாபதாப தானம் : பொன்னால் மரம் செய்து அளிப்பது.

5. கோ ஸஹஸ்ர தானம் : பசுக்கள் தானம் (ஆயிரம்)

6. காமதேனு தானம் : பசுவும், கன்றும் பொன்னால் செய்து அளித்தல்

7. ஹிரண்ய அசுவதானம் : பொன்னாலான குதிரை.

8. அசுவ ரத தானம் : குதிரைகளுடன் கூடிய தேர் (பொன்னால் ஆனது).

9. ஹேம ஹஸ்தி ரத தானம் : பொன்யானை, ரதம்.

10. பஞ்சலங்கலக தானம் : ஏர் 5 மரத்தாலானவை; ஐம்பொன்னாலாவை அளித்தல்.

11. தரை தானம் : தரை போன்ற பொன் வடிவம்.

12. விச்வசக்கர தானம் : பொன் சக்கரம்.

13. மகாகல்பலதா தானம் : பொன்னாலான பத்து கொடிகள்.

14. சப்த சாகர தானம் : ஏழு குதிரைகள் (அ) கிண்ணங்கள் உப்பு, பால், நெய், பாகு, தயிர், சர்க்கரை, புனித நீர் ஆகியவை நிரப்பி அவற்றுள் பொன் விக்கிரகங்கள் பிரம்மா, விஷ்ணு, சிவன், சூரியன், யமன், லக்ஷ்மி, பார்வதி ஏழ்கடல் வடிவமாக எண்ணித் தானம் அளித்தல்.

15. ரத்தின தேனு தானம் : பொன்னாலான பசுவின் உறுப்புக்களில் ரத்தினங்கள் புதைத்து அளிக்கப்படும் தானம்.

16. மகா பூத கட தானம் : பொன், ஆபரணங்களால் நிரப்பப்பட்ட கலத்தைத் தானமாக அளித்தல்.

இப்படிப்பட்ட தானங்கள் நல்ல புண்ணியம் தரும் என்று எண்ணி செய்யப் படுவது நலம் பயக்கும்.

■■■

ஸ்ரீ கூர்ம புராணம்

திருமாலின் ஸ்ரீ கூர்மாவதாரம்

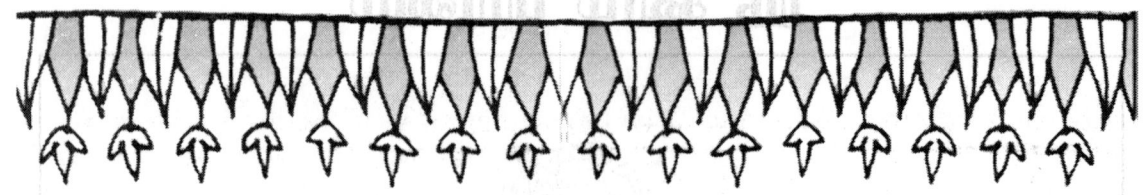

17

ஸ்ரீ கூர்ம புராணம்

1. தோற்றுவாய்

பதினெண் புராணங்களில் கூர்ம புராணமும் ஒன்று. இது பகவான் விஷ்ணு அமிர்த மதனத்தின்போது மந்தர மலை கடலில் அமிழ்ந்து போகாமல் நிலையாக நிறுத்த எடுத்த ஆமை வடிவம் பற்றிய வரலாறு. இது ஒரு சராசரி அளவுள்ள புராணம்.

மூல கூர்ம புராணத்தில் பிரம்மி சம்ஹிதை, பாகவதி சம்ஹிதை, கௌரி சம்ஹிதை, வைஷ்ணவி சம்ஹிதை என்று நான்கு பெரும் பிரிவுகள் இருந்தன. பிரம்மி சம்ஹிதை என்ற பிரிவு மட்டுமே கிடைத்துள்ளது. இதை வைத்தே இதற்குக் கூர்ம புராணம் என்ற பெயர் ஏற்பட்டது.

பிரம்மி சம்ஹிதை முதல் பாகம் பூர்வபாகம் என்றும், கூடுதல் பகுதி உபரி பாகம் என்றும் கூறப்படுகிறது. முன்னதில் 52 அத்தியாயங்களும், பின்னதில் 44 அத்தியாயங்களும் உள்ளன.

புராண இலக்கணங்களாகக் கூறப் பட்டுள்ள ஐந்தும் இதில் கூறப்பட்டுள்ள தால் இது மகாபுராணம் எனப்படுகிறது.

கூர்ம புராணத்தின் ஒரு பகுதியாக 'ஈச்வர கீதை' உள்ளது. இது யோகத்தைப் பற்றி விவரிக்கிறது. கூர்ம புராணம் ஒரு தாமசிக புராணம் ஆகும்.

பகவான் விஷ்ணு கூர்ம (அ) ஆமை வடிவில் இதை உரைத்ததால் இது கூர்ம புராணம் எனப்படுகிறது. இதனை இந்திரத்ம்யுனனுக்குக் கூறினார்.

பதினெட்டுப் புராணங்களின் பட்டிய லில் சிவ புராணம் உண்டு என்பர். வேறு சிலர் சிவ புராணத்துக்குப் பதிலாக வாயு புராணத்தைத் சேர்த்து கூறுவர். சிலர் சிவ புராணம், வாயு புராணம் இரண்டையும் சேர்த்து பட்டியலில் 19 புராணப் பெயர்களைக் கூறுவதும் வழக்கத்தில் உள்ளது.

2. இந்திரத்யும்மன்

முன்னர் ஸ்ரீ கல்பத்தில் இந்திரத்யும்மன் என்றொரு பிராமணன் இருந்தான். அவன் முற்பிறவியில் ஓர் அரசன். அவன் விஷ்ணுவைப் பூசித்து அவர் மூலம் கூர்ம புராணத்தைக் கேட்டான்.

அதன் பலனாக இந்த ஜன்மத்தில் அந்தணனாகப் பிறந்தான். அவன் சதா சர்வகாலமும் மஹா விஷ்ணுவையே தியானித்து வந்ததால் மஹாலக்ஷ்மி அவன் எதிரே பிரத்தியட்சமானாள். அவன் ஸ்ரீ தேவியைப் பார்த்து அவள் யார்? என்று கேட்க, மகாலக்ஷ்மி ''நான் விஷ்ணு பத்தினி, விஷ்ணுமாயை. என்றும், நான் வேறு; பகவான் வேறல்ல. விஷ்ணு, பிரம்மா, சிவபெருமான் களுடைய ஆன்மா. அவரைப் பூசித்தால் மோக்ஷம் கிட்டும். நீயும் அவ்வாறே செய்'' என்று கூறி மறைந்து விட்டாள்.

அந்தணன் இந்திரத்யும்மன் ஸ்ரீ நாதனைக் குறித்துப் பூசை செய்ய விஷ்ணு காட்சி அளிக்க அவரை வணங்கி நிற்க, அவனை இருகரங்களால் தொட,

அந்தணன் பிரம்ம தத்துவம் அறிய லானான்.

உடனே அந்தப் பிராமணர், தான் என்ன செய்ய வேண்டும் என்று ஆணை யிடுமாறு கூற, பகவான் ''சிருஷ்டிக்கெல் லாம் மூல காரணம் நான் ஒருவனே. இந்தப் பரம ஞானத்துடன் காரியங் களைச் செய்வாயாக'' என்று சிருஷ்டி முறை அனைத்தையும் போதித்தார். அன்று முதல் பிராம்மணன் 'சர்வம் விஷ்ணு மயம் ஜகத்' என்று அனைத்திலும் பரமாத்வைக் கண்டு ஆனந்த பரவச மானான்.

ஒரு நாள் அந்தப் பிராமணன் சூரியன் கட்டளைப்படி பிரம்மலோகம் சென்று பார்க்க நினைக்க அவன் முன் ஒரு விமானம் வந்து நின்றது. அதில் ஏறிச் செல்லுகையில் தேவர்கள், கந்தர்வர்கள், முனிவர்கள் அவ்விமானத்தின் பின் கூட்டம், கூட்டமாகச் சென்றனர். அவர்கள் முன்னே ஆயிரம் சூரியன் ஒளியைக் கண்டனர். அதில் பிரம்மாவைக் கண்டனர்.

இந்திரத்யும்மன் முன்னால் சென்று பிரம்மாவின் கால்களில் வீழ்ந்து வணங் கினான். அவனைப் பிரம்மா தூக்கி நிறுத்தி ஆலிங்கனம் செய்து கொண்டார். அப்போது அவன் உடலிலிருந்து பேரொளி ஒன்று தோன்றி சூர்ய மண்டலத்தில் பிரவேசித்தது.

எந்த புண்ணியாத்துமா பிரம்ம ஞானியாகி உத்தராயணத்தில் மரணம் அடைவானோ, அவன் தேவதைக்குச் சமமான மகிமை பெற்றுச் சூரிய ஒளியுடன் கலந்துவிடுவான் என்கிறது வேதம். அதுவே ஜன்ம சாபல்யம் அல்லவா!

3. பாற்கடலைக் கடைய ஆயத்தம்

பிரம்மா சிருஷ்டியை ஆரம்பித்த பிறகு தேவேந்திரன் ஒரு நாள் கொலு வில் வீற்றிருக்க தேவர்கள், கந்தர்வர்கள், மும்மூர்த்திகள் கிம்புருடர்கள் நடன மாடி, அப்சரஸுகளின் ஆடல் பாடல் நடைபெற்றது. சிவதாண்டமும் கூடியது.

அவ்வமயம் குபேரன் எழுந்து, ''எனக்கு நவநிதிகள், ரத்தினங்கள் யாவும் கொடுக்கப்பட்டிருந்தன. இந்திரன் பதவி ஏற்றிட அவை யாவும் செலவழிந்து விட்டன. மகேச்வரர் இந்திராதி தேவர்களுக்கும், சூரியன், சந்திரன் ஆகியோருக்கும் என்னிட மிருந்து நிதியை எல்லாம் எடுத்துச் செலவழித்தார்'' என்று கூறினான்.

அப்போது விஷ்ணு குபேரனின் கூற்றை ஆமோதித்து, ''இனி பாற் கடலைக் கடைந்தால் அகண்ட ரத்தினங் களும், மற்றும் அபூர்வ பொருள்களும் கிடைக்கும். எனவே அதற்கான முயற்சி யில் ஈடுபடுங்கள்'' என்று கூறினார். உடனே அனைவரும் பாற்கடல் உள்ள இடத்தில் ஒன்று கூடினர். அரக்கர் கூட்டத்தையும் அனுப்பி வைக்குமாறு பாதாள லோக பலிச் சக்கரவர்த்திக்குச் செய்தி அனுப்பினார்.

அப்போது அசரீரி கூறியவாறு மந்தர மலைக்கெதிரில் விசித்திர நிறங்க ளுடைய ஆமை உள்ளது. அதனைக் கொண்டுவந்து கடலில் விட்டனர். உடனே அது மிகப் பெரிய உருவெடுத்து மந்திர மலையைத் தன் முதுகில் தாங்கிற்று. பின்னர் வாசுகியை நாணாக மலையைச் சுற்றிக் கொள்ளுமாறு விஷ்ணு கூற, அது தான் தூள் தூளாகி விடுவேன் என அஞ்சிக் கூறிட, பகவான் உலகையே தாங்கும் உனக்கு இது ஒரு பொருட்டல்ல என்று கூறினார். 'உனக்கோர் ஆபத்துமின்றி நான் பார்த்துக் கொள்கிறேன்' என்றார்.

இவ்வாறு பாற்கடல் கடைவதற்கான எல்லா ஏற்பாடுகளும் நடைபெற, வாசுகி மந்திர மலையைச் சுற்றிக்கொள்ள அதன் தலைபக்கம் ராக்ஷசர்களும், வால் பக்கம் தேவர்களும் இருந்து பாற்கடலைக் கடைய ஆரம்பித்தனர்.

4. பாற்கடலில் தோன்றியவை

தேவர்கள், முனிவர்கள், கந்தர்வர்கள் ஆகியோர் விண்ணிலிருந்து 'பாற் கடலைக் கடைவதை'க் காணலுற்றனர்.

இடையில் கடைவதில் ஈடுபட்டவர் கள் களைப்புற்றனர். அவர்களுக்கு இயலாமை ஏற்பட்டது. எல்லோரும் தேவையான பலம் தந்து இந்தக் கடைவதை வெற்றிகரமாக்குமாறு ஸ்ரீ ஹரியை வேண்டினர்.

அப்போது மகாவிஷ்ணு, ''தேவர் களே, தானவர்களே, இதற்குப் போய் அலுத்துக் கொள்ளலாமா? இது மிக அற்பப்பணி. சமுத்திரம் உள்ளது; மத்து உள்ளது; கயிறு உள்ளது; நானிருக் கிறேன். மேலும் முயற்சி செய்யுங்கள்'' என்றார்.

அவர்கள் மறுபடியும் புது உற்சாகம், பலம் கொண்டு கடைய ஆரம்பித்தனர். அப்போது மலை பலவிதமாக அசைய ஆரம்பித்தது. அப்போது மகாவிஷ்ணு மலையைக் காலால் அழுத்தினார். பின்னர் முழுமனதுடன், முழுமூச்சாய் மதனம் நடைபெற்றது.

சிலநேரம் வரை ஒன்றுமே பலன் கிடைக்காததால் பிரம்மா ஜாம்பவானை ஓஷதிகளைக் கடலில் சேர்க்குமாறு கூறினார். பிறகு கடலிலிருந்து ஒரு வெள்ளை ரசம் வெளிவர அதனை பிரம்மா ஒரு தங்கக் கலசத்தில் போட்டு வைத்துக் கொண்டார்.

மேலும் கடைந்திட அதிலிருந்து ஐராவதம் என்னும் யானை தோன்றியது. பிறகு மதுரசம் தோன்றியது. அதன் நாற்றம் பொறுக்க முடியாமல் அதனை வெறுத்தனர். அடுத்து சந்திரன் தோன்றி னான். உடனே மகாலக்ஷ்மி பிறந்தாள். அவளுக்குப் பின்னால் ரம்பை, மேனகை, திலோத்தமை, கிருதாசி, ஸுகேசி, மஞ்சுகோஷ், சித்திரலேகை முதலிய தேவலோக நடன மாதர்கள் தோன்றினர். பிறகு நிதிகள் தோன்றின.

தினமும் ரத்தினங்கள் சிந்தும் உடலுள்ள இரண்டு திவ்விய புருஷர்கள் வெளிப்பட்டனர். பிரம்மா அவர் களிருவரையும் லக்ஷ்மி சந்நிதியில் இருக்கச் செய்தார். அவர்கள் குபேர னுக்கு நவநிதிகள் முழுவதும் கிடைக்கச் செய்தனர். பின்னர் உச்சைச்சிரவம் என்னும் வெண்குதிரை தோன்றியது.

அதன் பின் ஒரு தாமரை மொட்டு குடைபோல் தோன்றியது. அதிலிருந்து ரத்தினங்கள் கொட்ட ஆரம்பித்தன. அது தான் பிரம்ம தண்டம். அடுத்து பிரம்மா வுக்கேற்ற கமண்டலம் வெளிப்பட்டது.

பின்னர் கல்பதரு, காமதேனு, சூரிய மணி, சமந்தகமணி, கௌஸ்துபமணி, தேவதத்த சங்கு, புஷ்பகவிமானம், நந்தி கோஷ ரதம் ஆகியவை தோன்றின.

5. ஆலகால விஷமும், நீலகண்டனும்

வெளிப்பட்ட பொருள்கள் மீது ஒவ்வொருவரும் உரிமை கொண்டாட வாதம் செய்யலாயினர். அப்போது சிவ பெருமான் இவற்றை எல்லாம் ஓரிடத்தில் பத்திரப்படுத்தி மேலும் கடையுங்கள் என்று கூறினார். கடைசி யில் பங்கு போட்டுக் கொள்ளலாம் என்றார்.

இது கேட்ட அனைவரும் செயல் வீரர்களாகி வேகவேகமாகக் கடைய ஆரம்பித்தனர். அப்போது பயங்கரமான, தாளமுடியாத, அதிக வெப்பம் பரவிற்று. அதிலிருந்து விண்ணை முட்டுமளவு சுவாலை எழும்பியது. எவராலும் அதைச் சமாளிக்க இயலவில்லை. அவ்வாறு ஆலகால விஷம் தோன்ற அதன் கொடுமையைத் தவிர்க்கும் வழி பற்றி யோசிக்கலாயினர். 'இந்த விஷத்தைச் சமாளிப்பது எப்படி? மதனத்தை நிறுத்தி விடலாமா?'

அப்போது அவர்கள் அனைவரும் சிவ பெருமானிடம் ''நிலைமை மிகவும் மோசமாகிக் கொண்டிருக்கிறது.

எங்களால் சகிக்க முடியவில்லை'' என்றனர். தேவாசுரர்களின் தீன நிலை கண்டு மகாவிஷ்ணு தயை கொண்டு பெருமழை பொழியச் செய்து வெப்பத்தைத் தணித்தார். விஷ்ணு வெப்பத்தைத் தாங்கி நிற்க அவர் உடல் நீலநிறம் ஆகியது.

இனி என்ன செய்வதென்று தெரியாமல் அனைவரும் பிரம்மனிடம் சென்று வேண்ட, அவரும் அவர்களுடன் திருமாலிருப்பிடம் சேர்ந்தார்கள்.

விஷ்ணு அவர்களிடம் இப்போது அனைவரையும் காப்பாற்றக் கூடியவர் சிவபெருமானே என்று கூறி அவர்களைச் சிவனிடம் அனுப்பிவைத்தார்.

அனைவரும் கைலாயம் அடைந்து உமா மகேச்வரர்களிடம் வந்துள்ள ஆபத்தைப் பற்றி, அதாவது ஆலகால விஷத்தைப் பற்றிக் கூறித் தங்களைக் காத்தருளுமாறு வேண்டி துதி செய்தனர்.

''என் பக்தர்களுக்கு அபாயமென்றால் பார்த்துக் கொண்டு சும்மா இருக்க முடியுமா! எவ்வளவு கஷ்டமானாலும், ஆபத்து ஏற்படுவதானாலும் சரி'' என்று கூறி ஆலகால விஷத்தை ஏந்தி உட்கொண்டார். அவ்வாறு உட்கொள்ளும் முன் பார்வதியிடம் கூற அவள் பரமன் உட்கொள்வது விஷமல்ல, அமுதமாகும் என்று கூறினாள். அருந்திய ஆலகால விஷத்தை வயிற்றில் போக வொட்டாமல் நெஞ்சிலேயே நிறுத்த அது அவர் கழுத்தை நீலமாக்கி விட்டது. அவரும் அதனால் நீலகண்டன் எனப் பெயர் பெற்றார்.

எனினும் சிவனார் உடல் முழுவதும் பயங்கர வெப்பம் வீசிட பிரம்ம தேவன் சந்திரனைச் சிவனார் தலையில் நின்று அவன் அமுத கிரணங்களால் குளிரச் செய்யுமாறு கூறினார்.

மேலும் பிரம்மா கங்கையைச் சிவனார் தலையில் இருந்து உனது பிரவாகத்தால் நனைத்துக் கொண்டிரு. உனது அபிஷேகத்தால் பரமனுக்குச் சாந்தி ஏற்படுத்து என்று கூறினார்.

இதனால் சிவபெருமானுக்குச் சந்திர சூடன், சந்திர சேகரன், கங்காதரன், சந்திரகலாதரன் என்ற பெயர்கள் ஏற்பட்டன.

இவ்வாறு பரமசிவன் ஆலகால விஷத்தை உட்கொண்டு லோகக்ஷேம மார்த்தத்திற்கு உதவினார். இந்த நீலகண்டன் வரலாற்றினைச் சொல்வோர், கேட்போர், படிப்போர் சிவசாயுஜ்ய பதவி பெறுவர் என்று சூத முனிவர் கூறி முடித்தார்.

இனி பாற்கடலில் தோன்றிய பொருள்களைப் பங்கு போட்டுக் கொள்வதில் அனைவரும் கவனம் செலுத்தினர்.

6. பாற்கடலில் தோன்றியவை பங்கீடு

கைலாயத்தைச் சுற்றிலும் ஒரு ரம்மியமான ருத்திரவனம் எனப்பட்ட புஷ்ப வனம் இருந்தது. பார்வதி, பரமேச்வரர் அதில் உலாவி வந்து சுகம் அனுபவிப்பது வழக்கம். ஒரு நாள் சிவபெருமான் அங்கு ஒரு கரடியைக் கண்டு தானும் ஓர் ஆண்கரடியாகி, பார்வதி பெண் கரடியாக இருவரும் ரதி, மன்மத சுகம் அனுபவித்தனர். அவர்களுக்கு கரடி முகம் கூடிய மனித உடல் உடைய ஓர் உருவம் தோன்றியது.

அந்தக் கரடி உருவத்தைப் பார்த்து பரமன் நீ சிவாம்சத்துடன் பிறந்தாய். நீ சர்வ சாஸ்திரப் பண்டிதனாய் அச்சமென்பதே அறியாமல் விளங்குவாய் என்று கூறி ஆசிர்வதித்து வரங்கள் அளித்தார். அவனே ஜாம்பவந்தன். அவனைக் கொண்டே சமுத்திரத்தில் ஓஷதிகள் சேர்க்கப்பட்டு அமிர்தம் கடையப்பட்டது.

பின்னர் அசுரர்கள் கலகம் செய்ய பொருள்கள் பிரித்துக் கொடுக்கப்

பட்டன. ஸ்ரீ ஹரி கூர்ம வடிவை மாற்றிக் கொண்டார்.

பிரம்மா ஸ்ரீ மகாலக்ஷ்மியிடம் ரத்தின மாலையைக் கொடுத்து அவளுக்கு இஷ்டமானவர் கழுத்தில் போடுமாறு கூற, அவள் மகாவிஷ்ணுவின் கழுத்தில் அம்மாலையைச் சூடி அவனருகில் சென்று சேர்ந்தாள்.

இந்திரன் ஐராவதமும், அப்சரசுகளும், ரத்னகுடையும் பெற்றான். குபேரன் நவ நிதிகளைப் பெற்றான்.

கிடைத்த ஏழு குதிரைகள் சூரியன் தேருக்கு அளிக்கப்பட்டன. சமந்தக மணியையும், குண்டலங்களையும் இந்திரனே பெற்றான். கௌஸ்துபமணியை மஹா விஷ்ணுவுக்கு அளித்தனர். வருணன் புஷ்பக விமானத்தைப் பெற்றான். சிவ பெருமான் சங்கை எடுத்துக் கொண்டார். கருடக் கொடி உள்ள தேரை ஸ்ரீ ஹரிக்குச் சமர்ப்பித்தனர். மகாசக்கரவர்த்திகளுக்குக் கிரீடங்கள், புஜகீர்த்தி, ரத்ன ஹாரங்களைப் பங்கிட்டளித்தனர். பிரம்மா ஒரு மணியை மட்டும் ஏற்று அணிந்தார்.

அரக்கர்கள் தங்களுக்கு எதுவும் அளிக்காமல் தேவர்களே பங்கிட்டு கொள்வதைக் கண்டு ''எங்களுக்கு எதுவும் கொடுக்கவில்லையே'' என, பிரம்மா ''உங்களுக்குதான் அமிர்தம் இருக்கிறதல்லவா அதைப் பெற்றுச் சிரஞ்சீவிகளாக இருங்கள்'' என்றார்.

இவ்வாறு பிரம்மா சொன்னதும் ராக்ஷசர்கள் அமிர்த கலசத்தைக் கொடுக்குமாறு வற்புறுத்தலாயினர். ஆனால், பிரம்மா ''அமிர்தம் தேவர்கள், கந்தர்வர்கள், யக்ஷர்கள் என்று பலருக்கும் சமமாகப் பங்கிட வேண்டும்'' என்று கூறினார். இவ்வாறு தகராறு முற்றுவதைக் கண்ட பிரம்மாதி தேவர்கள் ஸ்ரீ ஹரியிடம் சென்று தங்களுக்கு உதவுமாறு வேண்டினர்.

எல்லோரும் கடற்கரையில் கூடி அமிர்தம் பெறக் காத்திருந்தனர். அப்போது அவர்கள் காதில் ஓர் இனிய கானம் வந்து விழுந்தது. கானம் வந்த திசையில் எல்லோரும் வியப்புற்று பார்க்க ஓர் அழகு சுந்தரி தங்கள் இருக்குமிடத்திற்கு வருவதைக் கண்டனர். இவ்வாறு மகாவிஷ்ணு ஜகன் மோஹினி வடிவில் வந்து கொண்டிருந்தார்.

அவள் அழகில் ஈடுபட்டு மெய்மறந்த சிலர் அவள் காலில் வணங்கி வீழ்ந்தனர். அனைவரையும் மோகினி கவர்ந்து இழுத்துக் தன் மாயவலையில் சிக்க வைத்தாள்.

பின்னர் அவர்கள் முன் உள்ள பிரச்சினை என்ன என்று கேட்க, அவர்கள் அமிர்தப் பங்கீடு பற்றி உரைத்தனர். அப்போது மோகினி தேவர்களைப் பார்த்து ''நீங்கள் இப்படி அநியாயம் செய்யலாமா? இது எனக்குக் கொஞ்சமும் பிடிக்காது!'' என்று தேவர்களை வெறுப்பது போலும், அசுரர்கள் பக்கம் சார்ந்து பேசுவது போலும் நடிக்க, அதை நம்பிய அசுரர்கள் மோகினியிடம் அவளையே அனைவர்க்கும் அமிர்தத்தைப் பங்கிட்டளிக்குமாறு வேண்டினர். தேவர்களும் அதனை ஆமோதித்தனர்.

பிறகு மோகினி பிரம்மனிடமிருந்து அமிர்த கலசத்தையும், சுரா பாத்திரத்தையும் எடுத்துக் கொண்டாள். பின்னர் தேவர்களை ஒரு பக்கமும், அசுரர்களை மற்றொரு பக்கமும் வரிசையாக உட்காரச் செய்தாள். பின்னர் அசுரர்களைத் தன் மோகனச் சிரிப்பால் வசப்படுத்திக் கொண்டே அவர்களுக்கு சுராபானத்தையும், தேவர்களுக்கு அமிர்தத்தையும் பங்கிட ஆரம்பித்தாள். மோகினியின் மாயத்தால் அசுரர்களுக்குச் சுராபானத்திற்கும் அமிர்தத்துக்கும் வேறுபாடு தெரியவில்லை. ஆனால் அரக்கர்களில் ஒருவன் மட்டும் தனக்கு அமிர்தம்

கிடைக்காதென உணர்ந்து தேவர்கள் உருவில் அவர்கள் வரிசையில் அமர்ந் தான்.

இதை யாரும் கவனிக்கவில்லை. ஆனால், விண்ணிலிருந்து பார்த்து விட்ட சூரியனும், சந்திரனும் இது பற்றி மகாவிஷ்ணுவிடம் கூற அவர் சக்கராயு தத்தை ஏவி அவன் தலையை வெட்டச் செய்தார். அவன் மரணமடையவில்லை.

தலையும், முண்டமும் வெவ்வேறாக ககனவீதியில் உயிருடன் திரிய பின்னர் அவையே ராகு, கேதுக்களாக மாறி நவக்கிரகங்களில் இரண்டாயின.

இதனால் கோபம் கொண்ட அசுரர் களைப் பகவான் அடக்கி பாதாளத்திற்கு அனுப்பினார். தேவர்களுக்கு தேவராஜ்ஜி யம் கிடைத்தது.

7. கவுதம முனிவர் அனுபவம்

முன்பொரு சமயம் எங்கும் பசி, பட்டினி, உணவின்மை, பஞ்சத்தால் அனைவரும் பாதிக்கப்பட்டனர். காட்டில் வாழ்ந்த முனிவர்களும் இதற்கு விதிவிலக்கல்ல.

கவுதம முனிவர் என்னும் சக்திவாய்ந்த ரிஷி காட்டில் ஆசிரமம் அமைத்து வாழ்ந்து வந்தார். அவருடைய ஆசிரமப் பகுதியில் மட்டும் மழை பொய்க்காமல் பெய்து செழிப்பாக இருந்தது. அங்கு பஞ்சம் தலை காட்டவில்லை. எனவே, மற்ற முனிவர்கள் கவுதம முனிவரை வேண்டிட அவரும் அவர்களுக்கு உண்ண உணவும், உறைவிடமும் தந்து உதவினார். இவ்வாறு பன்னிரண்டு ஆண்டுகள் கழிந்தன.

மழை பெய்து பஞ்சம் பறந்தோடியது. எனவே முனிவர்கள் தங்களுக்கு விடை அளித்து அனுப்புமாறு வேண்டினர். கவுதமன் இன்னும் சில நாட்கள் இருந்து செல்லுமாறு பணித்தார். அவ்வமயம் முனிவர்கள் கவுதமரின் பெருமையைக் கண்டு பொறாமை கொண்டனர். அவர்கள் மாயையால் ஒரு கரிய கன்றுக் குட்டியை உருவாக்கி கவுதமரிடம் அனுப்ப அதை அவர் தொட்டவுட னேயே கீழே விழுந்து உயிர்விட்டது.

அதைக் கண்டு முனிவர்கள் கவுதமரிடம் அவர் பசுவைக் கொன்று, மகாபாவி ஆகிவிட்டதால் அவருடைய விருந் தாளியாக இருக்க முடியாது என்று கூறிச் சென்றனர். பின்னர் கன்று குட்டியின் விவகாரம் மாயை என அறிந்தார். உடனே முனிவர்களைப் பார்த்து அவர்கள் வேத நெறி பிசகியதால் நரகத்தில் உழன்று, பல முறை பிறந்து, இறந்து அவர்கள் பாவத்தைப் போக்கிக் கொள்ளுமாறு சபித்தார்.

அச்சம் கொண்ட முனிவர்கள் அரனை யும், அரியையும் துதித்து தங்களுக்குப் பாவ விமோசனம் அருள வேண்டினர்.

''வேத நெறியைப் பின்பற்றாதவர்கள் நரகத்தில் உழல வேண்டியதே. வேறு வழியில்லை. எனவே, வேறு சில சாஸ்திரங்களை அவர்கள் பின்பற்ற உண்டாக்கினர். அவர்கள் நரகில் பல காலம் உழன்று, பல பிறவிகள் எடுத்துப் பாவத்தைப் போக்கிக் கொள்ள வேண்டும். அதுவே அவர்கள் செய்யக் கூடிய தவம்'' என்றார்.

காபாலம், நாகுலம், வாமம், பைரவம், பாஞ்சராத்திரம், பாசுபதம் முதலிய சாஸ்திரங்களை ஹரிகேசவர்கள் தோற்றுவித்தனர். சிவனும் காபாலிக னாக உலகில் திரிய ஆரம்பித்தார்.

அப்போது பார்வதிதேவி விஷ்ணுவின் உறைவிடத்தில் இருக்க, அவரும் பெண்வடிவில் பார்வதிக்கு உதவியாக இருந்தார்.

8. அந்தகன் என்னும் அரக்கன்

அந்தகன் என்னும் அரக்கன் மந்தர மலையின் மீது ஒரு நாள் உலாவிக் கொண்டிருந்தான். அதேசமயம் அங்கு

உலாவிக் கொண்டிருந்த பார்வதியைக் கண்டு மோகம் கொண்டான். சிவன் இல்லாததை அறிந்து பார்வதியைக் கைப்பற்ற எண்ணி பார்வதியின் இருப்பிடம் சென்று அங்கு நந்தி காவல் இருப்பதைக் கண்டான். நந்தி வழி மறிக்க இருவருக்கும் சண்டை ஏற்பட அசுரன், அசுரர்படையை நந்தியின் மீது ஏவிட, நந்தி விஷ்ணுவிடம் முறை யிட்டார். அவர் பல சக்திகளை உருவாக்க அசுரர்களிடம் அவை போரிட்டன. அந்தகன் தோற்று ஓடினான்.

பன்னிரண்டு ஆண்டுகள் கழித்துச் சிவபெருமான் திரும்பி வந்தார். நிகழ்ந்த தனைத்தையும் அறிந்தார். அந்தகன் புதுப் பலத்துடன் சிவ கேசவர்களை எதிர்த்துப் போரிட வந்தான். சிவனும், விஷ்ணுவும் இணைந்து போர் செய்தனர். ''அந்தகனை உன்னால்தான் கொல்லமுடியும். அவனைக் கொன்று விடு'' என்று சிவனிடம் ஹரி கூறினார்.

சிவபெருமான் அரக்கனைச் சூலத்தால் குத்தி எடுத்துத் தாண்டவம் புரிந்தார். சூலத்தின் மகிமையால் அரக்கன் மனத் தூய்மை பெற்று சிவத்துதி செய்ய ஆரம்பித்தான்.

அதனால் மகிழ்ச்சியுற்ற சிவபெரு மான் அந்த அரக்கனைக் கீழே இறக்கி தன்னிடம் ஒரு கணநாயகனாக வைத்துக் கொண்டார். அவன் நந்திக்குத் தோழ னானான்.

9. சப்த சாரஸ்வத தீர்த்தம் மங்கணன் கதை

ஒருவன் சப்த சாரஸ்வத தீர்த்தத்தினுள் தவம் செய்வதால் ஞானம் ஏற்பட்டு, தவமும் பலிக்கும். மங்கணன் என்பவன் மஹரிஷிகளிடம் இந்தத் தீர்த்த மகிமை யைக் கேட்டறிந்து, அத்தீர்த்தத்தில் நீராடி சிவபக்தனானான். அவன் சிவனைக் குறித்துத் தவம் செய்யலானான். அவன் மேனி பேரொளி பெற்றது. பக்தி பரவசத் தால் அவன் பரமனைப் போலவே தாண்டவம் ஆட ஆரம்பித்தான்.

அவன் முன் சிவபெருமான் காட்சி யளித்தும் அவன் தாண்டவத்தை நிறுத்த வில்லை. அப்போது பரமசிவனார் ஆயிரம் சிரங்கள், ஆயிரம் கரங்கள் கொண்டு பயங்கரமான விசுவரூபம் கொண்டார். அவர் அருகில் ஒளிமிக்க ஒரு தேவதையும் இருந்தாள். இவ்வடிவில் அவர் செய்த மகாதாண்டவம் கண்ட மங்கணன் சிவபெருமானை வணங்கி ருத்ர அத்தியாயத்தில் துதி செய்தான். அது கேட்டு மகிழ்ந்து சிவனார் விசுவ ரூபத்தை மாற்றி முன் உருவுடன் தோன்றினார். அருகில் இருந்த தேவதை யும் மறைந்து விட்டாள்.

அப்போது மங்கணன் சிவபெரு மானை வணங்கி, ''விசுவரூபம் ஏன்! அருகிலிருந்த அழகிய தேவதை யார்?'' என்று கேட்டான்.

அதற்குப் பரமன் ''இது பரமேசுவர ரின் திவ்ய ரூபம். நானே அது. என்னருகில் இருந்தது பிரகிருதி ரூபிணி. நானே பிரம்மாவாகி இருபத்தைந்து தத்துவங் களுடன் சிருஷ்டிக்கிறேன். விஷ்ணு வடியில் அனைத்தையும் போஷிக்கிறேன். கால சொரூபனாய் அழிக்கிறேன். என்னுள் எல்லாம் ஐக்கிய மாகி விடுகின்றன. எல்லா ஜீவராசி களிலும் நானே ஜீவாத்மாவாக விளங்கு கிறேன். என்னைக் காட்டிலும் வேறொன் றுமில்லை. இந்தத் தத்துவத்தை அறிந்து பக்தியுடன் என்னை உபாசனை செய்து சாயுச்சிய பதவியை அடைவாயாக'' என்று கூறி மறைந்தார்.

மங்கணனும் அவ்வாறே செய்து சாயுச்சிய பதவி பெற்றான்.

10. ஐயத்துவஜன் ஐவரின் ஐயமும் சப்த ரிஷிகள் தீர்ப்பும்

கார்த்த வீர்யார்ச்சுனனுக்கு சூரன், சூரசேனன், திருஷ்ணன், கிருஷ்ணன், ஐயத்துவஜன் என்று ஐந்து புதல்வர்கள். அவர்களில் ஐயத்துவஜன் சிறு வயது முதலே ஞான சம்பன்னனாக, நாராயண பக்தனாக இருந்தான். ஆனால், மற்ற நால்வரும் முன்னோர்கள் போல் சிவபக்தர்கள்.

ஒரு நாள் மற்ற நால்வரும் இளைய சகோதரனைப் பார்த்து ''நம் முன்னோர் களும் சிவபக்தர்களாயிருக்க, நீ மாத்திரம் ஏன் விஷ்ணு பக்தனானாய்?'' என்று வினவ, ஐயத்துவஜன் ''அரசர்களுக் கெல்லாம் நாராயணனே தெய்வம். அவரே பிரம்மா படைத்த உலகைப் பரிபாலனம் செய்கிறார். சுருதிகள் பகவான் விஷ்ணுவம்சத் தோன்றல்களே மன்னர்கள்'' என்றான் அவனது சகோதரர்கள் ''சிவன், சத்துருசங்காரம் செய்திடும் நம்முடைய ஆராதனைக்கு உரியவர். நமக்கு ஞானமும், மோக்ஷமும் அருள்வார்'' என்றனர். அப்போது ஐயத்து வஜன் ''ஒருவன் செய்யும் தர்ம, ஆசரணமே முக்திகளுக்கு காரணம்'' பரதர்மங்கள் எவ்வளவு சிறந்தவை யானாலும் ஆசரணத்துக்கு உதவாதவை என்று பகவானே சொல்லி இருக்கிறார்.

இவர்கள் வாதத்திற்கு முடிவேற்படாத நிலையில் சப்த ரிஷிகளை அணுகி தங்கள் பிரச்சினைக்குத் தீர்வு அளிக்கு மாறு வேண்டினர். ''யாருக்கு எந்தத் தெய்வத்தின் மீது இஷ்டம் உள்ளதோ அதுவே அவருடைய பர தெய்வம் ஆவார். ஆனால் காரண, காரியங்களுக் கேற்ப மற்ற தெய்வங்களைப் பூசிப்பது தற்கலிகமான பலனைக் கோரியே. அந்தப் பூஜைகள் நியதங்கள் ஆகா. மன்னர்களுக்கு விஷ்ணுவும், இந்திரனும் தெய்வங்கள். பிராம்மணர்களுக்கு அக்கினி, சூரியன், பிரம்மா, சிவன் ஆகியன தெய்வங்களாகும். தேவர் களுக்கு விஷ்ணுவும், ராக்ஷசர்களுக்குச் சிவனும், யக்ஷ, கந்தர்வர்களுக்கு சோமனும் (சந்திரன்) தெய்வங்கள் என்று பிரம்ம தேவன் சிருஷ்டியின் துவக்கத்தி லேயே உறுதிப்படுத்தி உள்ளார்.''

இவ்வாறு சப்த ரிஷிகள் கூறியதைக் கேட்டு சகோதரர்கள் ஐவரும் தம் இடம் சேர்ந்து அவரவர் இஷ்ட தெய்வத்தைப் பூசித்து வந்தனர்.

ஒரு நாள் விதேஹன் என்ற தானவன் அவர்கள் நகரத்தின் மீது போர் தொடுத்தான். கண்டவர்களை எல்லாம் கொன்றான். அனைவரும் அச்சமுறும் வகையில் மகாநாதம் (அ) பேரொலி செய்து கர்ச்சித்தான்.

சூர சேனாதிகள் ஐவரும் அவனைக் கொல்ல முற்பட்டனர். அவர்கள் தொடுத்த பாணங்கள், விடுத்த ஆயுதங் கள் எதுவும் அவனிடம் பலிக்கவில்லை. ஐயத்துவஜன் தவிர மற்றவர்கள் ஓடி விட்டனர். ஐயத்துவஜன் தன் இஷ்ட தெய்வமான ஸ்ரீ விஷ்ணுவைத் தியானித் தான். அப்போது பகவான் அவன் முன் தோன்றி தன் கையிலிருந்த சக்கரா யுதத்தை அவனுக்கு அளித்தார். உடனே ஐயத்துவஜன் ஸ்ரீ ஹரியைத் தியானித்து அந்தச் சக்கரத்தைச் செலுத்த அது விதேஹன் தலையை வெட்டி வீழ்த்தி யது.

ஐயத்துவஜனின் சகோதரர்கள் அவனைப் புகழ்ந்தனர். விசுவாமித்திரர் வந்து அவனைப் பாராட்டிச் சென்றார்.

தமையன் நால்வரும் ருத்திரயாகம் செய்ய, அதனை வசிஷ்டாதி முனிவர்கள் நடத்தி வைத்தனர்.

ஐயத்துவஜன் விஷ்ணுயாகம் செய்ய அதற்கு விசுவாமித்திரர் வந்திருந்து சாங்கோ பாங்கமாய் நிர்வகித்து அவனைக் கிருதார்த்தன் ஆக்கி அருளினார்.

11. துர்ஜயனும் ஊர்வசியும்

சந்திர வம்சத்தில் தோன்றிய துர்ஜயன், கற்பில் சிறந்த தன் மனைவியுடன் வாழ்ந்து வந்தான்.

ஒரு நாள் அவன் காளித்தி நதி தீரத்தில் அழகிய கானம் ஒன்று கேட்டான். கானம் வந்த திசையில் சென்று ஊர்வசி என்னும் அப்சரஸைக் கண்டு மோகிக்க, அவளும் அவன்மீது ஆசைபட இருவரும் பல ஆண்டுகள் சுகித்து இருந்தனர்.

ஒரு நாள் துர்ஜயன் திடீரென்று தன் நாடு, மனைவி ஆகியோரைப் பற்றி எண்ணி தன் வீட்டுக்குச் சென்றுவர ஊர்வசியிடம் அனுமதி கோரினான்.

அப்போது ஊர்வசி இன்னும் ஓராண்டு காலம் தன்னுடன் இருக்குமாறு கூறினாள். துர்ஜயன் தன் நாட்டைப் பார்த்துவிட்டு உடனே திரும்பி விடுவதாக உறுதிப்பட கூறினான்.

அப்போது ஊர்வசி ஒரு நிபந்தனை இட்டாள். ''மற்ற எந்த ஸ்திரீயிடமும் கணவனாக வாழக்கூடாது'' என்றாள்.

அந்த நிபந்தனையை ஏற்று மன்னன் நாடு திரும்பினான். ஊர்வசிக்கு அளித்த வாக்குப்படி மனைவியை அவன் நெருங்கவில்லை. அதன் காரணத்தைப் பின்னர் துர்ஜயன் மனைவி அறிந்து கொண்டாள். அவன் பாவம் செய்ததைக் கணவனுக்கு எடுத்துக் காட்டினாள் அந்த கற்புக்கரசி. ''ஏக்கம் கொள்வதில் பயனில்லை. பாவத்துக்குப் பரிகாரம் பச்சாத்தாபம் மட்டுமல்ல. இது ஒரு மன்னனுக்கு அழகல்ல. தவம் செய்ய வேண்டும்'' என்றாள் அந்த மாதரசி.

எத்தகைய தவம் செய்யவேண்டும் என்று அறிய கண்வ முனிவரை அடைந்து வேண்டிட, அவர் இமயமலைக்குச் சென்று தியானம் செய்யுமாறு கூறினார்.

செல்லும் வழியில் மன்னன் ஒரு கந்தர்வனைச் சந்தித்தான். அவன் கழுத்தில் ஒரு தெய்வீகமாலை இருந்தது. ஊர்வசியை நினைத்தான். அவளுக்கே உரித்தானது அந்த மாலை என்று கந்தர்வனைத் தோற்கடித்து, மாலையைப் பெற்று அதனை ஊர்வசிக்கு அணிவிக்க விரைந்தான். ஆனால், ஊர்வசி முன் இருந்த இடத்தில் இல்லை. அவளைத் தேடி அலைந்தான்.

சுமேரு மலையில், மானச ஏரிக்கரையில் ஊர்வசியைக் கண்டு அவளுக்கு அம்மாலையை அணிவித்து சில காலம் அவளுடன் மகிழ்ச்சியாக இருந்து வந்தான்.

ஒரு நாள் ஊர்வசி, மன்னனை தன் நாடு சென்றிருந்த காலத்தில் என்ன நடந்தது என்று கேட்டாள். நிகழ்ந்ததை எல்லாம் மன்னன் கூற, ஊர்வசி அவனை உடனே சென்று விடுமாறும் இல்லாவிட்டால் கணவர், துர்ஜயன் மனைவி ஆகியோர் சாபத்துக்கு ஆளாக நேரிடும் என்று கூறி அவனைப் போகச் சொல்ல ஊர்வசியை விட்டுப் பிரிய அவனுக்கு இஷ்டமில்லை. ஊர்வசி தன்னை அழகற்றவளாக மாற்றிக் கொள்ள அவன் அவள் மீது வெறுப்புக் கொண்டு தவம் செய்யச் சென்றான். மொத்தம் இருபத்து நான்கு ஆண்டுகள் மிக்க கோரத்தவம் செய்தான்.

தவம் முடிந்து கண்வர் இருக்குமிடம் அடைந்து முனிவரிடம் நடந்ததை எல்லாம் விவரித்தான்.

முனிவர் அவன் மாறுதலையும், தவத்தையும் கேட்டு மகிழ்ந்தார். பின்னர் அவர், அது மட்டும் போதாது என்றும் சிவபெருமான் உறையும் வாரணாசிக்குச் செல்லுமாறும் அறிவுரை கூறினார். அவர் மேலும் சிவபெருமான் வாரணாசியில் எப்போதும் இருக்கிறார். அவருடைய தரிசனமும், பூஜையும் மன்னனுடைய பாவத்தை நீக்கிவிடும் என்றார்.

அவ்வாறே துர்ஜயன் செய்து பாவ விமோசனம் பெற்றான். வாரணாசி

செல்வதும், சிவபூஜையும் சிறந்த பலனைத் தரும்.

12. கிருஷ்ணனின் தவம்

கிருஷ்ணன் புத்திர பாக்கியம் வேண்டி உபமன்யு முனிவர் ஆசிரமம் நண்ணி னான். அப்போது அவன் முனிவர்களை வாழ்த்தினான், அவர்கள் அவரைத் துதி செய்தனர்.

கிருஷ்ணன் நேரில் வாழ்த்தியது பற்றி பெரிதும் மகிழ்ந்த முனிவர் கிருஷ்ணன் வருகைக்கு ஏதேனும் முக்கிய காரணம் உண்டா என்று கேட்டார். அப்போது கிருஷ்ணன் தான் சிவனைக் காண என்ன செய்ய வேண்டும் என்று கேட்க, அதற்கு முனிவர் உண்மையான நம்பிக்கையுடன் தியானம் செய்து கடின தவம் செய்தால் சிவனைக் காணமுடியும் என்றார்.

அது கேட்ட கிருஷ்ணன் தவக்கோலம் பூண்டு பாசுபத விரதம் அனுஷ்டித்து தியானிக்க உமா மகேச்வரர்கள் காட்சி அளித்தனர்.

அப்போது சிவனார், கிருஷ்ணனிடம் அவர் விஷ்ணுவே நினைத்ததைப் பெறும் சகல வல்லமை படைத்தவர் என்றும் தன்னை வேண்டியது ஏன் என்றும் கூறிட, கிருஷ்ணன் தனக்குச் சிவபெருமானை ஒத்ததோர் மகன் வேண்டும் என்றார். அவ்வாறே வரம் பெற்ற அவருக்கு ஜாம்பவதி மூலம் சாம்பன் பிறந்தான்.

13. சிவனது அவதாரங்கள்

கூர்ம புராணம் சிவபெருமான் எடுத்த அவதாரங்களைப் பற்றித் தெரிவிக்கிறது. ஒவ்வொரு யுகத்திலும் ஒவ்வொரு அவதாரம் கொண்டார் அவர். அவை யாவன :

1) ஸ்வேதா 2) சுதாரா 3) மதனன் 4) சுஹோத்திரன் 5) கங்கணன் 6) லோகாக்ஷி 7) ஜெய் கிஷ்ஹவ்யன் 8) தாதிவாகன் 9) ரிஷபன் 10) பிருகு 11) உக்கிரன் 12) அத்திரி 13) பலி 14) கௌதமன் 15) வேத சீர்ஷன் 16) கோகர்ணன் 17) ஷிகந்தகன் 18) ஜடமாலி 19) அட்டஹாசன் 20) தாருகன் 21) லங்காலி 22) மகாயாமன் 23) முனி 24) ஷுலி 25) பிண்ட முனீச்வரன் 26) ஸஹிஷ்ணு 27) ஸோமசர்மா 28) நகுலீஸ்வரன்

14. ஈசுவர கீதை

முனிவர்களுக்கு சூதர் புராணங்கள் கூறிக் கொண்டிருந்த போது அங்கே வேத வியாசர் வந்தார். அவரிடம் முனிவர்கள் உண்மை ஞானம் பெற உபாயம் கூற வேண்ட, அவர் கூறியது இதோ :

''பரமாத்மாவே உண்மையானது. அது எல்லா இடத்திலும் தூய்மையாக வியாபித்து உள்ளது. இந்தப் பரமாத்மா விலிருந்தே இந்தப் பேரண்டம் தோன்றி யது. முடிவில் அதனுள்ளேயே ஐக்கிய மாகும். பரமாத்மன் என்பது இந்தப் பூமியல்ல அது நீர், சக்தி, காற்று அல்லது ஆகாயமும் அல்ல. அதைத் தொடவோ, உணரவோ முடியாது.

ஒவ்வொருவர் ஆத்மாவிலும் பர மாத்மா இருக்கிறார். சுகம், பாவம், மாயையினால் பரமாத்மா, ஜீவாத்மாவுக் கிடையே வேறுபாடு தோன்றும். ஞானம் பெற்றவர் மாயையிலிருந்து விடுபடுவர். எனவே தனக்கும், மற்றவற்றிற்கும் வேறுபாடு காணமாட்டான். அனைத்தி லும் பரமாத்மா ஊடுருவி உள்ளார்.

யோகா என்பது தியானம். அது ஜீவாத்மாவுக்கும், பரமாத்மாவுக்கும் உள்ள உணர்வை ஊட்டுகிறது.

யோகத்தில் எட்டு உட்பிரிவுகள் உள்ளன. அவை முறையே :

1) மூச்சை அடக்கும் பிராணாயாமம். பிராணம் = உயிர்; ஆயாமா = கட்டுப் பாடு. இதுவே பிராணாயாமத்தின் பொருள். மூச்சை உள்ளிழுப்பது ரேசகம்; உள்ளிருத்துவது கும்பகம்; வெளியிடுவது பூரகம்.

2) பிரத்தியாகாரம் - இது புலன்களை அடக்குவது. யோகா செய்யும் போது தக்க உடல்நிலையில் அமர்ந்து செய்ய வேண்டும்.

3) ஆசனம்! யோகாசனங்கள் பல வகைப்படும். அவற்றின் பலன்களும் வெவ்வேறாகும்.

4) அகிம்சை, உண்மை, தயை கொண் டிருத்தல் 'யாமம்' ஆகும்.

5) வேதம் ஓதுதல், பிரார்த்தனை, தூய்மை, தியானம் ஆகியவை 'ருயாமம்' எனப்படும்.

6) ஓர் இறைவனை முன்னிட்டு தியானம் செய்ய ஆரம்பித்துத் தொடர்ந்து தவம் செய்வது 'தியானம்' ஆகும்.

7) அந்த இறைவனை உள்ளத்தில் நிலை நிறுத்துதல் 'தாரணம்' ஆகும்.

8) இறுதியில் 'சமாதி' – ஜீவாத்மா, பரமாத்மாவுக்கு இடையே ஒன்றிய நிலையை உணர்வதாகும்.

15. சமயச் சடங்குகள்

பிரம்மா பருத்திச் செடியைத் தோற்று வித்தது முப்புரி நூல் எனப்படும் யஜ்ஞோபவீதம் உருவாக்கவே. பிராமணர்க்கு உபநயனம் மிகவும் முக்கியமானது. அது எட்டு வயதில் செய்யப்படவேண்டும்.

ஆசான் (அ) குரு மரியாதைக்குரியவர். பூசிக்கத்தக்கவர். யாரிடமிருந்து அறிவு பெறப்படுகிறதோ அவரே குருவாவார். இவ்வாறு பாடம் (அ) வேதம், சாஸ்திரம் கற்பிப்பவரே அன்றி வேறு சிலரும் குருவாகக் கருதப்படுவர்.

தந்தை, அண்ணன், அரசன், மாமா, மாமனார், தாத்தா வயதில் பெரியவர்கள் ஆகியோரும் குருவாவார். மற்றும் தாயார், பாட்டி, குருபத்தினி, அத்தை, மாமியார், அண்ணி ஆகியோரையும் குருவுக்குச் சமமாக நடத்த வேண்டும்.

குருவின் இடத்தில் உட்காரக் கூடாது. அவரிடம் மரியாதைக் குறைவாக நடந்து கொள்ளக் கூடாது. அவரிடம் வாதிக்கக் கூடாது. குருவை வெறுப்பவனுக்கு நரகம் நிச்சயம்.

மேற்கூறியவர்களும் மிகவும் முக்கிய மானவர்கள் தந்தை, தாய், ஆசான், அண்ணன், கணவன் ஆகியோர் என்னவா னாலும் அவர்களிடம் மரியாதையாக நடந்து சேவை செய்ய வேண்டும்.

ஓர் அந்தணன் உணவுக்குப் பின் மட்டும் குடித்தல், உறங்கல், குளித்தல், எச்சில் துப்புதல், உடைமாற்றும் போது எல்லாம் வாயைக் கொப்புளித்துக் கழுவ வேண்டும். மற்றும் படிக்க உட்காரு வதற்கு முன், நாத்திகனுடன் பேசியபின், மேலும், பிரஷ்டர்கள், பெண்கள் ஆகியோருடன் பேசிய பின்னும் வாயைக் கழுவிக் கொள்ள வேண்டும் (இது தூய்மையின் அடிப் படையில் கூறப்படுவதால் தற்காலத்தில் அனை வருக்கும் பொருத்தமாகும்.)

வாயலம்புதல் முடியாத நிலையில் தீ, பசு, கங்கை நீர் இவற்றைத் தொடுவதன் மூலமும் தூய்மை ஏற்படும். ஓர் அழுக்குத் துணியைத் தொட்டுவிட்டால் நன்னீர், புல், மண் இவற்றைத் தொட்டு தூய்மையாக்கிக் கொள்ளலாம்.

காயத்திரி மந்திரம்

மந்திரங்களில் சிறந்தது காயத்திரி மந்திரம். அதாவது

"ஓம் பூர் புவஸ்ஸுவ : ஓம் தத்ஸ விதுர் வரேண்யம் பர்கோ தேவஸ்ய தீமஹி தியோ யோனப் பிரசோதயாத்"

கிரகண காலத்தில், பிரேதச் சடங்குகள் நடக்கும்போது, படுத்திருக்கும் போது, புலால் உண்டபின், புயலின் போது, பௌர்ணமி இரவில் வேதங்களைப் படிக்கக் கூடாது.

16. பிராயச்சித்தமும் விரதங்களும்

பிராமணனைக் கொன்றவன், மது உண்டவன், தங்கம் திருடியவன் ஆகியோர் தற்கொலை செய்து கொள்ள வேண்டும். பிராம்மணனைக் கொன்றவன் அதற்கு பிராயச்சித்தமாக காட்டில் குடிசையில் பன்னிரண்டு ஆண்டு காலம் வாழ்ந்து வரவேண்டும். அவன் இறந்தவர் தலையைக் குறிக்கும் அடையாளத்தைப் பெற்றிருக்க வேண்டும். இவ்வாறு பிராயச்சித்தம் (அ) தவம் முடியும் வரையில் அவன் வேறோர் அந்தணன் இல்லத்திற்கோ, கோயிலுக்கோ செல்லக்கூடாது. இந்த பிராம்மணக் கொலை அஜாக்கிரதையால் (அ) அசட்டையால் நேர்ந்ததானால் அதற்கே இப்பிராயச் சித்தங்கள்.

வேண்டுமென்றோ, தெரிந்து கொலை செய்திருந்தாலோ தவமோ, பிராயச்சித்தமோ போதாது. அத்தகைய பாவி தீக்குளித்தோ, நீரில் மூழ்கியோ, பட்டினி கிடந்தோ மரணமடைதல் சிறந்த பிராயச்சித்தமாகும்.

விரதங்கள்

மற்ற பாவங்களுக்குப் பரிகாரமாக கீழ்க்கண்ட விரதங்களை அனுஷ்டிக்கலாம். முக்கியமான சில கொடுக்கப் பட்டுள்ளன.

1) **சந்தாபண விரதம் :** ஒருநாள் முழுவதும் பஞ்ச கவ்யம் உட்கொண்டு, அடுத்தநாள் முழுவதும் உண்ணாவிரதம் இருத்தல்.

2) **மஹாசந்தாபண விரதம் :** இதில் பஞ்சகவ்யத்தில் ஏதேனும் ஒன்றை மட்டுமே உட்கொள்ள வேண்டும். இம்மாதிரி ஆறு நாட்கள் இருந்து ஏழாவது நாள் முழு உபவாசம் இருக்க வேண்டும்.

3) **பிரசமத்திய (அ) கிரிச்சா விரதம் :** இதில் முதல் மூன்று நாட்கள் பகலில் மட்டும் உணவு உட்கொள்ள வேண்டும். அதுவும் சுமார் 26 முட்டையளவு மட்டும் உண்ண வேண்டும். அடுத்த மூன்று நாட்கள் 22 முட்டையளவு மாலையில் மட்டும் உட்கொள்ள வேண்டும். இறுதியாக மூன்று நாட்கள் 24 முட்டை அளவு மட்டும் உணவு கொள்ள வேண்டும்.

அதிகிரிச்சா விரதம் : முன் விரதத்தை விடக் கடுமையானது. முதல் மூன்று நாட்கள் ஒரு கையளவு உணவு பகலில் மட்டும் உட்கொள்ளல். அடுத்து மூன்று நாள்களில் மாலையில் மட்டும் ஒரு கை அளவு உட்கொள்ளல். அடுத்து மூன்று நாள்களில் ஒரு கை அளவே பகலில் எப்போதாவது ஒரு முறை உட்கொள்ள வேண்டும்.

இறுதியாக மூன்று நாட்கள் உபவாசம் இருக்க வேண்டும். இவ்வாறு பன்னிரண்டு நாட்கள் விரதம் இது.

5) **பராக விரதம் :** இதில் 12 நாட்கள் தொடர்ந்து உண்ணா நோன்பினைக் கடைப்பிடிக்க வேண்டும்.

6) **தப்த கிரிச்சா விரதம் :** இதுவும் 12 நாட்கள் கொண்ட விரதமே. இதில் ஒரு நாளைக்கு ஒரு முறையே நீராடல், முதல் 3 நாட்கள் நீர் மட்டும் அருந்தலாம். அடுத்த மூன்று நாட்கள் பால் அருந்தலாம். அடுத்த மூன்று நாட்கள் நெய் அருந்தி கடைசி மூன்று நாட்கள் உபவாசம் இருக்க வேண்டும்.

7) **பதகிரிச்ச விரதம் :** இது நான்கு நாட்கள் அனுஷ்டிப்பது. முதல் நாள் ஒரு வேளை உணவு, இரண்டாம் நாள் உபவாசம்; மூன்றாம் நாள் அளவில்லா உணவு. நான்காவது இறுதி நாள் உபவாசம்.

8) **சாந்தாராயன விரதம் :** இது பௌர்ணமியில் ஒரு மாதம் முழுவதும் அனுஷ்டிக்க வேண்டும்.

முதல் நாள் 15 கையளவு உணவு; அடுத்து 14 கையளவு உணவு அடுத்த அமாவாசை வரையில் உட்கொள்ள வேண்டும். அமாவாசை அன்று முழு உபவாசம். அடுத்த பிரதமை முதல் தினமும் ஒரு கையளவு அதிகம் ஆக்கிக் கொண்டே உணவு உட்கொள்ள வேண் டும். பௌர்ணமி அன்று 15 கையளவு உண்ணாவிரதம் முடிவடையும்.

மேலும் பல விரதங்களும், பிராயச் சித்தங்களும் கூர்ம புராணத்தில் கூறப் படுகின்றன.

17. சீதை ஒரு மாயை

இராமாயணத்தில் இராவணன் சீதை யைத் தூக்கிச் சென்றதை அறிவோம். சீதை ஒரு மாயை என்பதை விளக்கு கிறதைக் காண்போம். இந்தக் கதையின் படி நன்னெறி கொண்டவர்க்கு என்றும் ஆபத்தில்லை என்று அறியலாம்.

இராவணன் ஒரு துறவி வடிவில், பர்ண சாலையில் இருந்த சீதையைத் திருட்டுத் தனமாக தூக்கிச் சென்றான். இராவண னின் தீய எண்ணத்தைச் சீதை முன்பே அறிந்திருந்தாள். எனவே, அவள் திட்டத்தை முறியடிக்கத் திட்டமிட்டாள். அவள் அக்கினி தேவனைப் பிரார்த்தித் தாள்.

அப்போது அக்கினிதேவன் தோன்றி ஒரு மாயா சீதையைத் தோற்றுவித்தான். உண்மையான சீதைக்குப் பதில் மாயா சீதை சென்றாள். உண்மையான சீதை அக்கினியால் ஏற்றுக் கொள்ளப் பட்டாள். எனவே, ராவணன் மாயா சீதையைத் தூக்கிச் சென்றான். அந்த மாயா சீதையின் காரணமாகவே இராம இராவண யுத்தம் நடந்தது.

போருக்குப் பின், இராவண வதத் திற்குப் பின், சீதை அக்கினிப் பிரவேசம் செய்ய மாயா சீதை தீயில் மூழ்க உண்மை யான சீதை திரும்பி வந்தாள்.

ஆக உண்மையான சீதைக்கும் இராவணனுக்கும் எந்தத் தொடர்பும் இல்லை.

(காண்க – பிரம்ம வைவத்திர புராணம்)

18. சிவனும் பிரம்மனும்

முன்னர் ஒரு சமயம் பிரம்மா முனிவர்களிடம் ''நானே தலைமைக் கடவுள். என்னைத் தவிர வேறோர் தெய்வமில்லை'' என்று கூறினார். அதாவது அரி, அரன்களை விட நானே உயர்ந்தவன் என்றார்.

இவ்வாறு பிரம்மன் சொல்லிக் கொண்டிருக்கும்போது அங்கு விஷ்ணு வந்தார். அவர் ''நானே உயர்ந்த தெய்வம். நீ படைப்பாளி மட்டுமே. நான் காத்து ரக்ஷிப்பவன்'' என்றார்.

இந்நிலையில் வேதங்கள் நான்கும் உயிருள்ள வடிவில் தோன்றி அரி, அரன்களிடம் தக்க ஆதாரங்களைக் காட்டி சிவனே அரி, அயன்களைக் காட்டி லும் உயர்வான தெய்வம் என்று எடுத்துக் காட்ட, அதனை விஷ்ணு ஏற்றார். ஆனால் பிரம்மன் அதற்கு சம்மதிக்க வில்லை.

பிரம்மா வேதங்களிடம், ''சிவன் எப் போதும் பேய், பிசாசுகளுடன் தோழமை கொண்டு திரிந்து கொண்டிருக்கிறார். அவர் எவ்வாறு எங்கள் இருவரை விடச் சிறந்தவர், உயர்ந்தவர்? ஆவார்?'' என்று கேட்டார்.

இந்தச் சமயம் அங்குச் சிவபெருமான் வந்து சேர்ந்தார். சிவனைக் கண்டவுடன் பிரம்மா அவரைக் கண்டபடி நிந்திக்க லானார். அப்போது சிவன் தன்னிலிருந்து காலபைரவரைத் தோற்றுவிக்க, அவர் பிரம்மாவிடம் சண்டை போடலானார். அச்சண்டையில் கால பைரவர் ஐந்து முகம் கொண்ட பிரம்மாவின் ஒரு தலையைக் வெட்டிவிட பிரம்மா

நான்முகன் ஆனார். நான்கு தலைகள் உடையவனானார். (சில புராணங்களில் சிவபெருமானே பிரம்மாவின் ஒரு தலையை நீக்கியதாகக் கூறப்பட்டுள்ளது).

உடனே பிரம்மா இறந்து விட அவரைச் சிவபெருமான் உயிர்ப்பித்தார். எனினும், சிவன் ஒரு பிராமணனைக் கொன்றதால் பிரம்மாவின் கொய்யப்பட்ட தலை காலபைரவனின் (சிவனின்) கையிலேயே ஒட்டிக் கொண்டது.

இந்நிலையில் கால பைரவர் பல ஆண்டுகள் கையில் பிரம்மாவின் கொய்யப்பட்ட தலையுடன் அலைந்து திரிகையில் விஷ்ணு அவர் முன் தோன்றி வாரணாசிக்குப் புனிதப் பயணம் செல்லுமாறு அறிவுரை கூறினார்.

வாரணாசியை அடைந்தவுடன் கால பைரவனின் கையிலிருந்து பிரம்மாவின் தலை விடுபட்டது. அவ்விடம் ஒரு புனித தலம் ஆயிற்று. அது கபால மோசன தீர்த்தம் ஆகும்.

வாரணாசியே அன்றி பிரயாகை, குருக்ஷேத்திரம், கயா, வட மதுரை போன்ற பல தீர்த்தங்களும் சிறந்த தலங்களே. சருசுவதியில் மூன்று நாள் ஸ்நானமும், யமுனையில் ஒரு வாரம் நீராடலும், கங்கை நீரைத் தொட்ட உடனேயும் பாவம் நீங்கும். ஆனால் நர்மதை நீர் பார்வையில் பட்டாலே பாவம் நீங்கும்.

19. நந்தி தேவரின் வரலாறு

தருமநெறியில் நின்ற, சாஸ்திர ஞானம் மிகுந்த ஷிலாதர் என்ற முனிவர் ஆயிரம் ஆண்டுகள் சிவனை நோக்கித் தவம் செய்ய சிவபெருமான் அவர் முன் தோன்றி "வேண்டிய வரம் யாது?" என்று கேட்க, அம்முனிவர் தாயிடம் பிறக்காத ஒரு புதல்வனைத் தனக்கு அருளுமாறு வேண்டினார். சிவன் அவ்வாறே வரம் அளித்தார்.

ஷிலாதர் நிலத்தை உழுது கொண்டிருந்தபோது ஓர் அழகிய பையன் ஏரின் மீது திடீரென்று தோன்றினான். அவனைச் சுற்றி நான்கு பக்கமும் பேரொளி வீசியது. அவன் ஷிலாதரைத் "தந்தையே" என்று கூப்பிட்டான்.

அவனுக்கு நந்தி எனப் பெயரிடப்பட்டது. அவன் கல்வி கற்க ஆரம்பித்து சகல சாஸ்திர சம்பன்னன் ஆனான்.

நந்தி சிவதரிசனம் பெறவும், தான் மரணமின்றி இருக்கவும் சமுத்திர தீர்த்தத்தில் ஓரிடத்தில் கோடி சிவ நாமம் ஜபித்துத் தவம் செய்தான். சிவபெருமான் தோன்றி "என்ன வரம் வேண்டும்" என்று கேட்க "இன்னும் கோடி சிவ நாமம் ஜபிக்க ஆயுள் வேண்டும்" என்றான். அவ்வாறே வரம் அளித்தார் பரமசிவன்.

இம்மாதிரி மும்முறை நிகழ கடைசியில் சிவபெருமான் தோன்றி "சிவநாம ஜபம் போதும். மேலும் தவம் வேண்டாம். உனக்கு மரணம் ஏற்படாது. நீ ஒரு கணநாதன் ஆகி கணங்களுக்கெல்லாம் நாயகனாக விளங்குவாய், என்னைப் விட்டுப் பிரியாத தோழனாவாய்" என்று வரமளித்தார்.

மருத்தின் புதல்வியாகிய சுயாஷாவை நந்திக்குச் சிவபெருமான் மணம் செய்து வைத்தார்.

நந்தி எப்போதும் சிவ சந்நிதியில் பரமனைப் பிரியாமல் இருந்தார்.

ஸ்ரீ பிரம்மாண்ட புராணம்

பிரம்மாண்டம் (பேரண்டம்)

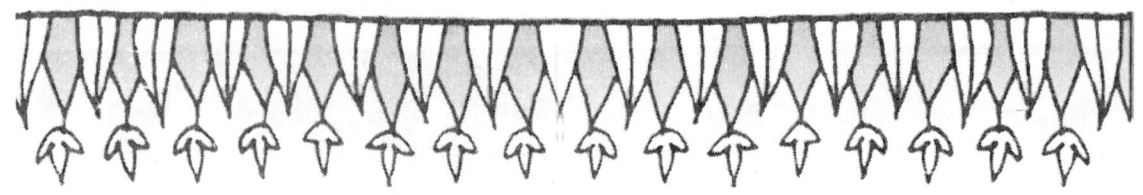

18

ஸ்ரீ பிரம்மாண்ட புராணம்

1. தோற்றுவாய்

'மஹா புராணங்கள்' எனப்படும் புனித நூல்கள் பதினெட்டு. அவை **சாத்விக, ராஜஸிக, தாமஸிக** புராணங்கள் என்று மூன்று வகைகளாகப் பிரிக்கப் பட்டுள்ளன.

சிருஷ்டி பற்றி பெருமளவில் விவரித்து பிரம்மாவை உயர்த்திக் கூறும் புராணங்கள் ராஜஸிக புராணங்கள் எனப் படும். விஷ்ணுவின் அவதாரங்களை விவரித்து விஷ்ணுவின் புகழ்பாடுபவை சாத்விக புராணங்கள். சமயச் சடங்கு களை விவரித்துச் சிவ பெருமான் புகழ் பரப்புபவை தாமஸிக புராணங்கள்.

பிரம்மாண்ட புராணம் ராஜசிக புராணம். பிரம வைவர்த்த புராணம், மார்க்கண்டேய புராணம், பவிஷ்ய புராணம், வாமன புராணம், பிரம புராணங்கள் இவ்வகையைச் சேர்ந்தவை.

மகா புராணங்களில் கடைசியானது பிரம்மாண்ட புராணம் ஆகும். இது ஒரு நடுத்தர அளவுள்ளது. ஸ்கந்த புராணம் மிகப் பெரியது, மார்க்கண்டேய புராணம் மிகவும் சிறியது.

பிரம்மாண்ட புராணம் மூன்று பெரும் பிரிவுகளைக் கொண்டது. பூர்வபாகம், மத்யம பாகம், உத்தர பாகம் என்பவை அவை. பூர்வபாகம் பிரக்ரிய பதம், அனுசங்க பதம் என்றும், மத்யம பாகம் உபோத்காத பதம் என்றும், உத்தர பதம் உபசம்ஹார பதம் என்றும் பிரிவுகளாகி மொத்தத்தில் 71 அத்தியாயங்கள் ஆயின.

தரும நெறியில் ஒரு மன்னன் வலிமை யுடன் ஆண்டு வந்த காலம் அது. அத்துடன் உண்மையான புனித முனிவர் களும் வாழ்ந்து வந்தனர்.

குருக்ஷேத்திரத்தின் வழியாக திரிஷத்வதி என்ற ஆற்றின் கரையில் முனிவர்கள் ஒரு யாகம் செய்தனர். வேத வியாசரின் சீடர் லோமஹர்ஷணர், சூத முனிவர், சனகாதி முனிவர்கள் என்று பலர் அங்குக் கூடியிருந்தனர்.

பித்ருக்கு வாசவி என்றொரு புத்திரி இருந்தாள். அவள் மீன் வயிற்றில் தோன்றியவள். வேதவியாசரும் சத்திய வதி என்ற மச்சகந்தியின் மகனே ஆவார்.

நைமி சாரணியத்தில் **வாயு பகவான்** மற்ற முனிவர்களுக்கு 'பிரம்மாண்ட' புராணத்தை உபதேசித்தார். மற்ற புராணங்களில் உள்ளவை எல்லாம் இந்த பிரம்மாண்ட புராணத்திலும் உள்ளன.

புரூரவ மன்னன் அரசாட்சி செய்த காலத்தில், தேவர் கலைஞன் விசுவ கர்மா, தேவகுரு பிருகஸ்பதிக்காகத் தங்கத்தால் யாக சாலை அலங்கரித்தான். பன்னிரண்டு ஆண்டுகள் தொடர்ந்து யாகம் நடைபெற்றது.

புரூரவ மன்னன் யாகத்திற்கு வந்திருந் தான். பொன்னைக் கண்ட அவன் மனம் அதனைக் கொள்ளையடிக்க நினைக்க, அதற்காக முயற்சி செய்ய, முனிவர்கள் வஜ்ராயுதத்தால் அவனைக் கொன்றுவிட, அவன் மகன் ஆயு அரியணை ஏறினான்.

கந்தர்வர்கள் பாடிட, அப்சரஸுகள் ஆடிட, துதிப்பாடல்கள் விண்ணை முட்டின. அரக்கர்கள் யாகத்தைத் தடுக்க முயன்று தோற்றனர். யாகம் தொடர்ந்து முடிந்துவிட முனிவர்கள் வாயு பகவானைப் பிரம்மாண்ட புராணத்தைக் கூறுமாறு கேட்க அவரும் கூறலானர்.

2. சிருஷ்டி

(சிருஷ்டி (அ) படைத்தல் பற்றி பரப் பிரம்மம், அண்டம், நிர்மயம், சுவயம்பு, பிரம்மா என்று தொடங்கி மற்ற புராணங் களில் கூறியவையே இங்கும் கூறப்படு கின்றன. சிறு சிறு மாறுதல்களுடன்)

பிரம்மனின் சிருஷ்டி பகலில் நடக்கிறது. இரவில் அழிவு ஏற்படுகிறது. அந்த அழிவு பிரளயம் எனப்படுகிறது. இரவு முடிந்து பகல் தோன்ற படைத்தல் தொழில் நடக்கிறது. அதுவே சிருஷ்டி யாகும்.

இதிலும் மும்மூர்த்தி, மூன்று குணங்கள் பற்றி பேசப்படுகிறது. பிரம்மா ராஜஸ குணம், விஷ்ணு சாத்விக குணம், சிவன் தாமஸ குணம். எல்லாமே பிரம்மத் திலிருந்து தோன்றியவையே.

கல்பங்கள் பல. அவற்றில் தற்போது நடைபெறுவது வராஹ கல்பம். ஒவ்வொரு கல்பத்திலும் பதினான்கு மன்வந்தரங்கள்; ஒவ்வொன்றிலும் ஒவ்வொரு மனுவின் ஆட்சி. வராஹ அவதாரத்தின் காரணமாக வராஹ கல்பம்.

பிரம்மன் நாராயணனே. நர = நீர்; அயன = ஓய்விடம். பிரளய ஜல மயத்தில் ஓய்வு கொண்டதால் நாராயணன்.

பிரம்மா ஏழு கடல்கள், ஏழு நிலப் பகுதிகள் தோற்றுவித்தார். அடுத்து அவர் உடலிலிருந்தே தேவர், அசுரர், யக்ஷர்கள் ஆகிய பல்வகையினர் தோன்றினர்.

பிரம்மாவின் மனோ சக்தியிலிருந்து பிருகு முதலிய ஒன்பது ரிஷிகளும், சனந்த, சனக, சனாதன, சனக்குமார ரிஷிகளும் தோன்றினர்.

இவற்றால் மன அமைதி பெறாத பிரம்மா தன்னிலிருந்தே முதல் ஆண், பெண் இருவரையும் தோற்றுவிக்க, ஆண் மனு என்றும், பெண் சதரூபை என்றும் பெயர் பெற்றனர். இவர்களுடைய புத்திரர்களில் பிரிய விரதனும், உத்தான பாதனும், பிரசுதி, ஆக்ருதி என்ற இரண்டு புத்திரிகளும் முக்கியமானார்.

பிரசுதி, தக்ஷ பிரஜாபதியை மணந் தான். இப்படி சிருஷ்டி வளர்கிறது. சிருஷ்டியில் மூல சிருஷ்டி (சரிகம்) ஒன்று மில்லாததிலிருந்து தோன்றினர்.

இப்படி சிருஷ்டியும், பிரளய அழிவும் தொன்று தொட்டு மாறி மாறி ஏற்பட்டு வருகிறது என்று அறிய வேண்டும்.

3. சதுர் (அ) நான்கு யுகங்கள்

சத்தியயுகம், (கிருத) திரேதாயுகம், துவாபரயுகம், கலியுகம் என யுகங்கள் நான்கு. இவை நான்கும் சேர்ந்து மஹாயுகம் ஆகும்.

கட்டை விரல் முதல் சிறு விரல் வரை நீளம் ஒரு விதஸ்தி. இது பன்னிரண்டு அங்குலிக்குச் சமம். இருபது அங்குலிகள் ஒரு ரத்னி. இருபது ரத்னிகள் ஒரு தனு. எண்ணாயிரம் தனுக்கள் ஒரு யோஜனை ஆகும்.

வருணாசிரம தரும வழியில் நான்கு வருணத்தினர் இருந்தனர். அவர்கள் தொழில்களும் நால்வகைப்பட்டன.

உணவுக்காக மக்கள் பிரம்மாவை வேண்ட பூமியிலிருந்து பால், மரம், புதர், மூலிகைகள், தானியங்கள் தோற்று வித்தார். பிருதி மன்னன் பூமியிலிருந்து பால் கறந்ததால் பூமி பிருதிவி எனப் படுகிறது.

வருணாசிரம தர்மத்தின்படி நான்கு வருணத்தினர் ஏற்பட்டதுடன் ஒவ்வொரு வரும் நான்கு நிலைகளைக் கையாள

வேண்டும் எனப்பட்டது. பிரம்மச்சரியம், கிரகஸ்தியம், வானப்பிரத்தம், சன்னியாசம் என்பவை.

இவ்வாறான மாறுதல்களையெல்லாம் உயிர்கள் நன்கு வாழ்ந்திட வேண்டும் என்பதற்காகவே பிரம்மா ஏற்படுத்தினார்.

4. யோகமும் யோகசாதனையும்

யஜ்ஞ, யாகாதிகள், மதச் சடங்குகளால் பிரம்மனை அறிய முடியாது. யோகசாதனையால் மட்டுமே அது சாத்தியமாகும். இந்தச் சாதனையில் வெற்றி பெறுவோர் பிறப்பு, இறப்புகளையும் வெல்வர் எனப்படுகிறது.

ஜீவாத்மா, பரமாத்மாவுடன் அதாவது பரப்பிரம்மத்துடன் இணைவதே யோகம் ஆகும்.

யோகம் செய்கையில் ஐந்து முக்கியமானவற்றைக் கடைப்பிடிக்க வேண்டும். அவற்றின் குறிக்கோள் பற்றி அறியலாம்.

பிராணாயாமம் : உடலின் மாசு நீக்கித் தூய்மை செய்கிறது. பிராணாயாமப் பலன்கள் : அ) பாவங்கள் தொலையும். மன அமைதி (அ) சாந்தம் அடைவது. ஆ) அகம் பாவம், அசூயை, பொறாமை போன்ற தீயவற்றை வெற்றி கொள்ளுதல் – அதாவது பிரசாந்தி தெளிதல் ஆகும். இ) ரிஷிகள் போல் அகக்கண் பெறுதல் – தீப்தி (அ) ஒளி எனப்படும். ஈ)மனமும் புலன்களும் அமைதியாதல் – பிரசாதம் – ஆதரவு ஆகும். பிராணாயாமம் நல்ல உடல் நிலையில், அமைதியான சூழ் நிலையில் செய்யப்பட வேண்டும். பிராணாயாமத்தில் மூச்சு அடக்கப் படுகிறது.

பிரத்தியாஹாரம் : உலகப் பொருள்களின் மீதுள்ள பற்றை மனம் நீக்கிவிடப் இது ஐந்தடக்கும் ஆமைக்கு ஒக்கும்.

தியானம் : உடற் பகுதி குணங்களிலிருந்து உயர்ந்த நிலைக்கு உயர்த்துவது.

தாரணம் : நினைவில் இருத்தல். ஞானம் அறிதல்.

இவற்றைக் கவனம் செலுத்திப் பழகாவிட்டால் நன்மைக்குப் பதில் தீமையே ஏற்படும்.

யோகத்தைச் சரியான முறையில் பழகி வெற்றிக்காண்பவர் அஷ்டமா சித்திகளைப் பெறுவர்.

5. கெட்ட சகுனங்கள்

பஞ்சாங்கங்களில் பட்சி சகுனம், பல்லி சகுனம், விழித்தெழுந்தவுடன் காணக் கூடிய பொருள்கள் என்று பல கூறப்பட்டுள்ளன. பிரம்மாண்ட புராணம் தீய சகுனங்கள் பற்றியும் அவற்றின் பலன்களையும் கூறுகிறது. கனவில் துருவன் (அ) அருந்ததி விண்மீன்களைக் காணமுடியாதவன் ஓராண்டிலும், சூரியக் கிரணங்களைக் காணமுடியாதவன் பதினோறு மாதங்களிலும்; பொன் (அ) வெள்ளி வாந்தி எடுப்பதாகக் கனவு வந்தால் பத்து மாதங்களிலும், அழுக்குடைய பாதம் கண்டால் சில மாதங்களிலும், ஒரு காகம் அழுது (அ) புறா ஒருவர் தலைமீது இறங்கினால் ஆறு மாதங்களிலும் மரணம் அடைவர். ஒருவரைக் காக்கைகள் (அ) சாம்பல் சூழ்ந்து கொண்டால் ஐந்து மாதங்களிலும், தெற்கில் வானவில் (அ) மின்னல் தோன்றினால் மூன்று மாதங்களிலும், பிரதிபிம்பம் காணப்படாவிட்டாலும், தலையின்றி காணப்பட்டாலும் ஒரு மாதத்திலும், ஒருவரிடம் பிண வாசனை ஏற்பட்டால் பதினைந்து நாட்களிலும் மரணம் அடைவர்.

குரங்கு (அ) கரடிகளால் இழுக்கப் படும் தேரில் தெற்கே செல்வது போன்ற கனவு வந்தால் விரைவில் மரணம் ஏற்படுவதாகும். ஒருவர் செவிடானது போல் (அ) கருப்பு உடைகளுடன் இருப்பதாகக் கனவு கண்டால் விரைவில் மரணம் ஏற்படுவதாகும். கழுத்தளவு

பூமியில் புதைக்கப்பட்டிருப்பதாகக் கண்டால் விரைவில் மரணம். கனவில் பாம்புகள், சாம்பல், நிலக்கரி, முடி, உலர்ந்து போன ஆறு ஆகியவை காணப்படின், பத்து நாட்களில் மரணம். கருப்பு உடை அணிந்தவரால் கல்லால் அடிபடுவதாக ஒருவன் கனவு கண்டால் விரைவில் மரணம் ஏற்படும்.

விடியற் காலையில் முன்னால் ஓநாய் ஊளையிட்டால் சில நாட்களில் மரணம். விளக்குத் திரி அணையும்போது ஏற்படும் சுடல் நாற்றம் தெரியாதவன் மரண வாயிலில் இருப்பான். கண்களில் தொடர்ந்து கண்ணீர், காது நீளுதல், மூக்கு வளைவாகத் தோன்றுதல் ஆகியவற்றால் விரைவில் மரணம் காட்டும். கரு நாக்கு, சாம்பல் முகம், சிவந்த கன்னம் மரண அறிகுறி. ஆடிப், பாடி, சிரித்துக்கொண்டு தென்திசைக்கு பயணம் செய்தல் மரண வாயிலுக்கு அறிகுறி. வெளியேற முடியாத பள்ளத்தில் விழுந்திருத்தல், மற்றும் கொலை செய்யப்படுவதாக, தீயில் விழுவது போல் வரும் கனவுகள் மரணம் அருகில் எனக் சுட்டிக் காட்டுபவை.

இப்படிக் கனவுகள் வந்தால் எத்தகைய பரிகாரம் உதவும். கிழக்கு (அ) தெற்கு நோக்கி அமர்ந்து சிவனைப் பிரார்த்தித்தல், 'ஓம்' என்ற பிரணவ உச்சாரணம் இவற்றிற்கு நிவாரணம் ஆகும். நூறாண்டுகள் மாதம் ஒருமுறை அசுவமேத யாகம் செய்த பலன் பிரணவ மந்திரம் உச்சரிப்பதால் ஏற்படும். இது நூறாண்டு செய்வதால் ஏற்படும் புண்ணியத்தை விட அதிகம்.

6. கற்பங்கள்

பிரம்மாவின் ஒரு நாள் என்பது ஒரு கற்பம். ஓராயிரம் கற்பங்கள் பிரம்மாவின் ஓர் ஆண்டு. எண்ணாயிரம் கல்பங்கள் பிரம்மாயுகம். ஓராயிரம் யுகங்கள் ஒரு சவனம். இரண்டாயிரம் சவனங்கள் ஒரு திரிவிரதம். பிரம்மாவின் வாழ்க்கை காலம் 'திரிவிரதா' ஆகும். தற்போது நடப்பது வராஹ கல்பம். இதுவரை 34 கல்பங்கள் ஆகி உள்ளன. அவற்றின் பெயர்கள் கீழ் வருமாறு :

1) பால கல்பம் 2) புவ 3) சுப 4) பாவ 5) ரம்பா 6) ரிது 7) கிரது 8) வன்ஹி 9) ஹவ்யவாஹன 10) சாவித்ர 11) புவ 12) உஷிக 13) குஷிக 14) கந்தர 15) ரிஷப 16) விடஜ 17) மார்ஜியால்ய 18) மத்யம 19) வைராஜக 20) நிஷத 21) பஞ்சம 22) மேகவாஹன 23)சிந்தக 24) ஆகுதி 25) விஜ்நதி 26) மன 27) பவ 28) விரிஹத் 29) சிவேதலோஹித 30) ரக்த 31) பிதவச 32) சீத 33) விச்வரூப 34) வராஹ கல்பம்.

7. வேத வியாசர்

ஒரு கற்பத்தில் பதினான்கு மன்வந்தரங்கள். இப்போதைய மன்வந்தரம் வைவஸ்வத மன்வந்தரம் ஆகும். பிரம்மாவுக்கு சிவ பெருமான் வேத வியாசர் பட்டம் பெற்று வாழ்ந்தோர் பட்டியலை எடுத்து இயம்பினார்.

1) சுவேத 2) சத்திய 3) சதார 4) அங்கிர 5) சவிதா 6) மிருத்யு 7) சதக்ருது 8) வசிஷ்த 9) சரஸ்வத 10) திரிதாம 11) திரிவிரத 12) விததேஜ 13) தருமநாராயண 14) சுரரக்ஷண 15) அருணி 16) யோஸஞ்ஜ 17) கிரிதஞ்ஜய 18) ரிதஞ்ஜய 19) பரத்துவாஜ 20) வாசஸ்ரவ 21) வாசஸ்பதி 22) ஹாக்லயன 23) திரிணாவிந்து 24) ரிக்ஷ 25) ஷகிரி 26) பராசரர் 27) ஜாதுகர்மர் 28) கிருஷ்ண துவைபாயனர்.

(விவரங்கள் – விஷ்ணு புராணத்தில் காண்க)

8. பிரம்மாவின் படைப்பு

(பிரம்மாண்ட புராணம் ராஜஸிக புராணம் என்பதால் பிரம்மாவை உயர்வாகக் கூறி புகழ் பாடுகிறது)

பிரம்மத்திலிருந்து நாராயணன் தோன்றி நீரில் மிதக்க அவர் நாபியிலிருந்து பிரம்மா தோன்றினார். அவர்

நாராயணனை யார் என்று கேட்க, ''அனைத்தையும் தோற்றுவிப்பவன் நான்'' என்று விஷ்ணு விடையளிக்க, பிரம்மா ''நானே அண்டத்தைப் படைப்பவன்'' என்றார்.

பிரம்மாவின் சொற்களைக் கேட்டு வியப்படைந்த விஷ்ணு பிரம்மாவின் வாய் வழியே அவர் உடலுள் புகுந்து அனைத்து உலகங்களையும் அங்கு கண்டார். பிறகு வெளிவந்த விஷ்ணு பிரம்மாவிடம் ஆதியும், அந்தமும் காணப்படவில்லை என்றார். பிரம்மாவும் விஷ்ணுவின் உடலுள் வாய் வழியே புகுந்து அனைத்தையும் கண்டு, ஆதி அந்தமற்ற நிலையைக் கண்டு வெளிவர முயல்கையில் விஷ்ணு வாயை மூடிக் கொண்டு யோகுதுயில் கொண்டதால் வெளிவர இயலாமல் இறுதியில் தன் உடலைச் சுருக்கிக் கொண்டு நாபி வழியே வெளிவந்தார்.

அப்போது அங்கே சிவனும் தோன்றினார். அந்த வேகத்தில் நீர் தெளிக்க பிரம்மன் வீற்றிருந்த தாமரை அசைய, விஷ்ணு தாமரையில் உள்ள பிரம்மாவிடம் அவர் பூசிக்கத் தக்கவரே என்றும், தாமரை மலரிலிருந்து இறுங்குமாறும் கூறினார்.

அப்போது பிரம்மா கேட்டுக் கொண்டபடி பிரம்மாவைத் தன் மகனாக ஏற்றார். பத்மா = தாமரை, யோனி = மூலம். எனவே பிரம்மா 'பத்மயோனி' எனப்பட்டார். பிரம்மாவும் விஷ்ணுவும் சமாதானம் அடைந்தனர்.

திரிசூலத்துடன் காணப்பட்ட சிவனைப் பற்றி ''அவர் யார்?'' என்று விஷ்ணுவிடம் கேட்க, விஷ்ணு ''அவர் அழிக்கும் கடவுள் சிவன்'' என்று கூற, அவரைத் தங்களுக்குச் சமமாக ஏற்க பிரம்மா யோசிக்க, விஷ்ணு ''சிவன் பலம் மிக்கவர். இருவரையுமே வெல்லக் கூடியவர்'' என்றும் கூறி பிரம்மாவைச் சாந்தி அடையச் செய்தார்.

9. உருத்திரன்

பிரம்மா தன்னைப் போன்ற ஒரு மகன் பெற விரும்பினார். அப்போது அவர் மடி மீது ஒரு பாலன் நீலமும், சிவப்பும் கலந்த நீலலோஹிதன் தோன்றி, அழ ஆரம்பித்தது. அப்பாலன் அழுவதன் காரணத்தைக் கேட்க அது தனக்கொரு பெயர் வைக்குமாறு கேட்கிறது எனக்கூற, (ருத் = கத்தி அழுதல்) அப்பாலனுக்கு ருத்திரன் என்று பிரம்மா பெயர் வைத்தார்.

திரும்பத் திரும்ப அந்தக் குழந்தை மற்றொரு பெயர் வேண்டும் என்று அழ, அந்த நீலலோஹிதனுக்கு பிரம்மா ருத்திரன், பாவன், சிவன், பசுபதி, ஈசன், பீமன், உக்கிரன், மகாதேவன் என்று எட்டு பெயர்கள் கொடுத்தார். (இது பற்றி விஷ்ணு புராணம், பத்ம புராணங்களிலும் காண்க.)

''நான் எங்கே வசிப்பது?'' என்று ருத்திரர் கேட்க பிரம்மா கூறினார் ''சூரியனில் ருத்திரனாக, நீரில் பாவனாக, பூமியில் சிவனாக, தீயில் பசுபதியாக, காற்றில் ஈசனாக, விண்ணில் பீமனாக, அந்தணர் உடலில் உக்கிரனாக, சந்திரனில் மகா தேவனாக வசிப்பாயாக'' என்றார்.

10. முனிவர்களின் தோற்றம்

தக்ஷன் மகள் கியாதி, பிருகு முனிவரை மணந்து தாதா, விதாதா என்ற இரண்டு புத்திரர்களையும், ஸ்ரீ என்ற புத்திரியையும் பெற்றாள். புத்திரர்கள் தேவர்களாக, புத்திரி ஸ்ரீ விஷ்ணுவை மணந்து பாலா, உத்சாஹா ஆகிய இரண்டு புத்திரர்களைப் பெற்றாள்.

தாதாவின் மனைவி நியதியின் மகள் மிருகண்டு. அவள் மகன்கள் புகழ் பெற்ற மார்க்கண்டேய முனிவரும், வேதசிரனும் ஆவர்.

விதாதா ஆயதியை மணந்து பாண்டுவைப் பெற்றான். இவர்கள் அனைவரும் பிருகு மகரிஷிக் குலத்தில் உதித்தவர்கள் ஆகையால் 'பார்க்கவர்கள்' எனப்பட்டனர்.

தக்ஷன் மகள் சம்பூதி, மரீசி முனிவரை மணக்க அவர்களுக்குப் பிறந்த மக்கள் அனைவரும் முனிவர்கள் ஆயினர்.

தக்ஷனின் புத்திரி ஸன்னதி கிரது முனிவரை மணந்தாள். அவர்கள் சந்ததியார் ஆயிரக் கணக்கானவர்கள் சிறந்த முனிவர்கள் ஆயினர். அவர்கள் வாலக்கியர்கள் எனப்பட்டனர்.

தக்ஷன் மகள் ஸ்வாஹா அக்கினியை மணந்ததாகப் பிரம்மாண்ட புராணம் கூறுகிறது. அவர்கள் பரம்பரையில் வந்தவர்களையும் பட்டியலிட்டுக் காட்டலாம்.

ஸ்வாஹாவனின் முதல் மகன் பவகாவின் புத்திரன் சகஸ்ராக்ஷன்; இரண்டாம் மகன் பவமானனின் மகள் காவ்யவாஹனன் மற்றும் மூன்றாவது மகன் சுருசியின் மகன் ஹவ்ய வாஹனன்.

தேவர்கள் ஹவ்ய வாஹனனையும், பித்ருக்கள் காவ்ய வாஹனையும், அசுரர்கள் சஹஸ்ராக்ஷனனையும் தீக் கடவுளாகப் பூசித்தனர்.

அடுத்து சிவன், தக்ஷன் புத்திரி தாக்ஷாயணி, தக்ஷனுக்கும் அவர்களுக் கும் உள்ள வேறுபாடு, தக்ஷயஞ்ஜம், தக்ஷன் அழிவு ஆகியவை இப்புராணத் தில் கூறப்படுகின்றது. (பல புராணங் களிலும் இது பற்றிக் கூறப்பட்டுள்ளது).

தக்ஷயாகத்தின் காரணமாக தாக்ஷாயினி உயிரைவிட்டு அடுத்து பார்வதியாகப் பிறந்து சிவனையே மணக்கிறாள்.

இந்நிகழ்ச்சிகளால் கோபம் கொண்ட சிவன், தக்ஷனை உலகில் பிராசீன பர்ஹி, மாரீஷர்களுக்கு மகனாகப் பிறக்கு மாறு சபித்தார்.

தக்ஷனும் சிவனுக்கு "முனிவர்கள் யாகத்தில் அவிர்ப்பாகம் அளிக்க மாட்டார்கள். சொர்க்கத்தில் இல்லாமல் பூமியில் மட்டுமே உறைவிடம் ஆகும்" என்று சபித்தான்.

அப்போது சிவபெருமான் "தக்ஷ சாபத்தினால் அல்ல, பூமியே உறை வதற்கு ஏற்ற இடம்; எனவே அங்கேயே என் உறைவிடம். நான் மற்ற தேவர் களுடன் உணவு கொள்ளமாட்டேன். ஏனெனில் பிராமணர்கள் எனக்குத் தனியாக உணவு படைப்பர். அதே போல் நான் தனியாகவே பூசிக்கப் படுவேன், மற்றவர்களுடன் அல்ல" என்று கூறினார்.

மறு பிறவியிலும் தக்ஷன் தக்ஷனாகவே பிறந்து இமயமலையில் கங்கைத் துவாரம் என்ற இடத்தில் சிவன் தவிர மற்றவர்களை அழைத்து ஒரு யாகம் செய்தார். சிவனில்லாத யாகம் வெற்றி தராது என்று கூறி ததீசி முனிவர் அதில் பங்கு கொள்ளவில்லை.

மேரு மலை மீதிலிருந்து சிவனும், உமையும் அனைவரும் தக்ஷனின் யாகத்திற்க்குச் செல்வதைக் கண்டார். அப்போது சிவ பெருமான் தன் வாயிலிருந்து வீரபத்திரனைத் தோற்று விக்க பரமன் ஆணைப்படி தக்ஷன் யாகத்தையும், அங்கிருந்தோர் களையும் வீரபத்திரன் அழித்தான். தக்ஷன் மறுபடி யும் தலையும், உயிரும் பெற்றான். மேலும் பரமன் அவன் ஆயிரம் அசுவமேத யாகங்கள், நூறு வாஜ்பேய யாகங்கள் வெற்றியுடன் நடத்துமாறு ஆசீர்வதித்தார்.

11. நிலப்பரப்பும் அதன் பகுதிகளும்

(இதுவும் பல புராணங்களில் விவரிக்கப்பட்டுள்ளது காண்க)

சுவாயம்புவ மனுவின் மகன் பிரிய விரதனுக்கு பத்து புத்திரர்களும், இரண்டு புத்திரிகளும் பிறந்தனர்.

பிரியவிரதன் உலகை ஏழு த்வீபங்களாகப் பிரித்து ஏழு புத்திரர்களுக்கும் பங்கிட்டுத் தந்தான். அக்னிதரனுக்குச் சம்பு த்வீபமும், மேதத்திக்கு ப்லக்ஹ த்வீபமும், வாசுவுக்கு ஷால்மலி த்வீபமும், ஜியோதிஷ் மனனுக்குக் குசத்வீபமும், துயுதி மனனுக்கு கிரௌஞ்ச த்வீபமும், ஹவ்யனுக்கு க்ஷகத்வீபமும், சவனனுக்கு புஷ்கர த்வீபமும் அளிக்கப்பட்டது.

(மற்ற மூவரும் தவம் செய்யச் சென்றதாக விஷ்ணு புராணம் கூறும். மேலும் அக்னி புராணம், பாகவத புராணமும் இப்பகுதியைக் காட்டும்).

சவனன் தனது புஷ்கத்வீபத்தை இரண்டு வர்ஷங்களாகப் பிரித்து, திதகண்டன், தாடகிகண்டன் இருவருக்கும் கொடுத்தான்.

ஹவ்யன் தனது ஏழு குமாரர்களுக்கும் தனது ஷகத்வீபத்தை ஏழு வர்க்ஷங்களாகப் பிரித்து அளித்தான். அந்த ஏழுபேர் ஜலஜன், கௌமாரன், சுகுமாரன், மணிசகன், குசு மோத்தரன், மௌதகன், மஹத்ருமன் எனப்படுவர்.

இவ்வாறே துயுதமனன், ஜோதிஷ் மனன், வாசு (அ) வாபுஷ்மனன் மேததிதி ஆகியோரும் அவரவர் நிலப்பகுதியை, அவரவர் ஏழு பிள்ளைகளுக்கும் பிரித்துக் கொடுத்தனர்.

ஜம்புத்வீபம் பெற்ற அக்னிதரன் தன் நிலப்பகுதியைத் தனது ஒன்பது புத்திரர்களுக்குப் பிரித்துக் கொடுத்தான். அவை அப்புத்திரர்கள் பெயரிலேயே அறியப்பட்டன. இவ்வாறு பங்கிட்டுக் கொடுத்த பின் அக்னிதரன் தவம் செய்ய கானகம் சென்றான்.

மேலே கூறிய ஒன்பதின்மர் முறையே நபி, கிம்புருஷன், ஹரி, இளவிரதன், ரம்யன், ஹிரண்வனன், குரு, பத்ரஷ்வன், கேதுமாலன் என்போர்.

நபியின் மகன் ரிஷபன், அவன் மகன் பரதன். பரதன் பெயராலேயே நபி ஆண்டு வந்த பகுதி பாரத வர்ஷம் எனப்பட்டது.

12. ஜம்புத்வீபம்

இதைச்சுற்றி லவண சமுத்திரம், இமாலயம் முதல் ஆறு பெரும் மலைத் தொடர்கள் உள்ளன. இப்பகுதியின் நடுவில் சமேரு மலை உள்ளது. இப்பகுதியில் நான்வகை வருணத்தவரும் வாழ்ந்து வந்தனர். இமய மலைக்குத் தெற்கில் உள்ள பகுதி பாரத வர்ஷமாகும்.

சுமேரு பர்வதம் முழுவதையும் பிரம்மா ஒருவராலேயே காண முடியும். அதன் மீது பிரம்மா இருக்கிறார். தேவர்கள் அவனைத் தரிசிக்க வந்த வண்ணம் உள்ளனர். விமானங்கள் பல காணப்படும். ரிஷிகள் மந்திரங்கள் உச்சரிப்பதும் யஜ்ஞ யாகாதிகள் செய்வதும் எப்போதும் நிகழ்ந்த வண்ணம் இருக்கும். அதன் சிகரம் 'சத்ரவத' எனப்படும். அங்கு கால்வைக்க அரக்கர்கள் அஞ்சுவர்.

அங்கிருந்து சிறிது தூரத்தில் இந்திரனின் அமராவதி நகரம் உள்ளது. அவரது அரசவை சுதர்மா எனப்படும். அது பாரிஜாத மலரால் அலங்கரிக்கப்பட்டுள்ளது. சுதர்மாவில் தேவர்களும், கந்தர்வர்களும், அப்சரசுகளும் எப்போதும் காணப்படுவர்.

பிரம்மாவின் இருப்பிடத்திற்குத் தென் கிழக்கில் அக்னியின் அவை உள்ளது. இன்னும் தெற்கில் சுசும்யாமா என்னும் சூரியனின் அவை உள்ளது. மற்றும் வருணனின் சுபாவதியும், வாயுவின் காந்தவதியும், சிவபிரானின் யோஷவதியும் உள்ளன.

முனிவர்கள், கந்தர்வர்கள், அப்சரசுகள், மற்றும் புண்ணியசாலிகளுக்கான இவ்விடம் சொர்க்கம் எனப்படும்.

சுமேரு மலையைச் சுற்றிலும் ஏரிகளும், அழகிய நந்தவனங்களும், பழத்தோட்டங்களும் காடுகளும் உள்ள பள்ளத்தாக்குகளும் உள்ளன.

இது இந்திராதி தேவர்களுக்கும், ராக்ஷசர்களுக்கும், கின்னரர்களுக்கும், கருடன் அவன் மகன் சுக்கிரீவன், பல பாம்புகள் மற்றும் சிவனின் பூதகணங்கள், அஷ்டவசுக்கள், சப்தரிஷிகள், ருத்திரர்கள், ஆதித்தியர்கள், அசுவினிகள், கந்தர்வர்கள், யக்ஷர்கள், ஆகிய அனைவர்க்கும் இருப்பிடமாக உள்ளது. ஹரிகூடம் என்ற சிகரத்தில் விஷ்ணுவும், ஹேமஷிரிங்கா சிகரத்தில் பிரம்மாவும் உள்ளனர். மற்ற சிகரங்களில் மற்ற இனத்தவர் வாழ்கின்றனர்.

13. கைலாயம்

இது சங்குபோல் வெண்மையாய், மிகப் பரந்து, தேவர்களால் விரும்பி வரக்கூடிய இடமாக உள்ளது. இதன் நடுவில் குபேரன் அவனது அழகிய அரண்மனையில் வசிக்கிறான். அவனுடைய அவைக்கு 'விழல' என்று பெயர். அவனிடம் புஷ்பக விமானம் உள்ளது.

குபேரனுடைய தோழர்கள் யக்ஷர்கள், கந்தர்வர்கள், அப்சரஸுகள். குபேரனின் நெருங்கிய நண்பனாகிய பரமசிவனும் அடிக்கடி இங்கு வருகிறார். இங்கு மந்தாகினி ஆறு பாய்கிறது. யக்ஷ, கந்தர்வ ஸ்திரீகள் இங்கு காணப்படும் சிவப்பு, நீல நிற தாமரை மலர்களை விரும்பி அணிந்து மகிழ்கின்றனர். அலகநந்தா, நந்தா ஆகிய இரண்டு ஆறுகளும் கூட இங்கே பாய்கின்றன.

இங்குதான் சிவ - பார்வதி திருமணம் நடைபெற்றது. இங்கே கார்த்திகேயன் பிறந்தான். உண்மையில் இது ஒரு புனிதத் தலம்.

கேதுமால வர்ஷ : மேற்கில் இருப்பது கேதுமாலவர்ஷா என்பது. இங்கு வலிமையும், அழகும் மிக்க பெண்மணிகள் உள்ளனர். பலாப்பழங்கள் நிறைந்து பசுக்களும், மக்களும் மகிழ்ந்து வாழும் இடம் இது.

பத்ராக்ஷ வர்ஷ : இது கிழக்கில் உள்ளது. இங்கு 'சால' மரங்கள் அதிகம். இங்கு இருப்பவர்கள் பல்லாயிரமாண்டுகள் ஜீவித்திருப்பர். இங்குள்ளவர்கள் நம்பிக்கை குரியவராய், அகிம்சை முறையைக் கையாண்டு வருகிறார்கள். இங்கும் அழகிய மலைகள், நதிகள், அரசுகள் உள்ளன.

கிம்புருஷ வர்ஷ : இங்கிருப்போர் ஓராயிரம் ஆண்டு ஜீவித்திருப்பவர்கள். பொன்மேனி கொண்ட ஆண்களும், அப்சரஸுகள் போன்ற பெண்களும் இங்கு வாழ்கின்றனர். இங்கு பலாக்ஷ மரங்கள் உள்ளன. இங்கும் மலைகள், நதிகள் ஆகிய இயற்கை வளங்கள் உண்டு.

ஹரி வர்ஷ : இங்குள்ளவர்கள் வெள்ளி என ஒளிர்பவர்கள். தேவர்கள் போன்றவர்கள். முதுமை என்பதையே அறியாமல் பல்லாயிரக்கான ஆண்டுகள் கொண்டவர்கள். கருப்பஞ்சாறு அருந்தி நெடுநாள் வாழ்வர்.

இளவிருத வர்ஷ : இங்குச் சூரியனது வெப்பம் கடுமையாக இருப்பதில்லை. தாமரைக் கண்கள் கொண்டவர்கள். இவர்கள் வாழ்வும் பல்லாயிர வருஷக் கணக்காகும். இது மிகவும் பரந்து, உயர்ந்து உள்ளது.

ரம்யக வர்ஷ : இங்குள்ளோர் அழகு மிக்கவர்கள். இங்கு ஒரு படர்ந்த ஆலமரம் உள்ளது. அதன் சாறை உட்கொண்டு பல்லாயிரம் ஆண்டுகள் வாழ்கின்றனர்.

ஹிரண்வன வர்ஷ : இங்கு ஹிரண்யதி என்ற ஆறு பாய்கிறது. இங்குள்ளவர்கள் செல்வந்தர்கள். இவர்களும் பல்லாயிரம் ஆண்டுகள் உயிர் வாழ்ந்திருப்பர்.

குரு வர்ஷ : மரவுரி ஆடைகளைச் செய்து அணிகின்றனர். இங்கு ரத்தினங்கள் கிடைக்கின்றன. மணலில் வெள்ளி தெளிக்கப்பட்டிருக்கிறது. இவர்களுக்கு முதுமை, நோய் வருவதில்லை. இங்கு இரட்டைக் குழந்தைகள் பிறக்கின்றனர். இங்கிருப்பவர்களும் பல்லாயிரக்கணக்கான ஆண்டுகள் வாழ்ந்திருப்பர்.

14. பாரத வர்ஷம்

பாரத வர்ஷத்தின் வடக்கில் இமய மலையும், மற்ற பகுதிகளில் சமுத்திரமும் சூழ்ந்துள்ளன. இதன் பெயர்க் காரணம் முன்பே கூறப்பட்டது.

பாரத வர்ஷத்தில் வாழ்க்கையே கர்மாவாகும். எனவே இதற்கு கர்ம பூமி என்று பெயர். அது போக பூமி அல்ல.

இது இந்திரத்வீபம், கசேரு, தாம்ர பர்ணம், கபஸ்தமானம், நாகத்வீபம், சௌம்யா, கந்தர்வ, வருண என்று எட்டு பகுதிகளாகப் பிரிக்கப்பட்டுள்ளது; ஒன்பதாவது தீவாகும். இதன் கிழக்கில் கிராதர்களும், மேற்கில் யவனர்களும் வசிக்கின்றனர்.

பாரதவர்ஷத்தில் பிராமண, க்ஷத்திரிய, வைசிய, சூத்திரர்களென நான்குப் பிரிவினர் வாழ்கின்றனர். அவர்கள் தம்தம் தொழில்களைப் பின்பற்றி வாழ்கின்றனர். அவர்களுக்கான சதுர்வித உபாயங்கள் அறம், பொருள், இன்பம், வீடு ஆகும்.

நாடாள்பவர்கள் 'சாம்ராட்' என்று அழைக்கப்படுவர். இமாலயம் போன்ற முக்கிய மலைகள், கங்கை, சிந்து, காவிரி போன்ற புண்ணிய நதிகள் இங்குள்ளன. இங்கு பாயும் நதிகள் யாவும் கங்கைக்கு இணையான புனிதமானவை.

இங்கு பல ராஜ்ஜியங்கள், பல வம்சத்தினரால் ஆளப்பட்டன. குரு, பஞ்சால, சால்வ, சூரசேன, வத்ச, குந்தல, கோசல, கலிங்க, மகதம் ஆகியவை மாநிலங்கள். பல இதிகாச நூல்களில் அவை ஐம்பத்தாறு அரசுகள், அரசர்கள் என்று கூறுவர். முதலில் கூறப்பட்ட ராஜ்யங்கள் வடக்கில் உள்ளவை. வாலிக, அபிர, சௌபிர, ஷக, கேகய, மாத்ர, காஷ்மீர், காம்போஜம் ஆகியவையும் வட மாநிலங்களே.

கிழக்கில் ஆந்திரவள, சுஜராக, அந்தர்கிரி, வஹிர்கிரி, பிரபங்க, பங்க, மலத, மாளவர்ணிக, பிரம்மோத்தர ஆகியவை கிழக்கில் உள்ளவை.

தெற்கில் கலிங்க, மகாராஷ்டிர, கேரள போன்ற பல ராஜ்ஜியங்கள் தோன்றின. மேற்கில் நாசிக, மஹேய, கச்சிய, சுராஷ்டிரா போன்ற மாநிலங்கள்.

15. வான சாஸ்திரம்

இப்பேரண்டத்தில் ஈரேழு பதினான்கு லோகங்கள் உள்ளன. அவற்றில் பூலோகம், புவர்லோகம், சுவர்லோகம், மஹர்லோகம், ஜனலோகம், தபலோகம், சத்தியலோகம் என்று ஏழு மேலுலகங்களும், அதல, சுதல, நிதல, கபஸ்தல, மஹாதல, ஸ்ரீதல, பாதாளம் ஆகிய ஏழு கீழுலகங்களும் உள்ளன.

காலம் : கால அளவையில் மிகச் சிறிய அலகு நிமிஷம். 15 நிமிஷங்கள் = 1 கஷ்தா; 30 கஷ்தைகள் = 1 காலம்; 30 காலம் = முகூர்த்தம், 30 முகூர்த்தம் = 1 நாள் – ஒரு நாள் பத்துப் பிரிவுகளாக, ஒவ்வொன்றும் முகூர்த்தங்களை கொண்டது. பிராதக் காலம், மத்திய காலம், (முற்பகல்), அபர்ணா (பிற்பகல்), சயன்ஹா (மாலை) என்று 1 நாள் பிரிக்கப்பட்டுள்ளது. பகலுக்கு 15 முகூர்த்தங்கள், இரவுக்கு 15 முகூர்த்தங்கள். 15 நாட்கள் = 1 பக்ஷம்; 2 பக்ஷங்கள் = 1 மாதம்; 2 மாதங்கள் = ஒரு ருது; 3 ருதுக்கள் = 1 அயனம்; 2 அயனங்கள் = 1 வருடம்.

12 மாதங்கள் : சைத்ர (சித்தரை), வைசாக (வைகாசி), ஜேஷ்ட (ஆனி), ஆஷாட (ஆடி), சிராவண (ஆவணி), பாத்ர (புரட்டாசி), ஆச்வின (ஐப்பசி), கார்த்திக (கார்த்திகை), ஆக்ரஹயான (மார்கழி), பௌஷ (தை), மாக (மாசி), பல்குண (பங்குனி) என்பவை.

ஆகாயத்தில் எண்ணிலடங்கா நட்சத்திரங்கள் (விண்மீன்கள்) உள்ளன. அவற்றுள் ஸப்த ரிஷிகள், துருவன், அருந்ததி என்பவை முக்கியமானவை. அனைத்து நக்ஷத்திரங்களும் துருவனைச் சுற்றிச் சுற்றி வருகின்றன.

மேஹனா – அடர்த்தி, திரவமாக்கல் எனப் பொருள். எனவே 'மேகம்' என்ற பெயர் பெற்றது. மேகங்கள் ஆக்கினேய (வடமேற்கு) மேகங்கள், பிரம்மஜ மேகங்கள், பங்கஜ மேகங்கள் என்று மூன்று வகை. ஆக்கினேய மேகங்கள் இடி, மின்னல் இல்லாமல் பெரு மழை பொழிவிக்கும்; மலை மீதும், மலையைச் சுற்றிலும் பிரம்மஜ மேகங்கள் இடி, மின்னலுடன் மழை பெய்விக்கும், பங்கஜ மேகங்கள் சஞ்சரித்துக் கொண்டே இருக்கும். இவை இலேசான மேகங்கள்.

மேலும், சூரியன், சூரியனின் ஒற்றைச் சக்கரதேர், ஆதித்தியர்கள், சந்திரன், சந்திரனின் தேர், சாஹி சுக்கில பக்ஷ (வளர் பிறை), கிருஷ்ண பக்ஷம் (தேய்பிறை) விளக்கப்பட்டுள்ளன. அத்துடன் புதன், சுக்கிரன், பிருகஸ்பதி, சனி ஆகியவை பற்றியெல்லாம் கூறப்படுகிறது. (இவை வேறு சில புராணங்களில் விவரிக்கப்பட்டுள்ளன).

சிவனின் நீல கண்டம்

அமுதம் கடைந்தபோது தோன்றிய ஆலகால விஷத்தை உலக நலன் கருதி சிவபெருமான் உட்கொள்ள, அது அவருக்கு தீங்கு விளைவிக்கும் என்று பார்வதி கழுத்தை அழுத்த விஷம் அங்கேயே தங்கி அதன் பயனாய் கழுத்து நீல நிறம் பெற்றது. அவர் நீலகண்டன் என்று பெயர் பெற்றார்.

16. வசுவும் வசுதராவும்

ஒரு சமயம் இந்திராதி தேவர்கள் ஒரு சிறப்பு அசுவமேத யாகம் செய்ய முடிவு செய்து அதற்கு எல்லா முனிவர்களையும் வரவழைத்தனர். இந்த யாகத்தில் ஆயிரக் கணக்கில் மிருகங்கள் பலியிடப்பட்டன. புரோகிதர்கள் வேதங்கள் ஓதினர்.

ஆனால், இவ்வாறு மிருகங்கள் பலி கொடுக்கப்படுவது கண்டு அவர்கள் மனம் இரக்கம் கொண்டது. எனவே அவர்கள் உயிர்க்கொலை தர்ம நெறிக்கு எதிரானது. யாகம் அகிம்சையுடன் கூடியதாக இருக்க வேண்டும் என்று கூறினர். இது விஷயமாய் ரிஷிக்கும், தேவர்களுக்கும் பெரிய வாதம் நடந்தது. மன்னன் உபரிசரவசுவை மத்தியஸ்தம் செய்து வைக்க அழைத்தனர். ஆனால், மன்னன் இந்திரனுடைய நண்பன் ஆனதால் மிருகபலி சாஸ்திரத்தை ஒட்டியதே என்றான்.

எனவே, ரிஷிகள் அவனைப் பாதாள உலகில், யாகத்தில் அளிக்கப்படும் நெய்யை அருந்தி வாழுமாறு சபித்தனர். நெய்யை வசு என்றும் கூறுவர். தா என்றால் – பாய்தல். அதனால் பூமிக்கு 'வசுதரா' என்று பெயர் ஏற்பட்டது.

17. கலி யுகம்

கலி யுகம் நான்கு யுகங்களில் இறுதியானது. இது கொடுமை மிக்கது. வருணாசிரம தருமங்கள் நிலைகுலையும்.

ஏமாற்றுக்காரர்கள் தலை முடியை மழித்து சமயக்குரவர் போல் சாஸ்திரம் படிப்பார்கள். அவர்களை ஏற்று மக்கள் மோசம்போவார்கள். உண்மையில் தரும நெறி உடையார் இந்த யுகத்தில் நல்ல பலன் பெறுவர். கலி யுகத்தில் ஒரு நாளின் தருமம், துவாபரயுகத்தில் ஒரு மாத புண்ணியத்துக்கும், திரேதாயுகத்தில் ஓராண்டு புண்ணியத்துக்கும் சமமாகும்.

எனினும், கலியுக முடிவில் தருமம் நிலை நாட்டப்படும். விஷ்ணு பிரமிதி மன்னன் வடிவில் அவதரிப்பார். இவர் 'கல்கி' எனவும் கூறப்படுவார்.

கல்கி தனது முப்பத்திரண்டாவது வயதில் தருமத்தை நிலை நாட்ட ரத, கஜ, துரக, பதாதிகளுடன் கிளம்பி துஷ்ட நிக்கிரகம் செய்து, சிஷ்டபரிபாலனம் செய்வார். இவ்வாறு இருபத்தைந்து ஆண்டுகள் நடைபெறும். இவ்வாறு ஐம்பத்திரண்டு ஆண்டுகள் கழிய உலகை ஆண்டு வருவார். இவ்வாறு சத்ய யுகத் திற்கு கலியுகம் வித்திடும்.

மக்களெல்லாம் சிறிது சிறிதாக உயரம் குறைந்து குள்ள மனிதர்கள் ஆகித் தோன்றுவர்.

18. யஜ்ஞு வல்கியர்

ஜனக மகாராஜன் ஒரு சமயம் ஓர் அசுவமேத யாகம் செய்வதற்காக ஆயிரக் கணக்கான முனிவர்களை அழைத்தார். அவர் அந்த ரிஷிகளில் சிறந்தவர் யார் என்றறிய ஓர் உபாயம் செய்தார். ஒரு சோதனை நிகழ்த்தினார். அவர் ஓராயிரம் பசுக்கள், பணியாளர் பலர், மிக்க அளவில் பொன்னுடன் முனிவர்கள் முன்வந்து, ''இவையனைத்தும் அதிக அறிவாளியும், வேத சாஸ்திர நிபுணரும், மிகச் சிறந்தவருமான ஒருவருக்கே சொந்தமாகும். எனவே அந்த ரிஷி யார் என்பதை நீங்கள் முடிவு செய்வீராக'' என்று கூறினார் ஜனகர்.

அவர்களில் ஒருவரான யஜ்ஞுவல்கியர் ''இவை எனக்கே உரியவை. நானே ஞானம் மிக்குடையவன். சகல சாஸ்திர சம்பன்ன விற்பன்னன்'' என்றார். அனைவரும் அவர் மீது கோபம் கொள்ள, ''இதை வாதத்தின் மூலம் முடிவு செய்யலாம்'' என்று கூற வாதம் தொடங்கிற்று.

யஜ்ஞுவல்கியர் ஒரு பக்கமும், மற்ற முனிவர்கள் ஒரு பக்கமுமாக இருந்து வாதம் தொடங்கினர். மற்றவர்கள் கேட்ட அனைத்துக் கேள்விகளுக்கும் யஜ்ஞுவல்கியர் தக்க விடை அளித்து தானே தகுதிபெற்றவன் என்று நிரூபித்தார்.

இதற்கு ஷகல்யர் என்ற முனிவர் சம்மதிக்கவில்லை. ஷகல்யர் கேட்ட ஆயிரம் கேள்விகளுக்கும் யஜ்ஞுவல்கியர் விடையளித்தார். அதேசமயம் யஜ்ஞு வல்கியர் கேட்ட வினாக்களுக்கு ஷகல்ய ரால் பதில் உரைக்க இயலவில்லை. எனவே யஜ்ஞுவல்கியரே சிறந்தவர் என்பது உறுதியாயிற்று.

எல்லாப் பொருள்களையும் எடுத்துக் கொண்டு யஜ்ஞுவல்கியர் தன் ஆசிரமம் அடைந்தார். அவர் வைசம்பாயனரிடம் வேதங்களைக் கற்றவர்.

ஒரு சமயம் வைசம்பாயனர் ஒரு கடினமான சமயச் சடங்கை ஆரம்பித்தார். அப்போது அவர் தன் சீடர்கள் அனை வரையும் வருவித்துத் தனக்கு உதவியாக இருக்குமாறு பணித்தார். அப்போது யஜ்ஞுவல்கியர் தானொருவனே தேவை யானவை செய்ய இயலும் என்றும், மற்றவர்களும் இருப்பதில் ஓர் ஆட்சே பணையும் இல்லை என்று கூற அது சீடரான அவரது அகம்பாவத்தை எடுத்துக் காட்டியது.

எனவே வைசம்பாயனர் கர்வம் பிடித்த யஜ்ஞுவல்கியர் தனக்குச் சீடனாக இருப்பதைத் தான் விரும்பவில்லை என்றும், தன்னிடம் கற்ற கல்வியைத் திருப்பி அளிக்குமாறும் ஆணையிட்டார்.

வைசம்பாயனர் தனக்கு வேதவியாசர் கற்பித்த யஜுர் வேதத்தை அவர் யஜ்ஞுவல்கியருக்கு கற்பித்திருந்தார். தனக்குக் கற்பித்த யஜுர் வேதத்தை யஜ்ஞுவல்கியர் கக்கிவிட்டார். பின்னர் யஜ்ஞுவல்கியர் சூரியனை நோக்கித் தவமிருந்து அவர் அருளால் மறுபடியும் யஜுர் வேதத்தைக் கற்றறிந்தார்.

யஜ்ஞவல்கியர் கக்கிய யஜுர் வேதத்தை மற்ற முனிவர்கள் பறவைகள் வடிவம் கொண்டு விழுங்கினர் என்றும் அதன் மூலம் அவர்கள் பெற்ற அறிவு தைத்திரிய ஸம்ஹிதை என்றும் வேறு புராணங்கள் காட்டும்.

19. சர்வம் சிவமயம் ஜகத்

ஒரு சமயம் தன்னைக் காணவந்த தேவர்களிடம், திருமால், ''எனக்கேற் பட்டுள்ள மகிமை எல்லாம் பராத் பரனான பரமேஸ்வரனின் கருணையால் ஏற்பட்டது. அவரே அனைத்துலகையும் பரிபாலனம் செய்பவர். பிரளய காலத்தில் நான் ஆலிலை மீது படுத்துக் கொண்டிருக்கையில் ஆயிரக்கணக்கான தலைகள், கரங்கள், கால்களுடன் ஒரு பேரொளி காணப்பட்டது. கொஞ்சம் கொஞ்சமாக அது நான்கு முகங்க ளுடன்,பொன்நிறம் கொண்டு, பூணூல், கமண்டலங்களுடன் தோன்றி என்னை யாரென்று கேட்டது. பின்னர் அவ்வடிவம்தான் சுவயம்பு என்றும், சிருஷ்டி, ஸ்திதி, சம்ஹாரகன் நானே என்றது. அப்போது நான் (விஷ்ணு) நானே சர்வமும்'' என்று கூறி விளக்கி னேன். இருவருக்கும் பெரிய வாக்கு வாதமே நடந்தது.

அப்போது எங்கள் இருவர் எதிரில் வடக்கிலிருந்து ஒரு பேரொளி வந்து நின்றது. அதனருகில் நாங்கள் சென்று பார்க்க அது ஒரு மகாலிங்கமாய் காட்சி அளித்தது. அதன் அடியும் முடியும் புலப்படவில்லை. அப்போது அதன் அடியைக் காண நானும் (விஷ்ணு) முடியைக் காண பிரம்மாவும் புறப்பட் டோம். பல்லாயிரக்கணக்கான ஆண்டுக ளாகியும் அடி, முடிகளைக் காண முடிய வில்லை.

இருவரும் புறப்பட்ட இடத்திற்கே வந்து தங்கள் தோல்வியை ஏற்றோம். ''ஓ பரமேஸ்வரா எங்களைக் காத்திடுங்கள்'' என்று பிரார்த்தித்தோம்.

அப்போது எதிரில் கோடி சூர்ய பிரகாசத்துடன் பிநாகம், திரிசூலம், பாம்பு, பூணூலுடன் சிவன் பிரத்யக்ஷ மானார். தோன்றியவர் பெரிய அட்ட காசம் செய்தார்.

அதைக்கண்டு நாங்கள் அச்சமடைந் தோம். அப்போது அவர், ''அச்சமேன். நீங்கள் என்னிலிருந்து தோன்றியவர்கள். வலக்கையிலிருந்து பிரம்மாவும், இடக் கையிலிருந்து விஷ்ணுவும் தோன்றினீர் கள். உங்களுக்குள் ஏன் போராட்டம்! உங்கள் துதியினால் மகிழ்ச்சி கொண்டேன். என்ன வரம் வேண்டும்'' என்று கேட்டார் பரமன். அதற்கு நாங்கள் ''உங்கள் திருவடிகளில் எங்கள் பக்தி என்றும் நிலைத்திருக்க வரம் அளியுங்கள்'' என்றோம். ''இனி நீங்கள் சிருஷ்டியை ஆரம்பியுங்கள்'' என்று பரமன் கூறி மறைந்தார். ''பரமன் அருளாலேயே தனக்கு துஷ்ட சிக்ஷணம், சிஷ்ட பரிபாலனம் செய்யும் சக்தி கிடைத்ததென்று அனைவரும் சிவனை பூசித்தனர்''என்றார் திருமால்.

20. தாருகாவன முனிவர்கள் ஈசனை அறிதல்

இமயமலையில் தேவதாரு மரங்கள் நிறைந்த தாருகாவனத்தில் முனிவர்கள் தமது மனைவியருடன் ஆசிரமங்கள் கட்டிக் கொண்டு வாழ்ந்து வந்தனர். அவர்களுக்கு அருள் புரிய சிவபெரு மான் பிரகிருதி வடிவில் ஜடாதரனாய், கோரப்பற்களுடன் திகம்பரனாகப் தோன்றி அவர்கள் அமைதியைக் குலைக்க அவர்கள் தவம் பங்கப்பட்டது.

முனிவர்கள் பரமனைக் கழுதை ஆகுமாறும், பேயாகுமாறும் சபிக்க அவர் கோபம் கொள்ளவில்லை. அவரது ஒளிக்கு முன் முனிவர்கள் சூரியனுக்கு முன் அகலாசக் காணப்பட்டனர்.

முனிவர்கள் வேஷதாரியிடம் நல்ல விதமாகப் பேச முனைந்தனர். இறுதி யில் அவர் ஆடையுடுத்திவராவிடின்

அவரது ஆண்குறி அகன்றுவிடும் என்று கூறி அச்சுறுத்த முயன்றனர்.

அப்போது பரமன் ''கேசவாதியர்களால் கூட அது முடியாது. என் லிங்கத்தை நானே பூமியில் விடுகிறேன்'' என்று கூற முனிவர்கள் ''உன் பிரபாவம் எங்களுக்குத் தேவையில்லை. ஆடையுடுத்தி நாகரிகமாய் நடந்துகொள், இல்லாவிட்டால் இவ்விடம் விட்டு அகன்றுவிடு'' என்றனர். பரமன் மறைந்துவிட்டார். ஆனால் அங்கு ஒரு லிங்கம் தோன்றியது.

இவ்வாறு பரமன் மறைந்தவுடன் உலகமே அசைவற்று ஸ்தம்பித்துப் போய்விட்டது.

இதன் காரணத்தை அறியாமல் முனிவர்கள் பிரம்மாவிடம் சென்று நடந்தவற்றை எல்லாம் கூறி முறையிட அவர், ''வந்தவர் ஆதி புருஷனான பரமேஸ்வரனே. அவரே நாம் உயிருடன் இருப்பதற்கு, உலகில் ஜீவராசிகள் வாழ்வுக்கு ஆதிகாரணம். இது சிவனது லீலையே. எந்த தேஜஸ்ஸிலிருந்து லிங்கம் தோன்றியதோ அதை பரமேஸ்வர ரூபமாக எண்ணிச் சேவித்து இஷ்ட சித்திகளைப் பெறுங்கள்'' என்றார்.

முனிவர்கள் திரும்பிவரும் போது சிவபெருமானும் அங்கு வந்திருந்தார். முனிவர்கள் அவரைத் துதி செய்து, ''காமக்ரோதாதிகளைத் தொலைக்க முயற்சித்தோமே அன்றி சித்தி பெற்றவர்களல்லர். எனவே நாங்கள் செய்ய வேண்டியவற்றை உபதேசித்து அருள் புரியுங்கள்'' என்று பிரார்த்தித்தனர்.

அப்போது பரமன் அவர்களைப் ''பாசுபத விரதம் அனுஷ்டித்து, எல்லாச் செல்வங்களும் பெறுவீர்களாக'' என்று கூறி அருளினார்.

மேலும் பரமன், ''உலகில் மனிதன் முதல் அனைத்து ஜீவராசிகளும் பிறக்கும் போது ஆடையின்றியே நக்னமாகத் தோன்றுகின்றன. மற்றும் பட்டாடை அணிந்தவர்களும் இந்திரியங்களை வெல்ல முடியாமல் நக்னர்களாகவே இருக்கின்றனர்'' என்றார்.

''முக்காலமும் என் நாமம் உச்சரித்து விபூதி அணிந்து பூசிப்பவர்கள் காணாதி பத்தியம் பெறுவர். சிவபக்தி கொண்டவர்கள் மோக்ஷம் அடைவர். திருநீறு அணிந்து மயானத்தில் என்னைத் தியானிப்பவர்கள் அணிமா சித்திகளைப் பெறுவர். இந்திராதி தேவர்கள் காம்ய விரதங்கள் அனுஷ்டித்து என்னருளால் அவரவர் பதவியைப் பெற்றனர். நீங்களும் என்னைப் பக்தியுடன் ஆராதித்து பாசுபத விரதம் அனுஷ்டித்து என்னருளால் உய்யுங்கள்'' என்று சிவபெருமான் தாருகாவன முனிவர்களிடம் கூறி மறைந்தார்.

21. வாலியும் இராவணனும்

நிரஜன் எனும் வானரன் தன் பெண் விரஜாவை ருக்ஷீடன் என்ற வானரனுக்கு மணம் செய்வித்தான். அந்த விரஜாவை கண்டு மோகித்த இந்திரன் அவள் சம்மதத்துடன் சேர்ந்திட வாலி என்னும் பலசாலியான வானரம் பிறந்தது. (இவனே இராமனால் கொல்லப்பட்டவன்) மற்றும் விரஜா சூரியனுடன் சேர்ந்து சுக்கிரீவனை பெற்றெடுத்தாள். அவர்கள் இருவரில் வாலி அரசாண்டு வந்தான்.

வாலி சுஷேணனின் பெண் தாரையையும், சுக்கிரீவன் பநஸனின் பெண் ருமையையும் மணந்தனர். அஞ்சனா தேவி கேசரி என்ற வானரனின் மனைவி. அவள் வாயுவின் அருளால் அனுமானை ஈன்றெடுத்தாள்.

ஒரு நாள் வாலி சூரியனுக்கு அர்க்கியம் அளிக்கத் தென் கடலுக்குச் சென்றான். இலங்கை வேந்தன் இராவணன் இதையறிந்து வாலியைத்

தேடிச் சென்று அவனுக்குப் பின் பக்க மாக இருந்து அவனைத் தாக்கினான். இதைக் கண்டும் காணாமல் இருந்த வாலி, இராவணனைத் தன் அக்குளில் இருக்கிக் கொண்டு அனைத்துச் சமுத்தி ரங்களிலும் நீராடி ஜபதபங்கள் முடித்துக் கொண்டு கிஷ்கிந்தையை அடைந்து ஒரு மூட்டையை இறக்குவது போல் இராவணனைக் கீழே தள்ளினான். மூர்ச்சையாகி இருந்த இராவணனைத் தெளிவித்து வாலி, ''திக்பாலகர்களை யும், மூன்று லோகங்களையும் வெற்றி கொண்ட நீ ஒரு வானரத்திடம் பலவீன மடைந்து விட்டாயே?'' என்று கேட்டான்.

இராவணன் வாலியிடம் மன்னிப்புக் கோரி இருவரும் சினேகிதர்களாகினர். அதனால்தான் முதலில் வாலியைக் கொன்று இராமன், பின்னர் இராவணனை போரிட்டுக் கொன்றார்.

22. பரசுராமன்

மகாவிஷ்ணுவின் அவதாரங்களில் பரசுராம அவதாரமும் ஒன்று. பரசுராம னின் தந்தை ஜமதக்கினி முனிவர்; தாயார் ரேணுகாம்பாள்.

பரமேச்வரர் ஒரு வேடன் உருவில் தான் கொன்ற ஒரு மானின் மாமிசத்தை பரசுராமன் அருகில் கொண்டு வந்து வைக்க, அதனை அகற்றுமாறு பரசு ராமன் கூறினான். மேலும் அவனுடன் பேசுவதுகூட பாவமே என்றான்.

அதற்கு வேடன், என்னை அவசிய மின்றித் தூஷிக்கவேண்டாம். என் மனைவி மக்களின் உணவுக்காக இந்த மாமிசத்தைக் கொண்டு போகிறேன். இதுவே எங்களுக்கு பிரம்மா அளித்த உணவு. நான் உயிர் வாழ வேட்டை ஆடுகிறேன். ஆனால் நீயோ தந்தை சொன்னார் என்பதற்குத் தாயையே கொன்றாய். இதை அறிந்தவர் உன்னைப் பழிப்பர். எனவே வேறு இடம் செல்'' என்றான் வேடன்.

இவ்வாறு அறிவுபூர்வமாக கேட்ட வேடனை ''மும்மூர்த்திகளுள் ஒருவரா? வேடனாகத் தோன்றவில்லையே'' என்று பரசுராமன் கேட்டு வணங்கி ''பரமேச்வரா என்னை மன்னித்து அருள் புரியுங்கள்'' என்று வேண்டினான.

அப்போது பரமன் தோன்றி ''ராமன் கேட்ட சஸ்திர அஸ்திரங்களை வழங்கு கிறேன். ஆனால் அவற்றை நிர்வகிக்கும் சக்தி நீ பெற வேண்டும். தீர்த்த யாத்திரைகள் சென்று அந்தந்த தலத்தில் உள்ள தேவதைகளை உபாசித்து வந்து மறுபடியும் தீவிர தவம் செய்யவும் அப்போது அஸ்திர சஸ்திரங்களைத் தரிக்கும், நிர்வகிக்கும் சக்தி கிடைக்கும்'' என்றார்.

மூகலு என்னும் அரக்கி தேவலோகம் சென்று தேவர்களை விரட்டி அடிக்க, அவர்கள் சிவபெருமானிடம் முறையிட, பரமன் ''இமயமலையில் தவமியற்றும் பரசுராமன் அரக்கர்களைத் கொன்று, தேவர்களுக்கு வெற்றி கிடைக்கச் செய்வான்'' என்றார். பரமனிடம் பரசுராமன் ''நான் ஒரு சாமானியன். என்னால் எப்படி தேவர்களுக்கு உதவ முடியும்'' என்று கேட்க, பரமன் ''உன்னிடம் இயற்கையாகவே பராக் கிரமம் இருக்கிறது. அத்துடன் தவத்தால் ஏற்பட்ட சக்தி உள்ளது. அத்துடன் நான் உனக்கொரு பரசை (கோடாரியை) ஆயுதமாகத் தருகிறேன். மேலும் எதிலும் நீ வெற்றி பெறுமாறு என்னுடைய அருளும் உள்ளது. எனவே வெற்றியுடன் வா'' என்று' ஆசிர்வதித்து அனுப்பினார். அன்று முதல் பார்க்கவராமன், பரசு ராமன் என்று பெயர் பெற்றான்.

பரசுராமன் அசுரர்களை வென்று தேவர்களுக்கு வெற்றி பெற்றுத் தந்தான். மேலும் பரமனிடம் தான் எல்லா சஸ்திர, அஸ்திரங்களை உபயோகிக்கவும், உபசம்ஹாரம் செய்யவும் அருளுமாறு

வேண்டி அவ்வாறே பெற்றான். அவன் பெயர் கொண்ட பார்க்கவாஸ்திரத்தை யும் அருளினார்.

பரசுராமன் ஒரு சமயம் தன் தகப் பனாரைக் கொன்ற கார்த்த வீரிய அர்ச்சுன னையும், மற்றும் அரசர்கள் அனைவரை யும் கொன்று குவித்தான்.

கடைசியில் ஸ்ரீ ராமன் திருமணம் செய்து கொண்டு செல்கையில் அவரிடம் தோற்று தனது தவச் சக்தியை எல்லாம் தாரை வார்த்துக் கொடுத்துவிட்டுத் தவம் செய்யச் சென்றார் பரசுராமன்.

பரசுராமன் குருக்ஷேத்ரத்தில் சியமந்த பஞ்சகம் என்ற குளத்தை வெட்டி அதில் நீராடி பித்ருக்களுக்குத் தர்ப்பணம் செய்தார் பரசுராமர். அரசர்களைக் கொன்ற பாவங்கள் நீங்க காசியபரைப் பிரம்மாவாகக் கொண்டு அசுவமே தயாகம் செய்தார். யாக இறுதியில் ருக்வித்துக்களுக்குத் தக்ஷிணைகள் வழங்கினார்.

பின்னர் தான் வசிப்பதற்கு மஹேந்திர பர்வதத்தைத் தேர்ந்தெடுத்து அதைத்தவிர மற்ற பூமிப்பகுதிகளைக் காசியபருக்குப் பிரம்மதக்ஷிணையாகத் தானம் செய்தார். அது முதல் பூமி 'காசியபி' எனப்படு கிறது. அதன்பின் பரசுராமர் பித்ரு தேவதைகளின் கோரிக்கைப்படி சந்நிதி அடைந்து மஹேந்திர பர்வதத்தை அடைந்து தவம் செய்யலானார்.

23. கோகர்ண க்ஷேத்திரம்

பாரத நாட்டின் தென்பகுதியில் கோகர்ண க்ஷேத்திரம் உள்ளது. அது பரமேஸ்வரன் மனமுவந்து அமர்ந்துள்ள இடம். அவ்விடத்தில் செய்யும் தான தருமங்கள் 'தவம்', ஜபம் ஆகியவை பல மடங்காகப் பரிணமிக்கும். அங்கு இறப்பவர் மோக்ஷம் அடைவர். இங்கு நீராடி 'கோகர்ணேச்வரருக்கு' ஜபம், அபிஷேகம், ஓமங்கள் ஆகியவை செய்தால் நினைத்த காரியங்கள் சித்தி யாகும்.

அந்தத் திருத்தலத்தில் முனிவர்கள் தினமும் கோகர்ணேச்வரரைச் சேவித்து அங்கேயே வாசம் செய்தனர். அத்தலம் கடல், ஆகாய கங்கையால் நிரம்ப நீரில் மூழ்கி விட்டது. இதனால் கவலை யடைந்த முனிவர்கள் பரசுராமரை அணுகி அத்தலம் நீரிலிருந்து வெளிவர ஆவன செய்து தங்களுக்கு உதவுமாறு வேண்டினர்.

உடனே பரசுராமர், தென் சமுத்திரக் கரையை அடைந்து கோகர்ண க்ஷேத்தி ரத்தை வெளிவிட வேண்டிட, சமுத்திர ராஜன் பதில் கூறவில்லை. அப்போது பரசுராமர் கோபம் கொண்டு ஆக்கினேய அஸ்திரத்தை எய்ய முற்பட அது கண்டு பயமடைந்த சமுத்திரராஜன் தோன்றி ''பார்க்கவ ராமா! உங்கள் பலத்தை நான் அறிவேன். முன்பு பிரம்மன் என்னை யாராலும் வெல்ல முடியாது என்று வரமளித்தார்.

எனினும், நீங்கள் விஷ்ணு அம்ச மானவர். எனவே, தாங்கள் எந்த எல்லை வரையில் என்னை அகன்று செல்லச் சொல்கிறீர்களோ அது வரையில் நான் செல்கிறேன்'' என்று கூற, பரசுராமர் ''கோகர்ண தலம் வெளிவர ஏதுவாக நாலாபக்கமும் இடம் விட்டுச் செல்க'' என்றார்.

தலம் வெளிவந்து நிலை பெற்றது. ரிஷிகள் பரசுராமரைப் புகழ்ந்தனர். அவரும் கோகர்ணேசுவரனைப் பக்தி யுடன் ஆராதனை செய்துவிட்டு மகேந்திர புரிக்குச் சென்றார்.

24. காலம் கூடி வந்தால்

ஒரு சமயம் தேவாசுர யுத்தத்தில் தேவர்கள் கை ஓங்கி நிற்க ராக்ஷசர்கள் பலர் அழிந்து போக, மீதி உள்ளவர்கள் தமது குலகுருவான சுக்கிராச்சாரியரை அணுகி முறையிட்டனர். அரக்கர்களைக் காப்பாற்றுவதற்காக அனேக மந்திர தந்திரங்களைப் பெற சிவபெருமானைக் குறித்து தவம் செய்ய வனம் ஏகினர்.

செய்வதறியாமல் திகைத்த அரக்கர்களைப் பார்த்து பிருகுமுனிவர் மனைவி ''என் கற்பின் மகிமையால் உங்களைப் காப்பாற்றுகிறேன்'' என்று கூறி அபயம் அளித்தாள். பிரகஸ்பதியின் ஆலோசனைப்படி அரக்கர்களை அழிக்கத் தேவேந்திரன் புறப்பட்டான். அப்போது பிருகுமுனிவரின் மனைவி இந்திரனை ஸ்தம்பிக்கச் செய்தாள். தேவர்கள் அஞ்சி ஓடினர்.

அப்போது விஷ்ணு இந்திரனைத் தப்புவிக்கச் செய்தார்.

அப்போது பிருகுவின் பத்தினி இந்திரா ''உன்னையும், உனக்கு ஆதரவாக வந்த விஷ்ணுவையும் எரித்து விடுகிறேன் பார்'' என்று கூற, விஷ்ணு ஒரு சரம் எய்து அவள் தலையைக் கொய்தார். இது கண்டு பிருகு மகரிஷி, பெண் கொலை செய்த விஷ்ணுவுக்கு மனித வடிவில் ஏழாண்டு பிறக்குமாறு சபித்து, தன் மனைவி தலையை அவள் உடலில் பொருத்தித் தவ வலிமையால் அவளை உயிர்ப்பித்தார்!

இருப்பினும் சுக்கிராச்சாரியார் இந்த விஷயம் தெரிந்து என்ன செய்வாரோ என்று பயந்த இந்திரன் தன் மகள் ஜயந்தியைச் சுக்கிராசார்யாரிடம் சென்று அவருக்கு அனுகூலமாக நடந்து அவரை மகிழ்ச்சி அடையச் செய்யுமாறு கூறி அனுப்பி வைத்தான்.

சிவன் தோன்றி சுக்கிராச்சாரியார் வேண்டிய வரங்களை அளித்தார். அப்போது சுக்கிராச்சாரியார் தனக்குச் சேவை செய்த ஜயந்தியை நோக்கி அவள் வேண்டும் வரம் யாது எனக் கேட்க, அவள் மிகுந்த தவசாலி ஆன தங்களுக்குத் தெரியாதா! என்று சொல்ல அவர், அவள் உள்ளம் அறிந்து அவளுடன் பத்தாண்டு காலம் சம்சாரம் செய்யலானார். மாயையால் தன்னை மறைத்துக் கொண்டார்.

அசுரர்கள் சுக்கிராச்சாரியாரைக் காணாமல் தவிக்க, தேவகுரு பிரகஸ்பதி சுக்கிராச்சாரியார் வடிவில் அவர்கள் முன் தோன்றி ''நான் தவம் இயற்றி வித்தைகள் கற்று வந்தேன். இனி நீங்கள் தேவர்களுடன் போரிட்டாலும் தோல்வி அடைய மாட்டீர்கள்'' என்று உற்சாகப் படுத்தினார்.

இதற்குள் பத்தாண்டுகள் முடிய சுக்கிராச்சாரி ஜயந்தியிடம் விடை பெற்று அரக்கர்களைக் காணச்சென்றார். அங்கு ஏற்கெனவே ஒரு சுக்கிராச்சாரி இருப்பதைப் பார்த்து அரக்கர்களிடம் தானே உண்மையான குரு சுக்கராச்சாரியார் என்று கூறினார். ஆனால் பிரகஸ்பதி சுக்கிராச்சாரியாரைப் பிரகஸ்பதி என்று கூற உண்மை அறியாமல் அசுரர்கள் முழிக்க உண்மையான சுக்கிராச்சாரியார் கோபம் கொண்டு அசுரர்களை இன்னல் படுமாறும் தோற்று ஓடுமாறும் கூறிட, அதுவே தக்க சமயம் என்று தேவர்கள் அசுரர்களிடம் போர் செய்து வென்றிட, அவர்கள் பிரகலாதனை அணுகி முறையிட, பிரகலாதன் சுக்கிரரிடம் அவர் மாயையால் மறைந்ததால் அசுரர்கள் தவறினர். அது அவர்கள் தவறில்லை என்று கூறி அவர்களைக் காத்திடுமாறு வேண்டினான்.

அப்போது சுக்கிரர் ''இப்போது தேவர்களுக்கு அனுகூல காலம். அவர்கள் கை ஓங்கி உள்ளது. பிரகஸ்பதி, அவர்கள் குருவானதால் அவர்களுக்கு உதவினார். காலச் சக்கரம் மாறி உங்கள் கை ஓங்கும் காலம் வரப்போகிறது. மஹாபலி ராஜ்யாதிகாரி ஆவான். அப்போது உங்கள் கை ஓங்கி நிற்கும். கவலையுற வேண்டாம்'' என்று கூறி அசுரர்களைச் சுக்கிராச்சாரியார் சமாதானப் படுத்தினார்.

ஆனால், மீதியுள்ள அசுரர்கள் ஒன்று கூடி தேவர்களை எதிர்த்துப் போரிட்டனர். சுவர்க்கத்தைக் கைப்பற்றினர். இந்நிலையில் தேவர்களுக்கு அவிர் பாகம் கிடைக்காத நிலை ஏற்பட்டது.

தேவர்கள் ஒன்று கூடி சுக்கிராச் சாரியாரின் குமாரரான சண்டாமார்க் கனைப் பிரார்த்தித்து தங்களுக்கு அவிர்ப் பாகம் கிடைக்குமாறு செய்ய வேண்ட, தேவர்களை மட்டும் அழைத்து யாகம் புரிந்து அவிர்ப்பாகம் அளிக்க, தேவர்கள் பலம் பெற்று அசுரர்களை விரட்டி அடிக்க, அவர்கள் பாதாள லோகத்தை அடைந்தனர்.

காலம் கை கூடினால் மட்டுமே நற்பலன் கிட்டும்.

■■■

ஸ்ரீ வாயு புராணம்

ஸ்ரீ காசி விஸ்வநாதர் - அன்னபூரணி (கீழே)   ஸ்ரீ பலராமர் - ரேவதி (மேலே)

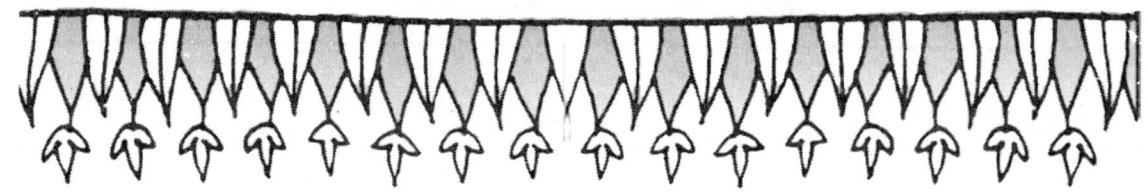

19

ஸ்ரீ வாயு புராணம்

1. தோற்றுவாய்

''புராணங்கள் முதன் முதலில் பிரம்மாவால் கூறப்பட்டது. இவற்றை அறிவதன் மூலம் வேதங்கள், உபநிஷத்து களை நன்கு அறிய உதவும்'' என்று கூறுகிறது வாயு புராணம்.

''18 புராணங்களில் வாயு புராணம் சேர்ந்ததா? இல்லை - சிவ புராணம் சேர்ந்ததா?'' என்பதில் ஐயப்பாடு உள்ளது. மச்சபுராணம், நாரத புராணங களில் வாயு புராணம் நான்காவதாகக் கூறப்பட்டுள்ளது. எது எப்படியாயினும் வாயு புராணமும் முக்கியமானதாகவே கருதப்படுவதால் இந்தப் பதினெண் புராணங்களுடன் வாயு புராணமும் சேர்க்கப்பட்டுள்ளது. எனவே 18 என்பதை 19 என்று கொள்ளலாம். புராண லக்ஷணங்களாகக் கூறப்படும் ஐந்து முக்கிய பகுதிகளும் விஷ்ணு புராணத் தில் உள்ளன.

வேதவியாசர் எழுதின மூல புராணத் தொகுப்புக்கு 'புராண சம்ஹிதை' எனப் பெயர். பரீக்ஷித்தின் குலத்தோன்றல் 'ஆதிசிம கிருஷ்ணன்' அரசாட்சியின் போது வாயு புராணம் கூறப்பட்டது.

வாயு புராணம் சராசரி அளவு உடையது. இது பூர்வ பாகம், உத்தர பாகம் என்று இரண்டு பெரும் பிரிவுகளும் 112 அத்தியாயங்களும் கொண்டது.

இது வாயு பகவானால் கூறப்பட்டது எனவே 'வாயு புராணம்' எனப்பட்டது.

புராணத்தை ஆரம்பிக்குமுன் நாராயணன், சரசுவதி, வேதவியாசர், சிவபெருமான், பிரம்மா, வாயு ஆகியோரைப் பிரார்த்திப்போம்.

திருஷத்வதி ஆறு பாயும் புனித குருக்ஷேத்திரத்தில் ஆதிசிம கிருஷ்ண மன்னன் காலத்தில் முனிவர்கள் யாகங்கள் செய்து வந்தனர். அங்கு சூத முனிவர் வந்து சேர்ந்தார்.

மித்ருக்களின் குலத்தில் வாசவி பிறந்தான். அவனுக்கு மச்சம் (மீன்) ஆகுமாறு சாபம் இருந்தது. அவருடைய மகள் சத்தியவதி. சத்தியவதியின் மகன் வேதவியாசர்.

''நைமிசாரணியத்து முனிவர்களுக்கு வாயு கூறிய வாயு புராணத்தை நான் உங்களுக்குக் கூறுகிறேன்'' என்றார் சூத முனிவர்.

புரூரவ மன்னன் ஆட்சிக் காலத்தில் நைமிசாரணியத்து முனிவர்கள் பிருகஸ்பதி தலைமையில் பல யாகங்கள் செய்தனர். அந்த யாகங்கள் 12 ஆண்டுகள் நடைபெற்றன. யாகங்கள் முடிந்தபின் வாயு பகவான் முனிவர்களுக்கு 'வாயு புராணத்தைக்' கூறினார்.

2. சிருஷ்டி

சிருஷ்டி பற்றி மற்ற புராணங்களில் உள்ள செய்தியே இதிலும் கூறப் பட்டுள்ளது. இந்தக் கல்பம் 'வராஹ கல்பம்' எனப்படுகிறது.

கல்ப முடிவில் பிரளயம் ஏற்பட்டு எங்கும் நீர் சூழ்ந்திருக்க, பிரம்மா படைப்புத் தொழிலைத் தொடங்க நிலப்பரப்பு இல்லாமல் இருக்க, விஷ்ணு வராக அவதாரம் எடுத்து நீர்க்கடியில் சென்று தனது நீண்ட கோரைப்பற்களால் பூமியைப் பெயர்த்து எடுத்து வந்து நீரில் மிதக்கவிட்டார்.

உலகில் மலைகள், நதிகள் போன்றவை படைக்கப்பட்டன. மலைகள் நகராமல் நிலைத்திருப்பதால் 'அசலம்' எனப்பட்டன (வெங்கடாசலம், இமாலயம்) அவற்றின் பர்வங்கள் (அ) தொடர்கள் நிறைந்திருக்க மலைகள் பர்வதங்கள் எனப்பட்டன. இவ்வாறு விஷ்ணுவின் வராஹ அவதாரத்துக்குப் பின் உலகம் படைக்க பட்டதால் இந்தக் காலம் 'வராக கல்பம்' எனப் பெயர் பெற்றது.

ஒவ்வொரு கல்பத்திலும் பதினான்கு மன்வந்தரங்கள், அவை ஒவ்வொன்றும் ஒரு மனுவால் ஆளப்பட்டன. ஒவ்வொன்றிலும் வெவ்வேறு, இந்திரன், தேவர்கள், சப்தரிஷிகள் இருந்தனர்.

யுகங்கள் : ஒரு மன்வந்தரத்தில் 71 மகா யுகங்கள். 4 யுகங்கள் கொண்டது ஒரு மகாயுகம்.

வெவ்வேறு யுகதர்மங்கள், நாகரிக வளர்ச்சி, மக்கள் நிலை, கல்பக விருக்ஷம் போன்ற செய்திகள், நான்குவித வருணங் கள், வருணாசிரம தர்மங்கள், சதுர்வித புருஷார்த்தங்கள் அறம், பொருள், இன்பம், வீடு போன்றவை இதிலும் கூறப்படுகின்றன.

பிரம்மாவுக்கு பத்து மானசிக புத்திரர்கள். அவர்களில் ஒன்பதுபேர் முனிவர்கள், பிராமணர்கள். பிரம்மன் தானே ஆண், பெண் என இரு கூறாகி படைப்புத் தொழிலைத் தொடர்ந்தார். அவ்விருவர் ஸ்வாயம்பு மனு, சத ரூபை அவர்கள் வழிவந்த தக்ஷனின் 24 புத்திரிகள் உலகில் உள்ள எல்லா ஜீவராசிகளுக்குத் தாயார்கள் ஆயினர்.

சிவபெருமானையும், படைப்புத் தொழில் செய்யுமாறு பிரம்மா கூறிட அவர் அழியாத உயிர்களாகிய ருத்திரர் களைப் படைத்தார். அவர்களுக்கு யாகங்களில் அவிர்ப்பாகம் உண்டு எனப்பட்டது.

வாயு புராண சுலோகம் ஒன்றில் கீழ்கண்ட கருத்துக்கள் தெரிவிக்கப் பட்டுள்ளன.

ஒரு பெண் வெள்ளாடு - சிவப்பு, வெண்மை, கருப்பு நிறங்கள் கொண்டு அழகாய் இருந்தது. அதற்குப் பல குட்டிகள் இருந்தன. அதைப் பின் தொடர்ந்து ஓர் ஆண் ஆடு சுகம் அனுபவிக்கச் சென்றது. அதைக் கண்ட மற்றொரு ஆண் வெள்ளாடு, ''இது மற்றவர்களால் சுகம் அனுபவித்து பின்னர் பிரசவம் முதலான துக்கங்களை யும் அனுபவிக்கிறது. இத்தகைய சுகம் எவ்வளவு காலம் நீடிக்கும்'' என்று யோசித்துக் கொண்டே பெண் ஆட்டை விட்டு விலகி தூரமாகச் சென்றது.

இவற்றில் பெண் ஆடு 'பிரகிருதி'. அதன் குட்டிகள் இயற்கையினால் தோன்றிய உயிர்கள். அதன் உடல் மீதுள்ள வெண்மை நிறம் சத்துவ குணத்தையும், சிவப்பு ரஜோகுணத்தை யும், கருப்பு தமோகுணத்தையும் குறிக்கின்றன. இந்த நிறங்களைக் கண்டு மோகம் கொண்ட ஆண் ஆடு 'புருஷன்' சம்சாரி. கவர்ச்சிக்கு சிறிதும் மனம் சலியாத இரண்டாவது ஆண் ஆடு மூன்று குணங்கள் நிறைந்த பரம புருஷன். பகவான். அதாவது பகவானை அடைய விரும்பும் ஞானிகள் கூட மாயாரூபம் கொண்ட சம்சாரத்தில் சிக்கி பிரம்மான நிஷ்டர்களாய் இருப்பர். அப்படிப்பட்ட வர்களே சனக, சனந்தாதி முனிவர்கள்.

3. அஷ்டாங்க யோகம்

பிராணாயாமம் தவத்திற்கும் யோகத்திற்கும் முதல் படி. இது மூன்று வகை 1) பன்னிரெண்டு மாத்திரை காலம் செய்வது 'மந்தம்' ஆகும்; 2) இருபத்தோரு மாத்திரை காலம் செய்வது, அதாவது கும்பத்தில் இருத்தல் 'மத்திமம்' 3) முப்பத்தாறு மாத்திரை நேரம் செய்வது அதாவது கும்பத்தில் இருப்பது 'உத்தமம்'. பிராணாயாமத்தில் மூன்று விதிகள். 1) காற்றை உள்ளிழுப்பது பூரகம், 2) உள்ளே இருத்துவது கும்பகம், 3) வெளிவிடுவது ரேசகம் ஆகும்.

இடது மூக்குத் துவாரம் வழியாக காற்றை உள்ளிழுத்து, சிறிது நேரம் உள்நிறுத்தி பின்னர் வலது மூக்குத் துவாரம் வழியே வெளியிடுவது; பின்னர் மாற்றி வலது மூக்குத் துவாரம் வழியே இழுத்து, நிறுத்தி இடது துவாரம் வழியே வெளிவிடுவது. இது பிராணாயாம வியவஸ்தை எனப்படும்.

பிராணாயாமம் செய்வதன் மூலம் நம் உயிரை நாம் கட்டுப்பாட்டுக்குள் வைத்துக் கொள்ள இயலும்.

யோகம் ஐந்து படிகளைக் கொண்டது:

1) பிராணாயாமம்

2) பிரத்தியாகாரம் : பிராணாயாமத்தினால் உட்கொண்ட வாயுவை, நிலை நிறுத்திக் செயலற்றுப் புறக்காரிய நிகழ்ச்சிகளை ஒதுக்கியிருத்தல் பிரத்தியாகாரம் ஆகும்.

3) தாரணை : பொறி புலன்களில் செல்லாது அடங்கிய மனத்தினை ஒரு வழி நிறுத்தி உள்முகமாக ஆராய்தல் தாரணை ஆகும்.

4) தியானம் : தாரணையினால் மனமானது ஒரு பொருளில் நிலைத்த பின் அந்த நிலையினின்றும் மாறாமல் இருப்பது.

5) சமாதி : சமம் + ஆதி = அதாவது ஆதிக்குச் சமமாக, பிரமமாக இருத்தல். அட்டாங்க யோகத்தின் இறுதி நிலை சமாதியாகும்.

4. சிவனின் எண் பெயர்கள்

ஒரு சமயம் பிரம்மன் தன்னைப் போல் ஒரு மகன் தோன்ற வேண்டுமென்று நினைக்க, அவர் தொடைமீது நீலலோகித நிறமுடைய குழந்தையாக ஒரு குழந்தை தோன்றி அழ ஆரம்பித்தது. அப்போது அழுகைக்குக் காரணம் கேட்க, ஒரு பெயர் வைக்குமாறு வேண்ட அதன் பெயர் 'ருத்திரன்' என்று கூறிட, ஒரு பெயர் போதாது என்று எட்டுப் பெயர்கள் வைத்தார்.

1] **ருத்ரன் :** இருக்குமிடம் சூரியன். சூரியன் சகல சராசரங்களுக்கு ஆத்ம சொரூபன். இவ்வுலகம் தோன்றுவதற்குக் காரணமானவன் அவன் உடல் 'ரௌத்திரம்' மனைவி பெயர் சுவர்ச்சலை. மகன் சனி.

2] **பவன் :** இவன் நீரில் உள்ளான். சிருஷ்டி அனைத்தும் நீரின் மீது நிற்கின்றன. சிருஷ்டி ரகசியம் அறிந்தவன். உடல் நார். மனைவி உஷா. மகன் சுக்கிரன்.

3] **சிவன் [அ] சர்யன் :** இருக்குமிடம் பூமி. நாம் வசிப்பதற்கு ஆதாரமாக உள்ளது பூமி. உடல் சார்வம். மனைவி விகேசி. மகன் அங்காரகன்.

4] **பசுபதி :** இருக்குமிடம் அக்கினி. நம் உடலில் ஜாடராக்கினி வடிவில் உள்ளான். உடல் வைச்வா நரம்பு, மனைவி சுவாஹா தேவி. மகன் கந்தன்.

5] **ஈச்வரன் :** இவரது இடம் வாயு. இது உயிர்களின் உடலில் பிராணவாயு, அபான வாயு, விதான வாயு, உதான வாயு, சமான வாயு வடிவில் இருந்து உயிரை வாழ வைக்கிறது. இவரது உடல் ஈசானியம் (வடகிழக்கு) மனைவி சிவை. மகன் மனோஜவன்.

	திசைகள்	பாலகர்	அவர்தம் நகரம்	சூரியன் செல்லும் வேளை
1.	கிழக்கு	இந்திரன்	அமராவதி	உதயம், நண்பகல், அஸ்தமனம், நள்ளிரவு
2.	தெற்கு	யமன்	சம்யமனி	நள்ளிரவு, உதயம், நண்பகல், அஸ்தமனம்
3.	மேற்கு	வருணன்	சுகி	அஸ்தமனம், நள்ளிரவு, உதயம், நண்பகல்
4.	வடக்கு	சந்திரன்	அலகாபுரி	நண்பகல், அஸ்தமனம், நள்ளிரவு, உதயம்

6] **பீமன் :** இடம் ஆகாயம். நம் உடல் துவாரங்களில் பரவி இருக்கிறான். உடல் பீமம். பத்து திசைகள் மனைவியர்; மகன் ஸ்வர்க்கன்.

7] **உக்கிரன் :** இடம் யாக தீட்சை கொண்ட எஜமானன். யாகத்தின் மூலம் தேவதைகளையும், அதன் மூலம் சர்வாந்தர்யாமியான பகவானைத் திருப்தி செய்தல். உடல் உக்கிரம்; மனைவி தீக்ஷை. மகன் சந்தானன்.

8] **மகாதேவன் :** இடம் சந்திரன். அவ்வடிவில் ஔடதங்களுக்கு அதிபதி யாகி அவற்றைப் பெருகச் செய்து உயிர்களுக்கு 'அன்னதாதா' ஆதல். உடல் சாந்திரமசம்; மனைவி ரோஹிணி. மகன் புதன்.

சூரியன் தனது கிரணங்களால், பூமி, கடல்களிலுள்ள நீரைக் கிரகித்து மேகத்தில் இருத்தும். அந்த மேகங்கள் ஆவஹம், பிரவஹம், உத்வஹம், ஸம்வஹம், விவஹம், பரிவஹம் என்ற ஏழு விதங்களான வாயுக்கள் மூலம் இழுத்துக் கொள்ளும்.

5. திக்பாலகர்கள், அவர்களது நகரங்கள்

மேரு மலையின் மேற்பகுதியில் மானசரோவரம் உள்ளது. அதைச் சுற்றிலும் திக்குப் பாலகர்களின் நகரங்கள் உள்ளன.

கிரகங்கள்

விண்மீன்கள் – கிரகங்கள் – சந்திரன் முதலிய சோதிர் மண்டலத்திலுள்ள அனைத்தும் சூரியனிலிருந்து தோன்றியவையே.

சூரிய கிரணங்கள் பல. முக்கியமானவை ஏழு. அந்த ஏழிலிருந்து ஏழு கிரகங்கள் தோன்றின.

கிரணம்		கிரகம்
1) ஹரிகேசவன்	–	தானேயானது – சூரியன்.
2) சுப்ஸம்ன	–	வளர்ச்சி, தேய்வு சந்திரன் உடையது.
3) சம்பத்வசுவு	–	குஜன் (அ) அங்காரகன்.
4) விச்வகர்ம	–	புதன்.
5) அர்வாவசுவு	–	பிருகஸ்பதி.
6) விச்வச்ரவன்	–	சுக்கிராச்சாரியார்.
7) சுவராட்டு	–	சனி.

விண்மீன்கள் எனும் நக்ஷத்திரங்களும் சூரியனின் பிரபாவத்தால் உலகம் அழியினும் இவை அழியா என்பதால் நக்ஷத்திரங்கள் எனப்பட்டன. சூரியன் விண்மீன்களைத் தன்னுள் கொண்டிருப்பதால் அதுவும் ஒரு நக்ஷத்திரமே.

புண்ணியம் செய்து விண்ணுலகம் அடைவோர்க்கு வீடு போன்றவை என்பதால் 'கிரகங்கள்' என்ற பெயர் ஏற்பட்டது.

வெண்மை நிறம் கொண்டுள்ளதால் நக்ஷத்திரம் எனப் பெயர் பெற்றன.

இருளைத் தன்னுள் மறைத்து ஒளி தருவதால் சூரியனுக்கு 'ஆதித்தியன்' என்று பெயர். ஒளி, மழை பொழியச் செய்வதால் 'சவித' என்று பெயர்.

உலகுக்கு மகிழ்ச்சி அளித்து, அமுதைப் பொழிவதால் 'சந்திரன்' என்று பெயர். சூரியனது ஒளிமண்டலம் சந்திரனது மேக மண்டலம் என்று பெயர்.

ராகு, கேதுக்கள் நிழல் கிரகங்கள் (சாயா கிரகங்கள்) ஆகும்.

6. யாஜ்ஞு வல்கியர் சரிதம்

மிதிலை நகரை ஆண்டு வந்த ஜனக மகாராஜன், 'வித்தியா தத்துவம் அறிந்த பிரம்ம ஞானி யார்?' என்றறிய மகரிஷிகளை எல்லாம் வரவழைத்து 'வித்வத்பரிஷத்து' ஒன்றை ஏற்பாடு செய்தான்.

ஆயிரம் பசுக்கள், பொன், ரத்தினம், அக்கிரகாரம், பணியாட்கள், முதலிய வற்றை வெகுமதியாக அறிவித்து, அந்தப் பரிஷத்தில் யார் மகா வித்வானோ? யார் பிரம்ம ஞானியோ? அவருக்கு இந்த வெகுமதிகள் அனைத் தும் உரியவை என அறிவித்தான்.

அவ்வமயம் அங்கே மகாபண்டிதரான 'யாஜ்ஞவல்கியர்' வந்தார். அங்கு நடந்தன யாவும் அறிந்து சீடனை அழைத்து அந்த வெகுமதிகள் அனைத் தையும் தன் வீட்டிற்கு எடுத்துச் செல்லு மாறு கூறினார். அதைக்கண்ட அனை வரும் வியப்பும், குரோதமும் அடைந தனர்.

உடனே அனைவரும் யாஜ்ஞு வல்கி யரிடம் ஆயிரக்கணக்கில் கேள்விகள் கேட்க, அனைத்திற்கும் அவர் சரியான பதில்கள் பகன்றார். பின்னர் அவர் மற்றவர்களைப் பல கேள்விகள் கேட்க அவர்கள் விடை சொல்ல முடியாமல் தவிக்க யாஜ்ஞவல்கியர் வாதில் வெற்றி பெற்றார். அவர் வெகுமதிகளை எடுக்கப் போகையில் சாகல்யன் என்னும் முனிவர் தன்னை வெல்லுமாறு கூற, தோற்றவர் உயிரை விடவேண்டும் என்ற நிபந்தனையுடன் வாதம் ஆரம் பித்து இப்போட்டியிலும் யாஜ்ஞு வல்கியரே வெற்றி பெற போட்டியின் நிபந்தனைப்படி தோற்ற சாகல்ய முனிவர் யோகசக்தி மூலம் உயிர் விட்டார்.

''யாஜ்ஞு வல்கியருக்கு இத்தனை உயர்ந்த ஞானம் எவ்வாறு ஏற்பட்டது?'' என்று ரிஷிகள் கேட்க வாயுதேவர் சொல்லலானார்.

ஒரு சமயம் மேரு மலையில் பிரம்மாவின் முன்னிலையில் ஒரு பிராம் மண பரிஷத்து நடைபெற்றது. அனைத்து முனிவர்களுக்கும் அழைப்பு அனுப்பப் பட்டது. அதில் பங்கு கொள்ளாதவர் பிரம்மஹத்தி தோஷம் அடைவர் என்ற நிபந்தனையும் விதிக்கப்பட்டிருந்தது. அச்சத்தில் எல்லோரும் தவறாமல் வந்து விட்டனர். வைசம்பாயன மகரிஷி மட்டும் போகவில்லை. அதனால் அவரை பிரம்மஹத்தி தோஷம் சேர்ந்திட அவர் தன் சீடர்களிடம் அந்தத் தோஷத்தைப் பகிர்ந்து கொள்ளும்படிக் கூறி தன்னை அப்பாவத்திலிருந்து விடுபடுமாறு செய்ய வேண்டினார்.

அப்போது அவர் சீடரான யாஜ்ஞு வல்கியர் மகாமேதாவி. தவமகிமை பெற்றவர். அவர் குருவிடம் ''நான் ஒருவனே அதை ஏற்படுத்துகிறேன். மற்றவர்கள் வேண்டாம்'' என்று கூற, அவர் அகம்பாவத்தால் கூறியதாகக் கொண்ட குரு வைசம்பாயனர் அவரிடம் யாஜ்ஞு வல்கியர் கற்ற யஜுர் வேதத்தைத் திருப்பித் தருமாறு கூறிட, அவரும் தான் கற்ற யஜுர் வேதத்தைக் கக்கினார்.

அதனால் ஒளியிழந்தவரான யாஜ்ஞு வல்கியர், சூரியனை வேண்டி அவரை குருவாக இருந்து யஜுர் வேதத்தைத் கற்பிக்குமாறு வேண்ட சூரியனும் அவ்வாறே அருளினார். குதிரை வடிவில் சஞ்சரித்து சூரியனைப் பின் தொடர்ந்து சென்று யஜுர் வேதத்தைக் கற்றார் யாஜ்ஞவல்கியர்.

'வாஜ்' என்றால் குதிரை, வாஜி ஆக இருந்து இவர் கற்ற வேதசாகைக்கு 'வாஜஸநேய சாகை' எனப் பெயர் பெற்றது. அதுவே 'சுக்கில யஜுர் வேதம்'ஆகும். இவரது சீடர்களான கண்வர், வைதேயர், மத்யம், திசன், சாபேயன், உத்தவன், முதலியோர் இந்தச் சுக்கில யஜீர்வேத சாகையைப் பரப்பினர்.

7. தாயின் குணமே மக்களின் குணம்

காசியபரின் மனைவியருள் கசை என்பவள் ஒருத்தி. அவள் கோபம், அசிங் கமான சொற்கள், பொறாமை, துவேஷம், அசுத்தி போன்ற சர்வ தீய குணங்களும் நிரம்பியவள். அதனால் காசியபர் அவள் எப்போது எதை வேண்டினும் அதனை அருள்வார்.

தனக்குக் குழந்தை இல்லாததால் மற்ற வர்கள் ஏச்சுக்கும், பேச்சுக்கும் காரண மாகி இருப்பதை எடுத்துக் கூறி தனக்குப் புத்திர பாக்கியம் அருள வேண்டினாள். அதன்படி அவள் கருவுற்றாள். முழு மாதங்கள் நிறைந்ததும் ஒரு நாள் அந்தி வேளையில் ஒரு புத்திரனைப் பெற் றெடுத்தாள். அந்தப் பாலன் நான்கு கரங்கள், நான்கு கால்கள், இரண்டு தலைகள், உடல் முழுவதும் ரோமங்கள், பெரிய மூக்கு, ஒழுங்கற்ற காதுகள், பானை போன்ற வயிறு என அசிங்கமான உருவத்துடன், சிவப்பு நிறத்துடன் பார்ப்பதற்குப் பயங்கரமாய் காட்சி அளித்தான். அவன் பிறந்த சமயம் அசுர சந்திவேளை ஆகும்.

மறு நாள் காலை சந்தி வேளையில் மற்றொரு மகனை ஈன்றாள். அதுவும் அசுர வேளையே. அந்தப் பாலனுக்கு மூன்று தலைகள், மூன்று கண்கள், மூன்று கால்கள், மூன்று கைகள், பரட்டை தலை, பெரிய மீசை, கல்லால் அடித்தா லும் கலங்காத கடினமான உடல்; இரண்டு நாக்குகள் என்று ஒழுங்கற்ற உருவுடன் அண்ணனைப் போலவே பயங்கரமாய் விளங்கினான்.

ஒரே நாளில் அவர்கள் உருவம் பெரியதாக அவர்களுக்குப் பயங்கர பசி எடுக்க, பெரியவன் தாயையே தின்ன முயல, இரண்டாம் மகன் அதைத் தடுத்தான். இதனால் கோபம் கொண்ட இருவருக்கும் கடுமையான சண்டை ஏற்பட்டது.

அந்தச் சமயத்தில் அங்கு காசியபர் வர இருவரும் தாய் மடியில் சாதுவாகப் படுத்திருந்தனர். ''புத்திரர்கள் தாயின் குணங்களைப் பெற்று அம்மாவைச் சேவித்து உற்சாகப்படுத்துவர். பெண் தாய் தந்தையரை அனுசரித்து இருப் பாள்'' என்றார். அது கேட்ட கசை பெரியவன் தன்னைத் தின்ன வந்ததை யும், தம்பி தடுத்ததையும் கூறினாள்.

'யக்ஷ'= தின்னுதல் என்ற பெயருடைய 'யக்ஷன்' என்ற பெயரைப் பெரியவனுக் கும் ரக்ஷ = காத்திடு; எனவே சின்னவ னுக்கு ரக்ஷகன் என்றும் பெயரிட்டார். அவர்களுக்கு இரவில் காட்டு மிருகங் களின் மாமிசம், ரத்தமே உணவு என்று கூறிவிட்டு மறைந்து விட்டார்.

8. பலராமர் திருமணம்

குசஸ்தலீயைத் தலைநகராகக் கொண்டு அரசாண்டு வந்த மனு வம்சத்தைச் சேர்ந்த மன்னன் குகுத்மி. அவனது மகள் ரேவதி.

மன்னன் தன் மகளுக்குத் திருமணம் செய்து வைக்க பெரும் பிரயத்தனம் மேற்கொண்டும் வரன் எதுவும் சரியாக அமையவில்லை. எனவே, நேரில் பிரம்மாவைக் கண்டு தன் பெண்ணுக்கு நிச்சயிக்கப்பட்ட வரனை அறிந்து கொண்டு மணம் முடிக்க எண்ணி பெண் ரேவதியையும் அழைத்துக் கொண்டு பிரம்மாவின் சத்தியலோகம் அடைந் தான்.

பிரம்மா தன் சபையில் வீற்றிருந்து தம்பூரா, வீணையுடன் கந்தர்வர்கள் பாடிக் கொண்டிருக்க அந்தச் சங்கீதத்தில் மூழ்கி அனுபவித்துக் கொண்டிருந்தார்.

மன்னன் குகுத்மி தன் மகள் ரேவதியுடன் காத்திருந்தான். சங்கீதம் முடிந்து சபை கலையும்போது தான் குகுத்மியைக் கண்ட பிரம்மா அவர்கள் அங்கு வந்த காரணத்தைக் கேட்க, மன்னன் வந்த காரணத்தைக் கூறித் தன் மகளுக்கு ஏற்ற மணமகன் யார்? என்று வினவ பிரம்மா, ''பூலோகத்தில் ஆதிசேஷன், பலராமன் என்ற பெயரில் பிறந்துள்ளான். அவனுக்கு உன் பெண்ணைக் கொடுத்துத் திருமணம் செய்து வை'' என்றார்.

அது கேட்டு மகிழ்ச்சியுற்ற மன்னன் குசஸ்தலீ நகரம் திரும்பினான். இதற்குள் பல யுகங்கள் கழிந்திட ஊர் மிகவும் மாறி இருந்தது. மக்கள் எல்லாம் குள்ளமாகக் காணப்பட்டனர். ஆனால் மன்னனும், அவன் மகளும் சிறிதும் மாற்றமில்லா திருந்தனர். பிரம்மலோகத்தில் உள்ளவர் களுக்கு முதுமையோ, மரணமோ ஏற்படுவ தில்லை என்பதை ஏற்கெனவே அறிந்திருந்த அவன் பல யுகங்கள் கழிந்ததையும் உணர்ந்தான்.

பிறகு மன்னன் குகுத்மி, தன் மகள் ரேவதியுடன் துவாரகையை அடைந்து கிருஷ்ண பலராமர்களைச் சந்தித்து வந்த காரணத்தை விளம்பினான். பிரம்ம நிர்ணயப்படி பலராமனுக்குத் தன் மகளைத் திருமணம் செய்து கொள்ளு மாறு வேண்டினான். ரேவதி முன் பலராமன் உருவில் சிறியவனாகக் காணப்பட கிருஷ்ணன் அறிவுரைப்படி பலராமன் ரேவதியைத் தனக்கு சரிசமான முள்ளவளாக தன் கலப்பையைக் கொண்டு மாற்றிவிட இருவர் திருமண மும் நடத்தி விட்டு குகுத்மி தவம் செய்ய கானம் சென்றான்.

9. சோமன் வரலாறு

அத்திரிமா முனிவர் மூவாயிரம் ஆண்டுகள் தவம் செய்து வர அவர் உடல் சோமரசமயம் ஆயிற்று. அவர் கண்களி லிருந்து சோமரசம் சிந்த ஆரம்பித்தது. அதைக்கண்ட பிரம்ம தேவர் தேவதா ஸ்திரீகளை அழைத்து அந்த சோம ரசத்தை அருந்தி கருவுறுமாறு கூறிட, அவர்களும் அவ்வாறே செய்து கருவுற்றனர். ஆனால், அதன் கனம் தாங்காமல் அவற்றை அவர்கள் கீழே நழுவவிட அவை கீழே விழுந்து உடனே ஒன்றாக இணைய சந்திரன் (சோமன்) உருவானான். பிரம்மா உடனே சந்திரனைக் கீழே விடாமல் தேரில் வைத்துக் கொண்டு செல்ல பிரம்மாவின் மானச புத்திரர்கள் வேத மந்திரங்களால் துதி செய்தனர். பிரம்மாவுடன், சந்திரன் அத்தேரிலிருந்து பூமண்டலத்தை இருபத் தோரு முறை சுற்றிவர ஓஷதிகள், வனஸ் பதிகள் (தாவரங்கள்) தோன்றி வளர்ந்தன.

சந்திரன் தவம் செய்து தன் சக்தியை வளர்த்துக் கொண்டான். பிரம்மா சந்திரனை ஓஷத சாம்ராஜ்ஜியத்திற்குப் பட்டாபிஷேகம் செய்வித்தார்.

தக்ஷன் நக்ஷத்திரங்களான இருபத்தேழு பெண்களைச் சந்திரனுக்கு விவாகம் செய்து வைத்தான். சந்திரன் அரசாட்சி பெற்ற மமதையுடன் ஆங்கீரசர் ஆகிய முனிவர்களை எதிர்த்து பிரகஸ்பதியின் மனைவியாகிய தாராவை அபகரித்துச் சென்றான். ரிஷிகள், தேவர்கள் அவன் செய்வது அக்கிரமம் என்றும், தாரையை விட்டு விடுமாறும் அறிவுரை கூறினர். ஆனால், அவன் கேட்கவில்லை. அவனுக்கு உதவியாகச் சுக்கிராச்சாரியார் வர தேவாசுரப் போர் நடந்தது.

இந்நிலையில் தேவர்கள் பிரம்மாவை நாடிப் போரை நிறுத்த வேண்டினர். பிரம்மாவும் தலையிட்டு போரை நிறுத்தி தாரையைத் தானே பெற்று பிரகஸ்பதியிடம் ஒப்படைத்தார். ஆனால், கருவுற்றிருந்த அவளை ஏற்க மறுத்தார் பிரகஸ்பதி. அக்கருவை விட்டு விட்டு வருமாறு கூறினார். அவள் அக்கருவை ஒரு மரத்தடியில் விட்டு விட்டாள். அக்கரு உடனே ஒரு சிறுவனாக மாறிட அதன் ஒளி, அழகு கண்டு தேவர்கள் வியப்புற்றனர்.

பின்னர் அக்குழந்தை சந்திரனுடையதே என்று தாரை கூறினாள். அக்குழந்தைக்குச் சந்திரன், புதனெனப் பெயரிட்டான்.

10. வாரணாசி

ஒரு சமயம் திவோதாசன் என்பவன் காசியை ஆண்டு வந்தான்.

பார்வதி, பரிணயம் முடித்துக் கொண்டு புதுத் தம்பதிகள் இமவான் வீட்டில் இருந்தனர். அப்போது ஒரு நாள் பார்வதியின் தாயார் மேனை, தன் மாப்பிள்ளையைப் பற்றித் தரக் குறைவாகப் பார்வதியிடம் பேசினாள்.

''உன் கணவன் ஆசாரமற்றவன், மயானப் பொடி, கபாலங்களுடன் வீட்டின் தூய்மையைக் கெடுக்கிறான். கணங்களை வீட்டில் சேர்க்கிறான். இப்படிப்பட்ட ஒருவனை நான் எங்கும் பார்த்ததில்லை'' என்றாள்.

இதனால் மன வருத்தம் கொண்ட பார்வதி, பரமனிடம் ''நான் இனி இங்கு இருக்கமாட்டேன். நம் வீட்டுக்கு என்னை அழைத்துச் செல்லுங்கள்'' என்று கூறினாள்.

அப்போது பரமன் கங்கைக் கரையில், திவோதாசன் ஆட்சி செய்து வரும் வாரணாசியில் குடிபுக எண்ணி, நிகும்பன் என்னும் கண நாயகனிடம் ''வாரணாசியில் ஜனக் கூட்டம் நிறைந்துள்ளது. எப்படியாவது மிருதுவான முறையில், மன்னனுக்குக் கோபம் வராதவாறு அதனைக் காலி செய்யவும்'' என்றார்.

நிகும்பன் காசிக்குப் போய் ஒரு சிற்பியின் கனவில் தோன்றித் தன்னைப் போல் ஒரு விக்கிரகம் செய்து புறநகர்ப் பகுதியில் பிரதிஷ்டை செய்க. அவ்வாறு செய்யின் உனக்குச் சர்வமங்களம் உண்டாகு மென்று சிற்பி மங்கணனிடம் கூறினான்.

சிற்பியும் அவ்வாறே விக்கிரகம் செய்து, ஆலயம் நிர்மித்து, விக்கிரகப் பிரதிஷ்டை செய்து தினமும் தூபதீப நைவேத்தியங்களுடன் பூசை நடத்திவர, அந்தக் கோயிலைப் பற்றிய செய்தி மன்னன் காதுக்கெட்டியது.

மன்னன் திவோதாசனனுக்கு புத்திரப் பேறு இல்லை. எனவே அவன் ராணியை அந்த ஆலயத்திற்குச் சென்று பூஜை செய்து புத்திரபாக்கியம் பெற்று வருமாறு அறிவுரை கூறி அனுப்ப, மகாராணி நிகும்பனுக்குப் பூசை செய்து வந்தாள். நெடு நாட்கள் பூசைக்குப் பிறகும் பலன் ஏதும் ஏற்படாததால் கோபம் கொண்ட மன்னன் அந்தக் கோயிலை இடிக்க ஆட்களை ஏவினான். அவர்களும் அவ்வாறே செய்தனர்.

அப்போது நிகும்பன் மன்னனிடம் சென்று ''ஏன் கோயிலை இடித்தாய்?'' என்று கேட்க மன்னன், கேட்டவர்களுக்கு வரம் கொடுத்த போதிலும் ராணி செய்த பூஜை செய்தும் பலன் கிட்டவில்லை. அப்படிப்பட்ட கோயில் எதற்கு? வீணல்லவா? என்று கூறினான். அதற்கு நிகும்பன் ''தெய்வ ஆராதனை மட்டுமே பலன் தராது. முன் ஜன்ம புண்ணியமும் இருக்க வேண்டும். இதை எண்ணிப் பாராமல் கோயிலை இடித்து விட்டாய். இது மகா பாவம். இதன் பலனாய் உன் நகரம் திடீரென்று சர்வநாசமாகும்'' என்று சபித்தான்.

இதனால் மக்கள் ஊரை விட்டுச் சென்று விட்டனர். மன்னன் திவோதாசனும் நல்ல காலம் ஏற்பட தவம் செய்யச் சென்றான்.

இவ்வாறு வாரணாசி காலியான செய்தியை நிகும்பன் பரமனுக்கு அறிவிக்க, அந்நகரைத் தான் வசிப்பதற்கேற்ப புனர் நிர்மாணம் செய்யுமாறு கூற, சொர்க்கம் போல் அந்நகர் உருவாயிற்று. பார்வதி, பரமேசுவரர்கள் அந்நகரை அடைந்து ஆனந்தமாக வாழ்ந்து வந்தனர்.

சிலகாலம் கழித்து பார்வதி வேறு இடம் செல்லலாம் என்று பரமனிடம் கூற அவர் இதுதான் என் வீடு. நான் இங்கேயே இருப்பேன். உனக்கு விருப்பமில்லாவிடில் நீ இஷ்டப்பட்ட இடத்திற்குச் செல்லலாம் என்று கூற, பரமன் கோபம் கொண்டுள்ளது அறிந்து பார்வதி மௌனமாயினாள். அச்சமயம் முதல் அந்த நகரம் விடப்படாத நகரம் என்ற பொருளுடைய 'அவிமுக்த நகரம்' எனப்பட்டது.

இந்த நிகழ்ச்சி சுவாயம்பு மன்வந்தரத்தில், ஒரு யுகத்தில் நடந்தது. அப்போது தனியுகம் வர அந்நகரம் மறைந்தது. திவோதாசன் இதுவரையில் தவம் செய்து கொண்டிருந்தான். அந்த நகரைப் பத்திரசிரேண்வன் என்பவன் கைப்பற்றி, நகரை நிர்மாணித்து ஆண்டு வந்தான்.

இத்தருணத்துக்காகவே காத்திருந்த மன்னன் திவோதாசன் ஒரு சிறு படையுடனும், தன் தவவலிமையுடனும் பத்திரசிரேண்வனைத் தோற்கடித்து காசி நகரைக் கைப்பற்றினான். பின்னர் அவனுக்குப் புத்திர பாக்கியமும் ஏற்பட்டது.

11. "ரஜி" இந்திரனாதல்

திவோதாசன் குலத்தோன்றல் அலர்க்கன் காலத்தில் வாரணாசி ராஜ்யம் மிக்க சீரும் சிறப்புடனும் சிறந்து விளங்கியது. அவனுடைய மகன் 'ரஜி' என்ற பெயருடையோன் தந்தையைப் போலவே பராக்கிரமம் உடையவனாக நாட்டை ஆண்டு வந்தான். அவனுக்கு ஐந்நூறு புதல்வர்கள். அவர்களும் பராக்கிரமம் மிக்கவர்களாயிருந்ததால் 'ரஜி' மன்னனுக்கு பகைவர் யாருமில்லை.

இந்நிலையில் தேவாசுரப் போர் மூண்டிட அவர்கள் பிரம்மாவிடம் சென்று யாருக்கு வெற்றி கிட்டும் என்று கேட்க, அவர் ரஜி மன்னன் இருக்கும் பக்கத்தில் வெற்றி கிடைக்கும் என்று கூறி, தேவர்களும் அசுரர்களும் ரஜி மன்னனைத் தம் பக்கம் ஈர்க்க முனைந்தனர். உதவி கேட்ட தேவர்களிடம் ரஜி, வெற்றி பெற்றால் தனக்கு இந்திர பதவி அளிக்க வேண்டும் என்ற நிபந்தனையுடன் போர் செய்து தேவர்கள் வெற்றிபெற அடிகோலிட, வாக்களித்தபடி ரஜியைத் தேவர்கள் இந்திரனாக்கினர்.

அப்போது இந்திரன், மன்னன் ரஜியிடம் "நீ திரிலோகாதிபதியான இந்திரன். நான் உனக்கு மகனாக இருக்க அருள் புரிக" என்றான். மன்னனும் அவன் கூற்றை ஏற்றான்.

தக்க சமயத்தில் ரஜியின் குமாரர்கள் சொர்க்கம் அடைந்து ரஜியை பொம்மையாக்கி அவர்களே சொர்க்கத்தைக் கைப்பற்றி அனுபவிக்கலாயினர். இந்தச் சிக்கலைத் தீர்க்க வழி தெரியாத தேவேந்திரன் குலகுரு பிரகஸ்பதியை வணங்கி தனக்கு உதவுமாறு வேண்டினான். தனக்கு அவிர்ப்பாகம் கிடைக்காததால் உணவின்றி வருந்துவதாகவும் கூறி கவலைப்பட்டான்.

அப்போது பிரகஸ்பதி, இந்திரன் தனது ராச்சியம், வைபவம், யாகப்பங்கு கிடைப்பதற்கு முயற்சி செய்வதாகக் கூறி, அரசகுமாரர்களுக்கு புத்தி பேதலிக்குமாறு அபிசார ஹோமம் செய்தார். அதனால் அவர்கள் மனம் பேதலித்து ஒளியையும், வீரத்தையும் இழந்தனர். அவர்கள் தேவ, பிராம்மணத் துவேஷிகளாகி அதர்மங்கள் செய்து திரியலாயினர்.

அந்நிலையைப் பயன்படுத்தி இந்திரன் தேவர்களுடன் கூடி மன்னன் ரஜியையும், அவனது புத்திரர்களையும் கொன்று தன் அரசைத் திரும்பவும் பெற்றுப் பரிபாலனம் செய்யத் தொடங்கினான்.

உள்ளதைக் கொண்டு திருப்தி அடைபவர்கள் சுகம் பெறுவர். அப்படி இல்லை என்றால் மன்னன் ரஜிக்கும், அவனது குமாரர்களுக்கும் நேர்ந்த கதிதான் ஏற்படும் என்று உணர வேண்டும்.

12. துண்டு மாறனும், உதங்க முனிவரும்

மன்னன் விருஹத்வஷன் சூரியவம்சத் தோன்றல். அவனுக்கு இருபத்தோர் ஆயிரம் மக்கள். மூத்த மகன் பெயர் குவலஷ்வன். மன்னன் மூத்த மகனிடம் அரசை ஒப்புவித்துத் தவம் இயற்றக் கானகம் செல்ல எண்ணினான். ஆனால் மகனுக்குப் பட்டாபிஷேகம் செய்ய ஏற்பாடுகள் நடந்து வரும் போது மன்னனைக் காண உதங்கர் வந்தார்.

அவர் கடற்கரையில் தன் ஆசிரமம் இருப்பதாகவும், அங்கு 'துண்டு' என்ற அரக்கனால் தொல்லைகள் அதிகம் உள்ளதாகவும் அவனை அழிக்குமாறும் வேண்டினார்.

தான் தன் ஆயுதங்களை எல்லாம் ஒப்படைத்து விட்டதால், தன் மகன் குவலஷ்வனைத் அழைத்துச் செல்லு மாறும், அவன் அரக்கனைக் கொல்வான் என்றும் கூறினான் மன்னன்.

குவலஷ்வன் சகோதரர்களுடன் உதங்கர் பின் சென்று மணலைத் தோண்ட கோபம் கொண்டான் அரக்கன். துண்டுவின் படைக்கும் குவலஷ்வன் மற்றும் அவன் சகோதரர்களுக்கும் போர் நடந்தது. சகோதரர்களில் மூவர் மட்டுமே மிஞ்சினர்.

இறுதியில் குவலஷ்வன் அரக்கன் துண்டுவைக் கொன்று, 'துண்டுமாறன்' என்ற பெயர் பெற்றான். உதங்கர் அவனை ஆசீர்வதித்தார்.

(திரிசங்கு மன்னன் சகரன் – பிரம புராணம் காண்க.)

13. கயாசுரனின் சரிதம்

பிரம்மா படைத்த தாமச குண அரக்கர்களில் கயாசுரனும் ஒருவன். அவன் அரக்கனாயினும் அரி பக்தன். அவன் பல்லாயிரக்கணக்கான ஆண்டுகள் தவம் செய்ய, தவாக்கினி எங்கும் பரவ, அதைச் சகிக்க முடியாத தேவர்கள் பிரம்மாவிடம் முறையிட, அவர்கள் பின்னர் சிவனிடம் செல்ல, அவர் எல்லோரையும் அழைத்துக் கொண்டு ஸ்ரீ விஷ்ணுவிடம் சென்று முறையிட்டனர்.

ஸ்ரீ விஷ்ணு அவர்களை எல்லாம் கயாசுரன் இருக்குமிடம் செல்லுமாறு கூறி, தானும் கருடன் மீதேறி புறப்பட்டுச் சென்றார். கயாசுரனை அடைந்தவுடன் அவர்கள் அவன் ஏன் கோர தவம் செய்கிறான் என்று கேட்டு, வேண்டிய வரம் கேள் தருகிறோம் என்றனர். அவன் கண் திறந்து பார்த்து எல்லோரையும் வணங்கினான்.

பின்னர் அவர்கள் அனைவரையும் தரிசிக்கும் பேறு பெற்றதால் தான் உலகில் எல்லாவற்றிலும் மிகச் சிறந்த பவித்திர முடையவனாகுமாறு வரம் வேண்டினான். அப்படியே தந்தோம் வரம் என்றனர் அனைவரும்.

அதுமுதல் அவனைக் கண்டவர், தொட்டவர் என்று அனைவரும் புண்ணியாத்துமாக்களாகிச் சொர்க்கம் சென்றனர். இதனால் யமபுரி சூனிய மாயிற்று. அதனால் யமன் பிரமனிடம் முறையிட, அவர் அவனை அழைத்துக் கொண்டு விஷ்ணுவிடம் செல்ல, அவர் அவர்களிடம் ''ஒரு சிறந்த யாகம் செய்ய முற்படுங்கள்; அதற்குக் கயாசுரனின் பவித்திர உடலை இடமாகக் கொண்டு செய்ய வேண்டி அவனிடம் கூறி அனுமதி பெறுங்கள். அவன் உடல் பவித்திர மானது விசாலமானது. எனவே அதனை யாக மேடையாக்கி யாகம் தொடங்கு வதற்காக அனுமதி பெற்று விடுங்கள். மற்றவற்றை நான் பார்த்துக் கொள்கிறேன்'' என்றார்.

பிரம்மாதி தேவர்கள் கயாசுரனிடம் சென்றனர். பிரம்மாதி தேவர்களுக்கு அசுரன் வணக்கம் செலுத்தினான். பிரம்மாவை நோக்கி ''பிதாமகா! நீங்கள் உலகம் அனைத்திற்கும் குரு. நீங்கள் என்ன ஆணையிட்டாலும் அதனைச் சிரம் தாழ்த்தி ஏற்றுச் செய்கிறேன்'' என்றான்.

அப்போது பிரம்மா தான் யாகம் செய்யப்போவதாகவும், அதற்காக யாக சாலை, யாகமேடை அமைக்க விசால மான, புனிதமான அவனது உடலைக் கேட்டார். அதற்கு அசுரன், ''என் உடல் யஜ்ஞத்துக்கு பயன்படும் என்றால் நான் தன்யன் ஆனேன். எனது முன்னோர்கள் புனிதமாவர். இந்த உடல் தங்களாலேயே தோற்றுவிக்கப்பட்டது. இன்று புனித மாகி உள்ளது. நீங்கள் செய்யும் யாகம் உலக நன்மைக்கானது. இதற்கு உடல் பயன்படுவதால் என் ஜன்மம் சாபல்யம் பெற்றது'' என்றான்.

உடனே அவன் மல்லாந்து படுத்துக் கொள்ள, பிரம்மா, வசிஷ்டர், காசியபர் ஆகிய ரிஷிகளுடன் யாகத்தை ஆரம்பித் தார். அக்னி சர்மா என்பவர் பஞ்சாக் கினியை உண்டாக்கினார். ஓமம் நடை பெற்றுக் கொண்டிருக்கையில் அசுரன் உடல் அசைந்தது. பிரம்மா யமனிடம் அவனிடமுள்ள ஒரு சிலையைக் கொண்டு வந்து கயாசுரன் தலைமீது வைக்கச் சொன்னார். சிலை வைத்த பின்னும் அவன் அசைந்து கொண்டே இருந்தான். ருத்திராதி தேவர்களை அவன் கால்மீது நிற்கும்படி கூறினான். மறுபடியும் அசைவு நிற்காததால் விஷ்ணுவிடம் சென்று கூறினர்.

அப்போது விஷ்ணு தன் போல் உருவை உண்டாக்கி அதனைச் சிலை யுடன் தலைமீது வைக்குமாறு பணித்தார். இதனால் விஷ்ணுவே சிலையில் சேர்ந்து அமர்ந்ததாகியது. அசைவு நின்றது.

அப்போது அவன் அனைவரிடமும் ''என்னை ஏன் இவ்வாறு துன்புறுத்து கிறீர்கள்? விஷ்ணு அசைய வேண்டாம் என்று கூறியிருந்தால் போதுமே. எனினும், தேவர்கள் அனை வரும் என் மீது இருந்தனர். சந்தோஷம் எனக்கு. இவ்வாறே எப்போதும் அருள் புரியுங்கள்'' என்று கூறினான்.

பின்னர் தேவர்கள் அவனுடைய சுபாவம், பக்தி சிரத்தை ஆகியவற்றைச் சிலாகித்துப் பேசி, வேண்டிய வரத்தைப் பெற்றுக்கொள் என்றனர். ''பூமி, சூரிய சந்திரர்கள், மும்மூர்த்திகள் உள்ள வரைக்கும் தேவர்கள் இந்தச் சிலையி லேயே இருப்பீர்களாக. இந்த இடம் என் பெயரில் 'கயா க்ஷேத்திரம்' என்று புகழ் பெறட்டும். மக்கள் நலனுக்காக இந்த க்ஷேத்திரத்தில் சர்வதீர்த்தங்களும் ஏற்படட்டும். இங்கு நீராடி தானம், தர்ப்பணம், பித்ருக்களுக்கான சிரார்த்தம் செய்பவர்களுக்கு விசேஷ பலன் உண்டாகட்டும். செய்பவர்களின் பித்ருக் களுக்கு பிரம்மலோகப் பிராப்தி கிடைக்கும். நைமிசம், புஷ்கரம், கங்கை, பிரயாகை, காசி முதலிய தீர்த்த க்ஷேத்திரங்கள் இந்தக் கயாவில் இருக் கட்டும். நீங்கள் அனைவரும் என்னில் இருக்க வேண்டும். இவ்வாறு வரமளித்து எனக்கு அருள் பாலிப்பீர்களாக'' என்று வரம் வேண்டினான். அவ்வாறே வரங்கள் தந்தனர்.

பிறகு பிராமணர்களுக்குப் பிரம்மா பொன், போஜனம், பட்சணங்கள், கல்பதரு, காமதேனு, ஆகிய இவற்றுடன் வீடு கட்டிக் கொள்ள நிலமும், சுற்றியுள்ள அக்கிரகாரங்களையும் கொடுத்து இனி யாரும் யாரையும் எதற்காகவும் யாசிக்கக் கூடாது என்றார். பின்னர் தம் அம்சத்தைக் கயாவில் இருத்தி மறைந்தார். விஷ்ணு மட்டும் 'கதாதரன்' என்ற பேரிலும் கயாவில் தங்கிவிட்டார்.

ஒரு சமயம் பிராமணர்கள் தர்மதேவன் செய்யும் யாகத்திற்குச் சென்று தக்ஷிணை பெற்றுவர பிரம்மன் கோபித்துக் கல்பதரு, காமதேனு இல்லை. அவர்கள் பார்வை பட்ட நதி உலர்ந்துவிடும் என்று சாபம் தர, பிராமணர்கள் மன்னிப்பு கோர அவர்களை, 'தீர்த்தோப ஜீவர்களாக இருக்குமாறு கூறினார்.

'தீர்த்தோப ஜீவர்கள்' என்றால் புண்ணிய தீர்த்தத்திற்கு வரும் யாத்திரிகர்கள் சிரார்த்தம் செய்வித்து, அவர்கள் அளிக்கும் தக்ஷிணை, தானங்களுடன் வாழ்க்கை நடத்துமாறு கூறினார்.

''யாத்திரிகர்கள் உங்களைப் பூசித்தால் என்னைப் பூசித்ததாகும்'' என்றார்.

14. கயாசுரன் தலை மீது சிலை

சுவேத வராக கல்பத்தில் தர்மமூர்த்தி என்றொரு மகானுபாவன், தன் மனைவி விச்வரூபையுடனும், புத்திரி தர்மவிரதையுடனும் வசித்து வந்தார். தர்மவிரதைக்குத் தகுந்த வரன் கிடைக்காததால் அவளை அதற்காகத் தவம் செய்யுமாறு தர்மமூர்த்தி கூறினார். அவ்வாறே அவள் தவம் செய்து வந்தாள்.

பிரம்மாவின் மானச புத்திரரான மரீசி முனிவர் அவள் தவம் செய்து கொண்டிருப்பதைக் கண்டு அவள் தவத்திற்கான காரணத்தைக் கேட்டு, தன்னைப் பற்றியும் தெரிவித்துக் கொண்டார். அப்போது அவள் தந்தையிடம் பேசுமாறு கூற தர்மமூர்த்தியைக் காணச் சென்ற மரீசி முனிவரை அவன் நன்கு வரவேற்று உபசரித்து அவர் விருப்பப்படி தன் மகளை அவருக்கு மணம் செய்து வைத்தான். பின்னர் மரீசி தர்மவிரதையை அழைத்துக் கொண்டு தன் ஆசிரமத்தை அடைந்து வாழ்ந்து வந்தார்.

ஒரு நாள் அவர் படுத்துக் கொண்டிருக்க, மனைவி பாதங்களைப் பிடித்து விட நன்கு உறங்கி விட்டார். அவ்வமயம் பிரம்மதேவர் அங்கு வந்தார். அப்போது தர்மவிரதை கணவன் பணிவிடையை நிறுத்தி, பிரம்மதேவனை வரவேற்று உபசரித்தாள். கண் விழித்த முனிவர் பிரம்மா வந்திருப்பதை அறியாமல் தன் பாதங்களைப் பிடித்து விடுவதை விட்டு வேறு வேலைக்கு மனைவி சென்று விட்டதாகக் கருதி அவளைச் சிலை ஆகுமாறு சபித்தார். அப்போது அவள் கணவனிடம் நடந்ததைக் கூறி, தவறு செய்யாத தனக்குச் சாபம் அளித்ததால், பரமேசுவரர் உங்களைச் சபிக்கட்டும் என்று கூறி தீ மூட்டி அதன் நடுவில் அமர்ந்து தவம் செய்யலானாள். மரீசி முனிவரும் தவ நிஷ்டையில் அமர்ந்துவிட்டார்.

இவர்களுடைய தபாக்கினி வெப்பத்தைத் தாளாத தேவர்கள் திருமாலிடம் சென்று முறையிட்டனர்.

அப்போது விஷ்ணு தர்மவிரதை முன்தோன்றி என்ன வரம் வேண்டும் என்று கேட்க அவள் மரீசியின் சாபத்தை அகற்றுமாறு வேண்டினாள். அப்போது பகவான் ''சக்திமானாகிய மரீசியின் சாபத்தை மாற்ற முடியாது. வேறு ஏதேனும் வரம் கேள்'' என்றார்.

அவள் ''சாபத்தை மாற்ற முடியாதென்றால் நான் சிலையாகிறேன். நான் புனிதமானவள் ஆக வேண்டும். கங்கை போன்ற தீர்த்தங்களை விட புனிதமாக இருக்க வேண்டும். ரிஷிகள், தேவர்கள், கடவுளர்கள் என்னில் இருக்க வேண்டும். இந்த சிலை தீர்த்தத்தில் நீராடி செய்யப்படும் தர்ப்பணம், சிரார்த்தம் பெரும்பலனை அளிக்க வேண்டும். என்னருகில் தவம் செய்வோர் சித்தி பெற வேண்டும்'' என்று வேண்டினாள்.

அப்போது விஷ்ணு ''உன் வரம் அத்தனையும் சித்தியாகும். கயாசுரன் தலை மீது நீ நிலையாக இருப்பாய். நாங்கள் எங்கள் அம்சத்துடன் உன்னுள் இருப்போம்'' என்று வரம் அளித்தார். கயையில் அந்த சிலையின் மீதே பிண்ட பிரதானங்கள் செய்வர்.

''கயாயாம் ஸ்ரீ விஷ்ணு பாதாதி
ஸமஸ்த தீர்த்தேஷு தத்தம்''
என்பர்.

இதுவே கயாசுரன் தலை மீது வைக்கப்பட்ட சிலையின் வரலாறு. இந்தச் சிலை பிரம்மாவின் ஆணைப்படி யம தர்மனிடம் இருந்தது.

15. விஷ்ணு, கயாவில் கதாதர் ஆனார்

முன்னம் 'கதுடன்' என்று ஓர் அரக்கன் இருந்தான். அவனால் போரில் தொல்லைகள் அனுபவித்த தேவர்கள் பிரம்மாவுடன் விஷ்ணுவைத் தரிசித்து அசுரர்களை அழிக்குமாறு வேண்டிட, அவர் தக்கதோர் ஆயுதம் கிடைத்தால் அதன் மூலம் வெற்றி காண முடியும் என்றார்.

கதுடன் வஜ்ரகாயம் கொண்டவன். மேலும் கயாசுரன் போல் தர்மபுத்தி உடையவன். அவனிடம் பிரம்மா சென்று, ''கடின தேகம் கொண்ட உனது எலும்பிலிருந்து ஒரு கதாயுதம் செய்து விஷ்ணுவுக்கு பரிசளிக்க விரும்பு கிறோம். எனவே உன் உடலைத் தானம் செய்'' என்று கேட்க, விஷ்ணுவின் கையில் நிலையாக இருப்பது மகா பாக்கியம் என்று கூறி யோக சக்தியால் தன் உடலை விட்டு விட, பிரம்மா, விசுவகர்மாவைக் கொண்டு ஒரு கதாயுதம் உருவாக்கிட, அதை விஷ்ணு வுக்கு ஓர் ஆயுதமாக அளித்தார்.

அந்த கதாயுதத்தைக் கொண்டு விஷ்ணு அசுரர்களை அழித்து தேவர் களுக்கு வெற்றி தேடித் தந்தார்.

அந்தக் கதையுடன் விஷ்ணு அம்சமும் கயாசுரன் தலைமீது அமர அவனுடல் அசைவு நின்றது.

இவ்வாறு கயாவில் விஷ்ணு 'கதாதரனாகக்' காட்சி அளிக்கிறார்.

16. கயா க்ஷேத்திர மகிமை

முன்னொரு காலத்தில் தருமவா னாகிய ஒரு வைசியன் இருந்தான். அவன் வியாபாரத்தை முன்னிட்டு வேறொரு ஊருக்குச் செல்கையில் வழியில் ஒரு சிறிய காடு வந்தது. அதில் போய்க் கொண்டிருக்கும்போது ஒரு மரத்தி லிருந்து ஒரு பூதம் தோன்றி அவன் வழியை மறித்தது. அச்சமற்ற அந்த வைசியன் அதை நோக்கி ''நீ யார்? ஏன் வழி மறைத்து நிற்கிறாய்?'' என்று கேட்க, அது தானும் ஒரு மனிதன் தான் என்றும், தனக்குப் புத்திரசந்தானம் இல்லாததால், யாரும் சரியான முறையில் உத்தர கிரியைகள் செய்யாததால் இந்தப் பிரேதரூபம் மாறவில்லை. என்னிடம் நிறைய செல்வம் உள்ளது. அதை எடுத்துக் கொண்டு என்னுடைய பெயர், கோத்திரம் சொல்லிக் கயா க்ஷேத்திரத் தில் பிண்டப் பிரதானம் நீ செய்வாயாக என்று கூறி, நீ செய்வாய் என்று தனக்கு நம்பிக்கை இருப்பதாகவும் கூறிற்று.

அந்த வைசியனும் கயைக்குச் சென்று பிரேதம் வேண்டிக் கொண்டவாறே பிண்டப் பிரதானம் செய்ய அது பிரேத ரூபம் நீங்கி பித்ருலோகம் அடைந்தது.

அடுத்து, அந்த வைசியன் தன் பித்ருக்களுக்கும் பிண்டப் பிரதானம் செய்து அவர்களும் உத்தம கதி அடையச் செய்து வீடு திரும்பினான்.

அனாதை பிரேதம்கூட கயா சிரார்த்தத் தால் முக்தி அடையும் என்பதை இதன் மூலம் அறியலாம்.

கயா க்ஷேத்திரம் இத்தனை சிறந்த மகிமை கொண்டது.

அஷ்டா தச புராணமெனும் பதினெண் புராணங்கள் – உப வாயு புராணத்துடன் சம்பூரணம்!

படித்தவர், கேட்டவர் அனைவரும் எல்லா பாவங்களினின்றும் விடுபட்டு மோட்ச முக்திக்கு பாத்திரராவார் களாகுக!

■■■

நூல்கள் வழங்கிய சிந்தனை...

- விமானத்தில் போகாமல் பம்பாய்க்குக் காரில் மூன்று நாள் பயணம் செய்து மெனக்கெட்டது ஏன் என்று வினவியபோது 'பத்துப் புத்தகங்கள் படிக்க வேண்டி இருந்தது!' என்று பதிலளித்தாராம் அறிஞர் அண்ணா.
- மனிதனின் மிகப் பெரிய கண்டுபிடிப்பு எது என்று வினவப்பட்டபோது சற்றும் யோசிக்காமல் 'புத்தகம்' எனப் பதிலளித்தார் ஆல்பர்ட் அய்ன்ஸ்டீன்.
- வேறு எந்த சுதந்திரமும் வேண்டாம். சிறையில் புத்தக வாசிப்பை மட்டும் அனுமதிக்க வேண்டும் என்றாராம் நெல்சன் மண்டேலா.
- பிறந்த நாளுக்கு என்ன வேண்டும் என நாடு கேட்டபோது புத்தகங்கள் வேண்டும் என சற்றும் தயக்கமின்றி லெனின் கூறிடக் குவிந்த புத்தகங்கள் பல லட்சம்.
- பயங்கரமான போராட்ட ஆயுதங்கள் எவை எனக் கேட்கப்பட்டபோது புத்தகங்கள்தான் என்றாராம் மார்டின் லூதர்கிங்.
- குடும்பத்தை விட்டு வெளியேறுங்கள் என்று பேரறிஞர் இங்கர்சால் தூக்கியெறியப்பட்டபோது சென்ற இடம் நூலகம்.
- என் கல்லறையில் மறக்காமல் எழுதுங்கள் 'இங்கே ஒரு புத்தகப் புழு உறங்குகிற'தென்று. – பெட்ரண்ட் ரஸல்
- பதப்படுத்தப்பட்ட மனங்களின் வெளித்தோற்றத்தைப் புத்தகம் என்று அழைக்கின்றோம். – போவீ
- நீங்கள் ஒரு புத்தகத்தை விற்கும்போது நீங்கள் காகிதமும் கோந்தும் மையும் விற்கவில்லை. ஒரு புதிய வாழ்வையே அவருக்கு விற்கிறீர்கள். – கிறிஸ்டோபர் மார்லே
- ஒரு புத்தகத்தை இரவல் தருபவர் முட்டாள். அதைத் திருப்பித் தருபவர் அதைவிடப் பெரிய முட்டாள். – அரேபியப் பழமொழி
- உலகிலுள்ள அனைத்து வகைத் துயரங்களின் விடுதலை ஒரு புத்தகத்தில் உள்ளது. – கூகிவா திவாங்கோ
- புத்தகங்கள் இருந்தால் போதும். சிறைக் கம்பிகளும், கொட்டடிகளும் ஒருவரை அடைத்து வைக்க முடியாது. – மாவீரன் பகத்சிங்